லின் யூடாங் (1895-1976) சீனாவிலுள்ள ஃபுஜியான் மாகாணத்தில் பிறந்தார். சீன பிரஸ்பைட்டேரிய திருச்சபை ஊழியரின் மகனான லின், இளமையில் ஊழியக் கல்வியைப் பயின்றார்; பிற்காலத்தில் கிறிஸ்தவத்தைக் கைவிட்டு ஆங்கிலப் பேராசிரியரானார். சீன மொழியிலும் ஆங்கிலத்திலும் பல்வேறு வகையான படைப்புகளை எழுதியிருக்கிறார்; சமூக நையாண்டி இதழ்களை நடத்தியவர். சில ஆங்கில இதழ்களுக்குப் பதிப்பாசிரியராக இருந்தார். சீன இலக்கிய இதழ்களுக்கும் கட்டுரைகள் எழுதினார். லின் லுன்யு பான்யுகன் என்னும் மாதமிருமுறை இதழைக் கொண்டுவந்தார். இது முற்றிலும் புதிய பாணியிலான நையாண்டி இதழ். லின் ஆங்கிலத்தில் என் நாடு, என் மக்கள் (மை கண்ட்ரி அண்டு மை பீப்பிள், 1935) என்னும் தமது முதல் புத்தகத்தை வெளியிட்டார். இது பல்வேறு மொழிகளில் மொழிபெயர்க்கப்பட்டது. சீனாவைப் பற்றிய ஒரு தரமான பிரதியாக இன்றும் புகழப்படுகிறது. மூவ்மெண்ட் இன் பீகிங் (பீகிங்கிலுள்ள தருணம், 1939) என்னும் புகழ்பெற்ற ஆங்கில நாவலையும் த விஸ்டம் ஆஃப் சைனா அண்ட் இண்டியா (சீனாவிலும் இந்தியாவிலும் ஞானம், 1942) என்னும் நூலையும் எழுதியிருக்கிறார். சீன வரலாறு, தத்துவம் பற்றிய புத்தகங்களை எழுதியதோடு மட்டுமல்லாமல், ஃபேமஸ் சைனீஸ் ஸ்டோரீஸ் ரீடோல்ட் (புகழ்பெற்ற சீனச் சிறுகதைகள், 1952) போன்ற சீனாவின் தலைசிறந்த இலக்கியப் படைப்புகளின் ஆங்கில மொழிபெயர்ப்புக்காக இன்றளவும் மிகவும் பாராட்டப்படுகிறார்.

சீனாவும் சீன மக்களும்

லின் யூடாங்

தமிழில்
சுப. நாராயணன்
வெ. ராமசாமி
க. பூரணச்சந்திரன்

மீள்பார்வை
இளஞ்செழியன்

அடையாளம்

முதல் பதிப்பு: அடையாளம் 2023
© இந்தப் பதிப்பு: இளஞ்செழியன்

இந்த நூல், லின் யூடாங் எழுதிய *மை கண்ட்ரி அண்ட் மை பீப்பிள்* (1936) என்னும் ஆங்கில நூலின் தமிழாக்கமாகும். சுப. நாராயணன், வெ. ராமசாமி ஆகியோர் இணைந்து மொழிபெயர்த்திருக்கின்றனர். இதை 1947இல் புதுமைப் பதிப்பகம் லிமிடெட் வெளியிட்டது. அடையாளம் வெளியிடும் இந்தப் புதிய பதிப்பு, ஆங்கிலப் பதிப்பைக்கொண்டு இளஞ்செழியனால் மீள்பார்வையிடப்பட்டு, மேம்படுத்தப்பட்டிருக்கிறது; விடுபட்ட பகுதிகளை க. பூரணச்சந்திரன் மொழி பெயர்த்திருக்கிறார். புதிர்மிக்க சீனாவை அதன் கலை, பண்பாட்டு உள்ளுமை களோடு காண்பதற்காக இந்தச் செவ்வியல் படைப்பை அடையாளம் வெளியிடுகிறது.

வெளியீடு: அடையாளம், 1205/1 கருப்பூர் சாலை, புத்தாநத்தம் 621310, திருச்சி மாவட்டம், இந்தியா, தொலைபேசி: (+91) 04332 273444, 9444 77 2686

நூல் வடிவம்: த பாபிரஸ், அச்சாக்கம்: அடையாளம் பிரஸ், இந்தியா

ISBN 978 81 7720 348 6

விலை: ₹ 600

Ceenaavum Ceena Makkalum is the Tamil translatuion of *My Country And My People* by Lin Yutang, Translated from English by S. Narayanan, V. Ramasamy and and revised by Ilanchezhiyan, Published by Adaiyaalam, 1205/1 Karupur Road, Puthanatham 621310, Thiruchirappalli District, Tamilnadu, India, email: info@adaiyaalam.net

புதிர்மிக்க சீனாவை அதன்
கலை, பண்பாட்டு உள்ளுமைகளோடு
காண விழைபவர்களுக்கு.

பொருளடக்கம்

பதிப்புரை	xi
இந்த நூல் பற்றி - பேர்ல் எஸ். பக்	xix
முன்னுரை	xxviii

பகுதி ஒன்று: அடிப்படைகள்

அறிமுகம் — 1

1 சீன மக்கள்
1. வட பகுதியும் தென் பகுதியும் — 25
2. சீர்கேடு — 35
3. புதிய இரத்தக் கலப்பு — 42
4. பண்பாட்டின் உறுதிப்பாடு — 50
5. இன இளமை — 58

2 சீனரின் நடத்தையியல்
1. கனிவு — 62
2. பொறுமை — 68
3. அசிரத்தை — 72

4	கிழக்குறும்பு	78
5	அமைதி விருப்பம்	87
6	நிறைவு	94
7	நகைச்சுவை	102
8	பழைமை விருப்பம்	112

3 சீனரின் மனநிலை

1	நுண்ணுணர்வு	120
2	பெண்மை	126
3	அறிவியலின் போதாமை	134
4	தர்க்கம்	139
5	உள்ளுணர்வு	145
6	கற்பனை	149

4 வாழ்க்கை இலட்சியங்கள்

1	சீனரின் மனிதநேயம்	160
2	மதம்	164
3	நடுவழிக் கோட்பாடு	176
4	தாவோ மதம்	187
5	புத்தமதம்	201

பகுதி இரண்டு: வாழ்க்கை

அறிமுகம்   219

5 பெண்ணின் வாழ்க்கை

1	பெண்களை அடிமைப்படுத்தி வைத்தல்	223
2	வீடும் திருமணமும்	234
3	மாதரின் இலட்சியம்	244
4	சீனப் பெண்களின் கல்வி	251
5	காதலும் காதலிக்கும் முறையும்	256
6	கணிகையும் சேர்ந்துவாழ்தலும்	263
7	பாதத்தைக் கட்டுதல்	274

	8 பெண் விடுதலை	280
6	சமூக-அரசியல் வாழ்க்கை	
	1 சமூக மனப்போக்கு இல்லை	286
	2 குடும்ப அமைப்பு	293
	3 உறவினருக்குச் சலுகை, ஊழல், பழக்கவழக்கங்கள்	301
	4 உரிமையும் சமத்துவமும்	309
	5 சமூக வகுப்புகள்	314
	6 ஆண் முக்கூறு	319
	7 பெண் முக்கூறு	323
	8 கிராம முறை	336
	9 'கனவான்கள் சர்க்கார்'	341
7	இலக்கிய வாழ்வு	
	1 சிறப்பு வேற்றுமை	353
	2 மொழியும் எண்ணமும்	357
	3 பாண்டித்தியம்	366
	4 கல்லூரி	373
	5 உரைநடை	378
	6 இலக்கியமும் அரசியலும்	384
	7 இலக்கியப் புரட்சி	389
	8 கவிதை	394
	9 நாடகம்	420
	10 நாவல்	435
	11 மேலைநாட்டு இலக்கியத்தின் செல்வாக்கு	449
8	கலை வாழ்க்கை	
	1 கலைஞன்	462
	2 சீன வரிவடிவக்கலை	468
	3 சித்திரம்	483
	4 கட்டடக்கலை	509

9 வாழ்க்கைக் கலை
   1 வாழ்க்கை இன்பங்கள்   527
   2 வீடும் தோட்டமும்   539
   3 உண்பதும் குடிப்பதும்   551
   4 வாழ்க்கை முடிவு   566

பதிப்புரை

இந்தியாவைப் போலவே, சீனாவும் பரம்பரை பரம்பரையாகப் பெருமை பெற்று வாழ்ந்து வந்துள்ள நாடு. இரண்டும் பரந்த நிலப் பரப்பை உடைய நாடுகள். உலக மக்கள் தொகையில், கிட்டத்தட்ட பாதிப்பேர் இந்த இரண்டு நாடுகளிலும் உள்ளனர். இரண்டு நாடுகளும் ஏராளமான கலைச் செல்வங்களையும், பொருள் செல்வங் களையும் உலகுக்கு வழங்கியுள்ளன. அந்நியர் படையெடுப்பு, உள்நாட்டுக் கலகம், உட்பகை, வறுமை, பஞ்சம், பிணி ஆகிய தீமைகளும் இந்தியாவையும் சீனாவையும் அவ்வப்போது ஒரே மாதிரி சாடித் தாக்கி, சொல்ல முடியாத தொல்லை விளைத்து வந்துள்ளன. பன்னெடுங்காலமாகவே, இந்தியாவும் சீனாவும் ஒரே மாதிரியான சங்கடங்களுக்கு ஆளாகிவந்த போதிலும், நிலைமையை அவை எப்படியோ வெற்றிகரமாகச் சமாளித்துக் கொண்டுதான் வந்துள்ளன. அடிப்படைக் கூறுகளில், இந்தியாவும் சீனாவும் ஒரே மாதிரியானவையே என்று சொல்லலாம்.

இந்தியாவுக்கும் சீனாவுக்குமிடையே பல ஒற்றுமைச் சிறப்பியல்புகள் இருப்பதைப் போலவே, இவை இரண்டுக்குமிடையே பல வேற்றுமைச் சிறப்பியல்புகளும் உள்ளன. சீனாவில், பல்வேறு அந்நிய ஆட்சிகள், பற்பல காலங்களில் நிலவிய போதிலும், இறுதியில் அவை அனைத்தும் நாட்டுமக்களின் சம்மதம் பெற்ற, நாட்டு மக்களின் பண்புக்கு உகந்த ஆட்சிகளாகவே மாறி விட்டிருக்கின்றன. சீனாவில், கலப்பற்ற கொடுங்கோலாட்சி நிலவியதுண்டு; ஆனால், கலப்பற்ற அந்நிய ஆட்சி அங்கே நெடுங் காலத்துக்கு நிலவியதில்லை. எனவே, எப்படிப்பட்ட படுமோசமான நிலைமையிலும், சீன மக்கள் ஓரளவு சுதந்திர புருஷர்களாகவே இன்றுவரை வாழ்ந்து வந்துள்ளார்கள்.

இந்தியாவின் நிலைமையும் அப்படித்தான் நெடுகிலுமிருந்து வந்தது. பின்னால், வெள்ளையர்கள் இந்திய மண்ணில்

கால்வைத்த நாள் தொடங்கி, நம் நிலைமை, சுவடு தெரியாமல் சன்னஞ் சன்னமாக மாறத் தொடங்கியது. இறுதியில், நமது முழுமையான அடிமைத்தனத்தில் வந்து முடிந்தது. சீனாவில், பெரும்பாலும் மேல்பரப்பில் மட்டுமே வேர் பரப்பிய அந்நியர் ஆதிக்கம், இந்தியாவில் ஆழமாய் வேரூன்றிக் கொண்டுவிட்டது.

சொந்த நாட்டில் பிறருக்கு அடிமைகளாய் வாழச் சகியாமல், நாம் கொதித்தெழுந்து, சுதந்திரப் போராட்டம் நடத்தி வருவதைச் சீன மக்கள் பெரும் பரிவுடன் நோக்கி வருவது முற்றும் இயல்பான செயலே. அண்மையில் நடந்து முடிந்த உலகப் போரில், ஜப்பானின் அதிகார ஆசையின் விளைவாக, சீனா சிக்குண்டுபோய்ப் பெருத்த கஷ்ட-நஷ்டங்களுக்கு ஆளாகாமல் இருந்திருந்தால், இந்தியாவின் சுதந்திரப் போராட்டத்துக்குச் சீனா வெறும் பரிவு தெரிவிக்கிற நிலையில் மட்டும் இல்லாமல், உருப்படியான ஆளுதவி, பொருளுதவி ஒத்தாசைகூடச் செய்திருக்க முடியும். இந்தியாவுக்கும் சீனாவுக்குமிடையே உள்ள தொன்றுதொட்ட உறவு வரவர இன்னும் அதிகமாகி நெருங்கிப் பிணைந்து வருவது ஆசிய நாடுகளின் எதிர்காலச் செழிப்புக்கு நல்ல அறிகுறி.

இந்த நிலையில், சீனாவைப் பற்றி நாம் சரிவரத் தெரிந்து கொள்ள விரும்புவது முற்றும் சரியானது—இயல்பானது. நம்மைப் பல வகையிலும் ஒத்துள்ள சீன மக்கள், இன்றும் பெயரளவிலேனும் உரிமைபெற்ற மக்களாய், நல்வாழ்வு வாழ முயன்று வரும்போது, நாம் மட்டும் ஏன் இப்படிக் கலப்பற்ற முழுமையான அடிமைகளாய் மாறிப்போனோம்? இந்தக் கேள்விக்குச் சரியான விடைபெற வேண்டுமானால், அதற்குச் சீன மக்களின் வரலாற்றை முற்ற முழுக்கத் தெரிந்துகொள்ள வேண்டும்; சீனரது வாழ்க்கையின் ஒவ்வொரு கூறையும் தனித் தனியாய்த் துருவிப் பார்க்கவேண்டும்; பிறபாடு, எல்லாக் கூறுகளையும் ஒருசேரக் கொண்டுகூட்டிச் சேர்த்துப் பிடித்து மொத்தமாயும், ஒவ்வொரு கோணம் கோணமாயும் நிறுத்தி வைத்துப் பார்க்க வேண்டும். அப்போது, சீன நாட்டின் பொன்றாப் புகழும், சீன மக்களின் நிலையான பெருமையும் தெற்றென விளங்கிவிடும். அப்போது நமது போராட்டத்தின் இறுதி இலட்சியத்தைப் பற்றியும், அதை அடையும் வழியைப் பற்றியும் நமக்குத் தெளிவு ஏற்பட்டுவிடும்.

2

சீனாவையும் சீனர்களையும் பற்றி எத்தனை எத்தனையோ கதை களும், நாவல்களும், வரலாறுகளும் சீன மொழியிலும், ஆங்கில மொழியிலும், இதர மொழிகளிலும் வெளிவந்திருக்கின்றன. இவற்றைப் படிப்பது பயன் தரவே செய்யும். ஆனாலும், இவற்றைப் படித்து முடித்த பிறகு, நம் மனத்தில் ஏதோ ஒரு நிறைவின்மை உணர்ச்சிதான் மேலோங்கி நிற்கிறது. பல சமயங்களில், நமக்கு விஷயத் தெளிவு தட்டுக்கெட்டுப் போய்விடுகிறது. காரணம் என்ன? இந்த மாதிரி நூல்கள் பலரால், பல காரணங்களால், பல சூழ்நிலைத் தூண்டுதல்களால் எழுதப்பெற்றவை. இவற்றை எழுதிய ஒவ்வொருவரும் தத்தம் கட்சி பேசிச் செல்வார்; தத்தம் கொள்கையை மெய்ப்பிக்க முயலுவார்; தாம் ஏற்கெனவே மனத்தில் முடிவு செய்துவைத்துள்ள கருத்துகளை வலியுறுத்துவதற்கான முறை யிலேயே விஷயங்களைச் செதுக்கிச் செப்பம் செய்து எடுத்தோதுவார்.

சீனாவைப் பற்றிய சரியான வரலாறு எப்படி அமைந்திருக்க வேண்டும்? அதை யார் எழுத வேண்டும்? எப்படி எழுத வேண்டும்?

இந்தக் கேள்விகளுக்கு அமெரிக்காவின் புகழ் பெற்ற ஆசிரியையான திருமதி பேர்ள் பக் அம்மையார் இலக்கணம் கூறியிருக்கிறார். இவர் நோபல் பரிசு பெற்ற இலக்கியக் கர்த்தா. சீனாவைப் பற்றி இவர் எழுதிய குட் எர்த் (நல்ல மண்) என்ற நாவலும், டிராகன் சீட் (இராட்சசப் பாம்பு விதை) என்ற நாவலும் ஆங்கிலத்தில் திரைப்படங்களாக வெளிவந்து, உலகப் புகழ் பெற்றுள்ளன; அதோடு சீன மக்களின் பெருமையையும் உலகம் செவ்வனே அறியச் செய்துள்ளன. இவர் கூறும் இலக்கணத்தின் முக்கியப் பகுதி பின்வருமாறு:

சீனாவைப் பற்றிய புத்தகம் விஷயங்களை வெளிப்படையாய், வெட்கப்படாமல் சொல்ல வேண்டும். ஏனென்றால், மெய்யான சீன மக்கள் எப்போதும் பெருமை படைத்தவர்கள். தங்களைப் பற்றியும், தங்களின் வழிதுறைகளைப் பற்றியும் வெளிப்படையாய், வெட்கப்படாமல் பேசக்கூடிய அளவுக்கு அவர்கள் பெருமை படைத்தவர்கள். சீனாவைப் பற்றிய புத்தகம் விஷயங்களை ஊடுருவிப் பாய்ந்து புரிந்துகொள்ள வேண்டும். ஏனென்றால், மனித உள்ளத்தைப் புரிந்து

xiii

கொள்வதில் மக்கள் தொகுப்பு அனைத்திலும் அவர்கள்தாம் சிறந்து விளங்குகிறவர்கள்; விஷயங்களை ஊடுருவிப் பாய்ந்து புரிந்துகொள்ளக்கூடியவர்கள். சீனாவைப் பற்றிய புத்தகம் நகைச்சுவை பொருந்தியதாய் இருக்க வேண்டும்.

ஏனென்றால், அது சீனரது இயல்பின் சாரமான பகுதியாகும். சீனர்கள், வாழ்க்கையில் துயரப்பட்டு, வாழ்க்கை என்பது இன்னது என்று தெரிந்துகொண்டு, அதை ஏற்றுக்கொண்டவர்கள். அவர்களின் நகைச்சுவை ஆழமானது, கனிவு பெற்றது, அன்பானது. நடை ஆற்றொழுக்காய் ஓடவேண்டும்; திட்டமாய் இருக்க வேண்டும்; அழகிய சொற்களால், அமைந்திருக்க வேண்டும். ஏனென்றால், திட்டமாகவும் பெருநயம் வாய்ந்தவை யாகவும் உள்ள விஷயங்களின் எழிலைச் சீனர்கள் எப்போதும் பெரிதாக மதித்துவந்திருக்கிறார்கள். இப்படிப்பட்ட புத்தகத்தைச் சீனத்தான் ஒருவனைத் தவிர வேறு யாரும் எழுத முடியாது. சீனனாலும்கூட இப்படிப்பட்ட ஒரு புத்தகத்தை எழுத முடியுமோ என்று நான் நினைக்கத் தொடங்கிவிட்டேன். ஏனென்றால், அவன் நவீன ஆங்கிலம் எழுதக்கூடிய சீனனாய் இருக்க வேண்டும். தனது நாட்டு மக்களோடு சேர்ந்து பழகு கிறவனாய் இருக்க வேண்டும். அவர்களிடமிருந்து விலகிப்போய் வாழும் அந்நியன் மாதிரி ஆகிவிடக் கூடாது. ஆனாலும், தன் மக்கள் என்ன சொல்லுகிறார்கள், அவர்கள் வாழ்ந்த பழைய வாழ்வின் அர்த்தமென்ன, அவர்களது புதுவாழ்வின் பொருள் என்ன என்று புரிந்துகொள்ளக்கூடிய அளவுக்கு அவர்களிடமிருந்து விலகித் தனித்து நிற்பவனாய் அவன் இருக்க வேண்டும்.

இனி, இந்த இலக்கணத்துக்கு இலக்கியம் கிடைக்குமா? என் நாடு என் மக்கள் (மை கண்ட்ரி அண்ட் மை பீப்பிள்) என்ற இந்த நூலை எழுதியதன் மூலம் லின் யூடாங் திருமதி பேர்ள் பக் அம்மையாரின் இலக்கணத்துக்குத் தகுந்த இலக்கியப் படைப்பாளியாக ஆகிவிட்டார் என்று, இந்த நூலுக்கு முகவுரை அளித்துள்ள அம்மையார் பின்வருமாறு கூறுகிறார்:

சிறந்த புத்தகங்கள் எல்லாவற்றையும் போலவே, இதுவும் திடீரென்று வெளிவருகிறது. இதிலிருந்து நாம் என்ன என்ன எதிர்பார்க்கிறோமோ, அவை அனைத்தையும் இது தருகிறது.

உள்ளதைச் சொல்கிறது. உண்மையைக் கண்டு வெட்கப்பட வில்லை. பெருமையோடு எழுதப் பெற்றிருக்கிறது. நகைச் சுவையும் அழகும் இருக்கின்றன. வேடிக்கை இருக்கிறது, விசயம் இருக்கிறது. பழமை, புதுமை இரண்டையும் உள்ளபடி புரிந்துகொண்டு பாராட்டுகிறது. சீனாவைப் பற்றி இதுவரை எழுதப்பட்டுள்ள புத்தகங்கள் எல்லாவற்றுள்ளும் இது முழுமையானது, மிகவும் ஆழமானது, மிகவும் உண்மையானது என்று நான் நினைக்கிறேன்.

லின் யூடாங் சீனாவில் பிறந்து, அமெரிக்காவில் படித்து வளர்ந்து, தாய்மொழியிலும், பிற மொழிகளிலும் தேர்ச்சியடைந்து, உலகப் புகழ்பெற்ற ஆங்கில எழுத்தாளர்.

பண்டித ஜவஹர்லால் நேரு, சர் ஆர்.கே. ஷண்முகம் செட்டியார் போன்ற இந்தியப் பிரமுகர்களின் இனிய நண்பராகிய லின் யூடாங் இந்தியாவின் விடுதலைப் போருக்காகத் தமது எழுதுகோலை மேலைநாடுகளில்—பத்திரிகைகளிலும், துண்டுப் பிரசுரங்களிலும்—ஓச்சி, நமது கட்சிக்காக வாதாடியவர்; வாதாடி வருபவர். இந்தியாவின் மீது இவருக்குள்ள பரிவு சுயமாக உண்டானது, மனப்பூர்வமானது, ஆழமானது, நிலையானது. நடந்து முடிந்த போர்க் காலத்தின்போது, சீனாவிலிருந்து அமெரிக்காவுக்குப் பறந்து திரும்பிச் சென்றபோது, இந்தியாவின் உண்மை நிலையை அறிந்துகொள்ளும் பொருட்டு, இவர் வழி விலகி, இங்கே சிலநாள் தங்கிவிட்டுப் போனதை நாம் மகிழ்ச்சி யுடன் நினைவுகூரவே செய்வோம்.

ஏ லீஃப் இன் ஸ்டாம் (சூறையில் அகப்பட்ட இலை) என்ற இவரது நாவல் படிக்கப் படிக்க இனித்துப் பயனளிக்கும் தன்மையது; துணிச்சலான சிந்தனைப் போக்குடையது. *லாஃப்டர் அண் டீயர்* (சிரிப்பும் கண்ணீரும்) என்னும் கட்டுரைத் தொகுப்பு சிறந்த, தெளிந்த, துணிந்த அரசியல் நூல். தமது முன்னுரையில், ஆசிரியர் கூறுகிறார்:

> ...எப்போதோ ஓர் அபூர்வமான கணப்பொழுது நேரங்களில் தான் உண்மையை மனிதன் உணர முடியும். இந்தக் கணநேர உணர்வுதான் அழிந்தொழிந்துவிடாமல் பிழைத்து நிற்கும்; தனிமனித கருத்துகள் நிலைத்து நிற்கா. இப்படிப்பட்ட உணர்வு களை எடுத்துச் சொல்வதற்கு எளிய நடை வேண்டும். எளிய

நடை என்பது உண்மையில் நுண்ணிய நடையேயாகும். ஏனென்றால், உண்மையை ஒருபோதும் மெய்ப்பித்துக் காட்ட முடியாது. சாடையாகத்தான் அதைக் குறிக்க முடியும்...

...மேலைநாட்டுத் தேசபக்தர்களுக்காகவும் இதை நான் எழுதவில்லை. என் நாட்டு மக்கள் என்னைத் தப்பாகப் புரிந்து கொண்டாலும் பரவாயில்லை. நான் எழுதியதை மேலைநாட்டார் பாராட்டி, மேற்கோள் எடுத்துக்காட்டுவதுதான் எனக்கு நிரம்ப அச்சம் தருகிறது. பொது அறிவுபடைத்த சாதாரண மக்கள் படிப்பதற்காகவே நான் இதை எழுதுகிறேன். இந்த எளிய நோக்கைக் கொண்டு படித்தால்தான் என் புத்தகம் புரியும்...

3

சீனாவையும் சீனர்களையும் பற்றிய அனைத்துச் செய்திகளையும் ஒன்றுவிடாமல் ஆசிரியர் லின் யூடாங் இந்த நூலில் சொல்லி யிருக்கிறார். நினைவுக்கெட்டாத ஆயிரமாயிரம் ஆண்டுகளுக்கு முற்பட்ட கரு வளர்ச்சிக் காலந்தொடங்கி, அண்மையில் நடந்து முடிந்த சீன-ஜப்பான் உயிர்ப் போராட்டக் காலம் முடியச் சீனம் என்ற பிரம்மாண்டமான, உயிர்த்திட்பம் செறிந்த சிற்பக் கோவிலை ஆழமாக, அகலமாக, நுணுகி நுணுகி, இயம்ப வொண்ணாத பரிவோடும் கனிவோடும் சொற்படமாகப் பெயர்த்தெழுதுகிறார். ஒவ்வொரு வரியும் மொத்தப் படத்தின் ஒவ்வொரு தீர்ந்த கோடாக அமைகிறது. ஒவ்வோர் இயலும் மொத்தப் படத்தின் ஒவ்வொரு பகுதியை நிறைவு செய்கிறது. நடுநடுவில், நூல் நெடுகிலும் இழையும் குத்தல், கிண்டல், நகைச்சுவை, துயரம், கண்டனம் ஆகிய மொழிகள், வியத்தகு வண்ணக் கலவைகளைக்கொண்டு கூட்டித் தந்து, நமது ரசனை எழுச்சி இடையறாது கிளர்ந்த வண்ணம் இருக்கும்படிச் செய்கின்றன. இடக்கர் அடக்கல் உத்தியைக் கையாள வேண்டிய அந்தரங்கமான இடங்களில்கூட, மிக இயல்பாக, விரசமில்லாமல், எப்படி இவரால் வெளிப்படையாய்ப் பிட்டுப்பிட்டுச் சொல்ல முடிகிறது என்பது பெருவியப்பே. கவிதை, கலை, வாழ்க்கை, நடத்தையியல் முதலிய நுட்பமான செய்திகளைப் பற்றி இவ்வளவு விளம்பரமாய், படிப்பவருக்குச் சலிப்புத்தட்டாமல் சொல்லக்கூடியவர்கள் மிகவும் சிலரே.

படிப்பதற்கு இது எளிதான நூல் அல்ல. வெறும் பொழுது போக்குக்காக இதைப் படிப்பது பயனளிக்காது. கருத்தோடு பயின்றால்தான் முழுப்பயனும் கிட்ட முடியும். சிற்சில இடங்களில்—சீனப் பெண்களின் அழகுப் பண்பு, சீன மொழியின் பெருமை, சீனக் கவிதையின் பெருமை முதலியவை குறித்த கருத்துகள் கூறும் இடங்களில்—ஆசிரியரின் கூற்றுக்களை அப்படியே நாம் ஒப்புக்கொள்ள முடியாமல் போகலாம். ஆனாலும், தமது கருத்துகளை இவர் வலியுறுத்துகிற முறை நயமாகவும் ரசிக்கத் தக்கதாகவுமே உள்ளது. அதனால், இவருடைய கருத்தை நாம் ஏற்காவிட்டாலும், அதற்காக இவரைப் பற்றிக் குறைவாகவோ, தப்பாகவோ எண்ணத் தோன்றவில்லை.

சீனாவைப் பற்றிப் பல நூல்களைப் படித்துவிட்டுத் தொகுத் தெழுதிய நூல்களில் இல்லாத தனிச் சிறப்பும், கவர்ச்சியும் சீனர் ஒருவரே அதைப்பற்றித் தீர்க்கமாய் எழுதும்போது உண்டாவதை இந்த நூலில் நாம் காண்கிறோம்.

4

தமிழ் மொழிபெயர்ப்பைப் பற்றி நான் ஒன்றும் தனியாகச் சொல்வதற்கில்லை. இந்த நூலில், இலக்கியத்தைக் குறித்த இயலில், மொழிபெயர்ப்புப் பற்றி ஆசிரியர் பின்வருமாறு கூறியிருக்கிறார்:

...அரும் பொருள்களுக்கு மேலைநாட்டுச் சொற்களைப் பயன்படுத்துவது இயல்புதான்; இன்றையக் கருத்துகளையும், எண்ணங்களையும் பழைய சொற்களாலே சரியாய்ச் சொல்ல முடியாதுதான்... புதுக்க உண்டுபண்ணிய நடையோ சீன மொழிக்கு ஏற்றதேயல்ல; நீடித்து நிற்கக்கூடியதுமல்ல. இந்தச் சங்கடம் மேலைநாட்டு நூல்களை மொழிபெயர்க்கும் போதுதான் சரியாய்ப் புலனாகும். இந்த மொழிபெயர்ப்புகள் ஒரே அபத்தக் களஞ்சியமாயிருப்பதோடு, சராசரிச் சீனனுக்குப் புரியவும் மாட்டா.

...உண்மையில், இத்தகைய மொழிக் கொலைக்குக் காரணம் மொழிபெயர்க்கிறவர்க்குப் பிற மொழியிலே போதிய பயிற்சி இல்லாததுதான். இதனாலே, ஒரு சொற்றொடரில் உள்ள மொத்தக் கருத்தை உணர்ந்துகொள்ளாமல், எழுத்துக்கு

எழுத்து மொழிபெயர்க்க வேண்டிய நிர்ப்பந்தம் அவர்களுக்கு ஏற்பட்டுவிடுகிறது (நொத்ரே-தேம் த பரீ என்பதைப் பச்சையாய் 'எனது பாரிஸ் மனைவி' என்று ஒருவர் மொழிபெயர்த்துப் போட்டுவிட்டார்). ஆங்கிலத்தில், சங்கிலிப் பின்னல் போலப் பல வாக்கியங்கள் இணைந்து வரும். இவற்றை அப்படியே, ஆங்கில அமைப்புப்படி மொழிபெயர்த்தால், எவ்வளவு விகாரமாயிருக்கும்? ஆங்கிலத்தில், பல வாக்கியங்களைக் கொண்ட பல வரிகள் முக்கிய வினை நிகழ்ச்சியைப் பற்றிப் பல விதமாக விவரித்துக்கொண்டே போய்க் கடைசியில் வினைமுற்றாக வந்து முடியும். இவற்றை அப்படியே அமைப்பு முறைமாறாமல், சீனத்தில் கொண்டு வருவதென்பது முடிகிற காரியமா? முடிந்தாலும், படிக்கத்தான் என்னவாவது புரியுமா? சில மாறுதல்கள் வேண்டியவைதாம்; சரளமாய்ப் பிரித்துப் பிரித்து வாக்கியங்களை அமைப்பது நல்ல வளர்ச்சி தான்... இதனால், உரைநடையில் சரளமும் லாவகமும் உண்டாகின்றன.

இந்த நூலில், தக்கபடி மாறுதல்கள் செய்து, பெயர் முதலிய விவரங்களை எடுத்துவிட்டு, அவற்றுக்குப் பதில் தமிழ்ப் பெயர் முதலிய விவரங்களைச் சேர்த்துவிட்டால், இது தமிழ்நாட்டையும் தமிழ் மக்களையும் குறித்த வரலாறுதானோ என்று எண்ணத் தோன்றும். நம்மவருக்கு இது அவ்வளவு தூரம் பொருந்துகிறது. தமிழ் வாசகர்களுக்கு இந்தப் புத்தகம் பயன்படும் என்று நம்புகிறேன். தமிழறிஞர்கள் இதைப்போல் ஒரு முதநூலைத் தமிழில் எழுத வேண்டும் என்பது என் ஆசை.

சுப. நாராயணன்

இந்த நூல் பற்றி

இளம் சீன அறிவுத்துறையினர் தமது சொந்த நாட்டைக் கண்டு பிடித்தது இன்றைய சீனாவின் மிகவும் முக்கியமான இயக்கங் களில் ஒன்றாகும். ஒரு தலைமுறைக்கு முன்னர், அவர்களின் தந்தையர்களில் மிகவும் முற்போக்கானவர்கள் தங்கள் சொந்த நாட்டின் மீது கடுமையான அதிருப்தியை உணரத் தொடங் கினார்கள். அவர்கள் உணர்வுபூர்வமானவர்களாய் இருந்தார்கள், உண்மையில் கடந்த காலத்தில் இருந்ததைப் போன்று, மேற்கின் அபாயகரமானதும், ஆக்கிரமிப்புத் தன்மை கொண்டதுமான நவீனத்துவத்தைச் சீனாவால் எதிர்கொள்ள முடியவில்லையே என்ற உலுக்கும் உணர்வு அது. பொருளாதாரம், கல்வி, இராணுவ நிகழ்வுகள் போன்றவற்றில் ஏற்பட்ட பெருமளவிலான அரசியல் நவீனத்துவத்தை நான் குறிப்பிடவில்லை. இன்றைய சீனத் தலைமுறையினரின் தந்தையர்கள் மெய்யான புரட்சியாளர்களாய் இருந்தார்கள். அவர்கள் பழைய, வம்சாவழிவந்த ஆட்சியை வெளியேற்றினார்கள், கல்வி அமைப்பை நம்புதற்கரிய வேகத்தில் மாற்றினார்கள், சோர்வற்ற உற்சாகத்துடன் அவர்கள் திட்டமிட்டு, ஒரு நவீன அரசாங்கத்திற்கான முறைமையை உருவாக்கினார்கள். அவ்வளவு பெரிய நாட்டில், பழங்கால அரசாங்கம் எதுவும் எந்த வொரு பேரரசரின் கீழும் இப்படிப்பட்ட மிகப் பெரிய மாற்றங் களை இப்படிப்பட்ட மாபெரும் வேகத்தில் சாதிக்கவில்லை.

இவ்வாறான மாற்றச் சூழ்நிலையில்தான் சீனாவின் இன்றைய அறிவார்ந்த இளைஞர்கள் வளர்ந்து வந்துள்ளனர். இவர்களின் தந்தையர்கள் கன்பூசியஸின் கோட்பாட்டை உள்வாங்கிச் செவ்வியல் நூல்களைக் கற்று, அவற்றுக்கு எதிராகப் புரட்சி செய்த இடத்தில்தான் இந்த இளைஞர்கள் புதிய காலங்களின் பலவிதச் சக்திகளாலும் தாக்கப்பட்டுள்ளனர். ஏதோ ஓரளவு அறிவியல்,

ஓரளவு கிறித்துவம், ஓரளவு நாத்திகம், ஓரளவு சுதந்திரக் காதல், ஓரளவு பொதுவுடைமை, ஓரளவு மேற்கத்திய தத்துவம், ஓரளவு இராணுவ வாதம், இப்படி எல்லாவற்றிலும் இவர்கள் ஓரளவு கற்பிக்கப்பட்டுள்ளனர். தங்கள் நாட்டு வெகுமக்களின் திடமான மத்தியகாலப் பண்புகளுக்கு இடையில், எல்லாப் பண்பாடுகளின் மிக உச்சம்வரை இவர்கள் கற்பிக்கப்பட்டுள்ளார்கள். பௌதிக ரீதியாகச் சீனா மேற்கொண்டு வந்திருந்த அதே பெருமளவிலான தவிர்ப்புகளை இவர்கள் அறிவுரீதியாகத் தவிர்க்கின்ற நிலைக்குத் தள்ளப்பட்டுள்ளனர். உருவகப்படுத்திச் சொன்னால், இவர்கள் கரடுமுரடான நாட்டுப்புறப் பாதைக்குரிய காலத்திலிருந்து வானூர்திக் காலத்திற்குத் தாண்டியுள்ளனர். இதனால் இவர்கள் இழந்தவை மிக ஏராளம். மனத்தினால் அதை ஈடுசெய்ய முடியவில்லை. இந்த மோதலில் ஆன்மா இழக்கப்பட்டு விட்டது.

இந்த வகையில், இந்த இடைவெளியின் முதல் விளைவாகச் சந்தேகத்திற்கிடமின்றி ஆண்களையும் பெண்களையும்கொண்ட ஓர் இளம் சீனப் பிரிவினர் உருவாகினார்கள், இவர்களில் ஆண்கள் முதன்மையானவர்களாக இருந்தார்கள். அவர்கள் தமது சொந்த நாட்டிலோ தமது நாடு இப்போதிருக்கின்ற கால கட்டத்திலோ தாம் எப்படி வாழ்வது என்று உண்மையிலேயே தெரியாதவர்களாக இருந்தார்கள். பெரும்பாலும் அவர்கள் அயல்நாட்டில் கல்வி கற்றவர்கள். அங்குத் தமது சொந்த இனத்தின் யதார்த்தங்களை மறந்துவிட்டார்கள். அயல்நாட்டுச் சக்திகளின் அரசியல், பொருளாதாரத் தலையீடுகள்தாம் சீனாவின் பின்தங்கிய நிலைமைக்கான அடிப்படைக் காரணம் என்று இந்த அந்நியப் பட்ட மனங்களை ஏற்கச் செய்வது பல்வேறு புரட்சிகரத் தலைவர்களுக்கும் எளிதாகவே இருந்தது. சீனாவின் மத்தியகாலத் தன்மைக்கு உலகம் காரணமாக்கப்பட்டது. சீனா நவீனத் தன்மையை நோக்கித் தனது சொந்த வழியை மெதுவாக உருவாக்கிக் கொண்டிருந்தது உண்மையே.

எனினும் இந்த உண்மையை உணர்ந்துகொள்வதற்குப் பதிலாக, அயல்நாட்டவர்கள் இல்லாதிருந்தால் பிறநாடுகளைப் போன்று சீனா எப்போதோ பொருள்வகை அடிப்படையில் அவற்றுக்குச் சமமாக இருந்திருக்கும் என ஒவ்வொரு குரலும் கூறியது. இதன் விளைவாக

ஒரு வகையான புதிய புரட்சி உருவானது. ஜப்பானுக்கு வெளியிலிருந்து வந்த இரண்டு பெருந்தொல்லைகளான பிராந்தியச் சட்டக் காப்பையும் வணிகவரியையும் நடைமுறையில் சீனா அகற்றியது. இதன் விளைவாகப் பாரிய மாற்றம் எதுவும் தென்படவில்லை. பலவீனங்களாக இருந்தவை இன்னமும் பலவீனங்களாகவே இருந்தன என்பதும் இவை மக்களின் கருத்தியலில் பதிந்தவையாக இருந்தன என்பதும் தெளிவாகியது. எடுத்துக்காட்டாக, ஒரு புரட்சிகரத் தலைவன் உறுதிநிலையை அடைந்து, நன்கு நிலைபெற்றுவிட்டால், வழக்கம் போல அவன் பழமைவாதியாகவும் ஊழல் நிறைந்தவ னாகவும் பழைய மாதிரியான அதிகாரியாகவும் மாறினான். வேறு பல வரலாறு களிலும் இதுவே உண்மையாக இருந்தது. சீனாவின் நிலைக்கு வெளியுலகம் கொஞ்சமும் பொறுப்பல்ல, அதன் தலைவர்களிடம் குருட்டுத் தனமும் சுயநலமும் குறைவாக இருந்திருந்தால், முன்பே சீனா சோம்பேறித்தனமின்றி இருந்திருந்தால் அது தனது நிலைமையைத் தவிர்த்திருக்க முடியும் என்ற உண்மையை ஏற்காத நேர்மையான, அறிவார்ந்த பல இளம் உள்ளங்கள் சீனாவில் இருந்தன.

அடுத்து நம்பிக்கையீனமும் கொந்தளிப்பும் மிக்க ஒரு காலம் வந்தது. மேற்கை இலட்சியப்பூர்வமாக வழிபடும் நிலை அதிகரித்தது. மேற்கின் அறிவியல் முன்னேற்றத்தின் நேரடிப் பலனாகவே அயல்நாடுகளின் வளம் உருவானது என்ற எண்ணம் ஏற்பட்டது. சீனாவில் அப்போது தாழ்வு மனப்பான்மை மிகப் பரவியிருந்தது. இளம் தேசபக்தர்கள் தமது நாடு இருந்த நிலையால் ஏற்பட்ட அவமானத்திற்கும் தமது நாட்டின் நிலையை அயல்நாட்டவர்களிடம் இருந்து மறைக்கும் எண்ணத்திற்கும் இடையே பிளவுபட்டிருந்தார்கள்.

மேற்கு தொடர்ந்தும் வளமாகவும் அமைதியாகவும் இருந்திருந்தால் என்ன நிகழ்ந்திருந்திருக்கும் என்பதைக் கூற முடியாது. மேற்கு தொடர்ந்து அப்படி இருக்கவில்லை என்பது போதுமானதாக இருக்கிறது. உலகப்போர், பொருளாதாரச் சரிவு, வளத்தின் அழிவு, இவற்றைத் தடுப்பதில் அறிவியலாளர்களின் இயலாமை ஆகியவற்றைச் சீனர்கள் ஆர்வத்துடனும் சிலசமயம் திருப்தியுடனும் பார்த்துக்கொண்டிருந்தனர். பரவாயில்லை, சீனா அவ்வளவு மோசமில்லை என்று அவர்கள் தங்களுக்குள் சொல்லிக்

கொண்டார்கள். எங்குப் பார்த்தாலும் பசி இருந்தது, எங்கும் கொள்ளைக்காரர்கள் இருந்தனர், எந்த ஒரு மக்கள் கூட்டமும் மற்றவர்களைவிட சிறப்பாக இருக்கவில்லை. நிலைமை இவ்வாறு இருப்பதால், பழங்காலத்தில் சீனா சரியாக இருந்ததைப் பார்ப்பதும், பின்சென்று பழைய சீனத் தத்துவம் சொல்வதைப் பார்ப்பதும் நியாயமானதாக இருக்கின்றன. பெரும் வளங்கள் இல்லாவிட்டாலும் சிறிய வளங்களுடன் மனநிறைவாகவும் மகிழ்ச்சியாகவும் எவ்வாறு வாழ்வது என்பதையாவது குறைந்தது அந்தத் தத்துவம் மக்களுக்குக் கற்பித்தது. வாழ்க்கையை ஒழுங்குபடுத்தி, ஏதோ ஓரளவுக்குப் பாதுகாப்புடனும் நிறைவுடனும் வாழ அது வழிசெய்தது. மேற்கைப் பற்றிச் சீனாவுக்கு எழுந்த அண்மைக்கால ஆர்வமும், சீனாவின் வாழ்க்கைப் பாணியின் எளிமையையும் பாதுகாப்பையும் அதன் கலைகளையும் தத்துவத்தையும் குறிப்பிட்ட மேற்கத்திய நபர்கள் போற்றியதும் சீன இளைஞர்கள் தங்களுக்குள் நம்பிக்கையுடன் உற்சாகமடைவதற்கு உதவி செய்தன.

பழைய பைபிள் கூற்று ஒன்றைத் திரும்பக் கூறுவதுதான் இன்று இதன் விளைவாக இருக்கிறது, அதாவது தந்தையர் புளிப்புத் திராட்சைகளைச் சாப்பிட்டிருக்கிறார்கள், பிள்ளைகளின் பற்கள் காக்க வைக்கப்படுகின்றன. தமது தந்தையரின் புரட்சிகர உணர்ச்சிகளால் சோர்வடைந்திருந்த இளம் சீனர்கள் மீண்டும் பழைய சீனத்திற்கே திரும்பினார்கள். அசல் சீனர்களாக இருக்க வேண்டும், சீன உணவை உண்ண வேண்டும், சீன முறைப்படி வாழ வேண்டும், சீன உடைகளை அணிய வேண்டும் என்று அடிக்கடி சுய-உணர்வுடன் தீர்மானம் எடுப்பதைப் பார்ப்பது வேடிக்கையாக உள்ளது. தங்கள் தந்தையர்கள் கத்தியையும் கரண்டிகளையும் பயன்படுத்திச் சாப்பிட்டதைப் போன்று, மேற்கத்திய உடைகளை அணிந்ததைப் போன்று, ஹார்வர்டுக்குப் படிக்கச் சென்றதைப் போன்று இப்போது சில மேற்குமயமான சீனர்கள் இடையில், முற்றிலும் சீனர்களாய் இருக்க வேண்டும் என்ற போக்கும் விருப்பும் ஏற்பட்டுள்ளன. தற்போதைய இந்த இளைஞர்கள் தமது வாழ்க்கை முழுவதும் வெளிநாட்டு உடைகளை அணிந்திருந்தார்கள், கத்திகளையும் கரண்டிகளையும் பயன்படுத்திச் சாப்பிட்டு வந்தார்கள், ஹார்வார்டுக்குச்

சென்றிருந்தார்கள், தமது சொந்த இலக்கியத்தைவிட ஆங்கில இலக்கியத்தை மிகச் சிறப்பாக அறிந்திருந்தார்கள். ஆனால் அவர்கள் இப்போது இவை அனைத்திலும் வெறுப்புற்று, தமது தாத்தாமார்களின் காலத்திற்குச் செல்ல வேண்டும் என்று விரும்புகிறார்கள்.

இந்தப் போக்கு எல்லா இடங்களிலும் தென்படுகின்றது. உடைகள், பழக்கவழக்கங்கள் போன்ற புற அம்சங்களில் மட்டுமன்றி, மிக முக்கியமாகக் கலையிலும் இலக்கியத்திலும் இது காணப்படுகிறது. எடுத்துக்காட்டாக, சில ஆண்டுகளுக்கு முன்பு, நவீனச் சீன நாவல்கள் அரைகுறை அயல்நாட்டுத் தன்மை யான கள்ளக்காதல் தொடர்புகள், குடும்பத்திற்கும் பெற்றோர் களுக்கும் எதிராகக் கிளர்ந்தெழுதல் போன்ற செயல்களுடன் கூடிய நவீனக் காதல் சூழல்களை வருணிப்பதாக இருந்தன. நாவல்களில் வெளிப்பட்ட முழுத் தொனியும் வெறுப்பிற்கு உரியதாகவும் முற்றிலும் சீன நாட்டில் வேர்கொள்ளாததாகவும் இருந்தது. கலையிலும் இலக்கியத்திலும் இது இப்போதும் தேவையானதைவிட அதிகமாக இருக்கிறது.

எனினும் ஆரோக்கியமான சூழல் மெல்ல உருவாகியது. தமது மண்ணில் எளிமையாகவும் உறுதியாகவும் வாழ்கின்ற எளிய மக்களின் வாழ்க்கையிலிருந்து இந்த ஆரோக்கியமான சூழல் உருவானது. இளம் அறிவுத்துறையினர் தமது சொந்த வெகு மக்களை அறிந்துகொள்ள ஆரம்பித்திருக்கிறார்கள்.

நல்ல வேளையாக, தங்கள் சொந்த வாழ்க்கையை ஆரோக்கிய மற்றதாய் ஆக்கிய கலப்பு நவீனத்தன்மையால் இன்னமும் பெருமளவு தொடப்படாமல் இருக்கின்ற தமது நாட்டுப்புறங் களின், சிறு நகரங்களின், கிராமங்களின் வாழ்க்கையில்தான் சீனாவின் அசலான சொந்த வாழ்க்கை உள்ளதை அவர்கள் காணத் தொடங்கியுள்ளனர். தங்கள் தேசத்தின் திடமான அடித்தளத்தைக் கண்டு அவர்கள் மகிழ்ச்சியடைய ஆரம்பித்துள்ளனர். புதியதொரு உத்வேகத்திற்காக அதை நோக்கித் திரும்புவதில் அவர்கள் ஆர்வமாக உள்ளனர். இது அவர்களுக்குப் புதியதாக இருக்கிறது, மகிழ்ச்சியாகவும், களிப்பூட்டுவதாகவும் இருக்கிறது, பெறுமதி மிக்கதாக இருக்கிறது, எல்லாவற்றிற்கும் மேலாக அது முழு

அளவில் சீனத்தன்மைகொண்டதாக இருக்கிறது. இந்தப் புதிய பார்வையைப் பெறுவதற்கு அவர்களுக்கு உதவியும் அளிக்கப் பட்டுள்ளது. இதை அவர்களால் தனியாகச் சாதித்திருக்க முடியாது என்று நான் நினைக்கிறேன். மேற்குதான் அவர்களுக்கு இதில் உதவியுள்ளது. மேற்கத்தியர்களாகிய நாம் நமது சொந்த நாகரிகத்தின் ஒருவித உடைப்பை வெளிப்படுத்தி எதிர்நிலையாக மட்டும் அவர்களுக்கு உதவவில்லை, மாறாக அடிப்படை வாழ்க்கையை நோக்கிய நமது சொந்தப் போக்கின் மூலமாக நேர்முகமாகவும் அவர்களுக்கு உதவியிருக்கிறோம். அனைத்துப் பாட்டாளி வர்க்க இயக்கங்கள் தொடர்பாகவும் மேற்கு கொண்டிருக் கின்ற ஆர்வமானது, இளம் சீனர்கள் தங்கள் சொந்த பாட்டாளி வர்க்கத்தைப் பற்றிச் சிந்திக்கின்ற நிலையை உருவாக்கி யுள்ளது.

உலகக் குழப்பத்தால் பாதிக்கப்படாமல், தமது வாழ்க்கையை நம்பமுடியாத தூய்மையுடன் பேணிவருகின்ற தமது கிராமப்புற மக்களின் அசாதாரணமான பண்புகளை அவர்கள் அறியத் தொடங்கியுள்ளார்கள். தமது சொந்தக் குழப்பத்திலும் மாற்ற மடைந்த காலங்களில் தம்மைத் தொலைத்துவிட்ட உணர்விலும் இருந்த அறிவுஜீவிகளை இப்படிப்பட்ட சாந்தநிலை பெருமளவில் ஈர்ப்பதாக அமைவது இயல்பே.

பொதுவுடைமையும் அவர்களுக்கு உதவியுள்ளது. அவர்களுக்கு அது வர்க்க உணர்வைக்கொண்டு வந்துள்ளது. சாதாரண மனிதன் தன்னை உணர்ந்துகொள்பவனாகவும் தன் தேவைகளைக் கோருபவனாகவும் அவனை மாற்றியுள்ளது. சாதாரண மக்களின் குழந்தைகளுக்கும் சீனாவில் நவீன கல்வி கிடைத்திருப்பதன் காரணமாக, எவ்வளவுதான் குறைவாக இருந்தபோதிலும், குறைந்தது தங்களின் சார்பாகப் பேசுவதற்கு அவர்கள் வாய்ப்பைப் பெற்றிருக்கிறார்கள்.

இளம் இடதுசாரியினரின் கலை இலக்கியங்களில் போதிய அறிமுகமில்லாவிட்டாலும் ஏற்கெனவே அவர்களுக்கு ஒருவித குரல் கிடைத்துள்ளது. சீனாவிலுள்ள இளம் இடதுசாரி களின் கலை, இலக்கியத்தில் அந்த நாட்டிலுள்ள சாதாரண ஆண், பெண்களின் மதிப்பு பற்றிய கண்ணோட்டம் விரைவாகப் பரவுகிறது.

இந்த வெளிப்பாடு கரடுமுரடானதாகவும் அயல்நாட்டுக் கலையால் அதிகம் பாதிப்புற்றதாகவும் இருந்தாலும் அந்த அடிப்படைக் கண்ணோட்டம் அங்கு இருக்கிறது. சில சமயங் களில் நாம் இப்போது ஓவியச் சீலையில் ஒரு மூங்கில் கிளையில் அமர்ந்துள்ள பறவைக்குப் பதிலாக, ஒரு விவசாயப் பெண்ணையும் தாமரைக் குளத்தில் நீந்தும் தங்கமீனுக்குப் பதிலாக ஒரு வண்டியைத் தள்ளிச் செல்கின்ற மனிதனையும் பார்க்கிறோம்.

ஆனால் புதிதாக வெளிப்பட்டுள்ள இந்த நிலைமைகளுக்கான போதிய தெளிவான குரல் கிடைக்கும் வரை, சீனா பற்றிய விளக்கத்திற்காக நம்மைப் போன்ற மேற்குலகினர் காத்திருந்தால், அது நீண்டதொரு காத்திருப்பு ஆகிவிடும்—ஒருவேளை, அந்தக் காத்திருப்பு நமது தலைமுறையையும் தாண்டியதாக ஆகலாம். நல்லவேளையாக, காலத்தின் குழப்பங்களில் ஆழ்ந்துவிடாத, பரந்த இதயமுள்ள சிலர் உள்ளனர்—அவர்கள் வாழ்க்கையை அப்படியே நேருக்குநேர் காணும் மகிழ்நோக்குடையவர்கள், பழைய நகைச்சுவையுடன் புதுமைப் பண்பும் கல்வியும் பெற்றுள்ளவர்கள், தமது சொந்த நாகரிகத்தை மட்டுமின்றிப் பிறருடைய நாகரிகங்களையும் புரிந்துகொள்ளும் ஆர்வ முடையவர்கள், தமது நாட்டுக்குரியது எது என்பதையும், எனவே நிஜமாகத் தமக்குச் சொந்தமானவற்றையும் தேர்ந்துகொள்ளும் அறிவு பெற்றவர்கள். இந்தச் சிலரில் எவரேனும் ஒருவர் தமது சொந்தச் சீனத்தைப் பற்றி உண்மையான ஒரு நூலை, மக்களின் மிக அடிப்படையான ஆன்மாவால் நிரம்பி வழிகின்ற ஒரு நூலை எழுதுவார் என்று நான் நீண்ட நாள்களாக நம்பி வருகிறேன். அவ்வப்போது நம்பிக்கையுடன், மிக ஆர்வமாக நான் ஒரு புத்தகத்தைத் திறந்திருக்கிறேன், ஆனால் ஏமாற்றத்துடன் அதை நான் மூட நேர்ந்திருக்கிறது.

ஏனெனில் அது உண்மையற்றதாக இருந்தது, அலங்கார வார்த்தைகளால் நிரம்பியிருந்தது, தற்காப்பு தேவையில்லாத அளவுக்குப் பிரமாண்டமாக உள்ளவற்றைப் பாதுகாப்பதில் அது பெரும் ஆர்வத்தைக் கொண்டிருந்தது.

அது அயல்நாட்டவர்களுக்காக எழுதப்பட்டது, எனவே சீனாவிற்குப் பயனற்றதாக இருந்தது.

சீனாவைப் பற்றியதொரு புத்தகம், சீனாவிற்கு ஏற்ற தகுதியுள்ள ஒன்று, மேற்கண்டது போன்ற எதுவாகவும் இருக்க முடியாது. அது வெளிப்படையாகவும் கூச்சமற்றதாகவும் இருக்க வேண்டும், ஏனெனில் அசல் சீனர்கள் பெருமித குணம் கொண்டவர்கள், தங்களையும் தங்கள் வழிகளையும் பற்றி வெளிப்படையாகவும் கூச்சமற்றும் இருக்கக்கூடிய அளவுக்குப் பெருமிதம் கொண்டவர்கள். எனவே சீனாவைப் பற்றிய ஒரு நூல் தனது புரிதலில் விவேகமானதாகவும் ஆழ்ந்த பார்வை கொண்டதாகவும் இருக்க வேண்டும், ஏனெனில் மனித இதயத்தைப் புரிந்துகொள்வதில் மற்ற யாவரையும்விடச் சீனர்கள் விவேகமானவர்கள்; ஆழ்ந்த பார்வையுடையவர்கள். அது நகைச்சுவை உணர்வுகொண்டதாக இருக்கவேண்டும். ஏனெனில் சீன இயல்பின் இன்றியமையாப் பகுதியாக நகைச்சுவைத் தன்மை உள்ளது. துன்பியல் அறிவிலும் வாழ்க்கையை ஏற்றுக்கொள்வதிலும் ஆழமான, மென்மையான, இனிமை நிறைந்த நகைச்சுவை காணப்படுகிறது.

அது மெல்லெனப் பாய்கின்ற, துல்லியமான, அழகான வார்த்தைகளால் எழுதப்பட வேண்டும், ஏனெனில் சீனர்கள் எப்போதுமே துல்லியமான, நேர்த்தியான அழகை மதிப்பவர்கள். ஒரு சீனரைத் தவிர வேறு எவரும் இப்படிப்பட்ட நூலை எழுத முடியாது. இன்னும் கூறினால், தமது சொந்த மக்களிடமிருந்து பெருமளவிற்கு அந்நியப்பட்டிராத, நவீன ஆங்கிலத்தில் எழுதக்கூடிய ஒரு சீனர்கூட, இப்படிப்பட்டதை எழுதமுடியாது என்று நினைக்கத் தொடங்கிவிட்டேன், ஏனெனில் அத்தகைய ஒருவர், அவர்களையும் அவர்களது காலத்தின் அர்த்தத்தையும் அவர்களின் இளமையின் அர்த்தத்தையும் புரிந்துகொள்ள முடியாத அளவுக்கு விலகியிருந்தார்.

ஆனால் திடீரென்று, எல்லாப் பெரிய நூல்களும் தோன்றுவதைப் போன்று, இந்த நூலும் தோன்றுகிறது, தன்மீது வைக்கப்பட்ட அனைத்துக் கோரிக்கைகளையும் நிறைவேற்றியவாறு அது தோன்றுகிறது. அது உண்மையாக உள்ளது, உண்மையைச் சொல்வது பற்றி அது வெட்கப்படவில்லை: அது பெருமிதமாகவும், நகைச்சுவையாகவும் அழகுடனும் அக்கறையுடனும் துள்ளலுடனும் பழையவை, புதியவை ஆகிய இரண்டையும் பாராட்டும் முறையிலும் புரிந்துகொள்ளும் வகையிலும் எழுதப்பட்டுள்ளது. இதுதான் மிக உண்மையானது, மிக ஆழமானது, மிகவும்

முழுமையானது, சீனாவைப் பற்றி இதுவரை எழுதப்பட்ட நூல்களில் மிகவும் முக்கியமானது என நான் கருதுகிறேன். எல்லாவற்றுக்கும் மேலாக, இதை எழுதியவர் ஒரு சீனர், நவீனத்தன்மை கொண்டவர், அவருடைய வேர்கள் கடந்த காலத்தில் நிலைகொண்டுள்ளன, ஆனால் அதன் வளமான அரும்புகள் நிகழ்காலத்தில் மலர்கின்றன.

பேர்ல் எஸ். பக்

முன்னுரை

இந்த நூலில் எனது கருத்துகளை வெளிப்படுத்த மட்டுமே நான் முயற்சி செய்திருக்கிறேன். சற்று நீண்டதும் வலிமிக்கதுமான சிந்தனைக்கும் வாசிப்புக்கும் சுயபரிசோதனைக்கும் பின்னர் இந்தக் கருத்துகளை வந்தடைந்திருக்கிறேன். நான் வாதங்களில் இறங்கவோ, எனது வெவ்வேறான கோட்பாடுகளை மெய்ப்பிக்கவோ முயலவில்லை. தனது வசந்தகால-இலையுதிர்கால வரலாற்றுப் பதிவுகளைப் பற்றிக் கன்பூசியஸ் ஒரு முறை கூறியது போல, இந்த நூலால் நான் நியாயப்படுத்தப்படுவேன் அல்லது கண்டனத்திற்கு உள்ளாவேன். சீனா மிகப் பெரியதொரு நாடு. அதன் தேசிய வாழ்க்கைக்கு மிகப் பல பக்கங்கள் உள்ளன, அவை பல்வேறு பட்டதும், முரண்பட்டதுமான விளக்கங்களுக்கு இடமளிக்கும் விதமாகத் திறக்கப்படாமல் இருக்கின்றன. எதிர்நிலையான கோட்பாடுகளைக் கொண்டிருக்க விரும்புபவர்களுக்கு உதவி செய்யும் விதமாக, தேவையான விடயங்களைத் தந்து எப்போதும் உதவக்கூடியவனாக நான் இருக்கிறேன்.

ஆனால் உண்மை உண்மைதான், அது சாமர்த்தியமான மானிடக் கருத்துகளை வென்றுவிடும். உண்மையைப் புரிந்து கொள்கின்ற ஆற்றல், வெகு அரிதான சந்தர்ப்பங்களில் மட்டுமே மனிதனுக்கு வழங்கப்படுகிறது. தனிமனிதரின் கருத்துகள் அல்ல, மாறாக, இந்த உண்மையைப் புரிகின்ற கணங்கள்தான் நிலைத் திருக்கும். ஆகவே ஒழுங்குபடுத்தப்பட்ட மிகவும் உறுதியான சான்றுகளும்கூடப் படித்த முட்டாள்தனங்கள் என்ற முடிவு களுக்குப் பெரும்பாலும் ஒருவரை இட்டுச்செல்லக்கூடியவை. இப்படிப்பட்ட புரிதல்களை வெளிப்படுத்துவதற்கு மிக எளிதான, அதாவது உண்மையில் நுட்பமான நடை ஒருவருக்கு அவசியமாகிறது. ஏனெனில், உண்மையை ஒருபோதும் மெய்ப்பிக்க முடியாது, அதைக் கோடிட்டுக் காட்ட மட்டுமே முடியும்.

சீனாவைப் பற்றி எழுதியுள்ள பல எழுத்தாளர்களை- குறிப்பாக என் சொந்த நாட்டுக்காரர்களையும் மாபெரும் தேசபக்தர்களையும் - நான் தாக்குவதும் தவிர்க்கமுடியாததாக உள்ளது. இந்த மாபெரும் தேசபக்தர்களிடம் எனக்குப் பகை ஒன்றுமில்லை, ஏனெனில் அவர்களின் கடவுள் எனது கடவுள் அல்ல, அவர்களின் தேசபக்தி எனது தேசபக்தி அல்ல. ஒருவேளை நானும் எனது நாட்டை நேசிக்கிறேனோ என்னவோ, ஆனால் அவர்களுக்கு முன்னால் அதை நான் மறைப்பதில் அக்கறை எடுக்கிறேன். ஏனெனில் இந்தத் தேசபக்தி உடையைக் கிழிந்துபோகும் வரை அணியலாம். சீனாவிலோ, உலகின் பிற பகுதிகளிலோ இந்தக் கிழிந்த உடைகளில் நகர வீதிகளின் ஊடாக மரணிக்கும் வரை ஊர்வலம் செல்ல முடியும்.

நான் இந்தத் தேசபக்தர்களைப் போலன்றி, என் நாட்டைப் பற்றி வெட்கப்படுவதில்லை. என்னால் ஒத்துக்கொள்ள முடியும். நான் நம்பிக்கையை இழக்காததால், சீனாவின் பிரச்சினைகளை என்னால் வெளிப்படுத்த முடியும். தனது சிறிய தேசபக்தர்களை விடச் சீனா பெரியது. மேலும் இந்தத் தேசபக்தர்களின் தூய்மைப் படுத்தல் சீனாவிற்குத் தேவையில்லை. சீனா எப்போதும் செய்து வந்திருப்பது போன்று, தன்னை மீண்டும் சரிசெய்துகொள்ளும்.

மேற்கத்திய தேசபக்தர்களுக்காகவும் நான் எழுதவில்லை. ஏனெனில் எனது நாட்டுமக்களைத் தவறாகப் புரிந்துகொள்வதை விட, என்னிடமிருந்து அவர்கள் எடுக்கின்ற பாராட்டுதல் நிறைந்த மேற்கோள்களைப் பார்த்து நான் பயப்படுகிறேன். நான் பொதுப் புத்திகொண்ட சாதாரண மனிதர்களுக்காக மட்டுமே எழுதுகிறேன். பழங்காலச் சீனா எளிமையான பொதுப்புத்திக்காக மிகவும் புகழ்பெற்றிருந்தது, ஆனால் இப்போது அது மிகவும் அரிதாகி விட்டது.

இந்த எளிமையான கண்ணோட்டத்திலிருந்து மட்டுமே எனது நூல் புரிந்துகொள்ளப்படமுடியும். உயர்ந்த மனித மதிப்புகளின் உணர்வை இழக்காதவர்களுக்காக மட்டுமே நான் பேசுகிறேன். அவர்கள் மட்டுமே என்னைப் புரிந்துகொள்வார்கள்.

தொடக்கம் முதல் இறுதிவரை அன்பான தைரியமூட்டலை அளித்துவந்த பேர்ல் எஸ். பக்கிற்கு என் நன்றிகள் உரியன.

பதிப்பகத்திற்கு அனுப்பப்படுவதற்கு முன்னர்த் தானே முழு கையெழுத்துப் பிரதியையும் படித்துத் தேவையான மாற்றங்களை அவர் செய்தார். இந்த நூல் எழுதப்பட்டுக்கொண்டிருந்த வேளையில் சிறந்த விமர்சனத்தை வழங்கிய திரு. ரிச்சர்ட் ஜே. வால்ஷ்க்கும் எனது நன்றிகள். கையெழுத்துப் பிரதியின் நடையைச் செம்மை செய்தும் அதைச் சரி பார்த்தும் சுட்டியைத் தயார் செய்தும் உதவிய செல்வி லில்லியன் பெஃபெர்க்கிற்கும் நன்றிகள் உரியன. தனிப்பட்டமுறையிலும், பிறருடன் சேர்ந்தும் இந்த நூலை எழுதுமாறு என்னைத் தூண்டித் தொல்லை கொடுத்துவந்த திருமதி செல்ஸ்கர் எம் கன், பெர்னார்டின் ஸ்ஜோல்ட் ஃப்ரிட்ஸ், உங்கர்ன் ஸ்டெர்ன்பெர்க் சீமாட்டி ஆகியோர்க்கும் நன்றிகள். இறுதியாக, ஓர் எழுத்தாளரின் மனைவி மட்டுமே பாராட்டக் கூடிய, எழுத்துப் பணியின் இனிமை குறைந்த அம்சங்களை என்னுடன் பொறுமை யாகக் கடந்து சென்ற என் மனைவிக்கும் நான் கடமைப் பட்டிருக்கிறேன்.

லின் யூடாங்க்

1935 ஜூன்,
ஷாங்காய்

சீனாவும்
சீன மக்களும்

மனித இயல்புக்கு உண்மை மாறுபட்டதன்று. நாம் உண்மை யென்று கருதியுள்ளது எதுவும் மனித இயல்புக்கு மாறுபட்டதாக இருக்குமானால், அதை நாம் உண்மையென்று கொள்ளத் தேவையில்லை.

- கன்பூசியஸ்

பகுதி ஒன்று
அடைப்படைகள்

அறிமுகம்

சீனத்தில் வசிக்கும்போது யாருக்கும் அதைப் பற்றிச் சிந்திக்க வேண்டிய நிலை கட்டாயம் ஏற்படும். எப்போதுமே அதைப் பரிவோடு பார்க்கிறவர்களும் உண்டு; சில சமயங்களில் அதனுடைய நிலைமையைக் கண்டு ஏங்கித் துயரப்படுகிறவர்களும் உண்டு. ஆனால், பாகுபடுத்திப் பார்த்து நிலைமையை உள்ளது உள்ளவாறு அறிந்திருப்பவர்கள் அரிது என்றே சொல்லி விடலாம். ஒன்று, சீனத்தை வெறுக்கத் தோன்றும்; இல்லையேல், அதனிடம் பரிவுகாட்டத் தோன்றும். இந்த இருமனநிலைகளையும் தவிர வேறு மனநிலைக்கு இடமே இல்லை. சீனத்தில் வசிக்காதவர்களும்கூட, சில சமயங்களில், சீனத்தைப் பற்றி நினைப்பதுண்டு: சீனா மிகவும் தொன்மையான தேசம் என்றும், மிகப் பெரிய தேசம் என்றும், தனித்து நிற்கும் தேசம் என்றும், உலகத்திற்கும் அதற்கும் யாதொரு தொடர்பும் இல்லை என்றும் எண்ணுவார்கள்.

தூரத்துப் பச்சை கண்ணுக்குக் குளிர்ச்சி என்பது போல, தனித்தே விலகி நிற்கும் சீனம் அவர்களுக்கு ஒரு சிறப்புக் கவர்ச்சியை உண்டுபண்ணுகிறது. கவர்ச்சியால் இழுக்கப்பட்டு யாராவது சீனத்திற்கு வந்தால், ஏதோ சுழலில் அகப்பட்டுக் கொண்டது போன்ற மனநிலை அவர்களுக்கு ஏற்படும்; சிந்தனை ஆற்றலும் உடனே நின்றுபோகும். இந்த நிலையிலும்கூட, அவர்களுக்கு ஒருவித உணர்ச்சி இருக்கவே செய்யும்: சீனம் என்கிற தேசம் இருக்கத்தான் செய்கிறது. அதனுடைய மகத்தான வாழ்க்கையை மனித அறிவினால் அளப்பது இயலாத செயல். வாழ்க்கை என்பது ஏதோ தொடர்பற்ற முறையில் குழப்பமாக அங்கு நடைபெறுகிறது. அந்த நாடகம் சில சமயங்களில் கோர

முடிவு உள்ளதாகவும் சில சமயங்களில் வேடிக்கையாகவும் நடந்துகொண்டு போகிறது. ஆயினும், இந்தக் கொந்தளிப்பிலும் குழப்பத்திலும், எப்போதுமே அழுத்தமான ஓர் உண்மை நிலவுவதை அவர்கள் நிச்சயம் உணர்வர். உணர்ந்தபின், அவர்களுக்குச் சிந்தனை ஆற்றல் மீண்டும் வந்துவிடும். உடனே வியப்போடும் அதிசயத்தோடும் சீனத்தைப் பற்றி மறுபடியும் சிந்திக்கத் தொடங்குவர்.

இப்படிச் சிந்தித்துப் பார்ப்பவர்கள் கொள்ளும் கருத்து அவரவர் மனநிலையைப் பொறுத்தது. தமது தேசமென்ற குறுகிய மனநிலையில்லாது, பெருநோக்குடன் விசயங்களை ஆராய்கிறவரா அல்லது தாம் செய்வதே சரி என்று எண்ணி, தமக்குள்ளே நிறைவடைகிற அகம்பாவியா என்பது அவர் கொள்ளும் முடிவிலிருந்து தெரிந்துவிடும். சிலர் சீனத்தைப் பார்த்ததும் திடீரென்று அதன்மீது விருப்பு வெறுப்புகொண்டு, அந்த விருப்பு வெறுப்புக்கு இணங்க ஆதரவு தேட முற்படுவார்கள். இவர்கள் இப்படி விருப்பு வெறுப்பு கொள்வது நியாயமானதே. பகுத்தறிவு படைத்த நாமும் சீனத்தைப் பற்றி ஏதாவது ஒரு முடிவான கருத்திற்கு வரவேண்டியது அவசியமே. அதற்காக, நாம் காரண காரியங்களைத் தேடி அலைகிறோம். வாழ்க்கையில் நடைபெறும் சின்னஞ்சிறு நிகழ்ச்சிகளைப் பற்றி ஒருவருக்கொருவர் பரிமாறிக் கொள்கிறோம்; அல்லது அன்றாடச் சில்லறை விவகாரங்களைப் பற்றி விவாதிக்கிறோம். மறந்துபோய், இடையிடையே நினைவிற்கு வருகிற உரையாடலைப் பற்றி மீண்டும் பேசுகிறோம்; அல்லது மிகவும் நடுநிலையோடு நின்று மகத்தான விசயங்களைப் பற்றித் தத்துவ விசாரணை செய்யத் தொடங்கி, தத்துவ சாஸ்திரிகளாய் மாறுகிறோம்.

இத்தகைய மனப்போக்குகளால் சீனத்தில் நல்லது எதுவுமே கிடையாது என்று குறைக் கூறிப் பிடிவாதமாய்ப் பேசுகிறவர்களும் உண்டு; அல்லது, சீனத்தில் பல்வகையான அதிசயங்கள் உண்டு என்று ஆர்வம் காட்டி உணர்ச்சியோடு போற்றிப் பேசுகிறவர்களும் உண்டு. ஆனால், எதையும் குறிப்பிடாமல் இப்படிப் பொதுப்படையாகப் பேசுவது அற்பத்தனமாகும். எதைப் பற்றியும் ஒரு முடிவிற்கு வருமுன் எல்லோருமே தொடக்கத்தில் இப்படித்தான் பொதுப்படையாகப் பேசுவார்கள். தவிர்க்க

முடியாத ஒன்று இது. ஏதோ இப்படி உருவாகிய கருத்துகளை வைத்துக்கொண்டு விவாதிக்கத் தொடங்குகிறோம். தாங்கள் சொல்வதே சரி என்றும், சீனத்தையும் சீன மக்களையும் பற்றித் தாம் ஒரு முடிவான கருத்திற்கு வந்துவிட்டதாகவும் எண்ணி இந்த விவாதத்தால் பெரிதும் நிறைவு அடைகிறவர்கள் இருக்கிறார்கள். இப்படி நிறைவடைந்து மகிழ்கிற மக்கள்தாம் உலகத்தை ஆளுகிறவர்கள். உலகின் ஒரு பகுதியிலிருந்து மறு பகுதிக்குச் சரக்குகளை இறக்குமதி செய்து விற்பவர்கள் இவர்கள்; தாங்கள் சொல்வதே சரி என்ற பிடிவாதமான கருத்து எப்போதுமே இவர்களுக்கு உண்டு. வேறு சிலருக்குச் சந்தேகமும் குழப்பமும் அதிகம். சீனத்தைப் பற்றி எண்ணும்போது, பயபக்தி நிறைந்து, வியப்போடு பார்ப்பார்கள். ஒரு வேளை பயபக்தியுடன் மர்மம் நிறைந்த ஓர் உணர்ச்சியும் கலந்து நிலவலாம். இவர்களுக்குத் தொடக்கம் முதல் முடிவுவரை ஒரே வியப்புதான். இவற்றால் இவர்களுக்குச் சந்தேகம் தீர்வதுமில்லை; தெளிவு ஏற்படுவது மில்லை. ஆனாலும் சீனம் என்று ஒன்று இருக்கவே செய்கிறது என்பதை நாம் எல்லோரும் உணரவே செய்கிறோம்.

தற்காலத்தில் சீனாவைப் பற்றி எண்ணும்போது அறிவு குழம்புகிறது; புலன்கள் மங்கிவிடுகின்றன. சீன மாதாவின் வயதினாலோ அவள் அமர்ந்திருக்கிற இடத்தின் அமைப்பாலோ மட்டும் இந்த உணர்ச்சி நமக்கு ஏற்படுவதில்லை. சீனத் தாய் மிகவும் பழமையானவள்; உயிரோடு இருக்கிறவள்; தொன்றுதொட்டுத் தொடர்பாய் இருந்துவரும் பண்பாடுடையவள்; மிக அதிகமான மக்கள்பெருக்கம் உடையவள். ஒரு காலத்தில் மிகப் பெரிய சாம்ராஜ்யத்தை நிர்வகித்து நடத்தினாள். பிற நாடுகளைக் கைப்பற்றி ஆட்சிபுரிந்தாள். பயனுடைய, நூதனமான சில கருவிகளைக் கண்டுபிடித்து உலகிற்கு வழங்கினாள். இலக்கியம், தத்துவ ஆராய்ச்சி, வாழ்க்கையனுபவம் முதலியவை அவளுக்கெனத் தனியாக உண்டு. மற்றவர்கள் சிறகடித்துப் பறக்க முயன்ற காலத்தில், கலையுலகில், சீனத்தாய் உல்லாசமாக உயரப் பறந்து வட்டமிட்டுக்கொண்டிருந்தாள். இத்தனை சிறப்புகள் வாய்ந்தவளாய் இருந்தும் அவளுடைய இன்றைய நிலைமை என்ன? அவளுடைய தேசத்தில் ஐயத்திற்கு இடமின்றி, குழப்பம் குடிகொண்டு இருக்கிறது. தவறான ஆட்சிமுறைக்கு அவள்தான்

உறைவிடம். மிகவும் பரிதாப நிலையிலும் உதவியற்ற நிலையிலும் இருந்து வருகிறாள். சீர்படுத்தி, தன் மக்களை எல்லாம் ஐக்கியமாக வாழும்படிச் செய்து, தலைநிமிர்ந்து நிற்கமுடியாத நிலையில் இருக்கிறாள். மற்ற தேசங்களைப்போல சீனமும் உலகில் முதல்தரமான தேசமாக விளங்க வேண்டும் என்பது கடவுளின் விருப்பம்தான். கடவுள் இருக்கிறாரோ என்னவோ அதை நாம் அறியோம். ஆனால் குவாட்டிமாலா தேசத்தைப்போல, சீனமும் சர்வதேச சங்கத்தில், ஒதுக்குப்புறமாக ஒரு மூலையில் ஒதுக்கப்பட்டுக்கிடக்கிறது. உலகத்திற்கு நல்லுணர்ச்சி ஏற்பட்டு, சர்வதேச சங்க முழுதுமே சீனத்திற்கு உதவி செய்வதாயினும், அவளுடைய நிலைமை அதனால் சீர்படுத்த முடியாது; அவளுடைய மக்களை ஐக்கியமாக வாழும்படிச் செய்ய முடியாது; உள்நாட்டுக் கலகங்களை நிறுத்த முடியாது; பட்டாளத்தாரிடமிருந்தும் பண்டிதர்களிடமிருந்தும் அவளை விடுவிக்க முடியாது; புரட்சிக்காரர்களிடமிருந்தும் மேன்குலத்தில் பிறந்த அரசியல்வாதிகளிடமிருந்தும் அவளைத் தப்புவிக்க முடியாது.

நிலைமை இப்படி இருக்க, மிகவும் வியக்கத்தக்க உண்மை என்னவென்றால், சீனத் தாய்க்கும் தனது ஈடேற்றத்தில் அவ்வளவு அக்கறை இல்லை என்பதுதான். ஆட்டத்தில் எவ்வளவு தோற்றாலும் கவலை கொள்ளாதிருக்கும் பெயர்போன சூதாடியைப் போல, சீனம், ஜெர்மனி அளவு நிலப்பரப்பு உள்ள ஒரு பிரதேசத்தைப் பறிகொடுத்துவிட்டு, யாதொரு மனஅழுத்தமுமின்றி, சும்மா இருந்துகொண்டிருக்கிறது. ஜனரல் டான் யூலின் என்பவர், இதுவரை உலகத்தில் இப்படி நிகழ்ந்ததில்லை என்னும்படி, எட்டு நாள்களுக்குள் ஐந்து லட்சம் சதுர மைல் அளவுள்ள நிலப்பரப்பைப் பறிகொடுத்துவிட்டு, பின்னோக்கிச் சென்று கொண்டிருந்தார். இதே சமயத்தில் செய்ச்சுயன் என்னுமிடத்தில் வேறு இரண்டு ஜனரல்கள், சித்தப்பாவும் பிள்ளையும், தங்களில் யாருக்கு வலிமை அதிகம் என்பதைச் சோதித்துப் பார்த்துக்கொண்டு இருந்தார்கள். கடவுளுடைய எண்ணம் கைகூடி வருமா என்று யாரும் வியப்படைய இடமுண்டு. சீனத்தாய் தவிர்க்க முடியாத சில குறைபாடுகளுக்கிடையே பின்னிக்கிடக்கிறாள். கடவுளாவது இந்தப் பின்னல்களிலிருந்து அவளைத் தப்புவித்து, ஒரு முதல்

தரமான தேசமாக சீனத் தாயை உருவாக்க முடியுமா என்பதிலும் அவர்களுக்கு ஐயம் பிறந்துவிடக்கூடும்.

சீனத்தின் முடிவான போக்கு யாதாய் இருக்கலாம் என்ற ஐயமும் தோன்றக்கூடும். பண்டைக் காலத்திலிருந்தே சீனம் வெற்றிகரமான முறையில் உயிர் வாழ்ந்து வருகிறது. பழமையான மற்ற தேசங்களுக்கு இந்த வாய்ப்பு இல்லை. இனியும் பண்டைக் காலத்தைப் போலவே சீனம் வெற்றியுடன் விளங்குமா? முதல்தரமான நாடாக சீனம் விளங்க வேண்டுமென்று கடவுள் விரும்புகிறாரா? அல்லது சீனத்தை, பூமாதேவியின் சிதைந்த கரு என்றுதான் சொல்ல நேருமா?

சீனத் தாய் நிறைவேற்றிவைக்க வேண்டிய செயல்கள் ஒரு காலத்தில் இருந்தன. பிற நாடுகளைக் கைப்பற்றி ஆட்சிபுரிந்தாள். இன்று, உயிர் வாழ்வதே அவள் தலையெழுத்துப் போலும். உயிருடன் இருப்பாள் என்பதில் யார்க்கும் சந்தேகம் வேண்டிய தில்லை. அந்தத் திறமை அவளுக்கு உண்டு. பல யுகங்களாக அவள் அவ்விதம் உயிர் வாழ்ந்தே வந்திருக்கிறாள். கிரீஸ் தேசத்தின் அழகும் ரோமாபுரியின் புகழும் மங்கி மறைந்துவிட்டன. சீனம் அப்படி இல்லை. வெளிநாட்டிலிருந்து வந்த உண்மைகளை யெல்லாம் சீர்படுத்தி அவற்றை அவள் தன்மயமாக்கிக்கொண்டாள். அதுமட்டுமா? அந்நிய இனத்தவரோடு கலந்து, அவர்கள் இனத்தையும் தன் இனமாக்கிக்கொண்டாள். இவ்விதம் அவள் உயிர் வாழ்ந்து வருவதையும், அவளுடைய முதுமைப் பருவத்தையும் நினைவுகூர்வது அவசியம். தாடி நரைத்து முதுமைப் பருவம் எய்தியவர்களுக்கு மரியாதை செய்வது போல, முதுமையான தேசங்களுக்கும் மரியாதை செய்வது அவசியமாகும். ஆம். தப்பிப் பிழைத்திருக்கும் நரைத்த முதுமைக்கு நாம் மரியாதை செய்தே ஆக வேண்டும்.

எவ்வளவோ தவறுகள் இருந்தபோதிலும், உயிர்வாழும் இயல்பு மட்டும் சீனத்திற்கு உறுதியாக உண்டு. அரிய, விந்தையான, இயற்கையையும் மீறிய ஒருவித உயிர்ச்சத்து சீனத்திடம் இருப்பதைக் காண்கிறோம். இயற்கை அறிவை ஒட்டியே சீனத் தாய் வாழ்க்கை நடத்தினாள். பொருளாதாரம், அரசியல், சமூகவியல் முதலிய சூழ்நிலைகளுக்குத் தக்கவாறு

தன்னை ஒழுங்குபடுத்திக்கொண்டாள். உயிர்வலியும் உடல் வலியும் குறைந்தவளாய் இருந்திருப்பின், இதுவரை அவள் நிச்சயமாய் நாசமடைந்திருப்பாள். சீனாவில் இயற்கை வளம் மண்டிக்கிடக்கிறது; அதில் காணப்படும் மலையிலும், மடுவிலும், புள்ளிலும், பூவிலும் மனதைச் செலுத்தி அவற்றின் மூலமே ஒழுக்க உறுதியும் ஆவேச உணர்ச்சியும் அவளுக்கு உண்டாயின. இவை காரணமாகவே அவளுடைய இதயம் சீர்கேடுறாமலும் தூய்மையுடையதாகவும் இருந்துவருகிறது. அரசியல் வாழ்வு சமூக வாழ்வுகளில் அழிவு ஏற்படாமல் பாதுகாத்து வருகிறது. சீனத்தாய்க்கு வெட்டவெளியில் வாழ்வதிலே விருப்பம் அதிகம். சூரிய ஒளியில் உடல் காய்வதிலும், அந்திநேரத்தின் பளபளப்பைக் காணுவதிலும், காலைப் பனித்துளியைத் தொடுவதிலும், நிலத்தின் ஈரத்திலும், காய்ந்த புல்லின் வாசனையிலும் அவள் அன்பு கொள்வாள். கவிதை மூலமாக—வாழ்க்கையாகிய கவிதை, சொற்களால் கோக்கப்பட்ட கவிதை—ஆகியவற்றின் மூலமாக வெல்லாம் தனது உள்ளத்தை—அந்தோ, அடிக்கடி புண்படுத்தப் பட்டு வருந்தும் தனது உள்ளத்தை—சீனத்தாய் தேற்றிக் கொள்கிறாள். பரந்த வெளியில் வசித்து, சூரிய வெளிச்சம் உடலிற்பட, நல்ல காற்றைச் சுவாசித்த மனிதன் எப்படி நீண்ட காலம் உயிர் வாழ்ந்திருப்பானோ, அதேபோல, சீனத்தாயும் நீண்ட காலம் வாழ்ந்து முதுமைப் பருவம் எய்தியிருக்கிறாள். அவள் எவ்வளவோ கஷ்டநஷ்டங்களை எல்லாம் அனுபவித்திருக்கிறாள். போரும் கொள்ளைநோயும் அவளை அடிக்கடி வாட்டின. கேடுகெட்ட ஆட்சிமுறையாலும் இயற்கை இழைத்த கொடிய இன்னல்களாலும் அவள் பட்ட துன்பம் கொஞ்ச நஞ்சமல்ல. ஓர் ஆண்டா, இரண்டு ஆண்டா? நூற்றுக்கணக்கான ஆண்டுகள். இவற்றை எல்லாம் கண்டு அலட்சியமாக நகைத்து, துணிச்சலோடு எதிர்த்து நின்று எப்படியோ சீனத்தாய் சமாளித்துவிட்டாள். சமாளித்தது மட்டுமன்றி, தன்னையும் சரிப்படுத்திக்கொண்டாள். ஆம், முதுமையை முதுமைக்காகவே வியக்க வேண்டும்.

முதுமைப் பருவம் எய்திவிட்டதால், உள்ளத்தாலும் உடலாலும் ஏற்படும் தொல்லைகளையெல்லாம் அவள் கடந்துவிட்டாள்; மீண்டும் திருந்திய நல்நிலைக்கு வருவது சாத்தியமன்று என்று சிலர் நினைக்கக்கூடும். முதுமையிலுள்ள சிறப்பா, அதனுடைய

குறைபாடா என்பதில் சிலருக்கு வியப்பும் உண்டாகக் கூடும். சீனத்தாய் உலகை அறைகூவி அழைத்திருக்கிறாள். உலகைத் துச்சமாய் எண்ணி வந்திருக்கிறாள். முதுமைப் பருவத்தின் காரணமாக, அவ்விதம் அழைப்பதற்கும் எண்ணுவதற்கும் அவளுக்கு உரிமையுண்டு. என்னென்ன நடந்தபோதிலும் அவளுடைய சாந்தமான வாழ்க்கை அமைதி குலைவதில்லை; துன்பமும் வறுமையும் வந்து அவளைத் தாக்கிய போதிலும் அவள் அவற்றைப் பொருட்படுத்துவதில்லை; அவளுக்கு உன்னத நிலையை அடைய வேண்டுமென்ற ஆசையும் இல்லை. கீழான நிலைமைக்காக அவள் வெட்கப்படுவதும் இல்லை—இளைஞர்களையே இவ்வித சிறிய உள்ளக் கிளர்ச்சிகள் உறுத்துவதுண்டு. சென்ற இரண்டு நூற்றாண்டுகளாக உடனடியான தொல்லையும், சீர்கேடும், நாசமும் வந்து அச்சுறுத்திய போதிலும், அவற்றைக் கண்டு சீனத்தாய் அஞ்சவில்லை. வெற்றியும் தோல்வியும் அவளைப் பாதிப்பதில்லை. சாவினுடைய கொடுமையும் கொடிய இன்னல்களும் அவளுக்குப் பழக்கமாகிவிட்டன.

தேசியவாழ்வு சீர்குலைந்து சில நூற்றாண்டுகளாயின; இருந்தும் அதைப் பற்றிய சிந்தனை எதுவும் அவளுக்கு இல்லை. நீட்ஜியின் உவமையால் வரும் கடலைப்போல, கடலில் கிடக்கிற சிறுமீன் பெருமீன் இவற்றின் அற்புதத்தைவிடக் கடல் எவ்வளவு பெரிதோ, அதைப்போல சீனத்தாயும் பெருமை உடையவள். அவள் மீது எவ்வளவுதான் குப்பைகூளங்களை வாரி வாரிக் கொட்டிய போதிலும், அவற்றை எல்லாம் கடந்து, அவள் பெருமையுடன் விளங்குவாள். அவளைப்பற்றி நொண்டிச்சாக்காய்ப் பரப்புரை செய்கிறார்கள். ஐரோப்பா சென்று, அங்கு படித்துத் திரும்பிய மாணவர்கள் அவளிடம் அகம்பாவமாய் நடந்து கொள்கிறார்கள். சிறுசிறு அதிகாரிகளிடம் அகம்பாவம், பேராசை, அவமானம் எல்லாம் காணப்படுகின்றன. அடிக்கடி கொள்கை மாறும் படைத்தலைவர்கள், ஒரு கொள்கையிலிருந்து மற்றொரு கொள்கைக்குத் தாவிக்குதிக்கும் புரட்சிக்காரர்கள், போர், வறுமை, கொள்ளைநோய், பஞ்சம், அசுத்தம் இவ்வளவும் சீனாவில் உண்டு. இருந்தாலும் இவற்றையெல்லாம்விடச் சீனத்தாய் எவ்வளவோ பெரியவள். இவை அனைத்தையும் கடந்து அவள் இன்றும் நிலைபெற்று உயிருடன் விளங்குகிறாள். போர்,

கொள்ளைநோய் இரண்டிற்குமிடையில் இருந்துகொண்டு, பழமையும் மகிழ்ச்சியும்கொண்ட சீனத்தாய், ஏழைக் குழந்தை களோடும் பேரன் பேத்திகளோடும் வாழ்க்கை நடத்தி, அமைதியோடு தேநீர் அருந்துகிறாள். அருந்தும்போதே, ஒரு புன்சிரிப்பும் சிரிக்கிறாள். அந்தச் சிரிப்பிலேதான் அவளுடைய வலிமையைக் காண முடிகிறது. அமைதியாகச் சிறுகச் சிறுகத் தேநீர் பருகி, புன்சிரிப்புச் சிரிக்கிற சீனத்தாயிடத்தில், சில சமயங்களில் திருந்த மனமில்லாத சோம்பலைக் காண்கிறோம்; வேறு சில சமயங்களில் பழமையைக் கெட்டியாகப் பிடிக்கும் அகம்பாவத்தைக் காண்கிறோம். நாம் காண்பது சோம்பலா அல்லது அகம்பாவமா என்று கேட்கலாம், எது என்று திட்டமாய்ச் சொல்வதற்கில்லை. கிழட்டு நாய்களுக்குத் தந்திரமுண்டு. அதைப்போல சீனத்தாயிடத்தும் ஏதோ ஒரு தந்திரம் பதுங்கிக் கிடக்கிறது. அது எங்கே பதுங்கிக்கிடக்கிறது என்பதை நாம் அறியோம். அந்தத் தந்திரத்தில் ஒருவிதமான கவர்ச்சி இருக்கத் தான் செய்கிறது. எவ்வளவு தொன்மையான தேசம்! எவ்வளவு மகத்துவம் வாய்ந்த தொன்மையான தேசம்!

2

ஒரு தேசத்திற்கு மேன்மை தருவது யாது? மேன்மையான கலைகளைப் பார்த்தவுடனே, முதலில், கஷ்டம் தரக்கூடிய ஒருவித அதிர்ச்சி ஏற்படுவது இயல்பு என்று பேராசிரியர் கார்லைல் கூறுகிறார். எந்த மகத்தான விசயங்களையும் யாருமே சரியாகப் புரிந்துகொள்வதில்லை. அதே கதிதான் சீனத்திற்கும் ஏற்பட்டிருக் கிறது. சீனத்தைத் தவறுதலாகவே அறிந்திருக்கிறார்கள்; அளவுக்கு மிஞ்சித் தவறுதலாகவே அறிந்துகொண்டிருக்கிறார்கள். எது எது நமக்குச் சரியாய் விளங்காதோ, எதை எதை ஆராய்ச்சி செய்ய வேண்டாமென்று நாம் தட்டிக்கழித்துவிட எண்ணுகிறோமோ, அவற்றையெல்லாம் பெருமையுடையவை, மேன்மையுடையவை என்று தயங்காமல் சொல்லிவிடுகிறோம். பெருமைப்படுத்திப் பேச வேண்டுமா? அல்லது, தன்னை உள்ளது உள்ளவாறு அறிய வேண்டுமா? இந்த இரண்டில் எது விருப்பம் என்று சீனாவைக் கேட்டால், தன்னை உள்ளது உள்ளவாறு அறிவதையே சீனம் விரும்பும். மற்ற நாட்டினரும் இதையே விரும்புவர். பின்னை,

சீனாவைப்பற்றித் தெரிந்துகொள்வதற்கு ஏற்ற முறை யாது? அவளுடைய நிலைமையை எடுத்து விளக்கிச் சொல்லத்தக்கவர் யாவர்? சீனாவின் வரலாறு மிகவும் விரிவுடையது. எண்ணற்ற அரசர்களும் சக்கரவர்த்திகளும் அந்த தேசத்தை ஆண்டிருக்கிறார்கள். ஞானிகள், அறிவாளிகள், கல்வியாளர்கள், வீரத்தாய்மார்கள், ஆற்றல் படைத்த பெண்கள் ஆகியோர் எவ்வளவோ பேர் அந்த நாட்டில் தோன்றியிருக்கிறார்கள். கலை, தத்துவம், ஓவியம், நாடகம் முதலியன சீனாவில் உண்டு. நன்மை தீமை என்ற ஒழுக்க நிலை களை இவற்றின் மூலமாகவே பொதுமக்கள் தெரிந்துகொள் கிறார்கள். அதோடு, செவிவழிச் செய்தியாய் வழங்கிவரும் கதைகளும் நாடோடிப் பாடல்களும் அங்கு ஏராளமாக உண்டு. இவற்றையெல்லாம் அறிந்து அனுபவிப்பதற்குப் மொழி ஒன்றுதான் முக்கிய பெருந்தடையாய்க் குறுக்கே வந்து நிற்கிறது. சீன உச்சரிப்போடு பேசுகிற சிதைந்த ஆங்கில மொழியை வைத்துக் கொண்டு நம்மால் சீனத்தைச் சரியாக அறிய முடியுமா? குழந்தை வளர்க்கும் ஆயாக்காரிகளின் மூலமாகவும் சமையற்காரர் மூலமாகவும் சீனத்தின் இதயத்தைச் சீனாவில் எவ்வளவு காலம் வசித்தபோதிலும் அந்நியரால் அறிவது சாத்தியமா? அல்லது சீனத்தில் இருக்கும்போது, முதல்தரமான ஆசாமியென்று எண்ணிவந்த பேர்வழியிடமிருந்து தெரிந்துகொள்ள முடியுமா? அல்லது தமது அலுவலகத் தலைமை எழுத்தரான சீனரிடமிருந்தோ, ரொக்கம் எண்ணுகிறவரிடமிருந்தோ தெரிந்துகொள்வது சாத்தியமா? நார்த் சைனா டெயிலி நியூஸ் பத்திரிகை நிருபர்கள் எழுதியிருக்கும் செய்தியின் மூலம் தெரிந்துகொள்ளுதல் சாத்திய மானதா? இவற்றின் மூலமாகத் தெரிந்துகொள்ளலாம் என்று நினைப்பது பெரும்பிழை.

தனிப்பட்டதொரு பண்பாடுகொண்ட ஒரு அந்நிய நாட்டினரைத் தெரிந்துகொள்ள முயலுவது, எந்த மனிதனுக்கும் சாத்தியமான செயலன்று. சீனத்தைப்போல வேறுபட்டு நிற்கும் பண்பாட்டை யுடைய ஒரு தேசத்தை அறிய முயல்வது இன்னும் அதிக சிரமமான செயல். அதற்கு விரிந்த சகோதர மனப்பாங்கு வேண்டும்; எல்லோரும் மனிதர்கள் என்ற பொது உணர்ச்சி வேண்டும்; மகிழ்ச்சி தரும் நல்ல தோழமை உணர்ச்சி வேண்டும். இதயத் துடிப்பினால் உணர்ந்து, மனக்கண்கொண்டு பார்க்க வேண்டும்.

அதோடுகூட, ஆய்வு செய்யும் நாட்டின்பால் பரிவுகொண்டும்—ஆய்வு செய்பவர்களுக்குப் பெரும்பாலும் பரிவு உணர்ச்சி இருக்கவே செய்யும்—வேறு விதமான பற்றுதல்கள் எதுவும் இன்றி—அதாவது மனதுக்குள்ளேயே தன்னையறியாது பதுங்கிக் கிடக்கும் முடிவான எண்ணங்கள், இளமைப் பருவத்தில் மனதில் ஆழமாகப் பதிந்துள்ள கருத்துகள், அதேபோல இளமைப் பருவத்தின் காரணமாகத் தோன்றும் கொடிய எண்ணங்கள் ஆகியவற்றிலிருந்தும், கொட்டை எழுத்தில் எழுதப்படும் சொற்களான ஜனநாயகம், வாழ்க்கைச் சிறப்பு, செல்வம், வெற்றி, சமயம், டிவிடண்டு ஆகியவற்றிலிருந்தும் விடுபட்டு—ஆராய முயல வேண்டும். பற்றுதலின்மை சிறிதும், அதோடுகூட மனஎளிமையும்—அதாவது ராப்பர்ட்டு பர்ன்ஸ் என்ற கவிஞருக்கு இருந்ததுபோன்ற மன எளிமையும் இருந்தால் போதுமானதாகும். ராப்பர்ட்டு பர்ன்ஸ் என்ற கவிஞர் ஸ்காட்லந்து தேசத்தவர்; அவரிடம் ஸ்காட்லந்து இயல்பு மிக மிக அதிகம்; இருந்தும் அவர் உலகத்திற்கே பொருந்திய உண்மைகளைத் தமது கவிகளில் பாடிவைத்தார். ஆன்மாவை அப்படியே திறந்து காட்டி, மனித சமுதாயம் அனைத்தும் ஒன்றே என்பதையும், அதற்குப் பொதுப்படையாக இருந்துவரும் இன்பதுன்பங்களையும் எடுத்துக் காட்டி மனிதவர்க்கத்தின் பொதுமையை மெய்ப்பித்துள்ளார். இந்த விதமான பற்றுதலின்மையும் மனஎளிமையும் இருந்தால் தான் அந்நிய நாட்டினரை நம்மால் அறிய முடியும்.

பின்னை, சீனத்தைப்பற்றி விளக்கிச் சொல்லத் தகுந்தவர் யாவர்? இது தீராத ஒரு பிரச்சினையாகவே இருந்துவருகிறது. அந்நிய நாடுகளில் வசிக்கும் நூலகர்களும் சீன மொழியிலும் பழக்கவழக்கங்களிலும் தேர்ச்சியுள்ள பிறரும் சீனாவைக் கன்பூசியஸ் எழுதியுள்ள அழிவில்லாத சிறந்த நூல்களின் மூலமாகவே தெரிந்திருக்கிறார்கள். அவர்களால் சீனாவின் உண்மையான தன்மையை விளக்கிச் சொல்ல முடியுமா? முடியவே முடியாது. சீனாவில் வசிக்கும் சரியான ஐரோப்பியருக்குச் சீன மொழி சரியாய்ப் பேச வராது; சீனம் நன்றாய்ப் பேசவருகிற ஐரோப்பியருக்கு ஒருவித மனப்போக்கு—அதாவது சீனர்களை ஒட்டிய மனப்போக்கு—வளர்ந்துவிடுகிறது. அதனால் அவருடைய சொந்த நாட்டினரே அவரை 'விநோதமான ஆசாமி'யாகக் கருதி

வியக்கிறார்கள். நன்றாய் ஆங்கிலம் பேசும் சீனர்களிடம் மேலைநாட்டு மனப்போக்குகள் வளர்ந்து, சொந்தநாட்டுப் பண்புகளே அவர்களிடமிருந்து நீங்கிவிடுகின்றன. இந்த மாதிரியான சீனர்கள் சீனம் பேசமாட்டார்கள்; பேசினாலும் ஆங்கில உச்சரிப்புடனே சீன மொழியைப் பேசுவார்கள். மேலே சொல்லிய இப்படிப்பட்ட சீனர்களையும் ஐரோப்பியர்களையும் தவிர்த்து வேறு யாரைக்கொண்டு, சீனத்தைப் பற்றி ஏதாவது கொஞ்சம் தெரிந்துகொள்ளலாமென்று நினைக்கும்போது, பிழைகள் மலிந்த இரண்டுங்கெட்ட நூல்களை—அதாவது சீனத்தில் வசித்த 'பழம் புலிகள்' எழுதிய நூல்களைத்தான்—நாம் பொதுவாகப் படித்து, சில உண்மைகளைத் தெரிந்துகொள்ள வேண்டியதிருக்கிறது; இந்தப் 'பழம் புலிகள்' பெரும்பாலும் சீனர்கள் பேசுகிற சிதைந்த ஆங்கிலமொழி மூலமாகவே செய்திகளை ஏதோ தெரிந்துகொண்டு புத்தகங்கள் எழுதுகிறார்கள்.

சீனாவைப் பற்றித் தெரிந்துகொள்வதற்கு ஏதோ ஓரளவு ஆதாரமாய் இருப்பது சீனத்தில் வசித்த 'பழம் புலி' எழுதிய நூல்கள்தாம். இந்தப் 'பழம் புலி' எப்படிப்பட்டவர் என்பதைக் கவனிப்போம். இவர்களைப்பற்றி மிஸ்டர் ஆர்தர் ரான்சம் சைனீஸ் பஸில் என்ற நூலில் மிகவும் நன்றாய் விவரித்திருக்கிறார். ஆனால், என்னைப் பொறுத்தவரையிலோ, இந்தப் பழம்புலி என் கண்முன்னே அப்படியே தத்ரூபமாகக் காட்சி அளிக்கிறார். கற்பனைக் கண்கொண்டும் அவரை எளிதில் நாம் உருவாக்கி விடலாம். அவரைப்பற்றிய தவறான எண்ணம் நமக்கு வேண்டாம். இந்தப் பேர்வழி மதப்போதகரின் மகனாய் இருக்கலாம்; மாலுமியாகவோ, விமானி (வானூர்தி ஓட்டுகிறவர்) ஆகவோ இருக்கலாம்; அல்லது அந்நிய நாட்டு அரசாங்க நிலையத்தின் செயலாளராக இருக்கலாம்; இல்லையேல் சீனத்தை ஒரு சந்தையாக எண்ணி, அங்கு சன்கிஸ்டு ஆரஞ்சுப் பழத்தையோ, மீன் வகைகளையோ கொண்டுவந்து விற்கிற வியாபாரியாக இருக்கலாம். பெரும்பாலும், இவர்களில் எல்லோருமே படித்தவர்களாய் இருப்பார்கள். அரசியல் அறிவுரை கூறுவதில் ஒரு கண்ணும், கடன் கொடுப்பதில் மற்றொரு கண்ணும் உள்ள சிறப்பு வாய்ந்த பத்திரிகையாளராகவும் இருக்கலாம். வேலைத் திட்டத்தைப் பொறுத்த வரையில் இவருக்குத் திறமை இருக்கும்.

சீன மொழியில் மூன்று வார்த்தைகள்கூட இவருக்குச் சரியாய் உச்சரிக்க வராது. செய்திகள் ஏதாவது தெரிந்துகொள்ள வேண்டிய திருந்தால், ஆங்கிலம் பேசத் தெரிந்த சீனர்களைக்கொண்டே இவர் செய்திகளைத் தெரிந்துகொள்வார்.

இப்படி நாளையும் பொழுதையும் ஓட்டுகிற இவர், இதோடு கூட, கோல்ப்பந்து விளையாடுவார்; அதனால் தமது உடலைத் திறம்பட வைத்துக்கொள்வார். லிப்டன் தேநீர் அருந்துவார். நார்த் சைனா டெய்லி நியூஸ் என்ற நாளிதழைப் படிப்பார். கொள்ளை, சோரம், அடிக்கடி நிகழுகிற உள்நாட்டுக் கலகங்கள் இவற்றைப் பற்றிய செய்தியைக் காலைப் பத்திரிகையில் படித்ததும் அவருடைய மனதில் வெறுப்புத் தோன்றும். இதனால் காலை உணவு சாப்பிட இவருக்கு மனமே வராது. முகத்தை நன்றாக மழித்துக்கொள்வார்; சீன நண்பர்களைவிடத் திருத்தமாக உடை அணிவார். காலில் அணியும் பூட்ஸ் இங்கிலாந்தில் இவரே அணியும் பூட்ஸைவிடப் பளபளவென்று மின்னும். இந்தப் பளபளப்பு அவருக்குச் சிறப்புத் தருவதன்று. ஏனெனில் பூட்ஸை அவ்வளவு அழகாகப் பளபளவென்று மின்னும்படி செய்யும் திறமை சீனச் சிறுவருக்கு உண்டு.

நாள்தோறும் காலையில் வீட்டிலிருந்து அலுவலகத்திற்கு மூன்று அல்லது நான்கு மைல் பயணம் செய்வார். கன்னி ஸ்மித் தன்னைத் தேநீர் அருந்த அழைக்கிறார் என்று நம்பிக்கொள்வார். இவர் ஆளும் வர்க்கத்தைச் சேர்ந்தவருமல்ல; இவரின் முன்னோருடைய பூர்வீகச் சிறப்பை எடுத்துக்காட்டக்கூடிய முறையில் இவர் வீட்டில் படங்கள் இல்லாமலும் இருக்கலாம். இந்தக் குறைபாடுகளுக்காக இவர் வருந்தவேண்டிய அவசிய மில்லை. இவர் நிறைவு அடைவதற்கு ஒரு வழியுண்டு. பழய வரலாறுகளை வெகுதூரம் புரட்டிப் பார்த்து, காட்டில் வசித்த தமது முன்னோர்களின் உடலில் ஓடிய இரத்தம் சரியான இரத்தமே என்று கண்டுபிடித்து அதை நிலைநாட்ட முயலுவார். உடனே அவருடைய மனம் சாந்தியடைந்து, சீன மக்களைப் பற்றி ஆராயவேண்டிய கவலையே இவருக்கு இல்லாது போய்விடும். வணிகக் காரணத்திற்காக, சீனர்கள் வசிக்கும் தெருக்களின் ஊடே செல்ல நேரும் போது, பிறர் இவரைக் குறுகுறுவென்று பார்ப்பது இவருக்கு மிகவும் சஞ்சலத்தை உண்டுபண்ணும்.

உடனே கைக்குட்டையை எடுத்து மூக்கில் வைத்துக்கொண்டு, தடபுடலான சத்தத்தோடு மூக்கைச் சிந்துவார். சிந்திவிட்டு, இந்தத் தொல்லை களையெல்லாம் தைரியமாகப் பொறுத்துக்கொள்வார். ஆனால், உடம்போ கிடுகிடென நடுங்கிய வண்ணம் இருக்கும். அலை அலையாக வந்துகொண்டிருக்கும் நீல உடை அணிந்த மனித சமுதாயத்தை ஒரே பார்வையில் உற்று நோக்குவார். தாம் ஒரு ஷில்லிங் கொடுத்து வாங்கிப்படித்த—திடுக்கிடும் சம்பவங்கள் நிறைந்த நாவல், கதைபோன்ற புத்தகங்களில் மேல் அட்டைகளில் உள்ளதைப் போல—இந்த நீல உடை அணிந்தவர்களுடைய கண்கள் அவ்வளவு சாய்வாக இல்லையே என்று எண்ணிக் கொள்வார். பதுங்கி இருந்து முதுகுப் புறமாக வந்து குத்திக் கொன்றுவிடுவார்களோ? பட்டப் பகலில் இது நடக்கிற காரியமா என்றெல்லாம் எண்ணுவார். கிரிக்கெட் மைதானத்தில் அவர் கற்றுக்கொண்ட தைரியமும் விளையாட்டு மனப்பாங்கும் அவரை விட்டு நீங்கிவிடும். கிரிக்கட் மட்டை தலையில் மோதி, கீழே விழுந்தாலும் விழுவதை விரும்புவாரேயன்றி, இந்த மோசமான தெருக்களின் ஊடே மீண்டும் போவதற்கு அவர் விரும்பமாட்டார்! ஆம். இது பயந்தான். இனி என்ன நிகழுமோ என்ற கவலையால் தோன்றும் பயந்தான்!

ஆனால், இவரிடம் காணப்படும் பயத்திற்கு இது காரணமன்று. எதை எதை இவர் வறுமை, துன்பம் என்பதாக அறிந்துள்ளாரோ அந்த வறுமையையும் துன்பத்தையும் மனிதனிடம் காணும் போது, இவரால் அதைப் பொறுக்க முடிவதில்லை. ரிக்‌ஷாவை மனிதன் மாடுபோல இழுப்பது இவருக்கு அருவருப்பாய் இருக்கிறது. அதனாலேதான் கார் இவருக்கு அவசியம் தேவைப் படுகிறது. ஆனால், இவர் வைத்திருக்கும் கார் மற்ற கார்களைப் போலன்றி நான்கு பக்கமும் மறைவு உள்ள காராய் இருக்கும். அதில் ஏறிக்கொண்டு வீட்டிலிருந்து அலுவலகம் வருவார். இப்படி மூடிய வண்டியில் செல்வதால் சீன சமுதாயத்தைப் பார்க்கவேண்டிய அவசியமே இவருக்கு ஏற்படுவதில்லை. இவருடைய காரே இவருக்கு ஓர் அந்தரங்க வழியாக ஆகிவிடுகிறது. தமது காரையும் தமது நாகரிகத்தையும் இவர் விட்டுக்கொடுக்க மாட்டார். சீனாவில் வசிக்கும்போது கார் வைத்துக்கொள்வது வசதிக்காகவன்று, அவசியத்திற்காக ஆகும் என்று தேநீர் அருந்தும்போது கன்னி

ஸ்மித்திடம் சொல்வார். மூடிய சலூன்காரில் மூடிய மனத்துடன் எதையும் கவனியாது ஆபீஸிற்கு நாள்தோறும் போவார். இவர் இவ்வாறு செய்யும் கார்ப் பயணம் மூன்றே மூன்று மைல்கள் தான். சீனாவில் இருபத்தைந்து ஆண்டுகள் இப்படிக் காலத்தையும் பொழுதையும் போக்கிவிட்டு, இங்கிலாந்து செல்வார். இந்த உண்மையை இவர் இங்கிலாந்தில் யாரிடமும் தெரிவிப்பதில்லை. ஆனால், லண்டன் டைம்ஸ் பத்திரிகைக்கு ஏதாவது எழுத நேரும் போது 'இருபத்தைந்து ஆண்டுகள் சீனாவில் வசித்த பழம் புலி' என்று தன்னைப் பறைசாற்றிக்கொள்வார். படிப்பதற்கு இது நன்றாய்தான் இருக்கிறது. ஆனால், இவர் எதைப் பற்றிப் பேசுகிறார் என்பது இவருக்கே தெரியுமோ என்னமோ, யார் கண்டது?

மூன்று மைல் சுற்றளவிற்கு மேலே இவர் பயணம் செய்தறியார். ஏகதேசங்களில் 'பேப்பர் ஹன்ட்ஸ்' என்ற விளையாட்டு விளையாட வயல் வரப்புகளைத் தாண்டியும் இவர் செல்வதுண்டு. இப்படி இவர் வெட்ட வெளியில் இருக்க நேருவதால், தன்னைப் பாதுகாத்துக்கொள்வது எளிது என்று எண்ணுவார். இவர் இப்படி எண்ணுவது தவறு. ஏனெனில் வெட்டவெளியில் விளையாடச் செல்லும்போது பாதுகாத்துக்கொள்ள வேண்டிய தேவை இவருக்கு ஏற்படுவதில்லை. இதை இவர் அறிவார். இருந்தும் பேச்சு வாக்கில் சீனத்தில் பயம் அதிகம் என்று சொல்லிவைப்ப துண்டு. சீனர்கள் இவரை விருந்துக்கு அழைப்பதுமில்லை; சீனர் ஹோட்டல்களுக்கு இவர் செல்வதுமில்லை; எச்சரிக்கையாகவே விலகி இருப்பார். சீனச் செய்திப் பத்திரிகைகளில் ஒரு வரிகூட இவர் படிப்பது கிடையாது. ஷங்காயிலிருக்கும் பெரிய குடிவகைக் கடைகளுக்குச் சென்று மாலையில் பிராந்தி முதலியன அருந்துவார். அங்கு வந்திருப்பவர்களோடு பேச்சுக்கொடுத்து, அவர்களுடன் உல்லாசமாகப் பேசுவார். சீனாவைப் பற்றி மாலுமிகள் வழக்கமாகச் சொல்லுகிற கதைகளை—போர்ச்சுக்கீசிய மாலுமிகள் காலத் திலிருந்து பரம்பரையாய் வழங்கிவந்த கதைகளை—அளந்து கொண்டிருப்பார்.

ஸஸெக்ஸைப் போல, ஷங்காய் இல்லையே என்று வருந்துவார்.[1] இங்கிலாந்தில் இருந்தால் எப்படி நடந்துகொள்வாரோ அதே போல யாதொரு மாறுதலுமின்றி ஷங்காயிலும் நடந்துகொள்வார். சீனர்கள் கிறிஸ்துமஸ் பண்டிகை கொண்டாடத் தொடங்குவதைக்

கண்டு மகிழ்ச்சிகொள்வார். அதன் மூலமாக சீனர்கள் முன்னேறி விட்டதாக எண்ணுவார். இவர் பேசும் ஆங்கிலத்தைச் சீனர்கள் புரிந்துகொள்ளாதிருப்பதைக் கண்டு வியப்படைவார். சீனர்களை மனித வர்க்கத்தைச் சேர்ந்தவர்களாகக் கருதாமல் அலட்சியமாக நடந்துகொள்வார். யாருடைய காலிலாவது பூட்ஸ் காலால் மிதித்துவிட்டால் 'வருந்துகிறேன்' என்று ஆங்கிலத்தில் சொல்லிக்கூட மன்னிப்புக் கேட்க மாட்டார். அதற்கு ஒப்பான மரியாதைச் சொற்கள் சீனமொழியில் இருப்பதையும் இவர் கற்றுக்கொள்வதில்லை. சர்வ சாதாரணமாக பயணிகள்கூட இந்தவித மரியாதைச் சொற்களை அறிவர். பாக்ஸெர் கலகத் திற்குப் பிறகு நிகழ்ந்த பீக்கிங் அரண்மனைக் கொள்ளைகூடச் சீனர்களுக்குத் தகுந்த பாடத்தை இன்னும் கற்பிக்கவில்லையே என்பார். சீனர்கள் வெளிநாட்டாரை வெறுப்பதைக் கண்டு குறை கூறுவார். இவர்தான் சீனத்தை உங்களுக்கு எடுத்துச் சொல்ல வந்திருக்கும் வியாக்கியானதாதா? மனித சமுதாயத்தைச் சேர்த்துப் பிணைக்கும் நல்ல பொது உணர்ச்சி இது!

மேலைநாட்டினரின் மனதில் சீனத்தைப் பற்றிய எண்ணங்கள் இவ்விதமே உருவடைகின்றன என்பது உண்மை. இல்லா விட்டால் இதைச் சொல்ல வேண்டிய தேவை ஏற்பட்டிராது. இது யாருக்கும் தெரிந்த விசயமே; இயற்கையான விசயம்கூட. மொழி தொடர்பான சிரமம் ஒன்று. சீன எழுத்தைப் புரிந்து கொள்வது மிகவும் சிரமம். மற்றொன்று அரசியல், அறிவியல்,

[1] 'ஜே.டி.' என்ற புனைபெயருடன், ஓர் எழுத்தாளர் லண்டனில் வெளியாகும் *தி நியூ ஸ்டேட்ஸ்மென்* என்ற பத்திரிகையில் எழுதியிருக்கும் 'சீனத்தில் ஆங்கிலேயர்' என்னும் கட்டுரையில் கூறுகிறார்: 'அலுவலகத் திலும் கிளப்பிலும்தான் இவர் பொழுது போக்குவார். அலுவலகத்தில் தமக்குச் சமதையான அல்லது தமக்கு மேலான அந்நிய நாட்டினரோடும், தாழ்ந்த தரத்திலுள்ள சீன எழுத்தர்களோடுமே இவர் பழகுவதுண்டு. கிளப்பிலோ, வேலையாட்களைத் தவிர மற்ற அனைவரும் அயல் நாட்டினரே. அங்கு சீனர்களின் மடமை, நேர்மையின்மை பற்றிய பேச்சுக்களே இவர் காதில் ஒலித்தவண்ணம் இருக்கும். அதோடுகூட, விளையாட்டு விசயங்களைப் பற்றியும் அதிகம் விவாதிப்பார்கள். இந்தப் பேச்சு ஒன்றுதான் ஆங்கிலேயரைப் பாதுகாக்கும் மருந்தாயிருக்கிறது. இல்லாவிட்டால், சீனர்களைக் குறைகூறு படலம் இவர்களுக்கு மருந்தாய் இருக்கிறது.'

கலையியல் யாவற்றிலுமே இன்றையச் சீனத்தில் பெருங்குழப்பம் நிறைந்து இருக்கிறது. அதோடு மேலைநாட்டினருக்கும் சீனருக்கும் இடையில் பழக்கவழக்கங்களில் வேற்றுமை அதிகம் இருக் கின்றன. இந்தச் சங்கடங்கள் இருக்கவே செய்யும். நாம் வேண்டிக் கொள்வது என்னவென்றால் அறிவை இன்னும் விரிவுபடுத்திக் கொண்டு, இன்னும் நல்ல முறையில் ஒருவரையொருவர் அறிய முயல வேண்டும். சீனப் பத்திரிகைகளைப் படிக்க முடியாது என்பதைக் காரணமாக வைத்துக்கொண்டு, 'சீனப் பழம் புலிக்கு' சீனாவைப்பற்றிக் கட்டுரையோ, புத்தகமோ எழுதும் உரிமை கிடையாது என்று நாம் சொல்லவில்லை. இந்த விதமான புத்தகங்களும் கட்டுரைகளும் குடிவகைக் கடைகளில் பேசும் வீண் வம்பளப்பே தவிர நூலாக மாட்டா.

இதற்கு விதிவிலக்கானவர்களும் உண்டு. உதாரணமாக சர் ராப்பர்ட்டு ஹார்ட்டைப் போலவும் பெட்ரண்டு ரஸலைப் போலவும் உள்ளவர்கள், தங்கள் வாழ்க்கை முறையிலிருந்து முற்றும் வேறுபட்ட வாழ்க்கை முறையின் பொருளை அறிந்து கொள்ளும் திறன் பெற்றிருக்கிறார்கள். ஆனால், சர் ராப்பர்ட்டு ஹார்ட்டு ஒருவருக்குப் பதிலாகப் பதினாயிரம் ரோடனி ஜில்பர்ட்டுகளும், ஒரு பெட்ரண்டு ரஸலுக்குப் பதிலாகப் பதினாயிரம் எச். ஜி. டபிள்யூ. வுட் எட்ஸ்களும் தோன்றி விடுகிறார்கள். நாடகமேடையில் நடிக்கப்படும் கட்டுக்கதை போல, சீனர்களை விளங்காத முறையில் விரிவுபடுத்தித் திரும்பத் திரும்ப எழுதிக் காட்டுவதே இவர்களுடைய வேலை. இது சிறுபிள்ளைத்தனமான செயலாய் இருப்பதோடு உண்மைக்கு மாறுபட்டதாயும் இருக்கிறது. இப்படிப்பட்ட புத்தகங்களைத்தான் மேலைநாட்டினர் எழுதுவதிலே தேர்ச்சி பெற்றுவிட்டார்கள். ஆதிகாலத்தில் போர்ச்சுக்கீசிய மாலுமிகள் வழங்கிய பரம்பரைக் கதைகளை ஒட்டியே இவர்கள் எழுதுவதும் அமைந்திருக்கிறது. ஆதிகாலத்தில் வந்த போர்ச்சுக்கீசிய மாலுமிகளின் பேச்சும் கேவலமாயிருக்கும்; விசயமும் கேவலமாயிருக்கும். இப்பொழுதோ எழுத்துக் கேவலமாயில்லை. ஆனால், மனம் மட்டும் முன்னைப்போலவே கேவலமாயிருக்கிறது.

ஊர் சுற்றிப் பார்ப்பதில் விருப்பம் உடையவர்களும் மாலுமி களுமாகவே சீனாவிற்கு வருகிறார்களே, அதன் மர்மம் என்ன

என்று சில சமயங்களில் தமக்குள்ளேயே சீனர்கள் வியப்பதுண்டு. எச். பி. மோர்ஸ் எழுதியவற்றைப் படித்தால் இது தெரியவரும். பொதுப்படையாக அவர்கள் வருவதெல்லாம் வருவாய், இயற்கை யால் ஏற்பட்ட தேர்வு, சூழ்நிலைகளால் ஏற்பட்ட நிர்ப்பந்தங்கள் ஆகியவையே, அவர்களையும் போர்ச்சுக்கீசிய மாலுமிகளையும் சீனப் 'பழம்புலிகளையும்' இந்த நாட்டிற்கு வரும்படிச் செய்தன. தங்கமும் துணிகரமான செயல்கள் புரிய வேண்டும் என்ற ஆசையுமே அவர்களை இங்கு வரும்படிச் செய்தன; இப்போதும் செய்கின்றன. தங்கமும் துணிகரச் செயல்களைச் செய்யவேண்டும் என்ற ஆசையுமே, மாலுமிகளிலெல்லாம் மிகவும் துணிச்சலான மாலுமி கொலம்பஸை, சீனத்திற்கு வழி கண்டுபிடிக்கத் தூண்டின.

இந்த உண்மை தெரியவந்தும், ஏன் கொலம்பஸ் காலத்தி லிருந்தே இந்தப் பழக்கம் இன்னும் தொடர்ச்சியாக, விரிவாக, சரியாக நடைபெற்று வருகிறது என்பதன் உண்மை நமக்குப் புலப்படும். இதை நினைக்கும்போது சீனத்தின் மீது யாருக்கும் ஒருவகையான பரிவு ஏற்படும். பணமும் சரக்குகளை வாங்குவதற் குள்ள பொருள் வளமுமே மேலைநாட்டினரை, கீழ்க்கோடி முனைக்கு வரும்படிச் செய்தன. மனிதனுக்கு மனிதன் காட்டவேண்டிய கருணையின் காரணமாக, இவர்கள் சீனத்தை நாடிவரவில்லை. வெற்றியும் தங்கமும் ஹென்றி ஜேம்ஸ் என்பவருக்கு விபச்சார தேவதையாக விளங்கின. சீனர்களையும் மேலைநாட்டினரையும் ஒன்றுசேர்த்துப் பிணைத்தவை இவையே. மனித உணர்ச்சி, ஆன்மிக உறவு யாதொன்றுமின்றி, கேவல மான முறையில் நடந்துகொள்ளும்படி செய்தவையும் இவையே. ஆங்கிலேயரும் சீனர்களும் இதை ஒப்புக்கொள்வதில்லை. சீனத்தை வெறுக்கும் ஆங்கிலேயன் சீனத்தைவிட்டு ஏன் போகவில்லை என்று சீனர் கேட்கிறார். உடனே அதற்குப் பதில் சொல்லும் முறையில், ஆங்கிலேயரின் குடியேற்ற நாடுகளை விட்டுச் சீனர்கள் ஏன் வெளிக் கிளம்பவில்லையென்று ஆங்கிலேயர் கேட்கிறார்கள். இருவருமே பதில் சொல்லத் தெரியாது விழிக்கிறார்கள். சீனன் தன்னைத் தெரிந்துகொள்ள வேண்டுமென்று ஆங்கிலேயர் ஒரு சிறிதும் கவலைகொள்வதில்லை. அதேபோல, உண்மையான சீனரும் தன்னை ஆங்கிலேயர் உணர்ந்து கொள்ள வேண்டுமென்று கவலைகொள்வதில்லை.

3

சீனர்களாவது தங்களைப்பற்றித் தெரிந்துகொண்டிருக்கிறார்களா? அவர்களாலாவது சீனத்தைப்பற்றி நன்கு விளக்கிச் சொல்ல முடியுமா? சுய-அறிவு மிகவும் கடினமான செயல். இதை அனைவருமே அறிவர். தெளிந்த மனதுடன் ஆராய்ச்சி தேவையாய் இருக்கும்போது அது இன்னும் அதிகக் கடினமாய் ஆகி விடுகிறது. படித்த சீனருக்கு மொழி தொடர்பான சிரமங்கள் இரா என்பது உண்மைதான்; ஆயினும், சீனத்தினுடைய தொடர் வரலாற்றைச் சீனர் சரிவரத் தெரிந்துகொள்வது மிகவும் கடினமான செயலாய் இருக்கிறது. சீனாவின் கலை, தத்துவம், கவிதை, இலக்கியம், நாடகம் முதலியவற்றைத் துருவி ஆராய்வதும், ஆராய்ந்து தெளிவுபட விளக்குவதும் சிரமமான செயல்தான். முன்பு தன்னோடு படித்து, இப்போது ஒரு மாகாணத்தின் தலைவிதியையே நிர்ணயிக்கிறவர்கள் என்பதாகப் பாசாங்கு செய்யும் தோழர்கள், தெருவிலே சந்திக்கிற பிற சீன நண்பர்கள், வழிப்போக்கர்கள் இவர்களுடைய பிழைகளை மன்னிப்பதிலே இன்னும் அதிகச் சிரமம் இருக்கிறது.

மேலைநாட்டு ஆராய்ச்சியாளருக்கு இருப்பதைப் போலவே, சீனருக்கும் பழய வரலாறுகள் சில முக்கியமான விவரங்கள் சங்கடம் தருவனவாய் இருக்கின்றன. அதோடுகூட, மேலை நாட்டினரைப்போல் பற்றுதலின்றி ஆராய்வது சீனருக்கு இன்னும் கொஞ்சம் சிரமம். அவருடைய இதயத்தில் ஒரு பயங்கரமான போராட்டம், ஏன் பல போராட்டங்கள் நிகழலாம்: அவர் காண்கிற உண்மையான சீனத்திற்கும் அவருடைய இலட்சியத்திற்கும் இடையில் போராட்டம்; அயலாரைக் கண்டு தான் கொள்கிற வியப்பிற்கும் தனது பூர்வீக ஜாதியக் கௌரவத்திற்குமிடையில் இன்னும் ஒரு பயங்கரமான போராட்டம்; ஒன்றுக்கு ஒன்று முரண்பாடான கொள்கைகளில் தமக்குள்ள ஈடுபாடு. ஓர் ஈடுபாடு, பழய சீனத்தின் மேல் உள்ளது. இதில் பாதித் தன்னலமும் பாதி வியப்பும் கலந்திருக்கும். கேவலமான, அழுகிப்போன, சிதைந்த பழக்கவழக்கங்களை எல்லாம் ஒரேயடியாய் வீசி எறிந்துவிட வேண்டுமென்கிற அறிவின்மேல் கொண்ட ஈடுபாடு மற்றொன்று. இந்த இருவகை ஈடுபாட்டின் பயனாய் ஆன்மா படும் அல்லல் கொஞ்சநஞ்சமன்று. இந்த முரண்பட்ட ஈடுபாடுகளுக்கிடையில்

ஒரு போராட்டம்; இந்த விதமான போராட்டங்களை எல்லாம் சீனர் சமாளிக்க வேண்டியிருக்கும். சில சமயங்களில் சாமானியமான சில விசயங்களுக்கிடையில் போராட்டம் ஏற்பட்டுவிடும். வெட்கம், கௌரவம் இரண்டிற்கும் இடையில் ஒரு போராட்டம்; இப்போது இருக்கிற நிலைமைகளைக் கண்டிப்பதற்கு வெட்கம், குடும்பக் கௌரவத்தில் ஒரு பற்றுதல், இவை இரண்டிற்கு மிடையில் ஒரு போராட்டம். இந்த உணர்ச்சிகளால் கெடுதல் ஒன்றுமில்லை. சில சமயங்களில் ஜாதியக் கௌரவமும் சில சமயங்களில் வெட்க உணர்ச்சியும் மாறிமாறி அவரை அதிகாரம் செலுத்துவதுண்டு. நியாய மான ஜாதியக் கௌரவத்திற்கும் எதிர்ப்புணர்ச்சிக்கு மிடையில் இருக்கும் வேறுபாடு மிகமிகச் சொற்பமே. அதேபோல, உண்மை யான சீர்திருத்த எண்ணத்திற்கும் மேலெழுந்தவாரியான நவீன இயல்பு, பணத் தேவதைக்கு நவீனத்தில் செய்கிற வணக்கம் இவை இரண்டிற்குமிடையில் இருக்கும் வேற்றுமையும் மிகவும் மிகச் சொற்பந்தான். இந்தச் சொற்ப வேற்றுமைகளை அறிவது எளிதான செயலன்று; இதிலிருந்து தப்புவதுதான் மிகமிகக் கடினமான செயல்.

பிறகு, விசயத்தை மனஓர்மையோடு தெரிந்துகொள்வது எப்படி? நேர்மையோடு ஆராய்வதும், உள்ளதை உள்ளவாறே உணர்ந்து அனுபவிப்பதும். இதயமும் மனமும் ஒன்றாய் இயங்குவதும், மனக்கண்கொண்டு ஆராய்ந்து இதயத்தின் மூலமாக உணர்வதும் எளிதில் நம் வசப்படக்கூடிய செயல்கள் அல்ல. பழய பண்பாடு ஒன்றைப் பேணிப் பாதுகாப்பதில் எவ்வளவு சிரமம் இருக்கிறதோ, அவ்வளவு சிரமம் இதிலும் உண்டு. குடும்பப் பொக்கிஷங்களைப் பகிர்ந்து கொடுப்பவரின் கண்கள் ஏமாறி விடலாம்; கைகள் தவறு இழைத்துவிடலாம். எனவே, ஒரு பண்பாட்டை ஆராய முயலும் போது, தைரியம் வேண்டும்; அதைவிட அபூர்வ குணமான நேர்மை வேண்டும். அதோடுகூட, தொடர்ந்து ஆராய்கிற மனப்போக்கும் வேண்டும்.

வேற்றுநாட்டு ஆராய்ச்சியாளரைக் காட்டிலும் சீனருக்குத் தெளிவான ஒரு வசதி இருக்கிறது. பிறப்பினாலேயே அவர் சீனராய் இருப்பதால், சீனர் என்ற முறையில், மனக்கண்கொண்டு பார்த்து, இதயத்தோடு ஒட்டி ஆராய்ந்து, அனுபவிக்க அவரால் இயலும். அவரது நாடியில் ஓடுகிற இரத்தம் சீன இரத்தம்; சீனத்திற்கு ஏற்பட்டுள்ள பெருமை சிறுமைகளைத் தன்வசத்தே

கொண்ட இரத்தம். எனவே, சென்ற காலத்தில் இருந்தவற்றையும் பிற்காலத்தில் ஏற்படப் போகின்றவற்றையும் எண்ணி, உணர்ந்து, அனுபவிக்கக் கூடிய சிறப்பு அவருடைய இரத்தத்திலேயே தோய்ந்துகிடக்கிறது; அதற்கு ஏற்படும் புகழ்ச்சி இகழ்ச்சி இரண்டையும் கண்டு பெருமைப்படவோ, வெட்கப்படவோ முடிகிறது. எனவே, குடும்பப் பொக்கிஷம் என்ற உவமை முழுமையானதாய் இருப்பதோடு, பொருந்தாத உவமையாகவும் ஆகிவிடுகிறது. தம்மையறியாமலே தமக்குள்ளேயே இத்தகைய தேசிய உணர்ச்சி அவருள்ளும் பதுங்கிக் கிடப்பதால்தான் இந்த உவமை பொருத்தமற்றதாகிறது. ஆங்கில விளையாட்டான கால்பந்து விளையாடச் சீனர் பழகிக்கொண்டிருக்கலாம். இருந்தாலும் அவருடைய மனம் அந்த விளையாட்டில் ஈடுபடுவது இல்லை; அமெரிக்கர்களுக்கு இருக்கும் செயல்திறமையைக் கண்டு வியக்கத்தோன்றும்; இருந்தாலும் அவருடைய ஆன்மா அதையும் வெறுக்கிறது.

உணவு உண்ணும் போது மேலைநாட்டினரைப்போல் ஒருவிதமான கை துடைக்கும் துண்டு வைத்துக்கொண்டு உண்ணப் பழகுவார்; பின்பு அதன் மீதும் வெறுப்பு ஏற்பட்டுவிடும். பிரஹம்னுடைய பாட்டுக்களையும் ஸ்கூபர்டினுடைய இசைகளையும் கேட்டு அனுபவித்துக்கொண்டே இருப்பார்; அவற்றில் இரைச்சல் அதிகமிருப்பதாக எண்ணம் வரும். அவற்றைக் கேட்கும்போது கீழைநாட்டுப் பாட்டுக்கள், பரம்பரையாக வந்த நாடோடிப் பாட்டுக்கள், இடையரின் பாட்டுக்கள் இவற்றின் எதிரொலி அவருடைய காதில் ஒலிக்க ஆரம்பிக்கும். மேலை நாடுகளிலே காணப்படும் சிறப்புகளையும் அழகுகளையும் தேடிக் கண்டுபிடித்து அனுபவிப்பார். ஆனால், கீழை நாடுகளுக்குத் திரும்பியதும், அவருக்கு நாற்பதாவது வயது நெருங்கியதும், மறுபடியும் கீழைநாட்டு இரத்தம் அவருடைய உடலில் பாயத் தொடங்கிவிடும். அவரது தந்தையின் படம் சீன உடையோடு காட்சியளிக்கும்; அதைப் பார்த்ததும் மேலைநாட்டு உடையை உதறித் தள்ளிவிட்டுச் சீன உடைகளை அணிந்துகொள்வார். அதனால், அவருக்கு உள்ளமும் மனமும் ஒருங்கே குளிரும்; சீன உடையை அணிந்ததும் மனதில் ஒருவித அமைதியும் வந்துவிடும்.

மேலைநாட்டுக் கழுத்துப்பட்டை அவருக்கு விளங்காது; ஏன் நாம் இதை இவ்வளவு நாளும் அணிந்துகொண்டோம் என்று வியப்பார். கால்பந்து விளையாடுவதிலும் இனி இவர் விருப்பம் கொள்வதில்லை; சீனர்கள் பின்பற்றிய சுகமுறைகளைப் பின்பற்றத் தொடங்குவார். மூங்கில் காட்டு ஊடேயும், மல்பெரி வயல் ஊடேயும், வில்லோ புதர் ஊடேயும் உடற்பயிற்சியின் நிமித்தமாக உலாவி வருவார். ஆங்கிலேயர் சொல்வதுபோல் 'நாட்டுப் புறத்திற்குப் போதல்' என்று இதை அவர் சொல்லமாட்டார். ஆனால், கீழைநாட்டினர் எண்ணுவதுபோல், ஆன்மாவிற்கும் உடலுக்கும் இது நலம் பயக்கும் என்று எண்ணுவார். 'உடற் பயிற்சி' என்ற வார்த்தையைக் கேட்டாலே அவருக்கு எரிச்சல் உண்டாகும். எதற்காக உடற்பயிற்சி? உடற்பயிற்சி என்பது நகைப்புக்கிடமான ஒரு மேலைநாட்டுப் பழக்கம். வயதுவந்த கண்ணியமான மனிதர் ஒருவர் பந்தைப் பிடிப்பதற்காக, தாவித் தாவிக் குதிப்பது நகைப்பிற்கிடமான செயல்; விளையாட்டு முடிந்ததும் கோடை நாளில் உடம்பைச் சுற்றிக் கம்பளியைப் போர்த்துக்கொள்வது இன்னும் நகைப்பிற்கிடமான செயல் என்று எண்ணுவார். இந்தத் தொல்லை எல்லாம் எதற்கு என்று எண்ணுவார்.

பக்குவமடையாத இளைஞனாய் இருந்த காலத்தில் — அதாவது தன்னைத் தானே அறிய இயலாத நிலையில் இருந்தபோது — இந்த விளையாட்டை அவர் மிகவும் அனுபவித்து விளையாடியது அவரது நினைவிற்கு வரும். ஏதோ தமாஷுக்காக விளையாடிய ஆட்டம் இது என்று எண்ணுவார். உண்மையாகவே விளையாட்டில் அவருக்கு விருப்பம் இருப்பது இல்லை. அவருடைய பிறப்பு நிலையே வேறுவிதம். அமைதி கலந்த அடக்கத்தோடு வாழவும் பூமியை வணங்கி வழிபடவுமே அவர் பிறந்திருக்கிறார். கால்பந்து, கழுத்துப்பட்டை, கைத்துண்டு, செயல்திறமை ஆகியவற்றிற்காக அவர் பிறக்கவில்லை. தம்மை ஒரு பன்றியாகவும் மேலைநாட்டினரை ஒரு நாயாகவும் அவர் கற்பித்துக்கொள்வார். பன்றியை நாய் வந்து தொல்லைப்படுத்தும்போது, பன்றிக்கு உறும மட்டுந்தான் தெரியும்; சில சமயங்களில் இந்த உறுமல் நிறைவைத் தெரிவித்துக்கொள்ளும் உறுமலாக இருந்தாலும் இருக்கக்கூடும். பன்றியாக, உண்மையான பன்றியாக, இருப்பதற்கே

சீனர் விரும்புகிறார்; அது அவருக்கு மிகவும் வசதியாக இருக்கிறது. நாய் அணிந்துகொள்ளும் கழுத்துப்பட்டையையோ, செல்வ தேவதையின் தீயவெற்றியையோ கண்டு அவர் பொறாமை கொள்வதில்லை. அவர் விரும்புவதெல்லாம் நாய் தம்மை ஒன்றும் செய்யாது சும்மாவிட்டால் போதும் என்பதுதான்.

மேலைநாட்டு, கீழைநாட்டுப் பண்பாடுகளைத் தற்காலத்துச் சீனர் இவ்விதமே ஆராய்ந்துபார்ப்பார். கீழைநாட்டுப் பண்பாட்டை ஆராய்ந்து அறிவதற்கு இது ஒன்றுதான் சரியான முறை. அவருடைய தந்தை சீனர். தாய் சீனச்சி. சீனத்தைப்பற்றிப் பேசுகிற ஒவ்வொரு தடவையிலும் அவருடைய தாய் தந்தையரைப் பற்றிய நினைப்பு அவருக்கு வந்துவிடும்; அல்லது அவர்கள் வாழ்க்கை நடத்திய முறைகள் நினைவிற்கு வரும்; ஆண்மை, பொறுமை முதலியன நிரம்பியதாய், இன்பம், துன்பம், தொல்லை முதலிய வற்றை ஏற்றுக்கொள்ளும் திறத்ததாய், நவீன நாகரிகத்தின் வாடையால் பாதிக்கப்படாததாய் அவர்களுடைய வாழ்க்கை இருந்தது. மகத்துவம், கண்ணியம், உண்மை, பணிவு ஆகியவற்றில் எந்த விதத்திலும் குறைவு இலாததாய் அவர்களுடைய வாழ்க்கை சிறப்புற்று விளங்கியது. இந்த எண்ணம் வந்ததுமே அவர் சீனாவை உண்மையாக அறிந்துகொள்கிறார். சீனாவை அறிந்துகொள்வதற்கு இதுதான் சரியான முறை என்று எனக்குத் தோன்றுகிறது; வெளி நாட்டினரை ஆராயும்போது, வெறும் புறத் தோற்றங்களைத் தேடி அலைந்துகொண்டிருத்தல் கூடாது; பொதுவாகக் காணப்படும் மனிதப் பண்புகளை ஆராய வேண்டும். வெளியே காணப்படும் சில நடையுடை பாவனைகளை வைத்துக்கொண்டு ஆராய்ந்து பார்க்கலாகாது. உண்மையான மரியாதை எங்கு இருக்கிறது என்று கண்டுபிடிக்க வேண்டும். பெண் உடுத்தியிருக்கும் ஆடையைக் கொண்டு மதிப்பிடாது, அவளிடம் காணப்படும் உண்மையான பெண்மையையும் தாய்மையையும் பார்க்க வேண்டும். இளம் பெண்கள் காண்கிற பகற்கனவையும் பையன் செய்கிற குறும்புத் தனத்தையும் பார்க்க வேண்டும். பையன் செய்கிற குறும்புத்தனம், பெண்கள் காண்கிற பகற்கனவு, குழந்தைகள் சிரிக்கிற சிரிப்பு, அவர்களின் காலடி ஓசை, பெண்களின் அழுகை, ஆண்களின் துயரம்—இவை யாவும் தேசங்கள் அனைத்திற்குமே பொது வானவை தாம். ஆண் படுகிற துயரத்திலும் பெண்ணினுடைய

சோகத்திலும்தான் நாம் ஒரு தேசத்தை உண்மையாக அறிய முடியும். இவற்றை வெளியிடும் சமூகப் பழக்க வழக்கங்களில் தான் வேற்றுமை இருக்குமேயன்றி வேறில்லை. இந்த அடிப்படையைக் கொண்டு பிற நாட்டினரை ஆராய்ந்து பார்க்க வேண்டும். இதுதான் சரியான, நேர்மையான ஆராய்ச்சி முறையாகும்.

1

சீன மக்கள்

1. வட பகுதியும் தென் பகுதியும்

சரித்திரத்திலாகட்டும் இலக்கியத்திலாகட்டும், குறிப்பிட்ட ஒரு காலத்தை ஆராய்வதில், முடிவான முயற்சி என்பது, அக்காலத்தில் வாழ்ந்த மனிதனை நுணுகியுணர்வதே ஆகும். ஏனெனில், இலக்கியப் படைப்புகளுக்கும் வரலாற்று நிகழ்ச்சிகளுக்கும் உள்ளீடாக, தனிப்பட்ட மனிதன் இருக்கவே செய்கிறான். இந்த மனிதனைப் பற்றித் தெரிந்துகொள்வதுதான் நமக்கு முக்கியம். ரோமாபுரியின் சீர்கேட்டை எண்ணும்போது, மார்க்ஸ் அரேலியஸ், லூசியான் என்ற தீரர்களைப் பற்றிய எண்ணம் நமக்கு வருகிறது. மத்திய காலத்தைப் பற்றி எண்ணும்போது, பிராங்காய் வில்லானுடைய நினைப்பு வருகிறது. வந்த உடனே அந்தக் காலம் நமக்கு நன்றாய்ப் பழகி அறிமுகமானது போலாகி, அதைப் புரிந்து கொள்வதும் எளிதாகிறது. பதினெட்டாம் நூற்றாண்டு என்ற பெயரைக்காட்டிலும் 'ஜான்ஸன் வாழ்ந்த காலம்' என்பது எவ்வளவோ செய்தியை நமக்கு அறிவித்துவிடும். ஜான்ஸன் எப்படி வாழ்ந்தார், எந்தெந்த இடங்களில் தங்கி உணவு கொண்டார், அவருடைய நண்பர்கள் யாவர், இவர்களுடன் அவர் எப்படி உரையாடினார் என்பவற்றையெல்லாம் நினைத்துப் பார்க்கும்போது, அந்தக் காலம் நமக்கு உண்மையோடு ஒட்டியதாகிறது. ஜான்ஸன் காலத்தில் வாழ்ந்த வேறு சாமானிய இலக்கிய ஆசிரியருடைய வாழ்க்கையிலிருந்தும் லண்டன் நகரில் வாழ்ந்த சாமானிய மனிதரொருவர் வாழ்க்கையிலிருந்தும், நாம் பல செய்திகளைத் தெரிந்துகொள்ள முடியுமாயினும், இவை ஜான்ஸன் வாழ்க்கை வரலாறுபோல் அவ்வளவு ரசமானதாய் இருக்காது.

காரணம், சாதாரணமான பொதுமக்கள் எந்தக் காலத்திலுமே ஒரே விதமாகத்தான் இருந்திருக்கிறார்கள். சாதாரண மக்கள் திராட்சை ரசம் குடிக்கிறார்களா அல்லது தேநீர் அருந்துகிறார்களா என்பது சமூக வாழ்க்கையில் ஏற்படுகிற ஒரு சாமானிய நிகழ்ச்சி என்று தள்ளிவிடலாம். அவை சாதாரண மனிதர்களால் செய்யப்பட்ட செயலாதலால், அவை முக்கியமானவையும் அல்ல.

ஆனால், ஜான்ஸன் சுருட்டுக்குடித்தார் என்பதும் பதினெட்டாம் நூற்றாண்டிலிருந்த சிற்றுண்டிக் கடைகளுக்கு அவர் அடிக்கடி போனாரென்பதும் மிக்க வரலாற்றுப் புகழ்வாய்ந்த செய்திகளாகும். தங்கள் சமூகத்துச் சூழ்நிலையால் பாதிக்கப்பட்டு, பெரியவர்கள் நடத்தையே ஒரு தனிவிதமாயிருக்கிறது. இதனால்தான் அவர்கள் வாழ்க்கை நமக்கு முதன்மையானதாய் இருக்கிறது. அவர்களிடம் ஒருவித மேதாவிலாசம் உண்டு. அதனால், அவர்களுடன் தொடர்புள்ள செய்திகள் யாவுமே ஒரு துலக்கமெய்தும்; அவர்களிடமும் அவை காரணமாக ஒரு துலக்கம் பிறக்கும். அவர்கள் படிக்கிற நூல்களும் அவர்கள் பழகுகிற பெண்களும் அவர்கள் வாழ்க்கையைப் பாதிக்கவே செய்கிறார்கள்; அதே புத்தகங்களும் பெண்களும் சாதாரண மனிதர் வாழ்க்கையை அப்படிப் பாதிப்பதில்லை. அவர்கள் தலைமுறையில், அவர்கள் காலத்தில் உள்ள வாழ்க்கையின் முழுமையானச் சிறப்பை அவர்களிடம் காணலாம்; உள்வாங்கத்தக்கவை எவையோ அவற்றையெல்லாம் அவர்கள் உள்வாங்கிக்கொள்கிறார்கள். உள்வாங்கியவற்றின் பலன், மிவும் நுண்மையான முறையிலும் மிக்க வலிவுடனும் அவர்கள் உணர்வில் வெளிப்படுகிறது.

இருப்பினும், ஒரு தேசத்தை ஆராயும்போது பொதுமக்களைக் கவனியாது இருப்பதற்கில்லை. தொன்மையான கிரீஸ் தேசத்தில் இருந்தவர்கள் அனைவரும் ஸொபோக்ளிஸ் போன்ற பேரறிஞர் அல்லர். எலிஸபெத் ஆட்சி செய்த காலத்தைய இங்கிலாந்து தேசத்தில் எல்லாருமே ஷேக்ஸ்பியராகவும் பேகனாகவும் திகழ்ந்தார்கள் என்று சொல்வதற்கில்லை. கிரீஸ் தேசத்தைப் பற்றிப் பேசும்போது, ஸொபோக்ளிஸையும் பெரிக்ளிஸையும் ஆஸ்பாஸியாவையும் பற்றி மட்டும் எண்ணுவது, அத்தேனிய மக்களைக் குறித்த தவறான கருத்தைத்தான் தரும். இதனோடு வேறு செய்திகளையும் சேர்த்துக்கொள்ள வேண்டும். குடும்பத்தைக்

கவனிக்கிற திறமையில்லை என்று ஸொபோக்ளிஸ் மீது அவர் மகன் வழக்குத் தொடர்ந்தான்; அரிஸ்டோபானீஸ் என்ற ஆசிரியர் இயற்றிய நூல்களில் வரும் பாத்திரங்கள், அழகை அனுபவிப்பதில் ஆர்வம் காட்டாமலும், உண்மையை நாடுவதில் கவனம் செலுத்தாமலும், சாமானிய அத்தேனிய மக்களைப் போல, குடிகாரர்களாயும், பெருந்தீனி தின்பவர்களாயும், வீண்சண்டை செய்பவர்களாயும், பண ஆசை பிடித்தவர்களாயும், சஞ்சல புத்தியுடையவர்களாயும் இருக்கிறார்கள்; இந்தத் தன்மையையும் முந்தியவற்றோடு சேர்த்தே எண்ண வேண்டும். ஆஸ்பாஸியாவும் பெரிக்ளிஸூம் கிரீஸ் தேசத்தின் உயர்வை மதிப்பிட நமக்குப் பயன்படுவதுபோலவே, சஞ்சல புத்தியுள்ள சாமானிய அத்தேனிய மக்கள் அத்தேனியக் குடியரசின் வீழ்ச்சியை நாம் அறியத் துணைபுரிவது நிச்சயம். தனிப்பட்ட முறையில் பாமரமக்கள் ஒன்றுக்கும் உதவாமல் போகலாம்; ஆனால் பொதுவாய்ப் பார்க்கும்போது, அவர்களின் திரண்ட நிலைமை, சமுதாய நிகழ்ச்சி களைப் பெரிதும் பாதிக்கிறது. கழிந்துபோன சகாப்தங்கள் தொடர்பாக, நடந்தவற்றை மீண்டும் உருவமைத்துப் பார்ப்பது கடினம்; ஆனால், இன்றும் அதே வாழ்வுடன் கூடிய தேசத்தில், பொதுமக்கள் இவ்விதம் அமைத்து ஆராய்ச்சி செய்யத் துணை புரிவதும் உறுதி.

நிற்க, இங்கே கூறிவந்த பொதுமக்களுள் ஒருவரான பொதுஜனம் என்பவன் யார்? அவனுடைய தொழில் என்ன? பொதுப்படையாக, சீனன் என்கிற பேர்வழி புலன்களுக்கு அப்பாற்பட்டவனாகவே இருக்கிறான். நாகரிகம் அல்லது பண்பாட்டு ஒருமைதான் சீனமக்களை இன்று ஒரே சமுதாயமாகத் திரட்டிவைத்திருக்கிறது; மற்றபடி, வடபகுதிச் சீனர்களுக்கும் தென்பகுதிச் சீனர்களுக்கும் நடையுடை, பாவனை, மனப்போக்கு, உடலமைப்பு முதலியவற்றில் அதிக வேற்றுமையுண்டு. ஐரோப்பாவில் வடபகுதியில் உள்ள ஸ்காந்திநேவிய மக்களுக்கும் மத்திய தரைக்கடல் அருகேயுள்ள நாட்டு மக்களுக்கும் எவ்வளவு வேற்றுமை உண்டோ, அவ்வளவு வேற்றுமை சீனத்திலும் இருக்கிறது. சீனர்களுடைய பண்பாட்டில் பல்வேறு மாகாண உணர்ச்சிக்கு இடம் உண்டேயன்றி, பல்வேறு சமுதாய உணர்ச்சிக்கு இடமில்லை. சீனப் பேரரசில் பல நூற்றாண்டுகள் அமைதி நிலவியதற்கு இதுவே காரணமாகும்.

மொழியின் வரிவடிவு, சீனத்தின் பொது மொழிப் பிரச்சினையைத் தனித்த முறையில் தீர்த்திருக்கிறது என்று சொல்ல வேண்டும். சீனமக்களுடைய பண்பாட்டு ஒருமையானது பல நூற்றாண்டு களாக வளர்ந்து, அமைதிமிக்க சீனப் பூர்வகுடிகளை மெல்ல மெல்ல நாகரிகப்படுத்தி வந்திருக்கிறது. பொதுவான சரித்திர சம்பிரதாயமும், மேற்சொன்ன மொழியின் வரிவடிவும், பண்பாட்டு ஒருமையும், சீன நாட்டில் எல்லோரும் சகோதரர் என்ற நிலைமையைத் தோற்றுவிக்க ஆதாரமாயிருந்தன. இப்படிப்பட்ட ஒரு நிலைமை ஐரோப்பாவுக்கு இன்று வேண்டற்பாலதுதான்! ஐரோப்பாவைப் போல, சீனத்தில் மொழி தொடர்பான தடங்கல்கள் அவ்வளவு அதிகம் இல்லை எனலாம். மஞ்சூரியாவைச் சேர்ந்த ஒருவன் தென்மேற்கு யூனான் பிரதேசத்தில் வசிப்பவனுடன் சிறிது சிரமத்துடனேனும் உரையாட முடியும். இந்த நிலை படிப்படியாகப் பரவிய குடியேற்ற முறையால் சாத்தியமாயிற்று. சீன ஒருமைக்குக் கண்கூடான அடையாளமாக விளங்கும் சீன எழுத்துமுறையும் இதற்குப் பெரிதும் துணைபுரிந்தது.

இந்தப் பண்பாட்டு ஒருமை காரணமாய், தேசத்தில் இன வேற்றுமைகள் இருப்பதை நாம் மறந்துபோகிறோம். கூர்ந்து கவனித்தால், சீனன் என்ற பேர்வழியே மறைந்துபோய், உடலமைப்பு, குணம், வடிவம், அறிவு ஆகியவற்றில் வேறுபாடுடைய பல்வேறு இனங்கள் இருப்பது தெரியவரும். வடபகுதியின் போர்வீரர் படைக்கு, தென்பகுதியைச் சேர்ந்த தலைவனை நியமிக்கும் போதுதான், இந்த வேற்றுமையை நாம் உணரவேண்டி வருகிறது. வடபகுதியைச் சேர்ந்தவர்கள் உயரமாயும் பலம் பொருந்தியவர்களாயுமிருப்பார்கள். கஷ்டப்பட்டு உழைப்பவர்கள், சிந்தனையுடையவர்கள், நோய்நொடி இல்லாமல் மகிழ்ச்சியும் பெற்றவர்கள். வெங்காயம் தின்று, விளையாட்டிலும் வேடிக்கை யிலும் ஆர்வமுடையவர்கள். தெற்கே இருப்பவர்களைக் காட்டிலும் இவர்களிடம் மங்கோலிய இயல்பு அதிகம். ஷங்காய் நகரைச் சுற்றிலும் உள்ளவர்களைப் போலன்றி, இவர்களிடம் இன வலிமை குறைவுபடாமலிருக்கிறது. ஷான்டங்கைச் சேர்ந்த கொள்ளைக்காரர்கள், ஹோனான் குத்துச்சண்டைக்காரர்கள், சாம்ராஜ்யக் கொள்ளைக் கூட்டத்தார் அனைவருக்கும் பிறப்பிடம் வடபகுதிதான். சீனாவை ஆண்ட ராஜவமிசத்தினர் எல்லாம்

இங்குத் தோன்றியவர்களே. போரைப்பற்றிய சீன நவீனங்களில் காணும் துணிச்சல் முதலிய குணங்கள் நிறைந்த பாத்திரங்கள் இங்குதான் உண்டு.

தென்கிழக்குக் கடற்கரை பிரதேசத்தில், அதாவது யாங்ட்ஸி நதியின் தென்பகுதியில் வேறு தன்மையுடைய மக்களைப் பார்க்கலாம். இவர்கள் கொஞ்சம் நகரத்தின் சுவைகண்ட போலியான சுகவாசிகள். அறிவுத்துறையில் முன்னேறியவர்கள், உடல் வலிமையில் குறைந்தவர்கள். தங்கள் கவிதையிலும் சுகபோகத்திலுமே இவர்களுக்கு மோகம் அதிகம். ஆடவர்கள் மெலிந்தவர்கள், வளர்ச்சி குறைந்தவர்கள். பெண்கள் ஒல்லி, நரம்புத்தளர்ச்சி உடையவர்கள். பறவைக் கூட்டையும் தாமரைக் கொட்டையையும் தின்பவர்கள். வியாபாரத்தில் தேர்ச்சியுண்டு. இலக்கிய இலக்கணங்களில் கெட்டிக்காரர்கள். ஆனால், சண்டையில் கோழைகள். தூக்கிய தடி தலையை நெருங்குவதற்கு முன்னே, தரையில் விழுந்து 'அம்மா, அம்மா' என்று கதறத் தயாராய்விடுவார்கள். ஷின் வமிசத்தார் ஆட்சிக் கடைசிக் காலத்தில், சீனத்தில் கொடூரமான அநாகரிக மக்கள் படை யெடுத்துத் தாக்கிய போது, தாங்கள் இலக்கியச் செல்வத்தையும் ஓவியங்களையும் தூக்கிக்கொண்டு, யாங்ட்ஸி நதியைக் கடந்து, தென்பக்கம் ஓடிவந்துவிட்ட சீனக் குடும்பங்களின் கால்வழி யினரே இந்தச் சுகவாசிகள்.

தெற்கே குவான் டாங் பகுதியில் இனவலிமை படைத்த மற்றொரு மக்களினத்தை மீண்டும் காண்போம். இவர்கள் மனிதர்களைப் போலவே உண்பார்கள், உடுப்பார்கள், தொழில் செய்வார்கள். கவலையற்றவர்கள், துணிச்சலுடையவர்கள், ஊதாரிகள், வம்புக்காரர்கள், தைரியமுடையவர்கள், முன்னேற்றமும் முன்கோபம் கொண்டவர்கள். இவர்களுடைய சீன நாகரிகத்தில், காட்டுமிராண்டித்தனமான பாம்பு தின்னும் பழக்கம் உண்டு; இது, தொன்மைக் காலத்தில் சீனாவின் தென்பகுதியில் வாழ்ந்த இனத் தினருடன் நெருங்கிய இரத்தக்கலப்பு இவர்களிடம் இருப்பதைக் காட்டுகிறது. ஹான்கோவிற்குத் தெற்கேயும் வடக்கேயும்— அதாவது மத்திய சீனாவில்—இறைந்து பேசும் இயல்பும், சூழ்ச்சி விருப்பமும் உள்ள யூப்பே ஜாதியார் வசிக்கிறார்கள். இவர்களை மற்ற மாகாணத்தில் வசிக்கிற சீனர்கள் 'தேவலோகத்து ஒன்பது

தலைப் புட்கள்' என்று சொல்வதுண்டு. மனச் சோர்வு என்பது இவர்களிடம் ஒரு சிறிதும் எந்தச் சமயத்திலும் காணப்படாமையே இதற்குக் காரணம். மிளகுக் காரம் போதாது என்று எண்ணெயில் வறுத்துத்தான் இவர்கள் தின்பார்கள். ஹுனான் மக்களிடம் போர்க்குணமும் தளராத பிடிவாதமும் உண்டு. தொன்மையான 'சூ' என்ற வீரவமிசத்தில் வந்தோருள் இவர்கள் சற்றே நல்ல இயல்புடன் விளங்குபவர்கள்.

வியாபாரத்தின் பொருட்டு மக்கள் இடம்விட்டு இடம் பெயர்ந்தமையாலும், அரசாங்க அதிகாரிகளாகச் சொந்த மாகாணங்களிலிருந்து வெவ்வேறு மாகாணங்களுக்கு அரசர்கள் கற்றோரை அனுப்பிவைத்தமையாலும், மக்களிடையே கலப்பு ஏற்பட்டு, மாகாண வேற்றுமை ஓரளவு குறைந்து போயிருக்கிறது. இருப்பினும், மொத்தமாக இந்த வேற்றுமைகள் இன்னும் இருக்கவே செய்கின்றன. வடபகுதியினர் முக்கியமாக நாடு பிடித்து ஆட்சி செய்கிறவர்களாயும் தென்பகுதியினர் வியாபாரி களாயும் இருந்திருக்கிறார்கள் என்ற உண்மையை இந்த வேற்றுமைகள் புலப்படுத்தும். சீன அரச பரம்பரைகளை நிறுவிய சாம்ராஜ்ய கொள்ளைக்காரர்களில் யாரும் யாங்ட்ஸி நதிக்குத் தென்பகுதியைச் சேர்ந்தோரல்லர். மாவு தின்னும் வடபகுதியினரே அரியணை ஏறமுடியுமேயன்றி, வெறுஞ்சோறு தின்னும் தென்பகுதியினரால் ஒரு காலத்திலும் முடியாதென்பது சீனரில் ஒரு நம்பிக்கையாகிவிட்டது. மாவு, சோறு ஆகிய இரண்டும் உண்பவர்களான சௌ அரசர் பரம்பரை, டாங் அரச பரம்பரை இரண்டுக்கும் உரியவர்கள் யாவரும் வடகிழக்குப் பகுதி கான்சு பிரதேசத்தில் தோன்றியவர்கள். எனவே துருக்கியர் இனத்தைச் சேர்ந்தவர்களென சந்தேகிக்கவும் இடமுண்டு. இவர்கள் நீங்கலாக, மற்றச் சிறந்த அரச பரம்பரைகளை நிறுவியவர்கள் யாவரும் குறித்த ஓர் எல்லைக்குட்பட்ட மலைப் பகுதியிலிருந்து வந்தவர்களேயாவர்; அதாவது லங்காய் ரயில்வேயைச் சுற்றி, கிழக்கில் ஹோனான், தெற்கில் ஹோப்பை, மேற்கில் ஷான்டங், வடக்கில் அன்ஹோய் இவற்றின் எல்லைக்குள்ளேயே தோன்றி யிருக்கின்றனர். லங்காய் ரயில்வேயை நடு இடமாக வைத்து எத்தனை மைல் சுற்றுவட்டாரத்துக்குள் அரச பரம்பரைகள் தோன்றின என்பதைக் கண்டுபிடிப்பது சிரமமல்ல. ஹான் அரச

பரம்பரையைத் தோற்றுவித்தவன், இப்போது சூசௌ என்று வழங்கிவருகிற பைஸியன் பகுதியில் தோன்றியவன். ஷின் அரச பரம்பரை தோன்றியது ஹோனான் பிரதேசம். ஹோப்பையின் தென் பகுதியிலிருக்கும் சோசின் பகுதியில் தோன்றியவர்கள் சுங் அரச வமிசத்தினர். மிங் பரம்பரையை நிறுவிய சூ அங்கூ என்பவன் ஹோனாலுள்ள பெங்க்யாங் பகுதியைச் சேர்ந்தவன்.

சியாங் காய்ஷேக், செக்கியாங் என்னும் இடத்தில் பிறந்தவர். இவருடைய குடும்ப வரலாறு எப்படிப்பட்டதென்று பொது மக்களுக்குத் தெரியாது. இவரைத் தவிர மற்றப் படைத் தலைவர்கள் யாவரும் இன்றுவரை, ஹோனான், ஹோப்பை, ஷான்டங் அன்ஹோய் பகுதிகளில் தோன்றியவர்களேயாவர். படைத் தலைவர்களுக்குக்கூட லங்காய் ரயில்வேயைத்தான் நடு இடமாகக்கொள்ள வேண்டும். லூ யன்சியாங், சன் சுங்பாங், சங் சவாங்சாங், வூபீயூ முதலிய படைத் தலைவர்கள் ஷான்டங் பகுதியில் தோன்றினார்கள். ஹோவன் செக்கை ஹோனானில் பிறந்தவர். லு சங்லிங், சங் சிங்கியாங், லி செங்நை, கீயூஷியனு ஆகியோர் ஹோப்பையில் தோன்றினார்கள். துவாங் சிசிட்சு, பெங்க்யூசியாங் இவர்களிருவரும் அன்ஹோயில் பிறந்தவர்கள். கியாங்சு பகுதியில் உயர்ந்த படைத்தலைவர்கள் யாருமே தோன்றவில்லை; ஹோட்டல் வேலைக்காரரில் கெட்டிக்காரர் களான பலர் அங்கேதான் தோன்றியவர்கள். தெங் குவாபான் என்பவர் மத்திய சீனாவிலுள்ள யூனானில் பிறந்தவராயினும், இவருடைய நிலைமை வழக்கத்திற்குக் கொஞ்சம் மாறாகும். இவர் 1880களில் வாழ்ந்தவர். முதல்தரமான நல்ல படிப்பாளி, முதல் தரமான படைத்தலைவர் எனினும், யாங்ட்ஸி நதிக்குத் தென் பகுதியில் பிறந்தவராதலால் மாவு தின்னாது சோறுண்டு வாழ்ந்தவர். ஆதலால் இவர் தாராள மனம் படைத்த அதிகாரியாக விளங்கினாரேயன்றி, ஒரு புதிய அரச பரம்பரை நிறுவியவரல்லர். அரச பரம்பரை நிறுவுவதற்கு, வட பகுதிக்குரிய தடித்தனமும் முரட்டுத்தனமும் வேண்டும். சுற்றியலைகிற மனப்பாங்கு வேண்டும். பயனைக் கருதாமல் யுத்தம் குழப்பம் இவற்றில் ஈடுபாடு பெரிதும் வேண்டும்; நேர்மையான நடத்தையில் வெறுப்பும் தேவை. அரியணை ஏறி, அது நிலைக்கிற வரையில் படிப்பிலும் நாகரிகமான நடையுடை பாவனையிலும் கன்பூசிய நல்லொழுக்கக்

கோட்பாடுகளைப் பின்பற்றி வந்து, பின்னர், அரியணை நிலையான பிறகு, கன்பூசிய அரசக் கோட்பாடுகளைக் கையாண்டு கொள்ளலாம்.

வடபகுதியினரிடமுள்ள தடித்தனம், முரட்டுத்தனம், தென் பகுதியினரிடமுள்ள மென்மை, வளைந்து கொடுக்கும் இயல்பு இந்த வேற்றுமைகளை மொழி, இசை, கவிதை ஆகியவற்றிலும் காணலாம். சென்சி பாடல்களுக்கும் சூசௌ பாடல்களுக்கும் உள்ள வேற்றுமையைக் கவனியுங்கள். சென்சிப் பாடல்கள் வைரம்பாய்ந்த மரத்திலடித்தாற் போன்ற வெண்கலத் தொனி யுடைவை; சுவிஸ் தேசத்து மலைநாட்டுப் பாடல்களைப்போல் உச்சஸ்தாயி கொண்டவை. விசாலமான புல்வெளிகளிலும் மணல் வெளிகளிலும் மலையுச்சிகளிலும் சுழன்றடிக்கும் பெருங்காற்றின் அலைமோதலை இவை நினைவூட்டும். சூசௌ பாடல்கள் சோம்பேறி அழுகை போலிருக்கும். மூக்கினாலும் தொண்டை யாலும் குறட்டைவிடுவது போன்று, ஏற்ற இறக்கமுள்ளதாயும் இருக்கும். இதைக் கேட்டதும் காசத்தினால் வருந்தும் நோயாளி மூச்சுவிடும் போது, பழக்கத்தினால் ஏற்படும் அசைவும் தாளநயமும் முணுமுணுப்பும் நமக்கு நினைவுக்கு வரும். சொல்லமைப்பிலும் இந்த வேற்றுமை தெரியும். பீக்கனிஸ் மண்டாரின் மொழியில் தெளிவும் ஓசை நயமும் கேட்க விருப்பமுள்ளதாயிருக்கும். வலிவும் மென்மையும் மாறிமாறி வரும். ஓசைப்போக்கு உடையதாயுமிருக்கும். சூசௌ பெண் களின் பேச்சு இனிய மழலைபோலிருக்கும். உயிர் எழுத்துக்கள் உதட்டைப் பொருந்தியவையாயும் நெளிகிற ஓசையுடைய தாயுமிருக்கும். இங்கு அழுத்திச் சொல்லவேண்டிய செய்திகளை உரத்துக்கூறாமல், ஒவ்வொரு வாக்கியத்தின் முடிவிலும் இழுத்துச் சொல்வதே வழக்கமாயிருக்கிறது.

இதற்கு எடுத்துக்காட்டாக, ஒரு கதை சொல்வதுண்டு. சூசௌ வீரர் அடங்கிய படை ஒன்றை வடபகுதிப் படைத்தலைவர் ஒருவர் பார்வையிட்டார். 'முன்னே செல்க!' என்று உரக்கக் கத்தி, அந்தப் படையினரை நடத்த அவரால் முடியவில்லை. நிலைமையை அறிந்தவரும் சூசௌவில் வெகுகாலம் வாழ்ந்தவருமான காப்டன் ஒருவர் தங்கள் பிரதேச வழக்கப்படி உத்தரவிட அனுமதி கோரினார். அனுமதி கிடைத்தது. 'கைசௌ!' என்ற வழக்கமான கடின சப்தத்தைச் சொல்லாமல், சூசௌ பிரதேசத்தினர்

சொல்வதுபோல் இழுத்தும் நீட்டியும் வார்த்தையை உச்சரித்து 'கெப் யிடர் நீஅஅஅஅஅஅ' என்று சொன்னார். உடனே பாருங்கள் படை நகர ஆரம்பித்தது!

கவிதையிலும் அந்த வேற்றுமையைத் தெளிவாகக் காணலாம். நான்கு, ஐந்து, ஆறாம் நூற்றாண்டுகளில் இயற்றிய கவிதைகளில் இந்த வேற்றுமை அதிகம். இந்தக் காலத்தில்தான் வடபகுதிச் சீனாவை முதன்முதலாகத் தாத்தாரிய இனத்தார் ஆட்சி செய்தனர். இதன் விளைவால் நாகரிக சீனமக்கள் தெற்கே குடியேற நேர்ந்தது. அந்தக் காலத்தில் தெற்கே உள்ள சிற்றரசர் சபைகளில் உணர்ச்சிவயப்பட்ட அகத்துறைப் பாடல்கள் மிகுதியாக வழங்கின. தெற்கே இருந்த அரசர்களில் பலர் கவிஞர்களாகவும் இருந்தார்கள். இதே சமயத்தில் பொதுமக்களிடை டியூகோ என்ற பெயருடைய அகத்துறைச் சுவைகொண்ட கண்ணிகள் வளர்ந்து பரவின. உணர்ச்சியும் அபிமானமும் கலந்த இந்தத் தெற்கத்திய அகப் பாட்டுக்களுக்கும் வடபகுதியின் புதிய எளிய கவிதைக்கும் உள்ள வேற்றுமைமிக்க பொருளுடையது. தென் பகுதிக்குரிய புகழ் பெற்ற பின்வரும் அகப்பாட்டின் ஆசிரியர் இன்னார் என்று தெரியவில்லை.

எப்போதுமே கூவிக்கொண்டிருக்கிற
கோழியைக் கொல்லுங்கள்.
பொழுது புலர்வதை முன்கூட்டியே தெரிவிக்கும்
கோழியைச் சுடுங்கள்.
அடுத்த ஆண்டு விடியும்வரை இரவானது
தடைபடாமல் இருக்கும்படியாக.

இன்னொரு பாட்டு.

தெருக்கள் பாழடைந்தும் சேறாயும் இருக்கின்றன;
பனியையும் கவனியாது நான் உன்னைத் தேடிவந்தேன்.
என்னிடம் உனக்கு நம்பிக்கை இல்லாவிட்டால்,
பனிப்படலத்தில் பதிந்துள்ள எனது கால்சுவடுகளைப் பார்.

தென் சுங் பரம்பரை ஆட்சி செலுத்திய காலத்தில், சிக்கலான யாப்புடைய உணர்ச்சிவயப்பட்ட ஒருவகைப் பாட்டு வளர்ந்து வந்தது. அதற்கு 'ட்சு'ப் பாட்டு என்று பெயர். அந்தப் பாடல்கள் துக்கத்தில் தனியாக அறையிலிருந்து வருந்தும் பெண்ணைப்

பற்றியும், அவளுடைய கண்ணீரைப்பற்றியும், கண், உதடு இவற்றை அலங்கரிக்கும் பொருள்களைப் பற்றியுமே அமைந்திருந்தன. இந்த மாதிரியான பாட்டுக்கள் இயற்கையான செயலே. வடக்கத்தியாருடைய பாட்டு எளிய முறையில், சிறு சிறு வரிகள் கொண்டதாயிருக்கும். நேரடியாக இருப்பதோடு, வடபகுதி நில அமைப்பைப்போல செயற்கை அலங்காரமற்ற தாகவும் இருக்கும்.

> செல்லே நதிக்கு சமீபத்திலே,
> ஹின் குன்றுகளின் கீழே,
> வானமானது, பாழான நிலத்தின்மீது
> கவிழ்ந்த கிண்ணம்போல் மூடியிருக்கிறது.
> பூமி மிகப் பெரிதாயிருக்கிறது.
> வானம் அடர்ந்த நீல நிறமாய் இருக்கிறது.
> காற்று வீசுகிறது. நீண்டு வளர்ந்த புல் வளைந்து கொடுக்கிறது.
> ஆடுமாடுகள் நமது பார்வைக்குத் தென்படுகின்றன.

வடபகுதிப் படைத்தலைவர் ஒருவர், ஒரு முறை தோல்வி அடைந்த பிறகு, இந்தப் பாடலைப் பாடித்தான் போர்வீரர்கள் யாவரையும் மறுபடியும் போர் செய்ய அனுப்பினார். தென்பகுதிக் காதல் பாட்டுக்கள் முற்றிலும் இதற்கு மாறாயிருக்கும். புதிதாய் வாங்கிய வாளொன்றைப் பற்றிய பின்வரும் பாடலைப் பாருங்கள்.

> ஐந்தடி நீளமுள்ள வாள் ஒன்றை இப்போதுதான்
> விலைக்கு வாங்கினேன்;
> சந்தோஷமாகப் பாட்டுப் பாடி, அதை நான்
> சுழற்றப் போகிறேன்,
> நாள் ஒன்றுக்கு மூன்று முறை அதனிடம்
> அன்பு காட்டுகிறேன்.
> பதினைந்து இளம் பெண்களுக்கு ஈடாகக்கூட
> அந்த வாளை நான் கொடுக்கமாட்டேன்.

நமது கைக்குக் கிடைத்துள்ள பாட்டுக்களில் இன்னொன்று.

> மெக்சின் நதியின் அருகே நின்றுகொண்டு
> தூரத்தில் பார்க்கிறேன்,
> வில்லோ மரங்களும் பாப்ளார் மரங்களும்
> அமைதியுடன் நிற்கின்றன.
> நான் ஒரு மங்கோலியப் பையன்.

சீனர் பாட்டுகளை நான் அறியேன்.
நல்ல சவாரிக்காரனுக்கு வேகமான குதிரை வேண்டும்;
வேகமான குதிரைக்கு நல்ல சவாரிக்காரன் வேண்டும்;
தூசிப்படலங்களின் மத்தியில் அதன் காலடி ஓசை கேட்கும்போது,
தெரியவரும், யார் வேற்றாள் என்பதும் யார் வெற்றியடைகிறார் என்பதும்.

இப்படிப்பட்ட பாட்டுக்களைப் படித்துப் பார்த்தாலே வட பகுதிக்கும் தென் பகுதிக்கும் உள்ள வேற்றுமை புலனாகும். எகிப்து, கிரீஸ், ரோம் முதலிய பழமையான நாகரிகங்கள் இன்று இருந்த இடம் தெரியாமலே மறைந்துபோயின. சீனம் அப்படியில்லாமல் இரண்டாயிரம் ஆண்டுகளாகப் பல இன்னல்களுக்கு உள்ளாகி, வேடிக்கையும் விளையாட்டுமின்றி, வீட்டிற்குள்ளேயே இருந்து தன்னுடைய நாகரிகத்தைப் பாதுகாத்து வைத்திருக்கிறது. இதை உணர்வதுகூடக் கடினம். இது சீனாவிற்கு எப்படிச் சாத்தியமாயிற்று என்பதைக் கவனிப்போம்.

2. சீர்கேடு

சீர்கேடு என்பது மிகவும் குழப்பமான ஒரு வார்த்தை. அதற்குச் சார்பு பற்றியே பொருள்கொள்ளல் வேண்டும். தற்காலத்து மனிதர்கள், மனிதனுடைய ஒழுக்கச் சிறப்பை, அவனுடைய புறத் தூய்மையைக்கொண்டே அளந்து பார்க்கிறார்கள். நறுமணப் பொருள்களையும் சமுக்காளம் சுத்தம் செய்யும் கருவியையும் கண்டுபிடித்துவிட்டதிலிருந்தே, தற்காலத்து மனிதனுக்கு இந்த எண்ணம் இருந்து வருவதாகத் தெரிகிறது. நாயை வாரத்திற்கு ஒருமுறை குளிப்பாட்டி அதனுடைய அடிவயிற்றில் குளிர்வந்து தாக்காதபடி போர்வை போர்த்திவிட்டால், மனிதனைவிட நாய் மிகவும் நாகரிகம் வாய்ந்தது என்று எண்ணிவிடுகிறார்கள். சீனக் குடியானவர்களைக் குறித்துப்பேசும்போது, சீனரிடம் அனுதாபம் கொண்ட அந்நிய நாட்டினர், சீனர் 'மிருகத்தைப் போல வாழ்கிறார்கள்' என்று சொல்வதை நான் கேட்டிருக்கிறேன். இவர்களின் குடிசைகள் மற்றச் சாமான்கள் யாவற்றையுமே மருந்து தெளித்துக் கிருமியை நாசம் செய்யவேண்டும் என்பதே சீனர்களின் ஈடேற்றத்திற்கு முதல்படி என்பது இவர்களின் எண்ணம்.

அழுக்கல்ல, அழுக்கைக் கண்டு மனிதன் பயப்படுவதில்தான் அவனுடைய சீர்கேடு இருக்கிறதெனலாம். மனிதனுடைய ஒழுக்கப் பண்பையும் உடற்பண்பையும் புறத்தோற்றங்களையும்கொண்டு மட்டும் மனிதனுடைய மேன்மையை மதிப்பிடுவது அபாயகரமான தாகும். அதிகச் சூடேற்றியுள்ள அறைகளில் வாசம் செய்கிற, ஆடம்பரமான வசதியுள்ள மோட்டார்காரில் பயணம் செய்கிற ஐரோப்பியர் இனமே காலக்கிரமத்தில் வாழத்தகுதியின்றி நாசமாகலாம்; ஆனால், அவன் நாசமான பின்னும், கேவலமான அசுத்தம் நிறைந்த குடிசைகளில் வசிக்கும் சீனக் குடியானவர்கள் வாழ்ந்து வரவும் கூடும். இது முற்றும் உண்மை.

குழந்தைகளிடமும் காட்டுமிராண்டிகளிடமும் கொடுமை என்பது இயல்பாக அமைந்திருக்கும். இதைச் சீர்கேட்டின் சின்னம் என்று கொள்ளலாகாது; துன்பத்தையும் தொல்லைகளையும் கண்டு மனிதன் பயப்படுகிறானே, அதில்தான் சீர்கேட்டின் அறிகுறி இருக்கிறது. சீமாட்டி ஒருத்தி தன் கையில் வீதி நெடுக பிடித்துக் கொண்டுபோகிற நாய்க்குக் குரைக்கத் தெரியுமேயன்றிக் கடிக்கத் தெரியாது. இந்த நாய் சீர்கெட்டுப்போன ஓநாயை ஒத்தது. ஜாக் டெம்ப்ஸி என்ற பயில்வானைப் போல, அதிக பலம்படைத்த வர்களும் மனித வாழ்க்கையின் சிறப்பை அடைந்து விட்டதாகச் சொல்ல முடியாது. இவர்கள் புகழ், குத்துச்சண்டை மேடையில் மட்டும்தான். உழைப்பதற்குத் திறன் இருப்பதையும் மகிழ்ச்சியாக வாழ்வதற்கு வசதி இருப்பதையுமே இந்தப் புகழ் காட்டும். ஒரு மிருகத்திற்கு உடல்நிலை நன்கு அமைந்து, அதன் கருவி கரணங்கள் சிறப்பான முறையில் நாகரிக முறையில் வளர்ச்சி அடைந்திருந்தாலும், அதை நாம் சிறந்ததாகக் கொள்ள முடியாது. அதனுடைய நீடித்த வாழ்க்கையும் மகிழ்ச்சியும் நிலைபேறு உடையவையா என்பதில் சந்தேகம் தோன்றிவிடும். உடலும் மனமும் உயர்ந்த நிலையில் விளங்கி, ஈடுபட்டு உழைப்பதற்கும் வாழ்க்கையை மகிழ்ச்சியோடு அனுபவிப்பதற்கும் திறன் இருந்து, நீடித்த காலம் வாழத் தகுதியுள்ள மனிதனையும் விலங்கையுமே நாம் சிறந்த பண்புடையதாய்க்கொள்ள வேண்டும்.

உடல் அமைப்பைக் கொண்டு பார்த்தாலுமே, சீனர்கள் ஆயிரக் கணக்கான ஆண்டுகளாக நாகரிகமான முறையில் வாழ்க்கை

நடத்தியிருக்கிறார்கள் என்பதற்குரிய அறிகுறிகளைத் தெளிவாகக் காணலாம். சீனத்தில் வாழும் மனிதனுக்கு, சமூகத்தின் சூழ்நிலைகளுக்கும் பண்பாட்டின் சூழ்நிலைகளுக்கும் ஏற்றவாறு சமாளித்து எதிர்த்து நிற்கும் ஆற்றலும் சில தன்மைகள்இன்மை என்ற எதிர்மறையான வலிமையும் வேண்டும். இத்தகைய சூழ்நிலைகளுக்கேற்றவாறு சீனர்கள் தம்மைச் சரிப்படுத்திக்கொண்டார்கள். இதன் காரணமாக, பூர்வீகமான காடுகளில் வசித்த இவர்கள் முன்னோருக்கு இயல்பாயிருந்த போர்த்திறனும் துணிவும் அவர்களைவிட்டுப் பெரும் பகுதி நீங்கிவிட்டன. எனவே நாடு பிடிக்கவேண்டும் என்ற ஆசையும் துணிகரமான செயல்களைப் புரியவேண்டும் என்ற எண்ணமும் அவர்களிடம் இல்லாது போயிற்று. சீனர்களுக்குப் புதுப் பொருள்களைக் கண்டுபிடிக்கும் ஆற்றல் உண்டு. கண்டுபிடித்தவற்றைச் சாந்தமான வழிகளிலேயே பயன்படுத்துவார்கள் என்பதற்கு, அவர்கள் கண்டுபிடித்த வெடிமருந்து ஒன்றே போதிய சான்றாகும். வெடிமருந்தை எப்படி நல்ல முறையில் பயன்படுத்தலாம் என்று யோசித்துப் பார்த்து, அதைக்கொண்டு பட்டாசுகள் செய்து, தாத்தாக்களின் பிறந்தநாளன்று அதைக் கொளுத்தி விளையாடிச் சந்தோஷப் படுவார்கள். அதிகாரத்தைக் காட்டிலும் கலை தொடர்பானவற்றில் சீனர்கள் அழகையே அதிகமாக விரும்புவார்கள். உடலில் உயிர்ச் சத்துக்கள் குறைவு என்பதற்கும் இயல்பான உணர்வுகள் பண்பட்டுவிட்டன என்பதற்கும் இதுவே எடுத்துக் காட்டாகும். தத்துவியல் விசயத்தில்கூட விவாதிக்கும் போக்கை அதிகமாக விரும்புவார்களேயன்றி, அடாவடித்தனமாய் அதிகாரம் செலுத்தும் போக்கைச் சீனர்கள் அதிகம் விரும்பாதவர்கள். இந்த இயல்பு களுக்குக் காரணம், மழுப்பிவிட்டது போலிருக்கும் மோவாய்க் கட்டையும் சப்பையான முகமுமேயாகும்.

விளையாட்டு, உடற்பயிற்சி அல்லது உடல்வலிமை தேவையான செயல்களில் இகழ்ச்சியையும், பொதுப்படையாக உடலுழைப்பு வேண்டியுள்ள செயல்களைச் செய்வதில் விருப்பின்மையையும் காண்கிறோம். இது மனிதனுடைய உடல் சுறுசுறுப்புக் குறைந்து விட்டது என்பதை உணர்த்துகிறது. நகரத்தில் வசிக்கிற நடுத்தர வகுப்பினரிடம்தான் இந்தத் தன்மை மிகுதி. தெருவில் போகிற மோட்டாரைச் சுற்றிக் கூடும் கூட்டத்திலும், சீனரும் ஐரோப்பியரும்

சீன மக்கள் ♦ 37

அடுத்தடுத்து இருந்து வேலை செய்யவேண்டி வருகிற கல்வி தொடர்பான சபைக் கூட்டங்களிலும் இந்த வேற்றுமையை எளிதில் கவனிக்க முடியும். மத்திய வகுப்பைச் சேர்ந்த சீனர் மிகவும் அதிகமாய் உண்பார்கள், சுகாதாரக் குறைவான முறையில் வாழ்க்கை நடத்துவார்கள், சீனரிடைக் காணும் குறுகிய தோள் களுக்கும் மந்தமான பார்வைக்கும் பெரும்பான்மையும் இதுவே காரணம். பள்ளிக் கூடத்தில் படிக்கும் பிள்ளைகளில், உடலமைப்பைப் பொறுத்த வரையில் சீனப் பிள்ளைக்கும் ஐரோப்பியப் பிள்ளைக்கும் வேற்றுமை பெரிது. ஐரோப்பியத் தந்தையோ தாயோ உடைய பையன்கள், சுறுசுறுப்பு, வேகம், ஆற்றல் வெளிப்பாடு ஆகியவற்றில் தவறாமல் சிறந்து விளங்குகிறார்கள். ஆனால், பள்ளிக்கூட தேர்வுகளிலோ, பொறுமையைச் சோதிக்கும் செயல்களிலோ அவர்கள் ஒருபோதும் வெற்றியடைவதில்லை.

1927ஆம் ஆண்டு இருந்த ஹாங்கோ தேசிய சர்க்காரால் மிகவும் பாராட்டிப் புகழப்பட்ட பெரோடின் என்ற சுறுசுறுப்பு உள்ள ரஷ்யர், அவருடைய தேசத்திலே இரண்டாந்தரமான நிலையில்தான் இருந்தார். ஆனால், சீனாவிலோ சீன அதிகாரியைக் காட்டிலும் மூன்று மடங்கு அதிக வேலை பார்த்தார். பேச்சிலோ, சீனத் தலைவர்கள் தூங்கிவிழும்வரை அவர் பேசிக்கொண்டே இருப்பார். பேச்சிலிருந்து தாம் தப்ப வேண்டியாவது, சீன அதிகாரி அவர் பேசியதற்கு இணங்கிவிட வேண்டியிருக்கும்.

நீண்ட நேரம் உரையாடும்போது, அதுவும், அந்த உரையாடல் அந்நிய மொழியிலிருக்கும்போது, சீனர்களால் அதை நீண்ட நேரம் சகித்துக்கொண்டிருக்க முடிவதில்லை; இதனால், பலர் தங்கள் ஐரோப்பிய நண்பர்களை விட்டுவிடுகிறார்கள்; இந்தக் காரணத்தைப் பல ஐரோப்பியர் நன்கு உணர்வதில்லை. சீனருடைய மந்தத்தைக் கண்டு பல ஐரோப்பியர் பொறுமையிழந்தமையாலும், ஐரோப்பியரின் அவசரத்தைக் கண்டு சீனர் பொறுமையிழந்தமை யாலும், வியாபாரத்திலும் மணவிசயத்திலும் ஏற்பட்ட சீன-ஐரோப்பியத் தொடர்புகள் பல சிதைந்து போயின. அமெரிக்கப் பாண்டு வாத்தியத்தை நடத்தி வைப்பவன் குனிந்து குனிந்து ஆடுவதும் ஐரோப்பியப் பயணிகள் கப்பல் மேல் தளத்தின் மீது விரைவாக உலாவுவதும் சீனருக்குப் பெருத்த கேலியாய்த்தான் உள்ளன. சியாங் காய்ஷேக், டிவி சூங் இவர்களைத் தவிர, மற்ற

சீனத் தலைவர்கள் மாடுபோலப் பாடுபட்டு உழைப்பதில்லை. அவர்கள் எல்லோரும் நாகரிக மக்கள் எவ்விதம் உழைப்பார்களோ அவ்விதமே உழைப்பார்கள். வாழ்க்கை என்பது மிகவும் பாடுபட்டு உழைக்க வேண்டிய அவ்வளவு பெரிய செயல் அல்ல என்பது அவர்கள் கருத்து. முடிவில் சியாங் காய்ஷேயும், டி.வி. சூங்கும் உயர்ந்த இடத்தை அடைய முடிந்ததென்றால், இதற்கு இவர்கள் இருவரிடமும் காணப்பட்ட வலிமையும் கடின உழைப்புக்குப் போதிய திறமையுமே காரணமாகும். சீன அதிகாரிகள் தங்கள் பதவியிலிருந்து விலகும்போது தங்களுக்கு உடல்நிலை சரியில்லை என்றும் நீரிழிவு வந்துவிட்டது என்றும் நரம்புத் தளர்ச்சி ஏற்பட்டுவிட்டது என்றும் காரணம் காட்டுவார்கள். இப்படிச் சொல்வதற்கு அவர்கள் வெட்கமடைவதில்லை. ஆனால், டி. வி. சூங் பதவி விலகிய போது இந்தக் காரணங்களை அவர் சொல்லவில்லை. காளைமாடு போல் உழைக்க தமக்கு இன்னும் வலிமை இருக்கிறது என்று சொல்லியே, அவர் பதவி விலகினார். வயிற்றுக்கோளாறு, அதிகம் உழைத்துத் தளர்ந்து போன மூத்திரப்பை உடைமை, நரம்புத்தளர்ச்சி, அறிவுக் குழப்பம், இன்னும் இது போன்ற பல்வகை உடல் நோய்களையும் மனநோய்களையும் வெளிப்படையாகச் சொல்லி, சீன அரசியல்வாதிகள் அரசியலை விட்டுவிலகுவது உண்டு. பெரும் பகுதி இது உண்மைதான். இந்த நோய்களையெல்லாம் திரட்டினால், இந்தக் காலத்து விரிவான அமைப்பு கொண்ட மருத்துவமனை களின் எல்லாப் பகுதிகளுமே நிறைந்து போய்விடும்.

சீனத் தலைவர்கள் அனைவரும் முதல்தரமான படிப்பாளிகள். ஆனால், இவர்களில் எவரும்—காலஞ்சென்ற சன்யாட்சின் ஒருவர் தவிர—தொடர்ந்து படிப்பதுமில்லை, எழுதுவதுமில்லை. டிராட்ஸ்கி எழுதியதைப் போன்ற சுயசரித்திரம் சீனத்தலைவர் எவரும் எழுதுவதென்பது நினைக்கவும் முடியாதது. சிறந்த சீனத் தலைவரான சன்யாட்சின் இறந்துபோய் பல பத்தாண்டுகள் ஆகிவிட்டன. அவரைப்பற்றி முதல்தரமான ஒரு சிறந்த வாழ்க்கை வரலாறு இருந்தால் நன்றாய் விற்பனையாகும்; ஆயினும் இதை ஒரு சீனருமே இன்னும் எழுதவில்லை. தெங் குபாவான், லீ அங்சாங், யுவான் சிக்கை ஆகியவர்களைப் பற்றியும் வாழ்க்கை வரலாறு இன்னும் சீன மொழியில் வெளிவரவில்லை.

ஓய்வும் ஒழிதலும் இல்லாமல் பேசுவது, வெள்ளரி விதை களைத் தின்பது, திண்ணையில் உட்கார்ந்துகொண்டு தேயிலை குடிப்பது இவற்றிலேயே சீனப் படிப்பாளிகள் தங்கள் காலத்தைப் போக்குகிறார்கள். மாணிக்கம் போன்ற சிறு சிறு பாட்டுக்கள், சிறந்த கட்டுரைகள், நண்பர் எழுதிய புத்தகங்களுக்குச் சிறிய முகவுரைகள், நண்பர்கள் இறந்த பிறகு அவர்களுடைய வாழ்க்கை பற்றிய அனுதாப மரணக் குறிப்புக்கள், பயணம் பற்றிய சுருக்கமான விவரங்கள் ஆகியவையே புகழ்பெற்ற சீன ஆசிரியர் களில் நூற்றுக்குத் தொண்ணூற்றைந்து பேர் எழுதும் எழுத்து களாகும். மிக்க ஆற்றலோடு எழுத முடியாதபோது, நயமாக எழுதுவது வழக்கமாகிறது. அதிகாரம் பண்ணத் தெரியாவிட்டால், பகுத்தறிவே சிறப்பென்று கொள்ளவேண்டி வருகிறது. கு-என்யு, செங் சியாவோ, சுமா சீயன் ஒத்தவர்களை நாம் காண்கிறோம். இவர்களிடம், விக்டர் யூகோவையும் பால்சாக்கையும் போன்ற, சோர்வற்ற உடற் சுறுசுறுப்பை மிகுதியாகக் காண்கிறோம். இரண்டாயிரம் ஆண்டுகள் பணிவான வாழ்க்கை வாழ்ந்த சீனரின் வாழ்க்கைப் பயன் இப்படித்தான் இருக்க முடியும்.

சீன மக்களின் முடியையும் தோலையும் ஆராய்ந்தால், அவர்கள் ஆயிரக்கணக்கான ஆண்டுகளாக வீட்டிற்குள்ளேயே நாகரிக வாழ்க்கை நடத்தியவர்கள் என்பதை அறியலாம். இந்த வாழ்க்கையின் பயன்களில் ஒன்று, முகத்தில் தாடி முளையாமை. பெரும்பாலான சீனர்கள் சொந்த க்ஷவரக் கத்தியை அறியார். மேற்கூறிய வாழ்க்கையே இதற்குக் காரணம். ஆடவர் மார்பில் முடி முளைத்துச் சீனர் அறியார். ஐரோப்பாவிலோ மீசை முளைத்துள்ள பெண்களைக்கூட நாம் அடிக்கடி சந்திக்க நேரும். சீனாவிலோ மீசை முளைத்த பெண் என்ற பேச்சுக்கு இடமேயில்லை. புத்தகங்களில் வரும் குறிப்புகளைக் கொண்டும் சிறந்த மருத்துவர்கள் சொல்லியிருப்பதைக் கொண்டும், சீனப் பெண்களுக்கு அரையில் முடியே முளையாதிருப்பது சாதாரணமென்று அறிகிறோம். ஐரோப்பியரைவிடச் சீனர் தோல்களில் உள்ள துளைகள் மிகவும் நுட்பமானவை. இதனால் பெரும்பாலான சீனப் பெண்களுக்கு, ஐரோப்பியப் பெண்களைவிட உடலமைப்பு மென்மையாயும் அழகாயும் இருக்கிறது. சீனப் பெண்களின் தசைகள் மிகவும் சதைப்பற்றாயிருக்கும். இந்த மென்மை பாதத்தைக் கட்டுகிற

முறையின் காரணமாக வளர்க்கப்பெற்று வந்துள்ளது. இந்த முறைக்குக் காமக் கவர்ச்சியுமுண்டு. பாதத்தைக் கட்டுவதால் உடல் மென்மையடையும் என்பதையறிந்தே சீனர்கள் இந்த முறையைக் கடைப்பிடித்து வந்திருக்கிறார்கள். குவான்டங் பகுதியிலுள்ள ஸின்பெங் என்னுமிடத்தில் கோழிகளை வளர்ப்பவர்கள் இந்த உண்மையை நன்கு அறிந்திருக்கிறார்கள். நடமாடுவதற்கு இடமின்றி இருட்டு அறைகளில் கோழிக் குஞ்சுகளைப் போட்டு, ஆயுள் முழுவதும் அதற்குள்ளேயே பூட்டிவைத்து அவற்றை வளர்ப்பார்கள். இந்த முறையில் வளர்க்கப் பட்ட ஸின்பெங் கோழிக் குஞ்சுகள் மிகவும் மென்மையானவை. இதன் காரணமாக, சுரப்பிகளில் நீர் சுரப்பது குறைந்திருக்கும். அந்நியர்கள் உடம்பில் வேர்வை நாற்றம் அதிகமாக இருப்பதால் தான் அவர்கள் நாள்தோறும் குளிக்கிறார்கள் என்று சீனர்கள் தவறாகக் கற்பனை செய்துகொள்கிறார்கள். எல்லாவற்றையும் விட, குரலில்தான் அதிக வேற்றுமை தென்படுகிறது. ஐரோப்பியர் குரலிலுள்ள கம்பீரம் சீனரிடம் இல்லாது போனமைக்கு இந்த வாழ்க்கையே காரணமாகும்.

புலன்களைப் பற்றிய சான்றுகள் கிடைப்பதாக எனக்குத் தெரியவில்லை. எனினும், காதும் கண்ணும் கூர்மை குறைந்து விட்டன என்று சொல்லப் போதிய ஆதாரமில்லை. சீனத்தில், அடுக்களை என்று சொல்லும் சொல்லிலேயே நறுமணத்தின் சிறப்புப் பொருந்தியிருக்கும்; தவிர, பீக்கிங் பகுதிகளிலே, குழந்தைகளை முத்தமிடுதலை 'மோத்தல்' என்பார்கள். உண்மையும் அதுதான். பிரஞ்சு மொழியில் 'பெண் நறுமணம்' என இருப்பதுபோலவே, சீன இலக்கிய மொழியிலும், 'சதை நறுமணம்' (பெண் உடல் என்பதைக் குறிக்கும்), 'வெண்பளிங்கு நறுமணம்' என்பன போன்ற தொடர்கள் உள்ளன. குளிர், சூடு, வலி, வெறும் ஓசை இவற்றை உணருந்திறன் வெள்ளை ஜாதியாரைவிடச் சீனருக்குக் குறைவு. இவ்வித உணர்வுக் குறைவு, சீனர் பொதுக் குடும்பமுறையில் வாழ்க்கை நடத்தியதால் பழக்கமாகிவிட்டது. சீனர்களிடம் காணப்படும் நரம்புவலி யொன்றைப் பற்றித்தான் மேலைநாட்டினர் வியப்படையலாம். புலன் உணர்ச்சியானது பெரும்பாலும் குறிப்பிட்ட சில சிறப்புத் துறைகளில்தான் சிறப்படைவதுண்டு; சீனர் குடிசைத் தொழிலாகச்

செய்கிற பொருள்கள் மிக அழகுவாய்ந்தவையாய் இருப்பது இதற்கு எடுத்துக்காட்டாகும். அப்படியிருந்தும் நேர்மாறாக, நோய், துன்பம், நோவு முதலியவற்றைச் சீனர் மிகப் பொறுமையுடனும் ஓரளவு முரட்டுச் சுபாவத்துடனும் சகித்துக்கொள்வார்கள். இந்த சகிப்புத்தன்மை சீனர்களிடம் மிகுதி.

3. புதிய இரத்தக் கலப்பு

நரம்பின் வலுவினாலோ, துன்பத்தைப் பொறுத்துக்கொள்ளும் ஆற்றலினாலோ மட்டும், மக்களினமென்ற முறையில் சீனர்கள் உயிர் பிழைத்துவிடவில்லை. மங்கோலிய இனத்தார் சீனரான காரணத்தாலேயே, சீன இனம் உயிர்பிழைத்தது என்பதுதான் உண்மை. ஒருவிதமான ஒட்டுமான வேலை இனம் முழுமையுமே நடந்ததென்று கூறலாம். புதிய இரத்தக் கலப்பு ஏற்பட்ட காலங்களிலெல்லாம் புதியதொரு பண்பாடும் தோன்றியே இருக்கிறது. சீனமக்களினத்தின் பொது அமைப்பையும் உடலின் நிலைமையையும் கவனித்தால், நீண்டகால நாகரிக வாழ்வினால் ஏற்படக்கூடிய நன்மைகள் அவர்களிடம் ஏற்படவில்லை என்பதையும், போர்க்குணம் படைத்த புதிய இனத்தவரின் தாக்கு தலைச் சமாளிக்கும் ஆற்றலை இல்லாமலாக்கும் சில நூதன இயல்புகள் அவர்களிடம் படிந்துவிட்டன என்பதையும் அறியலாம்.

வாழ்க்கை என்பது மிகவும் அமைதியான, மந்தமான, மெதுவாக நகர்ந்துகொண்டிருக்கிற ஒரு செயல் என்று சீனர் கருதுவதுண்டு. துணிகரமான செயல்களைப் புரிவதற்கும் தடபுடலான காரியங்களைச் சாதிப்பதற்கும் ஏற்றதன்று எனக் கருதுவார்கள். அவர்களுடைய உள்ளமும் ஒழுக்கம் பற்றிய பழக்கவழக்கங்களும் இதேபோல அமைதியாகவும் மந்தமானதாகவும் இருக்கும். என்ன காரணத்தால் வடக்கிலுள்ளவர்கள் குறிப்பிட்ட காலத்திற்கு ஒரு முறை தெற்கே படையெடுத்து வந்து நாடுபிடித்திருக்கிறார்கள் என்பதைப் புரிந்துகொள்வது இதனால் எளிதாகும். அரசியல் வாழ்வைப் பொறுத்தவரையில் நாடுபிடிப்பவர்களிடம் இவ்விதம் சிக்கி, சீனம் பல முறை நாசமடைந்தது. இங்ஙனம் பலமுறை அரசியலில் அடிமைத்தனம் அடைந்த போதிலும், சீனம் இன்று சீனமாக இருப்பதே பெரிய செயல். இதுவே இப்போது ஆராயத்தக்க செய்தியேயன்றி, முஸ்லிம்களின் முன்னேற்றத்தை டூர்ஸ் என்ற

இடத்து நிகழ்ந்த போரில் எப்படிக் கிறிஸ்துவ உலகம் தடை செய்ததோ, அதேபோல, எதிர்த்துவந்த படைகளைச் சீனர் எப்படிச் சமாளித்தனர் என்பது ஆராய்ச்சிக்குரிய செய்தியன்று. இருந்தும் இந்தச் சிரமங்களையும் இழப்புகளையும் எவ்வாறு சமாளித்து, தம் இனத்தின் தனிப்பண்போ தொன்று தொட்டுத் தொடர்பாய் இருந்துவந்த பண்பாடோ ஒருசிறிதும் குறைந்து போகாதபடி, புதிய இரத்தக் கலப்பினால் நன்மையும் அடைந் திருக்கிறார்கள் என்பதே ஆராயத்தக்க செய்தியாகும். தொடக்கத்தில் காணப்பட்ட வலிமை குன்றிய போதிலும், அதனால் இன வலிமையோ எதிர்த்துச் சமாளித்து நிற்கும் ஆற்றலோ குறைந்து போகாதபடி, சீனர் தேசிய வாழ்க்கையைச் சீர்படுத்தி அமைத்து இருந்தார்கள். சீனாவில் இனவலிமை இருப்பதற்கும் சமாளித்து நிற்கும் ஆற்றல் காணப்படுவதற்கும் மூலகாரணம் எதுவோ, அதுவே, சீனா இன்று உயிர் பிழைத்திருப்பதற்கும் மூலகாரணம் ஆகும்.

இனவலிமையோடு இன்று சீனர் விளங்குவதற்குப் புதிய இரத்தக் கலப்பே பெரும்பகுதி காரணமாகும். வரலாற்றுபூர்வமாக, இந்த இரத்தக் கலப்பு எண்ணூறு ஆண்டுகளுக்கு ஒரு முறை ஒழுங்காக ஏற்பட்டு வந்திருக்கிறது. இதைப் பார்த்தால் சீன சமுதாயம் இனவலிமையோடு விளங்குவதற்குக் குறிப்பிட்ட காலத்திற்கு ஒருமுறை இப்படி இரத்தக் கலப்பு ஏற்பட வேண்டியது அவசியம் என்று எண்ணத் தோன்றுகிறது. சமூகத்தின் உள்ளமைப்பில் ஏற்பட்ட ஒழுக்கச் சீர்கேடே, இப்படிக் குறித்த காலத்துக்கு ஒரு முறை பூசல்களைத் தோற்றுவிக்கிறது என்று எண்ணத் தோன்றுகிறதேயன்றி, பூசல்களால் சீர்கேடு ஏற்பட்ட தென்று எண்ணத் தோன்றவில்லை. ‘குறிப்பிட்ட காலத்திற்கு ஒரு முறை சீனாவில் ஏற்பட்ட உள்நாட்டுச் சண்டைகள்’ என்ற சிறந்த கட்டுரையில் இதைப்பற்றி டாக்டர் ஜே.எஸ். லீ என்பவர் புள்ளிவிவரங்களோடு ஆராய்ந்திருக்கிறார். குழப்பமும் அமைதியும் குறிப்பிட்ட காலம் விட்டுவிட்டு முறையாக வருவதைக் கவனிக்கும் போது, இவை தற்செயலாய் நேர்ந்தவை என்று முடிவு செய்யலாகாதென்றும் மக்களின் நடவடிக்கையாக மட்டுமிருப்பின் இவ்வளவு முறையாய் நடைபெறுவதற்கில்லை என்றும் அவர் கருதுகிறார்.

சீனதேச வரலாற்றை எண்ணூறு ஆண்டுகளுக்கு ஒரு காலப் பகுதியாக எளிதில் பாகுபாடு செய்யலாம். இந்தப் பகுதி ஒவ்வொன்றின் தொடக்கத்திலும் ராணுவ வலிமையுடைய வமிசத்தினர் சிறிது காலம் ஆட்சி செய்து, சீனத்தில் பல நூற்றாண்டுகளாயிருந்த உள்நாட்டுக் குழப்பத்தைப் போக்கித் தேசத்தை ஐக்கியப்படுத்தி இருக்கிறார்கள். இதைத் தொடர்ந்து தேசத்தில் நாலைந்து நூற்றாண்டுகள் அமைதி நிலவும். பின்னர் அரசர் பரம்பரை மாறும். தொடர்ந்து போர்கள் நிகழ்ந்தபடி இருக்கும். அவை காரணமாக, வடக்கிலிருந்து தென் பகுதிக்கு அரசாங்கத் தலைநகரம் மாறும். இதன் பிறகு தென்பகுதிக்கும் வடபகுதிக்கும் முன்னிலும் அதிகமான போர்களும் பூசல்களும் ஏற்படும். அந்நியர் வந்து நாட்டை அடிமையாக்கி, ஆட்சி செய்யத் தலைப்படவே, பூசல்கள் குலைந்து, இதனோடு ஒரு பருவம் முடிவுறும். இதே வரலாறு மாறி மாறி நடைபெறும். சீனா மறுபடியும் ஐக்கியமடையவே சீனர் ஆட்சி செய்யத் தொடங்குவர். நாகரிகமும் பண்பாடும் புதிதாய்த் தளிர்க்கத் தலைப்படும்.

ஒவ்வொரு பருவத்திலும் நிகழும் முக்கிய நிகழ்வுகள், காலமும் தொடர்பும் பொறுத்தவரையில், எல்லாப் பருவங்களிலும் ஒரே மாதிரியாகவே உள்ளன. எடுத்துக்காட்டாக, ஒரு பெரிய பொறியியல் சாதனை நிகழ்ந்ததை டாக்டர் லீ விவரமாய்க் குறிப்பிடுகிறார். ஒவ்வொரு பருவத்திலும் குறித்த ஒரு துறையில் பெரிய நிர்மாண வேலை நடைபெற்றிருக்கிறது; அதைத் தொடர்ந்து புதிய பண்பாடும் தோன்றியிருக்கிறது. முதலாவது பருவத்தில், சின் அரச பரம்பரையினர் சீனப் பெருஞ்சுவர் கட்டினார்கள். 'ஒபங்குங்' என்று சொல்லப்படும் பிரமாண்டமான அரண்மனைகளையும் கட்டினார்கள்; இந்த அரண்மனைகள் சிறிது காலத்திற்குள் நெருப்புக்கு இரையாகி, அந்தத் தீ மூன்று மாத காலம் எரிந்ததாம். இரண்டாம் பருவத்தில் சூபி சக்கரவர்த்தி சீனப் பெருவாய்க்கால் தோண்டச் செய்தார்; உன்னதமான அரண்மனை களையும் கட்டினார். மூன்றாம் பருவத்தில், பெருஞ்சுவரைப் பழுதுபார்த்துச் செப்பனிட்டார்கள். அவர்கள் பழுதுபார்த்துச் செப்பனிட்ட பெருஞ்சுவரே இன்றும் இருந்துகொண்டிருக்கிறது. பல புதிய அணைகளையும் கால்வாய்களையும் இந்த அரச பரம்பரையினர் நிர்மாணித்தார்கள். மிங் அரச பரம்பரையைச் சேர்ந்த

சக்கரவர்த்தி யுங்ளோ என்பவர் பீக்கிங் நகரத்தை நிர்மாணித்து, மிகவும் புகழ்பெற்ற பெரிய நூலகம் ஒன்றையும் ஏற்படுத்தினார்.

இந்த மூன்று பருவங்களின் கால அளவு வருமாறு: (1) சின் வமிசத்திலிருந்து ஆறு வமிசங்களும் தார்த்தாரியர் படையெடுப்பும் கிமு221 முதல் கிபி 588 வரை, ஆக 830 ஆண்டுகள். (2) சூங் வமிசத் தொடக்கம் முதல் மங்கோலியர் படையெடுப்பு வரையில் (589-1397) 780 ஆண்டுகள். (3) மிங் அரச பரம்பரையிலிருந்து இப்போதுள்ள காலம்வரை. இந்தப் பருவம் இன்னும் முற்றுப் பெறவில்லை. ஆனால், சென்ற அறுநூறு ஆண்டுகளாக இது பழைய போக்கை மிக வியப்பான முறையில் அனுசரித்தே நடைபெற்று வருகிறது. மிங் வமிசம் ஆட்சி செய்த ஐந்நூறு ஆண்டுகளில் நாட்டில் அமைதி நிலவிற்று. இந்த அமைதி வழக்கத்தை அனுசரித்து முடிந்துவிட்டதென்று தெரிகிறது. பின்னர் 1850-ஐ யொட்டித் தைப்பி கலகம் எழுந்தது. இதுவே இந்தப் பருவத்தில் ஏற்பட்ட உள்நாட்டுக் கலகம். இதன் பின்னர் உள்நாட்டுப் போர்கள் பெருகிவிட்டன; வழக்கம்போல், தலைநகரை 1627இல் பீக்கிங்கிலிருந்து நான்கிங்கிற்கு மாற்றி விட்டார்கள்.

தென் பகுதிக்கும் வட பகுதிக்குமிடையில் போர் நடந்து, வடசீனமானது பழைய வழக்கத்தையொட்டி, இந்தப் பருவத்தில் மிச்சமிருக்கும் இருநூறு ஆண்டுகளில், அந்நிய இனத்தினருக்கு அடிமைப்பட்டுப் போகும் நிலைமை இன்னும் வரவில்லை என்பதை எதிர்கால நோக்கோடு நாம் இங்கு நினைவுகூர்வது அவசியம்.

கீழே தரப்பட்டுள்ள படங்களைக் கொண்டு, சீனாவில் சென்ற இரண்டாயிரம் ஆண்டுகளுக்கிடையில் நடைபெற்றுள்ள வரலாற்றை நாம் குறிப்பாகத் தெரிந்துகொள்ளலாம். வளைவான கோடுகள் சீனாவில் போர் ஏற்பட்ட கால அளவைக் காட்டுகின்றன.

முதல் பருவத்திற்கு முன்பு ஆட்சி செய்த சௌ வமிச ஆட்சி முறையிலும் இவ்விதமே ஒற்றுமை இருந்தது என்று டாக்டர் லீ கருதுகிறார். சௌ வமிசம் கிமு 1122 தொடங்கி, ஏறக்குறைய 908 ஆண்டுகள் ஆட்சி செய்திருக்கிறது. இந்த ஆட்சிக் காலத்தை, சீன நாகரிகத்தின் முதல் மலர்ச்சி எனக் கருதலாம். 450 ஆண்டுகள் நாட்டில் அமைதி நிலவி, சீனத்திற்குள்ளேயே அரசியலும்

விரிவடைந்த பின்னர், கிமு 1770இல் தலைநகரைக் கிழக்கே மாற்றிவிட்டார்கள். வடமேற்கிலிருந்து தொந்தரவு ஏற்பட்டதன் விளைவே இந்த மாற்றத்துக்குக் காரணம். இதன்பின், குறுநில அரசுகளிடையே போரும் பூசல்களும் தோன்றின. மத்திய அரசாங்கம் ஆதிக்கத்தைத் தன்வசம் வைத்துக்கொள்ளத் திறனின்றி, மெல்ல மெல்ல, ஆங்காங்கிருந்த ஜமீன்தார்களுக்கு விட்டுக்கொடுக்கும்படி நேரிட்டன. கன்பூசியஸ் எழுதிய வரலாற்றில் குறிப்பிட்ட காலமும் (கிமு 722 முதல் 581 வரை) போரிடும் நாடுகள் என்ற நூல் கூறும் சங்குவோ காலமும் (கிமு 502 முதல் கிமு 221 வரை) இதுவே. சூ வமிசத்தார் தங்கள் ஆட்சியின் பரப்பை, அக்காலத்திய நாகரிக சீனத்தின் முதல் பகுதி முழுமையும் மெல்ல விரித்துக்கொண்டே போனார்கள். அந்தப் பருவம் இதனோடு முடிவடைந்தது. புகழ்பெற்ற சின் சக்கரவர்த்தி தலைமையில் நாடுபிடித்தல் ஆரம்பமாகி, மறுபடியும் சீனம் ஐக்கியத்தை அடைந்தது. இப்போது நாட்டைப் பிடித்தோர், காட்டுமிராண்டித்தனமான அந்நிய பழக்கவழக்கங்களைக் கடைப்பிடித்த இனத்தவராவர்.

இந்த மாதிரியான நிகழ்ச்சிகளுக்கு, இனம் தொடர்பாகவோ, பொருளாதாரம் தொடர்பாகவோ, தேசத்தின் பூகோள அமைப்பு தொடர்பாகவோ ஒரு காரணம் புலப்பட்டாக வேண்டும். நானூறு ஐந்நூறு ஆண்டுகள் ஒரு நாட்டில் அமைதி நிலவுமாயின் மக்கள்தொகைப் பெருக்கம் அதிகமாகும்; இதை ஒரு முக்கிய காரணமாகச் சொல்லலாம். அமைதியும் பண்பாடும் தொடர்ந்தாற் போல் ஐந்நூறு ஆண்டுகள் உலகில் வேறு எந்த நாட்டிலாவது வழங்கினவா என்பது ஐயத்திற்குரியதுதான். சீனம் மட்டும் இதற்கு விலக்கென்று சொல்வதற்கு நியாயமும் இல்லை. எனினும், சீனத்தின் இலக்கிய வரலாற்றை ஆராய்ந்து பார்த்தால் வெளிப்படையான மற்றொரு காரணம் புலப்படும். தென் பகுதிக்கும் வடபகுதிக்கும் போட்டியும் பூசலும் இருந்துவந்த காலத்தில், ஒழுக்கச் சீர்கேடு ஏற்பட்டிருக்கிறது என்பதை இலக்கியத்திலும் கவிதையிலும் காண்கிறோம்; முன்னரே காட்டிய பாடல்களால் இதை அறியலாம். வடபகுதியினர் படையெடுத்து வந்த முதல் பருவத்தில் அதாவது ஆறு வமிசத்தார் ஆண்ட காலத்தில், கிழக்கு கின் பகுதியிலிருந்து சீனத்தை சூய்

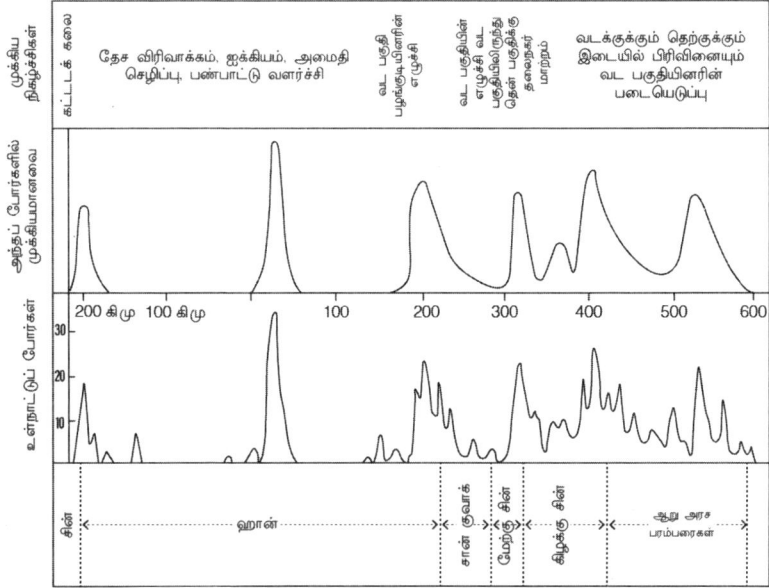

என்பவர் ஐக்கியப்படுத்திய காலத்தில், காட்டுமிராண்டித்தனமான சீனர்கள் வட சீனாவை வந்து தாக்கினார்கள். தென் சுங் வமிசத்திலிருந்து மங்கோல் வமிசம் ஆட்சிசெய்த காலத்தையும் கணக்கில் சேர்த்துப் பார்த்தால், இலக்கிய நடையில் சீர்கேடும் வீரமற்ற வாழ்க்கை முறையும் ஏற்பட்டிருப்பதைக் காணலாம். இந்தக் காலம் இரண்டாம் பருவம் ஆகும். முதல் பருவம் செயற்கைப் போக்கான தடபுடலான வசன நடைக்குப் பெயர்போனது.

இரண்டாம் பருவத்தில் வீரமற்ற கவிதைகள் தோன்றின. கவனித்துப் பார்த்தால் சொற்கள் குறைவாயிராமல் மிகையாய் இருப்பதையும் இசையோடு பாடுவதற்கு ஏற்றதாய் இருப்பதையும் காணலாம். இதில் கிராமியப் போக்கு இயற்கையை ஒட்டிய தன்மை யாதொன்றுமிராது; சிதைந்துபோன பண்பாடுடன் கூடிய மிக நாகரிகம் வாய்ந்த நகர வாழ்க்கையின் மணம் வீசுவதாய் இருக்கும். பணக்கார ஆடம்பர வாழ்க்கையிலும், தடபுடலான சொற்சுவையிலும் மிகவும் பண்பட்ட கலை, இலக்கியம் ஆகிய வற்றின் விமர்சனத்திலும் சீனர்களுக்கு விருப்பம் அதிகம்.

இந்தப் பருவத்தில் படம் வரைதலும் சித்திரம் வரைதலும் வளர்ந்தோங்கின. பணக்காரக் குடும்பங்கள் தோன்றி, நிலை

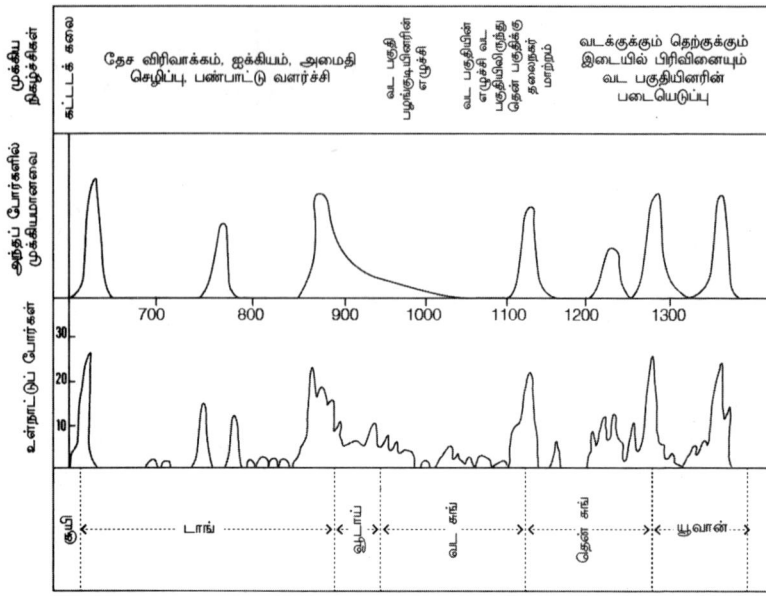

இரண்டாம் பருவம் (589-1367) 780 ஆண்டுகள்

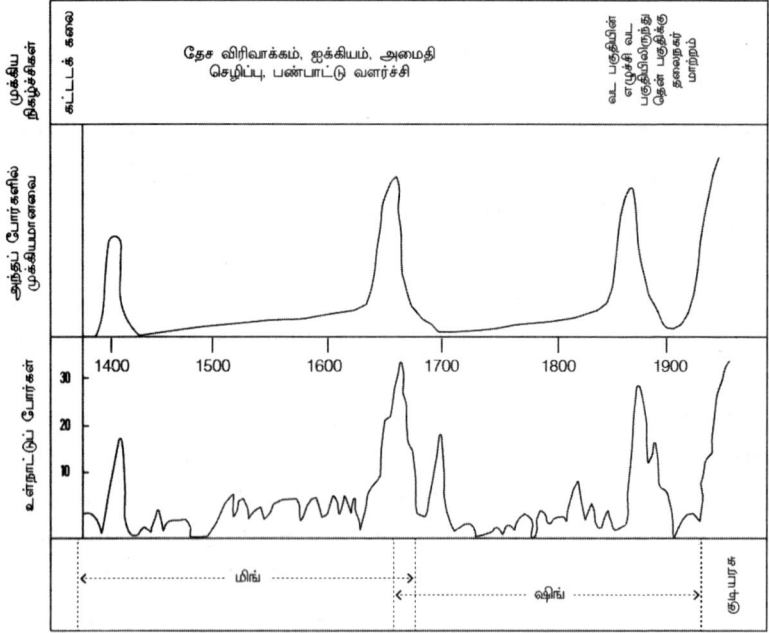

நடப்புப் பருவம் (1368இலிருந்து நடப்புப் பருவம்)

பெற்று, கலைப் பரம்பரையை வளர்த்து வந்தன. ஆறு வமிசத்தார் ஆட்சிபுரிந்த காலத்தில் இலக்கிய விமர்சன உணர்ச்சி முதன் முதலாக நடைமுறையில் தோன்றியது. வாங் ஹிசிசீ என்ற சிறந்த எழுத்தாளர் இந்தக் காலத்தில்தான் வாழ்ந்தார். இவர் மிகப் பெரிய பணக்காரக் குடும்பத்தைச் சேர்ந்தவர். இவரே முதல் எழுத்தாளர் என்று கருதலாம். கலையுலகில் உள்ள சிறப்பிலே அரசியலின் இழிவும் குறைபாடும் ஒட்டிக்கொண்டன. இந்தக் காலத்தில் தென் சீனத்தை ஆண்ட அரசர்களுக்குத் தங்கள் தங்கள் அரியணையை நிலைபேறுடையதாய் வைத்துக்கொள்ளத் தெரியாவிட்டாலும், சுவை நிறைந்த கவிதைகளை மட்டும் எழுதத் தெரியும். லியாங் உட்டி, நாண்டாங் ஹவுச்சு, செங் ஹவுச்சு முதலியோர் இவ்வாறு அரசர்களாகவும் கவிஞர்களாகவும் விளங்கினார்கள். இந்த வமிசங்களைச் சேர்ந்தோர் மிகவும் குறைந்த காலமே ஆட்சி புரிந்தனர். இருந்தும், மிக நுட்பமான உணர்ச்சி ததும்பும் கவிதையை இவர்கள் இயற்றியிருக்கிறார்கள். தெற்கு சுங் வமிசத்தைச் சேர்ந்த சக்கரவர்த்தி ஹுசங் சிறந்த ஓவியராக விளங்கினார்.

இருந்தும் இந்தப் பருவங்களில்தான் இனம் புதிய வலிமை பெற்றுத் திகழ்வதற்கு தோற்றுவாய் செய்யப்பட்டது. வடக்கி லிருந்து வந்தவர்கள் அதிகாரம் பெறும் வரையில்தான் நாடு பிடிப்பவர்களாய் இருந்தார்கள். மற்று, கீழ் இருந்தவர்கள் அனைவருமே சீனர்கள்தாம். வடக்கிலிருந்து வந்து ஆட்சிபுரிந்த வீ வமிசத்தார் சினப்பி என்னும் இனத்தைச் சேர்ந்தவர்களா யிருந்தும் சீனப் பண்பாட்டை ஏற்றுக்கொண்டதோடன்றி, சீனப் பெண்களையும் தாராளமாக மணந்துகொண்டார்கள். இங்ஙனமே சுங் பரம்பரையைச் சேர்ந்த கின் (மஞ்சு) ராஜ்யத்தோரும் பெரும் பகுதி சீனராகவேயிருந்தனர். இனங்கள் ஒன்றோடொன்று கலந்து பொங்கி வந்தன. பண்பாட்டு முறையிலும் அந்நிய ஆதிக்கம் இந்தக் காலத்தில் அதிகமாய் ஊடுருவிப் பரவியது. பௌத்த மதமும் இந்திய சிற்பமும் முதலாவது பருவத்தின் இறுதிக் காலத்தில்தான் சீனர்களிடையே பரவத் தொடங்கின. இரண்டாவது பருவத்தின் இறுதிக் காலத்தில் மங்கோலிய நாடகமும் இசையும் பரவத் தொடங்கின. இப்படி ஏற்பட்ட இசைக் கலையின் நன்மைக்கான அறிகுறிகளை மொழி அமைப்பிலும் மக்களின் உடலமைப்பிலும்

காணலாம். இந்தக் கால வடபகுதிச் சீனரிடம் பேச்சுத் தொனி தடிப்பாயும், உச்சரிப்பு ஏற்ற இறக்கமாயும் அழுத்தமாயும் இருக்கும். அந்த மக்கள் உயரமாயும் நாட்டுப்புற நகைச்சுவை பெற்றவர்களாயும் இருப்பார்கள். இவ்விதமாக அந்நிய இனங்கள் கலந்து இரத்தக் கலப்பு ஏற்பட்டதால்தான் பெரும் பகுதி இனம் தப்பிப் பிழைத்து இருந்து வருகிறதெனலாம்.

4. பண்பாட்டின் உறுதிப்பாடு

ஆயினும், இந்த விளக்கம் மட்டும் எல்லாவற்றையும் தெளிவாக்க வில்லை; குறிப்பிட்ட காலத்திற்கு ஒரு முறை ஏற்பட்ட அரசியல் சீர்கேடுகளைச் சமாளித்து, இந்த தேசம் அழிந்து போகாமல் இருப்பது எவ்வாறு சாத்தியம் ஆயிற்று? பிற்காலத்தில் லம்பாடியர்கள் ரோமானியர்களைத் தாக்கியபோது, ரோமானியர் அழிந்துபோனதுபோல், சீனர் அழிந்து போகாமல் இருப்பதன் இரகசியமென்ன? அந்நிய இரத்தத்தைத் தன்னகத்தே கொண்டு வாழ்வதற்கு, சீனர்களுக்கு இனவலிமையும் திறமையும் எவ்வாறு உண்டாயின? இந்தப் பிரச்சினைகளைப் பற்றி ஆழ்ந்து ஆராய்ந்தால் தான் இன்றுள்ள நிலைமைகளை நாம் உள்ளது உள்ளவாறு அறிய முடியும்.

சீன மத்திய வகுப்பார் மிகவும் பிற்போக்குடையவர்கள்; ஆயினும், சீன மக்கள் அரசியல் கஷ்ட நஷ்டங்களைச் சரிப்படுத்தி அந்நியர்களுடன் இரத்தக் கலப்பு வைத்துக்கொண்டு வெற்றி யடைந்திருப்பதற்கு இனவலிமையும் உயிர்த் தத்துவமுமே காரணங்களென்று கூறுவார்கள்; இவை பாதி உடல் அமைப்பாலும் பாதி பண்பாட்டு அமைப்பாலும் தோன்றியவை. இனம் நிலைபெற்று நிற்பதற்கு உதவி செய்த பண்பாட்டு சக்திகளிலே சீனக் குடும்ப அமைப்பு முறையைத்தான் முதன்முதலாகக் குறிப்பிட வேண்டும். ஒருவன் எந்தப் பரம்பரையைச் சேர்ந்தவன் என்பதை மறந்துவிடாதபடி குடும்பத்தை நிர்மாணித்து அதற்கு உருவம் கொடுத்திருக்கிறார்கள் சீனர்கள். இந்த அமைப்பு முறையை—சமூகம் கொடுத்துதவிய இறவா வரம்பெற்ற இந்த அமைப்பு முறையை—உலகத்திலே மனிதனின் மிக உயர்ந்த செல்வமாகச் சீனர் கருதுகிறார்கள். இந்தக் கருத்து மதவுணர்ச்சியை ஒத்தது. முன்னோர் வழிபாடு என்ற சடங்கு இந்த உணர்ச்சியைப்

பெருக்கி வருகிறது. அதைப்பற்றிய உணர்வு சீனர்களின் ஆன்மா விற்குள்ளும் ஆழமாய்ச் சென்று பதிந்திருக்கிறது.

மதவுணர்வு பொருந்தி நல்ல முறையில் நிர்மாணிக்கப்பட்ட இத்தகைய குடும்ப அமைப்புமுறை, இதே உணர்ச்சி குறைவாக உள்ள அந்நியர்கள் வந்து மோதியபோது, சீனர்களுக்கு மிகப் பெரிய பாதுகாப்பாயிருந்தது. காட்டுமிராண்டிகளும் கலப்பு மணம் செய்துகொண்டவர்களுக்குப் பிறந்தோரும் குடும்பத்தோடு கலந்து குடும்பமாக ஆவதற்குப் பெரிதும் விரும்பினார்கள். குடும்ப உணர்ச்சி அவர்களுக்கு எல்லையில்லாத ஒரு நிறைவை அளித்தது. தாம் இறந்துபோயினும் தமது குடும்பம் மடிந்து போகாது தொடர்ந்து வளர்ந்தோங்கும் என்ற உணர்ச்சி அவர்களுக்குப் பெருமகிழ்ச்சியைக் கொடுத்தது. மேலும் குடும்பமுறை மக்கள் தொகை பெருகுவதற்கு ஊக்கமளிப்பதாயிற்று. எடுத்துக்காட்டாக, லின் குடும்பம் நீடித்து நிற்கவேண்டுமானால், லின் வமிசக் குழந்தைகள் உலகில் அதிகமாகப் பிறக்க வேண்டுவது அவசிய மாகிறதல்லவா?

குடும்ப முறைதான், முக்கியமாக, ஹோனானைச் சேர்ந்த யூத ஜாதியார்களைச் சீனர்களாக்கிவிட்டது. யூதர்களுக்கும் சீனர் களுக்கும் இடையில் வேற்றுமையே இல்லாதவாறு யூதர்கள் ஐக்கியமாகிவிட்டார்கள். யூதர்கள் பன்றி இறைச்சி சாப்பிட மாட்டார்கள் என்பது பழஞ் சம்பிரதாயம். இது, இன்று பேச்சளவில்தான் இருக்கிறதேயன்றி வேறில்லை. இனஉணர்வு யூதர்களுக்கு மிக அதிகம். அப்படியிருந்தும் அந்த உணர்வை, குடும்ப உணர்ச்சி மிகுதியுமுடைய சீனர் வென்றுவிட்டனர். இன நூல் துறையில் இந்த செயல் ஒரு சாதாரணமான செயலன்று. தன் இனத்திலும் தன் இனத்தைப் பற்றிய பெருமையிலும் யூதர்களைக் காட்டிலும் குறைந்த வலிவுடையவர்களை வெற்றி கொள்வது சீனர்களுக்கு மிக மிக எளிது. எடுத்துக்காட்டாக, வடக்குத் தார்த்தாரியர்களைச் சொல்லலாம். இந்த விசயத்தில் படையெடுத்து வரும் அந்நிய நாட்டினரைவிடச் சீனர்களுக்கே அதிக வசதிகள் இருக்கின்றன. மஞ்சூரியாவை ஜப்பானியர் எவ்வளவுதான் ஜப்பானியமாக்கியபோதிலும், அது எப்போதும் சீன நாடாகவே விளங்கும் என்று சொல்வது இந்தக் கருத்தில் தான். அரசியல் ஆட்சிமுறை மாறலாம்; அரசர்களும் மாறலாம்.

சீன மக்கள் ✤ 51

ஆனால், சீனக் குடும்பங்கள் மட்டும் எப்போதும் சீனக் குடும்பங் களாகவே இருக்கும்; மாற மாட்டா.

சமூகம் சிதைந்து போகாமல் பண்பாட்டு நிலைபெற்றிருந்த தற்கு இன்னொரு காரணமும் உண்டு. சீனத்தில் நிலையான வர்க்க வேற்றுமைகள் எந்தக் காலத்தும் இருந்ததில்லை. அரசு ஏற்படுத்தி யிருந்த தேர்வில் தேறிவிட்டால், சமூகத்தில் யாருமே மிக உயர்ந்த தகுதியை அடைய இடமுண்டு. குடும்ப அமைப்புமுறை, மக்கள்தொகை பெருகி, இனம் தொடர்ந்து பிழைத்திருப்பதற்கு வசதி செய்து கொடுத்தது. அரசுத் தேர்வு முறை, சிறந்தவர்களைத் தேர்ந்தெடுத்து, தகுதி பெருகுவதற்கு இடமளித்தது; அறிவும் திறமையும் பெருகி வளர இது உதவியது. பிறக்கும்போதே யாரும் பெரிய கனவானாய் பிறப்பதில்லை என்பது சீனருடைய முடிவான கொள்கை. இதை வைத்தே தாங் அரச பரம்பரையினர் தேர்வுமுறையை ஏற்படுத்தினார்கள். ஹான் வமிசத்திலிருந்த ஆட்சிமுறை, உத்தியோகப் பரிந்துரைகள் என்பவற்றைத் தழுவியே இந்தத் தேர்வு முறை ஏற்பாடு செய்யப்பட்டது. வீ வமிசத்தார், சின் வமிசத்தாருக்குப் பிறகு (6-4 கிபி) தேர்வில் ஒரு மாறுதல் ஏற்படலாயிற்று. பெரும்பாலும் செல்வாக்குள்ள குடும்பத் தினருக்கே அரசாங்கப் பதவி பின்னர் கிடைப்பதாயிற்று. 'உயர்ந்த வர்க்கத்தில் எளிய படிப்பாளிகள் யாருமேயில்லை; கீழ் வர்க்கத்தில் அரசாங்க அதிகாரிகள் யாருமே இல்லை' என்று சொல்லும்படியாயிற்று. இந்தப் பழக்கம் சின் வமிசத்தில் பணக்காரக் குடும்பங்கள் தழைத்தோங்குவதற்கு வசதியாய்விட்டது.

தாங் அரச பரம்பரையில் தொடங்கிய சாம்ராஜ்ய தேர்வு முறை, (7-9 நூற்றாண்டுகள் இரண்டும் உள்பட) சிறுசிறு மாற்றங் களுடனே, பிற்கால அரச பரம்பரையினரால் 1605ஆம் ஆண்டுவரை கடைப்பிடிக்கப்பட்டு வந்தது. வறுமையிலிருந்து அதிகாரத்தை அடையவும் அதிகாரம் அடைந்து புகழ்பெறவும் யாவருக்கும் இதனால் சாத்தியமாயிற்று. தேர்வுகள் அவசியமாகவும் யந்திரப் போக்காகவும் அமைந்திருந்தன. இதனால் உண்மையான மேதைகளை ஈர்க்க எண்ணி ஏற்படுத்தப்படாததாலும் திறமைசாலி களைத் தேர்ந்தெடுப்பதற்கு இந்த தேர்வு முறைகள் ஓரளவு உதவி செய்தது எனலாம். எனவே இந்தத் தேர்வு முறைகளை அறிவுடை யோரைத் தேர்ந்தெடுக்கும் தேர்வு முறைகள் என்று கூறலாம்.

இந்தத் தேர்வுமுறை காரணமாக, நாட்டுப்புறங்களிலிருந்து நகரத்திற்கு ஏராளமான திறமைசாலிகளை இழுக்க நேர்ந்தது. இதன் பயனாகச் சமூகத்தில் ஆரோக்கியமான வளர்ச்சி ஏற்பட்டு, மேல் வர்க்கத்தில் இன ஆற்றல் மழுங்காதவாறு காத்தது. இந்த நிகழ்ச்சியைப் பற்றிப் பல நூற்றாண்டுகளுக்குப் பிறகு கவனிக்கும் போது சமூகம் நிலை பெறுவதற்குத் தேவையானபடி திறமையான ஆட்சியினத்தைத் தேர்ந்தெடுக்க இது பெரிதும் உதவியது புலனாகும்.

ஆட்சி செய்யும் வர்க்கத்தைச் சேர்ந்தவர்கள் கிராமங்களி லிருந்து வந்தவர்கள்; பிறகும் கிராமத்திற்குச் சென்று வசிப்பதையே அவர்கள் மனம் அதிகமாக நாடியது. கிராம வாழ்க்கையையே இலட்சிய வாழ்க்கை என்று அவர்கள் கருதினர். தத்துவம், வாழ்க்கை, கலை ஆகிய துறைகளில் இந்தக் கிராமிய உணர்வு ஆழமாகப் பதிந்திருந்தபடியால்தான் சீன சமுதாயம் இனவலிமை யோடும் ஆரோக்கியத்தோடும் இன்றும் விளங்குகிறது.

நாகரிக வாழ்விற்கும் காட்டுமிராண்டி வாழ்விற்கும் உள்ள வேற்றுமையை, சீன வாழ்க்கை முறையை அமைத்தவர்கள் ஏற்றுக்கொண்டபோது தங்களை அறியாமலே இன்னும் மேலான முறையை அமைத்து ஏற்றுக்கொண்டுவிட்டார்களோ என்னவோ? அதனாலேதான் அவர்கள் கிராம நாகரிகத்தை அதிகம் விரும்பினார்கள் போலும். இயந்திரம் இயங்குவதில் வெறுப்பு, எளிய வாழ்க்கையில் விருப்பு, வாழ்க்கைக்கேற்ற வசதிகளைக் கண்டுபிடித்தல், அவற்றிற்கு அடிமையாகாமை, கவிதை, ஓவியம், இலக்கியம் யாவற்றிலும், 'நாட்டுப்புறத்திற்குச் செல்லுங்கள், நாட்டுப்புறத்திற்குச் செல்லுங்கள்' என்ற போதனைகளை அவர்கள் தலைமுறை தவறாது போதித்து வந்திருக்கிறார்கள். இதற்கெல்லாம் காரணம் அவர்களிடம் காணப்பட்ட கூர்மையான நுண்ணுணர்வுதான் போலும்.

இயற்கையை ஒட்டி வாழ்க்கை நடத்துவதால், உடலும் ஒழுக்கமும் இரண்டுமே சீர்படும். கிராமங்களில் வசிக்கும் மக்கள் ஒருபோதும் சீர்கேடு அடைவதில்லை. நகரங்களில் வாழ்பவர்கள்தாம் சீர்கெட்டு விடுகிறார்கள். சிறந்த படிப்பாளிகளுக்கும் செல்வச் செழிப்புள்ள குடும்பத்தினருக்கும் அடிக்கடி கிராம வாழ்க்கையே

மேல் என்பது புலப்படுகிறது. சிறந்த படிப்பாளிகளாய் விளங்கிய அறிஞர்கள், தங்கள் குடும்பத்தினருக்கு எழுதியுள்ள கடிதங்களில், கிராம வாழ்க்கையின் மேன்மையை வற்புறுத்தி எழுதியிருப்பதைக் காணலாம். சீன சமுதாயம் இவ்வளவு காலம் நீடித்து நிலை பெற்றிருப்பதற்கு இந்த நுட்பமான காரணமே மிக மிக முக்கிய மானதெனலாம். தம்முடைய தம்பிக்கு செங் பாங்சியாவோ என்பவர் பல கடிதங்கள் எழுதியிருக்கிறார். இவை விலைமதிக்க முடியாத குடும்பப் பொக்கிஷங்கள். உலகிலேயே சிறப்புமிக்க கடிதங்களில் இந்தக் கடிதங்களும் ஒரு பகுதி எனலாம். அவற்றிலிருந்து கைக்குவந்த ஒரு பகுதியை மட்டும் அப்படியே எடுத்துக் கொடுக்கிறேன்:

நீ விலைக்கு வாங்கியுள்ள வீடு நாலு பக்கமும் அடைப்புடைய தாகவும் வசிப்பதற்குத் தகுதியுடையதாயும் இருக்கிறது. முற்றந்தான் சிறிதாய்ப் போய்விட்டது. வானத்தைப் பார்ப்பதற்கு முற்றத்தின் வெளி போதிய அளவு பெரியதாயில்லை. கட்டுப் பாட்டை விரும்பாத என் இயல்புக்கு இது ஒத்ததாயில்லை. இந்த வீட்டிற்கு நூறடி தூரம் தள்ளி, வடக்கே, கிளி வாராவதியில் ஒரு வீடு இருக்கிறது. அதற்கும் முப்பது அடி தூரத்தில் பழக்கூடம் இருக்கிறது. அங்கு நாலாபுறமும் சமவெளிகள் நிறைய உண்டு. சிறுவனாயிருந்த போது, நான் இந்தப் பழக்கூடத்திலிருந்து நீர் அருந்துகையில், எட்டிப் பார்த்தால், வில்லோ மர வரிசைகளும், சிறிய மரப்பாலங்களும், பழைய குடிசைகளும், காட்டுப் பூக்களும் தென்படும். இந்தக் காட்சி எனது கவனத்தை அப்படியே தன்வசம் இழுத்துக் கொண்டுவிடும். உனக்கு ஐம்பதாயிரம் ரொக்கமாகக் கிடைக்கு மானால், எனது பிற்காலத்தைக் கழிக்கும் பொருட்டு, எனக்காக அங்கு நீ ஒரு பெரும்பகுதி நிலத்தை விலைக்கு வாங்கலாம்.

சுற்றி மண்சுவர் எழுப்பி, மூங்கில், பூச்செடி, மரங்கள் முதலியவற்றை நான் அங்கு பயிரிட விரும்புகிறேன். தெரு வாசலிலிருந்து வீட்டு வாசல்வரைக்கும் கூழாங் கற்களைக் கொண்டு நடைபாதை போட விரும்புகிறேன். அந்த வீட்டில் இரண்டு அறைகளிருக்கும். ஒன்று நண்பர்களை உபசரிப்பதற்காகவும், மற்றொன்று எனது தட்டுமுட்டுப் பொருள்களை வைத்துக்கொள்வதற்காகவும் பயன்படுத்தப்படும். புத்தகம்,

படம், தூரிகை, மைப்பலகை, தேநீர் தயார் செய்யும் சாமான்கள், திராட்சை ரசம் முதலியவற்றை நான் அங்கு வைத்துக் கொண்டு, அறிஞர்களோடும், வருங்கால இளந்தலைமுறை களோடும் உரையாடிக்கொண்டிருப்பேன். இந்த இரண்டு அறைகளை அடுத்துப் பின்புறத்தில் குடும்பத்தார் வசிக்கும் முக்கியமான மூன்று அறைகளிருக்கும். வேறு இரண்டு அறைகள், சமையல் கட்டுக்கு ஒன்றும் பணியாட்கள் தங்குவதற்கு ஒன்றுமாக அமைக்கப்படும். மொத்தம் எட்டு அறைகள் போதும். எல்லாம் வைக்கோலால் வேய்ந்திருந்தால் போது மானது. எனக்குத் திருப்திதான். விடிகாலையில், சூரியன் உதயமாவதற்கு முன்பு கிழக்குத் திக்கில் மேகங்கள் தகதகவென்று மின்னுவதைக் கண்டுகளிப்பேன்; மாலையில் மரத்தினூடே வரும் சூரிய கதிர்களைக் காண்பேன். மேட்டுப்பாங்கான முற்றத்தில் நின்றுகொண்டு பார்த்தால், பாலத்தையும் மேகங் களையும், தூரத்தில் தண்ணீர் இருப்பதையும் காணலாம்.

விருந்திடும்போது, சுவருக்கு அப்புறம் இரவு நேரங்களில் அக்கம் பக்கத்திலுள்ளவர்களின் வீடுகளிலிருந்து வரும் வெளிச்சத் தைக் கண்டு களிக்கலாம். உன்னுடைய வீட்டிற்குத் தெற்கே சுமார் முப்பது அடி தூரத்தில் இந்த இடம் இருக்கும். கிழக்கேயுள்ள தோட்டத்துக்கும் அதற்குமிடையில் சிறு வாய்க்காலொன்றே இருக்கும். எனவே, தகுதிவாய்ந்த இலட்சியமான இடந்தான். 'மிகவும் வசதியான இடந்தான். இருந்தாலும் திருடர்களின் தொந்தரவு இருக்குமே' என்று சிலர் சொல்லக்கூடும். திருடர் என்பவர்கள் எளிய மக்கள்தாம் என்பதை இவர்கள் அறியவில்லை. அவர்கள் வந்தால் 'வாருங்கள்' என்று உள்ளே அழைப்பேன். என்ன வேண்டும் என்று கேட்டு அவர்களோடு உரையாடுவேன். எதை எடுத்துக் கொள்ள விருப்பமோ அதை எடுத்துக்கொள்ளுங்கள் என்பேன். அவர்கள் மனதிற்குப் பொருத்தமானது ஒன்றும் கிடைக்கா விட்டால், அந்தத் தொன்மையான சமக்காளத்தையாவது அடகு வைத்து நூறு ரொக்கமாகப் பெற்றுக்கொள்ளுங்கள் என்பேன். அன்புள்ள தம்பி! தயவு செய்து இதை நினைவில் வைத்துக் கொள். உனது தமயன் பிற்கால வாழ்வை இந்த முறையில் செலவிடத்தான் முட்டாள்தனமாய் எண்ணுகிறான். நான்

விரும்பியபடி எல்லாம், யாவும் நடைபெற்றுவிடுமா? யார் கண்டது?

சீன இலக்கியங்களில் காணப்படும் உணர்ச்சிக்கு இது ஒரு சிறந்த எடுத்துக்காட்டாகும். செங் பாங்சியாவோவிற்குத் தோன்றிய இந்தக் கிராம உணர்ச்சி, ஏழைக் குடியானவனோடு தோழமை கொள்ளும் பொதுப்படையான சகோதர வாஞ்சை இவை யாவும் தாயி சமயத்தைப் பின்பற்றுகிறவர்களுக்கு இயல்பாகவே உண்டு. கன்பூசியன் சமயத்தைப் பின்பற்றுகிறவர்கள் எப்படிக் குடும்பத்தை நிலைபேறுடையதாய்ச் செய்யவேண்டுமென்று இயல்பாக விரும்புகிறார்களோ, அதேபோலத்தான் இதுவும். இது தெங் குவாபாங் கொண்டுள்ள கிராம இலட்சியமாகும். கிராமிய இலட்சிய வாழ்க்கை, சமூக அமைப்பு முறையில் ஒரு பகுதி யாகிவிட்டது. அரசியல் பண்பாட்டியல் கொண்ட ஒரு சிறு அங்கமாகக் குடும்பத்தைச் சொல்லலாம். இந்தக் குடும்பமே கிராமத்தில் சிறியதொரு அங்கமாக விளங்குகிறது. அவர் காலத்தில் வாழ்ந்தோருள் தெங் குவாபாங் ஒரு சிறந்த தளகர்த்தராயும் முதல்தரமான மந்திரியாயும் விளங்கியவர். தடபுடலான பழக்க வழக்கங்களுக்கு அடிமையாகிவிடக் கூடாது என்று எச்சரித்து, தமது குழந்தைகளுக்கும் மருமகப்பிள்ளைகளுக்கும் அவர் கடிதம் எழுதியுள்ளார். காய்கறிகள் பயிரிடும்படியும், பன்றிகளை வளர்க்கும்படியும், வயல்களுக்கு உரமிடும்படியும் எழுதியுள்ளார். குடும்பம் நிலைபேறுடையதாய் விளங்க வேண்டுமென்ற கருத்தைக்கொண்டே, செட்டாகவும், சுறுசுறுப்பாகவும் வாழும் படியாக இப்படி அறிவுறுத்தி வந்திருக்கிறார்கள்.

எளிமையால் குடும்ப வாழ்க்கை கட்டுப்பாடாக நீடித்து நிலைத்து நிற்குமானால், அதனால் தேசிய வாழ்வும் நிலைபெற்று நிற்க இடமுண்டு. 'தடபுடலாகச் செலவு செய்து வாழும் பழக்கமுள்ள அதிகார வட்டாரக் குடும்பங்கள் இரண்டு தலை முறைகளே நிலைத்து நிற்கும். சுறுசுறுப்பாகவும் செட்டாகவும் வியாபாரம் நடத்துகிற குடும்பங்கள் மூன்று நான்கு தலை முறைகள் நிலைத்து நிற்கும். உழுது பயிரிட்டு, நூலாராய்ச்சி செய்து வாழும் எளிய கவனமுள்ள குடும்பங்கள் ஐந்து ஆறு தலைமுறைகள் நிலைத்து நிற்கும். ஆனால், பெற்றோரிடத்தில் மரியாதையும் நட்பும் உள்ள குடும்பங்கள் எட்டு அல்லது பத்துத்

தலைமுறைகள் வரை நீடித்து நிற்கும்' என்று தெங் குவாபாங் தெளிவாகக் கருதினார்.

'மீன் வளர்த்தல், பன்றி வளர்த்தல், மூங்கில் நடுதல், காய்கறிகள் பயிரிடுதல் ஆகிய நான்கு செயல்களையும் தவறாது ஒவ்வொரு வரும் செய்யவேண்டும்' என்று தெங் கருதியதன் உண்மை இதனால் புலனாகும். 'முன்னோர் பின்பற்றிய வழியை நாமும் பின்பற்றுகிறோம் என்ற உணர்வு இதனால் ஏற்படும். நமது வீட்டிற்குள்ளே வாழ்க்கை என்பது என்ன, வளர்ச்சி என்பது என்னவென்பதை நாம் உணர முடியும். நமது வீட்டிற்குள்ளே வளம் நிலவுகிறது என்ற உணர்ச்சியும் ஏற்படும். சிறிது அதிகமாகச் செலவழித்து, சிலரை உதவிக்கு அழைத்துக் கொண்டபோதிலும், ஒரு நல்ல செயலுக்கே நாம் செலவு செய்தவர்களாவோம்... இந்த நான்கு செயல்களைக் கொண்ட குடும்பம் வளர்ச்சி அடைகிறதா அல்லது சீர்கெட்டு வருகிறதா என்பது இதனால் தெரிந்துகொண்டு விடலாம்.'

எப்படியோ தெரியவில்லை, குடும்ப வாழ்க்கை பற்றிய இந்த விதமான அறிவுரைகளை என்-சிட்யூ (531–591), பான் சுங்கியன் (989–1052), சி-யூசி (1130–1200) முதல், சென்-அன்மு (1696–1771) தெங் குவாபாங் வரையில் (1711–1872) சுறுசுறுப்பாக, செட்டாக, எளிமையாக வாழ்வதே குடும்ப வாழ்க்கையின் இலட்சியம் என்று அறிவுறுத்தி வந்திருக்கிறார்கள். இதையே சமுதாயத்தின் ஒழுக்கம் பற்றிய சிறந்த செல்வமாகவும் பாவித்திருக்கிறார்கள். எப்படியோ குடும்ப அமைப்பு முறை, கிராம வாழ்க்கையை அனுசரித்து அதினின்று வேறாயில்லாதபடி அமைந்துவிட்டது. எளிமை என்ற சொல்லைக் கிரேக்கர்கள் சிறப்பாக மதித்தார்கள். அதேபோல, சீனரும் அந்தச் சொல்லை மிகவும் மதித்துப் போற்றியிருக் கிறார்கள். நாகரிகத்தால் ஏற்படுகிற நன்மைகளையும் தீமை களையும் அறிந்துகொண்டது போலாகும். வாழ்க்கை இன்பத்தின் நிலைபேறும், அதனுடைய வெளிப்பகட்டும், பொறாமைத் தெய்வத்தின் பயங்கரமான போக்கும் எப்படிப்பட்டவை என்பதை மனிதன் அறிந்திருக்கிறான். எனவே எளிய நீடித்த இன்பத்தையே, இன்ப வாழ்க்கையையே மனிதன் விரும்பினான். இன்பந்தரும் பொருள்களை அதிகப்படியாக அனுபவிப்பவனுக்கு வாழ்க்கையில் அதிக இன்பம் இராது என்று சீனர் கருதுவதுண்டு.

எனவே, 'துன்பத்தைத் தவிர்ப்பதில் கவனம் செலுத்துவதைப் போலவே, இன்பத்தைச் சேகரிப்பதிலும் கவனம் செலுத்த வேண்டும்' என்று சீனர்கள் சொல்வதுண்டு. மிங் வமிசத்தில் கடைசிக் காலத்தில் வசித்த ஓர் அறிஞர், 'எளிய இன்பத்தையே நாடுங்கள்' என்று கூறுகிறார். எப்படியோ இந்த உணர்ச்சியின் எதிரொலி சீனர் இதயத்தில் குடிகொண்ட வண்ணமாக இருக்கிறது. இன்பம் என்பது நிச்சயமற்றதாயிருப்பதால், இயற்கையை ஒட்டி வாழ்வதும், எளிய முறையில் வாழ்வதுமே அதற்குத் தக்க பாதுகாப்பாகும். இது உண்மைதான். இந்த உண்மையை இயற்கை உள்ளுணர்வினால் சீனர் அறிந்துள்ளார்கள். குடும்பம் நிலை பெற்று வளர வேண்டும் என்று சீனர்கள் விரும்பினார்கள். அதனால் தேசத்துக்குமே இந்த விருப்பம் கைகூடும்படிச் செய்து விட்டார்கள் அவர்கள்.

5. இன இளமை

பூர்வீகமான பழக்கவழக்கங்களை அனுசரித்து வந்தபடியாலும், நாகரிகத்தின்மீது இயல்பாகவே அவநம்பிக்கை இருந்தபடியாலும் சீனர்களின் வாழ்க்கையும் நாகரிகமும் சிதைந்து சீர்குலைந்து போகாமல் அப்படியே இருந்து வருகின்றன. சீன நாகரிகமென்பதை மிகவும் மாற்றியே பொருள் தெரிந்துகொள்ள வேண்டும். பூர்வீகப்பாங்கில் சீன நாகரிகத்துக்கு மிகுந்த விருப்புண்டு. அதை வேண்டாமென்று ஒதுக்குவதற்குச் சீன நாகரிகம் தயாராயில்லை. இடையிடையே போர் தோன்றி இரத்தக் களரிகள் ஏற்பட்டு இருக்கின்றன. சீர்குலைந்த வாழ்க்கை ஏற்பட்டிருக்கிறது. போர், பஞ்சம், வெள்ளம் முதலியன ஏற்படாதபடி இந்த நாகரிகத்தால் அணைகோலி அவற்றைத் தடுக்க முடியவில்லை என்பது உண்மைதான்.

நாகரிகத்தால் ஏற்படும் கோளாறுகளைச் சமாளித்து நின்று, சீனாவில் சமூக வாழ்க்கை தொடர்ந்து நடந்து வருவது நமக்குப் புதிராக இருக்கும். இரண்டாயிரம் ஆண்டுகள் சிறந்த நாகரிக வாழ்க்கை நடத்திய இந்த தேசம், மனித மாமிசத்தை உண்ணலாம் என்ற மனநிலை சிறிதேனும் நிலைத்து நிற்கவும் இடமளித்தும் கூட, எல்லோரும் உடன்பிறந்தவர்களே என்ற பெயருடன் கதை எழுதுவதற்கு வேண்டிய வாழ்க்கை அனுபவத்தைக் கொடுத்து

உதவியது என்னும் செய்தி புதிர்தான். லியாங்ஷான்போ மலையுச்சியில் வசித்த கொள்ளைக்காரர்களும், சங் சியாங், லிக்யூயி போன்றவர்களும், கன்பூசியஸுக்குப் பிறகு 15 நூற்றாண்டுகள் கழித்து வந்தும் கூட அவர்கள் சிதைந்த நாகரிகத்தின் சின்னங்களாகக் காட்சி அளிக்காதபடி ஒளிவீசுகின்ற சிறந்த பழம் பண்பாட்டின் அருமைக் குழந்தைகளாகவே காட்சியளித்திருக்கிறார்கள். வாழ்க்கையில் அமைதியில்லாத காலத்தே இந்தப் பண்பாடு பிறந்திருக்கிறது. கன்பூசியஸ் காலத்திலேயே பழுத்துக் கனிந்த நிலையை அடைந்ததென்று சொல்லத்தக்க இந்த தேசம், அப்போதுதான் பிஞ்சுவிடுகிற இளமைப் பருவத்தில் இருந்தது எனலாம்.

மிக மிக ரஸமான ஒரு கேள்வி—அதாவது சீனர்களின் இன அமைப்பின் தன்மை என்ற கேள்வி—இங்கு எழுகிறது. பொதுவாக அதனுடைய இனப்பாங்கை ஆராயும்போது பிற இனத்தவரைவிட சீனர் பழமையானவர்கள் என்பதற்கு அறிகுறிகள் யாதொன்று மில்லை. பல துறைகளில் அவர்களுடைய இனம் இன்னும் வலிமையுடையதாகவே விளங்குகிறது; முதுமையை அடையவே யில்லை. சீனர்களின் பண்பாட்டில் முதுமை காணப்படுகிறது எனினும் இனம் மட்டும் இளமையாகவே இருக்கிறது. இப்படி வேற்றுமை காணப்படுகிறது என்ற உண்மையை இன நூல் வல்லுநர் சிலரும் ஒப்புக்கொண்டிருக்கிறார்கள். கிரிப்பித் டெய்லர் என்பவருடைய குடியேற்ற வட்டார அளவுப்படி, சீனர்களை மிகவும் இளமை இனத்தவர் என்றே கூறவேண்டும். ஆசியாக் காரர்களை இளம் இனத்தவர்கள் என்று ஹாவலக் கெல்லிசும் குறிப்பிட்டுள்ளார்.

தன்னைச் சரிப்படுத்திக்கொள்ளும் தன்மை, எதற்கும் இயைந்து போகும் இயல்பு, எளிய வாழ்க்கை—இவை முற்றிய நிலையை அடையவில்லை என்பதே இதற்கு அவர் கூறும் காரணங்களாகும். தடுக்கப்பட்ட வளர்ச்சி, இளம் பருவம், தேக்கம் போன்ற தவறான பொருள் தரும் சொற்களுக்குப் பதிலாக 'நீடித்த பிள்ளைமை' என்பது பொருத்தமான தொடராகும்.

வெளியிலிருந்து மட்டும் கவனித்துவிட்டு, சீனர்களின் உட்புற வாழ்க்கையை உணராது, சீனர் பண்பாடு தேங்கிவிட்டதென்று சொல்வது தவறாகும். சீனப் பீங்கான் பொருள் வளர்ச்சியடைந்த

விதத்தைப் பார்த்தாலே இது தெரியவரும். இந்தப் பீங்கான் கன்பூசியஸ் காலத்திலிருந்து வந்தது என வெளிநாட்டார் சிலர் எண்ணுகிறார்கள். இது தவறு. அது பத்தாம் நூற்றாண்டிலேயே கண்டுபிடிக்கப்பட்டது. படிப்படியாக வளர்ச்சியடைந்தது கஞ்ஷி காலம், செங்கிலிங் காலத்தில்தான்—அதாவது 17ஆவது நூற்றாண்டில்தான்—அதுவும் நம் கண் முன்னரே முழுமையான வடிவத்தைப் பெற்றிருக்கிறது.

வார்னிஷ் வேலை, அச்சுவேலை, ஓவியம் வரைதல் முதலியன படிப்படியாகவே முன்னேற்றம் அடைந்திருக்கின்றன. ஒவ்வோர் அரச பரம்பரையும் அவற்றை வளர்த்திருக்கிறது. ஆயிரம் ஆண்டுகள் நாகரிக வாழ்க்கை நடத்திய பிறகே, சீனர் ஓவியம் வரையக் கற்றுக்கொண்டிருக்கிறார்கள். ஒரு பழைய நாகரிகத்திற்கு இது மிகவும் காலந்தாழ்ந்த செயலாகும். இலக்கியத்திலும் அப்படியே. வசன காவியங்களும் அற்புதச் சிறுகதைகளும் காலந்தாழ்ந்தே தோன்றியிருக்கின்றன. 'எல்லோரும் உடன் பிறந்தவர்களே' என்ற கதையையும், சீயூசி என்ற கதையையும் அற்புதச் சிறுகதைகள் என்று கூறலாம். இவை நிறைவு பெறுவதற்கு அதிக காலம் பிடித்திருக்கின்றன. கன்பூசியஸும் லா-ஓட்ஸியும் வாழ்ந்து இரண்டாயிரம் ஆண்டுகளுக்குப் பிறகே, இவை நிறைவு பெற்றிருக்கின்றன. அதாவது 14ஆவது நூற்றாண்டிற்குப் பிறகுதான்.

பெரும் காவியங்கள் சீன இலக்கியத்தில் இல்லவேயில்லை; அல்லது எடுத்துக் கையாளக் கூடாத முறையில் அவை சிதைந்து போனாலும் போயிருக்கக்கூடும். கதைப்பாங்கான கவிதை சீனத்தில் மிகக் குறைவு. ஹான் வமிசத்தின் பின்னர்தான் அதிகமாக இது வளர்ச்சியுற்றிருக்கிறது. மங்கோலிய வமிசத்தார் ஆண்ட காலத்தில், அதாவது 11ஆவது நூற்றாண்டில், நாடகங்கள் தோன்றலாயின; தோன்றி, மக்களின் நன்மதிப்பிற்கு உரியனவாயின. பௌத்தம் வந்து சீனர்களின் கற்பனைத் திறத்தை ஒரு கலக்குக் கலக்கிய பின்னர்தான், சியூசி போன்ற கற்பனைக் கதைகள் 11ஆவது நூற்றாண்டில்தான் தோன்றலாயின. உண்மையில் நவீனங்கள் 9ஆம் நூற்றாண்டில்தான் தலைகாட்டத் தொடங்கின. 15-16ஆம் நூற்றாண்டில்தான் அவை பழுத்து வளர்ந்தன. அதாவது மிங் வமிசம், மஞ்சு வமிசம் ஆண்டபோதுதான் உச்சநிலையை அடைந்து, சிவப்பு அறைக் கனவு என்ற நூல் தோன்றலாயிற்று.

கிளாரிஸா ஆர்லொ என்ற நூலின் கீழ்நாட்டு வடிவம் என்று இந்த நூலைக் கருதலாம். கிரேக்கர்களைப்போல, கன்பூசியஸிற்குச் சில நூற்றாண்டுகளுக்குள்ளேயே, சீனர் பண்பாடு ஓங்கி அழிந்து போயிருக்குமாயின், ஒழுக்கம் பற்றிய உபதேச மொழிகள் சிலவும், சில நாடோடிப் பாடல்களுமே இன்று மிஞ்சியிருக்கும். சீனத் தாயால் சிறந்த ஓவியங்கள், கட்டடச் சிற்பம், நாவல்கள் முதலியவற்றை உலகிற்கு வழங்கியிருக்க முடியாது. தடைபட்ட இந்த வளர்ச்சியை, அதாவது இளம் வயதிலேயே தடைபட்டுப்போன வளர்ச்சியை நாம் காண்கிறோம் என்பதில்லை; இளம் பருவம் நீடித்து நடைபெறும் ஓர் இனத்தவரின் தன்மையையே நாம் இங்கு காண்கிறோம். இந்த இனம் முழுமையான பக்குவமடைய லட்சக்கணக்கான ஆண்டுகள் பிடிக்கும். அதன் பின்னரும் ஆன்மிகத் துறையில் வளர்ச்சியடைய அதற்கு ஆற்றலுண்டு.

2

சீனரின் நடத்தையியல்

1. கனிவு

'நடத்தை' என்ற பொருள்தரும் ஆங்கிலச் சொல், முற்ற முழுக்க ஆங்கில மரபை ஒட்டியது. ஆங்கிலேயர் நீங்கலாக, சீனர்களைப்போலக் கல்விமுறை இலட்சியத்திலும் ஆண்மை இலட்சியத்திலும் நடத்தை உயர்வு இருக்கவேண்டுமென்று அழுத்தமாய் வற்புறுத்தியுள்ள நாட்டினர் மிகச் சிலரே. சீனர்களின் நாட்டம் முழுவதும் நடத்தை உயர்விலேயே படிந்துவிட்டபடியால், அவர்களுக்கு வேறு எதைப் பற்றியும் சிந்திக்கக்கூட முடியவில்லை போலும். நாம் வாழ்ந்து வரும் இந்த உலகத்துக்குப் புறம்பான எந்த விசயத்திலும் சீனர்களுக்குப் பற்றில்லை; மதம் தொடர்பான எந்த ஜாலவித்தையிலும் அவர்கள் மாட்டிக்கொள்ளவில்லை. ஆகவே நடத்தை மேம்பாட்டைப் பேண வேண்டுமென்ற இந்த இலட்சியமானது, சீனர்களின் இலக்கியம், நாடகமேடை, பழமொழிகள் இவற்றின்மூலம் மிகத் தாழ்ந்த குடியானவன் வரைக்கும் ஊடுருவிச் சென்று, அந்தக் குடியானவனுக்கும் ஒரு வாழ்க்கைத் தத்துவத்தை அளித்துள்ளது.

ஆனால் ஒன்று: 'நடத்தை' என்ற ஆங்கிலச் சொல் தைரியம், வலிமை, 'திராணி' போன்ற பண்புகளைக் குறிப்பதோடு, ஏமாற்றமோ கோபமோ அடைந்த காலத்து, உணர்ச்சியை வெளிகாட்டிக் கொள்ளாது, வெறுமனே முகத்தைச் சுளித்துக்கொண்டிருக்கிற மனநிலையையும் அது குறிக்கிறது. 'நடத்தை' என்ற சீனச் சொல்லோ, கனிந்த மனப்பாங்குள்ள, முதிர்ந்த மனிதன் ஒருவனின் தோற்றத்தை நம் கண்முன் கொண்டுவந்து நிறுத்திவிடுகிறது. எந்த நிலைமையிலும் நிதானமிழக்காத மனப்பாங்கை இது

குறிக்கிறது; உயர்ந்த நடத்தையுள்ள சீனன் ஒருவன் தன்னைப் பற்றி முழுமையாகத் தெரிந்துகொண்டிருப்பதோடு, தன் இன மனிதர்களைப்பற்றியும் முழுமையாகத் தெரிந்துகொண்டிருப்பான்.

உணர்ச்சி எழுச்சிகளை மனத்திண்மையால் முழுமையாக அடக்கி ஆள முடியும் என்பதில், சுங் அரச பரம்பரைக் காலத்தின் தத்துவக் கொள்கையினருக்கு, அபார நம்பிக்கையுண்டு. தன்னை அறிந்துகொள்வதாலும் தன் இன மனிதர்களை அறிந்துகொள்வதாலும், மிகவும் இக்கட்டான நிலைமையிலும் தன்னைத்தானே சரிப்படுத்திக்கொண்டு, இடர் நீக்கி, வெற்றி காண மனித உள்ளத்தால் முடியும் என்பதில் இந்தக் கொள்கையினருக்கு மட்டற்ற உறுதிப்பாடு உண்டு. பெரும் படிப்பு என்பது கன்பூசியஸ் இயற்றிய அரிச்சுவடி. இதை வைத்துக்கொண்டுதான், சீனப் பிள்ளைகள் பள்ளிக்கூடத்திலே முதல் பாடத்தைத் தொடங்குவர். இதிலே, 'பெரும் படிப்பு' என்பதற்குத் 'தெளிவான நடத்தை' என்று பொருள் கூறப்பெற்று இருக்கிறது. இதை ஆங்கிலத்திலே சொல்வது கடினம். இதன் கருத்து என்னவெனில், அறிவு வளர்ச்சியின் மூலமும் அறிவுப் பெருக்கின் மூலமும் தெளிந்த மதிபெற வேண்டும் என்பதே. வாழ்க்கையிலும் மனித இயல்பிலும் கனிந்து முதிர்ந்த தெளிந்த அறிவு பெறுவதே அன்றும் இன்றும் சீனர்களின் நடத்தை இலட்சியமாக இருந்து வந்திருக்கிறது. இதிலிருந்து இதர பண்புகள் அலர்ந்து புலனாகின்றன. அவை யாவை? அமைதி, மன நிறைவு, சமாதான விழைவு, சகிப்புத்தன்மை ஆகியவை. இவை சீனரின் நடத்தையின் சிறப்பியல்புகள். நடத்தைப் பலம் என்பது உண்மையில் மன வலிமைதான் என்பதே கன்பூசியக் கொள்கையினரின் கருத்து. மனக்கட்டுப் பாட்டாலே ஒருவன் இந்த அரும் பண்புகளைப் பெற்றுவிட்டால், அவன் தனது நடத்தையைச் செப்பனிட்டு வளர்த்துவிட்டானென்று நாம் கூறுகிறோம்.

பல சமயம், கன்பூசியஸ் கற்பித்த விதி வலிது என்ற கொள்கையின் உதவியாலும் இந்தப் பண்புகளைப் பெற்றுவிடலாம். பொதுவாக, எல்லாரும் நினைப்பதற்கு முற்றும் மாறாக, விதி வலிது என்ற கொள்கையில் மனம் ஒன்றிப்போனவர்களுக்கு அமைதியான மனநிலையும், முழுமையான நிறைவும் இருந்து வருகின்றன. அழகும் பண்பும் உள்ள பெண் ஒருத்தி, பொருந்தா மணத்துக்கு

இசையேன் என்று முரண்டு பண்ணலாம். ஆனால், தனது மணாளனைத் தரிசித்த அந்த வேளை மங்கலமானதா யிருந்தால், அல்லது மங்கலமானதே என்று அவள் நம்பிவிட்டால், இது கடவுள் தீர்ப்பு என்று அவள் இணங்கிவிடுகிறாள். இதன் மூலம் அவளுடைய மனம் விரிந்து கனிந்துவிடுகிறது; அப்புறம், மகிழ்ச்சியும் மன நிறைவும் கொண்ட நல்ல மனைவியாக அவள் ஆகிவிடுகிறாள். ஏன்? அவளுக்கு அவளுடைய கணவன் விதிப்படி கிடைத்த ஓர் 'எதிரி' ஆகிறான். 'விதிப்படி கிடைத்த எதிரிகள் எப்போதும் குறுகல் சந்துகளிலேதான் சந்தித்துக்கொள்வார்கள்' என்கிறது சீனத்துப் பழமொழி ஒன்று. இந்த அறிவுத் தெளிவோடு, கணவனும் மனைவியும், தமது வாழ்வில் என்றென்றும் ஒருவரோடு மற்றவர் குழைந்து காதலாடவோ, பொங்கிச் சீறிச் சண்டையிடவோ செய்யலாம். ஏனென்றால், இதற்கெல்லாம் காரணம் விதிதானே? நடப்பன அனைத்துக்கும் காரணராகிய கடவுள் இவற்றைப் பார்த்துக்கொண்டுதானே இருக்கின்றார்?

சீனரின் இன வரலாற்றை நாம் ஆராய்ந்து பார்த்து, அவர்களின் தேசியச் சிறப்பியல்புகளை வருணிக்கப் புகுந்தால், பின்வரும் இயற் கூறுகள் தென்படும்: (1) நிதானம், (2) எளிமை, (3) இயற்கையில் பற்று, (4) பொறுமை, (5) அசிரத்தை, (6) கிழக் குறும்பு, (7) இனப்பெருக்க வளம், (8) உழைப்பு, (9) செட்டு, (10) குடும்ப வாழ்விலே பற்று, (11) அமைதி விருப்பம், (12) மன நிறைவு, (13) நகைச்சுவை, (14) பழமைப்பற்று, (15) காம இச்சை ஆகியவை. இவை முழுவதும் மொத்தத்திலே எந்த நாட்டவருக்கும் அணி செய்யக்கூடிய எளிய, பெரிய பண்புகளாம்.* இந்த இயல்புகளில் சில நற்பண்புகளேயல்ல; குறைபாடுகளே.

* உலகமெங்கும் விவசாய மக்கள் நாணயமானவர்களே என்பதால் தன் நாணயத்தைப்பற்றி நான் கூறவில்லை. தனது மாகாணக் கொடுக்கல் வாங்கல்களில் கையாளும் நேர்மையாலும், கிராமிய வாழ்க்கை இலட்சியம், வாழும் வகை ஆகியவை சமுதாயத்தில் வளர்ந்து மேலோங்கி நிற்பதாலுமே சீன வியாபாரி நாணயமாயிருக்கிறான். துறைமுகத்திலே சீனர் வாழ நேரும்போது, அவர்களின் உள்ளார்ந்த நாணய உணர்ச்சி வெகுவாகக் குன்றிவிடுவதால், நியூயார்க் பங்கு மார்க்கெட்டில் 'சாமர்த்தியம்' பண்ணும் எவனையும் மோசடியில் வென்றுவிட சீனர்களால் முடியும்.

மற்றவை, குணமோ தோஷமோ இரண்டும் இல்லாத மொட்டை இயல்புகள். இவைதாம் சீன மக்களின் பலவீனங்கள்; இவைதாம் அவர்களின் அசைக்க முடியாத வலிமையின் அடித்தளம். மிதமிஞ்சிய நிதான புத்தியானது கற்பனையின் சிறகுகளை முடக்கிவிட்டு, வான வீதியில் பறந்து செல்ல ஒட்டாதபடி செய்துவிடுகிறது; தன்னை மறந்து இன்ப வெறியில் மூழ்கிவிட ஒட்டாதபடி சமுதாயம் தடுத்துவிடுகிறது; சமாதான விழைவு கோழைத்தனமாக மாறிவிடலாம்; பொறுமை என்பதும், இதேபோல, 'எமக்கென்ன என்று இட்டு உண்டு' இருக்கச் செய்துவிடலாம்; பழமைப்பற்று என்பதற்குச் சில வேளை சோம்பேறித்தனம், சதை வணங்காத் தனம் என்று அர்த்தமேற் பட்டுவிடலாம்; இனப்பெருக்க வளம் நாட்டுக்கு நலஞ்செய்யினும், மனிதருக்குப் பொல்லாங்கு விளைவித்து விடலாம்.

ஆனால், இத்துணை இயல்புகளையும் கனிவு என்ற சொல்லில் சுருக்கிக் கூறிவிடலாம். இவை, அகத்துள் மட்டும் இலங்கும் பண்புகள்: அமைதியான, உள்ளடங்கிய வலிமையைக் குறிப்பன இவை; இளந்தெம்பையோ, இனிய கனவுக் காட்சிகளையோ குறிப்பன அல்ல. வலிமைக்கும் சகிப்புத்தன்மைக்கும் உகந்தவாறு வளர்ந்தேறிய நாகரிகத்தையே இந்தப் பண்புகள் குறிக்கும்; முன்னேற்றத்தையோ, அதிரடி பண்ணி அடக்கியாளும் திறத்தையோ இவை குறிக்கமாட்டா. ஏனெனில், சீன நாகரிகமானது மனிதனுக்கு எந்தச் சந்தர்ப்பத்திலும் மன அமைதியைத் தந்து உதவுவது; மனஅமைதி பெற்றுள்ள மனிதனுக்கு இளம் பிள்ளைகள் ஏன் முற்போக்கையும் சீர்திருத்தத்தையும் நாடித் துள்ளுகின்றனர் என்பது புரியவே மாட்டாது. தொன்மையான மக்களின் தொன்மையானப் பண்பாடு அது; வாழ்க்கையின் ரசத்தைப் பருகியவர்கள் இந்தத் தொன்மையான மக்கள்; பெறமுடியாததைப் பெறுவதற்காக அவர்கள் வீணே முயல்வ தில்லை. சீனரின் மனத்திட்பமானது, அவர்களின் விருப்பங்களையும், நம்பிக்கைகளையும் வளர்ப்பதற்குப் பதில், அவற்றையே சுட்டுப்பொசுக்கி வைத்திருக்கிறது. இன்பம் என்பது ஒரு கிட்டாப்பொருள் என்றுணர்வதால், இன்பத்தை அடைய முயல்வதைக் கைசோர விட்டுவிட்டு—சீனமொழியில் சொல்வது போல, 'அடி சறுக்கவிட்டு'—தன்னை அறிந்து இன்புறுவதில்

சீனரின் நடத்தையியல் ✦ 65

சீன நாகரிகம் மனம் பதிந்துவிடுகிறது. இப்படிக் கற்பனை நிழலுருவத்தைத் துரத்திக்கொண்டு ஓடும்போது, மூச்சுத் திணறி, உயிருக்கே ஆபத்து மூண்டுவிடுகிறது. மிங் காலத்துப் படிப்பாளி ஒருவர் சொல்கிறமாதிரி, 'பனையக்காயை இழப்பதால், பலன் முழுவதும் கைவந்துவிடுகிறது.'

கனிவு என்று சொல்லுகிறோமே, இது ஒரு வகையான சூழ்நிலையால் விளைந்த விளைவுதான். சொல்லப்போனால், தேசிய இயல்புகள் எல்லாவற்றுக்குமே கட்டமைப்பு அடிப்படை ஒன்று உண்டு. இந்த அடிப்படையைப் புரிந்துகொள்வதற்கு, எந்த மாதிரியான சமுதாய அரசியல் நிலத்தில் இந்தப் பண்புகள் உரம் பெற்றன என்று கவனிக்க வேண்டும். சீனத்துச் சூழ்நிலையில், கனிவுக்குணம் எப்படியோ இயல்பாகச் செழித்து வளர்ந்து விடுகிறது: குறிப்பிட்ட ஒருவகை மாம்பழம் குறிப்பிட்ட உரமிட்ட மண்ணிலே எப்படி வளருகிறதோ, அதேபோல, கனிவு என்ற பண்பு ஒரு குறிப்பிட்ட சூழ்நிலையில்தான் வளர்கிறது; ஆனால், மற்ற இடங்களிலோ அது அவ்வாறு வளர்வதில்லை. அமெரிக்காவிலேயே பிறந்து வளர்ந்த சீனர்களுமிருக்கிறார்கள். இவர்களின் சூழ்நிலை வேறு. இவர்களிடம், பொதுவாகச் சீனர்களிடம் காணும் பண்புகள் இரா. அறிஞர்கள் கூடியிருக்கும் ஒரு கூட்டத்தை, இத்தகையோர் தமது நாகரிகமற்ற மூக்கு வழியாய்ப் பேசும் அரட்டைக் குரலாலும்* நேரடியான அழுத்தமுள்ள நாவன்மையாலும் கலைத்து ஓட்டிவிட முடியும். இவர்களின் பேச்சில், நுணுக்க இசைநயமிராது. சீனத்து மக்களுக்கெனத் தனியாய் உள்ள ஒப்பற்ற அந்த அபாரக் கனிவு இவர்களிடம் இல்லை. இனி, அமெரிக்கர்களையும் அமெரிக்காவிலேயே பிறந்த சீனர்களையும் ஒப்புநோக்கினால், ஒத்த வயதுள்ள அமெரிக்கக் கல்லூரி மாணவனைவிடச் சீனக் கல்லூரி மாணவன் மிகவும்

* எனவே, கல்லூரி விட்டு இப்போதுதான் வெளிவந்துள்ள அமெரிக்கக் கல்லூரிப் படிப்பாளிகளை, மதப்பிரசாரகர்களாகச் சீனத்துக்கு அனுப்புவது நிரம்ப ஆபத்தானது. இவர்களைப் போல, இரு மடங்கு பழுத்துத் தேறிய சீன ஆசிரியர்களையோ, மதப்பிரசங்கிகளையோ மேற்பார்க்கும் நிலையில் இவர்களை நியமிப்பதும் மிக்க ஆபத்தானது. இவர்களிலே பலர் இன்னும் முதற் காதலின் துயரத்தைத் தாங்கி மடலேறியவர்களும் அல்லர்.

கனிந்து முதிர்ந்திருப்பான் என்று காண்போம். அமெரிக்கக் கல்லூரிகளில் புதுக்க நுழைந்துள்ள இளஞ் சீனப் பிள்ளைகள்கூடக் கால்பந்தாட்டத்திலோ, மோட்டார் ஊர்திகளிலோ நாட்டஞ் செலுத்துவதில்லை. இவற்றைவிடப் பெரிய பழுத்த விவகாரங் களில் இப்போதே இவர்களுக்குச் சிரத்தை பிறந்துவிடுகிறது. இவர்கட்கு ஏற்கெனவே மணம் முடிந்திருக்கலாம். பெண்டு பிள்ளைகளைப் பற்றிய கவலை பீடித்திருக்கலாம். பெற்றோரைப் பராமரிக்க வேண்டியிருக்கலாம். யாராவது ஓர் உறவினனுக்குப் படிப்புச் செலவுக்கு வழிபண்ண வேண்டியிருக்கும். பொறுப்பு வந்தவுடன்தான் மனிதனுக்கு நிதானம் ஏற்படுகிறது. சமுதாய வரலாறுகள், பண்பாட்டு வரலாறுகள், பழக்கங்கள் ஆகியவை இளம் வயதிலேயே முதிர்ந்த உள்ளத்தோடு எண்ணமிடும் ஆற்றலைச் சீனர்கட்குத் தந்துவிடுகின்றன.

சீனர்களின் கனிவு புத்தகப் படிப்பால் வந்த ஒன்றல்ல; இளம் வயது வெள்ளைக் குதூகலிப்பை நகைத்து வெருட்டிவிடுகிற ஒரு சமுதாயத்தின் தொடர்பாலேயே வந்தது அது. இளம் பருவத்து உற்சாகத்தையும் உலகத்தையே சீர்படுத்தப் புறப்படும் நவீனக் கருத்துகளையும் எள்ளி நகையாடும் இயல்பினர், சீனர்கள். இந்த உற்சாகத்தையும் முயன்றால் இந்த உலகத்தில் முடியாதது ஒன்றுமில்லை என்ற நம்பிக்கையையும் நகைத்து வெருட்டிவிடு வதன் மூலம், சீனத்து இளம் பிள்ளைகட்குச் சீன சமூகம் தொடக்கத்திலேயே நன்கு பயில்வித்து தம்மில் பெரியோர்முன் அடக்கமாக நடந்துகொள்ளும் நல்லியல்பைப் போதித்துவிடு கிறது. மிக விரைவிலேயே சீன இளைஞன் இந்தப் பாடத்தைக் கற்றுக்கொண்டுவிடுகிறான். எனவே, சமூகச் சீர்திருத்தத் திட்டம் ஏதும் புதுக்கக் கிளம்பினால், அதை அவன் சிறுபிள்ளைத்தனமாய் ஆதரிக்க முற்படுவதில்லை. அதற்குப் பதிலாக அதைத் தூற்றத் தொடங்குகிறான்; என்னென்ன தடங்கல்கள் ஏற்படும் என்று விவரிக்கிறான்; இந்த மாதிரி நடந்துகொள்வதன்மூலம் சமுதாயத்தின் முதிர்ந்த பெரியவர்களோடு தானும் இடம்பெற்று விடுகிறான். அப்புறம், அமெரிக்கா அல்லது ஐரோப்பாவுக்குப் பயணம்போய் வந்ததும், பற்பசை உற்பத்தி செய்யும் தொழிலிலே இறங்கி, 'இந்தத் தொழிலால் நாட்டைக் காக்கிறேன்' என்று பல்லவி பாடுகிறான்; அல்லது, சில அமெரிக்கச் சரள நடைப்

பாக்களை மொழிபெயர்த்து, 'இதுதான் மேற்கத்தியப் பண்பாட்டின் சேர்க்கை' என்று சொல்கிறான். சாதாரணமாய் அவனுக்குப் பெரிய குடும்ப பாரம் இருக்கும்; உறவினர்க்கு வேலை தேடிக்கொடுக்க வேண்டிய நிர்ப்பந்தங்களிருக்கும்; ஆசிரியர் தொழில் உள்ளவனானால், அதிலேயே அவன் நெடுகலும் இருந்துவருவது என்பது முடியாது; மேலும் மேலும் பதவியில் உயர வழி தேடியாக வேண்டும்; முடிந்தால், தலைமை ஆசிரியராக வேண்டும்; இந்த முயற்சிகளின்மூலம் தன்னுடைய குடும்பத்தில் நல்ல பெயர் எடுத்துவிட வேண்டும். மேன்மையடையத்தான் மேற்கொள்ளும் முயற்சியிலே, வாழ்க்கையைப் பற்றியும், மனித இயல்பைப் பற்றியும் அவன் பலவற்றைக் கற்றுக்கொள்கிறான். இந்த முரட்டு அனுபவங்கள் எவையும் தம்மைச் சாடாது தப்பித்துக்கொண்டு, முப்பதாம் ஆண்டளவில், இன்னும் இளம் வயது முறுக்குடனும் பசுமை உள்ளத்துடனும் இருந்து வந்து, முற்போக்கிலும் சீர்திருத்தத்திலும் தளராத பற்றுக் கொண்டிருப்பானானால், இத்தகையவர் நிச்சயமாக ஒரு கற்றறிமூடனாகவோ, பித்துக்கொள்ளி மேதையாகவேதான் இருக்கக்கூடும்.

2. பொறுமை

இனி, மிகப் பட்டவர்த்தனமாய்த் தோன்றும் மிக மோசமான மூன்று இயல்புகளைக் கவனிப்போம்: பொறுமை, அசிரத்தை, கிழக்குறும்பு ஆகிய மூன்றும் எப்படி உண்டாயின? சூழ்நிலை யாலும் பண்பாட்டாலும் ஏற்பட்ட விளைபயன்களே இவை என்று நான் கருதுகிறேன். எனவே, சீன மனக்கட்டுக்கோப்பில் வெறும் கூறுகளாக இருந்துதான் தீரவேண்டுமென்ற கட்டாயம் இவற்றுக்கு இல்லை. அப்படியானால், இன்று அவை இருக்கக் காரணமென்ன? காரணம், பல்லாயிரக் கணக்கான ஆண்டுகளாகவே நாங்கள் ஒரு வகையான தனிப் பண்பாடு, சூழ்நிலை இவற்றோடு ஒன்றி வாழ்ந்து வந்துள்ளோம். இந்தச் சார்பு களிலிருந்து நாம் ஒதுங்கிப் போய்விட்டால் நாம் ஒதுங்கி விலகும் அளவுக்கு இந்தப் பண்பியல்புகளும் குறைந்தோ, மறைந்தோ போய்விடும் என்றா பொருள்? ஆம், அப்படித்தான். அளவு மீறிய மக்கள்பெருக்கத்தாலும் பொருளாதார முட்டுப்பாடாலும் நசுங்கித் திணறிக்கொண்டு, சரளமாய்ப் புழங்கித் திரிய வசதியில்லாதபோதுதான், பொறுமை

உண்டாகிறது. சீனரின் குடும்ப வாழ்க்கை, அவர்களின் சமுதாய வாழ்க்கையின் ஒரு சிறிய பிரதிபிம்பமே. இதிலுள்ள முற்கூறிய தொல்லைகளைச் சமாளிக்கப் பழகி வரும்போது, பொறுமை தானே வந்துவிடுகிறது. தனிமனித சுதந்திரத்தைப் பேணிக் காத்து வருவதற்குச் சட்டதிட்டங்கள் போதுமானபடி இல்லாத போதும், அரசியல் முறையில் இதற்குகந்த போதுமான பாதுகாப்பு இல்லாதபோதுமே, பெரும்பாலும் அசிரத்தை உணர்ச்சி உண்டாகிறது. கிழக்குறும்புத்தனத்துக்குக் காரணம், லா-ஒட்ஸி* என்னும் நிறுவனர் தமது தாவோ தே ஜிங் என்ற நூலில் போதித்து வந்த கொள்கைப்படி வாழ்க்கையை நோக்குவது தான். வேறு பொருத்தமான சொல் கிடைக்காததால், கிழக் குறும்புத்தனம் என்றுதான் குறிப்பிடவேண்டியிருக்கிறது. இந்தப் பண்புகள் அனைத்தும் ஒரே சூழ்நிலையிலிருந்து உண்டானவைதான்; தெளிவு கருதியே, ஒரு தனிப் பண்புக்குக் காரணம் இன்ன தனிப்பட்ட சூழ்நிலை என்று குறிப்பிடுகிறோம்.

பொறுமையானது, சீனர்களின் உயர்ந்த பண்பாக இருந்து வருகிறது என்பதை, சீனர்களை நன்கு அறிந்த எவரும் மறுக்க மாட்டார்கள். இந்த நல்லியல்பு அவர்களிடம் மிதமிஞ்சிப் போய்விட்டபடியால், ஒரு வகையில் இது பெருந் தீமையாகவும் மாறிவிட்டது. இதுவரை சீனர்கள் பொறுமையோடு சகித்துக் கொண்டு வந்துள்ள கொடுங்கோன்மை, அராஜகம், முரட்டாட்சி இவற்றை எந்த மேல்நாட்டு மக்களும் சகியார். சீனர்கள் இவற்றை இயற்கையின் பலபட்ட கூறுகளாகவே மதித்து வந்தனர். செய்ச்சுயன் பிரதேசத்தின் சில பகுதிகளில், இனிமேல் வரவிருக்கும் முப்பது ஆண்டுகளுக்கு இன்றே முற்கூட்டி வரி விதிக்கப்பெற்றது; மக்கள் இதை எதிர்க்கவில்லை; வீட்டினுள்ளே அதிருப்தியுடன் முணுமுணுப்பதோடு மட்டும் நின்றுவிட்டது அவர்களின் எதிர்ப்பு. சீனர்களின் பொறுமையோடு ஒப்பிடும்போது, கிறிஸ்தவப் பொறுமையானது சீறுஞ் சிடுசிடுப்பாகவே காணும். சீனாவிலே ஒப்பற்ற நீலப் பீங்கான் பண்டங்கள் கிடைக்கின்றன. அதேபோல பொறுமைக் குணமும் சீனாவில் மிகுதியாகக் கிடைக்கும். உலகம்

* லா-ஒட்ஸி கிமு 604இல் பிறந்தவர்; சீனத் தத்துவஞானி. தாவோ தே ஜிங் என்னும் ஒரு மதநூல் எழுதியுள்ளார்.

சுற்றும் பயணிகள் சீனாவிலிருந்து நீலப் பீங்கான் பண்டங்கள் வாங்கி வருவதுண்டு; இவற்றோடு, சீனத்துப் பொறுமையையும் கொஞ்சம் வாங்கிக்கொண்டு வருவார்களானால் நிரம்பப் பயனளிக்கும். மேலை நாட்டில் செய்ய முடியாத பண்டங்களைச் சீனாவிலிருந்து வாங்கிவருவது போல, பொறுமையையும் வாங்கித்தானாக வேண்டும். இருந்தாலும், ஒருவருடைய சிறப்பியல்பைக் கற்றொழுகுவது எளிதன்று. சிறு மீன் பெரிய மீனுடைய வாயினுள்ளுக்கே நீந்திக் கொண்டு போய்விடுவதுபோல, நாங்கள் கொடுங்கோன்மைக்கும் கொடும் வரி விதிப்புக்கும் தலைவணங்கிவிடுகிறோம். சகிப்புத் தன்மை எங்களுக்கு இன்னும் சற்றுக் குறைவாக இருந்திருக்குமானால், எங்களின் தொல்லைகளும் இன்னும் சற்றுக் குறைவாக இருந்திருக்கும். இன்றைய நிலையிலே அடிக்க அடிக்க குனிந்து கொடுக்கும் எங்களின் இயல்பு பொறுமை என்ற சிறப்புப் பெயரால் அழைக்கப்பட்டு வருகிறது. கன்பூசியஸ் காட்டிய அறநெறிப்படி, பொறுமை ஒரு மகத்தான பண்பாகக் கவனத்தோடு எங்களுக்கு ஊட்டப்பட்டு வருகிறது. இந்தப் பொறுமைப் பண்பு சீன மக்களுக்குச் சிறப்பளிக்கும் ஒன்றல்லவென்று நான் மறுக்க வில்லை. 'பொறுத்தவர் பூமியாள்வார்' என்றார் ஏசு பெருமான். பொறுமைக் குணத்தால் சீனர்களுக்கு ஒரு கண்டத்தின் பேர் பாதியே கைவந்துவிட்டது; அதனாலேயே இன்றும் அதை அவர்கள் விடாப்பிடியாய்த் தம்வசமே வைத்துக்கொண்டிருக் கிறார்கள். பொறுமையை உயர்ந்த ஒழுக்கநிலை என்று சீனர்கள் பலமாய் வற்புறுத்துகின்றனர். 'அற்பத் தொல்லையைக் கண்டு அலறுகிற வனால் அரும்பெரும் செயல்கள் எதையும் சாதிக்க முடியாது' என்று கூறுகிறது, சீனத்துப் பழமொழி.

பொறுமையின் பயிற்சிக்கூடம் குடும்ப பாரமே; மருமக்கள், மைத்துனர், மாமன், மாமியர் நிரம்பிய குடும்பத்தில், ஒருவரை மற்றவர் சகித்துக்கொண்டு இணங்கி வாழ முயலும்போதுதான், பொறுமை கைகூடிவருகிறது. பெருங்குடும்பத்தில் தனிமனிதர் சில சலுகைகளை எதிர்பார்க்கவோ அடையவோ இயலாது. அதற்கு வேண்டிய வசதிகள் அங்கே இரா. எனவே, பிள்ளைகளும் பெண் களும் எல்லோரும் பொல்லாங்கில்லாமல் சரிக்கட்டிக்கொண்டு போகவேண்டிய கட்டாயம் ஏற்பட்டுவிடுகிறது. பெற்றோர்களும்

தமது குழந்தைகளுக்கு இந்த வகையில் அடிக்கடி போதித்து, வழிகாட்டி வருவர். நாளுக்கு நாள், சுவடு தெரியாமல், ஆழமாய் நம் மனத்தில் பதிந்து, நமது நடத்தையை உருப்படுத்தி வரும் விளைவுகளின் சக்தி அபாரமானது.

முன்பு ஒரு பிரதம மந்திரி இருந்தார்; சாங் குன்ஞி என்பது அவர் பெயர். அவருடைய குடும்பத்து மக்கள் ஒன்பது தலைமுறையினர் அத்தனை பேரும் ஒரே வீட்டிலேயே ஒரே குடும்பமாய் வாழ்ந்து வந்தனராம். இதைக் கண்டு எல்லாரும் அவர்மேல் பொறாமை கொண்டார்கள். ஒரு சமயம், இதன் இரகசியம் என்ன என்று டாங் காவோச்சுங் என்ற சக்கரவர்த்தி இவரைக் கேட்டாராம். உடனே, சீனர்கள் எழுதுவதற்குப் பயன்படுத்தும் பீலியையும் ஒரு துண்டுத் தாளையும் கொண்டு வரச்செய்து, அந்தத் தாளிலே, 'பொறுமை' அல்லது 'சகிப்புத்தன்மை' என்று நூறு தரம் எழுதிக் காட்டினாராம். இந்த விளக்கத்தைச் சீனர்கள் கேவலமானது என்று கருதவில்லை. அதற்குப் பதிலாக இந்த மந்திரியைப் பெரிதும் போற்றிப் பின்பற்றி வரலாயினர். 'நூறு பொறுமை' என்று ஒரு பழமொழியைச் சீனத்து ஒழுக்கப் பழமொழிகளிலே ஒன்றாகச் சேர்த்து, இன்றும் அந்தப் பழமொழியை நடைமுறையில் கையாளுகிறார்கள். புத்தாண்டுப் பிறப்பன்று, இதர பழமொழிகளோடு, இந்தப் பழமொழியையும் (போ-ஜென்) சிவப்புத்தாளில் அச்சிட்டு வீட்டுக் கதவுகளில் அலங்காரமாய் ஒட்டி வைக்கிறார்கள். 'அமைதியால் அதிர்ஷ்டம் அடையலாம்'; 'பொறுமை இல்லாக் குடும்பம் பெருமை அடையாது'—முதலியனவே இந்தச் சிவப்புத்தாள் பழமொழிகள். குடும்ப வாழ்க்கைமுறை நடைமுறையில் இருந்துவரும் வரைக்கும் எந்த மனிதனும் தனிமனிதர் அல்லன்; சமுதாயத்தோடு ஒட்டி ஒழுகும் போது தான் அவன் முழு வளர்ச்சியைப் பெறுகிறான் என்ற கொள்கையை அடிப்படையாக வைத்துச் சமுதாயமானது கட்டியமைக்கப் பெற்று வரும்வரைக்கும், பொறுமை என்பது எத்தனை மகத்தான பண்பு என்பதையும், சமுதாய முறையிலிருந்து பொறுமை இயல்பாகச் செழித்து வளர்ந்துதான் ஆகவேண்டும் என்பதையும் நாம் எளிதில் காணலாம். ஏனெனில், இத்தகைய சமுதாயத்தில் பொறுமை இயல்பாக இருந்தே தீரவேண்டும்.

3. அசிரத்தை

சீனர்களின் பொறுமை விநோதமாய்த் தோன்றினால், அவர்களது அசிரத்தை (அலட்சியம்) இதைவிட விநோதமானது; உலகப் புகழ் பெற்றதும்கூட. இதுவும் சமுதாயச் சூழ்நிலையின் விளைவே என்று நான் கருதுகிறேன். ட்டாம் பிரௌனிங் பள்ளி நாள்கள் என்ற சிறந்த ஆங்கில நூலில் ஒரு கட்டம் வருகிறது; அதில், ட்டாம் பிரௌன், தன் தாயைவிட்டுப் பிரிகிறபோது, அவனுடைய தாய், 'தலைதூக்கி நட; நேருக்கு நேராகத் தயங்காமல் பதில் சொல்லத் தெரிந்துகொள்' என்று புத்தி சொல்கிறாள். சீனத் தாய்மாரோ, தம் பிள்ளைகட்குப் பிரிவுமொழி கூறும்போது, 'பொது விவகாரங்களில் தலையிட்டுக்கொள்ளாதே' என்று கூறுவர். மேலை நாட்டுக்கும் கீழ்நாட்டுக்கும் எத்தனை பெரிய வேற்றுமை! இது ஏன்? தனிமனிதர் சுதந்திரத்தைக் காப்பதற்குச் சட்டபூர்வமான பக்கபலம் இராதபோது, எதிலும் சிரத்தை காட்டாமல் ஒதுங்கி வாழ்வதே உத்தமம்; இதை மேலைநாட்டார் சரியாய்ப் புரிந்துகொள்வது எளிதன்று.

அசிரத்தை சீனர்களின் இயல்பான பண்பென்று நான் நினைக்க வில்லை; ஆனால், எங்களின் பண்பாட்டின் விளைவென்றே நான் கருதுகிறேன். இதை நாங்கள் வேண்டுமென்றே கடைப்பிடித்து ஒழுகி வருகிறோம்; தனிப்பட்ட சூழ்நிலைகளால் எங்களின் பழமை உலக ஞானத்தால் எங்களிடையே இந்தப் பண்பு ஊறிப்போய்விட்டது. குணமும் தோஷமும், சர்க்கரையும் அமிலமும்போல, ஒருவகை உற்பத்திச் சரக்குகளே என்று டெயின் என்பவர் ஒருசமயம் சொன்னார். இப்படி ஒரேயடியாய் அடித்துவிட எனக்கு இஷ்டமில்லை. ஆனால், 'நல்ல'தென்று கண்ட எந்தப் பண்பையும் ஒரு சமூகம் போற்றி வளர்க்கவே செய்யும். இதைப் பலரும் வாழ்க்கைச் சட்டத்தோடு சேர்த்துவிட இசைவர். இந்தப் போக்கைச் சாதாரணமாக நாம் ஆதரிக்கலாம்; இதில் தப்பில்லை.

ஆங்கிலேயர்கள் மழை தாங்கக் குடைபிடித்துச் செல்வது போல, சீனர்கள், அரசியல் மழைகளைத் தாங்க, அசிரத்தை என்னும் குடைபிடித்துச் செல்கின்றனர். வானங் கறுத்தால், குடைத் துணையின்றித் தனிவழி போவது ஆபத்து; அதேபோல,

அரசியல் கடும்புயலைச் சமாளிக்கச் சீனர்கள் அசிரத்தை என்ற குடையைத் துணையாகப் பற்றிச் செல்கின்றனர். இதை வேறு மாதிரியாகவும் சொல்லலாம்; அசிரத்தை இருந்தால்தான் அழிந்தொழிந்து போகாமல், அரசியல் கடும்புயல்களிலிருந்து நாம் தப்பிப் பிழைக்கலாம். அதிகச் சிரத்தை உயிருக்கு ஆபத்து. பொதுமக்கள் உணர்ச்சியில், சீன இளைஞர்கள் இதர அயல்நாட்டு இளைஞர்களுக்குப் பின்வாங்கக்கூடியவர்களல்லர். உணர்ச்சிமிக்க சீன இளைஞர்கள் இதர எந்த நாட்டு இளைஞரையும் போலவே, 'பொது வாழ்விலே தலையிட' அபார ஆசையுள்ளவர்கள்தாம். ஆனால், வயது இருபத்து ஐந்து தொடங்கி முப்பது தொடங்குவதற் குள்ளாக, அவர்கட்கு ஞான உணர்வு ஏற்பட்டுவிடுகிறது; அதோடுகூட, இந்த அசிரத்தை உணர்ச்சியும் கூடவே தோன்றி விடுகிறது. அதனால், அவர்களின் நடத்தை கனிந்து, பண்பட்டு விடுகிறது. சிலருக்கு இது இயற்கையறிவால் உண்டாகிறது. மற்றுஞ்சிலர், பட்டுப் பழகித் தெரிந்துகொண்டுவிடுகின்றனர். பழங் கிழவர்களெல்லாம் தந்திரமாய்த் தப்பித்துக்கொள்வர்; ஏனெனில், தனிமனிதர் சுதந்திரத்தைக் காக்க ஏதுவில்லாத சமூக அமைப்பில், பட்டுப் பழகிக்கொள்ளும்வரைக்கும், ஒருவன் அரசியலில் தலையிடுவது ஆபத்து என்பதை அவர்கள் அனுபவத்தில் கண்டுகொண்டனர்.

அசிரத்தையாலேயே காலந்தள்ள முடியும். எப்படி? தப்பித்துக் கொள்ளச் சட்டபூர்வமான ஆதரவு இல்லாதபோது, ஏன் வீணே பொது விசயங்களிலே துள்ளிக் குதிக்க வேண்டும்? துள்ளின மாடு பொதி சுமக்க வேண்டுமே? இந்தப் பொல்லாங்கு ஏதுக்கு? எங்கள் நாட்டிலே மிகத் துணிச்சலான எழுத்தாளர்களில் ஷாவோ பியாஓபிங், லின் பொஷுயு என இருவர் இருந்தனர்; இவர்களை 1926இல் பீப்பிங்கிலே மஞ்சூரியப் போர்த் தலைவர் ஒருவர் எவ்வித விசாரணையுமின்றிச் சுட்டுக்கொன்றுவிட்டார். உடனே, சற்றுங் காலங் கடத்தாமல் அசிரத்தையின் மேன்மையை இதர எழுத்தாளர்கள் மேற்கொண்டுவிட்டார்கள்; அதோடு, 'ஞானி' களாயும் மாறிவிட்டார்கள். சீனாவில், புகழ்பெற்ற எழுத்தாளர் எவருக்கும் தனிப்பட்ட சொந்தக் கருத்து என ஒன்று கிடையாது. சீனத்துக் கனவான்கள் அனைவரும் மேற்கொண்டு ஒழுகுவதைப் போலவும் மேலைநாட்டு ராஜதந்திரிகளைப் போலவும்,

பொதுவாக வாழ்க்கையின் எந்த ஒரு பகுதியைப் பற்றியும், முக்கியமாகத் தற்காலத்திய அவசரப் பிரச்சினைகளைப் பற்றியும் தப்புத் தண்டாவான எந்தக் கருத்தையும் வெளியிட்டு மாட்டிக் கொள்ளாமல் இருந்துவருவதிலே சீன எழுத்தாளர்க்குத் தனித்திருப்தியும், தம்மைப்பற்றிப் பெருமையும் உண்டு.* அவர்கள் வேறு என்னதான் செய்ய முடியும்? சட்டப் பாதுகாப்பு இருந்தால், பொதுமக்கள் சேவை செய்வதில் தீவிரமாக முனையலாந்தான். மானநஷ்ட வழக்குகளில் மாட்டிக்கொள்ளாமல் பார்த்துக் கொண்டால் மட்டும் போதும். இத்தகைய பாதுகாப்பு இல்லாதபோது, தன்னைத்தானே காத்துக்கொள்ள வேண்டும் என்ற இயற்கை உணர்வு, அசிரத்தை என்ற கேடயத்தின் துணை நாடுவதல்லால், வேறு கதியில்லை.

அசிரத்தை என்பது ஓர் உயர்ந்த ஒழுக்கப் பண்பல்லதான். ஆனால், சட்டபூர்வமான பாதுகாப்பு இல்லாதபோது சமுதாய மானது கட்டாயமாய்க் கையாள வேண்டிய ஒரு செயலாக ஆகிவிட்டது அது. தன்னைத் தானே காத்துக்கொள்வதற்கு இது ஒரு வழி; ஆமையின் முதுகு ஓட்டைப்போல. சீனர்களின் பார்வை உணர்ச்சியற்றிருக்கும் என்று பிரபலமாய்ச் சொல்வதுண்டு; இது தற்காப்பின் நிமித்தமே; பெருத்த புலனடக்கப் பயிற்சியாலும் நிறைந்த பண்பாட்டாலும், சீனர்கள் இந்தப் பார்வையைப் பெற்றிருக்கிறார்கள். பண்பாடும் புலனடக்கமும் இல்லாத சீனக் கொள்ளைக் கூட்டத்தாரிடையே, இந்த அசிரத்தை மனப்பான்மை துளிகூட இல்லை. இவர்கட்குச் சட்டப் பாதுகாப்புத் தேவை யில்லை; இவர்களே சட்டத்தை உடைத்துத் தகர்ப்பவர்களல்லவா? சீனாவில், மிகத் தீவிரமான பொதுமக்கள் சேவகர்களும், கண்ணியம் வாய்ந்த வீரர்களும் இவர்கள்தாம். சீனர்களின் போர்த்திறம், ஷுஹு என்ற புத்தகத்திலே சொல்லியிருப்பதுபோல, வழிப்பறி

* சீனாவின் மிகப் பழைய, மிகப்பெரிய நாளிதழ் ஷீன் பவோ என்பது. முன்பெல்லாம் இந்தப் பத்திரிகையில் (1) உள்நாட்டுப் பிரச்சினைகளை விடுத்து வெளிநாட்டுப் பிரச்சினைகளைப் பற்றியும், (2) நெருங்கிய விசயங்களை விடுத்து தூர விசயங்களைப்பற்றியும் (3) குறிப்பான, பட்டவர்த்தனமான பொருள்களை விடுத்து, 'மதிநுட்பத்தின் சிறப்பு,' 'உண்மையின் உயர்வு' போன்ற பொதுப்படையான பொருள்களைப் பற்றியுமே தலையங்கங்கள் எழுதி வெளிவரும்.

செய்யும் கள்வரைத் தொடர்புப்படுத்திக் கூறுவதாகவே இருக்கும். போர்த்திறத்தை வேறு தனிச் சொல்லாலே குறிக்காமல், 'கொள்ளைத்திறம்' என்ற முறையில் 'ஹஹேகியெ' என்றுதான் குறிப்பார்கள் சீனர்கள். இத்தகையோரின் வீரதீரங்களைப் பற்றிய புத்தகங்களைப் படிப்பதிலே மக்களுக்கு ஒரு தனி இன்பம். அதனால்தான் பல நவீனங்களில் இவர்கள் கதாநாயகர்களாக வருணிக்கப் பெறுகின்றனர். இதேபோலத் தான் எலினர் கிளினின் புத்தகங்கள் அமெரிக்காவின் கிழக்கன்னியரைப்பற்றிப் பேசுகிற காரணத்தால் பிரபலமடைந்தன. பலவான் எதற்கும் அஞ்ச மாட்டான்; அதனால், அவன் பொது ஊழியத்தில் இறங்க முடியும். ஆனால், மக்களில் பெரும் பகுதியினர் பயந்தவர்கள். அசிரத்தையாக இருந்தாலொழிய அவர்களால் காலந்தள்ள முடியாது.

இதைப்பற்றி வரலாற்று எடுத்துக்காட்டுக்கூடக் காட்டலாம். வெயி, ஷின் ஆகிய பரம்பரைகளின் வரலாற்றைப் பாருங்கள். அந்தக் காலத்தில், படிப்பாளிகள் தேசிய விசயங்களிலே தலையிடுவதில்லை என்பதற்காகப் போற்றப்பட்டு வந்தனர். அதன் பயனாக நாட்டின் வலிமை நலிந்து தேய்ந்தது; உடனே வட சீனாவைக் காட்டுமிராண்டிகள் பிடித்துக்கொண்டுவிட்டனர். மேலே சொன்ன காலத்தில் இருந்த படிப்பாளிகள் மதுக்குடியில் ஈடுபடுவதை நாகரிகமாய்க் கருதினார்கள்; ஆழ்ந்த இலட்சியம் இல்லாமல் அரட்டையடிப்பதும், தாவோ மத கற்பனைக் கதைகளில் காணப்படும் தேவகணங்களைப் பற்றிக் கனவு காண்பதும், சாவாதிருக்க மருந்து தேடுவதும், அன்றைய நாகரிகப் போக்காய் இருந்து வந்தன. செள, ஹான் ஆகிய இரண்டு அரச பரம்பரைகள் ஆண்ட காலங்களுக்கப்புறம், சீனரின் அரசாட்சித் திறம் மிகக் குன்றிவிட்டது போலும். இக்காலத்திலே, சீனர்கள் நாளுக்குநாள் வலிமை குன்றிவந்து, கடைசியில் இவர்களின் வரலாற்றிலேயே முதன் முறையாக, காட்டுமிராண்டிகளால் ஆக்ரமிக்கப்பட்டுவிட்டனர். இந்த அசிரத்தைக் கொள்கை வழிபாடு இயல்பானதுதானா? இல்லையென்றால், இது எப்படி வந்தது? வரலாற்றைப் புரட்டிப்பார்த்தால் தெளிவான விடை கிடைக்கும்.

ஹான் பரம்பரையின் அந்திய காலத்தில், படிப்பாளிகள் சிரத்தையுள்ளவர்களாகத்தான் இருந்தார்கள். சொல்லப்போனால்

அரசியல் விமர்சனப்போக்கு மக்களிடையே இந்தக் காலத்தில் தான் உச்ச நிலையை எட்டியிருந்தது. முப்பதாயிரத்துக்கு மேற்பட்ட பிரபல பண்டிதர்களும் கல்லூரி மாணவர்களும் அன்றைய அரசியல் பிரச்சினைகளில் மூழ்கிச் சர்ச்சையிட்டார்கள். அரசாங்கக் கொள்கையைப் பற்றியும், அரண்மனைப் பரிவாரங் களின் நடத்தையைப் பற்றியும் மிகக் கறாராக ஆராய்ந்தார்கள். சக்கரவர்த்தியின் கோபத்தையோ, அதிகாரிகளின் பகையையோ அவர்கள் சட்டை பண்ணவில்லை. அப்படி இருந்தும், அரசியல் அமைப்பில் குடிமக்களின் சுதந்திரத்திற்குப் பாதுகாப்பில்லாத காரணத்தால், நாளாவட்டத்தில் இவர்களின் விமர்சனப்போக்கு அடங்கி ஒடுங்கிவிட்டது. இருநூறு முந்நூறு பண்டிதர்களும், சிலவேளை அவர்களின் குடும்பம் முழுவதும் ஒரே படியாக மரண தண்டனை விதிக்கப்பட்டனர்; நாடுகடத்தப்பட்டனர்; அல்லது சிறைப்படுத்தப்பட்டனர். இது நடந்தது கிபி 166-199ஆம் ஆண்டுகளில். இதை 'டங்க்கு' அல்லது 'கட்சி வழக்குகள்' என்றழைப்பர். இந்த அடக்குமுறையானது மகா திறமையோடு முழுமையாகச் செயல்பட்டதால், வெகு விரைவில் கிளர்ச்சிக்காரர் கள் ஒடுங்கிப்போயினர். எல்லாம் அடங்கிய பிறகும், பின்னால் ஒரு நூற்றாண்டுக்கு மேலாக, அடக்குமுறைக் கிலி மக்களை அச்சுறுத்திக்கொண்டே வந்தது. அதன் விளைவாகவே அசிரத்தை உண்டாயிற்று. அத்துடன் மது, மாதர், கவிதைப் பைத்தியமும், தாவோ மதக் கொள்கையும் வளர்ந்து செழித்தோங்கின. பண்டிதர்களில் பலர் மலைப் பகுதிகளுக்குச் சென்று, அங்கே கதவில்லாத சமாதிபோன்ற குடிசைகளைக் கட்டிக்கொண்டு வாழத் தொடங்கினர். ஜன்னல் மட்டுமிருக்கும். இதன் வழியே உணவு உள்ளே போடப்படும். சாகும்வரை இப்படியே காலந்தள்ள இவர்கள் தீர்மானித்துவிட்டனர்.

பலர் விறகுவெட்டிகளாக உருமாறினர். உண்மை வடிவம் வெளிப்பட்டு விடாதபடி பார்த்துக்கொள்ளும் பொருட்டு, தங்கள் உறவினர்களைத் தம்மை அடிக்கடி வந்து பார்க்காதிருக்குமாறு சிலர் கெஞ்சிக் கேட்டுக்கொண்டனர்.

இந்தக் காலத்துக்குப் பிறகு உடனடியாக ஏழு புலவர்கள் தோன்றினர். 'மூங்கில் சோலைவாழ் ஏழுபுலவர்' என்பது இவர்களைத்தான். லியூ லிங் என்ற பெரும் புலவர் மாதக்

கணக்காய்க் குடித்துவிட்டுத் தன்னை மறந்திருக்கும் அரிய திறமை பெற்றிருந்தார்!—ஒயின் ஜாடி சகிதமாய்க் கட்டை வண்டியில் பயணம் செய்வது அவரது வழக்கம். ஒயின் ஜாடியோடுகூட, ஒரு மண்வெட்டியையும் புதைகுழி தோண்டுகிறவனையும் அவர் கூடவே அழைத்துச் செல்வதுண்டு. பயணங்கிளம்புமுன், 'நான் செத்ததும், என்னைப் புதைத்துவிடு! எங்கே, எப்போது என்பதைப் பற்றிக் கவனியாதே' என்று உத்தரவு போட்டுவிடுவாராம் அவர். மக்கள் இவரை நிரம்பப் பாராட்டிக் 'கெட்டிக்காரர்' என்றழைத்தார்கள். எல்லாப் பண்டிதர்களும் ஏதாவது ஒரு வகையில் மிதமிஞ்சி விடவே விரும்பினர். ஒருவர், ஒரே கரடுமுரடாய் இருக்கப் பார்ப்பார்; இன்னொருவர், காமக்கடலில் மிதப்பார்; மற்றொருவர், ஒரே அலட்சியமாய் எதையும் பொருட்படுத்த மாட்டார். யுஆன் சியென் என்பவர் இன்னொரு பெரும் புலவர். இவர் தமது பணிப்பெண்ணோடு கூடாநட்புக்கொண்டிருந்தார். பொது விருந்து ஒன்று நடந்துகொண்டிருக்கையில், இவர் மனைவி, பணிப்பெண்ணை ஏதோ ஒரு வேலையாய் வெளியே அனுப்பி விட்டாள். இதைக் கேள்விப்பட்டதும், புலவர் உடனேயே ஒரு குதிரையை இரவல் வாங்கிக்கொண்டு பணிப்பெண்ணைத் தேடி ஓடி, அவளைக் கண்டுபிடித்துத் தன்னுடன் குதிரையில் வைத்துக் கொண்டு, எல்லா விருந்தினருக்கும் முன் அவளை அழைத்துக் கொண்டு திரும்பி வந்து சேர்ந்தார். இத்தகைய மனிதர்களைத்தான் மக்கள் கெட்டிக்காரர்களென்று போற்றி வந்தனர். சிறிய ஆமையானது பெரிய ஆமையின் தடித்த முதுகுஓட்டைக் கண்டு வியக்கிறதே,—அதே மாதிரிதான் இருக்கிறது இத்தகையோரின் நடத்தையைக் கண்டு மக்கள் வியந்து மகிழ்வது.

அரசியல் அங்கத்தில் உள்ள கொடுநோய் எது என்பதை, இப்போது நாங்கள் கண்டுபிடித்துவிட்டோம் என்றுதான் தோன்றுகிறது. தங்களது அசிரத்தை காரணமாகவே, சீனர்கள் எதையுங் கட்டுப்பாடாய்ச் செய்து முடிக்க இயலவில்லை என்பது பழமொழி. இந்த நோயைப் போக்குவது எளிது. எப்படி? மக்களின் குடியுரிமையைப் பேணிக்காக்க அரசாங்கம் சட்டம் செய்து, உறுதியோடு அமல் நடத்திவர வேண்டும். இந்த வகையால் ஏற்படும் அபார விளைவுகளைப் பற்றி யாரும் சிந்தித்துப் பார்த்த தாகத் தெரியவில்லை; யாருக்கும் இதில் அக்கறையும் இல்லை.

சீனரின் நடத்தையியல்

யாரும் மனமார வேண்டுமென்று இதை வற்புறுத்தவும் இல்லை.

4. கிழக்குறும்பு

சீனர்களிடம் நான் சட்டென்று காணும் விந்தையான இயல்பு 'கிழக்குறும்புதான்.' இதை சரியாய்ச் சொல்வதற்கு வேறு தகுந்த சொல் கிடைக்கவில்லை. மேலைநாட்டவர்க்குப் புரியும்படி இதனை விளக்கிச் சொல்வது நிரம்பக் கடினம். இருந்தாலும், இந்தப் பண்புதான் மிக ஆழமானது. இதை விவரிக்க, முற்றும் மாறான ஒரு வாழ்க்கைத் தத்துவத்தைப் பற்றி நாம் ஆராய வேண்டும். இந்த வாழ்க்கைத் தத்துவத்தோடு ஒப்புநோக்குகிற போது, மேலைநாட்டு நாகரிகத்தின் கட்டுக்கோப்பு சரியாய்ப் பழுத்து முதிராத பூப் பிஞ்சுபோலத் தோன்றும். அடைமழைக் காலத்தில், குளிருக்குப் பயந்து தீக்காய்ந்து வெப்பந் தேடிக் கொண்டிருக்கும் கிழத் தாத்தாவை, கடற்கரைக்குக் குளிக்கப் போகலாம் வா என்று இளம் பேரன் அழைத்தால், கிழவன் கட்டாயம் போக மறுத்துவிடுவான். அப்போது பேரனுக்குக் கோபமும் வியப்பும் உண்டாகலாம். கிழவனோ உல்லாசமாகப் புன்னகை புரிவதோடு நின்றுவிடுவான். இந்தப் புன்னகைதான் கிழக்குறும்புப் புன்னகை. தாத்தா, பேரன் இருவரில் யார் செய்தது சரியென்று சொல்வதும் சிரமம். இளைஞர்களின் இத்தனை பரபரப்பும், இருக்கை கொள்ளாத உணர்ச்சிக் குமுறலும் இவர்களை எங்கே இட்டுச் செல்லுகின்றன? இவற்றின் போக்குத்தான் என்ன? இந்த உற்சாகம், வலியுறுத்தல், போராட்டம், போர், தேசிய வெறி—இவையெல்லாம் போய் முடியும் இடம் எது? இவை எல்லாம் எதற்காக? இவற்றின் இலட்சியம்தான் என்ன? இதற்கு விடை காணுவது எளிதன்று. ஒருவர் கொள்கையை மற்றவர் ஏற்றுக்கொள்ளும்படி வற்புறுத்துவதும் சரியானதன்று. இவை எல்லாம் வயதைப் பொறுத்த விசயங்கள்.

வாழ்க்கையில் நன்றாய்ப் பட்டுப்பழகியவனே கிழக்குறும்பன். இவன், லோகாயதவாதி; அலட்சியக்காரன்; முற்போக்கில் நம்பிக்கையில்லாதவன். கிழக்குறும்பில் உள்ள நயம் என்ன வென்றால், ஒருவனது பண்பை நல்லபடியாக ஆக்கி, அவனது நடத்தையில் கனிவு உண்டாகப் பண்ணுதலே. இந்தத் தங்கமான

பண்புள்ள கிழவர்களைக் கணவர்களாய் அடைவதில் பல பெண்களுக்கு மெத்த விருப்பம். வாழ்க்கையில் அன்பான உறவாடல் இல்லாவிட்டால், அதுவும் ஒரு வாழ்க்கைதானா? சீனர்கள் இந்த முடிவுக்கு வந்ததற்குக் காரணம் மதபோதனை யன்று; வாழ்க்கையில் இன்ப துன்பங்கள் சகடக்கால் போல நிலையின்றி மாறிமாறிச் சுழன்று வருவதை அனுபவபூர்வமாகக் கண்ட பின்னரே, அவர்கள் இந்த முடிவுக்கு வந்தனர். டாங் பரம்பரை காலத்தில் இருந்த துறவுபூண்ட இரு புலவர்களின் உரையாடலைக் கவனித்தால், இந்தத் தத்துவத்தின் இயல்பு நன்கு புலனாகும்:

> ஹன்ஷான் என்பவர் ஷிஹ்டே என்பாரை நோக்கி, 'என்னை ஒருவன் பழிக்கிறான்; அவமதிக்கிறான்; இழித்துரைக்கிறான்; அலட்சியம் செய்கிறான்; தீங்கிழைக்கிறான்; வெறுக்கிறான்; ஏமாற்றுகிறான்; இத்தனையும் செய்பவனிடம் நான் எவ்வாறு நடந்துகொள்வது!' என்று கேட்டார். அதற்கு, 'வேறொன்றும் செய்துவிடாதே. சகித்துக்கொள்; இணங்கிவிடு; கவனிக்காதே; ஒதுங்கிவிடு; பொறுத்துக்கொள்; அவனுக்கு மதிப்புக் கொடு; அவனைச் சட்டை பண்ணாதே. பிறகு, சில ஆண்டுகளுக்குப் பின்னர், அவன் எப்படி மாறிவருகிறான் என்பதைப் பார்'

என்று ஷிஹ்டே பதிலளித்தார். இப்படி, எண்ணற்ற காவியங்களில் எங்களின் இலக்கியம், கவிதை, பழமொழி, ஆகியவற்றில் லா-ஓட்ஸியின் அறிவுரை ஒளிந்து மிளிர்கிறது. 'பணையக் கட்டையை இழப்பதன் மூலம் ஆட்டமே வெற்றியாகிவிடுகிறது' என்றோ, 'முப்பத்தாறு வழிகளிலும் தப்பி ஓடிவிடுவதே மிகச் சிறந்த வழி' என்றோ 'உண்மையான வீரன் உடனடியான விபத்தில் சிக்கிக்கொள்ள மாட்டான்' என்றோ 'மனத்தில் ஒருபடி பின்வாங்குவது' என்றோ பல படியாய்ப் பழமொழியாக்கிக் கூறினாலும், வாழ்க்கையை இணக்கமாய் நடத்திச் செல்லும் இந்த மனப்பான்மை, சீனரின் எண்ணங்கள் அனைத்தையும் ஊடுருவிப் பாய்ந்து சென்று, அவற்றில் ஊறிப்போய்விட்டது. அதனால், வாழ்வென்பது மிகுந்த எச்சரிக்கையோடு நடத்தவேண்டிய ஒரு செயலாகிவிடுகிறது; கூடியவரை எதிலும் மோதிக்கொள்ளாமல் தப்பி ஓடுவதிலேயே கருத்தாயிருக்க வேண்டும். எதிலும் எண்ணித் துணிய வேண்டும். துணிந்தபின் எண்ணுவோம் என்பது இழுக்கு.

இதனால் கோணல்கள் நேராய்விடும்; வாழ்வு சுகமாய்விடும். அப்போதுதான் சீனப் பண்பாட்டின் சிறப்பியல்பான கனிவு கைவரப் பெறுகிறது.

சீன அறிவின் மகோன்னத வெளிப்பாடாகிய இந்தக் கிழக் குறும்பின் கேடு என்னவென்றால், இது இலட்சியப் போக்கையும், செயலில் நேரடியாக இறங்குவதையும் தடைபடுத்தி விடுகிறது. சீர்திருத்த ஆசை முழுவதையும் இது தகர்த்தெறிந்து விடுகிறது. மனித முயற்சியின் வீண்தன்மையைக் கண்டு நகைக்கிறது; இலட்சியப் போக்கிற்கோ, செயலாற்றும் திறமைக்கோ சீனர்களைச் சற்றும் தகுதியற்றவர்களாகச் செய்துவிடுகிறது; மனித முயற்சி யெல்லாம், உண்டு களித்து உறங்குகிற உடல் தேவைகளைப் பூர்த்தி செய்வதோடு நின்றுவிடும்படி தூண்டுகிறது. மென்சியஸ் ஒரு பெரிய கிழக்குறும்புக்காரர். மனித சமுதாயத்தின் முக்கிய விழைவுகள் உணவும் பெண்களுமே என்று கூறினார். அதாவது, வயிற்றுத் தேவையும் வழித்தோன்றலைப் பெருக்கும் ஆசையும்தான் என்றார். காலஞ்சென்ற மக்கள் தலைவர் லி யுவான்ஹங்கும் ஒரு கிழக்குறும்புக்காரரே: சீனத்துக் கட்சி பேதங்களையெல்லாம் ஒழித்துக் கட்டுவதற்குச் சீன அரசியல் தத்துவக்கோட்பாடும் வழிமுறையும் கூறும் அடிப்படை முறையை அனுசரித்து, 'அரிசி இருக்கும்போது, அதை எல்லாரும் பகிர்ந்துகொள்ளட்டுமே' என்றார் இவர். தன்னையறியாமலேயே, தலைவர் லி ஒரு விடாப்பிடியான காரியவாதியாயிருந்து வந்தார். அதனால்தான் சீனத்தின் நடைமுறைச் சரித்திரத்துக்கு இப்படிப் பொருளாதார அடிப்படை கொண்ட விளக்கத்தின் மூலம் தமது விவேகத்தைக் காட்டிக்கொண்டார். வரலாற்றுக்குப் பொருளாதார விளக்கம்ம் செய்வது சீனர்களுக்குப் புதிதல்ல.

எமிலி ஸோலாவைப் பின்பற்றுவோர் கூறும் உடற்கூற்று விளக்கமும் சீனர்களுக்குப் புதிதல்ல. ஸோலாவுக்கு இது ஒரு பித்தாயிருந்தது. எங்களுக்கோ இது ஒரு தேசிய உணர்வாக இருக்கிறது. சீனாவில் ஒருவன் கற்றுத்தேறித்தான் காரியவாதியாக வேண்டும் என்பதில்லை; இங்கே, பிறக்கும்போதே ஒருவன் காரியவாதியாகவே பிறக்கிறான். மக்கள் தலைவர் லி யுவான்ஹங் அபார மூளைக்காரர் என்று யாரும் சொல்லக் கேட்டதில்லை; ஆனாலும், சீனர் ஆன படியால், அரசியல் பிரச்சினைகள்

அனைத்தும் அரிசிப் பிரச்சினைதான், அரிசிப் பிரச்சினையைத் தவிர வேறு பிரச்சினை இல்லை; இருக்கவும் முடியாது என்பதை அவர் இயல்பாகவே உணர்ந்திருந்தார். எனக்குத் தெரிந்த வரையில், சீன அரசியலைப் பற்றி இவரைப் போன்று விளக்கமாயும் ஆழ்ந்த கருத்தோடும் வேறு சீனர் யாரும் இதுவரை சொன்னதில்லை.

உலகாயதவாதமும் அலட்சியப்போக்கும் வாழ்க்கையின் சாதுரியப் பழக்கத்தால் ஏற்பட்டவை; கிழவர்களும் கிழ நாடுகளுமே இவற்றை அடைய முடியும்; முப்பது வயதுக் குட்பட்ட இளைஞர்களால் இந்த மனநிலையைப் புரிந்துகொள்ள முடியாது. மேற்கேயுள்ள இளந் தேசங்கள் இதனைப் புரிந்து மதிப்பது வீண். தாவோ கொள்கையின் வேத நூல் தாவோ தே ஜிங் என்பது. இதை எழுதியவர் லா ஒட்ஸி: இந்தப் பெயருக்கு அர்த்தம் 'கிழவன்' என்பது. கொள்கைக்கேற்ற பெயர்ப் பொருத்தம் ஏற்பட்டது தற்செயலாக நேர்ந்த ஒன்றுதானா? அல்லது வேண்டுமென்றே செய்துகொண்ட ஏற்பாடா என்றுகூட நாம் ஐயுறலாம்.* நாற்பது வயதுக்கு அப்புறம் எல்லா மனிதர்களுமே மோசக்காரர்களாய்விடுகிறார்கள் என்று யாரோ ஒருவர் சொன்னார். அது எப்படி இருந்தாலும், வயது ஏற ஏற மான உணர்ச்சி மனிதனுக்குக் குன்றிவிடுகிறது என்பதை யாருமே மறுக்க முடியாது. இருபதாண்டு இள நங்கையர் பணத்துக்காக மணந்துகொள்ள இசையார்; நாற்பதாண்டு மாதர்கள் பணத்தைத் தவிர வேறு எதற்காகவும் மணம் செய்துகொள்ள இசையார். இவர்கள் விரும்புவது 'பாதுகாப்பு.' கிரேக்கப் புராணக் கதை ஒன்று உண்டு. அதில், இளைஞனான ஐக்காருஸ் உயரப் பறந்த காரணத்தால் சூரிய வெப்பந் தாளாமல் அவனுடைய மெழுகு இறக்கைகள் இளகி உருகிப்போய்விட்டனவென்றும், அதனால், அவன் கடலிலே விழுந்து இறக்க நேர்ந்ததென்றும், அவனுடைய கிழத் தந்தை டயடாலுஸ் தாழ்ந்து பறந்ததால், நலமாய் வீடு

* கிமு 600இல் ஹங்குக்குவான் மலைவழியினூடே, உலகத்தாரிடமிருந்து விடை பெற்றுக்கொண்டு, ஒரு கோவேறு கழுதை மீதேறி இவர் சென்று கொண்டிருந்த போது, மக்கள் உய்யும்பொருட்டு இவர் எழுதிய 5000 சொற்கள் உள்ள தாவோ தே ஜிங் என்ற நூலை மக்களிடையே அவர்கள் கெஞ்சிக் கேட்டுக்கொண்டதற்கு இணங்க விட்டுச் சென்றார்.

சேர்ந்துவிட்டதாகவும் கூறப்படுவது காரணத்தோடுதான் இருக்கிறது. வயது முதிர முதிர, மனிதன் தாழப் பறக்கவே நினைக்கிறான். இலட்சியப் போக்கில் தெளிந்த அறிவும் உலகத்தோடு ஒட்ட ஒழுகும் மனப்பாங்கும் கலந்து, இலட்சிய மானது தீவிர வெறியாகிவிடாதபடி செய்துவிடுகிறது. அத்துடன் ஆதாயத்திலே கண்ணுங்கருத்துமாயிருந்து, ரூபா, அணா, பைசா கணக்குப்போடும்படிச் செய்துவிடுகிறது. ஆகவே, காரியப் போக்கு கிழவருக்கும், இலட்சியப் போக்கு இளைஞருக்கும் சிறப்பியல்புகளாய் ஆகிவிடுகின்றன. நாற்பதாண்டு நிரம்பியும், ஒருவன் மோசக்காரனாக மாறவில்லை எனில், நிச்சயமாக அவன் ஒரு பலவீனனாகவோ, பெரும் புத்திசாலியாகவோதான் இருக்க வேண்டும். பிந்திய வர்க்கத்தைச் சேர்ந்தவர்களே 'பெரிய பிள்ளைகள்' ஆன டால்ஸ்டாய், ராபர்ட் லூயி ஸ்டீவன்ஸன், சர் ஜேம்ஸ் பாரி போன்றோர். இவர்கள்தாம் உடன்பிறப்பியல்பான கவடற்ற குழந்தை மனப்பாங்குடன், ஆழ்ந்த விசய ஞானமும் சேர்ந்துகொண்டபடியால்தான் நாம் இறவாப் புகழ் என்று கூறுகிற நிலையான இளமை இவர்களுக்குக் கிடைத்தது.

கருத்திலும் சரி, நடைமுறையிலுஞ் சரி, இவையெல்லாம் கலப்பற்ற தாவோ கொள்கைகள்தாம். ஏனெனில், ஐயாயிரம் சொற்களில், தாவோ தே ஜிங் நூலில், லா-ஒட்ஸி கூறியிருப்பன அனைத்தும் குறும்புத்தனத்தின் சாறுபிழிந்த, ஆழ்ந்த வாழ்க்கைத் தத்துவத் தொகுப்பாகும். இந்தக் குறும்புத் தத்துவத்தை மிஞ்சிவிட யாராலும் முடியாது. தாவோ கொள்கை என்பது யாது? அதன் கருத்து என்ன? கருத்திலும் சரி, நடைமுறையிலும் சரி ஓரளவு குறும்புத்தனமான அலட்சியம் கொண்டிருப்பது; குரங்குப்பிடியான அவநம்பிக்கையை அனைத்திலும் காட்டுவது; மனித முயற்சியால் எதையும் தடைபடுத்தவோ, திருத்தவோ கிஞ்சித்தும் இயலாது என்று சொல்லி, இந்த முயற்சிகளைக் கண்டு சிரித்து நையாண்டி செய்வது; மனிதன் கட்டி அமைக்கும் நிறுவனங்கள், சட்டங்கள், அரசிறைகள், மணமுறைகள் யாவும் ஒப்பேற மாட்டா என்று சொல்லி, இவற்றைக் கேலிசெய்வது; இலட்சியப்போக்கிலே ஓரளவு அவநம்பிக்கை கொண்டிருப்பது. இவைதாம் தாவோ கொள்கையின் பல கூறுகள். இலட்சியவாதத்தில் அவ நம்பிக்கைக்குக் காரணம் வலிமைக்குறைவல்ல; நம்பிக்கை

வரமாட்டேன் என்பதே,—பற்றின்மையே. கன்பூசியக் கொள்கை எதையும் சாதித்துவிடலாம் என்பது. எதையும் சாதித்துவிடலாம் என்று நம்பிக் கொண்டிருக்கும் ஒரு சமூகத்தைக் குடைசாய்ந்து விடாதபடி சமன்படுத்திக் காத்துவருவது. ஒன்றும் ஆகாது என்று மொழிவது தாவோ கொள்கைதான். கன்பூசியவாதி காரியவாதி; எதையும் ஆகும் என்பான். தாவோவாதி ஒன்றும் ஆகாதென்பான்; மாயாவாதி. இவை இரண்டும் மோதிக் கலப்பதால்தான் இறவாப் புகழ்பெற்ற சீன நடத்தை நமக்குக் கிடைக்கிறது.*

எனவே, வெற்றிபெற்றுவிட்டால், கன்பூசிய சமயத்தினர் என்றும், தோற்றுவிட்டால் தாவோ சமயத்தினர் என்றும் சீனர் தங்களைக் கூறிக்கொள்வர். எங்களிடையே உள்ள கன்பூசியக் கோட்பாடானது செயல்களை முயன்று, ஆக்குவிக்கிறது; எங்களிடையே உள்ள தாவோ கோட்பாடானது எங்களின் நடத்தையைக் கவனித்து வந்து ஏளனமாய்ப் புன்முறுவலிக்கிறது. எனவே, சீனப் படிப்பாளி ஒருவன் தனது பணிமனையில் இருக்கும்போது அறிவுரை நிகழ்த்துவான்; பணிமனைக்கு வெளியே வந்ததும் செய்யுள் கோக்கத் தொடங்கிவிடுவான்; அவனது செய்யுள் பெரும்பாலும், நல்ல தாவோ கவிதையா யிருக்கும். இதிலிருந்து பெரும்பாலும் எல்லாச் சீனர்களாலும் ஏன் கவிதை கட்ட முடிகிறது என்பதும், சீன எழுத்தாளரின் நூல் தொகுப்புக்களில் ஏன் முக்கால்வாசிக்கு மேற்பட்டவை கவிதைகளாக இருக்கின்றன என்பதும் தெளிவாக விளங்கும்.

கஞ்சாவானது எப்படி நமது உணர்ச்சியை மரமரக்கடித்து விடுகிறதோ, அதேபோல தாவோ கொள்கையும் நமது உணர்ச்சியை மரமரக்கடித்துவிடுகிறது; அதனால், கஞ்சாவைப் போலவே, தாவோ கொள்கையும் துன்பங்களின் கடுமையைக் குறைத்து, மனத்திலே ஒருவித சாந்தியை உண்டுபண்ணுகிறது. சீனர்களின் தலைவேதனையையும் மனவேதனையையும் தாவோ கொள்கை போக்கிவிடுகிறது. கன்பூசியக் கொள்கையானது சமாதான காலத்திலும், நாட்டின் இணைந்த ஒற்றுமைக் காலத்திலும் சீனர்களுக்கு எப்படி உதவுகிறதோ, அதேபோல, அமைதி குலைந்த

* வாழ்க்கையில் ஒன்றும் சாதிக்க முடியாது என்ற கொள்கையைப் பொறுத்த மட்டில், பௌத்த சமயம் சற்று மெருகேற்றிய தாவோ சமயம்தான்.

காலத்திலும், குழப்பம் தலை விரித்தாடும் காலத்திலும் தாவோ கொள்கையின் கற்பனைக் கனவுகளும், கவிதைச் செறிவும், இயற்கை வழிபாடும் சீனர்களுக்கு மிகவும் உதவி புரிகின்றன. இந்த வகையில் உடம்பானது எல்லையற்ற தொல்லைகட்கும் துயரங்கட்கும் ஆளாக்கப் பெற்றிருக்கும்போது, சீனரது மனித உள்ளம் அமைதி நாட அதற்கு இது ஒரு போக்கிடமளிக்கிறது; சீனரது ஆன்மாவுக்கு அருமருந்தளித்து உயிர்ப்புத் தருகிறது. தாவோ கொள்கையின் கவிதை இல்லாவிட்டால், கன்பூசியக் கொள்கையை அடிப்படையாகக் கொண்டு சமைக்கப்பட்டிருக்கும் கடுமையான துறவு வாழ்க்கை முறையைச் சகிப்பது சாத்திய மில்லை. தாவோ கொள்கையின் கற்பனைக் கனிவுகள் இராமல் போனால், சீன இலக்கியத்தில் மன்னர்களின் புகழ்பாடும் வெறும் அலங்கார வரிசைகளைத் தவிர வேறேதும் காண முடியாது போயிருக்கும்; ஒழுக்க நெறிகளைத் திருப்பித் திருப்பி வெவ்வேறு உருவப்பாட்டிலே தொகுத்துரைப் பதைத் தவிர வேறேதுங்காண முடியாது போயிருக்கும். நல்ல சீன இலக்கியம் அனைத்தும்— படிக்கத்தக்க, பாராட்டிப் பயிலத்தக்க சீன இலக்கியம் அனைத்தும்—மனித உள்ளத்துக்கு அமைதி அளித்து, மனித அறிவை இன்புறுத்தும் சீன இலக்கியம் அனைத்தும், அடிப்படையிலே தாவோ கொள்கையில் ஊறித் திளைத்தவைதாம். சீனாவில் சீனர்கள் வாழ்ந்துவர ஊன்றுகோலாயிருப்பவை சீனாவின் எண்ணப் போக்கின் இரு துருவங்களாகிய தாவோ கொள்கையும், கன்பூசியக் கொள்கையுமே—முன்னது மறுப்பது, பின்னது வலியுறுத்துவது.

சீனர்களிடம் தாவோ கொள்கை இயற்கையாய் அரும்பி, அவர்களின் உள்ளத்தில் படிந்து ஊறிப்போய்விட்டது; கன்பூசியக் கொள்கை அவர்களது அறிவின் பண்பாட்டால்தான் முளைத்துச் செழித்தது. நாங்கள் ஒரு பெரிய மக்கள்சமூகமானபடியால், நீதியை அடிப்படையாய்க்கொண்ட அரச நீதிமுறைகளை வகுத்துக்கொள்ள எங்களால் முடிந்தது. ஆனால், வழக்கறிஞர்களையும் வழக்காடும் நீதிமன்றங்களையும் அவநம்பிக்கையோடு பார்க்கிற மனநிலையும் எங்களது சிறப்புப் பண்பாக இருந்து வருகிறது. சட்டம் தொடர்பான தகராறுகளில் நூற்றுக்குத் தொண்ணூற்று ஐந்தை நாங்கள் நீதிமன்றத்துக்குப் போகாமலே

தீர்த்துக்கொண்டு விடுவோம். எங்களின் சடங்கு முறைகளில் பிரமாதமான சட்டங்கள் உண்டு; ஆனாலும், இந்தச் சட்டங்களை நாங்கள் வாழ்க்கையின் நகைச்சுவைகளாகவே மதித்து வருகிறோம். இதிலிருந்து, எங்கள் மரணச் சடங்குகளில் ஏன் இவ்வளவு விருந்தாட்டங்களும் களியாட்டங்களும் நடைபெறுகின்றன என்பது புலனாகும். துன்மார்க்கத்தை நாங்கள் கண்டிக்கிறோம்; ஆனாலும், அதைக் கண்டு நாங்கள் கலங்குவதில்லை; வியப்படைவதுமில்லை. அலை அலையாய் ஒன்றன்பின் ஒன்றாக நாங்கள் புரட்சிகளைக் கிளப்பிக்கொண்டே இருப்போம்; ஆனாலும், நாங்கள் சமரசவாதிகள்தாம்; திரும்பத் திரும்பப் பழைய ஆட்சிமுறைக்கே சென்றுவிடுவோம். அதிகார வர்க்கத்தார் தவறிழைத்துவிடாமல் இருப்பதற்கும், அரசு ஊழியர்களின் நடவடிக்கை ஒழுங்குக்கும், சாலைப் போக்குவரவு ஒழுங்குக்கும், புத்தகசாலை, படிப்பகங்களில் கடைப்பிடிக்க வேண்டிய ஒழுங்குமுறைகளுக்கும், தேவையான சட்ட திட்டங்களை மிக அழகாக நாங்கள் ஆக்கி வைத்திருக்கிறோம்; இவற்றை யாரும் மீறிவிடுவது எளிதல்ல.

என்றாலும், எந்த ஒழுங்கு வரம்பையும் உல்லங்கனம் செய்ய எங்களால் முடியும்; இவற்றை நாங்கள் அலட்சியம் செய்வோம்; சட்டப் பிடியிலிருந்தும் தப்பித்துக்கொள்ள எங்கட்கு வழி வகைகள் தெரியும்; சட்டங்கள் எங்களுக்கு விளையாட்டுப் பொம்மைகள்—இவற்றை நாங்கள் வெறும் அற்பமாக மதித்துத் தள்ளிவிடுவோம். கல்லூரியில் பயின்று வரும் எங்கள் இளைஞர் களுக்கு, ஓர் அரசை எப்படி நடத்த வேண்டும் என்று கற்றுக் கொடுத்து, நாங்கள் அவர்களுக்கு அரசியல் நூலைப் போதிப்ப தில்லை; ஒரு நகராண்மைக் கழகம், மாகாண அல்லது மத்திய அரசாங்கம் இன்று எப்படி நடத்தப்பட்டு வருகிறது என்று நேரடியான அனுபவத்தால் எடுத்துக்காட்டி, எங்கள் இளைஞர் களுக்கு நாங்கள் அரசியல் அறிவூட்டி வருகிறோம். கையாலாகாத இலட்சியவாதங்கள் எங்களுக்கு வேண்டாம். 'இப்படி இருந்தால் அப்படி ஆகும்' என்ற வறட்டு வேதாந்தம் எங்களுக்குப் பிடிக்காது. கடவுளின் புதல்வர்களாக ஆகும்படி எங்கள் இளைஞர்களை நாங்கள் கேட்டுக்கொள்ள மாட்டோம். நிதான புத்தியுள்ள எளிய மனிதர்களாக வாழும்படிதான் நாங்கள் அறிவுறுத்துவோம்.

இதனால்தான், சீனர்கள் அடிப்படையிலே மனிதாபிமானமுள்ள மனிதர்களாக இருந்துவருகின்றனர் என்றும், இதனால்தான் கிறிஸ்துவ மதம் சீனாவில் வெற்றி பெறமுடியாது என்றும் நான் கருதுகிறேன். இல்லாவிட்டால் சீனா முழுவதையும் அப்படியே உருத் தெரியாதபடி மாற்றிவிட வேண்டும்; அப்போதுதான் கிறிஸ்துவ மதம் அங்கே பரவிப் பெருகக்கூடும். கிறிஸ்துவப் போதனைகளில், ஒரே ஒரு பகுதியை வேண்டுமானால், சீன மக்கள் அனைவரும் ஒரே மனத்துடன் ஏற்றுக்கொள்ளக்கூடும். அதுதான், 'புறாவைப் போலிரு; யாரையும் துன்புறுத்தாதே' என்றும், 'ஆனால், பாம்பைப் போலக் கூர்ந்த அறிவைப் பெற்றிரு' என்றும் ஏசு பெருமான் கூறிய போதனை. புறாவின் பொல்லாப் பின்மையும், பாம்பின் அறிவுத் திறமுந்தான் கிழக் குறும்பனின் சிறப்பியல்புகள்.

முயற்சி திருவினை யாக்கும் என்பது உண்மைதான்; ஆனாலும், வினைத்திறன் வெல்லற்கரிது. இத்தகைய போக்கில் வளர்ந்த மனப்பான்மை எதிலும் பரபரவென்று பற்றுக்கொள்ளாது; ஒதுங்கி வாழவே முனையும். 'பெரிய விசயங்களைச் சிறிய விசயங்களாகக் குறைத்து விடலாம்; அப்புறம், சிறிய விசயங்களை, விசயங்களே இல்லாதபடி அடித்துவிடலாம்.' இந்தக் கொள்கையைப் பொதுப் படையாக வைத்துக்கொண்டே சீனர்களின் சச்சரவுகள் எல்லாம் சரிக்கட்டப்படுகின்றன; சீனரின் முயற்சிகள் எல்லாம் சமரச வழியில் தான் செலுத்தப்படுகின்றன; எல்லாவித சீர்திருத்தத் திட்டங்களும் மதிப்பிழந்துவிடுகின்றன. எல்லாருக்கும் முட்டில்லாமல் உணவும் நிம்மதியும் கிடைத்த பிறகுதான், இவற்றை யாரும் கவனிப்பர். 'சும்மா கிடக்கிற சங்கை ஊதிக் கெடுப்பானேன்' என்ற கருத்துப்படச் சீனப் பழமொழி ஒன்று இருக்கிறது.

மனித வாழ்வு நகர்ந்துகொண்டே போகிறது; வாழ்க்கையின் போராட்டங்களையும் எதிர்ப்புகளையும் கூடுமானவரை தள்ளிப் போட்டுக்கொண்டே, ஒதுங்கி ஒதுங்கி மேலே செல்கிறது மனித வாழ்வு. இதனால், மனத்தில் ஒருமாதிரி சாந்தி நிலவி விடுகிறது; அப்போது பிறருடைய நிந்தனைகளை நாம் பொருட்படுத்துவ தில்லை; உலகத்தோடு ஒட்ட ஒழுகுவதால் ஒருவித தனி நிறைவு உண்டாகிவிடுகிறது. இன்னொன்று: இதனால் சில தற்காப்புத் தந்திரங்களும் நமக்குத் தெரியவருகின்றன; இவற்றின் மூலம்

வெறும் அதிரடித் தாக்குதலால் சாதித்துக்கொள்ள முடியாத செயல்களை நாம் சாதித்துக்கொள்ள முடியும்; அதோடு, வெறும் முரட்டுத்தனத்தைக் காட்டிலும் இது கொடிய ஆற்றல் படைத்த தாகவும் ஆக முடியும். கடும் பசியோடு உண்டிச் சாலைக்குப் போகிறோம்; சாப்பாடு இன்னும் வரவில்லை. அப்போது என்ன செய்வோம்? பரிமாறும் பையனை மீண்டும் மீண்டும் ஏவுவோம்; பையன் தீக்குறும்பு செய்தால், நிர்வாகியிடம் முறையிடலாம். ஆனால், பையன் பணிவாய், 'இதோ வந்துவிட்டது, இதோ வந்துவிட்டது' என்று சொல்லிக்கொண்டே அசையாமல் இருந்த இடத்திலேயே நின்று கொண்டிருப்பானானால், அவனை என்ன செய்ய முடியும்? நாமும் மிகப் பணிவாய்க் கெஞ்ச வேண்டும் அல்லது திட்ட வேண்டும். செயலாற்ற வேறு வகை ஏதும் இல்லை. சுருங்கச் சொன்னால், சீனர்களின் அடங்கி ஒதுங்கும் வலிமையும் இப்படிப்பட்ட ஒன்றுதான். இந்த வலிமையின் கொடுமையை அனுபவிக்க நேர்ந்தவர்கள்தாம் இதை நன்கு உணர முடியும். இதுதான் கிழக்குறும்பின் வலிமை.

5. அமைதி விருப்பம்

சீன மக்கள் கட்டுப்பாடாய் ஒன்றுபட்டுச் செயலாற்ற ஒட்டாதபடி அவர்களை முடக்கி வைத்துக்கொண்டுவந்த அவர்களின் மூன்று மிகக் கெட்ட குணங்களைப் பற்றி இதுவரையில் பேசிவந்தோம். வாழ்க்கையை, பொதுப்படையான பற்றற்ற கண்கொண்டு பார்ப்பதால்தான் இந்தக் குணங்கள் உண்டாயின என்று கண்டோம். இத்தகைய வாழ்க்கை நோக்கம் விசயங்களின் உட்பொருளைச் சடக்கென உணரக்கூடியதோடு, கனிந்து முதிர்ந்த தன்மையும் பெற்றது. எதையும் கண்டு கலக்கமடையாத ஒருவித அலட்சியப் போக்கும் இதிலிருக்கும். இத்தகைய வாழ்க்கைப்போகால் நன்மை இல்லாமலுமில்லை. இந்த நற்பண்பு, வயது முதிர்ந்த மக்களின் நற்பண்பை ஒத்தது. இதில் எதிலும் அபார விருப்பங்கள் இரா; உலகத்தில் எல்லாருக்கும் மேலே உச்சத்தில் உட்கார்ந்துகொண் டிருக்க வேண்டுமென்ற ஆசை இராது; வாழ்க்கையை நன்கு கண்டு அனுபவித்து, அதிலே நிறையப் பட்டுப் பழகியவர் களுக்குத்தான் இந்த மனப்போக்கு இருக்கும்; இவர்கள் வாழ்க்கையின் தொல்லைகளைக் கண்டு அங்கலாய்க்கமாட்டார்கள்;

கிடைத்ததைக் கொண்டு திருப்திப்படுவர்; ஆனாலும், அவரவர் சக்திக்குத் தக்கபடி வாழ்க்கையைக் கூடுமான வரையில் கண்ணியமாகவும் மகிழ்ச்சியாகவும் நடத்திச்செல்ல வேண்டும் என்பதில் இவர்கள் விடாப்பிடியாய் நிற்பர்.

சீனர்கள் வலுத்த கட்டைகள். அவர்களிடம் வறட்டுப் பேச்சுக்கு இடமிராது. கிறிஸ்தவர்கள் பாவனை பண்ணுவதுபோல, சும்மா செத்துப்போவதற்காக அல்ல சீனர்கள் உயிர்வாழ்வது. மேலைநாட்டு ஞானிகள் சிலரைப்போலக் கலப்பற்ற இன்பம் நல்கும் கனவுலகத்தையும் அவர்கள் நாடி வாழவில்லை. இந்த உலகத்தில் உள்ள சாதாரண வாழ்வை ஒருமாதிரியாக ஒழுங்கு செய்துக்கொள்ள வேண்டுமென்பதே அவர்களின் விருப்பம். உலக வாழ்வானது துன்பமும் வேதனையும் மண்டிக்கிடக்கும் ஒரு காடு என்பதை அவர்கள் அறிவர். அதனால், அவர்கள் அமைதியோடு உழைப்பார்கள்; பெருமிதத்தோடு துன்பங்களைச் சகித்துக் கொள்வார்கள்; மகிழ்ச்சியோடு உயிர் வாழ்வார்கள். மேலை நாட்டினரின் பெரும் பண்புகளாகிய பெருமிதம், விருப்பம், சீர்திருத்த விழைவு, பொது வாழ்வில் பற்றுதல், போர்வீரன் போன்ற தைரியம், துணிச்சல் மனப்பான்மை ஆகியவை சீனரிடம் கிடையவே கிடையாது. மௌண்ட் பிளாங்க் என்ற மலையின் உச்சிக்கு ஏறிப்போவதிலோ, வட துருவத்துக்குப் போய் வருவதிலோ அவர்களுக்கு ஆர்வமில்லை.

ஆனால், சாதாரணமான இந்த உலகத்தில் அவர்களுக்கு அபார ஆசை உண்டு. உலக விவகாரங்களில் அவர்களுக்கு மட்டற்ற பொறுமையுண்டு; சோர்ந்துவிடாத ஊக்கமுண்டு; கடமைப் பொறுப்புண்டு; நிதானமான தெளிந்த புத்தி உண்டு; முக மலர்ச்சியுண்டு; நகைச்சுவை, சமரச மனப்போக்கு, அமைதி விருப்பம் இவற்றோடு, சிரமமான காலங்களிலும் மகிழ்ச்சியை அனுபவிக்கக்கூடிய அரிய திறம்வாய்ந்த திருப்தி என்ற ஒப்பற்ற பண்பும் அவர்களுக்கு உண்டு. இத்தகைய பண்புகளே சீனர்கள் தமது சாதாரண வாழ்க்கையை மகிழ்ச்சியோடு வாழும்படி உதவி வருவன. இந்தப் பண்புகளில் முக்கியமானவை அமைதி விருப்பமும் சமரச மனப்போக்குந்தான்; கனிந்த பண்பாட்டின் அடையாளங்கள் இவை. இந்தப் பண்புகள் நவீன ஐரோப்பாவில் இல்லையென்றே தோன்றுகிறது.

இப்போதுள்ள ஐரோப்பாவின் தோற்றத்தைக் கண்ணுறும் போது சில வேளை, அதன் குறைபாடுகள் அறிவொளியின் குறைவாலோ, 'நாசூக்கு'க் குறைவாலோ உண்டானவையல்ல என்பதும், கனிந்த அறிவு முதிர்ச்சி போதிய அளவு அங்கே இல்லாமையால்தான் இவை உண்டாயின என்பதும் தெரியவரும். தனது வாலிப முறுக்கை என்றாவது கைவிட்டுவிட்டு, அறிவுச் சுடர் வீசும் வாண வேடிக்கையை நிறுத்திவிட்டு, வாழ்க்கையில் வெகுவான சமரசப் பார்வையைச் செலுத்த ஐரோப்பா கண்டத்தால் முடியுமா என்பது ஐயமே. ஆனால், இப்படிச் செய்தால் ஒழிய, எதிர்காலத்தில், அறிவியல் முற்போக்கின் பயனாய், நூற்றாண்டுக்கு நூற்றாண்டு மக்கள் உலகெங்கணும் அண்டை வீட்டுக்காரர்போல ஒருவருக் கொருவர் கிட்ட நெருங்கி வாழவேண்டி நேரும்போது, எல்லாரும் இணைந்து மகிழ்ச்சியாக வாழ முடியாது. இப்படிச் சமரசமாய் வாழாவிட்டால், சமரசத்துக்கு வராத நாடு அல்லது மக்கள் அழிந்து ஒழிவதைத் தவிர வேறு வழியில்லை. இப்படிப்பட்ட நிலைமையிலும் ஐரோப்பா வானது தனது இயல்பான வாலிப முறுக்கையும் அறிவுப் பித்தையும் கைநழுவ விட்டுவிடுமா என்பது, மேலே சொன்ன மாதிரி ஐயமே. யார் கண்டார்? ஒருவேளை அவர்கள் மாறினாலும் மாறிவிடலாம். அறிவுப் பித்தர்களான ஐரோப்பியர், கனிந்து முதிர்ந்துவிடக்கூடும். இப்படி ஏற்படக் கூடிய இலட்சிய மாற்றம் அறிவொளியால் மட்டும் அறிவுத் திட்டங்களால் மட்டும் ஏற்பட்டுவிடும் என்று எனக்குப் படவில்லை; தன்னைத் தானே காத்துக்கொள்ள வேண்டும் என்ற உள்ளுணர்வின் தூண்டு தலாலேயே இந்த மாற்றமானது நிகழக்கூடும் என்று நான் நம்புகிறேன். அப்போது, அதிரடி வலுவால் மற்றவர்களை அடக்கிவிடுவதில் ஐரோப்பாவுக்கு நம்பிக்கை குறைந்துவிடலாம்; சமரசப் போக்கால் உண்டாகும் பெருநலன்களில் அதற்கு நம்பிக்கை ஏற்படலாம்.

உலகம் முழுவதும் நெருங்கிப் பிணைந்துகொள்ளும்போது, சமரச மனப்பான்மை மிகவும் இன்றியமையாத கட்டாயத் தேவையாக ஆகிவிடும். இத்தகைய சூழ்நிலையில் ஐரோப்பியரின் முற்போக்கு ஆசை சற்று தணியும்; அதற்குப் பதில், வாழ்வை நன்கு புரிந்துகொள்ள வேண்டுமென்ற அவா மிகும். அப்போது,

சீனரின் நடத்தையியல் ♦ 89

ஹங்குவான் கணவாய்க் கிழவன் கூறிய மொழிகள் எங்கும் பரவி, மக்களால் நன்கு மதிக்கப்படும்.

சீனர்களின் நோக்கப்படி பார்த்தால், அமைதி விருப்பம் என்பது ஒரு கண்ணியமான பண்பேயல்ல; இது என்னவோ 'நல்ல' பண்பு என்பது மட்டும் பகுத்தறிவிற்குப் புலப்படுகிறது, அவ்வளவுதான். நமக்கு உள்ளதெல்லாம் இந்த உலக வாழ்வு ஒன்றே. அப்படியிருக்க, நாம் இருக்கும்வரையில் மகிழ்ச்சியாய் இருக்க வேண்டுமானால், அமைதியாய் வாழ்வதற்கே நாம் முயல வேண்டும். இப்படிப் பார்க்கும் போது, மேலைநாட்டினரின் முரட்டாட்டங்களும் பரபரப்பும் இளமைப் பருவத்தின் பக்குவ மடையாத நிலையையே காட்டுகின்றன. கீழ்நாட்டுத் தத்துவ ஞானத்தில் ஊறித் திளைத்துப்போன சீனர்களுக்கு இந்த இளமைப் படபடப்பு, நாளாவட்டத்தில், வயதுவந்த ஐரோப்பாவுக்கு இராமல் கரைந்துவிடும் என்பது தெரியவே செய்யும். பார்க்கப் புதுமையாயிருந்தாலும், தாவோ கொள்கையின் குயுக்தி வாதங் களிலிருந்து காணும் பயனும் பாடமும் 'சமரசம்'என்ற சொல்லே. சமரசமே சீனர்களின் பண்பாட்டில் மகா சிறந்த இயல்பு என்று நான் மதிக்கிறேன். நவீனப் பண்பாடுகளிலும் சமரசமே சிறப்பிடம் பெறுமென்றும் நான் நினைக்கிறேன். நவீனப் பண்பாடு முதிர்ந்த உடனேயே சமரசப் போக்கு தலைதூக்கி நின்று விடும். சமரசத்தைக் கற்றுக்கொள்வதற்கு தாவோ கொள்கை கற்பிப்பது போன்று, துயரங்களிலே கொஞ்சமும் அவநம்பிக்கை களில் கொஞ்சமும் தேவை—இது இருந்தால் சமரசம் தானே வந்துவிடும். உண்மையான தீவிர அவநம்பிக்கை வாதிகள் மிக அன்பானவர்களாக இருந்துவிடுவது சாதாரணம். ஏனென்றால், வாழ்க்கையின் போலித்தன்மையை அவர்கள் நன்குணர்ந்தவர்கள். போலி வாழ்வைப் பெரிதென எண்ணி மயங்கித் திரியும் மக்களிடத்து இவர்களுக்கு ஒரு தனிப்பட்ட இரக்கமும் அனுதாபமும் உண்டாகிவிடுகின்றன.

அமைதி விருப்பமானது மனித இயல்பை முழுமையாய் விளங்கிக்கொண்ட பிறகுதான் ஒருவனுக்கு ஏற்படும். எதிலும் அபார நம்பிக்கை கொள்ளாமலிருந்தால், எதிலும் சற்று அவநம்பிக்கையோடேயே இருந்துவந்தால், சண்டைபிடிக்க வேண்டுமென்ற ஆசையும் நமக்கு வெகுவாகக் குறைந்துவிடும்.

இதனால்தான் போலும் புத்திசாலியான மனிதர்கள் எல்லாருமே கோழைகளாக இருக்கிறார்கள். சண்டை போடுவதில், உலகத் திலேயே மிகவும் மட்டமானவர்கள் சீனர்கள்தாம்; ஏன்? அவர்கள் புத்திசாலியான இனத்தில் தோன்றியவர்கள். இதோடு தாவோ கொள்கையின் அவநம்பிக்கை வாதத்திலும், கன்பூசியக் கொள்கை வற்புறுத்திவருகிற வாழ்க்கை இணைவு இலட்சியத்திலும் பயிற்றுவிக்கப்பட்டு, இவற்றையே வாழ்க்கையின் ஆதர்சங்களாகக் கொண்டொழுகி வருபவர்கள். சீனர்கள் சண்டை போடாததற்குக் காரணம் என்ன? எதையும் புள்ளிப்போட்டுப் பார்த்து, வரவு செலவுபோக ஏதும் மிஞ்சுமா என்று கண்ட பிறகே, ஒரு விசயத்தில் அவர்கள் இறங்குவார்கள்; உலகத்திலேயே மிகத் தன்னலக்காரர்கள் சீனர்கள்தாம். இதனாலேயே அவர்கள் எடுத்ததற்கெல்லாம் திடுதிப்பென்று சண்டை போடுவதில்லை.

ஐரோப்பாவில் தலைநரைத்துவிட்ட பழுத்த ராஜதந்திரிக்குத் தெரியாத விசயங்கள், சீனாவிலே ஒரு சாதாரணக் குழந்தைக்கும் தெரிந்திருக்கும். சண்டையில் ஒருவன் கண்டிப்பாய் மடிந்து விடவோ, முடமாகிவிடவோ செய்வான். இந்தச் சண்டை ஒரு தனிமனிதரைக் குறித்ததாயினும் சரி, ஒரு நாட்டைக் குறித்த தாயினும் சரி, விளைவு மட்டும் ஒன்றுதான். இதை ஐரோப்பிய ராஜதந்திரி அறியமாட்டான்; சீனச் சிறுவன் நன்கு அறிவான். சீனர்களுடைய தகராறுகளை எளிதாய்த் தீர்த்துவைத்துவிடலாம்; மற்ற நாட்டவரின் தகராறுகளை இவ்வளவு எளிதாய்த் தீர்த்து வைக்க முடியாது. காரணம், சீனத் தகராறுகளில் தொடர்புடைய கட்சிக்காரர்கள் எப்பொழுதும் சமாதானப் பீடிகைகளுக்குச் சடக்கென்று இணங்கிவிடுவார்கள்.

எந்தச் செயலிலும் இலாப நட்டம் பார்த்தே ஈடுபடுகிற வாழ்க்கைத் தத்துவத்தைக் கடைப்பிடிப்பதால், சீனர்கள் எப்போதும் சண்டைக்குச் சட்டென்று கச்சை கட்டி நிற்பதில்லை. அப்படிச் சண்டையிட்டாலும், சமாதானத்துக்கு எப்போதுமே தயாராயிருப்பார்கள். சிரமமான காலங்களில் பொறுமையாக இருக்கவும், சாத்விகமாய் எதிர்த்து நிற்கவும் சீனர்களுக்குப் பயிற்சி யளித்து வருகிற இதே கனிந்த, கிழக்குறும்புத் தத்துவமானது, தன்னை மறந்து சில வேளைகளில் கர்வங் கொண்டும், வெற்றி கொண்ட காலங்களில் தன் கட்சியை விடாப்பிடியாய்ப் பிறர்மீது

சுமத்தியும் விடாதபடிக்கு அவர்களை எச்சரித்துக் கட்டுப்படுத்திக் கொண்டும் வருகிறது. எதிலும் வெறிகொள்ளாமல் நிதான புத்தியுடன் நடந்து செல்ல வேண்டுமென்பதை அறிவுறுத்தும் சீனத்து அறிவுரை; 'அதிர்ஷ்டம் வரும்போது, அதை முழுவதும் அனுபவித்துவிடாதே; வெற்றிவரும் போது, அதை முழுவதும் ஏற்றுக்கொள்ளாதே' என்று கூறுகிறது. பிறரை ஆக்கிரமித்து, தனக்குக் கிடைத்துள்ள வசதிகள் அனைத்தையும் அவர்களுக்கு எதிராகப் பயன்படுத்திக்கொள்வதை 'பிலுக்கித்தனம்' என்று அழைப்பர். பிலுக்குவது மதிப்புக் குறைவான செயல்; வீழ்ச்சிக்கு அறிகுறியான அபசகுனம். 'கீழே விழுந்து கிடக்கும் எதிரியை மடக்கி அடிக்காமலிருப்பதற்குக் காரணம்' நேர்மை உணர்ச்சிக்கு மதிப்புக் கொடுப்பதற்காகவே என்று ஆங்கிலேயர் நம்புகின்றனர். இதற்கு நேரான சீனச் சொற்றொடர் 'எதிரியை மூலையிலே மடக்காதே' என்பதே. இது பண்பாட்டால் உண்டான ஒரு சாதாரண உணர்ச்சியே. சீனச் சொல்லில், இதை நாங்கள் ஹன்யாங் என்போம்.

சீனர்களுக்கு வெர்சேல் ஒப்பந்தமானது வெறும் நேர்மைத் தப்பான செயல் மட்டுமில்லை; மதிப்புக் குறைவான செயலுங் கூட. இதிலே, பண்பாட்டுக்கு இழுக்கிழைக்கும் கீழ்த்தர மனப்பான்மையும் இருக்கிறதாகச் சீனர் கருதுவர். பிரஞ்சுக்காரன் தனது வெற்றி எக்களிப்பிலே கொஞ்சம் தாவோ போதனையின் கூறுகளைக் கலக்கவிட்டிருப்பானானால், அவன் இந்த வெர்சேல் ஒப்பந்தத்தை எதிரியின்மீது சுமத்தியிருக்கவே மாட்டான். அதனால், இன்று அவன் இன்னும் அதிக நிம்மதியோடு மஞ்சத்தில் துயிலுதல் கூடும். ஆனால், அந்தக் காலத்தில் பிரஞ்சு இளமை வீறுகொண்டிருந்தது; ஜெர்மனியும் இதே நிலைமையில் பிரான்சு செய்ததையே செய்திருக்கும். பிரான்சும் ஜெர்மனியும் போன்ற இரண்டு நாடுகள் இப்படி ஒன்றை மற்றது எப்போதும் நிரந்தரமாய்த் தன் இரும்புக் காலின்கீழே அமுக்கி வைத்திருக்க முயல்வதானது எவ்வளவு சிறுபிள்ளைத்தனமான அற்பச் செயல் என்பதை யாரும் நினைத்துப் பார்க்கவில்லை. ஆனால், பிரஞ்சு கிளமென்சோ லாஓட்ஸியைப் படிக்கவில்லை. ஹிட்லரும் அப்படித்தான். ஆகவே, இவர்கள் சண்டையிட்டுக் கொள்ளட்டும்; தாவோத் தத்துவக்காரனோ இவர்களின் ஆட்டபாட்டங்களைக் கண்டு நகைக்கிறான்.

சீன அமைதி விருப்பப் பண்பானது மனித இயல்பைப் புரிந்து கொள்வதால் உண்டான ஒன்று என்பதோடு, பெரும்பாலும் மனச் சார்புநிலையை ஒட்டியதுமாகும். மேலைநாட்டுப் பையன் களைப்போலச் சீனப் பையன் அதிகமாய்த் தெருக்களில் சண்டையிட்டுக்கொள்ள மாட்டான். மக்கள்சமூகம் என்ற முறையில் நாங்கள் போதுமானபடி சண்டையிட்டுக் கொள்ளவில்லை என்றே கூற வேண்டும். முடிவுகாண முடியாதபடி உள்நாட்டுச் சண்டைகள் ஒன்றன்பின் ஒன்றாய்த் தொடர்ந்திருந்து வந்தும், இன்னும் நாங்கள் போதுமானபடி சண்டைக்காரர்களாய் ஆகிவிட வில்லை. இதே மாதிரியான தப்பு ஆட்சியின்கீழே அமெரிக்கரை இருத்திவையுங்கள். அப்போது, சென்ற இருபதாண்டுகளில் நிகழ்ந்துள்ள மூன்றே மூன்று புரட்சிக்குப் பதிலாக முப்பது புரட்சிகள் அங்கு நடந்திருக்கும். அயர்லாந்து இப்போது சமாதானமாய் வாழ்கிறது. ஏன்? ஐரிஷ்காரர் நல்லபடியாகச் சண்டையிட்டார்கள். இன்று நாங்கள் இன்னும் சண்டையிட்டு முடிந்தபாடில்லை. ஏன்? நாங்கள் போதிய அளவில் பலமாய்ச் சண்டை போடவில்லை.

மேலும், சீனத்து உள்நாட்டுப் போர்கள், சண்டை என்ற சொல் குறிக்கும் உண்மைப் பொருளின்படி சண்டைகள் ஆகா. அண்மைக் காலம் வரையில், உள்நாட்டுப் போர்களை யாரும் போற்றிப் புகழ்ந்ததில்லை. போர்த்தொழிலில் சேவை புரிய யாரும் கட்டாயப்படுத்தப்பட்டதில்லை. கட்டாயப் போர்த்தொழில் என்பதை நாங்கள் அறியோம். போராடும் போர்வீரரும் பரம தரித்திரர்கள்; இவர்கள் போர்த் தொழிலை மேற்கொள்வதைத் தவிர வேறு வாழும்வகை அறியார். இவர்களுக்கு மனம் ஒன்றில் தீவிரமாய்ப் போர் தொடுப்பதில் விருப்பமில்லை. தளபதி களுக்கோ, தாம் சண்டைகளில் நேரடியாய்க் கைகலக்கவேண்டி யிராதபடியால், போரில் நிரம்ப ஆர்வம். எந்த ஒரு பெரிய போர் அரங்கத்திலும் இறுதி வெற்றி தருவது துப்பாக்கித் தோட்டாவல்ல; பணயமாகக் கிடைக்கும் வெள்ளித் தோட்டாவின் செல்வாக்கே. போரில் வெற்றிமாலை சூடியவன் ஆடம்பரத்தோடு தனது தலைநகருக்குள்ளே பீரங்கிகளின் குமுறல் இசையோடு பவனி புகுந்தாலும், இறுதி வெற்றி பணத்தால்தான் கிட்டுகிறது. இந்தப் பீரங்கிகள்!—இவைதாம் சண்டையின் பரபரப்புகளை எடுத்துக்

காட்டுபவை. இவை சீனரின் சிறப்பியல்பின் ஒரு சின்னம். ஆளுக்கு ஆள் உள்ள சண்டைகளிலும் சரி, நாட்டுக்கு நாடு உள்ள சண்டைகளிலும் சரி, போரின் அடிப்படைக் கூறு ஆரவாரமும் இரைச்சலுந்தான். சீனாவில் நாம் சண்டையைப் பார்ப்பதில்லை; சண்டையைக் கேட்கத்தான் முடியும். இப்படிப்பட்ட இரண்டு சண்டைகளை நான் காதாலே கேட்டேன்—ஒன்று பீக்கிங்கில்; மற்றது அமொயில். காதுக்கு எட்டின மட்டில், திருப்திகரமாகவே இருந்தது சண்டை. சாதாரணமாக வலிமைமிக்க ராணுவம் வலிமை குறைவான எதிரியைப் பார்த்த பார்வையிலேயே வெருட்டி ஓட்டி விடுகிறது. மேலைநாட்டில் நீடித்து நடக்கக்கூடிய ஒரு தாக்குப் பிடிப்பு சீனாவில் ஒரே மாதத்தில் முடிந்துவிடும். அப்போது சீனரது நேர்மைக் கருத்துப்படி, தோல்வியுற்ற தளபதிக்குப் பயணச் செலவுக்காக நூறாயிரம் டாலர் கொடுக்கப் பெறும். இதை வைத்துக்கொண்டு 'கைத்தொழில் தொடர்பான ஆராய்ச்சி செய்துவருவதற்காகத் தளபதி ஐரோப்பாவுக்குப் புறப்பட்டு விடுவார்.' அடுத்துவரும் போரின் போது இந்தத் தளபதியின் சேவை இப்போது வென்றுள்ளவனுக்குத் தேவைப்படும் என்பது எல்லாருக்கும் நன்றாய்த் தெரிந்திருந்தும் இப்படி நடக்கும்.

பிறகு, காலச்சக்கரத்தின் மாறுபாட்டால், வென்றவனும் வெல்லப்பட்டவனும் இருவருமாக, உடன்பிறந்த சகோதரர்போல, ஒரே காரில் அடுத்தடுத்து அமர்ந்துகொண்டு செல்வதைப் பார்க்கலாம். சீனத்து ஹன்யாங் என்ற பண்பாட்டில் காணப்படும் அழகு இதுதான். இதைப்பற்றி மக்களுக்கு எவ்வித அக்கறையும் இல்லை. போரை அவர்கள் வெறுக்கிறார்கள்; போரை அவர்கள் என்றும் வெறுக்கவே செய்வர். நல்ல மனிதர்கள் சீனாவில் சண்டை போட மாட்டார்கள். ஏனென்றால், 'நல்ல இரும்பை ஆணி செய்ய பயன்படுத்துவதில்லை; நல்ல மனிதர்கள் போர்வீரர் ஆவதில்லை.'

6. நிறைவு

சீனாவில் பயணம் செய்பவர்கள், அதிலும், சாதாரணமாக யாரும் போய்ப் பார்த்திராத சீனாவின் உட்பகுதிகளைப் பார்த்துவர வேண்டுமென்ற அலாதிப் போக்குடைய பயணிகள் சீனாவின் பாட்டாளி மக்கள் வாழ்ந்துவரும் மிக மட்டமான வாழ்க்கைத் தரத்தைக் கண்டு திகைத்துப்போய்விடுவார்கள்; அதோடு,

இவ்வளவு மோசமான நிலைமையிலும், இவர்கள் எப்படி முகமலர்ச்சியோடும் நிறைவோடும் வாழ்ந்து வருகிறார்கள் என்பதைக் கண்டும் இந்தப் பயணிகள் திகைத்துப் போவார்கள். ஷென்ஸி போன்ற பஞ்சத்தாலடிபட்ட மாகாணங்களில்கூட, படுமோசமான சில சந்தர்ப்பங்களைத் தவிர, எங்கும் நிறைவான உணர்ச்சியே பரவிநிற்கக் காணலாம்; ஷென்ஸி மாகாணத்துக் குடியானவர்கள் சிலர் இன்றுங்கூடப் புன்னகை புரிந்து நிற்பதைக் காணலாம்.

சீனர்களின் அவதி என்று சொல்லுகிறோமே அதற்குப் பெரும்பாலும் காரணம் ஐரோப்பியரின் வக்கிரமான வாழ்க்கை முறையைச் சீனர்கள் அப்படியே பின்பற்ற நினைப்பதுதான்; இதில் ஐயமே இல்லை. ஐரோப்பாவில், புழுக்கந் தரும்படி சூடுண்டாக்கிய அறையில், ரேடியோ சகிதம் வாழ்ந்தால்தான் உயர்ந்த வாழ்க்கையாகும். இந்த வாழ்க்கைத் தர மதிப்பீடு சரியானதானால், 1850க்கு முந்தி இருந்த எவனும் மகிழ்ச்சியாக வாழ்ந்திருக்க முடியாது; பவேரியாவைவிட அமெரிக்காவில் இருக்கும் மக்களே மிகவும் மகிழ்ச்சியான வாழ்க்கை நடத்து கிறவர்களாக இருக்க வேண்டும். அமெரிக்காவைப் போல பவேரியாவில் மின்சார வசதிகளும் பிறவும் அதிகமாக இல்லை; பவேரியாவில், முடி திருத்துவோர் தம் தொழிலில் பயன்படுத்தும் நீட்டி, முடக்கி, சுழற்றி, மடக்கி மற்ற என்னென்னவெல்லாமோ செய்யக்கூடியதும் நவீன வசதியுள்ளதுமான நாற்காலிகள் மிகச் சொற்பமே. மின்சார விசைகளும் குமிழ்களும் சொற்பமே. சீனத்துக் கிராமப் பகுதிகளிலோ இந்த விசைகளும் குமிழ்களும் இன்னும் மிகச் சொற்பமே. முற்போக்குள்ள ஷங்காயில் வேண்டுமானால், இந்த நவீன எடுபிடி சாதனங்களை ஏராளமாகக் காணலாம். லண்டனில் கிங்ஸ் வே என்ற பகுதியிலும், பாரிசில் மொண்ட் மாத்ரே என்ற பகுதியிலும் இன்றளவும் காணக்கூடிய பழங்கால மாதிரியில் செய்த அழகு நிலைய நாற்காலிகள் ஷங்காயில் இன்று அடியோடு மறைந்தொழிந்துவிட்டன. என்னைப் பொறுத்தமட்டில், நிஜமான நாற்காலிகளில் அமர்ந்திருந்து, நிஜமான கட்டில்களில் படுத்துறங்கி வாழும் மனிதனே மகிழ்ச்சியான வாழ்க்கை நடத்துகிறவன் ஆவான். நாற்காலிகள் என்ற பேரில் என்னென்னவோ சாமான்களையும்,

சீனரின் நடத்தையியல் ❋ 95

கப்பல்கள் என்ற பேரில் பகலில் ஓய்வெடுத்துக்கொள்ள பயன் படுத்தும் மெத்தையிட்ட சாய்வு நாற்காலிகளையும் முறையே உட்காரவும் உறங்கவும் பயன்படுத்துவது நாகரிகமாய்க் கருதப் பட்டாலும், இவற்றால் வசதி ஒன்றும் இருப்பதாய்க் காணோம். அன்றாட வாழ்க்கை வசதிக்கு ஒருவன் பயன்படுத்தும் மின்சாரச் சாதன விசைகள் குமிழ்கள் இவற்றின் எண்ணிக்கையைக் கொண்டே ஒருவனின் வாழ்க்கைத் தரத்தை மதிப்பிடுவது முற்றும் தப்பாகும். சீனரது நிறைவுக்கு ஏதோ மர்மமான காரணம் இருப்பதாகச் சொல்லப்படுவதெல்லாம் மேலைநாட்டாரின் கலப்பற்ற கற்பனையே.

சீனர்களை வகுப்பு வகுப்பாய் எடுத்துக்கொண்டு, ஒரே சூழ்நிலையில் இருத்திவைத்து ஒப்புநோக்கிப் பார்த்தால், நிச்சயமாய் மேலைநாட்டாரைவிடச் சீனரின் வாழ்க்கைத் தரம் கீழானதே என்பது தெரியவரும். நிறைவும் முக மலர்ச்சியும் சீனரில் படித்தவரிடமும் சரி, படிக்காதவரிடமும் சரி, ஒரே மாதிரியாய் ஒளிர்கின்றன. இதற்குக் காரணம் சீனரிடையே அவர்களுடைய மூதாதையரின் இனப் பழக்கவழக்கங்கள் தலைமுறை தலை முறையாய் ஊடுருவிப் பொதிந்திருப்பதுதான். பீக்கிங் நகரத்தில் உல்லாசமாய், அரட்டையடித்துக்கொண்டே ரிக்ஷா இழுத்துத் திரியும் சிறுவனிடம் இந்த மலர்ந்த நிறைவைக் காணலாம்; இந்தச் சிறுவன் வழி நெடுகிலும் சிரித்துக்கொண்டும் தமாஷ் பண்ணிக் கொண்டும் செல்வான்; இன்னொருவன் சங்கடப்படுவதைக் கண்டு இவன் சிரித்துவிடுவான்; குலிங் மலை உச்சிக்கு உங்களை டோலியில் மூச்சுத் திணறித் தூக்கிச் செல்லும் டோலி நாற்காலிக் கூலிகளிடத்தும் இத்தகைய முகமலர்ச்சியைக் காணலாம்; செய்ச்சுயன் நீர்ச் சுழல்களினூடே சிரமத்துடன் உங்கள் படகைத் தண்டுவலித்து இட்டுச் செல்லும் படகுக்காரனிடமும் இந்த முகமலர்ச்சியைக் காணலாம்; பார்க்கப்போனால், இந்தப் படகோட்டிகளின் நாள்கூலி மிக அற்பமானதே; இது தவிர, தினப்படி இரண்டு வேளைக்கு இவர்களுக்கு எளிய, ஆனால் வயிறு நிறைய உணவு கொடுக்கப்படுகிறது. சீனரின் நிறைவு வேதாந்தப்படி, எளிய ஆனால் வயிற்றை நிரப்பப் போதுமான உணவு, தொல்லைகள் அதிகமில்லாதபடி கிடைத்தால் பெரிய செயலே. ஒரு சீனப் பண்டிதர் சொன்னமாதிரி, 'நன்கு பசியாறிய

வயிறு ஒரு பெரிய விசயம்; மற்றதெல்லாம் வெறும் சுகபோக சாதனமே.'*

புத்தாண்டு நாளில், சிவப்புத் தாளில் எழுதி, வீட்டு வாசலிலே ஒட்டிவைக்கிற 'அன்புடைமை,' 'அமைதி ஓம்பல்' போன்ற சொற்களோடு சேர்ந்ததே நிறைவு என்ற சொல்லும். எதிலும் நிதானமாயிரு என்ற அறிவுரையில் இது ஒரு பகுதி; 'அதிர்ஷ்டம் வந்தால், அதை அப்படியே முழுமையாக அனுபவித்து விடாதே' என்று ஓதும் ஆழ்ந்த மனித அறிவில் இது ஒரு பகுதி; 'வாழ்வில் இலேசான இன்பத்தையே நாடு' என்று அறிவுறுத்திய மிங் காலத்துப் பண்டிதரின் புத்திமதியில் இது ஒரு பகுதி; லாஓட்ஸி கூறிய குறளடிகளில் பல பழமொழிகளாக வழங்கி வருகின்றன. அவற்றுள் ஒன்று 'நிறைவு அடைந்த எவனும் அவமானப்பட மாட்டான்' என்கிறது. இதை வேறுமாதிரியாய்ச் சொல்வதானால், 'போதுமென்ற மனமே பொன் செய்யும் மருந்து' எனலாம். திருப்தியுள்ளவனுக்கு மகிழ்ச்சியிருக்கும். இலக்கியத்தில், நிறைவானது கிராம வாழ்க்கையைப் போற்றுவதன் மூலமும் கவலையற்ற வாழ்க்கை நடத்தும் ஒருவனைப் போற்றுவதன் மூலமும் முகிழ்த்து அலர்கிறது; நிறைவு உணர்ச்சி, சீனக் கவிதைகள், தனிமனிதக் கடிதப் போக்குவரத்துகள் ஆகியவற்றில் தெளிவாய்க் காணலாம். மிங் காலத்துப் பண்டிதர்களின் கடிதங்களில், கைக்குவந்த ஒன்றைக் கீழே தருகிறேன். லூஷென் என்பவர் தனது நண்பருக்கு எழுதுகிறார்:

> இன்றிரவு முழுமதி இருக்கும். வீடுபோலமைந்த வர்ணந் தீட்டிய படகொன்றையும், சில இசைவாணரையும் அமர்த்த ஏற்பாடு செய்தாலென்ன?... இலையுதிர் காலம் இப்போதுதான் தொடக்கம், உன்னால் இங்கே வந்து ஓரிரவை என்னோடு கழிக்க முடியுமா? துறவிக்கு ஏற்ற ஆடைகளை வாங்கப் போகிறேன். எனது பதவி விலகலை ஏற்றுக்கொண்டுவிட்டார்களானால், என் பாட்டில் என் முதுமைக் காலத்தை

* வயிறாற உண்டு உறங்கப் போவதாகிய மகிழ்ச்சி நிலையைப்பற்றி 'மென்மை, நிறைமை, இருள், இனிமை'—என்று சீன மொழியில் விவரிப்பர். கடைசி இரு சொற்களும் இனிய துயிலைக் குறிப்பன. சீன மொழியில், இதனைக் குறிக்கும் சொற்றொடர் அப்படியே மோக லாகிரி ஏறியதாக இருக்கும்.

மலைப்பக்கங்களில் மகிழ்ச்சியாய்க் கழித்துக்கொண்டிருந்து விடுவேன்.

இந்த மாதிரியான உணர்ச்சி சீனப் படிப்பாளியின் மனத்திலும் எண்ணங்களிலும் படிந்து நிலைகொள்ளத் தொடங்குகின்றபோது தான் எளிய குடிசை வாழ்வும் இனிய நலம் பயப்பதாக முடிகிறது.

மனித இன்பமானது அச்சாணியில்லாத ஒரு சகடை. நம்மீது தெய்வங்களுக்குப் பொறாமை. வாழ்க்கையில் இன்பம் பெறும் பிரச்சினைதான் வாழ்க்கைப் பிரச்சினைகள் அனைத்துள்ளும் மிகப் பிடிபடாத ஒரு சிக்கல். பண்பாடு, முன்னேற்றம் என்று என்னென்னவெல்லாமோ சொல்லலாம். எல்லாம் சொல்லியான பிறகும், இன்பத்துக்கு வழி காணுவதில்தான் மனித சமுதாயத்தின் அறிவுத் திட்பம் அனைத்தும் செலவு செய்யப்பட வேண்டும். இதுதான் மனிதனின் முதலாவது, முக்கியமான வேலை; குறிக்கோள். சீனர்கள் அனுபவசாலிகள்; காரியவாதிகள்; இவர்கள் தமது முழு ஆற்றலையும் இன்பத்தைக் கைவரப் பண்ணுவதற்கே செலவழித்திருக்கிறார்கள். பயனில செய்யாமையில் பற்றுள்ள இவர்களுக்கு இன்ப வாழ்வில் அதிக அக்கறையே தவிர, முன்னேற்றத்தில் அவ்வளவு அக்கறை இல்லை.

பெர்ட்ரண்டு ரஸ்ஸலின் மனைவியார் குறிப்பாய் ஒன்று சொன்னார். இதில் ஆழ்ந்த உண்மை இருக்கிறது: 'இன்பமாய் வாழும் உரிமையை' அன்றும் இன்றும் மேலைநாட்டார் அடியோடு மறந்துவிட்டனர். அவர்களுக்கு அதில் சிரத்தையே இல்லை. அற்ப உரிமைகளாகிய சொல்லுரிமை, அரசாங்கச் செலவினக் கணக்கில் ஆலோசனை கூறும் உரிமை, போரிடும் உரிமை, கைது செய்யப்பட்டால் விசாரணை கோரும் உரிமை இவற்றிலேயே அவர்களின் முழுக் கவனமும் மூழ்கிவிட்டது. கைது செய்யப்பட்டால் விசாரணை கோர உரிமை வேண்டும் என்பதைப் பற்றிச் சீனர்கள் கனவிலும் நினைத்ததில்லை. ஆனால், இன்பமாய் வாழும் உரிமையைச் சீனர்கள் மகா பிடிவாதத்தோடு காத்து வந்திருக்கிறார்கள். ஏழ்மையும் அவமானமும் வந்து பயமுறுத்தினாலும் சரி, இந்த உரிமையை அவர்கள் விட்டுக் கொடுக்கச் சம்மதிப்பதில்லை. மேலைநாட்டில், இன்ப வாழ்க்கைப் பிரச்சினை என்பது வாழ்க்கை வசதிகளைப் பெருக்கிக்கொள்வதே; சீனாவில், வாழ்வுக்குத் தேவைகளைக்

கூடிய மட்டும் குறைப்ப திலேயே இந்தப் பிரச்சினை ஈடுபட்டிருக் கிறது. இன்பம் என்பதை அக்கு வேறு ஆணி வேறாய்ப் பிரித்து ஆராய்ந்து பார்த்தால், தனிமனிதனின் கட்டாயத் தேவைகளைப் பூர்த்தி செய்வதே இன்பம் என்று காண்போம்.

நமக்கு நிஜமாய் என்னதான் வேண்டும் என்பதில் இன்னும் தெளிவில்லை; எல்லாம் ஒரே குழப்பம்:— இதுதான் உண்மை யான நிலை. இதனால்தான் டியோஜினஸின் கதையைக் கேட்கும் நவநாகரிக மனிதன் இந்தக் கதையைச் சிரித்துக் கேலிசெய்கிறான்: டியோஜினஸ் என்ற கிரேக்கர் எதுவும் தேவையில்லாதபடி தாம் வாழ்க்கை நடத்துவதாகவும், தமது வாழ்க்கை இன்பமாக இருப்பதாகவும் தாமே பெரும்பேறு பெற்றவர் என்றும் உலகோர்க்குப் பறை அறைந்தாராம். ஒரு சமயம், ஏனம் ஏதுமின்றித் தம் கைகளாலேயே நீரை அள்ளிப் பருகுகிற சிறுவன் ஒருவனைக் கண்டதும், தன்னிடமிருந்த கமண்டலத்தையும் தூர வீசி எறிந்துவிட்டாராம். பல விசயங்களிலே, தற்கால மனிதனுக்கு இடையறாத குழப்பங்கள் இருந்துகொண்டே வருகின்றன; முக்கியமாக அவனது சொந்த வாழ்க்கை முறையைப் பாதிக்கிற விசயங்களில்தான் குழப்பம் அதிகம். எதிலும் பற்றற்ற டியோஜினஸின் தவநிலையைக் காண அவனுக்கு நிரம்பப் பொறாமைதான்; தானும் அப்படி ஆகிவிட வேண்டுமென்று ஆசைதான். அப்படியிருந்தும், ஒரு நல்ல நாடகத்தையோ படக் காட்சியையோ பார்க்கத் தவறிவிடுவதில் அவனுக்கு இஷ்டமே இல்லை. ‘கூழுக்கும் ஆசை, மீசைக்கும் ஆசை’. இதனால்தான், ‘இருப்புக்கொள்ளவில்லை’ என்று நாம் கூறுகிற நிலைமை நவநாகரிக மனிதனுக்கு ஏற்பட்டுவிடுகிறது.

சீனர்கள், டியோஜினஸ் வரைக்கும் போவதில்லை; சீனர்கள் எதிலுமே நிரம்பத் தூரம் போவதில்லை. தங்களின் நிறைவு வேதாந்தத்தின் மூலம், கைக்கெட்டியதைக்கொண்டு இன்பத்தை அடைய முயலுகின்றனர். ஆனால், டியோஜினஸைப் போலல்லாமல், சீன மனிதனுக்குச் சில தேவைகள் கட்டாயம் பூர்த்திசெய்யப் பெறவேண்டும். அவன் அதிகமாய் ஆசைப்படுவதில்லை; இன்பத்துக்கு மூலாதாரமான விசயங்களே அவனுக்கு வேண்டும். இவை கிடைக்காவிட்டாலும், அதற்காக அவன் அங்கலாய்க்க மாட்டான். போனால் போகட்டுமே என்று இருந்துவிடுவான்.

குறைந்தது நான்கு சுத்தமான அரைக்கைச்சட்டையாவது அவனுக்கு வேண்டும். கதையில் வரும் டியோஜினஸ் ஆன்மிக மணத்தை அள்ளி வீசிக்கொண்டிருக்கலாம்; ஆனால், 'இந்த டியோஜினஸைப் படுக்கைத் தோழனாகக் கொள்வதென்பது நமது நுகர்ச்சிப் புலனுக்கு அத்துணை நிறைவுதர முடியாது. இரண்டு சட்டை கிடைக்க வில்லை, தனது ஏழ்மை நிலையில் ஒன்றுதான் கிடைக்கும் என்றால், அதுவும் சரிதான் என்றிருந்துவிடுவான் சீனத்தான். டியோஜினஸைப் போலல்லாமல், சீனனுக்குப் பகட்டில் விருப்பம் உண்டு; தன்னால் முடிந்தவரைக்கும் படாடோபமாய்த் திரிவான்.

இதுவும் முடியாவிட்டால், அதற்காக அவன் மனம் புழுங்குவ தில்லை. தன் வீட்டருகே வானளாவிய பழைய மரங்கள் இருப்பதில் சீனத்தானுக்கு விருப்பம். இவை கிடைக்காவிட்டால், வீட்டு முற்றத்தின் முன்னால் ஒரு பேரீச்ச மரம் இருந்தால் போதும்; இதில் அவன் மகிழ்ந்துவிடுவான். நிறையக் குழந்தைகள் வேண்டும்; சுவையான உணவு சமைத்துப் போட மனைவி அருகிருக்க வேண்டும்; பணக்காரனாயிருந்தால், நல்ல சமையற் காரனும் வேண்டும்; அதோடு, சிவப்புச் சராய் அணிந்த அழகிய பணிப்பெண் தன் பக்கலில் நடமாடித் திரிந்துகொண்டு, வாசித்துக்கொண்டோ, ஓவியம் வரைந்துகொண்டோ தான் இருக்கும்போது சாம்பிராணித் தூபத்தைக் கவனித்துக் கொண்டிருக்க வேண்டும். நல்ல நண்பர் பலர் இருக்க வேண்டும்; கருத்துக்கினியாள் கண் எதிரில் இருக்க வேண்டும்; சொந்த மனைவியாயிருந்தால் மிகச் சிறப்பு. இல்லாவிட்டால், பாடல் மாதரில் ஒருத்தி போதும். இத்தகைய 'களிப்புப் பேறு' கிட்டாதாயின், அதற்காகவும் அவன் கவலைப்படுவதில்லை. வயிறாற உண்ண வேண்டும்; இது எளிதுதான்; கிழங்கு ஊறுகாயும், அரிசிப் பாயசமும் சீனாவில் முட்டின்றிக் கிடைக்கும். ஒரு ஜாடி நல்ல மது வேண்டும்; அரிசிச் சாற்றிலிருந்து இறக்கப்படும் மதுவகை சீனாவில் அவரவர் வீடுகளிலேயே செய்யப் பெறுகின்றது; இது இல்லாவிட்டாலும், கொஞ்சம் பணத்துக்கு உள்ளூர் மதுக்கடைகளிலிருந்து வேண்டிய அளவு மதுவைத் தருவித்துக்கொள்ளலாம். ஓய்வு வேண்டும்; ஓய்வுக்கோ சீனாவில் குறைவில்லை. சந்நியாசி ஒருவரோடு சற்றுச் சாவகாசமாய் உரையாட ஓய்விருந்தால், சீனத்தான் பறவை போல மகிழ்ச்சி கிளர்ந்து பாடித் திரிவான்:

ஈங்குறு வாழ்வில் என்பே றென்னே!
மூங்கிற் காட்டில் முனிவரைக் கண்டேன்:
ஆங்குமஅவ ரோடு அரைநாள் மட்டும்
தீங்கில பேசித் திரிந்தே னாமால்!

தனக்கென்று பெரிய பூங்கா ஒன்று இராவிட்டாலும், மக்கள் சந்தடியில்லாத ஒதுக்குப்புறமான குடிசை ஒன்றாவது வேண்டும்; இது மலைகளினூடே இருக்க வேண்டும்; குடிசைக்கருகே மலையருவி ஒன்று சலசலவென்று ஓடவேண்டும். இப்படிக் கிடைக்காவிட்டால், மலைகளுக்கிடையே உள்ள ஒரு பள்ளத்தாக்கி லாவது குடிசை அமைந்திருக்க வேண்டும்; பிற்பகல் வேளையில் நதிதீரத்தில் உலாவி வரும்போது மீன் பிடிக்கும் வேடிக்கைகளைப் பார்த்து வரலாம். இந்த ஆசைகளும் பூர்த்தியாக இடமில்லாதுபோய், நகர மத்தியிலேயே வாழ்ந்துவர வேண்டிய கட்டாயம் இருக்கு மானால், அதனாலும் பரவாயில்லை. எது இருந்தாலும் இல்லா விட்டாலும், விண்மதி இருக்கவே இருக்கிறது; கூண்டு ஒன்றில் பறவை வளர்த்து வரலாம்; மண்தொட்டிகளிலே பூச்செடிகள் வளர்த்துவரலாம்; பறவை-பூ-நிலா, போதுமே! இதே மாதிரி தான், சூட்டங் போ என்ற புலவர் தமது இரத்தினம் போன்ற சிறு கட்டுரையில் சந்திரனைப் பற்றி எழுதியிருக்கிறார். 'செங்டியனில் ஓர் இரவுக் களிப்பு' என்பது கட்டுரையின் பெயர்.

யுவான்பெங் ஆறாவது ஆண்டு, பத்தாம் சந்திரன், பன்னிரண்டாம் நாள் இரவன்று, உடைகளைக் களைந்து விட்டுப் படுக்கப்போக இருந்த சமயம், நிலவொளி என் அறையினுள் புகுந்தது; எழுந்தேன். உள்ளத்தில் இன்பம் துள்ளிற்று. இந்த இன்பத்தை என்னுடன் சேர்ந்தனுபவிக்க யாரும் உடன் இல்லையே என்று ஏங்கினேன். எனவே, செங்டியன் கோயிலுக்கு நடந்துபோய், அங்கே ஹுவாய் மின் இருக்கிறானா என்று பார்த்தேன். அவனும் இன்னும் தூங்கப் போகாமல் இருந்தான். ஆகவே, இரண்டு பேருமாய் முற்றத்தில் உலாத்தினோம். முற்றம், அடிப்புறந் தெரியும் ஒரு நீர்நிலை மாதிரி இருந்தது. நீர்ப்பாசி நிழலாடியதுபோலக் கண்டது; உண்மையில், மூங்கில் மரங்களும் தேவதாரு மரங்களும் வெள்ளிய நிலவொளியில் நிழலாடியதால் இந்தத் தோற்றம் உண்டானது. ஒவ்வோர் இரவிலும் ஒரு சந்திரனில்லையா? எங்கும் மூங்கில் மரங்களும்

தேவதாரு மரங்களும் இல்லையா? இருந்தாலும், எங்கள் இருவரையும் போன்ற கவலையற்ற மனிதர் மிகமிகச் சிலரே உளர்.

வாழ்க்கையில் முடிந்த மட்டும் நல்லதைப் பெற வேண்டும்; கிடைத்ததை வைத்துக்கொண்டு சுகப்பட வேண்டும்; தோல்வியால் மனங் கலங்கலாகாது என்று உறுதியாய்த் தீர்மானித்துக்கொண்டு விட வேண்டும்; எந்த நிலைமையிலும் சீனர்கள் நிறைவுடன் இருந்துவர முடிவதன் இரகசியம் இதுதான்.

7. நகைச்சுவை

நகைச்சுவை என்பது ஒரு மனநிலை. அதுமட்டுமல்ல, வாழ்க்கைக் காட்சியில் அது ஒரு கோணம்; வாழ்வில் அது ஒரு போக்கு. மக்கள்சமுதாயத்தின் வளர்ச்சியில், அதனுடைய இலட்சிய விதிகளையே சாடித் தாக்கக்கூடிய அளவுக்கு அதன் அறிவு வளர்ச்சி மிதமிஞ்சிச் செறிந்து குமுறுமானால், அத்தகைய சூழ்நிலைகளில் எல்லாம் நகைச்சுவை என்ற மலர் முகை அவிழ்ந்து அலரும்; நகைச்சுவை என்பது அறிவு தன்னைத்தானே சாட்டை வாங்கிக்கொள்வதைத் தவிர வேறில்லை. வரலாற்றின் எந்தப் பகுதியிலும் மனித இனமானது தனது வீண் முயற்சி, அற்ப நிலை, தப்புகள், முரண்பாடுகள் ஆகியவற்றைப் பற்றித் தெரிந்துகொள்ள முடிந்த உடனேயே, நகைச்சுவைக்காரன் தோன்றிவிடுகிறான். சீனாவில் ச்சுஆங்ட்ஸியும், பாரசீகத்தில் உமர் கய்யாமும், கிரீஸில் அரிஸ்டோஃபேன்ஸும் இப்படித் தோன்றியவர்களே. அரிஸ்டோஃபேன்ஸ் இராதிருந்தால் ஏதென்ஸ் மிக்க ஏழ்மைப்பட்டுப் போயிருக்கும்; ச்சுஆங்ட்ஸி இராதிருந்தால் சீனாவின் அறிவுச் செல்வம் இத்துணைச் செழிப்பானதாக இருந்திராது. ச்சுஆங்ட்ஸி வாழ்ந்து, எழுதி வைத்துவிட்டுப்போன பிறகு, அனைத்துச் சீன அரசியல்வாதிகளும் கொள்ளைக்காரர் களுமே பெரிய நகைச்சுவை ரசிகர்களாய் மாறிவிட்டார்கள்.

ஏனென்றால், ச்சுஆங்ட்ஸியின் வாழ்க்கை நோக்கத்தை, இவர் களும் நேரடியாகவோ, மறைமுகமாகவோ பற்றிக்கொண்டு விட்டார்கள். ச்சுஆங்ட்ஸிக்கு முந்தி லாஒட்ஸி மெலிவாய், ஆனால் பிரளயத்தைக் கிளப்பக்கூடிய ஆற்றலோடு, சிரித்தான். தன் வாழ்நாள் முழுவதுமே இவன் பிரம்மச்சாரியாய் வாழ்ந்திருக்க

வேண்டும்; இல்லாவிட்டால், இவ்வளவு குறும்புத்தனத்துடன் சிரித்திருக்க முடியாது; எது எப்படி இருந்தாலும், எப்போதாவது அவனுக்கு மணமுடித்திருந்ததாகவோ, குழந்தை ஏதும் பெற்றிருந்த தாகவோ ஆதாரம் ஒன்றும் கிடையாது. லாஒட்ஸின் சிரிப் பொலியின் இறுதி அலைகளை, ச்சு ஆங்ட்ஸி பற்றிக்கொண்டு விட்டான்; பின்னவன் இளைஞனானபடியால் இவனுடைய குரல் அதிகக் காத்திரம் பெற்றிருந்தது; எனவே, இவனுடைய சிரிப்பலைகள், பரம்பரை பரம்பரையாக, எங்கணும் பரவி மோதி மீளொலி எழுப்பிக்கொண்டே வந்துள்ளன. சிரிப்பதற்குச் சந்தர்ப்பங் கிடைத்தால், இன்னும்கூட எங்களால் சும்மா இருக்க முடியாது. இருந்தாலும், சில சமயங்களில் நாங்கள் மிதமிஞ்சி தமாஷ் புரிந்துவிடுவதாகவே நான் உணருகிறேன்; ஆகவே, எங்களது சிரிப்பு சில சமயங்களில், காலத்துக்குப் பொருந்தாததாகி விடுகிறது.

சீனாவைப் பற்றி வெளிநாட்டானுக்குள்ள அறிவு படுசூன்ய மயமானது; சீனருக்கு நகைச்சுவை உணர்ச்சி உண்டா என்று இவன் கேட்கும்போதுதான் அறியாமையின் படுபாதாளத்தில் இவன் இருக்கிறான் என்பது அழுத்தந் திருத்தமாய் வெளிப் படுகிறது. சகாராப் பாலைவனத்தில் மணல் உண்டா என்று அராபியனைக் கேட்டால், அவன் என்ன சொல்லுவான்? அதே மாதிரிதான் இருக்கிறது இந்த விசித்திரக் கேள்வியும். ஒரு நாட்டில் எவ்வளவு நாள் இருந்தாலும், அதைப்பற்றி ஒருவன் தெரிந்து கொள்வது மகா அற்பமாயிருப்பது விந்தைதான். தர்க்க யூகப்படி பார்த்தாலும், சீனருக்கு நகைச்சுவை இருந்தே தீரவேண்டும்; ஏனெனில், காரியவாதத்திலிருந்தே நகைச்சுவை பிறக்கிறது; சீனர்களோ, மகா காரியவாதிகள். நகைச்சுவை பொது அறிவிலிருந்து பிறக்கிறது; சீனர்களோ, தேவைக்கு அதிகமான பொது அறிவைப் பெற்றுள்ளவர்கள். நகைச்சுவை, அதுவும் ஆசியாக் கண்டத்து நகைச்சுவை, நிறைவாலும் ஓய்வாலும் உண்டான ஒன்று; சீனர்களுக்கோ நிறைவும் ஓய்வும் தேவைக்கு அதிகமாகவே உண்டு. நகைச்சுவைக்காரன் பெரும்பாலும் தோல்வி மனப்பான்மை உள்ளவனாகவே இருப்பான். தனது சொந்தத் தோல்விகளையும் சங்கட நிலைமைகளையும் பற்றி விவரிப்பதில் பெரு மகிழ்ச்சி கொள்வான். சீனர்கள் பெரும்பாலும், நிதானபுத்தியுள்ள, பதறாத

தோல்வி மனப்பான்மையுள்ளவர்கள். பல வேளைகளில், நகைச்சுவையானது தீமையையும் தன் மார்க்கத்தையும் கண்டிப் பதற்குப் பதிலாய் 'அதன்பாட்டில் போகட்டுமே' என்று சகித்துக் கொண்டிருந்துவிடுகிறது; அவற்றைக் கண்டு சிரிக்கிறது. தீமையைச் சகித்துக்கொள்ளும் ஆற்றல் சீனருக்கு என்றும் இயல்பாக உள்ள ஒரு பண்பு. சகித்துக் கொள்வதால் நல்லதும் உண்டு, கெட்டதும் உண்டு. சீனரிடம் இந்த இரண்டும் உண்டு. மேலே நாம் சர்ச்சையிட்ட சீன இனத்தின் சிறப்பியல்புகள் பொது அறிவு, சகிப்புத்தன்மை, நிறைவு, கிழக்குறும்பு உண்மை யானவையானால், அப்போது, சீனாவில் நகைச்சுவை இருந்து வருவது மறுக்க முடியாத, தடுக்க முடியாத ஒன்றாகியே தீர வேண்டும்.

ஆனால், சீனரின் நகைச்சுவை செயலில்தான் இருக்கிறது; சொல்லில் இல்லை. நகைச்சுவையில் பல தினுசுகள் உண்டு; இவற்றுக்கெல்லாம் சீனர்கள் தனித்தனிப் பெயர் வைத்திருக் கிறார்கள். ஆனால், மிகப் பொதுப்படையானது 'ஹுலாச்சி' என்பதே. கன்பூசியப் பண்டிதர்கள் மாறு பெயரில் இந்தத் துறையில் சிலவேளை ஈடுபட்டுவிடுவதுண்டு. உண்மையில், இது 'கேலி பண்ணுவது' என்றுதான் நான் நினைக்கிறேன். மிகக் கடுமையான பண்டித பரம்பரையைத் தழுவி நிற்பவர்கள், இலக்கிய ஓய்வு எடுத்துக்கொள்ளும் காரணமாக சரளமாய் எழுதப் புகுவதாலேயே இத்தகைய எழுத்துக்கள் உண்டாகின்றன. ஆனால், நகைச்சுவையானது நகைச்சுவை என்பதற்காக மட்டும் இலக்கியத்தில் இடம்பெறுவதில்லை. எப்படியும் நகைச் சுவையின் உரிய இடமும் பெருமதிப்பும் இலக்கியத்தில் ஒப்புக்கொள்ளப் பெற்றுவிடவில்லை. சீனத்து நவீனங்களில் நகைச்சுவை நிறைய இருப்பது உண்மையே. ஆனால், நவீனங் களைக் காப்பியக்காரர்கள் ஒருபோதும் இலக்கியமாக ஒப்புக் கொண்டதில்லை.

ஷிக்கிங் என்ற கவிதைப் புத்தகத்தில் மிகவும் முதல்தரமான நகைச்சுவை இருக்கிறது. கன்பூசிய நூல்களாகிய விளக்கங் களிலும் ஹான்ஃபெயிட்ஸியிலும் இப்படித்தான். ஆனால், கன்பூசியக் கனவான் கடுமையான தூய வாழ்வைப் பின்பற்றுபவன். கன்பூசியஸிடம் கேலிக்கிடமானது எதுவும் இருப்பதாக இவன்

கண்ணுக்குப் படாது. ஷிக்கிங் என்னும் நூலில் உள்ள காதல் கொஞ்சம் அருமையான அகத்துறைப் பாக்களையும் இதே மாதிரிதான் இவன் கண்டனுபவிக்கத் தவறிவிட்டான். மேலை நாட்டுச் சமயவாதிகள் பைபிளில் உள்ள கீதங்களின் கீதத்துக்கு விளக்கம் செய்வதுபோல, இவர்களும் அவசாரியான பிரமாத விளக்கங்கள் எல்லாம் சொல்வார்கள். தாவோ யுவான்மிங் என்பவரின் எழுத்துக்களிலும் மிக நயமான நகைச்சுவை இருக்கிறது. ஒருமாதிரி அமைந்த சாவதானமான நிறைவு உணர்வும் திருந்தி மெருகேறிய தன் மறுப்புச் சுகமும் இதில் உள்ளன. தமது உதவாக்கரைப் பிள்ளைகளைப்பற்றி அவர் பாடிய பாட்டு இதற்கு மிகப் பொருத்தமான எடுத்துக்கட்டாகும்:

தலையும் நரைத்தது; தளர்நடை வந்தது;
மைந்தர் ஐவரும் தந்தனர் தொல்லை;
பள்ளிச் சாலையைத் தள்ளியே வைத்தனர்.
பதினா றாட்டைப் பிராயத் தவனாம்.
ஆஹு என்பான் அசையாச் சோதா.
பதினைந் தாண்டைப் பார்த்தனன் ஆசுவான்;
படிப்பென் பதில் பற்றற்றான் இவன்.
பதின்மூன் றாண்டினர் யுங்.டுவான் என்பார்;
ஆறும், ஏழும் அறிந்தோதார் இவர்.
பருப்பும், பழமுமே நொறுக்கித் தின்னும்
ஆட்டுங் என்பான் ஆண் டிரண்டானால்
பதினொன் றாண்டைப் பார்த்திடு வானே!
இனி ஏன்? வருவது வருக?
இறைவனின் விருப்பம் இதுவேயானால்,
இன்றே விடுத்தேன் இடர்செய் இவ்வாழ்வை.

ட்டுஂஃபுவின் கவிதையிலும் லிப்போவின் கவிதையிலும் நகைச்சுவை இருக்கிறது. ட்டுஂஃபு தன் கவிதையைப் பயில்வோரிடம் கடுத்துக் கசந்துபோன நகைப்பை மூட்டிவிடுவான். லிப்போ அலட்சியமாய்க் கற்பனைகளை அள்ளிச் சொரிந்து சொரிந்து படிப்போருக்கு இன்பமூட்டிவிடுவான். என்றாலும், இவர்களின் முயற்சியை நாம் 'நகைச்சுவை' என்று சொல்லமாட்டோம். தேசிய மதமாகக் கொண்டிருந்த கன்பூசியக் கொள்கையை நடுக்கங் கலந்த பயபக்தியோடுதான் மக்கள் போற்றிவந்தனர். அதனால்,

எண்ணங்களைத் தங்கு தடையின்றி வெளியிட முடியவில்லை. நவீன வாழ்க்கை நோக்கங்களையும் கருத்துகளையும் வெளியிட சரளமான அணுகுநிலை இல்லை. இவற்றை எல்லாம் கன்பூசியத் தத்துவம் அடக்கி ஒடுக்கி வெருட்டிவிடுகிறது. நகைச்சுவை வளர்ச்சிக்கு, நவீன நோக்கங்களும் புது முயற்சிகளும் கட்டாயம் இருந்தாக வேண்டும். இப்படிப்பட்ட பழைய சம்பிரதாயங்களோடு பின்னிக்கிடக்கும் சூழ்நிலையில் நகைச் சுவை இலக்கியம் முளைவிட்டுச் செழித்து வளர்வதென்பது இயலாத செயல். சீனரது நகைச்சுவை முயற்சியெல்லாவற்றையும் ஒன்று சேர்க்க வேண்டுமென்று யாராவது நினைத்தால், அதற்கு நாடோடிப் பாட்டுகளையும், யுவான் நாடகங்களையும், மிங் நவீனங்களையுமே ஆராய்ந்து நகைச்சுவைப் பகுதிகளை அங்கிருந்து பொறுக்க வேண்டும். இவை அனைத்தும் 'இலக்கிய'க் காப்பியங்களுக்குப் புறம்பானவையே. படிப்பாளிகளின் சொந்தக் குறிப்புக்களிலிருந்தும் கடிதங்களிலிருந்தும் சில நல்ல நகைச் சுவைகள் கிடைக்கலாம். முக்கியமாக, இதற்குச் சுங் பரம்பரை, மிங் பரம்பரைகளைச் சேர்ந்த படிப்பாளிகளின் கடிதங்களையும் குறிப்புக்களையும் பார்க்க வேண்டும். இவர்கள், தமக்கு இயல்பான விறைப்பை விட்டுவிட்டுத் தம்மை மறந்திருந்த வேளைகளில்தான் நகைச் சுவைக்கு ஆளாகியிருக்கிறார்கள்.

இருந்தாலும், சீனர்களிடம் அவர்களுக்கென்று தனியே ஒருவகை நகைச்சுவை இருக்கவே செய்கிறது. ஏனெனில், எப்பொழுதுமே அவர்களுக்குத் நகைச்சுவையில் விருப்பமுண்டு. இந்த நகைச்சுவை சற்றுக் கடுமையானது; வாழ்க்கையை ஒரு கேலிக் கூத்தாகவே நோக்குவதை அடிப்படையாகக் கொண்டது. பத்திரிகையாளர்களும் அரசியல்வாதிகளும் நகைச்சுவைக் கலப்பே இல்லாமல் ஒரே கடுமையாய்த்தான் தங்கள் தலையங்கங் களையும் கட்டுரைகளையும் எழுதுவார்கள். அப்படி இருந்தும், குவோ மிண்ட் டாங் விவசாயத் திட்டம், சான்மின் கொள்கை, வெள்ள நிவாரணம், புது வாழ்வியக்கம், அபின் எதிர்ப்பு நிலையம் போன்ற முக்கியமான சீர்திருத்தத் திட்டங்களையும், இயக்கங்களையும் பற்றி இவர்கள் எவ்வளவு இலேசாய்க் கருதிவிடுகிறார்கள் என்பதைப் பார்க்கும் வெளிநாட்டான் ஒன்றும் புரியாமல் வியந்துப் போவான். அமெரிக்கப் பேராசிரியர் ஒருவர்

அண்மையில் ஷங்காய்க்கு வந்து, அங்குள்ள சீனக் கல்லூரிகளில் பேருரை நிகழ்த்தினார். புது வாழ்வியக்கத்தைப் பற்றிக் கொஞ்சமும் கேலிசெய்ய வேண்டுமென்ற எண்ணமே இல்லாது, மனப்பூர்வமாக, அவர் குறிப்பிட்ட ஒவ்வொரு சமயமும் மாணவர் கொல்லென்று சிரித்துவிடுவதைக் காண அவருக்குப் பெரும் வியப்பாயிருந்தது. அபின் எதிர்ப்பு நிலையத்தைப் பற்றியும் அவர் மனப்பூர்வமாகக் குறிப்பிட்டிருப்பாரானால், இன்னும் அதிகக் கொந்தளிப்பான சிரிப்பலைகள் கிளம்புவதை அவர் கண்டிருப்பார்.

நகைச்சுவை என்பது, நான் சொன்னமாதிரி, ஒரு வாழ்க்கைப் போக்குத்தான்; ஒரு வாழ்க்கை நோக்கந்தான். இந்த மாதிரியான வாழ்க்கை நோக்கம் எங்களுக்குப் பழக்கமானது. வாழ்க்கையே ஒரு பிரம்மாண்டமான கேலிக்கூத்துத்தான்; ஜீவர்களாகிய நாம் வெறும் கைப் பொம்மைகளே. வாழ்க்கையை மிகக் கடுமையாகப் பாவித்து, படிக்கும் இடங்களில் கவனிக்க வேண்டிய விதி முறைகளை அணுவும் பிசகாது மிகவும் நேர்மையாய் அனுசரித்து, புல்மேல் நடவாதே என்று எழுதியிருக்கும் எழுத்தைப் பலகையில் பார்த்த உடனே விலகி நடந்து செல்லும் ஒருவனை, அவனிலும் அனுபவசாலிகள் பார்த்தால், கட்டாயம் புரளி பண்ணவே செய்வர்; ஒருவர் சிரித்தால் கூட இருப்பவர்க்கும் சிரிப்பு வந்துவிடும். ஆதலால், புரளி பண்ணப்பட்டவனும் தானே ஒரு நகைச்சுவை ரசிகனாகி விடுகிறான்.

மிக முக்கியமான அரசியல் சீர்திருத்தம் தொடங்கி, மிக அற்பமான ஒரு நாயின் மரணச் சடங்கு முடிய, எதிலும் கருத்தூன்றிப் பார்க்கும் திறமை சீனர்களுக்கு இல்லாததால்தான், இந்த நகைச்சுவைக் கேலிக்கூத்து உண்டாயிற்று. சீனர்களின் மரணச் சடங்குகளில் காணப்படும் கேலிக்கூத்து இதற்குச் சரியான ஒரு மாதிரி. சீனரில் மேல்வகுப்பாரும், மத்யதர வகுப்பாரும், மிகப் பிரமாதமாய் இந்தச் சடங்குகளைச் செய்வர். தெருவிலே திரியும் அழுக்குப் படிந்த பொடிப் பயல்கள் ஜரிகை வேலைப் பாடுள்ள, பல வர்ண அங்கிகளைப் போட்டுக் கொண்டு ஊர்வலம் போவர். நவீன சீனாவில், இவர்களோடுகூடப் பாண்டு வாத்தியம் 'கிறிஸ்துவ வீரரே, முன்னேறுங்கள்' என்ற கிறிஸ்தவப் பாட்டைப் பாடி முழக்கிக்கொண்டு பின்தொடரும். இதைக் கண்டு,

'பார்த்தீர்களா, சீனர்களுக்கு நகைச்சுவை கிடையாது' என்று ஐரோப்பியர் ஆதாரங் காட்டுவர். ஆனால், சீனரின் சாவுச் சடங்கு அவர்களின் நகைச்சுவைக்குச் சரியான அடையாளமாகவே விளங்குகிறது. ஏனெனில், சாவுச் சடங்கைப் பெரிதாக மதித்து முகத்தைத் தொங்கப்போட்டுக்கொண்டு செல்பவர் ஐரோப்பியர் தான். சாவுச் சடங்கைப் பயபக்தியோடு நடத்திவைப்பதென்பது சீனரின் மனத்தில் பதியவே பதியாது. ஐரோப்பியர்கள் ஒரு செயலை இப்படித்தான் செய்ய வேண்டுமென்று ஏற்கெனவே தம் மனத்தில் முடிவுகட்டிவிடுகின்றனர்; இதில்தான் அவர் களுடைய தவறிருக்கிறது. அனுபவத்தில் ஒட்டாத மனத்தர்க்க முடிவுக்கு அடிபணிந்துவிட்டு, சாவென்றால் முகவாட்டமும் பயபக்தியும் இருந்தே தீர வேண்டுமென்று அவர்கள் நினைத்துவிடு கின்றனர். திருமணத்தைப் போல, இழவும் இரைச்சல் நிரம்பியதாயும் பணச் செலவுள்ள தாயும் இருக்க வேண்டியதே. ஆனால், இழவில் பயபக்திக்கு அவசியமென்ன? பயபக்தியைக் குறிப்பதற்காகத்தானே ஆடம்பரமான அங்கி முதலியன? மற்றதெல்லாம் ரூபம்தானே, வடிவம் கேலிதானே? இன்றுவரை, சவப் பெட்டியையோ திருமண நாற்காலியையோ பார்த்தால், வேறு வகையால் அன்றி, சாவுச் சடங்குக்கும் மணச் சடங்குக்கும் என்னால் வித்தியாசம் கண்டுபிடிக்க முடிவதில்லை.

இழவுக் கேலிக்கூத்தில் நன்றாய் எடுத்துக்காட்டியபடி, சீனரின் நகைச்சுவை வெளி வடிவத்தைக் கடைப்பிடிப்பதிலேயே இருக்கிறது. இந்த வடிவம் குறிக்கும் உண்மை விசயத்தில் இவர்களுக்குக் கிஞ்சிற்றும் கவலையில்லை. சீனரின் இழவுச் சடங்கைச் சரியாய்ப் புரிந்துகொண்டு மதிப்பிடக் கூடியவர்களுக்குச் சீனரின் அரசியல் திட்டங்களையும் சரியாய் விளங்கிப் புரிந்துகொள்ள முடியும். அரசியல் திட்டங்களும், அதிகார அறிக்கைகளும் வெறும் வடிவத்துக்காகவே வெளியிடப்படுகின்றன. இவற்றை எழுதுவதில் தேர்ச்சிபெற்ற எழுத்தர்கள் மாமூல் படாடோபச் சொற்றொடர்களை, மாமூல் வக்ர மொழியில் அடுக்கிவைத்து, எழுதித் தள்ளிவிடுவர். இது இவர்களின் பிழைப்புத் தொழில். சாவுச் சடங்குகளுக்கு அங்கி முதலிய சாமக்கிரியைகளை இரவலுக்கு விட்டு வாங்குவதற்கென்று சில கடைகள் இருக்கின்றன அல்லவா? அந்தமாதிரி, இவற்றை விசயம் தெரிந்த எந்தச் சீனனும்

பொருட்படுத்துவதில்லை. வெளிநாட்டுப் பத்திரிகை நிருபர்கள், சாவுச் சடங்குகளிலே அங்கிகளின் பயன்பாடு என்ன என்பதை நினைவில் கொண்டால், இவற்றைக் கண்டு தவறான பொருள் கொள்வது வெகுவாகக் குறைந்துபோகும்; அதோடு, சீனர்களின் போக்கே ஒரு தனிப் போக்கு என்று சொல்லி, புரிந்துகொள்ள முடியாது அங்கலாய்ப்பதும் குறைந்துபோகும்.

வாழ்க்கையை ஒரு கேலிக்கூத்தாய் மதிப்பதையும், விசயத்துக்கும் விசயத்தின் வெளி வடிவத்துக்கும் வைத்துள்ள ஏற்றத்தாழ்வான போக்கையும் பல்வேறு வழிகளிலே எடுத்துக்காட்டலாம். சில ஆண்டுகளுக்கு முன்னே ஓர் அரசு உத்தரவு வெளிவந்தது. குவா மிண்ட் டாங் மத்திய அரசாங்கத்தின் கோரிக்கை ஒன்றை அனுசரித்து இது வெளியிடப்பட்டது. இதன்படி சீன அரசின் அமைச்சர்கள் தமது ஷங்காய்ப் பணிமனைகளை அந்நிய நாட்டாரின் பிராந்தியங்களில் வைத்திருப்பது குற்றமாகும். இந்த உத்தரவைச் சரிவர செயல்படுத்தினால், அமைச்சர்களுக்குப் பெருந்தொல்லை விளையும்; இவர்களுக்கு வீடு வாசல் எல்லாம் ஷங்காயில்தான். பல பேருக்கு வேலையும் போய்விடும்; அவர்கள் வேலையின்றித் திண்டாடவேண்டி நேரும். நான்கிங் அரசு அமைச்சர்கள் இதற்கு ஒரு நல்ல வழி கண்டுபிடித்தனர். நான்கிங் அரசின் உத்தரவை அவர்கள் மீறவுமில்லை; உத்தரவை ரத்துச் செய்யும்படி மனுப்போடவுமில்லை. உத்தரவை நடைமுறையிலே கொண்டு வருவதோ அசாத்தியம்; அதனால், மெய்யாகவே பெருத்த அசௌகரியம் ஏற்படும். மனு எழுதுவதையே தொழிலாகக் கொண்ட எந்த எழுத்தரும், நாணயமான முறையில், நல்லபடியாக இந்த மனுவை எழுதி முடிக்கக்கூடிய அளவுக்குக் கெட்டிக்காரனாயிருந்துவிட முடியாது.

ஏனென்றால், சீன அதிகாரிகளுக்கு அந்நிய நாட்டாரின் குடியிருப்புப் பகுதிகளில் வசித்துவரத்தான் இஷ்டம்; பார்ப்பதற்கு இது தேசபக்திக் குறைவாய்த் தோன்றும். எனவே, மகா புத்திசாலித் தனமான ஒரு செயலை அவர்கள் செய்தார்கள். தங்கள் ஷங்காய் அலுவலகத்தில் தொங்கவிடப்பட்டிருந்த பெயர்த் தகடுகளை எடுத்துவிட்டு, அவற்றுக்குப் பதில் வர்த்தகப் ஆய்வுக் கூடங்கள் என்று வேறு தகடுகளை மாட்டிவிட்டார்கள். இந்தத் தகடுகள் ஒவ்வொன்றும் இருபது டாலருக்கு மேல் விலைபோகாது.

சீனரின் நடத்தையியல் ❋ 109

ஒருவருக்கும் வேலை போகவில்லை. யாரும் 'முகத்தைக் கோணவைத்துக் கொண்டிருக்க'த் தேவையில்லை. இந்தப் பள்ளிப்பிள்ளைச் சூழ்ச்சி எல்லாருக்கும் பிடித்தமாக இருந்தது. நான்கிங் மந்திரிமாருக்குக் காரியம் முடிந்த மாதிரியாயிற்று; மூல உத்தரவின் பிறப்பிடமாகிய நான்கிங் மக்கள் அனைவர்க்குமே நிறைவளித்தது. எங்கள் நான்கிங் மந்திரிமார் பெரிய நகைச்சுவைக் காரர்கள். எங்கள் கொள்ளைக்கூட்டத்தாரும் இப்படித்தான். சீனாவின் உள்நாட்டுப் போர்களில் உள்ள நகைச்சுவையைப் பற்றி ஏற்கெனவே குறிப்பிட்டாயிற்று.

இதற்கு நேர் எதிரிடையாய் இருக்கிறது சீனாவிலுள்ள எதிரிப் பள்ளிக்கூடங்களின் போக்கு. இதிலிருந்து மேலைநாட்டாருக்கு நகைச்சுவை எவ்வளவு குறைவாயிருக்கிறதென்பதைக் காணலாம். சர்க்காரிலே தங்கள் பெயர்களைப் பதிந்துகொள்ள வேண்டிவந்த போது, சில ஆண்டுகளுக்கு முன்னே, பாதிரிப் பள்ளிக் கூடங் களையெல்லாம் ஒரு கிலி பிடித்துக்கொண்டுவிட்டது. அதாவது, மதம் தொடர்பான நிகழ்ச்சி முறைகளில் ஒரு மாற்றத்தைப் புகுத்தவேண்டி வந்தது. சபாமண்டபங்களிலே சன் யாட்சென்னின் படத்தை மாட்டிவைக்க வேண்டும்; திங்கட் கிழமைதோறும் நினைவேந்தல் கூட்டங்கள் நடத்த வேண்டும். பாதிரிப் பள்ளிக் கூடங்கள், எளிமையான இந்தச் சட்ட திட்டங்களை ஏன் பின்பற்ற முடியவில்லை என்பதைச் சீன அதிகாரிகளால் புரிந்துகொள்ள முடியவில்லை. பாதிரிகளுக்கோ இவற்றை எப்படி ஏற்றுக் கொள்வது என்று பிடிபடவில்லை. எனவே, இருவருக்கும் இடையே ஒரு முட்டுக்கட்டை ஏற்பட்டது.

சில பாதிரிகள், தங்கள் பள்ளிக்கூடங்களை மூடிவிடுவதல்லால் வேறு வழியில்லை என்று நினைக்கத் தொடங்கினர். ஒரு குறிப்பிட்ட பள்ளிக்கூடத்தைப் பொறுத்தமட்டில், அதன் மேலைநாட்டுத் தலைமை ஆசிரியர் முரட்டுப்பிடிவாதம் பிடித்திராவிட்டால், எல்லாம் சரியாய்ப் போயிருக்கும்; பள்ளியின் இலட்சியங்களில் மத போதனையும் ஒன்று என்று கூறும் ஒரு வாசகத்தைப் பள்ளிக்கூடப் பாடப்பட்டியிலிருந்து எடுத்துவிட அவர் சம்மதிக்கவில்லை. தமது நிறுவனத்தின் முதலாவது முக்கிய நோக்கம் மத போதனைதான் என்பதை மனசாட்சிக்கு விரோதமில்லாதபடி, அப்பட்டமாகத் தன்னால் எப்போதும்

சொல்ல முடியவேண்டும் என்பதே அவருடைய விருப்பம். அதனால், இன்று வரைக்கும் அந்தப் பள்ளிக்கூடம் பதிவு செய்யப் பெறாமலேயே இருந்து வருகிறது. இவர்களின் போக்கில் மென்மைத் தன்மை கிஞ்சிற்றும் இல்லை. இந்தப் பாதிரிப் பள்ளிக்கூடம் என்ன செய்திருக்க வேண்டுமென்றால், நான்கிங் மந்திரிமாரை அப்படியே பின்பற்றியிருக்க வேண்டும்; சர்க்கார் உத்தரவுகளையெல்லாம் அப்படியே பின்பற்றவேண்டும். வேண்டுமானால், சன் யாட் சென் படத்தை மாட்டிக்கொள்ளட்டுமே; பேருக்காகக் காரியத்தை நடத்துவதுதானே; மற்றபடி, சீனச் சம்பிரதாயம் இருக்கவே இருக்கிறது. பெயரளவில் விட்டுக்கொடுத்து விட்டுக் காரியத்தை இஷ்டம்போலவே சாதித்துக்கொள்ள வழியா இல்லை? ஆனால் ஒன்று; இவ்வளவு கிறுக்குத்தனமான நேர்மையோடு நடத்தப்பட்டுவரும் பள்ளியானது, கண்டிப்பாய் நேர்மை பிசகாத ஒரு பள்ளிக்கூடமாகவே இருக்க வேண்டும் என்று நான் நினைக்கிறேன்.

சீனர்கள் வாழ்க்கையைப் பற்றிக் கொண்டிருக்கும் கேலியான பார்வை இத்தகையதுதான். மனித வாழ்வே ஒரு பெரிய நாடகம் என்பதைப் பற்றிய சொல்லணிகள் சீன மொழியில் நிறைய உண்டு. சீன அதிகாரிகள் பதவி ஏற்பதையும், பதவியிலிருந்து விலகுவதையும் 'அரங்க நுழைவு' என்றும், 'மேடையிலிருந்து மறைதல்' என்றும் சீனர்கள் கூறுவர். ஆடம்பரமான திட்டங்களைத் தயாரித்துக் கொண்டுவருகிற ஒருவனைக் 'கூத்துப்பாட்டுப் பாடுகிறான்' என்பர். வாழ்க்கையை நாங்கள் மெய்யாக ஒரு நாடகமேடையாகவே கருதுகிறோம். எங்களுக்கு மிகவும் பிடித்தமான நாடகக் காட்சி எப்பொழுதும் கேலிநிறைந்த நாடகந்தான். இந்தக் கேலிநாடகம் ஒரு புதிய அரசியல் அமைப்பாயிருக்கலாம்; உரிமை மசோதாவா யிருக்கலாம்; அபின் எதிர்ப்பு நிலையமாக இருக்கலாம்; சேனையைக் கலைப்பதற்காகக்கூடிய மாநாடாக இருக்கலாம். நாங்கள் எப்பொழுதும் இந்தக் கூத்துக்களை அனுபவிப்போம்; ஆனால், சில சமயங்களிலாவது எங்கள் மக்கள் கூத்தடிப்பதை விட்டுவிட்டுச் செயலில் கவனம் செலுத்த வேண்டும் என்பதே என் ஆசை. எல்லாவற்றையும்விட நகைச்சுவைதான் சீனாவைப் பாழ்படுத்திக்கொண்டு வருகிறது. கணீரென்று ஒலிக்கும் இந்த வெள்ளைச் சிரிப்பு மிதமிஞ்சிப் போய்விடலாம்; பார்க்கப்

போனால், இது அந்தக் கிழக் குறும்பனுடைய சிரிப்புத்தானே. இதன் காற்றுப்பட்ட மாத்திரத்தில், உற்சாகத்திலும் இலட்சிய வாதத்திலும் அரும்பி, மொக்குவிட்டுப் பூத்தமலர்கள் கருகி மடிவதல்லால் வேறென்ன செய்யக்கூடும்?

8. பழைமை விருப்பம்

சீனரின் நடத்தை இயலைப் பற்றி வரையும் படம் எதுவும் அதன் பழைமை விருப்பத்தைப்பற்றிக் குறிப்பிடாவிட்டால் முழுமை பெற்றுவிட முடியாது. பழைமையை விரும்புவதால் மட்டும் பாதகம் விளைந்துவிடுவதில்லை. பழைமை விருப்பம் என்பது ஒருவகைச் செருக்குத்தான். இதன் அடிப்படை, இப்போதுள்ள நிலைமையில்கொண்டிருக்கும் நிறைவு உணர்ச்சிதான். இந்த உலகத்தில், வாழ்க்கையின் வினோதமான ஏற்பாட்டில், நாம் செருக்குக் கொள்ளவோ, நிறைவுகொள்ளவோ கூடிய விசயங்கள் மிகமிகச் சொற்பமே. இவற்றினிடையே, பழைமை விருப்ப மானது நம் மனத்துக்கு ஒருவகை மகிழ்ச்சியையும் நிறைவையும் தருகிறது; இந்தப் பேறு எல்லோர்க்குங் கிடைக்க முடியாத ஒரு வரந்தான்.

சீனர்கள் இயல்பாகவே பெருமை பிடித்த ஓர் இனத்தைச் சேர்ந்தவர்கள். இது மன்னிக்கத்தக்கதே. கடந்த நூறு ஆண்டுகள் போக, இவர்களின் வரலாறு முழுவதுமே இவர்களுக்குப் பெருமை தரத் தக்கதாகவே இருந்து வந்துள்ளது. அரசியல் துறையில், சில சமயங்களில், இவர்கள் அவமானப்பட்ட போதிலும், பண்பாட்டைப் பொறுத்த அளவில், மனிதாபிமான முள்ள, பரந்து விரிந்த நாகரிகம் ஒன்றின் அச்சாணியாகவே இவர்கள் இருந்து வந்திருக்கிறார்கள். இந்த நாகரிகமானது தன்னைத்தானே முழுமையாக அறிந்திருந்தது; தர்க்கரீதியான ஆதரவாளர்களும் இதற்குக் குறைவற இருந்து வந்தனர். பண்பாட்டு முறையில், சீனாவோடு போட்டியிடத்தக்க முக்கியத்துவம் வாய்ந்ததும், இதனின்றும் மாறுபட்ட குறிக்கோளைக் கொண்டதுமான வேறொரு பண்பாடு ஏதும் இருக்குமானால், அது இந்தியரின் பௌத்த சமயந்தான். பௌத்த சமயத்தைப் பற்றியோ, மெய்யான கன்பூசியவாதி எப்போதுமே கொஞ்சம் கேவலமாகத்தான் கருதிவந்தான். ஏனென்றால், கன்பூசியவாதி கன்பூசியஸைப்

பற்றி அளவுகடந்த கர்வம் கொண்டிருந்தான்; கன்பூசியஸைப் பற்றிக் கர்வங்கொள்வதன் மூலம், தனது சமுதாயத்தைப் பற்றியும் கர்வங்கொண்டிருந்தான்; சீனர்கள், வாழ்க்கையை அதன் ஒழுக்க சாரப்படி புரிந்துகொண்டிருப்பதில் அவனுக்குக் கர்வம்; மனித இயற்கையைப் பற்றி அவர்களுக்குள்ள அறிவுச் செறிவைக் கண்டு அவனுக்குக் கர்வம்; ஒழுக்கத் துறை, அரசியல் துறை ஆகியவற்றுக்கும் வாழ்க்கைக்கும் உள்ள அனைத்துத் தொடர்பு நிலைகளின்படியும் வாழ்க்கைப் பிரச்சினைகளை அவர்கள் சிக்கறுத்துவிட்டிருப்பதைக் கண்டு, அவர்களைப் பற்றி அவனுக்குக் கர்வம்.

ஒரு வழியிலே பார்த்தால், அவன் கர்வம்கொள்வது நியாயமே. ஏனெனில், கன்பூசியக் கொள்கையானது வாழ்க்கையின் பொருள் என்ன என்ற கேள்வியை எழுப்பியதோடு மட்டும் நின்றுவிடவில்லை; மனிதன் உயிர்வாழ்வது எதற்காக என்பதைக் கண்டுபிடித்துவிட்டோம் என்ற நிறைவு மக்களுக்கு ஏற்பட்டு விடுகிற முறையில் இந்தக் கேள்விக்குச் சரியான பதிலும் தந்துவிட்டது. தந்த விடையும் உருப்படியானது; தெளிவானது; புத்திசாலித்தனமானது. இந்த விடையைக் கேட்ட மக்களுக்கு எதிர்கால வாழ்வைப் பற்றிச் சர்ச்சையிட்டுக் கற்பனை செய்யத் தோன்றுவதில்லை; இப்போதிருக்கும் வாழ்வை மாற்றியமைத்துக் கொள்ள வேண்டும் என்ற ஆசை உண்டாவதில்லை. இப்போதுள்ள நிலைமையில் வேண்டியதைச் செய்துகொள்ள வசதி இருந்தால், இதை மாற்றிக்கொள்ள வேண்டுமென்ற எண்ணம் உண்டாகாது; ஆகவே, பழைமையில் பற்று ஏற்பட்டுவிடுவது இயல்பே. கையிலிருப்பது காரியத்துக்கு உதவுமானால், அது உண்மை யானதுதானே? உண்மையானதை ஏன் மாற்றிக்கொள்ள வேண்டும்? கன்பூசியவாதி வேறு மாதிரியான வாழ்க்கை முறையை அறியான். வேறு மாதிரியான வாழ்க்கை முறை சாத்தியம் என்றும் அவனுக்குப்படுவதில்லை. மேலைநாட்டின ரிடமும் நேர்த்தியாய் அமைக்கப்பெற்ற சமுதாய வாழ்க்கைமுறை உண்டு. மூத்தவர்களுக்கு மரியாதை செய்ய வேண்டுமென்று கற்பிக்கும் கன்பூசியக் கொள்கையைப் பற்றி ஒன்றும் தெரியாம லிருந்தும், மக்கள் புழக்கமான தெரு நடுவே அகப்பட்டுக்கொண்ட முதியவனைக் கண்டால், லண்டன் போலிஸ்காரன் பரிவுடன்

வழிநடத்தி விட்டு வருவான். இந்த விவரங்களைப் பற்றித் தெரிந்துகொள்ளும் போது சீனர்களுக்கு எப்போதும் கிட்டத்தட்ட ஓர் அதிர்ச்சியே உண்டாகிவிடும். அந்நிய நாட்டாரிடங்கூட இந்த மாதிரியான உயர்ந்த விசயங்கள் இருக்குமென்று அவர்கள் எதிர்பார்த்ததில்லை.

கன்பூசியக் கொள்கையில் உண்டான நற்பண்புகளாகிய மரியாதை, ஒழுங்கு, கௌரவம், அன்புடைமை, தைரியம், அரசாட்சி நேர்மை ஆகியனவெல்லாம் மேலைநாட்டாரிடமும் உள்ளனவே; லண்டன் போலிஸ் காரனையும் பூமியின்கீழே ஓடும் ரயில் பயணிகளை அவரவர் இடத்துக்கு இட்டுச் செல்லும் வழிகாட்டியையும் கன்பூசியஸ் மீண்டும் உயிர்பெற்று வந்து பார்த்தாரானால், மிகவும் சிலாகித்துக் கூறுவாரே என்ற விசயம் தெரிந்ததும் சீனத்தானின் இனப்பெருமை உணர்வு அப்படியே ஒரு குலுக்கம் கண்டுவிடுகிறது. மேலைநாட்டாரிடமுள்ள சில பழக்கங்கள் சீனனுக்குப் பிடிக்கவில்லைதான்; இவற்றில் பண்பாட்டின் மெருகில்லை; பச்சையாய்த் தோன்றுகின்றன. கணவனும் மனைவியும் கைகோத்து நடப்பது; தகப்பனும் மகளும் ஒருவரை ஒருவர் முத்தமிட்டுக்கொள்வது; சினிமாத் திரையில் முத்தமிட்டுக் கொள்வது; நாடக மேடையில் முத்தமிடுவது; ரயில்வே நிலையங்களில் முத்தமிடுதல்; கண்ட இடங்களிலெல்லாம் முத்தமிட்டுக் கொள்ளுதல் போன்ற பழக்கவழக்கங்கள் அநாகரிகமாகவும் காட்டுமிராண்டித்தன மாகவும் சீனர்களுக்குத் தோன்றுகின்றன. சீன நாகரிகமே இவற்றைவிட மேலானது என்ற நம்பிக்கையை இந்த விசயங்கள் வலியுறுத்தின. ஆனால், இவை தவிர, இதர சில விசயங்களும் இருந்தன: சாதாரண மக்களுக்கு எழுதப் படிக்கத் தெரியும்; பெண்களுக்குக் கடிதம் எழுதத் தெரியும்; பொதுவாக எல்லோரிடமும் துப்புரவைக் காணலாம்; (இது, மத்திய காலங்கள் என்று ஐரோப்பியர் கூறும் சரித்திர காலத்திலிருந்து வழிவழியாய் வந்த பழக்கம் என்று அவன் எண்ணிக்கொண்டான்; பத்தொன்பதாம் நூற்றாண்டில் புதிதாய்க் கண்டுபிடிக்கப்பட்ட ஒன்றென்பதை, பாவம், அவன் அறியான்) ஆசிரியன்மாரை மாணவர் மதிப்பாய் நடத்துவர்; ஆங்கிலப் பிள்ளைகள் பெரியவர்களிடம் எப்போதும், 'அப்படியே, ஐயா' என்றுதான் பணிவாகப் பேசுவர்—இவை

போன்ற விசயங்கள் நிரம்பக் கவர்ச்சியாய்த் தோன்றின. இவற்றோடுகூட, நல்ல சாலை வசதிகள்; ரயில் வழி; நீராவிக் கப்பல்; நல்ல தோல் பூட்ஸ்கள்; பாரிஸ் நறுமணப் பொருள்கள்; வியக்கத்தக்க இனிய வெள்ளைக் குழந்தைகள்; எக்ஸ்-ரே படங்கள்; ஒளிப்படம் பிடிக்கும் கருவி; இசைப் பெட்டி; தொலைபேசி ஆகியவையும் இவை போன்ற பல விசயங்களும் ஒன்று சேர்ந்துகொண்டவுடனே கிணற்றுத் தவளையின் நாட்டு வளப்பம் தெரியாத நிலைமை சீனனுக்கு உண்டாகிவிடுகிறது; தன்னைப் பற்றிய பிறவிக் கர்வம் அப்படியே துகள் துகளாகச் சிதறுண்டு போய்விடுகிறது.

சீனாவில் தமக்குச் சட்டப்படியுள்ள எல்லைப் பாத்தியதைக்கு மேலே அதிகப்படியான எல்லைகளில் அந்நிய நாட்டார் உரிமை கொண்டாடுகிற வழக்கம் ஒன்று இருந்து வருகிறது. சீனக் கூலிகளுக்கு ஐரோப்பியரின் காலணிப் பயன்பாடு தாராளமாய்க் கிடைத்து வருகிறது; இதற்குச் சட்டபூர்வமான நிவாரணம் இல்லை. இத்தியாதி காரணங்களால், சீனர்களுக்குக் கர்வம் இழப்பது என்பது, அதோடு மட்டும் நின்றுவிடாமல், அந்நிய நாட்டாரைக் கண்ணால் கண்டாலே தம்மையறியாது அஞ்சி நடுங்குகிற அளவுக்கு வந்துவிட்டது. முந்தியிருந்த தெய்வத் தன்மைவாய்ந்த பெருமை இன்றில்லை. வெளிநாட்டார் குடியிருப்புகளைச் சீனர்கள் ஒருவேளை தாக்கினாலும் தாக்கக் கூடும் என்று அந்நியநாட்டு வர்த்தகர்கள் கிளப்பிய கூக்குரல் அந்நிய நாட்டாரின் தைரியக் குறைவை எடுத்துக்காட்டுவதோடு, தற்காலச் சீனாவைப் பற்றி அவர்களுக்குத் தெரிந்தது மிகக் கொஞ்சமே என்பதையும் மெய்ப்பித்துவிடுகிறது. மேலே சொன்ன ஐரோப்பிய பூட்ஸுகளைப் பற்றியும், இவை சீனக் கூலிகளின் மேல் தங்குதடையின்றிப் பிரயோகிக்கப்பட்டு வருவதைப் பற்றியும் சீனர்களுக்கு மனத்துக்குள்ளே எப்போதும் எரிச்சல் இருந்துதான் வருகிறது. ஆனால், இதற்காகப் பதிலுக்குப் பதில் செய்ய வேண்டுமென்ற எண்ணத்தோடு சீனர்கள் என்றாவது தமது மட்டமான பூட்ஸுப் பிரயோகத்தின் மூலம் தமது ஆத்திரத்தைக் காட்டிக்கொள்வார்கள் என்று அந்நியநாட்டான் நினைத்தால், இது சுத்தத் தப்பான நினைப்புத்தான். சீனர்கள் இப்படிச் செய்தால், அவர்கள் சீனர்களாக மாட்டார்கள்; கிறிஸ்தவர்களாய் விடுவார்கள்.

உள்ளதைச் சொல்ல வேண்டுமானால், ஐரோப்பியரை உலகம் முழுவதும் பாராட்டுகிறது. அவர்களின் ஆக்ரமிப்பு இயல்பைக் கண்டு உலகம் முழுவதும் பயப்படுகிறது என்றுதான் சொல்ல வேண்டும்.

இந்த மாதிரியான ஏதோ ஓர் அதிர்ச்சியால்தான் சீனக் குடியரசைக் கொண்டுவந்துவிட்ட அதீத மாறுதலை விரும்புகிற மனப்பான்மை சீனர்களுக்கு உண்டாகியிருக்க வேண்டும். இந்த மாறுதல் மகத்தானது, பரந்து விரிந்தது; இதை விரும்புகிறவன், ஒன்று அடிமுட்டாளாயிருக்க வேண்டும்; அல்லது, தன்னை மறந்து உணர்ச்சி வயப்பட்டிருக்க வேண்டும். இது, வானத்துக்குப் பாலம் போட்டு, அதிலே ஏறி நடந்துபோவது போன்றது. ஆனால், 1911இல் நடந்த புரட்சியில் தொடர்புடைய சீனப் புரட்சிக்காரர்கள் உணர்ச்சி வெறி பிடித்தவர்களல்லர். 1895இல் நடந்த சீன-ஜப்பான் போரில் சீனா தோற்றுப் போயிற்று. அதற்குப் பிறகு, சீனாவைத் தற்கால முறைப்படி திருத்தி அமைப்பதற்காகக் கடும் பரப்புரை நடந்தது. இதில் இரண்டு கட்சிகள் இருந்தன. அரசியலமைப்பாளர்கள் என்றவர்கள், வரையறுத்த அதிகாரத்தோடு கூடிய நாகரிகப்போக்குள்ள மன்னர் ஆட்சிதான் இருக்க வேண்டும் என்றனர். புரட்சியாளர்கள், குடியரசு ஆட்சிதான் இருக்க வேண்டுமென்றனர். இடதுசாரிக்குத் தலைவர் சன் யாட்சென்; வலதுசாரிக்குக் காங் யுவையும், இவருடைய சிஷ்யரான லியாங் சிச்சாவோவும். சிச்சாவோ பின்னால் தமது குருவைவிட்டு விலகி இடதுசாரியில் போய்ச் சேர்ந்துகொண்டார். நெடுநாள் வரைக்கும், இந்த இரண்டு கட்சிகளையும் சேர்ந்தவர்கள் ஜப்பானில் இலக்கியப் போர் தொடுத்தவண்ணமிருந்து வந்தனர். ஆனால், கடைசியில் ஏற்பட்ட முடிவு இவர்களின் வாதப் பிரதிவாதங்களால் ஏற்பட்டதல்ல. மஞ்சு ஆட்சிமுறை கலகலத்துப் போய்விட்டது; சமுதாயப் பெருமை அனைவருடைய மனத்திலும் உள்ளார்ந்து கிளர்ந்தவண்ணமிருந்தது. எனவே, முடிவு ஏற்பட்டே தீரவேண்டி ஆயிற்று. 1914இல் அரசியல் அதிதீவிரப்போக்குக்கு அப்புறம், 1916இல் இலக்கியத் தீவிரப் போக்கு தலையெடுத்தது; இதற்குக் காரணம் ஹுஷி தொடங்கிய சீன மறுமலர்ச்சி இயக்கம்தான். இதன் உடனடி விளைவாக, 1926இல் ஆதர்ச தீவிரப்போக்கு உண்டாகி, புது இலட்சியங்களை அடைய வேண்டுமென்ற ஆசை

குமுறி எழுந்தது. இவற்றின் பயனாக, இன்று நாட்டிலுள்ள தொடக்கப் பாடசாலை ஆசிரியர்கள் அனைவருடைய மனத்திலேயும் பொதுவுடைமைக் கொள்கையின் கருத்துகள் படிந்துவிட்டிருக்கின்றன.

கிடைத்த பயன் என்ன? இன்று, சீனாவில், போர்க்கோலந் தாங்கிய இரண்டு கோஷ்டிகள் இருந்துவருகின்றன. ஒரு கோஷ்டி பொதுவுடைமைக்காரர்; மற்றது பிற்போக்காளர். இளந் தலை முறையினரையும் பழந்தலைமுறையினரையும் ஒரு பெரிய அதல பாதாளம் பிரித்து வைத்திருக்கிறது. இவர்களை ஒன்றுசேர்ப்பது முடியாது; இது மிகவும் வருந்தத்தக்க ஒரு நிலையே. சிந்திக்கும் சக்திவாய்ந்த இளைஞர்கள், அரசியலிலும் இலட்சியப் போக்கிலும் புரட்சிகரமான பிரளயம் ஒன்று ஏற்பட்டே ஆகவேண்டுமென்று பிடிவாதமாய் நிற்கின்றனர். ஆட்சிபுரியும் அதிகார வர்க்கத்தா ரிடையே பழைமையைக் காக்க வேண்டுமென்ற பிற்போக்கு மனப்பான்மை வேரூன்றிவிட்டது. பழைமை விரும்பிகளின் பிற்போக்குக் கிளர்ச்சி என்னவோ பொருத்தமாய்த் தோன்ற வில்லை; இது வருந்தத்தக்கதே, ஏன்? பழைமையை ஆதரிக்கிறவர் களில் பெரும்பாலோர் போர்த் தலைவர்களும், அரசியல் வாதிகளுந்தான். இவர்களுடைய சொந்த வாழ்க்கைமுறைகள் கன்பூசியக் கொள்கைக்கு ஒப்பற்ற சான்றுகள் என்று சொல்வதற் கில்லை.

சொல்லப்போனால், உண்மையில், இந்தப் பழைமை விருப்பம் என்பதெல்லாம், இளைஞர்மீது இவர்களுக்குள்ள பழிவாங்க வேண்டுமென்ற வெறியையும், வஞ்சகத்தையும் மூடி மறைக்கப் பயன்படுத்தும் போர்வைதான் அது. பெரியவர்களுக்கு மரியாதை செய், அதிகாரிகளை மதித்து நட என்கிறது கன்பூசியக் கொள்கை.

கன்பூசியக் கொள்கையை வாய்நிறையப் பேசித் தீர்க்கும் இதே அரசியல் பிரஹஸ்பதி, ஜப்பானிய ஆக்கிரமிப்பிலிருந்து நம்மைக் காப்பாற்றிவிடுவதற்கு திபெத், லாமா, பௌத்தம் ஆகியவற்றின் சாம்பாராகிய ஒரு கதம்ப இறைவழிபாட்டுக்கும் வழிகாட்ட முன்வந்துவிடுகிறான். கன்பூசியக் கொள்கையிலிருந்து, எல்லோருக்கும் சர்வ சாதாரணமாய்த் தெரிந்துள்ள அறநெறிகளை எடுத்துக் கொள்கிறான்; இவற்றோடு சம்ஸ்கிருதத்தில் உள்ள ஓம் மனி

பத்மே ஹூம் என்பது போன்ற புரியாத சுலோகங்களைச் சேர்த்துக் கொள்கிறான்; இப்படிக் கலந்த கதம்பத்தில் திபெத்திய வழிபாட்டுச் சக்கரத்தை விட்டோட்டுகிறான். இந்தச் சித்தப் பிரமையான கதம்பக் குழம்பில் இளஞ்சீனர்க்கு எப்படி சுவை ஏற்படும்?

சீனாவில், பழைமை விருப்பத்துக்கும் புதுமை விழைவுக்கும் நடந்துவரும் வெளிப்படையான போராட்டமே இது. இதில் எது வெல்லும் என்பது, பெரும்பாலும் ஜப்பானிய ஐரோப்பிய அரசியல் போக்குகளைப் பொறுத்தேயிருக்கிறது. வெறும் வாதப் பிரதிவாதத்தால் மட்டுமே இதைத் தீர்த்துவைக்க முடியவே முடியாது. இன்றையச் சங்கடங்களிலிருந்து சீனா விடுபடுவதற்குப் பழைமை விரும்பிகள் தக்க வழி கண்டுபிடித்துத் தங்கள் கௌரவத்தைக் காப்பாற்றிக்கொள்ளாவிட்டால், இனிமேலும் சீனாவானது பொதுவுடைமைக் கொள்கையைத் தழுவுவதல்லாது வேறு உய்யும்வழி அதற்கு இல்லை. படித்தால் சீனமொழியைப் படிப்பேன், இல்லாவிட்டால் படிப்பே எனக்கு வேண்டாம் என்று சொல்லுகிற பெரும்பகுதியான சீனமக்களைப் பொறுத்தமட்டிலும், சீன இனத்தின் மெய்யான மனநிலையைப் பொறுத்தமட்டிலும் பார்த்தால், சீனாவில் பழைமை விருப்பமானது என்றும் நிலைத்தே நிற்கும் என்றுதான் தோன்றுகிறது.

இனி, மிகவும் முக்கியமான விசயம் ஒன்றிருக்கிறது: சீனர்கள் மாறுதலை விரும்பவில்லை. வெளிப்பார்வைக்கு அனேக மாறுதல்கள் ஏற்பட்டுவிட்டன. பழக்க வழக்கங்கள், பெண்களின் உடைகள், போக்குவரத்துப் பழக்கங்கள் எல்லாம் மாறிவிட்டன. அப்படி இருந்தும், வெளிநாட்டார்போல அங்கி தரித்து, ஆங்கிலத்தை மிகவும் நன்றாய்ப் பேசுகிற உணர்ச்சி ஏறிய இளைஞனைக் கண்ணுறும்போது, சீனர்கள் இன்றும் கேலிதான் செய்வர். இப்படிப்பட்ட இளைஞன் எப்போதும் முதிராத சிறுபிள்ளை போலவே காண்பான்; பல சமயங்களில், வெட்கப்பட்டுத் தனது முற்போக்கு முயற்சிகளைக் கைநழுவவிட்டு விடுவதுமுண்டு. இதில் என்ன விந்தை என்றால், சீனாவில், இளங்கன்று போலில்லாமல், முதிர்ந்து கனிந்த ஒருவன் கட்டாயம் பழைமை விரும்பும் கொள்கைக்கே நகர்ந்து போய்விடுகிறான் என்பதே. மேலைநாட்டுக்குப் போய்ப்

படித்துவந்தவன் முதிர்ச்சி பெற நினைத்த உடனே, சீன அங்கி ஒன்றை மாட்டிக்கொண்டு சீன வாழ்க்கைமுறையை அப்படியே ஏற்றுக்கொண்டுவிடுகிறான். இந்த வாழ்க்கைமுறையில் உள்ள கனிவு, ஓய்வு, சுகபோகங்கள், அதிகமாய் அலட்டிக்கொள்ளாத நிறைவு மனப்பான்மை—இவை அனைத்தின்மீதும் அவனுக்குப் பற்றுதல் ஏற்பட்டுவிடுகிறது. அவனுடைய இன அங்கியில் அவனது ஆன்மா அமைதி கண்டுவிடுகிறது. 'அலாதிப் போக்குள்ள' சில ஐரோப்பியர்கள், தங்கள் வாழ்நாள் முழுவதையும் சீனாவிலேயே கழித்துவிடும்படி அவர்களைச் சீனாவிலேயே இருத்தி வைத்துவிடுகிற சீனத்துச் சூழ்நிலைகளின் விந்தையான கவர்ச்சி, சீனத்தானையும் அவனது நடுவயதுக் காலத்தில் சூழ்ந்துகொண்டுவிடுகிறது.

இதற்கிடையே, மக்களில் பெரும்பாலோர் தங்களின் பழைய வழிகளிலேயே செக்குமாடுபோலப் போய்க்கொண்டிருப்பார்கள். இதற்குக் காரணம் வாழ்க்கையில் அவர்கள் எவ்விதமான கொள்கையையும் ஆராய்ந்து பார்த்து அவற்றை மனமாரக் கடைப் பிடித்தொழுகுவதால் அல்ல, ஒருவித இன உணர்வாலேயே; சீனர்களின் இனப் பரம்பரை வழக்கங்கள் மிகவும் வலிமை பொருந்தியவையாதலால், வாழ்க்கை அமைப்பு முறையில் இவை செதுக்கி வைத்திருக்கும் அடிப்படையான உருவப்பாடு என்றும் நிலைத்தே நிற்கும் என்று நான் உணருகிறேன். பொதுவுடைமை ஆட்சி போன்ற பிரளயமான மாறுதல்கள் உண்டான போதிலும், பழங் கொள்கைகளான தனித்துவம், சகிப்புத்தன்மை, சமரசம், பொது அறிவு ஆகியவை பொதுவுடைமைக் கொள்கையை உடைத்து, உருத் தெரியாவண்ணம் அதனை மாற்றி அமைத்துவிடுமே யல்லாது, பொதுவுடைமைக் கொள்கையானது, அதன் சமதர்மம், ஆளைவிடச் சமுதாயமே பெரிது என்கிற போக்கு, வாழ்க்கையில் கடின சித்தத்தோடு எதிர்த்துப் போராட வேண்டும் என்கிற நோக்கம் ஆகியவற்றால் சீனாவின் பழம் பழக்கங்களைத் தகர்த்துவிட முடியாது. இப்படித்தான் நடந்து தீரும்; வேறு வழியில்லை.

3

சீனரின் மனநிலை

1. நுண்ணுணர்வு

இதற்குமுன் எழுதியுள்ள சீனரின் நடத்தையியல் என்ற இயலிலிருந்து பொதுவாக நாம் தெரிந்துகொள்வது என்னவென்றால், மனிதனின் மனம் தன்னைச் சுற்றியுள்ள பொருள்களையெல்லாம்விட உயர்ந்து நிற்கிறது என்பதாகும். மனத்தின் உயர்வு, ஒரு பொருளை மட்டும் குறிப்பதோடு அமையவில்லை. துன்பமும் கவலையும் குடிகொண்ட உலகத்தை மனிதன் வசிக்கத் தகுதியான இடமாக மாற்றுவதற்கு மனிதனின் புத்தியைத் தொழிற்படுத்து வதை மட்டும் அது குறிக்கவில்லை; வெறும் உடல் வலிமை, அதனால் ஏற்படும் தைரியம் என்ற இவற்றைப் பற்றிய ஏதோ இகழ்ச்சிக் குறிப்பும் அதில் பொதிந்து கிடக்கிறது. வெகு காலத்திற்கு முன்பே, கன்பூசியஸ் தமது சீடரான ட்சூலுவிடம் ஜாக் டெம்ப்ஸி ரகத்தைச் சேர்ந்த வெறும் உடல் தைரியத்தைக்கண்டு கண்டித்தார். ஜாக் டெம்ப்ஸிக்குப் பதிலாக, படித்த நண்பர்களின் கூட்டங்களில் தன் வீடு போலத் தாராளமாகப் பழகக்கூடிய ஜுன் டன்னியைக்கூட அவர் ஏற்றுக்கொண்டிருப்பார். கன்பூசியஸ் போல, மென்ஷியஸும் மனதால் செய்கிற வேலைக்கும் கையால் செய்கிற வேலைக்கும் உள்ள வேறுபாட்டைக் கண்டு, கையால் செய்கிற வேலையை விட, மனதால் செய்கிற வேலையே உயர்வு என்று தயக்கமின்றிச் சொல்லியிருக்கிறார். சமத்துவம் என்ற சொல்லுக்கு மதிப்பளிக்கும் அசட்டுத்தனம் சீனர்களிடம் என்றுமே இருந்ததில்லை. மூளையால் வேலை செய்பவர்களுக்கு, அதாவது படித்த வர்க்கத்தினருக்கு, மரியாதை செலுத்துவது சீன நாகரிகத்தின் முக்கியமான கூறாக இருந்திருக்கிறது.

அறிவுக்குச் செய்யும் இந்த மரியாதையை, வழக்கமாக மேலை நாட்டினரைப் போன்று பொருள்கொள்ளாது, வேறு வகையில் நாம் இதற்குப் பொருள்கொள்ள வேண்டும். ஏனெனில், அறிவுக்கு எனச் சில சீனப் பண்டிதர்களுக்கு இருந்த ஈடுபாட்டைவிட, சில மேலைநாட்டு ஆராய்ச்சியினர் எடுத்துக்கொண்ட ஈடுபாடு இன்னும் அதிகம் என்று எனக்குப் படுகிறது. ஈடுபாடு சில சமயம் ஒரு வெறிபிடித்த கர்வமாகவும் ஒரு தொழிலாளிக்கு இன்னொரு தொழிலாளி மேல் ஏற்படும் பொறாமையாகவும் மாறும் அளவுக்கு வந்துவிடுகிறது. வேறு நோக்கத்தை அடிப்படையாகக் கொண்டு, சீனர்கள் அறிஞர்களை மதிக்கிறார்கள். ஒருவரின் நடைமுறை அறிவையும், உலக விசயங்களைப் பற்றிய ஞானத்தையும், நெருக்கடியான காலங்களில் செய்யத் தகுந்தது இன்னது, செய்யத் தகாதது இன்னதென்று விரைவில் உய்த்தறியும் திறனை வளர்க்கும் படிப்பையும் மட்டுமே சீனர்கள் அதிகமாக மதிப்பதுண்டு. இந்த மதிப்பை, வெறுங் கொள்கையளவிலும் உண்மையான தகுதி இருந்தால்தான் பெற முடியும். உள்ளூரிலோ, நாட்டிலோ சிரமங்கள் ஏற்படும் காலங்களில், உணர்ச்சி வயப்படாமல் உய்த்தறிந்து சொல்லும் திறமை, எதிர்காலத்தில் நடக்கும் நிகழ்வுகளை இப்போதே ஊகித்துச் சொல்லும் ஆற்றல், ஒரு செயலைச் செய்வதனால், அல்லது ஒரு முடிவு எடுப்பதனால் ஏற்படக்கூடிய பலாபலன்களை மற்றவர்களைவிட நன்றாக ஊகித்துச் சொல்லும் திறம் இவற்றையெல்லாம் படித்தவர்கள் எனத் தாம் கருதுகிற அறிஞர்களிடம் சீனர்கள் எதிர்பார்க்கிறார்கள். அப்படி எதிர்பார்ப்பதன் மூலம் தலைவராக இருந்து தங்களை இயல்பான முறையில் வழி நடத்த வேண்டும் என அவரை நம்பி இருக்கிறார்கள். அறிவின் உதவியால் தலைமை தாங்குபவரையே, சீனர்கள் உண்மையான தலைவர் என்று கருதுகிறார்கள். பெரும்பாலான மக்கள் எழுதப்படிக்கத் தெரியாதவர்கள். அவர்களிடையே தங்கள் தலைமைப் பதவியைப் பாதுகாத்துக் கொள்வது எளிது.

சில சமயம் பாமர மக்களுக்குப் பாதி தெரிந்தும் பாதி தெரியாமலும் இருக்கிற வழக்கமற்ற சொற்றொடர்களை ஒன்றோடொன்று குழப்பிப் பயன்படுத்துவதாலும், அல்லது நாடகமேடைகளில் ஏதோ அங்கொன்றும் இங்கொன்றுமாகத்

தெரிந்துகொண்டும், வரலாற்று அறிவு சிறிதேயுள்ள மக்களிடத்தில் வரலாற்றிலிருந்து சான்றுகள் எடுத்துக் காட்டுவதாலும் தங்கள் தலைமைப் பதவியை நிலைபேறுடையதாய்ச் செய்துகொள்ளலாமல்லவா? பொதுவாக, வரலாற்றை அத்தாட்சியாகக் காட்டும் போது விசயம் முடிந்துவிடுகிறது. இது சீனர்களுக்குள்ள தனிச் சிறப்பு. சீனர்களின் மனது கற்பனையில் ஆழ்ந்துவிடாமல், இந்த உலகப் பொருள்களைப் பற்றிய செயல்பூர்வச் சிந்தனையில் செல்லுகிறபடியால், சாமான்ய மக்கள்கூட விசயத்தை முற்றிலும் தெரிந்துகொள்ளும் வண்ணம் நிலைமையை அது எப்படியோ அவர்களுக்கு வெளிப்படுத்திவிடுகிறது.

சீனர்களுக்குள்ள குறைபாடு அவர்கள் அதிக அறிவுடையவர்களாக இருப்பதுதான் என்று, நான் ஏற்கனவே குறிப்பிட்டிருக்கிறேன். அவர்கள் காட்டும் கிழக்குறும்புத்தனத்திலும், எது எப்படிப் போனால் நமக்கென்ன என்ற அலட்சிய மனப்பான்மையிலும், சாந்தமான போக்கிலும் இதை நாம் காணலாம். சாந்தமான போக்கு என்பது பெரும்பாலும் பயங்கொள்ளித்தனத்தை ஒட்டிய நிலையை அடைந்துவிடும். ஆனால், புத்தி நுணுக்கம்வாய்ந்த மனிதர்கள் எல்லோரும் பயங்கொள்ளிகளாகத்தான் இருந்து இருக்கிறார்கள். எப்படியாவது உயிரைப் பாதுகாத்துக்கொள்ள அவர்கள் விரும்புவதுதான் அதற்குக் காரணம். பத்திரிகைக்காரர்கள் உற்பத்தி செய்யும் 'காரணத்திற்காக' குடிவெறியில் ஏற்படும் தைரியத்தோடு, அரணுக்கு மேலே தலையை நீட்டி எதிரியின் குண்டை ஏற்றுச் சாவதைவிட அறிவீனமான செயல் வேறு எதுவும் இல்லை. மனதைக் குழப்பாமல் தெளிவாக வைத்திருந்தால், இந்த உண்மை புலப்படாமல் போகாது. செய்திப் பத்திரிகைகளை அப்படியே மேலெழுந்தவாரியாகப் படித்துக் கொண்டுபோகாமல், அதில் நமது பகுத்தறிவையும் சிறிது செலுத்திப் படித்தால் ஒருவர்கூடப் போர்முனைக்குப் போக மாட்டார்கள். மதுபான மயக்கத்தால் அறிவை மழுங்கடித்துவிடாமல், விசயங்களை அமைதியாக ஆராயும் திறன் ஒருவனுக்கு இருக்குமேயானால், அவன் நிச்சயமாகப் பயங்கொள்ளியாகத்தான் இருப்பான். அதுதான் மனிதனுக்கு ஏற்படும் இயல்பான போக்கு. பள்ளிக்கூடங்களிலும் கல்லூரிகளிலும் நல்ல புகழோடு விளங்கும் சாந்தமானவர்களுடைய மனம்பெரும்பாலும்

அவர்களைச் சித்திரவதை செய்கிறது; ஆனால் அவர்களை விடக் குறைந்த அறிவும் நல்ல உடல்நலமும் உள்ள மனிதர்களுக்கு இத்தகைய சித்திரவதை உணர்ச்சி ஏற்படுவதில்லை. இந்த விசயத்தைச் சென்ற போரில் நன்கு நாம் தெரிந்துகொண்டிருக்கிறோம். ராணுவ சேவையைவிட்டு ஓடிப் போவது ஓர் உயர்ந்த பண்பு; உண்மையும் நியாயமும் பொருந்திய மனிதனுக்கு அதைத் தவிர வேறு வழியில்லையென்று உணர ஆரம்பிப்பவன் புதிதாக ராணுவத்தில் சேர்ந்தவனல்லன்; ஆனால், அதில் சேர்ந்து, நான்கு ஆண்டுகள் சேவை செய்தவனே அப்படி நினைக்கிறான்; ஓடுகிறான்.

ஆயினும், சீனர்களின் பொது அறிவை, பயங்கொள்ளித் தனத்தையன்றி வேறு துறைகள் மூலமும் நாம் மெய்ப்பிக்கலாம். அமெரிக்காவிலும் ஐரோப்பாவிலும் கல்லூரிகளில் படிக்கும் சீன மாணவர்கள் படிப்பைப் பொறுத்தவரையில் பெரும்பாலும் விசேஷ வெற்றி பெறுகிறார்கள். நல்ல மாணவர்களாகத் தேர்ந்தெடுத்து அனுப்புவதால்தான் இப்படி நிகழுகிறதென்று சொல்வதற்கில்லை. வீட்டில் கொள்கையளவில் விசயங்களை விவாதிப்பதென்பது சீனர்களிடையே இருந்துவரும் வெகு நாளையப் பழக்கம். ஜப்பானியர்கள் சீனாவுக்கு ஏளனமாக, ‘படித்த தேசம்’ என்று பெயரிட்டார்கள். உண்மையும் அதுதான். தற்காலம் நடைபெறும் கணக்கற்ற சீனப் பத்திரிகைகளே அதற்குச் சான்றாகும். ஒரு நகரத்தில் நாலைந்து நண்பர்கள் கூடிவிட்டால், அங்கே ஒரு பத்திரிகையும் ஏற்பட்டுவிடும். இந்தப் பத்திரிகாசிரியர்கள் எல்லோரையும் தங்கள் தங்கள் கட்டுரைகளை அனுப்பித் திக்குமுக்காடச் செய்யும் எழுத்தாளர்களின் எண்ணிக்கையோ அதைவிட பல மடங்கு பெரிது. எழுதுபவர்களின் அறிவைப் பரிசோதிக்கும் தேர்வுகளாக, பழைய அரசுப் பணித் தேர்வுகள் இருந்தனவென்று நான் முன்னரே குறிப்பிட்டிருக்கிறேன். இந்தத் தேர்வுகள் வார்த்தைகளைப் பொருத்தமான முறையில் பிரயோகிப்பதிலும், இலக்கியத்துறையில் நுணுக்கமான வேறுபாடுகளைக் கையாளுவதிலும் பண்டிதர்களின் அறிவை வெகு காலத்திற்கு முன்னரே கூர்மைப்படுத்த உதவின. கவிதை எழுதும் பண்பாடு, இலக்கியத் துறையில் உயர்ந்த முறையில் தங்களை வெளியிடுவதிலும் சுவை பொருந்திய இலக்கியத்தில்

பழகுவதிலும் சாதுரியமான முறையில் அதைக் கையாளுவதிலும், அவர்களுக்குப் பயிற்சியளித்திருகிறது. சீனர்களின் ஓவியக் கலை அடைந்திருக்கும் உன்னத இடத்தை மேலைநாட்டு ஓவியக் கலை இன்னும் அடையவில்லை. எழுத்துக்களை அழகாக எழுதுகிற கலையில் தாங்களாகவே ஒரு புது வழியைச் சீனர்கள் ஏற்படுத்திக் கொண்டார்கள். எழுத்துக்களின் ஒவ்வொரு பகுதியும் ஒன்றுக்கொன்று இசைவுபடப் பொருந்தும் அழகைப்பற்றி, எத்தனை மாதிரிகளாக நினைத்துப் பார்க்க முடியுமோ, எவ்வளவு சாதுரியமாக அந்த எண்ணங்களை வெளிப்படுத்த முடியுமோ, அவ்வளவுக்கு முயன்று, வெற்றி பெற்றிருக்கிறார்கள் சீனர்கள்.

ஆதலால், தாமாக ஒரு செயலைச் செய்யும் ஆற்றலோ, புதிதாக ஒன்றைப் படைக்கும் அறிவோ சீனர்களிடம் இல்லையென்று குறைகூற முடியாது. சீனாவில் கைத்தொழில் மூலமே பொருள்களை உற்பத்தி செய்யும்முறை எப்போதும் இருந்து வந்ததால், அதற்கு வேண்டிய சாதனங்களைக் கண்டுபிடிக்கும் அளவுக்கு அவர்கள் அறிவுடையவர்களாய் இருந்திருக்கிறார்கள். அறிவியலை அடிப்படையாகக்கொண்ட முறையை வளர்க்கத் தவறியதாலும், சீனர்களின் எண்ணப் பாங்கில் அமைந்திருக்கும் விந்தையான பண்புகளாலும் இயற்கை அறிவு நூல்களைப் பயிலுவதில், சீனர்கள் பின்தங்கிவிட்டார்கள்.

இந்த அறிவியல் முறையைச் சீனாவிற்கும் கொண்டுசென்று, தேவையான ஆராய்ச்சி வசதிகளையும் செய்து கொடுத்தால், அடுத்த நூற்றாண்டில், சீனா பெரிய அறிவியல் அறிஞர்களை உருவாக்கி, அறிவியல் அறிவைச் சிறந்த முறையில் வளர்க்கும் என்று நான் முழுமையாக நம்புகிறேன்.

இயல்பான இயற்கை அறிவு, படித்த சீனர்களிடம்தான் காணப்படுகிறது என்பதில்லை. சீன வேலைக்காரர்களையே எல்லோரும் அதிகமாக விரும்புகிறார்கள். பொதுஅறிவிலும் மனித இயல்பைத் தெரிந்துகொள்ளும் திறமையிலும் சீன வேலைக் காரர்கள் ஐரோப்பிய வேலைக்காரர்களுக்குச் சமமாகவாவது இருப்பார்களென்று சொல்லலாம். சீன வியாபாரிகள் மலாய் நாடுகள், கிழக்கிந்தியத் தீவுகள், பிலிப்பைன் ஆகிய நாடுகளில் செல்வச் செழிப்போடு விளங்குகிறார்கள் என்றால், அது அந்த

நாட்டு மக்களைவிட, அவர்கள் அதிக மூளையுள்ளவர்கள் என்பதையும் அறிவிலிருந்து வருகிற செட்டு, நிதானமான தொழில் முயற்சி, வரப்போகிற விசயங்களை அறிகிற ஆற்றல் இவையெல்லாம் அவர்களிடம் இருக்கின்றன என்பதையுமே காட்டுகிறது. நடுத்தர வகுப்பைச் சேர்ந்த மக்களில் தாழ்ந்த நிலையிலுள்ளவர்களிடம்கூட நாகரிகமாக நடந்துகொள்ள வேண்டுமென்ற விருப்பம் இருக்கிறது. அறிஞர்களுக்குச் செலுத்தும் மரியாதையிலிருந்து ஏற்பட்ட மனவளர்ச்சியாகும் இது. இதை அந்நிய நாட்டார் அறிவதில்லை.

ஷங்காயில், அந்நிய நாட்டினர், கடைகளில் விற்பனையாளர்களாய் சீனர்களிடம் கொச்சை ஆங்கிலத்தில் பேசி, அவர்களின் உணர்ச்சியைப் புண்படுத்துவார்கள். அவர்களில் பலர் ஆங்கில மொழியை இலக்கண முறை சிறிதும் பிறழாது பேசும் ஆற்றலுடையவர்கள் என்பது அந்நிய நாட்டினருக்குத் தெரிவதில்லை. வேலை நுணுக்கம் வேண்டியிருக்கிற தொழிற்சாலைகளில் சீனத் தொழிலாளர்களை இயந்திரங்களை ஓட்டுவதில் சாமர்த்தியமுள்ளவர்களாக எளிதில் பழக்க முடிகிறது. பெரிய முகவாய்க் கட்டையும், தாழ்ந்த நெற்றியும், வெறும் உடல்வலிமையும் முரட்டுத்தனமுள்ள மிருகத்தைப் போன்ற தொழிலாளர்களை மேலைநாட்டில் நாம் அடிக்கடி பார்க்கிறோம். இந்த மாதிரி மிருகங்களை, சீனாவில், தொழிற்சாலைகள் உள்ள மாவட்டங்களிலோ, தொழிலாளர்கள் வசிக்கும் ஆரோக்கியக் குறைவான பகுதிகளிலோ பார்க்க முடியாது. கண்ணில் ஒளி, முகத்தில் ஒரு மலர்ச்சி, உணர்ச்சியிலும் எண்ணத்திலும் ஒரு நியாயமான போக்கு ஆகியவற்றுடன்கூடிய தொழிலாளர்களையே நாம் காணமுடியும்.

பெரும்பாலான மேலைநாடுகளில் அறிவில் மக்களுக்கிடையே இருக்கும் அவ்வளவு பெரிய வேறுபாடு, சீனாவில் இல்லையென்று சொல்லலாம். இந்த வேறுபாடு சீனாவில் நிச்சயமாக மிகவும் குறைவு. இதேபோன்று ஆணுக்கும் பெண்ணுக்குமிடையில் அறிவுத்துறையில் காணப்படும் வேறுபாடும் சீனாவில் குறைவு.

2. பெண்மை

உண்மையில், சீனர்களின் மனது பல கூறுகளில் பெண் மனதைப் போன்றது. சீனர்களின் நடத்தை இயல்பைச் சுருக்கமாகச் சொன்னால், அது உண்மையில், பெண்மை என்ற ஒரு சொல்லில் அடங்கிவிடும். பெண்ணின் இயற்கை அறிவு, பெண் ஒரு விசயத்தைத் தர்க்கிக்கிற முறை ஆகிய இந்தப் பண்புகளே சீனர்களின் பொதுவான மனப்பண்புகளாகும். பெண்களைப்போல, சீனர்களுக்கும் இயல்பாக ஒரு பொது அறிவு இருக்கிறது. பெண்களைப்போலவே, சீனர்கள் தங்கள் பேச்சிலும் பண்புப் பெயர்களைப் பயன்படுத்துவதில்லை.

பெண்களைப்போல, ஒரு பொருளின் பண்புகளைப் பிரித்துப் பார்க்காமல் ஒன்றுசேர்த்து ஒரு பொருளாகப் பார்க்கிறது சீனர்களுடைய பழக்கம். பெண்களைப்போல, சீனர்களும் தாராளமாகப் பழமொழிகளை உரைநடையில் பயன்படுத்திப் பேசுவார்கள். உயர்ந்த கணிதவியல் சீனாவில் என்றுமே இருந்ததில்லை. பெரும்பாலான பெண்களைப்போல, சீனர் களுக்கும் சாதாரண கணக்குக் கொஞ்சம் தெரியும். அதற்கு மேல் அவர்கள் எதுவும் அறியார். கல்லூரிகளில் படித்துப் பரிசுபெறும் ஆண் தன்மையுள்ள பெண்கள் இதற்கு விலக்காவார்கள்.* வாழ்க்கைக் கலையின் நுணுக்கத்தை அறிந்துகொள்வதில் ஆண்களைவிடப் பெண்கள் சாமர்த்தியசாலிகள். இந்தச் சாமர்த்தியம் பிற நாட்டு மக்களைவிட, சீனர்களிடம் அதிகமாக இருக்கிறது. ஒரு விசயம் ஏன் அப்படி இருக்கிறதென்றால், அது அதனுடைய அமைப்பு என்று பெண்கள் நம்புகிறார்கள். அவர் களை இப்படி நம்பவைப்பது ஏதோ ஓர் 'உள்ளுணர்வு' அல்லது 'ஆறாவது அறிவு' ஆகும்.

இந்த உள்ளுணர்வுதான் இயற்கையான இரகசியங்களை அறிய, பெரும்பாலும் சீனர்களுக்கு உதவியாயிருக்கிறது. இறுதியாக, பெண்கள் தர்க்கிக்கிற முறையைப்போல, சீனர்களின் தர்க்க முறையும் வெறும் பண்புகளை ஒட்டியதாய் இராமல் மனிதர்களை

* தற்காலச் சமுதாய அமைப்பு சித்திரித்துள்ள பெண்களைத்தான் இது குறிப்பிடுகிறது.

ஒட்டியதாயிருக்கும். ஒருவர் மீன்கள் தொடர்பான இயற்கையறிவு நூலில் பேராசிரியராக இருக்கிறார் என்று வைத்துக்கொள்வோம். அவரை நமக்கு அறிமுகப்படுத்த வேண்டுமென்றால், ஒரு பெண், இவர் மீன்கள் தொடர்பான இயற்கையறிவு நூலில் பேராசிரியர் என்று சொல்லி, அறிமுகப்படுத்த மாட்டாள். குடல் நோயைக் குணப்படுத்திக்கொள்ளும் பொருட்டு அவள் நியூயார்க் நகருக்குப் போயிருந்தாள். டாக்டர் காபட் அவளுக்கு அறுவை சிகிச்சைச் செய்தார். டாக்டர் காபட் எவ்வளவு அன்பான மனிதர் தெரியுமா? அவர் நெற்றியைப் பார்த்துக்கொண்டேயிருக்கலாமே! அவள் நியூயார்க்கில் அறுவை சிகிச்சைச் செய்துகொண்டிருந்த காலத்தில் இந்தியாவில் கர்னல் ஹாரிஸன் இறந்துவிட்டார். இறந்த ஹாரிஸனின் அத்தான்தான் இவர் என்று அவள் அறிமுகப்படுத்து வாள். இதே முறையில் சட்டம் என்பது வெறும் பண்பைக் குறிக்கும் ஒரு செயல் என்று சீன நீதிபதியால் எண்ண முடியாது. கர்னல் ஹுவாங் விசயத்திலோ, மேஜர் லீ விசயத்திலோ சமய சந்தர்ப்பத்தை ஒட்டிப் பயன்படுத்த வேண்டிய செயல் என்றுதான் அவர்கள் எண்ணுவார்கள். ஆதலால், கர்னல் ஹுவாங் அல்லது மேஜர் லீ விசயத்தில் சொந்தமாகச் செலுத்துவதற்குப் பொருந்தாத அளவு வெறும் பண்பையொட்டி இருக்கும் சட்டத்தை, கொடுமையான சட்டம் என்றும், அது ஒரு சட்டமே அல்ல வென்றும் சீனர்கள் சொல்லுவார்கள். சீனர்களின் நியாயம் அறிவியல் அல்ல, அது ஒரு கலை.

ஜெஸ்பெர்ஸன், ஆங்கிலத்தின் வளர்ச்சியும் அமைப்பும் என்ற புகழ்பெற்ற தமது புத்தகத்தில், ஆங்கிலம் ஆண்மைக் குணங்கள் அமைந்த மொழியென்று ஓர் இடத்தில் குறிப்பிட்டு, ஆங்கிலத்தில் அதிகமாக விரும்பப்படும் செட்டு, பொது அறிவு, சொல்லும் ஆற்றல் இவற்றை எல்லாம் ஆண்மைக் குணங்கள் என்று குறிப்பிட்டு இருக்கிறார். ஆங்கில மொழியில் பெரிய வல்லுநராக இருக்கும் ஜெஸ்பெர்ஸன் சொன்னதற்கு மாறுபாடான எதையும் நான் சொல்ல விரும்பவில்லை. ஆனால், ஆண் பெண் தொடர்புடைய விசயத்தில் நான் மாறுபட வேண்டியவனா யிருக்கிறேன். பொது அறிவும், காரியபாவத்தில் அழுத்திய மனதும் பெண்களின் குணங்களேயன்றி, ஆண்களின் குணங் களல்ல. ஆண்கள் இந்த உலகத்தைவிட்டு வேறெங்கோ கற்பனை

உலகில் சஞ்சரிக்கும் இயல்புடையவர்கள். சீன மொழியும், இலக்கணமும் இந்தப் பெண் குணத்தை அப்படியே காட்டு கின்றன. காரணம், சீன மொழியின் அமைப்பும், அதன் புணரியலும், அதில் வழங்கும் மொழிகளும் மிகமிக எளிமையாக எண்ணும் போக்கையும், எதற்கும் உருவம் கொடுத்து விளக்கும் முறையையும், வார்த்தைகளைச் சேர்க்கும்போது வெளி எழுத்துக்களை அதிகமாகக் கொண்டுவந்து புகுத்தாமல், சிக்கனப் படுத்தும் முறையையும் நன்றாக வெளியிடுகின்றன.

இந்த எளிமை பிட்சின் (சீன வார்த்தைகள் விரவிய கொச்சை ஆங்கிலம்) பேச்சில் ரொம்ப நன்றாகக் காணப்படுகிறது. சீன எலும்புகளோடு கூடிய ஆங்கில மாமிஸமே பிட்சின் என்று சீனாவில் நாங்கள் சொல்லிக்கொள்வதுண்டு. 'அவன் வா, நீ வா, இல்லை; நீ வா, அவன் வா, இல்லை' என்பது போன்ற வாக்கியம், சுற்றியடித்துச் சொல்லும் வாக்கியத்தை 'அவன் வருவதாயிருந்தால் நீ வரத் தேவையில்லை; நீ வருவதாயிருந்தால் அவன் வரத் தேவையில்லை' என்ற வாக்கியத்தைப் போலத் தெளிவாக இல்லையென்று ஏன் கருதுகிறார்களோ தெரியவில்லை. உண்மையில், எண்ணத்தைத் தெளிவாக வெளியிட இந்த எளிமை வசதியாயிருக்கிறது. டீன்ஸ் இங்கிலீஷ் (கல்லூரி ஆங்கிலம்) என்ற புத்தகத்தில், நீதிபதியின் முன்னர், ஒரு சாமர்செட் குடியானவன் கீழ்வருமாறு சாட்சி சொன்னதாக, மூன் என்பவர் எழுதுகிறார்: 'அவனிடம் ஒரு கம்பு இருந்தது. அவனிடமும் ஒரு கம்பு இருந்தது. அவன் அவன் பெலமாய் அடிச்சான்; அவனும் அவன் பெலமாய் அடிச்சான்; அவன் அவன் அடிச்சதைப்போலவே, கடுமையாக அவன் அவன் அடிச்சிருந்தால், அவன் அவன் கொன்றிருப்பான்; அப்படியில்லாமே அவன் அவன் முடியாது.' ஜெர்மன் வேற்றுமை யுருபுகளுடன் பேசுவதைவிட இது ரொம்ப நியாயமான வழியாக எனக்குத் தோன்றுகிறது.

ஏனெனில், 'நான் அவன் அடி' 'அவன் நான் அடி' என்ற இரண்டிற்கும் உள்ள வித்தியாசம் முதல் இரண்டாம் வேற்றுமை களின் குழப்பமின்றியே, சீன மொழியில் ரொம்பத் தெளிவுடன் விளங்குகிறது. ஆங்கிலத்தில் படர்க்கை ஒருமை நிகழ்காலத்தில் 'எஸ்' என்ற எழுத்தைச் சேர்ப்பதும் தேவையில்லாததே. இது தேவையில்லை என்பது படர்க்கை ஒருமை இறந்த காலத்தில்

இந்த எழுத்தை நீக்கியதிலிருந்து நிரூபிக்கப்பட்டிருக்கிறது. 'எங்களைப் பெண்கள்' 'அவைகளைப் பொருள்கள்' என்று ஏராளமான மக்கள் சொல்லுவதை நாம் பார்க்கிறோம். அவர்கள் என்ன சொல்லுகிறார்கள் என்பது எல்லோருக்கும் நன்றாக விளங்குகிறது. எண்ணத்தின் வேகமும் குறையவில்லை. இந்த மாதிரி பேசுவது 'நாகரிகமான பேச்சு' இல்லையென்று சொல்லலாம். இந்த 'நாகரிகமான பேச்சு' என்பது பொருளற்ற விசயம். இதற்கும் எண்ணங்களை அழகாக வெளியிடுவதற்கும் யாதொரு தொடர்பும் இல்லை; ஆங்கிலப் பேராசிரியர்களும் அமெரிக்கப் பேராசிரியர் களும் தங்கள் வகுப்பில் தைரியமாகவும், மரியாதைக் குறை வின்றியும் 'எஸ்' என்ற எழுத்தில்லாமல் 'அவன் செய்யவில்லை' என்று (ஆங்கிலத்தில்) சொல்லுகிற காலம் வரும் என்று நான் நம்புகிறேன். ஆங்கில மொழி பிட்சின் மொழி மூலமாக, சீன மொழியைப்போலத் தெளிவாகவும் நியாயமாகவும் ஒருநாள் மாறும் என்ற நம்பிக்கையும் எனக்கு அதிகமாக உண்டு.

வாக்கியத்தின் முக்கிய பகுதியைத் தவிர மற்ற பகுதிகளை யெல்லாம் சுருக்கிச் சொல்லுகிறது என்ற பழக்கம் ஆங்கிலத்தில் ஏற்கனவே ஏற்பட்டுவருகிறது. காரிய பாவத்தில் தோன்றும் உள்ளுணர்வு என்ற பெண்மைக் குணம்தான் இந்தப் பழக்கத் திற்குக் காரணம். 'சீதோஷ்ண நிலை அனுமதித்தால்,' 'கடவுள் விரும்பினால்,' 'கூடுமானால்,' 'அவசியப்படும் போதெல்லாம்,' 'எதிர்பார்த்தபடி,' 'இன்றிரவு நான் திரும்பாவிட்டால்,' 'அடுத்த வாரத்தில் போர் ஆரம்பித்தால்' இவற்றை ஆங்கிலேயர்கள் சுருங்கச் சொல்லுகிறார்கள். 'முதலில் வந்தால் முதல் கவனிப்பு,' 'சொஸ்தம் இல்லை, பணம் கொடுப்பது இல்லை,' 'ஒரு தரம் அடிபட்டால், இரண்டு மடங்கு ஜாக்கிரதை' என்ற வாக்கியங்கள் நல்ல பிட்சின் பேச்சில் உள்ளவை. சீன மொழியின் எளிமை ஆங்கிலத்திலும் இருக்கிறதென்பதற்கு உதாரணமாக இவற்றை யெல்லாம் ஜெஸ்பெர்ஸன் அப்போதே குறிப்பிட்டிருக்கிறார். 'நீ யாரோடு பேசுகிறாய்?' என்ற ஆங்கில வாக்கியத்திலுள்ள இரண்டாம் வேற்றுமையுருபை ஆங்கிலேயர்கள் நீக்கிப் பேச ஆரம்பித்திருக் கிறார்கள். ஆதலால் ஆங்கில இலக்கணத்திற்கும் கதி மோசம் ஏற்படும் என்று தெரிகிறது. எனினும், சீன மொழியின் எளிமை

மிகவும் வளர்ச்சி அடைந்துவிட்டது. உதாரணமாக, 'இரு, சாப்பிடு, மலை காலி' என்ற வாக்கியம் 'ஒரு முயற்சியும் இன்றி, சும்மா இருப்பது, சாப்பிடுவது என்று இருந்தால், மலைபோலக் குவிந்திருக்கும் செல்வமும் மறைந்து விடும்' என்று பொருள் படுகிறது என்பதைச் சீனர்கள் தெளிவாக அறிந்துகொள்கிறார்கள். ஆதலால் எங்களோடு தொட்டு வருவதென்றால், ஆங்கிலேயர் களுக்கு இன்னும் கொஞ்ச காலம் பிடிக்கும்.

உறுதியாக அறியக்கூடிய முறையில் சீனர்களின் எண்ணம் செல்கிறது என்பதைச் சீன மொழியில் பண்புப் பெயர்களை பயன்படுத்தும் விதத்தைக் கொண்டும், உருவகமும் பழமொழியும் ஏராளமாகப் பயன்படுத்தப்படுவதைக் கொண்டும் விளக்கிக்காட்ட முடியும். ஒரு பண்பை வெளியிட, சீனர்கள் பெரும்பாலும் அருவமான இரண்டு பண்புகளைச் சேர்த்தே வெளியிடுவார்கள். எடுத்துக்காட்டாக, 'அளவு' என்பதற்கு 'சிறியது பெரியது' என்றும், 'நீளம்' என்பதற்கு 'நீளுதல் குறுகுதல்' என்றும், 'அகலம்' என்பதற்கு 'அகலுதல் குறுகுதல்' என்றும், 'உன் மிதியடியின் நீளுதல் குறுகுதல் என்ன?' என்றும் சொல்வார்கள். 'நீளுதல்' 'குறுகுதல்' என்பவை வழக்கில் நியாயமான கட்சி, நியாய மில்லாத கட்சி என்பவற்றையும் குறிக்கின்றன. 'அவள் பேச்சு நீளமா குட்டையா?' என்று சீனர்கள் கேட்பார்கள்.

எனவே, 'அதனுடைய நீளம்-குட்டையைப் பற்றி எனக்குக் கவலையில்லை' (ஆங்கிலத்தில் 'அதைப் பற்றி நீளமாகவும் குறுகலாகவும் சொன்னால்' என்பதைப் போல), 'அந்த மனிதனுக்கு நல்லது-கெட்டது ஒன்றுமில்லை' என்று சொல்வது சீனர்களின் மரபு. 'அந்த மனிதனுக்கு நல்லது-கெட்டது ஒன்றுமில்லை' என்பது, 'அவன் நல்ல மனிதன், ஏனெனில் எல்லா விசயங் களிலும் கடவுளைப்போல அவன் விருப்பு வெறுப்பு அற்றனவாய் இருக்கிறான். சொந்தச் சண்டைகளில் அவன் தலையிடுவது இல்லை' என்ற பொருளைக் குறிக்கிறது. ஆங்கிலத்தில் 'நெஸ்' என்ற (தமிழில் 'மை' விகுதிக்குச் சமமானது) விகுதியுடன் முடியும் பண்புப்பெயர்களைச் சீன மொழியில் காண முடியாது.

மென்ஷியஸ் சொல்வது போலச் சீனர்கள் பின்வருமாறு சாதாரணமாகச் சொல்லுவார்கள்: 'ஒரு வெள்ளை ஆண்குதிரையின்

வெண்மையும் வெள்ளைப் பெண்குதிரையின் வெண்மையும் ஒன்றல்ல.' ஒரு விசயத்தைப் பிரித்து ஆராயாத குறைபாடு இந்த மாதிரி எண்ணப்பாங்கால் ஏற்படுகிறது.

நான் அறிந்தவரையில், பெண்கள், வெறும் பண்புப்பெயர்களைச் சொல்லி, அதன்மூலம் விளங்குவதைத் தவிர்க்கிறார்கள். பெண் எழுத்தாளர்கள் கையாளும் சொற்களை ஆராய்ந்து பார்த்ததில் இந்த உண்மை மெய்ப்பிக்கப்பட்டிருக்கிறது (பிரித்து ஆராய்வதும் புள்ளிவிவரக் கணக்குப் போடுவதுமே மேலைநாட்டு முறை. இதை மெய்ப்பிக்க வார்த்தைகளை எண்ணுகிற கடினமான வேலையைச் சீனர்கள் ஏற்றுக்கொள்ள மாட்டார்கள். அதைவிட அவர்களுக்கு அதிக பொது அறிவு இருக்கிறது. எழுதுவதிலும் பேசுவதிலும் பெண்கள் பண்புப் பெயர்களைக் குறைவாகவே பயன்படுத்துகிறார்கள் என்ற உண்மையை நேர்முகமாக உணர்வதே அவர்களுக்குப் போதுமானது).

பெண்களைப் போலச் சீனர்களிடமும் பண்புரீதியானப் பெயர்களைப் பயன்படுத்தும் இடத்தில் உறுதியான உருவகமாகச் சொல்லுகிற பழக்கம் இருக்கிறது. 'வித்தியாசம் வித்தியாசமின்மை என்ற வேறுபட்ட அளவுகளுடைய இரண்டு வித்தியாசங்களுக் கிடையே, அளவில் வித்தியாசம் என்பதைத் தவிர வேறு வித்தியாசம் எதுவும் இல்லை' என்ற பண்டிதப் போக்கிலுள்ள இந்த வாக்கியத்தைச் சீன மொழியில் அப்படியே மொழிபெயர்க்க முடியாது. இதை மொழிபெயர்க்கும் சீனர், மென்ஷியஸின் பின்வரும் கேள்வியைப் பொதுவாக இதற்குப் பதிலாக எழுதுவார்:

போர்முகத்திலிருந்து ஐம்பது அடி ஓடுவதற்கும் நூறு அடி ஓடுவதற்கும் என்ன வித்தியாசம்?

மேலே சொன்ன வாக்கியத்திற்குப் பதிலாக இந்தக் கேள்வியைப் போடுவது ஒரு சிறிதும் முன்பின் இல்லாமல், அப்படியே சொல்லுகிற காரியத்தில் வெற்றியடையவில்லை.

ஆனால், விளங்கச் சொல்வது என்பதில் இது மூல வாக்கியத்தை விடச் சிறந்து நிற்கிறது. அவன் மனத்தின் உள்நிகழ்ச்சிகளை யெல்லாம் நான் எப்படி அறிய முடியும்? என்பது 'அவன் மனசில் என்ன நடக்கிறது என்பதை நான் எப்படி அறிய முடியும்?' என்பதைப் போல அவ்வளவு எளிமையாக இல்லை. 'அவன்

வயிற்றிலிருக்கும் புழுவா நான்?' என்று சீனர்கள் கேட்பது இன்னும் விளக்கமாகயிருக்கிறது. இது மேலே இரண்டாவதாகச் சொன்னதை விடவும் மிக இயல்பாக இருக்கிறது.

ஆகையால், சீனர்களின் சிந்தனை எப்போதும் நாம் பார்க்கிற உலகத்தின் எல்லைப்புறத்திலேயே இருக்கிறது. அறிவு, அனுபவம் என்பவற்றின் அடித்தளம் என்று சொல்லுகிற உண்மையை உணர இது உதவுகிறது. ஒரு பாணியை இன்னொரு பாணியினின்றும் பாகுபடுத்தி அதற்குப் பெயர் கொடுக்கிற போதும் பண்புப் பெயர்களைச் சீனர்கள் பயன்படுத்துவதில்லையென்பது, அவர்கள் பண்புப் பெயர்களை எவ்வளவு வெறுக்கிறார்கள் என்பதைக் காட்டுகிறது. இப்படிச் செய்யும் பாகுபாடுகளுக்குப் பெயர் கொஞ்சம்கூட முன்பின் இல்லாமலிருக்க வேண்டுமென்பது தெரிந்ததே. இவற்றுக்குப் பண்புப் பெயர்களைக் கொடுப்பதற்குப் பதிலாக, சீனர்கள், மனசில் நன்றாகப் பதியக்கூடிய பேர்களாகக் கொடுப்பார்கள். எனவே, சீன இலக்கிய விமர்சனத்தில் பலவிதமான பாணிகள் குறிப்பிடப்பட்டிருக்கின்றன.

எடுத்துக்காட்டாக, அலாதியாகப் பிரிந்து நிற்கிற பாணியை 'ஆற்றின் வழியாக நெருப்பைக் கவனிக்கும் முறை' என்றும், நாசுக்காக மெருகு கொடுக்கும் பாணியை 'ஈக்கள் தண்ணீரின் மேல்பரப்பில் சுருக்கிக்கொண்டு செல்லுகிற முறை' என்றும், முக்கியமான விசயங்களைத் தெளிவுபடக் காட்டுகிற முறையை, 'சிறகு, நகங்களோடு கூடிய பாம்பு போன்ற அபூர்வ பிராணியைச் சித்திரித்து அதன் கண்களையும் காட்டும் முறை' என்றும், ஒரு விசயத்தை வைத்து விளையாடும் முறைக்கு, 'ஒருவனைக் கைதியாக்குவதற்கு முன்னே அவனை விடுதலை செய்யும் முறை' என்றும், சுதந்திரத்தோடு இயங்குதல், சிந்தனை ஒரு நிலைப் படாது வெவ்வேறு வழியில் செல்லுவது போன்ற முறையை, 'சிறகு, நகங்களோடு கூடு பாம்பின் வாலைக் காட்டாமல் தலையை மட்டும் காட்டுகிற முறை' என்றும், திடீரென்று முடிக்கிற முறையை 'பதினாயிரம் அடி ஆழமுள்ள பள்ளத்தாக்குக்கு மேலே தலையை நீட்டிக்கொண்டிருக்கும் செங்குத்தான மலையின் முறை' என்றும், மனசில் பாயும்படியாக நேர்முகமாகக் கேலி செய்கிற முறையை 'ஊசியை ஒருதரம் குத்துவதிலிருந்தே இரத்தத்தை எடுக்கும் முறை' என்றும், நேர்முகமாகத் திறக்கும்

முறையை 'ஒரேயொரு கத்தியோடு போர்க்களத்தில் பாயும் முறை' என்றும், திடீரென்று தாக்குகிற முறையை 'கிழக்கிலே தாக்கப் போவதாகச் சொல்லி மேற்குப் பக்கமாகச் செல்லும் முறை' என்றும், லேசாக வைக்கிற முறையைப் 'பக்கங்களில் குத்துகிற முறை, பக்கமாக வசமாக வந்து தாக்குகிற முறை' என்றும், வேகம் குறைந்த மென்மையான பாணியை 'சாம்பல் நிறமுள்ள ஏரியின்மீது லேசான மூடுபனி படர்ந்திருக்கும் முறை' என்றும், ஒன்றுசேர்த்துச் சொல்லுவதை 'மேகங்களும், குன்றின் சிகரங் களும் பாளம் பாளமாகப் படிந்திருக்கும் முறை' என்றும், முடிக்கும்போது கடைசியாகத் தாக்கும் முறையை 'குதிரையின் முதுகுப் புறத்தில் நெருப்பில் ஏற்றிய வெடிகளை எரிகிற முறை' என்றும் சொல்லுவார்கள். இன்னும் எத்தனையோ பேர்கள் இருக்கின்றன. பேச்சின் 'பௌ-வௌ' 'பூ-பூ' என்ற சப்தக் குறிப்புகளையும், 'ஒரே மாதிரியான சப்தத்தையே திரும்பத் திரும்ப உண்டு பண்ணும் கொள்கைகளையும்' ஆதிகாரணமாகக் கொண்டு பேச்சு பிறந்திருக்கிறது என்பார்கள். 'பௌ-வௌ' 'பூ-பூ' என்ற பேர்களைப்போல, இந்த மாதிரிப் பேர்களும் படம்பிடித்துக் காண்பிப்பதுபோன்று அழகான சொற்களை நினைவுக்குக் கொண்டு வருகின்றன.

இப்படி எதற்கும் உருவங்கொடுத்துப் பேசுவது, பண்படியாகப் பிறந்த வார்த்தைகளை வெகுவெகு குறைவாகவே பயன்படுத்துவது என்பதன் கைவேலையை எழுதுகிற பாணியிலும் அதன் மூலமாக எண்ணுகிற பாணியிலும் நாம் காண்கிறோம். அது மனதில் பதியும்படியாகச் சொல்ல உதவியாயிருக்கிறது என்பது உண்மை தான். ஆனால், விசயமே இல்லாமல் பொருளற்ற வார்த்தைகளை அலங்காரத்திற்காக அடுக்கிக்கொண்டு போகிற கேவல நிலைக்கு அது எளிதில் வந்துவிடலாம். பொருளற்ற இந்த அலங்காரம்தான் பல காலங்களில் தோன்றிய சீன இலக்கியங்களின் பெரிய குறையாக இருந்து வந்திருக்கிறது. இந்தக் குறையை நீக்கவே டாங் பரம்பரை காலத்தில், ஹான்யூ என்பவர், இலக்கிய உலகத்தில் ஒரு புரட்சியை உண்டாக்கினார். இந்தப் பாணி விசயங் களைத் துல்லியமாக வெளியிடும் சக்தியில்லாததாய் இருக்கிறது. ஆனால், பண்டைக்காலத்துக் காப்பியரீதியை அனுசரியாத நாவல்களில் சிறந்து விளங்கும் நாவல்களின் பாணியைப்போன்று,

உல்லாசமான போக்கு, வேகம், மக்களின் மரபுகளுக்குப் பொருத்தமாக எழுதும் முறை இவையெல்லாவற்றையும் இந்த இலக்கியப் பாணியில் நாம் அழுத்தமாகக் காண்கிறோம். ஸ்விப்ட், டீபோ போன்றவர்களின் வசனம் இந்தப் பாணியில் அமைந்து இருப்பதால்தான் அது 'ஆங்கில மரபுக்கு மிகப் பொருத்தமாக' இருக்கிறதென்று நாம் சொல்கிறோம். அமெரிக்கப் பல்கலைக் கழக வட்டாரங்களில், சிறப்பாக உளவியல், சமூகவியல் நூலாசிரியர்களிடம் விரைவாகப் பரவிவரும் பலருக்கும் விளங்காத பண்டித நடை எனும் பள்ளங்களில் விழுந்துவிடாமல், இது நம்மைப் பாதுகாக்கிறது. 'உண்மைகள்' 'செல்லும் அல்லது செலுத்தும் விதம்' 'ஒவ்வொரு பொருளையும் விசேஷமாகக் குறிக்கிற முறை' 'ஒரு பொருளைப் பகுதி பகுதியாகப் பிரித்து ஆராயும் முறை' 'ஒவ்வொருவரும் பகிர்ந்து பெறவேண்டிய விருப்பத்தின் அளவு' 'கோபத்தை மிக அதிகமாகவும், மிகக் குறைவாகவும் போகவிடாமல் ஒருநிலைப்படுத்துதல்' 'மகிழ்ச்சியை ஆக்கும் சேர்க்கைப் பொருள்கள்' என்ற இந்த விதமான மொழியில்தான் மேலே சொன்ன அறிஞர்கள் மனிதனுடைய வாழ்க்கையைப் பற்றிப் பேசுகிறார்கள். இந்த மாதிரி நடையைச் சீன மொழியில் மொழிபெயர்க்கவே முடியாது.

இருந்தாலும் 'சீன மொழியை ஐரோப்பிய மயமாக்குவது' என்று சொல்லிக்கொண்டு, இதைப் பல சீனர்கள் மொழிபெயர்க்க முயன்றார்கள். இந்த மொழிபெயர்ப்புகள் சிரிப்பை உண்டாக்குகிற முறையில் அமைந்திருக்கின்றன. இந்தப் பழக்கம் விரைவாகச் செல்வாக்கிழந்து வருகிறது. அறிவியல் தொடர்பான கட்டுரைகளை ஆங்கிலத்திலிருந்து சீனத்தில் மொழிபெயர்ப்பது மிகவும் கடினம். ஒவ்வொரு வார்த்தையும் ஓர் உருவகமாக அமைந்திருக்கும் சீனக் கவிதையை, ஆங்கிலத்தில் மொழிபெயர்ப்பதும் மிக மிகக் கடினமான செயல்தான்.

3. அறிவியலின் போதாமை

சீனர்கள் இயற்கை நூல் அறிவை வளர்த்துக் கொள்ளத் தவறியதன் மூலகாரணத்தைத் தெரிந்துகொள்ளும் அளவுக்கு, சீனர்களின் சிந்தனையைப் பற்றிய எல்லாக் கூறுகளையும் ஆராய்ந்தோம். கிரேக்கர்கள் இயற்கைநூல் அறிவிற்கு அடித்தளம் போட்டார்கள்.

காரணம், கிரேக்கர்களின் மனது, முக்கியாம்சத்தில், விசயங்களைப் பிரித்து ஆராயும் இயல்புடையது. இந்த உண்மையை அரிஸ்டோட்டலின் நவீனப்போக்கு அழுத்தமாக மெய்ப்பிக்கிறது. பொருள்களின் நீளம், அகலம், கனம் முதலியவற்றைத் தீர்மானிக்கும் அளவை நூலிலும் வானவியலிலும் எகிப்தியர்கள் முற்போக்குடன் விளங்கினார்கள். இந்த அறிவியல்களை வளர்ப்பதற்கு விசயங்களைப் பிரித்து ஆராயும் அறிவு தேவை. ஹிந்துக்கள் தங்களுக்கே சொந்தமான இலக்கணத்தை வளர்த்தார்கள். சீனர்களின் கணிதவியலும், வானநூல் அறிவும் வெளியிலிருந்து வந்தவையே. சீனர்கள் மனது சாமானியமான ஒழுக்க விதிகளைப் பற்றிச் சொல்வதில் தான் இல்லாத ஆனந்தம் அடைகிறது. 'தரும சிந்தை' 'அன்பு' 'ஒழுங்கு' 'விசுவாசம்' என்பவை போன்ற பண்பாடியாகப் பிறந்த சொற்களை அவர்கள் பயன்படுத்துகிறார்கள். இந்தச் சொற்கள் குறிப்பிட்ட எதையும் குறிக்காமல், பொதுவாக இருப்பதால், இவற்றைப் பற்றி விவாதிக்கும்போது, சீனர்கள் ஒன்றிலிருந்து ஒன்றைப் பாகுபாடு செய்ய முடியாமல் எல்லாம் ஒன்று என்பது போன்ற உருவமற்ற ஒரு பொதுத் தன்மையில் சிக்கிக்கொள்கிறார்கள்.

சௌ பரம்பரையைச் சேர்ந்த அனைத்துத் தொன்மையான தத்துவ வாதிகளுக்குள் மோட்சே, ஹான்பெட்சே ஆகியோர் மட்டுமே தர்க்கரீதிக்கு ஒத்த பாணியை வளர்த்தார்கள். மென்ஷியஸ் 'உபயோகம்', 'நேர்மை' போன்ற பெரிய வார்த்தைகளை மட்டும்தான் கவனித்தார். இவர் உண்மையான தர்க்கரீதியை விடுத்து, சமயத்திற்குத் தகுந்தாற்போல் வார்த்தைகளில் விளையாடும் தத்துவநூல் அறிஞர் என்பது சந்தேகமறத் தெரிந்த விசயமே. சூவாங்த் சே, லியெத் சே, ஹுவைநந்த் சே போன்ற இதர சௌ பரம்பரைத் தத்துவ நூலறிஞர்கள் எல்லோருமே அழகான உருவகங்களைக் கையாளுவதில் முழு நிறைவு அடைந்தார்கள். மோத்சே, ஹுவேஷி, கங்சன்லங் ஆகியவர்களின் சீடர்களும் மென்ஷியஸ் ரகத்தைச் சேர்ந்த தத்துவ நூலறிஞர்களே. இவர்கள் பண்டிதப்போக்கில் சௌடால்தனமான விடுகதைகளைக் கட்டுவதிலும், 'முட்டைக்கு மயிர் உண்டு,' 'குதிரைகள் முட்டை யிடுகின்றன', 'நாய் ஆட்டுக்குட்டியாக மாறலாம்,' 'கோழிக் குஞ்சுக்கு மூன்று கால்கள் இருக்கின்றன,' 'நெருப்பு உஷ்ணமா

யில்லை,' 'சக்கரம் ஒருபோதும் தரையைத் தொடுவதில்லை,' 'ஆமை பாம்பைவிட நீளம்,' இன்னும் இவை போன்ற உண்மை களை நிரூபிப்பதிலேயே பெரிதும் கவனம் செலுத்தினார்கள். இவர்களுக்குப் பின்வந்த ஹான் பரம்பரைப் பண்டிதர்கள் நிகழ்கால இலக்கியங்களைப் பற்றிச் செய்யுள் வடிவத்தில் விமர்சன நூல்கள் எழுதுவதிலேயே உற்சாகம் காட்டினார்கள். அவர்களைப் பின்பற்றி வந்த சீன பரம்பரை அறிஞர்கள் தாவோ மதத் தத்துவத்தை உயிர்ப்பித்து, தங்கள் சொந்த உடல் தொடர்பான இரகசியங்களையும் பேரண்டத்தின் இரகசியங்களையும் தெரிந்து கொள்ள, தங்கள் 'உள்ளுணர்வை' நம்பியிருந்தார்கள். சோதனை செய்து பார்க்கிற எண்ணமே அவர்களுக்கு உதிக்கவில்லை. எனவே, அறிவியல் ரீதியான போக்கு வளரவில்லை. புத்த மதக் கொள்கைகளுக்கு ஒப்ப, சிங் காலத்து தத்துவ நூலறிஞர்கள் கன்பூசியஸின் கொள்கைக்குப் பொருள் செய்தார்கள்; அப்படிச் செய்து, மனக்கட்டுப்பாடு, ஒழுக்கத்தை வளர்க்கும் ஆரோக்கிய விதிகள் அமைந்த ஒரு திட்டமாக அதை மாற்றினார்கள். ஒரு புத்தகத்தை முழுதும் படிக்க வேண்டுமென்ற கட்டாயமின்றியே, பொதுப்படையாக அதன் பொருளை உள்வாங்குவது கௌரவம் என்ற எண்ணத்தை அவர்கள் வளர்த்தார்கள். ஆதலால், சங் காலத்துத் தத்துவ நூலறிஞர்களின் மொழி எல்லாவற்றையும்விட, சாஸ்திரப் போக்குக்கு மிகவும் எதிராக இருந்தது. அவர்களிடையே சாஸ்திர ரீதியான மொழியே இல்லையென்று சொன்னால் குற்றமில்லை. நீண்டக் காலம் சென்றபின்னர், சிங் (மஞ்சு) பரம்பரையில்தான் ஒன்றோடு ஒன்றை ஒப்பிட்டுப்பார்க்கும் முறை ஏற்பட்டது. இந்த முறை சிங் காலத்து மொழியை இதற்குமுன் இல்லாத அளவு உச்ச நிலைக்குக் கொண்டு சென்றது. சிங் காலத்துச் சாஸ்திரீகமான மொழி சீனாவில் சாஸ்திரீகமான முறைக்குக் கிட்டத்தட்ட சமீபத்தில் வந்ததென்று சொல்லலாம்.

சீனர்களின் மனம், சாஸ்திரீகமான போக்கை வளர்க்காததன் காரணத்தை எளிதில் அறிந்துகொள்ளலாம். சாஸ்திரீகமான போக்கு விசயங்களைப் பிரித்து ஆராய்கிற முறை என்பதோடு, பொருளில்லாமல் மாடுபோல உழைக்கிற உழைப்பும் அதற்குத் தேவைப்படுகிறது. சீனர்களோவெனில் இயற்கையறிவும், கூர்த்தமதியும் கொண்டு பளிச்சென்று வீசும் உண்மைகளை

நம்பியிருப்பவர்கள். பல தனிப்பட்ட உண்மைகளைக்கொண்டு ஒரு பொது உண்மையை நிறுவுகிறது தர்க்கமுறையை ஒருவர்மீது ஒருவர் வைத்திருக்கும் தொடர்புகள் மீது மனிதர்கள் பயன்படுத்தும் போது, (இதில்தான் சீனர்கள் முக்கியமாகக் கவனம் செலுத்து கிறார்கள்) அது அறிவின்மை என்ற வடிவத்தில் கடைசியாக வந்து முடிகிறது. அமெரிக்கப் பல்கலைக்கழகங்களில் இந்த அறிவின்மையை நாம் பார்ப்பது அவ்வளவு அருமையல்ல. மேலே சொன்ன இந்த தர்க்கமுறையில் இன்று பெரிய பெரிய பல்கலைக்கழகப் பட்டங்கள் பெற்றவர்கள் மிகக் கஷ்டமான கட்டுரைகள் எழுதுகிறார்கள். இப்படி அபத்தமாக எழுதுகிறார்களே யென்று வருந்தி, இறந்துபோன பேகன் தனது ஈமப் படுக்கையில் புரளும்படியாக இருக்கின்றன இந்தக் கட்டுரைகள்; ஐஸ்கிரீமைப் பற்றி ஒரு அறிவு சான்ற கட்டுரை எழுதி, அதில் ஐஸ்கிரீமைக் கூர்ந்து கவனித்ததன் பலனாகக் கிடைத்த பல உண்மைகளை அடுக்கடுக்காகக் கூறிவிட்டு, இறுதியில் 'ஐஸ்கிரீம் செய்வதில் பயன்படுத்தும் சர்க்கரையின் முக்கிய நோக்கம் அதை இனிக்கும் படி செய்வது' என்று அறிவிக்கிற கெட்டிக்காரத்தனத்தைச் சீனர்களிடம் பார்க்கவே முடியாது! அல்லது, 'தட்டுகளைக் கழுவுகிற நான்கு முறைகளைப் பற்றி, காலம், இயக்கம் என்ற இவற்றை ஒப்பிட்டுப்பார்க்கும்' ஆராய்ச்சியை ஒழுங்காகச் செய்தபின்னர் 'குனிவதும் தூக்குவதும் களைப்பை உண்டு பண்ணுகின்றன' என்று அதிர்ஷ்டவசமாகக் கண்டுபிடிக்கும் மடமையையும், பஞ்சுநூல் உள்ளாடைகளில் இருக்கும் கண்ணுக்குத் தெரியாத அணுக்களைப் பற்றி ஆராயும் ஆராய்ச்சியில் 'ஆடைகளை அணிகிற காலம் நீள நீள, அணுக்களின் எண்ணிக்கை யும் கூடுகிறது' என்று கண்டுபிடிக்கும் மடமையையும் சீனர்களிடம் பார்க்க முடியாது. சிகாகோ பல்கலைக்கழக மாணவர் ஒருவர், பல ரகங்களான எழுத்துக்கள் எப்படி மனதில் பதிகின்றன என்பதைப் பற்றி ஒப்புநோக்கி ஆராய்ச்சி செய்த பின்னர், கோடு அதிகக் கறுப்பாயிருந்தால், கண்ணுக்கு அது முன்பைவிட நன்றாகத் தெரிகிறது என்று கண்டுபிடித்தார். பல ஆண்டுகளுக்கு முன்னே ஒரு பத்திரிகைச் செய்தி இந்த மாணவர் கண்டுபிடித்த இந்தப் பேருண்மையை அறிவித்தது.

இந்த மாதிரி மடமை, வியாபார விளம்பரங்களுக்குப்

பயனுள்ளதாய் இருக்கலாம். என்றாலும், சீனர்களிடையே காணப்படும் பொது அறிவையும் உள்ளுணர்வையும் துணையாகக் கொண்டு உண்மையில் ஒரே நிமிஷத்தில் இந்த முடிவுக்கு நாம் வந்துவிட முடியும். பஞ்ச் என்ற ஆங்கில வெளியீட்டில் நான் பார்த்த கேலிச் சித்திரங்களிலெல்லாம் சிறந்தது பின்வருமாறு: ஜீவராசிகளின் நடத்தையை ஆராயும் வல்லுநர்கள் மாநாடு கூட்டியிருக்கிறார்கள். ஒரு பன்றிக்கு முன்னர் ஆரம் ஒன்றைத் தொங்கவிட்டு, அதன் மூக்கில் தெர்மாமீட்டரை வைத்துச் சோதித்துப் பன்றியைப் பற்றிய பல விசயங்கள் ஆராய்ந்த பிறகு, பன்றிகள் ஆபரணத்தைக் கண்டு ஆசைப்படவில்லையென்று அவர்கள் ஒருமனதாக முடிவு கட்டுகிறார்கள். விஞ்ஞான முறையைக் கேவலமான வழியில் பயன்படுத்திக் கொள்ளுகிற செயல்கள் இவையென்று மட்டும் சொல்வதற்கில்லை. ஏனெனில், மனநல வல்லுநர்களின் ஒன்பதாம் ஆண்டு சர்வதேச மாநாட்டில் ரோசெஸ்டர் பல்கலைக்கழகப் பேராசிரியரான காஸன், 'பொதுவாக ஏற்படுகிற தொந்தரவுகளின் மூலமும் அவற்றின் இயற்கை'யும் என்ற விசயமாகத் தாம் செய்த ஆராய்ச்சியைப் படித்தார். அதில் 21,000 விதமான தொந்தரவுகளை அவர் குறிப்பிட்டிருந்தார். ஒரு தொந்தரவைப் பல தொந்தரவுகளாகக் காட்டியிருக்கிற இடங்களையும், 'பொய்யான தொந்தரவு'களையும் நீக்கிவிட்டுப் பார்த்தால், அவற்றின் எண்ணிக்கை 507க்கு வந்தது! 'உணவில் மயிர்' என்ற தொந்தரவுக்கு 26 மார்க்கும், 'வழுக்கைத் தலையைப் பார்க்'கிறதற்கு 2 மார்க்கும், 'காக்ரோச்சு'க்கு (கறுமை நிறமுள்ள விட்டில் போன்ற ஒரு ஜந்து) 26 மார்க்கும் என்று இந்தத் 'தொந்தரவு'களைப் பல ரகங்களாகப் பிரிப்பதில் அவர் வெற்றி அடைந்திருக்கிறார்.

உண்மையான முறையில் அறிவியல் ஆராய்ச்சி செய்யும் போது, பொருளில்லாத உழைப்பு ஓரளவு இருக்கத்தான் செய்யும். புழுவுக்குப் பாதுகாப்புக்காக ஒரு போர்வை அமைந்திருக்கிறது எனும் உண்மையைக் கண்டுபிடித்து, அதில் ஒரு விஞ்ஞானி இல்லாத ஆனந்தம் அடைகிறார் என்றால், அறிவியல் ஆராய்ச்சியில் தோய்ந்து ஒழுகும் உள்ளமே அவ்விதம் அவரை ஆனந்தம் அடையச் செய்கிறது. ஏனெனில், இந்த மாதிரி நுணுகி நுணுகி ஆராய்ந்து அறியும் உண்மைகளை அடிப்படையாகக்கொண்டே,

தலைமுறை தலைமுறையாக வளர்ந்து, அறிவியல், பெருமை தரத்தக்க அளவு இன்று வளர்ச்சியடைந்திருக்கிறது. சீனர்களிடம் இத்தகைய அறிவியல்ப் போக்கு இல்லை; ஆனால், நகைச்சுவையும் பொது அறிவும் ஏராளமாக இருக்கின்றன. இந்த நிலையில், புழுவின் ஜீவனத்தையோ செந்நிற மீனின் (சீனர்கள் அழகுக்காகத் தண்ணீரில் விட்டு வைத்திருக்கும் சிவப்பு நிறமான ஒருவகை மீன்) வாழ்க்கையையோ கவனிப்பதும் ஆராய்வதும் பண்டிதர்களின் மதிப்புக்குக் குறைவான செயல் என்று சீனர்கள் எண்ணுவதுண்டு. அப்படித்தான் அவர்களின் எண்ணப்போக்குப் போகும்.

4. தர்க்கம்

இது இன்னொரு பிரச்சினைக்கு நம்மைக் கொண்டு செல்கிறது. சீனர்களின் தர்க்கமுறைதான் அந்தப் பிரச்சினை. சீனர்கள் எது உண்மையென்று கருதுகிறார்களோ அதை அடிப்படையாகக் கொண்டது அவர்களுடைய தர்க்கமுறை. உண்மையை நிரூபித்துக் காட்ட முடியாது. அதைக் குறிப்பாக உணர்த்தத்தான் முடியும் என்பது சீனர்களின் சித்தாந்தம். சுவாங்த்சே சிஹூலுன் என்ற தமது புத்தகத்தில், அறிவு என்பது ஒவ்வொருவரின் எண்ணத்தைப் பொறுத்ததே என்று, வெகுகாலத்திற்கு முன்னரே குறிப்பிட்டிருக்கிறார்.

'நம்மிருவருக்கும் இடையே சபதம் நடக்கிறது. நீ என்னை வென்றுவிட்டதாக எண்ணிக்கொள்ளுகிறாய்; நீ அறிவில் உயர்ந்தவனென்று ஏற்றுக்கொள்ள நான் தயாரில்லை. அப்படியானால், உண்மையில் நீ எண்ணுவதுதான் சரி, நான் எண்ணுவது தவறா? உன்னை வென்றுவிட்டதாக நான் எண்ணிக்கொள்கிறேன்; நீ அதை ஒப்புக்கொள்ளத் தயாராயில்லை. அப்படியானால், உண்மையில் நான் எண்ணுவதுதான் சரி, நீ எண்ணுவது தவறா? அப்படியில்லையென்றால், ஒரு வேளை நாம் இருவரும் எண்ணியது சரியா? அல்லது இருவர் எண்ணியதும் தவறா? இந்த விசயம் நம்மிருவருக்கும் தெரியாது. எனவே, நமது அறிவு இருளால் சூழப்பட்டிருக்கிறது. பிறகு நம் இருவரில் யார் உண்மையை நிலைநிறுத்தப் போகிறோம்? நீ சொல்வதைச் சரி என்று ஏற்றுக்கொள்ளுகிற ஒரு மனிதன் அந்த உண்மையை நிலைநிறுத்தும்படி நாம் அனுமதிப்போமேயானால், நீ சொல்வதை ஏற்கெனவே அவன் ஒப்புக்கொள்ளுகிறான். எனவே, அவன்

உண்மையை எப்படி நிலைநிறுத்த முடியும்? நான் சொல்வது சரி என்று ஏற்றுக்கொள்ளுகிற ஒரு மனிதனை அதை நிலை நிறுத்தும்படி நாம் அனுமதிப்போமேயானால், அவன், ஏற்கெனவே நான் சொல்வதை ஒப்புக்கொள்ளுகிறான். அவன் எப்படி உண்மையை நிலைநிறுத்த முடியும்? நாம் இருவர் சொல்வதையும் ஏற்றுக்கொள்ளாத ஒருவனை உண்மையை நிலைநிறுத்தும்படி நாம் அனுமதிப்போமேயானால், ஏற்கெனவே, அவன் நாம் இருவர் சொல்வதையும் ஒப்புக்கொள்ளவில்லை. அவன் எப்படி உண்மையை நிலைநிறுத்த முடியும்? நாம் இருவர் சொல்வதும் சரி என்று ஒப்புக்கொள்ளுகிற ஒருவனை உண்மையை நிலைநிறுத்தும்படி நாம் விட்டுவிடுவோமேயானால், அவன் ஏற்கெனவே நாம் இருவர் சொல்வதையும் சரியென்று ஒப்புக்கொள்ளுகிறான். அவன் எப்படி உண்மையை நிலைநிறுத்த முடியும்? எனவே, நீயும் நானும், இதர மக்களும் உண்மை இதுதான் என்று தெரிந்துகொள்ள முடியாது. அப்படியிருக்கும்போது, உண்மையைச் சொல்ல இன்னொரு ஆசாமி வருவார் என்று நாம் எப்படிக் காத்திருக்க முடியும்?'

அறிவு தொடர்பான இந்தக் கொள்கைப்படி, உண்மையை மெய்ப்பிக்க முடியாது. ஆயினும் 'வார்த்தைகளால் ஆகாத வாத முறையின் மூலம் (சுவாங்த்சே)' மனத்தினால் அதை அறியலாம். 'அது ஏன் அப்படியிருக்கிறது என்பதைத் தெரிந்துகொள்ளும் முன்னதாகவே, நாம் அதை அறிந்துவிடுகிறோம்.' 'தாவோ' அல்லது உண்மையின் வழி நமக்குத் தெரியவில்லை.' ஆதலால் ஏதோ ஒருவிதமான உள்ளுணர்வினாலேயே அதை உணர முடியும். அறிவு தொடர்பான சியாங்த்சேயின் இந்தக் கொள்கையை எல்லோரும் உணர்ந்து ஒப்புக்கொள்ளாமலேயே சீனர்கள் முக்கியமான கூறுகளில் இந்தக் கொள்கையை ஒப்புக்கொண்டு விடுகிறார்கள். தர்க்கத்தின்மீது நம்பிக்கை வைப்பதற்குப் பதிலாக, சீனாவில் தர்க்கம் ஒரு அறிவியல் என்ற ஹோதாவில் வளர்ந்ததே யில்லை. அதைவிடச் சிறந்தது என்று எண்ணக்கூடிய பொது அறிவை அவர்கள் அதிகம் நம்புகிறார்கள். நாம் சொல்வது சரியென்று, எதிரியை ஒப்புக்கொள்ள வைக்கும் தர்க்கமுறையே சீன இலக்கியத்துக்குத் தெரியாத ஒரு செயலாகும். ஏனெனில் இந்த முறையில் இயல்பாகவே சீனர்களுக்கு ஒரு அவநம்பிக்கை

இருக்கிறது. இதன் காரணமாக, தர்க்கமுறை வளர்ச்சியடைய வில்லை; இலக்கிய உருவத்தில் அறிவியல் ஆராய்ச்சிக் கட்டுரை களும் சீனாவில் தோன்றியதில்லை.

சீனர்களில் 'உயர்ந்த விமர்சனக்காரர்கள்' என்று சொல்பவர்கள் தர்க்கமுறையில் கையாளும் பல விசயங்களில் குற்றங்கள் மலிந்திருக்கின்றன என்பதைக் காட்டுகிற முறையில் பெர்னார்ட் கார்ல் கிரென் அண்மையில் ஓர் ஆராய்ச்சியுரையை எழுதியுள்ளார். பண்டைக்காலத் தர்க்கமுறையில் அடங்கியிருக்கும் உண்மை யையும் பொய்மையையும் நிரூபிப்பதற்காகவே, அவர் இதை எழுதியிருக்கிறார். சில குற்றங்கள் உண்மையில் குழந்தைகள் செய்யக்கூடிய குற்றங்கள் போலத் தோன்றுகின்றன. ஆனால், மேலைநாட்டு முறையில் வைத்துப் பார்க்கும்போதுதான் அவை அப்படித் தோன்றுகின்றன. ஒரு விசயத்தை நிறுவப் பதினாயிரம் அல்லது குறைந்தது ஐயாயிரம் வார்த்தைகளடங்கிய கட்டுரையை எழுதுகிற வழக்கம் சீனர்களிடம் இல்லை. அந்த விசயத்தைப் பற்றி ஒரு குறிப்பு எழுதுவதோடு அவர்கள் நின்றுவிடுகிறார்கள். அதற்குள்ள இயல்பான மதிப்பைக் கொண்டு அதைச் சரியென்று ஏற்றுக்கொள்ளுகிற பொறுப்பையும், அதைத் தவறு என்று நிரூபிக்கிற பொறுப்பையும் வருங்கால மக்களுக்கு அவர்கள் விட்டுவிடுகிறார்கள். இதன் காரணமாகவே, ஷுயிபி அல்லது பிச்சி என்று சொல்கிற குறிப்புரைப் புத்தகங்களின் பல தொகுதிகளைச் சீனப் பண்டிதர்கள் தவறாமல் நமக்கு விட்டுச் செல்கிறார்கள். இந்தப் புத்தகங்களில் விசய வாரியாகப் பபத்திகள் வகுத்திருக்க மாட்டாது; இவற்றில் இலக்கியப் புத்தகங்களை எழுதிய ஆசிரியர்கள் இன்னார் என்ற விசயத்தைப் பற்றியும், வரலாற்று உண்மைகளடங்கிய பேப்பர்களில் காணும் தவறுகளைத் திருத்துவதுப் பற்றியும் தங்கள் கருத்துகளைத் தெரிவித்திருப்பார்கள். அவற்றோடு கலந்து, சயாம் இரட்டைக் குழந்தைகளைப் பற்றிய, செந்நிறத் தாடி வாய்ந்த வீரனைப் பற்றிய குறிப்புகளையும் நரி ஆவிகளைப் பற்றியும் அல்லது, அட்டையைத் தின்று வாழும் சந்நியாசியைப் பற்றியும் எழுதியிருப்பார்கள்.

சீன ஆசிரியர் தர்க்கரீதியில் இரண்டொரு விசயங்களை எடுத்துச் சொல்லிய பிறகு, தனது முடிவான கருத்துகளைத் தெரிவிக்கிறார். அதைப் படிக்கும்போது, அந்த முடிவுக்கு அவர்

சீனரின் மனநிலை ✦ 141

எப்படி வந்தார் என்று நமக்குத் தெரிவதில்லை. ஏனெனில், அவர் சொல்கிற தர்க்கரீதியான விசயங்களும் சாட்சியங்களும் ஒருபோதும் நீளமாக இருப்பதில்லை. ஆனால், ஏற்கெனவே அவர் அந்த முடிவுக்கு வந்திருக்கிறார் என்பதைப் பளீர் என்று ஒளி வீசுவதுபோல நாம் பார்க்கலாம். இந்த மாதிரியான குறிப்புப் புத்தகங்களில் சிறந்து விளங்கும் கு என்பவர் எழுதிய பிசிலு (17ஆவது நூற்றாண்டின் தொடக்கம்) போன்ற புத்தகங்கள் பெயர் பெற்று விளங்குகின்றன என்றால். அதற்குக் காரணம் அவற்றில் அடங்கியுள்ள தர்க்கமுறையன்று. ஆனால், அவற்றில் அடங்கி யிருக்கும் விசயங்கள் சாராம்சத்தில் சரியாக இருப்பதேயாகும். இந்த உண்மைகளை வருங்காலச் சந்ததியார்தான் சரி என்று ஏற்றுக்கொள்ளவோ, தவறு என்று தள்ளவோ முடியும். கு வினது குறிப்புப் புத்தகத்தில் அடங்கியுள்ள இரண்டு அல்லது மூன்று வரிகள் பல ஆண்டுகளாக ஆராய்ச்சி செய்து துருவிப் பார்த்ததன் பயனாக ஏற்பட்ட முடிவாக இருந்தாலும் இருக்கலாம். இது விஞ்ஞான ஆராய்ச்சி முறைதான். குறிப்பிட்ட ஒரு வரலாற்று உண்மையைத் தீர்மானிக்கப் பலதடவை அந்த இடத்திற்குப் போகவேண்டியிருந்திருக்கலாம். அதற்குப் பரந்து விரிந்த படிப்பும் வேண்டியிருந்திருக்கலாம். ஆனால், அவர் செய்கிற குற்றங்களை எளிதில் கண்டுபிடித்துவிட முடியாது. அவர் சொல்வது சரியானதுதான் என்பதையும் உடனடியாகக் காணுவது சிரமம். மூன்று நூற்றாண்டுகளாக அவருக்குப் பிறகு தோன்றிய ஆசிரியர் களில் ஒருவராவது அவருக்கு எதிராக எந்த விசயத்தையும் சொல்லி நிலைநிறுத்த முடியவில்லையென்கிற உண்மையைக் கொண்டுதான், அவர் சொல்வது சரியென நாம் பாராட்ட முடிகிறது.

எனவே, தர்க்கமும் பொது அறிவும் ஒன்றுக்கொன்று நேர் எதிரிடையாக இருப்பதைச் சீனாவில் நாம் பார்க்கிறோம். குறிப்பிட்ட சில உண்மைகளிலிருந்து ஒரு பொது உண்மையை நிலைநிறுத்துகிற முறை தர்க்கமாகவும், பல பொது உண்மை களிலிருந்து குறிப்பிட்ட ஓர் உண்மையை நிலைநிறுத்துகிற முறை பொது அறிவாகவும் இங்கே கையாளப்படுகிறது. பெரும்பாலும் தர்க்க அறிவைவிடப் பொது அறிவு அதிகமாக ஏற்றுக்கொள்ளத் தக்கதாயிருக்கிறது. ஏனெனில், பிரித்துப் பிரித்து ஆராய்கிற தர்க்க

முறையில் உண்மையைப் பல்வேறு கூறுகளாகத் துண்டு துண்டாக்கியே பார்க்க முடிகிறது. ஆதலால், துண்டாக்கப்பட்ட பகுதிகள் அவற்றிற்கு இயல்பாயுள்ள இடங்களிலிருந்து அகற்றப் பட்டுவிடுகின்றன. பொது அறிவோவெனில் முழு அம்சங் களோடும் உயிர்த்தத்துவத்தோடு இயங்குகின்ற நிலையிலேயே அதைப் பார்க்கிறது. ஆண்களைவிடப் பெண்களிடமே பொது அறிவு சிறந்து விளங்குவதை நாம் காண்கிறோம். அவசரமாக முடிவு செய்யவேண்டிய காலங்களில், ஆணைவிட ஒரு பெண் செய்கிற தீர்மானத்திலேயே எனக்கு எப்போதும் அதிக நம்பிக்கை உண்டு. தனிப்பட்ட அம்சங்களில் மூளையைச் சிதறவிடாமல் நிலைமையை முழுமையான கூறுகளோடும் பொருத்திப்பார்க்கிற பழக்கம் பெண்களுக்கு எப்போதுமே உண்டு. சிவப்பு அறைக் கனவு, யெஹ்சோங் பாயென் (படிப்பில்லாத கிழவனின் பேச்சு) போன்ற சிறந்த சீன நாவல்களில், நிலைமைகளைத் தெரிந்து மிகவும் பக்குவமாக முடிவு செய்கிற திறமை பெண்களிடமே இருப்பதாகச் சித்திரிக்கப்பட்டிருக்கிறது. அவர்கள் பேச்சில் ஒரு நிலைமையைப் முழுமையான கூறுகளோடு எடுத்துச் சொல்கிற முறை அமைந்து கிடக்கிறது. அதன் காரணமாகவே, அவர்கள் பேச்சு மிகவும் கவர்ச்சி பொருந்தியதாயிருக்கிறது. இத்தகைய பொது அறிவின்றி, வெறும் தர்க்க முறையை மட்டும் கையாளுவது மிகவும் அபாயகரமானது. ஏனெனில், ஒருவன் ஓர் எண்ணத்தி லிருக்கும்போது, வெறும் கொள்கையிலேயே திளைத் திருக்கும் அவன் மூளை அவனுக்கு நிறைவளிக்கும் முறையில் ஒன்று இரண்டு மூன்று என்று தர்க்கரீதியில் விசயங்களை எடுத்துச் சொல்வது எளிதான செயலே. எனினும் சாமானிய மனிதன் தனது மனைவியின் வாழ்க்கையில் காண்கிற விசயத்தையும், காணத் தவறிவிடுகிற விசயத்தையும் மிடில் மார்ச் என்ற நாவலில் வரும் கஸௌபின் என்ற பண்டிதரைப் போலவே அவனும் இருக்கலாம் அல்லவா?

பொது அறிவு என்கிற இந்த மதம் தத்துவரீதியான அடிப்படை யைப் பெற்றிருக்கிறது. சீனர்களிடத்தில் காணப்படும் ஒரு சுவையான செய்தி என்னவென்றால், ஒரு விசயம் சரியா யிருக்கிறதா என்று தர்க்கரீதியாக மட்டும் பார்க்காமல், தர்க்கத்திற்கும் மனித இயல்புக்கும் அது பொருந்தி வருகிறதா

என்றே அவர்கள் பார்ப்பது வழக்கம். 'நியாயமான போக்கு' என்ற பதத்திற்குச் சீன வார்த்தை 'சிங்லி' என்பதாகும். சிங்லி என்ற சொல் சிங் (ஜென்சிங்) அல்லது மனித இயல்பு, லி (டியென்லி) அல்லது நிலையான தர்க்க அறிவு என்ற இந்த இரண்டு பதங்களாலானது. சிங் என்ற பதம் வளைந்து கொடுக்கக்கூடிய மனித இயல்பின் தன்மையைக் குறிப்பிடுகிறது; லி என்ற பதம் பேரண்டத்தின் மாற்ற முடியாத நியதியைக் குறிப்பிடுகிறது. இந்த இரண்டு பண்புகளின் சேர்க்கையிலிருந்தே, ஒரு செயலின் நிகழ்ச்சியையோ, வரலாறு தொடர்பான ஒரு கட்டுரையையோ தீர்மானிக்கிற அளவுகோல் தோன்றுகிறது.

இந்த வேறுபாட்டின் அம்சத்தை ஆங்கிலத்தில், 'தர்க்க அறிவு நியாயமான போக்கு' என்ற வார்த்தைகளுக்கு இடையிலுள்ள வேறுபாட்டில் காணலாம். மனிதன் தர்க்கம் செய்கிற பிராணி, நியாயமாக நடந்துகொள்ளும் பிராணியல்ல என்று சொன்னது அரிஸ்டோட்டில் என்று நம்புகிறேன். சீனர்களின் சித்தாந்தம் இதை ஏற்றுக்கொள்கிறது. ஆனால், மனிதன் தர்க்கம் செய்கிற பிராணியாக மட்டும் இருந்தால் போதாது, நியாயமாக நடந்து கொள்கிற பிராணியாகவும் இருக்க முயல வேண்டும் என்று அது கூறுகிறது. வெறும் தர்க்கம் தொடர்பான அறிவைவிட நியாயமாக நடந்துகொள்கிற அறிவுக்குச் சீனர்கள் உயர்ந்த இடம் கொடுக்கிறார்கள். ஏனெனில், தர்க்க அறிவு நடைமுறைக்கு ஒவ்வாத வெறும் கொள்கையளவில் உள்ளது; ஒன்றைப் பல பாகங்களாகப் பிரித்துப் பார்க்கும் இயல்புடையது; இலட்சியத்தில் தோய்ந்திருப்பது; தர்க்கப் போக்கில் ஒரேயடியாக ஒரு பக்கம் சென்றுவிடும் தன்மை வாய்ந்தது. நியாயமாக நடந்துகொள்கிற உணர்ச்சியோ என்றால், தர்க்க அறிவைவிட எப்போதும் நடைமுறைக்கு ஒத்த அளவில் இயங்கும் பான்மை வாய்ந்தது; மனித இயல்போடு ஒட்டியது; உண்மையோடு அதிக தொடர்பு உடையது; சரியான நிலையை உண்மையாகத் தெரிந்து கொள்ளவும் போற்றவும் திறமை வாய்ந்தது.

மேலைநாட்டினருக்கு ஒரு விசயம் தர்க்க அறிவுக்குப் பொருத்த மானதாக இருந்தால், வழக்கமாகப் போதுமானதாயிருக்கும். சீனருக்கு ஒரு விசயம் தர்க்க அறிவுக்குப் பொருத்தமானதாக இருந்தால் மட்டும் போதாது; ஆனால், அதே சமயத்தில் மனித

இயல்புக்கும் அது பொருத்தமானதாயிருக்க வேண்டும். உண்மையில் 'மனித இயல்புக்கு ஒத்த முறையில் இருப்பது'— அதாவது 'சிங்சிக்காக' இருப்பது— தர்க்க அறிவுக்கு ஒத்திருக்கிறது என்பதைவிடச் சிறந்த செயலாகும். ஏனெனில், பொது அறிவு இம்மிகூட இல்லாத முறையில் ஒரு கொள்கை தர்க்க அறிவுக்குப் பொருத்தமானதாயிருக்கலாம். தர்க்க அறிவுக்கு எதிராகச் சீனர்கள் எதை வேண்டுமானாலும் செய்யச் சம்மதிப்பார்கள்; ஆனால் மனித இயல்பில் நிகழ முடியாததென்று கருதும் விசயத்தை அவர்கள் ஒரு நாளும் ஒப்புக்கொள்ள மாட்டார்கள். நியாயமாக நடந்துகொள்கிற இந்த உணர்ச்சியும், பொது அறிவு என்கிற இந்த மதமும் சீனர்களின் வாழ்க்கை இலட்சியத்தில் மிகச் சிறந்த கூறுகளாய் விளங்குகின்றன. இவற்றின் பயனாக, நடுத்தரமான போக்கு சீனர்களிடையே ஏற்பட்டிருக்கிறது. நடுத்தரமான போக்கு என்ற சித்தாந்தத்தைப் பற்றி அடுத்த அத்தியாயத்தில் விவாதிப்போம்.

5. உள்ளுணர்வு

என்றாலும், இந்த விதமான சிந்தனைக்கும் ஓர் எல்லை இருக்கத் தான் செய்கிறது. ஏனெனில், பொது அறிவு என்கிற தர்க்க அறிவு மனிதத் தொடர்பான விசயங்களிலும் செயல்களிலுமே பொருத்திப் பார்க்கக்கூடியதாயிருக்கும்; பேரண்டத்தின் இரகசியங் களைப் பற்றிய பிரச்சினையைத் தீர்ப்பதற்கு இதைப் பயன்படுத்த முடியாது. ஒரு சண்டையைத் தீர்த்துவைப்பதில் நாம் நியாயமாக நடந்துகொள்ள முடியும். ஆனால், நியாயமாக நடந்துகொள்வதன் மூலம் இதயமும் ஈரலும் ஒன்றுக்கொன்று எப்படி அமைந்திருக் கின்றன என்று கண்டுபிடிக்கவோ, பித்தநீரின் வேலையைத் தீர்மானித்துச் சொல்லவோ முடியாது. எனவே, இன்னதென்று சொல்ல முடியாத இயற்கையின் இரகசியங்களையும், மனித உடம்பின் இரகசியங்களையும் ஊகித்துச் சொல்வதற்குச் சீனர்கள் பெரிதும் உள்ளுணர்வையே நம்பியிருக்கிறார்கள். எப்படியோ மனிதனுடைய மார்பின் இடது பகுதியில் ஈரலும் வலது பகுதியில் இதயமும் அமைந்திருப்பதாக, உள்ளுணர்வின் துணைகொண்டு அவர்கள் எண்ணிவந்திருக்கிறார்கள். இது வேடிக்கையான விசயந்தான். அபார ஞானமுள்ள ஒரு சீனப் பண்டிதர் யூ செங்சுயே

எழுதிய பெரிய குறிப்புப் புத்தகத்தை* ஏராளமான மக்கள் படிக்கிறார்கள். ஜெசூட்ஸ் ஜகோபஸ்ரோ, ஜேம்ஸ் டெரென்ஸ், நிகோலஸ் லெங்கோபார்டி என்ற மூவராலும் மொழிபெயர்க்கப்பட்ட மனித உடலின் அமைப்பு என்ற புத்தகம் ஒன்றைப் பார்க்க நேர்ந்தது. அந்தப் புத்தகத்தில் இதயம் இடப்புறமும் ஈரல் வலப்புறமும் இருப்பதாகக் காட்டியிருப்பதைக் கண்டு மேலைநாட்டினருக்கு இருக்கும் உட்கருவிகள் சீனர்களுக்கு இருப்பதினின்றும் வேறுபாடானவை என்று அவர்கள் முடிவு கட்டினார்கள். அத்துடன், அவர்களின் உட்கருவிகள் வேறுபாடாய் இருக்கிற காரணத்தால், அவர்களுடைய மதமும் வேறுபட்ட தாகத்தான் இருக்க வேண்டும் என்ற முடிவுக்கு வந்தனர். ஆதலால், உட்கருவிகள் முழு வளர்ச்சியடையாமலிருக்கும் சீனர்களே—கிறிஸ்துவர்களாக மாறினால்—மாற முடியும் என்ற முக்கியமான விசயத்தை அவர்கள் அதிலிருந்து தீர்மானித்தார்கள். இவ்விதம் முடிவுகட்டுகிற முறை உள்ளுணர்வைக் கொண்டு தர்க்கம் புரியும் முறைக்கு சரியான ஓர் எடுத்துக்காட்டு ஆகும். இந்த உண்மை ஜெசூட் மதத்தினர்களுக்கு மட்டும் தெரிந்ததென்றால், சீனாவில் கிறிஸ்துவ மதத்தைப்பற்றிப் பிரசாரம் செய்வதிலும் இயற்கையான வளர்ச்சியடையப்பெறாத மக்களை மத மாற்றுவதிலும் அவர்கள் கவனம் செலுத்தமாட்டார்கள் என்றும், அந்தச் சீன அறிஞர் விஷமத்தனமாகக் குறிப்பிடவும் செய்தார்.

இந்த மாதிரியான கூற்றுகள் யாவும் முழு நம்பிக்கையோடு சொல்கிற காரியங்களே. உண்மையில், இயற்கை நூல், உடல் தத்துவங்கள் ஆகிய துறைகளை சீன 'உள்ளுணர்'விற்கு எடுத்துக் காட்டுகளாகக் கொள்ளலாம். கடைசியாகப் பார்த்தால், விஞ்ஞானப் போக்கில் ஏதோ இருக்கத்தான் செய்கிறது என்ற நம்பிக்கை நமக்கு உண்டாகிறது. ஏனெனில், 'ஐஸ்கிரீம் செய்வதில் சர்க்கரையின் முக்கியமான வேலை, அதில் தித்திப்பை உண்டாக்குவதேயாகும்' என்று கண்டுபிடிப்பதில் சென்றிருக்கும் ஒருவர் இந்தத் துறையில் மனப்பூர்வமாகவே ஈடுபட்டிருந்தாலும், மேலே சொன்ன 'குறிப்புப் புத்தக'த்தின் ஆசிரியரின் குழந்தைப் போக்கையொத்த சிந்தனா முறையினின்றும் இந்த முறை

* யூ செங்சுயே; இவர் எழுதிய புத்தகம் க்விசூ லெய்க்கோ.

ஒருவரைப் பாதுகாக்க முடியுமல்லவா.' நெஞ்சின் துடிப்பைக் கையை வைத்துப் பார்த்தாவது அவர் தெரிந்துகொண்டிருக்கலாம். ஆனால், சீனப் பண்டிதர்கள் கையினால் வேலை செய்கிற அளவு தாழ்ந்து போய்விடவில்லை என்பது வெளிப்படையான விசயம்.

எனவே, பொருளற்ற உழைப்பில் கண்ணையும் கையையும் பயன்படுத்துவதிலிருந்து விடுபட்ட நமது சீனப் பண்டிதர் தனது 'உள்ளுணர்'வின் சக்தியை உண்மையாகவே நம்புகிறார். இந்த நம்பிக்கையில் உடலின் இரகசியங்களையும் பேரண்டத்தின் இரகசியங்களையும் தாம் விளக்கிச் செல்லுமிடங்களிலெல்லாம் தமக்கு நிறைவு ஏற்படும் அளவு இதை விளக்கப்படுத்துகிறார். தங்கம், மரம், நீர், நெருப்பு, மண் ஆகிய இந்த ஐந்து பொருள்களைப் பற்றியே, இவற்றை அடிப்படையாகக் கொண்டே தாவோ மதத் தத்துவ நூல்கள் கூறுகின்றன. இவற்றைத்தான் சீனர்களின் மருத்துவமுறையும், உடற்செயலியல் அடிப்படையாகக் கொண்டுள்ளன. மனித உடலே பஞ்ச பூத அமைப்பில் பேரண்டத்தின் அறிகுறியாக இருக்கிறது. மூத்திரக் குழாய் நீருக்காக நிற்கிறது; வயிறு மண்ணுக்காக நிற்கிறது; ஈரல் நெருப்புக்காக நிற்கிறது; நுரையீரல் தங்கத்திற்கும் இதயம் மரத்திற்கும் நிற்கின்றன. இந்த மருந்து நடைமுறையில் வேலை செய்யவில்லை என்பதில்லை. இரத்த மிகை அழுத்தத்தால் சிரமப்படும் ஒரு மனிதனுக்கு ஈரல்-வெப்பம் கொஞ்சம் கூடுதலாக இருக்கிறது என்று கருதுகிறார்கள்; அதே மாதிரி அஜீரணத்தால் கஷ்டப்படும் ஒருவனுக்கு அதிகமான மண் இருப்பதாகக் கருதி, நீரை அதிகப்படுத்துவதன்மூலம் மூத்திரக் குழாய்கள் ஒழுங்காக வேலை செய்யும்பொருட்டு பேதிக்குக் கொடுக்கிறார்கள். அஜீரணம் வழக்கமாகக் குணமடைந்துவிடுகிறது.

நரம்பு தொடர்பான தொல்லை ஒருவருக்கு ஏற்பட்டால், அவர் ஏராளமாக நீரருந்த வேண்டும்; அத்தோடு அதற்குரிய மருந்தையும் சாப்பிட வேண்டும். அதனால் 'சிறுநீர்க்குழாய்-நீர்' மேலே சென்று 'ஈரல் வெப்பத்தை' கொஞ்சம் சாந்தப்படுத்தும். எனவே, மனமும் உணர்ச்சியும் சாந்த நிலையடைய அது உதவியாயிருக்கும். சீனர்களின் மருந்து, வேலைசெய்கிறதென்பதில் கொஞ்சமும் சந்தேகமில்லை; சண்டையெல்லாம், நோய் இன்னது என்பதைத்

தெரிந்துகொள்வதில்தான் இருக்கிறது.

மனிதன் காட்டுமிராண்டியாக வாழ்ந்த காலத்திலிருந்து, அவனை விடாது தொடர்ந்து வரும் சில பண்புகள் சீனர்களின் சிந்தனாமுறையில் இன்றும் காணப்படுகின்றன. இந்தப் பண்புகள் யாவும் சீனர்களின் மருத்துவ முறையில் இடம்பெறுகின்றன. விஞ்ஞான முறையில் ஆராய்கிற பழக்கமில்லாத குறையால் 'உள்ளுணர்வு' அதன்பாட்டுக்குத் தங்குதடையின்றிச் சென்று, அடிக்கடி குழந்தைகளின் கற்பனாசக்தியின் அளவுக்கு வந்து விடுகிறது. சிற்சில விதமான சீன மருந்துகள் வார்த்தைகளை வைத்து விளையாடுகிற விளையாட்டையோ, ஏதோ ஒரு விசித்திரமான எண்ணப் போக்கையோ அடிப்படையாகக் கொண்டிருக்கின்றன. தேரைக்கு மேல்தோல் சுருங்கியிருப்பதால் தோல் தொடர்பான நோய்களைக் குணப்படுத்த அதைப் பயன்படுத்துகிறார்கள். மலையோரங்களில் குளிர்ந்த நீரோடு பொருந்திய ஆழமான குட்டைகளில் வாழும் ஒருவிதமான தவளை மனிதனின் உடலுக்குக் குளிர்ச்சியைக் கொடுக்கும் சக்தி வாய்ந்தது என்று எண்ணுகிறார்கள். சென்ற இரண்டு ஆண்டுகளாய், ஷங்காய் நகரிலுள்ள பத்திரிகைகள் செய்ச்சுவன் பிரதேசத்தில் உற்பத்தியாகும் நுரையீரல் போன்ற அமைப்புடைய ஒருவிதச் செடி, காசத்திற்குச் சிறந்த மருந்தென்று சொல்லி, அதைப்பற்றிப் பிரமாதமாக விளம்பரப்படுத்தி வருகின்றன. இது இந்த முறையிலேயே தடங்கலின்றிச் சென்றுகொண்டிருக்கிறது. பள்ளி மாணவன் கோழிக்குஞ்சின் விரல்களைத் தின்றால், தான் படிக்கிற புத்தகங்களின் பக்கங்களைப் புரட்டுகிற பழக்கம் அவனுக்கு ஏற்பட்டுவிடும் என்று எண்ணுகிற அளவுக்கு இது வந்துவிட்டது.

வார்த்தைகளின் சக்தியில் வைக்கிற இந்த மூடநம்பிக்கையைச் சீனர்களின் வாழ்க்கையின் அனைத்துப் பகுதிகளிலும் காணலாம். ஏனெனில், இங்கே நாம் பார்ப்பது தர்க்கமுறையுமல்ல, பொது அறிவுமல்ல. ஆனால், காட்டுமிராண்டியாக வாழ்ந்த காலத் திலிருந்து விடாது தொடர்ந்து வந்திருக்கும் மனநிலையையே நாம் இங்கே காண்கிறோம். இந்த மனநிலை உண்மையிலிருந்து விளையாட்டுத்தனமான கற்பனையைப் பிரித்துப்பார்க்கும் திறனற்றது; அப்படிப் பிரித்துப் பார்ப்பதில் அதற்குச் சிரத்தையும் இல்லை. பூவேலை செய்வதற்கு வெளவாலும் மானும் நல்ல

விசயங்களாகின்றன. இவற்றைப் பொது மக்கள் பெரிதும் விரும்புகிறார்கள். ஏனெனில் வெளவால் (ப) என்ற வார்த்தைக்கு 'அதிர்ஷ்டம்' என்ற பொருளும், மான் (லு) என்ற வார்த்தைக்கு 'உத்தியோக அதிகாரம்' என்ற பொருளும் இருக்கின்றன. மணச் சடங்கு முடிந்த பிறகு, சீனத் தம்பதிகள் பன்றியின் இதயத்தைச் சமைத்து இருவரும் விருந்துண்கிறார்கள். ஏனென்றால், அதே முறையில் அவர்களும் அதே இதயத்தைப் பெறப் போகிறார்கள். 'ஒற்றுமை' என்ற பொருளைக் குறிக்கும் வார்த்தை 'அதே இதயம்' என்பது.

இதை எவ்வளவு தூரம் உண்மையாகவே நம்புகிறார்கள், எவ்வளவு தூரம் வேடிக்கையான வெறும் கற்பனையாக எண்ணு கிறார்கள் என்று சொல்வது சிரமமான செயல். சில காரியங்களைச் செய்யக் கூடாது; செய்தால் ஏதோ தீமை நேர்ந்துவிடும் என்று காரணமின்றி நம்புவது உண்டல்லவா? இந்த நம்பிக்கையை உண்மையென்று எண்ணுகிறார்கள் என்பது வெளிப்படை. ஏனெனில், படகில் போகிற காலத்தில் உணவருந்தும்போது மீனைப் புரட்டிப்போட்டால், அப்போது படகோட்டியின் முகத்தில் கவலைக் குறியைக் காண்போம். காரணம் என்ன வென்றால், படகைப் புரட்டிப் போடுவதை, அதாவது கவிழ்ப்பதை அது குறிக்கிறதாம். இது உண்மையா அல்லவா என்பதை அவன் அறியான். ஆனால், 'மக்கள் அப்படிச் சொல்கிறார்கள்.' இது உண்மைதானா என்று சரிபார்க்கிற ஆராய்ச்சியில் அவனுக்கு அக்கறையில்லை. உண்மையும் கற்பனையும் கலக்கிற எல்லைப் புறத்தில் தோன்றுகிற மனநிலை இது. இந்த எல்லைப்புறத்தில் உண்மையும் கற்பனையும், கனவுகண்டவர் சொல்லும் கதையில் நிகழ்வதுபோலக் கவிச்சுவை பொருந்திய முறையிலும், இன்பத்தையளிக்கிற முறையிலும் ஒன்றோடொன்று கலந்து இருக்கின்றன.

6. கற்பனை

இந்த வெள்ளை மனப்பான்மையை நாம் தெரிந்துகொள்ள வேண்டும். அதுதான் சீனர்களின் கற்பனா சக்தி. மதம் என்கிற உலகங்களுக்கு நம்மைக் கொண்டு செல்வதும் அதுதான். மதம் என்ற சொல்லால் ஒரு நல்ல சொர்க்கத்தையும், சூடான

நரகத்தையும், உயிரோடிருக்கும் உண்மையான ஆவிகளையுமே நான் குறிப்பிடுகிறேன். கடவுள் மூவரில்லை, ஒருவர் தான் என்று சொல்லுகிற போஸ்டன் கிறிஸ்துவர்கள் கூறும் 'சொர்க்கத்தின் சாம்ராஜ்யம் எல்லாம் உன்னிடமே இருக்கிறது' என்பதை நான் குறிப்பிடவில்லை. மாத்தியூ ஆர்னால்ட், 'நேர்மையான வாழ்க்கை வாழ்வதற்கு உதவி செய்யும் சக்தி நம்மிலும், நம்மைச் சுற்றிலும் இருக்கிறது' என்று சொல்கிறார். உருவமற்ற, யாரையுமே குறிக்காத இந்த சக்தியில் நம்பிக்கை வைப்பதையும் நான் குறிப்பிடவில்லை.

கல்வியில்லாதவர்கள்தான் இந்தக் கற்பனையுலகில் திரிகிறார்கள் என்பதன்று. இந்த ஆவிகள் எல்லாம் ஏதோ உண்மையான காரியங்கள்தாம் என்கிற வெள்ளை மனப்பான்மை கன்பூசியஸிடமும் இருந்திருக்கிறது. 'வீட்டில் தென்மேற்கு மூலையிலிருக்கும் தெய்வத்தை மகிழ்விக்க வேண்டுமென்றால், சமையலறைத் தெய்வத்தை மகிழ வைப்பது நல்லது' என்று அவர் சொல்கிறார். சாதாரண மனிதர்களைப்பற்றிப் பேசுவது போல, ஆவிகளைப்பற்றி அவர் பேசுவதில் உண்மையாகவே ஒருவித அழகு இருக்கிறது. 'ஆவிகள் உங்கள் முன்னிலையில் இருப்பதாகவே நினைத்துக்கொண்டு, அவற்றுக்கு நிவேதனம் செய்யுங்கள்,' 'ஆவிகளுக்கு மரியாதை செலுத்துங்கள்; ஆனால், அவற்றை அண்மையில் நெருங்கவிடாதீர்கள். தன் வழியில் ஆவிகள் வந்து தலையிடாமலிருந்தால் அவை இருந்துவிட்டுத்தான் போகட்டுமே' என்பது அவர் எண்ணம்.

டாங் பரம்பரை காலத்தில், கன்பூசியஸின் சிறந்த சீடராக இருந்த ஹான்யு, இந்த வெள்ளை மனப்பான்மையைத் தொடர்ந்து காட்டி வந்தார். இந்தச் செயலுக்காக உத்தியோகத் தோரணையில் அவரைக் கண்டித்து, ஸ்வாடோ என்று இப்போது சொல்கிற இடத்திற்குப் பக்கத்தில் ஒரு நீதிபதி வேலை பார்க்கும்படி அவரை வற்புறுத்தினார்கள். முதலைகள் கண்டபடி அதிகப்பட்டதனால் இந்த மாவட்டம் ஒரு சமயம் கஷ்டப்பட்டுக்கொண்டிருந்தது. அந்தச் சமயத்தில் முதலைகளுக்குப் பண்டிதர்களின் மொழியில் ஒரு விண்ணப்பத்தை எழுதி இவர் சமர்ப்பித்தார். முதலைகள் இவருடைய இலக்கியச் சுவை பொருந்திய நடையைப் போற்றியதாகத் தோன்றுகிறது (ஏனெனில், சீனாவின் வரலாற்றிலேயே,

சிறந்த எழுத்தாளர்களில் இவரும் ஒருவர்). போற்றியதோடன்றி, முதலைகள் அங்கிருந்தும் மறைந்தும்விட்டனவாம். அவை மறைந்த விசயத்தை இவரே எழுதியிருக்கிறார். இதை இவர் உண்மையாகவே நம்பினாரா, அல்லவா என்று கேட்பதில் பயனில்லை. இந்தக் கேள்வியைக் கேட்டால், நிலைமையை முற்றிலும் தவறாக அறிந்துகொள்வது என்பதுதான் அதற்குப் பொருளாகும். இந்தக் கேள்விக்குப் பெரும்பாலும் அவர் கீழ்வருமாறு பதிலளிக்கலாம்: இது உண்மையென்று எனக்கு எப்படித் தெரிய முடியும்? ஆனால், இது உண்மையல்லவென்று உங்களுக்கு எப்படித் தெரியும்? மனத்தின் ஆற்றல்களை வரையறுத்துச் சொல்ல முடியாது என்பதை வெளிப்படையாக ஒப்புக்கொள்கிற நாத்திகமுறைதான் இது. ஆதலால், இது அந்தப் பிரச்சினையையே ஒதுக்கித்தள்ளிவிட்டது.

ஹான்யு சிறந்த அறிவாளி; மூடநம்பிக்கையில் ஆழ்ந்தவரும் இல்லை. இந்தியாவிலிருந்து புத்தருடைய எலும்புகளைத் திரும்பக்கொண்டுவர ஒரு குழுவை அனுப்பத் தீர்மானித்திருந்த சக்கரவர்த்தியை, அவ்விதம் செய்ய வேண்டாமென்று தமது புகழ்வாய்ந்த கட்டுரைமூலம் தடை செய்தவர் இவர். முதலைகளுக்கு விண்ணப்பம் எழுதிய சமயத்தில், அவர் தமக்குள்ளே சிரித்துக்கொண்டுதான் அவ்விதம் செய்தார் என்பது நிச்சயம். இதற்கு அடுத்த பரம்பரையில் வசித்த சூமா வெங்கங் போன்ற, இவரைவிடத் தீவிரமான அறிவியல்வாதிகள் இருந்திருக்கிறார்கள். சூமா வெங்கங், புத்த மதத்தில், நரகம் ஒன்று இருப்பதாகச் சொல்வதைப் பொய்யென்று நிரூபிக்க முயன்றார். புத்த மதத்தைப் பற்றிக் கேள்விப்படும் முன்பு சீனர்கள் நரகம் என ஒன்று இருப்பதாகக் கனவுகூடக் காணவில்லையே, அது ஏன் என்று அவர் கேட்டார். ஆனால் இந்த மாதிரியான அறிவியல்வாதம் சீனர்களின் மனப்போக்கைப் பொதுவாக எடுத்துக்காட்டுகிறதென்று சொல்ல முடியாது.

சீனப் பண்டிதர் தம் கற்பனையிலிருந்து உருவாக்கியிருக்கிற அழகிய பெண் ஆவிகள்தாம் சீனர்களின் கற்பனாசக்திக்கு மிகப் பொருத்தமான படைப்புகள் என்று எனக்குத் தோன்றுகிறது. 'ஒரு சீன ஓவியரின் அறையிலிருந்து கிடைத்த விபரீதமான கதைகள்' என்ற புத்தகம் இதற்கு ஒரு நல்ல எடுத்துக்காட்டு. தீமைக்கும்

அவமானத்திற்கும் உள்ளான பெண் பிசாசுகளும் ஆவிகளும் வீட்டு வேலைக்காரியிடம் புகுந்து உயிரோடிருப்பவர்களிடம் தங்கள் குறைகளைத் தெரிவித்துக்கொள்கின்றன. இறந்த காதலி திரும்பவும் காதலனை அடைந்து குழந்தைகளையும் பெறுகிறாள். மேலே சொன்ன கதைகள் இந்த ரகத்தைச் சேர்ந்தவையே. மனிதப் பண்புகளோடு பொருந்திய இந்தக் கதைகளைச் சீனர்கள் பெரிதும் விரும்புகிறார்கள். ஏனெனில், சீன ஆவிகள் வியக்கத்தக்க அளவு மனித இயல்பு பொருந்தியவை யாக இருக்கின்றன; பெண் ஆவிகளோ என்றால், வியக்கத்தக்க அளவு வசீகரம் பொருந்தியவையாக இருக்கின்றன. அவை காதலிக்கின்றன; பெருமையடைகின்றன; சாதாரணமான மனித வாழ்வில் பங்குகொள்ளவும் செய்கின்றன.

பண்டிதர்கள் இரவில் தங்கள் அறையில் தனியாக இருக்கும் போது பயப்படவேண்டிய ரகத்தைச் சேர்ந்தவையல்ல இந்த ஆவிகள். விளக்கு மங்கலாக எரிகிறது; பண்டிதர் தூக்கத்தில் ஆழ்ந்திருக்கிறார்; அப்போது, பட்டாடையின் சத்தத்தைக் கேட்டு விழிக்கிறார். அவருக்குமுன் பதினாறு பதினேழு வயதுள்ள பெண் ஒருத்தி நாணத்தோடு நிற்கிறாள். அவள் பார்வையில் ஓர் ஆவல் காணப்படுகிறது. அவளைச் சுற்றிலும் ஓர் அமைதி. புன்முறுவலோடு அவரைப் பார்த்துக்கொண்டு நிற்கிறாள். பெரும்பாலும் அவள் உணர்ச்சி மிகுந்தவளாகவே காணப்படுகிறாள். ஏனெனில், தனிமையாகவுள்ள பண்டிதர்களின் விருப்பங்களை மானசீகமாகப் பூர்த்திசெய்துகொள்ளுவதற்காக ஏற்பட்ட கதைகளே இவை. ஆனால், எப்படியோ புத்திசாதுரியமாகப் பலவகையான தந்திரங் களைக் கையாண்டு அவள் அவருக்குப் பணம் கொண்டுவந்து கொடுக்கிறாள். மேலும் வறுமைப்பட்ட காலத்தில் அவருக்கு உதவி செய்கிறாள். நோய்வாய்ப்படுங் காலத்தில் இன்றைய செவிலியர் பார்த்துக்கொள்வதைவிட மிகுந்த பரிவோடு அவள் அவரைக் கவனித்துக்கொள்கிறாள். இதைவிடப் புதுமையான விசயம் என்னவென்றால், அவருக்காகப் பணத்தை மீத்துவைக்க வும் சில சமயம் அவள் முயல்கிறாள். அவர் இல்லாத சமயத்தில் மாதக் கணக்காக, ஆண்டுக் கணக்காக, அவள் பொறுமையோடு அவரது வரவை எதிர்நோக்கி நிற்கிறாள். கற்புப் பிறழாமல் அவளால் நிச்சயமாக வாழ முடியும். இவர்கள் இருவரும் சேர்ந்து

வாழுங் காலம் சில நாள்கள் அல்லது சில வாரங்கள்வரை நீடிக்கும். சில சமயத்தில் அவள் பல குழந்தைகளைப் பெறுகிறவரை அதாவது ஒரு தலைமுறைவரை அது நீடிப்பது முண்டு. இந்தக் குழந்தைகள் தேர்வுகளில் வெற்றியடைந்த பிறகு தாயைப் பார்க்கத் திரும்பி வருகிறார்கள். ஆனால், அந்த அற்புதமான மாளிகை எங்கோ மறைந்துவிடுகிறது; அது இருந்த இடத்தில் மிகப் பழமையான புதைகுழியும், அதற்குப் பக்கத்தில் ஒரு பொந்தும் இருக்கின்றன. இந்தப் புதைகுழி கிழட்டுத் தாய் நரி ஒன்றின் புதைகுழியாகும். இவற்றைத்தான் அந்தக் குழந்தைகள் பார்க்கிறார்கள். ஏனெனில், சீனர்கள் ஆனந்தத்தோடு கதை சொல்கிற நரி ஆவிகளில் ஒன்றுதான் அவள். சில சமயம் அவள் ஒரு குறிப்பைவிட்டுப் போவதுமுண்டு. என் குழந்தை களாகிய உங்களைப் பிரிய வருத்தமாயிருக்கிறது. இருந்தாலும் நான் ஒரு நரிதான்; மனித வாழ்க்கையை அனுபவிக்க விரும்பினேன்; இப்போது, நீங்கள் எல்லாவித வசதிகளோடு இருப்பதைக் கண்டு நன்றி உள்ளவளாய் இருக்கிறேன். நீங்கள் என்னை மன்னிப்பீர்க ளென்று நம்புகிறேன் என்று அவள் அந்தக் குறிப்பில் எழுதி இருப்பாள்.

இந்த மாதிரிக் கற்பனைகள் சீனர்களுக்கே சிறப்பாகவுள்ள ஒரு செய்தி. இது விண்ணையளக்கும் ரகத்தைச் சேர்ந்த கற்பனா சக்தியல்ல. ஆனால், தான் படைக்கும் பொருள்களுக்கும் மனிதஇயல்புக்கும் ஒத்ததான உணர்ச்சிகளையும் துன்பங்களையும் இது கொடுக்கிறது; கற்பனைப் பொருளை உண்மையென்று ஒப்புக்கொள்ளும் ஞானோதயம் பெறாத நல்ல குணம் இதனிடம் இருக்கிறது; முழுமையாக அறிவுக்குப் பொருத்தமான முறையிலும், அதில் நடக்கும் ஒவ்வொரு நிகழ்ச்சியும் முழுமையாக விளங்கக் கூடிய முறையிலும் அமைந்த உலகத்தை இது விரும்பவில்லை. சீனர்களின் கற்பனையில் காணும் இந்தக் குணம் மற்றவர்களுக்கு அவ்வளவாகத் தெரிகிறதேயில்லை. இதை விளக்க, டாங் பரம்பரையிலிருந்துவரும் ச்யென்னியாங்கின் கதையை மொழி பெயர்த்து இங்கே தருகிறேன். இந்தக் கதை உண்மையானதா, அல்லவா என்பதைப் பற்றி எனக்கொன்றும் தெரியாது. ஆனால், இது 690 ஆண்டுகளுக்குக் கொஞ்சம் முன்பின்னாக வூஹங் சக்கரவர்த்தி அரசாண்ட காலத்தில் நிகழ்ந்தது. சீனர்களின்

நாவல்கள், நாடகங்கள் இன்னும் பல ஆசிரியர்கள் எழுதிய புத்தகங்களெல்லாம் இந்த ரகத்தைச் சேர்ந்த கதைகளாகவே இருக்கின்றன. இந்தக் கதைகளில் எல்லாம் இயற்கைக்கு அப்பாற்பட்ட ஒரு செயலை மனிதப்பண்புகளோடு பொருத்தி நம்பும்படிச் செய்திருக்கிறது.

ச்யென்னியாங் ஹுனானில் உயர் அதிகாரியாக இருந்த என் சாங் யியின் புதல்வி. இவளுக்கு வாங் செள என்ற பெயருடைய அத்தை மகன் ஒருவன் இருந்தான். இவன் ரொம்ப புத்தி நுட்ப முள்ளவனாகவும் அழகாகவும் இருந்தான். குழந்தைப் பருவத் திலிருந்தே இருவரும் ஒன்றாக வளர்ந்தார்கள். அந்தச் சிறுவன் மீது அவள் தகப்பனாருக்கு அதிக அன்பு. எனவே, அவனையே தனது மருமகனாக்கிக்கொள்ளப் போவதாக அவர் சொல்லி வந்தார். இந்த வாக்குறுதியை இருவரும் அறிவர். அவள் ஒரே குழந்தையாதலாலும், இருவரும் பக்கத்தில் இருந்தபடியாலும் இருவருக்கும் இடையே காதல் வளரத் தொடங்கியது. இப்போது இருவரும் பக்குவமடைந்துவிட்டார்கள். மேலும் ஒருவரோடொருவர் மிகவும் நெருங்கிய தொடர்பு வைத்துக்கொள்ளத் தலைப் பட்டார்கள். வாய்ப்புக்கேடாக, இந்த விசயத்தைக் காணத் தவறிவிட்டார் அவள் தகப்பனார். ஒரு நாள் ஓர் இளம் அதிகாரி அவளைத் தனக்கு மணம் செய்ய வேண்டுமென்று கேட்க வந்தான். தான் முன்பு செய்த வாக்குறுதியை மறந்து அல்லது அலட்சியம் செய்து, அவள் தந்தை அவனுக்கு இணங்கி, உறுதி கூறிவிட்டார். ச்யென்னியாங்குக்கு ஒரு பக்கம் காதல்; இன்னொரு பக்கம் தந்தைக்குக் கட்டுப்பட வேண்டுமென்ற எண்ணம். இவை இரண்டுக்கும் இடையே தத்தளித்து துக்கத்தினால் இறந்து விடுவாள் என்று தோன்றியது. அந்த இளைஞனுக்கோ என்றால், வாழ்க்கையிலேயே ஒரு வெறுப்புத் தட்டிவிட்டது. தனது காதலியை அயலான் ஒருவன் மணப்பதை வீட்டிலிருந்து பார்த்துக்கொண்டிருப்பதைவிட, வெளியே கிளம்பிவிடுவது உத்தமம் என்று அவன் முடிவுக்கு வந்தான். எனவே, தலைநகருக்குத் தான் போகவேண்டியிருக்கிறதென்று ஏதோ காரணத்தை மாமனிடம் சொன்னான். மாமனும் அவனைத் தடைசெய்ய முடியாதபடியால் அவனுக்குப் பணமும் பரிசுகளும் அளித்து, அவன் போவதையொட்டி ஒரு விருந்தும் நடத்தினான். வாங்

செளவுக்குத் தன் காதலியைப் பிரிய மனமே இல்லை. விருந்துண்ணும் போதே எல்லா விசயங்களையும் திரும்பவும் எண்ணிப் பார்த்தான். காரியத்துக்கு உதவாத காதலை நீடித்துக் கொண்டு போவதைவிட, வெளியே சென்றுவிடுவதுதான் உத்தமம் என்று தனக்குள்ளே சொல்லிக்கொண்டான்.

எனவே, ஒரு நாள் பிற்பகல் வாங் செள ஒரு படகில் புறப்பட்டான். அவன் சில மைல் தூரந்தான் சென்றிருப்பான்; அதற்குள் இருள் கவிந்துகொண்டது. கரையில் படகைக் கட்டிவிட்டு, இரவு ஓய்வெடுத்துக்கொள்ள வேண்டுமென்று படகோட்டியிடம் அவன் சொன்னான். அன்று இரவு அவனுக்குத் தூக்கமே வரவில்லை. நடு நிசி; யாரோ, வேகமாக நடந்து வருகிற சத்தம் அவன் காதில் விழுந்தது. கொஞ்ச நேரத்தில் அந்தச் சத்தம் படகுக்குப் பக்கத்தில் கேட்டது. அவன் எழுந்து, 'இந்த நள்ளிரவில் யார் அங்கே?' என்று கேட்டான். 'நான்தான் ச்யென்னியாங்' என்று பதில் வந்தது. அவனுக்கு ஒரே வியப்பு: தான் எதிர்பார்த்த அளவையெல்லாம் கடந்த ஓர் இன்பம். அவளைப் படகுக்கு அழைத்துவந்தான். படகுக்கு வந்தவுடன், தான் அவனையே மணப்பதாக நம்பியிருந்ததாகவும் தன் தகப்பனார் அவன் விசயத்தில் மிகவும் நியாயமில்லாமல் நடந்துகொண்டிருக்கிறார் என்றும், தான் அவனைப் பிரிந்திருக்க முடியாது என்றும் அவள் சொன்னாள். முன்பின் தெரியாத இடங்களுக்குத் தனிமையில் செல்லவேண்டியதிருப்பதால், அவனுடைய உயிருக்கே தீங்கு நேரிட்டுவிடுமோ என்றும் அவள் அஞ்சினாள். இந்தக் காரணங்களையெல்லாம் முன்னிட்டு, சமூகத்தாரின் பழிச் சொல்லையும், பெற்றோரின் கோபத்தையும் பொருட்படுத்தாமல், அவன் எங்கு சென்றாலும் அவனுடனேயே செல்வது என்று தீர்மானமாக வந்துவிட்டாள். எனவே, ஒன்றுசேர்ந்ததில் இருவருக்கும் மகிழ்ச்சி. அவர்கள் செக்குவென் என்ற மாகாணத் திற்குப் புறப்பட்டார்கள்.

ஐந்து ஆண்டுகள் மகிழ்ச்சியாகக் கழிந்தன. அவள் இரண்டு புதல்வர்களைப் பெற்றாள். ஆனால், அவர்கள் குடும்பத்திலிருந்து அவர்களுக்கு ஒரு செய்தியும் எட்டவில்லை. அவள் நாள்தோறும் தனது பெற்றோரைப்பற்றி நினைக்கத் தொடங்கினாள். இதுதான் அவர்களின் மகிழ்ச்சிக்கு குறுக்கே நின்றது. தனது பெற்றோர்

உயிரோடு நலமாக இருக்கிறார்களா அல்லவா என்ற விசயம் அவளுக்குத் தெரிய முடியாதல்லவா? ஒரு நாள் இரவு தனக்கு மகிழ்ச்சி என்பதே இல்லையென்றும், பெற்றோர்களுக்கு ஒரே குழந்தை என்ற முறையில் வயது வந்த காலத்தில், அவர்களைத் தனிமையில் விட்டுவந்தது பெரிய குற்றத்தைச் செய்தது போலத் தோன்றுகிறதென்றும், அவள் வாங்செளவிடம் சொன்னாள். 'பெற்றோரிடம் நீ விசுவாசமாக இருக்க வேண்டுமென்று நினைக்கிறாய் என்பது எனக்குத் தெரியும். நீ எண்ணுவது சரியென்றுதான் எனக்கும் தோன்றுகிறது. ஆனால், இப்போது ஐந்து ஆண்டுகள் ஆகிவிட்டன. இன்னும் அவர்கள் நம்மீது கோபமாக இருக்கமாட்டார்களென்றே தோன்றுகிறது. ஏன் வீட்டுக்குப் போகக் கூடாது?' என்று அவன் கேட்டான். இதைக் கேட்ட ச்யென்னி யாங்குக்கு மகிழ்ச்சி தலைகால் தெரியவில்லை. இரண்டு குழந்தைகளோடும் ஊருக்குப் போவதற்கு அவர்கள் ஆயத்தமானார்கள்.

படகு அவருடைய ஊர்வந்து சேர்ந்தவுடன் 'உன் பெற்றோர் களின் மனநிலை எப்படியிருக்கிறதோ தெரியவில்லை. எதற்கும் முதலில் நான் போய்ப் பார்த்து வருகிறேன்' என்று வாங் செள ச்யென்னியாங்கிடம் சொன்னான். மாமனார் வீட்டுக்குப் பக்கத்தில் சென்றதும், அவன் நெஞ்சு படபடவென்று அடித்துக் கொண்டது. மாமனாரைக் கண்டதும் வாங் செள மண்டியிட்டு வணங்கி, தன்னை மன்னிக்க வேண்டுமென்று கெஞ்சினான். இதைக்கேட்டு சாங்யிக்கு ஒரே வியப்பாகப் போய்விட்டது. 'நீ என்ன பிதற்றுகிறாய்? நீ சென்றதிலிருந்து ச்யென்னியாங் உணர்வற்றுப் படுத்த படுக்கையாகக் கிடக்கிறாள். அவள் படுக்கையைவிட்டு எழுந்திருக்கவே இல்லையே' என்று அவர் சொன்னார். 'நான் பொய் சொல்லவில்லை. அவள் நல்ல உடல் நலத்தோடு படகில் அல்லவா காத்துக்கொண்டிருக்கிறாள்' என்றான் வாங் செள.

சாங் யிக்கு ஒன்றுமே புரியவில்லை. எனவே, ச்யென்னி யாங்கைப் பார்த்து வரும்படி அவர் இரண்டு பணிப் பெண்களை அனுப்பிவைத்தார். அந்தப் பணிப் பெண்கள் படகில் அவள் நன்றாக ஆடையணிந்து மகிழ்ச்சியாக இருப்பதைக் கண்டார்கள். பெற்றோர்களிடம் தனது அன்பைத் தெரிவிக்கும்படியும் அவள்

அந்தப் பணிப் பெண்களைக் கேட்டுக்கொண்டாள். அவர்களுக்கு ஒன்றும் புரியவில்லை; செய்தியைச் சொல்ல வீட்டுக்கு ஓடினார்கள்; இதைக் கேட்ட சாங்யிக்குக் குழப்பமும் வியப்பும் இன்னும் அதிகமாயின. இதற்கிடையில் படுக்கையில் படுத்துக் கொண்டிருந்த ச்யென்னியாங் இந்த சமாசாரத்தைக் கேட்டாள். அவள் நோயெல்லாம் எங்கோ பறந்துவிட்டது. கண்கள் ஒளிபெற்றன. படுக்கையிலிருந்து எழுந்தாள்; கண்ணாடிக்கு முன்நின்று ஆடை முதலியவற்றால் தன்னை அலங்கரித்துக் கொண்டாள். ஒருவரிடமும் ஒன்றும் சொல்லாமல், புன்சிரிப் போடு படகு இருந்த இடத்துக்கு வந்தாள். படகில் இருந்தவள் வீட்டை நோக்கிக் கிளம்பினாள். இருவரும் ஆற்றங்கரையில் சந்தித்தார்கள். இருவரும் ஒருவரையொருவர் வெகு சமீபத்தில் நெருங்கியவுடன் அவர்கள் உடல்கள் ஒன்றோடொன்று மயங்கி ஓர் உடலாயின; அவர்கள் ஆடைகள் இரண்டாக இருந்தன. பழைய ச்யென்னி யாங் இளமையும் அழகும் ததும்ப அங்கே நின்றாள்.

அவள் பெற்றோருக்கு மட்டற்ற மகிழ்ச்சி. ஆனால், இந்த இரகசியத்தைப் பக்கத்து வீட்டுக்காரர்களிடம் சொல்லக் கூடாது என்று தங்கள் பணிப் பெண்களுக்கு அவர்கள் உத்தரவிட்டார்கள். பக்கத்து வீட்டுக்காரர்களுக்குத் தெரிந்துவிட்டால், பிறகு ஊர் வாயை மூட முடியுமா? எனவே, ச்யென்னியாங்கின் நெருங்கிய உறவினர்களைத் தவிர வேறு யாருக்கும் இந்தப் புதுமை நிகழ்ச்சி பற்றி ஒன்றுமே தெரியாது.

வாங் சௌவும் ச்யென்னியாங்கும் நாற்பது ஆண்டுகள் கணவனும் மனைவியுமாக வாழ்ந்து ஈடேற்றம் அடைந்தார்கள்.

உலகம் முழுமையாக விளங்குகிற நிலையில் இல்லாமலிருப்பதும், இம்மாதிரியான கற்பனா சக்திக்கு இடமிருப்பதும் நல்லதற்கு என்றுதான் தோன்றுகிறது. கற்பனா சக்தியின் சரியான பயன்பாடு என்னவென்றால் அது உலகத்தை அழகுபடுத்திக் காட்டுவதே யாகும். ஏனெனில், நமது ஒழுக்க வாழ்க்கையில் மனிதனுடைய மூளை, உலகத்தை மனித வாழ்விற்குகந்த நிறைவான ஓர் இடமாக மாற்ற பயன்படுத்தப்படுகிறது. அதே மாதிரி தமது கலை வாழ்க்கையில், சாமானியமாக நாள்தோறும் நாம் காணும்

உலகத்தை, கலையின்பம் ததும்பும் ஓர் இடமாக மாற்றுவதற்கு கற்பனாசக்தி அதை அழகு என்கிற திரையால் போர்த்துகிறது. சீனாவில், வாழ்க்கை என்கிற கலை ஓவியம் வரைவது போன்ற கலைகளைப் போலவே பாவிக்கப்படுகிறது. பதினேழாம் நூற்றாண்டின் இறுதியில், லி லிவெங் என்ற சீன ஆசிரியர் நாடகத் தோரணையில் கீழ்வருமாறு வெளியிட்டார்:

முதலில் ஓவியத்தில் குன்றுகளைப் பார்க்கிறோம். பிறகு, குன்றுகளில் ஓவியத்தைப் பார்க்கிறோம்.

கற்பனாசக்தி, துன்பத்தையும் வறுமையையும் சிந்திக்கும்போதே அவற்றை அழகான பொருள்களாகச் செய்துவிடுகிறது. இதை து புவின் கவிதையில் நாம் தெளிவாகக் காணலாம். ஏனெனில், அழகுத் தெய்வம் குடிசைகளிலும், விட்டில்களிலும், தட்டானின் இறக்கைகளிலும் வசிக்கிறது. இவற்றையெல்லாம் விடப் புதுமையானது என்னவென்றால், அது மலைப் பாறைகளிலும் வசிக்கிறது. இந்த மலைப்பாறைகள் வேனிஸ் நகரிலோ, ப்ளாரென்ஸ் நகரிலோ செதுக்கி வைத்திருக்கும் கற்கள் அல்ல; ஆனால் இவை பண்படுத்தாமல் கரடுமுரடாக அப்படியே யிருக்கும். இயற்கையின் கைவேலை; நாம் கலையின்பத்தைப் பெறுவதற்குத் தாய் ஊற்றாயுள்ள இயற்கையின் தோற்றத்தை ஒட்டி அமைந்திருக்கும் பொருத்தம் இவற்றில் இன்னும் இருக்கிறது. கடிகாரம் ஓடிக்கொண்டிருக்கிற சத்தத்தை அனுபவிப்பது சீனர்களின் மனதின் வளர்ச்சி அடைந்த நிலை என்று சொல்லலாம்.

உண்மையில், சீனர்களின் மனம் விதியின் ஆட்சிக்குட்பட்ட, நிலையற்ற உலகத்திலிருந்து பெறக்கூடிய இன்பம் அனைத்தையும் எப்படிப் பிழிந்து எடுத்துக்கொள்வதில் ஆவல் காட்டுகிறதோ, அப்படியே சாமானியமான ஒரு கூழாங்கல்லிலும் அழகைக் காணுவதில் அது கண்ணும் கருத்துமாயிருக்கிறது. உள்நாட்டுக் கலகம் பிரமாதமாக வெளியே நடந்துகொண்டிருக்கும். இந்த நிலையிலும், ஒரு சீனர் தனிமையாக அமைந்துகிடக்கும் கரடு முரடான பாதையைச் சித்திரித்திருக்கும் படத்தையோ, ஒரு பூனை வீட்டில் ஒன்றைப் பார்த்துக்கொண்டிருக்கும் சித்திரத்தையோ தனது வீட்டின் சுவரில் தொங்கவிட்டு, அதைப் பார்த்துக்

கொண்டே சிந்தனை உலகில் ஆழ்ந்துவிடுவார். சாமானிய வாழ்க்கையில் அழகைக் காணுவதுதான் வேோர்ட்ஸ்வொர்த் என்ற ஆங்கிலக் கலைஞரின் கற்பனா சக்திக்கும், சீனரின் கற்பனா சக்திக்கும் உள்ள தனிமதிப்பாகும். ஏனெனில், உணர்ச்சியில் எல்லா ஆங்கிலக் கவிஞர்களையும்விட, சீனர்களின் மன நிலையை மிகுதியும் பெற்றிருப்பவர், வொர்ட்ஸ் வொர்த்தே. 'மழைத்துளி விழுகிறதேயென்று நீ ஓடாவிட்டால், அது எவ்வளவு அழகாய் இருக்கிறது என்பதை நீ காண்பாய்' என்று மிங் பரம்பரை காலத்தின் இறுதியில் வாழ்ந்த ஹ்சியோ ஹிஹ்வி எழுதினார். சுதந்திரமான முறையில் தினசரிக் குறிப்பு எழுதுகிற பாணியைப் பற்றி அவர் குறிப்பிட்டார். ஆனால், அது இலக்கியம் தொடர்பான கொள்கை என்பது மட்டுமல்ல; வாழ்க்கையின் கொள்கையும் அதுவேயாகும்.

4

வாழ்க்கை இலட்சியங்கள்

1. சீனரின் மனிதநேயம்

சீனர்களின் வாழ்க்கை இலட்சியத்தை அறிவதற்கு, அவர்களின் மனிதநேயத்தை அறிவது அவசியம். 'மனிதநேயம்' (மனிதப் பண்பு)என்ற வார்த்தை இரு பொருள்களைக் குறிக்கிறது. எனினும், சீனர்களின் மனிதப்பண்பு ஒரு குறிப்பிட்ட பொருளை மட்டுமே குறிக்கிறது. முதலாவதாக, மனித வாழ்க்கையின் குறிக்கோளைக் குறிக்கிறது. இரண்டாவதாக, இந்தக் குறிக்கோளை அடைய முயலும் சாதனத்தைக் குறிக்கிறது. மூன்றாவதாக, மனிதன் நியாயமாக நடந்துகொள்வதன்மூலம் அதாவது, பொது அறிவை அடிப்படையாகக்கொண்டு, மத உணர்வோடு நடப்பதை அது குறிப்பிடுகிறது.

வாழ்க்கையின் பொருள் குறித்தப் பிரச்சினை மேலைநாட்டுத் தத்துவ ஆசிரியர்களைப் பெரிதும் குழப்பத்திற்கு உட்படுத்தி இருக்கிறது. இது தீர்த்துவைக்க முடியாத பிரச்சினையாகத்தான் இன்னும் இருக்கிறது. கொசு, டைபாய்டு வைரஸ் உள்பட எல்லாப் பொருள்களும் மனிதனுடைய நன்மைக்காகவே ஏற்பட்டுள்ளன என்கிற கொள்கையை அடிப்படையாகக்கொண்டு பார்க்கும்போது, வாழ்க்கையின் பொருளைத் தெரிந்துகொள்ள முடியாமலிருப்பது வியப்பல்ல. மனிதன் தன்னைப்பற்றிப் பெரிதாக எண்ணிக்கொள்கிறான். ஆனால், அவன் வாழ்கிற இந்த வாழ்க்கையில் துன்பமும் கவலையுமே அதிகமாக இருக்கின்றன. எனவே, இந்தப் பிறவியில் அடைந்த வளர்ச்சியை அடுத்த பிறவிக்கு மாற்றிவிடுகிற சித்தாந்தம் ஏற்பட்டது. இந்த உலக வாழ்க்கை அடுத்துவரும் வாழ்க்கைக்கு நம்மைத் தயார் செய்துகொள்ளுகிற காரியம் என்று மனிதன் எண்ணுகிறான்.

இந்த சித்தாந்தம் சாக்ரட்டீஸின் தர்க்கமுறையோடு ஒத்திருக்கிறது. கணவனுடைய பண்புகளைப் பண்படுத்துவதற்கு இயல்பான வழி முரட்டுத்தனமான மனைவியே என்று சாக்ரட்டீஸ் கருதினார். வாழ்க்கையின் சங்கடத்திலிருந்தும் தர்க்கரீதியாக இப்படித் தப்பித்துக்கொள்ள முயல்வது சிறிது நேரம் மனத்திற்கு அமைதி அளிக்கலாம். ஆனால், 'வாழ்க்கையின் பொருள் யாது?' என்ற நிலையான கேள்வி திரும்பவும் எழவே செய்கிறது. வேறு சிலர், ஜெர்மன் தத்துவ அறிஞர் நீட்சேயைப்போல, இந்தக் கேள்வியை நேராக எதிர்த்து நின்று, வாழ்க்கைக்கு ஒரு பொருள் இருக்கத்தான் செய்கிறது என்பதை ஏற்றுக்கொள்ள மறுக்கிறார்கள். முன்னேற்றம் என்பது வட்டம்போலச் சுற்றிச்சுற்றி வருகிற செயல் என்றும், மனிதன் சாதித்த செயல்களெல்லாம் காட்டுமிராண்டித்தனமான ஒரு நடனம் என்றும், சந்தைக்குப் போவதைப்போல அவை ஒழுங்கான விசயங்கள் அல்ல என்றும் இவர்கள் நம்புகிறார்கள். ஆனால், கடல் அலைகள் திரும்பத் திரும்ப வந்து கரையில் மோதுவதுபோல, 'வாழ்க்கையின் பொருள் யாது?' என்கிற கேள்வியும் திரும்பத் திரும்ப நிலையாகக் கிளம்பிக்கொண்டுதான் இருக்கிறது.

மனிதப் பண்பையறிவதில் வல்லுநர்களான சீனர்கள் வாழ்க்கையின் உண்மையான இலட்சியத்தைக் கண்டுபிடித்து விட்டதாகவும், அதை அவர்கள் உணரவும் செய்கிறார்கள் என்றும் நம்புகிறார்கள். சீனர்களுக்கு வாழ்க்கை இலட்சியம் மரணத்திற்குப் பிறகு ஏற்படுகிற வாழ்க்கையில் இல்லை. சாவதற்காக நாம் வாழ்கிறோம் என்று கிறிஸ்து மதம் போதிக்கிறது. இந்தப் போதனை சீனர்களுக்கு விளங்காத ஒரு காரியம். வாழ்க்கையின் இலட்சியம் நிர்வாண சித்தாந்தத்திலும் இல்லை; அது அறிவாராய்ச்சியில் அதிகமாகப் புகுந்துவிடுகிறது. ஒரு செயலை முடிப்பதன் மூலம் ஏற்படுகிற நிறைவு இது இல்லை; ஏனெனில், இந்த நிறைவு வெறும் படாடோபமானது. முன்னேற்றத்திற்காக முன்னேற்றம் என்பதிலும் வாழ்க்கையின் இலட்சியம் இல்லை; ஏனெனில், அது பொருளற்றது. உண்மையின் இலட்சியம் எளிய வாழ்க்கையை, சிறப்பாகக் குடும்ப வாழ்க்கையை அனுபவிப்பதிலும், ஒன்றுபட்ட சமுதாயத் தொடர்புகளை ஏற்படுத்திக்கொள்வதிலும்தான் இருக்கிறது என்று சீனர்கள் கொஞ்சம்கூடச்

சந்தேகத்திற்கு இடமில்லாமல், தெளிவாக முடிவு செய்துள்ளார்கள். பள்ளிக்கூடத்தில் குழந்தை முதன்முதலாகக் கீழ்வரும் பாட்டைக் கற்றுக்கொள்ளுகிறது:

> காலையில் தென்றல் காற்றில் மேகங்கள்
> மென்மையாக மிதந்து வருகின்றன.
> அங்குள்ள மலர்களில் என் மனதைப்
> பறிகொடுத்த வண்ணம் ஆற்றைக் கடந்து
> நான் சுற்றித் திரிகிறேன்.
> கிழவன் துள்ளித் திரிவதைப் பாருங்கள்
> என்று அவர்கள் சொல்லுவார்கள்.
> இன்பத்தின் எல்லையைக் கடந்து நிற்கிறது
> எனது உணர்வு என்பதை அவர்கள் அறியார்.

கவிதை புனையும்போது சீனர்களுக்கு ஏற்படுகிற ஓர் இன்பமான மனப்பாங்கை மட்டும் இது காட்டவில்லை. ஆனால், முழுமையான கூறுகளோடு பொருந்திய வாழ்க்கை இதுவே என்று சீனர்கள் கருதுகிறார்கள் என்பதையே இது காட்டுகிறது. சீனர்களின் வாழ்க்கை இலட்சியத்தின் ஒவ்வொரு கூறிலும் இந்த உணர்ச்சி பரவியிருப்பதைக் காணலாம். இந்த வாழ்க்கை இலட்சியம் ஒரேயடியாக மனக்கோட்டை கட்டவும் இல்லை; ஒரேயடியாக அறிவாராய்ச்சித் துறையில் புகுந்து விடவும் இல்லை; என்றாலும் இது மிகவும் உண்மையான இலட்சியம்; யாரும் எளிதில் புரிந்துகொள்ளும்படியான எளிய இலட்சியம். சாமானிய விசயங்களைத் தெரிந்துகொள்கிற சக்திவாய்ந்த சீனரின் மனதால் மட்டுமே இத்தகைய எளிய இலட்சியத்தை எண்ணிப் பார்த்திருக்க முடியும். ஆயினும், வாழ்க்கை இலட்சியம் என்பது அறிவுக்கும் ஆரோக்கியத்திற்கும் பொருத்தமான முறையில் அதை அனுபவிப்பதேயாகும் என்பதை மேலைநாட்டினர் அறியாமல் இருப்பது வியப்பையே உண்டாக்குகிறது. பண்டங்களை அதிகமாக உற்பத்தி செய்வதற்கும், அவற்றைத் தமதாக்கிக்கொள்வதற்கு முள்ள ஒரு தன்மையை மேலைநாட்டினரிடம் மிகுதியாகக் காண்கிறோம்; ஆனால், அவற்றை அனுபவிப்பதற்குரிய சக்தி மிகக் குறைவாகவே இருக்கிறது. சீனர்களிடமோ என்றால் தங்களுக்குக் கிடைக்கும் ஒருசில பொருள்களையும் நன்றாக அனுபவிக்கிற சக்தியும், அனுபவிக்க வேண்டுமென்கிற உறுதியும்

மிகுந்து காணப்படுகின்றன. மேலைநாட்டுக்கும் சீனாவுக்கும் உள்ள வேறுபாடு இதுதான் என்று தோன்றுகிறது. உலக இன்பத்தில் மனதைச் செலுத்துகிற இந்தக் குணம், மதம் என்கிற ஒரு காரியம் இல்லாததனால் ஏற்பட்ட விளைவே. இதே குணம் மதம் ஏற்படாமலிருப்பதற்கும் காரணமாயிருக்கிறது. ஏனெனில், வாழ்க்கையின் முழுமை மரணத்திற்குப் பிறகு ஏற்படுகிற வாழ்க்கையில் இருக்கிறது என்பதை நம்பமுடியாதபோது, வாழ்க்கை என்கிற விளையாட்டு நாடகம் முடிவடையுமுன்ன தாகவே, அதை முடிந்தவரையில் அனுபவித்துவிட வேண்டும் என்கிற வேகம் ஏற்படுகிறது. மதம் இல்லாத காரணத்தால், உலக வாழ்வில் மனதைச் செலுத்துவது சாத்தியமாக ஆகிறது.

இதிலிருந்து ஒருவித மனிதநேயம் வளர்ந்து வளர்ச்சி அடைந் திருக்கிறது. இந்த மனிதநேயம், பேரண்டம் என்பது மனிதனையே நடுநாயகமாகக்கொண்டிருக்கிறது என்று வெளிப்படையாகச் சொல்வதோடு, அறிவின் இலட்சியம் மனிதனுடைய வாழ்க்கையை இன்பமாகச் செய்வதே என்ற விதியையும் உண்டாக்கியிருக்கிறது. மனிதநேயத்திற்கு உதவும் வகையில் அறிவை வளர்ப்பது எளிதல்ல. ஏனெனில் மனிதன் சிறிது வழிதவறுவானேயாகில், அவன் தர்க்கமுறையில் சிக்கிக்கொண்டு, அறிவுக்கு அவனே ஒரு கருவியாகிவிடுவான். மனித வாழ்வின் உண்மையான இலட்சியம் எது என்று நமக்குத் தோன்றுகிறதோ, அதிலிருந்து ஒரு சிறிதும் பிறழாமல், அதை உறுதியாகப் பிடித்துக்கொள்வதன் மூலமே மனிதநேயம் உயிர்வாழ முடியும். உதாரணமாக, மேலுலகத்தைப் பற்றி மதம் பேசுகிறது; தற்கால உலகம் உலகியல்வாதத்தில் தோய்ந்திருக்கிறது. இந்த இரண்டுக்கும் இடையிலுள்ள ஒரு நிலையை மனிதநேயம் பெற்றிருக்கிறது. சீனாவில் புத்தமதம் பொது மக்களின் மனதைக் கவர்ந்திருக்கலாம்.

ஆனால், கன்பூசியஸின் உண்மையான சீடர்களாக இருப்பவர்கள் எல்லோருக்கும் புத்தமதத்திற்கு ஏற்பட்டுவரும் இந்தச் செல்வாக்கைக் கண்டு மனதிற்குள் ஓர் எல்லையில்லாத ஆத்திரம். ஏனெனில், மனிதப் பண்பையே மதமாகக் கொண்டவர் களுக்கு வாழ்க்கையிலிருந்து தப்பித்துக்கொள்வது அல்லது உண்மையான மனித வாழ்விற்கு மாறாக இருப்பது என்பதையே இது குறிக்கிறது.

வாழ்க்கை இலட்சியங்கள் ✦ 163

இதற்கு மாறாக, இன்றைய உலகில், தேவைக்கு அதிகப் படியான இயந்திர வளர்ச்சி ஏற்பட்டிருந்தும், தான் உற்பத்தி செய்கிற பண்டங்களைத் தானே அனுபவிக்க முடியாது மனிதன் தவிக்கிறான். இந்தச் சங்கடத்தைத் தீர்த்துவைப்பதற்கு இன்றைய உலகத்துக்குப் போதிய நேரம் கிடைக்கவில்லை. தண்ணீர்க் குழாய்களைப் போடுவது, பழுதுபார்ப்பது போன்ற செயல்களைச் செய்கிற தொழிலுக்கு அமெரிக்காவில் மிகவும் மதிப்பு. குழாய்த் தொழிலாளிக்குக் கொடுத்திருக்கும் இந்தப் புகழ், குளிர்ந்த தண்ணீர்க் குழாய், வெந்நீர்க் குழாய் முதலியன இல்லாமலே, மனிதன் மகிழ்ச்சியாக வாழ்க்கை நடத்தமுடியும் என்பதை மறக்கும்படிச் செய்திருக்கிறது. உண்மையில், பிரான்சிலும் ஜெர்மனியிலும் நீர்க்குடத்தையும், பழைய காலத்து அகன்ற பாத்திரத்தையும் வைத்துக்கொண்டுதான் எத்தனையோ பேர் நெடுங்காலம் சுகமாக வாழ்ந்தார்கள்; விஞ்ஞானத் துறையில் முக்கிய விசயங்களைக் கண்டுபிடித்தார்கள்; தலைசிறந்த நூல்களையும் எழுதினார்கள். வாரத்தின் கடைசி நாளை ஓய்வு நாளாகக் கருதவேண்டும் என்று ஏசு கிறிஸ்து சொன்ன புகழ் வாய்ந்த இந்தக் கூற்றைப் பின்பற்றி, மனிதனுக்காக இயந்திரமே ஒழிய, இயந்திரத்திற்காக மனிதன் இல்லை என்பதை எப்போதும் அறிவுறுத்திக் கொண்டிருக்கிற ஒரு மதம் மிகவும் தேவையான விசயம். ஏனெனில், கடைசியாகப் பார்த்தால், மனித அறிவு தொடர்பான பிரச்சினையும், அதனுடைய இலட்சியமும் மனிதன் எப்படி மனிதனாக இருக்கலாம், அவன் வாழ்க்கையை இயன்ற அளவு எப்படி அனுபவிக்கலாம் என்பதேயாகும்.

2. மதம்

மனிதப் பண்பையே மதமாகக்கொண்ட சீனர் வாழ்க்கையின் உண்மையான இலட்சியம் என்று தாங்கள் எண்ணுகிற விசயத்தில் செலுத்துகிற ஈடுபாடும், அதற்குப் புறம்பான மதக் கொள்கை களையும் சித்தாந்தங்களையும் அவர்கள் அலட்சியம் செய்வதும் மிகவும் குறிப்பிடத்தக்க விசயமாகும். மனிதநேயத்தையே மதமாகக் கொண்டவர்களில் சிறந்து விளங்கும் கன்பூசியஸிடம் மரணத்தைப்பற்றித் தங்கள் கருத்து என்னவென்று கேட்டபோது, 'வாழ்வைப்பற்றியே தெரியவில்லை, மரணத்தைப் பற்றி எப்படித்

தெரியும்' என்று அவர் பதில் சொன்னாராம். ஓர் அமெரிக்கப் பிரெஷ்பிடீரிய மதபோதகர் வானவியல் கொள்கை என்று சொல்கிற விசயத்தை எடுத்துக்காட்டி, அமரத்துவம் என்ற பிரச்சினையின் முக்கியத்துவத்தை என் மனதில் படும்படி சொல்ல ஒரு சமயம் முயன்றார். சூரியன் படிப்படியாகத் தன் ஆற்றலை இழந்து வருகிறான். ஒரு வேளை இன்னும் பல கோடி ஆண்டுகளுக்குப் பிறகு, பூமியில் உயிர் என்பதே இல்லாமல் போவது நிச்சயம். 'ஆகையால், எப்படிப் பார்த்தாலும் அமரத்வம் முக்கியமான பிரச்சினை என்பதை நீங்கள் உணரவில்லையா?' என்று அந்த மதபோதகர் என்னைக் கேட்டார். இந்த விசயத்தால் என் மனம் சஞ்சலம் அடையவில்லையென்பதை அவரிடம் பட்டவர்த்தனமாகச் சொல்லிவிட்டேன்.

மனிதன் இன்னும் 5 லட்சம் ஆண்டுகள்வரை வாழ முடியுமானால், எல்லாச் செயல்களுக்கும் அதுவே போதுமானது. அதற்குமேல் இருப்பதெல்லாம் தேவையற்ற சித்தாந்தங்களை வைத்துக் கொண்டு அவதிப்படுவதைத் தவிர வேறில்லை என்று நான் பதில் கூறினேன். ஐந்து லட்சம் ஆண்டுகள் வாழ்ந்த பிறகும் முழுமையாக நிறைவடையாமல், இன்னும் அதிக காலம் வாழ வேண்டும் என்று ஒருவருடைய ஆன்மா விரும்புமானால், அதை அறிவுக்கு ஒவ்வாத செயல் என்றுதான் கீழை நாட்டினருக்குச் சொல்லத் தோன்றும். அதைப்பற்றிக் கொஞ்சமும் கவலை இல்லாமல் இருப்பது எப்படிச் சீனர்களின் பண்பைச் சிறப்பாக எடுத்துக்காட்டுகிறதோ, அதே மாதிரி, அந்த பிரெஸ்பிடீரிய மதபோதகர் தொல்லைப்படுவது டியூடான் இனத்தினரின் பண்பை எடுத்துக்காட்டுகிறது. ஆதலால், சீனர்களைக் கிறிஸ்துவ மதத்திற்கு மாற்றுவது அவ்வளவு எளிதான செயல் அல்ல. அப்படியே அவர்கள் மாறினாலும், அவர்களெல்லாம் குவேக்கர்களாக அமைதியான எளிய வாழ்க்கையை அடிப்படையாகக் கொண்ட ஒரு கூட்டத்தாராக மாறிவிடுவார்கள். ஏனெனில், கிறிஸ்து மதத்தின் இந்த முறையைத்தான் சீனர்களால் உணர முடியும். மனிதன் வாழ்க்கை நடத்துவதற்குள்ள முறைகளில் ஒன்று என்கிற அளவில், கிறிஸ்து மதம் சீனர்கள் மனதில் பதியக்கூடும். ஆனால், கிறிஸ்துவ மதத்தின் பல்வேறு சித்தாந்தங்களையும், அதிகாரபூர்வமாக அது போதிக்கும் கொள்கைகளையும் சீனர்கள் தலைதூக்க முடியாதபடி

அடித்துவிடுவார்கள். இதைச் செய்வது உயர்ந்த ரகத்தைச் சேர்ந்த கன்பூசியஸின் தர்க்கமுறையினாலன்று, ஆனால், கன்பூசிய தத்துவத்தின் சாமானியமான பொது அறிவைக்கொண்டுதான். படித்த சீனர் ஏற்றுக்கொண்டபோது புத்த மதமே மனதிற்கு ஆரோக்கியத்தைத் தரும் ஒரு முறைதான் என்கிற நிலைக்கு வந்துவிட்டது. இந்த முறையே சங் சித்தாந்தத்தின் சாராம்சமும் ஆகும்.

ஏனெனில், சீனர்களின் வாழ்க்கை இலட்சியத்தில், நடை முறையில் கண்ணும் கருத்துமாயுள்ள ஒரு பண்பு காணப் படுகிறது. சீனர்களின் கவிதையிலும் சித்திரங்களிலும் கற்பனைத் திறன் இருக்கலாம். ஆனால், சீனர்களின் வாழ்க்கைச் சித்தாந்தத்தில் கற்பனைத் திறனுக்கு இடமில்லை. கவிதை, ஓவியம் ஆகிய வற்றிலும் முழுமனதோடு சாமானிய வாழ்க்கையை அனுபவிக்கிற இயல்பான ஒரு ஆனந்தத்தைப் பார்க்கிறோமேயொழிய வேறில்லை; வாழ்க்கையினின்றும் தப்பித்துக்கொண்டு போவதற்கன்றி, அழகு, வசீகரம் என்கிற போர்வையினால் அதை முழுமையாக்கவே கற்பனாசக்தி பயன்படுத்தப்படுகிறது. சீனர்கள் வாழ்க்கையில் அன்புகொண்டவர்கள்; இந்தப் பூமியிலும் அவர்களுக்கு விருப்பம்; கண்ணுக்குத் தெரியாத மோட்ச உலகத் திற்காக அவர்கள் இதைக் கைவிட்டுவிட மாட்டார்கள் என்பதில் சந்தேகமில்லை. வாழ்க்கை துன்பகரமாய் இருக்கிறது; இருந்தாலும் அதில் அழகுக்குக் குறைவில்லை. அதில் ஆனந்தமாக இருக்கிற நிமிஷங்கள் மிகவும் விலைமதிப்பு உடையவை; ஏனெனில், அவை ஓட்டமாக ஓடிவிடுகின்றன. இப்படிப்பட்ட வாழ்க்கையைச் சீனர்கள் விரும்புகிறார்கள். அரசர்கள் ஒரு பக்கம், பிச்சைக்காரர்கள் ஒரு பக்கம்; கொள்ளைக் காரர்கள் ஒரு பக்கம்; சந்நியாசிகள் ஒரு பக்கம்; புதைப்பது ஒரு புறம், மணப்பது ஒரு புறம்; குழந்தை பிறப்பது ஒரு புறம், நோயுற்றிருப்பது ஒரு புறம்; தகதகவென்று மின்னுகிற சூரிய மறைவு ஒரு சமயம்; ஓயாமல் மழை பெய்துகொண்டிருக்கிற இரவு ஒரு சமயம்; விருந்துநாள் களும், ஒயின் கடைச் சண்டைகளும் மற்றொருபுறம் என்று காட்சியளிக்கிற வாழ்க்கையையே அவர்கள் விரும்புகிறார்கள்.

வாழ்க்கையின் இந்த ஒவ்வொரு கூறையும் பற்றிச் சீன நாவலாசிரியர்கள், அயற்சியின்றி வெகு பிரியத்தோடு எழுதுவார்கள். இந்தக் கூறுகள் நம்மை எப்படியோ பாதிக்கின்றன. அதன்

காரணமாகவே அவை உண்மையாகவும், மனித இயல்பு வாய்ந்தவையாகவும், குறிப்பிடத்தக்கவையாயும் இருக்கின்றன. வீட்டுத் தலைவியிலிருந்து வேலைக்காரர்கள் உள்பட எல்லோரும் தூங்கிவிட்டார்கள். ருத்திராக்ஷங்களை அடுக்கி வைத்திருப்பது போல் தோற்றமளிக்கும் தட்டிக்குப் பின்புறம் இருந்துகொண்டு, எஜமான் பெயரைத் தன் கிளி சொல்வதைத் தையு என்பவன் கேட்டான். இது நடந்தது புழுக்கமான ஒரு பிற்பகலிலா? ஏதோ ஓர் ஆண்டின் இலையுதிர் காலத்தின் மத்திய காலம். சகோதரிகள் யாவரும் பவ்யுவுடன் கவிதை எழுதவும் நண்டுகளைக் கொண்டு தயார் செய்திருக்கும் விருந்தையுண்ணும்போது சிரித்தும் கேலியாகப் பேசியும் வேடிக்கையாக விளையாடவும் ஒன்று கூடியிருந்தார்கள். சீனர்கள் சொல்வதுபோல, பூரணச் சந்திரனைப் போல நீடித்து நிற்க முடியாத அளவு அவர்களுடைய மகிழ்ச்சி அவ்வளவு முழுமையாக இருந்தது. சிறப்பு வாய்ந்த அந்த இலையுதிர் காலத்து நாளா அது? ஒன்றும் அறியாத புதிய மணமக்கள் முதன் முதலாகச் சந்தித்த இரவு. நிலவெரித்துக் கொண்டிருந்தது. ஒரு குளத்துக்குப் பக்கத்தில் அவர்கள் உட்கார்ந்துகொண்டு, சாகிறவரையில் தங்கள் மணவாழ்க்கை நீடித்து நிற்க வேண்டும் என்று தெய்வங்களைப் பிரார்த்தித்தார்கள்.

ஆனால், இருண்ட மேகங்கள் சந்திரனை மறைத்தன. கொஞ்ச தூரத்தில் வெளியே சுற்றித் திரிந்துகொண்டிருந்த வாத்து தண்ணீரில் மூழ்குவது போலவும் இரைதேடி அலையும் ஒரு நரி அதைத் துரத்துவதுபோலவும் இன்னதென்று சொல்லமுடியாத ஒரு சத்தம் கேட்டது. இதைக் கேட்ட அந்த இளம் மனைவிக்கு உடம்பு வெடவெடவென்று நடுங்கிற்று. மறுநாள் அவளுக்குப் பலத்த காய்ச்சல். இந்தப் புதிய மணமக்களா அவர்கள்? ஆமாம், இம்மாதிரி நுண்ணிய உணர்ச்சிகளோடு கூடி அழகாக இருக்கும் வாழ்க்கையின் ஒவ்வொரு கூறும் அதனுடைய இலக்கியத்தில் இடம்பெறத் தகுந்தனவே. இம்மாதிரி வாழ்க்கையின் எந்த அம்சத்தையும் இலக்கியத்தில் பங்குபெறத் தகுதியற்ற முறையில் உலகச் சார்பற்றது அல்லது உலகப்பற்றுடையது என்று தள்ளிவிட முடியாது. சீன நாவல்களுக்குள்ள தனிச் சிறப்பு என்னவென்றால் ஒரு குடும்பத்தில் நடைபெறும் விருந்திலோ, சத்திரத்தில் பயணி ஒருவருக்குப் போடும் சாப்பாட்டிலோ பரிமாறும் உணவு

வகைகளைப்பற்றி அயற்சியின்றி அடுக்கிக் கொண்டே போவார்கள். அதற்குப் பிறகு வயிற்று வலியைப் பற்றி அடிக்கடி சொல்வார்கள். இப்படித்தான் சீன நாவலாசிரியர்கள் எழுதுவதுண்டு. இதைப் போலத்தான் சீனப் பெண்களும் ஆண்களும் வாழ்க்கை நடத்துகிறார்கள். அமரத்துவத்தைப் பற்றி எண்ணிப்பார்ப்பதற்கு இடமில்லாமல், அவ்வளவு முழுமையாக இந்த வாழ்க்கை நிறைவு பெற்றிருக்கிறது. சீனர்களின் வாழ்க்கை இலட்சியத்தில் காணும் உலகத்தோடு ஒட்டியிருக்கும் உண்மையான இந்தப் பண்பு கன்பூசியஸ் சித்தாந்தத்திற்கு மூலாதாரமானது.

கிறிஸ்துவ மதத்தைப் போலன்றி, கன்பூசியஸின் சித்தாந்தம் உலகத்தில் பிறந்தது. உலகத்தோடு ஒட்டியது. ஏனெனில் ஏசு கிறிஸ்து அனுபவத்திற்கு ஒவ்வாத கற்பனை உலகத்தில் திளைத்தவர். கன்பூசியஸோ உண்மைவாதி ஆவார்; ஏசு இரகசிய வாதி; கன்பூசியஸ் உலகத்தில் உள்ளதையே நம்புகிற இயல் புடையவர். ஏசு மக்களினத்துக்கு நன்மை செய்ய வேண்டுமென்று கற்பனை செய்பவர்; கன்பூசியஸ் மக்களினத்துக்கு நேரடியாக நன்மை செய்கிற சித்தாந்தத்தைக் கடைப்பிடிப்பவர். இந்த இரண்டு மனிதர்களின் பண்புகளில், ஹீப்ரூ மதத்துக்கும் ஹீப்ரூ கவிதைக்கும் சீனர்களின் உண்மைவாதத்திற்கும் சீனப் பொது அறிவுக்கும் உள்ள வேறுபாடு படிந்திருப்பதைக் காணலாம். சரியாகச் சொல்வதென்றால், கன்பூசியஸ் சித்தாந்தம் ஒரு மதமே இல்லை. வாழ்க்கையைப் பற்றியும் பேரண்டத்தைப் பற்றியும் உள்ள மத உணர்ச்சியோ என்று சொல்லும்படியாக அதில் ஓர் உணர்ச்சி இருக்கிறது; அவ்வளவுதான். மரணத்திற்குப் பின்னுள்ள வாழ்க்கையைப் பற்றியோ சமரசத்துவத்தைப் பற்றியோ, பொதுவாக நாம் பேசுகிற ஆவி உலகத்தைப் பற்றியோ சிரத்தை எடுத்துக்கொள்ளாத உயர்ந்த ஆன்மாக்களும் இவ்வுலகத்தில் இருக்கிறார்கள். அந்த மாதிரியான சித்தாந்தம் ஜெர்மானிய இனத்தினருக்கு ஒருபோதும் நிறைவளிக்க முடியாது. ஹீப்ரூக் களுக்கு அது நிச்சயமாக நிறைவளிக்க முடியாது.

ஆனால், அது சீனர்களுக்குப் பொதுவாக நிறைவை அளிக்கவே செய்தது. அது சீனர்களுக்கும் எப்படி முழுமையாக நிறைவளிக்க வில்லை என்பதையும், அந்தக் குறைபாட்டை தாவோ சித்தாந்தத்தில் அல்லது புத்தமதத்தில் அடங்கியுள்ள தெய்வீகத் தன்மை வந்து

எப்படி நிறைவுபடுத்தவேண்டி வந்தது என்பதையும் கீழே பார்ப்போம். ஆனால், சீனாவில் பொதுவாக இந்தத் தெய்வீகத் தன்மை வாழ்க்கையின் இலட்சியத்திலிருந்து பிரிக்கப்பட்டு இருப்பதாகவே தோன்றுகிறது. வாழ்க்கையைத் தாங்கிக்கொள் வதற்கு உதவி செய்கிற முறையிலேயே ஆன்மிக உணர்ச்சி வெளிப்படுகிறது. வாழ்க்கையாகிய நாடகத்தில் அவ்வளவு முக்கியமில்லாத அங்கமாகிய ஆன்மிகத் துறையையே அந்தத் தெய்வீகத்தன்மை குறிப்பிடுகிறது.

கன்பூசியஸின் தத்துவம் மனிதப் பண்பின் காரணமாகப் பிறக்கும் உள்ளுணர்வை எவ்வளவு உண்மையாகப் பின்பற்றியது என்பதற்கு கன்பூசியஸையோ, அவருடைய சீடர்களையோ தெய்வமாக வைத்துக்கொண்டாடவில்லை என்பதே போதிய அத்தாட்சியாகும். ஆயினும் சீன வரலாற்றில் வரும் கன்பூசிய ஸைவிடச் சாமானியமான இலக்கிய கர்த்தர்களும் ராணுவ வீரர்களும் தெய்வமாக வைத்துக்கொண்டாடப்பட்டார்கள். ஒரு சாமானியப் பெண், தனது கற்பைக் காப்பாற்றிக்கொள்ளும் பொருட்டுப் பல இன்னல்களுக்கு இலக்காகி, இறுதியில் இறக்கவும் துணிந்தாள் என்ற காரணத்தினால், வியக்கத்தக்க அளவு குறுகிய காலத்தில் கிராமத்தார்கள் எல்லோரும் வணங்குகிற ஒரு பொதுத் தெய்வமாக மாறலாம். மனிதப் பண்பையே மதமாகக் கொண்டவர்களின் மனப்போக்குக்கு இது ஒரு நல்ல எடுத்துக்காட்டு. 'மூன்று ராஜ்யங்கள்' இருந்த காலத்தில் தைரியமும் ராஜபக்தியும் உள்ள குவான்யு என்ற தளகர்த்தரைத் தெய்வமாக வைத்துக்கொண்டாடினார்கள்; ஆயினும் கன்பூசிய ஸையோ, தொன்மையான வணக்கத்திற்குரிய ஹால்களில் இருக்கும் முன்னோர்களையோ தெய்வமாக வைத்து வணங்க வில்லை. சிலைவணக்கம் செய்பவர்களுக்கு கன்பூசியஸின் கோயிலில் வேலையில்லை. கன்பூசியஸின் கோயிலிலும் சீன முன்னோர் களின் கோயில்களிலும் எழுத்துக்கள் பொறித்த பலகைகள்தாம் இருக்கின்றன. இந்தப் பலகைகள் ஆவிகளின் பிரதிநிதிகளாக இருக்கின்றன. இவற்றில் பொறித்திருப்பவை அந்த ஆவிகளின் பெயர்களே. இந்தப் பலகை களுக்கும் ரிஷிகளின் பெயர்களைத் தொகுதியாகப் பதிவு செய்திருக்கும் பதிவுக் குறிப்புக்கும் எவ்வளவு பொருத்தம் இருக்கிறதோ, அதே

பொருத்தம்தான் இவற்றை விக்கிரகங்கள் என்று சொல்வதிலும் இருக்கிறது. எப்படிப் பார்த்தாலும், முன்னோர்களின் ஆவிகளாக விளங்கும் இவை தேவதைகளல்லர்; உயிர் துறந்த மனிதர்களே. தாங்கள் வாழ்ந்த காலத்தில் எப்படித் தங்கள் சந்ததிகளின் பால் இவர்கள் சிரத்தை எடுத்துக்கொண்டார்களோ, அதேமாதிரி இறந்த பிறகும் இவர்கள் சிரத்தை காட்டுகிறார்கள். அவ்வளவுதான். ஆன்ம சக்தியில் சிறந்தவர்களாக அவர்கள் இருப்பின், தங்களுடைய சந்ததிகளை அவர்கள் ஒரு வேளை காப்பாற்றுதல் கூடும்; ஆனால் அவர்களது பசியைத் தணிப்பதற்காக உணவு படைப்பதன் மூலமும் நரகத்தில் அவர்களின் சில்லறைச் செலவுக்காகப் பேப்பர் நோட்டை எரிப்பதன் மூலமும் அவர்கள் சந்ததிகளே அவர்களைப் பாதுகாத்து, அவர்களுக்கு உதவியளிக்க வேண்டிய தேவை ஏற்படுகிறது. ஏனெனில், புத்தமத முறைப்படி கடவுளைத் தொழுது, தமது முன்னோர்களை நரகத்திலிருந்து கடையேற்றுவது அவர்களின் சந்ததிகளின் கடமையாகிறது. சுருங்கச் சொன்னால், முதுமைப் பருவத்தில் குழந்தைகள் அவர் களுக்கு எப்படி வேண்டிய வசதிகள் செய்துவைத்துச் சேவை செய்தார்களோ, அதேபோன்று, உயிர்நீத்த பிறகும் கவனமாய் இருந்து, அவர்களுக்குச் சேவை புரியவேண்டும் என்று சீனர் கருதுகிறார்கள். வணக்கம் செலுத்துகிற விசயத்தில் கன்பூசியஸின் சித்தாந்தம் மதத்தையொட்டிவிடுகிறது என்று கூறலாம்.

மதத்தையே அடிப்படையாகக்கொண்ட கிறிஸ்துவர்களின் பண்பாட்டுக்கும், வெளிப்படையாக நாத்திகத்தையே அடிப்படை யாகக் கொண்ட சீனப் பண்பாட்டுக்கும் உள்ள வேறுபாடுகளும், இந்த வேறுபாடுகள் மக்களின் சுகத் தேவைகளுக்குப் பொருத்த மாக அமைந்திருக்கின்ற முறையையும் கவனித்தால், இந்தத் தேவைகள் சாராம்சத்தில் எல்லா மக்களினங்களுக்கும் பொது வாகவே அமைந்திருக்கின்றன என்று கருதுகிறேன். நான் பல தடவை அக்கறையோடு கவனித்திருக்கிறேன். சாதாரணமாக நாம் அறிகிற மதத்தின் மூன்று விதமான செயல்முறைகளையே இந்த வித்தியாசங்கள் காட்டுகின்றன. முதலாவது, மதம் என்பது புரோகிதத் தொழிலின் உருண்டு திரண்ட உருவமாகும். அதற்கு நியமங்கள் உண்டு; குருபரம்பரையில் வந்தவர்கள் மத பீடங் களுக்குப் பட்டம் சூட்டிக்கொள்கிற சம்பிரதாயம் உண்டு;

அற்புதங்களைச் செய்வதன்மூலம் நம் மனத்தைக் கவருகிற சக்தி உண்டு; பாவங்களைப் போக்கிக்கொள்ளக் கைகண்ட சிகிச்சை முறைகளுண்டு; மன்னிப்புகளை விலைக்கு விற்கிற பழக்கம் உண்டு; 'சுலபமாக' பிறவி கடைத்தேற வழியுண்டு; முண்டா காரமான (உருவிளங்காத பொருளுடைய) மோட்சமும் நரகமும் உண்டு. விற்பனை செய்ய மிகப் பொருத்தமாயுள்ள இத்தகைய மதம் சீனர்கள் உட்பட எல்லா மக்களுக்குமே பொதுவானது. மனித சமுதாயப் பண்பாட்டின் சில படிகளில் மனிதனுடைய தேவைகளை இது பூர்த்திசெய்கிறதென்றே கொள்ளலாம். இந்த விசயங்கள் மக்களிடையே இருக்கவேண்டியிருப்பதாலேயே தாவோ மதமும் புத்த மதமும் இவற்றைச் சீனர்களுக்குக் கொடுத்துள்ளன. கன்பூசிய மதம் அவர்களுக்கு இவற்றைக் கொடுக்க மறுத்துவிட்டது.

இரண்டாவதாக, மதம் என்பது ஒழுக்கம் தொடர்பான நடத்தைக்கு வரம்பு கட்டுகிற ஓர் அதிகாரிபோல் விளங்குகிறது. இந்த இடத்தில், சீனரின் நோக்கும் கிறிஸ்தவரின் நோக்கும் வெகு தூரம் மாறுபடுகின்றன. மனிதாபிமானமான ஒழுக்கநெறி யானது மனிதனையே மூலதாரமாய்க் கொண்டது; கடவுளை மூலாதாரமாய்க் கொண்ட ஒழுக்கநெறி அல்ல அது. மனிதனுக்கும் மனிதனுக்குமுள்ள உறவுமுறையை (ஒழுக்கம் என்பது இதுதான்) சர்வ வல்லமையுள்ள ஒரு பொருளோடு தொடர்புபடுத்தாமல், கொண்டுசெலுத்த முடியுமென்று மேலைநாட்டாரால் கற்பனை பண்ணிக்கூடப் பார்க்க முடியாது. சீனருக்கோ, மூன்றாமவராகிய ஒருவரை மறைமுகமாகத் தொடர்புபடுத்தாமல் கண்ணியமாய் அளவளாவுகிற ஜீவன்களைப் போல, மனிதர்கள் ஒருவரோடு ஒருவர் ஏன் பழகிவரக் கூடாது, ஏன் பழகிவர முடியாது என்பது பெரும் விந்தையாகவேயிருக்கிறது. மனிதன் நல்லது செய்யவே முயல வேண்டும் என்பதைக் கருத்தில்கொள்வது எளிதாகவே தோன்ற வேண்டும்.

ஏனென்றால், மனிதன் செய்ய வேண்டியது இதுதான்; கண்ணியமான செயலும் இதுதான். ஏசுவின் சீடராகிய பால் என்பவர் போதித்த மத சித்தாந்தம் ஐரோப்பிய ஒழுக்க முறையை நிழல்போல் படர்ந்து மேவியிராவிட்டால், ஐரோப்பியரின் ஒழுக்கமுறையானது எப்படி எப்படியெல்லாமோ மாறிப் போயிருக்குமே என்று நான் வியப்படைந்ததுண்டு. தவிர்க்க

முடியாத தேவையால், மார்க்கஸ் அவுரேலியஸின் சிந்தனைச் சுவட்டைப் பின்பற்றியே அது மாறியிருக்கக் கூடுமென்று நான் நினைக்கிறேன். பாலின் சித்தாந்தமானது பாவத்தைப்பற்றி ஹீப்ரூக்கள் கொண்டிருந்த கருத்தைக் கிறிஸ்துவ மதத்தில் கொண்டுவந்து சேர்த்திருக்கிறது. கிறிஸ்தவ ஒழுக்கத் துறை முழுவதையுமே இது மேகம்போலக் கவிந்துகொண்டுவிட்டது. இதிலிருந்து தப்புவதற்கு மதத்தைத் தவிர வேறு போக்கிடம் இல்லைபோலிருக்கிறது. இந்த மாதிரியான மதப் போக்கிடத்திற்கு மீட்சிக் கோட்பாட்டில் ஏற்பாடு செய்யப்பட்டிருக்கிறது. இப்போது இருக்கிறபடி பார்த்தால், ஐரோப்பிய ஒழுக்கத்தை மதத்திலிருந்து பிரிக்கிறதென்பது வெகு விந்தையான எண்ணமாகவே தோன்றும். அதனால், இப்படிப் பிரிக்க வேண்டுமென்ற எண்ணம் மக்கள் மனத்தில் உதிப்பதே அபூர்வமாகிவிட்டது.

இனி, மூன்றாவதாக, மதம் என்பது வாழ்க்கையில் காரியங் களைச் செய்துவரத் தூண்டுகிற அருட்சுரப்பாகவும், உயிருள்ள உணர்வுருவாகவும் இருக்கிறது. பிரபஞ்சத்தின் மர்மத்தையும், பயங்கரமான கம்பீரத்தையும் இது உணரச் செய்கிறது. வாழ்க்கையில் நிச்சயமற்று அலையாமல், பத்திரமான இடத்தைத் தேடிக் கொண்டுபோய், நிம்மதியாய் வாழ இது நம்மைத் தூண்டுகிறது. இத்தகைய மதம், மிகவும் ஆழமான நமது ஆன்ம உணர்வுகளைக் கூட திருப்திப்படுத்திவிடுகிறது. நம் நேசத்துக்குதியவர்களை இழந்துவிட்டுத் தவிக்கும்போதோ, கடுமையான நோயிலிருந்து தப்பிப் பிழைத்து உடம்பு தேறிவரும்போதோ நமது வாழ்வில் நொடி நேரம் ஒரு விந்தையான மனநிலை உண்டாவதுண்டு. கடுங்குளிரடிக்கும் காலை நேரத்தில் இலைகள் உதிர்ந்து விழுவதைப் பார்க்கும்போது, வெறும் புலனறிவைக்கொண்டு மட்டும் வாழாமல், அகண்டாகாரமாய், அப்பாலுக்கும் அப்பாலாய்க் கண்ணுக்குத் தென்படுகின்ற உலகத்தை முழுமையாகக் காண்போ மானால், மரணத்தின் உணர்ச்சியும், நம்மால் ஒன்றுமே செய்ய முடியாது போலிருக்கிறதே என்ற விரக்தி எண்ணமும் நம் நெஞ்சில் படிந்து அதை அமுக்கிவிடும்.

இந்த நொடிப்பொழுது நிலை சீனருக்கும் ஏற்படும்; ஐரோப்பியருக்கும் ஏற்படும். இதனால் உண்டாகும் எதிரொலி மட்டும் இருவர்க்கும் முற்றும் வெவ்வேறானது. முந்திக்

கிறிஸ்தவனாகவும், இப்பொழுது பல தெய்வ வழிபாட்டுக்கார னாகவும் ஆகிவிட்ட எனக்கு, மதமானது இந்த மாதிரிப் பிரச்சினைகளுக்கெல்லாம் ஏற்கெனவே தயாரித்து வைத்துள்ள விடைகளை உடனுக்குடன் சொல்லிச் சாந்தியை அளித்து வருகிறது; ஆயினும், நாம் கவிதை என்று சொல்கிற இந்த வாழ்க்கையின் ஆழம் காணமுடியாத மர்மத்தையும், வாட்டி வதைக்கும் துயரத்தையும் சரியாய் உணரமுடியாதபடி அது செய்துவிடுகிறதென்றே தோன்றுகிறது.

எல்லாம் நன்மைக்கே என்ற கிறிஸ்தவப் போக்கு, கவிதையை எல்லாம் அப்படியே சாகடித்துவிடுகிறது. பல தெய்வக்காரனுக்குத் தன் பிரச்சினைகளைத் தீர்த்துக்கொள்ள இந்த மாதிரி ஏற்கெனவே தயாரித்துள்ள விடைகள் இல்லை; வாழ்க்கையின் மர்மங்களைப் பற்றிய அவனது பிரமிப்புக் கலைந்துவிடவில்லை. வாழ்க்கையின் இரகசியங்களைப் பற்றித் தெரிந்துகொள்ளவேண்டுமென்ற அவனது ஆவல் தணியவே இல்லை. வாழ்வில் நிச்சயமும் பாதுகாப்பும் வேண்டுமென்று அவன் பதறி அலைந்த வண்ணமே இருக்கிறான். அவனுடைய சங்கடங்களுக்குப் பரிகாரங் கிடைக்க வில்லை. பரிகாரம் கிடைக்கவும் கிடைக்காது. வேறு வழியே யில்லாத போது, அவன் என்னதான் செய்வான்? ஒரு மாதிரியான பல தெய்வ வழிபாட்டுக் கவிதையைச் சரணடைகிறான். உண்மையில், சீனரின் வாழ்க்கைத் திட்டத்தில், வாழ்வில் சுவை பிறக்கச்செய்து, உயிர்த்துடிப்புள்ள உணர்வை இயக்கிவைக்கிற தொழிலை மதம் செய்யவில்லை. அதற்குப் பதில், கவிதையே இதைச் செய்துவருகிறது.

பின்னால், சீனரின் கவிதையைப் பற்றிச் சர்ச்சை செய்யும்போது, இது எப்படி நிகழுகிறதென்று பார்ப்போம். இயற்கையோடு களிவெறி ஆடுகிற, இத்தகைய இயற்கையே தெய்வம் என்ற வழிபாட்டில் பழக்கமில்லாத மேலைநாட்டாருக்கு மதம் என்கிற ஒன்றைத் தவிரத் தப்புவதற்கு வேறு வழியில்லை. பல தெய்வக்காரனுக்கு அப்படியில்லை. இப்போது நாம் வாழுகிற இந்த வாழ்க்கையில் மனித ஜீவனுக்கு உணர்ச்சி மூலம் கிடைக்க வேண்டியவற்றை அவனுக்குக் கொடுத்து நிறைவு செய்வதற்குப் போதுமான கவிதையும் கற்பனையும் இல்லை என்று அஞ்சி, அந்த அச்சத்தை அடிப்படையாகக்கொண்டு அமைந்ததே இந்த மதம்

என்று அவனுக்குத் தோன்றுகிறது. டென்மார்க் தேசத்து 'பீச்' மரக் காட்டிலும், மத்தியதரக் கடற்கரையின் குளிர்ச்சியான மணலிலும் போதுமான ஆற்றலும், அழகும் இல்லையே என்ற அச்சத்தை அடிப்படையாகக் கொண்டுதான் இந்த மதம் எழுந்ததாகவும், இதனால்தான் இயற்கைக்கு மேற்பட்ட ஒரு சக்தியின் துணை வேண்டி வருகிறதென்றும் அவனுக்குத் தோன்றுகிறது.

கன்பூசியப் பொதுஅறிவு இயற்கைக்கு மேற்பட்ட சக்தியை ஒப்புக்கொள்வதில்லை. தெரியமுடியாததைப் பற்றிப் பேச்சென்ன என்று, இதை அது ஒதுக்கித்தள்ளிவிடும். இதைப்பற்றி யோசிக்க அதிகமான காலத்தை அது செலவழிப்பதுமில்லை. இயற்கையை விட மனித மனமே பெரிது என்பதையும், இயற்கையின் போக்குப்படி வாழ்வதை, அதாவது, இயற்கை வாழ்வை, மனிதருக்கு உகந்ததல்லவென்று மறுப்பதையும் இந்தக் கன்பூசியப் பொது அறிவும் அழுத்தமாய் வலியுறுத்தவே செய்கிறது. மென்ஷியஸ் என்பவரிடம் இந்தப் போக்கை மிகத் தெளிவாகக் காணலாம். கன்பூசியக் கருத்துப்படி, இயற்கையில் மனிதனுக் குள்ள இடம் எது? 'விண், மண், மனிதன்' என்பவை பிரபஞ்சத்தின் முப்பெரு மேதைகளாகக் கொள்ளப்பட்டுள்ளன. இயற்கையை மீறியநிலை, மனிதநிலை, இயற்கைநிலை என்று மூன்று சிறப்பு வேற்றுமைகளை இர்விங் பேபிட் என்பவர் காட்டியிருக்கிறார். ஓரளவுக்கு அதை ஒட்டியே இந்தச் சிறப்பு வேற்றுமையும் உண்டாகியது. மேகங்கள், நட்சத்திரங்கள் ஆகியவற்றையும், மேலைநாட்டுச் சட்ட மொழியில் 'கடவுளின் செயல்கள்' என்று கூறுகிறார். நம்மால் தெரிந்துகொள்ள முடியாத எல்லாச் சக்திகளையும் கொண்டதே விண் என்பது. மண் என்பதில் மலைகளும் ஆறுகளும், கிரேக்க இதிகாசங்களில் டெமீட்டர் என்பவர் கூறுவதாகச் சொல்லுகிற எல்லாச் சக்திகளும் அடங்கும். விண், மண் இரண்டுக்கும் இடையில் மிக முக்கியமான இடத்தில் மனிதன் வசிக்கிறான். படைப்பின் அமைப்புத் திட்டத்தில் தனக்குரிய இடம் இன்னது என்று மனிதன் அறிவான்; தன் இடத்தைப்பற்றி அவன் பெருமைப்படுகிறான். ஐரோப்பிய பூர்வக் குடிகளின் வீடுகளில் கூரைகள் உயரமாக, தூண்கள்போல அமைந்திருக்கும். இந்த மாதிரியில் வீடு கட்டுவதை 'காதிக்' முறை என்பார்கள். மனிதனின் ஆன்மாவானது, 'காதிக்' கூரைபோல்

வானத்தில் சஞ்சரிக்க முயலாமல், நிலத்தோடு தாழ அமைந்துள்ள சீனக் கூரைபோல் மண்ணில் கிடந்து உழலத்தான் முயலும். ஆன்மா அடையக்கூடிய மகத்தான நிலை யாது? இந்த நிலவுலக வாழ்வில் முடிந்தவரைக்கும் சச்சரவின்றி இன்பமாக வாழ முடிவதுதான்.

எனவே, இன்பத்தை நாம் முதன்முதலாகக் காணக்கூடிய இடம் நமது வீடுதான் என்பதைச் சீனரின் வீட்டுக் கூரை குறிப்பால் நமக்கு உணர்த்துகிறது. வீடு என்பது, சீனருடைய மனிதநேயத்தின் சின்னமாக இருப்பதாகத்தான் எனக்குப் படுகிறது. 'தூய காதலும் தூஷணக் காதலும்' என்ற தலைப்புடன் ஓர் ஓவியம் இருக்கிறது. அதே விசயத்தை இன்னும் சிறப்பான முறையில் கையாண்டு ஒப்பற்ற ஓர் ஓவியம் தீட்டிவிடலாம். இந்தச் செயலை இன்னும் யாரும் செய்யவில்லை. சித்திரத்தில் உள்ள இரு பெண்களுக்கும் பதில், மூன்று பெண்களை அமைக்கவேண்டும், வெளுத்த முகமுள்ள ஒரு கன்னிமாடப் பெண் (அல்லது கையில் குடை பிடித்தபடி ஒரு கிறிஸ்தவ அருட் சகோதரி), காமத்தைக் கிளறி விடுகிற ஒரு வேசி, மூன்றுமாதக் கர்ப்பந்தாங்கிப் பொலிவுறும் ஒரு தாய்—இப்படி மூன்று பெண்கள். இந்த மூவரில், இல்லத்துக்குடையவளின் உருவம் மிகச் சாதாரணமாகவும் மிக எளியதாகவும் இருக்கவேண்டும். அப்படி இருந்தபோதிலும், இந்த உருவந்தான் நமக்கு மெய்யான நிறைவு அளிக்கக் கூடியதாயிருக்கவேண்டும். இப்படி ஒரு படம் வரைந்துவிட்டால், இதிலுள்ள மூன்று உருவங்களும் மதம், மனிதநேயம், இயற்கை என்ற மூவகை வாழ்க்கையையும் நமக்கு எடுத்துக்காட்ட உதவும்.

இப்படிப்பட்ட எளிமையை அடைவது கடினம். எளிமை எல்லாருக்கும் வந்து விடாது. உயர்ந்த மனத்தின் பண்பு அது! இந்த எளிமை இலட்சியத்தைச் சீனர்கள் பெற்றுவிட்டார்கள். எப்படி? ஒன்றும் செய்யாமல் சும்மா இருப்பதன் மூலமாகவா? அல்ல. எளிமையை, அதாவது, பொது அறிவு என்ற மதத்தை, அவர்கள் முழு ஈடுபாட்டோடு வழிபட்டுவந்து, அதன் மூலம் இந்த இலட்சியத்தைக் கைவரப்பெற்றார்கள். எப்படிப் பெற்றார்கள் என்பதை இனிப் பார்ப்போம்.

3. நடுவழிக் கோட்பாடு

பொது அறிவு மதம், அதாவது, நியாயப்போக்கில் ஈடுபட்டநிலை ஆனது கன்பூசிய மனிதப் பண்பிலிருந்து பிரிக்க முடியாதபடி சேர்ந்து கிடப்பது. கன்பூசியக் கொள்கையின் நடுநாயகக் கோட்பாடாகிய நடுவழிக் கோட்பாட்டை உண்டாக்கியதும் நியாயப்போக்கில் ஈடுபட்ட இந்த நிலைதான். தர்க்கத்திலிருந்து, —பகுத்தறிவிலிருந்துங்கூடத்தான்—மாறுபட்டு நிற்கும் நியாயப் போக்கு நிலையைப்பற்றி முந்திய இயலில் ஏற்கனவே குறிப்பிட்டிருக்கிறேன். நியாயப்போக்கு நிலையானது பெரும்பாலும் உள்ளுணர்வைப் பொறுத்ததென்றும், ஆங்கிலேயரின் பொது அறிவைப் பெரும்பாலும் ஒத்திருப்பதென்றும் அங்கே காட்டி யுள்ளோம். அது மட்டுமா? சீனருக்கு, ஒரு விசயம் 'தர்க்க ரீதியாய்ச் சரியாயிருப்பது' மட்டும் போதாது; அது, 'மனித இயல்போடு பொருந்தியிருக்க' வேண்டியது மிகவும் முக்கியம் என்பதையும் எடுத்துக்காட்டியுள்ளோம். பண்பாட்டிற்கு ஓர் எடுத்துக்காட்டாக இலங்கும் பொருட்டு, ஒருவனை நியாயப் போக்கில், பிறரை அனுசரித்து நடந்து வரும்படி பண்படுத்திவிட வேண்டும். அப்படிச் செய்வதுதான் சீனரின் பண்டைய இலக்கியப் படிப்பின் நோக்கமாக என்றும் இருந்து வந்திருக்கிறது. படித்த மனிதன் எல்லாவற்றையும்விட, முக்கியமாக, நியாயமான ஆளாயிருக்க வேண்டும். அவன் எப்பொழுதும் விசயங்களைப் பகுத்தறிந்து, அவற்றின் தராதரத்தைச் சட்டென்று புரிந்துகொள்வான். எதிலும் பதறாமல் நிதானமாயிருப்பான். வறட்டு வாதங்களையும், ஆகாயக் கோட்டை போன்ற கற்பனைக் கொள்கைகளையும் வெறுத்து ஒதுக்கிவிடுவான். இவைதாம் படித்த மனிதனுடைய சிறப்பியல்புகள். பொதுஅறிவு எல்லாப் பொதுமக்களுக்கும் உண்டு.

கல்லூரிப் படிப்பாளிக்குப் பொதுஅறிவை இழந்துவிடக் கூடிய சந்தர்ப்பங்கள் எப்போதும் நிகழ்ந்துகொண்டே இருக்கும். மிதமிஞ்சிய கற்பனைச் சித்தாந்தங்களில் அவன் ஈடுபட்டு விடக்கூடும்; நியாயத்தை அனுசரித்துக்கொண்டு போகிறவன், அதாவது பண்பாடு பெற்றுவிட்ட சீனத்தான், சித்தாந்தங்களிலும் சரி, நடத்தையிலும் சரி, ஒருபோதும் வரம்பை மீறிப் போகமாட்டான். உதாரணத்துக்கு இதைப் பாருங்கள். எட்டாவது ஹென்ரி ஆகிய ஆங்கில மன்னர் 'அரகன்' வாசியான காதரின் என்ற தமது

ராணியை மணவிலக்குச் செய்ததற்கு முழுக் காரணமும் அரசியல் விவகாரந்தான் என்கிறார் வரலாற்று ஆசிரியர் ஃப்ரௌட். பிஷப் கிரைட்டன் இதை ஒப்புக்கொள்ளவில்லை. மிருக இச்சையால்தான் இந்த மணவிலக்கு விவகாரம் நடந்தது என்று பிஷப் வாதாடுகிறார். பொது அறிவைக்கொண்டு பார்த்தால், இருவர் சொல்வதும் தக்க காரணங்களாயிருக்கலாம் என்றே தோன்றும். சொல்லப் போனால், மணவிலக்கிற்கு உண்மையான காரணம் அரசியலும் மிருக இச்சையும் இரண்டும் சேர்ந்தே இருக்கலாம். மேலைநாட்டில், ஒரு விஞ்ஞானி எடுத்ததற்கெல்லாம் இது வமிசாவளியாய் வந்த காரண காரியத் தொடர்பு என்று வாதிப்பார்; இன்னொருவர் இது சரியேயல்ல, சூழ்நிலையால்தான் அனைத்தும் நடக்கின்றன என்று சாதிப்பார். இரண்டு பேரும் ஏக அமர்க்களப்படுத்திப் பிரமாதமாகச் சண்டைபோடுவார்கள். அபாரமான படிப்பையும், அபாரமான மடமையையும் துணைகொண்டு, அவரவர் கட்சியை நிலைநாட்டக் கச்சைகட்டிக் கொண்டு கிளம்பிவிடுவார்கள். கீழ்நாட்டில் இப்படியல்ல. வீணாக மூளையைக் குழப்பிக் கொள்ளாமல், இருவர் சொல்வதையும் காதில் போட்டுக் கொள்வார்கள். இருவர் சொல்வதிலும் கொஞ்சம் கொஞ்சம் உண்மை இருக்கவே செய்கிறதென்று ஒப்புக்கொள்வார்கள். ‘அவர் சொல்வது சரி. இவர் சொல்வதிலும் தப்பில்லை’ என்றுதான் சரியான சீனத்தான் செய்யும் தீர்ப்பு இருக்கும்.

இந்த மாதிரி, எதைப் பார்த்தாலும் சமாதானம் சொல்லிச் சரி பண்ணிக்கொண்டு போகிறது தர்க்கப் புத்தியுள்ளவருக்குச் சில வேளை மகா எரிச்சலை உண்டுபண்ணிவிடும். ஆனால். அதற்காக என்ன குடியா முழுகிவிடும்? தர்க்க மனம் நிதானத்தைக் கைசோர விட்டு விடும்போது, நியாயப்போக்கில் செல்லும் மனம் தனது சமநிலை தவறாமல் இருந்துவரும். பிக்காசோ என்ற ஓர் ஓவியக்காரர் உலகத்தில் நாம் காணும் பொருள்கள் அனைத்தையும் இறுதியில் குவிந்த வடிவங்களாகவும், தட்டை வடிவங்களாகவும், கோணல் வடிவங்களாகவும் சுருக்கிக்கொண்டு வந்துவிட முடியும். இந்த மூவகை வடிவங்களில் அனைத்துப் பொருள்களின் அடிப்படை அமைப்புருவும் அடங்கிவிடும் என்று கூறுகிறார். தர்க்க ரீதியில் இது முற்றும் சரி. ஆனால், இந்தச் சித்தாந்தத்தைப் பின்பற்றிச் சீனாவில் சித்திரம் வரைய எந்தச் சீன ஓவியக்காரரும்

முயல மாட்டார். இது நடைமுறையில் வரக்கூடிய சித்தாந்தமே யல்ல. மிக முழுமையாய் அமைந்துவிட்ட சித்தாந்தத்திலுஞ் சரி, மிகக் கச்சிதமாய் அமைந்துவிட்ட தர்க்க முடிவிலும் சரி, எங்களுக்கு இயல்பாகவே ஓர் அவநம்பிக்கை உண்டு. இப்படிப்பட்ட தர்க்கரீதியான சித்தாந்தப் பிரகிருதிகள் எங்களை அலட்டிவிடா திருப்பதற்கு நாங்கள் கையாளும் மாற்றுமருந்து என்ன தெரியுமா? பொது அறிவுதான்; இது மிகச் சிறந்தது, மிகவும் பயனுள்ளது. 'கலையில் அவர்கள் (சீனர்கள்) அபாரமான பொலிவைக் காண முயலுகிறார்கள், வாழ்க்கையில் நியாயமாய்க் கிடைக்கக் கூடியதைப் பெற முயலுகிறார்கள்' என்று பெட்ரண்ட் ரஸ்ஸல் மிக நுணுக்கமாய்க் குறிப்பிட்டுள்ளார்.

இப்படிப் பொதுஅறிவை வழிபடுவதால் உண்டாகும் விளைபயன் யாது? கருத்தைப் பொறுத்தவரை, மிதமிஞ்சிய சித்தாந்தங்கள் அனைத்தையும் வெறுப்பதும், ஒழுக்கநெறி பற்றிய மித மிஞ்சிய நடைமுறைகளை வெறுப்பதுந்தான். இதன் பயனாக, இயல்பாக உண்டானதே நடுவழிக் கோட்பாடு. இந்தக் கோட்பாடுதான் என்ன, ஒரு புதுச் சித்தாந்தமா? அல்லவே அல்ல. 'எதிலும் மிதமிஞ்சிப் போகக் கூடாது' என்ற கிரேக்க இலட்சியமும் இதுவும் ஒரே மாதிரிதான். நிதானம் என்பதற்குச் சீன மொழியில் ச்சுங்ஹோ என்பார்கள். 'மிதமிஞ்சிப் போகாமல், இசைந்து பொருந்தியிருப்பது' என்பது இதன் பொருள். அடக்கம் என்பதற்குச் சீனத்தில் ச்சியெ என்பார்கள். 'சரியான அளவுக்குக் கட்டுப்பாடுடன் இருப்பது' என்று இந்தச் சொல்லுக்குப் பொருள். மிக ஆரம்பக் காலத்துச் சீன அரசியல் சாசனங்களைக் கொண்டுள்ளதாகக் கருதப்படும் ஹுக்கிங் (வரலாற்று நூல்) என்ற புத்தகத்தில், முடிதுறந்த சக்கரவர்த்தி யாஓ, முடி சூடிய சக்கரவர்த்தி ஹுன்னைப் பார்த்து, 'நடுவழி நில்!' என்று புத்திமதி கூறியதாக எழுதப்பட்டிருக்கிறது. இலட்சியச் சக்ரவர்த்தியாக வாழ்ந்துவந்த டசூங் சக்கரவர்த்தியும் 'நடுவழி மேற்கொண்டு நின்றார்' என்கிறார் மென்ஷியஸ். இந்தச் சக்கரவர்த்தி, 'இரு தரப்புத் தீவிரவாதங்களையும் கேட்ட பிறகு, இரண்டுக்கும் நடுவழியாயுள்ள ரீதியிலேதான் மக்களுக்குத் தீர்ப்பளிப்பாராம்.' அதாவது, ஒன்றை ஒன்று வெறுக்கிற இரண்டுவிதமான கோரிக்கைகளையும் காதில் வாங்கிக்கொண்டு, ஒவ்வொன்றிலும்

பாதிப் பாதி தப்பென்று தள்ளிவிடுவார். விசயம் எப்படி? நடுவழிக்கோட்பாடு சீனர்களுக்கு எவ்வளவு முக்கியமானது என்பது அவர்கள் தமது சொந்தத் தேசத்தை 'மத்திய ராஜ்யம்' என்று அழைத்திருப்பதிலிருந்தே புலனாகும். இந்த எண்ணம் வெறும் நில அமைப்பைப் பொறுத்தது மட்டுமன்று. அது ஒரு வாழ்க்கை முறையையே குறிக்கிறது. இத்தகைய வாழ்க்கைமுறை, நடுவழி நிற்றல்மூலம், மனிதஇயல்பை அடிப்படையாகக்கொண்டு, பரபரப்போ மந்தமோ இல்லாத சாதாரண வாழ்க்கையாக ஆகிறது. இப்படி வாழ்க்கை நடத்துகிறவர்கள், பழைய படிப்பாளிகள் சொல்லிக்கொண்டது போலவே, எல்லாவிதத் தத்துவ விசாரகர்களின் கோட்பாடுகளில் அடங்கிய முக்கியமான உண்மைகளையும் தாம் கண்டுபிடித்துவிட்டதாகச் சொல்லிக்கொள்கிறார்கள்.

நடுவழிக் கோட்பாடு எல்லாவற்றையும் தன்னுள் கொண்டு இருப்பது, எல்லாவற்றையும் மேவியிருப்பது, சித்தாந்தங்கள் அனைத்தையும் திட்பங்குன்றச் செய்து கரைத்துவிடும் அது. எல்லா மதங்களையும் அது அழித்துவிடும். புத்த துறவிக்கும் கன்பூசியவாதிக்கும் இடையே விவாதம் மூளுகிறதென்று வைத்துக்கொள்ளுங்கள். உலகத்தில் பொருள் என்று ஒன்று இல்லவே இல்லை. அவ்வளவும் மாயை. வாழ்க்கை பயனற்ற வீண்முயற்சி என்பதற்குப் புத்த துறவி ஏதாவது மறுக்க முடியாத சான்று காட்டக் கூடும். கன்பூசியவாதி என்ன பதில் சொல்வான் தெரியுமா? வாதத்துக்கு நிற்காத, சாரமற்ற தன்னுடைய போக்குப்படி, 'உம்மைப்போலவே ஒவ்வொருவரும் வீடு வாசலைத் துறந்து, மடங்களுக்குச் சென்றுவிட்டால், உலகம் என்ன ஆகும்? தேசம் என்ன ஆகும்? மனித இனம்தான் என்ன ஆகும்?' என்று கன்பூசியவாதி கேட்டுவிடுவான். வாழ்க்கையின்மீது இந்த மாதிரியான பற்றுதல் கொண்டிருப்பது தர்க்கரீதிக்குப் பொருந்தாது தான்; ஆனாலும், மகா புத்திசாலித்தனமான இந்தப் பற்றுதலுக்கு விடாப்பிடியாய்த் தொங்கிக்கொண்டிருக்கும் ஒரு தனி ஆற்றல் இருக்கிறது. புத்த சமயத்திற்கு எதிராக மட்டுமல்ல, எல்லாச் சமயங்களுக்கும் எல்லாச் சித்தாந்தங் களுக்கும் எதிராகக்கூட, வாழ்க்கையின் சோதனை ஈடுகொடுத்து நிற்கிறது. தர்க்கம் பண்ணிக்கொண்டிருந்தால் நமக்குக் கட்டுப்படியாகி வராது.

சொல்லப்போனால், சித்தாந்தங்கள் எப்படி உண்டாயின? சித்தாந்தங்களை நிறுவுபவர்கள் மனத்தில் சில கருத்துகள் உண்டாகி, வளர்ச்சியடைந்து, அவர்கள் மனம் முழுவதையும் நிரப்பிக்கொண்டு ஒரு தனி மனநிலையாக மாறிவிடுவதன்மூலம் சித்தாத்தங்கள் பிறக்கின்றன. ஃப்ரூட் மனக்குழப்பம் என்றால், ஃப்ரூட் என்றே ஆகும்; புத்த மனக்குழப்பம் என்றால், புத்தர் என்றே ஆகும். இந்த மாதிரிச் சித்தாந்தங்களெல்லாம், அவை ஃப்ரூடால் உண்டாக்கப்பெறினும் சரி, புத்தரால் உண்டாக்கப் பெறினும் சரி, மிகைப்படுத்தப்பட்ட பொய்த்தோற்றத்தை அடிப்படையாகக்கொண்டு எழுந்தனவாகவே தோன்றுகின்றன. மனித இனத்தின் துயரங்கள், மணவாழ்க்கையின் தொல்லைகள், உடம்பு முழுவதும் புண் வந்து நொந்து தவிக்கும் ஒரு பிச்சைக் காரனின் தோற்றம், அல்லது நோய்வாய்ப்பட்டிருக்கும் ஒருவனுடைய வேதனையும் முக்கல் முனகலும், இவற்றை யெல்லாம் சாதாரண மனிதர்களாகிய நாம் பார்த்ததும் வருந்தத்தான் செய்கிறோம்; ஆனால், நமது வருத்தம் நீடித்திராது. மறு கணத்தில் நல்லபடியாக நாம் மறந்துபோவோம். புத்தருக்கு அப்படியல்ல. அவருடைய உணர்வு நார்கள் மகா மென்மை யானவையாகையால், இந்தத் தொல்லை துயரங்களின் மோதுதலைத் தாங்கமாட்டாமல், நிர்வாண (முக்தி) நிலையின் தோற்றம் அவர் மனத்தில் உருவாகியிருக்க வேண்டும். கன்பூசிய மதம் அப்படியல்ல. அது சாதாரண மனிதனின் மதம்; சாதாரண மனிதனுக்கு அதிமேன்மையான உணர்வை வைத்துக்கொண்டு காரியம் நடத்தக் கட்டுப்படியாகி வராது; உலகமும் அல்லோல கல்லோலப்பட்டுச் சிதறுண்டுபோகும்.

நடுவழிக் கோட்பாட்டை எப்படி நடைமுறையில் கொண்டு வரலாம் என்பதற்கு வாழ்க்கையில் அனைத்துத் துறைகளி லிருந்தும், அறிவில் எல்லாத் துறைகளிலிருந்தும் சான்றுகள் காட்டலாம். தர்க்கரீதிப்படி, எந்த மனிதனும் மணமுடிக்கலாகாது. நடைமுறைப்படி, எல்லா மனிதரும் மணமுடித்துக்கொள்ள வேண்டும். எனவே, மணம்புரிந்து கொள்ளும்படி கன்பூசிய மதம் புத்தி சொல்லுகிறது. தர்க்க ரீதிப்படி, எல்லா மனிதரும் சமம். நடைமுறைப்படி, எல்லா மனிதரும் சமமாக இல்லை. எனவே, கன்பூசிய மதம் அதிகாரத்தையும் பணிவையும் போதிக்கிறது.

தர்க்கரீதிப்படி, ஆணுக்கும் பெண்ணுக்கும் வேற்றுமை இருக்கக் கூடாது. நடைமுறைப்படி, ஆணுக்கும் பெண்ணுக்கும் வேற்றுமை இருக்கிறது. எனவே, கன்பூசிய மதம் ஆண்பால் பெண்பால் என்ற வேறுபாட்டைப் போதிக்கிறது. மொட்செ என்ற ஒரு தத்துவ ஞானி எல்லா மனிதரையும் நேசி என்று போதித்தார். யாங்ச்சு என்ற இன்னொரு தத்துவஞானி தன்னைத்தானே நேசி என்று போதித்தார். இவர்கள் இருவரையுமே கண்டித்த மென்ஷியஸ். 'உன் சொந்தப் பெற்றோரை நேசி' என்று மட்டும் சொன்னார். எவ்வளவு புத்திசாலித்தனமான பேச்சு. ஒரு தத்துவஞானி புலனடக்கத்தில் நம்பிக்கை வைக்கிறார். இன்னொருவர் இயற்கை எழுச்சிகளைத் தடைசெய்யாமல் அவற்றின் போக்கில் தங்கு தடையின்றிச் செல்லவேண்டும் என்கிறார். ஆனால் ட்ஸுஸு என்பவர் எல்லா விசயத்திலும் நிதானமாயிருக்க வேண்டுமென்று புத்திமதி கூறுகிறார்.

குறிப்பாக, காமவேட்கை விசயத்தை எடுத்துக்கொண்டு பாருங்களேன். காம ஒழுக்கத்தைப்பற்றி இரண்டு எதிரிடையான கருத்துகள் இருந்துவருகின்றன. ஒன்று, புத்தமதக் கொள்கையும் கால்வின் கொள்கையும் போதிப்பது. இது, பாவத்தின் உச்ச நிலைதான் காம வேட்கை என்பது. ஆகவே, இதன் படி துறவு வாழ்க்கைதான் இயல்பாகச் சித்திக்கும். இதற்கு நேர்மாறாக அமைந்திருப்பது இயற்கை வாழ்வுக் கொள்கை. இது, தாது புஷ்டியைப் போற்றிப் புகழ்வது. நவீன மனிதரில் பலர் இதை இரகசியமாகப் பின்பற்றி வருகிறார்கள். இந்த நோக்கங்களின் முரண்பட்ட போராட்டத்தின் காரணமாகவே, நவீன மனிதனுடைய இருப்புக்கொள்ளாத நிலை என்கிறோமே, அந்தப் பொரி பொரிந்த நிலை வந்து சேர்ந்தது. ஹாவ்லக் எல்லிசைப் போல், காம வேட்கையை ஓர் இயல்பான மனித எழுச்சியாகக்கொண்டு அதை நிதான புத்தியோடு, அழுக்காறின்றிப் பார்க்க முயலுகிற மனிதன், கட்டாயம் கிரேக்கரின் போக்கிற்கே வந்து சேர்வான். இது, மனித நேயத்தால் வந்த இயல்பான போக்கு. காமவேட்கையைப் பற்றிக் கன்பூசியவாதி நிலை என்ன? அவன், காமவேட்கையைத் தணித்துக்கொள்வது மிகவும் இயல்பான விசயம் என்பான். அது மட்டுமல்ல. குடும்பமும், மனித இனமும் பூண்டற்றுப் போகாமல், வாழையடி வாழையாய் வளர்ந்தோங்குகிற

செயலோடு அது தொடர்புடையது. நான் கண்ட வரையில், காம வேட்கை விசயத்தில் மிகவும் நிதானமான போக்கைக் கொண்டிருப்பது யெஷாஓ பஓயென் என்ற புத்தகத்தில் விவரித்துள்ள போக்குத்தான். இது, முற்ற முழுக் கன்பூசியக் கொள்கையைப் பின்பற்றிய ஒரு நவீனம். துறவிகளின் காமாதூரச் செயல்களை அம்பலத்துக்குக் கொண்டுவருவதில் இந்த நவீனத்துக்குத் தனி ஆர்வம். இதில் வரும் கதாநாயகன் அதி மனிதனான ஒரு கன்பூசியவாதி. இவன், திருமணமாகாத தன்னுடைய சகக் கொள்ளைக்கார ஆண்களையும் பெண் களையும் தங்கள் மூதாதையர் பெருமையைப் பேணிவரும் பொருட்டு மணம் புரிந்துகொண்டு, குழந்தைகளைப் பெற்று வருமாறு தூண்டிவருவான். தீச்செயலில் ஈடுபட்டுள்ள ச்சின்பின் மெயி போலன்றி, யெஷாஓ பஓயென்னில் வரும் ஆண்களும் பெண்களும் ஒழுங்கான 'மக்கள்; நல்ல கணவன்மாராகவும் மனைவிமாராகவும் ஆகக்கூடியவர்கள். 'இந்த நவீனத்தை ஒற்றுமையின்மையாகக் கொள்வதற்குள்ள ஒரே காரணம், இதில் வரும் ஆண்களும் பெண்களும் மிகவும் சீர்கேட்டு நிலைகளில் இருக்கும்படி இதன் ஆசிரியர் செய்திருப்பதே. அப்படி இருந்தாலும், மொத்தத்தில் இதனால் உண்டாகும் பயன் மணவாழ்க்கையையும் வீடுவாசலையும் எதிரி நல்லவையென்று ஒப்புக்கொள்ளும்படிச் செய்துவிடுகிறது; தாய்மையைப் போற்றிப் புகழ்கிறது. ச்சுய்யுங் (நடுவழி) என்ற நூல் ஏழு வித எழுச்சிகள் அனைத்திலுமே நிதானமாயிருக்க வேண்டுமென்று வற்புறுத்து கிறது. இதில், கன்பூசியஸின் பேரனாகிய ட்ஸுஸு, மன எழுச்சிகளைப்பற்றிய கன்பூசியச் சித்தாந்தம் என்ன என்று சொல்லியிருக்கிறார். காமவேட்கையைப்பற்றிய இந்த நோக்கு, அந்தச் சித்தாந்தத்தின், ஒரே ஒரு கூறுதான்.

இப்படிப்பட்ட நிலையில் இருந்து வருவது கடினமான விசயந்தான். மேலைநாட்டாருடைய சித்தாந்தங்கள் மிதமிஞ்சிப் போய்விட்டன என்று கீழ்நாட்டான் சொல்கிறானே, அதிலிருந்து இது மிக நன்றாய்ப் புலனாகிறது. தேசியம், கொடுங்கோன்மை, சமதர்மம், பொதுவுடமை ஆகிய கொள்கைகளுக்கு மனிதன் வெகு தூரம் அடிமைப்பட்டுப்போய், ஆளுக்காகவே ராஜாங்கமிருந்து வருகிறது. ராஜாங்கத்துக்காக ஆள் இருந்துவரவில்லை என்பதை

மறந்துவிடுவான். மேலே சொன்ன தேசியம் முதலான கொள்கைகள் எல்லாம் கைத்தொழில் வளர்ச்சி அத்துமீறிப் போனதால் உண்டான விளைபயன்களே. தனிமனிதன் ராஜாங்கம் என்ற ஜீவ உருவின் ஓர் உறுப்புத்தான், அல்லது வகுப்பு என்ற ஜீவஉருவின் ஓர் உறுப்புத்தான். வேறே அவனுக்குத் தனியான வாழ்க்கை முக்கியத்துவம் கிடையாது என்று கருதுகிற பொது வுடைமை ராஜாங்கத்திலுள்ள கவர்ச்சி முழுவதும், வாழ்க்கையில் மனிதனுடைய மெய்யான குறிக்கோள் இன்னதுதான் என்று எடுத்துக்காட்டுகிற கன்பூசியப் போக்கைக் கண்ட உடனே மறைந்தொழிந்துபோகும். சட்டங்களென்ற பேரில் கிளம்புகிற இந்த மாதிரியான முறைகளையெல்லாம் தனிமனிதன் எதிர்த்து நின்று வாழ்வதற்கும், இன்பத்தை நாடுவதற்கும் தனக்குள்ள உரிமையை வற்புறுத்தியே தீருவான். ஏன் தெரியுமா? அரசியல் உரிமைகள் எல்லாவற்றையும்விட இன்பத்தை நாடும் உரிமையே மனிதனுக்கு மிக முக்கியமானது. தனிமனிதரின் நலத்தைவிடத் தேசத்தின் நலந்தான் மிக முக்கியம் என்று சீனக் கனவானை நம்பச் செய்துவிட முயலுகிற கொடுங்கோலாட்சி கொண்ட சீன தேசம் எளிதில் காரியம் நடத்திவிட முடியாது. கியாங்சே பிரதேசத்தில், பொதுவுடைமை ராஜ்யம் ஒன்றை நடத்திப் பார்த்தார்கள். மற்ற இடங்களிலுள்ள பண்ணைமுறை ஆட்சியைவிட இது எவ்வளவோ மேலானதுதான். இருந்தாலும், இது ஒப்பேறாது என்று இதைக் கூர்ந்து கவனித்து வந்தவர்கள் சொன்னார்கள். அவர்கள் சொன்ன ஒரே காரணம் என்ன? வாழ்க்கையைக் கண்டபடியெல்லாம் அடக்கி முடக்கித் திட்டம் பண்ணிவிட்டார்களாம்; மனிதன் மனித னாகவே வாழ முடியவில்லையாம்; யந்திரம் போலத் திட்டப் பிரகாரம் இயங்கித் தீரவேண்டுமாம். இதுதான் பொதுவுடைமை ஆட்சி தோல்வியுறும் என்பதற்கு உள்ள ஒரே காரணமாம்.

சீனருடைய நியாயப்போக்கு உணர்ச்சியாலும், அதன் பயனாக, அத்துமீறிப்போகிற தர்க்க முடிவுகளில் அவர்களுக்கு உண்டாகும் வெறுப்பாலும் இன்னொரு கெடுதலும் ஏற்படுகிறது. சீனர் இனத்துக்கு எந்தத் திட்டத்திலும் எவ்விதமான நம்பிக்கையும் வைக்கவராது. அவர்களுக்கு நம்பிக்கை வரவே வராது. திட்டம் என்பது மனித உணர்ச்சியற்ற ஓர் யந்திரம். மனித உணர்ச்சியற்ற எதையும் சீனர்கள் வெறுத்து ஒதுக்கிவிடுவார்கள். யந்திர

மயமாக்கப்பட்ட சட்டங்களிலும் அரசாங்கத்திலும் சீனர்களுக்குள்ள அபார வெறுப்பின் காரணமாக, சீனாவில் சட்டத்தின்மூலம் ஆட்சிபுரிவது அசாத்தியமாகிவிட்டது. கண்டிப்போடு கடுமையான சட்டரீதியில் நடக்கும் ஆட்சிமுறையும், உண்மையாய் விருப்பு வெறுப்பில்லாமல் சட்டத்தை அமல் நடத்துகிற ஆட்சிமுறையும் எங்களிடையே ஒரு நாளும் நிலைத்து நின்றதில்லை. அது ஒப்பேறாததுக்குக் காரணம், மக்கள் அதை விரும்பாததே. சட்டத்தின்மூலம் ஆட்சி நடத்துகிற எண்ணத்தைக் கிமு மூன்றாம் நூற்றாண்டில் சிந்தனையாளர்கள் உருவாக்கி வளர்த்தார்கள். ஷாங்யாங் என்பவர் இதை நடத்திப்பார்த்தார். இவர், பிரமாதமான நிர்வாகத் திறமையுள்ளவர். சின் அரசாங்கத்தின் ஆதிக்கம் வளர்ந்து பெருக உதவியவரும் இவர்தான். கடைசியில், ஷாங்யாங்கின் திறமை அவருடைய உயிருக்கே உலைவைத்துவிட்டது. ஷாங்யாங்கின் நாட்டில் சட்ட ஆட்சி பயனளித்தது. சின் என்ற அந்த நாட்டிலுள்ள கன்ச் பகுதியில் அவநம்பிக்கையுள்ள காட்டுமிராண்டிகள் அதிகம். அங்கே, சட்ட ஆட்சியின் துணையால், பயங்கரமான திறமை வாய்ந்த போர் யந்திரம் ஒன்று உருவெடுத்து வளர்ந்து, சீனா தேசம் முழுவதையும் ஆக்கிரமித்துக்கொண்டு விட்டது. அப்புறம், இதே ஆட்சி முறையை ஏகதேசமாய், நீச்சுப் போக்கில்லாமல், சீன மக்கள் அனைவரையும் அடக்கி ஆளுவதற்குக் கையாண்டபோது, இருபதே இருபது ஆண்டுகளில் இது பரிதாபகரமாக அழிந்தொழிந்துவிட்டது. சீனப் பெருஞ்சுவரை எழுப்பியது மகா திறமையான செயல்தான். ஆனால், இது கிஞ்சிற்றும் மனிதத் தன்மையற்றது. இதனால், ச்சின்ஷி ஹுவாங் தன்னுடைய சாம்ராஜ்யத்தையே இழந்துவிட்டான்.

மனிதநேயத்தைப் போதிக்கும் சீனர்களின் போக்கு, மேலே கண்டதற்கு முற்றும் மாறுபட்டது. ஆளைப் பொறுத்த ஆட்சி வேண்டுமென்றே இவர்கள் அறிவுறுத்தி வந்தார்கள். சீனமக்களும் எப்பொழுதும் இந்த மாதிரி ஆட்சியின் கீழேதான் இருந்து வந்திருக்கிறார்கள். இந்த மாதிரி ஆட்சியில், ஆட்சித் திட்டத்தின் பிசகுகளை ச்சிங் கோட்பாட்டை 'சமயத்துக்குத் தக்கபடி நடப்பதன் மூலம்'—ச்சுஉவான் கோட்பாட்டின் மூலம்—எப்பொழுதும் சரிப்படுத்திக்கொண்டுவிட முடியும். சட்டத்தின் ஆட்சியைவிடக் 'கனவான்களின்' ஆட்சியையே அவர்கள் எப்பொழுதும் ஏற்றுக்

கொண்டிருக்கிறார்கள். 'கனவான்களின்' ஆட்சியில் ஆளைப் பொறுத்து அதிகமான செயல்களை நடத்திக்கொள்ள முடியும். இது அதிகமாக நெகிழ்ந்து கொடுக்கும் இயல்புடையது; மனிதத் தன்மை இதில் அதிகமாக உண்டு. துணிவான கருத்து இது, இல்லையா? ஒரு நாட்டை ஆளுவதென்றால், அதற்கு எத்தனை பேர் வேண்டியிருக்கும்? அவ்வளவு கனவான்கள் நம்மிடையே இருக்கவே இருக்கிறார்கள் என்றல்லவா இந்தக் கருத்தின்படி ஆகிறது! இது கிடக்கட்டும். ஜனநாயகத்தின் கருத்துத்தான் என்ன? சிந்தித்துப் பார்க்காத சாதாரண மனிதர்கள் கண்ட கண்டபடியெல்லாம் கருத்து கூறுவது, இந்தக் கருத்துக் கும்பலை வைத்துக்கொண்டு, யந்திரம்போல் கணக்கெடுப்பது. இதன்மூலம் உண்மையைக் கண்டுபிடித்துவிடுவது எப்படி! இதுவும் துணிவான கருத்துத்தானே. இரண்டு முறைகளுமே முழுமையானவையல்ல என்பதை ஒப்புக்கொள்ளத்தான் வேண்டும். ஆனால், ஆள்முறைதான் மனிதநேயத்தை ஒட்டிப் போகிற சீனரின் போக்குக்கு மிகவும் ஏற்றது. தனிமனிதரை மதிக்கிற சீனருக்கு—விடுதலை வேட்கை கொண்ட சீனருக்கு—இதுதான் உகந்த முறை.

திட்டமில்லாத இந்தப் போக்கு எங்கள் சமூக நிறுவனங்கள் அனைத்திலும், எங்கள் நாட்டு நிர்வாக ஊழியம், எங்கள் கல்லூரிகள், எங்கள் உல்லாசச் சங்கங்கள், ரயில்வேக்கள், எங்கள் நீராவிக் கப்பல் கம்பெனிகள்—அயல்நாட்டாரின் ஆதிக்கத் திலுள்ள அஞ்சல் அலுவலகம், கடல்சுங்க வரி நிறுவனம் தவிர, இதர எல்லாவற்றிலுமுள்ள ஒரு சிறப்பு இயல்பு. இவற்றிலெல்லாம் நாங்கள் மேலுக்கு வராமல் போனதற்குக் காரணம் ஆளைப் பொறுத்தும், வேண்டியவர்களுக்குப் பாரபட்சமாகவும், ஒரு சார்பாகவும் நடந்துகொண்டதேயாகும். தொழிலில் இவை குறுக்கிடாமல் பார்த்துக்கொள்ள எங்களால் முடியாது. மனிதத் தன்மையற்ற ஒரு 'மனம்,' 'உணர்ச்சியற்ற ஓர் இரும்பு முகம்,' இவற்றைக் கொண்டுதான் ஆளுக்கு ஆள் உள்ள தயவு தாட்சணியங்களைத் தட்டி உதறிவிட்டுக் கெடுபிடியாய்க் காரியங்களைத் திட்டப்படி நடத்தி வரமுடியும். இந்த மாதிரி 'இரும்பு முகங்களுக்குச்' சீனப் பொது மக்களிடையே மதிப்புக் கிடையாது. ஏனென்றால், இப்படிக் கெடுபிடி செய்கிறவர்கள் கன்பூசியக் கொள்கையைத் தப்புந்தவறுமாகப் பின்பற்றுகிறவர்

களேயன்றி வேறல்ல. சீனருக்கென உள்ள தனி இயல்புகளில் படு மோசமான சமூகக் கட்டுப்பாடற்ற இயல்பு இந்தவிதமாகத்தான் வந்து சேர்ந்துவிட்டது.

ஆகவே, சீனருடைய பிழை, அவர்கள் மிதமிஞ்சிய மனிதத் தன்மை கொண்டிருப்பதால், வந்த விளைவுதானேயன்றி, மனிதத்தன்மை இல்லாததால் வந்த விளைவன்று. ஏனென்றால், நியாயப் போக்கில் செல்வது என்பது மனித இயற்கையிலுள்ள குறைபாடுகளுக்கு விட்டுக்கொடுத்து நடப்பது என்றுதானே ஆகிறது. ஆங்கிலத்தில், ஒருவனைப் பார்த்து, 'நியாயமாய் நடந்துகொள், அப்பா' என்றால், என்னவோ மனிதருக்கு மனிதர் கூடுதல் குறைச்சல் இருக்கத்தான் செய்யும், ஏதோ பார்த்து நட என்றுதானே பொருள்? ஷா எழுதிய பிக்மாலியன் நாடகத்தில் டூலிட்டில் (உதவாக்கரை) என்பவர் பூ விற்கிற ஒரு பெண்ணின் தகப்பன், பேராசிரியர் ஹிக்கின்ஸிடம் ஐந்து பவுன் நோட்டு ஒன்றை வாங்க முயலும்போது, டூலிட்டில் எப்படிப் பேசுகிறான்? 'இது நியாயமா...? இந்தப் பெண் எனக்குச் சொந்தம். நீ அவளைப் பிடித்துக் கொண்டுவிட்டாய். எனக்கு இதில் என்ன இலாபமிருக் கிறது?' என்கிறான். பேராசிரியர் கொடுக்கும் பத்துப் பவுனை மறுத்துவிட்டு, ஐந்து பவுனே தனக்குப் போதுமென்று டூலிட்டில் கேட்கும்போது, சீனருடைய நியாயப்போக்கு உணர்ச்சியை அவன் இன்னும் தெளிவாக எடுத்துக்காட்டுகிறான். அதிகப்படியான பணம் மகிழ்ச்சி அளிக்காது. மனிதநேயத்தை உண்மையாகக் கடைப்பிடிக்கிறவனுக்குத் தன்னை மகிழ்விப்பதற்கு எவ்வளவு பணம் வேண்டுமோ, அவ்வளவு மட்டுமே வேண்டும் அதிகம் உதவாது. ஏதோ, கொஞ்சம் குடிவகை வாங்கிக் குடித்து மகிழக் கூடிய அளவு பணங் கிடைத்தால் போதும். வேறு மாதிரியாய்ச் சொல்லப்போனால், டூலிட்டிலை ஒரு கன்பூசியவாதி என்று சொல்லலாம். எப்படி மகிழலாம் என்று அவனுக்குத் தெரிந் திருந்தது. மகிழ்ந்திருக்க முடிவது ஒன்றே அவனுக்குப் போதும். அதற்குமேல் ஒன்றும் வேண்டாம். இப்படி, இடையறாமல் நியாயப்போக்கு உணர்ச்சியையே பற்றி நிற்பதன் மூலம், விட்டுக் கொடுத்துப் போகிற ஓர் ஆற்றலைச் சீனர் வளர்த்துக்கொண்டு விட்டனர். இது, நடுவழிக் கோட்பாட்டின் பயனாக உண்டாகிய வெகு இயல்பான விளைவு. ஆங்கிலப் பெற்றோர் ஒருவருக்குத்

தன் மகனைக் கேம்பிரிட்ஜுக்கு அனுப்பலாமா, ஆக்ஸ்போர்டுக்கு அனுப்பலாமா, இரண்டில் எது நல்ல படிப்புத் தரும் என்று ஒரு முடிவுக்கு வரமுடியாத போது, சரி, இரண்டும் வேண்டாம், பர்மிங்ஹாமுக்கே அனுப்பி வைப்போமே என்று கடைசியில் தீர்மானித்துவிடலாம்.

ஆகவே, பிள்ளை லண்டனிலிருந்து கிளம்பி பிளைச்லி என்ற இடத்தை அடைந்ததும், கிழக்கே கேம்பிரிட்ஜுக்குப் போகவும் இல்லை, மேற்கே ஆக்ஸ்போர்டுக்குப் போகவுமில்லை, இரண்டையும் விட்டுவிட்டு, அவன் நேரே வடக்கே போகிறான். இது என்ன செயல்? பையன் நடுவழிக் கொள்கையை அப்படியே கடைப்பிடித்துவிடுகிறான். பர்மிங்ஹாமுக்குப் போகிற அந்தப் பாதையில் சில வசதிகளுண்டு. நேரே கிழக்கு நோக்கிப் போவதன் மூலம் அவன் கேம்பிரிட்ஜையோ, ஆக்ஸ்போர்டையோ அவமதிக்காமல், காரியசித்தி பெற்றுவிடுகிறான். நடுவழிக் கோட்பாட்டை எப்படிக் கையாளுவது என்று ஒருவருக்குப் பிடிபட்டுவிட்டால், சென்ற முப்பது ஆண்டுகளாய்ச் சீன அரசியலில் நடந்த ஆட்டபாட்டங்கள் முழுவதையும் புரிந்து கொண்டு, சீன அரசியல் கொள்கைப் பிரகடனங்கள் வெளி வரும்போது, இவற்றால் இன்ன பலன்தான் உண்டாகும் என்று கண்ணை மூடிக்கொண்டு ஜோஸியம் சொல்லிவிட முடியும். அப்போது, பிரமாத இலக்கிய மொழியில் செய்யும் வாண வேடிக்கைகளைக் கண்டு யாருக்கும் பயம் ஏற்படாது.

4. தாவோ மதம்

சீன மக்களுக்குக் கன்பூசிய மனிதப் பண்பு போதுமானதாய் இருந்திருக்கிறதா? போதுமானதாய் இருந்துமிருக்கிறது, இல்லாமலும் இருக்கிறது. இரண்டும்தான். மனிதனுடைய இயற்கை உணர்வு களை அது முழுமையாக நிறைவுபடுத்தியிருந்தால், தாவோ மதத்துக்கோ, புத்த மதத்துக்கோ இடமிருந்திருக்காது. கன்பூசியக் கொள்கையின் நடுத்தர வகுப்பு ஒழுக்க நெறி, பாமர மக்களைப் பொறுத்தமட்டில், முழுமையாகப் பயன் தந்திருக்கிறது. அதிகாரத் டலாயத்துத் (அதிகாரப் பொத்தான்) தரித்தவர்களிடமும், இது தரித்தவர்களுக்குச் சலாம் போட்டுத் திரிகிறவர்களிடமும், இது ஒப்பேறித்தான் வந்திருக்கிறது.

ஆனால், உத்தியோக டலாயத்துத் தரியாமலும், டலாயத்துத் தரித்தவர்களைக் கண்டு சலாம்போட்டுத் திரியாமலும் செயல்படும் மக்களும் இருக்கவே செய்கிறார்கள். கன்பூசியக் கொள்கை சரியானபடி எட்டிப்பிடிக்காத ஆழ்ந்த இயல்பு ஒன்று மனித னிடத்தில் இருக்கிறது. கன்பூசியக் கொள்கை என்பது, வார்த்தைக்கு வார்த்தை உள்ள சரியான அர்த்தப்படி பார்த்தால், மிதமிஞ்சிய ஒழுங்கைக் கடைப்பிடிப்பது, மிதமிஞ்சிய நியாயப் போக்கு உள்ளது, மிதமிஞ்சிய கச்சிதம் வாய்ந்தது. தலைவிரி கோலமாய்த் திரிவதில் மனிதனுக்கு ஓர் அந்தரங்க ஆசை. நமக்குள்ளே மறைந்துகிடக்கும் இந்த ஆசையைக் கன்பூசியக் கொள்கையானது சரி போகட்டுமே என்று தலைதூக்க விடு வதில்லை. வணங்காமல் லேசாகத் திமிறிக்கொண்டு நிற்கிற தலை மயிரையும், மிதியடியற்ற வெறுங்காலையும் நேசித்து அனுபவிக்கக் கூடியவனுக்கு, தாவோ மதம் பிடித்துப்போகும். கன்பூசியக் கொள்கை வாழ்க்கையில் எல்லாம் நடக்கும், நடத்திக்கொள்ளவும் முடியும் என்ற நோக்குள்ளது என்றும், தாவோக் கொள்கை வாழ்க்கையில் ஒன்றும் நடவாது, நடத்திக்கொள்ளவும் முடியாது என்ற நோக்குள்ளது என்றும் முன்னர் காட்டிவிட்டோம். தாவோக் கொள்கை ஒரு பெரிய மறுப்பு; கன்பூசியக் கொள்கையோ ஒரு பெரிய வலியுறுத்தல். சமூகத்தில் கண்ணியமான நிலையில் இருக்க வேண்டும், ஒழுங்கு முறையை அனுசரித்து நடக்க வேண்டும் என்ற கோட்பாட்டின்மூலம் கன்பூசியக் கொள்கை மனிதப் பண்பாட்டையும் அடக்கத்தையும் எடுத்தோதுகிறது. தாவோக் கொள்கையோ, இயற்கையோடு உறவுகொள்வதை அழுத்திக் கூறுகிறது; மனிதப் பண்பாட்டிலும் அடக்கத்திலும் அது அவநம்பிக்கை கொள்கிறது.

கன்பூசிய நற்பண்பில் தலையாய இரண்டு பண்புகள் பிறருக்கு உதவுதலும், நேர்மையும் ஆகும். இவற்றைப் பற்றி லஒட்செ, ‘நடத்தை அழுத்தம் இல்லை, அதனால் பிறருக்கு உதவுதல் உண்டாகிறது; பிறருக்கு உதவுதல் இல்லை, அதனால் நேர்மைப் போக்கு உண்டாகிறது’ என்று ஏளனமாகச் சொன்னார். கன்பூசியக் கொள்கை முக்கியமாய் நகர்ப்புறத் தத்துவத்தைக் கொண்டது. தாவோக் கொள்கை முக்கியமாக நாட்டுப்புறத் தத்துவத்தைக் கொண்டது. நவீனக் கன்பூசியவாதி நகரங்களின் சர்க்கார் அனுமதி

பெற்று, கிருமி போக்கி, தூயது என அத்தாட்சி பெற்ற முதல்தரமான பாலை பொங்கிப் பருகுவான்; தாவோக்காரனோ, நாட்டுப்புறத்தில் உடனே பீச்சிய புதுப் பாலை, பால்காரனுடைய பண்டத்தி லிருந்தபடியே கிராமவாசிகள் போல் அவனும் நேரடியாய் வாங்கிப் பருகுவான். நகர அதிகாரியின் அனுமதிப் பட்டயம், கிருமி போக்கும் முறை, முதல் தரம் என்று சொல்கிறார்களே அந்தத் தரத்தைப் பற்றிய சர்க்கார் அத்தாட்சி, இவற்றை எல்லாம் லாஒட்சே நம்ப மாட்டார். இந்தப் பாலில் நெய்ப்பிசித மணம் வீசவில்லை; நகராண்மைக் கழகத்தாரின் கணக்குப் புத்தக மணமும், வங்கியில் போட்டிருக்கும் பணத்தின் அளவைக் காட்டும் காசோலைப் புத்தகத்தின் மணமும்தான் வீசுகிறது. நாட்டுப்புறத்தானுடைய பாலைச் சுவைத்துப் பார்த்த பிறகு, லாஒட்செ சொன்னது ஒரு வேளை சரியாய்த்தானிருக்குமோ இராதோ என்று யார்தான் சந்தேகிக்க முடியும்? உங்கள் சுகாதார அதிகாரிகள் விஷஜுரக் கிருமிகள் அணுகாமல் பாதுகாக்க வேண்டுமானால், பாலைப் பாதுகாத்துவிடுவார்கள்; நாகரிகத்தின் எலிகளிடமிருந்து அதைப் பாதுகாக்க அவர்களால் முடியுமா? முடியாதே.

கன்பூசியக் கொள்கையில் இன்னும் வேறு குறைபாடுகளும் இருக்கின்றன. கண்கண்ட மெய்ப்பாட்டு நிகழ்ச்சிகளுக்கு அதில் மிக அதிகமான இடம் அளிக்கப்பட்டிருக்கிறது. கற்பனைக்கும், மனோபாவனைக்கும் அதில் அளிக்கப்பட்டுள்ள இடம் மிகக் கொஞ்சமே. சீனர்களோ, குழந்தைப் பிள்ளை மாதிரி கற்பனை உடையவர்கள். மந்திரம், மூடநம்பிக்கை என்றெல்லாம் சொல்லு கிறோமே, அந்த இளமைப் பருவத்து விந்தை எண்ணம், சீனர் இதயத்தில் இன்னும் இருந்துவருகிறது. கன்பூசியக் கொள்கையில் ஆவி உருவங்கள் வசிக்க வசதிபண்ணியிருக்கிறது; ஆனால், இவை கிட்ட நெருங்க முடியாது; எட்டத்தில்தான் இருந்து வர வேண்டும். மலைகள், ஆறுகளின் ஆவிகளையும், உபமான முறையில் மனித சந்ததிகளின் ஆவிகளையும் அது ஒப்புக் கொள்ளுகிறது. ஆனால், அதில் சொர்க்கமும் இல்லை, நரகமுமில்லை. கடவுளர்களின் ஆட்சியில்லை, பிரபஞ்ச உற்பத்தியைப் பற்றிய மலர்ச்சி இல்லை. அதன் பகுத்தறிவுக் கொள்கைக்கு மந்திரத்திலோ, சாகாவரந்தரும் சாதனையிலோ

அதிகமான அக்கறை இல்லை. பகுத்தறிவுவாதிகளான படிப்பாளிகள் நீங்கலாக, கண்ணில் கண்டதையே நம்புகிற கொள்கையுள்ள சீனர்களுக்குக்கூடச் சாகாவரம் பெறுவதிலேயே எப்பொழுதும் அந்தரங்கமான ஆசை உண்டு. கன்பூசியக் கொள்கை யிலே மோஹினிகள் இல்லை; தாவோக் கொள்கையில் இவை உண்டு. சுருக்கமாய்ச் சொன்னால், மர்மமும் அதிசயமும் உள்ள குழந்தைப் பிள்ளையின் உலகத்தை, தாவோக் கொள்கை எடுத்துக் காட்டுகிறது. கன்பூசியக் கொள்கையில் இதற்கு வழியில்லை.

ஆகவே, சீனருடைய நடத்தைஇயல்பில் கன்பூசியக் கொள்கை நிறைவு செய்ய முடியாத ஒரு கூறினை, தாவோக் கொள்கை பூர்த்தி செய்கிறது. ஓர் ஆளுக்கு இருப்பன போலவே, ஒரு தேசத்துக்கும் இயல்பான ஒரு புதுமை மோகமும் இயல்பான ஒரு பண்டைச் சிறப்பும் இருக்கவே செய்கின்றன. சீனருடைய சிந்தனை வளர்ச்சிப் பாதையில் தாவோக் கொள்கை புதுமை மோகம் பற்றி நிற்பது; கன்பூசியக் கொள்கை பண்டைச் சிறப்பைப் பற்றி நிற்பது. சொல்லப்போனால், தாவோக் கொள்கை முழுக்க முழுக்கப் புதுமைப் பாதையில் நடைபோடுவது. முதலாவது இயற்கையினிடத்தே மீண்டும் செல்ல வேண்டும், உலகத் தொல்லைகளை விட்டுத் தப்புவதற்குப் புதுமை வழியில் உல்லாசமாய்ச் செல்ல வேண்டும் என்கிறது. கன்பூசியப் பண்பாட்டின் செயற்கை நிலையையும் பொறுப்புக்களையும் அது ஒப்புக்கொள்ளாமல் எதிர்த்து நிற்கிறது. இரண்டாவது, வாழ்க்கை, கலை, இலக்கியம். இவற்றில் நாட்டுப்புறப் போக்கையே இலட்சியமாகக் கொண்டிருக்கிறது. ஆதிகால எளிமை நிலையை அது போற்றி வழிபடுகிறது. மூன்றாவதாக, மனோபாவத்துக்கு இடமளிக்கிற அதிசய உலகத்தையும், அதோடு பிரபஞ்ச உற்பத்தி வரலாற்றைப் பற்றி மழலைச் சிறார்கள் கவடில்லாமல்கொண்டு இருக்கும் எளிய கருத்தையும் அது எடுத்துக்காட்டுகிறது.

சீனர்கள் மந்தமானவர்கள் என்று தீர்ப்பளிக்கப்பட்டிருக்கிறது. இருந்தாலும், அவர்களின் நடத்தை இயல்பில் மோகனக் கூறு ஒன்றும் இருந்து வருகிறது. இது மிக ஆழத்தில் பதிந்துகிடப்பது. தனிமனித இயல்பை அவர்கள் எவ்வளவு தூரம் பேணி வளர்க் கிறார்கள் என்பதிலிருந்தும், அவர்களுடைய சுதந்திர தாகத்தி லிருந்தும், வாழ்க்கையில் கண்டதைக்கொண்டு திருமணம்

பண்ணுகிற குஷால் நோக்கத்திலிருந்தும் இது வெளிப்படையாகத் தெரியவருகிறது. இவற்றைக் கண்ணுறும் அந்நியநாட்டார், மர்மம் தெரியாமல் திண்டாடிப் போகிறார்கள். அவர்களுக்கு இது ஒரு பெரிய புதிராயிருக்கிறது. என்னைப் பொறுத்த வரைக்கும், சீனருடைய இந்தப் புதுமைப் போகப்போக்கு அவர்களுடைய பெருமையைப் பேரளவில் பெருகி விரியச் செய்கிறதென்றே சொல்வேன். ஒவ்வொரு சீனனுடைய உள்ளத்திலும் சுற்றி அலைந்து திரிய வேண்டும் என்கிற ஆசை உள்ளுக்குள்ளே மறைவாக ஒருபுறத்தில் இருக்கவே செய்கிறது. சுற்றி அலைவதில் சீனர்களுக்குத் தனிமோகம். உணர்ச்சிக் கொந்தளிப்பு உடைப்பெடுத்துவிடாமல், இயல்பாக வழிந்தோடிச் சாந்தி தருவதற்கு இந்தப் போக்கிடம் இல்லாமல் போய்விட்டால், கன்பூசிய வாழ்க்கைச் சட்டத்தின் கௌரவ மரியாதை விசயங்கள் கிஞ்சிற்றும் சகிக்கக்கூடாதவையாக ஆகிவிடும். தாவோ மதம் சீனரின் விளையாட்டுப்போக்கைக் காட்டுவது; கன்பூசிய மதம் அவர்களின் வேலையில் மனம்படிந்த போக்கைக் காட்டுவது. வாழ்க்கையில் வெற்றி பெறும் போதெல்லாம் சீனர்கள் தம்மைக் கன்பூசியவாதி என்று சொல்லிக்கொள்வதும், காரியம் பலிக்காமல் தோல்வி காணும் போதெல்லாம் தம்மை அவர்கள் தாவோவாதி என்று சொல்லிக்கொள்வதும் ஏன் என்பது இதனால் புரிந்து விடும். பண்பட்ட சீன ஆன்மாவுக்கு மருந்தூட்டி நோய்தீர்க்கும் அருமருந்து தாவோக் கொள்கையின் இயற்கைப் போக்கிலிருக்கிறது.

சீனர்கள் கன்பூசியக் கொள்கையை உருவாக்கினார்கள் என்று செல்வதைவிட, தாவோக் கொள்கையைத்தான் அவர்கள் உருவாக்கினார்கள் என்று சொல்வது பொருந்தும் என்பதும், லாஒட் செயுடைய இயற்கைப் போக்குத் தத்துவமானது, சாதாரண மக்களின் மனத்தில் பட்டுப்பழகியதன் மூலம், ஆவி உலகத்தைப் பற்றிச் சீனர்கள் செய்யும் விளக்கத்தோடு இணைந்துவிட்டது என்பதும் பார்ப்பதற்கு சுவையாய் இருக்கின்றன. சிரஞ்சீவித்துவ மாத்திரை, தாவோ ரீதியான மந்திரம், இவை இரண்டுக்கும் லாஒட்செக்கும் எவ்வித தொடர்பும் இல்லை. பாவம், லாஒட்செ இவற்றைப்பற்றி ஒன்றுமே அறியார். ஆட்சி முறையில், கட்டுப்பாடற்ற சர்வ சுதந்திரமிருக்க வேண்டும்; ஒழுக்க முறையில், இயற்கைப் போக்கிருக்க வேண்டும் என்பனவே

அவருடைய தத்துவம். 'ஒன்றுமே செய்யாத சர்க்காரே' இலட்சியச் சர்க்கார் என்று அவர் நம்பினார். மனிதனுக்கு வேண்டியது என்ன? தன்னுடைய ஆதிகால சுதந்திர 'நிலையில்' இருந்துவரும்படி அவனை விட்டுவிட வேண்டும். அதுதான் அவனுடைய தேவை. நாகரிகமென்பது மனிதன், தனது சிறப்பு நிலையிலிருந்து கீழே இறங்கிவிடப் பண்ணுகிற தொடக்க முயற்சியே என்று லாஓட்செ கருதினார். கன்பூசிய ரீதியிலுள்ள மகான்கள் மக்களைக் கெடுக்கிற மகா மோசமான பேர்வழிக ளென்பது அவர் கருத்து. ஐரோப்பிய மக்களை முதல் முதலாய்க் கெடுக்கத் தலைப் பட்டவர் சாக்ரட்டிஸ்தான் என்று நீட்சேகூடச் சொன்னாரல்லவா, அந்த மாதிரி, சுடச் சுடக் கிளம்புகிற அவருடைய நையாண்டிப் பேச்சில், 'மகான்கள் சாகலே, திருடர்கள் ஒழியலே'* என்று அவர் சொல்லியிருக்கிறார். அவரைப் பின்பற்றிய தக்காராகிய ச்சுவாங்ட்சே கன்பூசிய வஞ்சகத் தனத்தையும் வீண்முயற்சி யையும் மிகவும் நேர்த்தியாக நையாண்டி பண்ணித் தாக்கி வந்தார்.

இதெல்லாம் வெகு சுளுவாயிருந்ததும், கன்பூசியக் கொள்கை சடங்கு சம்பிரதாயங்களை அழுத்தமாக வற்புறுத்துகிறது. இறந்தவர்களுக்காகத் துக்கங்கொண்டாடுகிற காலவரம்புகள் இன்னின்னபடிதான் இருக்க வேண்டுமென்று சிறப்பு வேற்றுமை கள் ஏற்படுத்துவதில் அதிகக் கவலை எடுத்துக்கொள்ளுகிறது. சவப் பெட்டிகளின் அடுக்குத் தட்டுகள் இன்னபடிதான் இருக்க வேண்டுமென்று கவலை எடுத்துக்கொண்டு வரம்பு கட்டுகிறது. கன்பூசியக் கொள்கையைக் கடைப்பிடிக்கிறவர்களுக்கு அதிகாரப் பதவிகளை அடைந்து, உலகத்தைக் காப்பாற்றிவிட வேண்டும் என்ற தீவிர ஆசை உண்டு. இந்த மாதிரியான கன்பூசியக் கொள்கையை நையாண்டி செய்யக் கேட்க வேண்டுமா? வெகு எளிது. தாவோ வாதிகள் கன்பூசியவாதிகளை வெறுத்ததற்குக் காரணம், பழமைச் சிறப்பைப் பற்றி நிற்கிறவர்களிடம் புதுமைப் போக்கில் செல்கிறவர்கள் கொள்ளக்கூடிய இயற்கையான வெறுப்புத்தான். ஒருவேளை, அது வெறுப்பாக இருந்திராது; அடக்க முடியாத, வெறும் கேலிச் சிரிப்புத்தான் அது.

* நூலாசிரியர், வேகத்துக்காகக் கொச்சை ஆங்கிலத்தில் எழுதியுள்ளார்.

இந்த மாதிரி, அடிமுடிவரை அவநம்பிக்கை கொண்டிருக்கிற நிலையிலிருந்து ஒரு படி தாவினால், உலக அல்லலிலிருந்து விடுபட்டுப் புதுமைப் பாதையில் வந்துவிடுகிறோம். அப்புறம், இயற்கையோடு மீண்டும் சேர்ந்துவிடுகிற நிலை, தானாகவே வந்துவிடுகிறது. புராணக் கதையின்படி, லாஓட்செ தன் முதுமைக் காலத்தில் தன்னுடைய பதவியை விட்டுவிட்டு, ஹாங்குக்குக் கணவாய்க்கு வெளியே மறைந்து போய்விட்டாராம். ச்வாஸ்ட், செயைச்சு நாட்டின் மன்னர், ஒரு பெரிய பதவியை ஏற்றுக் கொள்ளக் கேட்டாராம். அவர், பதவியை வேண்டாமென்று மறுத்துவிட்டு, பன்றி மாதிரி ஒருவரால் தீனிபோட்டுக் கொழுக்க வைக்கப்பட்டு, அப்புறம் பலிபீடத்தில் கொன்று சாய்க்கப் படுவது புத்திசாலித்தனமான செயல்தானா என்று ஒரு கேள்வியும் போட்டாராம். அந்தக் கணம் முதற்கொண்டு, தாவோக் கொள்கை யானது துறவு வாழ்க்கை, மலைகளிடையே ஓய்வுபெற்று வாழ்தல், நாட்டுப்புறத்து வாழ்க்கையை வழிபடுதல், ஆன்மாவைப் பண்படுத்தல், மனித வாழ்வை நீடித்தல், உலகம் தொடர்பான கவலைகளையும் தொல்லைகளையும் விரட்டி ஓட்டுதல் ஆகியவற்றோடுதான் எப்பொழுதும் தொடர்புகொண்டு வந்திருக்கிறது. இதிலிருந்து நாம் பெறுவன யாவை? பண்பாடு, நாட்டுப்புற வாழ்க்கை இலட்சியம், கலை, இலக்கியம் ஆகியவற்றில் சீனருக்குள்ள மிகச் சிறந்த தனிஇயல்பின் பொலிவு இதிலிருந்துதான் கிடைக்கிறது.

இந்தக் கேள்வியைக் கேட்கலாம்; இந்தத் துறவு வாழ்க்கை இலட்சியத்துக்கு லாஓட்செ எந்த அளவுக்குப் பொறுப்பாளியா கிறார்? லாஓட்செ யாத்துள்ளதாகச் சொல்லப்படுகிற தாவோ தே ஜிங் என்ற புத்தகம், சீனத்து நீட்சேயானச் சுவாங்ட் செயுடைய புத்தகங்களைவிட இலக்கிய முழுமையில் குறைவானது தான். ஆனாலும், கிழக்குறும்பு ஞானத்தில் விசயத்தை இது அதைவிட அதிகமாகச் சாறு பிழிந்து வடித்தெடுத்துத் தருகிறது. உலக இலக்கியம் அனைத்திலுமே தற்காப்புத் தத்துவத்தில் மிக நேர்த்தியாக அமைந்துவிட்ட பொல்லாத தத்துவம் இதுதான் என்றே என் மனத்திற்குப் படுகிறது. விருப்பப்படி திரிய வேண்டும், சாத்விக எதிர்ப்பு வேண்டும் என்று அறிவுறுத்தியதோடு நில்லாமல், மடமையின் அழிவுடைமையையும், பலவீனத்தில்

பலத்தையும், பணிந்து நடப்பதால் உண்டாகும் மேன்மையையும், உருமயக்கம் செய்வதன் இன்றியமையாமையையும் பற்றி அறிவுறுத்தவும் செய்தது. 'ஒருபோதும் உலகத்தின் முதல் ஆளாக ஆகாதே' என்பது அதன் அறிவுரைகளில் ஒன்று. ஏன்? காரணம் வெகு எளிது, அப்போதுதானே பிறர் தாக்குதலுக்கு நாம் ஒருபோதும் ஆளாகாமல் இருக்கலாம்; அதன் பயனாக, அழிந்துவிடாமல் என்றும் நிலையாக இருக்கலாம். வாழ்க்கைப் போராட்டத்தில் உருமயக்கம் செய்வதற்கு மிக ஏற்றவை அறியாமையும் மடமை யும்தான் என்ற சித்தாந்தம் இது ஒன்றுதான். எனக்குத் தெரிந்த வரை, வேறே எதுவும் இருப்பதாகத் தெரியவில்லை. இந்தச் சித்தாந்தமும் என்ன சாமான்யமான சித்தாந்தமா? இல்லை, மனிதனுடைய அறிவுநுட்பம் உச்சநிலையை அடைந்ததால் உண்டானதாக்கும் இந்தச் சித்தாந்தம். அப்படி இருந்தும் இது மடமையையும் அறியாமையையும் போதிக்கிறது.

லாஒட்செயிடத்துள்ள மனித அறிவுநுட்பம் தன்னுடைய ஆபத்துக்களைப்பற்றித் தனக்குத் தானே தெரிந்துகொண்டவுடன் 'மடமை கொல்!' என்று அறிவுறுத்தி, இதையே தன்னுடைய மிகப் பெரிய இலட்சியப் பிரசாரமாகக் கொண்டுவிட்டது. மனித முயற்சியால் ஒன்றும் நடவாது என்று அதற்குத் தெரிந்துவிட்டது. அதனால், 'வாளா இருத்தல்' கோட்பாட்டைப் பின்பற்றும்படி புத்திமதி கூறுகிறது. இதன்மூலம் சக்தியைச் சேமித்துவிடலாம், வாழ்வை நீடித்துக்கொள்ளலாம் என்று எடுத்துக்காட்டுகிறது. இந்தக் கட்டத்திலிருந்து தொடங்கி, வாழ்வில் எல்லாம் நடக்கும் என்ற போக்கு, வாழ்வில் எதுவும் நடவாது என்ற போக்கில் திரும்பிவிட்டது. இதன் ஆக்கத்தால், கீழ்நாட்டின் பண்பாடு முழுவதுமே அதன் முந்திய தன்மை மாறிப் போய் இந்தப் போக்கின் முழுமையான சாயையைப் பெற்று இருக்கிறது. யெஷாஓ ப்ஓயென் என்ற நவீனத்தைப் பார்த்தால் தெரியும். சிறந்த சீனர்கள் எல்லாருடைய வாழ்க்கையைப் பார்த்தாலும் தெரியும்.

ஒரு கொள்ளைக்காரனோ, துறவு பூண்டிருந்த ஒருவனோ தன் இன மனிதனிடம் பொறுப்புடன் நடந்துகொண்டு, உலகத்தோடு ஒட்ட ஒழுகுபவனாக மாறிவிட வேண்டும் என்று எடுத்தோதுவது எப்போதும் கன்பூசியவாதமாகவே இருக்கும். உலகத்தைவிட்டுத்

தப்பி ஓடிவிட வேண்டும் என்று கூறுவது எப்போதும் தாவோ நோக்கத்தையோ, புத்த நோக்கத்தையோதான் அடிப்படையாகக் கொண்டு இருக்கும். இரண்டு விதமான எதிரிடை நிலைகளையும் சீன மொழியில், 'உலகத்துட்புகுவதும்' 'உலகத்தைத் துறப்பதும்' என்று சொல்வார்கள். சிலவேளை, ஒரே மனிதனிடத்தில், அவனுடைய வாழ்க்கையில் வெவ்வேறு காலங்களில், இந்த இரண்டு விதமான நோக்கங்களும் ஒன்றை மற்றது அமுக்கி விட்டுத் தான் மட்டும் மேலாதிக்கத்திற்கு வந்துவிட மல்லிட்டு நிற்கும். யுவான் சுங்லாங் என்பவருடைய வாழ்க்கையிலிருந்து இதைத் தெரிந்துகொள்ளலாம். இன்றும் உயிருடனிருக்கிறவர்களில் எடுத்துக்காட்டாக, பேராசிரியர் லியாங் சுமிகைக் குறிப்பிட்டுக் காட்டலாம். இவர், முந்திப் புத்த சமயியாக மலைகளிடையே வாழ்ந்து வந்தார். பின்னால், கன்பூசிய சமயத்திற்கு மதம்மாறி, திருமணம் செய்துகொண்டார். இப்போது, ஷாண்ட்டங் என்ற ஊரில், நாட்டுப்புறத்து நடுநிலைப் பள்ளி ஒன்றை நடத்திவருகிறார்.

சீன நாகரிகத்தின் இவ்வளவு முக்கிய கூறாகிய நாட்டுப்புறத்து வாழ்க்கை இலட்சியம், கலை, இலக்கியம் இவை எப்படி உண்டாயின? இயற்கையின்மீது பற்றுக்கொள்ளுகிற தாவோ வாதந்தான் இவற்றுக்குப் பேரளவில் பொறுப்பாகும். கடிதச் சுருள்களிலும், பீங்கான் பண்டங்களிலும் தீட்டப்படும் சீன ஓவியங்களில் மிகப் பிரியமாகக் கையாளுகிற கதைக் கோள் இரண்டு: ஒன்று, குடும்ப வாழ்க்கையின் இன்பத்தைப் பற்றியது. இதில், பெண்களும் குழந்தைகளும் வேலையில்லாமல் சுகமாக ஓய்வுபெற்றிருக்கிற மாதிரி படம் போட்டிருக்கும். மற்றது, நாட்டுப்புறத்து வாழ்க்கையின் இன்பத்தைப்பற்றியது. இதில் மீனவர்கள், விறகுவெட்டிகள் இவர்களையோ, 'பைன்' மரக்கும்பலின் கீழே, தரைமீது அமர்ந்திருக்கும் துறவியையோ படம் போட்டிருக்கும். இந்த இரண்டு வகையான கதைக் கோள்களும், முறையே, கன்பூசிய வாழ்க்கை இலட்சியத்தையும், தாவோ வாழ்க்கை இலட்சியத்தையும் எடுத்துக்காட்டும். விறகு வெட்டி, பச்சிலை சேகரிப்பவன், துறவி இவர்கள் தாவோக் கொள்கையுடன் மிக நெருங்கிய தொடர்புகொண்டவர்கள். இது சராசரி அந்நியநாட்டானுக்குத் தெரிவதில்லை. கீழே ஒரு பாட்டு

வருகிறது. இதில், தாவோக் கொள்கையின் உணர்ச்சி நன்றாய் வெளியாக்கப்பெற்றிருக்கிறது:

பைன் மரங்களின் கீழே
அமர்ந்திருந்த பையனை
நான் கேட்டேன்.
அவன் என்ன சொன்னான்?
'மலை மீதெங்கோ பச்சிலைதேடித்
தனியே சென்றுளார் என் தலைவர்,
மூடிமறைத்தன மேகங்கள்;
யாண்டுளா ரென்பதை யானறியேன்.'

இயற்கையின் பாலுள்ள இந்த விழைவு சீனக் கவிதை அனைத்திலுமே சுரப்பெடுத்துப் பொங்கிப் புரண்டோடுகிறது. சீனரின் ஆன்மிகப் பரம்பரைச் சொத்தில் இது முக்கியமான ஒரு பாகமாகும். இங்கேயும்கூட, கன்பூசியக் கொள்கையானது தாவோக் கொள்கைக்கு நிகரான முக்கிய இடம் வகிக்கவே செய்கிறது. பூர்வீகக் காலத்து எளிமையை வழிபடுகிற செயல், கன்பூசிய பரம்பரைப் பழக்கத்தில் வேண்டுமென்றே மனமாரச் செய்துவந்த செயல்தான். இது கன்பூசியத்தில் ஒரு பகுதியாயிருந்து வந்திருக்கிறது. சீனருடைய தேசிய வாழ்க்கையின் விவசாய அடிப்படையில் ஒரு பகுதி, குடும்ப வாழ்க்கை முறையை அனுசரித்து உருவாகி இருக்கிறது. தேசத்திலுள்ள நிலமெல்லாம், குடும்ப வாழ்க்கை முறைப்படி, குடும்பத்தைச் சேர்ந்த மக்களுக்கே சொந்தம். மற்றப் பகுதி, பொற்காலம் என்ற பாலும் தேனும் கலந்தோடுகிற இன்பக்காலத்தைப்பற்றிக் கன்பூசியவாதிகள் கண்டுவந்த கனவைப் பின்பற்றி உருவாகியது. கன்பூசியக் கொள்கை, எப்பொழுதும் யாஓ, ஷீன் சக்கரவர்த்திகளின் தொடக்கக் காலங்களிலிருந்த நிலைமைகளில் அபிமானம் கொண்டிருந்தது. அந்தக் காலந்தான் பொற்காலம். அப்போது வாழ்க்கை மிக மிக எளிமையாக இருந்தது, மனிதனுடைய தேவைகள் அப்போது மிக மிகக் குறைவாயிருந்தன என்று கன்பூசியவாதிகள் கருதினார்கள். அந்தக் காலம் மீண்டும் வராதா என்று அவர்கள் ஆவல்கொண்டார்கள். அந்தக் காலத்தில், மக்கள் நிலத்தின்மீது சம்மணம் போட்டு அமர்ந்துகொண்டு, தடிகளால் நிலத்தைத் தட்டுவதன் மூலம் எழுந்த தாளஒலியைச் செவி

மடுத்துக்கொண்டு இருப்பார்களாம். அவர்களுடைய மகிழ்வும் கபடற்ற மன நிலையும் பின்வரும் பாட்டிலிருந்து புலனாகும்:

பொழுது விடிந்ததும் வேலைக்குப்போவோம்,
பொழுது சாய்ந்ததும் ஓய்ந்திடவருவோம்.
யாதும் அறியோம் யாதும் கல்லோம்.
சக்கரவர்த்தியின் சற்குணத்தாளே,
மக்கள் எமக்கிங்காவது மென்னே?

பண்டைப் பெரியார்களை வழிபடுவதென்பது அப்போது எளிமையை வழிபடுவதாகவே ஆயிற்று. ஏனெனில், சீனர்களுக்கும் இந்த இரண்டு எண்ணங்களுக்கும் நெருங்கிய உறவு உண்டு. குப்ஒ என்ற சொல்லுக்குப் 'பழமையும் எளிமையும்' என்றே பொருள். ஆண்கள் கொஞ்சம் படிக்க வேண்டும், கொஞ்சம் உழவு வேலை செய்ய வெண்டும்; பெண்கள் நூல்நூற்று நெய்தல் தொழில் புரிய வேண்டும் என்பதே கன்பூசியக் குடும்ப இலட்சியமாக எப்பொழுதும் இருந்து வந்திருக்கிறது. ச்செள ச்சிஜு ஒரு கவி பாடியிருக்கிறார். பதினாறாம் நூற்றாண்டின் கடைசிக் காலத்தி லிருந்த ஒரு படிப்பாளி இவர். தமது கவியைத் தமது குடும்பச் சொத்தாக இவர் தம்முடைய குழந்தைகளுக்கு விட்டுச் சென்றுளார். இது, மேலே சொன்ன தாவோக் கவியை எதிர்த்தபோதிலும், எளிய வாழ்க்கை யைப் பாராட்டுகிற விசயத்தில், முக்கியக் கூறுகளில், அதை ஆதரிக்கவே செய்கிறது. தாவோக் கவிதைப் போக்கிலிருந்து மாறு பட்ட கவிக்கு எடுத்துக்காட்டாகப் பின்வரும் கவியைப் பாருங்கள்.

வாழ்வு முழுமையானது எப்போது?
உன் காலைச் சுற்றிலும் குழந்தைகள் வேண்டும்;
கட்டிலை மூடக் கை நிறைக்கும் வைக்கோல்தான்.
நிலந் தரிசாய்ப் போய்விட்டால்,
பண்படுத்த வகைவேண்டும். இளம் பருவக் காளை ஒன்று
மிக்குதவும் நிச்சயமாய்.
ஒழிந்த நேரங்களில்
உன் புதல்வர்க்குப் படிக்கவுங் கற்றுக்கொடு.
இது புகழுக்காகவல்ல.
'மண்டலின்' என்ற படிப்புப் பட்டத்துக்காகவுமல்ல.
மதுவை வடித்தெடு, மூங்கில் பயிரிடு.

மலருக்கு நீரைமொண்டு வார்த்திடு.
படிப்பாளிகளின் பரம்பரைகள் பலபல
இத்தகைய இல்லத்தில் இருந்து பொலிந்திட.

இப்படியாக, சீனர்களுடைய இன்பத்தின் இலட்சியம், கிரேக்கர்களுக்கு இருந்து வந்ததைப்போல, 'தமது திறமைக்கு ஏற்ற வழியில் ஒருவர் தம்முடைய ஆற்றலைச் செயல்படுத்தி' வளர்ப்பதன்று. எளிய நாட்டுப்புறத்து வாழ்க்கையை அனுபவிப்பதும், அதோடு, சமூக உறவாடலில் இசைந்து பழகுவதுந்தான் அவர்களுடைய இன்ப இலட்சியம்.

தாவோக் கொள்கையின் மெய்யான ஆற்றல், முக்கியமாகப் பொதுமக்களைப் பொறுத்தவரைக்கும், எதில் இருக்கிறது? தெரிந்துகொள்ள முடியாத ஒரு தனி உலகத்தைப்பற்றிய விசயங்களையெல்லாம் வழங்கி வருவதிலேயே பெயரளவில் இருக்கிறது. கன்பூசியக் கொள்கையின் தெளிந்த போக்கு இந்த மாதிரி விசயங்கள் எல்லாம் கருத்தில் கொள்வதற்கே தகுதியற்றன வென்று எண்ணி, இவற்றை அறவே புறக்கணித்துவிட்டது. கன்பூசியஸ், இயற்கையை மீறிய சக்திகளைப் பற்றியோ ஆவிகளைப்பற்றியோ அடிக்கடி பேசமாட்டார் என்று கன்பூசிய இலக்கியத் துணுக்குகளில் குறிப்பிடப்பட்டிருக்கிறது. கன்பூசியக் கொள்கை நரகத்தையோ சொர்க்கத்தையோ மக்களுக்கு அளிக்கவில்லை; ஆன்மா அழியாத் தன்மை பெறுவதற்காக எவ்விதச் சூத்திரமும் சொல்லி வைக்கவில்லை. மனித இயற்கையில் உள்ள பிரச்சினைகளை அது தீர்த்து வைத்தது.

ஆனால், பிரபஞ்சத்தின் புதிரை அது ஆராயாமல் விட்டு விட்டது. மனித உடல் எப்படி வேலை செய்கிறது என்பதைப் பற்றிக்கூட அதற்கு ஒன்றுந் தெரியாது. இந்த மாதிரியாக அதன் தத்துவத்தில் பிழை கண்டுபிடிப்பதற்கு நிறைய இடம் வைத்து விட்டது. தாவோக் கொள்கையின் மர்மப் போக்கின் துணை கொண்டு, இயற்கையின் இரகசியங்களைச் சாதாரணச் சிந்தனை யாளர்கள் சிக்கறுத்துப் புரிந்துகொள்ளும்படி அது விட்டுவிட்டது.

இப்படிப்பட்ட மனநிலையின் இயக்கங்கள் ஹுமயினான்ட்செ (178-122 கிமு) என்பவர் மூலம் விரைவில் வெளிப்படலாயின. இவர், தத்துவ விசாரணையுடன், ஆவிகளும், புராணக் கதைகளும்

நிரம்பிய அதிசய உலகத்தைப் போட்டுக் கலந்துவிட்டார். போரிடும் ராஜ்யங்கள் இருந்த காலத்திலேயே நடைமுறையில் வந்துவிட்ட யின் (பெண்பால்) யாங் (ஆண்பால்) கொள்கையின் இருவகைப்பட்ட எண்ணத்தை வைத்துக்கொண்டு தனது சித்தாந்தத்தைத் தொடங்கிய தாவோக் கொள்கை, விரைவில் தனது எல்லைப் பரப்பில் பண்டைக்கால ஹாண்ட்டங் காட்டுமிராண்டிகளின் மோஹினிகளையும் சேர்த்துக்கொண்டு விட்டது. ஆழ்கடலில், வெகு தூரத்தில், மோஹினிகளைக் கொண்ட ஓர் உலகம் இருப்பதாக இந்தக் காட்டுமிராண்டிகள் கனவு கண்டுவந்தார்கள். ச்சின் நாட்டின் முதலாவது சக்கரவர்த்தி, ஐந்நூறு சிறுவர்களையும் கன்னிப் பெண்களையும் தன்னுடன் கூட்டிக்கொண்டு தனக்குச் சிரஞ்சீவித்துவம் பெறுவதற்காக இந்த மோஹினி உலகத்தை நாடி மெய்யாகப் புறப்பட்டுப் போகவும் போனார். அப்புறம், கற்பனையில் ஏற்பட்ட மனப்பற்று தடுக்கக்கூடாததாக ஆகி விட்டது. அந்தக் காலம்முதல் இன்றைய நாள்வரையில், சீன மக்களிடத்தில் தாவோக் கொள்கைக்குப் பலமான பிடி இருந்து வந்திருக்கிறது.

முக்கியமாக, ட்டாங் பரம்பரைக் காலத்தில் நெடுங் காலத்துக்கு அது அரசாங்க மதமாக இருந்துவந்தபோது சீன மக்களிடம் அதற்கு இருந்துவந்த பிடி பலமானது. அப்போது இதை மர்ம மதம் என்று அழைத்து வந்தார்கள். ஏனென்றால், ட்டாங் ராஜகுடும்பத்தின் குடும்பப் பெயரும் லாஓட்செயின் குடும்பப் பெயரைப்போலவே, லி என்றிருந்தது. வெயி, சின் அரச பரம்பரைக் காலங்களில் இதற்குப் பெரும் புகழ் இருந்தது; மக்கள் எல்லாருமே இதைப் பின்பற்றுவதில் முனைந்திருந்தார்கள். இதன் செல்வாக்கு அப்போது மிகமிகப் பெருகியிருந்தபடியால், கன்பூசிய மதம் இருந்த இடம்கூடத் தெரியவில்லை. தாவோ மதத்தின் நாகரிகப்போக்கு, சீன இலக்கியத்தில் முதல்முதலாக ஏற்பட்ட புதுமைமோக இயக்கத்தோடு தொடர்புகொண்டது. பிந்திய காலத்து ஹான் படிப்பாளிகள் உருமாற்றிவிட்ட நிலையில் கன்பூசிய மதம் வற்புறுத்திவந்த கௌரவ மரியாதைகளை எதிர்த்து அடிக்கிற செயலோடும் அது தொடர்புகொண்டதாக ஆகிவிட்டது. பெயர்பெற்ற புலவர்களில் ஒருவர் நேர்மை என்ற குறுகிய பாதையில் நடந்துசெல்லும் கன்பூசியக் கனவானை, ஆண்கள்

அணிகிற கால் சராயின் தையல் விளிம்புகளில் ஊர்ந்து திரிகிற மூட்டைப் பூச்சியோடு ஒப்பிட்டுப் பேசியிருக்கிறார். கன்பூசியக் கட்டுப்பாட்டையும், அதன் சடங்கு சம்பிரதாயப் போக்கையும் கண்டு, மனிதனுடைய இயற்கை குமுறி எதிர்த்துக்கொண்டுவிட்டது.

இதற்கிடையே, தாவோ மதம் தனது எல்லையை விரித்துக் கொண்டு, தன்னுடைய கலைகளுள் மருந்து தயாரிப்பது (பச்சிலை களைப்பற்றிய இரகசியத்தைத் தெரிந்துகொள்வது), உடல் நூல், பிரபஞ்ச வரலாறு (எல்லாம், ஏறத்தாழ யின் யாங் கொள்கைகளை அடிப்படையாகக் கொண்டு, குறியீட்டின் மூலமும், பஞ்ச பூதங்களின் அடிப்படை மூலமும் விளக்கிக் காட்டப்படுவன), மந்திரம், பில்லி சூனியம், காமத்தைக் கிளறுகிற மருந்து செய்வது, பூஜை செய்து உருப்போடுவது, சோதிடம், நல்ல தெய்வங்களைக் கொண்டு ஆட்சிபுரிவது, சில அழகிய புராணக் கதைகள், துறவி வர்க்கம், தலைமைக் குரு—பொதுமக்களுக்குப் பிரியமான, திடமான, நல்ல மதத்தை உண்டுபண்ணுவதற்கு வேண்டிய தளவாட சாதனங்கள் அனைத்தையும் கொண்டுவந்துவிட்டது. சீன விளையாட்டுப் பயிற்சியாளரையும் அது மறந்துவிடவில்லை. குத்துச் சண்டையில் தீவிரப் பயிற்சியளித்து வந்தது. குத்துச் சண்டையும் பில்லிசூனியமும் ஒன்று சேர்ந்ததால்தான், ஹான் பரம்பரையின் முடிவுக் காலத்தில் ஹுவாங்ச்சின் கலகம் என்ற கலகம் அரசாங்கத்துக்கு எதிராகக் கிளம்பியது.

எல்லாவற்றுக்கும் கடைசியாக, உடலோம்புதற்கும் அது ஒரு வழி சொல்லி வைத்தது. அதில், ஆழ்ந்து மூச்சுவிடுதல் (பிராணா யாமம்) முக்கியமானது. இந்த வழியால், நாரை முதுகில் ஏறி விண்ணை அடைந்து, அழியாத்தன்மை பெற்றுவிட முடியுமாம். இதன் சொற்களில், மிகவும் பயனுள்ள சொல் ச்சி (காற்றா? மூச்சா? ஆவியா? இவற்றில் எது என்று தெரியவில்லை) என்பது. இந்தச் ச்சி கட்புலனாகாத ஒன்று. ஆகவே, 'மர்ம'மாய்க் கையாளு வதற்கு மிகப் பொருத்தமான ஒன்றாக ஆயிற்று. இந்த ச்சியை அனைத்துச் செயல்களுக்கும் பயன்படுத்தி வந்தார்கள். வானத்தி லிருந்து சிதறிவிழுகிற எரிகொள்ளியின் கதிர் தொடங்கிக் குத்துச் சண்டை, பிராணாயாமம், ஆண் பெண் புணர்ச்சி ஈறாக எல்லாவற்றிலும் இந்தச் சொல் அடிபடும். உயிர் வாழ்வதை நீடிப்பதன் பொருட்டு, ஆண் பெண் புணர்ச்சியை ஒரு கலையாக

மதித்து, வெகு சிரத்தையோடு பயின்று வந்தார்கள் (அதிலும் பெரிய பெண்களைப் புணர்வதைவிடக் கன்னிப் பெண்களைப் புணர்வதே சிலாக்கியமாகக் கருதப்பட்டு வந்தது). தாவோக் கொள்கை, சுருக்கமாய்ச் சொன்னால், இயற்கையின் இரகசியங் களைத் தெரிந்துகொள்ளச் சீனர்கள் செய்த முயற்சியாகும்.

5. புத்த மதம்

சீனருடைய வாழ்க்கையோடு பிரிக்க முடியாதபடி இரண்டறக் கலந்து, அதன் பாகமும் பகுதியுமாக ஆகிவிட்ட முக்கியமான ஒரே அயல்நாட்டு ஆதிக்கம் புத்த மதந்தான். இதன் ஆதிக்கம் வெகு ஆழமானது. அதனால்தான், இன்று குழந்தைகளின் பொம்மைகளையும் சிலவேளை குழந்தைகளையுங்கூட, 'சின்னப் புத்திசத்துவர்கள்' (ஷியாஓ புஉசா) என்றும், காலஞ்சென்ற சக்ரவர்த்தியின் மனைவியாகிய (பட்டத்துக்குரிய ராணியல்ல) மகாராணியைக்கூட 'கிழப் புத்தர்' என்றும் பேசுகிறோம். கருணையின் இறைவியும், முறுவலிக்கும் புத்தரும் சீனருடைய வீடுகளில் அன்றாடம் புழங்கும் சொற்களாய் ஆகிவிட்டன. புத்த மதம் எங்கள் மொழி, எங்கள் உணர்வு, எங்கள் கலைகள், எங்கள் சிற்பம் எல்லாவற்றையும் பாதித்துவிட்டது. தனிப் பாங்கிலுள்ள வட்டக் கோபுரம் உண்டானதற்கு நேரடியான தூண்டுதலும் புத்தமதந்தான். எங்கள் இலக்கியத்தையும் எங்கள் கற்பனை உலகம் முழுவதையும் அது உணர்வூட்டித் தட்டி எழுப்பியுள்ளது.

வழுக்கைத் தலையும் பழுப்புநிற ஆடையும் கொண்ட அந்தச் சிறிய துறவி உருவம் இருக்கிறதே, அது சமூகத்தின் எந்த விதமான காட்சி ஜோடனையிலும் மிகவும் அந்தரங்கமான ஓர் உறுப்பாகப் பொருந்திவிடுகிறது. கன்பூசியக் கோவில்களைவிட, புத்தக் கோவில்கள்தாம் நகரங்களிலும் கிராமங்கிலும் நடுநாயக மாக விளங்குகின்றன. பெரியவர்கள் கிராம விசயங்களைப் பேசி முடிவுகட்டுவதற்கும், ஆண்டுக் கொண்டாட்டம் நடத்துவதற்கும் இங்கேதான் போவார்கள். புத்த துறவிகளும், சன்னியாசினி களும், பிறப்பு, இறப்பு, திருமணம் முதலிய எல்லாக் காலங்களிலும் சீன வீடுகளில் எந்த இடத்துள்ளும் தங்கு தடையின்றிப் புகுந்து விடுவார்கள். ஒளிவு மறைவு என்ற தடங்கலெல்லாம் இவர்

களுக்குக் கிடையாது. இவர்களுக்குள்ள இந்த மாதிரிச் சுதந்திரம் வேறு எவருக்கும் இல்லை. சீன நாவல்களின்படி இந்த மத உருவங்களுடைய துணையில்லாமல், எந்த விதவை யையோ, கன்னிப் பெண்ணையோ கற்பழித்துவிடுவது எளிதான விசயம் அல்ல.

சுருக்கமாய்ச் சொன்னால், பிற நாடுகளில் மதம் என்று எதைக் கொள்கிறார்களோ, அதாகவே புத்தக்கொள்கையைச் சீனர்கள் கொள்கிறார்கள். அதாவது, மனித அறிவு வழி தெரியாமல் தயங்கும்போது அல்லது தோற்றுப்போகும்போது, அப்போது, ஏதோ ஒன்று வந்து நமக்குக் கைகொடுத்துத் தூக்கிவிடுகிற தல்லவா? அதுதான் மதம். நவீன சீனாவில், தாவோ துறவி களைவிடப் புத்த துறவிகளுக்கே பொதுமக்களிடம் மதிப்புண்டு. ஒவ்வொரு தாவோ கோவிலுக்கும் (குவான்) பதில், பத்துப் பத்துப் புத்த கோவில்களை (மியாஓ)க் காணலாம். அண்மையில், 1933ஆம் ஆண்டுகளில்கூட திபெத்தின் பஞ்ச்சென் லாமா, பீப்பிங் நான்கிங் ஆகிய இரண்டு இடத்திலும் பதினாயிரக்கணக்கான மக்கள்மீது புனிதத் தீர்த்தந் தெளித்தார். இவர்களில், ட்டுவான் ச்சிஜுயி, ட்டாயி ச்சிட்டாஓ போன்ற பெரிய அரசாங்கப் பிரமுகர்களும் இருந்தார்கள். நான்சிங், ஷங்காய், ஹாங்ச்செள, காண்டன் ஆகிய இடங்களில் மத்திய அரசாங்கமும் உள்ளூர் அரசாங்கமும் ராஜ மரியாதையோடு இவருக்கு உபசாரம் செய்தனுப்பினார்கள். அதிக காலம் ஆகிவிடவில்லை; 1934, மே மாதத்தில் என்ன நடந்தது? நோலா கொட்டுஹுட்டு என்ற இன்னொரு திபெத்திய லாமா, காண்டன் சர்க்காரின் அதிகாரபூர்வ விருந்தினராக வந்திருந்தார். அப்போது, உரு ஜெயிப்பதன் மூலம் விஷ வாயுவானது மக்களைத் தாக்காமல் அவர்களைக் காப்பாற்றி விடத் தன்னால் முடியும் என்று இவர் பொதுமேடை ஏறி மக்களுக்குத் தெரிவித்தார். அது மட்டுமா? சோதிடத்திலும் செப்படிவித்தை யிலும் தமக்கிருந்த மேலான அறிவினால், குறிப்பிட்ட ஒரு தளபதி இந்த ஊர்க் கோட்டையில் அமைத்து வைத்திருந்த பீரங்கி அணிவகுப்பு நிலையை வேறு திக்கில் மாற்றிக்கொள்ளுமாறும் செய்துவிட்டார். தளபதிக்குத் தமது போர்த் திறத்தைவிட, லாமாவின் அபார ஞானத்தில் அதிகமான நம்பிக்கை விழுந்துவிட்டது. நவீன ராணுவ அறிவுத்துறையில்

முன்னேறி, ஜப்பானுடைய தாக்குதல்களை எதிர்த்து அடிப்பதற்குச் சீனர்களுக்குத் தெளிவான வழி தெரிந்துவிட்டால், இந்த லாமாக்களின் செல்வாக்கு இவ்வளவு தூரம் பெருகி இராது. இங்கே, சீனருடைய அறிவு, வழி தெரியாமல் தவிக்கிறது; அதனால், மதத்தைத் துணை நாடுகிறது. சீனருடைய ராணுவம் சீனருக்கு உதவ முடியாதபோது, புத்தரே தமக்குத் துணை யிருக்கட்டுமென்று அவர்கள் இணங்கி இருந்துவிடுகிறார்கள்.

தத்துவம் என்ற முறையிலும், மதம் என்ற முறையிலும் புத்த சமயமானது சீனாவை ஆட்கொண்டுவிட்டது. படிப்பாளிகளைத் தத்துவமும், பொதுமக்களை மதமும் ஆட்கொண்டுவிட்டன. கன்பூசிய மதத்தில், ஒழுக்க நடத்தைபற்றிய தத்துவம் மட்டுமே இருக்கிறது. புத்த மதம் அப்படியல்ல. இதில், தர்க்கரீதியான வழிவகை இருக்கிறது; மாய உடலைக் கடந்துவிட்ட வேதாந்தம் இருக்கிறது; அறிவைப் பற்றிய ஒரு சித்தாந்தமும் இருக்கிறது. அதோடு, புத்த சமயப் பண்டை நூல்களை மொழிபெயர்க்கிற விசயத்தில், உயர்ந்த படிப்பாளிகள் இதைச் செய்ய வேண்டும்; அதுவும் உயர்ந்த முறையில்தான் அமைந்திருக்க வேண்டும் என்ற பழக்கத்தைக் கடைப்பிடித்து வந்திருப்பது நல்ல அதிர்ஷ்டந்தான். இந்த மொழிபெயர்ப்புகளின் மொழி வெகு நயமானது. நறுக்கென்று கச்சிதமாயிருக்கும். பெரும்பாலும், மொழியிலும் வாதப்போக்கிலும் வெகு அழகான தெளிவு இருக்கும்; இவற்றுக்குத் தனிச் சிறப்பளிக்கும் தத்துவ விசாரணையில் மனம்படிந்து போகிற படிப்பாளிகளை இவை கவர்ந்துவிடாமல் வேறென்ன செய்யும்? எனவே, சீனப் படிப்பாளிகளிடம் புத்த சமயத்திற்கு எப்போதுமே ஒரு தனி மரியாதை இருந்து வந்திருக்கிறது. இந்த மரியாதையைக் கிறிஸ்தவ சமயத்தால் இதுகாறும் பெற முடியவில்லை. அந்த முயற்சியில் அது தோற்று விட்டது.

புத்த ஆதிக்கம் மிகப் பெரிது; ஆகவே, கன்பூசிய மதத்தையே அது உருமாற்றியடித்துவிட்டது. சௌ பரம்பரை முதற்கொண்டு, கன்பூசியப் படிப்பாளிகள் செய்துவந்ததெல்லாம் ஒன்றும் அதிகமில்லை. மூல நூலுக்குப் பிழைதிருத்தங்கள் செய்வதும், மொழியாராய்ச்சி பற்றிய விளக்கங்களும்தான் அவர்கள் செய்து வந்தவையெல்லாம். புத்த மதத்தைப்பற்றிப் படித்தறிவதற்கு ஒரு

தனியான புதுப்போக்கு இருந்துவந்தது. முதலாவது கிறிஸ்தவ நூற்றாண்டில், சீனாவில், இந்தப் போக்குப் புகுத்தப்பட்டதாக நம்புகிறார்கள். வடக்கத்திய வெயி, சின் பரம்பரை ஆட்சிகளில் நெடுகிலும் இந்தப் போக்கு நாளுக்கு நாள் வளர்ந்துகொண்டே வந்தது. நூல் விளக்கம் முக்கியமல்ல, உள்ளே பொதிந்துகிடக்கும் தத்துவப் பொருளை (யிலீ) ஓர்ந்து கொள்வதுதான் முக்கியமென்று படிப்பாளிகளின் ஆராய்ச்சிப் போக்கைப் புதுத் திக்கிலே இது திருப்பிவிட்டது.

சுங் பரம்பரைக் காலத்தில், இதன் நேரடித் தாக்குதலால் உந்தப்பட்டுப் புதிதாக ஒரு கன்பூசியக் கொள்கையினர் உருவானார்கள். ஏன், இந்த மாதிரி பல கொள்கையினர் உருவாயினர்? இவர்கள், தம்மை லிஷஅஏ, அதாவது, 'தத்துவ விசாரணை' என்று அழைத்துக்கொண்டனர் என்றாலும் ஒழுக்கம் தொடர்பான பிரச்சினைகளில்தான் கவனஞ் செலுத்தி வந்தார்கள். இருந்தாலும், ஷிங் (இயற்கை), லீ (தர்க்க புத்தி), மிங் (ஏற்கெனவே நிர்ணயிக்கப்பட்டுவிட்ட விதிவசம்), ஷின் (மனம்), வு (ஜடப் பொருள்). ச்சி (அறிவுடைமை) என்ற சொற்கள் முதன்மை பெற்றுப் பழக்கத்தில் கொண்டுவரப் பெற்றுவிட்டன. கன்பூசிய நூலாகிய யிக்கிங் (மாறுதல் பற்றிய நூல்) என்ற புத்தகத்தில் மறுவிழிப்படைந்த சிரத்தை பிறந்துவிட்டது. மனித நிகழ்ச்சிகள் எப்படி உருமாற்றங்கொள்கின்றன என்பதைப்பற்றி இந்தப் புத்தகம் ஆராய்கிறது. இந்த சுங் கன்பூசியவாதிகள், ஒருவர்போல் அத்தனை பேரும், சிறப்பாகச் செங் சகோதரர்கள், புத்தமதக் கொள்கையினுள் ஆழ அழுந்தியவர்கள். பின்னால், புதுக்கப் பெற்றுவந்த தெளிந்த பார்வையோடு, மீண்டும் கன்பூசிய சமயத்துக்கே திரும்பியவர்கள். புத்த சமயக் கருத்தில், உண்மை கைவரப்பெறுவதை, லு ச்சியுபென் சொன்ன மாதிரி, ஒரு 'விழிப்பு' என்று சொல்லிக்கொள்வார்கள். நீண்ட சமாதி நிலையிலுள்ள சிந்தனைக்குப் பிறகு, இந்த விழிப்பு ஏற்படுகிறதாம். புத்தமதம் இந்தப் படிப்பாளிகளை மதம்மாறச் செய்துவிடவில்லை; ஆனால், கன்பூசிய மதத்தின் முழுப் போக்கையுமே இது மாற்றிவிட்டது.

சு ட்டங்போ போன்ற எழுத்தாளர்மீது அதற்கிருந்த ஆதிக்கமும் அற்பசொற்பமானதல்ல. இந்த எழுத்தாளர்கள் மேலே கண்ட

படிப்பாளிகளை முறியடிக்க வேண்டுமென்று கங்கணங்கட்டிக் கொண்டிருந்தார்கள். ஆனால், புத்த சமயத்தோடு இவர்கள் மருவி ஆடிய விளையாட்டு ஆழமானதல்ல. அவர்களுக் கென்றிருந்த லேசான போக்கில், ஏதோ புதிதாயிருக்கிறதே, பார்க்கலாமே என்ற முறையில்தான் புத்த சமயத்தை அணுகி வந்தார்கள். சு ட்டங்போ தன்னை ச்சுஸ்ஸு என்று கூறிக் கொள்வார். கன்பூசியப் படிப்பாளி ஒருவர் புத்த சமய ரீதியில், துறவியாகிவிடாமல், ஓய்வு பெற்றிருக்கிறார் என்பது இதன் பொருள். இது, சீனருக்கென்று இருக்கும் வினோத இயல்பால் உண்டாக்கப்பட்ட ஒரு படைப்பு.

இதன்படி, புத்த சமயத்தைப் பின்பற்றுகிற ஒருவன் மண வாழ்க்கை நடத்தி வரலாம்; வாய்ப்பு கிடைத்தபோது, சில சில காலங்களுக்குச் சைவ உணவு உட்கொள்பவனாக இருந்து வரலாம். கட்டுத்திட்டம் இல்லை. சு உடைய மிக நெருங்கிய நண்பர்களில் ஒருவர், நல்ல படித்த துறவி. இவர் பெயர் ஃபொயின். இந்த இரு நண்பர்களுக்குமிடையே உள்ள மதமாற்ற வித்தியாசம் தன்மையிலல்ல; அற்ப அளவில்தான் அந்த வித்தியாசம் இருந்துவந்தது. இந்தக் காலந்தான் புத்தமதம் சாம்ராஜ்யப் பாதுகாப்பின்கீழே செழித்துக் கொழித்திருந்த காலம். புத்தசமயத்துச் சிறந்த நூல்களை மொழிபெயர்ப்பதற்காக ஓர் அரசுத்துறை இருந்துவந்தது.

ஒரு சமயத்தில், கிட்டதட்ட ஐந்து லட்சம் துறவிகளும் சன்னியாசினிகளும் புத்த சமயிகளாக இருந்துவந்ததும் இந்தக் காலத்தில்தான். சு ட்டங் போவின் காலத்துக்குப் பிறகு, வெகுவாக அவருடைய சிறந்த இலக்கிய முயற்சியின் பயனாக, உயர்ந்த தரத்திலுள்ள எத்தனையோ படிப்பாளிகள் புத்த சமயத்தோடு விளையாட்டுறவு கொண்டு, சு-வின் ரீதியில் ச்சுஸ்ஸு ஆக மாறியிருக்கிறார்கள். துறவியாகவே மாறி, காவி உடை தரித்து, புத்த மடத்துள் புகுந்துவிடாவிட்டாலும், இந்த வரையில் மனம்மாறிப் போனார்கள். ஒரு பரம்பரையிலிருந்து வேறொரு பரம்பரைக்கு ஆட்சி மாறுகிற போது நிகழ்வன போன்ற, தேசியக் குழப்பக் காலங்களில், படிப்பாளிகளில் பெரும்பாலர் தலையைச் சிரைத்து மொட்டையிட்டுக்கொண்டு, காஷாயம் பெற்றுக் கொண்டுவிடுவார்கள். இது, தற்காப்புக் காரணமாக மட்டுமல்ல;

காப்பாற்ற முடியாதபடி போய்விட்ட உலகத்தின் சீர்குலைவைக் கண்டு ஏற்பட்ட கழிவிரக்கத்தாலும்தான்.

நிலைகுலைந்த ஒரு தேசத்தில், உலகத்தின் வீண்பெருமை கொள்கிற தன்மையை எடுத்துச் சொல்லி, இந்த நிலவுலக வாழ்வில் ஏற்படும் சகடக்கால் யோகத்தின் தொல்லை துயரங் களிலிருந்து ஒரு மதம் புகலிடங் காட்டுகிறது. ஆகவே அந்த மதத்திற்குப் பிரபல ஆதரவு இருப்பதற்குப் போதுமான நியாயம் இருக்கவே செய்கிறது. லூ லிச்சிங்கின் வாழ்க்கையைப்பற்றி அவர் மகள் எழுதிய புத்தகத்தில், மறைந்தொழிந்துவிடாமல், இன்றும் இருந்து வருகிற இதழ் ஒன்று இன்று நம்மிடமிருக்கிறது. மிங் பரம்பரையின் இறுதியில், மஞ்சு பரம்பரையின் தொடக்கத்தில், தமது முதுமைப் பருவத்தில், லூ லிச்சிங் உலகத்தைவிட்டு மறைந்துவிட்டார். பல ஆண்டுகளாகத் தமது மனைவி மக்களைவிட்டுப் பிரிந்திருந்தார். அப்புறம், தமது சகோதரரின் நோயைத் தீர்ப்பதற்காக ஒரு முறை ஹாங்ச்சென் நகரத்துள் புகுந்தார். ஆனால், பக்கத்து வீட்டில் வாழ்ந்து வந்த தமது குடும்பத்தாரைப் பார்க்க முடியாதென்று மறுத்துச் சொல்லிவிட்டார். இப்படிப்பட்ட செயலைச் செய்வதற்குப் பாவம் ஒரு மனிதர் இந்த வாழ்வுத் தோற்றத்தைப் பற்றி எவ்வளவு தூரம் உண்மை விளங்கி, மயக்கந்தெளிந்து போயிருக்க வேண்டும்!

அப்படி இருந்தும், இவர் மகள் எழுதிய இவருடைய வாழ்க்கையைப் படித்த பிறகு, இவர் ஏன் இப்படிச் செய்தார் என்பது புரிந்துகொள்ளக்கூடாத ஒன்றல்ல, புரியவே செய்யும். ஏமாற்றம் விலகி, இவருக்குக் கிடைத்த தெளிவின் ஆழத்துக்குச் சமமாக வேறெதையும் சொல்வதானால், அது, சொந்தத்தில் இவர் பட்டிருந்த துயரங்களின் ஆழத்தையே சொல்ல வேண்டும். புதிதாக ஆட்சிக்கு வந்திருந்த மஞ்சு ஆட்சியின் மரியாதையைக் குறைத்ததாக வேறொரு ஆசிரியர் கருதப்பட்டார். அந்த ஆசிரியரின் நூலை வெளியிடுவதில் இவரும் தொடர்புபட்டிருந்தார் என்று இந்த மனிதர்மேல் குற்றம் சாட்டினார்கள். நிவேதனப் பிரார்த்தனை ஒன்றைச் சொல்லி விட்டுத் தன் மூதாதையரிடமிருந்து செலவு பெற்றுக்கொண்ட பிறகு, தன்னுடைய குடும்பம் முழுவதையும் கூட்டிக்கொண்டு, விலங்கு பூட்டி, காவலாளர் கண்காணிப்பில், பீக்கிங் நோக்கிக் கிளம்பினார். தன்னுடைய

பெண்டு பிள்ளைகளையும் சுற்றத் தாரையும் ஒரேயடியாகக் கொன்று குவித்துவிடுவார்களோ, என்ற பயம் எப்போதும் இவருக்கு இருந்துகொண்டே வந்தது. தான் உயிருடன் திரும்பி வந்தால், துறவி ஆகிவிடப்போவதாக இவர் தன்னுடைய பிரார்த்தனையில் சொல்லியிருந்தார். அப்படியே செய்யவும் செய்தார். இந்தப் பொருளில், வாழ்க்கைச் சமரிலே தன்னை யறியாமலேயே மனிதன் காட்டுகிற ஒரு போக்குத்தான்—நோக்கந்தான்—புத்த சமயம். மனத்தைத் தாக்கி உலுக்கிவிடுகிற விசயத்தில் வாழ்க்கையானது நம்மைவிட மகா பெரியது என்பது கொடூரமான முறையில் தெரியவரும்போது, தற்கொலைக்கு ஓரளவு சமமான பழிவாங்குகிற ஒரு செய்கைதான் இது. திறமைவாய்ந்த பல அழகிய பெண்கள், மிங் பரம்பரையின் கடைசிக் காலத்தில், துறவுவுக்கான உறுதி பூண்டு விட்டார்கள். ஏன்? அப்போது நிகழ்ந்த பிரளயகரமான மாறுதல் களால் அவர்களுடைய காதல் வாழ்க்கையில் ஏமாற்றங்கள் ஏற்பட்டன. அவர்களால் அவற்றைச் சகிக்கமுடியவில்லை. மஞ்சு பரம்பரையின் முதலாவது சக்கரவர்த்தியும் இதே காரணத்தால் துறவியாகி விட்டார்.

வாழ்க்கைக்கு எதிராக, வாழ்வில் ஒன்றுமே நடவாது என்ற மனநிலையில் எழுப்புகிற இந்த ஓர் ஆட்சேபம் நீங்கலாக, புத்த மதத்தில் இன்னொரு கூறும் இருக்கவே இருக்கிறது. அந்தக் கூறு, பொதுமக்களிடையே, நல்லதனமான செய்திகளைப் பரப்பும் ஆற்றல் பெற்றிருக்கிறது; பொதுவாக, யாவரும் அன்பாய் நடந்துவர அது வேலை செய்கிறது. மக்கள்மீது நேரடியாகவும், மிகத் துலக்கமாகவும் அது செலுத்திவருகிற ஆதிக்கம், அதனுடைய மறுபிறப்புக் கோட்பாட்டின் மூலந்தான் நடைபெறுகிறது. மிருகங்களுடன் நட்பு முறையில் நடந்துகொள்ளும்படி சீன மக்களுக்குப் புத்த மதம் கற்றுக்கொடுத்துவிடவில்லை. ஆனால், மாட்டிறைச்சி தின்பதை அது வெகுவாகக் கட்டுப்படுத்திவிட்டது. சீனருடைய நடுவழிக் கோட்பாடு, வேறு வகையில்லாததால், பன்றி இறைச்சி தின்னப் பழக்கிவிட்டிருக்கிறது. இதுவும் கெடுதல்தான்.

ஆனால், கெடுதலில் குறைவான கெடுதல், பன்றி இறைச்சி தின்பதற்கு ஒரு சமாதானம் சொல்வார்கள்; தவிர உணவு

விசயத்தில், பசுவைவிடப் பன்றியின் பயன்பாடு மிகக் குறைவுதானே. ஒரு கருத்தை மட்டும் சீனர் உள்ளத்தில் ஆணி அறைந்தாற்போல் புத்தமதம் ஆழப் பதியவைத்துவிட்டது. கொன்று தின்பது மனிதத் தன்மைக்கு நெருக்கமானதல்ல, கடவுளர்களுக்கும் இது மகிழ்ச்சி தருவதல்ல—இதுதான் அந்தக் கருத்து. 1933இல் ஏற்பட்ட வெள்ளத்தின்போது, மூன்று நாளைக்கு எந்தப் பிராணியையும் கொன்று தின்னக்கூடாதென்று ஹாங்கௌ உள்ளூர் அரசாங்கம் உத்தரவு போட்டுவிட்டது. இது எதற்காகத் தெரியுமா? ஆற்றுத் தேவதைக்குப் பரிகாரம் செய்வதற்காகவே. பயிர் பச்சைக்குச் சேதமோ உணவுப் பஞ்சமோ நேரும் போதெல்லாம் இந்த மாதிரி செய்வது சீனாவில் எங்கணுமே நடந்துவந்த வழக்கம். உடற்கூற்றை எடுத்துக்காட்டிச் சைவ உணவுதான் சாப்பிட வேண்டுமென்று சொல்வது சரியான வாதமென்று சொல்லிவிட முடியாது.

ஏனென்றால் மாமிச உணவுக்கும் மரக்கறி உணவுக்கும் இயற்கையாகப் பொருந்துகிற பற்களோடுதான் மனிதன் பிறந்திருக்கிறான். வேண்டுமானால், மனிதாபிமான வாதங்களைச் சொல்லி, கொல்லாமை கருணையான செயல் என்று வாதாடலாம். அந்தக் கொடுமையைப் பற்றி மென்ஷியஸ் உணர்ந்திருந்தார். ஆனால், இறைச்சியை முற்றுந் துறந்துவிட அவருக்கு மன மில்லை. அதனால், 'ஒரு கனவான் ஆனவன் சமையல் விவகாரங் களில் தலையிடக் கூடாது' என்ற சூத்திரத்தைத் தூக்கிப் போட்டு விட்டுத் தப்பித்துக்கொண்டுவிட்டார். சமையல் அறையில் என்ன நடக்கிறதென்று நமக்கென்ன தெரியும் என்று எண்ணிக் கொள்வது, கன்பூசிய மனசாட்சியைச் சங்கடத்திலிருந்து தப்புவித்துவிடுகிறது. சாப்பாட்டுச் சங்கடத்தை இப்படித் தீர்த்துக்கொள்வது, நடுவழிக் கொள்கையின் இயல்பான முறை. சீனப் பாட்டிகள் பலருக்குப் புத்தரை மகிழ்விக்கவும் ஆசை; புலாலை அறவே ஒழித்துவிடவும் மனமில்லை. இந்தத் தர்ம சங்கடத்துக்கு என்ன செய்யலாம்? இருக்கவே இருக்கிறது நடுவழிக் கொள்கை; அதைப் பயன்படுத்தினால் போகிறது. ஆனால், கொஞ்சம் மாறுதல் செய்து பயன்படுத்த வேண்டும். அப்போது, ஒரு குறிப்பிட்ட காலத்துக்கு மட்டும் சைவமா யிருந்துவிட்டால் சரியாய்விடும். இப்படி, ஒரு நாளைக்கும்

இருக்கலாம்; அதற்கு மேற்பட்ட காலத்துக்கு, மூன்று ஆண்டுகள் வரைக்கும் இருக்கலாம்.

ஆனால், மொத்தத்தில், கொன்றுதின்பது மனிதத்தன்மையற்ற செயல் என்பதைச் சீன மக்கள் ஒத்துக்கொள்ளும்படி புத்த சமயம் கட்டாயப்படுத்துகிறது. ஒருவருக்கொருவர் கருணையோடு நடந்து கொள்ள வேண்டும், மிருகங்களிடம் கருணைகாட்ட வேண்டும் என்பதற்காக வேலை செய்துவருகிற மறுபிறப்புக் கோட்பாட்டால் வந்த ஒரு விளைவுதான் இது. ஏனென்றால், நாம் சரியாய் நடந்துகொள்ளாததற்காகக் கூரிய கத்திகளைக்கொண்ட நரகத்துக்குப் போய்ச் சேர்வோம் என்று பிறருடைய வாய்மொழியாகத் தெரிந்துகொள்வதைவிட, நாம் செய்த தப்புக்குத் தண்டனையாக, மறுபிறப்பில் நாம் ஆறாத புண்ணால் அவதிப்படும் கேவலமான பிச்சைக்காரனாகவோ, சொறிபிடித்த நாயாகவோ ஆகி, தெருவில் நின்று திண்டாடுவோம் என்று நாமே நம்பும் போது விசயம் சுருக்கென்று நம் மனத்தில் தைத்துவிடுகிறது. நரகத்தை யாரும் பார்த்ததில்லை. அவதிப்படுகிற பிச்சைக்காரனையும் நாயையும் பார்த்திருக்கிறோம். அதனால், நாம் இறந்துவிட்ட பிறகு நம்முடைய ஆன்மா அழிந்தொழிந்துவிடாமல் மறுபிறவி எடுக்கிறது, இந்தப் பிறப்புப் பயனை அப்பிறப்பில் அனுபவித்துத் தீரவேண்டும் என்ற கோட்பாடு நரகபயத்தைவிட அழுத்தமான பாடங்கற்பித்துவிட முடியும். சொல்லப்போனால், மற்றவர்களை விடப் புத்த சமயி அதிகம் அன்பானவன்; சமாதானத்தில் மிகுந்த பற்றுதல் கொண்டவன், அதிகப் பொறுமையுள்ளவன், மற்ற மனிதருக்கு நன்மைபுரிய வேண்டுமென்பதில் அதிக ஆர்வமுள்ளவன். ஒழுக்க நோக்கில், அவனுடைய மக்கள் பணி ஆர்வமானது அப்படி ஒன்றும் பிரமாதமாய் இல்லாமல் போய்விடலாம்.

ஏனென்றால், தெருவில் போகும் அந்நியருக்கு நாம் அளிக்கும் ஒவ்வொரு காசும், ஒவ்வொரு கோப்பைத் தேநீரும் வீண் போவதல்ல; நம்முடைய எதிர்கால இன்பத்துக்காக வட்டிக்குப் போட்டுப் பணத்தைப் பெருக்குகிற மாதிரிதான் இதுவும். நமக்குப் பின்னால் பெருநன்மை விளைக்கும். ஆகவே, இது அடிப்படையில் தன்னலமான செயல்தான். ஆனால், தன் கொள்கைக்கு ஆளை இழுத்துக்கொள்வதன் பொருட்டு, எந்த

மதந்தான் இதைச் செய்யாமலிருக்கிறது. தர்மம் செய்வதை எல்லா மதங்களுந்தான் போற்றிப் போதிக்கின்றன. மனிதனுடைய தன்னல வரலாற்றில், மதம் என்பது மாபெரும் அத்தியாயம் என்று, வில்லியம் ஜேம்ஸ் என்பவர் வெகு புத்திசாலித்தனமாகச் சொல்லியிருக்கிறார். மனமார மனிதப் பண்பு வாதிகளாயிருந்து வருகிறவர்கள் நீங்கலாக, இதர மனிதனுக்கு இந்தத் தன்னலத் தூண்டில் இல்லாவிட்டால் காரியம் நடவாது போலிருக்கிறது. எப்படியிருந்தபோதிலும், பணக்காரக் குடும்பங்கள் தேநீர்ப் பந்தல்கள் அமைத்து, பெரிய மட்பாண்டங்களில் குளிர்ந்த தேநீரை நிரப்பி, கோடைக் காலங்களில் வழிப்போக்கர்களுக்கு வரையாமல் வழங்குகிற பழக்கத்தை உண்டாக்கி வைத்தது புத்த மதந்தான். சாதாரணமாய்ச் சொல்வதுபோல், இது ஒரு நல்ல காரியம். எந்த நோக்கத்தோடு இதைச் செய்தால்தான் என்ன?

சீன நாவல்களில் பல, பொக்காக்கியோவின் கதைகளைப் போலவே துறவிகளையும் சன்னியாசினிகளையும் ஒழுக்கங் கெட்டவர்களென்று குற்றஞ்சாட்டியுள்ளன. எல்லாவிதமான வஞ்சகத்தனத்தையும் அம்பலப்படுத்திவிடுவதில் உலகமெங்குமே மனிதர்களுக்குள்ள தனி ஆர்வத்தை அடிப்படையாகக் கொண்டது இந்தப் போக்கு. எனவே, சீனத் துறவிகளையெல்லாம் காதல் புரிவதில் கைதேர்ந்த காசனோவாக்களாக (இத்தாலியக் காதல் தீரன்) ஆக்கல், இவர்களுக்குப் பில்லி சூனிய வேலைகள் தெரியும், காமத்தை எழுப்பிவிடுகிற மருந்து முறைகள் தெரியும் என்று காட்டிவிடுவது இயல்பு, எளிது.

எடுத்துக்காட்டாக, சீக்கி யாங்கில் சில பகுதிகளில் உள்ள கன்னி மடங்கள் விபச்சார விடுதிகளல்லாமல் வேறொன்றுமல்ல. இந்த மாதிரி மெய்யாகவே ஒழுக்கக்கேடான காரியங்கள் பல இடங்களில் நடந்து வருகின்றன. ஆனால், மொத்தத்தில் இந்தக் குற்றச்சாட்டு நியாயமானதல்ல. துறவிகளில் பெரும்பாலோர் நல்லவர்கள், ஒதுங்கி வாழ்கிறவர்கள், மரியாதையுள்ளவர்கள், நல்லதனமாய் நடந்துகொள்ளக்கூடியவர்கள். டான்ஜுவான் போல் (ஸ்பானிஷ் காதல் தீரன், பாண்டவ அர்ஜுனனைப் போல எனலாம்.) லீலாவிநோதம் புரிகிறவர்கள், ஒழுங்கு வழுவிப் போகிற தனிப்பட்ட மனிதர்களிடையேதான் உண்டு. எல்லாரும் இப்படியல்ல. நாவல்களில், விறுவிறுப்புக்காக வேண்டி,

விசயங்களைக் கண்டபடி தாறுமாறாக மிகைப்படுத்தி விடுகிறார்கள். நான் நேரே போய்ப் பார்த்தேன். துறவிகளில் பெரும்பாலோர் சரியாய்ச் சாப்பிடுவதில்லை. சோகை பிடித்துப் போயிருக்கிறார்கள். அவர்களுக்கு இவ்வித லீலைகள் புரியத் தெம்பில்லை. அது மட்டுமல்ல. அவர்களை இப்படிப் பிழைபட ஏன் கருத நேர்ந்தது தெரியுமா? இந்த வாழ்க்கைக்கும் மதத்துக்கும் உள்ள தொடர்பை சீனாவில் சரியாய்க் கண்டுகொள்ளத் தவறி விட்டார்கள். அதனால்தான் இந்தப் பிழை.

சீனாவில், வேறு எந்த வகுப்பு மக்களையும்விட, அழகாக உடை உடுத்திய பெண்களைப் பார்ப்பதற்குத் துறவிகளுக்குத்தான் நிறையச் சந்தர்ப்பமுண்டு. அவர்களுடைய மத வழிபாட்டுக் கடமைகளைச் செய்து முடிக்க வேண்டி வரும்போது, சொந்த வீடுகளிலும் சரி, அவர்களுடைய கோவில்களிலும் சரி, வேறு வகையில் பொது இடங்களுக்கு வரமுடியாமல் அடைபட்டுக் கிடக்கிற பெண்களைச் சன்னியாசிகள் தினசரி சந்திக்கும்படி நேருகிறது. கன்பூசிய மதம் பெண்களைத் தனியே ஒதுக்கி வைத்துவிட்டபடியால், பெண்கள் வெளியிடங்களுக்கு வருவதற் குள்ள தடுத்துரைக்கக்கூடாத ஒரே சாக்குப்போக்கு, கோவிலுக்குச் சென்று அங்கே ‘சாம்பிராணித் தூபம் போடுவதுதான்.’ கோவிலுக்குப் போய் வருகிறேன் என்று சொன்னால்தான் பெண்கள் வீட்டைவிட்டு வெளியேற முடியும்.

ஒவ்வொரு மாத முதல் தேதியிலும் பதினைந்தாம் தேதியிலும், ஒவ்வொரு திருவிழாச் சமயத்திலும், உள்ளூர் அழகிகளெல்லாம், அவர்களுக்கு மணமாகியிருந்தாலும் சரி, இல்லாவிட்டாலும் சரி, அலங்காரமாக உடைத்தரித்துப் புத்தக் கோவிலில் சந்தித்துப் பேசக் கூடிவிடுவார்கள். துறவி எவனாவது கண்டும் காணாமலும் பன்றி இறைச்சி தின்பானானால், சில சில வேளை அவன் ஒழுங்கு தவறி நடந்துகொள்ளவும் செய்யத்தான் செய்வான் என்றும் எதிர்பார்ப்பது இயல்பு. இதோடு, இன்னொரு விசயத்தையும் கவனித்துக்கொள்ளுங்கள். புத்த மடங்களில் பல மடங்களுக்கு நிறையச் சொத்து, மான்யம் எல்லாம் உண்டு. பெரும்பாலான துறவிகளுக்குச் செலவுக்கு நிறையப் பணம் இருக்கிறது. அண்மையில் சில ஆண்டுகளாக வெளிப்படுத்தப்பட்டு வந்த பல முறையீடுகளைப் பார்த்தால், எல்லாக் கேடுகளுக்கும் முக்கிய

காரணம் இந்தப் பணந்தான். 1934இல், லிங்ஹாய் நீதிமன்றத்தில் ஒரு வழக்கு விசாரணைக்கு வந்தது. வாதி, ஒரு சன்னியாசினி. துறவி ஒருவர், அவளுடன் சேர்ந்து வாழ்ந்துவரும்போதே, வேறு யாரோ ஒருத்தியிடம் தொடர்புகொண்டுவிட்டாராம். இதற்கு நிவாரணம் கோரியிருந்தாள் சன்னியாசினி. அவ்வளவு தூரத்துக்கு அவள் துணிந்து போய்விட்டாள். சீனாவில் எது நடக்கும், எது நடக்காது என்று சொல்ல முடியாது, எல்லாம் நடக்கும்.

துறவிகளுடைய காதல் வாழ்க்கைப் பிரச்சினைகளை இலக்கியத்தில் எப்படிக் கையாளுகிறார்கள் என்பதற்கு இங்கே ஒரு எடுத்துக்காட்டு தருகிறேன். இது நாகரிகமான எடுத்துக்காட்டு. கவிதையின் பெயர், ஓர் இளஞ் சன்னியாசினியின் லௌகீக ஆசைகள் என்பது. இது எல்லாருக்கும் பிரியமான ஒரு விசயம். இதை வேறு பல மாதிரியிலும் சொல்வார்கள். வெண் கம்பளச் சட்டை என்ற பிரபலச் சீன நாடகத்திலிருந்து இது எடுக்கப் பட்டிருக்கிறது. சீன மொழியில், இது முதல் தரமான கவிதையாக அமைந்திருக்கிறது என்பதை இங்கே இடைநடுவில் குறிப்பிடலாம். இளஞ் சன்னியாசினி தனக்குத் தானே பேசிக்கொள்கிற ரீதியில் கவிதை செல்கிறது.

நான் ஓர் இளஞ் சன்னியாசினி, வயது பதினாறு; என் இளங் கன்னிப் பிராயத்தில் என் தலையை மொட்டையடித்து விடுகிறார்கள். என் தகப்பனாரா? புத்த சூத்திரங்களில் அவருக்கு மெத்தப் பிரியம்; என் தாயாரா? புத்தக் குருமாரிடம் அவளுக்கு மெத்தப் பிரியம். காலையும் இரவும், காலையும் இரவும், சாம் பிராணிப் புகை போட்டு வழிபாடு செய்கிறேன். ஏன்? நோயாளிக் குழந்தையாய் நான் பிறந்தேன். நோயும் நொடியும் சொல்லி முடியாது. அதனால், இங்கே இந்த மடத்துக்கு என்னை அனுப்ப அவர்கள் முடிவு செய்தார்கள். அமிட்டாபா! அமிட்டாபா! இடையறாமல் நான் தொழுகிறேன். அப்படி, முரசொலியின் ரீங்காரத்தால் சலித்தேன்; மணி ஒலியின் கிணுகிணுப்பால் அலுத்தேன்; பிராத்தனையின் மந்த கீதம் சகிக்கவில்லை. மடத்துத் தலைவர்களின் முனகல் ராகம் பொறுக்கவில்லை; புரியாத மந்திரங்கள் படுத்தும்பாடுதான் என்னே; ஒரே சளசள கடபடப் பேரிரைச்சல்தான்; ஓயாமல் ஒழியாமல் ஓதுதல் தொழிலா? கதறலோசை கருவியோசை காதடைக்குது.

முணுமுணுக்கிறது, கிசுகிசுக்கிறது வேதப் பாட்டுகள் வேறுபாடு இல்லாத ஒரே வேதனைதான். பஞ்சப்பரமிட்டா, மயூரா சூத்ரா, சத்தர்மி புண்டரிகா-கட்டோடு நான் இவற்றை வெறுக்கிறேன்! மிட்டாபா என்று சொல்லும்போது, காதலன் நினைவால் கலங்குகிறேன் நான். சப்பாராய என்று ஓதும்போது, 'ஐயோ!' என்று அழுகிறது என் உள்ளம். தாரத்தா என்று பாடும்போது, என் நெஞ்சுகிடந்து அடிக்கிறது! ஆ, கொஞ்ச தூரம் உலாத்திவிட்டு வரலாம், கொஞ்ச தூரம் உலாத்திவிட்டு வரலாம்.

ஐந்நூறு லோஹான் விக்கிரகக் கூடத்துக்கு அவள் வந்து சேருகிறாள். இவை ஒவ்வொன்றும் தனித்தனி வேறுபட்ட முகபாவனையைக் கொண்டிருக்கும்.

ஓ, இதோ இருக்கிறதே, லோகான் கூட்டம்! என்ன மடத் தனமான, காமவிகாரம் பிடித்த கும்பல்! அத்தனை பேரும் தாடி வைத்த ஆசாமி! ஒருவன் பாக்கியில்லாமல் எல்லாரும் என் மேல் எப்படிக் கண்ணடிக்கிறார்கள்! முழங்காலைக் கட்டிக் கொண்டிருக்கிறவனைப் பாருங்களேன்! அவன் உதடுகள் என் பெயரைப் பாடுபட்டு முணுமுணுத்துக் கொண்டிருக்கின்றன! கையால் முகத்தைத் தாங்கிப் பிடித்துக்கொண்டிருக்கிறானே, அவன் சேதி என்ன? அவனுக்கு நினைவெல்லாம் என்னைப் பற்றித்தான் போலும்! இதோ இருப்பவனுடைய கண்கள் கனவு காண்கின்றன. என்னைப் பற்றி கனவு கண்டுகொண் டிருக்கின்றன! சாக்குடை தரித்த இந்த லோகானைப் பாருங்கள்! இவனுக்கு என்ன வேண்டுமாம்? அநாகரிகமான இந்தப் பேய்ச் சிரிப்பு எதற்கு? வயிறு உழைக்கச் செய்கிற இந்த இடிமுழக்கச் சிரிப்பு என்னைப் பார்த்துச் சிரிப்பதுதானா?—என்னைப் பார்த்துத்தான் சிரிக்கிறான். ஏன் தெரியுமா? அழகு மறைந்து, இளமை ஒழிந்தால், கூனல் கிழவியை யார்தான் மணப்பர்? அழகு மங்கி, இளமைநலிந்தால், குளவிக் கூடுபோல் வற்றி வறண்டுபோன கிழத்தை யார்தான் மணப்பார்? இராட்சசப் பாம்பைப் பிடித்துக்கொண்டிருக்கிறானே ஒருவன், அவன் ஒன்றுமே உருப்படாது என்று எல்லாரையும் அலட்சியம் செய்கிறவன். புலிமேல் சவாரி போகிறானே, அவன் என்னவென்று புரியாமல் பார்ப்பது போலிருக்கிறது. நீண்ட புருவத்துடன் அழகாயிருக்கிற அந்தப் பிரமாண்டமான

ஆளைப் பார்க்கப் பார்க்கப் பரிதாபமாயிருக்கிறது. ஏனென்றால், என் அழகு போய்விட்ட பிறகு, என் கதி என்ன ஆகும்? பூஜா பீடத்திலுள்ள இந்த மெழுகுவத்திகள் என் மணவறைக்காக வைக்கப்பெற்றிருக்கவில்லை. இந்த நீண்ட தூபக்கால்கள் என் மணப்பந்தலுக்காக உள்ளவை அல்ல. வழிபடும்போது முழந்தாள் தாங்குவதற்காக உள்ள வைக்கோல் மெத்தைகள் நான் படுத்துக் கொள்ள உதவுகிற மெத்தைகளல்ல. எனக்குப் போர்த்துக் கொள்ளவும் அவை உதவமாட்டா, அட, தெய்வமே! தகித்து, மூச்சைத் திணறடிக்கிற இந்த ஆர்வம் எங்கிருந்துதான் வந்தது? உலகத்தில் காணமுடியாத நரக வேதனைதரும் இந்த விநோத ஆர்வம் எங்கிருந்து வந்தது? இந்தச் சன்னியாச உடைகளைக் கிழித்தெறிந்துவிடுவேன்! புத்தமதச் சூத்திரங்கள் முழுவதையும் குழிதோண்டிப் புதைத்து விடுவேன்.

மரத்தால் செய்த மீனை நீரில் மூழ்கடித்துவிடுவேன். மடத்துப் புத்திரர்கள் அனைவரையும் விட்டுவிட்டுப் போய்விடுவேன்! முரசுகள் வேண்டாம், மணிகள் வேண்டாம், பாடல்கள் வேண்டாம், கூச்சல்கள் வேண்டாம். ஓயாத, ஒழியாத, சகிக்க முடியாத மதப் பேச்சின் சளசளப்பு முழுவதும் வேண்டவே வேண்டாம். இவை முழுவதையும் கட்டோடு விட்டுவிட்டு நான் போய்விடுவேன். மலையடிவாரத்துக்குப் போவேன். அழகான, இளங்காதலன் ஒருவனைப் பிடித்துக்கொள்வேன். அவன் என்னை வைதாலும் சரி, அடித்தாலும் சரி, குற்றமில்லை! உதைக்கட்டும், வெளுக்கட்டும், குற்றமில்லை! புத்தர் ஆக ஒரு போதும் நான் ஆகமாட்டேன்! மிட்டா, பஞ்சாரா, பாரா என்று ஒருபோதும் நான் முனக மாட்டேன்!

உணர்ச்சிக் குமுறல் தணிந்து, சாந்தி நிலவும்படிச் செய்வதற்குப் புத்த மதம் சீன மக்களுக்கு நிச்சயமாகச் செய்துள்ள தொண்டு குறித்து இனி நாம் வருகிறோம். முதலாவது, பெண்களை ஒதுக்கி வைத்திருப்பது கட்டுப்பாடாய் முழுமையாக நடக்காதபடி அது செய்கிறது. பெண்களுடைய தனி வாழ்க்கையை சகிக்கக்கூடியதாய் அது செய்கிறது. கோவிலுக்குப் போனதில் ஆண்களைவிடப் பெண்களுக்குத்தான் நிரம்ப ஆசை. ஆண்களுக்கு இதில் அவ்வளவாக ஆசை கிடையாது. எதனால் இப்படி? பெண்களுக்குச்

சாதாரணமாக உள்ள அதிகமான 'மத பக்தி'யாலா? அதனால் மட்டுமல்ல. வெளியே போய் வருவதில் அவர்களுக்குள்ள உணர்ச்சித் தாகத்தாலும்தான். தங்கள் ஒதுக்குப் புறமான அறைகளில் அடைபட்டுக் கிடக்கிற பெண்கள் ஒரு மாதத்தின் முதல் தேதியையும் பதினைந்தாம் தேதியையும், திருவிழாக் காலங்களையும் பல வாரங்கள் முந்தியே எதிர்பார்த்து, அவை வருவதற்கு முன்பே ஆவலோடு ஏற்பாடுகள் செய்து வைத்துக் கொண்டு காத்திருப்பார்கள்.

இரண்டாவதாக, புத்த மதத்தின் வசந்த யாத்திரைகள் மூலம் சீனரின் யாத்திரை ஆவல் பூர்த்தியாவதற்கு நியாயமான வழி ஏற்படுகிறது. சுற்றியலைவதில் சீனருக்குள்ள ஆவல் மிகவும் அடங்கி ஒடுங்கிப் போய்விட்டது. அதற்கு இந்த யாத்திரைகள் ஊக்கந் தந்து அது மீண்டும் தலைதூக்கச் செய்கின்றன. இந்த யாத்திரைகள் வசந்த காலத் தொடக்கத்தில் வரும். ஈஸ்டர் பெருநாள் சமயமும் சேர்ந்துகொள்ளும். நெடுந்தூரம் போக முடியாதவர்கள், ச்சிங்மிங் நாளன்று, தங்கள் உறவினரின் கல்லறைகளுக்காவது அழுவதற்காகப் போய்வரலாம். முடிந்தவர்கள், நடையன் போட்டுக்கொண்டு பிரபலக் கோயில்களுக்குச் செல்வார்கள். சிலர் பல்லக்கு மாதிரி உள்ள டோலி நாற்காலிகளில் ஏறிப்போவார்கள். அமோயிலுள்ள சில மக்கள், இன்னும் பழைய வழக்கத்தை விடாப்பிடியாய்ப் பிடித்துக்கொண்டு, ஒவ்வொரு வசந்த காலத்திலும், நிங்ப்போ கரையோரம் தாண்டி, பூட்டுத் தீவுகளுக்குப் பழைய காலத்துத் தோணிகளில் ஐந்நூறு மைல் வரை போய்த்தான் தீருவோம் என்று போய்வருகிறார்கள்.

வடக்கே, மியாவோஃஒங்ஷான் என்ற இடத்துக்கு ஆண்டு தோறும் யாத்திரை போவது இன்னும் நடந்து வருகிற ஒரு பழக்கமாயிருக்கிறது. ஆயிரம் ஆயிரம் யாத்திரிகர்கள், கிழவரும் இளைஞரும், ஆண்களும் பெண்களுமாக மஞ்சள்பைகளுடன் தடி தாங்கி, இரவு பகலாகப் புனிதக் கோவில் நோக்கிச் சாரி சாரியாய் நடந்து செல்வதைப் பார்க்கலாம். யாத்திரிகர்களிடையே, சாசர் காலத்திலிருந்த மாதிரி, ஒரே குஷால் உணர்ச்சியிருக்கும்; சாசர் சொல்லியுள்ள மாதிரிக் கதைகளையும் யாத்திரிகர்கள் ஒருவருக்கொருவர் சொல்லிக்கொண்டு வழி நடந்துபோவார்கள்.

ஆகவே, மூன்றாவதாக, மலைக் காட்சிகளை அனுபவிக்கச் சீனர்களுக்கு அது ஒரு சந்தர்ப்பமளிக்கிறது. ஏனென்றால், புத்தக் கோயில்கள் எல்லாம் உயர்ந்த மலைகளின்மேல் நல்ல காட்சி தரும் இடங்களில்தான் அமைந்திருக்கும். சீனர்களுடைய அன்றாட வாழ்வு சப்பென்று ஒரு நாளைப்போலவே எல்லா நாளும் இருக்கும். யாத்திரை போகிற இந்த ஒரு சிறு மகிழ்ச்சி தான் அவர்களுக்கு இருக்கிறது. வேறு உல்லாசப் பொழுது போக்கை அவர்கள் அனுமதிப்பதில்லை.

வந்துசேர்ந்ததும், உயர்ந்த தரத்தில் காணப்படும் ஓட்டல் அறைகளில் தங்குவார்கள். துறவிகளுடன் தேநீர் பருகி உரையாடிக்கொண்டிருப்பார்கள். துறவிகள் கண்ணியமாக உரையாடக்கூடியவர்கள். யாத்திரிக விருந்தினருக்கு நல்ல சைவ உணவு தருவார்கள். தங்கள் பொக்கிஷத்தில் பெருந்தொகை களைச் சேர்த்துக்கொள்வார்கள். அப்புறம், யாத்திரிகர்கள் வீடு திரும்புவார்கள். மனம் புது வலிமைபெற்றுச் சுறுசுறுப்பாயிருக்கும். புதுச் சக்தி ஊறியிருக்கும். சிரமமான அன்றாட வாழ்க்கைக்கு இந்த மாறுதலுடன் மீண்டும் திரும்புவார்கள். சீனருடைய வாழ்க்கைத் திட்டத்தில் புத்தமதத்துக்கு முக்கியமான ஓர் இடம் இருக்கிறது என்பதை யார்தான் மறுக்க முடியும்?

பகுதி இரண்டு
வாழ்க்கை

அறிமுகம்

சீன மக்களின் மனப்பாங்கு யாது, அவர்களின் சன்மார்க்க நெறி யாது, அவர்களின் வாழ்க்கையை உருவாக்கும் அடிப்படையான இலட்சியங்கள் யாவை என்பதை நாம் இப்போது ஆராய்ந்தோம். இனி, சமூகத்துறையிலும், அரசியல்துறையிலும், இலக்கியத் துறையிலும், கலைத்துறையிலும், இல்லற இன்பத் துறையிலும் சீனர்கள் எவ்வாறு வாழ்க்கை நடத்தினார்கள் என்பதை ஆராய்ந்து பார்ப்போம். இதை வேறு வகையாகச் சொன்னால், சீனப் பெண்கள், சீன சமுதாயம், சீன அரசாங்கங்கள், சீன இலக்கியம் ஆகியவற்றைப் பற்றி ஆராய்வதோடு, சீனமக்களின் எண்ணத் திலிருந்து பரிணமித்த வாழ்க்கைக் கலையைப் பற்றியும் ஒரு சிறப்பு அத்தியாயம் எழுதவேண்டியிருக்கும். இந்தச் செய்திகள் திரும்பவும் இரண்டு பிரிவாகப் பிரியும். மேலே சொன்ன முதல் மூன்றும் கட்டாயமாக ஒன்றோடொன்று பிணைக்கப்பட் டிருக்கின்றன. ஏனெனில், சீனப் பெண்களின் வாழ்க்கையையும், குடும்ப வாழ்க்கையையும் தெரிந்துகொண்டால், சீன சமுதாய வாழ்க்கையில் கவனம் செலுத்த அது நமக்கு உதவியாயிருக்கும். சீன சமுதாய வாழ்க்கையை உண்மையாகத் தெரிந்துகொண்டா லன்றி, சீனாவின் அரசாங்க முறை, நீதிமுறை ஆகியவற்றைத் தெரிந்துகொள்ள முடியாது.

சீன வாழ்க்கையில் வெளிப்படையாகத் தெரிகின்ற இந்தக் கூறுகளை ஆராய்ந்தால், அந்த ஆராய்ச்சி மிக நுட்பமாயும், சாதாரணமாகத் தெரியாமலும் இருக்கின்ற சீனர்களின் பண்பாடு பற்றிய பிரச்சினைகளை ஆராய இயல்பாக நமக்கு வழிகாட்டியா யிருக்கும். சீனப் பண்பாட்டைப் பற்றி ஆராய்வதுடன், சிற்பக் கலைத்துறையில் அது எவ்விதம் விளங்கியது என்பதை அறியவும்

அந்த ஆராய்ச்சி நமக்கு உதவியாயிருக்கும். சீனப் பண்பாடு சீன மக்களின் சிறப்புப் பண்புகளுக்குப் பொருத்தமான மனிதப் பாங்கோடு கூடி வளர்ச்சியடைந்ததாகும்; அது மேலைநாட்டுப் பண்பாட்டி லிருந்து முற்றிலும் வேறுபாடான ஒரு பண்பாடு. வெளிநாட்டு கூறுகள் கலவாமல் உண்மையாக ஒரு குறிப்பிட்ட நாட்டுக்கே சொந்தமானது என்று சொல்லக்கூடிய நிலையிலுள்ள உலகப் பண்பாடுகளில் சீனப் பண்பாடும் ஒன்று. அவ்விதம் தனக்கே சொந்தமாக இருக்கும் தன்மையினால் மேலைநாட்டுப் பண்பாட்டோடு ஒப்பிட்டுப் பார்க்கக்கூடிய பல சுவையான பொருத்தங்கள் அதனிடம் இருக்கிறதென்பதை நாம் காண்போம்.

ஏனெனில், பண்பாடு என்பது ஓய்வின் பலனேயாகும். இந்தப் பண்பாட்டை வளர்க்கச் சீனர்களுக்கு அபரிமிதமாக, 3000 ஆண்டு ஓய்வு கிடைத்திருக்கிறது. இந்த மூவாயிர ஆண்டுகளில் தேநீர் அருந்தவும் தேநீர் அருந்தும்போதே அமைதிகலந்த மனத்தோடு வாழ்க்கையை ஆராயவும் சீனர்களுக்கு ஏராளமான சாவகாசம் கிடைத்திருக்கிறது. தேநீர் அருந்தும்போது பேசும் உல்லாசமான பேச்சிலிருந்தே வாழ்க்கையின் சாரத்தை அவர்கள் சுருக்கமாகக் கூறியிருக்கிறார்கள். தங்கள் மூதாதையர்களைப் பற்றிச் சர்ச்சை செய்யவும், அவர்கள் அடைந்த வெற்றிகளை எண்ணிப் பார்க்கவும், கலையும் வாழ்க்கையும் இயங்கும் முறைகளில் ஒன்றுக்குப்பின் ஒன்றாக ஏற்பட்டுவரும் மாற்றங்களைப் பற்றிப் ஆராயவும் மிகப் பழைமையின், சென்ற காலத்தின் உதவிகொண்டு தங்கள் வாழ்க்கை அமைப்பு எத்தன்மையது என்பதைக் கண்டுகொள்ளவும் சீனர்களுக்கு ஏராளமான சாவகாசம் கிடைத்திருக்கிறது. இப்படி உல்லாசமாகப் பேசுவதிலிருந்தும், பழைமையைப் பற்றி எண்ணிப்பார்ப்பதிலிருந்தும் வரலாறு என்ற சொல்லே பெரிய பொருள் பொதிந்த சொல்லாகிவிட்டது; அது நிகழ்காலத்தின் நன்மைக்காக மனித அனுபவங்களைப் பிரதிபலிக்கும் ஒரு ‘கண்ணாடி’ என்று சொல்லும் அளவுக்கு வந்துவிட்டது; இன்னும் அது செல்லச் செல்ல நீர் அதிகமாகப் பெருகிக்கொண்டும் தடைபடாமலும் ஓடுகின்ற ஒரு வற்றாத ஆற்றுக்குச் சமமாக இருக்கிறது. எனவே, சீனாவில் வரலாறு எழுதுவதென்பது சிறந்த இலக்கியம் எழுதுவதாகக் கொள்ளப்பட்டது. அதை எழுதுவதற்கு மிகச் சிறந்த வழியும் மிக நுட்பமான

உணர்ச்சிகளை வெளிப்படுத்துவதற்கு ஏற்ற வழியும் கவிதை என்று ஆகிவிட்டது.

'ஒயின் நல்ல மணத்தோடு இருக்கிறது. தேநீர் நல்ல பக்குவத்தோடு தயார் செய்யப்படுகிறது. அடுப்பிலுள்ள கேத்தல் கொதிப்பது சங்கீதம் பாடுவதுபோலிருக்கிறது. பக்கத்தில் ஓடும் ஆறு மடமடவென்று சப்தம் போட்டுக்கொண்டிருக்கிறது. இவற்றையெல்லாம் அனுபவிக்கிற சமயத்தில் சீனர்களுக்கு, சில சமயம் ரொம்ப சாதுர்யமான ஓர் எண்ணம் தோன்றுவதுண்டு. அப்படியில்லாவிடின் வழக்கமான நிலைமாறி இருக்கும் சூழ்நிலையில் ஏதாவது செய்ய வேண்டுமென்ற கட்டாயம் ஏற்படும்போது, அவர்கள் மனம் கற்பனாசக்தியைப் பெறுவதுண்டு. அப்போது கவிதையின் சந்தத்தில் புதிதாக ஒன்றைக் கண்டறிவார்கள்; அல்லது அருமையான களிமண் பாண்டங்கள் செய்யும் முறையை வளர்ப்பதிலோ, பேரிக்காய் மரங்களை ஒட்டுகிற கலையிலோ ஏதாவது ஒரு விசயத்தைக் கண்டுபிடிப்பார்கள். இப்படியே சீனமக்கள் தங்கள் வாழ்க்கையை நடத்திக்கொண்டு போனார்கள். அமரத்துவம் என்பது எந்தக் காலத்திலும் தெரிந்து கொள்ள முடியாத ஒரு காரணம். ஆனால், பாதி கடுமையாகவும் பாதி விசாலப்பட்டதாகவும் அது இப்படியிருக்கும், அப்படியிருக்கும் என்று சதா எண்ணுவதற்கும் வம்பு பேசுவதற்கும் உள்ள விசயம் அது என்றுகருதினார்கள். ஆகவே, சீனர்கள் அதைப்பற்றி பலவிதமான சித்தாந்தங்கள் ஏற்படுத்திக்கொண்டு அவற்றை ஆராய்வதை விட்டுவிட்டார்கள். அதே போன்று இயற்கை, இடி, மின்னல், பனிக்கட்டி மழை, பனி இவை இயங்குகிற இரகசியங்களையும் எச்சில் நீர் ஊறுவதற்கும் பசிக்கும் உள்ள தொடர்பு போன்ற தங்கள் உடற்கருவிகளின் இயக்க இரகசியங்களையும் பற்றி ஆராய்வதையும் அவர்கள் விட்டுவிட்டார்கள். சோதனை செய்ய பயன்படுத்தும் கண்ணாடிக் குழாயையோ, அறுவை வைத்தியரின் சிறு கத்தியையோ அவர்கள் உபயோகிக்க வில்லை. எனவே, தங்கள் மூதாதையர்கள் உலகத்தில் தெரிந்துகொள்ளக் கூடியவற்றை தெரிந்துகொண்டுவிட்டார்கள். தத்துவ விசாரத்தின் உச்சநிலையை அடைந்துவிட்டார்கள். எழுத்துக்களை அழகாக எழுதுவதில் முழுமைத்துவத்தைக் கொடுக்கும் கடைசி வரைவையும் கண்டுபிடித்துவிட்டார்கள் என்று அவர்களுக்குத் தோன்றியது.

ஆகவே, முன்னேறுவது எனும் செயலைவிட வாழ்க்கை என்று சொல்லும் காரியத்தில் அவர்கள் அதிகமாகக் கவனம் செலுத்த ஆரம்பித்தார்கள். தங்களுடைய சொந்த தோட்டங்களைச் செப்பனிட திட்டம் போடுவது, சுறா மீனின் சிராய்களை எப்படிப் பக்குவமாகச் சமைப்பது என்பதுபோன்ற ஆராய்ச்சிகளில் அவர்கள் எவ்வளவோ கஷ்டம் எடுத்துக்கொண்டு, தூங்காமல் எத்தனையோ இரவுகளைச் செலவு செய்தார்கள். அவ்விதம் பக்குவமாகச் சமைத்த பதார்த்தங்களை மிக ஆவலாக உண்டார்கள். தத்துவவிசாரம் காட்டிய பாதையில் சென்று பார்த்தபின், இதில் பயனில்லையென்று கண்ட உமர்காயம் எவ்வளவு மனப்பூர்வமாகவும் உற்சாகத்தோடும் திராட்சைக் கொடியைத் திரும்பவும் தன் வாழ்க்கைத் துணையாகக் கொண்டாரோ, அதே ஆவலுடன் சீனர்கள் தங்கள் உணவை உண்டார்கள். இப்படியாக எல்லாக் கலைகளையும் கடந்துசென்று, அவர்கள் வாழ்க்கை என்கிற கலையிருக்கும் மண்டபத்திற்குள் நுழைந்தார்கள். அவர்கள் நுழைந்ததும், வாழ்க்கையும் கலையும் ஒன்றறக்கலந்து ஒரு பொருளே போலாகிவிட்டன. வாழுகிற கலைதான் மனித அறிவு முடிவாகக் கண்டுபிடிக்க வேண்டிய விசயம். சீனர்களின் பண்பாட்டுக்கு மகுடம் வைத்ததுபோ லிருக்கிற இந்த வாழ்க்கைக் கலையைப் பெறுவதில் சீனர்கள் வெற்றியடைந்தார்கள்.

5

பெண்ணின் வாழ்க்கை

1. பெண்களை அடிமைப்படுத்தி வைத்தல்

பண்டைக் காலத்திலிருந்தே பெண்களுக்கு நியாயமாகக் கொடுக்க வேண்டிய அந்தஸ்தை சீனர்கள் கொடுக்கவில்லை. அவர்கள் இரத்தத்திலுள்ள ஏதோ ஒன்று, பெண்களுக்கு உரிமை வழங்காதபடி அவர்களைத் தடுத்துவிட்டது. ஆண் பெண் என்ற வேறுபாடான இரு தத்துவங்களை இரு பிரிவாக ஆராய்வது என்ற அடிப்படை யான எண்ணம் மாற்றங்களைப்பற்றிக் கூறும் நூல் தொடங்கிய காலத்திலிருந்தே இருந்து வருகிறது. பிற்காலத்தில் இதை வகுத்து ஒழுங்குபடுத்தியவர் கன்பூசியஸ். பெண்களுக்கு மரியாதை காட்டுவது, பெண்ணினத்தின்பால் ஒருவிதக் கனிவுகொள்வது போன்ற பண்புகள் ட்யூடானிக் இனத்தினரிடையே, அவர்கள் அநாகரிகர்களாக இருந்த காலந்தொட்டே இருந்துவருகின்றன. ஆனால், சீன வரலாற்றிலோ இந்தப் பண்புகளை நாம் ஆதி யிலிருந்தே காண முடியாது. பாட்டுக்களின் புத்தகத்தில் சேர்க்கப்பட்டிருக்கிற கிராமப் பாட்டுக்களில் பெண்ணுக்குச் சம உரிமை கொடுக்கப்படவில்லை. ஏனெனில் 'ஓர் ஆண்குழந்தை பிறந்ததும் அதைப் படுக்கையில் படுக்கவைத்து, அதற்கு விளையாட ஓர் அழகான கல்லைக் கொடுத்தார்கள். பெண் பிறந்ததும் அதைத் தரையில் படுக்கவைத்து, அதற்கு ஓர் ஓட்டை விளையாடக் கொடுத்தார்கள்.' இந்தப் பாட்டு, கன்பூசியஸ் காலத்துக்கு எத்தனையோ நூற்றாண்டுகள் பழமையானது ஆகும்.

ஆனால், நாகரிகம் அடைவதற்குமுன் பெண்கள் அடிமையாக வில்லை. கன்பூசியஸின் வாழ்க்கைத் தத்துவம் வளர்ச்சியடைய

அடைய, பெண்களையும் படிப்படியாக அடிமையாக்கி விட்டார்கள்.

சீனாவில் முதன் முதலில் தோன்றிய சமூக அமைப்பிலேயே பெண் முதன்மையானவளாகக் கருதப்பட்டாள். சீனப் பெண்க ளிடையே இன்றும் இந்த உணர்ச்சி சிறிது நிலைத்து இருக்கிறது. மொத்தமாகப் பார்க்கும் போது, சீனப்பெண், சீனை ஆணைவிட மனப்பண்புகளில் அதிகப் பக்குவம் அடைந்திருக்கிறாள். கன்பூசியஸ் காலத்தில்கூட, தாயை முதன்மையாகக் கொண்ட பல குடும்பங்கள் இருந்தன. இவற்றின் சின்னங்களை 'சௌ' சந்ததியில் தெளிவாகக் காணலாம். இந்தச் சந்ததியில் வீட்டுப் பெயர், ஷிங் பெண்ணினுடைய பெயராய் இருந்தது; பிறந்த இடம், உத்தியோக அந்தஸ்து இவற்றை அனுசரித்தே கணவன் சொந்தப் பெயரை வைத்துக்கொண்டான். 'பாட்டுப் புத்தகத்தில் காணும் நாடோடிப் பாட்டுக்கள் முழுவதிலும் பெண்களை ஆண்களிடமிருந்து பிரித்துவைத்திருக்கும் அறிகுறிகளை நாம் காணவில்லை. குவாங்ஸி மாகாணத்தில் வசிக்கும் தெற்கத்திய பூர்வக் குடிகளிடம் இன்றும் மணமக்களைத் தேர்ந்துகொள்ளு வதில் ஆணைப்போன்று பெண்ணுக்கும் சம உரிமை இருக்கிறது. இந்த மாதிரியான சமத்துவம் பழங்காலத்திலும் இருந்திருக்க வேண்டும். பழங்காலக் காதலில், மணமகளையோ மண மகனையோ தேர்ந்தெடுத்துக்கொள்ளுவதில் ஆணுக்கும் பெண்ணுக்கும் சுதந்திரம் இருந்தது; பழமை கலக்காதவர்கள் சமத்காரத்தைக் காட்டாமல் பச்சை பச்சையாக அப்படியே தங்கள் உணர்ச்சிகளை வெளியிட்டுக்கொண்டார்கள். பாட்டுப் புத்தகத் திலிருந்து எடுத்த ஒரு நாடோடிப் பாட்டைக் கீழே தருகிறோம்:

> உண்மையாக நீ என்னைக் காதலித்தால், நீரில் நனையாதபடி எனது சேலையைத் தூக்கிக்கொண்டு உன்னோடு ஆற்றைக் கடக்கச் சம்மதிப்பேன்!
>
> நீ என்னை நினைக்கவில்லையென்றால், அட முட்டாள் பயலே, எனக்கு மாப்பிள்ளைக்கா பஞ்சம்? இன்னும் எத்தனையோ ஆண்பிள்ளைகள் எனக்குக் கிடைப்பார்கள்!
>
> உண்மையாக நீ என்னைக் காதலித்தால், நீரில் நனையாதபடி எனது சேலையைத் தூக்கிக்கொண்டு உன்னோடு நதியைக் கடக்கச் சம்மதிப்பேன்!

நீ என்னை நினைக்கவில்லையென்றால், காதலனுக்கா பஞ்சம்? உன்னைப்போல எத்தனையோ காதலர்கள் எனக்குக் கிடைப்பார்கள்!

'பாட்டுப் புத்தகத்தி'ல் காதலர்களோடு ஓடிப்போன பெண் பாடுகிற பாட்டுகள் இன்னும் பல இருக்கின்றன. திருமணம் என்பது, பிற்காலத்தில், பெண்களுக்கு ஒரு கடுமையான பந்தமாக மாறிவிட்டது. அப்படி மாறாத காலத்தைப்பற்றித்தான் நாம் இங்கே பேசுகிறோம். கன்பூசியஸ் காலத்தில் பொதுமக்களிடையே, அதிலும் சிறப்பாக உயர்ந்த வர்க்கத்தாரிடையே நிலவிவந்த காம வாழ்க்கை சீர்கெட்டுச் சிதைந்துபோன ரோமாபுரியின் காம வாழ்க்கையையே எடுத்துக்காட்டுகிறது எனலாம். மாற்றாந் தாயுடனும், மருமகளுடனும், மனைவியின் சகோதரிகளுடனும் தொடர்பு வைத்துக்கொள்ளுவது, சமீபத்திலுள்ள ராஜாவுக்குத் தன் மனைவியைப் பரிசளிப்பது, சொந்த நன்மைக்காக மகனின் மனைவியை மணம்புரிவது, மந்திரிகளுடன் அரசி ஆன்ம சம்பந்தம் வைத்துக்கொள்ளுவது, இவைபோன்ற முறையற்ற வழியில் அந்தக் காலத்தில் இல்லற இன்பத்தை நடத்தி இருக்கிறார்கள். இம்மாதிரி உதாரணங்கள் 'ஷோஷிவானில்' ஏராளமாக இருக்கின்றன. சீனாவில் பெண்ணுக்கு எப்போதுமே சக்தி அதிகம்தான். அந்தக் காலத்திலும் அவள் சக்தி வாய்ந்தவளாக இருந்தாள். வீ என்ற அரசி, நாட்டில் இருக்கும் ஆண்களி லெல்லாம் மிக அழகான ஆடவனையே தனது சொந்த அறைக்கு அனுப்பி வைக்குமாறு அரசனையே வற்புறுத்தினாள்! மணவிலக்கு எளிதாயிருந்தது. ரத்துச் செய்துகொண்ட மணமக்கள் திரும்பவும் மணம் செய்துகொள்ளலாம். பெண்கள் கற்போடு இருக்க வேண்டுமென்ற எண்ணம் ஆண்கள் மனதில் புகுந்து, அவ்வளவாகத் தொல்லைப்படுத்தியது கிடையாது.

அதன் பிறகு, கன்பூசியஸின் கொள்கைகள் பரவின; ஆணோடு சேர்ந்து பழக முடியாதபடி, பெண்ணைத் தனியே பிரித்து விட்டார்கள். பெண்களைப் பிரித்துவைக்கும் இந்தக் கொள்கையைக் கன்பூசியஸின் சீடர்கள் அளவுக்குமீறிக் கடைப்பிடிக்கத் தொடங்கினார்கள். விதிகளின் புத்தகத்தின்படி மணமான சகோதரிகள் தங்கள் சொந்த சகோதரர்களுடன் ஒன்றாயிருந்து சாப்பிடக் கூடாது. புத்தகங்களில் அடங்கிய இந்த விதிகளை

எவ்வளவு தூரம் சீனர்கள் கடைப்பிடித்தார்கள் என்பது நமக்குத் தெரியாது. கன்பூசியஸ் படைத்த சமூக சித்தாந்தத்தை வைத்துக் கொண்டு பார்க்கும்போது, இப்படிப் பெண்ணைப் பிரித்து வைத்ததன் மர்மம் நமக்கு எளிதில் விளங்கும். சீன சமூக அமைப்பில் இருந்த உயர்ந்தோர் தாழ்ந்தோர் என்ற இரண்டு பிரிவினர்களுக்கும் உள்ள வேறுபாட்டை இது அழுத்தமாகக் காட்டுகிறது. அரசியலை நடத்துபவர்களின் அதிகாரத்தை ஏற்றுக்கொண்டு, பொதுமக்கள் அவர்களுக்குக் கீழ்ப்படிவது போல, குடும்பத் தலைவனுடைய அதிகாரத்தை ஒப்புக்கொண்டு, பெண் அவனுக்குக் கீழ்ப்படிவதையே இந்தப் பிரிவு காட்டுகிறது.

ஆண் வெளியே சென்று தனது வேலைகளைப் பார்க்கிறான். பெண் வீட்டு வேலைகளைப் பார்க்கிறாள். இப்படியாக ஆணுக்கும் பெண்ணுக்கும் ஏற்பட்ட வேலைப் பிரிவையும் இது காட்டுகிறது. பெண்மைக் குணங்களுக்கேற்ப நடக்கும் பெண்ணுக்குத் தான் இந்தப் பிரிவினால் சமூகத்தில் மதிப்பு ஏற்பட்டது. சாந்தம், பணிவு, உடலைத் தூய்மையாக வைத்துக்கொள்ளுதல், மரியாதையாக நடந்துகொள்ளுதல், உழைப்பு, சமைப்பது, நூற்பது இவற்றில் திறமை, கணவனின் பெற்றோருக்கு மரியாதை அளித்தல், கணவனின் சகோதரர்களிடம் வாஞ்சையாக இருத்தல், கணவனின் நண்பர்களிடம் மரியாதையாகப் பழகுதல் ஆகிய பெண்மைக் குணங்களையும், கணவன் விரும்பக்கூடிய இன்னும் பல பண்புகளையும் இயல்பாகவே இந்தப் பிரிவு பெண்களுக்குக் கற்பித்தது. பெண்களுக்கு ஒழுக்கநடை கற்பிப்பதற்காகச் செய்த இந்த அறிவுரைகளில் அடிப்படையில் குற்றம் ஒன்றும் இல்லை.

பெண்கள் பொருளாதாரத்தில் அடிமைப்பட்டிருந்தமையாலும், பழைய பழக்க வழக்கங்களை விரும்புகிற இயல்புடையவர்களாய் இருந்தமையாலும், அவர்கள் இந்தச் சமூக அமைப்பை ஏற்றுக்கொண்டுவிட்டனர். அவர்கள் இப்படி ஏற்றுக்கொண்டதன் காரணம் ஆண்களிடம் நல்லவர்கள் என்று பேரெடுக்க வேண்டும் என்ற விருப்பமோ, ஆண்களை மகிழ்விக்க வேண்டுமென்ற விருப்பமோ தெரியாது.

இயைந்த சமூக வாழ்க்கைக்கு இந்த வேறுபாடு தேவையானது என்பதை, கன்பூசியஸ் கண்டார். கன்பூசியஸ் உண்மைக்கு

வெகு அண்மையில் வந்துவிட்டாரென்று சொல்லலாம். பெண்ணைப் பிரித்து வைத்தாலும் கன்பூசியஸ் கணவனுக்குக் கொஞ்சம் கீழாகவுள்ள அந்தஸ்தைப் பெண்ணுக்கு அளித்தார். பெண்ணின் அந்தஸ்து ஒருவனுடைய அந்தஸ்துக்குச் சிறிது தாழ்வாக இருப்பினும், அவள் அவனுக்குச் சம அந்தஸ்துள்ள துணைவியாய் இருந்தாள். பெண்ணையும் ஆணையும் குறிப்பிட்ட தாவோ சமயம் படைத்த இரண்டு மீன்களையும்போல, அவர்கள் இருவரும் ஒருவருக்கொருவர் உதவியாக இருந்தார்கள். குடும்பத்தில் தாய்க்கு ஒரு கண்ணியமான இடத்தை கன்பூசியஸ் அளித்தார். ஆணிலிருந்து பெண்களை வேறுபடுத்தியது, பெண்களை அடிமைப்படுத்தும் நோக்கத்துடன் அல்ல. சமூகத்தில், ஆண் பெண் இருபாலாரிடமும் ஒற்றுமை நிலவ வேண்டுமென்ற எண்ணத்தால்தான் என்று கன்பூசிய தத்துவங்களை உண்மையாக உணர்ந்தவர்கள் சொல்வார்கள். கணவன்மார்களை அடக்கி ஆளும் பெண்கள், அதிகாரம் செலுத்துவதற்கு இந்த ஏற்பாடு சிறந்த, தப்பாத ஓர் ஆயுதமாக அமைந்திருக்கிறது என்பதைக் கண்டுகொண்டார்கள். கணவன்மார்களை அடக்கி ஆளமுடியாத பெண்களிடம், பெண்ணுரிமை வேண்டுமென்று கேட்கும் புத்தி நுணுக்கமும் திறமையும் எங்கே?

பெண்களைப்பற்றியும், சமூகத்தில் பெண்களுக்குரிய இடத்தைப் பற்றியும் கன்பூசியஸ் எண்ணியது இதுவே. பிற்காலப் பண்டிதர்களின் செல்வாக்கின்கீழ் வருமுன்னர் இருந்த சமூகநிலையைப் பற்றித்தான் இங்கே பேசுகிறோம். பண்டிதர்கள் காலத்தில் இயற்கைக்கு மாறான முறையிலும், விபரீதமான முறையிலும் தன்னலத்தையொட்டிப் பெண்களை அடிமைப்படுத்தினார்கள். ஆனால், தன்னலம் கலந்த இந்த முறைகள் கன்பூசியஸ் காலத்தில் அவ்வளவு வளர்ச்சியடையவில்லை. ஆயினும், பெண் ஆணைவிடக் கீழ் என்ற அடிப்படையான எண்ணம், கன்பூசியஸ் காலத்திலும் இருந்துதான் இருக்கிறது. ஆணைவிடப் பெண் கீழ் என்பதற்கு வெளிப்படையான ஓர் உதாரணத்தைப் பார்க்கலாம்: மனைவி இறந்துபோனால் கணவன் துக்கப்படுகிற காலம் ஓர் ஆண்டுதான். கணவன் இறந்துபோனாலோ, மனைவி மூன்று ஆண்டுகள் வரை துக்கப்பட வேண்டும். பெற்றோர் இறந்தால், பிள்ளைகள் துக்கப்படுகிற காலம் வழக்கமாக மூன்று ஆண்டு

களாகும். ஆனால், கணவனுடைய தகப்பனார் உயிருடன் இருக்கும்போது, மனைவியின் தகப்பனார் இறந்துவிட்டார், அதற்காக, மனைவி ஓர் ஆண்டுதான் துக்கமாக இருக்க வேண்டும். பணிவு, விசுவாசம் போன்ற சிறப்பான பெண்மைக் குணங்களை, ஹான் அரச பரம்பரை காலத்தில் இருந்த லியோ ஸ்யாங் என்பவர் பெண்களுடைய ஒழுக்கநடைக்குத் தேவையான சட்டங்களாக வகுத்திருக்கிறார். ஆனால், ஒழுக்கநடை தொடர்பான இந்தச் சட்ட திட்டங்கள் ஆண்களைப் பாதிக்க மாட்டா. அவர்களுக்குரிய சட்டமே வேறு. பெண்களுக்கு வழிகாட்டி என்ற புத்தகத்தை எழுதிய பான்சாவோ என்ற ஆசிரியை, பெண்களுக்கு வேண்டிய 'மூன்று பணிவுகளையும் நான்கு நற்குணங்களையும்பற்றி' வெகு விரிவாகவும், விளக்கமாகவும் எழுதியிருக்கிறார். மூன்று பணிவுகளாவன: 'ஒரு பெண் கன்னியாக இருக்கும்போது தகப்பனுக்குக் கீழ்ப்படிய வேண்டும்; மணமான பின்னர் கணவனுக்குக் கீழ்ப்படிய வேண்டும்; கணவன் இறந்த பின்னர் மகனுக்குக் கீழ்ப்படிய வேண்டும்.' கடைசியாகச் சொன்ன பணிவை, அதாவது மகனுக்குக் கீழ்ப்படிவதைக் கன்பூசியஸ் வகுத்த சமூக அமைப்பில் இயல்பாகவே தாய்க்கு ஏற்பட்ட உயர்ந்த இடத்தினால் நடைமுறையில் கொண்டுவர முடியவில்லை. இந்த அரச பரம்பரை கற்புக்காக உயிர்நீத்த பெண்மணிகளுக்கு உருவச்சிலை எழுப்பியும், அரசாங்கத்திலிருந்து பட்டங்கள் வழங்கியும் உத்தியோக முறையில் மரியாதை செய்தார்கள். ஆயினும், இந்தக் காலத்திலும் பெண்கள் இரண்டாம் முறையாகத் திருமணம் செய்துகொள்ளுவதென்ற பழக்கத்திற்குத் தடை ஒன்றும் ஏற்படவில்லை.

கற்புப் பிறழாமல் விதவைத்தனத்தைக் காப்பாற்றுகிற சீன வழக்கத்தைப் பற்றி ஆராயும்போது, கொள்கையளவில் அதற்கு நாம் அளவுக்கு மிஞ்சிய மதிப்புக்கொடுத்துவிடக் கூடாது. அப்படிச் செய்வது மிக அபாயகரமானதாகும். ஏனெனில், சீனர்கள் வெறும் கொள்கைகளில் மயங்குகிறவர்களல்லர்; எப்போதும் தங்கள் அன்றாட வாழ்க்கையில் கண்ணுங்கருத்துமாயிருப்பவர்கள். வாழ்க்கையோடு ஒட்டிவராத கொள்கைகளை யெல்லாம் அவர்கள் எள்ளி நகையாடி ஒதுக்கிவிடுவார்கள். அந்தக் காலத்தில் நடைமுறை, கொள்கையோடு ஒட்டிவர முடியாமல் பின்தங்கி

யிருக்க வேண்டும். மஞ்சு காலத்திலும் கூட, உத்தியோகப் பட்டங்கள் பெற்ற பண்டிதரின் விதவையிடமிருந்து கற்பை எதிர்பார்த்தார்களேயன்றி, சாதாரண விதவைகளிடம் அந்தத் தன்மையை எதிர்பார்க்கவில்லை. டாங் அரச பரம்பரையிலும்கூட பெரிய பண்டிதரான ஹான்யூவின் மகள் இரண்டாவது முறை திருமணம் செய்துகொண்டாள். டாங் இளவரசிகளில் இருபத்து மூன்று பேர் இரண்டாவது திருமணம் செய்துகொண்டார்கள்; அவர்களில் நால்வர் மூன்றாவது தரமாகவும் மணந்துகொண்டார்கள்; ஆண்கள் மறுமணம் செய்துகொள்ளலாம், பெண்கள் செய்து கொள்வது கூடாது என்ற இந்தப் பழக்கம், பல நூற்றாண்டு களுக்கு முன்னே ஹான் சந்ததியில் தொடங்கியது. இப்படித் தொடங்கிய பழக்கம் இந்தக் காலத்திலும் அமலில் இருந்துவந்தது.

அதற்குப் பிறகு சங் பண்டிதர்கள் வந்தார்கள். அவர்கள் பெண்களை அப்புறப்படுத்தி விதவைகள் மறுமணம் செய்து கொள்ளுவது ஒழுக்கத் தவறு என்று செய்துவிட்டார்கள். பெண்களின் பண்புகளிலெல்லாம் கற்புதான் சிறந்தது என்று அவர்கள் போற்றினார்கள். அவ்வளவு புகழுக்குப் பாத்திரமான கற்பைப் பேணுவது கட்டாயம் என்ற எண்ணம் மக்கள் மனதில் ஆழமாகப் பதிந்துவிட்டது. அந்தக் காலத்திலிருந்து சமூகத்தின் ஒழுக்கநடையைப் பாதுகாக்கும் பொறுப்பு பெண் களுடையதாகி விட்டது. ஆண்கள் ஒழுக்கமாக இருக்க வேண்டும் என்கிற கட்டாய மில்லை என்றும் ஆகிவிட்டது. மேலும் பண்புநலன் களையும் தைரியத்தையும் பாதுகாக்கும் பொறுப்பும் பெண்களுடையதாகி விட்டது. இந்தப் பண்புகள் பொருந்திய பெண்களை ஆண்கள் பெரிதும் போற்றினார்கள் என்பது கொஞ்சம் விநோதமாகத்தான் இருக்கிறது. ஏனெனில், பெண்களிடம் குடும்பத்திற்குத் தேவையான சாதாரணப் பண்புகளை எதிர்பார்ப்பதற்குப் பதிலாகப் பெண்கள் காட்டும் வீரம், பெண்கள் செய்யும் தியாகம் இவற்றிற்கு அதிகக் கௌரவம் ஏற்பட்டது. ஒன்பதாவது நூற்றாண்டில், ஒரு பெண் தனது கணவனுடைய சவப்பெட்டியோடு தன் வீட்டிற்குச் செல்லும்போது, அந்த வழியாகச் செல்லக் கூடாதென்று சொல்லி, உணவுச்சாலைக்குச் சொந்தக்காரனாயுள்ள ஒருவன் அவள் கையைப் பிடித்து இழுத்தான். அப்படி அவன் இழுத்த கையை, அவள் துண்டித்து விட்டாள். அந்தக் காலத்திலேயே இந்தச்

செயலுக்காகக் கன்பூசியஸ் காலத்து ஆண்கள் அவளைப் பெரிதும் புகழ்ந்து பாராட்டினார்கள். மங்கோலிய அரச பரம்பரை காலத்தில் இன்னொரு விதவை புண்பட்டுப்போன தனது மார்பை டாக்டரிடம் காட்ட மறுத்து, அந்தப் புண்ணின் காரணமாகவே இறந்தாள். இப்படி அவள் இறந்ததற்கு அவள் காலத்து ஆண்கள் அவளுக்கு மிகமிக மரியாதை செய்தார்கள்.*

மிங் அரச பரம்பரையில், விதவையான பின்னரும் கற்போ டொழுகும் இந்தச் சித்தாந்தம் அரசியல் அமைப்பிலேயே ஓர் அங்கமாகிவிட்டது. முப்பதுக்குக் கீழே எந்த வயதிலிருந்தாவது ஐம்பது வயதுவரை கைம்பெண்மையை ஒழுங்கோடு காப்பாற்றிய பெண்களுக்குச் சிலைசெய்து வைத்து உத்தியோக முறையில் மரியாதை செய்தார்கள். அவர்களுடைய குடும்பங்களுக்கு உத்தியோக முறையில் செய்யவேண்டிய ஊழியத்திலிருந்து விடுதலையளித்தார்கள். பெண்களிடம் காணும் தூய்மையான ஒழுக்கத்தைப் போற்றுவது அந்தக் காலத்தில் ரொம்பவும் சிலாக்கிய மாகக் கொள்ளப்பட்டது. அத்தோடன்றி அவ்விதம் போற்றுவது அவர்களுடைய சொந்தக்காரர்களுக்கு மிக சௌகரியமான ஒரு செயலாகவும் இருந்தது. கற்புப் பிறழாத கைம்பெண்ணைச் சிலாகித்துப் பேசுவது, ஆண்களிடையேயும் விதவைகளின் சொந்தக்காரர்களிடையேயும் ஒரு பழக்கமாகிவிட்டது. அத்துடன் பெண்கள் பெருமையடைவதற்கும் அது மிக எளிதான வழியாகவும் இருந்தது. இவ்விதம் போற்றப்படும் விதவைகளால் அவர்கள் சொந்தக் குடும்பங்களுக்கே மட்டுமன்றி, அவர்களது கிராமம், கூட்டம் ஆகிய இவற்றிற்கும் ஒரு கௌரவம் ஏற்பட்டது. எப்போதாவது சில சுதந்திரவாதிகள் இந்த முறையை எதிர்த்துக் கண்டனங்களை வெளியிட்டதைத் தவிர, வேறொன்றுமில்லை. இது மக்கள் மனதில் நன்றாகப் பதிந்துவிட்டது. 1917ஆம் ஆண்டு

* பல அரச சந்ததிகளில் எழுதிவைத்த உத்தியோக வரலாறுகளில் இந்த மாதிரிக் கதைகளைப் பார்க்கலாம். இந்த வரலாறுகளின் ஒரு பகுதி ஆண்களின் வாழ்க்கையை எழுதுவதோடு, மதிப்பு மிக்க பெண்களின் வாழ்க்கையையும் எழுதச் சிறப்பாகப் பயன்படுத்தப்பட்டது. தன் கற்பைக் காப்பாற்றிக்கொள்வதற்காகத் தற்கொலை செய்துகொள்ளும் பெண்ணுக்கு இலக்கியத்தில் எந்த உருவத்திலாவது தனது பெயரை நிலைநாட்டப் போதிய சந்தர்ப்பம் கிடைத்துவிடும்.

ஏற்பட்ட மறுமலர்ச்சியின் போது, கற்போடொழுகும் இந்தக் கைம்பெண்மைச் சித்தாந்தத்தைக் கொண்டே, கன்பூசியஸின் தத்துவத்தை, 'மனிதனைத் தின்னும் மதம்' என்று கண்டிக்க வசதி ஏற்பட்டது.

கன்பூசியஸின் சித்தாந்தம் வளர்ந்தது. அத்துடன் சமூகப் பழக்கவழக்கங்களை அவற்றைவிட வலிமையான பொருளாதார நிலையை அடிப்படையாகக்கொண்ட உண்மையான வாழ்க்கை என்கிற ஓடையும் ஓடிக்கொண்டிருந்தது. கன்பூசிய சித்தாந்தத்தின் செல்வாக்கு ஒரு பக்கம் இருந்தது உண்மையே. ஆயினும், ஆண்கள் பொருளாதாரத்தைக் கட்டுப்படுத்தியது அதைவிட முக்கியமானதாகும். ஏனெனில், கன்பூசியஸின் சித்தாந்தம், கற்புநிலை பிறழாத கைம்பெண்மையை மதத்தில் ஓர் அம்சமாக்கியது; கன்பூசிய தத்துவத்தோடு எவ்விதத் தொடர்பும் இல்லாத நகைகளும் முத்தாரங்களும் பெண்களை வேசியர்களாகவும், மனிதனுடைய உணர்ச்சியோடு விளையாடும் கருவிகளாகவும் மாற்றிவிட்டன. வேய், ஷின் சந்ததிகளில் செல்வம் பெருகியது; பெரிய குடும்பங்கள் தோன்றின. அவற்றோடு பொதுவாக அரசியலில் ஒழுங்கின்மையும் பரவியது. அவையெல்லாம் ஒன்றுசேர்ந்து ஒரு பக்கம் வேசையர்களாகும் படிப் பெண்களை உற்சாகமூட்டின; இன்னொரு பக்கம், பெற்றோர்கள், தங்கள் இளம் பெண்குழந்தைகளைத் தண்ணீரில் முக்கிக் கொல்லும்படி தூண்டின. பாவம், வறுமைப் பிணிக்கு ஆளான பெற்றோர்கள் பெண்குழந்தைகளுக்குப் பெருஞ் செலவில் மணம் செய்துவைக்க முடியவில்லை என்ற அச்சத் தினாலேயே, அவர்களைக் குழந்தையிலேயே கொன்றுவிடத் துணிந்தார்கள். இந்தக் காலத்தில் பல அரசர்களும், பணக்காரக் கும்பங்களும் தங்கள் சொந்த வீடுகளில் நூற்றுக்கணக்கான நடனப் பெண்களை வைத்திருந்தார்கள். அவர்கள் மட்டுமீறிய போக விலாசத்தில் அழுந்தியிருந்தார்கள். அவர்களின் வாழ்க்கை சிற்றின்பத்தில் அழுந்திய ஒருவனது மன வக்கிரங்களை எல்லாம் திருப்திசெய்யப் போதுமானதாயிருந்தது.

சுருங்கக் கூறினால், பெண்கள் ஆண்களின் விளையாட்டுக் கருவிகளாகிவிட்டனர். ஷிங் என்பவருக்கு எத்தனையோ வேசியர்கள். அவர் ஒரு மெத்தையில் மிக அபூர்வமான நறுமணத்

தூளைப் பரப்பி, அதன்மேல் தன்னுடைய வேசியர்களை நடக்கும் படிச் சொல்வாராம். அவர்களில் யாருடைய காலடி அதில் பதியாமல் லேசாக இருக்கிறதோ, அவளுக்கு முத்து வடங்கள் பரிசளிப்பாராம்; காலடி பதியும்படி நடந்தவர்களைப் பத்தியத்தில் போட்டு, எடையைக் குறைக்கும்படிச் சொல்லுவாராம். புராதன ரோமா புரியிலும், இன்றைய நியூயார்க்கிலும் எப்படிப் பணத்தால் பெண்கள் வீழ்ச்சியடைந்துவிட்டார்களோ, அதேபோன்று, சீனாவில் பெண்கள் வீழ்ச்சியடைய முக்கிய காரணமாயிருந்தது கன்பூசியஸின் தத்துவம் என்று சொல்வதைவிட, அந்த முத்து வடங்கள்தான் என்று சொல்வது பொருத்தமாயிருக்கும். எனவே, பெண்களுடைய பாதத்தைச் சிறிதாக்குவதற்காகக் கட்டி வைக்கிற காலம் வந்தது. ஆண்களுடைய மன விருப்பங்களைப் பூர்த்தி செய்யச் செய்த இயற்கைக்கு மாறான செயல்களில் இதுதான் கடைசியாகும்.

இந்தக் காலத்தில்தான் சீனப் பெண்கள் மிகப் பொறுமை யுடையவர்களாயிருந்தார்கள். இது முரண்பாடுபோல் தோன்றலாம். ஆயினும், உண்மையே. மனைவி சொற்படி நடக்கிற அதிகாரிகள் கீறுண்ட முகத்துடன் அடிக்கடி நீதிமன்றத்தில் தோன்றினார்கள். பொறாமை பிடித்த அவர்களுடைய மனைவிமார்களுக்கு அரசாங்கம் தண்டனையளித்தது. லி யூ போயு என்ற ஒருவர் லோ நதி தேவதையைப்பற்றிய பாட்டைப் பாராயணம் செய்வது வழக்கம். ஒருதரம் தனது மனைவிக்குக் கேட்கும்படியாக, 'மனைவியாயிருப்பதற்கு எவ்வளவு அழகு வாய்ந்தவளா யிருக்கிறாள்!' என்று பெருமூச்சோடு கூறினார். அதைக் கேட்ட அவர் மனைவி, 'லோ நதி தேவதையைப் புகழ்ந்து என்னை ஏன் பழிக்கிறீர்கள்? நான் இறக்கும்போது ஒரு ஜல தேவதையாக மாறுவேன்' என்று சொன்னாள். அன்று இரவே, அவள் நதியில் மூழ்கி இறந்துவிட்டாள். அதற்குப் பிறகு, ஏழு நாள் சென்று, அவள் போயுவின் கனவில் தோன்றி, 'நீங்கள் ஒரு தேவதையை மணக்க விரும்பினீர்கள். நான் இப்போது ஒரு தேவதையாகி விட்டேன்' என்று சொன்னாள். அதன் பிறகு, தன் வாழ்க்கையில் லி யூ போயு எந்த நதியையும் கடக்கத் துணிந்ததில்லை.

ஷாண்டங் பகுதியில் 'பொறாமைபிடித்த பெண்ணைக் காக்குமிடம்' என்று அழைக்கப்படும் அந்த நதியின் அந்தப்

பாகத்தைக் கடக்கும்போது, தங்களுடைய அழகான ஆடைகளை மறைத்து, அல்லது கசக்கித் தங்களுடைய வடிவத்தையும் குலைத்துக்கொள்ள வேண்டும். இல்லாவிட்டால், பெரும் புயல் வருமாம். ஆனால், பெண்கள் பார்ப்பதற்கு மிகவும் அவலட்சணமாயிருந்தால், அந்தத் தேவதைக்கு அவர்கள்மேல் பொறாமையில்லையாம். அந்த இடத்தைப் புயல் காற்றில்லாமல் கடந்த பெண்கள், தங்களை அவலட்சணமானவர்களென்று எண்ணிக்கொண்டார்கள்.

வேசையர்களை வைத்துக்கொள்வதென்ற முறை ஏற்பட்டவுடன் பெண்களிடம், பொறாமை எப்படி வளர்ந்ததென்று தெரிந்துகொள்ளுவது சிரமமான செயலன்று. பாதுகாப்புக்கு அவர்கள் கையிலுள்ள அதுதான் ஒரே ஓர் ஆயுதமாயிருந்தது. பொறாமை பிடித்த ஒரு பெண் அந்தப் பொறாமையினாலேயே வேசையர்களை வைத்துக்கொள்வதிலிருந்து தன் கணவனைத் தடுக்க முடியும். இதற்கு இந்தக் காலத்திலும் பல உதாரணங்களைக் காட்டலாம். மணம்தான் பெண்ணுக்குக் கிடைக்கும் ஒரே ஒரு தொழில். அதுதான் அவளுடைய சிறந்த தொழிலுமாகும். இந்த உண்மையை அறியக்கூடிய அளவுக்கு மனிதனுக்கு மூளை இருந்தால், வேசையர்களோடு இருந்தாலும் சரி, அப்படி இல்லாவிட்டாலும் சரி. தன் தொழிலுக்குத் தேவையான குணம் —பொறாமை—அவளிடம் காணப்படினும், அவன் அவளை மன்னித்துள்ளான். யூ செங்ஷியா என்ற நமது பண்டிதர், 'பெண்களிடத்தில் பொறாமையிருப்பதால் குற்றமில்லை' என்ற உண்மையைக் கூறுவதை 1833ஆம் ஆண்டில் கண்டுபிடித்து விட்டார். எழுத்தராக வேலை பார்க்கும் ஒருவர் தனது முதலாளியின் நல்லெண்ணத்தை இழந்துவிட்டால். எப்படி வருந்துவாரோ, அதேமாதிரி, தனது கணவனுடைய அன்பையிழந்த பெண்ணும் வருந்துகிறாள். வேலையில்லாமல் திண்டாடுகிறவர்களுக்கு என்ன உணர்ச்சியிருக்குமோ, அதே உணர்ச்சிதான் திருமணமாகாத பெண்களிடமும் இருக்கிறது. மனிதன் வர்த்தகப் போட்டியில் தனது தொழில்பற்றிக் காட்டும் பொறாமை எவ்வளவு ஈவு இரக்கமில்லாததாக இருக்கிறதோ, அதேமாதிரி, காதல் துறையில் பெண் ஈவிரக்கமில்லாதவளாய் இருக்கிறாள். தனது தொழிலிலிருந்து அப்புறப்படுத்தப்பட்ட ஒரு சின்ன

வியாபாரி எப்படி அந்த நிலையை வெறுக்கிறானோ, அதேமாதிரி, மனைவியும் தன் கணவன் வேறொரு பெண்ணிடம் தொடர்பு வைத்துக்கொள்வதை வெறுக்கிறாள். பெண்கள் பொருளாதாரத் துறையில் அடிமையாக்கப்பட்டதன் விளைவு இது. இந்த உண்மையைத் தெரிந்துகொள்ளாததன் காரணமாகப் பணத்தை விரும்பி அதை எந்த வழியில் சென்றாவது சம்பாதிக்க வேண்டு மென்று எண்ணுகிற பெண்களைப்பற்றிக் கேலியாகப் பேசு கிறார்கள். உண்மையில் வெற்றிகரமாகத் தொழில் நடத்தும் ஆண்களுக்குப் பெண்ணினத்தின் சரியான பிரதிநிதியாய் இருப்பவர்கள் இவர்கள்தாம். இவர்களுடைய சகோதரிகளைவிட இவர்கள் தெளிந்த புத்தியுடையவர்கள்; ஒரு வியாபாரிபோலத் தங்கள் சரக்கை மிக அதிக விலைக்குக் கேட்பவர்களிடம் விற்று, தாங்கள் விரும்புகிற பொருள்களைப் பெற்றுக்கொள்கிறார்கள். தொழிலில் வெற்றியடைந்த ஆண்களும் மேலே கூறிய பெண்களும் ஒரே பொருளை—பணத்தைத்தான் விரும்புகிறார்கள். விசயங் களைக் குழப்பாமல், இதுதான் நமக்குத் தேவை என்று தெரிந்து கொள்கிற அறிவைப் படைத்திருப்பதற்காக, அவர்கள் ஒருவரை யொருவர் மரியாதை செய்துகொள்ள வேண்டும்.

2. வீடும் திருமணமும்

இருந்தபோதிலும், சீனாவில் எதையும் சாதித்துவிடலாம். சூசௌ மலைப்பிரதேசத்தில் டோலிமீது வைத்துப் பெண்கள் என்னை மலைக்குத் தூக்கிச் சென்றார்கள். அந்த டோலி தூக்குகிற பெண்கள் ஆண்பிள்ளையாகிய என்னை மலையின்மேல் தூக்கிச் செல்லுவதாக வற்புறுத்தினார்கள். சிறிது நாணத்தோடு, நானும் இவர்களெல்லாம் தொன்மைக் காலத்தில் சீனக் குடும்பத் தலைவர் களாக இருந்தவர்களின் சந்ததிகள் என்று எண்ணி என்னைத் தூக்கிச் செல்ல இணங்கினேன். தெற்கு பூகியனில் பெருத்த மார்பும், கோணலில்லாத திடகாத்திரமும் உடைய பெண்கள், நிலக்கரியைச் சுமந்து செல்கிறார்கள்; நிலத்தை உழுகிறார்கள்; அதிகாலையில் எழுந்து உடலைச் சுத்தம் செய்துகொண்டு, ஆடையணிந்து, தலைசீவி, பின்னர் வேலைக்குப் போகிறார்கள். மாலையில் வந்து தங்கள் குழந்தைகளுக்கு முதலில் பாலூட்டு கிறார்கள். டோலியைச் சுமந்து செல்லும் பெண்கள், இந்த பூகியன்

பெண்களின் சகோதரிகள். பணக்காரக் குடும்பங்களில் கணவன்மீது சர்வாதிகாரம் செலுத்தும் பெண்களுக்கும் இந்த டோலி தூக்கும் பெண்கள் சகோதரிகளாவார்கள்.

சீனாவில் உண்மையில் பெண்கள் அடக்கி ஒடுக்கப்பட்டுத்தான் வாழ்கிறார்கள் என்பதில் எனக்கு ஐயம் தோன்றுவதுண்டு. சக்கரவர்த்தி இறந்தபின் அவருடைய இடத்தில் இருந்து வெகு பராக்கிரமத்தோடு அரசு புரிந்த சக்கரவர்த்தினியின் உருவம் உடனே என் கண்முன் வருகிறது. மற்றப் பெண்களைப்போலச் சீனப் பெண்களை அவ்வளவு எளிதாக அடக்கிவிட முடியாது. பெண்கள் எவ்வளவோ துன்பம் உழன்று இருக்கிறார்கள். சுருக்கெழுத்து எழுதுவது, நீதிமன்ற வேலைகள் போன்ற உத்தியோகங்களை வகிக்கக்கூடாதென்று தடுக்கப்பட்டிருக்கிறார்கள். ஆயினும், பெண்களை வெறும் கருவிகளாக மதித்துப் போக விலாசத்தில் அழுத்திய வீடுகளைத் தவிர, மற்ற வீடுகளில் பெண்கள் அதிகாரம் செலுத்தித்தான் வந்திருக்கிறார்கள். சிற்றின்பப் பிரியர்கள் வீடுகளிலும், சில வேசையர்கள்தான் குடும்பத் தலைவர்களை ஆட்டிவந்திருக்கிறார்கள். இதைவிட முக்கியமான விசயம் என்னவென்றால், பெண்கள் எல்லா உரிமைகளையும் இழந்திருக்கிறார்கள். ஆனால், மணம் செய்து கொள்ளும் உரிமையை மட்டும் அவர்கள் என்றும் இழந்ததில்லை. சீனாவில் பிறந்த ஒவ்வொரு பெண்ணுக்கும் தனக்கென ஒரு சொந்த வீடு, குடும்பம் என்ற காரியம் ஏற்பட்டுவிடுகிறது. அடிமைப் பெண்களைக்கூட உரிய காலத்தில் மணம் செய்து கொடுக்க வேண்டும் என்று சீன சமூகம் வற்புறுத்துகிறது. சீனாவில் பெண்களிடமிருந்து பிரிக்க முடியாத ஓர் உரிமை இருக்கிறது; அதுதான் திருமணம் செய்துகொள்ளும் உரிமை. இந்த உரிமையைப் பெறுவதனால் சீனப் பெண்கள், மனைவி, தாய் என்ற நிலையில் ஒரு சிறந்த ஆயுதத்தைப் பெற்றவர்களாகிறார்கள்.

படத்தின் ஒரு பக்கத்தைத்தான் நாம் இதுவரை பார்த்தோம். இதற்கு இன்னொரு பக்கமும் இருக்கிறது. சந்தேகமின்றிப் பெண்ணிடம் ஆண் அநியாயமாக நடந்துகொண்டிருக்கிறான். இருப்பினும் சில சமயம் பெண் அவன்மீது எப்படிப் பழிக்குப் பழி வாங்குகிறாள் என்பதைப் பார்க்க வேடிக்கையாயிருக்கிறது. பெண்களை அடிமைப்படுத்திவைத்திருந்ததன் பயன், பொது

வாகவே தாங்கள் ஆண்களுக்குத் தாழ்ந்தவர்கள் என்று பெண்கள் எண்ணும்படியாயிற்று. அவர்கள் தங்களைத் தாங்களே இழிவு படுத்திக்கொள்கிறார்கள்; அடிமைப்பட்டதன் பயனாய், ஆண்கள் அனுபவிக்கும் வசதிகளை அவர்களும் அனுபவிக்க முடியாதபடி போயிற்று. ஆண்களைப் போன்று போதிய அளவு கல்வி கற்க முடியாமல்போனதால், அறிவிலும், பெண்கள் ஆண்களுக்குத் தாழ்ந்த நிலையில் இருக்கிறார்கள். ஆண்களைப் போலச் செலவு செய்ய முடியாமல், அவர்களைவிடக் கடினமான வேலை செய்யும்படியாகவும், அவர்களைப்போலச் சுதந்திரமாகத் திரிய முடியாமலும் போயிற்று.

இவற்றுக்கெல்லாம் முத்தாய்ப்பு வைத்ததுபோல, ஆணுக்கொரு நீதி, பெண்ணுக்கொரு நீதி என்றும் ஆகிவிட்டது. பெண்களை அடிமைப்படுத்துவது அவ்வளவாக வெளிப்படையாகத் தெரிவ தில்லை. பெண்களே தங்கள் தாழ்வை ஒப்புக்கொள்வதிலிருந்து விளையும் பலனாகும் அது. கணவனுக்கும் மனைவிக்கும் இடையில் அன்பு இல்லையென்றால், கணவன் அடாவடித்தன மாக நடந்துகொள்ள முடியும். இந்த மாதிரி சந்தர்ப்பங்களில் கணவனுக்குப் பணிந்து போவதைத் தவிர, பெண்ணுக்கு வேறு வழியில்லை. சீனமக்கள் அரசியலில் அடாவடித்தனத்தை எப்படிச் சகித்துக்கொள்கிறார்களோ, அப்படியே சீனப் பெண்களும் தங்கள் கணவன்மாரின் அடாவடித்தனத்தைச் சகித்துக்கொள்கிறார்கள். ஆனால், இந்தக் காரணங்களை வைத்துக்கொண்டு, மற்ற நாட்டைவிடச் சீனாவில் கணவன்மார்கள் மிகவும் அடாவடித் தனம் செய்கிறார்கள் என்றோ, மணவாழ்க்கை மகிழ்ச்சியற்றதாய் இருக்கிறதென்றோ யாரும் சொல்லத் துணிய மாட்டார்கள். இதற்குரிய காரணங்களை நாம் கீழே சிறிது நேரத்தில் பார்ப்போம். பெண்கள் வளவளவென்று பேசக் கூடாது, வேலையில்லாமல் வீட்டுக்கு வீடு சோம்பேறித்தனமாகச் சுற்றிக்கொண்டு திரியக் கூடாது, வீதியில் போகும் ஆண்களை ஏறிட்டுப் பார்க்கக் கூடாது. இப்படியெல்லாம் சீன சமூகம் சட்டங்கள் விதித்திருக்கிறது. ஆனால், பெரும்பாலான பெண்கள் மிக அதிகமாகச் சளசளவென்று பேசுகிறார்கள், வீட்டுக்கு வீடுச் சுற்றித் திரிகிறார்கள். வீதியில் போகும் ஆண்களைப் பார்க்கிறார்கள். இதையெல்லாம் நாம் பார்க்கிறோம். தாங்களே சொந்தமாக ஒழுக்கமாக இரா விட்டாலும்

பெண்கள் ஒழுக்கமாக இருக்கவேண்டுமென்று ஆண்மக்கள் எதிர்பார்க்கிறார்கள். இது பெண்களுக்கு அவ்வளவு சிரமமான செயலன்று. ஏனெனில் பெரும்பாலான பெண்களால் இயல்பாகவே ஒழுக்கமாகயிருக்க முடிகிறது. மேலைநாட்டுப் பெண்கள் அனுபவிக்கும் சமூக உரிமைகளும், அவர்கள் ஆண்மக்களிட மிருந்து பெறும் ஆதரவும் சீனப் பெண்களுக்குக் கிட்டவில்லை. ஆனால், இந்த வசதிகளையெல்லாம் அனுபவித்துப் பழகியவுடன் ஆணும் பெண்ணும் கலந்து பழகும் கூட்டங்களுக்குப் போவதைப் பற்றி அவர்கள் லட்சியம் செய்வதில்லை. ஏனெனில் வீடுகளிலும் பொது இடங்களிலும் அவர்களுடைய சொந்த கூட்டங்களுக்கும் விசேஷங்களுக்கும் போக அவர்களுக்குச் சந்தர்ப்பம் ஏற்பட்டு விடுகிறதல்லவா? இந்த வரிசைகள் இருக்கும்போது முச்சந்திகளில் நின்றுகொண்டு போக்குவரத்து சாதனங்களை ஒழுங்குபடுத்தும் கான்ஸ்டபில் உத்தியோகத்தைப் பற்றியும் இரும்புச் சாமான் வேண்டுமா என்று வீதிவழியாகக் கூறிக்கொண்டு செல்லும் உரிமையைப்பற்றியும் அவர்கள் கவலைப்படுவதில்லை. உண்மையைச் சொல்லப் போனால், குடும்பத்தை நிர்வகிப்பதுதான் அவர்களுடைய முக்கியமான வேலை. அதிலேயே அவர்கள் வாழ்க்கை நடத்துகிறார்கள்; அவர்களுடைய சலனங்கள் எல்லாம் அதிலேயே. அவர்களின் வாழ்க்கை படிந்துகிடப்பதும் அதிலேயே. வீட்டுக்குத் தலைவியாக அவர்கள் வகிக்கும் கௌரவத்தோடு ஒப்பிட்டுப் பார்க்கும்போது, மற்ற உரிமைகளெல்லாம் முக்கியமற்றவையாய்த் தோன்றும்.

வீட்டில் பெண் அரசு புரிகிறாள். 'சபலமே, உனது உண்மை யான பெயர் பெண் ஆகும்!' என்று சேக்ஸ்பியர் பெண்களின் பலவீனமான இயற்கையைப் பற்றிக் கூறினார். ஆனால், இந்தக் காலத்து ஆண்களில் யாரும் இதை இன்னும் நம்ப முடியாதவர் களாய் இருக்கிறார்கள். சேக்ஸ்பியரே கிளியோபெத்ரா, லியர் அரசரின் மகள்களைப் படைத்து தமது இந்தக் கூற்றைப் பொய்ப்பித்துவிட்டார். பெண் அடிமையாயிருக்கிறாள் என்று பரவியிருக்கும் எண்ணம் பொய்யானதென்பது சீன வாழ்க்கையை அருகிலிருந்து கவனிப்போருக்கு நன்றாகத் தெரியும். சீனாவின் விதவைச் சக்கரவர்த்தினியே தன் கணவன் இருந்தபோதும், அவர் இறந்த பிறகும், நாட்டை ஆண்டாள். சீனாவில் இன்றும்

பெண்ணின் வாழ்க்கை ♦ 237

எத்தனையோ விதவைச் சக்கரவர்த்தினிகள் அரசியலிலும் சாதாரணக் குடும்பங்களிலும் இருக்கிறார்கள். வீடுதான் அவர் களுக்கு அரியணை. அதிலிருந்து கொண்டு நகரத் தலைவர் களுக்கு பதவியளிக்கிறார்கள்; தங்களது பேரன்மார்கள் செய்ய வேண்டிய தொழிலையும் தீர்மானிக்கிறார்கள்.

பெண்களை அடிமைப் படுத்தி வைத்திருப்பதுதான் சீன வாழ்க்கை என்று மேலைநாட்டார் கூறுவதை சீன வாழ்க்கையைப் பற்றி அதிகமாகத் தெரிந்து வைத்திருப்பவர் ஏற்க மாட்டார். அடிமை என்ற சொல்லைக் குடும்ப விசயங்களைத் தீர்த்துவைக்கும் நீதிபதிபோன்ற கண்ணியமான பதவியை வகிக்கும் சீனத்தாய் தொடர்பாக நிச்சயமாகப் பயன்படுத்த முடியாது. இப்படி நாம் சொல்வதைச் சந்தேகிக்கிறவர்கள் சீனக் குடும்ப வாழ்க்கையை அப்படியே சித்திரித்துக் காட்டும் ‘சிவப்பு அறைக்கனவு’ என்ற புத்தகத்தைப் படிக்கட்டும். பாட்டி சியாமு எப்படிபட்ட இடத்தை வகிக்கிறாள், பெங்ஷீக்கும் அவளுடைய கணவனுக்கும் உள்ள தொடர்பு எப்படியிருக்கிறது, அல்லது வேறு ஏதாவது ஒரு கணவன் மனைவியை எடுத்துக்கொண்டு (ம்ஷியாஷெங்கும் அவருடைய மனைவியும் பெரும்பாலான சீன இணையர்கள் வாழும் முறையைச் சித்திரிக்கிறார்கள்) அவர்கள் எப்படி ஒருவரை நடத்துகிறார்கள் என்பதையெல்லாம் கவனித்துப்பாருங்கள். அப்போது உங்களுக்குத் தெரியும். குடும்பத்தில் அரசாள்வது ஆணா பெண்ணா என்று. இந்தக் கதையில் வரும் பாத்திரங் களைப் பாருங்கள்! குடும்பத்தில் மிக மிக மதிக்கப்படும் பேர்வழி கிழப்பாட்டிதான்; அவளை எல்லோரும் மரியாதையோடும் உத்தமமான முறையிலும் நடத்துகிறார்கள். அவளுக்கு மரியாதை செலுத்தவும், முக்கியமான குடும்ப விசயங்களை முடிவு செய்யவும் மகன் மனைவியர் எல்லோரும் ஒவ்வொரு நாள் காலையிலும் அவளிருக்கும் அறைக்குத்தான் செல்கிறார்கள். இந்தக் கிழப்பாட்டி வகிக்கும் இடத்திற்கு, இதைப் படிக்கும் மேலைநாட்டுப் பெண்கள் சிலர் பொறாமையடையலாம். ஷியாமுவுக்கு கால்கள் கட்டப்பட்டிருந்தன, அவளைத் தனியாகப் பிரித்து வைத்திருந்தார்கள் என்பது உண்மைதான். ஆனால் என்ன கெட்டுப்போய்விட்டது? அவளுடைய வேலைகள் வாசல் காப்போர்களும், ஆண் வேலையாட்களும் செய்யவேண்டி

இருந்தது. இந்தக் கதையை விட்டுவிட்டு யெஷாவே பெபோன் என்ற கதையைத்தான் எடுத்துக்கொள்வோமே. இதில் கன்பூசியஸ் காலத்துக் கதாநாயகனுக்கு வாட்டர் என்பவள் தாயாக வருகிறாள். இவளுடைய குணாதிசயங்களைப் பார்ப்போம். இவளை எல்லாருக்கும் நன்றாகப் பிடித்திருக்கிறது. கன்பூசியஸ் காலத்தில் ஞானி என்று கொண்டாடப்படுவதற்கு ஓர் எடுத்துக்காட்டாக இருக்கிறாள். இந்தக் கதை முழுவதிலும் சிறந்த பண்புகள் படைத்த பாத்திரமாக வருவது இவள்தான். இவள் காலால் ஏவுகிற வேலையை பிரதம மந்திரியாக இருக்கும் இவளுடைய மகன் தலையால் செய்கிறார். தாய்க் கோழி எப்படித் தன் குஞ்சுகளைப் பாதுகாக்குமோ, அப்படி இவள் தனது குடும்பத்தின் நன்மையில் கண்ணும் கருத்துமாயிருந்து மிகப் புத்திசாலித்தனத்தோடு காரியங்களை நிர்வகிக்கிறாள். நன்மை பயக்கும் முறையிலும் அறிவு சான்ற முறையிலும் இவள் வீட்டில் அதிகாரம் செலுத்து கிறாள்; மருகியர் எல்லாம் மனமுவந்து இவளின் அதிகாரத்தை ஏற்றுக்கொண்டு இவள் சொற்படி நடக்கிறார்கள். ஒரு வேளை இவளுடைய குணாதிசயங்களை மிகைப்படுத்திக் கூறியிருக்கலாம். ஆயினும் இது வெறுங்கட்டுக் கதையல்ல. ஆம், குடும்பத்தில் பெண்தான் அரசு புரிகிறாள், ஆண் வெளியில் ஆட்சி செலுத்து கிறான். ஏனெனில் இது கன்பூசியஸ் ஏற்படுத்தியிருக்கிற தொழிற் பிரிவாகும்.

இந்த உண்மை பெண்களுக்குத் தெரியத்தான் செய்கிறது. ஷங்காய் அரசாங்கத்திற்குச் சொந்தமாக இருக்கும் கடைகளில் விற்பனையாளர்களாய் வேலை பார்க்கிற பெண்கள், அங்கு கையில் பை தூக்கிக்கொண்டு சாமான் வாங்க வரும் திருமணமான பெண்களைப் பார்த்து இன்றும் பொறாமையடையத்தான் செய்கிறார்கள்; சாமானை விற்கிற பெண்களாக இராமல் இருந்தால் எவ்வளவு நன்றாயிருக்கும் என்று எண்ணி உள்ளம் விம்மிப் பெருமூச்சு விடுகிறார்கள். சில்லறையை எண்ணுவதைவிட தங்கள் குழந்தைகளுக்குச் சட்டை தைத்துக்கொண்டிருந்தால் எவ்வளவு நன்றாயிருக்கும் என்று சில சமயம் எண்ணுகிறார்கள். உயர்ந்த குதியையுடைய பூட்ஸ்களைப் போட்டுக்கொண்டு எட்டு மணி நேரத்திற்குக் கடைகளில் நின்றுகொண்டிருப்பதென்பது மிகவும் களைப்பைத் தரும் வேலைதான். கடைகளில் வேலை

பார்ப்பது, திருமணம் செய்துகொள்வது இதில் எது நல்லது என்பது அவர்களுக்குத் தெரியாமலில்லை. பெரும்பாலோர் இயல்பாகவே அதைக் கண்டுகொள்கிறார்கள். அவர்களில் சிலர் சுதந்திரமாக இருப்பதை விரும்புகிறார்கள்.

ஆனால், ஆணுடைய ஆதிக்கம் மேலிட்டிருக்கும் சமூகத்தில் பெண்ணுக்குக் கொடுத்திருக்கும் உரிமை எழுத்தளவில்தான். இந்த 'உரிமை'யைப் பார்த்து, சில சந்தேகப் பேர்வழிகள் லேசாகச் சிரித்துக்கொள்கிறார்கள். இயற்கையோடு ஒட்டிவரும் தாய்மைப் பண்பு பெண்களின் உடம்பின் ஒவ்வொரு அணுவிலும் தோய்ந்திருக்கிறது. இந்தப் பண்பு உருவமற்றது, வார்த்தையில் அடங்காதது, சிறிய விசயம் என்று அலட்சியம் செய்ய இயலாதது! ஆனால், அபாரமான சக்திவாய்ந்தது. தாய்மைப்பண்பு அவர்களை அழகுபடுத்திக்கொள்ளத் தூண்டுகிறது. இந்தத் தூண்டுதலில் கள்ளம் கபடு எதுவும் இல்லை. இது இயல்பாக உணர்ச்சி வசத்தால் ஏற்படுகிற ஒரு செயல். கடைகளில் விற்பனையாளர் களாய்ப் பணிபுரியும் பெண்களுக்குக் கிடைக்கும் சம்பளம் சாப்பாட்டுக்கே போதாது. அந்தச் சம்பளத்திலும் சிறிது சிறிதாக மீத்து வைக்கிறார்கள். தாங்கள் நாள்தோறும் விற்கும் அந்த அருமையான வேலைப்பாடமைந்த கால் சிராய்களை வாங்கப் போதிய பணம் சேர்ந்துவிட்டதாவென்று தாங்கள் மீத்து வைக்கும் டாலரை அடிக்கடி எண்ணுகிறார்கள். நல்ல நல்ல சாமான்களைத் தங்களுக்கு வாங்கிக்கொடுக்க ஓர் இளைஞன் இருந்தால் எவ்வளவு நன்றாக இருக்குமென்று நினைக்கிறார்கள். பெண்கள் ஆடவர் களிடம் நேர்முகமாக இதை வாங்கித் தாருங்கள், அதை வாங்கித் தாருங்கள் என்று கேட்பதில்லை. அப்படிக் கேட்பது அவர்களுடைய மதிப்புக்குப் பங்கம் விளைப்பதாகும். ஆதலால் இந்தப் பெண்கள் தங்களுக்கும் ஆண் நண்பர்கள் இருந்தால், அவர்களிடம் நாணத்தோடாயினும் தங்கள் ஆசையை ஒருவாறாகத் தெரிவித்துக்கொள்ளலாமல்லவா? சீனப் பெண்கள் எப்போதும் நாகரிகமாக நடந்துகொள்பவர்கள். ஆயினும், தங்களுக்கு நல்ல நல்ல சாமான்களை வாங்கித் தரும்படி அவர்கள் ஏன் ஆண்பிள்ளைகளிடம் கேட்கக்கூடாது? அந்த அருமையான வேலைப்பாடமைந்த கால் சிராய்களை வாங்கவேண்டுமென்று அவர்கள் உணர்ச்சி தூண்டுகிறது. அவற்றை அவர்கள் வேறு எந்த

வழியில் பெறமுடியும்? இப்படிப் பல விசயங்கள் கலந்து வருவதுதான் வாழ்க்கை! வாழ்நாள் முழுதும் தங்களுக்குச் சாமான் வாங்கித்தர ஓர் ஆண்பிள்ளை வேண்டுமென்ற உண்மை அவர்கள் மனதில் சந்தேகத்திற்கிடமின்றித் தோன்றிவிடுகிறது. அவர்கள் மணம் செய்துகொள்ள விரும்புகிறார்கள். மணம் செய்துகொள்ள வேண்டுமென்று அவர்களுக்கு ஏற்படுகிற உணர்ச்சி மிகச் சரியானது. மணம் செய்துகொள்வதில் என்ன தீமை இருக்கிறது? தாய்மைக்கு ஆதரவளிக்கும் ஓர் அமைப்பில் என்ன கெடுதல் இருக்கிறது?

பெண்கள் வீட்டுக்கு வருகிறார்கள். அங்கே பின்னல், தையல் வேலை செய்கிறார்கள். இந்தக் காலத்தில் கியாங்சு, செக்கியாங் போன்ற இடங்களில் வசிக்கும் நடுத்தர வர்க்கத்தைச் சேர்ந்த குடும்பங்களில் பெண்கள் சமையல் போன்ற வேலைகள்கூடச் செய்வதில்லை. ஆண்கள் இந்தத் துறைகளிலும் பெண்களை மிஞ்சிவிட்டார்கள். சமையல் வேலையிலும், தையல் வேலையிலும் சிறந்து விளங்குவது ஆண்களேயன்றிப் பெண்கள் அல்லர். மணம் என்ற ஒன்றைத் தவிர, மற்ற துறைகளில் எல்லாம் ஆண்கள் பெண்களைவிடச் சிறந்துதான் விளங்கிவருவார்கள். மணம் செய்துகொள்ளமால் இருக்கும்வரையில் பெண்களைவிட ஆண்களுக்கு பல வசதிகள் ஏற்படுகின்றன. மணம் செய்த பின்னர், ஆண்களைவிடப் பெண்களுக்கு எல்லா வசதிகளும் ஏற்பட்டு விடுகின்றன. இந்த உண்மையைப் பெண்கள் நன்றாக அறிவர்.

ஒரு நாட்டில் பெண்கள் மகிழ்ச்சியாக இருக்கிறார்களா என்பதைத் தெரிந்துகொள்ள அவர்களுக்கு என்னென்ன சமூக வசதிகள் இருக்கின்றனவென்பதைத் தெரிந்துகொள்வதில் பயனில்லை; ஆனால் அவர்களுக்கு வாழ்க்கைத் துணைவர்களாக அமைந்திருக்கும் ஆண்கள் எத்திறத்தவர்கள் என்பதை வைத்தே, அவர்களுடைய உண்மையான நிலைமையை நாம் அறிந்து கொள்ள முடிகிறது. பெண்களுக்கு வாக்குரிமை இல்லாததால் ஏற்படும் சிரமத்தைவிட, ஆண்கள் செய்யும் கொடுமையாலும் முரட்டுத்தனத்தாலுமே அதிக சிரமம் உண்டாகிறது. ஆண்கள் இயல்பாகவே நியாய புத்தியுடையவர்களாகவும், சாந்தமான போக்குடையவர்களாகவும், விட்டுக்கொடுக்கும் மனப்பாங்குடையவர்களாகவும் இருக்கிறவரையில் பெண்கள் கஷ்டப்

படுவதில்லை. மேலும், பெண்களிடம் பெண்மை என்ற ஆயுதம் எப்போதும் இருக்கவே செய்கிறது. அதை மிகப் பயன்தரத்தக்க முறையில் அவர்கள் பயன்படுத்துதல் கூடும். சமத்துவத்தை இழக்காமலிருக்க அவர்களுக்கு இயற்கை கொடுத்திருக்கும் பாதுகாப்பாகும் அது. இது என்னவோ உண்மைதான்: சக்கரவர்த்தியிலிருந்து மாமிசம் விற்பவன், ரொட்டிதட்டுபவன், ஊதுவத்தி செய்பவன் போன்ற சாமானிய மனிதன்வரை, எல்லோரும் தங்கள் மனைவியரை வைகிறார்கள். மனைவியரும் அவர்களை வைகிறார்கள்; ஏனெனில் ஆணும் பெண்ணும் ரொம்ப நெருங்கிப் பழகும்போது, சமத்துவமுள்ளவர்களாகத்தான் பழக முடியும். இது இயற்கையின் நியதி. கணவனுக்கும் மனைவிக்கும் உள்ள அடிப்படையான சில உறவுகள் உலகம் சுற்றும் பயணிகள் பல நாட்டு மக்களைப்பற்றி வர்ணித்திருப்பது போன்று நாட்டுக்கு நாடு அவ்வளவாக வேறுபடுவதில்லை.

பொதுவாக, சீனக் கணவன்மார்கள் ஓரளவு நியாய புத்தியுள்ளவர்களாகவும் விட்டுக்கொடுக்கும் மனப்பாங்குடையவர்களாகவும்தான் இருக்கிறார்கள். ஆயினும், சீன மனைவியர்கள் தங்கள் கணவன்மார்கள் சொன்னபடி எதிர்பேசாது கேட்கும் அடிமைகளாக இருக்கிறார்கள் என்று மேலைநாட்டினர்கள் கற்பனை செய்துகொள்கிறார்கள். சீனர்களோ மேலைநாட்டினர் கன்பூசியஸைப் பற்றிக் கேள்விப்பட்டிருக்கமாட்டார்கள்; ஆதலால், மேலை நாட்டு மனைவியர்கள் எல்லோரும் தங்கள் கணவன்மார்களின் ஆடை உணவு இவற்றில் சிரத்தை கொள்ளாமல் கால்சட்டைகளைப் போட்டுக்கொண்டு கடற்கரைக்குப் போகிறார்களென்றும், எப்போதும் விருந்து, நடனம் இவற்றில் மூழ்கி இருக்கிறார்கள் என்றும் எண்ணுகிறார்கள். விருந்துச் சாப்பாட்டிற்குப் பிறகு, வெளிநாட்டார்களாகிய விசேஷப் பிரகிருதிகள், இம்மாதிரி கதைகளைக் கட்டுகிறார்கள்; ஆனால், நடுநாயகமாக விளங்கும் பொதுவான உண்மைகளை மறந்துவிடுகிறார்கள்.

உண்மையான வாழ்க்கையில், பெண்களை ஆண்கள் அடக்கி ஒடுக்கி வைக்கவில்லை; கணிகைமார்களை மணக்கும் பல ஆடவர்கள், ஒரு பெண்ணுடைய அறையிலிருந்து இன்னொரு பெண்ணின் அறைக்கு, ஒளிந்து ஒளிந்து செல்கிறார்கள். இவர்கள் வீட்டில் அமைதி இல்லை. இவர்களுக்கு இன்பமும் இல்லை.

இவர்கள்தாம் உண்மையில் கஷ்டப்படுபவர்கள். மேலும், ஆண் பெண் இருவருக்குமிடையே ஒருவரை ஒருவர் கவரும் ஒருவிதமான சக்தியிருக்கிறது. இதனால் உறவுகளுக்குள், அவர்கள் தூரத்து சொந்தங்களாய் இருந்தாலும் சரி, நெருங்கிய சொந்தங்களாய் இருந்தாலும் சரி, ஆண்கள், பெண்களைப் பலமாக வெறுக்க முடிவதில்லை. எனவே, தங்கள் கணவன்மார்களாலோ, மாமன் மார்களாலோ பெண்கள் அடக்கி ஆளப்படவில்லை. சகோதரர் களின் மனைவியர்கள் ஒருவரையொருவர் விரும்பாவிடினும் தங்களுக்குள் அடக்கி ஆளுவதென்ற பேச்சும் இல்லை. ஏனெனில் இவர்கள் எல்லோரும் ஒரே நிலைமையிலுள்ளவர்கள். ஆனால், மாமியார் மருமகளைக் கஷ்டப்படுத்துவது சாத்தியமானது; இதுதான் நடைமுறையில் நடக்கிறது. பொறுப்புக்கள் வாய்ந்த பல பெரிய சீனக் குடும்பங்களில் மருமகளாக வருகிற பெண்ணின் வாழ்க்கை, ரொம்பக் கஷ்டமானது. ஏனெனில், சீனாவில் மணம் என்பது ஒருவர் தானாகச் செய்துகொள்ளும் செயலன்று; அது ஒரு குடும்ப விசயம். சீனமக்களின் மொழியில் சொன்னால், ஒருவன் ‘மனைவியை மணப்பதில்லை. மருமகளையே மணம் செய்துகொள் கிறான்.’ ஒருவனுக்கு ஆண் குழந்தை பிறந்தால், ‘பேரன் பிறந்துவிட்டான்’ என்று சீனமக்கள் சொல்கிறார்கள். ஆதலால் ஒரு சீன மணமகளுக்குத் தன் கணவனுக்குச் செய்கிற கடமை களைவிடத் தன் மாமன் மாமியாருக்குச் செய்யும் கடமைகளே மிகக் கடுமையானவை. ‘புதிதாக மணந்துவந்த பெண்ணிடம்’ அனுதாபங்காட்டி. உஷாங்ஷிபென் என்பவர் பாடிய டாங் காலத்துப் பாட்டு ஒன்று கீழ்வருமாறு கூறுகிறது.

> மணமாகி வந்த மூன்றாவது நாள் கைகளை அலம்பிவிட்டு மிகச் சுவையான சூப்பைத் தயார் செய்ய அவள் செல்கிறாள். அதை மாமன் மாமியர் விரும்புவார்களோ என்னவோ என்ற பயம் மனதில் அடித்துக்கொள்கிறது. ஆதலால், முதலில் தனது கணவனது சகோதரியைக் கொண்டு அதை ருசி பார்க்கச் செய்கிறாள்.

பெண், ஆணை நிறைவு செய்வது பெருந்தன்மையான செயல். ஆனால், அவள் இன்னொரு பெண்ணை நிறைவு செய்வ தென்பது செய்ய முடியாத ஓர் அரிய செயலாகும்; இதில் பல பெண்கள் தவறிவிடுகிறார்கள். மகன் இருதலைக்கொள்ளி

எறும்புபோல இருக்கிறான்; ஒரு பக்கம் தாய் தந்தையருக்குச் செலுத்தும் மரியாதை, இன்னொரு பக்கம் மனைவியிடம் அன்பு. இந்த இரண்டு உணர்ச்சிகளுக்கும் இடையில் தடுமாறியவனாய், மனைவியின் பக்கமாக எதிர்த்துப்பேசத் தைரியமில்லாத வனாகிவிடுகிறான். பெரும்பாலும், பெண்களைக் கொடுமைப் படுத்துகிற கதைகளையெல்லாம் படித்தோமானால், ஒரு பெண் இன்னொரு பெண்ணைக் கொடுமைப்படுத்துவதாகத்தான் இருக்கும். ஆனால், மருமகளும் ஒருநாள் மாமியார் ஆவாளல்லவா? அந்தக் காலத்தை அவள் ஆவலோடு எதிர்பார்த்துக்கொண்டிருக் கிறாள். மிகவும் விருப்பத்தோடு எதிர்பார்த்த முதுமைப் பருவத்தை அவள் அடைந்துவிட்டால், அது உண்மையிலேயே மதிப்பிற்கும், அதிகாரத்திற்கும் உரிய இடமாகிவிடுகிறது. அந்த அந்தஸ்து அவளுக்குச் சும்மா கிடைக்கவில்லை; வாழ்நாள் முழுதும் செய்த சேவையின் பயனாகக் கிடைக்கிறது.

3. மாதரின் இலட்சியம்

சிறந்த அழகு எது, பெண்மக்களிடம் அமையவேண்டிய சிறந்த பண்பு எவை, பெண் குழந்தைகளுக்கு எந்த மாதிரியான கல்வியை அளிக்கவேண்டும், காதல் எப்படி எப்படியெல்லாம் உருவெடுக் கின்றது என்ற விசயங்களில், சீன மக்கள் முடிவான சில கருத்துகள் கொண்டிருப்பார்களல்லவா? பெண்மக்களைப் பிரித்துவைக்கிற செயல், இந்தக் கருத்துகளையெல்லாம் நன்மையாகவோ தீமையாகவோ பாதித்து, அவற்றை ஓரளவு உருவகப்படுத்துகிறதென்று சொல்லலாம்.

பெண்ணைப்பற்றிச் சீனர்கள் எண்ணும் எண்ணமும், மேலை நாட்டினர் எண்ணும் எண்ணமும் வெவ்வேறானவை. பெண்ணிடம் ஏதோ ஓர வசீகரமும் அறியமுடியாத ஒரு ரகசியமும் இருப்பதாகச் சீனர்களும் மேலைநாட்டினரும் கற்பனை செய்தாலும், இவ்விரு நோக்கங்களும் அடிப்படையில் வேறுபடுகின்றன. இந்த வேற்றுமையைக் கலையில் நாம் தெளிவாகக் காணலாம். மேலைநாட்டுக் கலையில் பெண்ணின் உடம்பு, உணர்ச்சிக்குத் தாயகமாகவும், அழகு என்ற பண்பின் சிகரமாகவும் கொள்ளப் படுகிறது. சீனக் கலையின்படியோ, இயற்கையில் அமைந்துகிடக்கும் அழகிலிருந்துதான் பெண்ணின் உடம்பு தனது அழகைப் பெறுகிறது.

அமெரிக்காவிற்கு வருகிற மக்கள் எல்லாம் பார்க்கும்படியாக, நியூயார்க் துறைமுகத்தின் உச்சியில், பெண்ணின் உருவச்சிலை ஒன்று வைக்கப்பட்டிருக்கிறதல்லவா? அமெரிக்காவிற்குப் புதிதாக வரும் சீனன் இதைப் பார்த்ததும் திடுக்கிட்டு விடுகிறான். பெண்ணின் உடம்பு முழுவதும் தெரியும்படியாக வைத்திருப்பது அவனுக்கு மிகவும் விகாரமாகப்படுகிறது. போதாக்குறைக்கு, அந்த உருவச்சிலை சாமானியப் பெண்ணின் பிரதிநிதியாக நிற்கவில்லை; சுதந்திரம் என்ற கருத்திற்கே பிரதிநிதியாக அது நிற்கிறது என்று அவனுக்குத் தெரியும்போது, அவனை அப்படியே தூக்கி வாரிப் போடுகிறது. சுதந்திரத்தைப் பெண்ணாகப் பாவிப்பது ஏன்?

வெற்றி, நியாயம், சமாதானம் இவை எல்லாவற்றையும் ஏன் பெண்ணாக உருவகப்படுத்த வேண்டும்? சுதந்திரம், வெற்றி, நியாயம், சமாதானம் இவற்றையெல்லாம் பெண்ணாக உருவகப்படுத்துவது கிரேக்கர்களின் மரபு. இந்த மரபு சீனனுக்குப் புதிதாகத் தோன்றுகிறது. இதற்குக் காரணம் என்னவென்றால், மேலைநாட்டில், பெண்ணை ஒரு தேவதையாகப் போற்றி, அவளிடம் புனிதத் தன்மை, உயர்வு, அழகு, தெய்வீக சக்தி ஆகிய உயரிய தெய்வீகப் பண்புகளையெல்லாம் ஏற்றிக் கற்பனை செய்கிற ஒரு பழக்கம் எப்படியோ ஏற்பட்டுவிட்டது.

தன்னையறிந்து இன்புறும் சக்தியற்ற ஒரு வடிவமாகவே, பெண் சீனனுக்குக் காட்சியளிக்கிறாள். சட்டி முட்டி கழுவுகிற பெண்ணினால் வளர்க்கப்படுகிற சிறுவன் தக்க வளர்ச்சியடைய முடியாதென்று சீனர்கள், தங்கள் சிறுவர்களுக்குப் புத்திமதி கூறுவார்கள். எனவே, பெண்ணை உயர்ந்த பதவியில் வைத்துத் தெய்வமாக வணங்குவதும், பெண்ணின் உடம்பை எல்லோரும் பார்க்கும்படியாகத் திறந்து வைப்பதும் சீனாவில் முடியாத செயல்கள். பெண்களைப் பிரித்துவைத்திருக்கிற பழக்கத்தால், கலையிலும் சரி, அன்றாட வாழ்க்கையிலும் சரி, பெண்ணின் உடம்பை வெளிப்படையாகத் திறந்து வைப்பதென்பது சீனர்களுக்கு மிகவும் நாகரிகக் குறைவான செயலாகத் தோன்றுகிறது. பிரெஸ்டென் படக்காட்சி சாலையில் தலைசிறந்து விளங்கும் சில மேலைநாட்டு வர்ணப் படங்களை ஆபாசமான படங்களென்று சீனர்கள் ஒதுக்கிவிடுகிறார்கள். மேலைநாட்டுக்

கலைஞர்களைக் கண்ணைமூடிக்கொண்டு பின்பற்றும் தற்காலத்திய சீனக் கலைஞர்கள் அப்படிச் சொல்லத் துணிய மாட்டார்கள்தாம்; ஆயினும் கலைகளுக்கெல்லாம் மூலமாயிருப்பது இந்திரிய இன்பம் என்பதை மறைக்க முயலாமல் வெளிப்படையாக ஒப்புக்கொள்ளும் பல ஆசியக் கலைஞர்கள் இருக்கத்தான் செய்கிறார்கள்.

ஆனால், சீனர்களின் கலையில் இன்ப நுகர்ச்சியை ஊட்டும் பண்பு இல்லாமலில்லை; வேறுபாடு என்னவென்றால், அது வேறுவிதமாகச் சித்திரிக்கப்படுகிறது. பெண்ணின் உடை, உடலின் உறுப்புகளை எடுத்துக்காட்டுவதற்கு பயன்படுத்தப் படாமல், இயற்கையைப் பின்பற்றுகிற முறையில் அமைக்கப் படுகிறது. மேலைநாட்டுக் கலைஞன் ஒருவன் காமத்துறையில் பழகிய தனது கற்பனாசக்தியால் மேலெழும்பும் கடல் அலை களில், நிர்வாணமான ஒரு பெண்ணின் உருவத்தைப் பார்க்கிறான். சீனனோ கருணாதேவி அணிந்திருக்கும் ஆடையின் குழைவுகளில் கடலின் அலைகளையே காணுகிறான். பெண்ணின் உருவத்தில் அமைந்துகிடக்கிற வளைவுகளும் குழைவுகளும் துக்கத்தைக் குறிக்கும் வில்லோ மரங்களின் இயற்கையழகிலிருந்தே எடுத்துக்கொள்ளப்பட்டவை. அதனால்தான், அவளுடைய தோள்கள் வேண்டுமென்றே அப்படிச் சரிந்திருக்கின்றன. அவளது கண்கள் ஆப்ரிகாட் (ஆரஞ்சு நிறமுடைய ஒருவகைப் பழம்) பழங்களைப் போன்றிருக்கின்றன. அவள் புருவங்கள் மூன்றாம் பிறைச்சந்திரனை ஞாபகப்படுத்துகின்றன. இலையுதிர் காலத்தில் சலனமில்லாமலிருக்கும் ஏரியின் தண்ணீரைப்போன்று அவள் கண்கள் ஒளி வீசுகின்றன; அவள் பற்கள் மாதுளைப் பழங்களில் இருக்கும் விதைகளுக்கு ஒப்பாயிருக்கின்றன; அவள் இடை வில்லோ மரத்தைப்போல இருக்கிறது; அவள் விரல்கள் வசந்த காலத்தில் தளிர்க்கும் இள மூங்கிலுக்கு ஒப்பாயிருக் கின்றன. கட்டப்பட்ட அவளது பாதங்கள் திரும்பவும் அந்த மூன்றாம் பிறைச் சந்திரனையே நினைவுக்குக் கொண்டு வருகின்றன. இம்மாதிரி வர்ணிப்பது மேலைநாட்டுக் கவிதையில் காண முடியாததல்ல. ஆயினும், சீனக் கலையைக் கொள்ளவேண்டிய உணர்ச்சியே வேறு. அந்த உணர்ச்சியோடு, சிறப்பாகச் சீனப் பெண்கள் ஆடையணியும் முறையை மனத்தில் வைத்துக்கொண்டு,

மேலே சொன்ன வர்ணனையை நாம் கவனிப்போமேயானால், அவற்றை வெறும் உவமைகள் என்று லேசாகத் தள்ளிவிடாமல், உண்மையானவையாகவே கொள்ள நியாயம் இருக்கிறது. சீனர்கள் பெண்ணின் உடம்பை உடம்பு என்ற காரணத்திற்காகப் போற்றுவதில்லை. சீனக் கலையிலும் இதை நாம் மிகக் குறைவாகவே காண்கிறோம்.

மனித உருவத்தைத் தீட்டுவதில் சீனக்கலைஞர்கள் படுதோல்வி அடைகிறார்கள். மிங் காலத்தில் வசித்த ச்யூ ஹிசோ என்ற பெண் வாழ்க்கையைத் தீட்டுவதில் பேர்பெற்ற கலைஞர் ஒருவர் பெண்ணின் நிர்வாண உருவத்தின் மேல்பகுதியை ஓர் உருளைக் கிழங்கைப்போலக் காட்டுகிறார். மேலைநாட்டுக் கலையில் பயிற்சியில்லாத சீனக் கலைஞர்களில் ஒருசிலரே பெண்ணின் கழுத்து, பெண்ணின் முதுகு இவற்றின் அழகை எடுத்துச் சொல்ல முடியும். ட்ஸாஹி பிஷின் என்ற புத்தகம் ஹான் சந்ததியாரின் காலத்தில் எழுதப்பட்டதாகச் சொல்கிறார்கள். ஆயினும், அது உண்மையில் மிங் காலத்தைச் சேர்ந்ததேயாகும். இதில் பெண்ணின் உருவத்தை அந்த உருவத்திற்காகவே அனுபவித்து, நிர்வாணமான பெண்ணின் உடல் அமைப்புகள் எல்லாவற்றையும் பற்றிப் போதிய அளவு விவரமாக விளக்கப்பட்டிருக்கிறது. ஆனால், இந்தப் புத்தகம் சீன மரபுக்கே ஒரு விலக்காகும். பெண்களைப் பிரித்து வைப்பதன் விளைவுகளில் இதுவும் ஒன்றாகும்.

உண்மையைச் சொல்லப்போனால், ஆடையணியும் முறையில் ஏற்படுகிற இந்த மாறுதல்கள் முக்கியமானவையல்ல. பெண் களின் ஆடைகள் மாறிக்கொண்டேயிருக்கும்; அந்த ஆடைகளைப் பெண்கள் தரிக்கிறவரையில் ஆண்கள் அவர்களை விரும்பியே போற்றுவார்கள். ஆண்கள் அழகாயிருக்கின்றன என்று நினைக்கிறவரையில்தான் பெண்களும் அந்த ஆடைகளை அணிவார்கள். விக்டோரியா காலத்துப் பெண்கள் இடுப்பு வரையில் உடம்போடு ஒட்டிவந்து, இடுப்பிற்குக் கீழ் கூடை போல் அகன்று பாதம்வரையில் செல்லும் விறைப்பான ஒருவித ஆடையை அணிந்துவந்தார்கள். இருபதாம் நூற்றாண்டின் தொடக்கத்திலோ, சிறுவர்களைப் போல, மென்மையாகவும் ஒல்லியாகவும் இருக்கத் தகுதியான ஆடையை அணிந்தார்கள். அதன் பிறகு 1935இல் மேவெஸ்ட் என்ற சினிமா நடிகை

ஆடையணியும் முறையில் அடங்காத மோகம் ஏற்பட்டது. சீனப் பெண்களின் உடைக்கும் அந்நிய நாட்டுப் பெண்களின் உடைக்கும் வேறுபாடு இருக்கத்தான் செய்கிறது. என்றாலும் இந்த வேறுபாட்டைவிட, விக்டோரியா காலத்து உடைக்கும், இருபதாம் நூற்றாண்டின் தொடக்கத்தில் அணிந்து வந்த உடைக்கும், மேவெஸ்ட் உடைக்கும் உள்ள வேறுபாடு மிக மிக அதிகம் என்பதை நாம் வெளிப்படை யாகக் காண முடிகிறது.

பெண்கள் அந்த உடைகளை அணிகிறவரையில் ஆண்களுக்கு அது தெய்வீக இன்பத்தையே கொடுக்கும். பல நாட்டுப் பெண்கள் தங்கள் தங்கள் உடைகளை அணிந்து காட்டுவதற்கு ஒரு சர்வதேசக் கண்காட்சி ஏற்பாடு செய்தால், இந்த உண்மை தெளிவாகப் புலனாகும். பத்து ஆண்டுகளுக்கு முன்புதான் சீனப் பெண்கள் கால்சட்டைகளைப் போட்டுக்கொண்டு வீதிகளில் காட்சியளித்தார்கள். இன்று கணுக்கால்களை மூடும்படியான நீண்ட உடைகளை அணிந்துகொண்டு காற்றில் மிதந்து செல்வது போல் தோற்றமளிக்கிறார்கள். மேலைநாட்டுப் பெண்களோ முழங் கால்வரை வரும் உடையை அணிந்து வருகிறார்கள். ஆயினும் கால் சட்டை போன்ற பைஜாமா அவர்களின் உடையாக மாறுவதற்குரிய அறிகுறிகள் காணப்படுகின்றன. உடையில் ஏற்படுகிற இந்த மாறுதல்களினால் ஒரு பயன் மட்டும் நிச்சயமாக ஏற்படுகிறது. அது ஆண்களிடையே ஒரு விரிந்த மனப்பான்மையை உண்டு பண்ணுகிறது.

உடையைவிட மிக முக்கியமானது என்னவென்றால், பெண்களைப் பிரித்துவைத்திருப்பதற்கும் பெண்மக்களின் இலட்சியத்திற்கும் உள்ள தொடர்பேயாகும். ‘கணவனுக்கு உதவி புரியும் மனைவியாகவும் அறிவுள்ள தாயாகவும்’ இருப்பதுதான் அந்த இலட்சியம். இந்த வார்த்தைகளைக் கேட்டுத் தற்காலச் சீன மக்கள் கேலியாகப் பேசுகிறார்கள். சிறப்பாக, நவீனச் சீனப் பெண்கள் மிக மிகக் கேலி செய்கிறார்கள். இப்படிக் கேலி செய்கிற பெண்கள் யார்? எல்லாவற்றையும்விடச் ‘சமத்துவம்’, ‘சுதந்திரம்’, ‘பேச்சுரிமை’ ஆகியவற்றை விரும்பும் பெண்கள்தாம் இவர்கள். மனைவியரும், தாய்மாரும் ஆண்களுக்கு அடிமையாக இருக்கிறார்கள் என்று எண்ணி இவர்கள் விசயங் களைக் குழப்புகிறார்கள்.

ஆணுக்கும் பெண்ணுக்கும் உள்ள தொடர்புகளைப்பற்றி நாம் தெளிவாகத் தெரிந்துகொள்வோம். பெண், தாயாகும்போது, தன் கணவனின் ஆசையைத் தீர்க்கும் கருவியாக இருக்கிறோம் என்று ஒருபோதும் அவள் எண்ணுவதாகத் தோன்றவில்லை. அவள் ஒரு தாயாக இராதபோதுதான், தனது அடிமைத்தனம் முழுவதையும் உணர்கிறாள். மேலைநாட்டிலும் தாய்ப்பண்பு, குழந்தை பெறுவது, குழந்தை வளர்ப்பு ஆகியவற்றைச் சமூகமோ, பெண்களோ இகழ்ந்து பேசாத காலம் இருக்கத்தான் செய்தது. தாய்க்குக் குடும்பத்தில் கொடுத்திருக்கும் கண்ணியமான இடத்திற்கு அவள் பொருத்தமானவளாகவே தோன்றுகிறாள். ஒரு குழந்தையைப் பெற்று அந்தக் குழந்தையைச் சரியான முறையில் வளர்த்து, தாய்க்குள்ள இயல்பான அறிவோடு அவனை நன்னெறியில் நடத்தி, மனிதனாகச் செய்வது எளிதான செயலா? அறிவுள்ள சமூகத்தில் பிறந்த ஓர் ஆண்மகனுக்கோ, பெண் மகளுக்கோ அது ஒன்று போதுமே. அதைவிடப் பெரிய காரியத்தையா மனிதன் சாதித்துவிட முடியும்? இந்தப் பெருந் தன்மையான செயலைப் பெண் செய்கிறாள்.

ஆண்பிள்ளையைவிட நன்றாகச் செய்கிறாள் என்பதற்காகப் பொருளாதாரத் துறையிலோ, சமூகத்துறையிலோ அவள் ஆணுக்கு 'அடிமை'யாக இருக்கிறாள் என்று ஏன் நினைக்க வேண்டும்? இந்த மனப்பான்மையைப் புரிந்துகொள்வதே கஷ்டமாக இருக்கிறது. ஆண்களில் பலர் புத்திசாதுர்யமுள்ளவர் களாக இருப்பதுபோலப் பெண்களிலும் பலர் புத்தி சாதுர்யம் உள்ளவர்களாக இருக்கிறார்கள். ஆயினும், அவர்களின் எண்ணிக்கை வெளிப்படையாகத் தெரிவது போல அவ்வளவு அதிகமல்ல. இந்தப் பெண்கள் தங்கள் விருப்பத்தைத் தெரிவிக்க உரிமை கோரினார்களென்றால், அதில் குழந்தையைப் பெறுவதை விட முக்கியமான பொருள் இருக்கிறதென்று கொள்ளலாம். ஆனால், சாமானியமான மக்கள்தான் எண்ணிக்கையில் மிக மிக அதிகம். அவர்களில் ஆண்பிள்ளைகள் குடும்பத்திற்குத் தேவையான உணவைச் சம்பாதிப்பதும் பெண்கள் குழந்தை களைப் பெறுவதும்தான் பொருத்தமான விசயம். தங்கள் விருப்பத்தைத் தெரிவிக்கப் பெண்களுக்கு உரிமை வேண்டும் என்று சொல்லப்படுகிறது.

தன்னலத்தில் தோய்ந்து அற்பமான முறையில் நடந்து கொள்ளும் சில பெண்ஜன்மங்கள் தன்னலத்தையே தியாகம் செய்து, எல்லோரும் விரும்பத்தக்க பெருந்தன்மையான தாய்மார்களாக மாறுவதை நான் பார்த்திருக்கிறேன். தங்கள் குழந்தைகளின் கண்களுக்கு முன்னர் அனைத்து நற்பண்புகளும் முழுமையாக அமையப் பெற்ற தாய்மார்களாக அவர்கள் தோன்றுகிறார்கள். திருமணம் செய்துகொள்ளாத அழகுவாய்ந்த பெண்களையும் நான் பார்த்திருக்கிறேன். முப்பது வயதுக்கு மேல் நாற்பது வயதுக்குள் கறுத்துச் சிறுத்துப்போய் அவர்கள் சோபை இழந்துவிடுகிறார்கள்; இலையுதிர் காலத்தில் தளிர்த்துத் துளிர்த்துப் பச்சைப்பசேல் என்றிருக்கும் காட்டைப்போல, மனோ ரம்மியமான அழகோடு விளங்கும் பெண்களின் இரண்டாவது இளமைப் பருவத்தை, அவர்கள் ஒருபோதும் அடைவதில்லை. இந்தக் காலத்தில் பெண்கள் முன்னைவிட முதிர்ந்த அறிவுடையவர் களாகவும், மக்கள்பால் அனுதாபம் உடையவர்களாகவும் தேஜஸோடும் விளங்குகிறார்கள். இந்த அழகை, மகிழ்ச்சியாக வாழ்க்கை நடத்திய ஒரு மனைவியிடத்தில், குழந்தை பிறந்த மூன்றாவது மாதத்தில், மிக நன்றாகப் பார்க்கலாம்.

பெண்களுக்குள்ள உரிமைகளில் எல்லாம் மிக முக்கியமான உரிமை தாயாக இருப்பதேயாகும். மணமாகாத ஆடவனோ, பெண்ணோ இல்லாத சமூகத்தையே இலட்சிய சமூகம் எனக் கன்பூசியஸ் கொண்டார். காதல் செய்யும் முறை, திருமணம் இவற்றைப் பற்றி மேலை நாட்டினர் கொண்டுள்ள கருத்துகளி லிருந்து வேறுபட்ட கருத்துகளைச் சீனர்கள் கொண்டு, இந்த இலட்சியத்தைச் சாதித்திருக்கிறார்கள். மேலைநாட்டுச் சமூகம் பெரிய பாவம் செய்வதாகச் சீனர்களுக்குத் தோன்றுகிறது. அது என்னவென்றால், அங்கே ஏராளமான மணமாகாத கன்னிகள் இருப்பதேயாகும். பாவம், அவர்கள் என்ன செய்வார்கள்?

தங்களுடைய விருப்பங்களை முழுமையாக வெளிப்படுத்த முடியாமல் அவர்கள் தவிக்கிறார்கள் என்றால் அது அவர்களின் குற்றமல்ல; தங்கள் கற்பனையிலுள்ள அழகிய கணவன் உண்மையான பொருள் என்று அறியாமையால் அவர்கள் மயங்குவதுதான் அதற்குக் காரணம். அவர்களில் பெரும்பாலோர் ஆசிரியைகளாகவும், நடிகைகளாகவும் சிறந்து விளங்குகிறார்கள்;

ஆனால் தாயாக அவர்கள் இன்னும் அதிகமாகச் சிறந்து விளங்குவார்கள். காதல்வயப்பட்டு ஒன்றுக்குமாகாத கணவனை ஒரு பெண் மணக்கிறாள். அப்படிச் செய்வதால் மனித வர்க்கத்தை விருத்தி செய்வதைத் தன் முக்கிய வேலையாகக் கொண்ட இயற்கையின் வலையில் அவள் சிக்கிக்கொள்கிறாள் என்று சொன்னாலும், அந்த இயற்கை, சுருண்டமயிருடைய ஒரு குழந்தையை அவளுக்குப் பரிசாகக் கொடுக்கவும் செய்கிறது. குழந்தைதான் தாய் அடைகிற பெரிய வெற்றியாகும்; அதுதான் அவளுடைய இன்பம்; அவள் எழுதியிருக்கும் புத்தகங்கள் எல்லாவற்றிலும் சிறந்து விளங்கும் புத்தகத்தையும்விட அது வியப்பானது.

நடன அரங்கத்தில் மிகப் பெரிய வெற்றியை அடைந்த காலத்தில் அவள் அடையும் ஆனந்தத்தை விடப் பெரிய ஆனந்தத்தை அந்தக் குழந்தை அவளுக்கு அளிக்கிறது. இந்த உண்மையை இஸடோரா டங்கன் மறைக்காமல் ஒப்புக்கொண்டார். இயற்கை கொடுமையாக இருப்பினும், அது நியாய மாகவும் இருக்கிறது. புத்திசாதுரியமுள்ள பெண்களுக்குக் கொடுப்பதுபோல எளிய பெண்களுக்கும் இயற்கை இந்த வசதியைக் கொடுக்கிறது. ஏனெனில், தாய்மைப் பண்பால் ஏற்படும் ஆனந்தத்தைக் கெட்டிக்காரப் பெண்களைப் போல எளிய பெண்களும் அனுபவிக்கிறார்கள். இயற்கை எவ்வண்ணம் விதித்திருக்கிறதோ, அவ்வண்ணமே ஆண்களும் பெண்களும் வாழ்க்கை நடத்துவார்களாக.

4. சீனப் பெண்களின் கல்வி

சீனாவில் பெண்மையின் இலட்சியம் வேறு விதமாக இருப்பதால், அந்த இலட்சியத்திற்குப் பொருத்தமான கல்விப் பயிற்சியைச் சீனப் பெண்களுக்கு அளிக்கும்படியாயிற்று. சிறுவர்களுக்குக் கொடுக்கும் பயிற்சியிலிருந்து சிறுமிகளுக்குக் கொடுக்கும் பயிற்சி அடிப்படையில் மாறுபடுகிறது; அல்லது மாறுபட்டது. சிறுவர் களுக்குக் கொடுக்கும் பயிற்சியைவிடச் சிறுமிகளுக்குக் கொடுக்கும் பயிற்சி மிகக் கடுமையானது. பொதுவாகப் பெண்கள் விரைவாகவே பக்குவமடைந்துவிடுவதால், குடும்ப ஒழுங்குகளை, ஆண்களைவிட அவர்கள் முன்னதாகவே தெரிந்துகொள்கிறார்கள். அப்படித் தெரிந்துகொள்வதன் பயனாக, சம வயதுள்ள இளைஞர்

களைவிட, அவர்கள் மனப்பக்குவமுள்ளவர்களாகவும், நாகரிக மாகப் பழகத் தெரிந்தவர்களாகவும் இருக்கிறார்கள். சிறுவனிடம் காணப்படும் விளையாட்டுப் புத்தியைவிடச் சிறுமியிடம் விளையாட்டுப் புத்தி குறைவாகவே இருக்கிறது. பதினான்கு வயது நிரம்பியதும் சிறுவர்களிடமிருந்து பிரிந்து, பெண்மைக் குரிய ஈடுபாடுகளில் சிறுமி பயிற்சி பெறத் தொடங்குகிறாள்.

ஏனெனில், பெண்மைக் குணம் நிரம்பிய பெண்ணையே சீனர்களின் மனம் அதிகமாக நாடியது; வலியுறுத்தியது. ஒரு சீனப் பெண் தனது சகோதரர்கள் எழும் முன்னரே எழுகிறாள்; அவர்கள் ஆடை அணிந்துகொள்வதைவிடத் தூய்மையாக ஆடை அணிகிறாள்; சமையலுக்கு வேண்டிய உதவி செய்கிறாள்; தம்பிமார்களுக்கு உணவு ஊட்டும் வேலையிலும் அடிக்கடி ஈடுபடுகிறாள். தனது சகோதரர்கள் வைத்து விளையாடும் பொம்மைகளைவிடச் சொற்பமான பொம்மைகளை வைத்துக் கொண்டு அவள் விளையாடுகிறாள்; அதிகமாக வேலை செய்கிறாள்; அவர்களைவிட அமைதியாகப் பேசுகிறாள்; அவர்களைவிட மெதுவாக நடக்கிறாள்; உட்காரும்போது கால்களைச் சேர்த்துவைத்துக்கொண்டு அவர்களைவிட மரியாதையாக உட்காருகிறாள். இவற்றையெல்லாம்விட, மகிழ்ச்சியாக ஆடி ஓடித்திரிவதை விட்டுவிட்டு, அவள் நாணத்தோடும் அமைதி யோடும் நடந்துகொள்ளப் பழகுகிறாள்.

குழந்தைகளுக்கு இயல்பாயுள்ள விளையாட்டுப் புத்தி, அற்ப விசயங்களுக்காகச் சண்டைபோடும் இயல்பு இவை அவளை விட்டு நீங்குகின்றன. அவள் சிரிப்பதில்லை. ஆனால் புன்முறுவல் தான் செய்கிறாள். தான் கற்பாயிருப்பதை அவள் உணருகிறாள்; பழஞ் சீனாவில், மற்றெல்லாப் பொருள்களுக்கும் கொடுக்கும் மதிப்பையும் மரியாதையையும்விட, கற்பொழுக்கத்திற்கே அதிக மதிப்புக் கொடுத்தார்கள் சீனர்கள். பெண்களுக்கென உள்ள கட்டின் பின்னிருந்து அங்கு வரும் அந்நியர்களை அடிக்கடி அவள் எட்டிப்பார்த்தாலும், அவர்கள் தன்னை எளிதாகப் பார்க்கும்படி அவள் வைத்துக்கொள்வதில்லை. ஆணுக்குப் பெண்ணிடத்தில் ஏதோ அறிய முடியாத ஓர் இரகசியம் இருப்ப தாகத் தோன்றுகிறது. அப்படித் தோன்றுவதால் அவனுக்கு அவளிடத்தில் ஒரு கவர்ச்சியும் ஏற்படுகிறது.

அத்துடன் அவளோடு நெருங்கிப் பழக முடியாமல் போகும் போது, அந்தக் கவர்ச்சி இன்னும் அதிகமாகிறது. சீனப் பெண் இந்தக் கவர்ச்சியைப் பண்படுத்தி வளர்க்கிறாள். அதிகமாகப் பிரிந்திருக்க இருக்க, அவளுடைய மதிப்பு அதிகமாக உயருகிறது. நாள்தோறும் தன்னுடன் கூடவே உட்கார்ந்துகொண்டு சாப்பிடும் பெண்ணைவிடப் பழங்காலத்து அரண்மனையொன்றில் அடைத்து வைத்திருக்கும் பெண், ஒருவன் மனதை அப்படியே கவர்ந்து விடுகிறாள். இந்த உண்மையை நாம் அன்றாட வாழ்க்கையில் காண்கிறோம். சீனப் பெண் பூவேலை செய்யக் கற்றுக்கொள் கிறாள். தனது கூரிய இளங் கண்களின் உதவிகொண்டும், விரல் சாதுரியத்தினாலும் அவள் நேர்த்தியான பூவேலை செய்கிறாள். முக்கோணங்களைப் பற்றிய கணக்குகளைப் போடுவதைவிட வேகமாக அவள் பூவேலை செய்கிறாள். பூவேலை செய்வது அவளுக்குப் பிடித்த வேலை; கற்பனைக் கனவுகாண்பதற்கு அவளுக்குப் போதிய வசதியளிக்கிறதல்லவா அது? மேலும், பருவ காலத்திலுள்ள ஆண்களும் பெண்களும் எப்போதும் கனவு உலகத்தில்தானே இருக்கிறார்கள்? இந்த முறையில், மனைவியின் கடமைகளையும் தாயின் கடமைகளையும் ஏற்றுநடக்க அவள் தயாராகிறாள்.

படித்த குடும்பங்களில் பெண்கள் படிக்கவும் எழுதவும் கற்றுக்கொண்டார்கள். திறமைசாலிகளான பெண்கள் எப்போதும் சீனாவில் இருந்து வந்திருக்கிறார்கள். இன்றும், சுமார் ஆறு பெண் ஆசிரியைகள் பெரும்பாலும் தேச முழுவதும் புகழ் பெற்றவர்களாய் இருக்கிறார்கள். ஹான் சந்ததி காலத்திலும் அதற்குப் பிறகு, வே, ஷின் சந்ததி காலங்களிலும் புகழோடு விளங்கிய பல படித்த பெண்களைப்பற்றி நாம் படிக்கிறோம். அவர்களில் ஒருத்தி ஹிசியே டாயுன் என்பாள். அவள் பேச்சில் மிகக் கெட்டிக்காரி. தனது மைத்துனரை அவருடைய விருந்தினர்கள் பலதடவை பேச்சில் மடக்க முயன்றபோது, அவள் தனது பேச்சின் வன்மையால் காப்பாற்றியிருக்கிறாள். சீனாவில் கல்விப் பயிற்சி ஆணுக்கும் குறைவு, பெண்ணுக்கும் குறைவு. ஆனால், பண்டிதர்கள் தங்கள் பெண்குழந்தைகளுக்குப் படிக்கவும் எழுதவும் எப்போதும் கற்றுக்கொடுத்து வந்திருக்கிறார்கள். இவர்களுக்கு அளிக்கப்படும் கல்வி, கன்பூசியஸ் எழுதிய புத்தகங்களிலிருந்து எடுத்துக்

கொள்ளப்பட்ட இலக்கியம், கவிதை, வரலாறு, அறிவியல் நூல் இவற்றைப் பற்றியே இருக்கும். பெண்கள் இத்தோடு நிறுத்திக் கொண்டார்கள்; ஆனால், ஆண்களும் அதற்குமேல் ஒன்றும் அதிகமாகச் சென்றுவிடவில்லை. இலக்கியம், வரலாறு, தத்துவ நூல், வாழ்க்கை பற்றிய அறிவுநூல் ஆகிய இவற்றோடு, கொஞ்சம் சிறப்பாக மருத்துவ அறிவோ, அரசியல் அறிவோ பெற்றுவிட்டால். அப்போது மனிதன் பெறவேண்டிய எல்லா அறிவையும் பெற்றுவிட்டதாக மக்கள் கருதினார்கள். பெண்களின் கல்வி அதைவிட அதிகமாகப் பழமையையும் இலக்கியத்தையும் தெரிந்துகொள்வதற்குரிய கல்வியாக இருந்தது. ஆண்களுக்கும் பெண்களுக்கும் அளிக்கும் கல்வியின் விரிவில், அல்லது நோக்கத்தில் வேறுபாடிருக்கிறது என்று சொல்வதைவிட, அதன் செறிவில் (அழுத்தத்தில்) வேறுபாடிருக்கிறதென்று சொல்வது தான் பொருந்தும்.

ஏனெனில், போப் என்ற ஆங்கிலக் கவிஞர் சொன்னதற்கு மாறாக, அதிகமாகக் கல்வி பயிற்றுவது, பெண்களின் நடத்தைக்குத் தீங்கு பயப்பதாகும் என்று சீனர்கள் எண்ணினார்கள். வர்ணப் படங்கள் தீட்டுவதிலும், கவிதை எழுதுவதிலும் பெண்கள் அடிக்கடி பங்கெடுத்துக்கொண்டார்கள்; விசேஷமாக, சிறிய பாட்டுக்கள் எழுதுவது பெண்களின் மனப்பாங்குக்குப் பொருத்த மாகயிருந்தது. இவர்கள் எழுதிய பாட்டுக்கள் சிறியவையாயும், ரசமானவையாயும், அழகியவையாயுமிருந்தன. ஆனால், அவை சக்திவாய்ந்தவையாயில்லை. லி கிங்ச்சாவ் (1081-1161) என்ற பெண்மணி சீனக் கவியரசிகளில் எல்லாம் சிறந்தவர். அவர் மாரிக்கால அரவுகளைப் பற்றியும், திரும்பப் பெற்ற மகிழ்ச்சியைப் பற்றியும் உணர்ச்சி ததும்பும் ஒருசில பாடல்களைப் பாடியிருக் கிறார். இந்தப் பாடல்கள் அழிக்க முடியாத அமரத்வம் வாய்ந்தவையாய் இருக்கின்றன. பெண்கள் கவிதை எழுதுகிற வழக்கம் சீனாவில் எந்தக் காலத்திலும் தடைபட்டு நின்றதில்லை. மஞ்சு சந்ததி காலத்திற்கு வரும்பொழுது அந்தக் காலத்தில்மட்டும் சற்றொப்ப ஆயிரம் பெண்கள் கவிதை எழுதியிருக்கிறார்கள் என்பதைப் புத்தகங்கள் மூலம் நாம் காணலாம். பெண்களின் காலைக் கட்டுவது கூடாதென்று பரப்புரை செய்து, யுவான் மேயின் முயற்சியினால் பெண்கள் கவிதை எழுத ஒருமுறை

கண்டுபிடிக்கப் பட்டது. இந்த முறையை, அப்போது பிரபலமாக இருந்த சாங் ஷித் ஸை என்ற பெயருடைய பண்டிதர், பெண்மையின் இலட்சியத்திற்குப் பெரிதும் தீமை விளைவிக்கக்கூடியதென்று வெறுத்தார். ஆனால், கவிதை எழுதுவது, மனைவி, தாய் என்ற முறையில் பெண்களுக்குள்ள கடமைகளில் தலையிடவில்லை. லி கிங்ச்சாவ் எடுத்துக்காட்டான ஒரு மனைவியாக இருந்தார். சாப்போ போன்று, இயற்கைக்கு மாறான முறையில் அவள் நடந்து கொள்ளவில்லை.

பண்டைக்காலத்துச் சீனப் பெண், மேலைநாட்டுப் பெண்ணைப் போன்று, சமூகத் துறையில் அவ்வளவு சிறந்து விளங்கவில்லை. ஆயினும் நல்ல குடும்பத்தில் வளர்க்கப்பட்ட பெண்ணுக்கு மனைவி, தாய் என்ற நிலையில் வெற்றி பெற, மேலைநாட்டுப் பெண்ணைவிட நல்ல வாய்ப்பு இருந்தது. மனைவி, தாய் என்ற உத்தியோகத்தைத் தவிர அவளுக்கு வேறு உத்தியோகம் எதுவும் கிடையாது. நவீனப் பெண்ணை மணப்பதா, பிற்போக்கான பெண்ணை மணப்பதா என்று முடிவு செய்ய முடியாமல் சீன ஆண்கள் இப்போது விழிக்கிறார்கள். 'புதிய அறிவுடன் பழைய நடத்தை'யுடைய பெண்தான் ஆதர்சமான மனைவியென்று வர்ணிக்கப்படுகிறது. நவீன மனைவி சுதந்திரமான ஆளுமை. அவள், 'கணவனுக்கு உதவியாயிருக்கும் மனைவியும், அறிவுள்ள தாயும்' என்ற வார்த்தைகளை இழிவாக நினைக்கிறாள். எனவே, 'புதிய அறிவுடன் பழைய நடத்தை'யுடன் கூடிய மனைவியைப் பெறுவது எளிதல்ல. இதில் பழைய இலட்சியமும் புதிய இலட்சியமும் மோதுகின்றன. இந்த மோதல் பகுத்தறிவை இரக்கமின்றி பயன்படுத்தும்படி கட்டாயப்படுத்துகிறது. அதிகப்படியான அறிவும் படிப்பும் முன்னேற்றத்தைக் காட்டுவ தோடு, பெண்களின் இலட்சியத்திற்கு அருகே வருகிறதென்றும் நான் கருதுகிறேன். இருந்தாலும், உலகப் புகழ்பெற்ற பியானோக்காரியையோ, சித்திரம் வரைபவளையோ நாம் இதுவரை கண்டதுமில்லை, இனியும் காணப்போவதில்லை என்று நான் பந்தயம் கூறுவேன். அவள் இயற்றும் கவிதையை விட, அவள் தயாரிக்கும் ரஸம் (சூப்) நன்றாயிருக்குமென்று நான் நம்புகிறேன். உண்மையாக அவள் ஆற்றிய செயல்களிலெல்லாம் தலையாயது, அவள் பெற்ற கன்னங்கள் உப்பிய குழந்தையே

ஆகும். அறிவும், அமைதியும், உறுதியும் உள்ளதாயே இலட்சியமான பெண் என்று நான் கருதுகிறேன்.

5. காதலும் காதலிக்கும் முறையும்

பெண்களைப் பிரித்துவைத்திருக்கும் சீனாவில் பெண்ணும் ஆணும் ஒருவரையொருவர் கண்டு காதலிப்பதும், காதல் கனவுகள் காண்பதும் எவ்விதம் சாத்தியமாகும் என்ற கேள்வி எழலாம். இந்தக் கேள்வியை இன்னொரு மாதிரியாகவும் கேட்கலாம்: சீனாவில் தொன்றுதொட்டு வரும் பழக்க வழக்கங்கள் ஆடவர்களுக்கும் பெண்களுக்கும் இடையில் தோன்றும் இயற்கையான காதலை எந்தெந்த வழிகளில் இயக்குகின்றன? இளமையிலும், காதலிலும், காதல் கனவுகள் காண்பதிலும் உலகத்தின் எல்லாப் பகுதிகளிலும் வசிக்கும் மக்கள் ஒரேமாதிரி யாகத்தான் நடந்துகொள்கிறார்கள். ஒவ்வொரு நாட்டிலும் சில சமூகக் கட்டுப்பாடுகள் இருக்கின்றன. இந்தக் கட்டுப்பாடு களோடு காதல் உணர்ச்சி மோதும்போது, ஒருவித மனோநிலை ஏற்படுகிறது. அந்த மனோநிலை மாத்திரம்தான் அந்தந்த நாட்டின் மரபுக்குத் தக்கபடி மாறுகிறது. ஏனெனில், பெண்களை ஆண் களிடமிருந்து பிரித்துவைத்தாலும், காதலை வெளிப்படாமல் அடைத்து வைப்பதில் எந்தத் தொன்மையான சித்தாந்தமும் இதுவரை வெற்றியடைந்ததில்லை. அதனுடைய போக்கையும் தோற்றத்தையும்தான் மாற்றலாம். ஏனெனில் காதலுணர்ச்சி தன்னையும் அறியாது மடைதிறந்த வெள்ளம்போல் செல்லும் இயல்புடையது. என்றாலும், இதயத்தையும் எண்ணங்களையும் திறந்துகாட்டும் ஒரு மெல்லிய குரலாகவும் அது பரிணமித்தல் கூடும். நாகரிகம் காதலின் உருவத்தை மாற்றலாம்.

ஆனால் அதன் கழுத்தை நெரித்துக் கொல்ல முடியாது. காதல் வெளிப்படாமல் தடுக்க நாம் என்னதான் செய்தாலும், அதை அழிக்க முடியாது. அது நிலைபெற்று நிற்கும் ஓர் இயற்கை உணர்ச்சி. அந்தந்த நாட்டின் சமூக அமைப்புக்கும் பண் பாட்டுக்கும் பொருத்தமான முறையில், காதலின் போக்கும் அது தன்னை வெளிப்படுத்திக்கொள்ளும் முறையும் மாறுபடுகின்றன. அதாவது காதலுணர்ச்சி மேலே சொன்ன விசயங்களை அந்தந்த நாட்டின் அமைப்பிலிருந்தும், பண்பாட்டிலிருந்தும் ஏதோ

சந்தர்ப்ப வசமாகக் கடன் வாங்கிக்கொள்கிறதென்று சொன்னால் குற்றமில்லை. அந்தக் காதல் உணர்ச்சி திரைக்குப் பின்னிருந்து மெல்ல எட்டிப்பார்க்கிறது; வீட்டின் பின்புறமுள்ள தோட்டத்தில் வீசும் காற்றில் கலந்து அதைத் தன்மயமாக்குகிறது. கன்னிப் பெண்ணினுடைய இதயத்தை விடாமல் அது பற்றிக்கொள்கிறது. ஒரு வேளை அந்தக் கன்னிப் பெண்ணுக்குக் காதலனே இல்லாமலிருக்கலாம். தன்னைத் துன்புறுத்துகிற உணர்ச்சி எது என்றே அவளுக்குத் தெரியாமலிருக்கலாம். குறிப்பிட்ட எந்த ஆடவன் மீதும் அவள் தனிப்பட்ட அன்பு செலுத்தாமல் இருக்கலாம்.

ஆயினும், ஆண்களிடம் அவளுக்கு இயல்பான ஒரு கவர்ச்சி ஏற்படுகிறது. அந்தக் கவர்ச்சியால் அவளுக்கு வாழ்க்கையிலும் ஓர் ஆசை ஏற்படுகிறது. அது தையல் பூவேலையை இன்னும் சுத்தமாகச் செய்யும்படி அவளைத் தூண்டுகிறது. வானவில்லின் நிறங்களோடு விளங்கும் அந்தப் பூவேலையிலேயே அவள் காதல் கொண்டுவிடும்படிச் செய்கிறது அது. பூவேலை அவளுக்கு மிக அழகாகத் தோன்றுகிறது; அது வாழ்க்கையின் அறிகுறியாக அல்லவா நிற்கிறது! பெரும்பாலும் ஒரு ஜோடி மண்டாரின் வாத்துக்களின் சித்திரத்தைப் பார்த்து அவள் துணியில் பூவேலை செய்கிறாள். அது யாருக்குத் தலையணையாகப் போகிறதோ! அந்த வாத்துக்கள் இரண்டும் எப்போதும் இணைபிரியாமல் இருக்கின்றன. இரண்டும் சேர்ந்தே போகின்றன, சேர்ந்தே நீந்துகின்றன, கூண்டில் சேர்ந்தே படுக்கின்றன. அவற்றில் ஒன்று ஆண், மற்றது பெண். இப்படிப்பட்ட வாத்துக்களை அவள் பூவேலையில் அமைக்கிறாள். தைக்கும் போது, அவள் மனம் ஏதேதோ காதல் கனவுகள் காண்கின்றன. அந்தக் கற்பனையில் ரொம்ப மூழ்கிவிட்டாள் என்றால், அவள் தன்னையும் மறந்து ஒரு தையலைத் தவறாகத் தைக்கவும் கூடும். திரும்பவும் அதைச் சரியாகத் தைக்க அவள் முயலுகிறாள்.

ஆனால் மறுபடியும் தையல் தவறாகவே விழுகிறது. தைக்கிற பட்டு நூலைக் கொஞ்சம் பலமாக இழுக்கிறாள். பிறகும் அது சரிப்பட்டு வராததால் அதில் இன்னும் கொஞ்சம் பலத்தைப் பயன்படுத்துகிறாள். ஊசியிலிருந்து அது நழுவிவிழுகிறது. உதட்டைக் கடித்துக்கொள்கிறாள். அவளுக்குக் கோபம் கோபமாக

பெண்ணின் வாழ்க்கை ♦ 257

வருகிறது. அவளுக்குக் காதல் ஏற்பட்டிருக்கிறது! ஒரு பெண்ணுக்கு இனம் தெரியாத ஏதோ ஒரு பொருளின்மீது எரிச்சல் ஏற்படுகிறது; சில சமயம் வசந்த காலத்தின்மீதும், பூக்களின் மீதுமே கோபம் உண்டாய்விடுகிறது. இந்த உலகத்தில், தான் ஏதோ தனிமையாக இருப்பதான உணர்ச்சி அவளுக்குத் திடீரென்று உண்டாகிறது. இவையெல்லாம் காதலுக்கும் மணத்திற்கும் உரிய பக்குவத்தைப் பெண் அடைந்துவிட்டாள் என்று காட்டும் இயற்கையின் அறிவிப்பாகும். சமூகமும் சமூகத்தின் கட்டுப்பாடுகளும் காதலையடக்கிக்கொள்ளும்படி அவளை வற்புறுத்துகின்றன; இன்னது என்று தெரியாமல் போனாலும் மிகவும் பலமாகத் தாக்கும் இந்த ஆசையைப் பெண் தன்னாலான மட்டும் எப்படியோ மறைக்க முயல்கிறாள். ஆயினும் தன்னையறியாமல் அவள் காதல் கனவு கண்டுகொண்டிருக்கிறாள். இப்படியெல்லாம் காதலின் வேகம் இருந்தாலும், மணம் செய்யும்முன் காதலிப்பது பண்டைச் சீனாவில் அனுமதிக்கப்படாத ஒரு செயல். தன் காதலன் வெளிப்படையாகத் தன்னை வந்து பார்ப்பது, தன்னோடு பழகுவது என்பதெல்லாம் பண்டைச் சீனாவில் சாத்தியமாகாத செயல்கள்; காதலிப்பதென்பது கஷ்டப்படுவது என்று அவள் நன்கு அறிந்திருந்தாள். அதன் காரணமாகவே வசந்த காலத்திலும், பூக்களிலும், வண்ணத்துப்பூச்சியிலும் அதிகமாக அவள் தன் மனதைச் செலுத்தத் துணிவதில்லை.

மேலே சொன்னவை பண்டைய சீனக் கவிதையில் காதலைக் குறிக்கும் பொருள்களாகும். அவள் படித்தவளாக இருந்தால், கவிதையில் அதிக காலத்தைச் செலவிடாமல் பார்த்துக்கொள்வாள். கவிதையில் அழுந்திவிட்டால், அது உணர்ச்சிகளை வெகு ஆழத்திற்கல்லவா கிளறிவிட்டுவிடுகிறது. வீட்டுவேலைகளில் தன் கவனத்தைச் செலுத்தி அவற்றிலேயே ஈடுபட்டிருப்பாள். இன்னும் நன்றாக மலராத பூ, வண்ணத்துப்பூச்சிகள் தன்னை வந்து அடையாமல் எப்படிப் பாதுகாத்துக்கொள்கிறதோ, அதே மாதிரி, அவள் தனது உணர்ச்சியை மிகப் புனிதமாகப் போற்றிப் பாதுகாத்து வருகிறாள். திருமணம் செய்துகொள்வதன் காரணமாகக் காதல் செய்ய உரிமை ஏற்படும்வரை அவள் காத்திருக்க விரும்பினாள். காம உணர்ச்சியின் வலையில் சிக்காமல் விடுபட்டதால், அவள் மிக்க மகிழ்ச்சி அடைந்தாள். எனினும்

சில சமயம் மனிதனுடைய கட்டுப்பாடுகளையெல்லாம் மீறி இயற்கை வெற்றிகொள்ளும். ஒன்றைச் செய்யாதே என்றால், அதைச் செய்து பார்க்க வேண்டுமென்று ஆவலுண்டாகிறது. அதைப் போல காதல் கவர்ச்சி கூடாதென்று சொல்லும்போது, அதில் அளவில்லாத ஆசை ஏற்படுகிறது. இது இயற்கையல்லாத ஒன்றிற்கு ஈடுசெய்யும் முறையாகும். பெண்ணின் இதயம் காதல் வசப்பட்டு விட்டால், பிறகு அந்தக் காதலின் போக்கைக் கட்டுப்படுத்த முடியாதென்பது சீனர்களின் கொள்கை. பெண்களைக் கவனமாகப் பிரித்து வைத்ததன் காரணம் உண்மையில் இந்த நம்பிக்கைதான்.

தன்னை எவ்வளவு பத்திரமாகத் தனிப்படுத்தி வைத்தாலும், அந்த நகரில் இருக்கும் மணஞ் செய்யும் பருவத்திலுள்ள இளைஞர்களைப் பற்றிய விவரங்களையெல்லாம் ஒவ்வொரு பெண்ணும் பொதுவாகத் தெரிந்துகொண்டாள். இவனை மணக்கலாம், இவனை மணக்கக் கூடாது என்று அவள் தனக்குள்ளேயே இரகசியமாக முடிவு செய்துகொள்கிறாள். தான் மணக்கலாம் என்று எண்ணிய இளைஞனைச் சந்தர்ப்பவசமாக அவள் சந்தித்துவிட்டால், அவர்கள் ஒருவரையொருவர் பார்த்துக் கொள்கிறார்கள். சாதாரணமாக ஒருவரையொருவர் பார்த்துக் கொண்டாலும் அது பெரும்பாலும், அவள் அவனிடம் தன் மனசைப் பறிகொடுத்துவிடுகிறாள். தான் மிகவும் பெருமை யடித்துக் கொண்டிருந்த தனது மன அமைதியெல்லாம் மறைந்துவிடுகிறது. அதன் பிறகு இரகசியமான முறையில் ஒருவரை ஒருவர் காதலிக்கிறார்கள். திருட்டுத்தனமாக ஒருவரை ஒருவர் சந்திக்கிறார்கள். இதை மற்றவர்கள் தெரிந்துகொண்டால், அது மிகுந்த வெட்கத்தைத் தரும் விசயமாகும். அதனால் அடிக்கடி தற்கொலைகூட நேர்ந்துவிடுகிறது. அப்படியிருந்தும், அவள் தன் காதலனைச் சந்திக்கிறாள். இதன்மூலம் ஒழுக்கநடை தொடர்பான சட்ட திட்டங்களை மீறுகிறோம் என்பதையும் சமூகத்தாரின் பழிச்சொல்லுக்கு ஆளாகிறோம் என்பதையும் நன்றாகத் தெரிந்து கொண்டே, அவள் அவ்விதம் செய்யத் துணிகிறாள். காதல் எப்படியும் ஒரு வழி கண்டுபிடித்துவிடுகிறது.

ஒருவருக்கொருவர் காதலில் வேகமும் ஏற்பட்டுவிட்டால், அப்போது யார் காதலை வேண்டுகிறார்கள், யாரிடம் காதல் வேண்டப்படுகிறது என்று சொல்ல முடியாது. தான் இருப்பதைக்

பெண்ணின் வாழ்க்கை ❈ 259

காட்டுவதற்குப் பெண் பல தந்திரங்களைக் கற்றிருக்கிறாள். பலகை அடைப்பிற்கும் தரைக்கும் உள்ள இடைவெளியில் தனது சிறிய சிவப்பு நிறமுள்ள மிதியடியைக் காட்டுவது, அந்தத் தந்திரங்களிலெல்லாம் மிக எளியது. சூரியன் மறையும் சமயத்தில் தாழ்வாரத்தில் நின்றுகொண்டிருப்பது இன்னொரு தந்திரம். பீச் மலர்களின் ஊடே அகஸ்மாத்தாக முகத்தைக் காட்டிக்கொண் டிருப்பது மற்றொரு தந்திரம். ஜனவரி, ஜூன் மாதங்களில் நடைபெறும் விளக்கு விழாவிற்கு இரவில் போவது இன்னொரு வழி. ஷின் என்ற நரம்புக் கருவியைப் பக்கத்து வீட்டிலுள்ள இளைஞன் கேட்கும்படியாக வாசிப்பது பிறிதொரு வழி. தான் எழுதிய கவிதையைத் திருத்தித் தரும்படி தனது தம்பியின் வாத்தியாரிடம் தம்பியையே தூதனுப்புவது இன்னும் ஒரு வழி. அந்த வாத்தியார் இளைஞனாகவும் காதலைக் கனவு காண்பவனாகவும் இருப்பின், அவன் செய்யுளிலேயே அவளுக்குப் பதில் அனுப்ப இடமுண்டு. வேலைக்காரி, அனுதாபமுள்ள அண்ணன் மனைவி, அல்லது அடுத்த வீட்டுச் சமையற்காரன் மனைவி, அல்லது கன்னிமாடத்திலுள்ள ஒரு கன்னி இவர்கள் மூலம் அவள் தனக்குப் பிடித்த இளைஞனோடு தொடர்பு வைத்துக்கொள்கிறாள். ஒருவரிடம் ஒருவருக்குக் கவர்ச்சி ஏற்பட்டுவிட்டால், அதன் பிறகு, இரகசியமாகச் சந்திக்க ஏற்பாடு செய்துகொள்வது அவ்வளவு கஷ்டமான காரியமல்ல. இந்த மாதிரிச் சந்திப்புகள் மிகமிக விரும்பத்தகாதவை; இளமை ததும்பிக்கொண்டிருக்கும் அவளுக்குத் தன்னை எப்படிப் பாதுகாத்துக்கொள்வதென்று தெரியாது; சீனக் காதல் கதைகள் சித்திரிப்பதுபோல, அல்லது சித்திரிக்க விரும்புவதுபோல, மகிழ்ச்சியாக வெளியே ஆடி ஓடித் திரியவிடாமல் அடக்கி வைக்கப் பட்ட காதல் தாங்க முடியாத வேகத்தோடு வெளிப்படுகிறது.

இந்த நிலையில் என்ன வேண்டுமானாலும் நிகழலாம். அந்த இளைஞனையோ, யுவதியையோ அவர்கள் சம்மதம் இன்றியே வேறொருத்திக்கோ, வேறொருவனுக்கோ மணம் செய்வதென்று நிச்சயிக்கப்பட்டிருக்கலாம்; அந்தப் பெண் தனது கற்பையிழந்ததாக வருந்தலாம். அல்லது அந்த இளைஞன் வெளியூருக்குச் சென்று உத்தியோகப் பரீட்சைகளில் தேறலாம். அவ்விதம் தேறிய பின்னர், தன் குடும்பத்தைவிட உயர்ந்த குடும்பத்திலிருந்து வரும்

பெண்ணை மணக்கும் கட்டாயம் அவனுக்கு ஏற்படலாம். அல்லது அவர்கள் குடும்பங்களில் ஒரு குடும்பம் வேறொரு நகரத்திற்குப் போகலாம். அதனால் அவர்கள் இருவரும் ஒருவரையொருவர் என்றும் பார்க்க முடியாமலே போகலாம். அல்லது அந்த இளைஞன் வெளியூரில் வசிக்கும்படி நேரிட்டும் அவளையே மணப்பதென்று உறுதியாக இருந்தாலும், போர் வந்து அவர்களைச் சேரவொட்டாமல் அடிக்கலாம். அதனால் காலவரையறை இன்றி, அவர்கள் காத்திருக்கும்படி நேரலாம். காதலன் வருகைக்காகக் காத்திருக்கும் பெண்ணுக்கு அவனுடைய தனியான அறையில் கவலையும் ஆவலும்தான் துணையாக இருக்கின்றன. உண்மை யாகவும் அழுத்தமாகவும் காதலிக்கும் இயல்புடையவளாய் இருந்தால் அவள் மிகக் கடுமையான முறையில் காதல் நோய்க்கு ஆளாகிவிடுகிறாள் (சீனக் காதல் கதைகளில் வியக்கத் தக்க அளவுக்கு இது மிகுதியாக இருக்கிறது) அவள் கண்கள் ஒளியையும் மகிழ்ச்சியையும் இழக்கின்றன. இந்த நிலைமை யைக் கண்டு பயந்து, அவள் பெற்றோர்கள் விசாரித்து அறிந்து, அவள் விரும்பிய இளைஞனுக்கு அவளை மணம் செய்ய ஏற்பாடு செய்து, அவள் உயிரைக் காப்பாற்றுவார்கள். அதன் பிறகு, அவர்கள் இருவரும் என்றும் மகிழ்ச்சியாக வாழலாம் அல்லவா?

மேலே சொன்னதன் காரணமாகவே, கண்ணீரும் கவலையும் ஆசையும் சேர்ந்திருப்பதுதான் காதல் என்று சீனர்கள் எண்ணினார்கள். பெண்களை இப்படிப் பிரித்துவைத்ததன் விளைவு சீனக் காதலிலும் கவிதையிலும் கவலையான, மந்தமான ஒரு போக்கை உண்டாக்கிவிட்டது. டாங் சந்ததியாரின் காலத் திற்குப் பிறகு பாடப்பட்ட காதல் பாட்டுகளில் எல்லாம் அப்படியே மாற்றமின்றி ஆசை, நம்மாலாவது ஒன்றுமில்லை யென்ற விரக்தி, அளவில்லாத வருத்தம் இந்த உணர்ச்சிகளைக் காணலாம். பெரும்பாலும் அந்தக் காதல் பாட்டு தனியாக இருந்து, தன் காதலனுக்காக வருந்திக்கொண்டிருக்கும் கன்னியைப் பற்றியதாகவோ, கணவனால் புறக்கணிக்கப்பட்ட மனைவியைப் பற்றியதாகவோ இருக்கும். கீழே சொன்ன இரண்டு விசயங்களும் ஆண் கவிஞர்களுக்கு மிக மிகப் பிடித்தவை என்று சொல்வது விந்தையாகத் தோன்றலாம். இருந்தாலும் உண்மை அதுதான்.

வாழ்க்கையில் இன்னது இன்னதைச் செய்ய வேண்டும் என்று சொல்லாமல், இன்னது இன்னதைச் செய்யக்கூடாது என்று சொல்வது சீனர்களின் மரபு. அந்த மரபுக்குப் பொருத்தமான முறையிலேயே சீனக் காதல் பாட்டுக்களும் அமைந்திருக்கின்றன. காதலனோ காதலியோ அங்கு இல்லாதது பற்றியும், அவர்கள் வேறு ஊருக்குப் புறப்படுவது பற்றியும், இழந்த நம்பிக்கைகளைப் பற்றியும், தணிக்கமுடியாத ஆசைபற்றியும், மழை, மாலை வேளை, காலி அறை, 'குளிரான படுக்கை' இவற்றைப் பற்றியும், தானும் தனிமையுமாக இருந்து வருந்துவது பற்றியும், மனிதன் ஒருநிலையில் நில்லாமல் அடிக்கடி பிறழுவதை வெறுத்தும், இலையுதிர் காலத்தில் தூர எறிந்துவிட்ட விசிறியைப் பற்றியும், வசந்த காலம் முடியப்போவதைப்பற்றியும், வாடிய மலர்களைப் பற்றியும், வாடிக்கொண்டிருக்கும் அழகைப் பற்றியும், அணையப் போகும் மெழுகுவத்தி, குளிர்காலத்திய இரவு, பொதுவாக உடம்பு மெலிந்து போவது இவற்றைப் பற்றியும், தன்மீது தானே இரங்குவது பற்றியும், நெருங்கி வந்துகொண்டிருக்கும் மரணத்தைப் பற்றியும்—இப்படியான உணர்ச்சிகளையே சீனக் காதல் பாட்டுகள் வெளியிடுகின்றன. தையு என்ற பெண், தன் அத்தை மகள், சிற்றப்பன் மகன் பாவுவுக்கு மனைவியாகப் போகிறாள் என்பதை அறிகிறாள். மரணம் அவளை அண்மித்துக் கொண்டிருக்கிறது. அப்போது அவள் பாடிய பாட்டில் மேலே சொன்ன மனோநிலை அப்படியே வெளியாகிறது. இந்தப் பாட்டில் காணும் மனோநிலை பொதுவாக இம்மாதிரியான சீனப் பாட்டுகளில் காணும் மனநிலைக்கு மாதிரி காட்டுவது போன்றது. கரையில்லாத துன்பத்தை அப்படியே பிரதிபலிக்கும். பாட்டில் வரும் அடிகள், என்றும் ஞாபகத்தில் வைத்துக் கொள்ளத்தக்கவை.

'இந்த ஆண்டு கீழே விழுந்த பூக்களை நான் புதைக்கிறேன். அடுத்த ஆண்டு என்னை யார் புதைக்கப் போகிறார்களோ?' ஆயினும் சில சமயங்களில் பெண் மிகவும் அதிர்ஷ்டசாலியாக இருக்கலாம். 'கணவனுக்கு உதவியாயிருக்கும் மனைவியாகவும் அறிவுள்ள தாயாகவும்' ஆகலாம். உலகத்திலுள்ள காதலர்கள் எல்லோரும் மணம் செய்துகொண்டு மகிழ்ச்சியாக வாழ்க்கை நடத்துவார்களாக என்ற பல்லவியோடு சீன நாடகம் வழக்கமாக முடிகிறது.

6. கணிகையும் சேர்ந்துவாழ்தலும்

பெண்ணைப் பொறுத்தவரையில் இது மிக நல்ல காரியமாகத்தான் படுகிறது. பெண் 'கணவனுக்கு உதவியாக இருக்கும் மனைவி யாகவும் அறிவுள்ள தாயாகவும்' இருக்கிறாள். அவள் கணவனுக்கு உண்மையாக நடந்துகொள்கிறாள், பணிவாக இருக்கிறாள். எப்போதும் நல்ல தாயாக விளங்குகிறாள். இவற்றையெல்லாம் விட, அவளுக்குள்ள இயல்பான உணர்ச்சியால் கற்போடு ஒழுகவும் முடிகிறது. ஆணால்தான் தொல்லையெல்லாம் வருகிறது. ஆண் நெறிதவறிப் பாவச் செயலில் ஈடுபடுகிறான்; அவன் நெறி தவறத்தான் வேண்டும்; ஆனால், அவன் பாவச் செயலில் ஈடுபடும் ஒவ்வொரு சந்தர்ப்பத்திலும் ஒரு பெண்ணும் அல்லவா அதில் தொடர்புபடுகிறாள்?

காம உணர்ச்சி உலகத்தை ஆளுகிறது; அது சீனாவையும் ஆளுகிறது. சீனர்கள் தங்கள் வாழ்க்கையில் காமத்துக்குரிய இடத்தை மேலைநாட்டாரைவிட வெளிப்படையாக ஒப்புக் கொள்கிறார்கள். அதனால் மேலைநாட்டில் உள்ளதைப்போல் காம உணர்ச்சியைப் பலவந்தமாகக் கட்டுப்படுத்தி அடக்கிவைப்ப தென்பது சீனாவில் மிகக் குறைவு என்று சில மேலைநாட்டுப் பயணிகள் துணிந்து கூறுகிறார்கள். நவீன நாகரிகம் மனித னுடைய காம உணர்ச்சியை மிக மிக அதிகமாகக் கிளறி விடுகிறது. அது எவ்வளவுக்கு அதிகமாகக் கிளறிவிடுகிறதோ, அவ்வளவுக்கு அதை அடக்கிக் கட்டுப்படுத்தும்படியான நிர்ப்பந்தத்தையும் உண்டாக்கிவிடுகிறது என்று ஹாவலக் எல்லிஸ் குறிப்பிட்டிருக் கிறார். காம உணர்ச்சியைக் கிளறிவிடுவதும், அதை அடக்கிக் கட்டுப்படுத்துவதும், ஓரளவுக்கு, சீனாவில் குறைவு என்று சொல்ல வேண்டும். ஆனால், இது பாதி உண்மைதான். மேலைநாட்டினரைவிடச் சீனர்கள் காமத்துக்குரிய இடத்தை அதிக வெளிப்படையாக ஒப்புக்கொள்கிறார்கள் என்று சொன்னால், அது ஆண்கள் சம்பந்தப்பட்ட வரையில் உண்மையாகுமேயன்றி, பெண்களும் அவ்விதமே செய்கிறார்களென்று கொள்ளலாகாது. பெரும்பாலும் தங்கள் காம உணர்ச்சியைச் சுதந்திரமாகப் பெண்கள் வெளியிட முடியாமல் அடக்கவே செய்கிறார்கள். பெங் ஹகியாகிங் என்ற கணிகையின் உதாரணம் இந்த உண்மையைத் தெளிவாகப் புலப்படுத்தும். தமது சிறந்த நாடகங்களை

ஷேக்ஸ்பியர் இயற்றுகிற காலத்தில், (1595-1612) இவள் வசித்தவள். இவளை வைத்திருந்தவரின் மனைவி, பொறாமையடைந்து, கணிகை என்ற முறையில் தனது கணவனை இவள் பார்க்கக்கூடா தென்று இவளைத் தடுத்து, மேற்கு ஏரி என்ற கிராமத்தில் ஒரு சிறிய வீட்டில் இவளை அடைத்துவைத்தாள். அதன் விளைவாகத் தன்னையே பார்த்துக் காதலிக்கும் மிக விபரீதமான ஒரு நிலை இவளுக்கு ஏற்பட்டது. நீரில் தனது உருவத்தையே பார்க்கும் மனநிலை இவளிடம் காணப் பட்டது. சாவதற்குச் சிறிது முன்பு தன்னைப்போல மூன்று படங்கள் வரையச் செய்தாள்; தன்னைத் தானே பார்த்து இரங்குகிற முறையில், அவற்றுக்குத் தூபம் போட்டு, பலியும் கொடுத்தாள். சந்தர்ப்பவசமாகத் தனக்குப் பாதுகாவலாக இருந்த ஒரு கிழவியிடம் கவிதைப் பண்பு பொருந்திய சில பாடல்களையும் இவள் விட்டுவிட்டுப் போயிருக்கிறாள்.

மறுபுறம், ஆண்களுக்கு பாலியல் ஒடுக்குமுறை இல்லை—குறிப்பாக பணக்கார வர்க்கத்தினரிடம். கவிஞர்களான சு டங்போ, சின் ஷாயு, ரூ மு, போ சூயி போன்ற புகழ்பெற்ற, மதிப்புவாய்ந்த அறிஞர்கள்கூட, கணிகையரின் (பரத்தையரின்) வீட்டுக்குச் சென்றிருக்கிறார்கள்; கணிகை மாதரைத் தங்கள் காமக் கிழத்தியராக வைத்திருந்திருக்கிறார்கள்; அதை வெளிப் படையாகவும் சொல்லியிருக்கிறார்கள். உண்மையைச் சொல்லப் போனால், ஓர் உத்தியோகஸ்தராக இருந்துகொண்டு, தன்னை மகிழ்விப்பதற்கென நியமிக்கப்பட்ட மாதர்களுடன் விருந்து உண்ணாமல் தப்பித்துக்கொள்வது அசாத்தியமான காரியம். அவ்விதம் விருந்துண்பதால் ஒரு பழிச்சொல்லும் இல்லை.

நாங்கிங்கிலுள்ள கன்பூசியஸ் கோயிலின் முகப்பில் துர்நாற்ற முள்ள ஓர் ஆறு ஓடிக்கொண்டிருந்தது. இதைச் சின்ஹுயை ஹோ என்று சீனர்கள் அழைப்பார்கள். மிங், மஞ்சு பரம்பரையாரின் காலங்களில் காம விளையாட்டுக்குரிய இடமாக இது இருந்தது. கன்பூசியஸ் கோயிலுக்குப் பக்கத்தில் காதல் நாடகங்கள் நடைபெறுவது பொருத்தமாயிருந்தது. அத்தோடு அது அங்கே தான் நடைபெறவும் முடியும். ஏனெனில் உத்தியோகம் தொடர்பான தேர்வுகள் நடைபெறும் இடம் அதுவே. அங்கே மாணவர்கள் தேர்வு எழுதக் கூடினார்கள். அவர்களில் தேர்வில்

தேறியவர்கள் பெண்களோடு சேர்ந்து, தங்கள் வெற்றியைக் கொண்டாடினார்கள்; தேர்வில் தவறியவர்கள் அந்தப் பெண்களின் சகவாசத்தால் தங்கள் மனதைத் தேற்றிக் கொண்டார்கள். தாங்கள் விபச்சார விடுதிக்குச் சென்றுவந்த சாகஸச் செயல்களை சிறிய பத்திரிகாசிரியர்கள், வெளிப்படையாகச் சொல்வதை இன்றும் காணலாம். சீன இலக்கியத்தின் வரலாற்றோடு சின்ஹுயை ஹோவின் பெயர் நெருக்கமாகப் பிணைந்திருக்கிறது. அப்படி அது பிணைந்திருக்கும் படியான முறையில், சீனக் கவிஞர்களும், அறிஞர்களும் விபச்சாரப் பழக்க வழக்கங்களைப் பற்றி அவ்வளவு அதிகமாக எழுதியிருக்கிறார்கள்.

காதற் சுவை, இலக்கியம், சங்கீதம் இவற்றை அனுபவிக்கச் செய்வதிலும் அரசியல் துறையிலும் சீனாவில் கணிகையர்கள் மிக முக்கியமான இடத்தை வகித்தார்கள். இந்த உண்மையை நாம் எவ்வளவுதான் அழுத்திச் சொன்னாலும் அது மிகையாகாது. ஏனெனில், நல்ல மதிப்பான குடும்பப் பெண்கள் இசைக் கருவிகளில் பயில்வதும், அதிகமாகப் படிப்பதும் நேர்மையற்ற செயல்கள் என்று ஆண்கள் எண்ணினார்கள். இசைக் கருவிகளில் பயிலுவது அந்தப் பெண்களின் நன்னடத்தைக்கு இழுக்கை உண்டாக்கிவிடுமென்றும், அதிகமாகப் படிப்பது ஒழுக்கநடைக்கு ஆபத்தானதென்றும் அவர்கள் எண்ணியதுதான் அதற்குக் காரணம். படம் வரைவது, கவிதை எழுதுவது ஆகியவற்றில் ஈடுபடும்படி யாகப் பெண்களுக்கு அவர்கள் அதிகமாக உற்சாகம் அளித்த தில்லை. என்றாலும், அந்தக் காரணத்தைக் கொண்டு சித்திரக் கலையிலும், இலக்கியத்திலும் தேர்ச்சிபெற்ற பெண்களின் தொடர்பை விரும்புவதை அவர்கள் ஒருபோதும் நிறுத்திய தில்லை. மேலே சொன்ன கலைகளையெல்லாம் கணிகைமார்கள் நன்றாகப் பயின்றார்கள். தங்கள் நடத்தைக்குப் பாதுகாவலாக அறியாமையைப் போற்றி வைத்துக்கொள்ள வேண்டிய தேவை அவர்களுக்கு ஏற்படவில்லையல்லவா? எனவே, எல்லா அறிஞர்களும் சின்ஹுயை ஹோவுக்குச் சென்றார்கள். வேனல் கால இருட்டில் அந்த நாற்றம்பிடித்த ஆறு வெனிஷ்யாவின் கால்வாயைப் போலத் தோற்றமளிக்கும். அப்போது அங்கு செல்லும் பண்டிதர்கள் வீடுபோல வசிக்கத்தக்க ஒரு படகில் இருந்துகொண்டு, பக்கத்தில் மேலும் கீழுமாகச் செல்லும்

'விளக்குப் படகு'களில் கணிகையர்கள் காதல் பாடல்கள் பாடுவதைக் கேட்பார்கள்.

இந்த மனோநிலையில், கவிதை, இசை, படம்வரைவது, சாதுரியமாகப் பதில் சொல்வது ஆகிய இந்தக் கலைகளில் இதர கணிகையர்களைவிடத் தேர்ச்சிபெற்ற கணிகையர்களையே பண்டிதர்கள் பெரிதும் விரும்பினார்கள். இவ்விதம் தேர்ச்சி பெற்றவர்கள் சிறப்பாக மிங் பரம்பரைக் காலத்தில் அதிகமாக இருந்தார்கள். மௌ பிச்சியாங் என்பவரின் காமக் கிழத்தி ஹ்யான டங் சுசியோவாவ் என்பவள் இவர்களில் ஒருத்தி. இவளை எல்லோரும் விரும்பினார்கள் என்று சொன்னால் குற்றமில்லை. சு ஹ்சியாவ் ஹ்சியாவ் என்பவள் டாங் பரம்பரைக் காலத்தில் இருந்தவள். மேற்கு ஏரிக்குப் பக்கத்தில் இவள் சமாதி இருக்கிறது. நெடுநாளாகச் சீனப் பண்டிதப் பயணிகள் சென்று வரும் புனிதத் தலமாக இது இருந்து வருகிறது. மேலே சொன்ன கணிகையர்களில் எத்தனையோ பேர் சீன அரசியலை உருவாக்குவதில் நெருங்கிய தொடர்பு உடையவர்களாய் இருந்திருக்கிறார்கள். இவர்களுக்குத் தளகர்த்தர் வூசாங்க் வோயின் காதலியான செங் யுவான்யுவான் என்பவள் இதற்கு ஓர் எடுத்துக்காட்டு ஆவாள். லி ட்ஜுக்கெங் என்பவர் பீக்கிங்கை வெற்றிகொண்டபோது இவளையும் பிடித்துவிட்டார். இவளைத் திரும்பப் பெறுவதற்காக மஞ்சுத் துருப்புகளின் உதவிகொண்டு வூசாங்க்வோ பீப்பிங்கில் நுழைந்தார். இப்படி மஞ்சுப் பரம்பரையை நிறுவுவதற்கு இது நேர்முறையில் உதவியாக இருந்தது. வூ இவ்விதம் மிங் சாம்ராஜ்யத்தை அழித்த பின்னர், செங் யுவான்யுவான் அவரிடமிருந்து பிரிந்து ஹாங் ஷானில் தனக்கெனக் கட்டிய மடத்தில் ஒரு கன்னிகையாகக் காலங் கழிக்க உத்தேசித்தாள் என்பது குறிப்பிடத்தக்கது.

லி ஹிசியாங்சுன் என்ற கணிகையும் இந்த ரகத்தைச் சேர்ந்தவள். இவள் தான் காதலனாகக் கொண்ட ஒருவனைத் தவிர, மற்ற எந்த ஆண்பிள்ளைக்கும் இடம் கொடுக்காமலிருந்து புகழ்பெற்றவள். இவளது அரசியல் போக்கையும் தைரியத்தையும் கண்டு ஆண்பிள்ளைகள் எல்லாம் வெட்கம் அடைந்தனர். இன்று புரட்சிக்காரர்கள் என்று சொல்லிக்கொள்பவர்களுக்கு இருக்கும் உண்மையையும் நிலையானபுத்தியையும்விட இவளிடம்

அதிகமான அரசியல் கற்பு இருந்தது. தனது காதலனை எதிரிகள் நாங்கிங்கிலிருந்து வேட்டையாடிக் கொண்டு சென்றபின், இவள் வெளியே வராமல் வீட்டுக்குள்ளேயே இருந்துவிட்டாள். அதிகாரத்தைக் கைக்கொண்ட உத்தியோகஸ்தரின் வீட்டுக்கு இவளைப் பலவந்தமாகக் கொண்டுசென்று, ஒயின் விருந்தின்போது பாடச் செய்தனர். தன்னைச் சிறைபிடித்திருக்கும் தனது அரசியல் எதிரிகளின் முன்னிலையில், வீரியமற்ற அடிமையின் சுவீகாரப் புத்திரர்கள் என்று அவர்களைக் குறிப்பிடும் ஏளனப் பாடல்களைச் சுயமாகவே இயற்றிப் பாடினாள். இந்தப் பெண்களால் எழுத படிக்கப்பெற்ற பாடல்களும், கவிதைகளும் இன்றுவரை படிக்கப்பட்டு வருகின்றன. அறிவாற்றலுள்ள சீனப் பெண்மணி களின் வரலாற்றை ஹ்சுயே தோ, மா ஹசியாங்கிவான், லியு ஜுஷி போன்ற கலைகளில் பயிற்சிபெற்ற பல கணிகையரின் வாழ்க்கையில்தான் ஓரளவு காண வேண்டும்.

மணம் செய்யுமுன்னர் பெண்ணைக் கண்டு காதலிப்பது, அவளோடு காதல் உலகில் ஓடித்திரிந்து திளைப்பது என்பதெல்லாம் பல ஆடவர்களுக்குக் கிட்டவில்லை. அவர்களுக்குள்ள இந்தக் குறையைக் கணிகைப் பெண்கள் தீர்த்துவைத்தார்கள். 'பெண்ணைக் கண்டு காதலித்து மணம் செய்துகொள்ளும் நோக்கத்துடன் அவளோடு பழகுவது' என்ற சொற்களை நான் மிகக் கவனமாகவே பயன்படுத்துகிறேன். ஏனெனில், சாமான்ய வேசியரைப் போல அன்றி, கணிகைமாரிடமும் முன்னதாகப் பழகித்தான் ஆகவேண்டும். சுயூவேய்க்கியை (ஒன்பது வாலுள்ள ஆமை) என்ற நாவல் நவீன காலத்தை வர்ணிக்கிறபோது, ஒழுக்கநடை குன்றிய ஒரு பெண்மணியோடு ஓர் இரவைக் கழிக்குமுன், எத்தனையோ ஆடவர்கள் மாதக் கணக்காக அவளோடு பழகி, மூவாயிரம் நாலாயிரம் டாலரையும் செலவு செய்யவேண்டியிருந்ததென்று சொல்லப்பட்டிருக்கிறது. அப்படியென்றால், சீனாவில் பெண்களுக்குக் கொடுக்கப்பட்டிருக்கும் மதிப்பு எவ்வளவு என்பதை நாம் ஒருவாறு அறிந்துசொல்லலாம் அல்லவா? இந்த மாதிரியான அசம்பாவிதமான நிலைமை, பெண்களைப் பிரித்துவைப்பதால்தான் ஏற்பட முடியும். ஆயினும், பெண்களோடு சேர்ந்து எளிதில் பழக முடியாமலும், அவர்களோடு காதல் உலகில் திளைத்து விளையாட முடியாமலும் இருக்கும்போது,

ஆண்கள் இவ்வாறு நடந்துகொள்வது முற்றிலும் இயற்கையே யாகும். பெண்களோடு சேர்ந்து பழகும் அனுபவத்தைப் பெறாமல் வீட்டுவேலைகளைப் பார்க்கும் வேலைக்காரி போன்ற மனைவியோடிருந்து களைத்துப் போயிருக்கும் ஆடவன், மணத்திற்குமுன் காதல் உலகில் திளைத்து விளையாடுவதென்று மேலைநாட்டினர் எதைச் சொல்கிறார்களோ அந்த அனுபவத்தை அடைய ஆரம்பிக்கிறான். தான் அழகென்று நினைக்கிற பெண்மணியை அவன் பார்க்கிறான். அவள்மீது அவன் விருப்பம் செல்கிறது; காதல் போன்ற உணர்ச்சி அவனுக்கு ஏற்படுகிறது. அவள், அவனைவிட காதல் விசயத்தில் எவ்வளவோ அனுபவம் பெற்றவள். ஆடவர் விரும்பத்தக்க பல குணங்கள் பொருந்தியவள். அவனைத் தன் வசப்படுத்துவது அவளுக்கு மிக எளிது. சில சமயம் அவன் அவளைத் தேவதைபோலப் போற்றும் அளவுக்கு வந்துவிடுகிறான். இம்மாதிரி காதலை வேண்டித் தன் மனைவி யல்லாத வேறு பெண்ணோடு பழகும்முறை, சீனாவில் சமூகக் கட்டுப்பாட்டுக்கும் ஒழுங்குக்கும் ஒத்ததென்று கருதப்பட்டது.

மேலைநாட்டு ஆடவர்களும் அவர்களின் காதலியர்களும் எப்படி உண்மையாகவே காதல் உலகில் திளைத்து விளையாடு கிறார்களோ, அப்படியே, சிற்சில சமயங்களில் உண்மையான காதலும் பிறந்து விடுவதுண்டு. டங் ஹ்சியோவான், மௌ பிச்சியாங் இருவரும் ஒருவரையொருவர் முதலில் சந்தித்த திலிருந்து அவர்கள் மகிழ்ச்சியாக மணவாழ்க்கை நடத்திய சொற்பகாலம் வரையிலும், அவர்களுக்கு ஏற்பட்ட கஷ்டங்கள் கொஞ்ச நஞ்சமல்ல. இவர்களின் கதை மற்ற காதலர் கதைகளை விட எந்த அம்சத்திலும் குறைவுபட்டதல்ல. இப்படி நடத்திய காதல் நாடகங்களில் பல இன்பத்திலும் துன்பத்திலும் முடிந்தன. லி ஹ்சியாங் ஷன் கடைசியாக ஒரு மடத்தில் போய்ப் புகுந்தாள்; கு ஹெவ்க்போ, லியூ ஜுஷி ஆகிய இருவரும் தங்கள் தலை முறையில் வசித்த மக்கள் அதிசயித்துப் பொறாமையடையும் வண்ணம் பணக்காரக் குடும்பங்களிலும் அதிகாரிகளின் குடும்பங்களிலும் புகுந்து பாட்டிமார் ஆனார்கள்.

எனவே, சீன மனைவி உலகத்தையொட்டிய உண்மையான காதலை ஆடவர்களுக்குக் கற்பித்தது போன்று, சீனக் கணிகை கற்பனை உலகில் களித்துத் திளைக்கும் காதலைக் கற்றுக்

கொடுத்தாள். சில சமயம் நிலைமை உண்மையிலேயே குழப்பத்தைத் தருவதாயிருக்கும். து மு என்றவர் பத்து ஆண்டுகள்வரை முரட்டுத்தனமான வாழ்க்கை வாழ்ந்த பின்னர், அவருக்கு உண்மையான நிலை இன்னதென்று புலப்பட்டது. விழிப்பு ஏற்பட்டதும், அவர் தன் பழைய மனைவியிடம் போய்ச் சேர்ந்தார். சில சமயம் து ஷினியாங்கின் கற்பைப்போலக் கணிகையின் கற்பு வியக்கத்தக்கதாயிருக்கும். மேலும் கணிகைமார்கள் இசையைப் போற்றி வளர்த்து வந்திராவிட்டால், இசைக் கலையைச் சீனர்கள் இழந்திருப்பார்கள். கணிகைமார்கள் சீனக் குடும்பப் பெண்களை விடப் பண்பட்ட உள்ளமும், அவர்களைவிட அதிகச் சுதந்திரமும், ஆண்களோடு அவர்களைவிட இயல்பாக நடந்துகொள்ளும் பழக்கமும் உள்ளவர்கள். உண்மையைச் சொல்லப்போனால், பண்டைக் காலச் சீனாவில், கணிகை, சுதந்திரம் பெற்ற பெண்ணாக விளங்கினாள். உயர்ந்த அதிகாரிகளிடம் அவளுக்குள்ள செல்வாக்கு ஓரளவு அரசியலிலும் அவளுக்குச் செல்வாக்கை யளித்தது; ஏனெனில், சில சமயங்களில் அரசியல் அதிகாரிகளை நியமிப்பதும், முன்னமேயே நியமிக்க எண்ணியிருந்தவர்களை விலக்கி, அந்தப் பதவியை அவள் பரிந்துரைக்கும் ஆளுக்குக் கொடுப்பதும் அவளுடைய வீட்டில் நடைபெறும் இயல்பான செயலாய் இருந்தது.

உண்மையிலேயே தகுதிவாய்ந்த கணிகை, மேலே குறிப்பிட்ட பெண்களைப்போல, பெரும்பாலும் மணம் செய்துகொள்ளாத மனைவியே ஆவாள். சீனா எவ்வளவு பழைமையோ அவ்வளவு மணமின்றியே ஒருவனுக்கு மனைவியாக இருப்பதும் பழமையான பழக்கம், மணமின்றியே மனைவியாயிருக்கிற வழக்கத்தினால் ஏற்படுகிற பிரச்சினையும் அதே போல் பழமையானதே. ஓர் ஆடவன் ஒரு பெண்ணுடனேயே இன்ப வாழ்க்கை நடத்துவது என்ற பழக்கம் எவ்வளவு புராதனமானதோ, அவ்வளவு புராதனமானது அந்தப் பிரச்சினையும்.

மண வாழ்க்கை துன்பம் பயப்பதாக இருந்தால், அந்தப் பிரச்சினையைக் கீழைநாட்டைச் சேர்ந்தவன், மணஞ் செய்யாமலே ஒரு பெண்ணை மனைவிபோல வைத்துக்கொள்வதன் மூலமோ, கணிகையர்கள் வீட்டுக்குப் போவதன்மூலமோ தீர்த்துக்கொள் கிறான். மேலை நாட்டினனோ, காதலியாக ஒரு பெண்ணை

வைத்துக்கொள்வதன் மூலமோ, சமயம் வாய்க்கும்போது, காம நுகர்ச்சிக்காக சமூக ஒழுங்கை மீறுவதன் மூலமோ அதைத் தீர்த்துக்கொள்கிறான். இவர்கள் தங்கள் சமூக அமைப்பிற்குத் தக்கபடி வேறு வேறு விதமான முறையில் நடந்துகொண்டாலும், அதிசயம் என்னவென்றால், அடிப்படையான பிரச்சினைகள் ஒரே மாதிரியானவையே. இவ்விதம் நடந்துகொள்வதைச் சமூகம் எந்தக் கண்ணோடு பார்க்கிறது? சிறப்பாகப் பெண்கள் எப்படி எண்ணுகிறார்கள் என்பது மேலே கண்ட வேறுபாட்டிற்குக் காரணம். பொதுமக்களின் சம்மதம் பெற்றுச் சீனர்கள் காதலிகளை வைத்துக்கொள்கிறார்கள்; மேலைநாட்டினர் அதைப்பற்றி வெளிப்படையாகப் பேசாமல், நாகரிகமாக நடந்துகொள்கிறார்கள்.

ஆண் மூலமாகவே வாரிசு ஏற்பட வேண்டுமென்று வற்புறுத்தும் சமூக அமைப்பு, மணம் செய்யாத மனைவியாக, அதாவது, காதல் மனைவியாக ஒரு பெண்ணை வைத்துக்கொள்ளும் பழக்கத்திற்குப் பெரிதும் உதவியாயிருந்தது. சில சீன மனைவியர்கள், தங்கள் வயிற்றில் ஆண்குழந்தை பிறக்காதபோது, வைப்பாக ஒரு பெண்ணை வைத்துக்கொள்ளும்படி, உண்மையாகவே தங்கள் கணவன்மார்களைத் தூண்டியிருக்கிறார்கள். மிங் பரம்பரையின் சட்டங்கள், நாற்பது வயதுவரையில் ஆண் வாரிசு இல்லாம லிருக்கும் மனிதன் வைப்புப் பெண்களை மணம் செய்து கொள்ளலாம் என்று அனுமதித்தன.

மேலும், வைப்பு வைத்துக்கொள்ளும் பழக்கம், ஒரு வழியில், மேலைநாட்டில் மண விலக்குச் செய்வதற்குச் சமமாகும். மணமும் மண விலக்கும் மிக மிகச் சிக்கலான பிரச்சினைகள்; அவற்றை ஒருவராவது இன்னும் தீர்த்துவைக்கவில்லை. அவற்றை முழுமையான முறையில் தீர்ப்பதற்கு மனிதனுடைய மூளை இன்னும் ஒரு வழியையும் கண்டுபிடிக்கவில்லை. ரோமன் கத்தோலிக்கர்கள் ஒரு வழி கண்டுபிடித்தார்கள். ஆனால், இந்த வழி, மேலே சொன்ன பிரச்சினைகளை அடியோடு அலட்சியம் செய்து, அவை இருப்பதாகவே காட்டிக்கொள்ளவில்லை. இது ஒன்று மட்டும் நிச்சயம்: மணந்தான் பெண்களுக்கு நன்மை தரக்கூடிய பாதுகாப்பு. ஆண்கள் ஒழுக்கநடை குன்றித் தவறான வழியில் செல்லும்போது, அதனால் துன்பமடைபவர்கள்

பெண்களே. அந்தத் துன்பம், மணரத்தின் மூலமோ வைப்பு வைத்துக்கொள்ளும் முறையினாலோ, ஆணும் பெண்ணும் சேர்ந்து பழகி இன்ப வாழ்க்கை நடத்திய பின்னர் மணம் செய்துகொள்ளும் முறை யினாலோ, சுதந்திரமாகக் காதலிக்கும் முறையினாலோ ஏற்படலாம்.

மனித வர்க்கத்தை ஆண் பெண் என்று பிரித்திருக்கும் இயற்கையின் இந்த ஏற்பாட்டில் சமத்துவத்திற்கும் நியாயத்திற்கும் மாறுபாடான ஏதோ ஒன்று இருக்கிறது; அது என்றும் நிலைத்து நிற்கக்கூடியதாக இருக்கிறது. ஆணும் பெண்ணும் சமத்துவமாக வாழுவதென்பது இயற்கையின் அமைப்பில் காணமுடியாத ஒரு பொருள். இயற்கையின் முக்கிய நோக்கம் ஜீவ ஜந்துக்களை உற்பத்தி செய்துகொண்டே போவதாகும். ஆணுக்கும் பெண்ணுக்கும் சம உரிமை வழங்கப்பட வேண்டுமென்ற நிலையில் நடைபெறும் நவீன மணங்கள் குழந்தைகள் பிறந்தவுடன் நூற்றுக்கு எழுபத்தைந்து பங்கு உரிமை கணவனுடையதாகவும், இருபத்தைந்து பங்கு உரிமையே மனைவியுடையதாகவும் ஆகிவிடுகிறது. 'காதல் மறைந்தவுடன்' மனைவி கணவனை விடுதலை செய்யும் அளவுக்கு உற்சாகமுடையவளாயிருப்பின், மண விலக்குச் செய்யப்பட்ட நாற்பது வயதுள்ள மாதோ, மூன்று குழந்தைகளுக்குத் தாயாக இருக்கும் பெண்ணோ அனுபவிக்க முடியாத வசதிகளை, நாற்பது வயதடைந்த மனிதன் அனுபவிக்க முடிகிறது. ஆதலால் உண்மை யான சமத்துவம் என்பது சாத்தியமான ஒரு செயல் அல்ல.

இந்தப் பொருளில்தான் மணம் செய்யாமல் பெண்ணைக் காதலியாக வைத்துக்கொள்கிற முறை சரியானதென்று ஓரளவு தர்க்கிக்க முடியும். சீனர்களுக்கு மணம் என்பது குடும்ப விசயம். மணத்தினால் நிறைவு ஏற்படவில்லையென்றால், வைப்பாட்டி முறையை அவர்கள் ஏற்றுக்கொள்கிறார்கள். இந்த முறை சமூகத்தின் அடித்தளமாகிய குடும்பத்தைச் சிதறவிடாமலாவது பார்த்துக்கொள்கிறது. மேலை நாட்டில், மணம் தனிப்பட்ட விசயம்; அது காதலர்கள் தங்கள் உணர்ச்சியையொட்டிச் செய்து கொள்ளும் ஒப்பந்தம் என்று கருதுகிறார்கள்.

எனவே, சமூகத்தின் அடித்தளத்தைச் சிதைக்கும் மண விலக்கை அவர்கள் சரி என்று ஒப்புக்கொள்கிறார்கள். கீழைநாட்டில்

ஒருவன் பெரிய பணக்காரனாகி, செய்வதற்கு வேலை ஒன்றுமில்லாமல், ஒழுங்கின்றி, தான் வைத்திருக்கும் கணிகையின் மோகத்தில் மனைவியையும் கவனியாமலிருக்கிறான் என்று வைத்துக்கொள்வோம். அப்படியிருந்தும் அவன் மனைவி தனது காம இச்சையை அடக்கி, குழந்தைகளைக் கவனித்துக் கொண்டு, குடும்பத்தின் தலைவி என்று பெரிதும் மதிக்கப்படும் தனது இடத்தைக் காப்பாற்றுகிறாள். மேலைநாட்டில் நவீன மனைவி மணவிலக்குச் செய்துகொள்ள நீதிமன்றத்தில் விண்ணப்பித்துக் கொண்டு, அதன்மூலம் கிடைக்கும் பணத்தைப் பெற்றுக் கொண்டு போய்விடுகிறாள். ஒருவேளை அவள் திரும்பவும் மணம் செய்துகொண்டாலும் செய்துகொள்ளலாம். கணவன் கவனிக்காவிட்டாலும் குடும்பத்தாரின் மதிப்பைப் பெற்று, பெயரளவிலாவது வைப்பாட்டிகளைவிட உயர்ந்தவள் என்று கருதப்படும் மனைவி அதிக மகிழ்ச்சியோடு இருக்கிறாளா அல்லது மண விலக்குச் செய்துகொண்டு அதன் மூலம் கிடைத்த பணத்தைக் கொண்டு தனியாக வாழும் மனைவி அதிக மகிழ்ச்சியாய் இருக்கிறாளா என்ற பிரச்சினை பெரிதும் மயக்கத்தைத் தரக்கூடிய ஒன்றாகும்.

மேலைநாட்டுப் பெண்களைப்போலச் சீனப் பெண்களிடம் சுதந்திர உணர்ச்சி அவ்வளவாக இல்லை. இந்த நிலையில் குடும்பத்திலிருந்து தள்ளப்பட்ட மனைவி தனது குடும்ப வாழ்க்கை சிதைந்துபோய், சமூகத்தில் தனக்குள்ள பதவியையும் இழந்து நிற்பது மிகவும் பரிதாபகரமான காட்சியாகும். எப்போதும் ஒருத்தி மகிழ்ச்சியான பெண்ணாக இருக்கிறாள்; ஒருத்தியை எவ்வித ஏற்பாட்டாலும் மகிழ்ச்சி உடையவளாய்ச் செய்ய முடிவதில்லை. பெண்களுக்கு உண்மையான பொருளாதாரச் சுதந்திரம் கொடுத்த போதிலும்கூட, அதனால் இந்தக் குறை தீர்ந்துவிடாது.

சீனாவில் நமது கண் முன்பு இம்மாதிரியான நிகழ்வுகள் நடந்துகொண்டிருக்கின்றன. பெண்ணினத்திற்குள்ள கொடுந் தன்மையோடு பழைய மனைவியை அடித்து விரட்டும் நவீனப் பெண், ஒரே வீட்டில் இன்னொரு பெண் தன்னோடு சமமாக வாழ்வதைப் பொறுத்துக்கொள்ளாத அளவுக்கு நவீனத் தன்மை பொருந்தியவளாய் இருக்கிறாள்; ஆயினும், நமது முன்னோர்கள்

வசித்த காட்டுமிராண்டித்தனமான நிலைக்கு ஏறக்குறைய வந்து விடுகிறாள் என்று எனக்குச் சில சமயம் தோன்றியிருக்கிறது.

பண்டைக் காலத்தில் உண்மையிலேயே நல்ல பண்புவாய்ந்த மாதொருத்திக்கு மணமான ஆண்பிள்ளை ஒருவனிடம் தொடர்பு வைத்துக்கொள்ளும் சந்தர்ப்பம் நேர்ந்து, அவனிடம் உண்மையான காதலும் ஏற்பட்டுவிட்டால், அவனுடைய வைப்பாட்டியாக இருந்து தாழ்மையோடும் மரியாதையோடும் அவனது மனைவிக்கு வேலை செய்யச் சம்மதித்து அவன் வீட்டிற்குச் செல்வாள். இப்போதோ, ஒரு பெண்ணே ஒரு ஆடவனை மணக்க வேண்டுமென்ற பெயரில், ஒருவரையொருவர் வெளியே விரட்டுவதும், மாறிமாறி ஒருவருடைய பதவியை ஒருவர் அடைவதும் பெண்களுக்குத் தொன்மையான முறையைவிட நல்ல வழியாகத் தோன்றுகிறது. இது நாகரிகம் என்று சொல்கிற விடுதலை பெற்ற நவீன வழியாகும். இந்த வழியைப் பெண்கள் விரும்பினால் அவர்கள் அதைத் தாராளமாக அனுசரிக்கட்டும்; அவர்கள்தானே அதனால் முக்கியமாகப் பாதிக்கப்படுபவர்கள். எனினும் இந்தத் துறையை அனுசரித்தால் இளமையும் அழகும் பொருந்திய பெண்கள் தங்கள் இனத்தைச் சேர்ந்த முதிய பெண்களைப் போரில் தோற்கடித்துவிடுவார்கள். இந்தப் பிரச்சினை உண்மையில் மிகப் புதியது; ஆயினும் மிகத் தொன்மையானதும்கூட. மனித இயற்கை முழுமை அடையாத வரையில் மணமுறை அபூர்வமாகத்தான் இருக்கும். ஆதலால் இந்தப் பிரச்சினையைத் தீர்க்காமல் அப்படியே விட்டுவிடுவோம். மனித இதயத்தில் பொதிந்துகிடக்கும் நியாய உணர்ச்சியும் பெற்றோரின் பொறுப்பை அதிகமாக உணரத் தூண்டும் உணர்ச்சியுமே, ஒரு வேளை இம்மாதிரி சந்தர்ப்பங்களைக் குறைத்தால் உண்டு.

ஒரு பெண் பல ஆடவர்களை மணப்பதும் நியாயமான முறையென்று சொல்லத் தயாராயிருந்தாலன்றி, வைப்பாட்டி முறையை நியாயமானதென்று நிறுவ முயல்வது வீண் ஆகும். இது எல்லோருக்கும் தெரிந்த விசயம். எடின்பர்க் பல்கலைக் கழகத்தில் எம்ஏ பட்டம் பெற்றவரும், தாமஸ் கார்லைலையும் மாத்தியூ ஆர்னால்டையும் அதிகமாக எடுத்துக் கையாளுபவருமான கு ஹங்மிங் ஒரு சமயம் வைப்பாட்டி முறை நியாயமானதென்று

நிலைநாட்ட முயன்றார். 'ஒரு தேநீர்க் கலயத்துடன் நான்கு தேநீர்க் கோப்பைகளைப் பார்த்திருப்பீர்கள், ஆனால் நான்கு தேநீர்க் கலயங்களுடன் ஒரு தேநீர்க் கோப்பையை நீங்கள் எப்போதாவது பார்த்திருக்கிறீர்களா?' என்று அவர் கேட்டார். 'சின்பின்மே' என்ற கதையில், ஹிசிமென்சிங் என்பவரின் வைப்பாட்டியாயிருக்கும் பின்சின்லியென் சொல்லும் வார்த்தைகளே இதற்குச் சரியான பதிலாகும். 'ஒரு கோப்பையில் இரண்டு கரண்டிகளைப் போட்டால், அவை ஒன்றோடொன்று மோதிக்கொள்ளாமலிருப்பதை நீங்கள் எப்போதாவது பார்த்திருக்கிறீர்களா?' என்று அவள் கேட்டாள். தான் சொல்வதன் பொருள் என்ன என்பதை நன்றாக அறிந்தே, அவள் அவ்விதம் சொன்னாள்.

7. பாதத்தைக் கட்டுதல்

பாதத்தைக் கட்டுவதன் மூலகாரணம் என்ன, அது எவ்விதம் கட்டப்படுகிறது என்ற விசயங்களைப் பற்றிப் பெரிதும் தவறான எண்ணங்கள் பரவியிருக்கின்றன. அது எப்படியோ பெண்களைப் பிரித்துவைப்பதற்கும், அடக்கிவைப்பதற்கும் அறிகுறியாக இருந்திருக்கிறது; அவ்விதம் இருப்பது மிகப் பொருத்தமானதே. சுங் பரம்பரையினர் காலத்தில் வசித்த கன்பூசியஸ் தத்துவத்தில் சிறந்த அறிஞராக விளங்கிய சூஹ்சிகூட தென் பூசியன் பிரதேசத்தில் சீனப் பண்பாட்டைப் பரப்பும் பொருட்டும், ஆண் களிடமிருந்து பெண்களைப் பிரித்து வைக்கும் பொருட்டும் அங்கே கால் கட்டும் பழக்கத்தைப் புகுத்துவதில் உற்சாகம் காட்டினார். ஆனால், கால் கட்டுவது பெண்களை அடக்கி வைப்பதன் அறிகுறி என்று மட்டும் கருதப்பட்டால், தாய்மார்கள் தங்கள் இளம் பெண்களின் பாதங்களைக் கட்டுவதில் அவ்வளவு உற்சாகம் காட்டியிருக்க மாட்டார்கள். உண்மையில், பாதத்தைக் கட்டுவது முற்றிலும் காமம் தொடர்பான இயல்புடையது. சிற்றின்பத்தில் அழுந்திய அரசர்களின் சபாமண்டபங்களின்தான், சந்தேகமின்றி, அது முதலில் தொடங்கியது. ஆண்கள், பெண்களின் பாதங்களையும் அவர்கள் அணியும் மிதியடிகளையும் வணங்குதற்குரிய காமப் பொருளாகக் கொண்டு தொழுதார்கள். பாதத்தில் விழுந்த மோகம் இயல்பாகவே பெண்களின் நடையிலும் விழுந்தது. இந்தக் காம எண்ணத்தை அடிப்படையாகக் கொண்டே,

ஆண்கள் அடிகளைக் கட்டுவதைப் பெரிதும் விரும்பினார்கள். ஆண்களின் நல்லெண்ணத்தைச் சம்பாதித்துக்கொள்ளப் பெண்களும் அதை விரும்பத் தொடங்கினார்கள்.

இந்த வழக்கம் எப்போது தொடங்கியது என்பது விவாதத்திற் குரியது. இதற்காக விவாதத்தில் இறங்கத் தேவையில்லை. அதனுடைய தொடக்கத்தைப் பற்றிப் பேசுவதை விட அதன் வளர்ச்சியைப் பற்றிப் பேசுவதுதான் அதி பொருத்த மானது. கட்டுவதற்கு ஏற்பட்டுள்ள பல கஜ நீளமுள்ள துணியால் பாதங்களைக் கட்டிப் பாத உறைகளை நீக்கி விடுவதுதான் கால் கட்டுவதன் சரியான வர்ணனையாகும். பத்தாவது நூற்றாண்டின் முற்பகுதியில், அல்லது சுங் பரம்பரை காலத்திற்குமுன், நாந்தாங் ஹோசூ சம்பந்தத்தில் முதன்முதலாகக் கால் கட்டுவதைப்பற்றித் தெளிவாகக் குறிப்பிட்டிருப்பதாகத் தோன்றுகிறது. யாங் க்வேபை, தன் காலத்திலும் (டாங் பரம்பரை) பாத உறைகளைத் தான் அணிந்தாள். அவளது பாத உறைகளில் ஒன்றை அவள் வீட்டு வேலைக்காரி எடுத்து வைத்தாள். அந்தப் பாத உறை அவள் இறந்தபின்னர் பொது மக்களுக்குக் காட்டப்பட்டது. அதைப் பார்க்க ஆளுக்கு நூறு டாலர் கட்டணம் விதிக்கப்பட்டது. இந்தக் கதையின்மூலம் நாம் அவள் பாத உறைகள் அணிந்ததை அறிகிறோம்.

டாங் பரம்பரை காலத்தில், பெண்களின் சிறிய அடிகளையும் அவர்களின் 'வளைந்த மிதியடிகளை'யும் மகிழ்ச்சிப் பரவசத்தோடு புகழ்வது நாகரிகமாகக் கருதப்பட்டது. ரோமர்களின் சண்டைக் கப்பலின் முற்பகுதியைப் போன்று பின்புறமாகத் தலைகவிந்து வளைந்திருக்கும் 'வளைவு மிதியடிதான்' கால் கட்டுவதற்குத் தொடக்கக் காரணம் அல்லது அடிப்படையான அமைப்பாயிருந்தது. ராஜ சபையைச் சேர்ந்த நாட்டியப் பெண்கள் இந்த மிதியடிகளைப் பயன்படுத்தி இருப்பார்கள். பெண்களின் நடனம், ராஜ சபையில் பரிமளிக்கும் நறுமணம், மணிகள் கோத்த திரைகள் அற்புதமான அகிற்புகை இவற்றால் ஏற்படும் ஓர் இன்பகரமான சூழ்நிலையில் கற்பனா சக்தியுள்ள ஒரு மனசு தோன்றி செயற்கையாகச் செய்துகொண்ட இந்தச் சிற்றின்பக் கருவிக்கு மெருகு கொடுப்பது இயற்கையே. இந்தக் கற்பனா சக்தியுள்ள மனிதர் மிகக் குறைந்த காலத்திற்கு அரசாண்ட தெற்கு டாங் பரம்பரையினரைச் சேர்ந்த

நாண்டாங் அரசர்தான். இவர் ஓர் அருமையான கவிஞருங்கூட. இரத்தினங்களும் முத்துக்களும் தங்க இழைகளும் சுற்றிலும் தொங்கவிட்டிருக்கும் ஆறடி உயரமுள்ள தங்கத்தால் செய்த ஆம்பல் மலரின்மேல், கால் விரல்கள் மெதுவாகப்படும்படி அடிகட்டிய தனது நாட்டியப் பெண்களில் ஒருத்தியை ஆடச் செய்தார். அதன் பிறகு, அதில் ஒரு மோகம் ஏற்பட்டது; பொது மக்கள் அதை அப்படியே பின்பற்றினார்கள். கட்டிய பாதங்களை நாகரிகமாகத் 'தங்க ஆம்பல் பூக்கள்' அல்லது 'மணம் வீசும் ஆம்பல் மலர்கள்' என்று அழைக்க ஆரம்பித்தார்கள். இந்தச் சொற்களைக் கவிதையில் புகுத்தவும் அவர்களுக்கு வசதியாய் இருந்தது. 'மணம் வீசும்' என்ற சொல் பொருள் செறிந்தது; அற்புதமான நறுமணங்கள் பரிமளிக்கும் ஹால்களில் செல்வம் மிகுந்த சீனர்கள் காம எண்ணங்களையூட்டும் ஒரு சூழ்நிலையில் வசித்ததை அது காட்டுகிறது. தனிகர்களான சீனர்களின் ஹால்களைப்பற்றி குவியல் குவியலாகப் புத்தகங்கள் எழுதப்பட்டிருக்கின்றன.

தங்கள் உடல்நலத்தையும் கவனியாமல் புது நாகரிகமாக இருக்க பெண்கள் ஒப்புக்கொண்டதோடன்றி, அதில் உண்மையில் ஒரு மகிழ்ச்சியும் அடைந்தார்கள் என்றால், இதில் சீனப் பெண்களுக்கென உள்ள விபரீதமான குணம் ஒன்றும் வெளிப் பட்டுவிடவில்லை. அதையெல்லாம்விட எவ்வளவோ காலம் சென்ற பிறகு, அதாவது 1824ஆம் ஆண்டில், ஆங்கிலேயத் தாய்மார்கள் தங்கள் பெண்களைத் தரையில் படுக்கவைத்து, தங்கள் கால்களையும் கைகளையும் பயன்படுத்தி, திமிங்கலத்தின் எலும்புச் சட்டங்களுக்குள் அவர்கள் உடலைத் திணிக்க உதவி செய்தார்கள்.* இதற்கு உகந்த ஆங்கிலேயப் பெண்கள் சம்மதித்துத்

---

* அந்தக் காலத்து உடை தொடர்பாக எழுதும் பத்திரிகை ஒன்று கூறுகிறது: (கழுத்திலிருந்து இடைவரை உடம்பை ஒட்டி இறுக்கமாகப் பெண்கள் அணியும் உள்ளாடையில், அது சுருங்காமலிருக்கும் பொருட்டு திமிங்கலத் திலிருந்து எடுக்கும் எலும்புச் சட்டங்களைப் பொருத்தித் தைத்து விடுவார்கள்.) 'உள்ளாடையில் எலும்புச் சட்டங்களைப் பொருத்தித் தைக்கும் போது, படுக்கை அறையில் தளத்தில் மகளை முகம் குப்புறப் படுக்க வைத்து, அவளது இடையின் கீழ்ப் பகுதியில், தாய், காலைவைத்து அழுத்தி அதைத் தைப்பாள். அப்போதுதான் அதற்கு நல்ல விலை கிடைக்கும். அப்படி மிதிக்கும்போது உள்ளாடையின் இரண்டு ஓரங்களையும் பொருத்தித் தைப்பதில் சிரமமாக இருக்காது.'

தான் இருந்தார்கள். திமிங்கலத்தின் இந்த எலும்புச் சட்டங்கள் பதினெட்டாம் நூற்றாண்டின் முற்பகுதியிலும் சரியான சமயத்தில் மயக்கம்போட ஐரோப்பியப் பெண்களுக்கு மிக உதவியாக இருந்திருக்க வேண்டும். சீனப் பெண்கள் வலிமையற்றவர்களாக இருக்கலாம். ஆனால் மயக்கம்போடும் மோகம் அவர்களிடம் எப்போதும் இருந்ததில்லை. கால்விரல்களை மட்டும் பயன்படுத்தி ஆடும் ரஷ்யப் பெண்களின் நடனம் மனித உடம்பைச் சித்திரவதை செய்வதில் காணும் அழகுக்கு இன்னொரு எடுத்துக்காட்டாகும். இப்படிச் சித்திரவதை செய்வதன் மூலம் காணும் அழகைக் கலையென்று சொல்லி நாம் கௌரவிக்கலாம்.

சீனப் பெண்களின் சிறிய அடிகள் ஆண்களின் கண்ணுக்கு மனோகரமாகத் தோன்றுகின்றன. அத்துடன் அவர்களின் நடையும், நடக்கும்போது அவர்களின் உடலின் தோற்றமும் நுணுக்கமாகவும் அபூர்வமாகவும் இவற்றால் பாதிக்கப்படு கின்றன. இடையைப் பின்தள்ளி உயர்ந்த குதியுள்ள நவீன மிதியடி களில் நடப்பதுபோல, எங்கே தடுமாறிவிடப்போகிறோமோ என்று மிகுந்த கவனத்தோடு உடல் முழுதும் நடுங்க, யாராவது தொட்டுவிட்டால் விழுவதற்குத் தயாராக நடக்கும் நடைதான் சிறிய பாதங்களின் நடை. அடிகட்டிய பெண் நடப்பதைப் பார்த்தால் கயிற்றின்மேல் நடக்கும் பெண்ணைப் பார்ப்பது போல, அவ்வளவு ஆவலை உண்டாக்கும். சீனர்கள் செயற்கை முறையில் இன்பத்தைப் பெருக்கச் செய்த கற்பனைகளுக்கெல்லாம் அடிகட்டுவது என்ற இந்தச் செயல் முத்தாய்ப்பு வைத்தது போல இருக்கிறது.

பெண்களின் நடை ஒருபுறமிருக்க, அதன்பிறகு ஆண்கள் இந்தச் சிறிய அடிகளை வணங்குதற்குரிய காமப் பொருளாகக் கொண்டு அதைத் தொழவும், அத்துடன் விளையாடவும், அதைப் போற்றிப் புகழவும், பாடவும் தொடங்கினார்கள். இந்தக் காலத் திலிருந்து, இன்பம் தொடர்பான கவிதைகளில் எல்லாம் இரவு மிதியடிகள் முக்கியமான இடத்தை வகிக்க ஆரம்பித்தன. 'தங்க ஆம்பல் பூ' வணக்கம் சந்தேகமின்றி, காம எண்ணத்தால் ஏற்பட்ட மனநோயைச் சேர்ந்ததே. டாங் கவிதையை ஆராய்ந்து அனுபவிப்பதில் எவ்வளவு அறிவைச் செலவு செய்தார்களோ, அவ்வளவு அதிகமாக பலதரப்பட்ட கட்டிய அடிகளின்

நுணுக்கங்களை ஆராய்ந்து அனுபவிப்பதிலும் மனத்தைச் செலுத்தினார்கள். உண்மையிலேயே அமைப்பாயுள்ள சிறிய அடிகள் மிகவும் அருமை. ஒரு நகரத்தில் பத்துக்குக் குறை வாகவேயிருந்தது என்று எண்ணும்போது, உணர்ச்சிபாவம் ததும்பும் கவிதை ஆண்களின் மனத்தைக் கவருவதுபோல, சிறிய அடிகளும் அவர்கள் மனத்தை எப்படிக் கவர்ந்திருக்கும் என்று தெரிந்துகொள்வது சிரமமான செயலன்று. மஞ்சு பரம்பரைக் காலத்தவரான பாங் ஹ்சியை என்பவர் கட்டப்பட்ட அடிகளை ஐந்து பெரும் பிரிவுகளாகவும், பதினெட்டு ரகங்களாகவும் வகுத்து, ஒரு புத்தகம் முழுதும் இந்தக் கலையைப்பற்றியே எழுதி யிருக்கிறார். மேலும், கட்டப்பட்ட அடி (அ) தசைப் பற்றுள்ள தாகவும் (ஆ) மென்மையாகவும் (இ) உருவமுள்ளதாகவும் இருக்க வேண்டும். பாங் கீழ்வருமாறு சொல்கிறார்:

> மெல்லிய அடிகள் குளிர்ந்திருக்கின்றன. இறுகப் பெற்றுள்ள அடிகள் கடினமாயிருக்கின்றன. இம்மாதிரி அடிகள் திருத்த முடியாத படி அவலட்சணமாயிருக்கின்றன. எனவே, தசைப் பற்றுள்ள அடிகள் முழு அமைப்போடும் தொடுவதற்குச் சுகமாகவும் இருக்கின்றன. மென்மையான அடிகள் அமைதி யாகவும் பார்ப்பதற்கு மகிழ்ச்சியளிப்பனவாகவும் இருக் கின்றன. உருவமுள்ள அடிகள் நாகரிகமாகவும் அழகாகவும் இருக்கின்றன. ஆனால், கனம் தசையைப் பொறுத்தும், மென்மைத்தன்மை கட்டுவதைப் பொறுத்தும், உருவ அமைப்பு அணியும் மிதியடிகளைப் பொறுத்தும் இருக்கவில்லை. மேலும், கனத்தையும் மென்மைத்தன்மையையும் அதன் உருவத்திலிருந்து கண்டுகொள்ளலாம். ஆனால், அதன் அழகை மனக்கண்ணால் மட்டுமே கண்டு அனுபவிக்க முடியும்.

பெண்களுக்கு புதுப்புது மாதிரிகளில் ஏற்படும் மோகத்தைத் தெரிந்துகொள்ளும் ஆற்றல் உள்ளவர்கள் அடிகளைக் கட்டுகிற இந்தச் சீன வழக்கம் மறையாமல் இருப்பதன் இரகசியத்தையும் தெரிந்துகொள்வார்கள். மஞ்சு சக்கரவர்த்தி காங்ஸி சீனர்கள் அடிகளைக் கட்டும் வழக்கத்தை நிறுத்த வேண்டுமென்று ஒரு சட்டம் பிறப்பித்தார். அந்தச் சட்டம் சில ஆண்டுகளுக்குள் ரத்துச் செய்யப்பட்டது. அதோடு, மஞ்சுப் பெண்களும் சீனப் பெண்களைப் பின்பற்றத் தொடங்கினார்கள் என்று அறிய

விநோதமாக இருக்கிறது. இறுதியில், சக்கரவர்த்தி சியென்லங் மஞ்சுப் பெண்கள் அடிகளைக் கட்டக்கூடாதென்று சட்டம் பிறப்பித்து, அவர்களை அப்படிச் செய்வதிலிருந்து தடுத்தார். தங்கள் பெண்கள் மதிப்புவாய்ந்த பெண்மணிகளாக வளர்ந்து நல்ல குடும்பங்களில் மணமாக வேண்டுமென்று விரும்பும் தாய்மார்கள் தாம் எடுத்துக்கொள்ள வேண்டிய முன்னெச்சரிக்கை யாக, தங்கள் இளம் பெண்களின் அடிகளைக் கட்ட வேண்டி யிருந்தது. தனது சிற்றடிகளைப் புகழக் கேட்கும் மணப்பெண் அதற்காகப் பெற்றோரிடம் நன்றி பாராட்டும் உணர்ச்சியை அடைந்தாள். ஏனெனில், அழகான முகத்திற்கு அடுத்தது ஒரு தற்காலத்துப் பெண் தன்னுடைய சிறிய கணுக்கால்களைக் கண்டு பெருமை அடைவதுபோல, தனது சிறிய அடிகளை எண்ணி சீனப்பெண் அளவில்லாத பெருமையடைந்தாள். ஏனெனில் இந்த அடிகள் நாகரிகமான மக்கள் கூடும் எந்தக் கூட்டத்திலும் அவளுக்கு உடனே மதிப்பளித்தன. கட்டப்பட்ட அடிகள், வளரும் போது அவளுக்கு மிகுந்த வலியைக் கொடுத்தன, ஆயினும் என்ன? நல்ல உருவமுள்ள இரண்டு அடிகள் அமைந்துவிட்டால், அது வாழ்நாள் முழுதும் அவளுக்குப் பெருமையளிக்குமல்லவா?

இந்தக் கொடுமையான, இயற்கைக்கு எதிரான வழக்கம் குறைந்தது மூன்று அறிஞர்களால் கண்டிக்கப்பட்டது. அவர்கள் லி ஜூச்சென் (1825ஆம் ஆண்டில் எழுதிய சிங்குவாயுவான் என்ற பெண்கள் முன்னேற்றம் தொடர்பான நாவலின் ஆசிரியர்) யுவான் மேய் (1716-1799); யூ செங்கியே (1775-1840) ஆகிய மூவரும் ஆவார்கள். இவர்கள் மூவரும் சுதந்திரமான மனப்போக்கும், சமூகத்தில் போதிய அளவு செல்வாக்கும் உள்ளவர்கள். ஆனால் கிறிஸ்துவப் பாதிரிமார்கள் போர்தொடுக்கும் வரையில், இந்த வழக்கம் ஒழியவில்லை. இந்த நன்றிக்கு சீனப் பெண்கள் கிறிஸ்துவப் பாதிரிமார்களுக்குக் கடன்பட்டிருக்கிறார்கள்.

ஆனால், இந்த வழக்கத்தை ஒழித்ததில் பாதிரிமார்களுக்கு சந்தர்ப்பமும் உதவியாயிருந்தது. கட்டிய அடிகளுக்குப் பதிலாக நவீன உயர்ந்த குதி மிதியடிகளைக் கண்டு சீனப் பெண்கள் ஆறுதல் அடைந்தார்கள். உயர்ந்த குதி மிதியடிகளும் பெண்களின் உடலமைப்பை எடுத்துக்காட்டுகின்றன. கவனத்தோடு நடக்கிற பழக்கத்தை உண்டுபண்ணுகின்றன; உண்மையில் உள்ளதை விட

அடிகள் சிறியவை என்ற மயக்கத்தையும் அவை தருகின்றன. வாழ்க்கைக் கலையைப்பற்றி எழுதியிருக்கும் தனது கட்டுரைகளில் லி லிவெங் ஓர் ஆழ்ந்த கருத்தை வெளியிட்டார். அது இன்னும் உண்மையாக இருக்கிறது. அவர் வெளியிட்ட கருத்தாவது: 'உயர்ந்த குதி மிதியடி போடாத மூன்று அங்குல நீளமுள்ள அடிகளும், உயர்ந்த குதி மிதியடிகளுடன் கூடிய நான்கு அல்லது ஐந்து அங்குல நீளமுள்ள அடிகளும் ஒரே அளவு இடத்தில் நிற்பதை நான் பார்த்திருக்கிறேன். மூன்றங்குல அடிகள் நான்கு அல்லது ஐந்தங்குல அடிகளைவிடப் பெரியவை என்ற உணர்ச்சியும் எனக்கு ஏற்பட்டது. இதற்குக் காரணம், மிதியடி களுடன் கூடிய அடிகளின் பெருவிரல்கள் கீழ்நோக்கியிருப்பதால் அகன்ற பாதம் குறுகியது போலக் காணப்படுகிறது. மிதியடிகள் இல்லாதபோது பசுமையான இளமூங்கில் குச்சிபோன்ற பெருவிரல்கள் விண்ணை நோக்கி எழுகின்றன; குறுகிய பாதம் அகன்று தெரிகிறது.' ஒன்றுக்கும் உதவாத வாழ்க்கையின் அம்சத்தைப் பற்றிய வர்ணனையில் இவ்வளவு ஆழ்ந்த கவனம் செலுத்துவது சீனர்களின் இயல்பு. இது சீனர்களின் பண்புநலன் களை அப்படியே காட்டுகிறது.

8. பெண் விடுதலை

பெண்களைப் பிரித்துவைக்கும் பழக்கம் இப்போது மறைந்து விட்டது. பத்து ஆண்டுகளுக்குமுன் சீனாவிலிருந்து வெளிநாடு களுக்குச் சென்ற மக்கள் திரும்பி வந்து பார்க்கும்போது அடையாளம் கண்டுகொள்ள முடியாத அளவுக்கு, அவ்வளவு வேகமாக இந்தப் பழக்கம் மறைந்திருக்கிறது. பத்து ஆண்டுகளுக்குப் பிறகு திரும்பி வருபவர்களின் உறுதியான நம்பிக்கைகளை எல்லாம் சிதறடிக்கும் அளவுக்குச் சீனப் பெண்களின் உடலமைப் பிலும், அவர்களின் மனப்பாங்கிலும் அவ்வளவு பெரிய மாற்றம் ஏற்பட்டிருக்கிறது. இந்தத் தலைமுறைப் பெண்கள் எண்ணப் பாங்கிலும், அழகிலும் நடந்துகொள்ளும் முறையிலும், சுதந்திர உணர்ச்சியிலும் பத்து அல்லது பனிரண்டு ஆண்டுகளுக்கு முன்னுள்ள 'நவீன'ப் பெண்களிலிருந்தும் வேறுபடுகிறார்கள். இந்த மாற்றம் பல சக்திகளின் உதவி கொண்டு ஏற்பட்டது. பொதுவாகச் சொன்னால், இவற்றையெல்லாம் மேலை நாட்டுச் சக்திகள் என்று சொல்லலாம்.

ஒவ்வொன்றையும் தெளிவாக எடுத்துச்சொல்வோம். அவை கீழ்வருமாறு: முடியரசிலிருந்து 1911இல் குடியரசு தோற்றமானது. அப்போது ஆண் பெண் சமத்துவம் ஒப்புக்கொள்ளப்பட்டது. டாக்டர் ஹ்யூ ஷி, சென் துசியோ ஆகிய இருவரையும் தலைவர்களாகக்கொண்டு மறுமலர்ச்சி தொடங்கியது. இவ்விருவரும், 'மனிதனைத் தின்னும் மதம்' (கன்பூசியஸ் தத்துவம்) போதித்த கற்பனா கைம்பெண்மையையும் ஆணுக்கொரு நீதி பெண்ணுக்கொரு நீதி என்ற ஆண்-பெண் தொடர்பான அநீதியையும் கண்டித்தார்கள். 1919ஆம் ஆண்டில் மே மாதம் நாலாம் நாள் கிளர்ச்சி அல்லது மாணவர் கிளர்ச்சி ஏற்பட்டது. வார்சேல்ஸ் மாநாட்டில் நேச நாடுகள் சீனாவை இரகசியமாக விற்றது, இந்தக் கிளர்ச்சி உண்டாகக் காரணமாயிருந்தது. மாணவ மாணவிகள் அரசியலில் வழக்கமாக எடுத்துக்கொள்ளும் பங்கைவிடத் திடீரென்று அதிகமாகப் பங்கு எடுத்துக்கொள்ளும் படி இந்தக் கிளர்ச்சி தூண்டியது.

1919ஆம் ஆண்டு இலையுதிர் காலத்தில், பீக்கிங் தேசியப் பல்கலைக்கழகத்தில் பெண்களையும் முதன் முதலாகப் படிக்க அனுமதித்தார்கள். அதன் பிறகு, பெரும்பாலும், எல்லாக் கல்லூரிகளிலும் மாணவர்களும் மாணவிகளும் சேர்ந்து படிக்கும் முறை கைக்கொள்ளப்பட்டது. அரசியலில் மாணவர்களும் மாணவிகளும் தொடர்ந்து சிரத்தை எடுத்துக்கொண்டது, 1926-1927ஆம் ஆண்டு நடைபெற்ற தேசியப் புரட்சியைக் கொண்டுவந்து விட்டது. இந்தத் தேசியப் புரட்சி பெரிதும் மாணவர்களின் வேலையால் ஏற்பட்ட நிகழ்வே. குவோமிண்டாங்கும் கம்யூனிஸ்ட் கட்சியும் மாணவர்களுக்கு வழிகாட்டியாக இருந்து அவர்களுக்கு ஊக்கமளித்தன. இந்தப் புரட்சியில் சீனப் பெண்கள் கட்சித் தொண்டர்களாகவும், செவிலியர்களாகவும், போர்வீரர்களாகவும் பங்கெடுத்துக்கொண்டு முதன்மையாக விளங்கினார்கள். நாங்கிங் அரசாங்கத்தை நிறுவிய பின்னர் கட்சியின் தலைமை நிறுவனத்தில் குவோமிண்டாங் அங்கத்தினர்களாகப் பெண்கள் தொடர்ந்து தங்கள் பதவியை வகித்தார்கள். 1927ஆம் ஆண்டிற்குப் பிறகு அரசாங்க நிறுவனங்களில் எல்லாம் பெண் அலுவலர்கள் திடீரென்று முதன்மை பெற்று விளங்கினர். ஆண்குழந்தைகளுக்கும் பெண்குழந்தைகளுக்கும் சமமாகச் சொத்தைப் பங்கிட்டுக்

பெண்ணின் வாழ்க்கை ✦ 281

கொடுக்க உரிமையளிக்கும் சட்டத்தை நாங்கிங் அரசாங்கம் அறிவித்தது. வைப்பாட்டி முறை சிறிது சிறிதாக மறைந்து வந்தது. பெண் பள்ளிக்கூடங்கள் பல ஏற்பட்டன. 1930ஆம் ஆண்டிற்குப் பிறகு, பெண்களுக்கு உடற்பயிற்சி கற்றுக்கொடுப்பது பெரிதாய் வளர்ச்சி அடைந்தது; சிறப்பாக 1934இல் பெண்களுக்கு நீச்சல் பயிற்சிக்கு வசதிகள் ஏற்படுத்தப்பட்டன. நாளிதழ்களிலும் இதழ்களிலும் ஒவ்வொரு நாளும் பார்க்கும்படியாக, நிர்வாணப் படங்களில் ஒரு மோகம் ஏற்பட்டது.

1922இல் மார்கரேட் சாங்கர் சீனாவுக்கு வந்தது; கர்ப்பத் தடையும், ஆண் பெண் தொடர்பான படிப்பும் பொதுவாக எல்லோரிடமும் பரவின; கர்ப்பம் தரிக்காமலே செய்யப் பல முறைகளைக் கையாண்டது (இது மட்டுமே ஒழுக்கம் தொடர்பான ஒரு புரட்சியைக் கிளப்ப வேண்டும்). பெரும்பாலான பெரிய பத்திரிகைகளில் பெண்களின் பிரச்சினைகளைப் பற்றிய விசயம் அடங்கிய 'பெண்கள் பகுதி' வாரந்தோறும் வெளியானது. பிரான்ஸில் படித்துத் திரும்பிய மாணவர் சாங் சிங்ஷேங் என்பவர் வெளியிட்ட ஆண் பெண் தொடர்பு குறித்த சரித்திரங்கள் (இது அவ்வளவு ஆரோக்கியத்திற்கு ஒத்ததல்ல.) கிரேடா கார்போ, நார்மா ஷெயரர், மே வெஸ்ட், சீன சினிமா நட்சத்திரங்கள் இவர்களுக்குப் பொதுமக்கள் மீதுள்ள செல்வாக்கு; சினிமாப் பத்திரிகைகள் மக்களிடம் பிரபலமானது; சீனாவில் எத்தனையோ சினிமாப் பத்திரிகைகள் இருக்கின்றன. 1928ஆம் ஆண்டிற்குக் கொஞ்சம் முன்பின்னாகச் சீனாவில் தோன்றிய நாடக அரங்குகள் வேகமாகப் பரவியன; சீனப் பெண்கள் நாடக அரங்குகளுக்குத் தகுதியாகத் தங்களை ஆக்கிக்கொண்டது எல்லோருக்கும் வியப்பை உண்டாக்கிற்று. தலைமயிரை நிரந்தரமாகச் சுற்றிவிடுவது; ஆங்கில உயர்ந்த குதி மிதியடி; பாரிஸ் நறுமணப் பொருள்கள்; அமெரிக்கப் பட்டுக் காலுறைகள்; முழங்கால்வரையில் வெட்டிய பெண்கள் தரிக்கும் நீண்ட நவீன ஆடை; (முன் மார்பைக் கட்டியிருந்த ரவிக்கைக்குப் பதிலாக) பிராஸியெர் பெண்கள் குளிக்கும்போது தரிக்கும் ஒரு துண்டினாலான சட்டை.

கட்டிய அடிகள் எங்கே, ஒரு துண்டாலான குளிக்கிற சட்டை எங்கே! இந்த மாற்றங்களெல்லாம் மேற்பூச்சானவை என்று தோன்றலாம். ஆயினும், இவை ஆழமாகச் செல்லும் இயல்

புடையவை. இம்மாதிரி மேற்பூச்சான விசயங்கள் சேர்ந்துதான் வாழ்க்கையாகப் பரிணமிக்கிறது. அவற்றை மாற்றும்போது வாழ்க்கையின் போக்கையும் நோக்கத்தையுமே நாம் மாற்றி விடுகிறோம். மேற்பூச்சானவற்றில் அதிகக் கவனம் செலுத்துவதற் காகவும், சுக வாழ்க்கையை விரும்புவதற்காகவும், முயற்சியும் சுறுசுறுப்பும் இல்லாமல் இருப்பது குறித்தும் குடும்பத்திற்குரிய பல சிறந்த பண்புகளை இழந்திருப்பதற்கும் நவீனச் சீனப் பெண்களைச் சீனப் பத்திரிகைகள் கேலி செய்கின்றன. இதற்குத் காரணம் மேரி வோல்ஸ்டன் கிராப்டின் செல்வாக்கை விட, மேவெஸ்டின் செல்வாக்கு வெளிப்படையாகத் தெரிவதே யாகும்.

உண்மை என்னவென்றால், பெண்களில் இரண்டு ரகங்கள் இருக்கின்றன. ஒரு ரகத்தைச் சேர்ந்த பெண்கள் நகர வாழ்க்கையில் முதன்மையாக விளங்குகிறார்கள்; இன்னொரு ரகத்தைச் சேர்ந்த பெண்கள் ஆழ்ந்த சிந்தனையுடையவர்களாகவும் நல்ல அறிவு படைத்தவர்களாகவும் இருக்கிறார்கள். இவர்கள் அவ்வள வாகத் தங்களை வெளியிட்டுக் கொள்ளாமல் நல்ல குடும்பங்களில் புகுந்து மறைந்துவிடுகிறார்கள்.

விளம்பரத்தை விரும்பும் அரசியலில் முதன்மையாக விளங்கும் சில பெண்கள் பெண்ணினத் திலேயே மிகத் துஷ்டத்தனமான நடத்தையுடையவர்களாக இருக்கிறார்கள்; ஆதலால் இவர்கள் தற்காலச் சீனப் பெண்களின் பிரதிநிதியாக இருக்கிறார்கள் என்று கொள்ளக் கூடாது.

மொத்தமாகப் பார்த்தால் அந்த நவீன சக்திகளெல்லாம் சீனப் பெண்களின் நன்மைக்கும், சீனப் பெண்கள் மூலம் சீன இனத்தின் நன்மைக்கும் உழைக்கும் விடுதலைச் சக்திகள் என்று கொள்ள வேண்டும். இவற்றால் முதன் முதலாக ஏற்பட்ட முக்கியமான பலன் பெண்ணின் உடலைப்பற்றியதாகும். உடற்பயிற்சிப் போட்டிகளின் போது பெண்கள் தொடைகளைத் திறந்தபடி வைத்துக்கொள்வது முடிவில் நாட்டிற்கு நன்மையையே உண்டாக்க வேண்டும். இப்படித் தொடைகளைத் திறந்தபடி வைத்துக்கொள்வதற்கு சீன முதியோர்கள் பெரிதும் வருந்து கிறார்கள். உடல், வலிமைபெற்று நல்ல முறையில் வளர்ச்சி

அடைவதனால் கட்டிய அடிகளுடன் சிறிய அறைக்குள் இங்குமிங்கும் செல்வதைவிட, அதிக இயற்கையாக ஓடித் திரியும் அழகான போக்கு ஏற்படுகிறது.

உடல் தொடர்பான இந்த மாற்றத்தால் பெண்ணின் அழகைப் பற்றியுள்ள எண்ணங்களிலும் மாற்றம் உண்டா யிருக்கிறது. பெண்களை அடக்கி வைத்ததால் ஏற்பட்ட பண்டைக்கால அமைதியிலிருந்து ஐரோப்பியப் பெண்களின் போக்கை ஒட்டிவரும் அதைவிட இயற்கையான ஒரு சுறுசுறுப்பும் மகிழ்ச்சியும் உண்டாயிருக்கின்றன. பெண்கள் மனம்விட்டுச் சிரிக்கும் சிரிப்பைக் கேட்பது ஒருவனுக்கு மிகவும் நன்மை பயக்கக் கூடியது. அந்தச் சிரிப்பு, வருகிற சிரிப்பை அடக்கி வாய்க்குள் சிரித்துக் கொள்வதைவிட, எவ்வளவோ நல்லது. கன்பூசியன் கொள்கைகளை அனுசரித்துப் பெண்களைச் செயற்கையான கட்டுப்பாடுகளுக்கு உட்படுத்தியதும், அவர்களை இயல்பான அளவைமீறிக் காமக் கருவிகளாகப் பாவித்ததும் நீங்கி, அதைவிட நியாயமான போக்கு ஏற்பட வேண்டும். அவை ஒரு நாளும் திரும்பி வரமுடியாது.

இப்போது ஏற்பட்டிருக்கும் ஆபத்து என்னவென்றால் இயற்கை யமைப்பில் ஆணுக்கும் பெண்ணுக்கும் உள்ள வேறுபாட்டை இல்லாமல் செய்து, பெண் குணங்களமைந்த பெண்ணே இல்லாமல் போய்விடுவாளோ என்ற பயந்தான். ஆண்களின் பழக்க வழக்கங்களையெல்லாம் அப்படியே பெண்கள் குருட்டுத் தனமாகப் பின்பற்றுவது, பெண்கள் இன்னும் அடிமையாக இருப்பதையே குறிக்கிறது.

தங்கள் இனத்தை எண்ணிப் பெண்கள் பெருமையடையட்டும். தங்கள் இனத்தின் கடமைகளையும் பெரிய பொறுப்புகளையும் நிறைவேற்றுவதன் மூலம்தான், பெண்கள் உண்மையாகவே பெரிய காரியங்களைச் சாதித்தவர்களாவார்கள். மேலைநாட்டுப் பெண்களோடு ஒப்பிட்டுப் பார்க்கும்போது, வயதுவந்த தற்காலச் சீனப் பெண்கள், அவர்களைவிட அதிக சாந்தத்தோடும் பெருந்தன்மையோடும் விளங்குகிறார்கள். ஆனால், தங்கள் மேலைநாட்டுச் சகோதரிகளிடம் காணும் தாங்களாகவே காரியங்களைச் செய்யும் திறமையும், சுதந்திர உணர்ச்சியும்

சீனப் பெண்களிடம் இல்லை. ஒருவேளை அவர்கள் இரத்தத்தில் இந்தப் பண்புகள் இல்லைபோலும்! அப்படி இருப்பின், அது இப்போது இருக்கிறபடியே இருக்கட்டும். ஏனெனில், தங்கள் இனத்திற்கு உண்மையாக இருப்பதன் மூலமாகவே, அவர்கள் பெருமையுடையவர்களாக இருக்க முடியும்.

6

சமூக-அரசியல் வாழ்க்கை

1. சமூக மனப்போக்கு இல்லை

சீனர்கள், தனிமனிதர்களைக் கொண்ட ஒரு தேசிய இனம். அவர்கள் குடும்ப மனப்பான்மையுடையவர்கள், சமூக மனப்பான்மையுடையவர்கள் அல்லர். குடும்ப மனப்பான்மை யென்றால் என்ன? பருத்துப் பெருத்துவிட்ட தன்னலந்தானே. சீனருடைய எண்ணத்தில் 'சமூகம்' என்ற சொல் கருத்துருவம் பெறாமலிருப்பது விந்தைதான். கன்பூசியச் சமூக, அரசியல் தத்துவத்தில் ச்சியா என்ற குடும்பநிலை, குவோ என்ற தேசநிலைக்கு நேரடியாக மாறிப்போவதைப் பார்க்கிறோம். மனித சமுதாய அமைப்பு முறை வளர்ச்சியில் ஒன்றன்பின் ஒன்றாக நிகழுகிற உடனடி மாற்றங்களாகவே இங்கே இவை ஆகிவிடுகின்றன. எடுத்துக்காட்டாக, 'குடும்பம் ஒழுங்குபெற்றால் தேசம் அமைதி பெற்றிருக்கும்,' அல்லது, 'குடும்பத்தை ஒழுங்குபடுத்து, தேசத்தை அமைதியாய் ஆண்டுவா' என்ற பழமொழிகளில் பார்க்கலாம். எனவே, சீனமொழியில் கருப்பொருட் சொற்களை ஆக்குவதற்குள்ள விதியின்படி, சமூகம் என்ற எண்ணத்தைக் கிட்டத்தட்டச் சரியாகக் குறிப்பதற்கு, குவோச்சியா அதாவது, 'தேசக் குடும்பம்' என்ற இரண்டு சொற்களையே கையாளுகிறார்கள்.

'பொதுமக்கள் உணர்ச்சி' என்பது ஒரு புதுச் சொல்லாட்சி. 'குடிஉணர்வு'ம் அப்படித்தான். 'சமூக சேவை'யும் அப்படித்தான். இந்த மாதிரிச் சரக்குகள் சீனாவில் இல்லை. திருமணம், இழவு, பிறந்த நாள் கொண்டாட்டம், புத்த சமய ஊர்வலங்கள், ஆண்டுதோறும் வருகிற திருவிழாக்கள் போன்ற 'சமூக விசயங்கள்' நிச்சயமாக உண்டுதான். ஆனால், ஆங்கில, அமெரிக்கச் சமூக

வாழ்க்கையின் கூறுகளாகிய விளையாட்டுகள், அரசியல், சமயம் ஆகியவை சீனத்தில் அறவே இல்லை. தேவாலயம் இல்லை; தேவாலயத்தைச் சேர்ந்த தனிக் குழுவும் இல்லை. சீனர்கள், அரசியலைப் பற்றிப் பேசாதிருப்பதில் அதிக அக்கறை எடுத்துக்கொள்வார்கள். தேர்தலில் சொல்லுரிமை வழங்க மாட்டார்கள்; அரசியலைப் பற்றி வாதுபுரிவதற்கு அவர்களுக்கு உல்லாசச் சபைகளில்லை. விளையாட்டில் அவர்கள் ஈடுபடுவ தில்லை. மனிதர்களை ஒருவரோடொருவர் ஒன்று சேர்த்துப் பிணைப்பவை விளையாட்டுகள். ஆங்கில, அமெரிக்கச் சமூக வாழ்க்கையின் முக்கிய அம்சம் விளையாட்டுகள். சில ஆட்டங்கள் சீனர்கள் ஆடுவார்கள் என்பது உண்மைதான். ஆனால், இந்த ஆட்டங்கள் சீனரின் தனிமனிதச் சிறப்பியல்புகளை எடுத்துக்காட்டும் வண்ணமே அமைந்துள்ளன. கிரிக்கெட் விளையாட்டில் இருப்பது போல், ஒரு குழு இன்னொரு அணிக்கு எதிராக ஆடுகிற மாதிரி, சீன ஆட்டங்களில் ஆட்டக்காரர்களை இரண்டு கட்சிகளாகப் பிரிப்பதில்லை. சீனர்களுக்குக் குழுவாய்ச் சேர்ந்து வேலை செய்யத் தெரியாது. சீனரின் சீட்டாட்டங்களில், ஒவ்வொருவனும் தனித்தனியே ஆடுவான். 'போக்கர்' என்ற, ஆளுக்கு ஆள் தனித்தனியாய் ஆடுகிற, சீட்டாட்டம் சீனருக்குப் பிடிக்கும். கட்சி சேர்ந்து ஆடுகிற 'பிரிட்ஜ்' ஆட்டம் அவர்களுக்குப் பிடிக்காது. அவர்கள் எப்பொழுதும் மாஜொங் என்ற ஆட்டத்தை ஆடி வந்திருக்கிறார் கள். இது போக்கர் போன்றது. பிரிட்ஜ் போன்றதல்ல. இந்த மாஜொங் ஆட்டத்தின் தத்துவத்தில் சீனருடைய தனிமனிதர் இயல்பின் சாரத்தைக் காணலாம்.

சீனருடைய தனிமனிதர் இயல்பு எப்படிப்பட்டது? சீனப் பத்திரிகை ஒன்று எப்படி நிர்வகிக்கப்பட்டு வருகிறதென்பதை ஆராய்ந்து பார்த்தால், அது தெளிவாகப் புலனாகிவிடும். மாஜொங் ஆட்டத்தை அவர்கள் எப்படி ஆடுகிறார்களோ, அதே போலத் தான் சீனர்கள் தங்கள் பத்திரிகைகளையும் நடத்துகிறார்கள். சீனப் பத்திரிகைகளைத் தொகுக்கும் முறையை நான் நேரில் பார்த்திருக் கிறேன். தலைமை ஆசிரியர் என்று ஒருவர். அவருடைய முக்கிய வேலை தலையங்கம் எழுதுவதுதான். வேறு வேலை அவருக்கு இல்லை. வீட்டு விவகாரம் பற்றிய செய்திகள் சேகரிப்பவருக்குப் பத்திரிகையில் தனியாக ஒரு பக்கம் ஒதுக்கப் பெற்றிருக்கும்.

சர்வதேசத் தந்திகள் சேகரிப்பவருக்குத் தனியாய் ஒரு பக்கம். உள்ளூர்ச் செய்தி சேகரிப்பவருக்கும் தனி இடமிருக்கும். இந்த நாலு பேரும், மாஜொங் ஆட்டத்தில் எப்படி அவரவரும் தனித் தனியாய்த் தொடர்பில்லாமல் ஆடுவார்களோ, அதே மாதிரி, ஒவ்வொருவரும் அவரவருடைய துறையை மட்டுமே கவனித்து வருவர். ஒரு துறையில் இருப்பவன் என்ன செய்யப் போகிறான் என்பது, இன்னொரு துறையில் இருப்பவனுக்குத் தெரியாது. இதைப்பற்றி யூகம்தான் பண்ண முடியும். அவனவனும் அவனாள் ஆட்டத்தையே ஆடப் பார்ப்பான். ஆட்டத்தில் தனக்குத் தேவையில்லாமல் போய்விட்ட மூங்கில் துண்டுகளை எல்லாம் எதிரியிடம் தள்ளிவிடுவான். வீட்டு விசயம் அதிகரித்துவிட்டால் (வாசகரைப் பொறுத்தமட்டில், எவ்வித முன்னறிவிப்பும் இல்லாமல்), மிஞ்சிப்போன செய்திகளை உள்ளூர்ச் செய்திப் பக்கத்தில் தள்ளிவிடுவான். இதிலும் செய்தி நிறைய இருந்து விட்டால், கொலை, கொள்ளை தீப்பிடிப்பதுபற்றிய செய்தி களுக்குள்ள பக்கத்தில் மிச்சம் மீதியை வசதியாகத் தள்ளி விடலாம். முகப்புப் பக்கத்தை நல்லபடியாய் அமைக்க அவசியமே இல்லை. நல்லது கெட்டது பார்த்துத் தேடிப் பொறுக்குகிற வேலையில்லை. ஒத்துழைப்புக் கிடையாது. ஒருவருக்கு ஒருவர் கீழ்ப்படிந்து நடப்பதும் கிடையாது. ஒவ்வொரு ஆசிரியரும், தம் விருப்பப்படி வேண்டியபோது வீட்டுக்குப் போய்விடுவார். இதை விடச் சுளுவான ஏற்பாட்டைப் பார்க்கவே முடியாது. காரியம் வெகு சுலபம். மேலும், ஆசிரியர்களும் சரி, வாசகர்களும் சரி, பிறவியிலேயே தனித்த போக்கில் வாழுகிற இயல்பு படைத்தவர்கள். செய்திகளை வெளியிட வேண்டியது ஆசிரியருடைய வேலை. அவற்றைத் தேடிப்பிடித்துப் படிப்பது வாசகரின் வேலை. ஒருவர் காரியத்தில் மற்றவர் குறுக்கிடுவதில்லை. இன்றுவரை, சீனாவின் மிகப் பழைமையான, மிகப் பெரிய, மிகப் பிரபலமான பத்திரிகைகளின் தொழில்நுட்பம் இதுதான்.

ஒருவரோடு ஒருவர் ஏன் கலந்து ஒத்துழைக்கவில்லை என்று கேட்கிறீர்களா? காரணம், சமூக மனப்போக்கு இல்லை என்பதுதான். நகரச் செய்தி ஆசிரியர் முட்டுக்கட்டை போடுகிறார் என்பதற்காக அவருக்குச் சீட்டுக்கொடுத்துவிட்டு, தலைமை ஆசிரியர் சீர்திருத்தங்கள் செய்யத் தொடங்குவாரானால், வழக்கமாக

நடந்துவருகிற குடும்ப முறைக்கு அவர் அபசாரம் செய்தவராகி விடுவார். மற்றவர்களுடைய செயல்களில் அவர் எப்படி ஐயா தலையிடலாம்? நகரச் செய்தி ஆசிரியரை வெளியே விரட்டி, அவர் சோற்றில் மண்ணைப் போடவா நினைக்கிறார்? அவர் கையை எதிர்பார்த்து வயிறு வளர்த்து வருகிறவர்களை வயிற்றில் அடிப்பதா, என்ன? நகரச் செய்தி ஆசிரியருடைய மனைவி பத்திரிகைச் சொந்தக்காரருடைய மருமகளாயிருந்தால், அவரை வெளியேற்றிவிட முடியுமா, என்ன? சீனருடைய சமூக உணர்ச்சி ஏதாவது தலைமை ஆசிரியரிடம் இருக்குமானால், அவர் ஒரு நாளும் இந்த மாதிரிக் காரியங்களைச் செய்யமாட்டார். மிஸ்ஸூரியிலுள்ள பத்திரிகைத் தொழிற்பள்ளியில் படித்துவிட்டு, இப்போது தான் அமெரிக்காவிலிருந்து திரும்பிய எழுத்தாளனாக அவர் இருந்துவிட்டால், காலாகாலத்தில் அவர் தம்முடைய கடையைக் கட்டிக்கொண்டு போக வேண்டியதுதான். சீனருடைய சமூகப் பழக்கவழக்கம் தெரிந்த இன்னொருவன் அவர் இடத்தில் வந்து அமர்ந்துகொள்வான். பழைய திட்டப்படியே காரியங்கள் நடக்கும். வாசகர்கள் செய்திகளைப் படிப்பதற்கு அங்கும் இங்குமாய் வேட்டையாடித் திரியவேண்டியதுதான். பத்திரிகையும் நாளுக்கு நாள் அதிகப் பிரதிகள் விற்கும். நிறையப் பணமும் வந்து சேரும்.

சீனருடைய சமூகப் பழக்கவழக்க நடைமுறையில் இந்த மாதிரியான ஓர் உள்ளப்பாங்கு மறைந்துகிடக்கிறது. சீனர்களுக்குச் சமூக மனப்போக்கு இல்லை என்பதைக் காட்டுவதற்கு எத்தனையோ எடுத்துக்காட்டுகளை அடுக்கிக்கொண்டே போகலாம். இருபதாம் நூற்றாண்டில் வாழுகிற மேலைநாட்டான், இப்படியும் உண்டோ என்று மெய்யாகவே திகைத்துப் போவான். 'இருபதாம் நூற்றாண்டு மேலைநாட்டான்' என்றுதான் சொன்னேன். ஏன்? பத்தொன்பதாம் நூற்றாண்டின் மனிதாபிமானப்போக்கின் நற்பயனை அவன் அடைந்திருக்கிறான். அதனால், அவனுடைய சமூகப்போக்கு பரந்து விரிவடைந்திருக்கிறது. சாதாரணமாய் நடந்துவருகிற திகைப்பூட்டும் ஒரு சிறு எடுத்துக்காட்டு தருகிறேன். திகைப்பூட்டினாலும், சமூகத் தொண்டைப் பற்றிச் சீனர்கள் சாதாரணமாய் என்ன நினைக்கிறார்கள் என்பதற்கு, இது உண்மையில் பொருத்தமான எடுத்துக்காட்டுதான். மாதம்

இருமுறை இலக்கியத் துணுக்குகள் என்று ஓர் இதழ் (விகடம் செய்கிற நினைப்பில்லாமல் விகடங்களை வெளியிடுகிற வெளியீடு இது). எல்லா மக்களுக்கும் கல்வியறிவு உண்டாக வேண்டும் என்ற ஓர் இயக்கம்பற்றி போர்த் தலைவர் ஒருவர் உரை நிகழ்த்தியதை, இந்தப் பத்திரிகை வெளியிட்டிருக்கிறது. இதிலிருந்து, அப்படியே அதன் வாசகத்தை மாற்றாமல் எடுத்துத் தருகிறேன். சமூகச் சேவை புரிய வேண்டுமென்று நவீன அமெரிக்காவில் கிளம்பிய உணர்ச்சியால் பீடிக்கப்பட்ட இளைஞர்கள். இலக்கியக் குருட்டுத்தனத்தை ஒழிப்பதற்காக, ஓர் இயக்கத்தைத் தொடங்கினார்கள். ஆகவே, போர்த் தளபதி தம்முடைய உரையில் என்ன சொல்லுகிறார் தெரியுமா? 'மாணவர்கள் தங்கள் புத்தகங்களைப் படிப்பதில் முனைய வேண்டும். பொது வாழ்வு பற்றிய விவகாரங்களில் தலையிடக் கூடாது. மக்கள், அவர்கள் பாட்டில் தத்தம் அலுவலைப் பார்த்துக்கொண்டு போகிறார்கள்; அவரவர் சோற்றை அவரவர் உண்டு வாழ்கிறார்கள். நீங்கள் என்னடா என்றால், மக்களை ஒழிக்கப் பார்க்கிறீர்கள்!' இந்த வாதத்தின் நயம் இதுதான். படியாதவர்கள் உங்கள் காரியங்களில் தலையிடவில்லை. நீங்கள் மட்டும் ஏன் அவர்கள் காரியங்களில் தலையிட வேண்டும்? இந்தச் சொற்களைப் பார்த்தீர்களா? இவ்வளவு சுருக்கமா யிருந்தாலும், வேகம் கொண்டிருந்தாலும், எவ்வளவு உண்மையா யிருக்கின்றன? ஏன் தெரியுமா? பேச்சாளரின் உள்ளத்திலிருந்து நேரடியாய் வந்த சொற்கள் இவை; முலாம்பூசி மெழுகியவை அல்ல.

சமூக சேவை என்றால், 'பிறர் காரியத்தில் தலையிடுவது' என்றே சீனருக்குப்படும். சமூகச் சீர்திருத்தமோ, வேறு எந்தப் பொதுவாழ்க்கைச் சீர்திருத்தமோ செய்வதில் உற்சாகம் காட்டுகிற ஒருவன் சற்றுக் கோமாளியாகவே தோன்றுவான். அவன் மனமாரவே செய்கிறான் என்று நாங்கள் முழுமையாகவும் நம்பி விடுவதில்லை. அவன் விசயம் எங்களுக்கு விளங்குவதில்லை. எதற்காக ஐயா, அவன் வேலைமெனக்கெட்டு இந்தச் செயல்களை எல்லாம் செய்ய வேண்டும்? அவன் சுய விளம்பரம் செய்து கொள்ளப்பார்க்கிறானா என்ன? குடும்பத்தில் சேர்ந்து வாழாமல், பணியில் முன்னுக்கு வந்து, முதலில் அவனுடைய குடும்பத்துக்கு

உதவி செய்யாமல், இந்த அக்கப்போரெல்லாம் அவனுக்கு எதற்கு? இளம்வயது. அதுதான் விசயம். இல்லாவிட்டால், சாதாரண மனிதர்களைப் போலில்லாமல், அலாதிப் போக்கில் நழுவி விழுந்துவிட்டவனாயிருக்க வேண்டும். நாம் இந்த முடிவுக்குத் தான் வருகிறோம்.

வழக்கத்திலிருந்து சரிந்துவிட்ட இந்த மாதிரிப் பிரகிருதிகள் எப்போதும் இருக்கவே செய்வார்கள். இவர்களை ஹஓஸியெ அல்லது 'வீரப் பிரதாபமுள்ளவர்கள்' என்று நாங்கள் கூறுவதுண்டு. இந்த மாதிரி ஆசாமிகள் எப்பொழுதும் கொள்ளைக்காரர் களையோ, நாடோடிச் சோம்பேறிகளையோ சேர்ந்த கும்பல்தான். இவர்கள் மணமாகாதவர்கள்; நாடோடிப் பித்துப்பிடித்த பிரமச்சாரிகள்; முன்பின் தெரியாத குழந்தை ஒன்று குளங் குட்டையில் விழுந்துவிட்டால், அலறிப்புடைத்துக்கொண்டு அதைக் காப்பாற்ற நீரில் குதித்துவிடத் தயாராயிருக்கிறவர்கள். (மணமாகிவிட்ட சீனர்கள் இப்படிச் செய்வதில்லை.) இல்லா விட்டால், இன்னொரு மாதிரியும் இருக்கலாம். மணமாகியிருந்து, பணங்காசு போய், நொடித்து, மனைவி மக்களை நடுத்தெருவில் தவிக்கவிட்டவர்களாயிருக்க வேண்டும். இப்படிப்பட்டவர்களை நாம் பாராட்டுகிறோம், நேசிக்கிறோம். ஆனால், நம்முடைய குடும்பத்தில் இவர்கள் இருப்பதை நாம் விரும்புவதில்லை. அளவுக்கு மிஞ்சிய பொதுநல உணர்ச்சி கொண்டு, பலவிதமான சங்கடங்களிலெல்லாம் மாட்டிக்கொண்டுவிடுகிற பையன் ஒருவனைப் பார்த்தால், இவன் நிச்சயமாய்த் தன் பெற்றோரின் உயிருக்கு உலைவைத்தே தீருவான் என்று நாம் பந்தயம் போட்டுச் சொல்லிவிடலாம். தொடக்கத்திலேயே அவனுடைய துடுக்குத் தனத்தை அடக்கிவிட முடிந்தால், நிரம்ப நல்லதுதான்; இல்லை யென்றால், அவன் ஜெயிலுக்குப் போவதோடு, குடும்பச் சொத்தையும், போதாக்குறைக்குக் கெடுத்துக் குட்டிச்சுவராக்கி விடுவான். ஆனால், விசயம் எப்போதுமே இவ்வளவு தூரம் மோசமாய் விடுவதில்லை. அவனைக் காலாகாலத்தில் வழிக்குக் கொண்டுவர முடியாவிட்டால், பெரும்பாலும் அவன் வீட்டைவிட்டு ஓடிப்போய்ப் பொதுநல உணர்ச்சி பொங்குகிற கொள்கைக் கூட்டத்தாரோடு சேர்ந்துவிடுவான். இதனால்தான் இப்படிப் பட்டவர்களை 'அலாதிப் போக்குள்ளவர்கள்' என்று சொல்கிறோம்.

விசயங்கள் எதனால் இப்படி இருக்கின்றன? கிறிஸ்தவப் பாதிரிமார் கற்பனை பண்ணுகிற மாதிரி, சீனர்கள் தங்களுடைய பாவங்களில் ஆழ அழுந்திக்கிடக்கிற அவ்வளவு மோசமான சமய அறிவில்லாதவர்களல்லர். 'சமய அறிவில்லாத' என்ற சொல்லைக் கிறிஸ்தவர்கள் மிகக் கேவலமான பொருளில், பலமான கண்டனம் தொனிக்க பயன்படுத்துவார்கள். அந்தச் சொல் இந்த இடத்தில் மிகப் பொருத்தந்தான். இருந்தாலும், சீனர்கள் அப்படி ஒன்றும் படுமோசமான சமய சூன்யர்கள் அல்லர். பாதிரி வர்க்கத்தார் அவர்களைப் புரிந்துகொள்ள முயன்று, தீமையை அதன் ஆணிவேரோடு களைந்தெறியப் பார்ப்பது நல்லது. ஏன்? இதன் அடிப்படை விசயத்தில், இவர்களிலிருந்து மாறுபட்ட சமூகத் தத்துவம் ஒன்று இருந்துவருகிறது. அதனால்தான் இந்த வேறுபாடு என்றால், விசயங்களை நோக்குகிற போக்கிலுள்ள வேறுபாடுதான் இது. மேலைநாட்டு மாதர்கள் 'மிருகங்களுக்குக் கொடுமை இழைப்பதைத் தடுப்பதற்காக ஒரு சங்கத்தை' உண்டாக்க வேண்டிய தேவை என்னதான் இருக்கிறது என்பதை, மிக நல்ல முறையில் நவீனக் கல்வியறிவுபெற்ற சீனர்களால்கூடப் புரிந்துகொள்ள முடியவில்லை. வீடு வாசல்களில் அவர்கள் தங்கியிருந்து, தங்கள் குழந்தை குட்டிகளைக் கவனிக்காமல், நாய்களைப் பற்றிக் கவலைகொள்ள என்ன தேவை வந்து விட்டது? இந்த மாதர்களுக்குக் குழந்தைகள் இல்லை. அதனால், வேறே நல்லபடியாய்ப் பொழுதுபோக்க அவர்களால் முடிய வில்லை. பெரும்பாலும் இதுதான் உண்மையான காரணம். நாங்கள் இப்படித்தான் இவர்களைப்பற்றி முடிவுகட்டுகிறோம். குடும்ப மனத்துக்கும் சமூக மனத்துக்கும் இடையேதான் இத்தகைய போராட்டம். போதிய அளவு ஆழமாய்க் கீறிப் பார்த்தால், குடும்ப மனந்தான் செயல்புரிந்து வருவது புலனாகும்.

சீனச் சமூகத்தின் ஆணிவேர் குடும்பமுறைதான். இதிலிருந்து தான் சீனருடைய சமூகச் சிறப்பியல்புகள் அனைத்தும் கிளை வெடிக்கின்றன. குடும்ப முறையும், குடும்ப முறையை உயர்ந்த நிலைக்கு வளர்த்து வந்திருக்கும் கிராம முறையும்தான் சீனருடைய சமூக வாழ்க்கையில் விளங்காத விசயங்கள் பல இருப்பதற்குக் காரணங்கள். மானம், சலுகை, உரிமை, நன்றி, மரியாதை, அதிகாரவர்க்க ஊழல், பொதுமக்கள் நிறுவனங்கள், பள்ளிக்கூடம்,

தொழிலாளர் சங்கம், மக்களுக்குத் தொண்டாற்றுதல், விருந்தோம்பல், நீதி, கடைசியாகச் சீனருடைய ஆட்சிமுறை முழுவதுமே குடும்ப முறையிலிருந்தும், கிராம முறையிலிருந்தும் எழுந்தவைதாம். இவற்றில் உள்ள அலாதிப் போக்கும் தன்மையும் இந்த வாழ்வு முறைகளால் உண்டானவையே. இவற்றில் காணப்பெறும் சிறப்பியல்புகள் எப்படி உண்டாயின என்பதற்குத் தெளிவான விளக்கமும் இந்த முறைகளிலிருந்தே கிடைக்கும். ஏனென்றால், குடும்ப முறையிலிருந்து குடும்ப மனம் உண்டாகிறது. குடும்ப மனத்திலிருந்து சமூக நடத்தையை உருவாக்குகிற சில சட்ட திட்டங்கள் உண்டாகின்றன. இவற்றை ஆய்ந்து பார்த்து, சமூக மனப்போக்கு இல்லாதபோது, மனிதன் ஒரு சமூக உயிரியாக எப்படி நடந்துகொள்கிறான் என்பதைக் கவனிப்பது சுவையானதாய் இருக்கும்.

2. குடும்ப அமைப்பு

முந்தியெல்லாம், சமூகவியல் குறித்த கருத்தைக் குறிப்பதற்காகக் 'குடும்ப அமைப்பு' என்ற சொற்கள் இருந்ததில்லை. குடும்பம் என்பது 'சர்க்காரின் அடிப்படை' என்ற அளவில் மட்டுமே, குடும்பத்தைப் பற்றி நாங்கள் அறிந்திருந்தோம். அதாவது, மனித சமுதாயத்தின் அடிப்படையே குடும்பம் என்ற மாதிரி. இந்த முறையானது, எங்கள் சமூக வாழ்வு முழுவதிலும் அதன் சாயை படிந்து தோயச் செய்திருக்கிறது. சர்க்காரை நடத்துவது, ஆளைப் பொறுத்த விசயம் என்று நாங்கள் கருதுவதைப் போலவே, 'இதுவும் ஆளைப்பொறுத்த விசயமே. மனிதனுக்கு மனிதன் சமூகத் துறையில் எப்படி எப்படிக் கடமைப்பட்டிருக்கிறான், விசயங்களை ஒருவருக்கொருவர் கலந்து சரிக்கட்டிக் கொண்டு போக வேண்டிய அவசியம் யாது, சுயகட்டுப்பாடு, மரியாதை, கடமையுணர்ச்சி (இது மிகத் தெளிவாகக் காணக் கூடிய அளவுக்கு வளர்ச்சியுற்றிருக்கிறது), பெற்றோரிடத்தே செய்ந்நன்றி மறவாமை, மூத்தோரிடம் மதிப்பு வைத்தல், இவைபற்றி எங்கள் குழந்தைகளுக்கு அது முதலாவது பாடத்தைக் கற்றுக்கொடுக் கிறது. மதம் செய்யவேண்டிய வேலையையே அது கிட்டத்தட்டச் செய்து முடிக்கிறது. சமூகத்தில் அடிபட்டுத் தேறிப் பிழைத்து நிற்கவும், குடும்பம் வழிவழியாய்த் தொடர்ந்து இருந்துவரவும்,

அது ஒருவனுக்கு உணர்ச்சி ஊட்டுகிறது. சாகாவரத்தைத் தேடியலைகிற மனிதனுடைய ஆசையை இந்த வழி திருப்திப் படுத்துகிறது. மூதாதையர் வழிபாட்டின்மூலம் சிரஞ்சீவித்துவ உணர்ச்சியை அது மிகத் தெளிவுபட்ட எண்ணமாக ஆக்கி விடுகிறது. இதனால், குடும்பக் கெளரவ உணர்ச்சி உண்டாகிறது. மேலைநாட்டிலும் இந்த ரீதியில் குடும்பக் கெளரவ உணர்ச்சி இருந்து வருவதற்கு எடுத்துக்காட்டுகள் காட்டலாம்.'

தனிமனிதரின் சொந்த விசயத்தில்கூட இது எங்களைச் சாடி விடுகிறது. நாங்களாக எங்கள் நோக்கப்படி மணம் புரிந்து கொள்ள முடியாது. அந்த உரிமையை எங்களிடமிருந்து அது தானே எடுத்துக்கொண்டு, அதனை எங்கள் பெற்றோர் கையில் ஒப்படைத்து விடுகிறது. நாங்கள் மணந்துகொள்வது மனைவியரை யல்ல. 'மருமகளை'த்தான். எங்கள் மனைவியர் பெறுவன பிள்ளைகளல்ல. 'பேரப்பிள்ளைகளே.' மணப்பெண்ணின் கடமைகளை அது பத்து நூறாகப் பெருக்கிவிடுகிறது. பகல் நேரத்தில் இளந்தம்பதிகள் குடும்ப வீட்டில் தங்கள் அறைக் கதவுகளைச் சாத்திக்கொள்வது மரியாதையல்ல என்று அது ஆக்கிவிடுகிறது. சீனாவில், ஒதுக்கிடம் என்ற வார்த்தையே இல்லாமல் அது அற அடித்துவிட்டது. வானொலியைப் போல, இரைச்சலான மணவினை, இரைச்சலான இழவு, இரைச்சலான சாப்பாடு, இரைச்சலான துக்கம் இவற்றைச் சகித்துக்கொண்டு வாழ அது எங்களைப் பழக்கப்படுத்தியிருக்கிறது. வானொலியைப் போலவே, அது எங்கள் உணர்ச்சி நரம்புகளை மரமரக்கடித்து, நாங்கள் கோபதாபமில்லாமல் சாந்தமாய் வாழப் பண்ணியிருக்கிறது. மேலைநாட்டு மனிதன், கன்னிப் பெண் மாதிரி. தன்னைப் பற்றி மட்டும் கவனித்துக்கொண்டால் போதும். அதனால், சுத்தமாய் நாசுக்காய் இருக்கமுடியும். சீன மனிதனோ, அப்படியல்ல. பெரிய குடும்பத்திலுள்ள மருமகள் மாதிரிதான். இவனுக்கு எத்தனையோ ஆயிரம் வீட்டு வேலைகள். அவ்வளவையும் இவன் கவனித்தாக வேண்டும். இதனால், இளம்வயதிலேயே எங்களிடம் நிதானபுத்தி உண்டாகிவிடுகிறது. இளம்பிள்ளைகள் அவரவர் இடத்தில் ஒழுங்காக இருந்துவரும்படி அது செய்கிறது. எங்கள் குழந்தைகளை அது மிதமிஞ்சிப் பேணிக் காத்துவருகிறது. வீட்டில் அடம்பண்ணி வெளியே ஓடிவிடுகிற குழந்தைகள் வெகு சொற்பம். இது

விந்தைதான். பெற்றோர்கள் பிடிவாதம் பிடித்து, திமிராக நடந்துகொள்கிறவர்களாக இருந்துவிட்டால், பல சமயம் அவர்களுடைய பையனுக்குச் சொந்த முயற்சியும் தனிப்போக்கும் இல்லாமல் அடிபட்டுப்போகும். சீனருடைய சீலத்தில் குடும்ப முறையால் உண்டாகும் மிகவும் விபரீதமான விளைவு இதுதான் என்று நான் கருதுகிறேன். பெற்றோரின் ஈமச்சடங்கு காரணமாக, அதிகாரப் பதவித் தேர்வுக்குப் போகிற மாணவனுடைய காலம் மூன்று ஆண்டு வியர்த்தமாகும். இதே காரணத்தால், மந்திரி சபையில் இடம் வகிக்கிற ஒருவர் தம்முடைய பதவிலிருந்து விலகிவிடுவது நியாயமாகும்.

எங்கள் யாத்திரை, விளையாட்டுகளில்கூடக் குடும்பமுறை குறுக்கிடுகிறது. ஹியிஒக்கிங் அல்லது மக்கள் பக்தி கூறும் பண்டை நூல் (இதை ஒவ்வொரு பள்ளிச் சிறுவனும் மனப்பாடம் செய்வது வழக்கம்.) என்ற புத்தகத்தில், 'உடம்பு, மயிர், தோல் இவை பெற்றோரிடமிருந்து நமக்குக் கிடைத்தவை. இவற்றைத் துன்புறுத்தக் கூடாது' என்று ஒரு சித்தாந்தம் உருவாயிற்று.

கன்பூசியஸின் சிறந்த சீடராகிய ட்ஸெங்ட்லி, சாகுந்தறுவாயில், 'என் கைகளைச் சோதித்துப் பாருங்கள், என் கால்களைச் சோதித்துப் பாருங்கள்' என்று சொன்னார். தம்முடைய முன்னோர் களிடம் கொண்டுபோய்க் கொடுத்துவிடுவதற்காக இவற்றை அவர் அப்பழுக்கில்லாமல் வைத்திருந்தார். இந்த அளவிலேயே, மத உணர்ச்சி என்கிற கட்டத்துக்கு இது வந்துவிட்டது. நாங்கள் கண்டபடி பயணிக்க முடியாது. அதற்கு வரம்புண்டு. இதைப்பற்றிக் கன்பூசியஸ் என்ன சொல்லியிருக்கிறார்? 'பெற்றோர் உயிரோடு இருக்கும்போது ஒருவன் தூரமான இடங்களுக்குப் பயணம் போகக் கூடாது. அப்படிப் போவதாக இருந்தால், குறிப்பிட்ட ஓர் இடத்துக்குத்தான் போக வேண்டும்.'

எனவே, நிஜமான யாத்திரை—அதாவது, கண்ட கண்ட இடத்துக்குக் கண்ட கண்டபடி போய்த் திரிவது—கொள்கை ரீதியில் முடியாத செயல். கடமை மாறாத மகன் 'மரம் மலைகளில் உயரத்துக்கு ஏற மாட்டான்; ஆபத்தான இடங்களில் கால்வைக்க மாட்டான்.' ஆகவே, ஆல்ப் மலை ஏறும் சங்கத்தில் கடமைப்படி நடக்கிற மகன் ஒருவன்கூட இல்லை.

சுருக்கமாய்க் குடும்ப முறையானது தனித்துவம் என்ற தனிமனிதர் இயல்பை அடியோடு மறுக்கிறது. துடிதுடித்து நிற்கும் அரபுக் குதிரையைக் கடிவாளம்போட்டு நிறுத்துவதுபோல, அது மனிதனைக் கட்டிப்பிடித்து நிறுத்திவைக்கிறது. சில வேளை, குதிரைக்காரன் நல்லவனாயிருப்பான். அப்போது, பந்தயத்தில் குதிரை வெற்றிபெற அவன் உதவுவான். சில வேளை, அவன் நல்லவனாயிருக்க மாட்டான். சில வேளை, குதிரையை இழுத்துப் பிடித்து நிறுத்துவது குதிரை சவாரி செய்கிறவனுடைய குற்றமா யிராது. உதவாக்கரைச் சகடை வண்டிதான் குதிரையைச் சங்கடப் படுத்திக்கொண்டிருக்கும்.

ஆனால் ஒன்று, சீனச் சமூகத்துக்குத் தூய வமிசத்தில் வந்த அரபுக் குதிரைகள் வேண்டியதில்லை. அதற்குச் சரியான சான்று, நாங்கள் இத்தகைய குதிரைகளை உண்டாக்கவில்லை என்பதே. இப்படிப்பட்ட வேகமான ஆசாமிகளை நாங்கள் என்ன செய்வோம் தெரியுமா? கொலை செய்வோம், மறைந்திருந்து தாக்கிச் சாகடிப்போம், மலைப்பக்கங்களுக்குத் துரத்தியடிப்போம். அல்லது பைத்தியக்கார விடுதிகளுக்கு அனுப்பிவைப்போம். எங்களுக்கு வேண்டியவை சளைக்காமல், நிதானமாய்ப் பாரமிழுத்துச் செல்லக்கூடிய உழைப்பாளிக் குதிரைகள்தாம். இவை எங்களுக்கு ஏராளமாய்க் கிடைக்கின்றன.

கன்பூசியக் கொள்கையைச் சமூக அந்தஸ்துக் கோட்பாடு என்று அழைக்கிறார்கள். குடும்பமுறைக்கு அடிப்படையாக அமைந் திருக்கிற சமூகத் தத்துவம் இதுதான். சீனாவில் சமூக வாழ்வு ஒழுங்காய் இருந்து வரும்படிச் செய்வது இந்தக் கோட்பாடுதான். இந்தக் கொள்கையாலேயே சமூக அமைப்பும் சமூகக் கட்டுப் பாடும் ஏககாலத்தில் இருந்து வருகின்றன.

இதிலுள்ள முக்கியக் கருத்து அந்தஸ்து, அதாவது, யிங்ஃபெங் என்பதை, ஒவ்வொரு ஆண் பெண்ணுக்கும் சமூகத்தில் ஒரு குறிப்பிட்ட அந்தஸ்தை—இது கொடுக்கிறது. 'ஒவ்வொன்றும் அதனதன் இடத்தில்' என்ற மனிதப்போக்கின் இலட்சியத்துக்கு இணங்க, 'ஒவ்வொரு மனிதனும் அவனவன் இடத்தில்' என்பதுதான் சமூக இலட்சியம். யிங் என்றால் 'பெயர்' ஃபெங் என்றால் 'கடமை.' கன்பூசியக் கொள்கையை யிங்ச்சியாவோ,

‘பெயர்களின் மதம்’ என்றே சொல்வார்கள். பெயர் என்பது, எந்தச் சமூகத்திலும் மனிதனுக்கு ஓர் இடத்தைக் கொடுக்கிற பட்டம். மற்றவர்களுக்கும் அவனுக்கும் உள்ள தொடர்பை இது வரையறை செய்கிறது. பெயரில்லாவிட்டால், அல்லது சமூக உறவு இன்னதுதான் என்று வரையறுக்காவிட்டால், ஒருவனுக்கு அவனுடைய ஃபெங் உறவின் கடமைகள் இன்னதுதான் என்று தெரியாது. அதனால், பிறரிடம் எப்படி நடந்துகொள்வதென்று அவனுக்குத் தெரியாது. ஒவ்வொருவனுக்கும் அவனுடைய இடம் தெரிந்திருந்து, தன்னுடைய பதவிக்குத் தக்கபடி அவன் நடந்துகொள்வானானால், சமூக ஒழுங்கு நிலைப்பட்டிருக்கும் என்பதே கன்பூசியக் கருத்து.

மனித உறவில் ‘மிக முக்கியமான ஐந்து உறவுகளில்’ நாலு குடும்பத்துக்குள்ளே உள்ளவை. அவை, மக்கள் மன்னன் உறவு, தந்தை தனயன் உறவு, கணவன் மனைவி உறவு, சகோதர உறவு, நண்பர் உறவு. கடைசியாய்ச் சொன்ன நட்புறவு குடும்ப உறவை ஒத்தது. ஏனென்றால், குடும்பத்தோடு சேர்த்துக்கொள்ளக்கூடிய—‘குடும்ப நண்பர்களே’ இவர்கள்.

எனவே, ஒழுக்க நடத்தை தொடங்குவது குடும்பத்திலிருந்துதான். சமூக, தேசிய உணர்ச்சிக்குப் பதிலாகக் குடும்ப உணர்ச்சி உண்டாகி, பெரிதாகிவிட்ட தன்னலமாக உருவெடுக்க வேண்டும் என்று கன்பூசியஸ் கருதியதேயில்லை. இதைக் குறிப்பிடுவதுதான் நேர்மைக்கு அழகு. அவர், தம்முடைய நேரடியான அனுபவ ஞானத்தால்கூட, இதனால் ஏற்படக்கூடிய விளைவுகளை எதிர்பார்க்கவில்லை. ஹான்ஃபெயிட்செ (கிமு மூன்றாம் நூற்றாண்டு முடிவில்) காலத்திலேயே குடும்ப முறையின் தீமைகள் புலனாகி வந்தன. அந்தக் காலத்தில் அரசியல் சிந்தனையாளருள் எல்லாம் இவரே தலைசிறந்தவரென்று நான் கருதுகிறேன். அவர் காலத்து அரசியல் பயிற்சி முறைகளைப் பற்றித் தம்முடைய நூல்களில் அவர் கொடுத்திருக்கும் சித்திரங்கள் இன்றையச் சீனாவுக்கு மிகப் பொருத்தமாக அமைகின்றன. உறவினருக்குப் பதவி கொடுப்பது, வேண்டியவர்களுக்கு மட்டும் சலுகை காட்டுவது என்கிற கெடுதல்களால் சர்க்கார் சேவகர்களின் ஆட்சிமுறை தகர்ந்து போயிற்று. நாட்டுக்குச் சேரவேண்டிய பணத்தைத் திருடிக் குடும்பங்கள் பணந்திரட்டிக்கொண்டன.

அரசியல்வாதிகள் செல்வம் செழிக்கும் மாடமாளிகைகளைக் கட்டிக்கொண்டார்கள். தப்புச் செய்கிற அதிகாரிகளைத் தண்டிப்பதில்லை. இதன் விளைவாகப் 'பொதுமக்கள் அதிகாரம்' என்கிற சங்கதியே இல்லாமற்போயிற்று (இது ஹ்ரான்ஃபெயிட்செயே சொன்ன வாசகம்). பொதுவாக, சமூக உணர்ச்சி என்கிற சங்கதியே இல்லாமல் போயிற்று. இந்த மாதிரி விசயங்களில், ஹான்ஃபெயிட்செ தீட்டிய அரசியல் படம் இன்றைய நிலைமைக்கும் பொருந்தவே செய்கிறது. இவை அனைத்தையும் ஹான்ஃபெயிட்செ குறிப்பாய்க் காட்டியிருந்தார். சிக்கலிலிருந்து ஈடேற்றம் பெற வேண்டுமானால், சட்டப்படி ஆட்சி நடக்க வேண்டுமென்று அவர் வாதித்தார். இதற்காக சோக்ரட்டீஸ் செய்ததுபோல் அவர் நஞ்சுண்டு மடியவேண்டி வந்தது.

ஆனால், குடும்ப உணர்ச்சி குறுகிக் கெட்டழிந்து, சமூகக் கட்டுக்கோப்பைச் சிதைத்துவிடுகிற அளவுக்குப் பெரிதாக ஊதிப் போய்விட்ட தன்னலமாய் ஆகிவிட வேண்டும் என்று கன்பூசியஸ் எண்ணியதில்லை. நடைமுறையில் ஒரு மாதிரியாய் இருந்தாலும், சித்தாந்த ரீதியிலாவது அவர் அப்படி எண்ணவில்லை என்றுதான் சொல்லவேண்டும். குடும்ப வரம்பைக் கடந்துபோய் அன்பாக நடந்துகொள்வதற்கும் அவர் தம்முடைய ஒழுக்கத் திட்டத்தில் ஓரளவுக்கு இடம்விட்டு வைத்திருந்தார். பொதுப்படையான ஒழுக்கப் பயிற்சிக்குக் குடும்ப ஒழுக்கப் பயிற்சி ஒரு தளமாக இருக்கவேண்டுமென்று அவர் எண்ணினார். பொதுப்படையான ஒழுக்கப் பயிற்சிபெற்றவர்கள் இயல்பாக உறவுபூண்டு வாழக்கூடிய ஒரு சமூகமாக உருவாவார்கள் என்று அவர் கருதினார். இந்தப் பொருளில்தான் 'எல்லா நலன்களிலும் முதன்மையான'தாகக் கருதப்பெறுகிற 'மக்கள் பக்தி'யை இவ்வளவு தூரம் ஏன் வற்புறுத்திக் கூறவேண்டும் என்பதைப் புரிய முடியும்.

'பண்பாடு' அல்லது 'சமயம்' என்பதற்குச் சீனமொழியில் உள்ள ச்சியாவோ என்ற சொல் 'மக்கள் பக்தி' என்கிற ஷியாவோ எனும் சொல்லிலிருந்தே வந்தது. இதை எழுதும் போதும் 'மக்கள் பக்தி' என்ற குறியீட்டை முதலில் எழுதி, அதோடு காரண விளக்கத்தைக் குறிக்கும் கோடு ஒன்றும் ('பெற்றோரிடம் அன்புகொள்ளச் செய்தல்' என்று பொருள்படும்படி) சேர்த்து

எழுதுவார்கள். ஷியாஓக்கிங் (மக்கள் பக்தி கூறும் பண்டை நூல்) இந்த மாதிரி விளக்கங் கொடுக்கிறது.

'அந்தக் கனவான், மக்கள் பக்தியைப் பயிற்றுவிப்பது ஏன்? வீடுகளில், அன்றாட வாழ்க்கையில், அதை நாம் பார்த்து வருகிறோம் என்பதற்காக அல்ல. உலகத்தில் தந்தைகளாய் உள்ளவர்கள் அனைவரையும் மனிதர் மதித்துவர வேண்டும் என்பதற்காகவே அவர் மக்கள் பக்தியைப் பயிற்றுவிக்கிறார். தம்பிமாரிடையே சகோதரத்துவத்தைக் கற்பிக்கிறது எதற்காக? உலகத்தில் அண்ணன்மாராயிருப்பவர் அனைவரையும் மனிதர் மதித்து நடந்து வரவேண்டும் என்பதற்காகவே, குடிமக்களின் கடமையை அவர் கற்பிப்பது எதற்காக? உலகத்தில் ஆளுகிறவர் அனைவரையும் மனிதர் மதித்து நடந்துவர வேண்டும் என்பதற்காகவே' என்று கன்பூசியஸ் சொன்னார். அவர் மீண்டும் சொன்னதாவது:

> தங்கள் பெற்றோரிடம் அன்பு செலுத்துகிறவர்கள் பிறரிடம் வெறுப்புக் காட்டத் துணிய மாட்டார்கள்.

இந்தக் கருத்தில், அவருடைய சீடரான ட்செங்ட் லியிடம் அவர் இப்படிச் சொல்லியிருக்கலாம்:

> மக்கள் பக்தி என்பது நன்மையின் அடிப்படை; பண்பாட்டின் மூல இடம். மறுபடியும் உட்கார்ந்துகொள். உனக்கு விசயத்தைச் சொல்லுகிறேன். உடல், மயிர், தோல் ஆகியவை பெற்றோரிட மிருந்து கிடைத்தவை; இவற்றைத் துன்புறுத்தக் கூடாது. மக்கள் பக்திக்கு இதுதான் தொடக்கம். சரியான செயலைச் செய்வது, சரியான ஒழுக்கப்படி நடந்துகொள்வது, இதன் மூலம் பின்சந்ததிக்கு நம்முடைய நல்ல பெயரைவிட்டுச் செல்வது. இதுதான் மக்கள் பக்தியின் உச்சநிலை. நம்முடைய பெற்றோருக்குச் சேவைபுரிவதிலிருந்து மக்கள் பக்தி தொடங்கி, அரச சேவைக்கு நம்மை இட்டுச் சென்று, நம்முடைய சீலத்தை நிலைபெறச் செய்வதில் வந்து அது முடிவடைகிறது...

ஒழுக்கத் தத்துவம் முழுவதுமே, சமூகத் துறையில் ஒருவரை ஒருவர் பார்த்துப் பின்பற்ற வேண்டுமென்ற சித்தாந்தத்தையும், கல்வித் துறையில் எதிலும் நாள்பட்டுப் பழகிக்கொள்ள வேண்டும் என்ற சித்தாந்தத்தையும் அடிப்படையாகக்கொண்டிருந்தது.

இளமை முதல் சரியான மனநிலையை அமைத்துக்கொள்ள வேண்டும் என்பதுதான் சமூகக் கல்வி பெறுவதற்குள்ள சரியான வழி. இயல்பாகவே இது வீட்டிலிருந்துதான் தொடங்கும். இதில் ஒரு பிசகும் இல்லை. ஒழுக்கத்துடன் அரசியலைப் போட்டுக் குழப்பியது ஒன்றுதான் இதிலுள்ள பலவீனமான கூறு. குடும்பத்துக்கு இதனால் ஏற்படும் பயன்கள் நல்லபடியானவைதான்; தேசத் துக்குத்தான் கேடு சூழ்கின்றன.

சமூக முறை என்ற அளவில் இதில் முரண்பாடு இல்லை. நல்ல சகோதரர்களையும், நல்ல நண்பர்களையும் கொண்ட ஒரு தேசம் நல்ல தேசமாகவே இருக்கும் என்று அது அழுத்தமாய் நம்பிற்று. இருந்தாலும், நவீனக் கண்கொண்டு பார்க்கும்போது, அந்நியனிடம் மனிதனுக்குள்ள சமூகக் கடமைகளைக் கன்பூசியக் கொள்கை அதன் சமூக உறவில் சேர்க்காமல் விட்டுவிட்டது. இப்படி விட்டுவிட்டது பெரும்பிழை. இதனால் விபரீதப் பலன்கள் விளைந்தன. வழிப்போக்கர்களை உபசரிக்கிற நல்லியல்பை எவரும் அறியார்; இந்த எண்ணத்தை நாங்கள் வளரவிடுவதில்லை. சித்தாந்த வடிவத்தில், 'ஒருவருக் கொருவர் கோட்பாட்டி'ல் இதற்கு ஏற்பாடு செய்துவைத்திருக்கிறோம். கனவானைப் பற்றிக் கன்பூசியஸ் என்ன சொல்லியிருக்கிறார்? 'தான் வெற்றிபெற விரும்புவதால், பிறர் வெற்றி பெறுவதற்கு அவன் உதவுகிறான். தான் திடமாக நிற்க விரும்புவதால், பிறர் திடமாக நிற்பதற்கு அதன் உதவுகிறான்.' ஆனால், இப்படிப் 'பிற'ரிடம் கொண்டுள்ள உறவு முக்கியமான ஐந்து உறவுகளுடன் சேர்ந்ததல்ல. அவற்றைப் போல இது தெளிவாகச் சொல்லப் பெறவுமில்லை. குடும்ப மானது, அதன் நண்பர்களையும் சேர்த்து, மதில் எழுப்பிய கோட்டையாயிற்று; கோட்டைக்குள்ளே மிகச் சிறந்த அளவுக்குப் பொதுவுடைமை ஒத்துழைப்பும் ஒருவருக்கொருவர் உதவியும் நிலவின. வெளி யுலகத்தைப் பற்றி அதற்குச் சிரத்தையில்லை. வெளியுலகம் தன்னை அண்ட ஒட்டாதபடி அது தற்காப்புடன் இருந்துவந்தது.

முடிவில், போகப் போக, வெளியுலகத்திலும் அந்தக் கோட்டை வடிவம்பெறத் தொடங்கியது. அப்போது, எதை வேண்டுமானாலும் விருப்பப்படி கொள்ளையடிப்பது நியாயமாகி விட்டது.

3. உறவினருக்குச் சலுகை, ஊழல், பழக்கவழக்கங்கள்

சீனாவிலுள்ள ஒவ்வொரு குடும்பமும் உண்மையில் ஒரு பொது வுடைமை அரண்தான். 'உன்னால் முடிந்ததைச் செய்; உனக்கு வேண்டியதை எடுத்துக்கொள்' என்பதே அதன் கொள்கை. இது தான் குடும்பக் காரியங்களை வழிகாட்டி நடத்துவிப்பது. ஒருவருக்கொருவர் உதவியாக இருந்துவருவது, மிக உயர்ந்த அளவுக்கு வளர்ந்திருக்கிறது. குடும்பக் கௌரவம், ஒழுக்கக் கடமை என்ற உணர்ச்சிகள் இதற்கு ஊக்கமளிக்கின்றன. கடன்பட்டு நொடித்துப் போன ஒரு சகோதரனின் மரியாதையைக் காப்பதற்காகச் சில வேளை ஒரு சகோதரன் ஆயிரம் மைல்கள் கடல்கடந்து செல்வான். கொஞ்சம் நல்ல நிலையில் உள்ளவன், குடும்பச் செலவு முழுவதையும், அல்லது, அதன் பெரும் பகுதியையாவது தானே ஏற்றுக்கொள்வான். தன் சகோதரனுடைய மக்களைப் படிக்கவைப்பது வெகு இயல்பு. இதில் தனிச் சிறப்பு ஒன்றும் இல்லை. வெற்றிகரமாய் வாழும் ஒருவன் அதிகாரப் பதவி வகித்துவந்தால், நல்ல உத்தியோகங்களையெல்லாம் தன் உறவினர்களுக்கே கொடுப்பான். உத்தியோகம் ஒன்றும் காலி இல்லாவிட்டால், இவர்களுக்காக வேண்டிப் புதுப் புது உத்தியோகப் பதவிகளை உருவாக்குவான். சோதா வாழ்வும், உறவினருக்குச் சலுகை காட்டுகிற பழக்கமும் இப்படித்தான் வளர்ந்தன. இவற்றோடு, பொருளாதார நெருக்குதலும் சேர்ந்து கொண்டவுடன், இவற்றின் ஒருமித்த ஆற்றல் தடுக்க முடியாத வேகமுள்ளதாயிற்று. எந்த அரசியல் சீர்திருத்த இயக்கமும் இவற்றை வீழ்த்த முடியவில்லை. அதற்கு மாறாக, அந்த மாதிரி இயக்கத்தை இவற்றின் ஒருமித்த சக்தி வீழ்த்திவிட்டன. இது அபாரமான சக்தி. அதனால், மிக நல்ல நோக்கத்தோடு செய்ய முயன்ற சீர்திருத்தங்களெல்லாம் பலனற்று வீழ்ந்தன.

அனுதாபத்தோடு பார்ப்போமானால், உறவினருக்குச் சலுகை காட்டுவது, வேறு மாதிரியாய், வேறு வகைகளில், வேண்டிய வர்களுக்குச் சாதகம் செய்துகொடுப்பதைவிட அப்படி ஒன்றும் மோசமானதல்ல. மந்திரியாய் இருக்கும் ஒருவர் தன்னுடைய அண்ணன் மகனுக்கு மட்டுமே மந்திரிசபையில் வேலை தருவாரென்றில்லை. வேறு அதிகாரிகளுடைய அண்ணன்

மக்களையும் அவர் பதவியில் வைத்தாக வேண்டும். மேல் பதவிகளிலிருக்கிற இந்த அதிகாரிகள், இவருக்குப் பரிந்துரைக் கடிதங்கள் அனுப்புவார்கள். அதைத் தட்டிக்கழிக்க முடியாது. பரிந்துரைக்கப்பட்ட ஆசாமிகளுக்கு என்ன வேலை கொடுப்பது? சோதா வாழ்வுக்குகந்த பதவிகளிலும், 'ஆலோசகர்' பதவி களிலும் தானே அமர்த்திவைக்க வேண்டும். பொருளாதார நெருக்கடியும், மிதமிஞ்சிய மக்கள்ப்பெருக்கத்தால் உண்டான நெருக்கடியும் மிகக் கடுமையானவை. இலக்கிய கட்டுரைகள் எழுதக்கூடிய அளவு படித்தவர்கள் ஏராளம். ஆனால், மோட்டார் 'கார்ப்பரேட்ட'ரைச் சரிப்படுத்தவோ, கெட்டுப்போன வானொலியைப் பழுது பார்க்கவோ இவர்களுக்குத் தெரியாது. இதனால், புதிதாக ஏற்படுகிற ஒவ்வொரு பொது அலுவலகமும், புதிதாகப் பதவி ஏற்கிற ஒவ்வோர் அதிகாரியும், பரிந்துரைக் கடித வெள்ளத்தில் அப்படியே மூழ்கடிக்கப்பட்டுவிடுகிறார். இது வெறும் வாசக அலங்காரமான உவமையல்ல. வார்த்தைக்கு வார்த்தை உண்மை இது.

ஆகவே, தனக்குக் கண்டுதான் தானம் என்று காரியம் நடத்திக்கொள்வது இயல்புதான். வேலையில்லாத் திண்டாட்டத் திலிருந்து தப்புவதற்குச் சீனர்கள் வமிசாவழியாகக் கண்டுபிடித்து வைத்திருக்கிற வழி குடும்பமுறை என்றே கொள்ள வேண்டும். ஒவ்வொரு குடும்பமும் அதனதனிடம் உள்ள வேலையற்றவர் களைப் பராமரித்துக்கொள்கிறது. தன்னுடைய குடும்பத்தில் வேலையில்லாமல் திண்டாடுகிறவர்களை ஆதரித்த பிறகு, அதற்கு அடுத்தபடியாக அது செய்யவேண்டிய வேலை, அவர்களின் வாழ்வாதாரத்துக்கு வழி தேடிவைக்க வேண்டியதே. தர்மம் செய்வதைவிட இது மேலானது. எப்படி? குடும்பத்தினரில் அதிர்ஷ்டக் கட்டையாயுள்ளவர்கள் சுயேச்சையுணர்ச்சி பெற அது அவர்களுக்குக் கற்பிக்கிறது. இவ்வாறு உதவி பெற்றவர்கள் குடும்பத்தைச் சேர்ந்த மற்றவர்களுக்குத் தாமும் தம்முடைய முறை வரும்போது உதவிபுரிகிறார்கள். அது மட்டுமா? தேசத்தைக் கொள்ளையிட்டுக் குடும்பத்துக்குச் செல்வம் சேர்க்கிற மந்திரி— தற்காலச் செலவுக்காகவோ, பின்னால் வரப்போகிற மூன்று நான்கு தலைமுறையினரின் வசதிக்காகவோ ஐந்து லட்சம்முதல் நூறு அல்லது அதற்கும் மேற்பட்ட லட்ச டாலரைத் திரட்டி

வைப்பதன்மூலம்*—அவருடைய மூதாதையரின் புகழை நிலைநாட்டி, குடும்பத்தில் 'நல்ல'வராக இருந்துவரவே முயலுகிறார்கள். உறிஞ்சுவது அல்லது 'பிழிந்தெடுப்பது' பொது வாழ்வில் தப்பாயிருக்கலாம். குடும்பத்துக்கு அது சிறந்த பண்புகள். சீனர்கள் எல்லோருமே சுமாராக 'நல்லவர்கள்'தாம். ஆகவே, கு குங்மிங் சொல்வதுபோல், சீன இலக்கணத்தில் மிகச் சாதாரணமாய் வினைப் பாகுபாடுகளைப் பயில்வதற்குப் 'பிழிவது' என்ற வினைச் சொல்லையே எடுத்துக்கொள்வார்கள். 'நான் பிழிகிறேன், நீ பிழிகிறாய், அவன் பிழிகிறான்; நாம் பிழிகிறோம், நீங்கள் பிழிகிறீர்கள், அவர்கள் பிழிகிறார்கள்' என்றபடி இது இலக்கண முறையான வினைச்சொல்; புற நடையல்ல.

இப்படியாக, பார்ப்பதற்கு விந்தையாக இருந்தாலும், சீனருடைய பொதுவுடைமையே சீனருடைய தனித்துவத்தை உண்டாக்குகிறது. குடும்ப ரீதியில் உருவத் தெளிவுபெற்ற ஒத்துழைப்பால் பொதுவாக எல்லோருமே திருடுவதில் ஆசை வைத்துவிடுகிறார்கள். இந்த மோகத்தில், வெளிப்படையான நீதியின் சாயையும் படிந்திருக்கிறது. சொந்த முறையில் மிக நேர்மையாளனாக இருந்துகொண்டே ஒருவன் திருட்டு மோகத்துக்கு ஆளாகியிருக்கலாம். மக்களுக்கு உதவுபவனாகக்கூட இருக்கலாம். மேலைநாட்டில்கூட இப்படி நடப்பது விந்தையல்ல. சமூகத்தின் தூண்கள் என்று சிலர். சீனாவில், நாளிதழ்களில் இவர்களுடைய படங்கள்தாம் அதிகமாக வெளிவரும். மக்களின் மருத்துவமனை களுக்கோ, கல்லூரிகளுக்கோ இவர்கள் வெகு எளிதாக ஒரு லட்சம் டாலரை நன்கொடையாக அளித்துவிடுவார்கள். ஆனால், இவர்கள் அளிப்பது நன்கொடைதானா? மக்களுக்குத் தெரியாமல் தலைமறைவாய் மக்களிடமிருந்து தாங்கள் திருடிக்கொண்ட பணத்தைத்தான் இப்படி நன்கொடை மூலம் திருப்பிக் கொடுக்கிறார்கள். இந்த விசயத்தில் கீழ்நாட்டாரும் மேலை

* இறந்தவர்களைப் பற்றி மட்டுந்தான் எடுத்துக்காட்டு கொடுக்க இசைவேன். ஜுப்பே கவர்னர் ஜெனரல் வாங் ச்சாங்யுவானுக்கு முந்நூறு லட்சம் சொத்து தேறும். ஹெயி லுங் சியாங் கவர்னர் ஜெனரல் வு-ச்சுங்கொன் இன்னும் அதிகப் பணக்காரர். மதிப்பிட முடியாதபடி அவ்வளவு அதிகமான விளைநிலம் அவருக்கிருந்தன. ஜெலோரால் புகழ் ட்டாங் யுலினுக்கு என்ன தேறுமென்பது கடவுளுக்குத்தான் வெளிச்சம்.

நாட்டாரும் ஒரே மாதிரியாயிருப்பது விந்தையே. ஒரே ஒரு வேறுபாடு. மேற்கே, குட்டு வெளிப்பட்டுவிடுமே என்ற பயம் இருக்கும்; கிழக்கே, அப்படியல்ல; இயல்பாகிவிடும். ஹார்டிங் ஆட்சியில் இருந்த சகிக்க முடியாத ஊழலால், என்னவோ, ஓர் அதிகாரியை விசாரணைக்குக் கொண்டுவந்து விட்டார்கள். அந்த அதிகாரியை இப்படி அம்பலப் படுத்தியிருக்க வேண்டியதில்லை. ஆனாலும், உறிஞ்சிப் பிழைப்பது தப்பு என்று அந்த விசாரணை யிலிருந்து தெளிவாய் விட்டது.

பணப்பையைத் திருடியதற்காகச் சீனாவில் ஒருவனைக் கைது செய்யலாம். ஆனால், தேசத்தின் பொக்கிஷத்தைத் திருடியதற்காக அவனைக் கைது செய்வதில்லை. தேசியப் பொருட்காட்சி சாலை யிலுள்ள விலை மதிப்புள்ள தேசியச் செல்வங்களைப் பொறுப்பு வாய்ந்த அதிகாரிகள் திருடி, அந்தத் திருட்டு அம்பலத்துக்கு வந்துவிட்டபோதுகூட அவர்களைக் கைது செய்வதில்லை. ஏன் தெரியுமா? அரசியல் ஊழலின் அவசியம் என்ற ஒன்று எங்களிடம் உண்டு. 'கனவான்களின் ஆட்சி' (பின்பக்கங்களில் பார்க்க.) என்ற சித்தாந்தத்திலிருந்து தர்க்க ரீதியாய் எழுந்த துணை நியதிதான் இது. கனவான்களால் ஆளப்படுங்கள் என்று கன்பூசியஸ் எங்களுக்குச் சொன்னார். இவர்களை நாங்கள் கனவான்களாகவே நடத்துகிறோம். வரவு செலவுத் திட்டம் இல்லை; செலவினங் களுக்கு விவர அறிக்கை இல்லை. சட்டரீதியில் மக்களின் சம்மதத்தை இவர்கள் பெறவில்லை. அதிகாரவர்க்கக் குற்றவாளி களுக்குச் சிறைக்கூடம் இல்லை. பயன்? தங்கள் வழியில் குறுக்கிடுகிற தீய ஆசைகளைச் சமாளிக்கக்கூடிய அளவுக்கு இவர்களிடம் ஒழுக்க சீலம் அமைந்திருக்கவில்லை. ஆகவே, பெரும்பாலர் திருடுகிறார்கள்.

எங்கள் ஜனநாயகத்தின் தனி அழகு என்னவென்றால், திருடிக் கொள்ளையடித்த பணம் மறுபடியும் மக்களிடையே கசிந்தோடி வந்துவிடுகிறது. கல்லூரி மூலமாக வராவிட்டால், அதிகாரியின் வீட்டு வேலையாள்வரைக்கும் அவரிடம் சேவைபுரிந்து அவரை அண்டிவாழ்கிற மக்கள் அனைவர் வழியாகவும் மக்களிடமே அது திரும்பி வந்து சேர்கிறது. எஜமானனைப் பிழிந்தெடுக்கிற பணியாள், மக்கள் பணத்தை மக்களிடமே திருப்பிக்கொடுக்கத் தன் எஜமானனுக்கு ஒத்தாசைதான் செய்கிறான். இதை அவன்

குற்றமற்ற மனச்சாட்சியோடுதான் செய்கிறான். வீட்டு வேலைக் காரனுக்கும் அவனுடைய சொந்த வீட்டு விவகாரங்கள் உண்டு. அளவில் இது மாறுபட்டதாய் இருக்கலாம். தன்மையில் மாறுபட்டது அல்ல. எஜமானனுடைய குடும்ப விவகாரமும் வேலைக்காரனுடைய குடும்ப விவகாரமும் ஒரேமாதிரி யானவைதான்.

ஏற்கெனவே குறிப்பிட்ட உறவினர் சலுகை, அதிகார ஊழல் ஆகியவை போக, குடும்ப முறையிலிருந்து சில சமூகச் சிறப்பியல்புகள் எழுகின்றன. சமூகக் கட்டுப்பாடின்மை என்று இவற்றை அடக்கிச் சொல்லிவிடலாம். எந்தவிதமான சமூக அமைப்புமுறையையும் இது குடைகவிழச் செய்துவிடும். சொந்தக்காரருக்குச் சலுகை காட்டுவதன் மூலம் நாட்டாட்சிச் சேவை முறையும் இப்படித்தானே ஒப்பேறாது போய்விட்டது, இல்லையா? ‘தன்னுடைய வாயிற் கதவுமுன் படிந்துள்ள பனித்துகளை ஒருவன் கூட்டிப் பெருக்குவான். ஆனால், அயலகத்திலுள்ளவனுடைய வீட்டுக் கூரைமேல் உறைந்து கிடக்கும் பனிப் பாறையைப் பற்றி அவனுக்கு அக்கறையில்லை.’ மனிதனை அது அவ்வளவுதூரம் சுயநலமியாக்கிவிடுகிறது. இது அவ்வளவு மோசமானதல்ல. தன் வீட்டுக் குப்பை கூளங்களைப் பக்கத்து வீட்டான் வாசலில் கொண்டுபோய்ப் போடச் செய்கிறதே, அதுதான் இதைவிட மோசமானது.

நல்ல எடுத்துக்காட்டு ஒன்று தருவதானால், சீனரின் மரியாதை நடத்தையை எடுத்துக்கொள்ளலாம். இது, நிரம்பவும் தப்பர்த்தம் பண்ணப்பட்டுவிட்ட ஒரு விசயம். எமர்சன் விளக்கியது மாதிரி, சீனருடைய மரியாதை நடத்தையைக் ‘காரியங்களை மகிழ்ச்சியாய்ச் செய்கிற வழி’ என்று விளக்க முடியாது. யாருடன் காரியம் நடத்துகிறீர்கள் என்பதைப் பொறுத்தே மரியாதை கூடும், குறையும். அவர் உங்கள் குடும்பத்தைச் சேர்ந்தவரா? இல்லை. குடும்ப நண்பரா? தங்கள் இனத்தவர்கள் அல்லாதவரிடம் குடியேற்ற நாடுகளில் ஆங்கிலேயர் எப்படி மட்டுமரியாதை காட்டுகிறார்களோ, அதேபோலத்தான், சீனர்களும் தங்கள் குடும்பத்தையும், நண்பர்களையும் சேராத மற்ற வெளியாரிடம் மரியாதை காட்டுவார்கள். ‘எங்களிடம் ஒரு நல்ல பண்பு. எங்களவரிடம் நாங்கள் கர்வமாய் நடந்துகொள்வதில்லை’ என்று

ஓர் ஆங்கிலேயர் என்னிடம் சொன்னார். ஆங்கிலேயருக்கு இது போதும்போலிருக்கிறது. ஏனென்றால், 'நாங்கள்' என்பதில் பிறபக்கம் முழுவதுமே அடங்கி விட்டதல்லவா? எப்படி? நண்பர்களிடமும், அறிமுகமுடையவர்களிடமும் சீனர்கள் மரியாதைக் குறைவாய் நடந்துகொள்வதில்லை. அந்த எல்லையைக் கடந்துவிட்டால், சமூக உயிரி என்ற முறையில், தங்கள் அயலவரிடம் அவர்கள் முழுமையான எதிரிகளாகவே நடந்து கொள்வார்கள். பேருந்தில் பக்கத்தில் அமர்ந்திருப்பவரானாலும் சரி, நாடகக்கொட்டகையில் டிக்கட் வாங்க வந்திருப்பவரானாலும் சரி, எல்லாம் ஒன்றுதான்.

ஒருநாள் மழை பெய்துகொண்டிருந்தபோது, தீவுப் பிரதேசத்தில் பேருந்து நிற்கும் இடத்தில், வண்டியில் ஏறுவதற்காகப் பயணி களிடையே தள்ளுமுள்ளு. ஒருவர், எப்படியோ முண்டியடித்து, ஓட்டுநர் அமரும் இடத்தைக் கைப்பற்றிக்கொண்டார். பேருந்து அதிகாரி என்ன கெஞ்சியும் ஆசாமி இருந்த இடத்தைவிட்டு நகர மறுத்துவிட்டார். இந்த மாதிரி நடப்பதை நான் நேரில் பார்த்திருக்கிறேன். ஓட்டுநர் இல்லாவிட்டால், ஒருவரும் வீடு போய்ச் சேர முடியாது என்பது, கொஞ்சம் 'சமூக உணர்ச்சி' இருந்தால் அவருக்குப் புரிந்திருக்கும். ஆனால், இந்தச் சமூக உணர்ச்சிச் சுடர்ஒளி அவரிடம் இல்லை. இதைத் தொடர்ந்து ஆராய்ந்து பார்ப்போம். அவர் செய்தது குற்றமா? எண்பது பேருக்கு ஒரு பேருந்து மட்டும் போதுமா, என்ன? சரக்கெடுத்துச் செல்வதற்காக உள்ளூர் ராணுவ அதிகாரிகள் பேருந்துகளை எல்லாம் பிடுங்கிக்கொண்டு போய்விட்டார்கள். அப்போது, ராணுவத்தினருடைய சமூக உணர்ச்சி எங்கே போயிற்று? திட்ட முறை தவறுகிறபோது, மனிதர்கள் வெறி பிடித்து இடித்துக் கொண்டு ஏறும்போது, மழையில் வீட்டுக்கு முப்பது மைலுக்கு அப்பால் கதியில்லாமல் கிடந்து தவித்து, வீட்டுக்குப் போகிற கவலையில் ஆழ்ந்திருக்கும்போது, ஓட்டுநருடைய இருக்கையில் அமர்ந்திருந்தவர் கீழே இறங்கினால், அவருக்கு எவ்வளவு எரிச்சலாயிருக்கும்? இது சாதாரணமாக நடக்கக்கூடியது. பரபரக்கிற யுகத்துக்கும், கிராமங்களில் உள்ள விவசாயிகளின் இயல்பான மரியாதைக்கும் இடையே கசகல் (மனவருத்தம்) இருந்து, முரண்டு பண்ணுவதையே இது காட்டுகிறது. அரசியல்

தலைவிரிகோலம் தனிமனிதரை முட்டித் தள்ளிக்கொண்டு முன்னேறும்படி அவசரப்படுத்துகிறது. புதிய சமூக உணர்ச்சியை ஊட்டக்கூடிய வழக்கம் இன்னும் ஏற்பட்டு விடவில்லை. இதற்குக் காலம் பிடிக்கும்.

பேருந்து நிறுவனங்கள் எல்லாம் இழப்பைச் சந்தித்து வருகின்றன. சுரங்கக் கம்பெனிகள் மூடப்பெற்றுவிட்டன. என்ன காரணம்? காரணத்தைச் சமூக உணர்ச்சியின்மை விளக்குகிறது. நூல் நிலையத்தின் சட்ட திட்டங்கள் தொடங்கி, நிலம் தொடர்பான சட்டங்கள் முடிய, இடையறாத சங்கிலித் தொடர்பாக இது போய்க்கொண்டே இருக்கிறது. பெரிய அதிகாரிகள் பெரிய சட்டங்களை மீறுகிறார்கள்; சிறிய அதிகாரிகள் சிறிய சட்டங்களை மீறுகிறார்கள். பலன்? சமூகக் கட்டுப்பாடு முற்று முழுதாக அடிபட்டுப் போகிறது. சமூகச் சட்டதிட்டங்களை யாரும் பொருட்படுத்துவது கிடையாது.

குடும்ப முறையானது அதீதமான தனித்துவத்துக்கும், புதிதாக உண்டான சமூக உணர்வுக்கும் நடுவில், இரண்டிலும் சேராமல் இருந்துவருகிறது. மேலைநாட்டில், சமூகம் முழுவதும் இதனுள் அடங்கிவிடும். இதுதான் செய்தி. சீனச் சமூகம் சிறு சிறு தனியமைப்புகளாகத் துண்டுபோடப்பட்டிருக்கிறது. இவற்றுக் குள்ளே மிகச் சிறந்த பொதுவுடைமை ஒத்துழைப்பு இருந்துவரு கிறது. ஆனால், சர்க்கார் ஒன்றினிடத்துத் தவிர, இந்த அமைப்பு களிடையே ஒன்றுக்கொன்று உண்மையான பிணைப்புக் கிடையாது. எதிர்த்துக் கேட்பார் இல்லாமல், சீனா தன்னந் தனியாகவே இருந்துவந்திருப்பதால், இங்கு சர்க்கார் உணர்ச்சியோ, தேசிய உணர்ச்சியோ அப்படி ஒன்றும் அதிகமாக வளர்ந்துவிட வில்லை. ஆகவே, மேலைநாட்டில் சமூக உணர்வு வகிக்கிற இடத்தை இங்கே குடும்ப உணர்வு வகித்துக் கொண்டுவிட்டது. ஒரு தினுசான தேசியம் வளர்ந்துவரவே செய்கிறது. ஆனால், இதைக் கண்டு யாரும் அதிர்ச்சி அடையத் தேவையில்லை. 'மஞ்சள் விபத்து' ஜப்பானிலிருந்து வரக்கூடும். சீனாவிலிருந்து அது வர முடியாது. எங்கள் உள்ளுணர்வின் ஆழத்தில், எங்கள் குடும்பத்துக்காக உயிரிழப்பதில் எங்களுக்கு ஆசையுண்டு. ஆனால், எங்கள் சர்க்காருக்காக உயிரிழக்க நாங்கள் விரும்ப வில்லை. உலகத்துக்காக உயிரிழக்க நாங்கள் யாரும் ஒருபோதும்

விரும்புவதில்லை. ஆசியாவுக்குச் சமாதானமும் இணைந்த உறவும் கொண்டு வருவதற்காக, ஒரு தேசமானது தனக்குப் பொருள் தேடிக் குவித்துக்கொள்ள வேண்டுமென்று ஜப்பானிய ராணுவக் குழாத்தினர் பரப்புரை செய்து, சீனர்களைக் கவர முடியாது. உலகத்துக்கே நன்மை தேடும் பொருட்டுத்தான் இப்படிச் செய்யச் சொல்கிறோம் என்றாலும் எங்கள் மனத்தைத் திருப்பிவிட முடியாது. இந்தமாதிரிக் கோரிக்கைகளுக்கு நாங்கள் செவிசாய்க்க மாட்டோம். என்னவோ கிடக்கிறது என்று, உணர்ச்சியற்று, நாகரிகமான பிற மனிதர்போல, நீங்கள் சொல்வதைக் கிஞ்சித்தும் சட்டைசெய்யாமல் இருந்துவிடுவோம். இத்தகைய வேண்டுகோள்களுக்கு நாங்கள் கூறுகிற பதில்: 'என்னப்பா சொல்கிறீர்? இதன் பொருள் என்ன?' என்பதுதான். நாங்கள் உலகத்தைக் காப்பாற்றமாட்டோம். நவீன சீனாவில் உள்ள சர்வதேச உறவாடலில் எங்களைத் தார்போட்டுத் தூண்டித் தேசியத் துறையில் ஐக்கியப்படுத்துவதற்கு வேண்டிய அளவு தொல்லைகள் இருக்கவே இருக்கின்றன. ஆனால், இந்தத் தொல்லைகளையும் தூண்டுதல்களையும் எவ்வளவு ஜோராக நாங்கள் சமாளித்துக்கொண்டு வருகிறோம் என்பது அதிசயந்தான்.

தேசத்தை மொத்தமாய் எடுத்துக்கொண்டு பார்க்கும்போது, முந்தியிருந்தபடியே இனிமேலும் நாங்கள் காரியம் நடத்தப் போவதாகவே தோன்றுகிறது. 1935இல் ஜப்பானிலும் சீனாவிலும் பயணம் செய்துவந்தவர்கள் இந்த வகையில் சீனாவுக்கும் ஜப்பானுக்கும் மிகப் பெரிய வேற்றுமை இருந்துவந்ததைக் கவனித்திருப்பார்கள். ஜப்பானியரை ஒப்புநோக்கிப் பாருங்கள். என்ன சுறுசுறுப்பு, என்ன பரபரப்பு. ரயிலிலும் பேருந்திலும் போகிறபோதே பத்திரிகைகளைப் படித்துக்கொண்டு செல்வார்கள். முகத்தில் ஒரே பிரவாகத் தோற்றம். தீர்மானத்தைக் காட்டும் மோவாய். தேசத்துக்கு எந்த நிமிஷத்தில் என்ன நேருமோ என்ற கவலையோடு, நெரித்த புருவங்கள். அடுத்து வரப்போகும் போராட்டத்தில் ஜப்பான் உலகத்தை அடித்து நொறுக்கித்தள்ள வேண்டும்; அல்லது, அதை உலகம் அடித்து நொறுக்கிவிட வேண்டும். இரண்டில் ஒன்றைப் பார்த்தே தீருவோம் என்று நினைத்து, எந்தப் போராட்டத்துக்கும் தயாராகிக்கொண்டு இருப்பார்கள். சீனன் விசயமோ அப்படியல்ல. வழக்கப்படி நீண்ட

அங்கி தரித்து, நிச்சலனமாயிருப்பான். தன்னுடைய கனவுக் காட்சியிலிருந்து எதுவும் தன்னை வெருட்டித் தள்ளிவிட முடியாதென்கிற நினைப்பில், என்றும் போலவே அவன் நிறைவும் குதூகலமும் கொண்டிருப்பான். சீனருடைய வீடுகளில் போய்ப் பாருங்கள். சீனச் சிற்றுண்டிச்சாலைகளில் சாப்பிட்டுப் பாருங்கள். சீனத் தெருக்களில் நடமாடிப் பாருங்கள். இவை யெல்லாவற்றையும் பார்த்த பிறகு, தேசத்துக்கோ, உலகத்துக்கோ ஆபத்து வந்துகொண்டிருக்கிறதென்று நீங்கள் நம்பமாட்டீர்கள். தங்கள் தேசம் 'தட்டு நிறைந்த மணற் பரப்பு' என்றே சீனர்கள் எப்போதும் சொல்வார்கள். ஒவ்வொரு மணலும் ஒரு குடும்பம்; தனிமனிதரல்ல. ஜப்பானில் தேசமோ, (இலக்கணப்படி சீன தேசம் இருக்கின்றன என்றும், ஜப்பானிய தேசம் இருக்கின்றது என்றுந்தான் சொல்வார்கள்) பாறைக்கல் மாதிரி நெருங்கிச் சேர்ந்திருக்கிறது. ஒரு வேளை இது நல்லதுதான். அடுத்த உலக வெடி இந்தப் பாறாங்கல்லைத் தூள் தூளாகத் தகர்த்துவிடக் கூடும். மணல் பரப்பையோ, அது அதிகமாய்ப் பாதிக்க முடியாது. வேண்டுமானால், நாலாபுறமும் அதைச் சிதறச் செய்யலாம். மணல் மணலாகவே இருந்துவரும்.

4. உரிமையும் சமத்துவமும்

சமூக அந்தஸ்துக் கோட்பாடு, அல்லது 'அவனவன் அவனவன் இடத்தில்' என்ற இலட்சியம் சமத்துவக் கருத்தின் ஊடே புதுமாதிரியில் புகுந்து, அதைத் தூண்டிவிடுகிறது. இதைக் கவனிப்பது அவசியம். அப்போதுதான் சீனருடைய சமூக நடத்தையின் அந்தரங்கத்தை, அது நல்லதானாலும் சரி, கெட்டதானாலும் சரி, புரிந்துகொள்ள முடியும். மனிதப்போக்குள்ள மனநிலை, எல்லாவிதமான வேற்றுமையும் இருக்க வேண்டுமென்று வற்புறுத்துகிறது. ஆணுக்கும் பெண்ணுக்கும் வேற்றுமை (இதன் பயனாய்ப் பெண்களை ஒதுக்கிவைக்கிறார்கள் என்று கண்டோம்.) ஆளும் அதிகாரிக்கும் குடிமக்களுக்கும் வேற்றுமை, இளைஞருக்கும் முதியவருக்கும் வேற்றுமை. இந்த வேற்றுமைகளைப்பற்றி அறிவுறுத்தி, சமூக ஒழுங்கை நிலை நாட்டுவதன்மூலம் நாகரிகத்தைப் பரப்பிவருவதாகக் கன்பூசிய மதம் எப்போதும் நினைத்து வந்தது. ஆளுகிறவர்கள் கருணை

காட்ட வேண்டும், ஆளப்படுவோர் அடங்கிநடக்க வேண்டும். முதியவர்கள் அன்பு காட்ட வேண்டும். இளைஞர்கள் தள்ளாத வயதுக்கு மரியாதை காட்ட வேண்டும். அண்ணன் 'நட்புரிமை' யோடிருக்க வேண்டும், தம்பி பணிவாய் இருக்க வேண்டும்— என்று கற்பிப்பதன்மூலம் ஒழுக்கச் சக்தியைக் கொண்டு சமூகத்தை ஒன்றுபடுத்திவிடலாம் என்று அது நம்பியது. சமூகச் சமத்துவத்துக்குப் பதிலாக, வெகு திட்டமாய்க் காட்டப்பெற்ற வேறுபாடுகளையே தரவாரியான வகுப்புச் சமத்துவத்தையே அது அழுத்தமாய்ப் புகட்டுகிறது. ஐந்து சிறந்த பண்புகளைக் குறிக்கிற லுன் என்ற சீனச் சொல்லின் பொருள், வகுப்புக்குள்ளே சமத்துவம் என்பதுதான்.

இந்த மாதிரியான சமூகத்தில் ஒருவிதத் தனிப் பொலிவும் லலிதமும் இல்லாமல் இல்லை. எடுத்துக்காட்டாக, முதுமைப் பருவத்துக்குக் காட்டுகிற மரியாதை எப்போதும் உள்ளத்தை உருக்கக் கூடியதுதான். மேலைநாட்டிலுள்ள கிழவரைவிட, சீனாவில் உள்ள கிழவர் பார்வைக்கு வெகு கம்பீரமாயும் மதிப்புவாய்ந்தவராயும் இருப்பதாகப் பேராசிரியர் ஏ. யி. ராஸ் குறிப்பிட்டிருக்கிறார். மேலைநாட்டில், கிழவர்களுக்கு இனி இடமில்லை; அவர்கள் காலம் முடிந்துவிட்டது. ஏதோ புண்ணியத்துக்குத் தம்முடைய பிள்ளைகள் தருவதைக் கொண்டு வாழ்ந்துவருகிறார்கள் என்ற எண்ணம் கிழவர்கள் மனத்தில் உறுத்திக்கொண்டேயிருப்பதற்கு என்னென்ன, எப்படி எப்படிச் செய்ய வேண்டுமோ அத்தனையையும் அத்தனை விதத்திலும் செய்துவிடுவார்கள். இதே கிழவர்கள் தம்முடைய இளமைக் காலத்தில், இந்தக் குழந்தைகளை வளர்த்துவரத் தங்களால் இயன்றதைச் செய்துவரவில்லையா? இப்போது அது மறந்து விடுகிறது! இன்னொரு மாதிரியும் நடக்கும். தாங்கள் இன்னும் இளமை உள்ளத்தோடேயே இருந்துவருவதாக மேலைநாட்டுக் கிழவர்கள் எப்போதும் தமுக்கடித்துக்கொண்டிருப்பார்கள். இது அவர்களைக் கோமாளிகளாகவே தோன்றச் செய்யும். நல்லபடியாய்ப் பழகி வளர்ந்துவந்த எந்தச் சீனனும் வேண்டு மென்று கிழவர்களுக்குக் கோபமூட்டமாட்டான். மேலை நாடட்டில், கண்ணியமான கனவான் ஒருவன், வேண்டுமென்றே பெண்மணிகளுக்குக் கோபமூட்டமாட்டானல்லவா? அந்த மாதிரி.

அந்த உணர்வு ஓரளவு இன்று குறைந்து போய்விட்டது. ஆனால், பெரிய சீனக் குடும்பங்களில் அந்த உணர்வில் பெரும் பகுதி இன்னும் இருந்துவரவே செய்கிறது. முதுமைப் பருவத்தில், சாந்தமாயும் சமநிலையோடும் நாங்கள் இருந்துவரக் காரணம் இதுதான். கிழவர்கள் மனங்கலங்காமல் வாழச் செய்கிற நாடு, உலகத்தில் சீனாவைத் தவிர வேறொரு நாடில்லை. உலகத்தில் முதியவர்க்கு வழங்கிவருகிற உபகாரச் சம்பளத்தைவிட, முதுமைப் பருவத்திற்கு எல்லோரும் காட்டி வருகிற இந்த மரியாதை ஆயிரமடங்கு மேலானது என்று நான் நிச்சயமாய்ச் சொல்வேன்.

இன்னொன்றையும் கவனிக்க வேண்டும். வேறுப்படுத்திய இந்த அந்தஸ்து விவகாரத்தால், உரிமை என்கிற ஒன்று உண்டாகி யிருக்கிறது. சலுகையுள்ள வகுப்பாருக்கு இது எப்போதும் கவர்ச்சி தரும். அண்மைக் காலம்வரை இவர்களைப் பாராட்டுகிற கூட்டத் தாருக்கும் இது நல்லதாகவே இருந்துவந்தது. முதுமைக்கு மரியாதைசெய்வது நல்லதுதான். இதில் ஆட்சேபமில்லை. படிப்பாளிகளுக்கும் அதிகாரவர்க்கத்துக்கும் மரியாதை செய்வதில் நன்மை தீமை இரண்டும் உண்டு. ‘இலக்கியப் புலி’, சாம்ராஜ்யத் தேர்வுகளில் முதலாவது மனிதன் என்று சமூகம் பாராட்டக் கொடுத்துவைப்பது, தாயின் உள்ளத்தை உருக்கக் கூடியதுதான். பல கன்னி மடவாரின் உள்ளத்தையும் அது உருக்கிவிடும். அதோ, அந்தக் குதிரைமீது அமர்ந்திருக்கிறான், பாருங்கள்! சக்ரவர்த்தி நேரே வந்து அவனுக்கு விருது சூட்டியிருக்கிறார். நாட்டில் மிகக் கெட்டிக்காரன். முதலாவது படிப்பாளி. தெருவூடே பவனி போகிறான். அரசிளங் குமரனென்றால் அரசிளங் குமரன்தான். முதலாவது படிப்பாளி ஆணழகனாகவும் இருப்பது முக்கியம். அதனால், தோற்றம் கன கச்சிதம். சிறந்த படிப்பாளியாய் இருப்பதில் இவ்வளவு பெரும் புகழ் இருந்துவந்தது. படித்த அதிகாரியாயிருப்பதில் இவ்வளவு பெருமை இருந்துவந்தது. அவன் வெளிக் கிளம்பியபோதெல்லாம் கட்டியம் கூறிச் சேகண்டி முழங்கும். யாமென் (அதிகாரியின் தலைமை இடம்) பணியாட்கள் வழி விலக்குவார்கள். தெருவில் போகிறவர்களை அசுத்தத்தைத் துடைத்தெறிவதுபோல், துவட்டி அடிப்பார்கள். யாமென் பணியாட்களிடம் அவர்கள் எஜமானருடைய பெருமையும்

அதிகாரமும் எப்போதும் ஓரளவு இருந்தே வந்திருக்கின்றன. இரண்டொருவரைத் தற்செயலாகக் கைகாலை முறித்து விட்டாலோ, ஆசாமியைக் கொன்று தீர்த்தே விட்டாலோகூட அவற்றால் என்ன ஆகிவிடும்!

பழைய சீன நாவல்களைப் படிக்கிறவர்கள் இந்தமாதிரிக் காட்சியை அவற்றில் காணாமல் இருக்க முடியாது. இதை நாங்கள் அதிகாரம் என்றோ, பெருமை என்றோ அழைப்பதில்லை. 'தணல் கதகதப்புள்ள நெருப்பும், சாடிச் சூழுகிற தீக்கொழுந்தும்' என்றுதான் இதை நாங்கள் அழைப்போம். சடபுட என்று பற்றி எரிகிற மகிமை வாய்ந்தது இது. யாமென் வேலைக்காரர்களுக்கு ஒரே ஒரு கவலையுண்டு. தமது எஜமானரைவிட உயர்ந்த வேறொரு அதிகாரியின் பரிவாரங்கள் தம்முடன் கைகலக்க நேர்ந்துவிடக் கூடாது (அந்தஸ்துக் கோட்பாடு இப்படித்தான் வேலை செய்யும்). இப்படி நேர்ந்துவிட்டால், இவர்களுடைய 'நெருப்பு'ச் சற்றுத் தணிந்து போகும். அல்லது, மேற்படி உயர்ந்த அதிகாரியின் வீட்டு வேலையாட்களில் யாரையாவது தெரியாத் தனமாய்க் காலைக் கையை முறித்தோ, கொன்றுபோடவோ நேரும். அப்போது, அவர்கள் 'நான் சாகவேண்டும்! நான் சாக வேண்டும்!' என்று அலறுவார்கள். இது எப்படி நிகழ்கிறது? மேற்படி உயர்ந்த அதிகாரி வசம் தப்புத்தண்டாச் செய்தவர்களை ஒப்படைத்துவிடுவார்கள். அந்த அதிகாரி, தம் உசிதப்படி தண்டனை விதிப்பார். கசையடி கொடுப்பார்கள்; சிறைப் படுத்துவார்கள். சட்டம் இடம் தந்தாலும் சரி, தராவிட்டாலும் சரி, அதைப் பற்றிக் கவலையேயில்லை.

இந்த மாதிரி உரிமை இருப்பது எப்போதும் உற்சாகம் தரும். மனமோகனமான விசயம் இது. இப்படிப்பட்ட வெளிப்படை யான பெருமையை இழந்துவிட்ட நவீன அதிகாரிகள் இதை விட்டொழிக்க மனமில்லாமலிருப்பதில் அதிசயமில்லை. நல உரிமையை அனுபவிக்கிற எவரும் அதன் காரணமாக மனம் பூரித்துப் போகாமலிருப்பதில்லை. அதை அடைந்திருப்பதில் மகிழ்ச்சியடையாமல் இருப்பதுமில்லை. இந்த நவீன அதிகாரி களைப் 'பொது மக்களின் ஊழியர்கள்' என்று சொல்வது எப்படிப்பட்ட ஜனநாயக வீழ்ச்சி! சுற்றறிக்கைத் தந்திகளில் இந்த வாசகத்தை அவர்களே பிரயோகிக்கலாம். உள்ளுக்குள்ளே இதை

அவர்கள் வெறுக்கிறார்கள். 1934இல்கூட ஒரு சம்பவம் நடந்தது. பெரிய அரசு அதிகாரியின் கார் ஓட்டுநர் சாலை விதிகளை மீறி விட்டான். சந்தடி நிறைந்த பாட்டையின் முழுக்கில் குறுக்கே போய்விட்டான். போலீஸ்காரன் அவனை நிறுத்த முயன்றான். ஓட்டுநர், உடனே, ரிவால்வரை எடுத்துப் போலீஸ்காரனுடைய கட்டைவிரலைச் சுட்டுத் தள்ளினான். அவனுடைய அதிகார நெருப்பின் தகிக்கும் தன்மை இப்படிப்பட்டது. ஆம், உரிமை நல்லது தான். இன்றைக்கும் அது அனல் வீசிக்கொண்டே இருக்கிறது.

ஆகவே, உரிமை என்பது சமத்துவத்தின் எதிர்மறை. ஜன நாயகத்துக்கு அதிகார வர்க்கம் இயல்பான எதிரிகள். தங்கள் வகுப்புரிமைகளைக் குறைத்துக்கொள்ள அதிகாரிகள் எந்தச் சமயத்தில் சம்மதிக்கிறார்களோ, அவர்களுடைய சுதந்திரமான நடவடிக்கைகளைக் குறைத்துக்கொண்டு கடமை தவறியதற்காக முறையீடு வந்தால், நீதிமன்றத்தில் ஆஜராகிப் பதில் சொல்ல எப்போது தயாராகிறார்களோ, அப்போது, சீனாவைத் திடுதிப்பென்று அடுத்த நாளிலேயே உண்மையான ஜனநாயக நாடாக உருமாற்றிவிடலாம். அப்படி நடக்காதவரைக்கும் ஒன்றும் செய்ய முடியாது. ஏன்? மக்கள் சுயேச்சை பெற்றிருந்தால், அதிகாரிகள், ராணுவத்தினர் இவர்களின் சுயேச்சை என்ன ஆவது? மக்களுக்குத் தங்கள் தேசத்தை யாரும் ஊறு செய்யக் கூடாது என்ற சட்டமிருந்தால், பத்திரிகை ஆசிரியர்களைக் கைது செய்வது, பத்திரிகை அலுவலகங்களை மூடிவிடுவது, தங்களுடைய தலைவலியைப் போக்கிக்கொள்ளும் பொருட்டு மனிதர்களுடைய தலைகளைச் சீவி எறிவது, ஆகியவற்றில் ராணுவக் கோஷ்டி யினருக்கு உள்ள சுயேச்சை என்ன ஆகும்?* தங்கள் அதிகாரிகளிடம் மக்கள் அவமரியாதையாக நடந்துகொண்டாலோ, இளம் பிள்ளைகள் தம் பெற்றோரிடம் எதிர்த்துப் பேசினாலோ, நாங்கள் 'ஃபான் லியாவோ! ஃபான் லியாவோ!' என்று கூச்சல் போடுவோம். இதற்கு விண்ணும் மண்ணும் கவிழ்ந்துவிட்டன, உலகம் அஸ்தமித்துவிட்டது என்பதே பொருள்.

* பூக்கியனிலுள்ள என் பிறந்த ஊராகிய சாங்செ என்ற ஊரில் ஜெனரல் சாஸ்யி இப்படித்தான் செய்தார். இவர் இறந்துவிட்டார். அதனால் இவர் பெயரைத் தெரிவிக்கலாம்.

சீனரின் மனத்தில் இந்த எண்ணம் வெகு ஆழமாகப் பதிந்து விட்டது. அதிகாரிகளிடம் மட்டுமே இந்தத் தீமை இருக்கிறது என்பதில்லை. ஆலமரத்தின் விழுதுகள் மாதிரி, பலகாத தூரம் பரவுகிறது. ஆலமரத்தைப்போலவே, இதனடியில் வந்து சேருகிற அனைவருக்கும் தன்னுடைய குளிர்ந்த நிழலை இது தருகிறது. சீனர்களாகிய நாங்கள், ஆலமரத்துடன் சண்டைபோட மாட்டோம். இதன் நிழலில் வரத்தான் முயலுவோம். அமெரிக்கர்கள் செய்வதுபோல, நாங்கள் அதிகாரிகள் குறித்து முறையிட மாட்டோம். போல்ஷ்விக்குகள் மாதிரி, பணக்காரருடைய வீடுகளில் தீவைக்க மாட்டோம். அவர்களுடைய வாயில் காப்போராகவே ஆகப் பார்ப்போம். அவர்களுடைய அதிகாரப் பதவியின் ஆதரவைச் சுகிக்கவே முயலுவோம்.

5. சமூக வகுப்புகள்

சீனாவில், உண்மையில் உள்ள சமூக வகுப்புகள் இரண்டுதான். இப்போது அது தெளிவாகிறது. யாமென் வகுப்பு ஒன்று. இவர்களுக்குச் சிறப்புப் பிரதேச உரிமை இருக்கிறது. நாப்பூன் சட்டத்துக்குக் கட்டுப்பட்டவர்களல்லர். ஆணையரின் சட்ட எல்லைக்குள் இவர்கள் அடங்க மாட்டார்கள். ஐரோப்பியர்கள் சீனாவுக்கு வருவதற்கு வெகு காலத்துக்கு முந்தியே இவர்கள் இந்தச் சிறப்புச் சலுகைகளை அனுபவித்து வந்தார்கள். கெஞ்சம் கொடுமையாய்ச் சொல்வதானால், சீனாவில் இரண்டே வகுப்புகள் தான் உண்டு. ஒன்று, மேலேயிருப்பவன், மற்றது கீழே இருப்பவன். இவர்கள், மேலும் கீழுமாக, முறைவைத்து மாறிக்கொள்வார்கள்; முகமலர்ச்சியோடு விதிவிட்ட வழியில் செல்வார்கள். அந்தக் கொள்கையோடு விசயங்கள் இந்த மாதிரி அமைந்திருப்பதைப் பெருமிதத்தோடு நல்லபடியாகத் தாங்கிச் சகித்து வருவார்கள். சீனாவில் நிலையாகிவிட்ட சமூக வகுப்புகள் இல்லை. பல விதமான குடும்பங்கள்தான் உண்டு. வாய்ப்புவிட்ட வழியில் இவை மேலுங் கீழுமாக உருண்டுகொண்டே வரும். நல்வாய்ப்புள்ள யாமென் குடும்பங்களும் உண்டு; நல்வாய்ப்புள்ள இதர குடும்பங் களும் உண்டு. இவர்கள் யாமென் குடும்பங்களில் இடம் பெறுவதில்லை. இவர்களுடைய புதல்விகள் யாமென் வர்க்கத்தில் குடிபுகுவதில்லை. எந்தக் குடும்பமும் தனித்து

நிற்பதில்லை. திருமணத்தின் மூலமோ, அறிமுகத்தின் மூலமோ தூரச் சொந்தம் பாராட்டாத குடும்பமே இல்லை. தூரத்து உறவினர் ஒருவர், அவருக்கு ஒரு வாத்தியாரைத் தெரியும். சாங் என்பவரின் மூன்றாவது மகனுக்கு அவர் பாடம் சொல்லிக் கொடுக்கிறார். அந்தச் சாங்குக்குக் கொழுந்தியாள் ஒருத்தி. அவளுடைய மூத்த சகோதரி, ஆளும்வர்க்கத்தைச் சேர்ந்த ஒருவரின் மனைவி. எந்த உறவுமுறை மிகவும் மதிப்பு வாய்ந்ததோ அது நீதிமன்றங்களில் மிகமிக முக்கியமானதாய் ஆகிவிடும்.

யாமென் குடும்பங்களை மீண்டும் ஆலமரத்தோடு ஒப்பிடுவது மிக நன்றாய்ப் பொருந்தும். ஆலமரத்தின் வேர்கள், குறுக்கும் நெடுக்குமாய், மாறிமாறிப் பின்னி ஓடும்; விசிறி வாட்டத்தில் விரிந்து செல்லும் சீனச் சமூகத்தைக் குன்றின் மேலுள்ள ஆலமரத்துக்கு ஒப்பிடலாம். சரிபண்ணிக் கொண்டுபோகிற ஓர் ஏற்பாட்டின் மூலம், சூரிய மண்டலத்தில் தமக்கு ஓர் இடந்தேடிக் கொள்வதற்காக அவர்கள் அனைவரும் முயல்கிறார்கள். ஒருவரோடொருவர் சமாதானமாய் வாழ்கிறார்கள். சிலர், மற்றவரைவிட அதிக வசதியான இடங்களில் இருக்கிறார்கள். எல்லோரும் ஒருவரை ஒருவர் பாதுகாத்துக்கொள்கிறார்கள். இன்றையச் சீன வழக்க மொழிப்படி, 'அதிகாரிகள் அதிகாரிகளைப் பாதுகாப்பார்கள்.' பாமர மக்கள்தான் நிலத்தின் எரு; மரங்களுக்கு உரம் அளிப்பது; அவற்றை வளர்த்துச் செழிக்கவைப்பது; கனவான்களுக்கும் சாதாரண மனிதர்களுக்கும் உள்ள வேறுபாட்டைப் பற்றிப் பரிந்து வாதாடும்போது, மென்ஷியஸ் பின்வருமாறு சொன்னார்: 'கனவான்கள் இல்லாவிட்டால், பாமர மக்களை ஆள்வதற்கு யாரும் இருக்க மாட்டார்கள். பாமர மக்கள் இல்லா விட்டால், கனவான்களுக்கு உணவளிக்க யாரும் இருக்க மாட்டார்கள்.'

ஒரு சமயம், ச்சி நாட்டின் மன்னர், ஆட்சி புரிவதைப் பற்றிக் கன்பூசியஸைக் கேட்டார். சமூக அந்தஸ்துக் கோட்பாட்டைப் பற்றி அவருக்குச் சொல்லியபோது, 'நன்றாய்ச் சொன்னீர்கள், ஐயா! மன்னன் ராஜ கடமைகளைச் செய்யாவிட்டால், குடிமக்கள் குடிமக்கள் செய்யவேண்டிய கடமைகளைச் செய்யாவிட்டால், நாட்டில் அமோகமாய் அரசிருந்தபோதிலும், எனக்கு எப்படி உணவு கிடைக்கும்?' என்று மொழிந்தார்.

ஆகவே, மேலேயிருந்து வரும் கதிரவன் ஒளியாலும், கீழே பூமியிலிருந்துவரும் உரத்தினாலும் மரங்கள் செழிக்கின்றன. சில மரங்கள் மற்றவற்றைவிடத் திடமானவை. இவை, நிலத்திலிருந்து அதிகமாய்ச் சாற்றை இழுத்துக்கொள்கின்றன. இவற்றின் நிழலில் அமரும் மக்கள் பச்சை இலைகளைக் கண்டு வியக்கின்றனர். சாறுதான் இலைகளுக்கு வண்ணம் தீட்டியது என்று இவர்கள் அறிய மாட்டார்கள்.

அதிகாரிகளுக்கு மட்டும் இது தெரியும். மாஜிஸ்ரேட் வேலைக்கு விண்ணப்பிக்க, சந்தர்ப்பத்தை எதிர்பார்த்துப் பீக்கிங் நகரத்தில் காத்துக்கிடக்கிறவர்களுக்கு, அடிக்கடி பேசிப் பேசிப் பழகியதால், எந்த மாவட்டம் 'கொழுத்திருக்கிறது' எந்த மாவட்டம் 'மெலிந் திருக்கிறது' என்று மனப்பாடமாய்த் தெரியும். தேசிய வருமானத்தைப் பற்றி, இவர்களும் இலக்கிய தோரணையில் 'மக்களின் சதை, மக்களின் அத்தெலும்பு' என்று ஜம்பமாய்ப் பேசுவார்கள். மனித மாமிசத்தையும் அத்தெலும்பையும் பிழிந்தெடுக்கிற சங்கதி ஒரு தனி கலை. கிளைவெடித்து விரிவதிலும் சாதுரியத்திலும் ஜடப்பொருள் ரசாயனத்தை நிகர்த்தது. நல்ல ரசாயனவாதி பீட்ரூட் கிழங்கைச் சர்க்கரையாக மாற்றிவிடுவான். நிஜமாகவே கெட்டிக்காரனாயிருப்பவன் காற்றிலிருந்து நீர் உப்பை எடுத்து, அதிலிருந்து பயிர்பச்சை செழித்து வளர உதவுகிற உயிர்ச்சத்தை உண்டாக்கிவிடுவான். இந்த ஒப்புநோக்குச் சரியானது. இதில் சீன அதிகாரவர்க்கம் எந்த அம்சத்திலும் குறைபட்டுப் போய்விட வில்லை.

இந்தக் குறைக்கு ஈடு செய்ய ஒரே ஒரு அம்சந்தான் இருக்கிறது. சீனாவில் ஜாதியில்லை, பிரபுத்துவம் இல்லை. யாமென் வகுப்புப் பரம்பரை பாத்தியதை கொண்டாடுகிற ஒரு நிரந்தரமான ஏற்பாடல்ல. ஐரோப்பாவில் நிலச்சொத்துள்ள பிரபுத்துவக் குழு உண்டு. இது அப்படிப்பட்டதல்ல. நிரந்தரமாய் எந்த ஒரு தனிமனிதக் குழுவோடும் அதை ஒப்பிட்டுப் பேச முடியாது. கடந்த ஐந்நூறு ஆண்டுகளாய்த் தம் மூதாதையர் வேலைவெட்டி பார்த்ததே இல்லையென்று பெருமையாய்ச் சொல்லிக் கொள்ளக் கூடிய குடும்பம் எதுவும் சீனாவில் இருந்ததில்லை. ஐரோப்பாவில் அப்படியல்ல. பிரான்சில் இருந்த சில பிரபுக் குடும்பங்களும், ஆஸ்திரியாவில் இருந்த ஹாப்ஸ்பர்க் குடும்பங்களும் இப்படிச்

சொல்லிக்கொள்ள முடியும். கன்பூசியஸின் குடும்பம் மட்டும் இதற்கு விதிவிலக்கு, சென்ற இரண்டாயிரம் ஆண்டுகளாய் இவர்கள் வேலைவெட்டி பார்த்ததில்லை. 1644இல் சீனாவை வெற்றி கொண்ட மஞ்சு ராணுவத்தின் வழித்தோன்றல்கள், சென்ற முந்நூறு ஆண்டுகளாய் வேலை செய்ததில்லையென்று நிஜமாய்ச் சொல்லலாம். இப்போது, மஞ்சு வமிசம் வீழ்ந்துவிட்டபோதிலும், அவர்கள் வேலை செய்ய மறுத்துக்கொண்டே இருக்கிறார்கள்— அதாவது, அவர்களில் பெரும்பாலோர் வேலை செய்ய மறுக்கிறார்கள் என்று வைத்துக்கொள்ளுங்களேன். அபேதவாதி களுடைய ஆராய்ச்சிக்கு அவர்கள் மிகவும் சுவையான பிரச்சினையாவார்கள். முந்நூறு ஆண்டுகளாய்த் தேச மக்களால் ஊட்டி வளர்க்கப்பட்ட ஒரு வகுப்புக்கு என்ன நேரும் என்பதை இது எடுத்துக் காட்டுகிறது. சீனாவில், இவர்கள் 'சுகஜீவி வகுப்பார்தான்'. ஆனால், எல்லோரும் இவர்கள் மாதிரியில்லை. இது விதிவிலக்கு. யாமென் வகுப்புக்கும் யாமென் அல்லாத வகுப்புக்கும் அப்படித் திட்டவட்டமான வேறுபாடு ஒன்றுமில்லை.

பரம்பரையாய் வந்த வகுப்பைவிடக் குடும்பந்தான் சமூகக் கூறு. இந்தக் குடும்பங்கள், மேலும் கீழுமாய், வர்ணஜால வித்தைகாட்டி, ஏறி இறங்கும். எப்படிச் சில குடும்பங்கள் உயருகின்றன, மற்றவை எப்படிச் சரிகின்றன என்பதை நாற்பது வயதான ஒவ்வொருவனும் தன் கண்ணாலேயே நேருக்கு நேராகக் கண்டிருப்பான். மேலைநாட்டிலும் சரி, சீனாவிலும் சரி, சமுதாய ஜனநாயகமுறை கொண்டுசெலுத்தப் பெறவே செய்கிறது. ஆனால், எப்படி? சட்ட அமைப்பால் அல்ல. யாரோ ஒருவர் எடுத்துக்காட்டியபடி எங்களுடைய ஊதாரிப் பிள்ளைகளால்தான் இது நடக்கிறது. இந்த ஊதாரிப் பிள்ளைகள் சீனாவில் ஏராளம். தங்கள் ஊதாரித்தனத்தின் மூலம், இவர்கள் தங்கள் குடும்பங்கள் நிலையாகச் செல்வர்களாயிருக்க முடியாமல் செய்துவிடு கிறார்கள். ஜனநாயகத்தின் பாதுகாப்பு அரண்களென்றே இவர் களைச் சொல்ல வேண்டும். முன்னேற்ற ஆசையுள்ள திறமை சாலிகள், கடைசிப் படியிலிருந்து மேலே வருவதற்கு ஆட்சித் தேர்வுகள் எப்போதும் வழி திறந்த வண்ணமிருந்தன. யாரையும் தேர்வுக்குப் போகாமல் தடுப்பதில்லை. வேசையின் பிள்ளை களும் பிச்சைக்காரியின் பிள்ளைகளும்தான் தடுக்கப்பட்டவர்கள்.

படிக்க அப்படி ஒன்றும் அதிகச் செலவில்லை. இதனால், மேல் வகுப்பைச் சேர்ந்த பிள்ளைகளால்தான் செலவு பண்ண முடியும் என்பது கிடையாது. திறமையுள்ளவர்களுக்கெல்லாம் கல்வி பயில உரிமையுண்டு. செல்வருக்கு மட்டுந்தான் இந்த உரிமை என்பதில்லை. வறுமை காரணமாக யாரும் கல்வித் துறையில் அதிகமாக இடருற்றதாகத் தெரியவில்லை. இந்தக் கருத்தில், எல்லோர்க்கும் ஒத்த வாய்ப்பளிக்கப் பெற்று வந்ததாகவே சொல்ல வேண்டும்.

சமூகத்தைச் சீனர்கள் நான்கு வகுப்பாகப் பிரித்திருக்கிறார்கள். இதுதான் வரிசை முறை: படிப்பாளிகள், விவசாயிகள், தொழிலாளர், வணிகர். வளர்ச்சியுறாத விவசாய சமூகத்தில்தான் சீனா என்றும் இருந்துவந்தது. இதில் இருந்த போக்கு முக்கியமாக ஜனநாயகத்தின்பாற்பட்டதே. வகுப்பு எதிர்ப்பு இல்லை. அதற்குத் தேவையுமில்லை. மேலே குறிப்பிட்டபடி, யாமென் வகுப்பைத் தவிர, இந்த வகுப்புகளின் கூட்டுறவு 'வகுப்புணர்ச்சி'யிலோ, திமிராலோ மாசு பட்டுப் போகவில்லை. சீனாவின் மிகச் சிறந்த சமூக வழக்க முறைப்படி, பணக்கார வணிகனோ, உயர்ந்த அதிகாரியோ, விறகுவெட்டி ஒருவனைத் தன்னுடன் தேநீர் பருக அழைக்கலாம். அவனுடன் வெகு சரளமாகப் பேசி மகிழலாம். இங்கிலீஷ் பண்ணைக்காரர் உழவன்[*] ஒருவனிடம் பேசும்போது காட்டுகிற கழிவிரக்க நடிப்பு ஒருவேளை இங்கே அவ்வளவு அதிகமாயிராது. விவசாயிகள், தொழிலாளிகள், வணிகர்கள் எல்லோரும் நிலத்தின் எருவோடு சேர்ந்தவர்களேயாதலால், இவர்கள் பணிவாயிருப்பார்கள். அமைதியாயிருப்பார்கள். சுய மரியாதையுள்ள குடிமக்களாயிருப்பார்கள். கன்பூசிய சித்தாந்தப்படி, மூன்று வகுப்புகளிலும் தலைமை இடம் விவசாயிகளுக்குத் தான். ஏன்? சீனர்களுக்கு அரிசியில் கண். அதனால் ஒவ்வொரு அரிசியும் எங்கிருந்து வருகிறதென்பதை அவர்கள் எப்போதும் அறிவார்கள். அவர்கள் செய்ந்நன்றியுடையவர்கள். வணிகர். தொழிலாளர் இருவருடனும் சேர்ந்துகொண்டு, அவர்கள் எல்லோரும் படிப்பாளி களைப் பேணி மதிப்பார்கள். படிப்பாளிக்கு அதிகப்படியான

---

[*] இதற்கு ஒரு நல்ல எடுத்துக்காட்டு, ஆன் சைனீஸ் ஸ்கிரீன் (சீனத் திரையில்) என்று சொமர்செட் மாகம் எழுதிய நூலில், 'ஜனநாயகம்' என்ற குறிப்பில் காணப்படுகிறது.

மரியாதையும் உரிமையும் பெற அருகதை உண்டு. சீன எழுத்து உருவங்களைக் கற்பது கடினம். அதனால், இந்த மரியாதை இதயபூர்வமான மரியாதையாகும்.

6. ஆண் முக்கூறு

ஆனால், படிப்பாளிகள் இந்த மரியாதைக்கு அருகதையுடையவர்கள்தானா? மன உழைப்பு நிச்சயமாய் உடலுழைப்பைவிட மேன்மைதான். இந்த ஏற்றத் தாழ்வு இருப்பது நிஜமாக இயற்கையாய்த்தான் தோன்றுகிறது. பிராணி வர்க்கத்தை மனிதன் எப்படி வெற்றிகொண்டான்? மனிதனுடைய மூளை அதிக வளர்ச்சி பெற்றிருந்ததனால் வென்றான்; அடிப்படை அதுதானே. தன்னுடைய மனவளர்ச்சியின்மூலம், பிராணி உலகை அவன் அடக்கிஆண்டது சரிதான் என்று அவன் நிறுவினான். ஆனால், ஒன்று. ஒரு கேள்வியைத் தூக்கிப்போடலாம். பிராணிகளின் இடத்தில் இருந்து பார்த்தால், சிங்கம் புலி வாழும் காடுகளை அவற்றிடமிருந்து பறிக்கவும், எருமைகளிடமிருந்து மேய்ச்சல் வெளிகளைப் பறிக்கவும் மனிதனுக்கு உரிமை உண்டா? நாய் மதிக்கலாம். ஓநாய்க்குப் புத்தி வேறே மாதிரி ஓடும். மனிதன் இவற்றைவிடத் தந்திரசாலி. தந்திரத்தால் அவன் விசயத்தை மழுப்பிவிட்டான். சீனாவிலுள்ள படிப்பாளி செய்ததும் இதேதான்.

அறிவுப் பொக்கிஷத்தை அறிந்தவன் அவன் ஒருவன்தான். சட்டமும் வரலாறும் அவனுக்கு மட்டுந்தான் தெரியும். சட்ட ரீதியான வழக்குகளில், கெட்டித்தனமாக ஒரு சொல்லைப் பயன்படுத்தி, ஒருவனை எப்படிக் கொல்வது என்று அவனுக்கு மட்டுந்தான் தெரியும். படிப்பது மகா சிக்கலான விசயம். படிப்பை மதிப்பது இயற்கை. இவனும் இவனைப் போன்றவர்களும் சேர்ந்துதான் 'கனவான்' என்கிற வகுப்பைச் சீனாவில் உருவாக்கினர். காட்டைப் பற்றிய உவமானத்தைத் தொடர்ந்து செல்வோம்: கனவான் வர்க்கம் புல்லுருவிகள். சிரமப்படாமல் உச்சாணிக் கொம்புக்கு எப்படிப் போகலாம் என்று புல்லுருவிக்குத் தெரியும். சீன ஆலமரங்களையெல்லாம் சுற்றி இந்தப் புல்லுருவிகள் நிறைந்திருக்கும். இதை வேறு மாதிரியாகவும் சொல்லலாம். அவர்களால் மரத்தை அடைய முடியும். நிலத்தின் உரத்துக்காக, பட்சமான ஒரு சொல்லை மரத்திடம் இரகசியமாய்

முணுமுணுக்கத் தெரியும். பேச்சுப் போக்கில், இந்தக் கைங்கரியத்துக் காகத் தரகு தட்டிக்கொள்ளவும் முடியும். இது மட்டுமா? நிலத்திலிருந்து சாறு முழுவதையும் உறிஞ்சி எடுத்து விட்டால் என்ன தருகிறாய் என்றுகூட மரத்திடம் பல சமயம் பேரம் நடத்துவார்கள்.

இதுதான் 'ஏகபோக வரிமுறை' என்கிற சங்கதி. இது மக்களின் பொருளாதார நிலையைச் சீரழிப்பதோடு நில்லாமல், தேசத்தின் வருமானம் முழுவதையுமே சீரழித்துவிடுகிறது. இந்த வரி வசூல் ஏகபோக உரிமைதான் உள்ளூர்க் கனவான்களை ஊட்டி வளர்க்கும் தொட்டில். இது தீயது. குடியரசு ஏற்பட்டதிலிருந்து இந்தப் பொல்லாங்கு பேரளவில் வீங்கிப்போய்விட்டது. செயலில் நடப்பதென்ன? ஆண்டுக்கு முப்பதினாயிரம் தருவதாகப் பேசி முடித்து, நகர சர்க்காரிடமிருந்து வரிவசூல் உரிமை பெற்று, முப்பதினாயிரத்தைப்போல், இரண்டு அல்லது மூன்று மடங்கு இலாபம் தட்டிவிடுவார்கள். பூமியின் உரச் சத்து புல்லுருவியை வளர்க்க உதவுகிறது. இதிலுள்ள பரிதாபப்படத் தக்க விசயம், சர்க்காருக்கோ, சமூகத்துக்கோ எவ்வித நலனும் இல்லாமல் மக்கள் வஞ்சிக்கப்படுகிறார்கள் என்பதுதான். புல்லுருவிகளின் சொந்தக் குடும்பங்கள் கொழுத்துப்போவதுதான் இதனால் கண்ட பலன்.

புல்லுருவிகளோ, தங்கள் உள்ளூர் நிறுவனங்களில் வெகு கச்சிதமாய்க் குந்தியிருக்கிறார்கள். அதனால், புதிதாக வருகிற எந்த ஆட்சி வகையும், அவர்களோடு சேர்ந்து, அவர்கள் மூலமாகவே செயலாற்ற வேண்டி ஆகிறது. கசாப்பு வரி, விபசார வரி, சூதாட்ட வரிகளை அவர்கள் துண்டுபடுத்தி ஒதுக்கிவைத்துக்கொள்வார்கள். தாங்கள் போடும் முதலுக்கு ஏராளமாய் இலாபம் கிடைக்க வேண்டுமென்று அவர்கள் எதிர்பார்ப்பது இயல்புதான். 'ஏராளமான இலாபம்' என்கிற இந்த எண்ணந்தான் மக்களை நாசஞ் செய்துவருகிறது. இந்தச் சூறையாட்டத்துக்கு ஓர் எல்லையே இல்லை. 'ஏராளம்' என்பதை விளக்கிச் சொல்ல முடியாது. தொழில் அனுபவத்தால், புதுப்புது வரிகளை உருவாக்குவார்கள். ஒவ்வொரு புது அதிகாரிக்கும் அந்தக் கனவான் நண்பர்களில் சிலர் இருப்பார்கள். அவருடைய யாமென்களோடு சிலருக்கு அதிகாரபூர்வமாகவும் இல்லாமலும் தொடர்பிருக்கும். பார்த்துப்போக வருவார்கள்.

தேநீரைச் சுவைத்தபடியே, 'ஆஹா! நினைத்துப் பார்த்தால்தான் தெரிகிறது. ஒவ்வொரு ஷியென்னிலும் குறைந்தது 15,000 பன்றித் தொழுவங்களாவது இருக்கும்.

பத்து ஷியென் கொண்ட ஒவ்வொரு ஜில்லாவிலும் குறைந்தது 150,000 தொழுவமாவது இருக்க வேண்டும். தொழுவத்துக்கு ஒரு டாலரானால், நல்ல தொகை புடைத்துப்போட்டுக் கிடைக்கும். நிரம்ப நல்ல தொகைதான்' என்று அடிக்கடி பெருமூச்செறிவார்கள். உடனே, இன்னொரு மிடறு நயமான லங்ச்சிங் தேநீர் உள்ளே செல்லும். இந்த மாதிரிப் பெருமூச்சும், விசயத் தெளிவும் பலவாறாகக் கிளம்பிவிட்டால், மனித மாமிசத்தையும் அந்த எலும்பையும் பிழிந்தெடுக்கிற கலையை அந்த அதிகாரி நிஜமாகவே கற்றுக்கொள்ளத் தொடங்குகிறான். அதிகாரிக்குச் சூழ்ந்த நன்றியறிதல் ஏற்பட்டுவிடுகிறது. தன்னுடைய அறியாமைக்காகக் கொஞ்சம் வெட்கமடையக்கூடச் செய்கிறான். 'உலகியல் மொழி துறைகளில்' முதிர்ந்து வருகிறான். பன்றித் தொழுவ வரிக்குப் பிறகு, கனவானாகிய படிப்பாளி, சவப்பெட்டி வரியைக் கண்டுபிடிப்பான். அப்புறம் மணப் பல்லக்கு வரி...

என் மனத்தில், இந்தக் கனவான் படிப்பாளிகளோடு, சீன ஓவியங்களில் தெய்வீக அழகுடன் விளங்குகிற வெண் நாரை களைத் தொடர்புபடுத்தியே நினைவுகூர்வேன். அவர்கள் அவ்வளவு தூயவர்கள், வெண்மையானவர்கள், உலகாயதமற்ற வர்கள். அதனால்தான் தாவோ மதத் துறவிக்கு அவர்கள் ஒரு சின்னமாக விளங்குகிறார்கள். மோட்சத்துக்குப் போகிற தேவதைகள் இவர்கள் முதுகில் அமர்ந்துகொண்டுதான் போவார்கள். காற்றினூடே திரியும் அணுப் பொருளைத் தின்றுதான் அவர்கள் உயிர் வாழ்கிறார்களோ என்றுகூட நினைக்கத் தோன்றும். அப்படியல்ல. தவளைகளையும் நிலப் புழுக்களையும்தான் அவர்கள் உண்கிறார்கள். அவர்களுடைய இறக்கை வெளுப்பாய் மெத்தென்றிருந்தென்ன! நடை கம்பீரமாய் இருந்துதான் என்ன! எதையாவது அவர்கள் சாப்பிட்டுத்தான் ஆகவேண்டும்.

வாழ்க்கையில் நல்லதையெல்லாம் தெரிந்துவைத்திருக்கிற கனவான் வர்க்கம் கட்டாயம் வாழ்ந்தாக வேண்டும். அவர்கள் வாழ்வதானால் அதற்குப் பணம் இருந்தாக வேண்டும்.

அவர்களுடைய பணப்பாசம் அவர்களைப் பணக்காரரோடு சேர்ந்து சேர்ந்து வேலைசெய்யச் செய்கிறது. இங்கேதான் சீனாவின் நிஜமான ஏற்றத்தாழ்வுக் கட்டம் வந்து சேருகிறது. இது, பொருளாதார ஏற்றத்தாழ்வுதான். சீன ஊர்களில் ஆண் முக்கூறு என்று ஒன்று எப்போதும் இருந்துவந்தது; நீதிபதி, கனவான் வர்க்கம், உள்ளூர்ப் பணக்காரர் என்று மூன்று கூறுகள். இவை தவிரப் பெண் முக்கூறு என்று ஒன்றும் உண்டு: இதில், முகம், விதி, சலுகை என்ற மூன்றும் அடங்கும். ஆண் முக்கூறு, ஏறத்தாழ ஒன்று மட்டுத்தான் எப்போதும் வேலை செய்யும். நல்ல நீதிபதி, வழிநெடுகிலும் சமரிட்டு, மற்ற இரு கூறுகளையும் தாண்டிப்போய், மக்களை அடைய வேண்டும். இந்த மாதிரி நீதிபதிகள் பலர் இருந்தார்கள். ஆனால், அவர்கள் படாதபாடு பட்டார்கள். ஆட்சி நிர்வாக அலுவல்களை எப்போதும் அவர்கள் தாங்களே நேரில் பார்க்க வேண்டியிருந்தது. வழக்கமான யாமென் பரிவார எடுபிடிகள் அவர்களுக்கு இல்லை. இப்படிப்பட்டவர்களில் யுவான் மெயியும் ஒருவர். இன்னும் பலர் இருந்தார்கள். அவர்கள் நல்லவர்கள். ஆனால், வேண்டாதபோதும் மக்களிடம் நல்லவர் களாய் நடந்துகொண்டார்கள்.

நவீன காலத்தில், நாலாவது சர்வாதிகார வர்க்கம் ஒன்று நாட்டுப் புறங்களில் உண்டாகியிருக்கிறது. முக்கூறுக்குப் பதிலாக, நாட்டுப்புறத்தின் சில பாகங்களில் ஒன்றோடொன்று கைகோத்து நாலு ராட்சசர்கள் வேலை செய்கிறார்கள்; நீதிபதி, கனவான் குழு, உள்ளூர்ப் பணக்காரர், கொள்ளைக்காரர்—இப்படி நாலு. சில வேளை, உள்ளூர்ப் பணக்காரர் வெளியேறிவிடுவார்கள். எஞ்சியவர் மூவரே. நாட்டின் வளம் நலிவதில் வியப்பில்லை. பொதுவுடைமை வளர்வதில் வியப்பில்லை. ருஷ்யக் கோட்பாடு இல்லாத பொதுவுடைமைக்குச் சீனாவைவிட பெரிய பூமி வேறு கிடைக்காது. பொதுவுடைமை இயக்கம் கனவான் குழுவையும் உள்ளூர்ப் பணக்காரரையும் பச்சாதாபமில்லாமல் எதிர்த்து அடிக்கிறது. புடைபெயர்ந்து சிதறுண்ட மக்களைக்கொண்டு, அது இடையறாது உணவு பெற்று வளர்கிறது. இந்த மக்களுக்கு இப்போது வீடில்லை, வாசலில்லை, வளமில்லை, எலும்பில் மூளைச் சக்தியில்லை. இவர்களை இப்போது 'கொள்ளைக்காரர்கள்' என்று அழைக்கிறார்கள். இந்தப் பொதுவுடைமையை மக்களுடைய

பொருளாதார எதிர்ப்பாகவே கொள்ள வேண்டும். தற்செயலாய் வந்துசேர்ந்த ருஷ்யச் சித்தாந்தங்களை இதில் சேர்க்காமல் பார்த்தால்கூட, இதுதான் உண்மை நிலை என்று தோன்றும். இவையெல்லாம் எதற்காக? ஐந்து விதமான மனித உறவு முறை பூணும் தம்முடைய சமூகத் திட்டத்தின் கட்டுக்கோப்பைக் கன்பூசியஸ் எடுத்தோதியபோது, மனிதனுக்கும் அவனோடு பழகியிராத அந்நியனுக்கும் இடையே உள்ள உறவுமுறையை விளக்க அவர் மறந்துவிட்டார்.

சமூக வாழ்வின் திட்டத்தைப் பொதுவுடைமை எவ்வளவோ மாற்றிவிட்டது. இதனால், கிராம உழவன் நீதிபதியிடம் நேரே போகலாம். யாமென்காரருடைய வீட்டுச் சுவரின்மீது தன்னுடைய மூங்கில் தடியை ஊன்றிக்கொண்டு, மனிதனுக்கு மனிதன் பேசுகிற மாதிரி, சமமாய் அவருடன் பேசலாம். இது வெகு ஆழமாய் வேரோடிப் போய்விட்டது. இதனால், பொதுவுடைமைப் பகுதிகளிலிருந்து மீட்டிய பிரதேசங்களில், இனிமேற்கொண்டு அதிகாரிகள் பழைய யாமென் சம்பிரதாய தோரணையில் நடந்துகொள்ள முடியாது. பொதுவுடைமை அதிகாரிகள் உழவனிடம் வழக்கமாகப் பேசிய மாதிரியே, இவர்களும் அவனிடம் பேசியாக வேண்டும். சில சங்கதிகள் இன்னும் சரிப்பட்டுவிடவில்லை; படுமோசமாய் இருக்கின்றன. நிலக் கிழார்களுக்கு உழவர்கள் செலுத்திவந்த தலச தான்யப் பங்கின் சுமையைக் குறைப்பது. கிராம வங்கிகள் நிறுவுவது, கொள்ளை லேவாதேவி, இத்தியாதி விசயங்களைச் சீர்ப்படுத்து வதுபற்றிக் குவோமிண்டாங் சர்க்கார் அதன் இலக்கியத் திட்டத்தில் ஏற்பாடு செய்வதாக இருந்தது. ஒருநாள், இவை அனைத்தையும் அது செய்து தீரவேண்டிய கட்டாயம் ஏற்படப்போகிறது. ஷாங்ஹாய் அடகுக் கடைக்காரர்கள் 'மாத வட்டி பதினெட்டுப் பெர்சென்ட்!' என்று கொட்டை எழுத்துக்களில் கடைவாசல் கதவில் எழுதித் தம்முடைய தாராளத்தை இன்னும் பறைசாற்றுகிறார்கள்.

7. பெண் முக்கூறு

சமூகத் தகுதிக் கோட்பாடும், தரவாரியாய்ப் பிரிந்த சமத்துவக் கருத்தும் சேர்ந்ததனால், சீனச் சமூக நடத்தையில் சில சட்டங்கள் கிளம்பியிருக்கின்றன. இவை, சீனப் பிரபஞ்சத்தின் மாற்றொணாத

மூன்று சட்டங்கள். ரோமன் கத்தோலிக்கப் பிடிவாதக் கொள்கையை விட இவை நிலையானவை. ஐக்கிய அமெரிக்காவின் அரசியல் அமைப்பைவிட அதிகாரபூர்வமானவை. சொல்லப்போனால், இவைதாம் சீனாவை ஆளுகிற மூன்று தேவதைகள். ஜெனரல் சியாங்கை ஷேக்குமல்ல. வாங்சிங்வெயுமல்ல. இவற்றின் பெயர்: முகம், விதி, சலுகை. இந்த மூன்று சகோதரிகளும்தான் எப்போதும் சீனாவை ஆண்டுவந்திருக்கிறார்கள்; இன்னும் சீனாவை ஆண்டு வருகிறார்கள். குறிப்பிடத்தக்க, நிஜமான புரட்சி, இந்தக் கூறுக்கு எதிராகச் செய்யப்படுகிற புரட்சிதான். இதில் ஒரு சங்கடம், இந்த மூன்று மாதரும் மனிதத்தன்மைபெற்று, ரம்மியமாயிருக் கிறார்கள். இவர்கள் எங்கள் குருமாரைக் கெடுக்கிறார்கள். ஆளுகிறவர்களை முகஸ்துதி செய்கிறார்கள். அதிகாரம் உள்ளவர் களைப் பாதுகாக் கிறார்கள். பணக்காரர்களை மயக்கி வசப்படுத்தி விடுகிறார்கள். ஏழைகளை மதிமயங்கச் செய்துவிடுகிறார்கள். ஆசைகொண்டவர் களுக்கு லஞ்சம் கொடுக்கிறார்கள். புரட்சிக் கூட்டத்தாரைத் தறிகெட்டலைய வைக்கிறார்கள். நீதியை முடக்கிவிடுகிறார்கள்.

காகித வடிவமான அரசியல் அமைப்புகளைப் பயனற்றவை ஆக்குகிறார்கள். ஜனநாயகத்தைக் கண்டு ஏளனம் செய்கிறார்கள். சட்டத்தை நிந்தித்து அவமதிக்கிறார்கள். மக்கள் உரிமைகளைக் கேலிக் கூத்தாகச் செய்கிறார்கள். சாலை ஒழுங்குகளையும். சங்கங்களின் சட்டதிட்டங்களையும் மீறுகிறார்கள். மக்களுடைய வீட்டுத் தோட்டங்களின்மீது முரட்டுச் சவாரி போகிறார்கள். இவர்கள் கொடுங்கோலராகவோ, ரௌத்ர காளிகள் மாதிரி குரூபி களாகவோ இருந்துவிட்டால், இவர்களுடைய ஆட்சி இவ்வளவு நாள் நீடித்திராது. இவர்கள் குரலோ மென்மையானது. நடக்கும் வழியோ சாந்த வழி. சட்ட மன்றங்களில், காலடி ஓசைப்படாமல் நடைபோடுவார்கள். இவர்களுடைய விரல்கள், மௌனமாய், திறமையாய் அசையும். நீதிபதியின் கன்னத்தை வருடிச் சல்லாபித்தபடியே நீதி யந்திரத்தைச் செயலற்றுப் போகும்படிச் செய்துவிடுவார்கள். சில்லறைத் தெய்வங்களை வழிபடுகிற இந்தப் பெண்களின் கோவிலில் வழிபடுவது, அளவற்ற சுகத்தைத் தருகிறது. ஆம், இது மெய். இந்தக் காரணத்தால், இன்னும் கொஞ்ச காலத்துக்கு இவற்றின் ஆளுகை சீனாவில் நீடித்திருக்கவே செய்யும்.

சலுகை என்ற கருத்தைப் புரிந்துகொள்வதற்குச் சீனர்களாய் வாழ்ந்து அழகான எளிய வாழ்க்கையைப் பற்றித் தெரிந்து கொள்வது அவசியம். சீனர்களுடைய சமூக இலட்சியம் எப்போதுமே 'எளிய ஆட்சிமுறை, சல்லிசான தண்டனைகள்' என்றுதான் இருந்து வந்திருக்கிறது. சர்க்காரைப்பற்றியும் சட்டத்தைப் பற்றியும் சீனர்கள் கொண்டிருந்த கருத்து யாது? இவற்றில் எப்போதுமே சொந்த முறையில் அமைந்த மனித இயல்பின் சாயை படிந்திருக்கும். சீனர்கள் சட்டங்களிடமும், வழக்கறிஞர்களிடமும் மாற்றமுடியாத ஐயங்கொண்டவர்கள். அவர்களுடைய இலட்சியம் யாது? சண்டை இல்லாமல் அமைதி நிலவிச் செழிப்புற்று, ஓய்வுகிடைத்திருக்கிற காலங்களில் வசிக்கும் மக்களிடம் பூர்விக காலத்தின் எளிமை ஓரளவு நிலைத்திருந்துவரும். இந்த மாதிரி வாழ்வுதான் சீனருடைய இலட்சியம். இந்த மாதிரியாக சுற்றுப்புறங்களிலிருந்தே சலுகை என்கிற சங்கதி உண்டாயிற்று. இந்த மாதிரிச் சுற்றுப்புறங் களிலிருந்துதான் சலுகையின் மறு கூறாகிய செய்ந்நன்றி என்கிற சிறப்பியல்பு உண்டாயிற்று. சீனருடைய பண்டைச் சிறப்பியல்பு களில் இது மிகவும் அழகானது.

சீனாவின் பாமர மக்களிடமும், இன்றுகூட இந்தச் செய்ந்நன்றி ஏராளமாய், 'வயிறு நிறைய' இருக்கிறது. விவசாயி ஒருவனுக்கு நீங்கள் நல்லது செய்தால், அதை அவன் சாகும்வரை மறக்க மாட்டான். அவன் உயிருள்ள வரைக்கும் உங்களைத் தெய்வமாகக் கொண்டாடுவான். தன் வீட்டில் உங்கள் நினைவாக மரப் பலகையில் வாசகம் எழுதி வைத்துக்கொள்வான். உங்கள் சேவைக்காகக் 'கடலில் இறங்கவும், நெருப்பில் குதிக்கவும்' அவன் தயாராயிருப்பான். மக்களுக்குச் சட்டபூர்வமான பாதுகாப்பு இல்லை. நீதிபதிகள் இவர்களை நினைத்தபடியெல்லாம் ஆட்டி வைக்கலாம் என்பது மெய்தான். நீதிபதி பட்சமானவராயிருந்து விட்டால், இப்படிப் பட்சமாக நடந்துகொள்வதை மிக அதிகமாய் பாராட்டுவார்கள். ஏனென்றால், இது பயன் கருதாமல், சுயமாக வருகிறதல்லவா? அதனால், வேறு ஊருக்கு வேலைமாறிப் போகிற நீதிபதிகளுக்குக் கிராம மக்கள் வழியனுப்பு விழா நடத்துவதை, எத்தனையோ ஆயிரம் இடங்களில் பார்க்கலாம். இவர்கள், நீதிபதிகளின் பல்லக்கைச் சுற்றிலும் கண்களில்

நன்றியறிதலால் கண்ணீர் துளும்ப, முழந்தாளிட்டு நிற்பார்கள். சீனரின் நன்றியறிதலை வெளிப்படை யாய்க் காட்டுவதற்குச் சிறந்த வழி இதுதான். அதிகாரிகளிடமிருந்து சாதகம் பெறுவதை இப்படித்தான் சீன மக்கள் காட்டிக்கொள்வார்கள். அதிகாரிகளிடம் பெறுவது சாதகம்தான், நீதியல்ல. அதனால், அதற்கு நன்றி செலுத்துகிறார்கள்.

இப்படிப்பட்ட நாட்டு நிலவரத்தில், அதிகாரத்திலிருக்கிற வனுக்கும், பாதுகாப்பை எதிர்பார்க்கிறவனுக்கும் இடையே ஏற்பட்ட ஆளுக்கு ஆள் உள்ள தொடர்பிலிருந்துதான் சலுகை உண்டாயிற்று. இருந்தாலும், நீதிக்குப் பதிலாகச் சலுகை இருந்துவர முடியவே முடியும். பல சமயம் அது அந்த மாதிரி இருந்துவரவும் செய்கிறது. சீனத்தான் ஒருவனைக் கைது செய்துவிட்டால்—தப்பாகக்கூடக் கைது செய்திருக்கலாம்—அவன் சொந்தக்காரர்கள் சட்டப் பாதுகாப்பைத் தேடி, நீதிமன்றத்தில் வாதாட வேண்டுமென்று நினைக்க மாட்டார்கள். நீதிபதிக்குப் பழக்கமான யாரையாவது தேடிப்பிடித்து, அவரைக் கொண்டு ஏதாவது 'சாதகம்' செய்யும்படி நீதிபதியிடம் சொல்லச் செய்வார்கள். சீனாவில் ஆளைத் தெரிந்திருப்பதற்கு மதிப்பு அதிகம். 'முகத்'துக்கு மதிப்பு வைப்பார்கள். அதனால், ஒரு காரியத்தைச் சரிப்படுத்தப்போகிறவன் சரியானபடி 'பெரிய மனிதனா'யிருந்து, வேண்டிய அளவு அவனுக்கு 'முகம்' இருந்தால், வெற்றி நிச்சயம். முடிவில்லாமல் இழுத்தடிக்கிற விவகாரத்தைவிட இது எப்போதுமே எளிது, அதிகச் செலவுமில்லை. இப்படியாக, அதிகாரம் படைத்தவர்கள், பணக்காரர்கள், ஆட்களைத் தெரிந்து வைத்திருப்பவர்கள். இப்படிப்பட்ட நல்வாய்ப்பில்லாத ஏழைகளுக்கும் இவர்களுக்கும் இடையே சமூக ஏற்றத்தாழ்வு ஏற்படுகிறது.

சில ஆண்டுகளுக்கு முன் அன்ஹுயி என்ற ஊரில் இரண்டு பேராசிரியர்களைக் கைது செய்து சிறையில் போட்டுவிட்டார்கள். எச்சரிக்கையில்லாமல், ஏதோ இரண்டொரு வார்த்தை பேசி விட்டார்கள். இதுதான் இவர்கள் செய்த குற்றம். இது, நகைச்சுவையாய்ச் சிரித்து ஒதுக்கிவிடவேண்டிய ஓர் அற்ப விசயம். சொந்தக்காரர்கள் உடனே மாகாணத்தின் தலைநகருக்குப் போய், அங்கே ராணுவத் தலைவரிடம் 'சாதகம்' செய்யும்படி

கெஞ்ச வேண்டியதாயிற்று. வேறு வழியில் இதற்கு விமோசனம் இல்லை. இன்னொரு விசயத்தில் நிலைமை முற்றும் வேறுமாதிரி யாய் நடந்துவிட்டது. இதே மாகாணத்தில், சக்தி வாய்ந்த அரசியல் கட்சியில் தொடர்புடைய சில இளைஞர்களை சூதாடிக் கொண்டிருந்த போது கையும் மெய்யுமாகப் பிடித்துக் கைது செய்தார்கள். இவர்கள் விடுதலையடைந்தவுடன், நேரே தலைநகருக்குப் போய் தங்களைக் கைதுசெய்த போலீசாரை வேலையிலிருந்து விலக்கிவிட வேண்டுமென்று கோரினார்கள். யாங்ட்சி நதிக்கரையில் உள்ள ஒரு நகரில் கஞ்சாக் கடை ஒன்றைப் போலீசார் சோதனை போட்டு, அதில் சேமித்து வைக்கப்பட்டிருந்த கஞ்சாவை, இரண்டு ஆண்டு வரைக்கும் பயன்படுத்தக் கூடாதென்று பறிமுதல் செய்து வைத்தார்கள்.

ஆனால், செல்வாக்குள்ள உள்ளூர் மனிதர் ஒருவர் டெலிபோன் பண்ணவே, பொதுநலப் பாதுகாப்புச் சங்கத்தார், தாங்கள் மரியாதைக் குறைவாக நடந்துகொண்டதற்காக மன்னிப்புக் கேட்டுக்கொள்ளும்படி ஆகிவிட்டது. அதோடு, போலீஸாரின் துணையுடன் பறிமுதல் செய்த கஞ்சாவைத் திருப்பி அனுப்பி வைக்கும்படியும் நேர்ந்தது. பல் வைத்தியர் ஒருவர் அதிகாரம் படைத்த தளபதி ஒருவருக்குப் பல்பிடுங்கியதற்காக, தளபதியின் சொந்தப் பெருமையில் ஒரு பகுதி வைத்தியருக்கு ஆயுள் முழுவதும் அனுபவப் பாத்தியதையாயிற்று. மந்திரி சபை அலுவலகம் ஒன்றில் தொலைபேசியைக் கவனித்துக் கொள்கிற எழுத்தர் ஒரு சமயம் தொலைபேசியில் இவரைக் கூப்பிட்டார். கூப்பிடும்போது, குடும்பப் பெயரையும் அதிகாரப் பட்டப் பெயரையும் சொல்லாமல், சொந்தப் பெயரையும் குடும்பப் பெயரையும் சொல்லிக் கூப்பிட்டார். அவ்வளவுதான். வைத்தியர் மந்திரி சபை அலுவலகத்துக்குப் போய், எழுத்தருக்குச் சொல்லி அனுப்பினார். மற்ற சிப்பந்திகள் முன்னிலையிலேயே, எழுத்தரைக் கன்னத்தில் 'பளார்' என்று ஓர் அறைவிட்டார். 1964, ஜூலை மாதம், குட்டையான கால்சராய் அணிந்தபடியே, காற்றுக்காக வெளியில் படுத்துறங்கியதற்காக, வூச்சாங் என்ற இடத்தில், ஒரு பெண்பிள்ளையைக் கைது செய்தார்கள். பின்னால், சில நாளில், சிறைக்குள்ளேயே அவள் மடிந்துபோனாள். விசாரித்ததில், அவள் யாரோ ஓர் அதிகாரியின் மனைவி என்று தெரிய வந்தது.

தவறிழைத்த போலீஸ்காரனைச் சுட்டுவிட்டார்கள். இப்படியே எண்ணற்ற எடுத்துக்காட்டுகளைக் காட்டலாம். பழிவாங்குவது இனிது. ஆனால், அதிகாரிகளின் மனைவியராய் இல்லாத பெண்பிள்ளைகளும் இருக்கிறார்கள். இவர் களையும் கைது செய்யலாம். அப்போது, பழிவாங்குவது இனிக்காது. இது கன்பூசிய மதத்தின் போக்கு; வெகுகாலத்துக்கு முந்திய சடங்கு முறைப் புத்தகத்தில்கூடப் 'பாமரர்களுக்கு மரியாதை வழங்கக் கூடாது. பிரபுக்களைத் தண்டிக்கக் கூடாது' என்ற வாசகம் ஓர் இடத்தில் வருகிறது.

அப்போது, சலுகை என்பது சமூக அந்தஸ்துக் கோட்பாட்டின் ஒரு பாகமும் பகுதியுமாக இருந்துவந்தது. இதன் தர்க்கரீதியான விளைவுதான் கன்பூசிய இலட்சியமாகிய 'கனவான்'களால் ஆளப்படுகிற ஆட்சி, 'பெற்றோ'ர் ஆட்சி. லாஓட்செ, 'ஞானிகள் சாகலே, திருடர்கள் ஒழியலே' என்று சரியாகத்தான் சொன்னார். கன்பூசியஸ் சின்னக் குழந்தைமாதிரி, சூதுவாது தெரியாதவர். இல்லாவிட்டால், மக்களை ஆளுவதற்கு வேண்டிய அத்தனை கனவான்கள் தேசத்தில் இருப்பதாக அவர் நினைத்திருப்பாரா? அவர் தப்பாக எண்ணிவிட்டார். வாழ்க்கையானது கவிதைநலம் பொதிந்த எளிய கட்டத்திலிருந்து வரும்வரைக்கும் இது ஒப்பேறலாம். விமானங்களும் மோட்டார் வண்டிகளும் நிறைந்த நவீனப் போரில் இது ஒப்பேறாது. அதனால், இது படுதோல்வி யடைந்துவிட்டது. இந்தக் குறையை நிவர்த்திசெய்கிற ஓர் அம்சமும் உண்டுதான். சீனாவில் ஜாதியில்லை, பிரபுத்துவம் இல்லை. இதை முந்தியே சொல்லியிருக்கிறோம். இங்கிருந்து இனிமேல் விதி என்கிற விசயத்துக்குப் போவோம். வெளிப் படையான இந்தச் சமூக வேறுபாட்டை எப்படிச் சகித்துவர முடிகிறது? நிரந்தரமாக எந்த மக்களையும் அமுக்கி மிதித்துக் கொண்டே இருப்பதில்லை. அடக்குவோர், அடக்கப்படுவோர், இருவரும் மாறி மாறி, முறைவைத்துக்கொண்டு, காரியம் செய்வார்கள். கேவலம் நாய்க்குக்கூட ஒரு நல்ல காலம் வரவே செய்யும். 'கடவுள், அவரவருக்கு ஒவ்வொரு சமயத்தில் நல்ல வசதி பண்ணித் தருவார்' என்று சீனர்களாகிய நாங்கள் நம்புகிறோம். ஒருவனுக்குத் திறமையும், பிடிவாதமும், முற்போக்கு ஆசையும் இருந்தால், அவன் முன்னுக்குவந்து மேன்மையடையக்

கூடும். யார் கண்டது? பட்டாணியிலிருந்து செய்கிற ஒரு வகை மோரை விற்று வயிறு வளர்க்கிற ஒருவனுடைய மகள் செல்வாக்குள்ள அதிகாரி ஒருவர் கண்ணுக்கோ, கர்னல் ஒருவர் கண்ணுக்கோ கவர்ச்சியாய்த் தோன்றக்கூடும். அல்லது அவனுடைய மகன் நகர நீதிபதியின் வாயில்காப்போனாக வேலைக்கு வந்துவிடக்கூடும். இல்லை, கசாப்புக்காரனின் மாப்பிள்ளை ஒருவன்; ஏழை, வயதாகிவிட்டது. கிராமப் பள்ளி ஆசிரியனாய் இருக்கிறான். இவன் திடீரென்று அதிகாரிகளுக்கான தேர்வில் தேறிவிடக் கூடும். ஜூலில்வைஷி என்ற நாவலில் வருவதுபோல், நகரத்திலுள்ள படிப்பாளிக் கனவான் ஒருவர் இவனை அழைத்துப்போய்த் தம்முடைய மாளிகையில் உடன் இருந்துவரச் சொல்கிறார். இன்னொருவர் 'இவனுடன் சான்றுத் தாள்களை ஒருவருக்கொருவர் மாற்றிக்கொண்டு,' இவனுடைய இணைபிரியாத சகோதரராக முற்படுகிறார். மூன்றாவதாக, பணக்கார வணிகர் ஒருவர் பட்டுத் துணிக்கட்டுகளையும், வெள்ளிக் காசு நிறைந்த பைகளையும் பரிசளிக்கிறார். நகர நீதிபதிகூட இரண்டு பணிப் பெண்களையும் ஒரு சமையல் காரியையும் அனுப்பிவைக்கிறார். இவன் மனைவிக்கு வேலைத் தொந்தரவு இருக்கக்கூடாதல்லவா? அதற்காக, கசாப்புக்காரன், நகரத்தில் புது மாளிகையில் குடியேறுகிறான். உள்ளத்தில் மகிழ்ச்சி துள்ளுகிறது. மாப்பிள்ளையை முந்தியெல்லாம் சதா மிரட்டிக்கொண்டே வந்தது மாமனாருக்கு இப்போது நினைவில் இல்லை. மாப்பிள்ளையிடத்தில் தனக்கு எப்போதும் நம்பிக்கையுண்டு என்கிறான். கசாப்புக் கத்தியைத் தூரப் போட்டுவிட்டு, சாகுமட்டும் மாப்பிள்ளை வீட்டில் சாப்பிட்டு வரத் தயார் என்கிறான். இப்டி நடந்தால் இவனுக்கு நல்ல காலம் வந்தமாதிரிதான். அவனைக் கண்டு நாங்கள் பொறாமைப்படு வோம். ஆனால், இது அவனுக்கு நியாயமாய்க் கிடைக்கக்கூடாத அதிர்ஷ்டம் என்று சொல்லமாட்டோம். இது விதிவசம். அவனுடைய நல்ல அதிர்ஷ்டம். அவ்வளவுதான்.

வினைப்பயன் என்பது சீனருக்கு வெறும் மனப் பழக்கம் மட்டுமல்ல. மனமறிந்து கன்பூசிய வழக்க முறைப்படி செய்கிற செயல்களில் அது ஒரு பகுதியாகச் சேர்ந்திருக்கிறது. விதியில் உள்ள இந்த நம்பிக்கை சமூகத் தகுதிக் கோட்பாட்டோடு, மிகவும் நெருங்கிய தொடர்புள்ளது. அதனால், 'உன் தகுதியைக்

காப்பாற்றி வா, கடவுள் விட்ட வழியில் செல்,' 'விதியும் தெய்வமும் விட்ட வழியில் போவோம்' என்ற மாதிரி வாசகங்கள் எங்களிடம் நடைமுறையில் உள்ளன. தம்முடைய சொந்த ஆன்மிக வளர்ச்சியைப் பற்றிக் கூறும் போது, தம்முடைய ஐம்பதாவது வயதில் 'இறைவனின் திருவுள்ளத்'தைத் தாம் கண்டு கொண்டதாகக் கன்பூசியஸ் சொன்னார். அவருடைய அறுபதாவது வயதில், எதுவும் அவரைத் தொந்தரவு செய்ய முடியவில்லை. இந்த விதி நம்பிக்கைக் கொள்கை மன நிறைவையும் பலத்தையும் பெறுவதற்குப் பேருதவியாயிருந்து வந்தது. சீனர்களுடைய ஆன்மா நிச்சலனமாயிருப்பதற்குக் காரணம் அதுதான். எவனும் எப்போதுமே அதிர்ஷ்டசாலியாக இருப்பதில்லை. அதிர்ஷ்டம் எல்லாருக்கும் வந்துவிடாது. அதனால், இந்த வேறுபாடுகள் இயல்புதானே என்று நினைத்து இவற்றைச் சகித்துக்கொள்கிறார்கள். திறமையும் முற்போக்கு விழைவும் உள்ளவர்கள் சாம்ராஜ்ய தேர்வுகள் மூலம் முன்னுக்கு வர எப்போதும் வழியிருக்கிறது.

நல்வாய்ப்பாகத் திறமையாலோ, உரிமையற்ற வகுப்பிலிருந்து, உரிமைபெற்ற வகுப்புக்கு ஒருவன் வந்துவிட்டாலோ, சுகப் படுவதற்கு அவனுக்குக் காலம் வந்துவிட்டது. இது அவனுடைய உரிமை என்றுதான் சொல்வார்கள். உரிமைபெற்ற வகுப்புக்கு வந்தவுடனே, அதன்மேல் அவனுக்குக் காதல் பிறந்துவிடுகிறது; பதவி உயர்ந்ததற்குத் தகுந்தபடி மனநிலையும் மாறிப்போகிறது. சமூக வேற்றுமையையும் அதன் உரிமைகள் அனைத்தையும் அவன் விரும்பத்தொடங்கி, அவற்றை, மோகித்துவிடுகிறான். ராம்சே மக்டொனால்டு டௌனிங் தெருவைக் காதலிக்க வில்லையா—அப்படி. மக்டொனால்டு 10ஆம் நம்பர் வீட்டின் படிக்கட்டில் ஏறினார்; அதன் காற்றை நுகர்ந்ததும் களிப்படைந்தார். புரட்சி செய்து வெற்றிபெற்ற நவீனச் சீனர் எல்லோருமே இப்படித் தலைகீழாக மாறிப்போவது கண்கூடு.

புரட்சியில் புதிதாகப் பழக்கம் பெற்றுவந்த காலங்களில் இவரே கண்டுபிடித்துவந்த ராணுவக்காரரை விடப் படு தீவிரமாக இவர் பத்திரிகை சுதந்திரத்தைத் தம்முடைய காலடியில் போட்டு மிதிப்பார். ஏன் தெரியுமா? இப்போது இவருக்குப் 'பெரிய முகம்' இருக்கிறது. சட்டம், அரசியல் அமைப்பு எல்லாவற்றுக்கும் இவர் மேற்பட்டவர். சாலை ஒழுங்கு, பொருட்காட்சி சாலை விதி

வரம்புகள் ஆகியவை பற்றி இவருக்கு வெகு அலட்சியம். முகம், மனதைப் பொறுத்த விசயம்; உடம்பைப் பொறுத்ததல்ல. சீனருடைய உடல் தொடர்பான முகம் சுவையானதுதான். மனம் தொடர்பான முகம் ஆராய்ச்சியாய் பண்ணுவதற்கு மிகக் கவர்ச்சியிருக்கும். இந்த முகத்தைக் கழுவ முடியாது. முகம் மழித்தல் செய்ய முடியாது. இந்த முகத்தைக் 'கொடுக்கலாம்,' 'இழக்கலாம்' இதற்காகச் 'சண்டையிடலாம்,' இதைப் 'பரிசாக அளிக்கலாம்.' இங்கேதான் சீனரின் சமூக மனநிலையில் மிகவும் விந்தையான ஓர் அம்சத்துக்கு வந்து சேருகிறோம். இது பருப்பொருளல்ல. கற்பனை பண்ணிப்பார்க்க வேண்டியது, கையில் சிக்க முடியாதது. ஆனாலும், சீனரின் சமூக உறவாடலை நடத்தி வைக்கிற மிக நுண்மையான அளவுகோல் இதுதான்.

சீனரின் இந்த முகத்தை விளக்குவதைவிட, இதற்கு ஓர் எடுத்துக்காட்டு தருவதே எளிது. பெரிய நகரத்தில் ஓர் அதிகாரி. மணிக்கு அறுபது மைல் வேகத்தில் அவரால் கார் ஓட்ட முடியும். சாலை ஒழுங்கு விதிப்படி முப்பத்தைந்து மைல் வேகந்தான் ஓட்டலாம். இப்படிச் செய்வதன் மூலம் இவருக்கு ஏகப்பட்ட முகம் கிடைத்துவிடுகிறது. இவருடைய கார் ஒருவனை மோதிவிடுகிறது. போலீஸ்காரன் வந்துவிடுகிறான். அப்போது, இவர் என்ன செய்வார் தெரியுமா? பேசாமல், பையிலிருந்து தம்முடைய பெயர் பொறித்த சீட்டொன்றைக் கையில் எடுத்துப் போலீஸ்காரனிடம் நீட்டி, கனிவோடு புன்முறுவல் செய்துவிட்டு நடையைக் கட்டுகிறார். அப்போது, இவருடைய முகம் இன்னும் பெரியதாய் ஆகிவிடுகிறது. போலீஸ்காரன் இவருக்கு முகங்கொடுக்க இசையாமல், அவரைத் தெரியாதவன் போல் பாவனை செய்துவிட்டால், அதிகாரி உடனே 'மண்டரின் மொழியில்' பேச ஆரம்பித்துவிடுவார். 'உன் அப்பாவை, என்னை உனக்குத் தெரியாதா, என்ன?' என்று போலீஸ்காரனிடம் கேட்டுக்கொண்டே, அவனிடமிருந்து பதிலை எதிர்பாராமல், வண்டியை நடத்தும்படி ஓட்டுநருக்கு சமிக்ஞை செய்வார். இதனால், அவருடைய முகம் இன்னும் அதிகமாய் உப்பிப்போய்விடும். ஓட்டுநர் காவல் நிலையத்திற்கு வந்துதான் ஆகவேண்டுமென்று போலீஸ்காரன் சண்டித்தனம் செய்தால், அதிகாரி போலீஸ் தலைவருக்கு டெலிபோன் செய்துவிடுவார். அவர் ஓட்டுநரை உடனே

விடுதலை செய்துவிட்டு, 'தன் தகப்பனைத் தெரிந்துகொள்ளாத' சின்னப் போலீஸ்காரனை வேலையிலிருந்து தள்ளிவிட உத்தரவுபோடுவார். அப்போது, அதிகாரியின் முகம் நிஜமாகவே ஜோதிமயமாகிவிடும்.

முகம் என்பது என்ன என்று மொழிபெயர்த்துச் சொல்ல முடியாது. அதற்கு விளக்கம் அளிக்கவும் முடியாது. அது, கௌரவம் போன்றது. ஆனால், கௌரவம் அல்ல. பணத்தைக் கொண்டு அதை வாங்க முடியாது. ஓர் ஆணுக்கும் சரி, பெண்ணுக்கும் சரி, அது பெருமை தரும். அதில் சாக்கில்லை; வெற்று வேட்டுத்தான். ஆண்கள் இதற்காகச் சண்டை போடுவார்கள். பல பெண்கள் இதற்காக மடிவார்கள். இது, கட்புலனாகாதது. ஆனாலும் பொதுமக்களுக்கு இதை எடுத்துக்காட்டுவதன்மூலம் இது வடிவம் பெற்றுவிடுகிறது. காற்றின் நுண்ணிய பொருட்சேர்க்கையில் அது இருக்கிறது. அவ்வளவு நுண்மையாக மறைந்திருந்தாலும்கூட, அது செவிக்குப் புலனாகக் கூடியதே. பார்க்க வெகு பெருமையாயும் பிண்டாகார மாயும் (முதுகு வயிறு அசைந்து) இருக்கும். அறிவுக்கு அது படியமாட்டாது. சமூக வழக்கத்துக்குத் தான் படிந்து போகும். சிக்கல்களை அது முடிவில்லாமல் வளர்க்கும். குடும்பச் சொத்துக் களை அழிக்கும். கொலைக்கும் தற்கொலைக்கும் காரணமாகும்.

இருந்தாலும், கூட இருக்கிற ஊராரால் பழிக்கப்பட்ட கேவலமான ஒருவனைப் பல சமயம் அது தன்னுடைய நிலையை உணருகிறபடி சரியான மனிதனாக ஆக்கிவிடுகிறது. உலகச் சம்பத்துக்களில் எல்லாம் பெறத்தக்க பெரும் பேறாக இதைச் சீனர்கள் மதிக்கிறார்கள். விதி, சலுகை இரண்டையும்விட, அது அதிக சக்தி வாய்ந்தது. அரசியல் அமைப்பு முறையைவிட, மக்கள் அதை அதிகமாக மதிக்கிறார்கள். ராணுவப் போராட்டங்களில், வெற்றியும் தோல்வியும் பல வேளை இதைப் பொறுத்ததாகவே ஆகிவிடும். உள்ளே விசயம் ஏதும் இல்லாத வெற்றுக்கூடு அது. இதைக் கொண்டுதான் சீனாவில் மனிதர்கள் வாழ்கிறார்கள்.

முகம் என்பதை மேலைநாட்டுக் 'கௌரவம்' என்பதோடு சேர்த்துப் போட்டுக் குழப்பிவிடுவது பெரும் பிழை. தற்செயலாக எந்த ஆணாவது ஆடையற்ற தங்கள் உடம்பைப் பார்த்து

விட்டால், சீனச் சிறுமிகள் முகம் என்கிற காரியத்துக்காக உயிர் துறந்திருக்கிறார்கள். திருட்டுத்தனமாகக் கூடிக் குழந்தை பெற்ற மேலைநாட்டுப் பெண்களில் சிலர் நீரில் மூழ்கி மடிய எண்ணினார்கள் அல்லவா? அந்த மாதிரி, மேலைநாட்டில் ஒருவனை இன்னொருவன் கன்னத்தில் அறைந்தால், அறை வாங்கியவன் சும்மா இருக்க மாட்டான். அப்படி அவன் சும்மா இருந்தால், அவனுக்குக் 'கௌரவம்' போய்விடுகிறதே யல்லாமல், அவனுடைய முகம் போய்விடாது. இன்னொரு சந்தர்ப்பத்தைப் பார்ப்போம். டஔட்டாயியின் குரூபியான மகன் ஒருவன் நடனப் பெண் ஒருத்தியின் வீட்டுக்குப் போகிறான். அங்கே, இவனை அவள் அவமதிக்கிறாள். உடனே, போலீஸ்காரரைக் கூட்டிக் கொண்டு அங்கே போய், அவளைக் கைதுசெய்து அவள் வீட்டைச் சாத்திப்பூட்டக் கிளம்பிவிடுகிறான். அப்போது, இவனுக்கு 'முகம்' உண்டாகிறது. ஆனால், இதன் மூலம் அவனுக்குக் கௌரவம் உண்டாகிறதென்று நாங்கள் சொல்ல மாட்டோம்.

ஏதாவது கௌரவப் பட்டத்துக்காகவோ, வந்த தோல்வியை மானம்போகாமல் ஏற்றுக்கொள்ள ஒரு வழியைத் தேடுவதற் காகவோ, தளபதிகள் ஒருவரோடு ஒருவர் சச்சரவிடுவார்கள். இதிலே கவனம் செலுத்துவதால் ராணுவ தந்திரப்படி போர் நடக்காது. இந்த மாதிரி அசிரத்தைக் குழப்பங்களால் போர்களில் வெற்றிகிட்டாமல் போய்விட்டது; பல சாம்ராஜ்யங்கள் 'முகத்தால்' பலியாகி, நசிந்தன. காரசாரமான வாதங்கள் நடந்திருக்கின்றன. முடிவில்லாமல் போய்க்கொண்டேயிருந்த சட்டம் தொடர்பான போராட்டங்கள் நடந்திருக்கின்றன. கட்சிக்காரர்கள், விசயத்துக்கு வராமல், நளினமாய்ப் பின்வாங்கிக்கொள்வார்கள். அல்லது, மன்னிப்புக் கேட்டுக்கொள்ளும் போது அதன் வாசக தோரணை சரியாய் அமைந்திராது. இரண்டு கட்சிக்காரரும் சமரசத்துக்கு வரமுடியாமல் செய்கிற நிஜமான தடைகள் இவைதாம். இவருக்குமிடையே சமாதானம் செய்து வழக்கு ஆரம்பித்தது முதல் நெடுகிலும் இது தெரிந்துதான் இருக்கும். தளபதி ஒருவர் அரசியல் கட்சி ஒன்றில் பிளவுபண்ணி, ஒரு புரட்சி இயக்கத்தின் போக்கையே வேறு திசையில் மாற்றிவிட்டார். அவருடன் வேலை செய்த ஒருவர் பொது மேடையில் அவரை அவமதித்ததுதான் இதற்குக் காரணம். குடும்பத்தின் அந்தஸ்துக்கும், அதன் 'முகத்'துக்கும்

தக்கபடி சாவுச்சடங்கு நடத்துவதற்காக, ஆண்களும் பெண்களும் கோடைக் காலம் முழுவதும் கஷ்டப்பட்டு உழைத்து மாளத் தயங்க மாட்டார்கள். இதே காரணத்துக்காக, செல்வநிலை குலைந்து வருகிற பழைய குடும்பங்கள், பணங்காசை இழந்து, நாணயங் கெட்டு, சாகுமளவும் கடனில் மூழ்கிவிடவும் தயங்குவதில்லை.

ஒருவனுக்குரிய 'முகத்தை' அவனுக்குக் கொடுக்காவிட்டால், அதைவிட மரியாதைக் குறைவான செயல் வேறில்லை. மேலைநாட்டில் ஒருவனைக் கேவலப்படுத்தி வம்புக்கு இழுப்பதைப் போல்தான் இதுவும். பல அதிகாரிகள், ஒரே இரவில், மூன்று நான்கு இடங்களில் விருந்துண்டு தங்கள் ஜீரண சக்தியைக் கெடுத்துக்கொண்டாலும் கொள்வார்களேயல்லாமல், தங்களுக்கு விருந்தளிப்பவரின் முகங்கோணுவதைப் பார்க்கச் சகிக்க மாட்டார்கள். தோற்றுவிட்ட பல தளபதிகளைச் சிரச்சேதம்பண்ண வேண்டும். அல்லது, அவர்களைச் சிறையில் போட்டு வதைக்க வேண்டும். அதுதான் முறை. ஆனால், அப்படிச் செய்வதில்லை. அவர்கள் சரணாகதி அடைந்ததற்குப் பரிசாக, ஐரோப்பாவுக்கு அவர்களைக் 'கைத் தொழில்,' அல்லது 'கல்வி'ச் சோதனைகள் செய்து வருவதற்காக அனுப்பிவைப்பார்கள். இதன்மூலம் அவர்களுடைய முகம் காக்கப்பெறுகிறது. சீனாவில், கொஞ்ச காலத்துக்கு ஒருதரம் உள்நாட்டுப் போர் ஏன் நடக்கிறதென்பது இதிலிருந்து விளங்கும். மந்திரி ஒருவர் தப்புச் செய்தார். வெளியே போ என்று அவரிடம் பச்சையாய்ச் சொல்லியிருக்கலாம். அதோடு, அவருக்குச் சிறைத்தண்டனையும் விதிக்கலாம். அப்படி ஒன்றும் செய்யாமல், அவருடைய முகம் கோணாமல் பண்ணுவதற்காக மந்திரிசபை முழுவதையுமே சர்க்கார் கலைத்துவிட்டார்கள். இல்லாவிட்டால், 'வேலையிலிருந்து நீக்கப்பட்டாய்' என்ற வாசகத்தைப் பயன்படுத்த வேண்டிய கட்டாயம் ஏற்பட்டு, மந்திரியின் முகத்துக்கு ஆபத்து வரும். அப்போது வேறே மந்திரிசபையும் ஏற்படவில்லை. இது, ஆண்டிற்கு முந்தி நடந்தது. நாங்கள் முகம் என்று சொல்கிற இந்த விசயம் எங்கள் உடலிலும் உள்ளத்திலும் ஊறிப் போய் விட்டது. இருந்தாலும், முன்னேறும் ஆசையைத் தூண்டி விடுகிற தார்க்குச்சி இதுதான். சீனர்களுடைய பண ஆசையை அதைக் கொண்டு சமாளிக்க

முடியும். பதினெட்டு டாலரிலிருந்து பத்தொன்பது டாலராகச் சம்பளத்தை உயர்த்தவே செய்வேனென்று அயல் நாட்டாராகிய பள்ளித்தலைவன் பிடிவாதம் செய்ததால், ஆசிரியர் ஒருவர் மிகவும் சங்கடப் பட்டுவிட்டார். முன்போல் பதினெட்டாகவே இருக்கட்டும் அல்லது இருபதாக அது உயரட்டும். செத்தாலும் சரி, பத்தொன்பது டாலர்ச் சம்பளக்காரன் என்ற பெயர் வரக்கூடாது. மாமனார், தம்முடைய உதவாக்கரை மாப்பிள்ளையைச் சாப்பிட்டுவிட்டுப் போகும்படிக் கேட்காவிட்டால், மாப்பிள்ளை முகத்தை இழக்கிறார். மாப்பிள்ளைக்குப் புத்திவந்து, அவர் மனிதனாக ஆவதற்காகவே மாமனார் இப்படிச் செய்கிறார். அவமானத்துடன் தனிவழி நடந்து போகிறபோது மாப்பிள்ளை மனந்திருந்தக் கூடும்.

மொத்தத்தில் என்னவோ, மிதமிஞ்சிய முகம் உள்ளவர்களோடு போவதைவிட, முகம் இல்லாதவர்களோடு பயணிப்பதுதான் நல்லது. யாங்ட்ஸி நதியில் கப்பலில் பயணித்த இரண்டு சோல்ஜர்கள் விபரீதமான முகப் பரிசோதனையில் இறங்கினார்கள். யாரும் உள்ளே போகக்கூடாத ஓர் அறையில் கந்தகப் பொடி நிறைந்த பெட்டிகள் வைத்திருந்தார்கள். இந்த அறைக்குள் நுழைந்து, பெட்டிமேல் உட்கார்ந்துகொண்டு, குடித்த சிகரெட்டுகளைக் கண்டபடி வீசி எறிய வேண்டும் என்பதே சிப்பாய்களின் பந்தயம். இப்படிச் செய்யாதீர்கள் என்று கப்பல் அதிகாரி எவ்வளவோ கெஞ்சிப் பார்த்தார். பலனில்லை. முடிவில், கப்பல் வேட்டு வைத்தமாதிரி வெடித்தது. சோல்ஜர்கள், முகத்தை இழவாமல் காத்துக்கொண்டார்கள். அவர்களுடைய உடம்புகள் மட்டும், என்னவோ வெந்து கருகிவிட்டன. இது, அறியாமை யாலோ, கல்வியறிவாலோ நடப்பதல்ல. ஐந்து ஆண்டுகளுக்கு முந்தி, சீனத் தளபதி ஒருவர் இருந்தார். ஷங்ஹாயில் விமானத்தில் ஏறும் போது, தம்முடைய முகத்துக்கு விமானப் பயணிகள் தம்முடன் எடுத்துச் செல்லக்கூடிய சாமான் எடை தொடர்பான கட்டுப்பாடு பொருந்தாது; அந்தக் கட்டுப்பாட்டுக்கு அதிகப்படி யான எடையுள்ள சாமானைக் கொண்டுபோகத் தமக்கு உரிமை யுண்டு என்று அவர் நினைத்தார். விமானம் செலுத்தியவர் தடுத்துரைத்தார், கெஞ்சினார்; பலனில்லை. அதோடு, வழியனுப்ப வந்திருந்த நண்பர்களுக்குத் தம்முடைய முகம் எவ்வளவு பெரியது

என்பதைக் காட்டிக்கொள்ளத் தளபதி ஆசைப்பட்டார். விமானத்தைச் சுழன்று சுழன்று செலுத்தும்படி விமான ஓட்டிக்குக் கட்டளையிட்டார். அவருக்கு ராணுவத்தில் செல்வாக்கு அதிகம். அதனால் அவர் விரும்பியபடி, 'அதிகப்படியான முகம்' கிடைக்கவே செய்தது. விமான ஓட்டிக்குப் பதற்றம் உண்டாகி விட்டது. விமானம், இப்படியும் அப்படியும் சரிந்தபடியே மேலே கிளம்பிற்று. கொஞ்ச தூரம் போனதும் ஒரு மரத்தில் மோதிக் கொண்டது. கடைசியில், முகத்தைக் காக்க எண்ணிய தளபதியின் ஒரு கால் முறிந்துபோயிற்று. அளவுமீறிச் சாமான் ஏற்றி, முகத்தைக் காக்க நினைக்கிறவன் காலை இழப்பது சரிதான். இதற்காக அவன் வருந்தக் கூடாது.

எனவே, முகம் இன்னதுதான் என்று விவரிக்க முடியாது; ஆயினும், இந்த நாட்டில் எல்லாருமே முகம் இழந்தாலொழியச் சீனாவானது உண்மையான ஜனநாயக நாடாக ஆக முடியாது. எப்படியும் மக்களிடம் முகம் என்கிற சங்கதி அதிகமாயில்லை. அதிகாரிகள் தம்முடைய முகத்தை இழக்கத் தயாரா என்பதுதான் கேள்வி. பொது இடங்களில் முகம் இழக்கப் படும்போது, போக்குவரத்து விசயத்தில் எங்களுக்குப் பாதுகாப்பு ஏற்படும். சட்டமன்றங்களில் முகம் இழக்கப்படும்போது, எங்களுக்கு நீதி கிடைக்கும். மந்திரி சபைகளில் முகம் இழக்கப்படும்போது, முகத்தைக்கொண்டு நாடாள்வது சட்டத்தைக்கொண்டு நாடாள்வதாக மாறும்போது, எங்களுக்கு உண்மையான குடியரசு ஏற்படும்.

8. கிராம முறை

சமூக மனப்போக்கு இல்லாத நிலையில், சீனாவில் எப்படி மக்களுக்கு உதவ முடியும்? பொதுமக்கள் நன்மைக்காகச் சேர்ந்து செய்கிற தொழில் முயற்சிகள் எப்படி உருவாகியுள்ளன? இதற்கு விடை, கிராம முறையில் காணக்கிடக்கிறது. உயர்ந்த பக்குவத்துக்கு வந்துவிட்ட குடும்பமுறைதான் கிராம முறையாக மாறுகிறது. கழனிகள் பகைப் புலமாயிருந்ததனாலேயே தேசியப் பொருட் காட்சிசாலைகளை தனிமனித நிலையில் நடத்துகிற முறை வளர்ந்தது. கிராம உணர்ச்சியை வளர்த்ததும் இதே பகைப் புலந்தான். இது, நியூயார்க் வாசிக்கோ, சிக்காகோ வாசிக்கோ

குடிஉணர்ச்சி பெருகிவருவதைப் போன்றதே. குடும்பப் பாசத்திலிருந்து கூட்டப் பாசம் வந்தது. கூட்டப் பாசத்திலிருந்து, தன்னுடைய பிறந்த நாட்டின்மேல் பாசம் வளர்ந்தது. இப்படியாக, 'மாகாணப் பாசம்' என்று சொல்லக்கூடிய ஓர் எண்ணம் உண்டாயிற்று. சீனத்தில் இதை ட்டுங்ஷியாங் குவான்னியென் என்பார்கள். இதற்கு, 'ஒரே ஊரில் பிறந்தவர்கள்' என்று பொருள். ஒரே மாகாணம், ஒரே மாவட்டம் அல்லது ஒரே கிராமத்தைச் சேர்ந்த மக்களை இந்த மாகாணப் பற்று ஒன்றாகச் சேர்க்கிறது. மாவட்டப் பள்ளிக்கூடங்கள், பொதுமக்கள் தான்யச்சாலை, வர்த்தகர் சங்கம், அநாதை நிலையம் ஆகியவையும், பொது நலத்துக்கு அடிப்படையாக இருக்கும் இதர நிறுவனங்களும் இருந்துவருவது இதனால்தான். அடிப்படையில் இவை குடும்ப மனநிலையிலிருந்து உண்டாகின்றன. குடும்ப அமைப்புத் திட்டத் திலிருந்து இவை மாறுபடுவதில்லை. குடிமக்கள் ஒத்துழைப்பைக் கொஞ்சநஞ்சமாவது நடக்கச் செய்வது விரிவடைந்த குடும்ப மனந்தான்.

கடலோரத்திலோ, உள்நாட்டிலோ உள்ள ஒவ்வொரு பெரிய நகரத்திலும் அன்ஹூயி சங்கம், நிங்போ சங்கம் முதலிய மாகாண, மாவட்டச் சங்கங்கள் பல கட்டாயம் இருக்கும். அங்கே பணக்கார வணிகர்கள் இருக்கும் போதெல்லாம் சங்கங்களுக்கு எப்போதும் தாராளமாய் நன்கொடை வரும். நான் பிறந்த ஊரில் உள்ள சாங்ச்சுஸின் சங்கத்துக்குப் பத்து லட்சம் டாலருக்குமேல் பெறுமதியுள்ள சொத்து ஷங்ஹாயில் இருக்கிறது. அதற்கு ஒரு பள்ளிக்கூடம் உண்டு. அங்கே, கல்விக் கட்டணம் இல்லாமல் உள்ளூர்ப் பிள்ளைகள் படிக்கலாம். சங்கங்கள் எப்போதுமே மேலைநாட்டு உல்லாச விடுதிகள் மாதிரி பயன்படலாம். செலவும் சிக்கனம். சிலவேளை, சாப்பாட்டுக்குப் பணம் செலுத்துவது நூதன முறையிலிருக்கும். பயணம் செல்லும் வணிகன் உள்ளூரில் தெரிந்துகொள்ள வேண்டிய விசயங்களை அவன் தெரிந்துகொள் வதற்குச் சங்கம் வழிகாட்டி உதவும். மஞ்சுக் காலங்களில், ஆண்டுக்கு மூன்று முறை தேர்வு நடக்கும். நாடெங்குமிருந்து, பரீட்சைக்காகப் படிப்பாளிகள் பீக்கிங் நகரத்துக்குப் போவார்கள். அப்போது தலைநகரத்தில் சங்க விடுதி வைத்திராத ஜில்லாவோ, மாகாணமோ இல்லை. மாவட்டத்தைச் சேர்ந்த மாவட்டச் சங்கம்

இல்லாவிட்டால் தன் மாகாணத்தைச் சேர்ந்த மாகாணச் சங்கமாவது இருக்கும். படிப்பாளிகளும், நீதிபதிப் பதவிக்கு வேட்பாளர்களாய் நிற்பவர்களும், சில வேளை குடும்ப சகிதமாய், இந்தச் சங்கங்களில் சாதாரண ஓட்டலில் தங்குகிறமாதிரி தங்குவார்கள். ஷான்ஸி, அன்ஹுயி போன்ற சில மாகாணக்காரர்கள் நாடெங்கும் இந்த மாதிரிச் சங்கங்கள் ஏற்படுத்தி, அவர்களுடைய வணிகர்கள் நாடு முழுவதும் வியாபாரம் செய்துவர வசதி பண்ணிவைப்பார்கள்.

வீட்டில், கிராம உணர்ச்சி காரணமாக, பொதுவுடைமை ஆட்சி முறை ஒன்று ஏற்படுகிறது. சீனாவில் நிஜமாக ஆட்சி புரிவது இந்த அரசாங்கம்தான். 'மத்திய அரசாங்கத்தை' மக்கள் அறிவது அதன் யாமென் வரிவசூல் அதிகாரிகள் மூலமும், சிப்பாய்கள் மூலமுந்தான். இவர்கள், அதிகாரப் படையெடுப்பு நடத்தி நாட்டின்மேல் பாயும்போது செய்கிற அட்டகாசம் சகிக்க முடியாதது. ஏகாதிபத்தியம் இருந்து வந்த அந்தக் காலம் நல்ல காலம். அப்போது, மத்திய அரசாங்கம், மக்களின்மேல் போட்ட வரி கொஞ்சந்தான். கிராமத்தானுக்குச் 'சொர்க்கம் உயரத்தில் இருந்தது. சக்கரவர்த்தி வெகுதூரத்திலிருந்தார்.' ராணுவ சேவைக்குக் கட்டாயப்படுத்தி ஆள் சேர்ப்பதில்லை. நாட்டில் சமாதானம் நிலவியபோது போருமில்லை. கொள்ளையுமில்லை. சமூகத்தில் உதவாக்கரையாய்த் திரிகிறவர்கள்தான் சோல்ஜர்கள் ஆக நினைப்பார்கள். நாட்டில் அமைதி நிலவாதபோது, அரசாங்கத்தின் சோல்ஜர்களுக்கும் நாட்டின் கொள்ளைக் கூட்டத்துக்கும் வேறுபாடு தெரியாது. இருவரும் ஒரே தினுசுதான். இந்த மாதிரி வேறுபடுத்துவதற்குத் தேவையே இல்லை. சொல்லப்போனால், தர்க்கரீதியாக இப்படி வேறுபாடு இருக்க முடியாது.

சட்டம், நீதி இவற்றைப் பொறுத்தமட்டில், மக்கள் எப்போதுமே சட்டமன்றத்தைக் கண்டு தூர விலகுவார்கள். கிராமத் தகராறுகள் நூற்றுக்குத் தொண்ணூற்று ஐந்து கிராமத்துப் பெரியவர்களைக் கொண்டே தீர்வாகிவிடும். வழக்கில் மாட்டிக்கொள்வது கேவலம். வழக்கு தொடுத்தது சரியா இல்லையா என்று விசாரிக்காமலே வழக்குத் தொடுத்தவர்களை; தூற்றிவிடுவார்கள். வயதான சிலர், தங்கள் வாழ்நாளில் ஒரு நாள்கூட யாமென் அதிகாரியிடமோ,

சட்ட மன்றத்தினிடமோ போனது கிடையாது என்று பெருமையாய்ச் சொல்லிக் கொள்வார்கள். ஆகவே, மத்திய சர்க்காரின் மிக முக்கியமான அலுவல்களாகிய வரி வசூலிப்பு, சமாதானத்தைக் கொண்டு செலுத்துதல், நீதியை நிலைநாட்டுதல் ஆகியவற்றில் மிகக் கொஞ்சந்தான் மக்களுக்குத் தொல்லை விளைத்துவந்தது. பெரும் பகுதியைப் பற்றி இவர்கள் சட்டை செய்வதில்லை. சீனருடைய அரசியல் தத்துவப்படி, மிகக் கொஞ்சமாய் ஆட்சி நடத்துகிற ரீதியில் அமைந்துள்ள சர்க்கார்தான் மிகவும் நல்ல சர்க்கார். எப்போதும் அது இந்த ரீதியில்தான் ஆண்டும் ஆளாமலும் இருந்துவந்தது. சீனாவின் நிஜமான சர்க்காரைக் கிராமத்து அபேதவாதம் என்றே சொல்லலாம். கிராமத்தைப்பற்றிய போக்கு நகரத்துக்கும் பொருந்தவே செய்யும்.

கிராம அல்லது நகர உள்ளூர் சர்க்கார் என்கிறோம்; இந்தச் சர்க்கார் கட்புலனாகாதது. கண்ணுக்குத் தென்படுகிற மேயர், கவுன்சிலர் போன்ற அதிகாரிகளைக்கொண்ட சபை ஒன்றும் அதில் இருப்பதாகத் தெரியாது. இதை ஆன்மரீதிப்படி ஆளுகிறவர்கள், தங்களுடைய வயது முதிர்ச்சி காரணமாக தகுதி பெற்றுவிட்ட பெரியவர்களும், சட்டமும் வரலாறும் அறிந்ததன் காரணமாக தகுதி பெற்றுவிட்ட கனவான் வர்க்கமுமே. அடிப்படையில், வாய்மொழிச் சட்டமாகிய பழக்கவழக்கங்கள்தாம் சர்க்காரை ஆள்வன. தகராறு ஏற்பட்டால், பெரியவர்கள் அல்லது பரம்பரையாய்த் தலைவர்களாயிருந்து வந்த முதியவர்களிடம் நல்லது கெட்டதை எடுத்துச் சொல்லிச் சமரசம் பண்ணக் கேட்டுக்கொள்வார்கள். இங்கே, முந்தியே சொன்னபடி, அறிவைக்கொண்டு நியாயம் வழங்குவதில்லை. 'மனித இயல்பையும், நிரந்தரமான அறிவையும்' கலந்தே நியாயம் வழங்கப்பெறும். வழக்கறிஞர்கள் கிடைக்காவிட்டால் அதனால் குற்றமில்லை. யார் செய்தது சரி, யார் செய்தது தப்பு என்று எளிதாகக் கண்டுபிடித்துவிடலாம்.

முக்கியமாக, ஒரேமாதிரியான சமூக நிலையில் வாழ்ந்து, ஒருவரை ஒருவர் அறிந்திருக்கிற கட்சிக்காரர்களிடையே இதைக் கண்டுபிடிப்பது கடினமல்ல. வழக்கறிஞர்கள் இல்லாததால் நீதி நிலவ முடிகிறது. நீதி இருக்கிற இடத்தில், மனித உள்ளத்தில் அமைதி நிலவும். கிராமக் கனவான் வர்க்கத்தின் புல்லுருவித்

தனத்தைப் பொருளாதார ரீதியில் நிர்ணயித்து வைத்திருந்த போதிலும், நகரக் கனவான் வர்க்கத்தைவிட இவர்கள் சோகைபிடித்து வெளுத்துப் போயிருப்பார்கள். இவர்கள் உறிஞ்சும் இரத்தம், உடலில் சிவப்பேறக்கூடிய அளவுக்குப் போதுமானதாக இல்லை. நேர்மையான நல்ல படிப்பாளிகளும் இருக்கிறார்கள். இவர்கள் வழக்கு விவகாரங்களைத் தொழிலாகக் கொண்டிருக்கவில்லை. சீலமும் படிப்பு பெற்றிருப்பதால், கிராமத்துப் பெரியவர்களுக்குக் கிடைக்கிற மதிப்பு இவர்களுக்குக் கிடைக்கும். இந்தப் பெரியவர்களையும், படிப்பாளிகளையும் வைத்துக்கொண்டு, மக்கள் தங்கள் வேலைகளைப் பார்த்துச் செல்வார்கள். தகராறுகளை இப்படிச் சமரசம் பண்ண முடியாவிட்டால், யாமென் இடம் வழக்குத் தீர்த்துக்கொள்ளப் போவார்கள். அடிதடிபோன்ற குற்றத் தொடர்பான தகராறுகளிலும், சொத்துப் பிரிவினை விவகாரங்களிலும் இப்படித் தீர்த்துவைக்க முடியாது; யாமென்களிடம்தான் போக வேண்டும். எப்போதும் இப்படித்தான் நடக்கும் என்பதில்லை. இரு கட்சியாரும் அடியோடு அழிந்து போகத் தயாராக இருந்தால்தான் இப்படி நடக்கும். யாமென்களைக் கண்டால் அவர்களுக்குப் பிளேக் நோயைக் கண்டமாதிரி. அவ்வளவு கதி கலக்கம்.

சீனர்களுக்குத் தம்மைத் தாமே ஆண்டுகொள்ள எப்போதும் தெரியும். எப்போதுமே தம்மைத் தாமேதான் அவர்கள் ஆண்டு கொண்டு வந்திருக்கிறார்கள். சர்க்கார் என்கிற சங்கதி அவர்களை அவர்கள்பாட்டில் தனியே விட்டுவிடுவார்கள். பத்து ஆண்டுகளுக்கு மக்களுக்கு ராஜாங்கமே இல்லாமல் பண்ணி வையுங்கள். 'ராஜாங்கம்' என்கிற சொல்லே காதில் விழாமலிருக்கட்டும். அப்போது, மக்கள் சமாதானமாய் வாழ்வார்கள்; செழிப்படைவார்கள்; பாலைவனங்களைப் பயன்படுத்தி, அவற்றைப் பழத் தோட்டங்களாக மாற்றிவிடுவார்கள். பாத்திரப் பண்டங்கள் செய்து அவற்றை நாடெங்கும் விற்பார்கள். மக்கள் சுயமாகவே முயன்று பூமியின் புதைபொருள் செல்வங்களை எல்லாம் வெளிக்கொணர்வார்கள். கஞ்சா பயிரிடுவது நின்றுவிடும். ஏனென்றால், கஞ்சாவைப் பயிரிட்டுத்தான் ஆக வேண்டுமென்று யாரும் இவர்களைக் கட்டாயப்படுத்த மாட்டார்கள். தானாகவே அது பூண்டற்று மறையும். தற்காலிகமாக உண்டாகிற எவ்விதப்

பஞ்சத்தையும் சமாளித்துக்கொள்வதற்கு வேண்டிய வசதிகளை அவர்கள் ஏற்கெனவே தயார்செய்து வைத்திருப்பார்கள். வரி விதிப்பதற்காக ஒரு சபை வேண்டாம். 'மக்களைக் கொழுக்க வைக்கிறோம்; நாட்டைச் செல்வ மயமாக்குகிறோம்' என்ற விளம்பரப் பலகையும் வேண்டாம். நாடு செழிக்கும், மக்கள் கொழுப்பார்கள்.

9. 'கனவான்கள் சர்க்கார்'

ஒரு தேசிய இனம் என்ற முறையில், எங்களுடைய அரசியல் வாழ்வில் மிகவும் கவனிக்கத்தக்க சிறப்பியல்பு, அரசியல் அமைப்பும், குடி உரிமை எண்ணமும் எங்களிடம் இல்லாததே. சமூகத் தத்துவம் வேறு, அரசியல் தத்துவம் வேறு. அதனாலேயே இது சாத்தியமாகிறது. இந்த வேறுபட்ட தத்துவம் ஒழுக்கத்தையும் அரசியலையும் சேர்த்துக் குழப்புகிறது. இதில் வேண்டியது ஒழுக்க ஒற்றுமைதான்; சக்திப் பிரயோகத்தின் தத்துவமல்ல. 'அரசியல் அமைப்பு' எதற்காக? ஆளுகிறவர்கள் கசடர்கள், தங்கள் அதிகாரத்தைத் தவறாகப் பயன்படுத்துவார்கள். எங்கள் உரிமைகளை மறுதலிப்பார்கள். ஆகவே, தற்காப்புக் காரணமாக அரசியல் அமைப்புச் சட்டதிட்டங்களைப் பயன்படுத்திக்கொள்ள வேண்டும் என்றுதானே ஆகிறது? சர்க்காரைப்பற்றிச் சீனர்கள் கொள்ளும் எண்ணம் மேலே சொன்னவற்றுக்கு, நேர்மாறானது. இவர்கள் நினைக்கும் சர்க்கார் 'பெற்றோர் சர்க்கார்' அல்லது 'கனவான்கள் சர்க்கார்'. மக்கள் நலனைக் காத்துவருகிற பெற்றோர் மாதிரி இவர்கள் ஆள்வார்கள் என்று நினைக்கிறோம். இவர்கள் தம் விருப்பப்படி காரியம் நடத்தும்படி நாங்கள் விட்டுவிடுவோம். இவர்களிடம் எல்லையில்லாமல் நம்பிக்கை வைப்போம். இந்த மக்கள் கையில் லட்சக்கணக்கான மக்களை நாங்கள் ஒப்படைக் கிறோம். செலவு விவரம் கேட்க மாட்டோம். இந்த மனிதர்களுக்கு வரம்பில்லாமல் அதிகாரம் கொடுக்கிறோம். எங்கள் பாதுகாப்பைப் பற்றி நினைப்பதில்லை. அவர்களைக் கனவான்களாகவே நடத்துகிறோம்.

இரண்டாயிரத்து நூறு ஆண்டுகளுக்கு முந்திக் கனவான்களைக் கொண்டு ஆட்சி புரிவதைப் பற்றி ஹான்—ஃபெயட்செ கூறிய விமர்சனத்தைவிட நேர்த்தியாய், நியாயமாய், அழுத்தமாய் யாரும்

கூற முடியாது. தத்துவ ஞானியாகிய இவர், 'சட்டக் கொள்கை' (ஃபாச்சியா) யைப் பின்பற்றியவர். கன்பூசியஸுக்கு முந்நூறு ஆண்டு பிந்திய காலத்தில் வாழ்ந்தவர். இந்தக் கொள்கையினரில் இவர்தான் இறுதியானவர், மிகவும் சிறந்தவர். தனிமனித ஆட்சிக்குப் பதில் சட்ட ஆட்சி வேண்டுமென்பதே இவரது கொள்கை. தனிமனித ஆட்சியின் தீமைகளை இவர் வெகு அழுத்தமாய் ஆராய்ந்து எடுத்துச்சொல்லியிருக்கிறார். அன்று இருந்த சீன அரசியல் வாழ்க்கையைப்பற்றி இவர் தீட்டியிருக்கும் சித்திரம் இன்றைய நிலைமைக்கு எவ்வளவு தூரம் பொருந்துகிறது என்பது வியப்பு. இன்றைய நிலைமையை அவரே நேரே வந்து பார்த்து எழுதுவதால், ஏற்கெனவே எழுதியதில் ஒரு வார்த்தையைக்கூட அவர் மாற்றி யமைக்கத் தேவைப்படாது.

ஹான் ஃபெயிட்செயின் கூற்றுப்படி, அரசியல் ஞானம் எப்படி உண்டாகிறது? முதலில் சாமான்ய உண்மைகளைப் பற்றிய நீதி மொழிகளையெல்லாம் உதறித்தள்ளிவிட வேண்டும். ஒழுக்கச் சீர்திருத்த முயற்சிகள் அனைத்தையும் வெறுத்தொதுக்க வேண்டும். அதுதான் அரசியல் ஞானத்தின் தொடக்கம். மக்களின் ஒழுக்கத்தைச் சீர்திருத்துவதுபற்றிப் பேசுவதை என்று ஒழித்துக் கட்டுகிறோமோ, அன்றுதான் சீனாவில் நல்ல ஆட்சி உண்டாக முடியும். அரசியல் தொடர்பான தீமைகளை நீக்க ஒழுக்கச் சீர்திருத்தம் வேண்டுமென்று இத்தனை பேர் ஏன் இப்படிப் பேசிக்கொண்டே இருக்க வேண்டும்? அவர்களுடைய சிந்தனா சக்தி இன்னும் முதிரவில்லை; அரசியல் பிரச்சினைகளைப் பிறவற்றோடு போட்டுக் குழப்பாமல், கலப்பற்ற அரசியல் பிரச்சினைகளாகவே அவற்றைக் கருதிப் பார்க்க அவர்களால் முடியவில்லை என்பதையே இது காட்டுகிறது. இந்த இரண்டாயிரம் ஆண்டுகளாய் ஒழுக்க நீதியைப் பற்றியே இடையறாமல் பேசிப் பேசிக் கண்ட பலன் என்ன? ஒழுக்கம் உயரவில்லை; சர்க்கார் நல்லபடியாக மாறவுமில்லை; அசுத்தம் சுத்தமாக மாறவுமில்லை. ஒழுக்க அறிவுரையால் பலனிருந்தால், இன்று சீனா ஒரு சொர்க்க பூமியாகியிருக்கும். ஞானிகளும் தேவ கணங்களும் இங்கே இருந்தாக வேண்டும். ஒழுக்கச் சீர்திருத்தப் பேச்சுக்கு ஏன் இவ்வளவு மதிப்பு? அதுவும் அதிகார வட்டாரங்கள் ஏன் இப்படி அதற்கு மதிப்பு வைக்கின்றன? உயிருக்கு என்ன கெடுதல்?

ஒன்றுமில்லை. எங்களை ஒழுக்க சீலர்களாக ஆக்க முயலுகிறவர் களின் நெஞ்சு குற்றமுள்ளவர்கள் நெஞ்சுபோல் சதா உறுத்திக் கொண்டே இருக்கும். கன்பூசியக் கொள்கையை மீண்டும் நிறுவி மற்றவர்களுடைய ஒழுக்கத்தை மேலாக்க விரும்புகிற ஜெனரல் சாஜ்ட்ஸாங்க சாங்கும் பிறரும் ஐந்து முதல் பதினைந்து மனைவியர்வரை மணந்துகொண்டிருந்தார்கள்; இளம் பெண் களைக் கெடுப்பதில் இவர்கள் நிபுணர்கள். நாம், 'கருணை காட்டுவது நல்லது' என்கிறோம். அவர்கள், 'மெய், கருணை காட்டுவது நல்லது' என்று எதிரொலிக்கிறார்கள். இதனால், யாருக்கு என்ன நஷ்டம்? ஆனால் ஒன்று, சட்டத்தைத் துணை கொண்டு சர்க்கார் நடத்துவதைப் பற்றி எங்கள் அதிகாரிகள் பேச நான் கேட்டதில்லை. அப்படிப் பேசுவார்களானால், 'சரிதான் ஐயா, சட்டப்படி உங்கள்மேல் வழக்குத் தொடுத்து, உங்களைச் சிறைக்கு அனுப்புவோம்' என்று மக்கள் பதிலிறுப்பார்கள். கூடிய சீக்கிரம் ஒழுக்கப் பேச்சுகளையெல்லாம் மூட்டை கட்டிவைத்துவிட்டு, சட்டத்தைக் கண்டிப்பான முறையில் அமல் நடத்துவதைப் பற்றிக் கவனித்தால்தான் அதிகாரிகளின் தகிடுதத்த வேலைகளைத் தடுக்க முடியும். அந்நியர் வசிக்கும் குடியிருப்புக்களில் சுகமாய்க் குந்திக்கொண்டு, கன்பூசியப் பழைய நூல்களைப் படிப்பதாக அவர்கள் பாவனை செய்வதை ஒழித்துக் கட்ட முடியும்.

சுருக்கமாய் ஒன்று சொல்லலாம். ஹான்ஃபெயிட்சை காலத்தின் சர்க்காரைப்பற்றி ஒன்றை ஒன்று எதிர்க்கிற இரண்டு விதமான கருத்துகள் இருந்தன. இன்னும் அப்படித்தான். ஒன்று, கனவான் ஆட்சி என்ற கன்பூசியக் கருத்து, ஆளைவிடச் சட்டத்தையே கொண்ட சட்ட நீதிக் கருத்து மற்றது. ஆளுகிறவர்கள் எல்லாம் கனவான்கள் என்று கன்பூசிய முறை எண்ணுகிறது. அவர்களை அது கனவான்களாகவே நடத்த முற்படுகிறது. சட்ட முறையோ, ஆளுகிறவர் அனைவரையும் மோசமான பேர்வழிகள் என்று எண்ணி, தங்கள் மோசக் கருத்தை அவர்கள் நிறைவேற்றிக் கொள்ளாமல் தடுப்பதற்காக, ஆட்சி முறையின் ஏற்பாடுகள் செய்து வைக்கிறது. முதலில் சொன்னமாதிரி எண்ணுவது பரம்பரையாய் வந்த வழக்கம். பின்னால் சொன்னது மேலை நாட்டுப் போக்கு. அதுமட்டுமல்ல. ஹான்ஃபெயிட்செ

சொல்கிறது போல், மக்கள் நல்லவர்களாக இருப்பார் களென்று எதிர்பார்க்கக்கூடாது. அவர்கள் கெட்டவர்களாக மாற முடியாமல் நாம் தடைபண்ண வேண்டும். சட்டரீதியான தத்துவத்தின் ஒழுக்க நீதி அடிப்படை இதுதான். இதை வேறு மாதிரியும் சொல்லலாம்; அதாவது, நம்மை ஆளுகிறவர்கள் கனவான்கள்; சத்திய நெறி பிறழமாட்டார்கள் என்று எதிர்பார்ப்பதைவிட, அவர்கள் தவறிழைத்துச் சிறை புகக்கூடியவர்கள் தான் என்று நினைத்துக் கொண்டு, குற்றவாளிகளாகக் கூடிய இவர்கள் நாட்டு மக்களைக் கொள்ளையடித்து, தேசத்தை விற்றுக் காசு சேர்க்க முடியாதபடி வழிதுறைகளைக் கண்டுபிடிக்க வேண்டும். இந்தக் கனவான்கள் மனம் மாறுவார்கள் என்று எதிர்பார்ப்பதைவிட, அரசியல் ஊழலைத் தடுத்து நிறுத்தும் பொருட்டு, பின்னால் சொன்ன முறையைக் கையாளுவதுதான் அதிகமான பலனைத் தரும் என்பது யாருக்கும் புலனாகும்.

சீனாவில், என்னவோ, இதற்கு நேர்மாறாகவே நாங்கள் காரியங்களைச் செய்து வந்திருக்கிறோம். இவர்கள் குற்றவாளி களாகக் கூடியவர்களேயென்று வெகு நாளைக்கு முந்தியே நாங்கள் எண்ணியிருக்க வேண்டும். அப்படி எண்ணாமல், அவர்களைக் கனவான்களாகவே நாங்கள் மதிக்கிறோம். அந்தத் தொன்மையான, நல்ல கன்பூசிய வழிப்படி, அவர்கள் எங்களை அன்பு முறையில் ஆண்டு, மக்களைத் தங்கள் புதல்வர்களைப் போல நேசிப்பார்களென்று எதிர்பார்க்கிறோம். ‘உம், நடத்துங்கள். பொதுப் பணத்தை விருப்பப்படி செலவழியுங்கள். பகிரங்கமாய் வரவு செலவுத் திட்டம் போட்டு, பொதுமக்களிடம் செலவு கணக்குக்கு விவரம் ஒப்புவிக்கும்படி கேட்க மாட்டோம்’ என்று அவர்களிடம் சொல்லுவோம்? ‘உம், நடத்துங்கள், உங்களுக்கு மக்களிடம் நிறைய அன்பு உண்டு என்று நாங்கள் நம்புகிறோம். உங்கள் மனசாட்சிக்குச் சரியென்று தோன்றுகிறபடி நீங்கள் எங்கள் மேல் வரி விதிக்கலாம்’ என்று கூறுவோம். ராஜதந்திரிகளிடம், ‘உம்—நடத்துங்கள் உங்கள் தேசபக்தியில் எங்களுக்கு முழுமையான நம்பிக்கை. எந்த மாதிரியான, எப்படிப் பட்ட, சர்வதேச ஒப்பந்தம் வேண்டுமானாலும் செய்து கொள்ளுங்கள். இதில் எங்களை நீங்கள் கலந்து கொண்டு, எங்கள் சம்மதத்தைப் பெற வேண்டியதே இல்லை’ என்று கூறுவோம். அதிகாரிகள் அனைவரிடமும், ‘ஒரு

வேளை நீங்கள் கனவான்கள்தான் என்று தெரிந்துவிடுமானால், உங்களைப் பெருமைப்படுத்துவதற்காகச் சிலை பைலோ (வளைவு போன்ற ஒரு பாரம்பரிய சீனக் கட்டடக்கலை வடிவம்) நாட்டுவோம். இல்லை, நீங்கள் மோசடிப் பேர்வழிகள்தாம் என்று ஆகிவிட்டால் அதற்காக உங்களைச் சிறையிலிட மாட்டோம்!' என்று கூறுவோம். மற்ற நாடுகளில் அதிகாரிகளை இந்த மாதிரி கனவான்களாக மதித்து நடத்தியதே கிடையாது. ஹான்ஃபெயிட்செயோ, இதெல்லாம் சுத்தத் தப்பு என்கிறார்; இவர்களுடைய ஒழுக்கம் முழுமையானதென்று எடுத்த எடுப்பில் தீர்மானித்துவிடுகிறோம். ஹான்ஃபெயிட்செ இன்று இருப்பாரானால், அவர்களைக் குற்றவாளிகளாகவே நடத்தச் சொல்லி, 'சத்திய நெறியில் ஒழுகும்படி உங்களைத் தூண்டிக் கொண்டிருக்க மாட்டோம். நீங்கள் கனவான்களாக மாறிவிட்டால், அதற்காக உங்களுக்குக் கற்சிலை பைலோ அடித்து நிறுத்த மாட்டோம். மோசக்காரர்களாக மாறினீர்களோ, சிறையில் தள்ளித் தொலைத்து விடுவோம்' என்று அவர்களிடம் சொல்வார். எங்களுடைய அரசியல் ஊழல்களைத் தீர்த்துக்கட்ட இதுதான் சரியான, சுளுவான மார்க்கமாய்த் தோன்றுகிறது.

இங்கே, ஹான்ஃபெயிட்செ எழுதியதில் ஒரு பகுதியைச் சரளமான நடையில் தருகிறேன்; அதைப் பாருங்கள்: 'பொதுவாக, ஒரு தேசத்தில் பத்துப் பேர் வாய்மையாளராய் இருக்கலாம். பத்துப் பேரே அதிகம். உத்தியோகப் பதவிகளோ, குறைந்தது, நூறு பதவிகளாவது இருக்கும். பலன்? நேர்மையான அதிகாரிகள் பத்துப் பேர் இருந்தால், பத்துக்கு மேற்பட்ட அதிகாரப் பதவிகள் இருந்துவிடுகின்றன. இவற்றை யாராவது நிரப்பியாக வேண்டும். எனவே, பத்து நேர்மையானவரும் தொண்ணூறு தகிடுதத்தப் பேர்வழிகளும் சேர்ந்து எல்லாப் பதவிகளிலும் அமர்ந்துவிட நேருகிறது. அதனால், பொதுவாகக் காரியங்கள் தப்பாகவே நடக்கும்; ஒழுங்கான ஆட்சி நடக்க வழி இல்லை. ஆகவே, புத்திசாலியான அரசன் ஒருவன் ஆட்சிமுறையில்தான் நம்பிக்கை வைப்பான். தனிமனிதர்களுடைய திறமையில் நம்பிக்கை வைக்க மாட்டான். திட்டமான வழி வகையில்தான் அவன் நம்பிக்கை கொள்வான். தனி ஆளின் நேர்மையில் நம்பிக்கை கொள்வான்' என்று அவர் சொல்கிறார். 'பெற்றோர் சர்க்கார் முறை' எப்போதாவது

வேலை செய்யாமலா போய்விடும் என்று கேட்டால், அது செய்யவே செய்யாது என்று அவர் மறுத்து விடுகிறார். ஏன் இப்படி பெற்றோர்கள்கூடத் தம் குழந்தைகளை எப்போதும் அடக்கி ஆண்டுவிட முடிகிறதா? இல்லையே, பெற்றோர் தம்முடைய பிள்ளைகளை நேசிப்பதைவிட மேலாக ஆளுகிறவர்கள் மக்களை நேசிப்பார்கள் என்று எதிர்பார்ப்பது பொருத்தமற்ற செயல் என்று அவர் சுட்டிக்காட்டியிருக்கிறார். கன்பூசியஸ் அபாரமான பரிவுள்ளவர்; நேர்மையாளர்தான். இருந்தாலும், இவருக்கு எத்தனை சீடர்கள் கிடைத்துவிட்டார்கள்? ஆயிரக்கணக்கான, லட்சக் கணக்கான மக்களிலிருந்து, எழுபதே எழுபது பேர்தான் கன்பூசியஸுக்குச் சீடராக அடைந்தார்கள் என்பது, சீரிய நெறியில் யாதொரு பயனுமில்லை என்பதைத் தெளிவாக விளக்கவில்லையா என்று நகைச் சுவையோடு, தாட்சண்யம் பார்க்காமல், ஹான்ஃபெயட்செ கேட்கிறார். ஆளுகிறவர் அனைவரும் கன்பூசியசைப் போலவே நன்மையைக் கடைப்பிடிக்க வேண்டும். அவருடைய எழுபது சீடர்களைப்போல், குடிமக்கள் அனைவரும் நந்நெறியில் ஒழுகி வர வேண்டும் என்று எதிர்பார்ப்பது நியாயமாகுமா? அந்தச் சொற்களில் ஒரு தினுசான இனிய கிண்டல் தொனிக்கிறது; ஒருவகையான வறண்ட நகைச்சுவை இதிலிருக்கிறது. விசயத்தை இது தெளிவாக எடுத்துச் சொல்கிறது.

தன் நாட்டைச் சூழ்ந்துள்ள தீமைகளைப் பற்றி ஹான்ஃபெயிட்செ விவரித்துள்ளவை இன்றையச் சீனாவிலிருக்கும் நிலைமையோடு வியக்கத்தக்க வகையில் பொருந்துகின்றன. அந்தக் காலத்திலும் சரி, இந்தக் காலத்திலும் சரி மக்களின் சீலமும், அதிகாரிகள் சீலமும் ஒரே மாதிரிதான் இருந்துவருகின்றன. அவர் நூல்களைப் பயிலும்போது, அவர் இன்றைய சீன நிலைமைகளைத்தான் கூறுகிறாரோ என்று பலத்த சந்தேகம் வந்துவிடும். அவர் நாளில் இருந்துவந்த அதிகாரிகளின் ஊழலுக்கும், மக்களின் விரக்திக்கும் காரணம் சட்டரீதியான பாதுகாப்பு இல்லாமையும்; பிழையான ஆட்சிமுறை இருந்துவந்ததும்தான் என்று அவர் ஆராய்ந்து எடுத்துக்காட்டுகிறார். இதற்காக அவர் ஒழுக்க அறிவுரை செய்ய முற்பட்டுவிடவில்லை. அதற்கு மாறாக, இந்த மாதிரித் தவறுக்குக் காரணம் தப்பான ஆட்சிமுறையும், மக்களுக்குச் சட்டப் பாதுகாப்பு இல்லாமல்போனதுந்தான் என்று அவர் அறிவுறுத்தினார்.

'பொதுமக்களுக்கு என்று ஒரு சட்டமில்லை; நீதிவாய்ந்த சட்டமில்லை.' இதனால்தான் இத்தனை சங்கடமும் வந்தன என்று அவர் சொன்னார். அவர் காலத்திலிருந்த கன்பூசியவாதிகளை அவர் வெறுத்தார். அவர்களை, அரட்டை அடிக்கிற மூடக் கூட்டங்கள் என்றழைத்தார்.

இன்று 'நீள அங்கி தரித்துத் திரிகிற தேசபக்தர்'களையும் இப்படிச் சொல்வது பொருந்தும். அந்தக் காலத்தில், தவறிழைத்த அதிகாரிகளைத் தண்டிப்பதில்லை; ஆகையால்தான் அவர்கள் தங்குதடையின்றித் தகிடு தத்தம் செய்துவந்தார்கள் என்கிறார். அவர் சொன்னதை, வார்த்தைக்கு வார்த்தை, இங்கே அப்படியே தருகிறேன்; அதைப் பாருங்கள்:

தங்கள் நாட்டின் பல பகுதிகள் எதிரியிடம் பறிபோனாலும், அவர்களுடைய குடும்பங்கள் மட்டும், செல்வந்தர்களாயின. தம்முடைய முயற்சி வெற்றி பெற்றால், அவர்களுக்கு அதிகாரம் வந்துவிடுகிறது. முயற்சி தோல்வியுற்றாலோ, செல்வச் செழிப்புகளுடன் பதவியிலிருந்து விலகி, ஓய்வு பெற்று வாழலாம்.

டாயிரென் பகுதியிலும், ஷங்ஹாய்க் குடியிருப்புப் பகுதிகளிலும் நிம்மதியாய், ஓய்வு பெற்று, மாடமாளிகைகளில் வாழுகிற வர்க்கத்தாரில் பெரும்பான்மையினரை இதே சொற்களைக் கொண்டு வருணிப்பது பொருந்தும். ஆளுகிற விசயத்தில் ஒழுங்கான ஒரு துறை இல்லாததால், இந்தக் கட்சியைச் சேர்ந்தவன், அந்தக் கட்சியைச் சேர்ந்தவன் என்பதற்காகவே ஆட்களை மேல் பதவிகளுக்குத் தூக்கிப் போட்டார்கள். சட்டத்தைச் செயல்படுத்தாமல், தங்கள் கவனத்தைச் சமூகக் கொண்டாட்டக் கேளிக்கைகளில் அவர்கள் திருப்பிவிட வேண்டி வந்தது' என்று அவர் சொல்கிறார். இந்தச் சொற்கள், இந்தக் காலத்தில், எவ்வளவு தொலைவு உண்மையானவை என்பது அதிகாரிகளுக்கும் அதிகாரப் பதவிகளுக்கு வேட்பாளர்களாய் நிற்பவர்களுக்கும்தான் வெளிச்சம்.

அவர் நூலில் ஓர் இடம் முக்கியமானது. அதில், குங்மின் ('ஜனப் பிரஜை') என்ற வெகு சுவையான சொற்றொடர் இருக்கிறது. தேசக் காரியங்களில், மக்கள் ஏன் அசிரத்தைகாட்டி. அதனிடம் விரக்திகொண்டிருந்தார்கள் என்பதை அது விளக்க

சமூக-அரசியல் வாழ்க்கை ❖ 347

முற்படுகிறது. 'மக்களை நீங்கள் சண்டை செய்ய அனுப்புகிறீர்கள். முன்னேறினாலும், பின்வாங்கித் திரும்பினாலும் சரி, அவர்கள் சாக வேண்டியதுதான். இது அவர்களுக்கு ஆபத்தான செயல். தங்கள் சொந்தத் தொழில் துறைகளை விட்டுவிட்டு, அவர்களை ராணுவத்தில் சேரச் சொல்கிறீர்கள். அவர்கள் ஏழைகளாயிருக்கும் போது, மேலே உள்ளவர்கள் அவர்களைக் கவனிப்பதில்லை. அவர்கள் ஏழைகள் என்பது நிச்சயம். இதோ, பாருங்கள். ஆபத்தில் சிக்கவும், வறுமையில் உழலவும் யாருக்குத்தான் ஆசை?

ஆகவே, உங்களை அண்டாமல் இருக்கவே அவர்கள் முயலுவார்கள். அது இயற்கை. தங்கள் ஜோலியைப் பார்த்துக் கொண்டு அவர்கள் போனார்கள். தங்கள் தங்கள் வீடுகளைக் கட்டிக்கொள்வதில்தான் அவர்களுக்கு அக்கறை. போரைத் தடுக்கவே அவர்கள் முயலுவார்கள். போரைத் தடுத்தால், அவர்கள் நிலை பத்திரப்படும். வால்பிடித்து, லஞ்சம் வாங்கினால், பணக்காரர்களால், ஆயுள் முழுதும் பத்திரமாய் வாழ வழி பண்ணிக் கொள்கிறார்கள். இனி, செல்வந்தனாக, நிம்மதியுடன் வாழ யாருக்குத்தான் ஆசையில்லை? செல்வத்தையும் நிம்மதி யையும் தேடாதபடி அவர்களைத் தடுக்க உங்களால் முடியுமா? வெகுமக்கள் உணர்வுள்ள குடிகள் இவ்வளவு சொற்பமாயும் தனக்குத் தனக்கென்று திரிகிற தனிமனிதர்கள் இவ்வளவு அதிகமாயும் இருப்பதற்கு இதுதான் காரணம்' என்பதே அவர் சொன்னதன் சாரம்.

குடிமக்கள், இன்றுகூடக் கொஞ்சம் பேர்தான். தனிமனிதர்களோ ஏகப்பட்ட பேர் இருக்கிறார்கள். போதிய சட்டப் பாதுகாப்பு இல்லாததே இதற்குக் காரணம். ஒழுக்கநீதிக்கும் இதற்கும் தொடர்பில்லை. ஆட்சி முறையில்தான் குற்றம். பொதுமக்கள் உணர்ச்சியை வெளிக்காட்டுவது ஆபத்தாக முடிந்தால், தேசிய விசயங்களில் யாருக்குத்தான் சிரத்தை விழும்? பேராசை பிடித்துத் தகிடுதத்தம் பண்ணுகிற அதிகாரிகளைத் தண்டிப்பதில்லை என்றால், அவர்கள் வாய்மையானராகவே இருப்பார்கள் என்று எதிர்பார்ப்பது மனிதஇயல்பை அறியாத செயல்தான்.

அதனால், ஆளுகிறவர் ஆளப்படுகிறவர் இருவருக்கும் ஒரே மாதிரி பொருந்துகிற, உல்லங்கனம் (அவமதிப்பு) பண்ணமுடியாத

சட்டத்தை நிறுவுவது நல்லது என்று ஹான்ஃபெயிட்செ நம்பினார். எல்லாவற்றுக்கும் மேலான உயர்ந்த இடத்தில் சட்டத்தை இருத்தி வைக்க வேண்டும். சட்டத்தின் முன்னால் அனைவரும் சமம். சொந்த முறையில், ஆளைப் பார்த்துச் சாதக பாதகம் பண்ணுகிற போக்கு ஒழிந்து, அதற்குப் பதில் சட்டம் தான் பாரபட்ச மில்லாமல் நீதி வழங்கவேண்டும். இங்கே, சமத்துவத்தைப்பற்றி நாம் கொள்ளும் கருத்து கிட்டத்தட்ட மேலைநாட்டுப் போக்கில் இருக்கிறது என்பது மட்டுமல்ல; கிஞ்சித்தும் சீனப் போக்குக்கு அடுக்காத ஒரு சிந்தனாமுறை இதில் இருப்பதாகக் கூட எனக்குப் படுகிறது. 'பாமரர்களுக்கு மரியாதை காட்டக் கூடாது. பிரபுக் களைத் தண்டிக்கக் கூடாது' என்று கன்பூசியவாதிகள் சட்டம் போடுகிறார்கள். இதற்கு நேரெதிராக, நமது சட்டவாதி என்ன சொல்கிறார்? 'வல்லானை வந்தித்து வால் பிடிக்காத ஒரு சட்ட ஒழுங்கும் கடுமையாய் செயல்படுத்தக்கூடிய சட்ட நிர்மானங்களும் நமக்கு இருக்க வேண்டும். அப்போது, சட்டத்தைச் செயல்படுத்த வேண்டிவரும்போது, கெட்டிக்காரர்கள் பணிந்து போவார்கள். அதிகாரம் படைத்தவர்கள் எதிர்த்துப் பேச மாட்டார்கள். பிரபுக் குடும்பத்தார் தண்டனையடையாமல் தப்ப மாட்டார்கள். பணிவோடிருப்பவர்களைச் சட்டை செய்யாமல் அவர்களுக்குச் சேரவேண்டிய கைம்மாறைப் பிறர் தட்டிக் கொண்டு போகமாட்டார்கள்.' இவர் இப்படிச் சொல்வது விந்தை இல்லையா? ஹான்ஃபெயிட்செ கருதிய 'சட்டத்தின் முன்னிலையில், உயர்ந்தவர், தாழ்ந்தவர், கெட்டிக்காரர், மூடர், எல்லாரும் சமம்.' இயந்திரம்போல், சட்டப்படி காரியம் நடத்துகிற எண்ணத்தை அவர் வெகு தூரத்துக்குப் பின்பற்றிப் போய்விட்டார். அதனால், ஞானமுள்ள, திறமைசாலிகள்தாம் ஆட்சி நடத்த வேண்டுமென்று இல்லை. இப்படிப்பட்ட இயந்திரப் போக்குடைய எண்ணம் அறவே சீன இயல்புக்கு உகந்ததல்ல.

இதனால்தான், 'அரசர் ஒன்றும் செய்யக் கூடாது' என்ற டாஒப் போக்கு, இவருடைய ஆட்சித் திட்டத்தில் இடம்பெற்றது. அரசர் ஒன்றும் செய்யக்கூடாது. ஏன் தெரியுமா? அரசர்களால் எதையும் செய்ய முடியாது—என்று ஹான்ஃபெயட்செ கண்டார். சாதாரணமாய் எல்லா அரசர்களும் செயலற்றவர்கள்தாமே. சர்க்கார் இயந்திரம் வெகு நெறியோடு, முழுமை பெற்றிருக்க வேண்டும்.

அப்போது, ஆளுகிறவர்கள் நல்லவர்களோ, கெட்டவர்களோ கவலையில்லை. காரியங்கள் தாமாகச் சரிவர நடக்கும். ஆகவே, அரசர் இருப்பது பெயரளவில்தான். தற்கால அரசியல் அமைப்புமுறைப்படி நடக்கிற சர்க்காரில் அரசனுடைய மதிப்பு இப்படித்தானே இருக்கிறது. ஆங்கிலேயர்களுக்கும் ஓர் அரசர் உண்டு. இவருக்கு வேலை என்ன? அடிக்கல்நாட்டு விழாக்களில் தலைமை தாங்குவது, கப்பல்களுக்குப் பெயர் சூட்டுவது, மக்களுக்குப் பட்டமளிப்பது—அவ்வளவுதான். அரசர் நல்லவரா, கெட்டவரா என்பது தேசமக்களுக்கு முக்கியமேயல்ல. அரசர் புத்திசாலியா, கொஞ்சம் சுமாரானவர்தானா என்பது முக்கியமே யல்ல. திட்டம் எப்படியும் தானாக நடந்தேற வேண்டும். அரசர் செயலற்றிருக்க வேண்டும் என்கிற சித்தாந்தத்தின் சாரம் இதுதான். ஹான்ஃபெயிட்செ இதை இப்படித்தான் விளக்கியிருக்கிறார். இங்கிலாந்திலும் இதை மிக வெற்றிகரமாகக் கையாண்டிருக் கிறார்கள்.

பாவம், வம்புதும்பு தெரியாத கன்பூசியஸ், ஒரு சாதாரண வாத்தியார்தானே. அவரைப் போய், அரசியல் சிந்தனையாளர் என்று சொல்வது காலத்தின் கோலந்தான். அவர் ஒழுக்கம் தொடர்பாய் என்னென்னவோ நவதான்யக் கோவையாய்ச் சொல்லியதையெல்லாம் 'அரசியல்' சித்தாந்தம் என்று பெருமைப் படுத்துவது வேடிக்கைதான். நற்பண்பும் கருணையும் உள்ளவர்களே ஆட்சி புரியலாம் என்கிற கருத்து பகலில் கனவு காணுகிற கதைதான். இதனால் ஒன்றும் நடவாது. கல்லூரியில் புதிதாய்ச் சேர்ந்த புதுப் பையன்கூட இதைக் கண்டு நம்பி ஏமாறமாட்டான். மோட்டார் ஓட்டிகள் அவரவரும் கண்ணியமாய் நடந்து கொள்வார்கள். பிராட்வேயில் வண்டிப் பழக்கத்தை ஒழுங்கு படுத்தப் பச்சை விளக்கு, சிவப்பு விளக்கு சமிக்ஞை முறை தேவையில்லை—என்று சொல்ல முடியுமா? இது நடக்கிற காரியமா? இது நடந்தாலும் நடக்கலாம். ஆனால், நல்லவர்கள் நல்லபடியாகவே ஆளுவார்கள் என்று எதிர்பார்ப்பது நடக்கவே நடக்காது. சீனத்துச் சரித்திரத்தைச் சிந்தனையோடு படிக்கிற எந்த மாணவனுக்கும், கன்பூசிய தோரணையில், அபாரமான ஒழுக்க அறிவுரை செய்தபடி ஆட்சி நடக்கிற சர்க்கார் உலகத்தில் படுமோசமான ஊழல் நிரம்பிய சர்க்கார்களிலே ஒன்று என்பது

தெளிவாய்ப்பட்டிருக்கும். இதற்குக் காரணம் என்ன? மேலை நாட்டில் இருப்பவர்களைவிடச் சீன அதிகாரிகள் அதிகமாய் செயல்படக் கூடியவர்கள் என்பதல்ல. இதுதான் பச்சையான, சரித்திரப் பூர்வமான, தட்டிக்கழிக்க முடியாத, அரசியல் உண்மை. அதிகாரிகளைக் கனவான்களாகவே நடத்துகிறோம்; இவர்கள் நூற்றுக்குப் பத்துப்பேர் கனவான்கள். மீதி தொண்ணூறுபேரும் கசடர்கள். அப்படிச் செய்யாமல், மேலைநாட்டில் செய்வது போல், எல்லாரையும் கசடர்களாகவே மதித்து நடத்தி, சிறையிலிட்டு வதைத்தும், சிறையிலிடுவதாகப் பயமுறுத்தியும் வந்தால், நூற்றுக்குப் பத்து பேர்கூடக் கசட்டுத்தனத்தில் வெற்றி காண மாட்டார்கள். மீதி தொண்ணூறு பேரும், கனவான்களாகப் பாவனை பண்ணுவதில் வெற்றி பெற்றுவிடுவார்கள். முடிவென்ன? தூய ஆட்சி இல்லாவிட்டால், தூய ஆட்சியைத் தோற்றத்திலாவது ஒத்திருக்கிற ஓர் ஆட்சி இருந்துவரும். இந்தத் தோற்றமாவது இருப்பது நல்லதுதானே. வெகு நாளைக்கு முந்தியே சீனா இதைச் செய்திருக்க வேண்டும். இரண்டாயிரம் ஆண்டுகளுக்கு முந்தி, ஹான்ஃபெயிட்செயைக் கட்டாயமாய் நஞ்சூட்டிக் கொல்லுமுன் அவர் சொன்ன யோசனையும் இதுதான்.

ஆகவே, சீனாவுக்கு வேண்டியது ஒழுக்க நெறியல்ல; அரசியல்வாதிகளுக்காக இன்னும் அதிகமாய்ச் சிறைக்கூடங்களைக் கட்ட வேண்டும். சிறைச்சாலைகள்தான் சீனாவுக்கு இப்போது வேண்டியவை. யோக்கஹாமாவுக்கோ, சீயாட்டிலுக்கோ, முதல் வகுப்பில் உடனே பயணம் கிளம்பிவிடக் கூடிய வசதி அசுத்தமான குறைநிறைந்த அதிகாரிகளுக்கு இருந்துவரும் வரைக்கும் சுத்தமான, அப்பழுக்கில்லாத சர்க்காரை நிறுவுவதாகப் பேசுவது வெறும் பயனற்ற பேச்சுத்தான். சீனாவுக்கு வேண்டியது கருணையல்ல, நேர்மையல்ல, கௌரவமுமல்ல; அதற்கு வேண்டியது சுத்தமான வெறும் நீதிதான்; இதில்லாவிட்டாலும், கருணையற்ற, நேர்மையற்ற, கௌரவமற்ற அதிகாரிகளைக் கண்ட மாத்திரத்தில் சுட்டுத்தள்ளக்கூடிய தைரியமாவது நமக்கு வேண்டும். அதிகாரிகள் தவறிழைக்காமல் பார்த்துக்கொள்ள ஒரே ஒரு வழிதான் உண்டு. பிடிபட்டால், அவர்களைச் சுட்டுத்தள்ளி விடுவதாகப் பயமுறுத்துங்கள், காரியம் நடக்கும். மனித

இயல்பைப்பற்றி நான் கொள்கிற சட்டப்பூர்வக் கொள்கை நோக்கத்தைக் கொண்டு மனம் புண்படுகிற அதிகாரிகள் சற்று யோசித்துப் பார்க்கவேண்டும். தொழில் நடத்தும் ஒரு கம்பெனி இருக்கிறது. இது, கன்பூசிய போதனைப்படி, கனவான்களுக்குக் கனவான்கள் எப்படி நடந்துகொள்வார்களோ, அதே மாதிரி எல்லாக் காரியங்களையும் நடத்திவருகிறது. பங்குதார்கள், கூடிப்பேசி ஆலோசிப்பது கிடையாது. கணக்கு வழக்கில்லை. கணக்கைத் தணிக்கை செய்வதில்லை. கம்பி நீட்டிவிடுகிற மேலாளரையோ, பொருளாளரையோ கைது செய்ய வழியில்லை.

இப்படிப்பட்ட வங்கியில், கம்பெனியில் இவர்கள் தங்கள் பணத்தைப் போட்டு வைக்கச் சம்மதிப்பார்களா என்று கேட்கிறேன். இந்த மாதிரியான கனவான் முறையை முற்ற முழுக்க அடிப்படையாகக்கொண்டுதான் சீனச் சர்க்கார் நடந்து வந்தது. தற்போதைய சர்க்கார் ஏதாவது வளர்ச்சித் திட்டங்களைச் செய்திருக்குமானால், அப்படிச் செய்த வளர்ச்சிகள் சர்க்கார் சுயமாக மனமுவந்து செய்தவையல்ல. மேலைநாட்டார் துணிவு உடையவர்கள். ஆளுகிறவர்களிடம் கணக்குக் கேட்கிற அளவுக்கு அவர்கள் துணிந்துவிடுகிறார்கள். இப்படிக் கேட்டால், அதிகாரிகளுடைய கண்ணியத்துக்கு மாசு கற்பித்ததாக ஆகிவிடுமே என்ற பயம் அவர்களுக்கில்லை. அப்படிப்பட்ட மேலை நாட்டாராலேயே கொஞ்சநஞ்சமாவது முன்னேற்றங்கள் ஏற்பட்டிருக்கின்றன. இவை போதா. இந்த மாறுதல் இன்னும் அதிகமாகிப் முழுமை பெறவேண்டும். அதுவரைக்கும் சீன அரசு தொழில்முறை தெரியாத கம்பெனி மாதிரிதான் இருக்கும். மேலாளருக்கும் சிப்பந்திகளுக்கும் எப்போதும் இலாபத்துக்குக் குறைவில்லை. பாமர மக்களாகிய பங்குதார்களுக்கு எப்போதும் மனத்துயரந்தான்.

7

இலக்கிய வாழ்வு

1. சிறப்பு வேற்றுமை

இலக்கியத்தைச் சீனர்கள் இரு பிரிவாகப் பிரிக்கிறார்கள். ஒன்று போதனை இலக்கியம்; மற்றது இன்ப இலக்கியம். உண்மையைக் கற்பிக்க உதவுகிற இலக்கியம் வேறு; உணர்ச்சியை வெளிப் படுத்தும் இலக்கியம் வேறு என்று அவர்கள் பிரித்து இருக் கிறார்கள். இது எப்படிச் சாத்தியமாகிறது என்பதை எளிதில் காணலாம்: முன்னது புற நிகழ்ச்சிகளையோ, கருத்துகளையோ விவரிப்பது; விரிவுரை அளித்து விளக்க முயல்வது; பின்னது, அக நிகழ்ச்சிகளையும், உணர்ச்சிகளையும் வெளிப்படுத்துவது; உணர்ச்சி மயமானது. பின்னதைவிட முன்னதே சிறந்ததென்று எல்லாச் சீனர்களுமே பாவனை பண்ணுவார்கள். போதனை நூல்கள் மக்களின் மனத்தைப் பண்படுத்தி வளர்ப்பனவாம்; சமுதாயத்தின் ஒழுக்கநிலையை உயர்த்துவனவாம்.

இந்தக் கண்ணோடு பார்ப்பதால், நாவல்களையும், நாடகங் களையும் பேரிலக்கிய மண்டபத்துள் இடம்பெறத் தகுதியற்ற அற்பக் கலைகளென்றே அவர்கள் இழிவாக மதித்துவிடுகிறார்கள். கவிதை ஒன்று மட்டுமே இதற்கு விதிவிலக்கு. இதை அவர்கள் இழிவாக மதிப்பதில்லை; அதற்கு மாறாக, மேலைநாட்டினரை விடச் சீனர்களே கவிதையை மிக ஆழமாகப் பயின்று, கௌரவித்து வருகிறார்கள். நடைமுறை வாழ்க்கையில், நாவல்களையும் நாடகங்களையும் எல்லாச் சீனர்களுமே திருட்டுதனமாய்ப் படித்துவருகிறார்கள். கருணை, நேர்மை இவற்றைப் பற்றி மட்டுமே கட்டுரை எழுதுகிற அரசு அதிகாரி, தனிப்பட்ட உரையாடல்களில்

கலந்துகொள்ளும் போது நாவல், நாடகங்கள் கதாபாத்திரங்களைப் பற்றிச் சரளமாக உரையாடுவதைப் பார்க்கலாமே. ச்சின்பின்மெயி (பொன்-ஜாடிபழம்) என்று ஒரு நாவல்; பாலியல் வர்ணனை களுக்கு நிகரற்றது. ப்பின்ஹுவா பஒச்சியென் என்பது பாலியல் நாவல்தான். ஆனால், இதில் ஆண்-பெண் லீலா விநோதங்களுக்குப் பதில் ஆணோடு ஆண் உறவாடும் வர்ணனை களிருக்கும். இவற்றில் வரும் கதாநாயகி, கதாநாயகர்களைப் பற்றியெல்லாம் மேல் கூறிய அதிகார வர்க்கத்தினர் மிகவும் நன்றாய்த் தெரிந்து வைத்திருப்பார்கள்.

இது ஏன் இப்படி இருக்க வேண்டும்? போதனா இலக்கியங் களெல்லாம் மிக மட்டமானவை; மிகச் சாதாரணமான வழக்கமான ஓர்முறைகளும் கிளிப்பிள்ளை வாதங்களும்தான் இவற்றில் குவிந்து கிடக்கும். புதிதாக எதையும் சொல்லிவிட்டு, மாட்டிக் கொள்ளக் கூடாதென்ற அச்சம் நாலா பக்கமும் வேலியிட்டு முடக்கிவிடும். எனவே, மேலைநாட்டார் இலக்கியம் என்று கொள்கிற நாவல்கள், நாடகங்கள், கவிதை முதலிய கற்பனை நூல்களைத்தான் நாம் இலக்கியமாகக் கருதிப் படிக்க முடியும். கருத்துக்காக அல்லாமல் கற்பனைக்காகவே இலக்கியத்தைப் படித்து ரசிக்க முடியும். பொருளாதார அனுபவமில்லாத படிப்பாளிகள் வரிவிதிப்பைப்பற்றி எழுதினார்கள். கருதறுக்கும் அரிவாளைக் கண்ணாலும் கண்டறியாத இலக்கியவாதி கள் விவசாயத்தைப்பற்றி எழுதினார்கள். கட்டடத் தொழில் புரியாத அரசியல்வாதிகள் ஹுவாங்கே நீர்த் தேக்கத் திட்டத்தைப்பற்றி எழுதினார்கள் (இது அந்தக் காலத்தில் அதிகமாய் அடிபட்டுவந்த பொது விசயம்). கருத்துகளைப் பற்றின விசயத்தில், இந்தப் படிப்பாளிகளெல்லாம், நாங்கள் சீன மொழியில் சொல்வதுபோல, கன்பூசியக் கோட்டைக்குள்ளேயே அந்தரடித்துக்கொண்டிருந்தனர்; கன்பூசியக் கோயில் முற்றங்களில் கிடைக்காத பொருளாகிய பசுவின் ரோமத்தைத் தேடித்திரிந்தனர். கன்பூசியரைப்பற்றி ரசனையாய் எழுதியவர்களுள் தலையாய ச்சுவாங்ட்ஸியை அனைவருமே கண்டித்துவந்தனர். ஆனாலும், எல்லாருமே ச்சுவாங்ட்ஸியைப் படித்து வந்தார்கள். இவர்களில் சிலர் பழைய பௌத்த நூல்களைக்கூடப் பயின்று பின்பற்றலாயினர். அவ்வளவு பக்தி! பௌத்த மதப் பயிற்சி வெறும் ரசனைத் தொடர்போடு சரி.

காரியத்தில் கிடையாது. சைவ உணவில் இவர்களுக்கேற்பட்ட பற்றுதல் இதயப்பூர்வமானதல்ல; வெளி வேஷம். புதிதாக எதையும் செய்துவிடக் கூடாதே என்று எப்போதும் அஞ்சிய வண்ணம் இருந்தனர். பழமைச் சுவட்டிலிருந்து ஓர் அடி பிசகி நடந்தாலும் ஒரு மயிரிழையில் கட்டி தொங்கும் மலை, தலைமேல் அறுந்து விழுந்துவிடும் என்பது போன்ற உணர்ச்சி இவர்களிடமிருந்து வந்தது. அதனால், புதுமைகளைப் படைக்கும் ஆசை இல்லாது போயிற்று. முயற்சியின்றிச் சுயமாக உண்டாக வேண்டிய இலக்கியத்தைப் பண்டித மரபை ஒட்டிய கருத்துகளோடு வலியப் பிணைத்தனர். யதேச்சையாய் ஓடித்திரிய வேண்டிய மனத்தைக் கட்டிப்போட்டுவிட்டார்கள்; கன்பூசியக் கோட்பாடுகளை அடிப்படையாக வைத்துக்கொண்டே என்ன அந்தரடித்தாலும், அது கன்பூசியக் கோட்பாடுகளின் வரம்பு எல்லைக்குள்ளேயே சுற்றிச் சுற்றிவரும். இம்மிகூட வெளியே எட்டிப் பார்க்க முடியாது. அடிப்படையில் மாறுபாடில்லாமல், வெளி மாறுதல்கள் மட்டும் செய்வதால் ஏதும் பயனில்லை.

என்னதானிருந்தாலும், படிப்பாளிகளைக்கொண்ட ஒரு சமுதாயம், இரண்டாயிரம் ஆண்டுகளாக நன்மையும் நேர்மையும் சர்ச்சை புரிவதால், சொன்னதையே திருப்பித் திருப்பிச் சொல்லாமல் வேறு என்ன செய்ய முடியும்? மூன்றாண்டுக்கு ஒருமுறை நடைபெறும் சாம்ராஜ்யத் தேர்வுகளில் முதல்தரமாய்த் தேர்ந்தெடுக்கப்பட்ட கட்டுரை ஒன்றைச் சாதாரண ஆங்கிலத்தில் மொழிபெயர்த்துப் பார்த்தால், அதிலுள்ள வேற்றுமையையும், சிறுபிள்ளைத்தனத்தையும் கண்டு, ஆங்கில வாசகர்கள் திகைத்துப் போய்விடுவார்கள். ஆபாச மூளைச்சக்தியின் அபார இலக்கிய முயற்சி, எறும்பின் குறுகிய நாடகத்தை ஒத்திருப்பதாகவே நமக்குப் படும். எனவே, பண்டைய மரணம் ஒட்டிச் செய்யும் முயற்சிகளில் படைப்பூக்கத்தையோ இளமையையோ காண முடியாது, நாவல்களிலும், நாடகங்களிலுமே இவற்றைக் காணலாம். இங்கே, கற்பனைக்கும் படைப்புக்கும் நல்ல சுதந்தரம் இருக்கிறது.

சொல்லப்போனால், பயனுள்ள எந்த இலக்கியமும், மனிதனுடைய ஆன்ம வெளிப்பாடாகிய எந்த இலக்கியமும் உணர்ச்சியையே மூதாதாரமாகக் கொண்டிருக்கும். கருத்துகளை உருவாக்கும் இலக்கியங்களுக்குக்கூட இப்படித்தான். மனிதனின்

இலக்கிய வாழ்வு ❖ 355

இதயத்திலிருந்து நேரடியாகக் கிளம்புகிற கருத்துகள்தாம் என்றும் அழியாதிருக்கக் கூடியவை. எட்வர்டு யங் என்பவர் 1765இல் தாம் எழுதிய மூலப்படைப்புகளைப் பற்றிய அனுமானங்கள் (கன் ஜெக்சர்ஸ் ஆன் ஒரிஜினல் காம்போசிஷன்) என்னும் புத்தகத்தில், இதைத் தெளிவுபடுத்தியிருக்கிறார். பதினேழாம் நூற்றாண்டிலிருந்த புகழ்பெற்ற விமர்சகரான ச்சின் ஷெங்ட்டான் தமது கடிதங்களில் பின்வருமாறு திருப்பித் திருப்பிச் சொல்லியிருக்கிறார்: 'கவிதை என்பது என்ன? இதய ஒலிதானே? இதைப் பெண்கள், குழந்தை களின் உள்ளங்களில் காணலாம். காலையிலும் இரவிலும் இது நம்மை வந்தடைகிறது.' இலக்கியத்தின் மூலாதாரம் நிஜமாகவே இவ்வளவு எளிதானதுதான். பண்டிதர்கள் தமது விரிவுரை களிலும் விளக்கங்களிலும் இலக்கியத்தின் மேலே திணித்துச் சுமத்தும் சட்டதிட்டங்களெல்லாம் மக்களை மலைக்க வைக்கும் பாண்டித்திய மூட்டைகளே. ச்சின் ஷெங்டான் மேலும் கூறுகிறார்: 'புராதன மக்களுக்கு ஏதாவது ஒன்றைச் சொல்லியாக வேண்டுமென்று கட்டாயமில்லை; தம் மனத்தில் பட்டதைத் திடீரென்று அவர்கள் சொன்னார்கள். சிலவேளை நிகழ்ச்சிகளைப் பற்றியும், சிலவேளை தமது சொந்த உணர்ச்சிகளைப் பற்றியும் அவர்கள் பேசினார்கள். சொல்ல வேண்டியதைச் சொன்னவுடன், அவர்கள் பயணஞ் சொல்லிக்கொண்டு கிளம்பி விடுவார்கள்.' இலக்கியத்துக்கும் வெறும் எழுத்து வேலைக்கும் என்ன வேற்றுமை என்றால், அழகாகச் சொல்வது இலக்கியம்; அப்படிச் சொல்லாதது வெறும் எழுத்து வேலை என்று சொல்லலாம். யார் மிக அழகாகச் சொல்கிறார்களோ அவர்கள்தாம் நிலைத்து நிற்பர்.

இலக்கியம் உணர்ச்சியை மூலாதாரமாகக் கொண்டுதான் படிப்பார்கள். இதனை மனிதனின் ஆன்மிக எதிரொலி என்று கொள்ள முடிகிறது. ஒரு தேசத்தின் இலக்கியத்தை அந்தத் தேசத்து மனிதனுடைய ஆன்மாவின் எதிரொலியாகக்கொள்ள முடியும். வாழ்க்கையை ஒருவருடைய நகரத்துக்கு ஒப்பிட்டால், ஒரு மனிதனின் எழுத்தை, எந்த உயரமான மாடியிலிருந்துகொண்டு அதன் ஜன்னல் வழியாக நகரத்தை அவன் பார்க்கிறானோ, அந்த ஜன்னலுக்கு ஒப்பிடலாம். ஒருவனுடைய எழுத்துக்களைப் படிக்கும்போது அவனுடைய மாடி ஜன்னல் வழியாகவே நாம் வாழ்க்கையைப் பார்க்க விரும்புகிறோம். அப்போது, எழுத்தாளன்

வாழ்க்கையில் என்னென்ன பார்க்கிறானோ, அவற்றையே நாமும் பார்க்க ஆசைப்படுகிறோம். விண்ணில் உள்ள மீன்களும் மேகக் கூட்டங்களும், அடிவானத்தில் அணி அணியாய் நிற்கும் மலை உச்சிகளும், மூலை முடுக்கு, சந்து பொந்துகளும், வீடுகளின் மேற்கூரைப் பரப்புகளும் நகரத்தில் எங்கும் ஒரே மாதிரியாகவே இருக்கும். ஆனாலும், மாடி ஜன்னல் வழியாக எழுத்தாளன் பார்க்கும் நகரத்தோற்றம் தனிச் சிறப்புடையது; அவனுக்கென உள்ள இயல்பை ஒட்டியது. எனவே, ஒரு தேசத்தின் இலக்கியத்தை ஆய்ந்து மதிப்பிடும்போது, அந்தத் தேசத்தின் சிறந்த மூளைகள் கண்ட வாழ்க்கையின் நொடிநேரத் தோற்றத்தை அவர்களுக்கென உரிய சிறப்பு முறையில் எடுத்துக்காட்டுகிறபடியே நாம் காண முயலுகிறோம்.

2. மொழியும் எண்ணமும்

சீன இலக்கியத்தின் கருவி, அதாவது சீன மொழியானது, வேறு மாதிரியாயில்லாமல் இப்போது இருப்பது போலவே அது இருக்க நேர்ந்தது. அதனால்தான் சீன இலக்கியத்தின் வளர்ச்சி இம்மாதிரி தனி வழியில் செல்ல வேண்டியதாயிற்று. ஐரோப்பிய மொழிகளோடு ஒப்பிட்டுப் பார்க்கும்போது, இலக்கியத்திலும், எண்ண வளர்ச்சி யிலும் சீனர்களின் சிறப்பியல்புகள் காணப்படுவதற்குக் காரணம், ஓரசைச் சொற்களையே கொண்ட மொழியென்று கூறப்படும் மொழியை, அவர்கள் பெற்றிருப்பதுதான் என்பது புலப்படும். சீனர்கள் ச்சிங், ச்சொங், ச்சாங் என்று ஓரசையிலேயே பேசி வந்தார்கள். தொடர்ச்சியான உரையாடலில் இது மிகக் கோரமாயிருக்கும். ஓரசைக் கொள்கையை அடிப்படையாகக் கொண்டே சீனமொழியின் எழுத்து நிர்ணயிக்கப்பெற்றது. சீன எழுத்தின் தன்மையால்தான் இலக்கிய பரம்பரைகள் அழிந்தொழியாமல் தொடர்ந்து இருந்துவர முடிந்தது. இதனாலேயே, சீனர்களின் எண்ணக் கட்டுக்கோப்பில் பழைமை விருப்பம் நிலைபேறடைந்து ஆதிக்கம் செலுத்தவும் முடிந்தது. இவை மட்டுமல்ல; பேச்சுக்கும் இலக்கிய எழுத்துக்கும் இப்படிச் சிறப்பு வேற்றுமை உண்டானதுக்கும் இதுவே காரணம்.

பேச்சுக்கும் எழுத்துக்கும் வேற்றுமை இருந்ததால், கல்வி கற்பது கடினமாயிற்று; கற்பவர் தொகை கட்டுப்பட்டதாயிற்று;

கற்றார் வகுப்பு ஒன்றும் உண்டாயிற்று. கடைசியாக, ஓரசைக் கொள்கை காரணமாக, சீன இலக்கிய நடையில் சில தனி இயல்புகள் வளர்ந்து பெருகின.

ஒவ்வொரு தேசமும் தனது மொழிக்கு மிகப் பொருத்தமான ஓர் எழுத்து முறையை வளர்த்திருக்கிறது. கருத்துகளைப் படங்களாக எழுதுகிற முறையை அடிப்படையாகக்கொண்ட ஓர் எழுத்தை ஐரோப்பா வளர்க்கவில்லை. ஏன்? இந்திய ஜெர்மானியச் சொற்கூட்டங்களுக்கு உரிய, ஓசை அடிப்படையைக் கொண்டு அமைக்கப்பெற்ற முறையை ஐரோப்பா பின்பற்றியது. இந்தச் சொற்கூட்டங்களில் மெய்யெழுத்துக்கள் ஏராளம். இவற்றை வரம்பின்றி மாற்றி மாற்றிச் சேர்த்துவிட முடியும். அதற்காக, தர்க்கரீதியாகப் பிரித்துச் சேர்க்கக்கூடிய வரிவடிவம் (காலிகிராஃபி) வேண்டியதாயிற்று. பட எழுத்துக்களால் இந்த எண்ணற்ற ஓசை மாற்றங்களைச் சரிவர எடுத்தோத முடியவே முடியாது. எண்ணங் களையும் கருத்துகளையும் படங்களின் மூலம் மட்டுமே எடுத்துக்காட்டுவதென்பது முடியாது. அதனாலே, சீன எழுத்தில் தேவைப்பட்டதைப்போல, பட எழுத்தோடு ஓசை எழுத்தையும் சேர்க்க வழி கண்டுபிடிக்க வேண்டியது கட்டாயமாயிற்று. அப்படியில்லாமல் முக்கியமான வளர்ச்சி ஏதும் காண முடியாது. தொடக்க நிலையிலுள்ள பட எழுத்துக்களை ஓசை தருவதற்காக வேண்டி ஒன்றோடு ஒன்றைச் சேர்க்கவேண்டியதாயிற்று. சீன அகராதிகளில் தந்துள்ள நாற்பதினாயிரத்துக்கு மேற்பட்ட எழுத்துக்களில், பத்தில் ஒன்பது பங்கு எழுத்துக்கள் ஓரசைச் சேர்க்கைக்காக அமைக்கப் பெற்றவையே. இவற்றில், சுமார் ஆயிரத்து முந்நூறு கருத்துப்படங்கள் ஓசை அடையாளங்களாகப் பயன்படுத்தப்படுகின்றன.

சீனமொழி, ஓரசை மொழி; சுமார் நானூறு அசைச் சேர்க்கை தான் உள்ளன. குரலின் எட்டுகளைத் தனித்தனியாய்க் கணக்கிடாமல் விட்டுவிட்டால் அப்போது, ச்சிங், ச்சொங், ச்சாங் என்பன போன்ற இந்த நானூறு அசைச் சேர்க்கைகளே போதுமானவையாகிவிடும். ஜெர்மானிய மொழிக்கோ இப்படியில்லை. ஸக்லாஷ்ட் க்ராஃப்ட் போன்ற ஜெர்மானியச் சொற்களையோ ஸ்க்ராட் டர்ட், ஸ்க்ரேப்ட் ஸ்ப்ளாகிஷ், ஸ்கால்பெல் போன்ற ஆங்கிலச் சொற்களையோ பாருங்கள். இவற்றில் ஒவ்வொரு ஓசை வேறுபாட்டுக்கும் ஓசை

அடையாளத்தை உண்டாக்குவதென்பது இயலாத செயல். மேலை நாட்டினர் கொள்கிற முறையில் சீன மொழி ஓசைப்படிக்கான எழுத்துருவத்தை வளர்க்கத் தவறியேவிட்டது. கருத்துருவங்களை ஓசை அடையாளங்களாகப் பயன்படுத்துவது காரியத்துக்கு உதவுவதல் சரிப்பட்டுவிட்டது. சீனர்களும், ஜெர்மானியரைப் போல ஸ்க்லாஷ்ட், க்ராஃப்ட் என்றோ, ஆங்கிலேயரைப்போல ஸ்க்ராட்ச், ஸ்கால்பெல் என்றோ சொற்களைத் தமது பேச்சில் கையாண்டு வந்திருந்தால், தங்கள் தேவைகளைப் பூர்த்தி செய்துகொள்ள வேறு போக்கிடமின்றி யாவது நெடுநாளைக்கு முந்தியே ஓசை எழுத்துக்களைக் கண்டுபிடித்திருப்பார்கள்.

சீன ஓரசை மொழிக்கும், அதன் எழுத்துருவங்களுக்கும், முழுமையாகப் பொருத்தமிருக்கிறது. இதை எளிதில் தெளிவாக்க லாம். சீனமொழியில் அசை உருவங்களுக்கு மிகமிகப் பஞ்சம். ஆகவே, பெரும்பாலான சொற்களுக்கு ஒரே விதமான ஓசை இருக்கும். பஓ என்ற சொல்லை எடுத்துக்கொள்ளுங்கள். இது பத்துப் பன்னிரண்டு பொருளைக் குறிக்கும்: ஒரு சிப்பம், தூக்குவது, நன்கு நிரம்பிய வயிறு, நீர்க்குமிழி போன்ற பல்பொருள்களுக்கும் பஓ என்றே சொல்லலாம். பட எழுத்துக் கொள்கை, குறிப்பிட்ட திட்டமான சில பொருள்களையோ, நிகழ்ச்சிகளையோ சுட்டிக்காட்டுவதற்கே உண்டானது. இதன் பயன்பாடு குறுகிய வரம்புக்குட்பட்டது. அப்படியிருந்தும் தெளிவற்றுச் சிக்கலாயிருப்பதைத் தவிர வேறுவழியில்லை; 'சிப்பம்' என்ற மூலச்சொல் அதன் ஓசை மதிப்பிற்காக மட்டுமே பயன்படுத்தப்பட்டு வந்தது. பின்னால், இதே ஓசை உடைய இதர சொற்களையும் குறிப்பதற்காக இது 'கடன்' வாங்கப்பெற்றது. அப்புறம் நடந்ததென்ன? ஒரே குழப்பந்தான். ஹான் அரச பரம்பரையில், வரிவடிவக்கலை ஒரு மாதிரியாய் நிலைபெறும் முன்னர், பல பொருள்களைக் குறிப்பதற்காக இவ்வாறு 'கடன்' வாங்கும் பல சொற்கள் உண்டாய்விட்டன.

கட்டாயத் தேவை காரணமாக, இனக்குறி என்ற அடையாளத்தைச் சீனர்கள் சேர்த்துக்கொள்ள வேண்டி வந்தது. அப்படிச் சேர்த்துக் கையாளுகிறபோது, ஒரு குறிப்பிட்ட பஓ ஆனது கருத்து வகுப்புக்கள் பலவற்றுள் எந்த ஒரு தனிப்பட்ட வகுப்பைச் சேர்ந்தது என்பதைக் கண்டுகொள்ளலாம்.

ஓசைக் குறியீட்டின் பயன்பாடு கச்சிதமாயில்லை. ஆகையால் பின்வரும் இத்தனை சொற்களும் உண்டாயின. நவீன சீன மொழியில் இவை எல்லாவற்றையுமே பஓ அல்லது ப்ஆஓ என்று குரலில் பலமாதிரி எட்டுக்கொடுத்து உச்சரிப்பார்கள். எழுதும்போது மட்டும் மூல அடையாளமான 'சிப்ப' அடையாளத்தையே பயன்படுத்துவார்கள்.

இவ்வாறு, பஓ உடன் ஒரு 'கை' இனக்குறி சேர்ந்தால், தூக்குதல் என்றாகும். 'கால்' சேர்ந்தால், ஓடுதல். 'துணிகள்' சேர்ந்தால், அங்கி. 'சாப்பிடு' சேர்ந்தால், நன்றாய் நிரம்பிய வயிறு. 'நீர்' சேர்ந்தால், நீர்க்குமிழி. 'நெருப்பு'ச் சேர்ந்தால், பட்டாசுக் கட்டு. 'மீன்' சேர்ந்தால் ஒரு வகை மீன். 'சதை' சேர்ந்தால், கருப்பை. 'கல்' சேர்ந்தால், பீரங்கி. 'மழை' சேர்ந்தால், சூறாவளி. 'கத்தி' சேர்ந்தால், சுரண்டு. ஒரேமாதிரி ஓசைக் குழப்பங்களைச் சமாளிக்க இதுதான் வழி.

இதிலுள்ள சிக்கல் இன ஓசையைச் சமாளிப்பதற்காக இல்லாமல், ஸக்ரேப்ட், ஸகராட்ச்ட் என்ற ஆங்கிலச் சொற்களைப் போன்றவை. சீன மொழியிலிருந்து, இவற்றைச் சரிப்படுத்த வேண்டி வந்த தென்று வைத்துக்கொள்ளுங்கள்; அல்லன், ஸக்-ஆ-ப் என்ற எழுத்தோசைக்குச் சரியான படஓசைச் சொற்களைத் தளவரிசை யாகக் கட்டியமைக்க ஆங்கிலேயர் முயன்றார்கள் என்று வைத்துக்கொள்ளுங்கள். அப்போது கேட் என்ற ஓசைக்கும் ஸ்கேட் என்ற ஓசைக்கும் வேற்றுமை கற்பிக்க வேண்டிய கட்டாயம் ஏற்பட்டிருக்கும். ஸ்கேப் ஸ்க்ரேப்பிலிருந்தும், ஸ்க்ரேப் ஸ்க்ரேப் டிலிருந்தும் வேறுபடும். ஸ்க்ரேப்பும் ஸ்க்ரா இட்ச்சும் வேறுபடும். முடிவு என்ன? ஸ், ர், ட், ப், ட்ச், முதலிய தனித் தனி நுணுக்க வேறுபாடுள்ள ஓசைகளைக் குறிப்பதற்காகக் குறியீட்டுடன் கூடிய எழுத்துக்களைக் கண்டுபிடித்துக் கையாளுவதல்லால் வேறு வழியில்லை. சீனர்கள் இப்படிச் செய்திருந்தால், அவர்களும் இத்தகைய எழுத்துக்களைக் கண்டுபிடித்திருப்பார்கள். அதன் பயனாக எழுத்தறிவும் மிக அதிகமாகப் பரவியிருந்திருக்கும்.

எனவே, ஓரசை எழுத்தே சீனமொழிக்குக் கிடைத்திருந்த படியால், பட எழுத்துக்களைப் பயன்படுத்துவதைத் தவிர வேறு வழியில்லை. இந்த ஒரே காரணம் சீனாவில் கல்விப் பயிற்சியின்

தன்மையையும், நிலையையும் மிக ஆழமாக மாற்றிவிட்டிருக்கிறது. தங்களின் அமைப்பியல்பு காரணமாகவே பேச்சுவழக்கில் வரும்போது சீன எழுத்துக்கள் மாறுதல் அடைவதில்லை. வெவ்வேறு மாவட்ட மொழியிலும், நாட்டுப்புற மொழியிலும் ஒரே குறியீட்டைப் பலவிதமாய்ப் படிக்கலாம். ஆங்கிலத்தில் கிறிஸ்தவச் சிலுவையைக் குறிக்கும் சொல்லைக் க்ராஸ் என்கிறார்கள். பிரஞ்சு மொழியில் க்ராய் என்கிறார்கள். பழைய சாம்ராஜ்யம் நெடுகிலும் சீனப் பண்பாட்டில் இருந்துவந்த ஒற்றுமையை இது நன்கு புலப்படுத்துகிறது. அதுமட்டுமல்ல, சீன வரிவடிவக்கலையை இப்படிப் பயன்படுத்தி வந்ததால் ஆயிரம் ஆண்டுகளுக்கு அப்புறங்கூடக் கன்பூசியப் பழம் பெரும் நூல்களைப் படிக்க முடிகிறது. நமது சகாப்தத்தில், ஆறாவது நூற்றாண்டில், கன்பூசியப் பெருநூல்களைப் படிக்க முடியாது போயிருக்கலாமோ என்பதை நினைக்கும்போது மிக ரசமா யிருக்கிறது; விசயம் இப்படியே நடந்திருக்குமானால், கன்பூசியக் கொள்கையிடம் வைத்துள்ள அபார மதிப்பு என்னவாகி யிருக்கும் என்று யோசிக்கத் தோன்றுகிறது. ச்சின் ஹிஹ்ஹுவாங் என்பவர் புத்தகங்களை நெருப்பிலிடுவதில் இறங்கியபோது, சீன எழுத்துக்களில் புரட்சிகரமான மாறுதல்கள் ஏற்பட்டன. இன்று, கன்பூசிய மாணவர்கள் இரண்டு தனித்தனிக் கட்சிகளாகப் பிரிந்து நிற்கிறார்கள். ஒரு கட்சியார் பழய நூல்கள் புராதன எழுத்துருவத் தில்தான் இருந்து வரவேண்டும் என்கிறார்கள்.

புத்தகங்களைக் கொளுத்தியபோது, கன்பூசியருடைய வீட்டிலிருந்த சில புத்தகங்கள் தீக்கிரையாகாமல் தப்பினவாம். இவற்றில் காணப்படும் எழுத்தே தொன்மை எழுத்தாம். மற்றக் கட்சியார் நவீன எழுத்தில் இருக்க வேண்டும் என்பவர்கள். இவை பழைய மாணவர்களிடமிருந்து வாய்மொழியாய்க் கிடைத்தவையாம். பழம் புத்தகங்களை அப்படியே நெட்டுருப் போட்டு வைத்திருந்தால், கொஞ்ச நாள் இருந்து மறைந்த ச்சின் அரச பரம்பரையில் இவற்றை அழிக்க முடியாது போயிற்று. எனவே, ஞாபகத்தி லிருந்து கூறும் இந்த நவீன எழுத்துருவத்தைப் பின்பற்றுவதுதான் சரி என்கிறார்கள் பின்னால் சொன்ன கட்சியார். எது எப்படி யிருந்தாலும், அந்தக் காலத்துக்குப் பிறகு (கிறிஸ்துவுக்கு முந்திய 214ஆம் ஆண்டு) எழுத்து வேலை தொடர்ந்து நடந்து வந்திருக்கிறது.

உருவ அமைப்பில் ஏற்பட்ட மாறுதல் பிரமாதமாக ஒன்றுமில்லை. இதனாலேயே பழம் நூல்களில் ஒரு மோகன சக்தியிருந்து வந்திருக்கிறது; சீனர்களின் மனமும் இவற்றில் லயித்துச் சொக்கிப் போயிருக்கிறது.

கன்பூசியக் கொள்கை தொடர்பான தொடக்க நூல்களைப் பற்றிய உண்மை, நாங்கள் வழிவழியாய்ப் பெற்றுள்ள இலக்கியச் செல்வம் அனைத்துக்குமே பொருந்தும். சிறப்பாக, ஹான் காலத்துக்குப் பிறகு வந்த நூல்களுக்கு இது பொருந்தும். சீனப் பள்ளி மாணவனால் நூறு ஆண்டுகளுக்கு முந்தியிருந்த ஆசிரியரின் நூலைப் படிக்க முடியும். அதற்கு வேண்டிய பயிற்சி அவனுக்குண்டு. அதே பயிற்சியால், பதின்மூன்று, பத்து அல்லது இரண்டாவது நூற்றாண்டின் நூலையும் அவனால் படிக்க முடியும். தற்காலத்துச் சித்திரக்காரன் பண்டைய (ரோமாபுரி) மிலான் நகரத்து வீனஸ் (ரதி) சிலையை, நவீன காலத்து ரோடினுடைய படைப்புகளை ரசிப்பது போலவே ரசிக்க முடிகிறதல்லவா? அதேபோல, இன்றைய பள்ளி மாணவன் பன்னூற்றாண்டுகளுக்கு முந்திய நூல்களை ரசிக்க முடிகிறது.

முற்காலத்து விசயங்களை நாங்கள் மனம்படிந்து புரிந்து கொண்டிராதிருந்தால், எங்களின் தொன்மையான நூல் வழி வழியாய் இவ்வளவு தூரம் எங்களைப் பலமாகப் பாதித்திருக்குமா? சீனரின் மனம் இப்படிப் பழைமையில் பற்றுவைத்துப் பழைமை வழிபாட்டில் இறங்கியிருக்குமா? —யார் கண்டார்!

இன்னொரு வகையிலேயும், சீன எழுத்தின் வடிவம், சுமாராக நிலைபேறுள்ள இலக்கியம் உண்டாகக் காரணமாயிருந்தது என்றே சொல்ல வேண்டும். பேசுகிற மொழிக்கும் இதற்கும் வேறுபாடு இருந்தது. சராசரி மாணவனாலும் இத்தகைய இலக்கியத்தைப் பயில முடியாது. நடைமுறை வழக்கிலுள்ள மொழியின் நடையாகக்கொண்ட எழுத்து அம்மொழி கால மாறுதலால் அடையும் மரபு, மாறுபாடுகளையெல்லாம் அடைவது இயல்பே. அடையாளங்களைக் கொண்டு எழுதுகிற மொழி அப்படியல்ல. இது ஓசையை வெகுதூரம்பற்றி நிற்பதல்ல. ஆகவே, இலக்கணத்தி லும் மொழி மரபிலும் இதற்கு அதிகச் சுதந்திரம் உண்டு. பேசுகிற எந்த மொழியின் சட்டங்களுக்கும் அது கட்டுப்படத்

தேவையில்லை. காலப்போக்கில் அமைப்பு முறை ஏற்பட்டது; மரபுச் சொற்களும் உண்டாயின. பல அரச பரம்பரைக் காலங்களின் இலக்கிய முயற்சிகளிலிருந்து இவை இயல்பாகப் பெருகின. இப்படியே, தானே தனித்து நின்று இயங்கக்கூடிய நிலை ஏற்பட்டது. இலக்கியப் போக்குகளுக்கு ஏற்ப லேசு லேசாக மாறிவந்தது.

காலஞ் செல்லச் செல்லப் பேச்சு மொழிக்கும் இலக்கிய எழுத்து மொழிக்குமுள்ள வேறுபாடு அதிகரித்துக்கொண்டே போயிற்று. இன்றோ, சீனர்களுக்குப் பழங்காலச் சீன இலக்கியத்தைப் பயில்வதென்பது, அறிவு முயற்சியைப் பொறுத்தமட்டில், அறிமுகமில்லாத அந்நிய மொழியைப் பயில்வது போன்றதே. சாதாரணமாக, ஒரு சொற்றொடரை எப்படி எழுதுவது என்பதிலேயே, இலக்கிய மொழிக்கும் வேற்றுமை உண்டு. எனவே, பழங்காலத்து நடையில் இன்றையச் சொற்களைக் கையாளுவது முடியாது. பழைய சொல்லுக்குப் பதில் புதுச்சொல் போட்டால் மட்டும் முடியாது. சொற்களின் அமைப்பு நிலைகளையே மாற்றிவிட நேரும். மூன்று அவுன்ஸ் வெள்ளி என்ற சொற்றொடரை இலக்கண விதிப்படி வெள்ளி மூன்று அவுன்ஸ் என்றெழுத வேண்டும்.

நவீனச் சீனமொழியில் நான் பார்த்ததே இல்லை அதை என்பதைத் தொன்மை மரபுப்படி நான் அதைப் பார்த்ததே இல்லை என்றுதான் எழுதவேண்டும் (ஆங்கில மரபுப்படி தப்பாயிருப்பது, தமிழ் மரபுப்படி சரியே. எனவே, மேலே கண்ட பச்சை மொழிபெயர்ப்பு). மறுதலை வினைச்சொற்களைக் கையாளும் போது, செயப்படுபொருள் எப்பொழுதும் வினைச்சொல்லுக்கு மொழி முன்னாகவே இருக்க வேண்டும். எனவே, பிரஞ்சு மொழி பயிலும் ஆங்கிலச் சிறுவர்கள் நான் பார்க்கிறேன் உங்களை என்று சொல்வதால் செய்யும் மரபுத்தப்பையே சீனச் சிறுவர்களும் செய்துவிடுவார்கள். பிற மொழியில் தேர்ச்சி பெறுவதற்கு அந்த மொழி நூல்களைப் பரக்கப் படித்தறிந்திருப்பது எப்படிக் கட்டாயமாகிறதோ, அதே போலவே தொன்மைச் சீன எழுத்துப் பயிற்சியில் ஈடுபடும் மாணவனும் பல ஆண்டுகள் வாய்பாடுகளை நெட்டுருப்போட வேண்டும். சிறந்த நூல்களைப் பயில வேண்டும். (குறைந்தது பத்து ஆண்டுகள் பிடிக்கும்.) அப்போதுதான் சுமாரான

தொன்மை நடைச் சீன மொழியை எழுதக்கூடும். பிறமொழித் தேர்ச்சி அபூர்வமாய்ச் சிலருக்கே கிடைக்கக்கூடியது. இதே மாதிரிதான் பழஞ் சீன மொழித் தேர்ச்சியும். சொல்லப் போனால், இன்று இந்த மாதிரிச் சௌ பரம்பரையின் காலத்துப் பழம் நூல் நடையில் 'மரபு' கெடாது எழுத வல்லவர்கள் பொறுக்கி எடுத்த மூன்று அல்லது நான்கு பேர் மட்டுமே. எங்களில் பெரும்பாலோர் சாதாரணப் புத்தக நடையோடு நிறைவடைய வேண்டியதே. இதுதான் அந்நிய நாட்டார் சுலபமாகக் கற்றுக் கொள்ளக் கூடியது. ஆனால், தாய் மொழியின் அசல் மணம் இதில் இருக்க முடியாது.

சீன எழுத்தின் பயன்பாட்டால் இப்படி ஆயிற்று. மேலும், எழுத்துக்கும் ஓசைக்கும் தொடர்பிராததால் ஓரசை இயல்பு பெருகச் சாதகமாயிற்று. நடைமுறையில், ஈரசைச் சொற்களை ஓரசை எழுத்தால் எழுதலாம். ஏனெனில், எழுத்தின் அமைப்பி லிருந்தே பொருள் தானாகப் புரிந்துவிடுகிறது. பேச்சில் 'பழைய புலி' என்பதற்கு லஓஹு என்ற ஈரசையைப் பயன்படுத்துகிறோம். இன்னும் பல ஹுக்களிலிருந்து இதை வேறுபடுத்திக் காட்டுவதற் காகவே இப்படிச் செய்வது. எழுதும்போதோ, ஹு என்ற எழுத்து ஒன்று மட்டுமே போதும். ஆகவேதான், பேச்சைக் காட்டிலும் எழுத்து ஏகம் ஓரசைச் சொல்மயமாயிருந்து விடுகிறது. காரணம், எழுத்தில் கண்ணுக்குத்தான் வேலை, காதுக்கல்ல.

இந்த மாதிரி ஓரசைச் சொற்கள் மிதமிஞ்சிப்போனபடியால், இதன் பயனாக, மிகச் சுருக்கமான மொழிநடை ஒன்று உண்டாயிற்று. இதே மாதிரி பேச முடியாது. அப்படிச் செய்தால் புரியாது. அவ்வளவு சுருக்கமாயும் மொட்டையாயும் காணும். ஆனாலும், இதில்தான் சீன இலக்கியத்தின் சிறப்பியல்பு இருக்கிறது. எங்கள் மொழியில் வரிக்கு வரி சரியாய் ஏழு அசைகளைக் கொண்ட சீர்முறை உண்டு. இதுதான் சரியான சீர்வகை. இங்கிலீஷ் வெள்ளைச் செய்யுளில் இரண்டு வரியில் சொல்லக்கூடியதை இதில் ஒரே வரியில் தந்துவிடலாம். இந்த மாதிரி ஆங்கிலத்திலோ, வேறெந்தப் பேசும் மொழியிலோ செய்ய முடியாது. உரைநடையிலாகட்டும், கவிநடையிலாகட்டும், இந்தச் சொல் சிக்கனத்தால், ஒவ்வொரு சொல்லையும் அதன் ஓசைத் தரத்தைக் கருத்தோடு ஆய்ந்து பார்த்து, அதன் பொருட் செறிவையும் பொருத்தத்தையும் மிகக் கவனமாகத் தேர்ந்தெடுத்த

பிறகே, செய்யுளில் கையாள வேண்டி வந்தது. 'படிப்பு முறைகளில் அப்பழுக்கில்லாத பெரும் புலவர்களைப் போலவே சீன எழுத்தாளர் அசையாட்சியில் கவனமாயிருப்பார்கள். ஆகவே, இந்த மாதிரி செதுக்கியெடுத்த நறுக்கு நடை நன்கு கைவரப் பெற்றவர்கள் சொல்லாட்சியிலேயே மிகத் தேர்ச்சி பெற்றிருப்பார்கள் என்பது தெளிவு. இதன் காரணமாகத்தான் சொற்களை நறுக்கென்று அமைத்து மிகச் சுருக்கமாய் எழுதுகிற இலக்கிய மரபு ஏற்பட்டது. இந்த மரபே பின்னால் சமுதாய வழக்கமாயிற்று; கடைசியாகச் சீனரின் மனப் பழக்கமாகவும் ஆகிவிட்டது.

இத்தகைய இலக்கியத் திறமை பெறுவது எளிதல்ல; அதனால், சீனாவில் படித்தவர்கள் தொகை குறைந்தது. இதற்குக் காரணங் களை விளக்கத் தேவையில்லை. கல்வியறிவு எல்லாருக்கும் கிடைக்காத குறைபாடு, சீனச் சமுதாயத்தின் அமைப்புமுறை முழுவதையுமே மாற்றிவிட்டது; சீனப் பண்பாட்டின் போக்கையே திருப்பிவிட்டது. சீன மொழிச் சொற்களில், வேற்றுமைப் புணர்ச்சி மாறுதலுக்கு இடமிருந்து, அதனால், இதில் தனித்தனி எழுத்துக்கள் மட்டும் பிற மொழிகளிலிருப்பதுபோல் இருந்து, இத்தகைய சீன மொழி ஒன்றைச் சீனர்கள் பேசி வந்திருந்தால், சீனமக்கள் அடங்கலுமே இப்போதிருப்பதுபோல மூத்தோருக்கு மரியாதை செய்வது, அவர்களது கட்டளைக்கு இணங்கி நடப்பது போன்ற காரியங்களைச் செய்வார்களா என்பது கேள்விக்குரியதே. சில வேளை எனக்கு இந்த மாதிரி தோன்றுவதுண்டு; சீனர்களுக்கு, அவர்கள் மொழியில் இப்போதிருப்பதைவிட இன்னும் சில மொழி முதல் அல்லது மொழியீற்று மெய்யெழுத்துக்கள் மிஞ்சித் தங்கியிருந்தால், கன்பூசியஸின் அதிகாரத்தை அதன் அடிப்படையே சரிந்துபோகும் வண்ணம் அசைத்துவிட்டிருப்பார்கள்; அது மட்டுமல்ல, நெடுநாளைக்கு முந்தியே அரசியல் கட்டுக்கோப்பைப் பிய்த்தெறிந்துவிட்டிருப்பார்கள். அறிவு வளர்ச்சியாலும், யுகயுகாந்தமான அவகாசம் கிடைப்பதாலும் வேறு துறைகளில் முண்டியடித்து முன்னேறியிருப்பார்கள். அவர்கள் உலகத்துக்கு அளித்துள்ள அச்சு எந்திரம், வெடிமருந்து இவற்றோடு இன்னும் பல அற்புதங்களையும் தந்திருப்பார்கள். இவற்றைப் போலவே, அவையும் இந்த மண்டலத்துள் வசிக்கும் மனித நாகரிகச் சரித்திரத்தைக் கட்டாயம் பாதித்திருக்கவே செய்யும்.

இலக்கிய வாழ்வு

3. பாண்டித்தியம்

பண்டைய நூல்களல்லாத கற்பனை இலக்கியங்களை, ஊர் பெயர் தெரியாத எழுத்தாளர்கள், பழைய பண்டிதக் கட்டுப்பாடுகளைத் தகர்த்தெறிந்துவிட்டு, உள்ளப்பூரிப்போடும், படைக்க வேண்டும் என்ற ஒரே அவாவோடும் ஆக்கித் தந்தார்கள். இவர்களின் இலக்கிய முயற்சிகளைப் பற்றிக் கவனிக்கு முன்னர், அதாவது, மேலைநாட்டார் கருத்துப்படி நிகரற்ற இலக்கியங்களாகிற நாவல்களையும் நாடகங்களையும் பற்றிப் பேசு முன்னர்—சீனத்துப் பண்டைய நூல்களின் அடக்க விசயம் என்ன? சீனத்துப் பாண்டித்தியத்தின் இயல்புகள் யாவை? பொதுமக்களை உறிஞ்சுவதால் காலங்கழித்து, வாய்வேதாந்தம் பேசி, ஒரு காரியத்தையும் சாதிக்காது வாழ்ந்துவரும் படித்த கும்பலின் படிப்பும் வாழ்க்கை முறையும் எப்படிப்பட்டவை?—என்பவற்றை ஆராய வேண்டியது அவசியந்தான். இந்தப் படிப்பாளிகள் எழுதுவதுதான் என்ன? இவர்களின் மூளை செய்யும் வேலை யாது?

சீனா படிப்பாளிகள் நிரம்பிய நாடு. இங்கே படிப்பாளிகள்தாம் ஆளும் ஜாதியார். சமாதான காலத்திலாவது பாண்டித்திய வணக்கம் மிகப் பக்தியோடு போற்றப்பட்டு வந்திருக்கிறது. படிப்பாளிகள் வணக்கம் மூடபக்தியாகிவிடுகிற அளவுக்குக்கூட மிதமிஞ்சிப் போய்விட்டது. இதனால், எழுத்துள்ள எந்தக் காகிதத்தையும் கண்ட இடத்தில் போடவோ, கண்ணியக் குறைவான காரியத்துக்குப் பயன்படுத்தவோ கூடாது. இத்தகைய காகிதங்ளைக் கண்டால், பொறுக்கி ஒன்றாய்ச் சேர்த்துப் பள்ளிக்கூடத்திலோ, கோயிலிலோதான் எரித்துவிட வேண்டும். போர்க் காலத்தில், கதை கொஞ்சம் வேறு மாதிரிதான். அப்போது, சிப்பாய்கள் படிப்பாளிகள் வீடுகளுக்குப்போய் அருமையான பழைய புத்தகங்களை எடுத்து அடுப்புக்கு விறகாகவோ மூக்குச் சிந்தவோ பயன்படுத்தி விடுவார்கள். சில வேளை, புத்தகங்களை யெல்லாம் ஒன்றாய் நெருப்பிலிட்டு எரித்துவிடுவார்கள். அப்படி யிருந்தும், நாட்டின் இலக்கிய முயற்சி அசாத்தியமான அளவில் பெருகியிருந்தது. ஆகவே சிப்பாய்கள் எவ்வளவுக் கெவ்வளவு கொளுத்தினார்களோ, அவ்வளவுக் கவ்வளவு புத்தகங்களின் எண்ணிக்கை பெருகிவந்தது.

600ஆம் ஆண்டுக்குச் சற்று முன்பின்னாக, சுயி அரச பரம்பரைக் காலத்தில், சாம்ராஜ்ய பரம்பரையில் 3,70,000 புத்தகங் களிருந்தன. டாங் பரம்பரையில் 2,08,000 புத்தகங்களிருந்தன. 1005ஆம் ஆண்டில், சுங் பரம்பரையில் 1,000 புத்தகங்களைக் கொண்ட சர்வ கலை அகராதி முதன்முதலாகத் தொகுக்கப் பெற்றது. அடுத்த பெரும் புத்தகத் தொகுப்பு யுங்லோ டாங்டியென் என்பது. இது சக்ரவர்த்தி யுங்லோ கட்டளையால் ஒன்றுசேர்க்கப் பெற்றது. இதில் 22,877 புத்தகங்களைக்கொண்ட 11,995 தொகுப்புகள் இருந்தன. அத்தனையும் பொறுக்கியெடுத்த பண்டை நூல்கள். மஞ்சு பரம்பரையில் ச்சியென்னும் சக்ரவர்த்தி செய்த பெரிய ராஜரிகமான காரியம், நடைவழக்கிலுள்ள புத்தகங்கள் அனைத்தையும் பாதுகாக்க வேண்டும் என்ற சாக்குச் சொல்லி, திருத்தித் தொகுக்கச் சொன்னதுதான். இதிலுள்ள அந்தரங்க நோக்கம் அந்நிய ஆதிக்கத்துக்கு எதிரிடை பேசும் நூல்களை ஒழித்துவிடுவதே. அவர் 36,275 புத்தகங்களைச் சேர்த்துவிட்டார். இவை, தொடக்கத்தில், பிரபலமான ஸுக்கு ச்சுவான்ஹுவில் ஏழு தொகுப்புக்களாகப் போற்றி வைக்கப் பெற்றிருந்தவை. சுமார் 2,000 புத்தகங்கள் போல முழுவதுமோ, பாதியோ அழித்துவிட்டார். இது மட்டுமல்ல, இருபது ஆசிரியர் போலப் பதவியிழந்தனர்; சிறை சென்றனர், கசையடி வாங்கினர் அல்லது கொல்லப்பட்டனர். சிலவேளை, இவர்களின் புராதனக் கோயில்கள் அழிக்கப்பட்டன. குடும்பத்தினர் அடிமைகளாக விற்கப்பட்டனர். இவையெல்லாம் எதற்காகத் தெரியுமா? ஒரு சொல்லைத் தப்பாகப் பயன்படுத்தியதற் காகவே. யுங்லோ டாங்டியன், ஸுக்குச் சுவான்ஹு, இரு பெயரின் கீழும் பொறுக்கிச் சேர்க்கப் பட்ட புத்தகக் கோவைகள், பழைய மரபுத் தரப்படி பார்த்தால், என்றென்றும் பேணிக்காக்க வேண்டியவையாகும். பாராட்டுதல் பெற்ற புத்தகங்களும் இன்னும் சற்று அதிகரித்த தொகையிலேயே இருந்தன.

இவற்றைப் பற்றிப் புத்தகப் பட்டியில் சிறு குறிப்புக்கள் மட்டும் இருந்தன. பின் சந்ததிக்கு வழங்க இவை தகுதி உடையனவாகக் கருதப்படவில்லை. ஆகவே, ஸுக்குச் சுவான்ஹு கோவையில் இவை இடம்பெறவில்லை. ஆனால், எல்லா மனிதரும் சகோதரரே, சிவப்பு அறைக் கனவு ஆகிய மெய்யான கற்பனைப் படைப்புகளான இரு நூல்களில் ஒன்றுகூட இந்தக் கோவையில் சேர்க்கப்படவில்லை.

இந்த இரண்டு புத்தகங்களிலும் பிச்சி அல்லது குறிப்பேடு என்கிற அம்சம் அபாரமாயிருந்தது. இதர குறிப்பேடுகளிலிருப்பது போல, இவற்றிலும் தொடர்புள்ள, தொடர்பில்லாத என்னவெல்லாமோ குறிப்புகள் இருக்கும். சரித்திர ஆராய்ச்சி முதல், தேயிலைத் தளிர் வரைக்கும்; பிரபல ஓடைகளைப் பற்றியும், நரிகளைப் பற்றியும், நீர்த் தேவதைகளைப் பற்றியும், கற்புடை விதவை களைப் பற்றியும் நெடுகிலும் அப்போதைக்கப்போது குறிப்புகள் காணப்படும். இவற்றில் சீனப் படிப்பாளிகளுக்கு மட்டற்ற மகிழ்ச்சியுண்டு.

அப்படியானால், இந்தப் புத்தகங்கள் கூறும் விசயங்கள்தான் என்ன? பண்டைய முறைப்படி, சீனத்து நூல் நிலையங்கள், புத்தகங்களை எப்படித் தலைப்பு வாரியாகப் பிரித்து வைத்திருந்தன என்று கவனிப்பது நல்லது. ஸுக்குச் சுவான்ஷு நூல்நிலையம் தொடங்கிப் பின்கண்ட நான்கு பெரும் பிரிவுகளாகவே புத்தகங்கள் வகுக்கப்பட்டன: (1) பண்டைய நூல்கள் (2) வரலாறு (3) தத்துவம் (4) இலக்கியக் கோவைகள். பண்டைய நூல்களில் பண்டைய இலக்கியங்களும், இவைபற்றிய மொழிநூல்களும் இருக்கும். சீனப் படிப்பாளியின் காலத்தில் பெரும் பகுதியை விரயமாக்கிவிடுவது இந்த மொழி நூல்தான். சரித்திர வகுப்பில் அரச பரம்பரை வரலாறு, தனி வரலாறு, சுய வரலாறு, சில்லறை விவரப் பதிவுகள், நில நூல் (இதில் பயணக் கட்டுரைகளும் பிரபல மலைகள், உள்ளூர், மாவட்டம் பற்றிய வரலாறுகளும் சேர்ந்திருக்கும்), நாட்டாண்மை முறை, சட்ட திட்டங்கள், நூற்பெயர் விவரப் பட்டியல், வரலாற்று விமர்சனம் இத்தனையும் இருக்கும். தத்துவ சௌ பரம்பரைக் காலத்துத் தத்துவ விசாரகர் களின் பெயரை இரவல் வாங்கியதாலேயே தொடக்கத்தில் இது தத்துவங்களைப்பற்றி மட்டுமே பேசி வந்ததாலும், பின்னால் தனிச் சிறப்புள்ள எல்லாக் கலைகளையும், தொழில் முயற்சிகளையும் இந்தத் துறையோடு சீனர்கள் சேர்த்துப் பேசுவராயினர். (மேலைநாட்டுக் கல்லூரிகளில் 'தத்துவத்திறம்' என்பதுபோல) சீனாவிலும் தத்துவத் துறையிலே எல்லாக் கலையும் சேர்ந்திருக்கும். ராணுவக் கலை, வேளாண்மை, மருத்துவம், வானவியல், சோதிடம், மாந்திரிகம் (வாடகம்), அதிர்ஷ்டப் பலன் சொல்லுதல், குத்துச்சண்டையிடுதல், திருத்தமாய் எழுதுவது, ஓவியம், இசைக்

கலை, வீட்டு அலங்காரம், சமையல் தொழில், தாவர நூல், உடல் நூல், கன்பூசியவாதம், பௌத்த சமயம், தாவோக் கொள்கை எல்லாம் தத்துவத் துறையைச் சேர்ந்தவைதாம். இவற்றோடு முன்னே சொன்ன 'குறிப்பேடு'கள் வேறு வண்டி வண்டியாய் இருக்கும். இந்தக் குறிப்புகளில், உலகத்தில் என்னென்ன நடக்கிறதோ நடக்கவில்லையோ அத்தனையும் பற்றித் தாறுமாறான செய்திகள் எழுதிக் குவிக்கப்பட்டிருக்கும். பேய்க் கதை, இயற்கையை மீறிய சக்திகள், இவற்றில் தனிப் பிரியம் காட்டியிருப்பது தெரியும். விசயங்களை ஆராய்வதோ, தெளிவாக்கு வதோ, கோணல்படுத்தித் தொகுப்பதோ கிடையாது. எல்லாம் ஒரே மேலுங்கீழுமான சொற்கும்பல்—அவ்வளவுதான். பிரபலமான புத்தகக் கடைகளில் நாவல்களையும் இந்த ரகத்தில் சேர்த்துவிடுவார் கள். நூற்கோவை வகுப்பை இலக்கிய வகுப்பு எனலாம். ஏனென்றால், படிப்பாளிகளின் புத்தகத் தொகுப்புக்கள், இலக்கிய விமர்சனம், நாடகம், கவிதை இவற்றின் சிறப்புத் தொகுப்புக்கள் எல்லாம் இதில் சேர்க்கப் பெற்றிருக்கும்.

அறிவியல் என்ற பேரின் கீழ்வரும் புத்தகப் பட்டியல் பார்ப்பதற்குத்தான் பிரமாதமாயிருக்குமேயொழிய, விசயத்தை ஆராயும்போது சாதாரணமாகவே இருக்கும். உண்மையில், சீனாவில் தனிப்பட்ட அறிவியல் துறைகள் கிடையா. பழைய மரபையொட்டிய மொழி ஆராய்ச்சி, வரலாறு, இவற்றைத் தழுவிய கிளை முயற்சிகளாகவே இவை இருக்கும். திட்டமான, வரையறுத்த விசயங்களைப் பற்றிப் பேசும் தனி அறிவியல் கலைகள் இல்லை; இதற்காகப் பாடுபட்டு ஆராய்ச்சியை மேற்கொள்வதும் கிடையாது. கிறிஸ்தவ சமயத்தின் ஒரு பிரிவைப் பின்பற்றுகிற ஜெஸூயிட் மாணவர்கள் ஆக்கியுள்ள நூல்களைத் தவிர வானநூல் என்று எதுவும் தனியாயில்லை. இந்த விசயமாகப் பேசுவது போலக் காணும் நூல்கள் வான இயலைப் பற்றிப் பேசுவதாக நினைத்துக்கொண்டு சோதிடத்தைப் பற்றியே பேசும். தாவர நூல், பிராணி நூல் எல்லாம் சமையல் விவகாரத்தைப் பற்றியே பேசுவதாகக் காணும். ஏனென்றால், ஆராய்ச்சிக்கு எடுத்துக்கொண்ட பிராணிகளும், பழங்களும், காய்கனிகளும் உண்பதற்குச் சுவையாயிருக்கின்றன அல்லவா? சாதாரணமான புத்தகக் கடைகளில் மாந்திரிகம், ஜோஸ்யம் தொடர்பான

புத்தகங்களோடுதான் மருத்துவப் புத்தகங்களையும் வைத்திருப்பார்கள். உள நூல், சமூக நூல், கட்டிடக்கலை நூல், அரசியற் பொருள் நூல் இவை அனைத்தும் குறிப்பேடுகளில் மறைந்து பொதிந்து கிடக்கும். சில எழுத்தாளர், தமது குறிப்பேடுகளில் இந்த விசயங்களைப்பற்றிச் சற்று அதிகமாயும், தீவிர சிரத்தையோடும் எழுதியிருந்தால், இவர்களின் பெரும் புத்தகமும் தத்துவ நூல் வகுப்பில், தாவர நூலாகவோ, பிராணி நூலாகவோ, அல்லது சில்லறை நூல்களாகச் வரலாற்று நூல் வகுப்பிலோ இடம் பெற்றுவிடும். அருமையாய்ச் சில நூல்கள் விசயங்களைத் தனித் துறையாக எடுத்துக்கொண்டு ஆராய்வது உண்டு. இவை தவிர ஏனையவெல்லாம் இலக்கிய நூல் வகுப்பில் சொன்ன குறிப்பேடுகளைப் போன்றே இருக்கும். வாசகத் தோரணையிலும் சரி, இலட்சியப் போக்கிலும் சரி அப்படியேதான். வித்தியாசமில்லை.

தங்களின் தனிப்போக்கான திறமையை வளர்ப்பதற்குச் சீனர்களுக்கு மூன்று வழிகள் உண்டு. ஒன்று, மெய்யான ஈடுபாட்டுடன் கூடிய அறிவு ஆராய்ச்சி; மற்றது, அரசியல் பதவி வேட்கை; மூன்றாவது, பழைய கொள்கைப்படியுள்ள இலக்கியப் பற்று. ஆகவே, சீனப் படிப்பாளிகளை மூன்று வகையாகப் பிரிக்கலாம். படிப்பாளிகள், கனவான்கள், எழுத்தாளர். படிப்பாளியின் பயிற்சிமுறை வேறு; அரசியல் பதவிக்காரனின் பயிற்சிமுறை வேறு. இரண்டில், எது தனக்கு வேண்டும் என்பதை இளம் பருவத்திலேயே தீர்மானித்துக்கொண்டு, அதற்கேற்றபடி பயின்று தேறிவர வேண்டும். இரண்டிலும் கண்வைப்பது இரண்டிலும் தவறுவதற்கே வழிசெய்யும். ச்சுஜென் என்று இரண்டாந்தரப் பதவிக்கார வகுப்பொன்றிருந்தது. இந்த வகுப்பைச் சேர்ந்த அரசியல்வாதிகள் கன்பூசியஸ் பழம் நூல்கள் பதின்மூன்றில் ஒன்றாகிய குங்கியாங்குவானைப் பற்றிக் கேள்விப்பட்டுக்கூட இருக்கமாட்டார்கள். இதேபோலப் பெரும் படிப்பாளிகளில் பலருக்குச் சர்க்கார் தேர்வுகளில் தேறுவதற்காக வழக்கமாக எழுதுகிற 'எட்டுக்கால் கட்டுரை' எழுத வரவே வராது.

இருந்தாலும், பழங்காலத்துச் சீனப் படிப்பாளிகளின் மனப்போக்கு வியந்து பாராட்டத்தக்கதாகவே இருந்தது. படிப்பாளிகளில்

மிகச் சிறந்தவர்களை ஐரோப்பிய நாட்டு அறிவியல் ஆராய்ச்சிக் காரரோடு ஒப்பிடலாம். அவர்களையே போல இவர்களும் ஆழமாய்க் கருத்தூன்றிப் பயில்வார்கள்; ஆராய்வார்கள்; சிரமம்ப் பாராமல் உழைப்பார்கள். வேண்டுமானால், விஞ்ஞானிகளின் வேலைமுறையிலிருக்காது இவர்களின் முயற்சி. அதோடு, மேலைநாட்டாரிடம் காணும் நடைத் தெளிவும், கோவைபெறப் படிப்படியாய் வாதித்துச் செல்லும் சிறப்பும் இவர்களிடம் இரா. பழங்கால வழக்கப்படிச் சீனப் பாண்டித்தியம் என்றால், சலியாது உழைத்து மாள்வதென்றே பொருள்! அபாரப் படிப்பிருக்க வேண்டும்; மனித சக்திக்கு அப்பாற்பட்டதென்று சொல்லக்கூடிய நினைவாற்றல் இருக்க வேண்டும். இவை முற்றும் கைவருவதானால் ஒருவன் தனது வாழ்நாள் முழுவதையுமே படிப்புக்கு அர்ப்பணித்து விட வேண்டும். சில படிப்பாளிகள் ஸுமா ச்சியென்னின் நீண்ட வரலாற்றை தொடக்கம் முதல் கடைசி வரையில் மனப்பாடமாய் ஒப்பிப்பார்கள். பொருள்குறிப்பு (விசயசூசிகை) இல்லாததால், வேண்டியதை ஒத்துப்பார்க்க நினைவாற்றலை நம்புவதல்லாமல் வேறு வழியில்லை. உண்மையில், எந்த ஒரு விசயத்தையாவது சட்டென்று சகலகலா அகராதியிலிருந்து கண்டுபிடிக்க முடிந்தால் அது கேவலமாகக் கருதப்பட்டது. நல்ல படிப்பாளிகளுக்குச் சர்வகலா அகராதிகள் தேவையில்லை. எலும்பும் தோலும் உள்ள இத்தகைய மனித சர்வகலா அகராதிகள் எங்களிடையே இருந்தன. முந்திய வாழ்வுமுறையில், மூலாதாரம் ஒன்றைச் சரிபார்க்க வேண்டிவந்தால், அதை ஒரு விநாடியில் செய்து முடிப்பதும் ஒன்றுதான்; ஒரு நாள் முழுவதும் வியர்த்தமானாலும் ஒன்றுதான். காலத்தைப்பற்றிக் கவலையில்லை.

ஆங்கிலப் பிரபு வமிசத்தார் ஒருநாள் முழுவதும் செலவழித்து நரிவேட்டையாடினார்கள்; அதற்காக அவர்கள் கவலைப் பட்டார்களா? இல்லை, மகிழ்ந்தார்கள். இதேபோலத்தான் சீனர்களும் தாங்கள் வேண்டும் விசயத்தைத் தேடித் திரிவதில் மகிழ்ந்தார்கள். தேடின பொருள் கிடைக்காதபோது ஏற்படும் வருத்தம் இருவருக்கும் ஒரே மாதிரியானதுதான். 'நரி'யைக் கண்டுபிடித்ததும் ஏற்படும் குதூகலம் இருவருக்கும் ஒரே மாதிரியானதுதான். இந்த மனப்போக்கில், மகத்தான மலை அளவு முயற்சிகள் தனிமனிதர்களால் சாதிக்கப்பெற்றன.

இலக்கிய வாழ்வு

மாட்டுவான் லின்னுடைய அல்லது ச்செங் ச்சியாரே வுடைய கலா நிகண்டுகளென்ன, ச்சு ச்சுங் ஷெங்குடைய சொல்லாராய்ச்சி அகராதியென்ன, ட்டுவான் யூட்சாயின் ஷுவோலென் விரிவுரை என்ன—எல்லாம் தனிமனிதர்களின் மகத்தான முயற்சிகள்தானே? மஞ்சு காலத்தின் தொடக்கத்தில் இருந்த கு-என்வு என்ற படிப்பாளி சீனப் பண்பாட்டைக் குறித்த பூகோள ஆதாரங்களைப்பற்றி ஆராய்ந்து வந்தார். இவர், தாம் போகுமிடமெல்லாம் மூன்று வண்டி நிறையப் புத்தகங்களைத் தம்முடனே எடுத்துச் செல்வாராம். ஏதாவது அடிப்படையான விசயத்தில் முரண்பாடான செய்தி கிளம்பினாலோ, நேரடியாய் முதியவர்களிடமிருந்து விசாரிக்கும் கதைகள் ஒன்றுக்கு ஒன்று மாறுபட்டாலோ உடனே எது சரியானது என்று கண்டுபிடிக்கத் தமது புத்தகங்களைப் புரட்டிச் சரிபார்ப்பாராம்.

இத்தகைய அறிவுத் தாகம் மேலைநாட்டு விஞ்ஞானிகளின் தாகத்தை முற்றும் ஒத்ததே. சீனக் கல்விப்பயிற்சியில், வருந்தி உழைப்பதற்கும், கட்டுப்பாடோடு ஆராய்வதற்கும் வசதியளிக்கக் கூடிய சில துறைகளும் உண்டு. சீன எழுத்துருவத்தின் பரிமாணம் (ஷுவோலென்) இத்தகைய ஒன்று; மற்றும், சீன ஒலி வரலாறு, பழம் நூல்களுக்கு விரிவுரை காண்பது; மறைந்துபோன பழம் நூற்பகுதிகளை மேற்கோள்களிலிருந்து கண்டுபிடித்துச் சேர்த்தல்; தொன்மையான சடங்கு முறைகள், பழக்க வழக்கங்கள், வைபவங்கள், சிற்பம், உடை, புராதன நூல்களில் வரும் மிருகங்கள், மீன்கள்—இவற்றின் பெயர்களைச் சரிபார்த்தல் போன்ற ஆராய்ச்சிகள்; செம்பு, கல், எலும்பு இவற்றிலுள்ள சாசனங்களின் ஆராய்ச்சி; மங்கோலியப் பரம்பரை வரலாற்றில் வரும் அந்நியப் பெயர்கள்பற்றிய ஆராய்ச்சி மாதிரி கடுமையான ஆராய்ச்சிக்கு இடமளிப்பனவே. இந்தத் துறைகளில் ஈடுபட்டவர்கள் தவிர, இதரர்கள் கன்பூசியத்தைத் தழுவாத தொன்மைத் தத்துவ விசாரகர்கள்; யுவான் நாடகங்கள்; மாறுதல் பற்றிய புத்தகம் (யிக்கிங்); ஸுங் தத்துவம் (லிஷுயெ); சீன ஓவியக்கலை வரலாறு; தொன்மையான நாணயங்கள்; சீனத் துருக்கியம்; மங்கோலியக் கிளைமொழிகள்—முதலியவற்றைப் பொழுதுபோக்குத் தொழிலாக மேற்கொண்டிருப்பார்கள். இவர்களுக்கு எத்தகைய ஆசான் கிடைக்கிறார் என்பதையும், அந்தக் காலத்தில் எந்தத் துறையில் தேர்ந்தால் மதிப்பு அதிகம் இருந்துவந்தது என்பதையும்

பொறுத்தே இவர்களின் பயிற்சிமுறையும் துறையும் இருந்து வந்தன. மஞ்சு ஆட்சியின் மத்திய காலத்தில், சீன மொழி ஆராய்ச்சித்துறை அதன் உச்சநிலையை அடைந்துவிட்டது. அப்போது, ஹுவாங்ச்சிங் ச்சிங்சியே என்ற நூல் தொகுப்பிலேயும், ஷுஹுவாங்ச்சிங் ச்சிங்சியெ என்ற நூல் தொகுப்பிலேயும் ஆயிரக் கணக்கான பாகங்களைக்கொண்ட சுமார் நானூறு நூல்கள் புதுக்கச் சேர்க்கப்பெற்றன. இவற்றில் மிக நுணுக்கமான தனித்துறை ஆராய்ச்சிகள் இருக்கும். தற்கால நவீனக் கல்லூரிகளில் பட்டம் பெறுவதற்கு அபாரமாய் விவரித்து, வறண்ட தினுசில் எழுதுகிறார்களே, அதேமாதிரி. ஒரே ஒரு வேறுபாடு: படிப்பில் அதிக ஆழமும், முதிர்ச்சியும் இருக்கும்; மிகப் பழைய ஆண்டு களின் இடையறாத முயற்சியின் விளைவுகள் புலனாகும்; எனக்குத் தெரிந்த இத்தகைய ஓர் ஆராய்ச்சியில், இதன் கர்த்தா சரியாய் முப்பது ஆண்டுகள் செலவழித்திருக்கிறார்.

4. கல்லூரி

ஆனால், மேலைநாட்டிலும் சரி, சீனாவிலும் சரி, உண்மையான விஞ்ஞானிகள் கிடைப்பது அரிதே. அமெரிக்காவில் தத்துவக் கலைப் பட்டதாரிகள் ஏராளம். அதைவிட ஏராளம் சீனாவிலுள்ள அரசியல்வாதிகளின் எண்ணிக்கை. இவர்கள், தங்கள் சொந்தப் பிழைப்பின் காரணமாகவும், பிறரின் மதிப்பைப் பெறுவதற்குந் தான் பதவிகளை நாடுகிறவர்கள். ஒருவேளை, அமெரிக்காவில் தத்துவ வல்லுநர்களால் ஏற்படும் தொல்லையைவிட அதிகமாகச் சீனாவில் அரசியல்வாதிகளாலே ஏற்படலாம். இரு வகையினரும் தேர்வில் தேறுகிறார்கள். தேர்வு என்றால், அறிவின் அளவு கோலல்ல. ஏதோ தேர்வுக்கு அமருகிறவன் சாதாரணப் புத்தியுடன் ஒரு குறிப்பிட்ட அளவு வெட்டித்தனமாய் உழைத்திருக்கிறான் என்றே பொருள். இருவருக்கும் உள்ள பதவி மோகம் வியாபாரத்துக் காகவே. இருவருக்கும் உள்ள கல்வியறிவு புத்தகங்களைப் புரட்டுவதற்கும், படித்ததைப் பாடமாக ஒப்புவிப்பதற்கும் மட்டுமே தகுதி உடையது.

அமெரிக்கத் தத்துவ வல்லுநர்களைவிடச் சீனத் தத்துவ வல்லுநர்களுக்கு அதிகார வர்க்கத்தின் சலுகைகள் கிடைக்கும் என்பதில் நிச்சயமான நம்பிக்கையுண்டு. இவர்களிடையே

மெய்யான அறிஞர்களும் இருப்பதுண்டு. இவர்கள் படித்துப் பட்டம் பெறுவதெல்லாம் வெறும் விளையாட்டுக்காகவும், பொழுதுபோக்குக்காகவுமே. பதவிகளில் கிடுகிடு என்று மேலே ஏறிவிடுவார்கள். சர்க்கார் தேர்வுகள் எல்லாவற்றிலும் தேறி விடுவார்கள். அப்போது இவர்கள் ச்சின்னி அல்லது ஹான்லின் ஆக மாறிப் பெரும் மதிப்புக்கு உரியவர்களாய்விடுவார்கள். இத்தகையோர், தலைநகரங்களில் மாஜிஸ்ட்ரேட்டாகவோ, பெரிய அதிகாரியாகவோ அனுப்பப்படுவார்கள். இவர்களில் பெரும் பகுதிப் பேர் முதலாவது அல்லது இரண்டாவது தரத்தில் உட்கார்ந்துவிடுவர்: ஆங்கில பிஏ (ஹியுட்சாங்), எம்ஏ (ச்சுஜென்) போல, இதைவிட அதிகம் பேர் முதல் படியைக்கூட எட்ட மாட்டார்கள். இவர்களை 'மாணவர்கள்' அல்லது ச்சுஷெங் என்பர். இத்தகைய 'மாணவர்' (வயதுவந்த மனிதர்கள்) அந்தந்த மாவட்டத்திலுள்ள சர்க்கார் அல்லது நகர நிறுவனங்களால் போதிக்கப்பட்டு வந்தனர். நகர்ப்புறங்களில் வேலையில்லாது திண்டாடுகிறவர்களைப் போல, இவர்கள் ஒரே கும்பலாய்க் காண்பர்.

மேலே சொன்ன பிஏ, எம்ஏ, தரத்தைச் சேர்ந்தவர்களிலும் சரி, ஒரு தரத்தையுமே சேராதவர்களும் சரி, சற்றுத் துடியாய் உள்ளவர்கள் எல்லாம் பள்ளியாசிரியராய் விடுவர்; மட்ட மானவர்கள் 'உள்ளூர்க் கனவான்'களாய் விடுவர். இப்படிப் பட்டவர்கள் பிழைப்புக்காக வக்கீல்களாக மாறிக் குமாஸ்தாக் கொடுங்கோலருக்குக் கையாள்களாக இருந்து வேலை செய்வார்கள். 'வரி வசூல்' குத்தகைகள் பிடித்து, உள்ளூர்ப் பணக்காரருக்கு ஒத்தாசை பண்ணுவார்கள். ஐம்பெரும் நூல்களைப் பொட்டைப் பாடமாக ஒப்புவிப்பது தவிரப் படிப்பைப் பற்றி இவர்களுக்கு ஒன்றுந் தெரியாது. பலர் இந்த நூல்கள் பற்றி அதிகாரப்பூர்வமாய் ச்சி ஹி எழுதிய விரிவுரையையும் படித்திருப்பார் கள். இது ஒன்றுதான் கன்பூசியத்தின் உண்மைத் தத்துவங்களின் சரியான விரிவுரை என்பது இவர்கள் கருத்து. இவர்களால் நல்ல கவிதை எழுத முடியாது. அதிகாரப் பதவிக்காகத் தேறிய தேர்வுகளும் அதிகத் திறமையடைய வழிசெய்யக்கூடியவை அல்ல. இவர்கள் பழகிய எட்டுக்கால் கட்டுரை ஒரே தோரணையில் உள்ளது. பத்திரிகைக்கு ஒரு சிறு நிகழ்ச்சி யைப் பற்றிக்கூட

ஒழுங்காய் எழுத வராது. சாதாரண வியாபாரக் கடிதமும் இப்படியே. அற்பமான பாண்டங்களின் பெயர் விவரம் எழுத வராது. இதில், அனுபவமுள்ள வியாபாரி நன்றாய் எழுதிவிடுவார். இருந்தாலும், இவர்களின் அதிகாரச் சக்தி அதிகமே. இவர்களிடம் ஒருமாதிரி வகுப்புணர்ச்சி, வகுப்புக் கட்டமைப்பு, வகுப்பு இலட்சியம் எல்லாம் உண்டு. மஞ்சு ஆட்சித் தொடக்கத்தில் இந்த 'மாணவர்'களைப் பற்றி எழுதிய கட்டுரையில் கு-என்வு எழுதியதில் ஒரு பகுதியைக் கீழே தந்திருக்கிறேன்:

> முந்நூறு ஹியென்னிலும் இத்தகைய ஐந்து லட்சம் மாணவராவது இருக்க வேண்டும். தேர்வுக்கு எடுக்கத்தான் அவர்கள் படித்திருக்கிறார்கள். பத்துப் பேரில் ஒருவர்கூட ஒழுங்காய் எழுதமாட்டார். ஆயிரத்தில் ஒருவர்கூடப் பண்டை நூல்களைச் சரிவரக் கற்றிருக்க மாட்டார். இவர்களால் சக்ரவர்த்திக்குப் பயனில்லை… உத்தியோகத்தில் அவர்கள் உழலாமலிருக்க முடியும். குமாஸ்தாக் கொடுங்கோல் அவர்களை அமுக்கி வைத்திராது. நீதிமன்றத்தில் இவர்களை நிறுத்தி வைத்துக் கசையடி கொடுப்பதில்லை. மாணவருக்குரிய சட்டையுடன் இவர்கள் மாஜிஸ்ட்ரேட்டுகளைப் பார்க்கலாம். இதனால், பலருக்கு மாணவராவதில் ஆசை; பட்டத்துக்காக என்றில்லை. குடும்பத்தையும் தங்களையும் காத்துக் கொள்ளவே, நூற்றுக்கு எழுபத்துஐந்து பேர் சராசரி இப்படி இருப்பார்களென்று வைத்துக்கொண்டால், நாட்டில் முந்நூற்று ஐம்பதினாயிரம் பேருக்கு இப்படிச் சர்க்கார்ப் பாதுகாப்புக் கிடைக்கிறது… இந்த மாணவர்கள்தாம் குமாஸ்தா வர்க்கத்தில் ஊடாடி, நிர்வாகத்தில் தடை ஏற்படுத்துகிறவர்கள். தங்கள் பலத்தை எண்ணி நாட்டுப்புற மக்களைப் பயமுறுத்துகிறவர்களும் இவர்களே. இவர்கள்தாம் குமாஸ்தா வர்க்கத்தோடு கிளை கூடுகிறவர்கள்; தாங்களே குமாஸ்தாக்களாய் வேலை பார்க்கவும் செய்வர். நிர்வாகம் தங்களுக்கு இணங்க நடைபெறாவிட்டால், கட்டுப்பாடாக எதிர்ப்பார்கள்; அதிகார வர்க்கத்தின் அந்தரங்கம் இவர்களுக்குத்தான் தெரியும். இரகசியமாய்த் தெரிந்த விசயங்களைப் பணஞ் சேர்க்கப் பயன்படுத்துபவர்களும் இவர்களே. கொஞ்சம் எதிர்த்துச் சொன்னாலும் உடனே, 'ஐயோ, மாணவர்களைக் கொல்கிறீர்களே. கன்பூசியவாதி

இலக்கிய வாழ்வு ❋ 375

களைக் குழிதோண்டிப் புதைக்கிறீர்களே' என்று கூச்சல் போடுவார்கள்... அந்நியர் வந்து ஒற்றுமையாய்க் கட்சி கட்டும் போதுதான் நாட்டுக்குப் பெருந்தொல்லை உண்டாகிறது. மாணவர்கள் நாட்டின் பல பாகங்களிலிருந்தும் வருகிறவர்கள். சிலர் பல நூறு லிகளுக்கப்பாலிருந்து வருவர். சிலர் பதினாயிரக் கணக்கான லிக்கு அப்பாலிருந்து வருவர். தேர்வில் மட்டும் தேறிய பிறகு... எல்லாரும் சேர்ந்து, உடைக்கமுடியாத ஒரே குண்டுப் பாறைக்கல் மாதிரி ஆகிவிடுவார்கள். சும்மா பரிந்துரைக் கடிதம் போடுவார்கள். அதிகாரிகளுக்குச் சொந்தக் கடிதம் எழுதுவதே அவர்களுக்குப் பெரிய வேலையாக இருக்கும்.

கு எழுதிய காலத்தில் இந்தச் சீர்கேடு அதிகமாயிருந்தது. இன்றும் இந்த பிஏ, எம்ஏ-க்களின் புல்லுருவி வாழ்க்கை முறை அதாவது, படித்த சோம்பேறிகளின் வாழ்க்கைமுறை—அடிப்படையில் மாறிவிடவில்லை. பேர் வேண்டுமானால் 'கல்லூரிப் பட்டதாரி' என்று மாறியிருக்கிறது.

இருந்தாலும், இவர்கள் அனைவருமே இவ்வளவு அயோக்கியர் களல்ல. ஒவ்வொரு கிராமத்திலும், நகரத்திலும், நாணயமான, சிக்கனமான, நிறைவாயுள்ள, நல்ல மாணவரும் உண்டு. இவர்கள் அடக்குமுறைக்காரர் என்று செல்ல முடியாது. ஒடுக்கப் பட்டவரில் இவரும் சேர்ந்தவர். ஏனென்றால், பணத்தை இவர்கள் விரும்பாது, ஏழைமையையே ஆசித்தனர். சிலவேளை, நகரங் களில் மணியான சில மாணவரைப் பார்க்கலாம். வேண்டும் என்றே இவர்கள் தேர்வுக்குப் போவதில்லை. தங்கள் படிப்பிலேயே அமுங்கிக்கிடப்பர். இத்தகையோர் அல்லது இன்னும் சற்றுத் திறமையும் வெற்றியும் உள்ளவரிடமிருந்தே பாண்டித்திய நூல்களை எதிர்பார்க்கலாம்.

சொல்லப்போனால், மொத்தத்தில், இன்றையக் கல்லூரிச் சரக்கைவிடப் பழைய படிப்பாளி மெத்தமேல். பழைய மாணவருக்குப் பூகோள அறிவு போதாது; நடத்தையிலும், சாதாரண ஒழுக்கமுறைகளிலும் தேர்ந்த பயிற்சி உண்டு. தொடர்ந்து நடத்துகிற சில தேர்வுகளின்மூலம் ஒரு மனிதனின் அறிவை எடைபோடுவதென்பது பழைய கல்விமுறையிலும்

தப்பு; புது முறையிலும் தப்பு. தேர்வு, யந்திரம் போன்றது, விசயங்களை நிரப்பிக்கொண்டால் போதும். தர்க்கரீதியான மூளை வளராது. தர்க்க மூளையை எடைபோட்டு 75, 93 என்று 'மதிப்பெண்' கொடுக்க முடியாது. ப்யூனிக் போர் எப்போது நடந்தது என்று கேட்டால், அதற்குப் பதில் சொல்வதற்கு விசயங்களை மண்டையில் நிரப்பிவைத்திருப்பது உதவலாம். அதோடு எந்தக் கல்லூரித் தேர்விலும், ஒரு வாரத்துக்கு முந்தித் தயார் செய்தால் மாணவர்கள் தேறிவிட முடியும். அப்படித்தான் இருக்க முடியும்; இல்லாவிட்டால், ஒருவரும் கிட்ட வரமாட்டார்கள்; வெருண்டோடிப் போய்விடுவார்கள். இனி, ஒரு வார முயற்சியில் இப்படி அள்ளி அமுக்கிக்கொள்ளக்கூடிய விசய ஞானம் இதே வேகத்தில் நழுவி மறைந்துவிடவும் செய்யும்; நிலைபெற்றது பொட்டை நெட்டுருப்போட முடியாத படியும், மாணவரால் சாதிக்க முடியாதபடியும் இதுவரை எந்த விதத் தேர்வு முறையும் கண்டுபிடிக்கப்படவில்லை. இதில் ஏமாந்த அப்பாவிகள் கல்லூரிப் பண்டிதர்களே. மாணவர்கள், தாம் கற்பித்த விசயங்களைச் சரியாய்ப் பிடித்துக்கொண்டதாக இவர்கள் நினைப்பு.

பழைய கல்லூரி முறையைப் பாருங்கள்: கிராமப் பள்ளிக்கூட மாயினும் சரி, ஷூயூவானாயினும் (உயர்தரக் கல்லூரி) சரி, நவீன காலத்தைவிடத் திட்டமாய் மேலானவையே. எப்படி? சுயவிருப்ப மாய் எடுத்துக்கொள்ள வேண்டிய உத்தியோகத் தேர்வுகளில் தவிரப் படிப்பை அளப்பதற்கு மதிப்பெண்களோ இத்தனைக்கு இத்தனை எண் என்ற வீதாசாரமோ இல்லை. அது போதனாமுறை. மாணவன் எதைப் படிக்கவில்லை என்று ஆசிரியருக்குத் திட்டமாய்த் தெரியும். மாணவனுக்கும் ஆசிரியனுக்கும் இடையே மிக நெருங்கிய உறவுமுறை இருந்து வந்தது. வகுப்பு உயர்த்துகிற வேலை இல்லை; யாரும் பட்டம் பெறுவதில்லை; தகுதிப் பத்திரத்துக்காக யாரும் படிப்பதில்லை. ஏன்? இப்படி ஒரு விசயமே இல்லை. இவையெல்லாவற்றையும் விட, மந்த மாணவரும் தொடர்ந்து வருவதற்காக வேகமானவர்கள் காத்திருந்து பாடத்தில் முன்னேறுகிற கட்டாயக் கடமை இல்லை. வியாழக் கிழமைகளில், பொருளியல் நூலிலிருந்து மூன்றே பக்கம் படிக்க வேண்டும்; இரண்டாவது பாராவில், இன்ன இடத்தில் நிறுத்திக்கொள்ள வேண்டும் என்ற சட்டமில்லை.

விரும்பினால், முழு அத்தியாயத்தையும் படித்து முடிக்கலாம். நிஜமாகப் பாடத்தில் ஆசை பிறந்துவிட்டால், முழுவதையும் படித்துத்தானே ஆகவேண்டும்? இவை எல்லாவற்றையும் விட உளநூல், சமய நூல், விற்பனைப்பயிற்சி, ஆங்கில அரசியல் அமைப்பு முறைகள் ஆகியவற்றில் பல பகுதிகளைப் படித்துத் தேறியதாக அத்தாட்சி பெற்றுவிடுகிற ஒரே காரணத்தால் ஒரு மனிதனைக் கற்றறிந்தவனாக ஆக்கிவிட முடியுமா? முடியவே முடியாது. இதில், முந்திய காலத்தவர்க்குத் துளி நம்பிக்கை இல்லை; பிறரை அவர்கள் நம்பும்படிச் செய்வதுமில்லை. ஷேக்ஸ்பியரை ரசித்ததற்கு அத்தாட்சி, ஷேக்ஸ்பியரின் வாசகம் ஒன்றை விளக்கிச் சொல்வதன் மூலமோ, ஒதெல்லோ நாடகத்தை ஷேக்ஸ்பியர் எந்த ஆண்டு, மாதம், தேதியில் எழுதினார் என்று கேள்விபோட்டு விடையைச் சரிபார்ப்பதன் மூலமோ அல்ல. ராணி எலிஸபெத் காலத்தில் இருந்த ஆங்கில மரபுமொழி பற்றிய கேள்விகளுக்கு விடை அளிப்பதாலுமல்ல. இத்தகைய காரியங் களில் அவர்களுக்கு நம்பிக்கையில்லை. பிறரை நம்பும்படிச் செய்யவும் அவர்கள் முயன்றதில்லை. கல்லூரிப் படிப்பால் நல்ல பயன் ஏற்படவில்லை. பார்க்கப்போனால், கல்லூரியில் படித்த கோளாறால் எலிஸபெத் காலத்து மரபு மொழியின் பேரிலும், ஷேக்ஸ்பியரைப் பற்றிய விளக்கத்தின் பேரிலும் நிலையான வெறுப்பு உண்டாகிவிடுகிறது: ஷேக்ஸ்பியர் நஞ்சாகிவிடுகிறார்.

5. உரைநடை

சீனப் பழைய இலக்கியத்தில் நல்ல உரைநடை அதிகமில்லை. இப்படிச் சொல்வது சரியில்லை என்று படலாம். காரணம் என்ன என்று கேட்கலாம். உயர்ந்த, அலங்காரமும் கம்பீரமும் நிறைந்த உரைநடைகள் உண்டு. ஒரு வகையில் இவை சிறந்தவைதாம்; உயர்ந்த நலங்களுடையவைதாம். கவிதைப் பண்புள்ள உரை நடைகளும் உண்டு; இசைகூட்டிப் பாடத் தகுந்த சொல்லோசை உள்ளவை. சொல்லப்போனால் வீட்டிலும் சரி, பள்ளியிலும் சரி, வசனத்தைப் படிப்பதில்லை:—பாடுவதுதான். இதை ஆங்கிலத்தில் பொருத்தமாய்க் குறிக்கச் சொல் கிடைக்கவில்லை. 'பாடுவது' என்பது, சொற்களை அதிகமாய் இழுத்து இழுத்து உரக்கப்

படிப்பதுதான். இதில் தனிப்பட்ட ராகம் ஒன்றும் இல்லை. (திண்ணைப் பள்ளிக்கூடங்களில் செய்வது போலக்) குரலோட்டி வாசிப்பதுதான் வழக்கம். மாதா கோயிலில் பிரார்த்தனை செய்வது மாதிரி. இன்னும் கொஞ்சம் அதிகமாய் நீட்டிவிடுவார்கள்.

5ஆம் 6ஆம் நூற்றாண்டுகளில் அலங்காரத் தோரணையில் இயற்றிய நூல்களில் காணும் அத்தகைய கவியியல்பு வசனநடை மிக மட்டமானது. 'ஃபு' என்ற அலங்கார நடையிலிருந்து எழுந்தது இது. அரசனைப் புகழும்போது இத்தகைய வர்ணனைகளைக் கையாளுவார்கள். அரச சபையில் இயற்றுகிற கவிதையைப் போலவும், ரஷியக் கூட்டு நடனத்தைப் போலவும் இது இயற்கைக்கு முரணாய்க் காணும். இத்தகைய அலங்கார உரை நடையில், முதல் வரியில் நான்கு அசைச் சொற்களுள்ள வரியும், அடுத்த வரியில் ஆறு அசைச் சொற்களுள்ள வரியுமாக மாறி மாறி வரும். இதனால், இதற்கு ஸ்ஸூலின் அல்லது 'நான்கு—ஆறு நடை' என்று பெயர் வந்தது. ப்பியென்ட் அல்லது 'நேர் நடை' என்றும் இதைச் சொல்வர். இந்த மாதிரி நடை எழுதுவது வழக்கொழிந்த, அசாதாரண மொழியில்தான் முடியும். நடைமுறைக் காலத்தை ஒட்டிய, வாழும் மொழியில் முடியாது. அலங்கார நடை, கவிதை நடை, சொற்பொழிவு பாணியில் உள்ள சொல்லடுக்கு நடை—இவை எல்லாம் நல்ல உரைநடையல்ல. இவற்றை நல்ல வசனநடை என்போர் நல்ல நடை எது? வீட்டிலே வசதியாய் உட்கார்ந்திருந்துகொண்டு சரளமாய், இயல்பாய்ப் பேசுகிறோமல்லவா? அந்த மாதிரி, சரளமும், போக்கும் இருக்க வேண்டும். டிஃபோ, ஸ்விஃப்ட், பாஸ்வெல் போன்ற பெரிய கதாசிரியர்களின் நூல்களில் இத்தகைய உரை நடையைக் காணலாம். இப்படிப்பட்ட நடையை இன்று வாழும் மொழியில்தான் காணமுடியும். அசாதாரணமான, இறந்துபட்ட மொழியில் காண முடியவே முடியாது. இது தெளிவு. பெரு நூல்களாகக் கருதப்படாத நாவல்களில் மிகவும் நயமான உரைநடை தென்படுகிறது. இந்த நாவல்கள் மக்கள் பேசுகிற மொழியைப் பின்பற்றி எழுதப்பட்டவை. இங்கே நாம் ஆராய்வது பழைய நூல்களையே.

இலக்கிய மொழி சொற்களை மிகச் சுருக்கமாய்க் கையாளுவதால் இதில் நல்ல உரைநடையை எதிர்பார்ப்பதற்கில்லை. நல்ல

உரைநடைக்குச் சில தகுதிகள் கட்டாயம் இருந்தாக வேண்டும். வாழ்க்கையின் சுவையற்ற சாதாரண விசயங்களை உரைநடை பிரதிபலிக்க வேண்டும். இதற்குப் பழைய இலக்கிய நடை பொருத்தமற்றது. அடுத்தபடியாக, தனது முழு ஆற்றலையும் காட்டக்கூடிய வகையில், நல்ல நடைக்கு இறுக்கமான கட்டுப் பாடுகளோ வரம்பு முடக்கமோ இருக்கக்கூடாது. சரளமாய், தங்குதடையில்லாமல் விவரித்துச் செல்லும் வசதி இருக்க வேண்டும். பழைய சம்பிரதாயத்தில் இதற்கு இடமில்லை; எப்போதும் சொற் சிக்கனம் முக்கியமான குறிக்கோளாயிருந்து வந்திருக்கிறது. எல்லாவற்றையும் சாறுபிழிந்து, பொறுக்கி எடுத்து, நிதானப்படுத்தித் திருத்தியமைப்பதுதான் பழைய சம்பிரதாயம். நல்ல நடை மென்மையாயிருத்தலாகாது; பழைய நோக்கம் மென்மையாயிருப்பதைத் தவிர வேறல்ல. நல்ல நடை இயல்பாய், பெரிய அடிபோட்டுச் செல்லவேண்டும். பழைய நடை கட்டுண்ட கால்களோடு செல்வது; முன்னே எடுத்து வைக்கும் ஒவ்வோர் அடியும் கலைச் சுழிப்புள்ளதாயிருக்கும். ஒரு குணச்சித்திரத்தை நன்கு, நல்ல உரைநடை முயற்சியில் விவரிக்க பதினாயிரத்திலிருந்து முப்பதினாயிரம் சொற்கள்வரை தேவைப் படலாம். லிட்டன் ஸ்ட்ராச்சி, கமேலியல் பிராட்ஃபோர்ட் எழுதிய குணச்சித்திரங்கள் இப்படிப்பட்டவையே. சீனமொழியில் ஒருவரின் வாழ்க்கையைப் பற்றி எழுதுவதால், கட்டாயம் இருநூறிலிருந்து ஐந்நூறு சொற்களுக்குமேல் போகாமல் எழுதியாக வேண்டும். நல்ல நடையில், சொற்றொடர்கள் அதிகக் கச்சிதமாக அமைந்திருக்கக் கூடாது. அலங்கார நடையில் கச்சித அமைப்பு அமிதமாயிருக்கிறது.

எல்லாவற்றையும்விட, நல்லநடை புரியவேண்டும்; பேசுவதில் உள்ள வம்பளப்பு இருக்கவேண்டும்; எழுதுபவ னுடைய சொந்தப் பேச்சுப் பிரதாபங்களும் சற்று இருக்க வேண்டும். சீன இலக்கியக் கலை இப்படிப்பட்டதல்ல. இதில், எழுதுபவனின் உணர்ச்சி முழுவதும் மறைக்கப்பட்டு விடுகிறது; பற்றற்ற முறையில் இயந்திரம்போல விசயங்களைச் சொல்கிறான். ஹொயு சஓச்சுங் எழுதிய காதல் சித்திரத்தில் கதாநாயகியைப் பற்றி அந்தரங்கமாய் விளக்கும்போது, குறைந்தது ஐயாயிரம் சொற்களையாவது கையாளுவார் என்று எதிர்பார்ப்போம். அவரோ

திருமதி லியின் வாழ்க்கை விவரத்தைச் சரியாய் முந்நூற்று எழுபத்து ஐந்து சொற்களில் முடித்துவிட்டார்.

தமது அண்டை வீட்டுக்காரரின் பாட்டியைப்பற்றி எவ்வளவு விரிவாக எழுதுவாரோ அவ்வளவு விரிவாகத்தான் இதையும் எழுதியிருக்கிறார். இத்தகைய சம்பிரதாயத்தின் காரணமாக முந்தி இருந்தவர்களைப் பற்றி ஆராயும் போது இப்படிப்பட்ட பிச்சைக்காரத்தனமான முந்நூறு, நானூறு சொற்களில் அடங்கிய குறிப்புகளை வைத்துக்கொண்டு தடுமாறுவதைத் தவிர வேறு வழியில்லை.

சிறப்பு என்னவென்றால், இலக்கிய மொழியில் எதைப் பற்றியும் விவரிக்கவோ, சர்ச்சை செய்யவோ முடியாது. அதனால்தான் நாவலாசிரியர்கள் நடைமுறை மொழியைக் கையாள நேர்ந்தது. சோச்சுவாட் என்ற நூல் கிறிஸ்துவுக்கு முந்திய மூன்றாம் நூற்றாண்டில் எழுதப் பெற்றிருக்கலாம். அன்றும், போர் நிகழ்ச்சிகளை விவரிப்பதில் அது இணையற்றதாக இருந்துவந்தது. ஸ்ஸுமா ச்சியென் (கிமு 40-50?) சீன உரைநடைக்காரர்களில் எல்லாம் தலை சிறந்தவர். இவர் தமது காலத்து அன்றாட மொழியோடு நெருங்கிய தொடர்பு வைத்துவந்தார். பிற்கால மாணவர் 'கொச்சை' என்று ஒதுக்கிவிடக் கூடிய சொற்களை இவர் துணிவாய்க் கையாண்டார். இவரது மொழியில் ஒப்பற்ற திட்பமும் கனமும் இருந்தன. இதர பழைய நூல் சம்பிரதாயக்காரர்களிடம் இவற்றைக் காணமுடியாது. வாங்ச்சங் (27-107 கிபி) அவர் காலத்தில்கூட நல்ல உரைநடை எழுதி வந்தார். இது எப்படி முடிந்தது? அவர் பெரும்பாலும் நினைத்தது நினைத்தபடியே எழுதினார். கச்சிதமாக எழுதுவது அவருக்குப் பிடிக்காது. அவருக்குப் பிறகு நல்ல உரைநடை அரிதாகிவிட்டது. அப்புறம் உண்டான சுருக்கம், மெருகு ஆகிய நடைப்பண்புகள் இலக்கிய மொழியைச் சம்பிரதாய மொழியாக்கிவிட்டன. தாவோ யுவான்மிங் (கி.பி. 327-427) வு லியூவின் வாழ்க்கை (ஐந்து வில்லோ மரங்கள்) என்று ஒரு புத்தகம் எழுதினார். இது அவர் தம்மைப் பற்றியே எழுதியதாகக் கருதப்படுகிறது.

இதைச் சரியாய் நூற்றிருபத்தைந்து சீனச் சொற்களால் எழுதி முடித்திருக்கிறார். இதை, இலக்கிய மாணவர்கள் தாம் பின்பற்றக்

கூடிய சிறந்த முன்மாதிரியாக மதிக்கின்றனர். மாதிரிக்குப் பாருங்கள்.

திருவாளர் (வுலியூ) எந்த ஊர் என்பது எனக்குத் தெரியாது. அவருடைய பெயரும் முன்னோர் பெயரும் தெரியாது. அவர் வீட்டருகில் ஐந்து வில்லோ மரங்களில் இருக்கின்றன. அதனால் ஐந்து வில்லோ என்ற பட்டப் பெயர். அமைதியானவர். அதிகம் பேசமாட்டார். (அவருக்கு) பணத்தைப்பற்றியோ, புகழைப் பற்றியோ கவலையில்லை. (அவருக்கு) புத்தகங்களைப் படிப்பதில் விருப்பம். படிக்கும் விசயத்தின் சரியான பொருளைத் தெரிந்துகொள்ள அக்கறை இல்லை. ஏதாவது (ஒரு பகுதி) அவருக்குப் பிடித்துவிட்டால், மிகவும் மகிழ்ந்துவிடுவார்; சாப்பாட்டைக்கூட மறந்துவிடுவார். ஒயின் அவருக்கு மிகவும் விருப்பம். கிடைக்காது. அவருடைய நண்பர்களும் உறவினரும் இதை அறிவர். சிலவேளை தங்களுடன் வந்திருந்து குடிக்குமாறு அழைப்பார்கள். எப்போதும் ஒயினைக் குடித்துவிடுவார். நிறையக் குடித்து விடுவதெனத் தீர்மானித்து விடுவார். போதை ஏறியவுடன் படுக்கப் போய்விடுவார். எங்கே போவதென்பதில் கவலைப்படமாட்டார். அவர் வீட்டுச் சுவர்கள் மொட்டையாயிருக்கும். காற்றும் வெயிலும் அவரை வாட்டிவிடும். அரைக்கைச் சட்டை போட்டிருப்பார். முரட்டுத் துணியாலானது. ஒரே கந்தல் மயம். சோற்றுப் பாண்டம் எப்போதும் வெறுமையாக இருக்கும். அவருக்கோ கவலை யில்லை. அடிக்கடி, தமது சுய மகிழ்ச்சிக்காக எழுதுவார்; இது அவருடைய வாழ்க்கை இலட்சியம் என்பது புலனாகும். உலகாயத வெற்றி தோல்வி களைப் பற்றி மறந்துவிடுவார்.

இப்படியே அவர் இறந்துவிடுகிறார். இது மென்மையான நடை; நல்ல நடையல்ல. அப்படித்தான் நாம் விவரணம் செய்வோம். மொழி செத்தே போயிற்று என்பதற்கு இது மறுக்கமுடியாத அத்தாட்சி. இந்த மாதிரியான உரைநடையை மட்டுமே படிக்கவேண்டிய கட்டாயம் ஏற்பட்டுவிட்டால், அறிவு வளர்வது எப்படி? இதில் குணச்சித்திரம் மிக மொட்டையாயிருக்கிறது. விசயம் மிக அற்பம்; விவரிப்பு சாரமற்றது.

இதன்மூலம், சீன வசனநூல்களில் உள்ள அறிவுச் செறிவை நன்கு

ஆராயச் சந்தர்ப்பமேற்படுகிறது. சீனப் புத்தகாலயம், புத்தகக் கடைகளில் உள்ள எந்த எழுத்தாளரின் நூல் தொகுப்பையாவது எடுத்துப் பாருங்கள் (சீனப் புத்தகப் படிப்பியல்களில் தொகுப்பு நூல்கள்தாம் அதிகமாயிருக்கும்). இவற்றிலுள்ள விசயம் என்ன? கட்டுரைகள், குறிப்புக்கள், வரலாறுகள், முகவுரைகள், முடிவுரைகள், சடங்கு விவரங்கள், அதிகார வர்க்கக் கடிதங்கள், இலக்கியம், மந்திரம், சரித்திரம் முதலியனபற்றிய பலதிறப்பட்ட தெளிவற்ற சில்லறைக் குறிப்புக்கள் நிரம்பிய சுத்த சூன்யக் காடுதான் நமக்குப் புலப்படும். இத்தகைய நூல்களில் பேர்பாதி கவிதையாயிருக்கும். படிப்பாளிகள் எல்லோரும் கவிஞர்கள். இப்படித் தொடர்பற்ற மாதிரி எழுதியுள்ள இதே ஆசிரியர்கள் சில அருமையான விசயங்களைப்பற்றிப் படிப்படியாக வேறு நூல்களில் ஆராய்ந்திருக்கிறார்கள். ஆகவே, இவர்களுக்கு ஒழுங்காக எழுதத் தெரியாதென்று நினைத்துவிடக் கூடாது. மேலும், இத்தகைய தொடர்பற்ற குறிப்புக்களில் சில ஆசிரியரின் சாறு பிழிந்த இலக்கிய அனுபவம் நிரம்பியிருக்கும். சிலர் இந்தக் குறிப்புக்கள் எழுதியதாலேயே ஆசிரியராயிருத்தல் கூடும். வேறேதும் அவர்கள் எழுதியிருக்க மாட்டார்கள். சீனர்கள் இத்தகைய இலக்கியத்தை ஒப்புவமையற்ற சிறப்புடையதாகக் கருதுவர். உரைநடை பயிலும் சீனப் பள்ளி மாணவன் இந்த மாதிரிக் கட்டுரைகள், குறிப்புக்களிலிருந்து பொறுக்கியெடுத்த பகுதிகளை இலக்கிய முன்மாதிரிகளாகக் கொண்டு மனப்பாடம் செய்துகொள்வான்.

அபார இலக்கியப் பித்துள்ள ஒரு தேசத்தில், எல்லாக் காலத்திலும் இருந்துவந்த படிப்பாளிகளில் மிகப் பெரும்பாலருடைய இலக்கிய முயற்சிகள் மிகப் பெரும்பகுதி இந்தமாதிரித் தொடர் பற்ற குறிப்புக்களாகவே இருப்பதைப் பார்த்தால் நமக்கு என்ன உணர்ச்சி ஏற்படும்? ஒரே ஏமாற்றமாயிருக்கும்; அல்லது இதுவும் நமது தலைவிதி என்றிருந்துவிட வேண்டியிருக்கும். ஆனால், நாம் இன்றைய இலக்கியத் தராசில் இவற்றை எடைபோடுவது சரியாயிராமல் போகலாம். முன்னோர்களின் தராசு இப்படிப்பட்ட தேயல்ல. பழைய எழுத்தாளர் நூல்களிலும் மனித இயல்பு நிறைய உண்டு; மனிதனுடைய மகிழ்ச்சிகளும் துயரங்களும் நிறைய இடம்பெற்றுவந்தன. இந்த நூல்களைத்

தவிர, இவற்றை எழுதியவர்களில் சிலரின் வாழ்க்கையைப் பற்றியும், சமுதாயச் சூழ்நிலைகளைப் பற்றியும் தெரிந்துகொள்ள நமக்கு ஆசை ஏற்படும். எப்படியிருந்தாலும் நாம் தற்காலத்தைச் சேர்ந்தவர்கள், ஆகையால், நமக்குத் தெரிந்தமாதிரிதான் மதிப்பிட முடியும். குயி யூக்குவாங் தமது தாயைப் பற்றி வாழ்க்கை வரலாறு எழுதியிருக்கிறார். தமது காலத்திலுள்ள முன்னணியிலுள்ள எழுத்தாளர் இவர்; இலக்கிய இயக்கம் ஒன்றைத் தலைமை வகித்து நடத்தியவர். இவர் தமது வாழ்க்கையில் கற்றுக்கொண்ட படிப்பு அனைத்தையும் தமது வாழ்க்கை வரலாற்றில் பயன் படுத்தியிருக்கிறார். இதைப் படித்தால், இதில் சரக்கு இருப்பதாய்த் தோன்றாது; வெறும் சொல்லடுக்குத்தான். பழைய நூல்களின் அடிச்சுவட்டில் செல்வது, குணச்சித்திரங்கள் அதிகமில்லை, விசய ஆழமில்லை; உணர்ச்சி நயமில்லை; சாரமற்ற இது ஏமாற்றந் தராமல் என்ன செய்யும்?

சீனப் பழைய இலக்கியத்தில் நல்ல உரைநடை இல்லாமல் இல்லை. நாமே தேடிப்பிடிக்க வேண்டும். புதுக் கண்ணோடு மதிப்பிட வேண்டும். கருத்து, உணர்ச்சிகளைச் சுயேச்சையாய் வெளியிடுவதற்காகவோ, நடைத் தெளிவுக்காகவோ தேடுவதானால், பழைய சம்பிரதாயங்களிலிருந்து சற்று விலகிச் சென்ற சில எழுத்தாளரில் இவற்றைக் காணலாம். இத்தகையோர் பழைய வற்றில் சற்று அவநம்பிக்கை கொண்டவர்கள். இவர்களுக்கு அறிவுப் பெருக்கம் மிகுதியாயிருந்ததால், இவர்கள் நடைக் கட்டுப்பாடுகளை அவ்வளவாகச் சட்டை பண்ணுவ தில்லை. சுட்டுங்போ, யுவான் ச்சுவாங், யுவான் மெயி, லி லிவெங், குங் ட்டிங்-ஆன் ஆகிய எழுத்தாளர்கள் எல்லோருமே அறிவுப் புரட்சிக்காரர்கள். இவர்களின் புத்தகங்கள் சர்க்காரால் தடுக்கப் பட்டன. அல்லது ராஜசபை விமர்சகர்களால் பெரிதும் தூற்றப்பட்ட அவமதிக்கப்பட்டன. இவர்கள் விசயங்களை நேருக்கு நேராய்ப் பேசுவதுபோல் எழுதுவது பண்டிதப் பரம்பரைக்காரருக்குப் பிடிக்காது; புரட்சிக் கருத்துகளாம்; ஒழுக்கத்தைக் கெடுப்பனவாம்.

6. இலக்கியமும் அரசியலும்

மொழி அடிமைத்தனம், எண்ணங்களின் அடிமைத்தனத்தில் கொண்டுபோய்விடுவது இயல்பு. இலக்கிய மொழி செத்துவிட்டது.

செத்துப்போனதனாலேயே எந்தக் கருத்தையும் அந்தப் மொழியில் திட்டமாகக் கூறமுடியவில்லை. குறிப்பில்லாது, மந்தமாய்ப் பொதுப்படப் பேசுவதே அதன் தன்மை. இந்த மாதிரிப் பொதுப் படை விசயங்களை மட்டும் பயின்று, படிப்படியாக எதையும் ஆராய்ந்து செல்லும் பழக்கம் இல்லாது போனபடியால், சீனப் படிப்பாளிகள் வாது புரிவது மிகச் சிறுபிள்ளைத்தனமாய் இருக்கும். எண்ணத்துக்கும் இலக்கியத்துக்கும் இவ்வளவு தூரம் வேறுபாடு இருந்தபடியால், இரண்டுக்கும் தொடர்பில்லாது போயிற்று.

இனி, இலக்கியத்துக்கும் அரசியலுக்கும் உள்ள தொடர்பைக் கவனிப்போம். சீன அரசியலைப் புரிந்துகொள்ளுமுன் சீன இலக்கியத்தைப் புரிந்துகொள்ள வேண்டும். ஒரு வேளை இலக்கியம் (வென்ஸூயெ) என்னாது, புத்தகங்கள் (வெண்ச்சாங்) என்பதே நல்லதாயிருக்கும். புத்தக வணக்கம் தேசியப் பித்தாகிவிட்டது. தற்காலப் பொது அறிக்கைகளைப் பார்த்தால், இது வெட்ட வெளிச்சமாய்த் தெளிவாகிவிடும். பள்ளி மாணவர் கழகமாயினும் சரி, வியாபாரக் கழகமாயினும் சரி, அரசியல் கட்சியாயினும் சரி, அறிக்கைகள் எல்லாம் ஒரே மாதிரிதான் இருக்கும். இனிய ஓசை கொடுக்கும் சொற்களை எப்படிப் புகுத்துவது, சொற்களை எப்படி அழகாய் அமைப்பது என்பதுதான் நோக்கம். பத்திரிகை படிக்கிறவரும், விசயம் படிக்க நன்றா யிருக்கிறதா என்பதையே முதலில் கவனிப்பார். அறிக்கையில் பெரும்பாலும் விசயமொன்றுமே இருக்காது. வாசகம் மட்டிலும் எப்போதும் அழகாகவே இருக்கும். நல்லபடியாய் மட்டும் சொல்லிவிட்டால், மிகவும் மோசமான பொய்யைக்கூட மக்கள் வானளாவப் புகழ்ந்துவிடுவார்கள்.

இதனால், ஒருவகையான புத்தகங்கள் பெருகிவிட்டன. இவற்றை ஆங்கிலத்தில் மொழிபெயர்த்தால், மிகமிகச் சிறுபிள்ளைத்தனமாய்க் காணும். முக்கியமான அரசியல் கட்சி ஒன்று அண்மையில் வெளியிட்ட அறிக்கையைப் பாருங்கள்: 'நமது தேசியத் தலைமையாட்சியைக் கெடுப்பவர் யாராயிருப்பினும் சரி, நமது நாட்டின் எல்லைக்குள் படையெடுத்து நுழைகிறவர் யாராயிருப்பினும் சரி, இவர்களை நாம் விரட்டி ஓட்டுவோம்! உலக சமாதானத்தைக் குலைப்பவர் யாராயிருப்பினும், அவர்

களைத் தடுப்போம்! நாம் தீர்மானித்துவிட்டோம்... நமது முழுச் சக்தியையும் பிரயோகிக்கத் தீர்மானித்துவிட்டோம்... நாம் எல்லோரும் ஒன்றுபட வேண்டும்...' இந்த அறிக்கையைத் தற்காலத்துப் பொதுமக்கள் ஏற்றுக்கொள்ள மறுத்துவிடுவர். உள்நாட்டு, வெளிநாட்டு அரசியல் விவகாரங்கள் இந்த நேரத்தில் என்ன நிலையில் இருக்கின்றன என்பதைத் துலக்கமாக எடுத்துக் காட்ட வேண்டும். படையெடுத்து வருகிறவர்களை எப்படி 'விரட்ட'ப்போகிறார்கள்? சர்வதேசச் சமாதானத்தைக் குலைப்பவர் களை எப்படித் 'தடுக்க' போகிறார்கள்?—என்பவைபற்றி என்னென்ன நடவடிக்கைகள் எடுக்கப்பட்டுள்ளன என்று விவரமாய்ச் சொல்ல வேண்டும். இல்லாவிட்டால், வெறும் கூச்சலைக் கண்டு இந்தக் கால மக்கள் நம்பிவிடமாட்டார்கள். சிலவேளை, இந்த இலக்கியத் துஷ்பிரயோகம் மிகமுட்டாள்தனமான அளவுக்குப் போய் விடுவதுண்டு. பட்டு மேஜோடு (ஸ்டாக்கிங்) விளம்பரம் ஒன்றை எடுத்துக்கொள்ளுங்கள். நீளமாய் ஐந்நூறு சொற்களில் ஒரு கட்டுரை. 'மஞ்சூரிய மாகாணத்தை நாம் இழந்துவிட்டபடியால்...' இப்படிப் பூர்வாங்கம் போட்டுக்கொண்டு தொடங்கினால், சகிப்பதெப்படியோ?

இதற்காகச் சீனமக்கள் எளிய மனப்பான்மையுடையவர்கள் என்று பொருள் அல்ல. இவர்களின் இலக்கியத்தில் பொதுப் படையான விசயங்கள் நிறைய உண்டு; இவை எளியவை என்றும் சொல்ல முடியாது; முற்றும் அதற்கு மாறானவை. விசயங்களைத் தூரத்திலிருந்தபடியே சுற்றிச் சுற்றிவருகிற பழக்கத்தாலும், தெளிவில்லாத பொதுப்படை அம்சங்களையே விவரிப்பதாலும், விசயங்களை விளக்குகிற ஆற்றல் அபார உச்சத்தை அடைந்து விட்டது. இது விந்தையாகவே தோன்றும். இத்தகைய இலக்கியப் பயிற்சிபெற்ற சீனர்கள் அச்சடித்த வரிகளுக்கு ஊடே சொல்லாமல் சொல்லி நிற்கும் பொருள்களைப் படிக்க முடிகிற திறமையைப் பெற்றுவிட்டிருக்கிறார்கள். அயல்நாட்டாரால் இப்படி வரிக்கு ஊடே படித்துச் செல்ல முடியாது. மொழி பெயர்ப்பவர்களும் பச்சையாய்ச் சொல்லுக்குச் சொல் மொழிபெயர்த்துவிட்டு, தொக்கி நிற்கும் பொருளை உணராது விட்டுவிட்டால், இதற்கு யார் என்ன செய்வது? ('இதை வார்த்தைகளுக்கப்பாற்பட்ட பொருள்' என்று சீனத்தில் சொல்வோம்). கெட்டிக்காரத்தனமான

சொற்களால் புனைந்திருந்தாலும், தீங்கான பொருள் ஏதும் கொடாத பொது அறிக்கைகளை அயல்நாட்டார் புரிந்துகொள்ள முடியாது திண்டாடுவதில் வியப்பில்லை. சீனாவையும், அதைச் சரியாய்ப் புரிந்துகொள்ள முடியாததற்காகத் தம்மையும் சபித்துக்கொள்ளும் அயல்நாட்டாரின் நிலைமை உணரத்தக்கதே.

வார்த்தைகளை நறுக்குத் தெறித்தாற்போலக் கையாளுவதில் சீனர்கள் தேர்ந்தவர்கள். இதற்குக் காரணம், நாம் மேலே கண்டபடி, அவர்களின் இலக்கிய மொழி ஓரசைச் சொற்களையே கொண்டிருப்பதுதான். சீனர்களாகிய நாங்கள் சொற்களை மதிக்கிறோம். நாங்கள் வாழ்வது சொற்களாலேயே. அரசியல் அல்லது சட்டம் தொடர்பான போராட்டங்களில் எங்கள் வெற்றியை நிர்ணயிப்பவை சொற்களே. சீனாவில் உள்நாட்டுப் போர்கள் தொடங்குமுன், எப்போதும் ஒரு சொற்போர் முன்னோடியாய் நிகழும். ஒருவருக்கொருவர் தந்தி அடித்துக் கொண்டு, போரிடுவதுண்டு. மாறி மாறி திட்டுகள் பறக்கும்; மரியாதையான தாக்குதல்கள் மாறி மாறிக் கிளம்பும்; பச்சையான புளுகுகளும் ஊடாடும். இவற்றைக் கவனமாய் மக்கள் படிப்பார்கள். யார் இலக்கிய நடையை நன்றாய்க் கையாளுகிறார்கள் என்று மக்கள் முடிவு கட்டுவார்கள். இதற்காக, விசயத்தை மறந்து விட்டார்கள் என்றா பொருள்? இல்லவே இல்லை. நிலைமை எவ்வளவு ஆபத்தானதாக மாறிக்கொண்டு வருகிறதென்பது அவர்களுக்கு நன்றாய்த் தெரியும். சீனத்தில் இதை 'முதலில் மரியாதை; அப்புறம் சண்டை' என்பார்கள். புரட்சி செய்ய நினைக்கும் கட்சி மத்திய சர்க்காரை 'ஊழல்களு'க்கு இடந்தந்த தாகவும், 'எதிரியிடம் நாட்டை விற்றுவிட்டதாகவும்' குற்றஞ் சாட்டும். மத்திய அரசாங்கம், புரட்சி பண்ணும் கட்சியைச் சமாதானத்தைக் காப்பாற்றுவதற்காக ஒத்துழைக்கும்படியும்,' 'தேசிய ஐக்கியத்துக்காகப் பாடுபடும்படியும்' சாதுர்யமாய்க் கேட்கும். தேசமெங்கும் பரவியுள்ள சிரமங்களை நாட்டு நன்மைக்காகச் சமாளித்துத் தக்கன செய்ய முன்வரவேண்டும் என்ற தோரணையில் மத்திய சர்க்கார் கோரிக்கைகள் விடுக்கும். பேச்சு நடந்துகொண்டிருக்கும்போதே இரு தரப்புச் சேனைகளும் நெருங்கி வந்துகொண்டேயிருக்கும். போர் ஏற்பாடுகள் விரைவாக முன்னேறிய வண்ணமிருக்கும். வாக்குவாதத்தில் யார்

சொல்வதில் நியாயமிருப்பதாகத் தோன்றுகிறதோ அவர்களிடமே பொதுமக்கள் அபிமானம் வைப்பர். ஆகவே, இறந்து போன மொழியில் பேசுவது நிஜமல்ல என்று ஆகிவிட்டது. என்ன வேண்டுமானாலும் செய்துவிடலாம். வார்த்தையில் சொல்கிற போது மட்டும் கச்சிதமாய்ப் பூசி மெழுகிச் சொல்லிவிட வேண்டும். அவ்வளவுதான்.

சீன இலக்கியத்தில் உள்ள நகாஸ் வேலைகளுக்குக் கீழே சில எடுத்துக்காட்டுகளைப் பார்ப்போம். மாகாண சர்க்கார் ஒன்று கஞ்சாவைப் பொதுமக்களுக்கு விற்பது எப்படி என்று யோசித்துக் கொண்டிருந்தபோது, நான்கு அசைச் சொற்களில் ஒரு போர் முழக்கத்தைக் கண்டுபிடித்தது. 'வரிச்சுமையால் தடுத்துவிடு' என்பதே இந்தப் போர் முரசு. இந்த முழக்கம் மிகப் பயனளித்தது. சர்க்காருக்குப் பணத்துக்குப் பணமுமாச்சு; கஞ்சா விற்பனையை ஆதரிக்காததுபோலக் காட்டிக்கொள்ளவும் முடிந்தது. ஷங்ஹாய் போருக்குப் பிறகு, சீன அரசாங்கத்தின் தலைநகரை நான்கிங்கி லிருந்து லோயாங் என்ற இடத்துக்கு மாற்றிவிட்டார்கள். அப்போது 'நீண்ட எதிர்ப்பு' முழக்கத்தைக் கண்டுபிடித்தார்கள். ஸேச்சுவானில் கஞ்சாச் செடிகளைப் பயிரிடும்படி சில போர்த் தலைவர்கள் குடியானவர்களைக் கட்டாயப்படுத்தினார்கள். இதற்கு அவர்கள் கண்டுபிடித்த வழி 'சோம்பேறி வரி' என்ற பெயரால் உண்டாயிற்று. கஞ்சா பயிரிடாது, சோம்போறியாய் இருக்கிறவர்களிடமிருந்து இந்த வரி வசூலிக்கப்படும். இதே மாகாணத்தில், அண்மையில், இன்னொரு புது மாதிரியான வரி உண்டாகியிருக்கிறது. இதற்கு 'நல்லெண்ண வரி' என்று பெயர். சாதாரணமாகவே நியாயமாய் வசூலிக்க வேண்டியதற்கு முப்பது மடங்கு அதிகமான வரி வசூலாகிறது. எல்லாவற்றுக்கும் மேலாக இதுவும் சேர்ந்துகொண்டது. இதன் மூலம் சிப்பாய்களுக்கும் மக்களுக்குமிடையே நல்லெண்ணம் நிறுவப் பெறுமாம். சிப்பாய்களுக்கு வேண்டியதை இந்த வரி மூலம் மக்கள் கொடுத்துவிடுகிறார்கள். அதனால், சிப்பாய்கள் தாமாக அடித்துப் பறிக்க வேண்டிய கட்டாயமில்லை. இதனால் தான், நாங்களாகத் தனியாயிருக்கும்போது, அந்நியப் பிசாசுகளின் 'அப்பாவித்தனத்தைக்' கண்டு சிரித்துவிடுவோம்.

இலக்கியத்தைத் தப்பாக மதிப்பிடுகிற ஒரு தேசத்தில் மட்டுமே இந்த மாதிரி இலக்கிய வீழ்ச்சிகளைக் காணமுடியும். தொடக்கப்

பள்ளியில் கட்டுரை எழுதுவதற்குத் தப்பான வழிகளைச் சொல்லிக்கொடுக்கிற ஒரே காரணத்தால் உண்டான தீமைதான் இவை. இப்படிப்பட்ட இலக்கியக் கொலைபுரிந்துகொண் டிருக்கும் ஒருவரைத் தற்காலத்துச் சீனர் ஒருவர் பார்த்தால், அவர் இரண்டு காரியங்களில் ஒன்றைச் செய்வதைத் தவிர வேறுவழி இராது. ஒன்று, இலக்கியத்தைப் பழைய கண்கொண்டு பார்த்து, இவை நல்ல எழுத்துக்கள், புத்தகங்கள் என்று மதிப்பாகச் சொல்லிவிடலாம். நல்ல புத்தகத்தில், விவரிக்கிற விசயம் சொல்லவேண்டியதைத் திட்டமாகச் சொல்ல வேண்டுமென்ப தில்லை. சாதாரணமான வாசகங்களிலேயே வரிக்கு ஊடே பொருள் காண்பதன் மூலம் நிரம்ப சுவை காணமுடியும். இரண்டு, இது சரியேயில்லை; சொல்லுக்கும் கருத்துக்கும் நெருங்கிய தொடர்பு இருந்தேயாக வேண்டும் என்று வாதாடிப் புது இலக்கியத் தரத்தை உண்டுபண்ண வேண்டும். மனிதனின் எண்ணங்களையும், வாழ்வையும் இன்னும் செம்மையாய் உணர்த்தக்கூடிய மொழி வேண்டும். அதாவது, ஒரே சொல் மயமான இந்தமாதிரி அறிக்கைகளை வெளியிடுகிற கெட்ட பழக்கத்துக்குக் காரணம் இலக்கிய சம்பிரதாயமேயல்லாது அரசியல் குறிக்கோள் அல்ல என்று கண்டுகொள்ள வேண்டும். அதோடு, இத்தகைய இலக்கியக் கெட்ட பழக்கங்களை ஒழித்தால் தான் அரசியல் கெட்ட பழக்கங்களும் ஒழியும் என்பதையும் மனத்தில்கொள்ள வேண்டும்.

7. இலக்கியப் புரட்சி

இலக்கியப் புரட்சி கட்டாயம் தேவை. 1917இல் இத்தகைய இலக்கியப் புரட்சி உண்டாயிற்று. டாக்டர் ஹு ஷியும் ச்செட்டுஷியுவும் இதைத் தலைமை தாங்கி நடத்தியவர்கள். பேசுகிறபடியே எழுதவேண்டும் என்பதே இவர்களின் வாதம். இதற்கு முந்தியே இன்னும் பல புரட்சிகள் கிளம்பியிருந்தன. டாங் பரம்பரைக் காலத்தில் ஹான்யு என்பவர் 5ஆம் 6ஆம் நூற்றாண்டின் மரபான அலங்கார நடையை எதிர்த்துக் கிளம்பினார். எளிய நடையில் எழுத வேண்டுமென்று அவர் வாதாடினார். இலக்கிய அளவுகோலை நிதானமான நிலைக்குக்கொண்டு வரவேண்டும். உரைநடை படிப்பதற்குச் சரளமாயிருக்க வேண்டும்.

இதற்கு வழி, சௌ பரம்பரைக் காலத்தின் தொடக்க இலக்கியங் களைப் பின்பற்றுவதுதான். இலக்கிய மதிப்பீட்டின்படி பார்த்தால், இத்தகைய இலக்கியமும் பழைய பெரு நூல்கள் என்றே ஆகும். பழங்காலத்து ஆசிரியர்களை முறையாய்ப் பின்பற்றினால்தான் இத்தகைய நடை கைவரும். அது எளிதல்ல. ஹான்யுவுக்குப் பிறகு, இலக்கியப் போக்குகள் பல மாதிரியாக மாறின. ஒரு சமயம் சௌ காலத்தையும், மற்ற சமயம் ச்சின் ஹான் காலத்தையும் மாறி மாறிப் பின்பற்றி வந்தனர். ஹான்யுவே போதுமானபடி பழைமையில் சேர்த்துக்கொள்ள வேண்டிய ஆசிரியனானதும், டாங் காலத்தையும் வெவ்வேறு காலங்களில் பின்பற்றி வருவாராயினர். சூங் மக்கள் டாங் காலத்தவரைப் பின்பற்றினர். மிங், ச்சிங் காலத்து எழுத்தாளர், டாங்களையும் சூங்களையும் பின்பற்றினர். இலக்கியப் போக்கு என்பது யாரைப் பின்பற்றி எழுதுவது என்பதைப் பொறுத்த ஒன்றாகிவிட்டது.

கடைசியாகப் பதினாறாம் நூற்றாண்டில்தான் ஒரு மனிதர் கிளம்பி, 'தற்காலத்து மக்கள் தற்காலத்து மொழியில்தான் எழுதியாக வேண்டும்' என்று சொல்லத் தொடங்கினார். இவர் வரலாற்றுக் கண்கொண்டு சரியான போக்கைக் கடைப்பிடித்தார். இவர்தான் யுவான் ச்சுங்வாங் என்பவர். இவரது இரு சகோதரர் களும் இவரது தோழர்களாய் இருந்து முயற்சி செய்துவந்தார்கள். சாதாரண வழக்கிலுள்ள சொற்களையும், கொச்சைமொழி களையும் யுவான் தமது வசனத்தில் தைரியமாகக் கையாண்டு வந்தார். கொஞ்ச நாளைக்கு இவர் பெயர் எங்கும் பிரபல்யமாய் அடிபட்டு வந்தது. குங் ஆன் (குங் ஆன் என்பது யுவான் பிறந்த மாவட்டத்தின் பெயர்) கட்சி என்று சொல்கிற ஒரு கட்சியே உண்டாகி, அதில் சேர்ந்தவர்கள் எல்லாம் யுவானுடைய நடையைப் பிரபலப்படுத்தி வந்தனர். வசனநடையில் தேவையற்ற கட்டுப்பாடுகளும் வரையறைகளும் இருக்கக் கூடாதென்று வாதாடியவரும் இவர்தான். கட்சியை எழுதும்போது சொற்கள் நம்மையறியாது கைவழியே, அதாவது பேனாவழியே, வந்து விழுகிறபடியே தங்குதடையின்றி பயன்படுத்த வேண்டும் என்று சொன்னவரும் இவரே. நடையில் எழுத்தாளனின் தனி இயல்பு இருக்க வேண்டும்; தனி மனப்போக்குக்கு இடமிருக்க வேண்டும்; இலக்கியம் என்றால், ஒருவனுடைய சொந்த இயல்பின்

வெளிப்பாடல்லாது (ஷிங்லிங்) வேறென்ன? இதைத் தடைப் படுத்தலாமா?—என்றெல்லாம் வாதிட்டவரும் இவரே.

ஆனால், சாதாரண கொச்சை மொழிகளைப் பயன்படுத்துவதை ராஜ சபை விமர்சகர்கள் விரைவில் எதிர்க்கத் தொடங்கிவிட்டார் கள். இந்த ஆசிரியரை அவர்கள் தமது இலக்கிய வரலாறுகள் எல்லாவற்றையும் ‘ஆழமின்மை,’ ‘அழகின்மை,’ ‘மரபு அழிப்பு முயற்சி’ என்ற அடைமொழிகளால் குறிக்கலாயினர். இவ்வளவு காலத்துக்கப்புறம், 1934இல்தான், நபர் நடையின் கர்த்தாவாகிய இந்த ஆசிரியரின் பெயர் அடியோடே, ஒருவாறோ அழிந்து போகா வண்ணம் காப்பாற்றப்பட்டது. யுவான்கூடப் பேச்சு வழக்கிலுள்ள பெஹ்ஹுவா என்கிற மொழியை எழுத்தில் கொண்டுவரவில்லை. இதற்கு வேண்டிய துணிச்சலோ, தொலை நோக்கோ அவரிடமில்லை. இன்று உயிர்த் துடிப்போடு வழங்கி வரும் மொழியின் தளவரிசைகளை நிர்மாணித்தது பொது மக்கள் விரும்பப் படித்துவந்த பிரபல நாவல்களை எழுதிய ஆசிரியர் கூட்டமே. இந்த ஆசிரியர்களுக்கு இலக்கியப் புகழ் இலட்சியமல்ல. பொது மக்களுக்குப் புரியும்படி எழுதுவதற்கு, அவர்கள் பேசும் நடைமுறை மொழியில்தான் எழுதியாக வேண்டும். அதனால், இவர்கள் தமது நாவல்களைப் (பெஹ்ஹுவா) பேசும் மொழி யிலேயே எழுதி வந்தனர். எனவே, இந்த மொழியையே மக்கள் கையாள வேண்டுமென்று டாக்டர் ஹுஷி விடாது பரப்புரை செய்தபோது, அவர் புதிதாக ஒன்றும் சிரமம் எடுத்துக்கொள்ள வேண்டியிராமல் போயிற்று. கிட்டத்தட்ட ஓர் ஆயிரம் ஆண்டு களாகவே மேலே சொன்ன நாவலாசிரியர்கள் வழியைச் செப்பனிட்டு வைத்துவிட்டார்களே. புது மொழியில் எழுதிப் பழகுவதற்கும் முதல்தரமான முன்மாதிரி நூல்கள் இருக்கின்றன. அதனால்தான் மூன்று, நான்கு ஆண்டு காலத்துக்குள்ளேயே இந்த முயற்சி மகத்தான வெற்றி பெற்றுவிட்டது.

இலக்கியப் புரட்சியைத் தொடர்ந்தாற்போல இரண்டு முக்கியமான மாறுதல்கள் ஏற்பட்டன. ஒன்று, சரளமான, நபர் இயல்பு கொண்ட நடையை வளர்க்கும் முயற்சி. இதில், ச்செள சகோதரர்களான ச்செள ட்ஸோஜென்னும், ச்செள ஹுஜென்னும் (‘லூசின்’) முன்னணியில் நின்றனர். யுவான் ச்சுங்வாங் கொள்கை களை ச்செள ட்ஸோஜென் பின்பற்றி

வந்தாரென்பது குறிப்பிடத்தக்கது. இரண்டாவது மாறுதல், 'சீனத்தை ஐரோப்பியமய மாக்குதல்' என்று சொல்கிறோமே, அது ஏற்படலாயிற்று. பதப் பொருளில் ஏற்படுவது நல்லது, தடுக்க முடியாதது; பதச் சேர்க்கையில் ஏற்படுவது சுத்த அபத்தமே. அரும்பொருள்களுக்கு மேலைநாட்டுச் சொற்களைப் பயன் படுத்துவது இயல்புதான்; இன்றையக் கருத்துகளையும் எண்ணங் களையும் பழைய சொற்களால் சரியாய்ச் சொல்ல முடியாதுதான். இந்த மாறுதல் 1890இல் லியாங் சிச்சாவோவால் தொடங்கப் பெற்றது. 1917க்கு பிறகு இதன் வேகம் அதிகரித்தது; மிதமிஞ்சிப் போயிற்று என்றுகூடச் சொல்லலாம். மேலைநாட்டு விசயங்களில் பைத்தியம் பிடித்துவிட்டபடியால், சீனத்தை ஐரோப்பிய மயமாக்கிய முயற்சி மிதமிஞ்சிப்போய்விட்டது என்று சொல்வதில் தப்பில்லை. புதிதாக உண்டுபண்ணிய நடையோ சீன மொழிக்கு ஏற்றதேயல்ல; நீடித்து நிற்கக்கூடியதுமல்ல. இந்தச் சங்கடம் மேலைநாட்டு நூல்களை மொழிபெயர்க்கும் போதுதான் சரியாய்ப் புலனாகும். இந்த மொழிபெயர்ப்புகள் ஒரே அபத்தக் களஞ்சியமாய் இருப்பதோடு சராசரிச் சீனனுக்கும் புரியவும் மாட்டா.

உண்மையில், இத்தகைய மொழிக் கொலைக்குக் காரணம் மொழிபெயர்க்கிறவருக்குப் பிற மொழியில் போதிய பயிற்சி இல்லாததுதான். இதனால், ஒரு சொற்றொடரிலுள்ள மொத்தக் கருத்தை உணர்ந்துகொள்ளாமல், எழுத்துக்கு எழுத்து மொழிபெயர்க்க வேண்டிய கட்டாயம் அவர்களுக்கு ஏற்பட்டு விடுகிறது. (நொத்ரே—தேம் த பரீ என்பதைப் பச்சையாய் 'எனது பாரிஸ் மனைவி' என்று ஒருவர் மொழிபெயர்த்துப் போட்டு விட்டார்.) ஆங்கிலத்தில், சங்கிலிப் பின்னல்போலப் பல வாக்கியங்கள் இணைந்து வரும். இவற்றை அப்படியே ஆங்கில அமைப்புப்படியே மொழிபெயர்த்தால், எவ்வளவு விகாரமாய் இருக்கும்? (சீனத்தில் இப்படிப்பட்ட பின்னல் வாக்கியங்களுக்கு இடமில்லை). ஆங்கிலத்தில், பல வாக்கியங்களைக்கொண்ட பல வரிகள் முக்கிய வினைநிகழ்ச்சியைப்பற்றிப் பலவிதமாக விவரித்துக் கொண்டேபோய்க் கடைசியில் வினைமுற்றாக வந்து முடியும். இவற்றை அப்படியே அமைப்பு முறை மாறாமல் சீனத்தில் கொண்டுவருவதென்றால் முடிகிற காரியமா? முடிந்தாலும்,

படிக்கத்தான் என்னவாவது புரியுமா? சில மாறுதல் வேண்டியவை தான்; சரளமாய்ப் பிரித்துப் பிரித்து வாக்கியங்களை அமைப்பது நல்ல முன்னேற்றம்தான். முதன்மையான வாக்கியத்துக்குப் பின்னால், நிபந்தனை வாக்கியத்தைச் சேர்த்துப் போடுவது முந்தியெல்லாம் முடியாது (நான் போக மாட்டேன், மழை பெய்யுமானால்—என்ற மாதிரி). இப்போதோ முடியும். (மொழிக்கு மொழி சொல்லமைப்பு வேற்றுமை காரணமாகத் தமிழில் நிபந்தனை வேற்றுமையாகிய 'சூல்' கொண்ட துணை வாக்கியம், முதன்மை வாக்கியத்துக்கு முன்னாலேயே சாதாரணமாக வரும். அதாவது, மழை பெய்யுமானால், நான் போகமாட்டேன் என்று: மொழிபெயர்ப்பாளர்) இதனால், வசன நடையில் சரளமும், லாவகமும் உண்டாகின்றன.

சீன வசனத்துக்கு நல்ல எதிர்காலமிருக்கிறது. அழகிலும், ஆற்றலிலும், காலப் போக்கில், அது எந்தத் தேசிய மொழி யோடும் போட்டிக்கு நிற்க முடியும். சிறந்த நவீன ஆங்கில உரைநடையின் தனிச்சிறப்பு என்னவென்றால், கற்பனைச் சித்திரங்களைத் தீட்டும் திடமான சொற்களும், கச்சிதமான விளக்கம் அளித்து, இலக்கியப் பொருள் தருகிற நுணுக்க மான சொற்களும் நல்லபடியாகக் கலந்திருப்பதே. சித்திரச் சொற்கள் நாட்டு நடையில் உள்ள ஆங்கில மொழியிலிருந்து எடுக்கப் பட்டவை. நுணுக்கச் சொற்கள் ரோமானியர்களிடமிருந்து (லத்தீன்) கிடைத்த பரம்பரைச் சொத்துக்கள். ஆங்கிலத்தில் மிகச் சரளமான சொல்லமைப்பு இருப்பதால்தான் அது சக்தியுள்ள இலக்கியக் கருவியாக இருந்து வருகிறது. 'செய்தி மோப்பம்', 'அறிவு நூலாம்படை,' 'மொழிப் பிரவாகம்', 'வெற்றி அலைப் பெருக்கில் சவாரி', 'கன்சர்வேட்டிவ் கட்சியோடு லாயிட் ஜியார்ஜியின் லீலைகள்' என்ற தோரணையில் எழுதுவதை ஆங்கிலத்தில் நயமான மொழி என்று மதிப்பார்கள். தப்பான இலக்கிய மதிப்பீடு செய்யும் மொழியில் இப்படிப்பட்ட சொற் களைக் களைந்தெறிந்துவிடுவார்கள். மோப்பம், நூலாம் படை, அலைப் பெருக்கு, பிரவாகம் முதலிய சொற்களுக்குப் பதில், நயமுணர்தல், செறிவுகள், போக்கு, முன்னேறுதல் என்ற சொற்களைப் போட்டால், வேகம் போய்விடுகிறது. ஒன்றுக்கு ஒன்று துணையான திடச் சொற்களும் நுணுக்கச் சொற்களும்

சீன மொழியில் நிறைய உண்டு. சீன மொழியின் அடிப்படை அமைப்பு நெடுகிலுமே திடமானது. ஆங்கிலோ சாக்ஸன் சொற்களும், இப்படித்தான் சீனத்துச் சங்க இலக்கியங்கள் விட்டுச் சென்ற இலக்கியப் பரம்பரைச் சொத்தில் நயமான பொருளும் எழிலும் உள்ள சொற்கள் ஏராளமாக உண்டு. ஆங்கிலத்தில் ரோமானிய (லத்தீன்) சொற்கள் இப்படித்தான். இப்படி, இந்த இரு இயல்புகளையும் செம்மையாகக் கையாளும் இலக்கிய கர்த்தா படைக்கும் உரைநடையில் இன்னும் அருமையான பொலிவும் சக்தியும் மிளிரும்.

8. கவிதை

மேலைநாட்டைவிட, எங்களிடம்தான் கவிதை உணர்ச்சி, வாழ்க்கையோடு வாழ்க்கையாக ஒட்டி ஊறிப்போய்விட்டது என்று சொல்வது மிகைபடச் சொல்வதாகாது. மேலைநாட்டில், கவிதையைப் பட்டும் படாமலும், 'இருந்துவிட்டுப் போகட்டுமே' என்கிற மாதிரி பார்ப்பார்கள். நாங்கள் அப்படி யல்ல. ஏற்கெனவே நான் குறிப்பிட்டபடி, சீனப் படிப்பாளிகள் எல்லாருமே கவிஞர்கள். நிஜமான கவிஞரல்லாவிட்டாலும், கவிஞர் போலவே பாவனை பண்ணுவார்கள். ஒரு படிப்பாளியின் எழுத்துத் தொகுப்பில் பேர்பாதி கவிதைமயமாயிருப்பது இயல்பு. டாங் பரம்பரைக் காலம் முதற்கொண்டே சீன சாம்ராஜ்யத் தேர்வுகளில், இலக்கிய அறிவைச் சோதிப்பதற்கான விசயங்களில் கவிதை கட்டுவதும் ஒன்றாக இருந்து வந்திருக்கிறது. தேர்ச்சியடைந்த புதல்விகளை மணமுடித்துக் கொடுக்கவிருக்கும் பெற்றோர்களும், சிலவேளை புதல்விகளே தாமாக மனமுவந்தும், இரண்டொரு வரி, நல்ல கவிதை எழுதிவிட்ட ஒரு காரணத்துக்காகவே ஒரு மாப்பிள்ளையைத் தேர்ந்து எடுப்பது உண்டு. சிறைப்பட்ட கைதிகள் அதிகாரிகளுக்குப் பிடித்த மாய்விடுகிற சில பாக்களை இயற்றிவிடும்போது விடுதலையாகி விடுவதுண்டு. அல்லா விட்டாலும் அதிக மரியாதையுடன் நடத்தப்படுவதுண்டு. ஏனென்றால், ஒரு மனிதனுடைய இலக்கிய சாதனையில் கவிதை மிகப் பெரிதாக மதிக்கப்படுகிறது. ஒருவனுடைய இலக்கியத் திறமையைச் சோதிப்பதற்கு மிகத் தீர்மானமான, எளிய தேர்வு அவனைக் கவிதை கட்டச் சொல்லுவதே. மேலும், சீனத்து

ஓவியத்துக்கும் சீனத்துக் கவிதைக்கும் நெருங்கிய தொடர்புண்டு. ஒன்றுக்கு மற்றது இனமானது. ஒரே தன்மையாக இல்லாவிடினும், பயன்பாட்டு முறையிலும், வேகப் போக்கிலும் இரண்டும் ஒரே இனமானவை.

சீனாவில், மதம் செய்யவேண்டிய வேலையைக் கவிதை செய்து வருவதாகவே எனக்குப் படுகிறது. மதம் மனிதனின் ஆன்மாவைத் துப்புரவு செய்கிறது. பிரபஞ்சத்தின் வனப்பிலும், மர்மங்களிலும் நமக்குப் பிடித்தமேற்படுகிறது. தன் இன மனிதனிடம் இரக்க உணர்ச்சியும் கனிவும் உண்டாகின்றன. வாழ்வின் தாழ்ந்த ஜந்துக்களிடம் கழிவிரக்கமும் அன்பும் சுரக்கிறது—இத்தனையும் மதம் செய்வதாக ஐதீகம். மதம் என்றால் என்ன? ஓர் ஆதர்சம்; உயிர்த்துடிப்புள்ள ஓர் உணர்ச்சி. இப்படித்தான் இருக்கவேண்டும் மதம். வேறுமாதிரி அது இருக்கவே கூடாது. சீனர்களுக்குத் தங்கள் மதங்களிலிருந்து இந்த ஆதர்சமோ, உயிர்த் துடிப்புள்ள உணர்ச்சியோ கிட்டவில்லை. வாழ்க்கை பின்கேடான பாகங்களை மூடி மறைத்துவைத்துக்கொள்வதற்கான அலங்காரக் கருவி களாகவே அவர்கள் மதங்களை மதிக்கிறார்கள். நோயும் நொடியும், சாவும் தரும் தொல்லைகளை மறக்கவும் மறைக்கவும் மதங்கள் உதவலாம்; அவ்வளவுதான். ஆனால், கவிதையின்மீது அவர்கள் உன்னதமான ஆதர்சத்தையும், உயிர்த்துடிப்புள்ள உணர்ச்சியையும் கண்டுவிட்டனர்.

கவிதையானது சீனருக்கு ஒரு வாழ்க்கைப் பாடம் கற்றுக் கொடுத்துவிட்டது. முதுமொழிகளும், கிரந்தச் சுருள்களும் கவிதை உருவில் சமூகம் முழுதும் பரவிவிட்டன. மக்களுக்குக் கழிவிரக்க உணர்ச்சியையும், இயற்கையின்மீது மட்டற்ற காதலையும், வாழ்க்கை நிலைகளைக் கலையுணர்ச்சியோடு மொடுமொடுக்காது ஏற்றுக்கொள்ளும் மனத்தையும் கவிதை உண்டுபண்ணிவிட்டது. இயற்கை ரசிப்பதற்குக் கற்றுக்கொடுத்து விட்டபடியால், மக்களின் ஆன்மாவிலுண்டான புண்களை இயற்கை ரசனை குணப்படுத்திவிடுகிறது. எளிய வாழ்க்கையை அனுபவிக்கப் பழக்கிவிட்டபடியால், சீன நாகரிகத்துக்கு நிதானமான இலட்சியத்தை அது காட்டிவந்திருக்கிறது. சில வேளை, அவர்களின் ஆதர்சத்தை இது கிளறி இன்பம் கொடுக்கிறது. அப்போது, அன்றாட வாழ்வின் மாறுபாடற்ற மந்தச் சூழ்நிலை

யிலிருந்து அப்படியே உயரக் கிளம்பித் தெய்வலோகத்தில் இருப்பதுபோன்ற பரவச நிலை அவர்களுக்கு உண்டாக முடிகிறது.

சிலவேளை, கவிதை எங்களுக்குச் சோக உணர்ச்சியைத் தருகிறது. நடப்பது நடக்கட்டும் என்றிருந்துவிடுவோம். பதறிக் கவலைப்பட்டு அலட்டிக்கொள்ள மாட்டோம். துயரத்தைக் கலையுணர்ச்சி மூலம் ஆராயும்போது, மனத்தில் சொல்லொணாச் சாந்தி உண்டாகி, உள்ளம் தூய்மை பெற்றுவிடுகிறது. வாழை இலைகளின் மேலே மழைத்துளிகள் உதிர்வதனால் உண்டாகும் ஓசையை ஆனந்தமாய்க் கேட்டு ரசிக்கும்படி சீனர்களைப் பயிற்றுவித்தது கவிதையே. குடிசைப் புகைப்போக்கியிலிருந்து சுருண்டு கிளம்பி, அண்டையிலுள்ள குன்றைத் தழுவி மிதக்கும் மலைமேகங்களோடு கலந்து உறவுகொள்ளும் புகைப் படலத்தைக் கண்டு, நாங்கள் பரவசமடைவோம். கிராமப் பாதையில் முளைத்துக் காற்றில் தலையசைத்துத் துவளும் வெள்ளை அல்லி மலரிடம் நாங்கள் இதயம் குழைந்துவிடுவோம். வானம்பாடிப் பறவையின் கீதம், பயணி வீட்டிலுள்ள தன் தாயைக் காணத் தவிப்பதை எங்களுக்கு நினைப்பூட்டும்—இவை கவிதையால் நாங்கள் பெற்ற பயிற்சிகள். தேயிலை பறிக்கும் ஏழைப் பெண்ணிடம் எங்களுக்கு அனுதாபம் ஏற்படும். மல்பெரிப் பழம் பறிக்கும் சிறுமியைப்பற்றி நாங்கள் நல்ல வார்த்தைகள் சொல்வோம். பிரிக்கப்பட்ட அல்லது புறக்கணிக்கப்பட்ட காதலன், தன் மகனைத் தொலைதூரத்துக்குப் போர்த்தொழில் புரிய அனுப்பிவிட்ட தாய், போரின் கோரத்தால் துயரமடைந்துள்ள பாமரமக்கள் எல்லோரிடத்தும் எங்களுக்கு மனக்குழைவு ஏற்படக் காரணம், எங்களுக்கு ஊட்டப்பட்ட கவிதையே. கவிதையானது, எல்லாவற்றையும்விட அதிகமாகச் சீனர்களுக்குக் கற்பிப்பன இவையே: இயற்கையே தெய்வமென்று கருதி இயற்கையோடு கலந்துவிடுவோம். மாரிக் காலத்தில் மனம் விரிந்து கூத்தாடுவோம். வெயிற் காலத்தில் வண்டுகளின் ரீங்காரத்தில் லயித்துக் காலங் கழிவதை மறந்து தூங்கிவழிந்தவண்ணமிருப்போம். இலையுதிர் காலத்தில் உதிர்ந்தழியும் இலைகளோடு துயரம் அனுபவிப்போம். பனிக் காலத்தில், 'உறைந்த பனிக் கட்டியில் கவிதை வரிகள் எழுதியிருக்கப் பார்ப்போம்'. தங்களது கவிதை இல்லாவிட்டால்

—வாழும் வகைதரும் கவிதையும், சொல்புனையும் கவிதையும் இல்லாவிட்டால், சீனர்கள் இன்றுவரை உயிர்வாழ்ந்து வந்திருக்க முடியுமா என்பது எனக்குப் பெரிய சந்தேகமாகவே இருக்கிறது.

இப்படியிருந்தாலும், திட்டமான காரணமில்லாமல் சீனக் கவிதையானது சீனரின் வாழ்க்கையில் இவ்வளவு பெரிய முக்கியத்துவம் பெற்றிருக்க முடியவேமுடியாது. அத்தகைய காரணம் என்ன? முதலாவது, சீனர்களின் கலைத்திறமும், இலக்கியத்திறமும் உணர்ச்சி பொதிந்த திட்டமான காட்சிகளில் ஊடாடிக் களிப்பன; சூழ்நிலைகளைச் சித்திரிப்பதில் நிகரற்றவை. இத்தகைய திறமை கவிதை எழுத மிகவும் பொருத்தமானது. விசயங்களைச் சுருக்கித் தருவது குறிப்பில் உணர்த்துவது, நயப்படுத்தி இணைப்பது, ஒன்றுசேர்த்துப் பாய்ச்சுவது. இவற்றில் சீனர் வல்லவர். இந்த வல்லமை சீனப் பழைய மரபுப்படி வசனம் எழுத உதவாது. கவிதைக்கோ இது மிகப் பயனுடையது; கவிதை எழுதுவதும் அவர்களுக்கு மிக எளிது, இயல்பானது. பி. பெர்ட்ரண்டு ரஸ்ஸல் சொல்வது மாதிரி 'கலையில் அபூர்வமான வற்றையே அடையவும் வாழ்வில் நிதானமாயிருக்கவுமே அவர்கள் விரும்புகிறார்கள் எனில்', கவிதையில் நிகரற்று ஒளிர்வது அவர்களுக்கு முற்றும் இயல்பே. சீனக் கவிதை மென்மையானது. ஒருபோதும் நீளமாயிராது; ஒருபோதும் மிகச் சக்தி வாய்ந்ததாக இராது. ஆனாலும், முழுமை பெற்ற கருத்து மணிகளை உற்பத்தி செய்வதற்கு அது மிகப் பொருத்தமானது. ஒரு சில வீச்சுக்களிலேயே மந்திரசக்தி வாய்ந்த காட்சிகளை வர்ணந்தீட்டிவிட உகந்தது. இந்தக் காட்சிகள் உயிர்த் துடிப்புடன், தாள கதி பொலிய ஆன்மிக லாகவத்துடன் மிளிரும்.

இலக்கியக் கலையில், கவிதை எழுதுவதுதான் உச்ச நிலை என்று சீனர் கருதுவர்; அவர்களின் சிந்தனைப் போக்கும் முற்ற முழுக்க இந்தக் கருத்தையே ஆதரித்துப் பின்பற்றுகிறது. சீனக் கல்விமுறை ஒருவனுக்கு எல்லாவற்றையும்பற்றிக் கற்றுக் கொடுப்பதை வற்புறுத்துகிறது. சீனப் பாண்டித்தியம் ஒருமித்த அறிவு வளர்ச்சியை உண்டாக்க முயலுகிறது. தனிப்பட்ட கலைகளோ, பயிற்சித்துறைகளோ சீன மொழியில் அதிகமில்லை. புராதனப் பண்டைய ஆராய்ச்சிபோன்ற இரண்டொரு தனித் துறைகளுண்டு. இதில் ஈடுபட்ட ஆராய்ச்சிக்காரனும் மற்றத்

துறைகளைப் புறக்கணித்துவிடக் கூடிய அளவுக்குத் தனது துறையில் மனம் பறிகொடுத்துவிடுவதில்லை. இவனுக்கு எளிய மனித உணர்ச்சிகளும், ஆசாபாசங்களும் நிறைய உண்டு. தன் சொந்தக் குடும்பப் பரம்பரை ஆராய்ச்சியில் அவனுக்கு உள்ளதைப்போன்ற சிரத்தை தன் வீட்டுக்கு முன்னால் உள்ள பழ மரத்தின்மீதும் இருக்கும். பொதுவாக விசயங்களைக் கூட்டிச் சேர்ப்பதற்கு நம்மைத் தூண்டிவிடுகிற படைப்பு ஆசையைப் போன்றதே கவிதா படைப்பு ஆசையும். அதாவது, வாழ்க்கையை அப்படியே முழுமையாக நோக்கி அதனை ஏற்றுக்கொள்ளச் செய்வதே கவிதை. தனித்துப் பிரித்து ஆராய முடியாதபோது, ஒன்றுகூட்டிச் சேர்த்து ஆராய்வதில் சீனர் சமர்த்தர்.

இன்னுமொரு முக்கிய காரணமுண்டு. அடிப்படையில், கவிதை என்பது உணர்ச்சிகளால் சாயமேற்றப்பட்ட கருத்துத்தான். சீனர்கள் எப்போதும் உணர்ச்சியோடுதான் சிந்தனை செய்வார்கள்; பிரித்து ஒப்பிட்டு ஆராய்வது என்பது சாதாரணமாக அவர் களிடம் இருக்காது. படிப்பு, அறிவு எல்லாவற்றுக்கும் வயிறுதான் இருப்பிடமென்று அவர்கள் நினைப்பது குருட்டாம் போக்கிலன்று. 'வயிறு நிறையக் கட்டுரைகள்', 'வயிறு நிறைந்த படிப்பு' என்று அவர்கள் சொல்வதில் அர்த்தமிருக்கிறது. நமது உணர்ச்சிக்கு இருப்பிடம் வயிறுதான் என்று இன்று மேலைநாட்டு மனநூல் வல்லார் நிரூபித்துவிட்டார்கள். உணர்ச்சி அறவே இல்லாமல் யாரும் கலப்பற்ற, தனியான, அறிவுச் சிந்தனை செய்வதில்லை. அதனால், நாம் தலையால் சிந்தனை செய்ய முடிவது போல, வயிற்றாலும் சிந்தனை செய்ய முடியும் என்பதை நான் நம்பத் தயார். நமது எண்ணத்தில் உணர்ச்சி அதிகரிக்க அதிகரிக்க, நாம் சிந்திப்பதற்கு நமது வயிற்றிலுள்ள குடல்களே காரணமாய் விடுகின்றன. பெண்களின் சிந்தனை அடிவயிற்றிலிருந்து கிளம்பிப் படிப்படியாய் மேலே செல்வதாகவும், ஆண்களின் எண்ணங்கள் தலையிலிருந்து கிளம்பிப் படிப்படியாய்க் கீழே செல்வதாகவும் ஐசடோரா டங்கன் சொல்வது சீனர்களைப் பொறுத்தவரை மெய்தான். சீனர்களின் மனம் பெண்மையின் பாற்பட்டதென்று நான் கூறும் கோட்பாட்டை (இயல் 3) இது மெய்ப்பிக்கிறது. எழுத்து வேலையில் முனைந்திருக்கிற ஒருவன் விசயம் கிடைப்பதற்காகத் தன் 'மூளையைக் கிளறுவதாக'

ஆங்கிலத்தில் சொல்வோம். சீனத்தில், கவிதை அல்லது வசனத்துக்கு வேண்டிய ஒரு வரிக்குத் திண்டாடுவதை 'வரண்ட குடலைக் கிளறுவதாகச்' சொல்வோம். கவிஞர் சுட்டங்போ ஒரு சமயம் இரவுச் சாப்பாடானதும் தனது மூன்று வைப்பாட்டி களையும் பார்த்து அப்போது தமது வயிற்றில் என்ன நிரம்பியிருந்தது என்று கேட்டாராம். மூவரிலும் மிகக் கெட்டிக்காரியான ச்சஓயுன் என்பவள் 'வயிறு நிறைய அசட்டு நினைப்'பிருப்பதாகச் சொன்னாளாம். சீனர்கள் நல்ல கவிதை எழுத வல்லவர்கள். ஏன், வயிற்றின் மூலம் சிந்திக்கக்கூடியவர்கள் அவர்கள்.

மேலும், சீன மொழிக்கும் கவிதைக்கும் ஒருவிதத் தொடர் புண்டு. கவிதையானது அழுத்தமாயிருக்க வேண்டும்; சீன மொழி அழுத்தமானது. கவிதை சொல்லாமல் சொல்லி உணர்த்த வேண்டும்; சீன மொழியில் அரைச் சொற்கள் நிறைய உண்டு; வார்த்தையில் வெளிப்படையாய் இல்லாத பொருள் எப்போதும் சொல்லாமற் சொல்லி நிற்கும். கவிதை, திடமான உருவப்பாட்டின் மூலம் கருத்துகளை உணர்த்த வேண்டும்; சீன மொழியில் சொற்படங்கள் ஏராளமாய் உண்டு. கடைசியாக, சீன மொழியில் உள்ள தெளிவாக வரம்பிட்ட குரல் எட்டினாலும், சொல் இறுதியில் மெய்யெழுத்தில்லை. ஆகவே, குரல் எட்டு இல்லாத இதர மொழிகளில் இருக்க முடியாத கணகணப்பான குரலோட்டும் இயல்பு சீன மொழியில் நெடுகிலுமே இருந்து வந்திருக்கிறது. சீன மொழியின் யாப்பிலக்கணம் குரல் கனத்தைச் சமன்படுத்து வதையே அடிப்படையாகக் கொண்டது. ஆங்கிலக் கவிதைக்கு ஓசை அழுத்தந்தான் முக்கியம். சீன மொழியின் நான்கு வகையான குரல் கனமும் இரண்டு பிரிவாகப் பிரிக்கப் பட்டிருக்கின்றன. மென்மையான குரல் வகை ஒன்று; இதை ப்பிங் என்பர். இதன் குரல் நெடிலோசையுடையது. ஏற்ற இறக்கமில்லாதது என்று ஐதீகப்படி கூறுவதுண்டானாலும், இதில் ஒரு ஸ்தாயியிலிருந்து ஏறி இறங்கிச் சுற்றி மறுபடியும் முதலில் ஆரம்பித்த ஸ்தாயிக்கே வந்து முடியும்; குரல் கனம் இருக்கும். மற்றது கடினக் குரல் ஆகும். இதை ட்ஸெ என்பர். இதில் குரல் போக்கு அமைவாகவும், நறுக்கென்றும், திடுதிப்பென்றும் இருக்கும். ஐதீகப்படி இதில் வரும் ஓசைகள் ப்பி, ட்டி, க்கே என்ற ஓசை தரும் எழுத்துக்களில்தான் முடிய வேண்டும்.

இலக்கிய வாழ்வு ✦ 399

தற்காலத்து மண்டரின் பிரிவு மொழியில் இந்தக் கடினக் குரல் மறைந்துவிட்டது. மென் குரலும் கடினக் குரலும் தாளக் கட்டோடு மாறி மாறி வருவதைச் சீனர்கள் இயல்பாகவே, பிறந்தது முதல் ஏற்பட்ட பழக்கத்தால், கண்டுகொண்டுவிடுவார்கள்.

இப்படிப்பட்ட குரல் சஞ்சாரத்தின் தாளக்கட்டு நல்ல வசனத்தில்கூட இருந்து தீரவேண்டுமென்று பழக்கமேற்பட்டு விட்டது. இதனால்தான் சீன வசனத்தைக் குரலோட்டிப் பாட முடிகிறது. செவிநுட்பம் வாய்ந்தவர்கள், இத்தகைய ஓசை நயத்தை ரஸ்கின் அல்லது வாட்டர் ப்பேட்டரின் வசனத்தில் எளிதாகக் கண்டு ரசிப்பார்கள். மெல்லோசை எழுத்துக்களாகிய ல, ம, ந, ங-வைக் கொண்டு முடிகிற சொற்களையும், கடின ஓசை எழுத்துக்களாகிய ப்ப, ட்ட, க்க-வைக்கொண்டு முடிகிற சொற்களையும் மாறி மாறிக் கையாளுவதால் ரஸ்கினுடைய நடையில் ஒருவித நயமான தாளக்கட்டும் சந்தமும் கலந்து வருவதைக் காணலாம்.

டாங் பரம்பரையின் பண்டைய கவிதையில் உள்ள இந்த ஓசை மாறுதல் மிகச் சிக்கலானது. வல்லோசையும் மெல்லோசையும் எப்படி மாறி மாறி வருகின்றன என்பதைக் கீழே கண்ட மாதிரி விளக்கலாம். 'o· இந்த மாதிரி வட்டக் கோட்டை மெல்லோசைக்கு அடையாளமாக வைத்துக்கொள்வோம். '•' இந்த மாதிரிக் கறுப்புப் புள்ளியை வல்லோசைக்கு அடையாளமாக வைத்துக் கொள்வோம். கீழே வரும் வரிகளைப் படிக்கும் போது, வட்டத்துக்குப் பதில் 'சிங்' என்றும், புள்ளிக்குப் பதில் 'சே' என்றும் படியுங்கள். ஓசை மாறுதலை நன்கு கண்டுகொள்ள வேண்டுமானால், வல்லோசைகளாகிய 'சே'களைச் சொல்லும் போது, தீர்க்க மூச்சில், ஒரு மாதிரி திடுதிப்பென்று சொல்லுங்கள்:

1. oo   •••   oo
   சிங்சிங் சேசேசே சிங்சிங்   (எதுகை)
2. ••   oo•   •o
   சேசே சிங்சிங்சே சேசிங்   (எதுகை)
3. ••   ooo   ••
4. oo   •••   oo   (எதுகை)
5. oo   ••   oo•
6. ••   oo   ••o   (எதுகை)

7. ●● ○○○ ●●
8. ○○ ●●● ○○   (எதுகை)

ஒவ்வொரு வரியிலும், நாலாவது அசைக்குப் பிறகு இடைவெளி விட்டுக்காட்டும். மொத்தம் எட்டு வரியும் சேர்ந்தே ஒரு செய்யுள்; ஆயினும், இரண்டு இரண்டு வரி சேர்ந்தால், அதுவே ஓர் ஈரடிச் செய்யுளாக முடியலாம். இதில், மத்தியில் வருகிற ஈரடிகள் கட்டாயம் இலக்கண முறைப்படி ஈரடிகளாக முடிய வேண்டும். அதாவது, ஓர் அடியிலுள்ள சொற்கள் அனைத்துக்கும் பொருளிலும், ஓசையிலும் சரியாய் ஈடு கொடுக்கிற முறையில் மறு அடியிலுள்ள சொற்கள் அமைந்திருக்க வேண்டும். இந்த மாதிரி மாறிவருவதை எளிதில் புரிந்துகொள்வதற்கு ஒரு வழி செய்யலாம்; இரண்டு பேர் கேள்வியும் விடையும் போட்டுக்கொள்வதாக வைத்துக் கொள்ளுங்கள்.

ஓர் அடியில் ஒருவர் கேள்வி போடுகிறார்; மறு அடியில் மற்றவர் பதில் தருகிறார். ஒரு வரியிலுள்ள முதல் நாலு அசையும் ஒரு தொகுப்பு; அதே வரியில் அடுத்துவரும் மூன்று அசையும் ஒரு தொகுப்பு என்று வைத்துக்கொள்ளுங்கள். அதாவது, நாலசை கொண்ட ஒரு தொகுப்பும், மூன்றசை கொண்ட ஒரு தொகுப்பும் சேர்ந்து ஏழசை கொண்ட ஓர் அடியாக ஆகின்றன. விளக்கமாய்ப் புரிந்துகொள்ளும் பொருட்டு இந்த இரு தொகுப்புக்கும் பதிலாக இரு சொற்களைப் போட்டுப் பார்க்கலாம். அப்போது ஒவ்வொரு வரியும் இந்த மாதிரி அமையும்:

(ஒருவர்) ஆ, ஆம்?
(மற்றவர்) ஆனால், இல்லை?
(ஒ) ஆனால், ஆம்!
(ம) ஆ, இல்லை!
(ஒ) ஆ, ஆம்?
(ம) ஆனால், இல்லை?
(ஒ) ஆனால், ஆம்!
(ம) ஆ, இல்லை!

இரண்டாமவர், எப்பொழுதும், முதலாமவரை மறுத்து மடக்கவே முயலுவதைக் கவனியுங்கள். அதோடு, இரண்டாமவர் பேசுவதில்

உள்ள இரு சொற்களில் முதலாவது சொல்லையே முதலாமவர் தமது பேச்சில் முதல் சொல்லாக வைத்துப் பேசுவதையும் கவனியுங்கள். ('ஆனால்'களும் 'ஆ'க்களும் தொடர்ந்து வரும்) இரண்டாவது சொல் மட்டும் முதலாமவர் பேச்சில் மாறி மாறி வருகிறது. இதில் முதலாமவர் இரண்டாமவரைப் பின்பற்ற வில்லை. 'ஆம்'களும் 'இல்லை'களும் ஒரு வரியில் உள்ளபடி மறு வரியில் இல்லை என்பதைக் காட்டுவதற்கே வியப்புக் குறியும்(!) கேள்விக் குறியும் (?) பயன்படுகின்றன. முதலாவது ஈரடியில் இரண்டாவது தொகுப்பைத் தவிர—அதாவது, முதலடியில் பின் மூன்றசைகள் தவிர—மற்றத் தொகுப்புகள் எல்லாம் ஒத்த ஓசை நிலையில் உள்ளன என்பதைக் கவனியுங்கள்.

இது கிடக்கட்டும், சீன யாப்புமுறை நமக்கு அவ்வளவு முக்கியமல்ல. சீனக் கவிதையின் அந்தரங்க அமைப்பு முறையும், அதன் வேகமும்தான் நமக்கு வேண்டியவை. சௌந்தரிய லோகத்தின் தலைவாயினுள் நம்மை இட்டுச் செல்கிற இந்த அந்தரங்க அமைப்பிலக்கணந்தான் என்ன? சாதாரணமான ஒரு வெளிக் காட்சிக்கு அழகூட்டி அதில் வனப்பைச் சொரியக் கூடிய திறம் அதற்கு எங்கிருந்து கிடைத்தது? ஒரு சில சொற்களில், உயிர்த் துடிப்பு ஏன்? பாடகனின் உணர்ச்சி முழுவதும் ஏறிய சித்திரங்களைத் தீட்ட எப்படி முடிகிறது? கவிஞன் தன் விசயங் களை எப்படிச் சேகரித்தான்? தேவையற்ற குப்பைகளை எப்படி ஒதுக்கினான்? தனது படைப்புக்குத் தன் மன வேகத்தையும், இனிய சந்தக் கட்டையும் ஊட்டி, அது இனிமையாய் மிளிரும்படி எப்படிச் செய்தான்? சீனத்து ஓவியமும் சீனத்துக் கவிதையும் எந்த முறையில் ஒரே மாதிரியானவை? சீனத்து ஓவியர் கவிஞராயும் சீனக் கவிஞர் ஓவியராயும் இருப்பது ஏன்?

சீனக் கவிதையில் நாம் குறிப்பாய்க் கவனிக்கத் தக்கது அதன் குழைவான கற்பனைத் திறமும், ஓவியக் கலையின் வழி துறைகளை அது பின்பற்றுவதும்தான். வெளிக்காட்சிகளை வரையும்போது ஓவியமும் கவிதையும் கொண்டுள்ள வேலை முறை ஒற்றுமை நன்றாய்ப் புலனாகிவிடும். இந்த வகையில், ஓவியத்துக்கும், கவிதைக்கும் உள்ள ஒப்புவமை முழுமையாகி விடுகிறது. வெளிக்காட்சிக்கு உதாரணம் பார்ப்போம். லிப்போ (701-762) எழுதிய இரண்டு வரிகளைக் கவனியுங்கள்.

அவன் முகம் அளாவி அரும்பின குன்றுகள்;
அசுவச் சிரத்தருகே அடர்ந்தெழும் முகில்கள்.

இவற்றைப் படிக்கும்போது, உயர்ந்து வளர்ந்த மலைப் பாதையினூடே, குதிரைமீது ஏறிச் செல்லும் வழிப்போக்கனின் தோற்றம் நம் கண்முன் வந்து நிற்பது எதனால்? சொற்கள் சுருக்கமாகவும், நறுக்கென்றும் அர்த்தமற்றன போலும் முதலில் காணும். கொஞ்சம் கற்பனை பண்ணிவிடுங்கள். உடனே ஓவியக்காரன் திரையில் சித்திரம் தீட்டுவதுபோல பொருக்கென்று காட்சி புலனாகிவிடும். படத்தில், முன் பாகத்தில், குறிப்பாகச் சில உருவங்களைக் காட்டி, அவற்றிலிருந்து எவ்வளவோ காட்சிகளை நமக்குக் காட்டாமல் காட்டிவிடுகிறான் சித்திரக்காரன். இது ஓவிய உத்தி. அதேபோல, 'அவன் முகம்', 'குதிரையின் தலை' என்றதால், குதிரைமீது ஏறியிருக்கும் அவன்; உயர்ந்த மலைகளின் உச்சிப் பகுதியில் நிற்பதான அழகிய, உன்னதத் தோற்றம் தரப்படுகிறது. மேகம் சூழ்ந்திருப்பது கூறுவதால் குன்றுகளின் உயரம் குறிக்கப்படுகிறது. இது கவிதைப் போக்கில். இனி, கவிஞன் இந்தக் காட்சியை எப்படிப் பார்த்தான்? நேரில், இயற்கை மேனியிலா? இல்லை. படத்தில் இந்தக் காட்சியை வரைந்தால் அது எப்படித் தோன்றும்? தட்டையாய்த் துணியில் எழுதும் போது, உயர்ந்த குன்றுகள் வழிப்போக்கனுடைய முகத்தை நெருங்கினாற்போலத்தான் எழுதப்பட்டிருக்கும். மேகம் கிளம்புவது, ஆள் ஏறியிருக்கும் குதிரையின் தலையை ஒட்டினாற்போலக் குதிரைக்கு முன்னால்தான் விட்டுவிட்டு எழுதப்பட்டிருக்கும். ஆகவே, கவிஞன், இயற்கையிலிருந்து நேரடியாய்க் கண்டு மட்டும் எழுதவில்லை. தான் இயற்கையில் கண்டதைத் திரையில் எழுதிவிடுகிறான். முதலில்—மனத்தில்தான். அப்புறம், ஓவியத்தின் மூலம் தென்படும் காட்சியை வைத்துக் கொண்டு கவி பாடுகிறான் (ஒளிப் படங்களைப் பாருங்கள். இந்தக் குறிப்பு விளங்கிவிடும்). அதுமட்டுமல்ல. தானே நேரே குதிரை மீது, உயரமான மலைஉச்சியில் நின்றிருந்தால்தான், தனக்குக் கீழே தொலைவில் மேகங்கள் சஞ்சரிப்பதைக் கண்டிருப்பான். ஆகவே, மனக் கற்பனைமூலம், வாசகனும், கவிஞனைப் போல மலைப் பாதையில் குதிரை மீதேறிப் பார்வையிட வேண்டும்.

இந்த மாதிரியாக, வேறு வழியில் கைவர முடியாத பேனாச் சித்திரம், குறிப்புச் சொற்கள் மூலம், ஓவியரீதியில் எளிதில் பூர்த்தியாய்விடுகிறது. இதற்காகச் சீனக் கவிஞர்களுக்கு இந்த உத்தி தெரிந்திருந்ததென்று சொல்லிவிடுவதற்கில்லை. ஆனாலும், இதனை அவர்கள் எப்படியோ கையாண்டு வரத்தான் செய்தார்கள். சான்றுகள் நூற்றுக் கணக்காய்க் காட்டலாம். வாங்வீயி (699-759) என்பவர்தான் சீனத்து விவரணக் கவிஞர் அனைவரிலும் மிகச் சிறந்தவர் என்றுகூடச் சொல்லிவிடலாம். இவர், மேலே கண்ட காட்சிக் குறிப்பு உத்தியைப் பயன்படுத்திக்கொண்டு கூறுவதைப் பாருங்கள்:

மலைகளிலெல்லாம் மழைநனை இரவு.
மரங்களின் மேலே மதர் ஊற்று நூறு

மரங்களின் மேலே நீர் ஊற்றுக்கள் எப்படி உண்டாகும் என்று கேட்பது சரிதான். (இந்தப் பாட்டின் மூலத்தில் 'மரங்களின் உச்சியில் நீர் ஊற்றுக்கள்' என்றே இருக்கிறது.) ஆனால், கூர்ந்து நோக்கினால், நிலைமை சரியாய்ப் புரிந்துவிடும். இந்த அடிகளில் கண்ட காட்சி சாதாரணமாகக் காணக்கூடியதல்ல. அரிதாய் நிகழக் கூடியது: முன்னாள் இரவு கனத்த மழை; உயரமான மலைகளில் உள்ள பள்ளங்களில் தேங்கி நிரம்பிய நீர் வாய்க்கால் வழியே சரிந்து கொட்டுகிறது. சித்திரத்தில் தீட்டிய ரீதியில் பார்த்தால், படத்தின் முன்புறம் பார்ப்பவர்க்கு அண்மையில் உள்ள மரங்களின் உச்சியில் தூரத்தில் உள்ள தண்ணீர் வந்து விழுவது போலவே தோன்றும். இதனால், மலையும் ஊற்றும் தூரத்தில் இருப்பனவாகவும், மரங்கள் கிட்டத்தில் இருப்பனவாகவும் ஏற்படுகிறது. சித்திரக் கற்பனை மூலம், இந்தத் தோற்றம் எளிதில் கிடைத்து விடுகிறது. வேறு வகையில் வாசகருக்கு இந்தக் காட்சியை வருணிக்க முடியாது. மேலே, லிப்போவின் கவிதையில் இருந்த மாதிரியேதான் இதிலும் முன்னால் கிட்டத்தில் உள்ள பொருளை மூலாதாரமாக வைத்து, அதற்கு அப்பால் இன்னின்ன உண்டு என்று குறிப்பால் உணர்த்தி, வாசகரின் உள்ளத்தில் ஒரு பூரணச் சித்திரத்தை இந்தக் கவிஞரும் எழுப்பிவிடுகிறார். மேகம், நீர்வீழ்ச்சி, மலையுச்சி, வெள்ளி வீதி இவற்றைச் சில்லறை சில்லறையாக விவரிக்காமல், திரையில் சமதளமாய் வைத்துக் கொண்டு சித்திரம் எழுதுகிற ரீதியில், படத்தில்

முன்பகுதியில் உள்ள ஒரு பொருளை காரணமாக வைத்துக் கொண்டு அதனோடு இவற்றைத் தொலைவிலுள்ள மாதிரி லேசாய்த் தொட்டுக்காட்டி, முழுச்சித்திரத்தையும் வாசகரே கற்பனை செய்து பூர்த்தி பண்ணிக்கொள்ளும்படி விட்டுவிடுவது. லியூயூலி (772-842) எழுதியதாவது:

இலையுதிர் காலம் (அதை விவரிப்பதற்கு)
சுவரின்மேலே பல குன்றுப்புள்ளிகள் (வைக்கவும்).

இங்கே சித்திர உத்தி முற்றாய் முழுமை அடைந்துவிட்டது. சுவரின் மேலே பல 'புள்ளி'கள் போலக் காணும் குன்றின் உச்சிகளை, குன்றுகளுக்கும் சுவருக்குமுள்ள நெடுந்தூரத்தை நன்கு உணர்த்தி விடும். இந்த முறையில், தனது நாடகங்களில் லிலிவெங் (பதினேழாம் நூற்றாண்டு) என்பவர் பின்வருமாறு கூறுவதை நாம் புரிந்துகொள்ள முடிகிறது:

முதலில் நாம் பார்ப்பது சித்திரத்தில் உள்ள குன்றுகளையே. அப்புறம்தான் குன்றுகளில் உள்ள சித்திரத்தைப் பார்க்கிறோம். கவிஞனின் கண்கள் சித்திரக்காரனின் கண்கள்தான்; கவிதையும் ஓவியமும் ஒன்றாய்விடுகின்றன.

ஓவியத்துக்கும் கவிதைக்கும் உள்ள இந்த உறவுநிலை முற்றும் இயல்பானதே. இரண்டிலும் வேலை முறை ஒத்திருப்பதோடு மட்டுமில்லை. இரண்டிலும் எடுத்தாளும் விசயமும் ஒரே மாதிரியானதே. சித்திரங்களுக்குக் கொடுக்கும் தலைப்புகளும் பெரும்பாலும் ஒரு பாட்டின் அடியாயிருந்து விடுவதுண்டு. சித்திரம் எழுதி முடிந்ததும், சீனச் சித்திரங்களில் கொஞ்சம் காலி இடம்விட்டு வைப்பது வழக்கம். இதில் சித்திரக்காரன் ஏதாவது ஒரு செய்யுள் அடியை எழுதிவைத்துவிடுவான். சித்திரத்தைப் பற்றிப் பேசும்போது, இதைப்பற்றி அதிகமாக மேலும் விவரிப்போம். இனி, ஓவியத்துக்கும் கவிதைக்குமுள்ள ஒற்றுமையால் இன்னொரு செயலும் சாத்தியம் ஆகிறது. அதுதான் எண்ணப் பதிவு உத்தி. இந்த உத்தியின்மூலம் தொடர்ந்தாற் போலப் பல எண்ணங்கள் நம் மனத்திடையே மூண்டுவிடுகின்றன. மறக்கமுடியாத விறுவிறுப்புடன் எண்ணச் சாயைகள் நம் அகக்கண்முன் எழுப்பப்படும். எண்ணங்கள் நம் மனத்தில் பதித்துவிட்டுச் சென்ற சுவடுகள் ஒருவித அலாதிச் சுவை பெற்றிருக்கும். இது நமது உணர்ச்சி

யைக் கிளறிவிடும்; ஆனால், காரண காரியங்கள் நமக்குச் சரியாய்ப் புரியாதபடியால், மனநிறைவு உண்டாவதில்லை. ஒருவித ஏக்க நிலைதான் மிஞ்சும். இப்படி விசயங்களை நகாஸ் செய்து சொல்லாமல் சொல்லி, அடக்கமாய் விளம்புவதில் சீனக் கவிதை ஒப்பற்றது. கவிஞனானவன், தான் சொல்ல வேண்டிய அனைத்தையும் ஒரேயடியாகச் சொல்லிவிட மாட்டான். இப்படியும் அப்படியும் தொட்டு நம் மனத்திடையே ஓர் ஓவியத்தைத் தீட்டிவிடுவான். இரண்டொரு, விசையான சைகையால் பேனாச் சித்திரத்தை எழுதிவிடுவான் அவ்வளவு தான். அதிலிருந்து கற்பனை பண்ணிக்கொள்ள வேண்டும்.

இந்தப் போக்கு எங்கும் பரவி வந்ததால், இயற்கையை வழிபடும் புலவர்க் குழு ஒன்று கிளம்பிற்று. இவர்கள், வெளிக்காட்சி வர்ணனையிலும், மனத்தில் படம் எழுப்புகிற உத்தியிலும் தீவிரமாய் ஈடுபட்டு வந்தனர். புல்வெளிப் புலவர்களில், பேர் பெற்றவர்கள் ட்டாஓ யுவான் மிங் (372-427), ஷியெ லிங்யுன் (385-433), வாங்வீயி (699-759), வீயி வீங்வு (740-830) ஆகியோர் ஆவர். இருந்தாலும், இந்தப் போக்கைப் பொதுவாக எல்லாச் சீனக் கவிஞர்களுமே பின்பற்றி வந்தனர். வாங்வீயி (இவரை வாங்மொச்சியெ என்றும் அழைத்திருக்கலாம்) யைப் பற்றி, 'இவரது ஓவியத்தில் கவிதை இருக்கிறது. இவரது கவிதையில் ஓவியமிருக்கிறது' என்று சொல்வார்கள். கவிஞராயிருப்பதோடு இவர் பெரிய சித்திரக்காரரும்கூட. இவரது வாங்ச்சுவான்ச்சி, புல்வெளிக் காட்சிகளை ஒன்று சேர்த்த ஒரு தொகுப்பே தவிர வேறில்லை. சீனத்து ஓவிய ரசனையுள்ள ஒருவர்தான் பின்வரும் கவிதையைப் பாடியிருக்க முடியும்:

பனித் திரை போலே தூறல்
படர்ந்து தோயுது ஆறாய்;
பள்ளமிலாத புல்வெளியூடே
பதுங்கிப் பாயுது ஜோராய்;
ஓடி மோதிப் புரளும் நீர்
ஒள்ளிய திவலையில் தள்ளாடும்;
இங்கும் அங்கும் அலைந்தபடியே
இடைவெளி வழியே ஓடிவிடும்.

இந்த இடத்தில் சொல்லாமல், சொல்கிற உத்தியைப் பற்றிக்

கவனிப்போம். மேலைநாட்டு நவீன ஓவியர் ஒருவர் செய்ய முடியாத ஒன்றைச் செய்ய முயன்றாராம். 'சூரிய ஒளியின் சப்தம் மாடிப் படியில் ஏறிச்செல்வதை' அவர் படம் தீட்டப் பார்த்தாராம். இது எப்படி முடியும்? நேரடியான முயற்சியால் முடியாதுதான். இதற்குச் சீன ஓவியர்கள் வழி கண்டிருக்கிறார்கள். சொல்லாமல் சொல்வது கவிதைக் கலையில் உண்டு. அதை இவர்கள் ஓவியத்துக்கும் பயன்படுத்துகிறார்கள். கோயில் மணியின் ஓசையை எப்படிச் சித்திரிப்பது? இதற்கு, மணிகளை எழுதவே கூடாது. மணிகள் கட்டித் தொங்கும் இடத்தின் மேற்கூரையை லேசாகக் காட்டிவிடலாம்; கூரையைச் சுற்றிலும் மரங்கள். கூரை மறைந்தும் மறையாமலும் தோன்றும். பிறகு, மணியோசையைக் காதால் கேட்ட மனிதர்களின் முகத்தைக் காட்டலாம். மணி இருக்கும் இடத்தை ஒரு பக்கத்திலும், மணியோசையைக் கேட்ட மனிதர்களின் முகபாவத்தை ஒரு பக்கத்திலும் காட்டுவதால் மணியோசை சித்திரிக்கப்பட்டுவிடுகிறது. சீனக் கவிஞர்கள் வாசனையை எப்படிப் பாடிவிடுகிறார்கள்? சொல்லாமல் சொல்லுகிற முறையால்தான். இந்த முறை சித்திரம் தீட்டுவதற்கு மிகச் சாதகமானது. திறந்தவெளி நிலத்தை விவரிக்கும் சீனப் புலவன் எப்படி எழுதுவான்.

பூமிதித்தன புரவிகள்,
பூமணத்தன குளம்புகள்.

பூக்கள் நிறைந்த நிலத்தினூடே ஓடிவந்த குதிரைகளின் குளம்பு களைப் பின்பற்றித் தேனீக்கள் மொய்த்தோடி வருவதாகப் படம்போட்டு விட்டால், பூவின் வாசனை குதிரையின் குளம்பில் ஏறியிருப்பதான தோற்றம் வந்துவிடாதா? சீன ஓவியர் ஒருவர் அப்பட்டமாய் இதையே செய்துவிட்டார். இதே முறையில், ராஜசபையைச் சேர்ந்த சீமாட்டி ஒருத்தியின் வாசனையைக் கவிஞர் லியுயுஷி பின்வருமாறு சித்திரிக்கிறார்:

குங்குமக் கோபுரத்தினின்று புத்தாடை பூண்டுவந்தாள்;
துயர் கவிந்த அரண்மனையுள் வசந்த ஒளி
வெள்ளமாய்ப் பாயுது.
அரசவைக்கு அவள் வருகிறாள்;
அவள் தலையில் செருகியிருக்கும் செதுக்கித்தீர்ந்த
கோமேதகக் கொண்டை ஊசிமேலே,

இலக்கிய வாழ்வு ✦ 407

பூவண்டு வந்து உட்காருகிறது.

அவளோ பூக்களை எண்ணி வைத்துக்கொண் டிருக்கிறாள்.

இந்த வரிகளைப் படிக்கும்போது பூவின் மணத்தோடு, பூவை எண்ணுகிற பெண்ணின் மணமும், அவளது கொண்டையில் செருகியிருக்கும் கோமேதக ஊசியின் மணமும் சொல்லாமல் சொல்லப்படுகின்றன. அதனாலேயே, பூவை நாடிய வண்டு அவள் தலைமேல் போய் உட்காருகிறது. அழகும் மணமும் குறிப்பால் உணர்த்தப்படுகின்றன.

இப்படிக் குறிப்பாலுணர்த்தி மனத்திடையே படமெழுப்புகிற உத்தியிலிருந்து, கருத்துகளையும் உணர்ச்சிகளையுமே சொல்லாமல் சொல்கிற முறை உண்டாயிற்று. இதை உபமான சிந்தனை என்கிறோம். கவிஞன் கருத்துகளைச் சொல்லாமல் சொல்கிறான். இதற்காகச் சளசள என்று பக்கங்களை எழுதி நிரப்பிவிடலாமா? அல்ல. வாசகருடைய மனநிலை அத்தகைய எண்ணத்தைச் சிந்திக்கும்படிச் செய்துவிட வேண்டும். இத்தகைய கருத்துகளை வருணிக்கமுடியாது; ஆனால், இவற்றை எழுப்பிவிடுகிற காட்சிகள் தெளிவாகவும் அழுத்தமாகவும் இருக்கும். சில கருத்து மாறுதல்களை உணர்த்த சில சிங்காரமான காட்சிகள் வருணிக்கப் படுகின்றன. வாக்னர் நாடகங்களில் பாத்திரங்கள் புதிதாக மேடையில் நுழையும்போது தனி ஸ்வரம் பேசும்படி சங்கீதம் வாசிப்பார்கள். அதே மாதிரி தர்க்கரீதியாய்ப் பார்க்கப்போனால், நம் மனத்தின் உள்ளே நடப்பதற்கும் வெளிக்காட்சிக்கும் அவ்வளவு நெருங்கிய தொடர்பில்லை. ஆனால், உபமானப்படி பார்த்தாலும், உணர்ச்சிப் போக்குப்படி பார்த்தாலும் தொடர்பு இருக்கவே செய்கிறது. இந்த வழிமுறையை ஷிங் என்பார்கள். வெளிப்படுத்துதல் என்று பொருள். இது இன்று நேற்று ஏற்பட்ட தல்ல. கவிதைப் புத்தகம் என்ற நூல் எவ்வளவோ காலத்துக்கு முந்தியது. அப்போதே இந்த முறை கையாளப்பட்டு வந்திருக்கிறது. உதாரணமாக, டாங் கவிதையைப் பாருங்கள். இதில், கருத்தை நேரடியாய்க் குறிக்காமல், உபமானச்சுட்டின் மூலம் வீழ்ச்சியுற்று மறைந்தொழிந்துபோன அரச பரம்பரை ஒன்றைப்பற்றிய செய்தி பலவாறு கூறப்படுகிறது. ச்சிங்லிங் ஓவியத்தைப் பற்றி என்ற தமது கவிதையில், நான்கிங் நகரத்துப் பழம் பெருமைகளைக் கவிஞர் வீயிச் சுவாங் பின்வருமாறு குறிக்கிறார்:

ஆற்றின் மேலே வீழும் மழை
அடர்பனித் திரைபோற் காணும்;
கரைகளில் வளரும் புற்கள்
களித்து வளர்ந்து உயரும்.
அரச பரம்பரை ஆறும்
கனவாய்க் கழிந்தன பாரும்,
அங்கலாய்த்தன புட்கள்,
ஆயினும் ஆவதென் அதனால்?
அனைத்திலும் அறக் கொடிதியாது;
அரண்மனைச் சுவரில் அடர்ந்து வளர்ந்த
தளிர் மென் மரங்களின் தாயிலாத் தவிப்பே
மூன்று காதப் பசும்புல் வெளியிலும்
மூர்க்கச் சுடர்வண்ணம் பரப்பினமாதோ!

மூன்று மைல் நீள மதில்சுவர் முழுவதும் ஒரே புதர் மரங்கள்! இந்தக் காட்சி புலவரின் சகவாசிகளுக்கு மறைந்தொழிந்துபோன ச்சென் ஹௌச்சு தனது மிகச் செழிப்பான காலத்தில் எப்படி இருந்தான் என்பதை நினைவூட்டப் போதுமானது; அதோடு, மனித வாழ்வு மாறி மறைந்தொழிந்தாலும், இயற்கை என்றும் போலவே ஒளிர்ந்து வருகிறது என்பதை எடுத்துக்காட்ட, 'இரக்கமற்ற மரங்கள்,' 'அறக்கொடிது,' என்ற மாதிரி வருணிக்கிறார். புலவர் இதே பாணியில், ட்டாங் மிங்குவாங், யாங் க்வீஃபீயி, ஆகியோரின் கடந்த அருமை பெருமைகளைப் பற்றி ப்போ ச்சுயி (772-846) மிக வருத்தத்துடன் விவரிக்கிறார். எப்படி வருணிக்கிறார்? சிறு படம் தீட்டிவிடுகிறார். நரைத்த தலையினராகிய, முதிய பணிப்பெண்கள், ஆள் நடமாட்ட மற்றுப்போன அரண்மனையில் வம்பளந்துகொண்டிருக்கின்றனர். இவர்கள் எதைப் பற்றி வம்பளக்கின்றனர் என்ற சில்லறை விவரங்களைப் புலவர் விவரிக்காது விட்டொழித்தார்.

நாட்டு மன்னர் நல்லில்லம்
நமனுலகம் போலாச்சே;
தேட்டமில்லை, வெற்றுவெளி!
தேய்கனவாய் வெறுமை புக்குப்,
பேரரசுச் செம்மலர்கள்
ஆருமின்றி, அமைதி யொன்றே

> ஆமணையாய் அலர்ந்தொளிரும்
> நரைத்தலையர், நாட்டுமன்னர்
> நல்லில்லப் பணிப்பெண்கள்
> நாவுலரப் பேசிடுவார், வேறென்ன!
> நமனுலகார் ஷீவான்ச்சுவாங்
> நாடாண்ட விதம் ஈதோ!

இதே மாதிரியில் லியு யுஷியும் பாடியிருக்கிறார். இது, புகழ்பெற்ற வாங் குடும்பங்களும் ஷியெ குடும்பங்களும் ஒரு காலத்தில் தங்கள் இல்லமாகக் கொண்டிருந்த பிளாக் கவுன் அலெ என்னும் இடத்தின் சிதைவைப் பற்றியது.

> செம்பறவைப் பாலத்தைக் கண்டீரோ இன்று?
> அங்கெல்லாம் காட்டுப்புல் அடர்ந்திருக்கப் பார்த்தீரோ?
> கறுஞ்சட்டைச் சந்தில் மாலைக் கதிரவனின் ஒளி இலங்கும்,
> வாங் மக்கள் ஷியெ மக்கள் வதிந்த மண்டபங்கள்
> வாழுமிடமாய்க் கொண்ட தூக்கணாங்குருவிகள்,
> இன்று எல்லாப் பொதுமக்கள் இல்லந்தோறும்
> இரைதேடிப் பறந்தோடக் கண்டார் யாரே!

இங்கே கவனிக்க வேண்டிய முக்கியமான விசயம், இயற்கைப் பொருள்கள் மனிதர்களைப்போல ஆசாபாசத்தோடு நடமாடும்படிச் செய்வதே. இதற்காக அவை மனிதர்போலப் பேசி நடிக்கவா செய்கின்றன? இல்லை. தந்திரமான உபமானத்தின்மூலம் அவை மனித உணர்ச்சி கொண்டுவிட முடிகிறது. 'சோம்பிய மலர்கள்,' 'வருந்தும் வசந்தம்,' 'பிணங்கும் தூக்கணாங்குருவி'—என்ற மாதிரி உருவங்கள், கோரிய உணர்ச்சியை எழுப்பிவிடுகின்றன. பார்க்கப்போனால், உபமானங்களைப் பொறுத்த மட்டில் ஒன்றும் சாதிக்கப்பெற்று விடவில்லை. இந்த மாதிரிக் கவிதையின் சிறப்பு எதிலிருக்கிறது? காட்சியில் உணர்ச்சியை ஏற்றிப் பரப்பிவிட வேண்டும். அப்புறம், கவிஞனானவன் தனது சொந்த உணர்ச்சிப் பலத்தால் இந்தக் காட்சிக்கு உயிரும் உணர்வும் ஊட்டி, அது அவனின் மகிழ்வையும் துக்கத்தையும் அப்படியே பிரதிபலிக்கும்படிச் செய்துவிடுவான். மேலே கண்ட எடுத்துக் காட்டால் இது மிகத் தெளிவாகிறது. இங்கே, மூன்று மைல் நீளமுள்ள சுவரைத் தழுவிப் பின்னிக்கொண்டு வளர்ந்திருக்கும் புதர் மரங்கள் 'அறக் கொடியன' என்று சொல்லப்படுகின்றது. ஏன்?

ச்சென் ஹொச்சுவை அவை நினைத்திராமல் மறந்துவிட்டன. புலவனுடைய மகத்தான துயரத்தில் அவை பங்குகொண்டு தாமும் இரங்கிக் கிடப்பதற்குப் பதிலாக, என்றும்போலக் கோர எழிலோடு இலங்குகின்றன. இது சரியில்லையல்லவா?

ஒரு சமயம், கவிஞ நண்பர் ஒருவருடன் நான் பயணம் போனேன். எங்கள் பேருந்து ஒதுக்குப்புறமான குன்றுப் பக்கமாகப் போயிற்று. அங்கே ஒரே ஒரு குடிசைதானிருந்தது. கதவெல்லாம் தாளிட்டுச் சாத்தியிருந்தன. குடிசைக்கு முன்னால் தனிமையில் ஒரு பீச் பழமரம் மட்டும் நின்றது. பூவும் காயும் கனிந்து குலுங்கின. மனிதப் புழக்கமற்ற இந்தப் பாலைவனத்தில் அதன் செழுங்கனிவு யாருக்கும் பயன்படாது வியர்த்தமாகிக்கொண் டிருந்தது. உடனே தனது கைப் புத்தகத்தில் என் நண்பர் சில கவி வரிகளை எழுதிக்கொண்டார். இன்னும் எனக்கு அவை நினைவில் இருக்கின்றன.

உழவனும் மனைவியும் வயற்புறம் போயினர்,
சொல்லொணாச் சோம்பலால் சோர்ந்தன மலர்கள்.

இதிலிருந்து உண்டாகும் பயன் யாது? பழமரத்துக்குக் கவிதா உணர்ச்சியை ஊட்டுவதுதான். மரத்தின் மலர்கள் 'சொல் லொணாச் சோம்பலால் சோர்ந்தன'வாம். இது, இயற்கையி னிடத்துக் கடவுள்தன்மை காணும் தத்துவத்தில் கொண்டுபோய் விடுகிறது. நல்ல சீனக் கவிதை எல்லாவற்றிலுமே இந்த உத்தி, அதாவது மனநிலை, சுவறிக்கிடப்பது இயல்பு. உதாரணத்துக்குப் பாருங்கள்: லிப்போ தமது சிறந்த கவிதை ஒன்றை எப்படித் தொடங்கினார்?

மங்கிய மாலை, ஒளிமறையும் வேளை,
மரகதக் குன்றினூடே நடந்துசென்றேன்.
மலைமீதமர்ந்த முழுமதி என்னைத்
தொடர்ந்து வந்தது வழியனுப்புதற்கே.

அவருடைய இன்னொரு பிரபலக் கவிதை சந்திரன் கீழ்த் தனித்திருந்து மதுவருந்தல் என்பது. இதையும் பாருங்கள்.

மலர்களூடே மதுப்பாண்டம்;
யாருமில்லை என்கூட;
தனியே மதுவருந்துகிறேன்

சந்திரனே வந்திடுவாய் மதுவருந்திச்
சந்தோஷமா யிருப்போம் என்றழைத்தேன்.
நானும், சந்திரனும், என் நிழலும் சேர்ந்து மூவரானோம்.
சந்திரன் குடிக்கவில்லை;
என் நிழலுக்கு என்னைத் தொடர்வதல்லால்
வேறேதும் செய்ய வகை தெரியாது.
இருந்தாலும், இவை சற்றுத் துணையிருக்கும்.
வசந்த காலந்தான் வாழத் தகுந்தது.
நான் பாடினேன்; சந்திரன் தலையசைத்தான்;
நான் ஆடினேன்; என்நிழல் பருத்து அசைகிறது.
அறிவு தெளிவாயிருந்தால் ஆடிப்பாடுவோம்;
போதை ஏறினால் அவரவர் பாடு பிரிந்துபோவோம்.
நாங்கள் மூவரும் சாசுவதத் தோழர்கள்.
விண்ணில் சேர்ந்தால்தான் தனிமையாவோம்.

இது வெறும் உபமானம் மட்டுமல்ல; இயற்கையோடு கவிஞன் இரண்டறக் கலக்கிற நிலையில் உள்ள நம்பிக்கையைக் கவிதா வடிவத்தில் வற்புறுத்துகிறது. மனித உணர்ச்சியின் மின்சாரம் பாய்வதால் உருவமற்ற உயிரே துடிதுடித்து இயங்கும்படிச் செய்கிறது. இயற்கையோடு இயைந்த இந்தக் கவிதா நிலை இயற்கையே தெய்வம் என்றும், இயற்கையோடு கொள்கிற உறவுதான் இனியதென்றும் சொல்கிற இந்தத் தத்துவத்தை ட்டுஃபுவின் பலதரப்பட்ட மனநிலையைப் பற்றிய காலடிச் செய்யுள்கள் என்ற நூலில் பரக்கக் காணலாம். இங்கே, இயற்கைப் பொருள்களுக்கு மனிதர்க்குள்ள சுக துக்கங்கள் கற்பிக்கப் படுகின்றன. அவற்றின் சோகத்தில் புலவர் அனுதாபங்கொண்டு விடுகிறார். அவற்றோடு உறவாடுவதில் ஒரு தனி இன்பங் காண்கிறார். கடைசியில் இயற்கையும் தாமும் இரண்டறக் கலந்துவிடுகின்றனர். முதற் பாட்டைப் பாருங்கள்.

யாத்ரிகனின் மனத்திலே அமுங்கிக்கிடக்கும்
துக்கம் எனக்கு நன்றாய்த் தெரிகிறது.
நாடோடியான வசந்தம் தடபுடலாய்
வந்திறங்கிவிட்டது; பூக்களெல்லாம்
அளவுமீறிப் பூத்துக் குலுங்குகின்றன.
அரட்டையடிக்கும் கிளி சும்மா கதைத்துக்கொண்டேயிருக்கிறது.

‘நாடோடி,’ ‘அரட்டை,’ ‘கதைக்கிறது’ என்ற சொற்கள் வசந்தத்துக்கும் கிளிக்கும் மனித இயல்பைக் கொடுத்துவிடு கின்றன. இப்படிச் சொல்லிய பிறகு, முன்னால் இரவு அடித்த காற்று பழமரங்களைத் தடித்தனமாய் அலட்டி வெருட்டின என்று புலவர் மேலும் கூறுகிறார்.

நான் என் கையாலே நட்டு
வைத்த பழமரங்கள் அநாதைக
ளல்லவே! கிழவன் வீட்டுத்
தாழ்ந்த சுவர்கள் பழமரங்களின்
வீடுகளல்லவா! அப்படியிருந்தும்,
என்ன காரணத்தாலோ, வசந்தக் காற்று
இவற்றைத் தடித்தனமாய் நடத்தத்
துணிந்துவிட்டது. என்ன அநியாயம்!
நேற்றிரவு இவற்றின் கிளைகளை இந்தப்
பொல்லாத காற்று ஒடித்துவிட்டது!

மரங்களிடத்தே உண்டான அன்புணர்ச்சி மீண்டும் கடைசிப் பாட்டிலே குறிக்கப்படுகிறது:

அண்டை வீட்டு ‘வில்லோ’ மரம்
பதினைந்து வயது இளஞ் சிறுமியின் சிற்றிடை
போல மென்மையானது, வலியற்றது.
இன்று காலைதான் இந்த அக்ரமம் நடந்ததென்று
யார்தான் நினைப்பார்கள்? இதன் கிளையில் மிக
நீளமானதை, மிகச் செழுமையானதை, இந்தப் பொல்லாத
காற்று ஒடித்துப் போட்டுவிட்டதே!

காற்றில் மகிழ்ந்து அசைந்தாடும் ‘வில்லோ’ மரம் தன்னை மறந்து இன்புறுவதாகக் குறிக்கப்படுகிறது. ஐந்தாவது பாட்டில் ஒரு நூதனம், பழ மரத்திலிருந்து கவனமில்லாமல் கீழே உதிர்ந்து, நீரில் விழுந்து, நீரோடும் இடமெல்லாம் அனாயாசமாய் மிதந்து செல்லும் மலர்கள் திடசித்தமில்லாத மாதர்களைப்போலக் கண்ட இடமெல்லாம் அலைவதாக இதில் சொல்லப்படுகிறது.

வசந்தம் மறைவதில் எனக்கு
ஆழ்ந்த வருத்தம், கையிலே பிரம்பு
பிடித்தபடி நறுமணம் கமழும் அந்தத்
திட்டிலே முன்னும் பின்னுமாக நடந்து

திரிந்தேன், காற்றின் முன்னே
மதம் பிடித்த மரங்கள் உல்லாச நடனம்
ஆடுகின்றன, செம்பூ இதழ்கள் நீரின்
மேல் தவழ்ந்தபடி சிடுசிடுத்து நகைக்கின்றன.

இனி மூன்றாவது பாடலைப் பாருங்கள். இறைவன் எங்கும் இருக்கிறார் என்ற கோட்பாடு ஜீவராசிகள் அனைத்தினிடத்தும், புழுக்கள், பூச்சிகள் என்ற விகற்பமில்லாமல், உறவுபூண்டு களித்தாடும்படிச் செய்துவிடுகிறது. இது இருக்கட்டும். 'வசந்தத்தின் பிறகு பகுதியில் ஒரு காட்சி' என்பதைச் சுங் காலக் கவிஞர் யெலி பாடியிருப்பதைப் பார்ப்போம்:

ஜோடி ஜோடியாய்த் தூக்கணாங் குருவிகள்
புத்தக அடுக்குகளிடையே குதித்து விளையாடுகின்றன.
மைபுட்டியிலே சின்னஞ் சிறு பூவிதழ்கள்
பொட்டுப் பொட்டாய் உதிர்கின்றன. 'மாறுதல்
விவரணப் புத்தக'த்தைப் படித்தபடி ஜன்னலண்டை
நான் அமர்ந்திருக்கிறேன். வசந்தம் இன்னும்
எவ்வளவு காலந்தான் நம்மிடையே தங்கியிருக்கப்
போகிறது என்பதை, நான் அறவே மறந்துபோய்விட்டேன்.

இது அகக்கண்ணால் காணும் காட்சி. பறவைகளிடத்தும், மிருகங்களிடத்தும் புலவர்க்குச் சொல்லொணாப் பேரன்பு பொங்குகிறது. ஆகவேதான், புலவர் ட்டுஃபு மணற்கரையில் அமர்ந்திருக்கும் சிறு குருவிகள் 'கைமுஷ்டி பிடித்து' நிற்கின்றன என்றும், ஓடையில் தனது படகருகே துள்ளி ஓடும் மீன்கள் 'ஓங்கிய முள்ளோடு' திரிந்தன என்றும் கூறமுடிகிறது. சீனக் கவிதையில் மிகச் சுவையான ஒரு பகுதியை இங்கே நாம் காணமுடிகிறது—உருவக அணி. பறவைகளின் கால்களை 'முஷ்டி' என்றது வெறும் இலக்கிய ரசனைக்கான உபமான மட்டுமல்ல. புலவன் தானே பறவையாக மாறிவிடுகிறான். அதனால், பறவைகள் கால்களை மடக்கிப் பிடிப்பதைத் தானும் அவையாக இருந்து உணருகிறான். தான் அனுபவித்த உணர்ச்சியை வாசகனும் அனுபவித்து மகிழ வேண்டுமென்பது புலவரின் அவா. இங்கே, விஞ்ஞானியின் நுணுக்க விவரங்களில்லை. கவிஞனின் கூர்மையான பார்வைதான் இருக்கிறது. இது அன்பின் திளைப்பால் உண்டாகுமேயன்றி, அறிவால் ஆவதன்று. காதலனின் கண்ணுக்குப்

புலப்படும் கனிந்த எழில், விஞ்ஞானியின் கண்ணுக்கு அகப்படுவது உண்டா? மகவின் மனப்போக்கு குருட்டாம் போக்கில் தாய்க்குச் சரியாய்ப் படுவதுபோல, ஆராய்ச்சிக்காரனுக்குப் படுமா? இயற்கையில் ஊறுவது?—இது என்ன? பிரபஞ்சத்திலுள்ள சகலத்தோடும் மனிதர்க்குரிய ஆசாபாசத்தைக் காட்டித் தோழமை பூண்டொழுகுவது. மக்கிமாண்டு போன புற்பூண்டுகளுக்கு கவிதா ஜீவனளிப்பதன்மூலம் பசிய பாசிக்கற்றை நமது வாயிற்படியில் ஏறி நடக்க முடிகிறது. பசும் புல்லின் பச்சை நிறம் அத்தூக்காக நம் வீட்டுச் சாளரத்தின் வழியாய் நுழைந்து நம்மை நாடிவர முடிகிறது. இது கலப்பற்ற உருவெளித் தோற்றந்தான்; உண்மையில்லை. அதனால் என்ன? இந்தக் கற்பனைகள் தாமாகத் திடும் என்று உண்டானவை. சிந்தனையின் விளைவல்ல; அடிக்கடி இவை குமிழியிட்டுக் கிளம்பிய வண்ணமிருப்பதால், சீனக் கவிதைக்கு இவை அச்சாணிகளாய்விட்டன என்றுகூடச் சொல்லி விடலாம். ஒப்புவமை, வெறும் உவமையாக இருப்பதோடு நின்று விடுவதில்லை. உவமையே கவிதா உண்மையாக மாறிவிடுகிறது. இயற்கை எழிலைத் தாறுமாறாகப் பருகியதால், இயற்கைப் போதை மண்டையைக் கிறுகிறுக்கடித்துவிட்டிருக்க வேண்டும். இல்லாவிட்டால், மேலைநாட்டுப் புலவர் ஹீய்னை நினைப்பூட்டும் இந்த அடிகளை ச்சென்ஙோ எப்படிப் பாடியிருக்க முடியும்? தாமரையைப் பற்றியது இது:

மென்காற்றவள் மேனி தொட்டகன்றதும்,
பைம்புனலிற் பசுந்தலை மெல்லத் தொடுவாள்;
அயலவர் அண்டையில்லை யென்றறிந்ததும்,
செக்கெனச் சிவந்ததன் செந்தளிர்மேனி
மொக்கெலாந் துலங்க மோனமாய் நிற்பாள்.

கவிதை பாடுவதில் கையாளுகிற உத்தியில் இரண்டைப் பற்றி இதுவரை ஆராய்ந்தோம்: ஒன்று, காட்சியமைப்பு; மற்றது உணர்ச்சி. இவற்றிலிருந்து, சீனக் கவிதையின் போக்கு நமக்கு விளங்குகிறது; சீன நாட்டுக்கு அதன் கவிதையால் உண்டாகும் பண்பாட்டு அருமை பெருமைகளும் நமக்குப் புலனாகின்றன. சீனக் கவிதையை மொத்தமாய் இரு பிரிவாய்ப் பிரிப்பது போல, கவிதையால் விளையும் பண்பும் இரு வகையானது. (1) தன்னை மறந்து, களிவெறியில் மூழ்கும் கவிதை ஓர் இனம். இது,

கவலையற்றது; வாழ்க்கையில் உணர்ச்சியை அள்ளி வீசி, அதில் மனம் பறிகொடுத்துத் துள்ளிக் குதிப்பது; சமூகக் கட்டுப்பாடு களை உதறித்தள்ள வேண்டுமென்று பறையடிப்பது; இயற்கை யினிடத்து ஆழ்ந்த காதலைப் புகட்டுவது. (2) கலைக்கட்டுப் பாட்டுடன், அளவோடு இயங்குவது மற்ற சீனக் கவிதை; கனிந்து குழைவது; சிரத்தை காட்டாது தன்பாட்டிலிருப்பது; துக்கச் சுவடு பதிந்தது; ஆனாலும், சினந்து சீறாதது; இன் மனிதரை நேசிக்கும் படியும், போதுமென்ற மனமே பொன் செய்யும் மருந்து என்று நிறைவுள்ளத்தோடிருக்கும்படியும் போதிப்பது. எளியாரிடமும், அமுக்கப்பட்டுத் தவிப்போரிடத்தும் அன்பு செலுத்தக் கற்பிப்பது. போரிடுவதை நஞ்சென வெறுக்கப் பயிற்றுவிப்பது.

ச்சு யுவான் (343-290 கிமு), புல்வெளிப் புலவராகிய ட்ட யுவான்மிங்; ஷியெ லிங்குவன், வாங்வெயி, மெங் ஹஓஜான் (689-740), கிறுக்குச் சந்நியாசியான ஹன்ஷான் (முன்பின் 900), இவர்களை முதல் இனத்தில் சேர்க்கலாம். ட்டுஃபு போன்ற முழுக்க முழுக்க இயற்கையோடியைந்த வகையினரில் ட்டுமு (803-852), ப்போ ச்சுயி, யுவான்ச்சென் (779-831) ஆகியோரையும் சீனத்துப் பெண் கவிஞரில் மிகச் சிறந்தவரான லி ச்சிங்ச் ச ஓ (1081-1141?) வையும் சேர்க்கலாம். கச்சிதமாக இனம் பிரிப்பது சல்லிசல்ல. இருந்தாலும் மேலே கண்ட பிரிவோடு மூன்றாம் பிரிவு ஒன்றும் இருந்தே வந்தது. இதில் சேர்ந்தவர்கள் காதற் கவிஞர். லிஹோ (லிச்சாங்ச்சி 790-816) லி ஷாங்யின் (813-858) ஆகியோரும், பின்னரின் காலத்தே இருந்த வென் ட்டிங்யுன், ச்சென் ஹௌச்சு (ச்சென் பகுதியை ஆண்ட மன்னர், 553-604), நலான் ஷிங்ட்டெ (இவர் மஞ்சு ஜாதியார், 1655-1685) ஆகியோர் காதல் பாட்டு இசைப்பதில் புகழ்பெற்ற புலவர்கள்.

முதலாவது இனத்துக்கு நல்ல எடுத்துக்காட்டு கவிஞர் லிப்போதான். இவரைப்பற்றி ட்டுஃபு கவிஞர் என்ன சொல்கிறார்?

ஒரு ஜாடி ஒயினிருந்தால், லி நூறு கவி பாடிவிடுவார். ச்சங்கான் நகரத்துச் சத்திரமொன்றில்தான் அவர் தூங்குவார். சக்ரவர்த்தி அவரை அழைத்துவர ஆளனுப்பியபோது, வர முடியாதென்று சொல்லிவிட்டார். 'நான்தான் கள்ளின் கடவுள், அரசே!' என்று சொல்லியனுப்பிவிட்டார்.

லிப்போ, சீனாவின் நாடோடிப் புலவரின் மன்னர். இவர் குடியில் நனைந்து ஊறிக்கிடப்பவர்; அதிகாரப் போக்கை அறவே வெறுப்பவர்; நிலவைத் தோழனாகக் கொண்டவர்; உன்னதமான மலைக் காட்சிகளை அந்தரங்கப்பூர்வமாக நேசிப்பவர்; எப்போதும் மனஎழுச்சியோடிருப்பவர்.

என் கையில் ஒரு தெய்வீக வாள் இருந்து, அதைக்கொண்டு இருந்த இடத்திலிருந்தபடியே கடல்களைத் தாண்டித் திமிங்கலங் களை வெட்டித்தள்ள முடிந்தால், எனக்கு எவ்வளவோ சந்தோஷமாக இருக்கும்!

லிப்போவின் வீராவேசம் கடைசியில் அவருக்கு நமனாகவே முடிந்தது. ஒருமுறை, வெறியில், நீரில் விழுந்த சந்திரனின் நிழலைப் பிடிக்க முயலும்போது மூழ்கி மாண்டுபோனார். உணர்ச்சியற்றவர்கள் என்கிற சீனர்கள் சிலவேளை இப்படி நிலாவைப் பிடிக்கிறேனென்று கவிதா மரணம் அடையமுடிவது எவ்வளவு நயமானது.

சீனர்களுக்கு இயற்கையினிடத்து இருந்த காதல் நல்லதுதான். இதுதான் அவர்களின் கவிதா வாழ்வின் கட்டுக்கோப்பு. இந்தக் காதல் அவர்கள் உள்ளத்தில் பொங்கி, இலக்கியமாக வழிந் தோடியது. இதர தேசத்தில் சாதாரண மக்களுக்கு இல்லாத அளவில், சீனாவில் மலர்களிடத்தும், பறவைகளிடத்தும் மக்களுக்குக் காதல் பரவியிருக்கும்படிச் செய்தது இதுதான். கூண்டில் அடைப்பட்டுக் கிடக்கும் பறவை ஒன்றைப் பார்த்த மாத்திரத்திலேயே சீன ஜனக்கும்பல் பரப்பரப்படைந்துவிடுவதை நான் நேரே பார்த்திருக்கிறேன். இந்தக் காட்சி அவர்களை அந்த விநாடி சிறு குழந்தைகள் போலாக்கிவிடுகிறது; மனத்தில் மகிழ்வூட்டிவிடுகிறது. எல்லோரும் ஒன்றாய்ச் சேர்ந்து கூத்தடித்து ஆடவேண்டுமென்கிற ஆசை அடக்க முடியாத அளவு உண்டாகி விடுகிறது. அறிமுகமில்லாதவர்கள் ஒருவரை ஒருவர் பகைமை உணர்ச்சியோடு வெறித்துப் பார்ப்பது சடக்கென்று மறைந்து போய்விடுகிறது. எல்லோர் கவனத்தையும் ஒருமித்திழுக்கும் இன்பக் காட்சிதான் தனிப்பட்ட மனப்போக்குகளை இப்படித் தடம்திருப்பி இணைத்துவிட முடியும். கழனிகளிடையே வாழுகிற வாழ்வைச் சீனர் பக்திப் பூர்வமாய் வணங்குகிறவர்கள். இந்த வாழ்வு அவர்களின் கலாசாரத்தில் அப்படியே ஊறிப்போய்

இருக்கிறது. 'பண்ணை வேலை பார்க்கப் போகிறேன்' என்று இன்னும் பெரிய பெரிய உத்தியோகஸ்தர்களும் பண்டிதர்களும் பெருமையாய்ச் சொல்லிக்கொள்வார்கள்.

இப்படிச் சொல்வது தங்கள் கௌரவத்தை மிகவும் எடுத்துக் காட்டுவதாக அவர்கள் கருதுகிறார்கள். தமது கடைசி வாழ்க்கை இலட்சியம் இதைவிட உயர்ந்ததாயிருக்க முடியாதென்று அவர்கள் நினைக்கிறார்கள். சீனாவில் எல்லாவற்றையும் ஆண்டு அனுபவித்து, வாழ்க்கையில் பரம திருப்தியோடு வாழும் ஒருவன், பண்ணை வாழ்வையே தனது வாழ்வின் உச்சநிலையாக மதிக்கிறான். இதைப் பிறரிடம் சொல்லிக்கொள்வதில் அவனுக்கு ஒரு தனி ஆர்வம்; பெருமையுங்கூட. பரம அயோக்கிய சிகா மணியான அரசியல்வாதிகூட லிப்போ கவிஞனின் வீராவேசம் தன்னிடத்தும் கொஞ்சம் இருக்கவே செய்கிறது, தானும் இயற்கையோடு உறவுகொள்ளத் துடிதுடித்துக்கொண்டு தான் இருக்கிறேன் என்று பாவனை பண்ணவே செய்வான். உண்மையில், இவனுக்கும் இயற்கைக் காதல் இருக்குமென்றே எனக்கும் படுகிறது. ஏன்? என்னதான் இருந்தாலும், இவனும் சீனாக்காரன் தானே. சீனன் என்ற முறையில் வாழ்வில் கிடைக்கக் கூடியது இவ்வளவுதான் என்பது அவனுக்குத் தெரியாமல் போகாது. நள்ளிரவில், ஜன்னல் வழியே, நட்சத்திரங்களைக் கூர்ந்து நோக்கும்போது, இளம் பருவத்தில் பயின்ற கவி அடிகள் நினைவுக்கு வரவே செய்யும்:

பாதி உறக்கமாய் நாள் முழுவதும் குடிவெறியில் மயங்கிக் கிடந்தேன். வசந்தம் சீக்கிரம் ஓடிவிடும் என்று கேட்டவுடனே, அவசர அவசரமாய் நடந்தேன். மூங்கில் கம்புகளாலான முற்றம் ஒன்றில் சந்நியாசி ஒருவருடன் சற்றுப் பேசிக்கொண்டிருந்தேன். இப்படி இன்னொரு அரை நாளை வசதியாய்க் கழித்தேன்.

இது வெறும் உளறல் அல்ல; இதுதான் அவனுக்கு வேத பாராயணம். இரண்டாவது வகையினர்க்குச் சரியான எடுத்துக் காட்டு ட்டுஃபு புலவர்தான். இவரின் அமைந்த நகைச்சுவை, அடக்கம், ஏழை எளியவரிடத்துள்ள அகக்குழைவு, போரிடுவதில் இவருக்குள்ள துலாம்பரமான வெறுப்பு—இவை சரியான எடுத்துக்காட்டு குணங்கள்.

ட்டுஃபு, ப்போச்சுயி போன்ற புலவர்கள் சீனர்களுக்குக் கிடைத்தது அவர்களின் நற்பேறுதான். இவர்கள் எங்கள் துயரங் களை அழகின் மூலம் எடுத்துரைத்துச் சோகச் சித்திரங்களைப் படைப்பார்கள். மனித குலத்திடம் எங்களுக்குப் பெரும் பரிவு உண்டாகும்படிச் செய்துவிடுவார்கள். ட்டுஃபு இருந்த காலம், இன்றிருப்பது போலப் பெரும் அரசியல் கொந்தளிப்பு, கொள்ளை, போராட்டம், பஞ்சப் பிணி எல்லாம் குமுறிக்கொண்டிருந்த காலம். அவர் என்ன எழுதினார்?

கறியும் ஒயினும் பெரிய பெரிய மாளிகைகளில் தேடுவாரின்றி அழுகிக் கெடுகின்றன. இந்த மாளிகைகளின் வாயிலண்டை மக்களின் எலும்புருவங்கள் தேடுவாரின்றி அழுகிக் கெடுகின்றன.

'மல்பெரி மங்கையின் பாட்டு' என்று ஷியெ ஃபாங்ட்டெ பாடிய கவியில் இதே கருத்துத் தொனிக்கிறது.

இரவு நெடுநேரமிருக்கும். நாலாம் யாமம் கடந்தது என்று கக்கூப் பறவை கத்திற்று. உடனே நான் எழுந்துவிட்டேன். இல்லாவிட்டால், தின்பதற்கு இலைதழை இல்லாமல் புழுக்கள் எல்லாம் பசியால் வாடிப்போகும். ஆனால், புழுக்கள் சீமாட்டிகள் போல நர்த்தனம் புரிந்துகொண்டே இருந்தன. இன்னும் ஓய்ந்த பாடில்லை. புழுக்களின் வீட்டு ஜன்னல்களில் மங்கிய நிலவொளி இலைகளின் இடுக்கு வழியே படிந்திருந்தது.

சீனர்களுக்குரிய தனி இயல்புப்படி இந்தப் பாட்டு முடிந் திருப்பதைக் கவனியுங்கள். இங்கே, சமதர்மக் கருத்து ஒன்றையும் புலவர் புகட்ட முயலவில்லை. காட்சியை வருணிப்பதோடு நின்றுவிட்டார். அப்படி இருந்தும் இது சராசரிச் சீனக் கவிதைகளில் இல்லாத புரட்சித் தன்மையைக்கொண்டே இருக்கிறது. புழுப்பூச்சிகள்கூட பசியில் வாடுவதற்கு நாம் இடந் தரலாகாது என்கிறார் புலவர். சாதாரணமாக, சோக மூர்ச்சையில், நமக்கென்ன—என்ற மாதிரிதான் எங்கள் கவிகள் பாட்டிசைப் பார்கள். ட்டுஃபுவின் கவிதைகள் பல அப்படித்தான். போரால் உண்டாகும் சள்ளையை அவர் விவரித்திருக்கிறார். ஷிஹ்ஹாவோக் கிராமக் காவலதிகாரி என்ற கவிதையில் அவர் கூறுவன கவனிக்கத்தக்கன:

நான் ஷிஹ்ஹாவோக் கிராமத்துக்கு வந்து, அன்று மாலை

அங்கேயே தங்கியிருந்தேன். இரவில், போருக்கு ஆள் பிடிப்பதற்காகக் காவலதிகாரி வந்தான். இவன் வந்ததைக் கண்ட வீட்டுக் கிழவன் சுவரேறிக் குதித்து ஓடிவிட்டான். வந்தவனை வீட்டுக் கிழவி வரவேற்றாள். ஐயோ, அதிகாரியின் குரல் எவ்வளவு கொடூரமாயிருந்தது! கிழவி ஏன் இப்படி முக்கி முனகிப் பிரலாபித்தாள்? 'எனக்கு மூன்றே புதல்வர்கள். மூவரும் நியெச் செங்குக்குப் போரிடப் போய்விட்டார்கள். ஒருவனிடமிருந்து இப்போதுதான் தகவல் எட்டியிருக்கிறது. அதில் மற்ற இருவரும் போரில் மடிந்துவிட்டார்களென்று எழுதியிருக்கிறான். உயிரோடிருப்பவர்கள் நல்லபடியாய் உயிர் வாழட்டும்; இறந்தவர்களால் ஆவதொன்றுமில்லை. இங்கே இப்போது வீட்டிலிருப்பது என் பேரன் மட்டுந்தான். அவனை நினைத்துத்தான் அவன் தாய் இன்னும் உயிரை வைத்துக்கொண்டிருக்கிறாள். மானத்தைக் காக்க அவளுக்கு ஒரு ரவிக்கைக் கந்தல்கூட இல்லை. எனக்கோ தள்ளாத காலம்; வரவர நடக்கக்கூட முடியவில்லை. வேண்டுமானால், போர் முனையில் சேவை செய்ய என்னை இட்டுச் செல். பட்டாளத்துக்குக் கஞ்சி சமைத்துப்போடுவேன். நாளை நான் உன்னோடு ஹோயாங் முனைக்கு வருகிறேன்.

—கிழவி இவ்வாறு சொன்னாள். இரவு நேரத்தில் அவள் குரல், மங்கி மங்கிக் கடைசியில் ஒரே பொருமலாய் முடிந்தது. காலை யில், பட்டாளத்தோடு அவளும் கிளம்பிவிட்டாள். தன் முதிய கணவனிடம் தனிமையில் அவள் விடைபெற்றுக்கொண்டாள்.

சீனக் கவிதையின் சிறப்பியல்பான சோக உணர்ச்சிக்கும், அடக்கமான போக்குக்கும் இது சரியான எடுத்துக்காட்டு. இதில், ஒரு சித்திரம் படம் பிடிக்கப்படுகிறது; ஒரு கருத்து கூறப்படுகிறது. அத்துடன் சரி; மற்றவற்றைக் கற்பனை பண்ணிக்கொள்ள வேண்டிய பொறுப்பு வாசகரைச் சேர்ந்தது.

9. நாடகம்

சீன நாடகம் நிலைபேறு உடைய பேரிலக்கியமுமல்ல; பேரிலக்கியம் என்ற பெயரால் மேலைநாட்டார் குறிக்கும் கற்பனை இலக்கியமும் அல்ல; இவை இரண்டுக்குமிடையே இருப்பது அது. கற்பனை இலக்கியம் அன்றாடம் பேசுகிற மொழியில் எழுதப்படுவது.

நாடகமும் நாவல்களும் இப்படித்தான். ஆகவே, பேரிலக்கியம் எழுதும்போது கவனிக்க வேண்டிய ஆடம்பரமான சட்ட திட்டங்கள் இங்கே தேவையில்லை. இதனால் நாடகங்கள் நாளுக்கு நாள் வளர்ந்து பெருக முடிந்தது. சீன நாடகம் பெரும்பாலும் கவிதை மயமானது. அதனால், நாவலைவிட நாடகம் உயர்ந்தது என்ற எண்ணம் இருந்துவந்தது. டாங் காலத்துக் காதல் கவிதை களுக்குச் சமமென்றுகூட மதிக்கப்பட்டு வந்தது, கவிதையை வழிப்பட்டு நின்ற சீன நாடகத்துறை. நாவல் எழுதுவதை மதிப்புக் குறைவாக நினைத்த படிப்பாளிகள், நாடகம் எழுத வெட்கப் படுவதில்லை. மொத்தத்தில் நாடகாசிரியர்களின் பெண்கள் நன்றாய் விளம்பரப்படுத்தப்பட்டு வந்தனர். நாவலாசிரியர்கள் தம் பெயர்களை வெளியிடச் சம்மதிப்பதில்லை; மதிப்புக் குறைவாம்.

இனிமேல், கற்பனை இலக்கியம் வளர்ந்த கதையைப் பார்க்கலாம். படிப்படியாய் வளர்ந்து, வனப்புப் பெற்று, இன்று யாரும் கண்ணியப்படுத்தும் நிலைக்கு வந்திருக்கிறது இது. பண்டைய இலக்கியம் சாதிக்க முடியாதவற்றை இது சாதித்து இருக்கிறது.

சீன நாடகம் கலப்படமானதாயிருப்பது அதற்குத் தனிச் சிறப்புத் தருகிறது. கலப்படமற்றிருந்தால், பொதுமக்களிடம் அதற்கு இவ்வளவு தூரம் செல்வாக்கு இருக்க முடியாது. சீன நாடகத்தில் பேசுகிற மொழியில் எழுதப்பட்ட உரையாடல்கள் தான் நிறைய இருக்கும். மொத்தத்தில் எந்த மனிதனுக்கும் எளிதில் புரிந்துவிடும். உரையாடலுக்கு நடுநடுவே பாட்டு இருக்கும். பாட்டுகள், சிலவேளை மிக நயமான கவிதைகளாக இருந்து விடுவதும் உண்டு. ஆகவே, ஆங்கிலச் சம்பிரதாய நாடகத்துக்கும் சீன நாடகத்துக்கும் வெகுதூர வித்தியாசமுண்டு. பாட்டுகள் அடிக்கடி நடுநடுவே வரும்; பேச்சைவிடப் பாட்டுத்தான் அதிகமிருக்கும். ஹாஸ்ய நாடகங்களில் பேச்சுத்தான் அதிகம். இது இயல்பே. சோக நாடகங்களும், காதல் சித்திரங்களும் அடிக்கடி பாட்டுக்களில் பீறிட்டுக் கிளம்பிவிடும். சீனர்கள் நாடகம் பார்க்கப்போவது பாட்டுக் கேட்பதற்கே. நடிப்பைப் பார்ப்பதற் கல்ல. நாடகங் 'கேட்க'ப் போவதாகத்தான் சொல்வது வழக்கம்; 'பார்ப்பதற்'கல்ல. ஆகையால், ஷி என்ற சீனச் சொல்லை

'நாடகம்' என்று மொழிபெயர்ப்பது தப்பு; சீன நாடகத்தை 'இசை நாடகம்' ('ஆபெரா') என்றுதான் சொல்ல வேண்டும்.

சீன நாடகம், இசையை முக்கியமாய்க்கொண்ட இசை நாடகம் என்று கொண்டால்தான் அதன் இயல்பு என்ன, அது எப்படி எல்லாரையும் கவருகிறது, அதை எப்படி இயற்றியிருக்கின்றார்கள் என்ற விவரங்கள் பிடிபடும். நாடகமானது—அதிலும், நவீன ஆங்கில நாடகமானது—நமது அறிவுக்கு விருந்தளிப்பது. இசை நாடகமோ உணர்ச்சிக்கு விருந்தளிப்பது; வர்ண பேதங்கள், குரல் எட்டு, சூழ்நிலை, மன எழுச்சி இவற்றால் நம்மைக் கவர்வது. நாடக மொழி, நாம் பேசும் அன்றாட மொழி. இசைநாடக மொழி சங்கீதமும் பாட்டுமே. நாடகம் பார்க்கப் போகிறவன், அதில் என்ன எதிர்பார்க்கிறான்? தனக்குப் பிடித்த கதை, பாத்திரங்கள் எப்படி நடமாடிப் போராடிப் படிப்படியாய் முடிவை நெருங்குகின்றன என்பதை சுவை குன்றாதபடி உரையாடல்களும் நிகழ்ச்சிகளும் விளக்கிச் சொல்ல வேண்டும்; எதிர்பாரா நிகழ்ச்சிகளும், நடிப்பு விசேஷமும் நம் கவனத்தை ஈர்க்க வேண்டும்—இவைதாம் நாடகப் பண்புகள். இசை நாடகத்தில், அறிவுக்குச் சிரமமில்லை; சுகமாய்ப் பொழுது போக்கலாம்; நல்ல காட்சிகளைக் கண்டு, இனிய சங்கீதத்தைக் கேட்டுப் புலன்களுக்கு இன்பம் பெறலாம்.

இதனால்தான் நாடகங்களை இரண்டாம் முறை பார்க்கப் பிடிப்பதில்லை. இசை நாடகத்தை விடாமல் ஐம்பது தரம் பார்த்தாலும் சலிப்பதில்லை. சீன நாடக மேடை எங்களுக்குச் சலிப்புத் தருவதேயில்லை. 'பீக்கிங் நாடகங்கள்' என்று சொல்கிறார்களே, இதில் ஒரு நூறு பாட்டுப்போலத்தான் இருக்கும். திருப்பித் திருப்பி இவற்றையே பாடினாலும், மக்கள் சலியாமல் கேட்டு இன்புறவே செய்கிறார்கள். பாட்டுக்களில் நயமான பிர்க்காக்கள் விழும்போது, ஜனங்கள் 'பலே! பலே!' என்று கோஷமிடுவார்கள். சீன நாடகத்துக்குச் சங்கீதந்தான் உயிர்; நடிப்பு பேருக்குத்தான். அதுவும், வழக்கப்படி கையையும் காலையும் குறிப்பிட்ட மாதிரி ஆட்டி அசைத்தால் போதும். மேலைநாட்டில் (இத்தாலிய) நாடகங்களில் வரும் கதா நாயகிகள் இப்படித்தான் கையைக் காலை அசைப்பதோடு தமது நடிப்பை வைத்துக்கொள்வர்.

சீனாவில், நாடகம் பார்க்கப்போகிறவன் நடிகன் பாடக் கூடியவனா, நடிக்கக் கூடியவனா என்றே முதலில் கவனிப்பான். நடிப்பு என்பதும் பெயரளவில்தான். மேலைநாட்டில் காதலைக் காட்ட, நெஞ்சை அகல விரித்து, மூச்சைப் பிடித்துக்கொண்டு நிற்கும் கதாநாயகியைக் கண்டு, கீழ்நாட்டாராகிய நாங்கள் கேலி செய்கிறோம். கீழ்நாட்டில் வருத்தத்தைக் காட்டக் கண்ணீர் இல்லாத கண்ணைச் சட்டைக் கையால் துடைப்பதைக் கண்டு மேலைநாட்டார் நையாண்டி செய்வர். நடிகனுக்கு நல்ல முகவெட்டும் உடற்கட்டும் இனிய தோற்றமும் குரலும் அற்ப நடிப்புத் திறமும் இருந்தால் போதும். கையைக் காலை அசைப்பதும் நல்லபடியாய் அசைத்தால் வெகு ரம்மியமாகவே இருக்கும். மெயி லன்ஃபாங், புகழ் பெற்ற சீன நடிகர். இவரை அமெரிக்கர்களுக்கு மிகப் பிடிக்கும். அதற்குக் காரணமுண்டு. இவருடைய சைகைகள் மிகவும் லாகவமாயிருக்கும்; இவரது பாட்டுக்களை அவர்கள் எந்த அளவு ரசிக்கிறார்கள் என்பது கடவுளுக்குத்தான் வெளிச்சம். இவரது அபூர்வ அசைவுகளும், இயக்கங்களும் கவர்ச்சி மிக்கன. செதுக்கி எடுத்த வெண்மையான விரல்கள்; நீண்டு, வளைந்த, கரிய புருவங்கள்; பெண்மை தவழும் நடை; ஆசையூட்டும் கண்ணடிப்பு; ஆளை மயக்கும் நொடிப்பு எல்லாம் சேர்ந்து அப்படியே சொக்கச் செய்துவிடும்.

இவற்றின் காரணமாகவே சீன மக்கள் இவரை இவ்வளவு தூரம் போற்றி வருகிறார்கள். இத்தனை பெரிய கலைஞர் கையாளும் போது, சாமான்யமெனக் கருதும் இதே கையசைப்புகள் வெறும் சைகை களாக மட்டும் இருந்துவிடாமல், உலகெலாம் புரியும் மொழியாகி விடுகிறது. சங்கீதமும் நடனமும்போல, இது சர்வதேச மொழியாக மாறிவிடுகிறது. இந்தக் காலத்தில் நடிப்பு என்று சொல்கிறோமே, அதில் மெயி லான்ஃபாங்குக்கு எவ்வளவு தெரியுமென்றால், ஒன்றுமே தெரியாதென்றுதான் சொல்ல வேண்டும். நார்மா ஷேரர், ரூத் ச்சாட் டர்ட்டன் போன்ற அமெரிக்கப் பெண்களிடத்தில் அவர் நடிப்புக் கலையில் பிச்சை வாங்கித்தீர வேண்டும். கையில் சவுக்கைப் பிடித்துக்கொண்டு குதிரை சவாரி செய்வதாக அவர் நடிப்பது, என் ஐந்து வயதுப் புதல்வி மூங்கில் தடியைத் தொடை இடுக்கில் வைத்திழுத்துக் கொண்டோடிக் குதிரை சவாரி செய்வதாக நடிப்பதைப் போலவே

இருக்கும். இவர் நடிப்பும் என் மகள் நடிப்பும் அப்பட்டமாய் ஒரே மாதிரியானவைதான்.

யுவான் நாடகங்களும் அவற்றுக்குப் பிறபட்ட நாடகங்களும் மிக அற்பமான கதைக்கோளை (பிளாட்டை) வைத்தே அமைந்திருக்கும். மேலைநாட்டு இசை நாடகங்களும் இப்படித்தான். இவற்றில் வசனம் முக்கியமேயல்ல. பாட்டுக்கள்தான் நாடகத்தின் அடிப்படை. மேலை நாடுகளில், இசை நாடகத்தின் சில நயமான பகுதிகளை மட்டும் சங்கீதக் கச்சேரிகளில் நடத்துவதுபோல, இங்கேயும் சில சில பகுதிகளை மட்டும் நடத்துவதுண்டு. பார்க்கிறவர்களுக்குக் கதை நன்றாய்த் தெரிந்ததே. பாத்திரங்கள் இன்னின்னார் என்பது அவர்கள் அணிந்திருக்கும் சம்பிரதாய முகமூடியிலிருந்தும் உடையிலிருந்தும் தெரிந்துவிடும். பேச்சைக் கேட்க வேண்டுமென்பதில்லை. முதலாவது யுவான் நாடகங்கள் இரண்டொன்று தவிர, மற்ற யாவும் நாலு அங்கத்தில் முடியும். இந்த ரீதியில் எழுதியவர்களில் சிறந்தவர்களின் நாடகங்களில், இன்றும் நடைமுறையில் இருந்துவருகிற நாடகங்கள் இப்படித்தான் இருக்கின்றன. ஒவ்வோர் அங்கத்திலும் வரும் பாட்டுக்கள் குறிப்பிட்ட ராகத்தில், பிரபல மெட்டில் அமைந்திருக்கும். பேச்சு முக்கியமில்லை, ஆகையால், இன்று நடைமுறையில் இருக்கும் பல நாடகப் புத்தகங்களிலிருந்து இது நீக்கப்பட்டுவிட்டது. நடிகர்கள், பேச்சுக்களை முன்பாடமில்லாமல் யதேச்சையாகப் பேசி வந்திருக்க வேண்டும்.

'வடக்கத்திய நாடகங்கள்' என்று ஒரு வகை. இதில், நடிகர்கள் பலராயிருந்தாலும், பேசுவது பலராயிருந்தாலும், பாடுவது மட்டும் ஒரே ஆள்தான். (நல்ல பாடகர் அருகிவிட்ட குறையால் இப்படி நேர்ந்திருக்கலாம்) 'தெற்கத்திய நாடகங்கள்' மற்றொரு வகை. இதில் நாடகக் கட்டுப்பாடுகள் குறைவு. நடிப்பில் சரி, பாட்டில் சரி, சுயேச்சைப் போக்குக்கு இடமுண்டு. இதிலிருந்து, நீளமான நாடகங்கள் ஆடலாம் என்ற போக்கு உண்டாகியது—ஆங்கில நாடகத்தில், 'காட்சி' என்பதுபோல. இதில் உள்ள அங்கங்கள் நாலாய்த்தானிருக்க வேண்டுமென்ற கட்டுப்பாடு ஒழிந்துவிட்டது; நாலுக்கு மேலும் இருக்கலாம். ஒரே அங்கத்தில், பலதிறப்பட்ட எதுகையுள்ள பாட்டுக்களைப் பாடலாம். ஒரே அங்கத்தில் பலர் சேர்ந்தோ தனித்தோ பாடலாம். ராகங்கள், வடக்கத்திய

நாடகங்களில் உள்ள மாதிரி இரா. இங்கே, தனித்தனி அசைகளை நெடுநேரத்துக்கு நீட்டி உச்சரிக்க வசதியாகப் பாடும்படிச் செய்திருந்தது.

இத்தகைய நாடகங்களில், வடக்கத்திய நாடகத்துக்கு உதாரணம் இவை: மேற்கு அறை (ஷிஷியாங்); ஹான் அரண் மனையில் இலையுதிர்காலம் (ஹான் குங்ச்சியு: நாடு கடத்தப்பட்ட சக்ரவர்த்தியின் வைப்பாட்டி ச்சஓச்சுன் கதையை விவரிப்பது) ஆகிய இரண்டும். தெற்கத்திய நாடகத்துக்கு உதாரணம் இவை: சந்திர விதானம் (ப்பய்யூ யெட்டிங்), தம்பூர் வாத்தியத்தின் அற்புதம் (ப்பிப்பாச்சி) ஆகிய இரண்டும். மேற்கு அறையில் இருபது அங்கமுண்டு. நாலு நாலு அங்கத்தைக் கொண்ட ஐந்து நாடகங்களை ஒன்றன்பின் ஒன்றாய் இணைத்தது போலிருக்கும்.

சீன இசை நாடகத்துக்கும், மேலைநாட்டு இசை நாடகத்துக்கும் ஒரு வேறுபாடு உண்டு. மேற்கே இசை நாடகம் பார்ப்பது மேல்வகுப்பார்தான். இவர்களும் இதன் இசையை ரசிப்பதற்காகப் பார்ப்பதல்ல; பெருமைக்காக; 'எனக்கு இசை நாடகத்தில் தனி ஆர்வம்' என்ற மாதிரி பீற்றிக்கொள்வதற்காகத்தான். கிழக்கே அப்படியல்ல. ஏழைகளுக்குச் செவிக்கு உணவளிப்பது இசை நாடகந்தான். எந்த இலக்கியத் துறையையும்விட இது ஆழமானதாக ஆகிவிட்டபடியால், இசைநாடகங்கள் எங்கள் மக்களின் மனத்தில் வெகு ஆழம் பாய்ந்துவிட்டன. சீனாவில் நாடகப் பித்துக்கொண்டு அலைகிறவர்கள் பலர். மேலை நாட்டில் நாடகப் பித்தர்களைப் பார்க்க முடியாது. சீனாவில், நாடகப் பித்தர்களில் கீழ்வகுப்பைச் சேர்ந்தவர்கள் நடுத் தெருவில் தலைவிரி கோலமாக ஆடிப்பாடத் தொடங்கி விடுவதுண்டு.

குங்ச் செங்ச்சி என்ற நாடகத்தில் வரும் பாட்டுக்களை மேடைத் தோரணையில் நடித்துப் பாடத் தொடங்கிவிடுவார்கள். ச்சூக் கோலியாங் பாகத்தை நடித்துக் கூத்தாடுவதில் ஏழை மக்களுக்கு வெகுமோகம்.

அயல்நாட்டார் சீன நாடகங்களைப் பார்க்கும்போது, ராணுவக் காட்சிகள் வரும் கட்டங்களில் தம்பட்டம், பேரிகை கொட்டி முழக்கும் கோர இரைச்சலைக் கேட்டு மலைத்துப்போவார்கள். ஆண் நடிகர் கீச்சுக் குரலில் ஊளையிடுவது, மகா கர்ணகடூரமாய்த்

தோன்றும். சீனர்களுக்கோ, இது தேவகானமாய் இருக்கும். ஒரு வகையில் இதற்குக் காரணம், சீனருடைய காது தடித்த தோலால் ஆக்கப்பெற்றிருப்பதே. இதற்குக் காரணம், அமெரிக்கருடைய காது மிக மென்மையானது என்று சொல்லிவிடலாமா? முடியாது. அமெரிக்காவில் ஜாஸ்பாண்டு, சாக்ஸ்போன் போன்ற கீச்சு வாத்தியங்கள் கிளப்பும் அலறலை அமெரிக்கர் எப்படித்தான் சுகமாய் அனுபவிக்கிறார்களோ என்று சீனர் திகைப்படைவர். இதெல்லாம் பழக்க தோஷம். அவரவர் பழகினது அவரவருக்குப் பிடிக்கும். பழக்கமில்லாதது புரியாது; வெறுப்பாயுமிருக்கும். இருந்தாலும், சீன நாடகத்தில் தம்பட்டம், பேரிகை எல்லாம் எப்படி வந்து சேர்ந்தன என்றால், சீன நாடக மேடையின் சூழ்நிலையில் இவை இருக்க வேண்டியது அவசியமாகி விட்டது என்றே கூறவேண்டும்.

சீன நாடகமேடையில் கொஞ்சம் நயமான ரகத்தைச் சேர்ந்தது வீட்டுக்கு முன்னுள்ள பொட்டலில் அமைக்கப்பெறுவதுண்டு. பெரும்பாலும் நாடகமேடைக்கு மூங்கிற்கொட்டகைதான் அமைக்கப்படும். மைதானத்தில், உயரமாய்க் கால் எழுப்பி அதன்மேல் அமைக்கப் பெறும். சிலவேளை, வீதியை மறித்து, அதன் குறுக்கேயும் கட்டப்படும். நாடகம் முடிந்தவுடனே கொட்டகையைப் பிரித்துவிடுவார்கள். இதனால், மேடை திறந்த வெளியில் இருக்கவேண்டியதாயிற்று. சுற்றிலும் ஒரே இரைச்சலும் ஆரவாரமுமாய் இருக்கும். பண்டம் விற்போரின் கூக்குரல்; நாவதர் கத்தி தீட்டும் கரகரத்த சத்தம்; பலகாரம் விற்பவனுடைய சேகண்டி நாதம்; ஆண், பெண், குழந்தைகளின் கூப்பாடு; நாய்களின் குரைப்பு—இவை அனைத்தோடும் போட்டி போட்டுக்கொண்டு நடிகர்கள் கத்தித் தீர்க்க வேண்டும். கிரீச் சிட்டுக் கூவினாலொழியப் பாட்டுக்கள் யாருக்கும் கேட்க மாட்டா. இது நிஜமா பொய்யா என்று யாரும் சரிபார்த்துக்கொள்ளலாம். தம்பட்டம், பேரிகை அடிப்பது, முன் அறிவிப்பாகவும், ஒருமாதிரி விளம்பரமாகவும் உதவின. நாடகந்தொடங்கும்முன் இவை முழங்கும்; இவை ஒரு மைல்தூரம் கேட்கும். மக்கள் சத்தம், கேட்டு விரைந்து வருவார்கள். தற்காலம் சினிமாவுக்குத் தெருச் சுவரொட்டிகளால் செய்யும் விளம்பரம் போலாகும் இது. நவீன வசதிகளுள்ள நாடகக் கொட்டகைகளில் இத்தனை

இரைச்சல் போட்டால், இந்த இடிமுழக்கத்தில் காது செவிடாய்த் தான் போகும். இருந்தாலும் எப்படியோ இந்தக் கூச்சல் சீனருக்குப் பழகிவிட்டது, அமெரிக்கருக்குப் பாண்டுவாத்திய முழக்கம் பழகிவிட்டமாதிரி. எங்களுக்கு இரைச்சல் வேண்டும்; இந்தச் சந்தை இரைச்சலிலிருந்துதான் வாழ்க்கை அனுபவம் கிடைக்கிறது. காலப் போக்கில் இது மாறிப்போகலாம்; அப்போது, நாகரிகமான கட்டடங்களில் எங்கள் நாடகங்கள் அமைவாகவும், ‘நாகரிக’மாகவும் நடைபெறலாம்.

வெறும் இலக்கிய ரசனையோடு பார்த்தால், சீன நாடக இலக்கியம் அழகிலும், ஆற்றலிலும் டாங் காலக் காதற் கவிதைகளைவிட எவ்வளவோ மேலானது. சீனக் கவிதைகளில் மிக உயர்ந்தனவற்றுள் சிலவற்றை அனுபவிப்பதானால், அதற்குச் சீன நாடகத்தைத்தான் பார்க்கப் போக வேண்டும். டாங் கவிதை எழில்கனிந்ததேயாயினும், அதை விட, நாடகக் கவிதை நயமானது என்பதே எனது திடமான நம்பிக்கை. பண்டையக் கவிதை, ஒரு குறிப்பிட்ட மாதிரியில், புராதன மரபை ஒட்டி, கருத்துகளை இயம்பும். அமைப்பு முறையில் கலைப்பண்பும், மெருகும் இருப்பினும், கம்பீரமோ, சக்தியோ, செழுமையோ இருக்க மாட்டா. பண்டையக் கவிதையைப் பயின்றுவிட்டு, நாடகக் கவிதையைப் பயிலும்போது எத்தகைய உணர்ச்சி உண்டாகிறது? (நாடகங்கள், அடிப்படையில், கவிதைக் கோவைகளைத் தவிர வேறல்ல என்று முந்தியே குறிப்பிட்டு விட்டேன்). நேர்த்தியான தொட்டியில் கணக்காய் வளர்ந்திருக்கும் பூச்செடியைப் பார்த்துவிட்டு, தோட்டத்தில், சுயேச்சையாய்த் தாறுமாறாய்ச் செழித்துக் கொழித்துக் குலுங்கும் பூச்செடிகளைப் பார்த்தால், எப்படியிருக்கும்? தொட்டிப் பூவின் எழில் மலினமானது, இயற்கையின் கொழுகொழுப்பில்லாதது; தோட்டப் பூவின் பேரழகு மட்டற்றது, மனம்போல வளர்ந்து அழகு சொரிவது.

சீனக் காதல் கவிதை மலினமானது; அதிக நீளமிலாது; அதிகச் சக்தி பெற்றிராது. குறுகலாயிருப்பதால், பாத்திரங்களையோ, காட்சிகளையோ விரிவாக வருணிக்க முடியாது. நாடகத்தில் இப்படிப்பட்ட முட்டுக்கள் இல்லை. பண்டிதர்கள் ஏற்றுக்கொள்ள மறுத்த சாதாரணச் சொற்கள் நாடகக் கவிதையில் தாராளமாய்ப் புழங்கும். கற்பனைகளும் காட்சி நிலைகளும் விதம் விதமாய்க்

கிளம்பும். இவற்றைக் காதல் கவிதை வரம்புக்குள்ளே கையாள முடியாது. இன்னும் அதிகமாய்ப் பரந்து விரிந்த இலக்கியத் திறமை வேண்டும். நாடகத்தில் சில கட்டங்களில் மனித உணர்ச்சியின் சிகரத்தைச் சித்திரிக்கவேண்டி வரும்; அது நாலு வரி, எட்டு வரிப் பாட்டில் முடியவே முடியாது. நாடகக் கவிதை இந்த வரம்புகளையெல்லாம் சட்டை பண்ணுவதில்லை; மொழித் தொல்லையும் இல்லை. பேச்சு மொழியில் சர்வ சுதந்திரத்தோடு நினைத்ததை நினைத்தவிதமெல்லாம் தீவிரமாய் இயம்பலாம். நாடோறும் மக்கள் பேசுகிற அன்றாடச் சொற்களை வெகு லாகவமாக நாடகாசிரியர் கையாளுவார். இங்கே சொல்லின் பொருத்தமும், ஓசையும், அழகும்தான் முக்கியமாகின்றன. பழைய சம்பிரதாயங்களுக்கு மதிப்போ, இடமோ தருவதில்லை. யுவான் நாடகங்களை எழுதிய தேர்ந்த பேர்வழிகளில் சிலர் ஒரு மாவட்டத்தில் மட்டும் புழங்கும் கொச்சை மொழியை அப்படியே கையாண்டிருக்கிறார்கள். இதில் சொட்டும் அழகை எடுத்தியம்ப முடியாது. இந்த மொழியை நவீனச் சீன மொழியில் மொழி பெயர்ப்பது முடியவே முடியாது. ஒரு தினுசு கீழே தந்துள்ள மாதிரி அமைந்திருக்கும் பாட்டை எப்படித்தான் மொழிபெயர்க்கக்கூடும்?

> கசாமுசா சோம்பலால் காலை மடக்கிக்கொண்டு மண் திண்ணையில் குந்திக்கொண்டிருந்தேன். கடக்குமுடக்கென்று ஆலைவாயை அசைத்தபடி கழுதை சாய்ந்து கிடந்தது. மரத்தடியில், பூலோகமோ கயிலாசமோ என்று அது காலைப் பரப்பிக்கொண்டு உறங்கியது. தக்கட்டி முக்கட்டி என்று வேலைக்காரப் பயல் கழுதையைத் தட்டிக்கொடுத்துக் கொண்டு அதை எழுப்ப முயன்றான். இந்தா, என்னெங் கிறேன்! எழுந்திருக்கமாட்டே! ஏலப் பாண்டியா! மின்னல் வேகத்தில் காலம் போய்க்கொண்டிருக்கிறது தெரியல்லே!
>
> - மாச்சிஹ்யூவான்: ஹுவாங் லியாங்மெங்.

நாடகக் கவி இயற்றுகிறவர்கள் இசை நாடகப் பாடல்களின் மெட்டுக்கு ஏற்றவண்ணம் கவிகளைக் கூட்டிக் குறைத்து அமைக்கவேண்டியது அவசியமாயிற்று. வழக்கத்தைவிட அடிகள் நீளமாயிருக்கும். அசை சேர்க்கையில், ஓர் அசை அதிகமாக வரலாம். சந்தம் கச்சிதமாயிருக்கவேண்டியதில்லை. எந்த மாவட்ட மொழியில் கவி இயற்றப்பட்டிருக்கிறதோ அதற்குத்

தோதுப்படுகிறபடி சொற்களை நீட்டி முடக்கலாம். சீர்க் கட்டுப்பாடு ஒழிந்ததும், கண்டபடி மனம்போன விதமெல்லாம் சீர் அமைக்க முடிந்தது. ஏற்கெனவே, சுங் காலத்தில் உண்டான ட்ஸ்அப் போக்கு, பாட்டுக்களில் மெட்டுகளுக்குத் தக்கபடி சீர்களை நீட்டி முடக்கலாம் என்று வழிகாட்டிவிட்டது. சொற் களின் சந்தம், எழுத்து மொழியில் இல்லாமல், பேச்சுமொழி யிலேயே கையாளப்பட்டது. இப்படிப் புதிதாய் உண்டான சீர்முறை நாடகங்களில் இன்னும் அதிக மாறுதலும் சரளமும் அடைந்துவிட்டது. ஒழுங்காக அமையாத சீர்முறைக்கு எடுத்துக் காட்டாக, கீழே சில பாடல்கள் தந்திருக்கிறேன். இவை மொழிபெயர்ப்புக்கள் அல்ல; அனுசரிப்புக்கள்தான். மேற்கு அறை என்ற நாடகம் சீன இலக்கியத்தில் முதல்தரமான வற்றோடு சரியிடம் வகிப்பது. கதாநாயகி இங்ஜிங் என்பவளின் அழகை வருணிக்கும் பகுதிகளைச் சற்றுப்பாருங்கள்.

அவள் பேசுமுன்னே, பழுத்துக்கனிந்த கொவ்வைப் பழம் போல அவள் உடல் சிவந்துவிட்டது; உலையிலிட்டுப் பழுக்கக் காய்ச்சினால் வெள்ளைப் பதுமை இப்படித்தான் சிவப்பேறி விடும். அடுத்த கணம், தேவகானம் போன்ற இனிய கீதம் பாடிவிடுவாள். பக்கவாட்டில் அவளைப் பாருங்கள்:

> கொடிபோல் ஒருக்கணித்து நிற்கிறாள். கோமேதகக் கொண்டை ஊசி சாய்ந்துகிடக்கிறது. புருவங்கள் புதுப்பிறை போல வளைந்து மனைகட்டுகின்றன. இவற்றுள், இருண்ட பட்டின் மென்மை பெற்ற இரண்டு கோயில்கள் (கண்கள்) உறைகின்றன.

அவள் நடையழகு விவரிக்கப்படுகிறது:

> இப்படியும் அப்படியும் அவள் அடியெடுத்து வைக்கிறபோது, அதில் அழகும் தந்திரமும் காணும். அவள் இடையோ தென்பாங்குப் பாட்டுப்போல மென்மையானது. என்ன லாவகமான மெலிவு; என்ன வலிவற்ற மென்மை; வெறித்து ஆடி அலையும் காற்றில் மயங்கிக் கிறங்கிய பூங்கொடி போல இருக்கும் அவளது இடை.

சந்தம் என்பது சீனக் கவிதையிலும் சங்கீதத்திலும், மேலை நாட்டுக் கவிதை, இசையிலிருப்பது மாதிரி ஒழுங்காக இராது. ஆங்கிலக் கவிதையிலும் இரு சீர் முச்சீர் முறையை ஒரு பாதி

ஏன் கலந்து கையாளக்கூடாது? இந்த முறை, சுங் கால ட்ஸ்சு நாடகங்களிலும், யுவான் நாடகங்களிலும் நன்றாய்க் கையாளப் பட்டிருக்கிறது. இவற்றில், சீர்கள் ஒரே ஒழுங்காய் இரு சீர் முச்சீர் என்று வரா. கலந்தே வரும். இதனால் ஒருவித நயமான ஓசைக்குழைவு உண்டாகிறது. திறமையுள்ள ஆங்கிலப் புலவர் களும் இதைக் கையாண்டு பார்ப்பது நல்லது.

இலட்சியப் படைப்பான ஜனநாயக தேசத்தில் நாடக மேடைக்கு மகத்தான செல்வாக்கு இருக்கும். கிட்டத்தட்ட இந்த மாதிரிச் செல்வாக்கு சீன நாடக மேடைக்குச் சீனரின் தேசிய வாழ்வில் இருந்துவருகிறது. நாடகமேடை எங்களுக்கு இசையின் மீது காதலை உண்டாக்குவதோடு நின்றுவிடவில்லை. நூற்றுக்குத் தொண்ணூறு பேர் கல்வியறிவு இல்லாதிருக்கும் சீன சமுதாயத்திற்கு, இது பிரமாதமான சரித்திர அறிவையும் புகட்டி வந்திருக்கிறது. பாட்டி கதைகளில் பொதிந்து கிடக்கும் வரலாற்று உண்மைகளை எங்கள் நாடகங்கள் துலாம்பரமாக்கியுள்ளன. இலக்கியப் பாரம்பரியமாக இணையற்ற குணச்சித்திரங்களை இவை எங்களுக்கு வழங்கியுள்ளன. பாமரரான ஆண் பெண்களின் உள்ளக் கோயிலில் இவை இடையறாது பூஜித்து வரப்படுகின்றன. ஆகவே, வரலாற்று ஆளுமைகளாகிய குவான்யு, லியூபெயி, ட்ஸாஓ ட்ஸாஓ, ஹுபெ ஜென்க்வெயி, ஹுயெ ட்டிங்ஷான், யாங் க்வெஃபெயி, இவர்களைப்பற்றி எனக்குத் தெரியாத எவ்வளவோ விசயங்கள் எந்தச் செவிலித்தாய்க்கும் சாதாரணமாகத் தெரிந் திருக்கும். இவள், அடிக்கடி நாடகங்களுக்குப் போயிருப்பாள். நானோ, கிறிஸ்தவப் பள்ளியில் படித்ததால், நாடகங்களுக்குப் போக முடியவில்லை. வரலாற்றுப் புத்தகங்களைப் புரட்டிப்புரட்டி, இங்கொன்றும் அங்கொன்றுமாகவே நான் வரலாற்று நாயகர்களைத் தெரிந்துகொண்டேன். எனக்குப் பத்துப் பன்னிரண்டு வயதாகும் முன்பே, ஜோஷுவா குழல் ஊதியதால்தான் ஜெரிக்கோ நகரத்துக் காவல் சுவர்கள் விழுந்து தரைமட்டமாயின (பைபிள் கதை) என்று தெரிந்து கொண்டுவிட்டேன். ஆனால், முப்பது வயதுவரை, சீனத்துப் பெருஞ்சுவர் கட்டிய கதையில் வரும் பலரை எனக்குத் தெரியாது. சீனத்துப் பெருஞ்சுவர் எழுப்புவதில் வேலை செய்யக் கட்டாயப்படுத்தப்பட்டவர்களில் மெங்ச்சிபாங்ஙு என்ற பெண்மணியின் கணவனும் ஒருவன். இவன் வேலை செய்து

கொண்டிருந்தபோது ஆபத்துக்குள்ளாகி மடிந்துவிட்டான். கணவனின் பிரிவாற்றாமையால் விதவை அழுது வடித்த கண்ணீர் வெள்ளமாகப் பெருகிச் சுவரின் ஒரு பகுதியை அப்படியே அடித்துக்கொண்டு போய்விட்டதாம். இந்தக் கதை எனக்கு முந்தித் தெரியாது. இந்த மாதிரி விசயங்கள், என்போன்ற அறிவிலிகள் தவிர, படிப்பறிவில்லாத எல்லாச் சீனருக்கும் எப்பொழுதோ தெரிந்திருக்கும்.

நாடகம் சங்கீதத்தையும் வரலாற்றையும் கற்பிப்பதோடு நிற்கவில்லை. மக்களின் பண்பாட்டுக்கான சேவையும் செய்கிறது. பாவ புண்ணியங்களைப் பகுத்தறிவதற்கும், ஒழுக்க நெறிபற்றி நிற்பதற்கும் அது உதவுகிறது. நம்பிக்கையான மந்திரிகள், கடமை தவறாத புதல்வர்கள், அஞ்சா நெஞ்சம் படைத்த போர்வீரர்கள், கற்புள்ள மனைவியர், ஒழுக்கமுள்ள கன்னியர், சூழ்ச்சிக்காரப் பணிப்பெண்கள், இவர்களெல்லாம் எப்படி எப்படி இருக்க வேண்டும் என்று சீனர் பொதுவாக எண்ணுகிறார்களோ, அந்த எண்ணத்தை அவ்வப்போது நாடகங்கள் சரியாய்ப் பிரதிபலித்துக் காட்டிவிடும். உயிருள்ள ஆண் பெண்களுக்கு நடப்பது போல, கதை உருவத்தில் பேசிப்பாடி நடித்துக் காட்டுவதால், ஒவ்வொரு குணச்சித்திரமும் அப்படியே மனத்துள் ஆழப்பதிந்துவிடுகிறது. தன்னையறியாமல் நல்லதை விரும்பும் படியும், தீயதை வெறுக்கும்படியும் தோன்றுகிறது. டஸாஓ ட்ஸாஓவின் வஞ்சகத்தனம், மின்ட்ஸ்அவின் புத்திர விஸ்வாசம். வென்ச்சன்னுடைய காதற்போக்கு, இங்கிங்குடைய தீவிரமான எழுச்சி, யாங்குவெயிஃபெயின் போக வாழ்க்கை, ச்சின் க்வெயியின் ராஜதுரோகம், பொன்சுங்குடைய பேராசையும் கொடூரமும், ச்சுக்கோ லியாங்குடைய சூழ்ச்சித்திறம், ச்சாங் ஃபெயியின் சிடுசிடுப்பு, முலியனின் மதபக்தி—எல்லாம் ஒழுக்க நியதிக்குப் பிரமாணப்பூர்வமான ஆதாரங்களாகவும், மேற்கோள் களாகவும் ஆகிவிட்டன. தலைமுறை தலைமுறையாக, நல்லதுக்கும் கெட்டதுக்கும் சீன மக்கள் இவர்களையே சுட்டிக் காட்டுவார்கள்.

தம்பூர் வாத்தியத்தின் அற்புதம் (ப்பிப்பாச்சி) என்ற நாடகத்தின் கதையை இங்கே சுருக்கமாய்க் கூறுகிறேன். இதிலிருந்து, நாடகங்கள் மூலம் மக்களுக்கு எந்த அளவு ஒழுக்கமுறைகள்

போதிக்கப்பட்டு வருகின்றன என்பது புலப்படும். குடும்ப வாழ்க்கையைச் சித்திரிக்கும் கதைகள் சீன மக்களுக்கு எவ்வளவு பிடித்திருக்கின்றன என்பதையும் இந்தக் கதை நன்றாய் எடுத்துக் காட்டும். தற்காலக் கருத்துப்படி பார்த்தால், இதில் நாடகப் பண்பு கோவைபட இருப்பதாகச் சொல்வதற்கில்லை: நாற்பத்து இரண்டு அங்கங்களில் நிகழும் கதை பல ஆண்டு நிகழ்ச்சிகளை விவரிப்பது, ஒரே வளவளப்பாயிராமல் வேறென்ன செய்யும்? கற்பனை நயமுமில்லை; அதற்குச் செம்மலர்க் கூடாரம் என்ற நாடகத்தைப் பார்க்க வேண்டும். கவிதையழகுமில்லை. மேற்கு அறை (ஷிஷியாங்)யில் அது இன்னும் நன்றாயிருக்கிறது. உணர்ச்சிக் கம்பீரமும் இல்லை நெடுவாழ்வுக் கூடம் நாடகத்தில் இன்னும் நயமாயிருக்கிறது. எப்படி இருந்த போதிலும், இதற்கு நிறையச் செல்வாக்கிருக்கிறது. குடும்ப ஒற்றுமையையும் அன்பையும் இது தனி அழகோடு வருணிக்கிற விதம் சீனருக்கு மிகவும் மனதுக்குப் பிடித்தது. இதன் செல்வாக்கு, இதர நாடகங்கள் எப்படி மக்கள் மனத்தைக் கவர்ந்து செல்வாக்குப் பெற்றுவிடுகின்றன என்பதை நன்றாய் எடுத்துக்காட்டுகிறது.

ஹான் பரம்பரைக் காலத்தில் கல்வியில் தேர்ந்த படிப்பாளி ஒருவர் இருந்தார். ட்ஸாய் யங் என்பது அவர் பெயர். அவரது பெற்றோர் வயதானவர்கள். அதனால், அரசியலில் பதவிபெறும் ஆசையை அவர் அடியோடு விட்டொழித்தார். வீட்டில் பெற்றோரோடு தங்குவதில் நிறைவடைந்தார். ச்சஊ வுனியாங் என்ற பெண்ணை மணம் புரிந்து அதிக நாளாகிவிடவில்லை. வசந்த காலம்; வீட்டுத் தோட்டத்தில் குடும்பத்தார் மட்டும் இருந்து விருந்துண்கிறார்கள். இந்த இனிய குடும்பக் காட்சியோடு நாடகம் தொடங்குகிறது. ராஜாங்கத்தில் ஒரு சட்டம் செய் திருந்தார்கள். படித்தவர்களெல்லாம் ராஜசபைக்கு வேலைக்குப் போய்த்தீர வேண்டுமென்பது ராஜ கட்டளை. உள்ளூர் அதிகாரி, ட்ஸாயியின் பேரை ராஜாங்கத்துக்குத் தெரிவித்துவிட்டார். இதனால், ட்ஸாய் தலைநகருக்குப் போய்த் தீரவேண்டியது அவசியமாயிற்று. பல ஆண்டு குடும்பத்தை விட்டுப் பிரிந்திருக்கவும் வேண்டும். ராஜ கட்டளை ஒருபுறம்; பெற்றோர் பாசம் ஒருபுறம்; மனைவியின் காதல் ஒருபுறம். இவற்றில் எதை ஒதுக்குவது, எதைக் கொள்ளுவது என்று மனப் போராட்டம். கிழத்தந்தை,

தன்னலம் பாராது 'போ' என்று தூண்டினார். தாய்? தாய்மைக்குரிய இயல்போடு எதிர்த்தாள். கடைசியில், ட்ஸாய் போகவேண்டியே ஆகிவிட்டது. தனது இளம் மனைவியிடம் பெற்றோரை ஒப்படைத்துவிட்டுக் கிளம்பிவிட்டான். உற்ற நண்பனான ச்சாங் என்பவன் மனைவிக்கு உதவியாய் இருந்துவர இசைந்தான்.

ட்ஸாய் சர்க்கார்த் தேர்வுகளில் தேர்ந்தான். நாட்டில் முதலாவதாகத் தேறிவிட்டான். அப்புறம் சங்கடம் தொடங்கி விட்டது. முதல் மந்திரிக்கு ஒரே பெண்; நியு என்பது அவள் பெயர். நல்ல அழகி; படிப்பு பாட்டுக்களில் தேர்ச்சியுள்ளவள். இவள்மேல் மந்திரிக்கு உயிர். தன் விருப்பத்துக்கு மாறாக ட்ஸாய் இவளை மணக்கும்படி நேர்ந்துவிட்டது. திருமண இரவு; உலக போகங்களெல்லாம் கிட்டியிருக்கின்றன. ஆனாலும், ச்சஓ வுனியிங்கின் நினைவு தாம்பத்திய வாழ்வின் சந்தோஷத்தை மாசுபடுத்துகிறது. மந்திரி மகளுக்கு விசயம் தெரிந்துவிடுகிறது. வீட்டுக்குப் போய் மாமன் மாமியைப் பார்க்கத் திட்டம் போடுகிறாள். கணவன் இசைகிறான்; தந்தை கோபித்துச் சீறுகிறார்.

இங்கே இப்படி இருக்க, வீட்டில் நிலைமை நாளுக்கு நாள் மோசமாகிவருகிறது. வீட்டு ஜீவனத்துக்கு ச்சஓ வுனியாங் ஒருத்திதான் ஒன்றியாய் வழிதேட வேண்டும். தையல் வேலை செய்து என்னதான் சம்பாதித்துவிட முடியும்? ஊரெங்கும் பஞ்சம் கோரத்தாண்டவமாடுகிறது. நல்லவேளை, பொதுஜன தானியச் சாவடியிலிருந்து பஞ்சப்படி வழங்கினார்கள். ச்சஓவுக்கும் அவளது பங்கீடு கிடைத்துவந்தது. ஒருநாள், வழியில் யாரோ இவளிடமிருந்து அரிசியைப் பிடுங்கிக் கொண்டு ஓடிவிட்டார்கள். பாழுங் கிணற்றில் குதித்துச் சாகலாமா என்றுகூட நினைத்து விட்டாள். அப்புறம், தன்னை நம்பி இருப்பவர் கதி என்னாகும் என்று நினைத்து, வீட்டுக்கு வந்துசேர்ந்தாள். ட்ஸாயியின் தோழன் ச்சாங் இடம்போய் ஒரு பிடி அரிசி இரவல்வாங்கி வந்து, அதை மாமன் மாமிக்குச் சமைத்துப்போட்டாள். யாருக்கும் தெரியாமல் தான் மட்டும் நெல் உமியைத் தின்று ஜீவித்துவந்தாள். அரிசியிலிருந்து பிரிந்த உமியைப்பற்றி அவள் பாடுகிற கட்டம் இந்தக் கதையின் அதியுன்னதமான உருக்கக் காட்சி என்று அனைவரும் ஒப்புக்கொள்கிறார்கள். அரிசியைத் தன் கணவனாகவும்,

அதிலிருந்து பிரிந்த உமி தானாகவும் வைத்து அவள் பாடுவது வெகு உருக்கமாயிருக்கும்.

போதுமான சாப்பாடு இல்லையே என்று புலம்பிவந்த பெற்றோருக்கு இவள் உமி தின்று வருவது தெரிந்ததும், அவர்கள் மருமகளிடம் மன்னிப்புக் கேட்டார்கள். கொஞ்ச நாளில் கிழவி மடிந்தாள். கிழவனும் நோயில் விழுந்துவிட்டான். பாடுபட்டுப் பண்டிதம் பார்த்துக் காப்பாற்றினாள். ஒரு நாள் அவனும் மடிந்தான். ஈமக்கிரியை செய்யப் பணம் போதாததால், தன் கருங்கூந்தலை வெட்டி விற்றாள். உற்ற நண்பன் ச்சாங் துணைகொண்டு மாமனின் சவக் குழியைத் தன் கையாலேயே தோண்டினாள். பசியும் களைப்பும் அவளை வாட்டிவதைத்தன. சவக்குழியருகே சோர்ந்து படுத்துவிட்டாள். அப்போது ஒரு கனவு கண்டாள். பூமிதேவி அவளுக்குப் பிரசன்னமானாள்; இரக்கத்தோடு ஆசி கூறினாள்; வெண் குரங்கு, கரும் புலி என்ற இரு தேவதைகளைப் பூமிதேவி உதவிக்கு ஏவினாள். உறங்கி எழுந்து பார்த்தால், சவக்குழி தோண்டி முடிந்து தயாராயிருந்தது. நடந்ததைச் சாங்கியிடம் சொன்னாள்.

கணவனைத் தேடித் தலைநகருக்குப் போகும்படி ச்சாங் யோசனை சொன்னான். கணவனைப்போல ஒரு படமெழு தினாள்: கன்னிமாடப் பெண்போல மாறுவேடம் புனைந்தாள். தம்பூரா வாத்தியத்தை ஏந்தியபடி பிச்சை எடுத்துச் சாப்பிட்டுக் கொண்டு தலைநகரை அடைந்தாள். என்னென்னவோ கஷ்டங் களை அனுபவித்துக் கடைசியில் லோயாங் நகரை அடைந்தாள். இங்கே ஒரு கோயிலில் அப்போது பௌத்தத் திருவிழா நடந்தது. அங்கே போய் ஒரு பொது இடத்தில் தன் கணவனுடைய படத்தை மாட்டி வைத்தாள். மணமகன் ட்ஸாய் தன் பெற்றோருக் காகப் பிரார்த்தனை செய்யக் கோயிலுக்கு வந்தான். தன் படத்தைப் பார்த்ததும், அதைத் தன்னுடன் வீட்டுக்கு எடுத்துச் சென்றான். மறுநாள் கன்னிமாட உடையில் ட்ஸாய் வீட்டுக்கு ச்சாஓ வுனியாங் போய்ப் பிச்சை கேட்டாள். பிரதம மந்திரியின் மகள் இவளைப் பரிவுடன் ஏற்றுக்கொண்டு, தன் கணவன் மனத்தைச் சோதிக்க இனிய சூழ்ச்சிகள் செய்யத் தொடங்கிவிட்டாள். அப்புறம், எல்லோரும் சந்தோஷமாய் ஒன்று சேர்ந்தார்கள். சக்ரவர்த்தியே நேரே இருந்து இரண்டு மனைவிகளையும் ஆசீர்வதிப்பதோடு நாடகம் முடிகிறது.

இந்த மாதிரி அம்சங்கள்தான் சீனாவில் ஒரு நாடகத்தை ஜன ரஞ்சகமானதாக ஆக்கிவிடுகின்றன. இந்தக் கதையிலுள்ள அந்நியப் போக்கு சீனமக்களின் மனத்தை முற்றும் கவர்ந்துவிடுகிறது. இதே மாதிரிதான் நாளிதழ்களில் வெளியாகும் சமூக நடவடிக்கைகள் ஆங்கில வாசகர்களின் மனதைக் கவர்ந்துவிடுகின்றன. சீனக் கதைகளில், கதாபாத்திரங்களின் வாழ்க்கையை அப்படியே திருப்பிவிடுகிற சர்க்கார்த் தேர்வு இந்த நாடகத்தில் வருகிறது. அது மட்டுமல்ல. கற்புள்ள மனைவியையும், சொல் தவறாத மகளையும் இது வருணிக்கிறது. தள்ளாத வயதடைந்த தாய் தந்தையர்; ஆபத்துக்கு உதவுகிற நண்பன்; சக்களத்திப் பொறாமையில்லாத குலப்பெண்; அதிகாரப் படாடோபத்தில் ஆர்வமுள்ள மேலதிகாரி—இவர்களையெல்லாம் இந்த நாடகம் சித்திரிக்கிறது. சீனப் பொது மக்கள் ஆவலோடு விரும்பும் விசயங்களில் இவை ஒருசில. கிழக்கு வழி, குன்றின் மேலே என்ற சினிமாப் படங்கள் சீனாவில் இவ்வளவு பிரபல மானதுக்குக் காரணம், இவற்றில் இந்த மாதிரி அம்சங்கள் நிறைய இருந்ததுதான். அதோடு, சீனர்கள் மிகவும் உணர்ச்சிவயப்பட்ட மக்கள்; உள்ளத்தை உருக்குகிற கதைக்கோள் உடைய கதைகளையே அவர்கள் அதிகம் விரும்புகிறார்கள் என்பதையும் இந்தக் கூறுகள் எடுத்துக்காட்டுகின்றன.

10. நாவல்

நாவல் எழுதுகிற அளவுக்குத் தாம் மட்டமாய்ப் போய்விட்டோம் என்பதை பொதுமக்கள் தெரிந்துகொள்ளக்கூடாதே என்று சீன நாவலாசிரியர்கள் பயப்படுவார்கள். எஸாஓ பஓயென் என்ற நாவல் வெகு காலத்துக்கு முந்தியதல்ல. பதினெட்டாம் நூற்றாண்டில் ஷியா எர்மிங் இதை எழுதினார். இவர், புது வழியில் செல்லும் கட்டுரைகளும், அழகிய கவிதைகளும், பல பயண நூல்களும், வாழ்க்கை வரலாற்றுத் துணுக்குகளும் எழுதிவந்தார். படிப்பாளிகள் இவற்றை எழுதியாக வேண்டுமென்பது பழைய சம்பிரதாயம். இவரது எழுத்துக்களை 'ஹுவான்யூ ஷியென்ச்சி' என்ற பெயரில் இப்போது தொகுத்து வெளியிட்டிருக்கிறார்கள். எஷாஓ பஓயென் என்ற நாவலையும் இவர்தான் எழுதினார். இவர்தான் இதை எழுதினார் என்பதை இவரது கட்டுரைகளிலிருந்தும் கவிதை

களிலிருந்தும் கிடைக்கும் ஆதாரங்கொண்டு ஐயத்துக்கிடமின்றி நிரூபிக்க முடியும். இவருடைய பெயர் வழங்குவதற்காக 1890இல் கூட இவரது நூல் தொகுப்பை (ஹுவான் யூஷியென்ச்சி) மீண்டும் அச்சிட்ட இவரது கடமை தவறாத கொள்ளுப்பேரன் (பேரன் மகன்) இந்த நாவலை மட்டும் அச்சிடாது விட்டுவிட்டார். இவர் எழுதிய நூல்களில் இதுதான் மிகச் சிறந்தது. இதில் யாருக்கும் சந்தேகமில்லை. அப்படியிருந்தும், இதை ஏன் அச்சிட அஞ்ச வேண்டும்? மக்கள் தன் பாட்டனை அவமதிப்பார்களென்ற பயமா? இல்லை, தனக்கே பிடிக்கவில்லையா? என்னவோ, இதை அவர் சேர்க்கவேயில்லை. சிவப்பு அறைக் கனவு ஒரு நாவல். இதை எழுதியது ட்ஸாஓ ஹுயெச்சின்தான் என்று 1917இல்தான் டாக்டர் ஹுஷி விளக்கப்படுத்தினார். இந்த ஆசிரியர், பேச்சு மொழியில் வசனமெழுதியவர். எல்லோரிலும் தலைசிறந்தவராக இல்லாவிடினும், அப்படித் தலைசிறந்த ஆசிரியருள் ஒருவர் என்பதில் சந்தேகமில்லை. ச்சின்ப் பின் மெயி (பொன்-ஜாடிபழம்) என்ற நாவலை எழுதியது யார் என்று இன்றுவரை தெரியவில்லை. எல்லா மனிதரும் சகோதரரே என்ற நாவலை எழுதியது ஷிகையானா அல்லது லோகுவான்ச் சுங்கா என்பது இன்னும் சந்தேகமாகவே இருந்துவருகிறது.

சிவப்பு அறைக் கனவு நாவலின் தொடக்கமும் முடிவும் நாவல் எழுதுவதை எவ்வளவு மதிப்புக் குறைவாக எண்ணி வந்தார்கள் என்பதை எடுத்துக்காட்டுகிறது: தேவலோகத்து மல்லர்கள் ஒரு காலத்தில் பெரிய போரில் இறங்கினர். இவர்கள் சண்டையில் வானமுகடு பிளந்துவிட்டது. உடனே, நுவோ என்ற தேவதை 36,500 பிரம்மாண்டமான பாறைத் துண்டுகளை வைத்துக்கொண்டு வானத்தில் கண்ட ஓட்டையை அடைக்கப் புறப்பட்டான். ஓட்டையை அடைத்த பிறகு ஒரு பாறை மிஞ்சி விட்டது. அதை தாவோ சந்நியாசி ஒருவர் கண்டார். அப்போது, அதில் எழுதியிருந்த கதையை வாசித்தார். நூற்று இருபது அடி உயரம், இருநூற்று நாற்பது அடி அகலம் உள்ள இந்தப் பாறையில் எழுதியிருந்த கதையைச் சந்நியாசி பெயர்த்தெழுதிக்கொண்டார். ட்ஸாஓ ஷுவெத்சின்னுக்கு இந்தக் கதை கிடைக்கவே அவர் இதைப் பத்து ஆண்டுகள் உழைத்துச் சரிப்படுத்தி, ஐந்துமுறை முழுவதும் திருத்திச் சரிபார்த்தார். பல அத்தியாயங்களாகப்

பிரித்து எழுதி, இதைப்பற்றி ஒரு செய்யுளும் இயற்றினார்:
இந்தப் பக்கங்களில் காணும் விவரங்கள் பொருளற்ற உளறல்கள். துயரம் படிந்த கண்ணீர்த் துளிகளை இந்தப் பக்கங்கள் மூடி மறைக்கின்றன. ஆசிரியரின் பைத்தியக்காரத்தனத்தைக் கண்டு இவை நகைக்கின்றன. ஆனால், இந்தக் கதையின் மந்திர சக்தியைக் கண்டவர் யாரே?

கதை முடிவில், மிகச் சோகமான மனித நாடகம் ஒன்று நடை பெறுகிறது. கதாநாயகன் துறவு பூண்டுவிட்டான். ஆயிரக்கணக் கான ஆண்டுகளுக்குமுன் நுவோ தேவதை, பாறையில் விட்டுச் சென்ற ஆன்மாதான் கதாநாயகனுக்கு அறிவும் ஆற்றலும் தந்து, அவன் அன்புருவாகித் துன்பங்களைச் சகித்துவரப் பண்ணியது. அது, மீண்டும் பாறைக்கே போனதும், விரக்தியால் துறவு பூணுவதல்லால் கதாநாயகனுக்கு வேறு போக்கிடமில்லை. அப்போது முன்வந்த அதே தாவோ சந்நியாசி திரும்பவும் காட்சியளிக்கிறார். சந்நியாசி மறுபடியும் கதையைப் பெயர்த் தெழுதினாராம். ஒரு நாள் ஆசிரியரிடம் வந்து கதையின் எழுத்துப் பிரதியை அவரிடம் கொடுத்து வைத்தாராம். ட்ஸாஓ ஷுயெச்சின், சிரித்துக்கொண்டே, 'இது வெறும் அர்த்தமற்ற உளறல்தானே! மது அருந்தி விருந்துண்ட பிறகு, ஒருசில நண்பர்களாயிருக்கும் போது பொழுதுபோவதற்காக வேண்டுமானால், இது உதவும். வேறு வேலையின்றிச் சும்மா குந்தியிருக்கிறவர்களுக்கும் இது அரட்டையடிக்க உதவும். கதாநாயகனை எனக்கு எப்படித் தெரியும்? இதர விவரங்கள் என்னென்ன இருக்கின்றன என்றெல்லாம் என்னைக் கேட்பது, விசயத்தை வீணாகப் பெரிதாக்கி விடுவதல்லாமல் வேறில்லை' என்று பதிலளித்தாராம். இதைக் கேட்ட சந்நியாசி, எழுத்துப் பிரதியைக் கீழே போட்டுவிட்டுச் சிரித்துக்கொண்டே வெளிச் சென்றார். போகும்போது, தலையை ஆட்டியபடி தனக்குள்ளே, 'நிஜந்தான். வெறும் உளறலைத் தவிர இதில் வேறென்ன இருக்கிறது? இதில் உள்ளூரக் கிடப்பது இன்னது என்று யாருக்குத்தான் தெரியும்? ஆசிரியர், பெயர்த் தெழுதியவர், வாசகர்—யாருக்கும் ஒன்றுமே தெரியாது. இது வெறும் இலக்கியப் பொழுதுபோக்குத்தான். சுய திருப்திக்காகவும் மகிழ்ச்சிக்காகவுமே எழுதப்பட்டது என்று முணுமுணுத்தாராம். பின்னால், யாரோ இந்தச் செய்யுளையும் எழுதி வைத்தார்கள்:

கதை, சோகம் படிந்து உருக்கமாகும்போது, இதன் அசட்டுத்
தனமும் மகா துன்பகரமாகிவிடுகிறது. நாம் எல்லோருமே
இந்தக் கனவு நிலையிலிருந்து தத்தளிக்கிறோம்;
அப்போது, யாரை யார்தான் கடிந்துகொள்ள முடியும்?

இந்தக் கதையில் உள்ள அசட்டுத்தனம், சோகம் படிந்து உருக்கமாயிருப்பதோடு, வெகு நயமாயுமிருக்கிறது. சுய திருப்திக்கும், மகிழ்ச்சிக்குமே இதை எழுதியதால், இதன் படைப்பு, இயற்கை எழுச்சியோடு இயன்றிருக்கிறது. பணத்துக்காகவோ, புகழுக்காகவோ இதை எழுதவில்லை. கௌரவமான மனிதர்கள் இதைப் படிப்பது மதிப்புக் குறைவாகக் கருதப்பட்டதால், உளுத்துப்போன பழைய சம்பிரதாயங்களும் இலக்கிய வரம்புகளும் இதைப் பாதிக்கவில்லை. நாவலாசிரியருக்குப் பணமோ புகழோ கிடைக்காததோடு, அவரின் உயிருக்கே ஆபத்து வந்துவிடுவதும் உண்டு. எல்லா மனிதரும் சகோதரரே நாவலை எழுதிய ஷிநையானின் பிறந்த ஊர் கியாங்கின். தனக்கு ஒரு சமயம் வந்த ஆபத்திலிருந்து இவர் எப்படித் தப்பினார் என்பதைப் பற்றி அங்கே ஒரு சுவையான கதை வழங்குகிறது. எதிர்காலத்தில் நடக்கப் போவதை அறியும் அபூர்வ சக்தி ஷிக்கு இருந்ததாம். இந்த நாவலை எழுதிய பிறகு ஷி ஓய்வெடுத்துக் கொண்டிருந்தார். புதிதாக அரசாட்சிக்கு வந்திருந்த மிங் பரம்பரையில் அவர் சேவை செய்ய மறுத்துவிட்டார். ஷியின் பள்ளித் தோழன் ஸியூபொவன் இப்போது சக்ரவர்த்தியின் வலக்கை போலச் செல்வாக்கில் இருக்கிறார். ஒரு நாள் லியூ உடன் சக்ரவர்த்தி வந்தார். ஷியின் மேஜைமேலே கிடந்த நாவலின் எழுத்துப் பிரதிகளை லியூ பார்த்துவிட்டார். ஷி தன்னைவிடப் பெரிய மேதை என்று கண்ட லியூ, அவனை நாசமாக்கச் சூழ்ச்சி செய்தார். புதிதாய்ப் பதவிக்கு வந்த அரச பரம்பரை இன்னும் சரியாய் நிலைபெற்றுவிடவில்லை. கொள்ளைக்காரர் உள்பட எல்லோருமே சகோதரர்கள்தான் என்று போதிக்கும் இந்த நூல், அபாயகரமான கருத்துகளைப் பரப்பி விடக் கூடும்.

ஆகவே, விசாரணை போடுவதற்காக ஷியைத் தலைநகருக்கு அழைப்பிக்க வேண்டுமென்று சக்ரவர்த்தியிடம் லியூ ஒரு நாள் மனுப்போட்டார். கட்டளை வந்ததும், தன்னுடைய எழுத்துப் பிரதிகள் களவு போயின; தனக்கு மரணமே சம்பவிக்கும் என்று

ஷி கண்டுகொண்டார். நண்பர் ஒருவரிடம் ஐந்நூறு களஞ்சு வெள்ளி கடன் வாங்கிக்கொண்டு கிளம்பினார். இதைப் படகோட்டிக்கு லஞ்சமாகக் கொடுத்துப் படகை முடிந்த வரைக்கும் தாமதித்துச் செலுத்தும்படிக் கேட்டுக்கொண்டார். படகு நான்கிங் நகரை நோக்கிப் போய்க்கொண்டிருக்கும்போது, அமானுஷ்யமான நாவலொன்றை அவசர அவசரமாக எழுதி முடித்தார். இதன் பெயர் ஃபெங்ஷென் பாங். (இதன் ஆசிரியர் யார் என்று தெரியவே இல்லை.) இதைக் காட்டித் தனக்குப் பைத்தியமென்று சக்ரவர்த்தியை நம்பவைக்க வேண்டும் என்பது அவர் எண்ணம். பைத்தியம் என்று சொல்லி, ஷி உயிர் தப்பினார்.

இப்படி ஒளிவுமறைவாக வளர்ந்தது சீன நாவல். இரகசியமாய் ஒருவர் இருவரை மகிழ்விப்பதில்தான் அதன் நாட்டம் சென்றிருந்தது. தேடுவாரின்றி, வழிக்கரையில் பூத்த மலர் போல, அது தானாகக் கண்ட இடத்தில் சுயேச்சையாய் வளர்ந்து வந்தது. சிலவேளை, ஒரு தலைமுறையில், ஒரே ஒரு பூப்பூத்ததோடு செடி பட்டுவிடும். ஒரே பூவானாலும், அதன் மணமும் நிறமும் எத்துணை வசீகரமாக இருக்கின்றன! இந்த ஒரு பூப்பூப்பதற் காகவே அந்தச் செடி வளர்ந்ததுபோலும்! செடியின் சத்து முழுவதையும் உறிஞ்சிக் குடித்துவிட்டு மலருகிற பூவும், மலர்ந்த மறுகணமே வாடிக் கருகிவிடுகிறது. நல்ல நாவல்கள், கதைகள் எல்லாம் இப்படித்தான் உண்டாயின. படைப்பை உருவாக்க வேண்டு மென்கிற ஒரே ஆசையால்தான் கௌர்வாண்ட்டே எழுதினார்; பொக்காக்கியோ எழுதினார்.

பதிப்புரிமை, ஆசிரியர் சன்மானம் என்ற பாதுகாப்புகள் எல்லாம் இருந்துவரும் இன்றுகூடப் பணம் முக்கியமல்ல. படைப்பாற்றல் இல்லாதவனுக்கு எவ்வளவு பணம் கொடுத்தாலும் நல்ல கதை எழுத வராது. நிலையான வாழ்க்கையால் நம் மனம் படைப்பை உருவாக்க முடிகிறது. ஆனால், நிலையான வாழ்வி லிருந்து ஒருபோதும் எதுவும் உண்டானதில்லை. பணந்தான் சார்லஸ் டின்கென்ஸை அமெரிக்காவுக்குப் பயணப்படுத்திற்று. ஆனால், பணத்தால் ஒரு 'டேவிட் காப்பாஃபீல்டை' உண்டாக்கி விட முடியாது. டிஃபோ, ஃபீல்டிங், ஷிகையான், ட்ஸாஓ ஷுவெச்சின் போன்ற நமது கதாசிரிய மேதைகள் ஏன் எழுதினார்கள்? அவர்களெல்லாம் பிறவிக் கதாசிரியர்கள். தம்

உள்ளத்தில் கிடந்த கதையைத்தான் அவர்கள் எழுதிவைத்தார்கள். வலிந்து எழுதினவர்களல்ல. இயற்கை, தன் செல்வங்களை எல்லாம் ட்ஸாஒ ஷுவெச்சின்னுக்கு வாரிக் கொடுத்து இருந்தது. வீடு வாசல் ஒன்றுக்கு குறைவில்லை. பிறகு எல்லாம் மறைந்து மாயமாய் விட்டன. ட்ஸாஒ வயதடைந்த காலத்தில், கையில் காசில்லை; இருக்க ஒரு குடிசைதான் கிடைத்தது. முந்தி வாழ்ந்த வாழ்வு கனவு போல ஆகிவிட்டது. கனவை நினைத்துப் பார்த்த ஆசிரியர், தன் நினைவு வேதனையைப் போக்கிக்கொள்ளும் பொருட்டு, எழுதித் தீர்க்க வேண்டியதாயிற்று. இதைத்தான் நாம் இலக்கியம் என்கிறோம்.

சிவப்பு அறைக் கனவை நான் உலகப் பேரிலக்கியத்துள் ஒன்றென மதிக்கிறேன். இதிலுள்ள குணச்சித்திர வருணனை, ஆழ்ந்து பரந்த மனிதாபிமானம், முழுமையான நடைப்பொலிவு, கதை எல்லாம் சேர்ந்து இதைப் பேரிலக்கியப் பதவிக்குத் தகுதியுள்ளதாக ஆக்கிவிடுகின்றன. இதில் வரும் பாத்திரங்கள் உயிரோடு இயங்குகின்றன. நம்முடன் உயிரோடு வாழும் நண்பர்கள்கூட இப்படி அளவளாவ மாட்டார்கள். ஒவ்வொரு பாத்திரமும் பேசும்போது நமக்குச் சட்டென அடையாளந் தெரிந்துவிடும். எல்லாவற்றையும்விட மேலானது இதிலுள்ள கதைப்போக்குத்தான்:

இந்திர லோகம்போன்ற பூங்காவனம்; பெரிய அதிகாரியின் குடும்பம்; அதில் நாலு புதல்வியரும், ஒரு புதல்வனும், பல முறைப் பெண்களும்; பையன் பெரியவனாகிவருகிறான்; முறைப் பெண்களும் பையனும் சம வயதினர்; எப்போதும் மகிழ்ச்சி ஆரவாரமும் சிரிப்பும் கெக்கலிக்கும்; மிக வசீகரமான, கெட்டிக்காரப் பணிப்பெண்கள் பலர்; இவர்களில் சிலர் சூழ்ச்சிக்காரிகள்—ஏதாவது முடிச்சுப்போட்டுக்கொண்டே இருப்பார்கள்; மற்றுஞ் சிலர் உண்மையானவர்கள், ஆனால் கோபக்காரிகள்; கொஞ்சப் பேர் எஜமானருடன், இரகசியத்தில் காதல்கொண்டிருப்பவர்கள்; வேலைக்காரரின் மனைவியரில் சிலர் நடத்தை பிசகினவர்கள்; இவர்களால் குடும்பத்தில் சில கலகங்களும் பொறாமைகளும்; தகப்பனாரை வீட்டில் பார்க்கவே முடியாது; எப்போதும் உத்தியோக சம்பந்தமாய் வெளியூரிலேயே இருப்பார்; இரண்டு மூன்று மருமக்கள்; இவர்கள்தாம் குடும்ப பாரத்தைத் திறம்பட அப்பழுக்கின்றி ஏற்று நடத்திவருகிறார்கள்;

மருமகப் பெண்களில் மிகத் திறமைவாய்ந்த ஃபெங்ச்சியெ பேரில் எல்லோர்க்கும் கன பிரியம்; இவள் பெரும் வாய்ச்சளுக்கி; படிப்பு வாசனையே இல்லாதவள்; ‘கதாநாயகன்’ பஓயூ இளம் பிள்ளை; ஆளாகிற வயது; சுமாரான புத்திசாலி; பெண்கள் சகவாசத்தை அதிகம் விரும்புகிறவன்; காதலிலும் கஷ்டத்திலும் இவன் கிடந்து உழல வேண்டுமென்றுதான், கடவுள், இத்தனை பெண்களை இவனுக்குத் துணையாக அனுப்பினார் போலும்; சீனத்துப் பெருங்குடும்பங்களில் ஒரே பிள்ளையாய் இருந்தால் செய்வது போல, இவனையும் அசாத்தியச் செல்லங்கொடுத்து வளர்த்துவரு கிறார்கள்; குடும்பத்தின் சர்வாதிகாரியான பாட்டிக்கு இவன்மேல் உயிர்; தகப்பனிடம் வெகு பயம்; உறவுமுறைப் பெண்கள் அனைவருக்கும் இவனிடம் பரம விஸ்வாசம்; பணிப் பெண்கள், இவன் விரும்பியதை எல்லாம் நொடிப் பொழுதில் கொண்டுதரு வார்கள்; இவனைக் குளிப்பாட்டி, இரவில் தூங்க வைத்து உடன் காவலிருப்பார்கள்; இவர்கள் வீட்டில், தாய் தகப்பனில்லாத மாமன் மகளான தையூவும் இருந்து வருகிறாள்; அவளுக்குக் காசநோய்; குருவிக் கூட்டுச் சூப்புத்தான் உணவு; பேரழகிலும், கவிதா மேதையிலும் யாவரிலும் சிறந்தவள்; கொஞ்சம் அறிவாளியானதால், இதர மக்குப் பெண்களைப்போல மகிழ்ச்சியாயிருக்க முடியவில்லை; மாசற்ற தன் காதலை, கன்னி உள்ளத்தின் தூய வேகத்தில் பஓயூவிடம் தெரிவிக்கிறாள்; பஓட்ஸா என்பவள் இன்னொரு மாமன் மகள்; இவளும் பஓயூ வைக் காதலிக்கிறாள்; இவள் சற்றுப் பருமனானவள்; கனவு காணும் இயல்புடையவளல்ல; இவள்தான் பொருத்தமான மனைவியாக முடியும் என்பது பெரியவர்களின் எண்ணம்; கடைசியில் மோசம் செய்து திருமணம் நடந்துவிடுகிறது; தாய்மார்களாகச் சேர்ந்து பஓட்ஸாவையே கட்டிவைக்க ஏற்பாடு செய்துவிடுகிறார்கள்; பஓயூவுக்கோ, தையூவுக்கோ விசயம் தெரியாது; திருமணம் நடக்கச் சற்று முந்திவரை தையூவுக்குத் தகவலே தெரியாது; செய்தி காதில் விழுந்ததும், பைத்தியம் பிடித்தமாதிரி கெக்கலித்துச் சிரித்து, அதிர்ச்சி தாங்காது மாண்டுவிடுகிறாள்; திருமணம் முடிந்த அன்றிரவுதான் தையூ செத்த தாக்கல் பயூஓவுக்கு எட்டுகிறது; தன் பெற்றோரே தன்னை மோசம் செய்துவிட்டார்கள் என்று கண்டதும், பயூஓவுக்கு அறிவு கலங்கிப் பைத்தியம் பிடித்து விடுகிறது; கடைசியில் அவன் துறவியாகிவிடுகிறான்.

ஒரு பெரிய குடும்பத்தின் வாழ்வையும் தாழ்வையும் தளமாக வைத்து, இவை அனைத்தும் சித்திரிக்கப்படுகின்றன. கதையின் கடைசிப் பாகத்தில் குடும்பத்துக்கு ஒன்றன்பின் ஒன்றாக வந்து குவியும் கஷ்டங்கள் நம்மை மூச்சுத் திணறடித்துவிடுகின்றன. அஷர் குடும்பத்தின் வீழ்ச்சி என்ற கதையிலும் இப்படித்தான்:

> இன்ப நாள்கள் கடந்து போயின; வறுமை தன் கோரப்பல்லைக் காட்டி இளிக்கிறது; தோட்டத்தில் வசந்த விருந்து நடந்த காலம் போய், ஆள் நடமாட்டமில்லாத முற்றங்களில் பேய்கள் ஊளையிட்டு அங்கலாய்ப்பதுதான் காதில் விழுகிறது; அழகிகளெல்லாம் பருவமடைந்து, பல பல இடங்களுக்கு மணமாகிப் போய்விட்டனர். பஓயூவுக்குப் பணிவிடை செய்த பெண்களில் பலர் மணமாகிப் போயினர்; மற்றும் பலர் எங்கே சென்றனர் என்பது தெரியாது; இவர்களில், மிகவும் நம்பிக்கையுள்ள ச்சிங் வென் என்பவள் கடைசிவரை உண்மையாகவும் கற்புடையவளாகவும் இருந்து செத்தாள்; இந்திரஜாலக் காட்சி மறைந்து விட்டது.

சீன விமர்சகர்களில் சிலர் சொல்வதுபோல, சிவப்பு அறைக் கனவு நாட்டை நாசமாக்கிவிடக் கூடுமானால், சீனாவை அது எவ்வளவோ காலத்துக்கு முந்தி நாசப்படுத்தியிருக்கும். தையூவும், பஓட்ஸாவும் தேசியக் காதலர்களாய்விட்டனர். இவர்கள் தவிர, வேறு தினுசுக் காதலரும் சீனாவில் பிரபலமடைந்திருக்கின்றனர். உணர்ச்சி மீறிய ச்சிங்வென், பெண்மை இயல்புடைய ஷிஜென், விசித்திரப் போக்குள்ள ஷியாங்கியன், பெண் போன்ற ட்டான்ச்சன், வாய்ச்சளுக்கி ஃபெங்ச் சியெ, திறம்படைத்த மியாவொயூ—இவர்களெல்லாம் தனித் தனிக் குணச்சித்திரங்கள்; ஒவ்வொன்றும் வெவ்வேறு வகையானது. நமக்குப் பிடித்ததை நாம் பொறுக்கி எடுத்துக்கொள்ளலாம். சீனாக்காரனின் ஒருவனுடைய குணாதிசயத்தைச் சுளுவாகத் தெரிந்துகொள்ள வேண்டுமானால் தையூ, பஓட்ஸா இருவரில் அவனுக்கு யாரை அதிகம் பிடிக்கிறதென்று கேட்டால் போதும். தையூவைப் பிடித்தால், அவன் இலட்சியவாதியாயிருப்பான்; பஓட்ஸாவைப் பிடித்தால், திடமான அன்றாட வாழ்வில் நம்பிக்கையுடையவனாய் இருப்பான். ச்சிங்வென்னைப் பிடித்தால், நல்ல ஆசிரியனாக முடியும். ஷியாங்கியனைப் பிடித்திருந்தால், லிப்போவின்

கவிதையையும் ரசிப்பவனாயிருப்பான். எனக்கு ட்டான்ச்சனைப் பிடிக்கிறது. இவளிடம் தையூ, பஓட்ஸா இருவரது பண்புச் சிறப்புகளும் பொருந்தியிருக்கின்றன. மகிழ்ச்சியாய் திருமணமாகி, நல்ல மனைவியாகவும் இவள் நடந்துகொண்டாள். பஓயூவின் பாத்திரம் அழுத்தமில்லாதிருக்கிறது; இளைஞர்களைக் கவரக் கூடிய 'கதாநாயகன்' இப்படி இருப்பது நல்லதேயல்ல. நல்லதோ கெட்டதோ, சீன ஆண்களும் பெண்களும் இந்த நாவலை ஏழெட்டுத் தரமாவது படித்திருப்பார்கள். இதிலிருந்து 'சிவப்பீயம்' ('சிவப்பு அறைக் கன'விலிருந்து வந்த சொல் 'ஷுங்ஷுயெ') என்ற ஆராய்ச்சிமுறை கிளம்பிவிட்டது. ஷேக்ஸ்பியர் அல்லது கதேயைப்பற்றி எவ்வளவு கண்ணியமான முறையில், எத்தனை விரிவுரை நூல்களை வெளியிட்டிருக்கிறார்களோ, அவை போன்றவையே இந்தச் 'சிவப்பீய' ஆராய்ச்சி நூல்களும்.

எல்லாவற்றையும் கவனிக்கும்போது, சீனாவில் நாவல் எழுதுகிற கலையில் உச்சநிலையை அடைந்துள்ளது சிவப்பு அறைக் கனவுத்தான் என்று சொல்ல வேண்டும். ஆனால், இது குறிப்பிட்ட தனிவகை நாவல்களில்தான் முதன்மையானது. வேறு வகை நாவல்களும் இருக்கின்றன. எடுத்துக்கொண்ட விசயத்துக்குத் தக்கபடி அவற்றைக் கீழே வருமாறு பிரிக்கலாம். அந்தந்தத் துறையில் தலைசிறந்த நாவலின் பெயர் கீழே தரப்பட்டிருக்கிறது.

1. வீராவேச நாவல்: *ஷுயிஹுச்சுவான்: எல்லா மனிதரும் சகோதரரே.*
2. அமானுஷ்ய நாவல் அல்லது அதிசயக் கதை: *ஷியுச்சி*
3. வரலாற்று நாவல்: *மூன்று ராஜ்யம்.*
4. காதல் விசித்திரம்: *சிவப்பு அறைக் கனவு.*
5. பாலியல் நாவல்: *ச்சின் ப்பின் மெயி.*
6. சமூக நையாண்டி நாவல்: *ஜுலின்வபிஷி.*
7. கருத்துகளுக்கான நாவல்: *ச்சிங்குவாயுவான்.*
8. சமூகப் பழக்க வழக்கங்களுக்கான நாவல்: *கடந்த இருபது ஆண்டில் நடந்த விநோதங்கள்.*

சரியாய்ப் பிசகாமல் பிரிப்பது சிரமம். எடுத்துக்காட்டாக, கோல்ட்-

வாஸ்-பிளம் (பொன்-ஜாடி-பழம்) என்ற நாவலைப் பாருங்கள். இதில் முக்கால்வாசிக்கு மேல் இருப்பது பாலியல் தொடர்பானது. ஆனால், சமூகப் பழக்க வழக்கங்களைத் தயவு தாட்சண்யமின்றிப் பிய்த்துவாங்குவதில் இது ஒப்பற்றது. சாதாரண மக்கள் 'உள்ளூர்ப் பணக்காரன்', கனவான் கோஷ்டி இவர்களை வருணிப்பதிலும், முக்கியமாக, மிங் காலத்தில் சீனச் சமுதாயத்தில் பெண்களுக்கு அளிக்கப்பட்டிருந்த இடத்தை விவரிப்பதிலும் இது ஒப்பற்ற சித்திரமாக விளங்குகிறது. இவை, அசல் நாவல் ரகங்கள். இவை தவிரக் கதைகள், சிறுகதைகளும் உண்டு. இவையும் நாட்பட்டவைதாம். லியாஓட்ஸ்ஸாய் ('சீன ஓவியச்சாலையிலிருந்து கிடைத்த விநோதக் கதைகள்'), ச்சிங்க்கு ச்சிக்குவான் (சீமாட்டி ச்சுவாங்கின் மனமாற்றமும் மற்றக் கதைகளும்')—இவை இரண்டும் கதை, சிறுகதைகளுக்கு எடுத்துகாட்டுகள். பிந்திச் சொன்ன புத்தகத்தில், பரம்பரை பரம்பரையாக வந்துள்ள பிரபலப் பழங்கதைகளில் சிறந்தவை தொகுத்துச் சேர்க்கப்பட்டிருக் கின்றன.

இவற்றை, அந்தந்த நூலின் பிரபலத்திற்கு ஏற்ற மாதிரியில், படிப்படியாக நான் தரம் பிரித்திருக்கிறேன். தெருக்களில், புத்தகங்களை இரவல் தந்து வாங்கும் நூல் நிலையங்கள் இருக்கின்றன. இவற்றிலுள்ள பொதுப்படையான நாவல்களின் பட்டியலில் வீராவேச நாவல்கள்தாம் அதிகமிருக்கும். இவற்றைச் சீனமொழியில் 'பராக்ரம நாவல்கள்' என்பார்கள். இது பெரிய வேடிக்கைதான். வீரச் செயல்களிலோ, மூர்க்கத் தனமான நடவடிக்கைகளிலோ மாட்டிக்கொள்ளக் கூடாதென்று ஆசிரியரும் பெற்றோரும் எப்போதும் எச்சரித்து வருகிற நாட்டில், பராக்ரமத்தைப்பற்றிப் பேசுவது அசம்பாவிதமாகவே காணும். சீனாவில் தமது மூர்க்கத்தனத்தால் குடும்பத்தாரைப் போலீஸிடமோ, உள்ளூர் அதிகாரியிடமோ சந்தியில் இழுத்து வைத்துவிடுகிற புதல்வர்களை உடனே வீட்டைவிட்டு ஓட்டிவிடுவார்கள்.

வெகுசன உணர்ச்சி மீறி, ஏழைபங்காளனாக இருக்க எண்ணிப் பிறர் காரியங்களில் தலையிடுகிற பராக்ரமசாலிகளான குடிமக்களை ஊரில் இருக்கவிட மாட்டார்கள். சமுதாயத்தை விட்டுப் 'பச்சைக் காட்டுக்கு' ஓட்டிவிடுவார்கள் (கொள்ளைக் காரர்களைக் குறிப்பது). பெற்றோர் பிள்ளைகளைச் 'சரிப்படுத்தா

விட்டால்', பிள்ளைகள் குடும்பத்தையே ஒரு வழியாய்ச் 'சரிப்படுத்திவிடுவார்கள்'. சட்டரீதியான பாதுகாப்பு இல்லாததால், எந்தக் குடிமகனும் பாவபுண்ணியத்தை அதிகம் கவனிப்பது அவனுக்கு ஆபத்தாக முடியும். சட்ட ரீதியான பாதுகாப்பு இல்லாத சமூகத்தில் ஏழை எளியார்க்குத் தர்ம நியாயம் வழங்கப் புறப்படுகிற மனிதன் 'சரிப்படுத்த முடியாத' ரகத்தைச் சேர்ந்த வீர புருஷனாகத்தான் இருக்க வேண்டும். வீட்டிலேயே தங்கியிருந்து, சமூகத்தில் மானமரியாதையோடு வாழுகிற ஆசாமியைச் 'சரிப்படுத்த' வேண்டிய தேவையே இல்லை. ஏற்கெனவே மழுங்கிய பேர்வழியை, மேலும் மழுங்க வைக்க என்ன தேவை! மழுங்கல்களான இந்த 'நல்ல குடிமக்கள்', முரடர்களாகிய நாட்டாள்களைப் பெரிதும் மதிப்பார்கள். அபலைப் பெண்கள், தாடி சிரைக்காமல், கரடுமுரடாய்த் தோன்றும் குண்டர்களைக் கண்டால், இப்படித்தான் 'ஆஹா!' என்று வியப்படைவார்கள். எலும்புருக்கு நோயால் பீடிக்கப்பட்டு, எழுந்திருக்க முடியாமல், படுத்த படுக்கையாய்க் கிடக்கிறவர்கள், எல்லா மனிதரும் சகோதரரே என்ற நாவலைப் படித்து, இதில் வீரச்செயல் புரியும் லிகுபெயின் பராக்ரமத்தைக் கண்டு மகிழ்வதில் என்ன அதிசயம் இருக்கிறது. சீன நாவல்களைப் படுக்கையில் படுத்தபடி தான் படிப்பார்கள் என்பதை மறந்துவிடக்கூடாது.

அரக்கர்கள் சண்டை, தேவதைகளின் சண்டை இவற்றைக் கூறும் அற்புதக் கதைகளும் அமானுஷ்யப் பிறவிகளைப்பற்றிக் கூறுகிற நாவல்களும் சீனர்களின் வாழ்க்கையோடு ஒட்டிப்போய் விட்ட பழங்கதைகளை அடிப்படையாக வைத்தே எழுதப் பட்டவை. சீன மனத்தில், உண்மை நிகழ்ச்சியோடு, அமானுஷ்ய நிகழ்ச்சி எப்பொழுதும் கலந்தே இருக்கும் என்று 'சீன மனம்' என்ற இயலில் குறிப்பிட்டோம். ஷியுச்சி என்ற நாவலை டாக்டர் ட்டிமதி ரிச்சர்ட்ஸ், புறப்போக்காக மொழிபெயர்த்து, அதற்கு விண்ணுலகத் தூது என்று பெயர் கொடுத்திருக்கிறார். இந்தியாவுக்குப் பயணம் போகும் சந்நியாசி யுவான்ட்சங் சாதிக்கும் காரியங்களைப்பற்றியும், அவரது தீரச் செயல்களைப் பற்றியும் இது விவரிக்கிறது. இவருடன், பாதி மனிதரும் பாதி மிருகமுமான மூன்று பேர் துணையாகப் போகிறார்கள். சன் என்ற குரங்கு, ச்சு என்ற பன்றி, சந்நியாசி என்ற மணல் இந்த மூன்றும் நம் உள்ளத்தை அப்படியே

கவர்ந்துவிடுகின்றன. இது மூலப் படைப்பல்ல; மதத் தொடர்பான பாட்டிக் கதையிலிருந்து எடுத்தது. எல்லாருடைய அபிமானத்தையும் ஒருங்கே பெற்றுவிட்ட புகழ்பெற்ற பாத்திரம் சன் குரங்குதான். அடைய முடியாததையே எப்போதும் அடையத் துடி துடிக்கிற விஷமத்தனமான மனித ஆன்மாவை இது எடுத்துக் காட்டுகிறது.

ஈடன் தோட்டத்தில், தடுக்கப்பட்ட ஆப்பிள் பழத்தை ஏவாள் தின்றதுபோல, இந்தக் குரங்கும் வானுலகத்தில் தடுக்கப் பட்ட பீச் பழத்தைத் தின்கிறது. கடைசியில், புரொமிதியஸைப் பாறையிர கட்டிப்போட்ட மாதிரி, இதையும் பாறையடியில் ஐந்நூறு ஆண்டுகளுக்குச் சங்கிலியால் கட்டிப்போட்டுவிட்டார்கள். தண்டனைக் காலம் முடிந்ததும், ஷுவான்ட்சங் வந்துவிடுவித்தான். தான் செய்த பாவங்களுக்குக் கழுவாயாக ஷுவான்ட்சங்கோடு யாத்திரை புறப்பட்டு, வழியில் பேய்-பிசாசு, ராக்ஷர் முதலிய கோர ஜந்துக்களோடெல்லாம் சண்டை போட்டது. என்னவானாலும், குரங்கின் குறும்புத்தனம் போகவில்லை. இதன் போக்கு, தெய்வ வழி நிற்றலுக்கும் அடங்காப் பிடாரித்தனத்துக்கும் எப்போதும் நடக்கும் போராட்டத்தை நன்றாய் எடுத்துக்காட்டுகிறது. குரங்குத் தலையில் ஓர் இரும்பு மூடி இருந்தது. குரங்கு, ஏதாவது தப்புச் செய்தால் ஷுவான்ட்சங் மந்திரம் ஓதிவிடுவான்; இரும்பு மூடி குரங்குத் தலையை உயிர்போகிற மாதிரி வலியெடுக்க இறுக்கி நெருக்கிவிடும். பன்றி ச்சு மனிதர்களின் மிருக இச்சையை எடுத்துக் காட்டுகிறது. மத உணர்ச்சியால் மிருக இச்சையை எப்படி அடக்கலாம் என்பது இதனால் போதிக்கப்படுகிறது.

கண்காணா இடங்களில் அரைகுறை மனிதர்களாகிய இந்தப் படைப்புகள் மல்லிட்டுக்கொண்டு, ஆசாபாசங்களோடு போராடுவது மகா கோமாளித்தனமாக இருக்கும். மந்திர சக்தியும், தெய்வீக ஆயுதப் பிரயோகமும் சண்டைகளில் அமர்க்களப்படும் போது, வாசகர் மூச்சைப் பிடித்துக்கொண்டு திகைத்துப் போவார். குரங்கின் காதில், மந்திரக்கோலொன்று செருகி இருக்கும். வேண்டும் போது, இதை எவ்வளவு தூரத்துக்கும் நீட்டிவிடலாம். அதோடு, தன் கால்மயிரைப் பிடுங்கி வீசியெறிந்து, நினைத்த மாத்திரத்தில் ஒரு குரங்குப் படையை உருவாக்கிப் பகைவரைத் தொல்லைப்படுத்தக்கூடிய சக்தியும் குரங்குக்கு இருந்தது. மீனாகவோ, பறவையாகவோ, வேறு எதுவாகவோ அதனால்

உருமாறிவிட முடியும். திடீரென்று ஒரு கோயிலாக மாறிவிடும். கண்கள் கோயில் ஜன்னலாகிவிடும்; வாய்தான் கோயில் வாசல்; நாக்கு கோயில் சிலை; கோயிலுக் குள்ளே புகுந்த எந்த பிரும்ம ராக்ஷஸனையும் 'லபக்'கென்று விழுங்கிவிடும். ஒரு சமயம், சன் குரங்குக்கும், இதற்கு நிகரான சாமர்த்தியமுள்ள இன்னொரு தேவ கனத்துக்கும் பலத்த சண்டை மூண்டுவிட்டது. நிலம், நீர், வானம் எங்கும் ஒன்றையொன்று விடாமல், விரட்டி விரட்டிச் சண்டை போட்டன. இந்தக் காட்சிகள் குழந்தைகளுக்கு மிகக் கவர்ச்சியா யிருக்கும். பெரியவர்களுக்கும் விறுவிறுப்பாகவே இருக்கும். 'மிக்கி மௌஸ்' ('மிக்கி' என்ற எலியைப் பற்றிய வேடிக்கைச் சினிமாப் படம்) கதைகளை ரசிக்கக்கூடியவர்கள் இதையும் ரசிக்கவே முடியும்.

தெய்வீகக் கற்பனையானது அற்புதங்களை விளம்பும் கதை களில் வருவதோடு நின்றுவிடுவதில்லை. எல்லாவித நாவல் களிலும் பூதங்கள், ராக்ஷஸர்கள் போன்ற அமானுஷ்யக் கற்பனைகள் வந்துவிடும். ஏஷாஓ ப்பஓபென் முதல்தரமான நாவல்தான்; குடும்ப அபிமானமும், தீரச் செயலும் கலந்திருக்கும். ஆனாலும், இதில் பல பகுதிகள் அமானுஷ்யக் கற்பனை காரணமாகப் பழுதுபட்டுவிட்டன. சீனத்து மர்மக் கதைகளும் இதனால் குறைபட்டுவிட்டன. ப்பஓக்குங் ஆன் (ப்ப ஓக்குங்குடைய வழக்குகள்) என்ற நாவல் இதனால் பழுதாய்ப் போய்விட்டது. அமானுஷ்யக் கற்பனைக்கு இடந்தருவதால், துப்பறியும் நாவல் வளர இடமில்லை. துப்பறியும் கதை வளராததற்கு வேறு காரணமுண்டு; சாஸ்திர முறைப்படி தர்க்கமிடாதது; சீனரின் உயிரைப் பெரிதாக மதியாதது. ஒரு காரியம், இன்ன காரணத்தால் இப்படி நடக்கும் என்று தர்க்கரீதியில் ஆராயும் தொல்லையை ஆசிரியர் மேற்கொள்ள மாட்டார். எங்கேயாவது கதை தடை பட்டால், சடாரென்று பூதங்கள் தேவதைகளைக் கொண்டுவந்து கதையை ஒப்பேற்றிவிடுவார். யாராவது இறந்துபோனால், அதற்காக யாரும் சீனாவில் முகம் வீங்க அழுது சாகமாட்டார்கள். ஒருவன் செத்துப்போனால், எதற்காக, எப்படிச் செத்தான் என்ற ஆராய்ச்சியில் இறங்க வேண்டுமென்று யாருக்கும் தோன்றாது. செத்தானா; சரி, செத்துத்தான் போய்விட்டான்—என்றதோடு விசயம் முடிந்தது.

சீனத் துப்பறியும் கதையில் வரும் ப்பஓக்குங் துப்பறிபவனாய் இருப்பதோடு, அவனே ஒரு மாஜிஸ்ட்ரேட்டுங்கூட. வழக்குகளில் எக்கச்சக்கமான கட்டங்கள் வரும்போது, கனவில் காட்சி காணுவதன் மூலமே மர்மங்களையும் கொலைகளையும் அவன் அம்பலமாக்குவான்; ஷெர்லக் ஹோம்ஸ் மாதிரி காரண காரியங்களை அலசிப்பார்க்க மாட்டான்.

சீன நாவலில் கதைக்கோள் நெருங்கிப் பிணைந்திராது. டி.எச். லாரன்ஸின் நாவல்களைப்போல, கதையமைப்பு கண்டபடி சிதறிக் கிடக்கும். நீளத்தில், சீன நாவல் டால்ஸ்டாய், டஸ்ட்டவீஸ்கி எழுதிய ரஷ்ய நாவல்களை ஒத்திருக்கும். சீன நாவலுக்கும் ரஷ்ய நாவலுக்கும் உள்ள ஒற்றுமை தெளிவானது. இரண்டிலும் கையாளும் அமைப்பு முறை மிகவும் நேரடியானது; இரண்டிலும் சில்லறை விவரங்கள் குவிந்திருக்கும்; இரண்டிலும் கதையை மொட்டையாய்ச் சொல்வதோடு ஆசிரியர் நின்றுவிடுவார். மேற்கு ஐரோப்பியரைப்போலக் கதையை ஒவ்வொரு கோணமாகத் திருப்பிக்காட்டித் தானும் கூடவே வந்து வாசகருக்கு விசயங்களை விளக்கிக்கொண்டிருக்க மாட்டார். கதையை, நடந்தது நடந்தபடி கூறிவிடுவார். நயமான உளவியல் சித்திரங்கள் இருக்கவே செய்யும். ஆனால், உளவியலைப் பற்றித் தமக்குத் தெரிந்துள்ள விசயங்களை ஆசிரியர் விளக்கி விரிக்கச் சீன நாவலிலோ, ரஷ்ய நாவலிலோ இடமில்லை. கதை, அதன் விறுவிறுப்புக்காகவே முக்கியமாகச் சொல்லப்படுகிறது. மானங்கெட்ட பாலியல் தனத்தைக் கொஞ்சம்கூட நகாஸ் பண்ணாமல் பச்சையாய்த் தீட்டுகிற விசயத்திலும் பொன்-ஜாடி-பழம் என்ற சீன நாவலுக்குக் காரமஜொவ் சகோதரர்கள் என்ற ரஷ்ய நாவல் சற்றும் இளைத்தது அல்ல.

காதல் சித்திரங்கள் என்று சொல்கிற வகையைச் சேர்ந்த நாவல்களில்தான் பொதுவாகக் கதையமைப்பு நன்றாய் இருக்கும். சென்ற முப்பது ஆண்டுகளாகப் பிரபலமாய் இருந்துவருகிற சமூக நாவல்களில் கதைக்கோள் கண்டபடி அலைந்து திரியும். நடுநடுவே மூலக் கதையோடு சேராத சிறுசிறு நிகழ்ச்சிகளும், தனிக் கதைகளும் ஊடாடிவரும். இவை, தனிப்பட்ட முறையில் ரசமாகவுமிருக்கும். சிறுகதை என்பதே பத்து ஆண்டுகளுக்கு முந்தித்தான் உண்டாயிற்று. மேலை நாட்டு இலக்கியத்தில்

மூலத்திலோ, மொழிபெயர்ப்பிலோ படித்தவைபோல உருவாக்க நவீன எழுத்தாளர்கள் முயன்று வருகிறார்கள்.

மொத்தத்தில், சீன நாவலின் நடைவேகம் சீனரின் வாழ்க்கை வேகத்தை அப்படியே பிரதிபலிக்கிறது. சீன நாவலின் வேகம் பிரம்மாண்டமானது; அடர்த்தியானது; பல வர்ணமானது; ஒருபோதும் அவசரப்படாதது. நாவல், பொழுதுபோக்குவதற்காக உண்டானது. நிறையப் பொழுதிருக்கும்போது, ரயிலுக்குப் போகவேண்டிய அவசர மில்லையானல், கதையின்முடிவை அடைந்துவிட யாரும் பதறி யடித்துக்கொள்ளத் தேவையில்லை. சீன நாவலைப் பொறுமையோடு, ஆர அமரப் படிக்க வேண்டும். நடுவழியிலே நறுமண மலர்களைக் கண்டால், சற்று நின்று அவற்றைப் பறித்துக்கொள்ளக் கூடாதென்று யாராவது பயணியைக் கட்டுப்படுத்துவார்களா?

11. மேலைநாட்டு இலக்கியத்தின் செல்வாக்கு

தனித்தனியான இரண்டு பண்பாடுகள் ஒன்றை ஒன்று சந்திக்கும் போது, வளம் மிகுந்தது வளங் குறைந்ததற்குக் கொடுத்து உவுவதும், பின்னது முன்னதினிடமிருந்து வாங்கிக்கொள்வதும் சரிதான், இயல்புதான். ஆனாலும், வாங்குவதைவிடக் கொடுப்பது தான் புண்ணியம்.

சிலவேளை இதை நம்புவது சிரமமாகிவிடலாம். இலக்கியத் திலும் சிந்தனையிலும் சென்ற முப்பதாண்டுகளில் சீனா பெரும் சம்பாத்தியம் செய்திருக்கிறது. இதற்கு, மேலை நாட்டினரின் செல்வாக்குக்கே சீனா முற்றும் கடப்பாடுடையது. 'இலக்கிய நாடு' என்று கூறிக்கொள்ளும் சீனாவுக்கு, மேலை நாட்டு இலக்கியம் பொதுவாக எல்லாத் துறையிலுமே சீன இலக்கியத்தை விட வளம்மிக்கதாயிருக்கிறது என்று ஒப்புக்கொள்வது பெரிய அதிர்ச்சியாகவே இருக்கும். ஐம்பது ஆண்டுகளுக்கு முந்தி ஐரோப்பிய பீரங்கிக் கப்பல்களைக் கண்டுதான் சீனர் வியந்தனர்; முப்பது ஆண்டுகளுக்கு முந்தி, மேலைநாட்டு அரசியலைக் கண்டு வியந்தனர்; இருபது ஆண்டுகளுக்கு முந்தி, மேலைநாட்டாரிடம் மிகச் சிறந்த இலக்கியமும் இருக்கிறதே என்று வியந்தனர். இன்று, மேற்கிடமே நம்மைவிடச் சிறந்த சமூக உணர்ச்சியும், சமூக ஒழுக்கமும் இருக்கின்றனவே என்பதைச் சிலர் மெல்ல மெல்லத்தான் கண்டு வருகின்றனர்.

தற்பெருமையுள்ள ஒரு தொன்மையான நாட்டுக்கு இது பலத்த அடிதான். ஆனாலும், இந்த அடியைத் தாங்கிக்கொள்ளக்கூடிய அளவு பெருமிதம் சீனாவுக்கு உண்டு. எது எப்படியிருந்தாலும், சீன இலக்கியத்தில் மாறுதல் ஏற்பட்டுவிட்டது. கடந்த இரண்டாயிரம் ஆண்டுகளாய் இல்லாத மாதிரி, விசயத்திலும் நடையிலும் பெருத்த மாறுதல்கள் ஏற்பட்டுவிட்டன. பேசுகிற மொழி, இலக்கியத்துக்கு எடுத்த மொழிக் கருவியாக நிலைத்து விட்டது. அயல்நாட்டுச் செல்வாக்குத்தான் இதற்கு நேரடியான காரணம்.

மேலைநாட்டின் போக்கில் பழகி ஊறிப்போன ஒருவனால்தான் மொழி விடுதலை கிடைத்திருக்கிறது. சொல்வளம் வெகுவாகப் பெருகி யிருக்கிறது. இதனால் அறிவியல், தத்துவம், கலை, இலக்கியம் முதலியவற்றில் குறித்த புதுக் கருத்துகள் வளர்ந்து பெருகியிருக்கின்றன. முந்தியெல்லாம் எங்கள் சிந்தனைக் கருவி இவ்வளவு கச்சிதமாய், விளக்கமாய் இருந்ததில்லை. சிந்தனையின் மூலப் பொருளாகிய கருத்தும் சொல்லும் வளம் பெற்றதால், இலக்கிய நடையிலும் பெருத்த மாறுதல் உண்டாகியிருக்கிறது. முந்திய நடைக்கும் நவீன நடைக்கும் தொடர்பே இராது.

பழைய பண்டிதர்களுக்குத் தற்கால நடை புரியவே புரியாது. தற்காலப் பத்திரிகைகளில் வெளியிடத்தக்க ஒரு சிறு கட்டுரை கூடப் பழைய பண்டிதரால் எழுத முடியாது. நடையில் மட்டுமல்ல; விசயத்திலும் கூடத்தான். புதுப் புது இலக்கியத்துறைகள் உண்டாகி யுள்ளன. வசனகவிதை, சிறுகதை, நவீன நாடகம் எல்லாம் வந்துவிட்டன. நாவல் எழுதும் முறையும் வெகுவாக மாறி விட்டது. எல்லாவற்றையும்விட முக்கியமானது, பழைய விமர்சன சம்பிரதாயங்கள் கைவிடப்பட்டதே. பழைய சம்பிரதாயம், மொத்தத்தில், பிரஞ்சு நவ பேரிலக்கியவாதிகளின்* கொள்கை யைப் போன்றது.

* இந்த நவ-இலக்கியவாதிகள் பழைய பேரிலக்கியங்களை மதிப்பதற்குப் பதிலாகத் தற்காலத்தே உயிர்வாழும் அல்லது அண்மைக் காலத்தில் உயிர் வாழ்ந்த, ஆசிரியர்களில் சிலர் சிரஞ்சீவித்துவத்துக்குரியவர்கள். இவர்களின் நூல்கள் என்றும் அழியாதவை; ஆகவே, இவர்களைப் போற்றுவோம்—என்ற ரீதியில் பேசுகிறவர்கள். – மொழிபெயர்ப்பாளர்.

இவர்களது கைங்கரியத்தின் பயனாக, நூற்றைம்பது ஆண்டுகள் வரைக்கும் ஷேக்ஸ்பியரின் உயர்வை ஐரோப்பாவில் சரியாக மதித்துப் போற்றமுடியாது போயிற்று. உளுத்துப்போன பழைய சம்பிரதாய விமர்சனத்துக்குப் பதில், இன்று, புதுவேகமும் புது வளமும் பெற்றுப் பரந்துவிரிந்த இலக்கிய இலட்சியம் நிலவுகிறது. இதன்மூலம், இலக்கியத்துக்கும் வாழ்க்கைக்கும் இப்போது இருப்பதைவிட நெருக்கமான ஒற்றுமை வந்தேதீரும். சிந்தனைப் போக்கில் இன்னும் அதிகமான கச்சிதமும் வாழ்வு முறையில் இன்னும் அதிகமான ஈடுபாடும் உண்டாகும்.

எடுப்பதைவிடக் கொடுப்பதே சிறப்புடையது என்பது மெய்தான். ஏனென்றால், மேற்கிலிருந்து சீனா எடுத்துக்கொண்ட இலக்கியச் செல்வத்தால் உண்டான பலன் ஒரே குழப்பம்தான். முன்னேறுவது தமாஷ்தான்; ஆனால், முன்னேற்றத்தில் வேதனையும் இருக்கிறது. அதுமட்டுமல்ல; முன்னேற்றம் எப்போதும் அவலட்சணமாகவே இருக்கும். இன்று, இளஞ் சீனரின் உள்ளத்தில் ஆழ்ந்த அறிவுக் குமுறல் நிகழ்ந்து வருகிறது. இதனால், எங்கள் சிந்தனையின் தராசு நிலை கொள்ளாமல் ஏறி இறங்குகிறது. எங்கள் மலர்ந்த உள்ளம் முன் போலச் சட்டென்று எதையும் நிதானித்து முடிவுகட்ட முடியாமல் தயங்குகிறது.

பழைமையையும் புதுமையையும் இணக்கிச் சேர்ப்பதென்பது சாதாரண மனிதனுக்கு எளிதான செயல் அல்ல. தற்காலச் சீனரின் சிந்தனை எப்படிப்பட்டது? எதையும் ஆழமாய் ஆராய்வதில்லை; நிமிஷத்துக்கு நிமிஷம் மனம் மாறிக்கொண்டே நிலைகொள்ளாது, கருத்துகள் ஆழமற்றுச் சப்பென்றிருக்கும். பழையதைப் புரிந்து கொள்வது சிரமம், புதியதைப் புரிந்துகொள்வதோ சல்லி சில்லை. புதுமை மோகத்தில் கொஞ்சம்; பாலியலில் லேசான மனச்சபலம்; உய்த்துணரும் அறிவுவன்மையோ, மன ஆற்றலோ இல்லாமை; ஏதாவது பழைமையின்பாற்பட்டதாகவோ, சீன மரபை ஒட்டியதாகவோ இருந்துவிட்டால், அதனிடம் கோபம்; ஆண்டுதோறும் பரவுகிற ‘புது மோஸ்தர்’ கருத்துகளைக் கண்டு மயங்கிவிடுவது; யூகோஸ்லேவியாவில் மிகச் சமீபத்தில் கவிபாடிய புலவரைப் பற்றியோ, பல்கேரியாவில் வெகு சமீபத்தில் வெளியான நாவலைப்பற்றியோ எப்போதும் தேடி அலைவது;

சீனாவைப்பற்றி அயல்நாட்டாரிடம் பேசும்போது வெட்கி வாயடைத்துப்போவது; தன்னம்பிக்கை இல்லாமை; பதினெட்டாம் நூற்றாண்டின் பகுத்தறிவு வாதம்; திடீரென்று மனமிடிந்துபோவது; மறுகணம் அபார உற்சாகத்தோடு கூத்தாடுவது; தன் வாலையே கடித்துவிட முயலும் நாய்போல, ஆண்டுதோறும் முழக்கங்களைத் திருப்பித் திருப்பிச் சொல்லிக் கொண்டு திரிவது—இவைதாம் இன்றைய நவ சீனாவின் எழுத்துக்களில் காணும் சிறப்பியல்புகள்.

முகத்தைச் சுளிக்காமல், வாழ்க்கையை நேருக்கு நேரே பார்த்துச் சமாளிக்கும் ஆற்றலை நாங்கள் இழந்துவிட்டோம்; வாழ்வின் முழுமையான தோற்றம் இப்போது எங்கள் கண்ணில் படுவதில்லை. இலக்கியத்தை இன்று அரசியல் மேகம் வந்து சூழ்ந்துகொண்டு விட்டது. எழுத்தாளர் இரண்டு கட்சியாய்ப் பிரிந்துபோய் விட்டார்கள். ஒரு கட்சி, பாசிஸத்தைப் பரப்பினால்தான் சமூகக் கோளாறுகள் எல்லாம் சரிப்படும் என்கிறது; மற்றது, பொதுவுடைமைக் கொள்கையால்தான் எல்லாம் சரியாகும் என்கிறது. ஆகக்கூடி, சுயமாகச் சிந்திப்பதற்கு இடமே இல்லை. பழைய சீனாவில் இதற்குமுன்பு இராவிட்டாலும், இப்போதாவது இருக்கிறதா என்றால், அதுதான் இல்லை. மற்றவர்களிடமிருந்தே சிந்தனைக்குத் தூண்டுதல் வரவேண்டியிருக்கிறது. கருத்துச் சுதந்திரமென்றெல்லாம் பேசுகிறார்கள். அப்படி ஒன்றும் வந்து விட்டதாகத் தெரியவில்லை. பழைய காலத்தில், சம்பிரதாயத்தை மீறி எழுதவோ, பேசவோ செய்பவர்களை அடக்கி ஒடுக்க ராஜாங்கத்தில் ஒரு துறை இருந்தது. இன்று அதில்லை என்பது உண்மைதான். ஆனால், அந்த மனப்பான்மை மட்டும் இன்னும் இருந்தே வருகிறது. பெயர் மட்டும் வேறே. நவீனச் சொற்களின் போர்வையில் அது அமல் நடத்திவருகிறது. பார்க்கப்போனால், சீனர்களுக்குச் சுதந்திரத்தில் அப்படி ஒன்றும் அபாரமான ஆழ்ந்த பற்றுதல் கிடையாது. அயல்நாட்டுத் தளுக்குக்காரனிடம் அவர்களுக்கு உண்மையான அன்பு இல்லாவிடினும், ஒருவிதக் கவர்ச்சி இருக்கும். அதே மாதிரிதான், சுதந்திரத்தின் மீதும் அவர்களுக்கு ஒருவிதக் கவர்ச்சியுண்டு; இதயபூர்வமான பற்றில்லை. மாறுதலடையும் காலங்களில் காணும் அவலட்சணங் களில் குறிப்பானவை இவையே. சீனாவின் அரசியல் இன்னும் நல்லபடியாய் நிர்மாணமாகி, அதன் ஆன்மக் குறைகள் இவ்வளவு

அதிகமாயிராமல் குறைந்து போகும்போது, இந்தக் கெட்ட குணங்கள் காலப்போக்கில் தாமாக மறைந்தொழிந்துவிடும்.

இத்தனை மாறுதலும் ஐரோப்பிய இலக்கியத்தின் செல்வாக்குப் படிந்ததால் உண்டானவை. இந்தச் செல்வாக்கு இலக்கிய மாறுதல் புரிந்ததோடு நின்றுவிடவில்லை. மேலைநாட்டில் தத்துவ விசாரணை, உளவியல் ஆராய்ச்சி, அறிவியல், தொழில் ஆராய்ச்சி, பொருளியல், இன்னும் நவீன அறிவியல் பண்பாட்டில் என்னென்ன துறைகள் உண்டோ அத்தனையிலும் சிறந்த அறிவாளிகளும் படிப்பாளிகளும் தேடிக் குவித்த செல்வங்கள் முழுவதையும் ஒரே மகசூலில் சீனா அறுவடை செய்துகொண்டு வந்துவிட்டது. அயல்நாட்டுக் குழந்தைகளின் விளையாட்டு, பாட்டு, நடனம் எல்லாம்கூட இப்போது சீனாவில் புகுத்தப்பட்டு வருகின்றன. இலக்கியப் புரட்சியைப்பற்றிச் சர்ச்சை செய்த போது, மேலைநாட்டுச் செல்வாக்குப் பரவியதால் உண்டான திட்டமான பலாபலன்களைப்பற்றிச் சுருக்கமாக எடுத்துக்காட்டி யாயிற்று. ஐரோப்பிய இலக்கியங்களை மொழிபெயர்த்ததன் நேரடியான பலனாகத்தான் உண்டாயிற்று இந்தச் செல்வாக்கு. இந்த மொழிபெயர்ப்புகள் என்னென்ன துறையிலுள்ளவை, என்னென்ன விசயத்தைப் பற்றியவை என்று சற்றுக் கவனித்துப் பார்த்தால், எந்த அளவுக்கு, எந்த மாதிரியில், இந்தச் செல்வாக்குப் பரவியிருக்கிறதென்பது புலப்படும்.

1934இல் வெளியான 'சீன வெளியீடுகளின் ஆண்டு மலரில்' (சீனமொழியில் உள்ளது), இருபத்து ஆறு தேசங்களிலிருந்து, கடந்த இருபத்து மூன்று ஆண்டுகளில், சீன மொழியில் மொழிபெயர்க்கப்பட்டுள்ள கவிதை, சிறுகதை, நாவல்களின் பட்டியல் தரப்பட்டிருக்கிறது. இந்தப் பட்டியல் முழுமையான தல்ல; ஆனாலும், நமது காரியத்துக்குப் போதுமானதே. சீன மொழியில் எந்த நாட்டு ஆசிரியர்கள் அதிகமாக வந்திருக்கிறார் களோ, அந்த நாட்டை முதலில் வைத்து, வரிசையாகப் பார்க்கும்போது, பின்கண்ட விவரம் கிடைக்கிறது: இங்கிலாந்து 47, பிரான்ஸ் 38, ரஷ்யா 36, ஜெர்மனி 30, ஜப்பான் 30, யுனைட்டெட் ஸ்டேட்ஸ் (அமெரிக்கா) 18, இத்தாலி 7, நார்வே 6, போலந்து 5, ஸ்பெயின் 4, ஹங்கேரி 3, கிரீஸ் 3, ஆப்பிரிக்கா 2, யூதர் 2; ஸ்வீடன், பெல்ஜியம், பின்லாந்து, செக்கோஸ்லவக்கியா,

ஆஸ்புடியா, லட்வியா, பல்கேரியா, யூகோஸ்லேவியா, சிரியா, பெர்ஷிவா, இந்தியா, சயாம், இவை ஒவ்வொன்றிலுமிருந்து ஒவ்வொரு ஆசிரியர்.

ஆங்கில ஆசிரியர்களிலிருந்து யார் யார் மொழிபெயர்க்கப்பட்டி ருக்கிறார்கள்? நாவலாசிரியரில்: ஜியார்ஜ் எலியட், ஃபீல்-டிங். டிஃபோ ('மால்ஃப்ளாண்டர்ஸ்' உள்பட), கிங்ஸ்லி, ஸ்விஃப்ட், கோல்ட் ஸ்மித், ப்ராண்ட்டி சகோதரிகள் (வதரிங்ஹைட்ஸ், வில்லெட் இரண்டும்), ஸ்காட், கொன்ராட், மிஸர்ஸ் காஸ்கல், டிக்கென்ஸ் (பழைய நூதனச் சாமான்கடை, டேவிட் காப்பர்ஃபீல்டு ஒலிவர் ட்விஸ்ட், டாம்பி அண்ட்சன், நிக்கலஸ் நிக்கிள்பி, இரண்டு நகரக் கதை, கிரிஸ்ட்மஸ் பாடல், கஷ்ட காலம்) ஆகியோர், லின்ஷுவின் மொழிபெயர்ப்புகள் மூலம், தனது தகுதிக்கு மிக அதிகமான மதிப்பை ரைடர் ஹாக்கர்ட் பெற்றுவிட்டார். கவிஞரில் ஸ்பென்ஸர் (மோஹினி ராணி) ப்ரௌனிங், பர்ன்ஸ், பைரன், ஷெல்லி, வோட்ஸ்வர்த், எர்னஸ்ட் டெளசன் ஆகியோர். ஷேக்ஸ்பியர் நாடகங்களில் ஐந்து, தனித்தனி மொழிபெயர்ப் பாளர்களால் மொழிபெயர்க்கப்பட்டிருக்கின்றன.

இவை, வெனிஸ் நகர வர்த்தகன், விரும்பிய வண்ணம், பன்னிரண்டாவது இரவு, ஏழாவது ஹென்ரி, ரோமியோவும் ஜூலியட்டும் என்ற ஐந்தும் ஆகும். இவற்றின் மொழிபெயர்ப்பும் சரியானதென்று சொல்லிவிட முடியாது. நாடகத்தில்: கால்ஸ்வர்தி (இவர் நாடகங்களில் ஏழு), பினெரோ, ஜோன்ஸ், ஷெரிடான் (அவதூறுக்கு ஒரு பள்ளி). ஷா (மிஸர்ஸ் வாரனுடைய தொழில், தாரமிழந்தவர் வீடுகள், லீலாவினோதன், ஆயுதமும் மனிதனும், மனிதனும் அதீத மனிதனும், ப்பிக் மாலியன்) ஆகியோர், ஐரிஷ் ஆசிரியரில் இஞ்சும் டன்சனியும் மொழிபெயர்க்கப்பட்டுள்ளன. கட்டுரையாளரில், லாம்ப், ஆஸ்கார் ஒயில்டு பென்னெட், மாக்ஸ் பீர்பாம் ஆகியோர். ஜேம்ஸ் பாம், ஆஸ்கார் ஒயில்டு, இருவருடைய நூல்களிலிருந்தும் நிறைய மொழிபெயர்த் திருக்கிறார்கள். லேடி விண்டர்-மீரின் விசிரிக்கு இரண்டு மொழிபெயர்ப்புகள் உள்ளன; சலோமுக்கு மூன்று மொழிபெயர்ப்பு கள்; இவற்றோடு, ஒயில்டின் டொரியன் கிரேயின் படம், டிபுரொ ஃபண்டிஸ் என்ற இரண்டு நூல்களும் மொழிபெயர்க்கப்பட்டிருக் கின்றன. எச்.ஜி. வெல்னைட் அவரது கால யந்திரம், மிஸ்டர்

பிரிட்லீங் காரியத்தை முடிக்கிறார். சந்திர மண்டலம் போன முதல் மனிதர் என்ற கதைகள் மூலமும், முக்கியமாக அவரது சுருக்கமான உலக சரித்திரம் என்ற நூல் மூலமும் சீனமக்கள் அறிவர். தாமஸ் ஹார்டியைப்பற்றி நன்றாய்த் தெரியும். இருந்தாலும், அவருடைய சிறுகதைகளும் கவிதைகளுமே சீன மொழியில் வந்துள்ளன. காலஞ்சென்ற ஷுட்ஸுமோவின் செல்வாக்கால் காதரின் மேன்ஸ்ஃபீல்டை மிக நன்றாய்த் தெரியும். மேலே சொன்ன ஆசிரியரின் நூல்கள் புத்தக வடிவில் சீனாவில் வெளிவந்துள்ளன. புத்தக வடிவில் வராத பல ஆசிரியர்கள் இருக்கிறார்கள். அவர்கள் பட்டியலை இங்கே தரவில்லை. பெர்ட்ரண்டு ரஸ்ஸல் போன்ற ஆசிரியர்கள் பலர் சீனாவில் இதர துறைகளில் மகத்தான செல்வாக்கு வகித்துவருகிறார்கள்.

பிரெஞ்சு ஆசிரியரில்: பால்ஸாக், மோலியெர், மப்பாசன்ட் (அனைத்து நூல்களும்) பிரான்ஸ் (அவர் நூலில் ஒன்பது; தயிஸ் இரண்டு முறை மொழிபெயர்க்கப்பட்டிருக்கிறது.) கைட், வோல்ட்டேர் (காண்டிடெ) ரூஸோ (பாவமுறையீடு, இமிலி, இரண்டும்) ஸோலா (சரியானபடி செய்யப்படவில்லை) காட்டியெர், ஃப்ளா பெர்ட் (சீமாட்டி பொவரி மும்முறை மொழிபெயர்க்கப்பட்டது. சலம்பர், எளிய உள்ளம் ஆகியவை) ஆகியோர் பிரபலமாகி உள்ளனர். தந்தை டூமா, மகன் டூமா, இருவருமே நெடுநாளாய்ப் புகழ்பெற்றவர்கள்.

இவர்களது காமிலியாப் பூவுடைய சீமாட்டி என்ற நாவல் மிகப் பிரபலமானது; இது, சீனர்களின் பொதுச் சொத்தாக ஆகிவிட்டது. ஹ்யூகோவுக்கு நல்ல பேரிருக்கிறது. அவருடைய கடலிலே கஷ்டப்படுவோர், ஏழைகள், பாரிஸில் நொத்ரே-தேம் பிரதேசம்,' தொண்ணூற்று மூன்று, ஹெர்னானி, ரூயி பிளாஸ், லூக்ரேஸ் பார்ஜியா போன்ற நாவல்கள் மிகவும் விரும்பிப் படிக்கப் படுகின்றன. தொடக்கக் காலத்தில், அற்புத ரசத்தில் எழுதிவந்தவர் களில் ச்சாட்டோ பிரியாண்ட் (அட்டாலா,ரெனீ இரண்டும்.) பெர்னார்பின்டி செயின்ட-பியெரி, இவருடைய நூல்களும் சீன மொழியில் வந்துள்ளன. டாடெட்டின் சஃபோவும் பிரிவொஸ்ட்டின் மேனன் வெஸ்காட்டும் மிகப் புகழ்பெற்றவை என்று சொல்லத் தேவையில்லை. பாடிலேர் நன்றாய்த் தெரிந்தவர்; ரொஸ்ட்டாண்டின் ‘சைரானோ’வைப் போற்றுகிற கோஷ்டியும் இருந்துவருகிறது.

பார்பஸியின் 'லஃபோ'. 'க்ளார்ட்டி,' ஆகிய இரண்டு நாவல்களும் இரண்டுமுறை மொழிபெயர்க்கப்பட்டிருக்கின்றன. ரோலண்டின் நீண்ட நாவலான ஜீன் க்ரிட்ஃபிகூட இன்று சீனமொழியில் வந்துவிட்டது. இவரது லமொண்ட்டெஸ் பான், பியரியும் லூசியும், காதலோடும் சாவோடும் விளையாட்டு என்ற நாவல்கள் ஏற்கெனவே சீனமொழியில் வந்துவிட்டன.

பண்டைய ஜெர்மன் இலக்கியத்தில், கதேயும் ஷில்லரும் எழுதியவை மொழிபெயர்க்கப்பட்டிருக்கின்றன. கதே எழுதிய வற்றில், ஃபாஸ்ட, வெர்தர் (இரண்டு மொழிபெயர்ப்புகள்) எக்மாண்ட், க்ளாவிகோ, ஸ்டெல்லா'வும் வில்ஹெம் மெயிஸ்ட்ட'ரில் ஒரு பகுதியும் மொழிபெயர்க்கப்பட்டுள்ளன. ஷில்லர் எழுதிய வற்றில் டியெ ஜங்ஃப்ராவான் ஓர்லியான்ஸ்,' வில்ஹெம் ட்டெல், வால்லன்ஸ்ட்டெயின், டியெராவுபர் என்ற நூல்கள் சீனமொழியில் வந்துள்ளன. லெஸ்ஸிங் ('மின்னாவான் பார்ன்ஹெல்ம்'), ஷ்பிரேட்டாக் (டியெ ஜர்னலிஸ்ட்டென்) ஹீன் (புச் டெர் லியெடெ'ரில் சில இடங்களும், 'பியெ ஹார்ஸ்ரெயிதியும்) ஆகியோரும் உண்டு... டிலா மொட்டெ ஃபூகோவின் உண்டைன் என்ற நூலும், ஸ்டார்ம்முடைய இம்மென்சீயும் (மூன்று மொழி பெயர்ப்புகள்) எல்லோராலும் மிக விரும்பிப் போற்றப்படுவன. ஹாஃப்ட்மான் எழுதிய டியெ வெபர், டெர் ரோட் ஹான்,' டெர் பிபெர்ப்பெல்ஸ், யீன்க்சேம் மென்ஸ்ச்சென் ஆகிய நூல்களும், அண்மையில் அவர் எழுதிய டெர் கெட்ஸெர் வான் சொஆனா (இரண்டு மொழிபெயர்ப்புகள்) என்ற நாவலும் பிரபலமானவை. டிடெ வெர்சுங்க்கீன் க்ளாக் என்னும் நூலின் பெயர் ஒரு சமயம் ஒரு சீனச் சஞ்சிகையின் பெயராகக் கூட இருந்துவந்தது. இதர நூல்களில் சுடர்மானின் சீமாட்டி சோர்ஜ் என்பதும் ஒன்று. அண்மை காலத்தில் வெளியானவற்றுள் வெடக் கைண்டின் ஃப்ரூலிங்ஸ் எர்வாச்செ'னும், லியோனார்ட் ஃபிராங்கின் கார்லும் அன்னாவும் சேர்ந்தவை.

ஹாதர்ன், மிஸர்ஸ் ஸ்டோவ், இர்விங், மார்க் ட்வெயின், ஜாக் லண்டன் முதலிய ஆசிரியர்களில் ஒரு சில மொழிபெயர்ப்புகள் வந்துள்ளன. இவை தவிர, அமெரிக்காவின் நவீன எழுத்துக் களிலிருந்து நிறைய மொழிபெயர்க்கப்பட்டுள்ளன. அப்டன் சிங்க்ளேயர் நன்கு பிரபலமானவர். ரஷ்யப் பொதுவுடைமை

இலக்கியம் மடை திறந்த மாதிரி சீனாவில் புகுந்தபோது, இவரது பெயர் ஓங்கத் தொடங்கிற்று. இவருடைய பதின்மூன்று நூல்கள் மொழிபெயர்க்கப்பட்டுள்ளன. இந்தப் பட்டியலில், மைக்கேல் கோல்டின் சிறுகதைகளையும், பணமில்லாத யூதர்கள் என்ற இவரது நாவலையும் குறிப்பிடலாம். சின்க்ளேர் லூவிஸ் புத்தகங்களில் முக்கிய விதி என்பது மட்டுமே வந்திருக்கிறது. தியோடர் ட்ரீசர் எழுதியவற்றுள், அவருடைய சிறுகதைகள் மட்டுமே ஒரு புத்தகமாக வந்துள்ளன. இருந்தாலும், இந்த இரண்டு ஆசிரியரையும் சீன வாசகர்கள் நன்கு அறிவர். யூஜன் ஓநியின் எழுதிய நாடகங்களில் இரண்டு (அடிவானத்துக்கப்பால் காப்பியர்களின் சந்திரன்) மொழிபெயர்க்கப்பட்டுள்ளன. பேர்ல் எஸ். பக் எழுதிய நல்ல பூமிக்கு இரண்டு மொழிபெயர்ப்புகள் இருக்கின்றன. இவருடைய புதல்வர்கள் என்ற நாவலும் சிறுகதைகளும் மொழிபெயர்க்கப்பட்டிருக்கின்றன.

1927 அல்லது சற்று முன்பின்தான் சீனாவில் ரஷ்ய இலக்கிய வெள்ளம் வந்து விழுந்தது. அப்போது நான்கிங் சர்க்கார் நிறுவியாயிற்று; பொதுவுடைமை இயக்கம் அடக்கப்பெற்று விட்டது. இங்கிலாந்தில் ஜேக்கோபியக் கட்சியார் (17ஆவது நூற்றாண்டில் இரண்டாவது ஜேம்ஸ் மன்னரை ஆதரித்தவர்கள்) அரசியலில் தோல்வியுற்ற பிறகுதான் இலக்கியத் துறையில் வளர்ச்சியடையத் தொடங்கினர். அதேபோல, சீனாவில் பொதுவுடைமை இயக்கம் அடக்கப்பெற்று, தேசியப் புரட்சி வெற்றிகொண்ட பிறகுதான் பொதுவுடைமை இலக்கியம் வெள்ளமாய்த் திரண்டு பெருகிற்று. 1926-27இல் உண்டான தேசியப் புரட்சி இயக்கம் வெற்றிபெற்று நிலைக்கப் பெரிதும் உதவியது, உற்சாகம் நிறைந்த இளைஞர் குழுதான். குவோமிண்டாங் சர்க்கார், இளைஞர் இயக்கத்தை அதிகாரப்பூர்வமாக அடக்கி விட்டபோது, இளைஞர்களுக்கு எழுத்துச் சுதந்திரம், பேச்சுச் சுதந்திரம் இல்லாது போயிற்று. உடனே தம்மைத் தாமே சோதித்து ஆராயும் வேட்கை மக்களிடையே பரவலாயிற்று. எல்லோர் மனத்திலும் உள்ளூர அதிருப்தி உணர்ச்சி கிளறிக் குமுறலாயிற்று. விசயங்கள் இருந்த நிலைமை யாருக்கும் பிடிக்கவில்லை.

இப்படியாக, விசயங்களின் போக்கு சட்டென்று வேறு திசையில் மாறத் தொடங்கிற்று. ‘புரட்சிகரமான இலக்கியம்’

(தொழிலாளர் இலக்கியம் என்பதன் மறுபெயர்.) வேண்டுமென்ற கூக்குரல் கிளம்பிற்று. உடனே, இதை ஆதரிக்க நாலாபக்கத்திலிருந்தும் எழுத்தாளர்கள் கிளம்பிவிட்டனர். 1917இல் மறுமலர்ச்சி இயக்கத்தைத் தொடங்கிய தலைவர்கள் திடீரென்று காலங் கடந்தவர்களாகப் போய்விட்டனர். அப்புறம் இவர்களைக் 'கிழவர்கள்' என்று கேலி மரியாதையோடு அழைக்கத் தொடங்கி விட்டார்கள். இளஞ் சீனாவுக்கு வெறுத்துப் போய்விட்டது; இனி அதனால் அடங்கிக் கிடக்க முடியாது. அறிவாளிகளான தலைவர்களில் பெரும்பாலார் சும்மா இருப்பதே சுகம் என்று கண்டுகொண்டார்கள். இலக்கியத்துக்குத் தொடர்பில்லாத பல சில்லறை விசயங்களில் கவனம் செலுத்தலாயினர். ஹுஷி மட்டும் சண்டமாருதமாய்க் கத்திக்கொண்டே இருந்தார். இவர் வார்த்தைக்குச் செவிசாய்ப்பாரில்லை. புதிதாய் என்ன சொல்கிறாய், ஐயா என்றே எல்லாரும் கேட்கத் தொடங்கினர். ச்செள ட்ஸோஜென், யுட்டாஃபு ஆகிய இருவரும், யுஸ்ஸு கட்சியில் சேர்ந்த இதர எழுத்தாளர்களும் கூட்டத்தோடு கூட்டமாய்ச் சேர மறுத்துவிட்டார்கள். இவர்கள் எப்போதும் தனியாய் நின்று சிந்திப்பவர்கள். ஓர் ஆண்டுபோல லூசின் வெள்ளத்தை எதிர்த்துப் போராடினார்; அப்புறம் வெள்ளத்தில் சாய்ந்துவிட்டார்.

இரண்டு ஆண்டுகளுக்கும் சுருங்கிய கால அளவில் (1928-29) சர்க்காருக்கு இன்னதுதான் நடக்கிறதென்று சரியாய்ப் பிடிபடு முன்னே, பெரியதும் சிறியதுமான ரஷிய நூல்கள் பல பரபரவென்று கன வேகமாய் வெளியாய்விட்டன. இவற்றில், கீழ்க்காணும் ஆசிரியரின் நூல்களும் சேர்ந்துள்ளன: லூனாச் சார்ஸ்கி, லீபெடியென்ஸ்கி, மிக்கெல்ஸ், ஃபடீவ். க்ளாட்ஹல், கொல்லன்ட்டே, ஷிஷ்கொவ், ரோமனவ், பில்னியாக், ஒக்னியாவ், சொஸ்னவ்ஸ்கி, ஷகினியன், யக்கவ்லெவ், அலெக்ஸி டால்ஸ்டாய், டெமிடாவ், எரன்பர்க், அரொஸெவ், பேபெல், கஸாட்கின், ஐவனவ், ஐவா, லூஉட்ஸ், சன்னிக்காஃப், சேஃபுல்லினா, பேக்மெட்டெவ், ஃபெடின், செராஃபி மொவிட்ச், ப்ரிஷ்வின், செமெனவ், ஷொலக்கொவ், என்விஎன்வி, வெஸ்ஸெலி, ஸோஸ்ச் செங்கோ, ட்ரெட்டியாக்கெவ், சொபோல், கோலஸோவ், ஃபோர்மானவ், ஃபிக்னர் ஆகியோர். புரட்சிக் காலத்துக்கு முந்தியவர்களை இதில் சேர்க்க வில்லை. 'பெரிய ரஷ்யர்களான' இவர்கள் புஷ்கின், ச்செக்காவ்,

ட்டால்ஸ்டாய், ட்டர்ஜனீவ் போன்றவர். இவர்கள் இதற்கு முந்தியே சீன வாசகர்களுக்கு அறிமுகமாயுள்ளவர். செக்காவின் நூல் முழுவதும் மொழிபெயர்க்கப்பட்டுள்ளன. டால்ஸ்டாயின் இருபது நூல் வெளிவந்துள்ளன. இவற்றில் போரும் சமாதானமும் (ஒரு பகுதிதான் மொழிபெயர்க்கப்பட்டுள்ளது), அன்னா கரீனினா, புத்துயிர்ப்பு என்ற புத்தகங்களும் சேர்ந்திருக்கின்றன. டஸ்ட்டயீவ்ஸ்கி மிகப் பிரபலமானவர் (குற்றமும் தண்டனையும் உள்பட இவருடைய நூல்களில் ஏழு வந்துள்ளன); ட்டர்ஜ்னீவை நெடுநாளாகவே தெரியும் (இவர் நூல்களில் இருபத்து ஒன்று மொழி பெயர்க்கப்பட்டிருக்கின்றன). கார்க்கி முற்காலத்தையும் தற்காலத்தையும் ஒட்டி நிற்பவர்; இவரும் பிரபலமானவரே.

எரோசிஷங்கோ, ஆண்ட்ரியீஉ, ஆர்ட்ஸி பாஷெவ் ஆகியோரும் பிரபலமானவர்கள்தாம்; இதற்கு லூசினுடைய செல்வாக்குக் காரணம். ரஷ்ய விசயங்களில் இருந்த தீவிர மோகம் எத்தகையது என்பது, ரஷ்யப் புரட்சிக்குப் பிந்தி வெளிவந்த நூறே நூறு நூல்களில் இருபத்துமூன்று நூல்கள் ஒரேசமயத்தில் போட்டிக் கம்பெனிகளால், இரண்டு மொழிபெயர்ப்புகளாய் வெளி வந்ததிலிருந்து தெளிவாகும். இவற்றில் நாலு நூல்கள் ஒரே சமயத்தில் மூன்று பேரால் தனித் தனியாய் மொழிபெயர்த்து வெளியிடப்பட்டன. பொதுமக்களுக்கு நிரம்பப் பிடித்த நூல் களில், ஸ்ரீமதி கொல்லன்ட் டேயின் சிவப்புக் காதல் (இரு மொழிபெயர்ப்புகள்); க்ளாட் ஹவின் செமென்ட் (மூன்று மொழிபெயர்ப்புகள்); ஓக்னியவின் பொதுவுடைமைப் பள்ளிச் சிறுவனின் நாட்குறிப்பு (மூன்று மொழிபெயர்ப்புகள்); ஆர்ட்ஸி பாஷெவின் சானைன் (மூன்று மொழிபெயர்ப்புகள்); செர்ஃபி மொவிட்ச், பில்னியாக் இவர்களின் பல நூல்கள்; ஷிஷ்காவ், ஐவனவ் இவர்களின் நாடகங்கள்; லூனாச் சார்ஸ்கியின் விமர்சன நூல்கள் ஆகியவற்றைக் குறிப்பிடலாம்.

இவ்வளவு அதிகச் சத்தான உணவு இளஞ் சீனாவுக்குச் செரிக்குமா என்ற சந்தேகம் ஏற்படலாம். செரிமானம் சரியாயிரா விட்டால், அதற்காக இளஞ்சீனாவைக் குறை கூறக்கூடாது. ஹாதர்னும், அனட் டோல் ஃப்ரான்ஸும் மதிப்பிழந்து போனதில் வியப்பில்லை. மேலதிகாரிகள் இப்போதுதான் கண்விழித்திருக் கிறார்கள்; முடிந்ததைச் செய்துவருகிறார்கள். அவர்கள் என்னதான்

செய்யப்போகிறார்கள்; அதனால் என்ன உண்டாகப் போகிறது என்று யாராலும் ஜோஸ்யம் கூறிவிட முடியாது. தணிக்கை செய்வது எளிது; அண்மைக் காலத்தில் தணிக்கை முறை கையாளப்பட்டு வருகிறது. இன்று இருக்கிற நிலைமையில் மக்கள் நிறைவு கொள்ளும்படிச் செய்வதுதான் அவ்வளவு எளிதாக இல்லை.

இவர்களைச் சரிப்படுத்துவதற்கு மூன்று வழிகள் இருக்கின்றன. எழுத்தாளர்களுக்கு நல்ல உத்தியோகங்களைக் கொடுத்துவிட லாம்; சில சமயம் எதிர்ப்பை இது மழுப்பிவிடும். இது முதல் வழி. இரண்டாவது வழி, யாரும் தமது அதிருப்தியை வெளியில் சொல்லக்கூடாது என்று சட்டம் போட்டுவிடலாம்; இது முட்டாள்தனமானது. மூன்றாவது வழி, நிலைமையைத் தேச மக்கள் திருப்திப்படுகிறபடி திருத்திவிடுவது. வெறும் தணிக்கை முறையால் மட்டும் இது நிறைவேறக் கூடியதன்று. நாடு இரு பிரிவாக நிற்கிறது; எல்லாம் சரியாகிவிடும் என்று நம்புகிறவர்கள் ஒருபுறம்; ஒன்றும் உருப்படியாகாது என்கிறவர்கள் ஒருபுறம். இவர்களில் பிந்தியவர் தொகையே அதிகம். ஆக்க வேலை நிறையச் செய்ய வேண்டும்; மனமாரச் சிந்திக்க வேண்டும்; பகுத்தறிந்து நிதானிக்க வேண்டும். இவை இல்லாதவரைக்கும், வெறும் முழக்கங்களை முழங்குவதாலோ, ஆடம்பரமாய்ப் பேசித் தீர்ப்பதனாலோ சீனாவுக்குப் புதிய அரசுமுறை ஒன்றும் வந்துவிடப் போவதில்லை.

கம்யூனிஸ்ட் ஆட்சியும் சரி, பாசிஸ்ட் ஆட்சியும் சரி, வீண் ஆரவாரத்தால் மட்டும் வந்துவிடக்கூடியவை அல்ல. பழைய பரம்பரையைச் சேர்ந்தவர்களுக்குச் சீனாவை முந்திய கன்பூசியப் பாதைக்குத் திருப்பிக் கொண்டுபோய்விட வேண்டுமென்ற ஆசை இருந்துவருகிறது. இவர்களின் ஆசைப்படி, பெண்களைத் தனியே அடைத்து வைப்பது, கணவனை இழந்தவர்கள் மறுமணம் புரியாது கற்பரசிகளாக வாழ்ந்து சாக வேண்டும் என்பது போன்ற பழைய வழக்கங்களை மீண்டும் அமலில் கொண்டுவர முயலுவது இளஞ்சீனாவின் எதிர்ப்பையே கிளப்பிவிடும். அதே சமயத்தில், இன்னொன்றையும் கவனிக்க வேண்டும். பொதுவுடைமை இலட்சியத்தைப் பின்பற்றிக்கொண்டு, கார்ல் மார்க்ஸ் புத்தகத்தைக் கையில் பிடித்தபடி, சிக்குப்பிடித்த தலைமயிரோடு, ரஷ்யச் சிகரெட்டை ஊதிய வண்ணம், யாரைப் பற்றியாவது கண்டித்துப்

பிரசங்க மழை பொழிந்து திரிகிற குழுக்களாலும் சீனாவுக்குக் கதிமோட்சம் வந்துவிடாது. இன்னும் இலக்கியப் பித்தர்களின் பொழுது போக்குச் சாதனமாகவே இலக்கியமானது இருந்து வருகிறதென்று எனக்குப்படுகிறது. இதில், பழைய குழுவும் சரி, புதிய குழுவும் சரி ஒரேமாதிரிதான்.

8

கலை வாழ்க்கை

1. கலைஞன்

சீன நாகரிகத்தின் கூறுகளுள் அனைத்துள்ளும், சீனக் கலை ஒன்று மட்டுந்தான் உலகப் பண்பாட்டுக்கு நிலையான பயன் ஏதும் தரக்கூடியது என்று நான் நினைக்கிறேன். நான் இப்படிச் சொல்வதை மெய்யாக யாரும் எதிர்த்து மறுக்க முனைய மாட்டார்கள் என்றே நினைக்கிறேன். மருத்துவ ஆராய்ச்சிக்கும், புதுப் புது விசயங்களைக் கண்டுபிடிப்பதற்கும் சீன அனுபவ வைத்திய முறையில் ஏராளமான இடம் இருந்த போதிலும், மற்றத் துறைகளில் என்னென்னதான் சாதித்திருப்பதாகப் பாவனை பண்ணினாலும், சீன அறிவியலைப் பொறுத்தமட்டில், பிரமாதச் சாதனைகள் எதுவும் செய்திருப்பதாகச் சீனர்கள் சொல்லிக்கொள்ளவில்லை. சீனத் தத்துவம் மேலைநாட்டில் நிலையான மதிப்பைப் பெறுவதற்கில்லை. ஏன்? சீனத் தத்துவம் மிதப்போக்குள்ளது; கட்டுப்பாட்டையும், அமைதிக் கொள்கை யையும் கொண்டது. உடல் வலிமை குன்றிய காரணத்தால் உடல் தொடர்பாக ஏற்பட்ட பண்புகளே இவை அனைத்தும். ஜீவ சக்தியும், எதிர்த்தடிக்கிற துடிதுடிப்புங்கொண்ட மேலைநாட்டு மனப்பான்மையுடன் சீனத் தத்துவம் ஒருபோதும் பொருந்தவே பொருந்தாது.

இதே காரணத்தால், சீனச் சமூக அமைப்புமுறை மேலை நாட்டாருக்கு ஒரு நாளும் பொருந்தாது. கன்பூசியக் கொள்கை, கற்பனையில்லாமல், மிக மந்தமாயிருக்கிறது. தாவோக் கொள்கையோ மிகவும் அலட்சியப் போக்குடையதாய் இருக்கிறது. புத்தக் கொள்கை ஒரே எதிர்மறைப் போக்குள்ளது. வாழ்வில்

எதையும் சாதிக்க முடியும் என்ற நம்பிக்கையோடு வாழ்க்கை நடத்துகிற மேலை நாட்டாருக்கு இவற்றில் ஒன்றும் சரிப்பட்டு வராது. வட துருவத்தைப் போய்ப் பார்த்து வரவும், காற்று நிரம்பிய வெற்று வெளியை ஆராய்ந்து அடக்கி ஆளவும், வாகனங்களை வேகமாய்ச் செலுத்துவதில் பந்தயம் போட்டுக்கொண்டு முந்தவும் அன்றாடம் பற்பல மனிதர்களைத் தூண்டிக்கொண்டு நிற்கும் எந்த மக்களும் நல்ல புத்த சமயிகளாக முடியாது. ஐரோப்பியப் புத்த சந்நியாசிகளில் சிலரை நான் பார்த்திருக்கிறேன். தங்கள் ஆன்மாவில் குமுறிக்கொண்டு நிற்கும் ஆசாபாசங்களை மறைப்பதற்காக வேண்டி, இவர்கள் நிரம்ப இரைச்சல் போட்டு, ஒரே ஆத்திரம் ஆத்திரமாய்ப் பேசுகிறார்கள். குறிப்பாக, நான் பார்த்த ஒருவர், மேலைநாட்டைக் கண்டிக்கும் வேகத்தில், ஐரோப்பா முழுவதையும் சுட்டுப்பொசுக்கிவிடும் பொருட்டு, மேலோகத்திலிருந்து நெருப்பையும் சுண்ணாம்பையும் வரவழைக்கத் தயாராகிவிட்டார். ஐரோப்பியர்கள் புத்த சமய அங்கிகளை அணிந்துகொண்டு, அமைதியாயிருக்க முயலும் போது, அவர் களைப் பார்க்கப் பார்க்க வேடிக்கையாய்த்தானிருக்கும்.

அதோடு, சீனர்களுடைய கலையைப் பற்றிப் புரிந்து கொள்ளாமல், ஒரு தேச மக்கள் என்ற முறையில், அவர்களை மதிப்பிட முற்படுவது நியாயமல்ல. சீனரின் ஆன்மாவில், மிக்க ஆழத்தில், சில மறைவான உறைவிடங்கள் உள்ளன. இவற்றை நேரடியாகக் காணமுடியாது. சீனக் கலையானது இவற்றைப் பிரதிபலித்துக்காட்டுகிற போதுதான், நாம் இந்த ஆழ்ந்த ஆன்மக் கூறுகளைக் காண முடியும். ஏன் இப்படி? சைரானோ டிபெர்ஜெராக் மாதிரி, சீன ஆன்மாவின் அதீதமான மென்மை உணர்வும், உணர்ச்சி நயமும் கவர்ச்சியற்ற புறத் தோற்றத்துக்குள்ளே மறைந்துகிடக்கின்றன. சப்பென்று, உணர்ச்சியற்றுக் காணும் சீன முகத்தின் பின்னே ஆழ்ந்த உணர்ச்சிச் செறிவு திரையிடப்பட்டுக் குமுறுகிறது. கடுகடுத்த முகத்துடன், மரியாதை ஒழுங்குகளைக் கண்டிப்பாய்க் கடைப்பிடித்துவருகிற புறத்தோற்றத்தின் பின்னால் கவலையற்ற, துறுதுறுத்த ஆன்மா துடித்துக்கொண்டு நிற்கிறது. மென்மையற்ற அந்த மஞ்சள் நிற விரல்கள் கண்ணுக்கினிய ஆசு அமைப்பில், இணைந்து பொருந்துகிற வடிவத்தில், பற்பல பண்டங்களை உருட்டித் திரட்டி உருவாக்குகின்றன. குத்திக்

கொண்டு நிற்கும் தாடை எலும்புகளுக்குப் பின்னால், வாதாம் பருப்பு வடிவத்தில், இடுங்கலாய்த் தோன்றும் கண்களிலிருந்து மென்மையான ஓர் ஒளி சிந்துகிறது. சொல்ல ஒண்ணாத எழில் கனிந்த உருவ அமைப்புக்களின் மீது இந்த மென்மை ஒளி வெகு ஆசையோடு உறைந்துபடிகிறது. வானகத்திலுள்ள கோவில் தொடங்கி, படிப்பாளியின் கடிதம் எழுதும் தாள் உள்பட இதர கலைத்தொழில் பாண்டங்கள் ஈறாக, அனைத்துப் பொருள்களிலும் சீனக் கலையின் ரசனையும் நயமும் மிகத் தெளிவாகப் புலனாவதைப் பார்க்கலாம். மனித ஆன்மாவால் உண்டாக்கப் பெறுகிற நயமான பொருள்களை, இதர சாதாரண பொருள்களி லிருந்தும் சிறப்பு வேற்றுமை காட்டிப்பிரிக்கிற தெம்பு, இணைவு என்கிற கலைப்பண்பு இவற்றைச் சீனக் கலை எவ்வளவு தெளிவாகப் புரிந்துகொண்டிருக்கிறது என்பதைச் சீனர்கள் செய்யும் எந்தப் பண்டத்திலிருந்தும் கண்டுகொள்ளலாம்.

அமைவும் இணைவும் சீனக் கலையின் சிறப்புப் பண்புகள். இந்த அமைவும் இணைவும் சீனக் கலைஞனுடைய ஆன்மா விலிருந்து வந்தவை. சீனக் கலைஞன், இயற்கையோடு போராடாமல், அதனுடன் ஒப்புரவாக வாழ்கிற ஒரு மனிதன். சமூக விலங்குகள் அவனைத் தடைப்படுத்த முடியா. பொன்னாசையின் பிடிக்கு அவன் அகப்படாதவன். அவனது ஆன்மா மலைகளிலும், ஆறுகளிலும், இன்னும் இவைபோன்ற இயற்கைத் தோற்றங்களிலும் ஆழ அழுந்தியிருக்கிறது. எல்லா வற்றிலும் முக்கியமாக அவன் உள்ளத்தில் கெட்ட ஆசைகள் கிடந்து புரளக்கூடாது. ஏன்? நல்ல கலைஞனாக உள்ள ஒருவன் நல்ல மனிதனாகவும் இருந்தாக வேண்டுமென்று நாங்கள் திடமாக நம்புகிறோம். முதல் முதலில் அவன் செய்ய வேண்டியதென்ன? 'உள்ளத்தைத் தூய்மைப்படுத்திக்கொள்ள வேண்டும்' அல்லது 'ஆன்மாவை விரித்துக்கொள்ள வேண்டும்.' இதற்குச் சிறப்பான வழி புனிதப் பயணம் போவதும், தியானம் செய்வதும்தான். சீன ஓவியன்மீது நாங்கள் விதிக்கும் கடுமையான பயிற்சி இதுதான். இதை விளக்கிக் காட்டச் சீன ஓவியர்களிடமிருந்து மிகமிக எளிதாகச் சான்று கூறமுடியும். வென்ஜன்மிங் என்ன சொல்லி யிருக்கிறார், தெரியுமா? 'ஒருவனுடைய ஒழுக்க நடத்தை உயர்ந்ததாக இல்லையானல், அவனுடைய கலையிலும் நடை

நயம் இராது.' சீனக் கலைஞனானவன், மனிதப் பண்பாட்டிலும், இயற்கையின் உயிர்ப்புப் பண்பிலும் உள்ள மிகச் சிறந்த தன்மைகளைத் தன்னுள் உள்வாங்கிக்கொள்ள வேண்டும். ஓவியம் தீட்டுவதிலும், எழுத்து வரைவதிலும் தலைசிறந்தவர்களாக விளங்கிய சீனர்களில் ஒருவரான ட்டுங் ச்சிச்சாங் (1555—1636) என்பவர், இன்னொரு ஓவியரைப்பற்றிக் கூறும்போது, 'பதினாயிரம் புத்தகங்களைப் படித்துவிட்டு, பதினாயிரம் லி தூரம் பயணம் போகாவிட்டால், ஓவியக் கலையில் ஒருவன் எப்படி வல்லவனாக முடியும்?' என்று கேட்கிறார். சீனக் கலைஞன் ஓவியப் பயிற்சியை எப்படிப் பெறுகிறான்? ஓர் அறைக்குள்ளே போய், ஒரு பெண்ணை ஆடை களையச் செய்து, அவளை அம்மணமாக்கி அவளுடைய உறுப்புக்களின் அமைப்பு லட்சணத்தைத் தெரிந்து கொள்கிறான்? இல்லாவிட்டால் பிற்போக்கு நிலையில் உள்ள மேலை நாட்டுக் கலைக்கூடங்கள் சில இன்றுவரை செய்து வருகிறமாதிரி, கிரீஸ் நாட்டிலும் ரோமாபுரியிலும் சமைக்கப் பெற்ற தொன்மைச் சிலைகளின்மேல் களிமண்ணை ஒட்டி எடுத்த நகல் உருவங்களைச் செய்வதன் மூலமா அவன் ஓவியப் பயிற்சி பெறுகிறான்? அல்ல, அல்ல. சீனக் கலைஞன் யாத்திரை செல்கிறான். சேச்சுவானிலுள்ள ஒமெயி மலைகளையோ, அன்னாயிலுள்ள ஹுவாங்ஷான் மலைகளையோ போன்ற பெயர்பெற்ற மலைகளைப் போய்ப் பார்த்து வருகிறான். இப்படிப் பயிற்சி பெறுகிறான்.

இவ்வாறு மலைகளிடத்தே சரணடைவது பல காரணங் களால் முக்கியமாகிறது. முதலில், பூச்சி புழுக்கள், மரம் செடி கொடி, அருவி, மேகங்கள் போன்ற இயற்கையின் பலபட்ட உருவங்கள் உணர்த்தும் தோற்றங்களைக் கலைஞன் உள்வாங்கிக் கொள்ள வேண்டும். இவற்றை வண்ணங்கொண்டு படம் வரைவதானால், இவற்றை அவன் ஆசையாய் விரும்ப வேண்டும். அவனுடைய ஆன்மா இவற்றுடன் கலந்து உறவாடவேண்டும். இவற்றை அவன் அறிந்து, இவற்றின் போக்கு வகைகளைக் கண்டு பழகியிருக்க வேண்டும். ஒரே மரம், இரவுக்கும் பகலுக்கும் இடையிலோ, பனிமூடிய காலை வேளைக்கும் தெளிவு பெற்று விளங்கும் பகல் வேளைக்கும் இடையிலோ எப்படியெல்லாம் தன்னுடைய நிழலிலும் வர்ணத்திலும் மாறிப்போய்விடுகிறது

என்று அவன் கவனிக்க வேண்டும். மலை மேகங்கள் எப்படிப் ‘பாறைகளைப் பின்னித் தழுவுகின்றன, மரங்களை வளைந்து சூழ்ந்துகொள்கின்றன’ என்று அவன் தன் சொந்தக் கண்களாலேயே பார்க்க வேண்டும். இயற்கையை உணர்ச்சியற்று, பரிசோதனை போடுகிறபோக்கில் பார்ப்பதைவிட, இயற்கையினிடத்து ஆன்மிகப் பற்றுக்கொண்டு ஞானஸ்னானம் பெறுவதுதான் மிக முக்கியம். ஓவியத்தில் வல்லவர் ஒருவர் ஆன்மிக ஞானஸ்னானம் பெற்றதைப்பற்றி லி ஜிஹ்ஹுவா *(1565-1635)* இப்படித்தான் விவரித்திருக்கிறார்.

மூங்கில்கள், மரங்கள், கொத்துச் செடிகள். அடுக்கடுக்கான பாறைகள் சூழ்ந்த மலங்காடுகளில், இவற்றைத் தோழர் களாகக்கொண்டு, ஹுவாங் ட்ஸுச்சியூ அடிக்கடி ஒருநாள் முழுதும் தங்கிவிடுவார். தன்னுடைய சுற்றுப்புறத்தில் அவர் மெய்ம்மறந்து லயித்துப்போவார். அவர் இப்படி லயித்துவிடுவது எதனால் என்று மற்றவர்களுக்குப் புரியாது. நீர்ச் சுழல்களையும் அலைகளையும் கவனிப்பதற்காகக் கடலில் ஆறு கலக்கும் இடத்துக்குச் சில சமயம் அவர் போவார். மழையையும் காற்றையும், நீர்த் தேவதைகளின் பேரிரைச்சலையும் கவனிக்காமல் அங்கேயே அவர் தங்கியிருப்பார். இந்த முயற்சி அந்த ஞாபக மறதிப் பெரியாருடையது (ஓவியரின் பெயர்). அதனால்தான், இயற்கையைப் போலவே எப்போதும் மாறிமாறி, அற்புதங் களைக் காட்டுகிற உணர்ச்சிகளும் மனநிலைகளும் இதில் இவ்வளவு தூரம் மண்டிச் செறிந்திருக்கின்றன.

இரண்டாவதாக, சீன ஓவியங்களை எப்போதும் மலை உச்சிகளில் இருந்துகொண்டுதான் தீட்டுவார்கள். திகைக்க வைக்கும் மகத்தான மலைச் சிகரக் காட்சிகளையும், பாறை களையும் வரைவதில் அவர்கள் தனிச்சிரத்தை எடுத்துக் கொள்ளுவார்கள். இவற்றை நேரே பார்த்தவர்கள்தாம் இவை நிஜமானவை என்று நம்ப முடியும். இயற்கையின் கம்பீரத்தைக் காண வேண்டுமென்ற ஆசையாலேயே மலைகளிடம் சரண் புகுகிறார்கள். அமெரிக்காவிலுள்ள சீனக் கலைஞன், தன்னுடைய சித்திரத்துக்கு உகந்த பொருளாக முதலாவது தேர்ந்தெடுப்பது பெரிய அருவியாகவோ (கிராண்ட் கான்யான்), பான்ஃப் பகுதியைச் சுற்றிலுமுள்ள மலைச்சாரலாகவோதான் இருக்கும்.

இவ்வளவு பிரமாதமான சுற்றுப்புறத்தை அவன் அணுகிவிட்டான் எனில், அவனுடைய ஆன்மாவில் ஓர் எழுச்சியும், உடம்பில் ஓர் எழுச்சியும் உண்டாவது தடுக்க முடியாததாகிவிடும். இந்த மண்டலத்தில், ஆன்ம எழுச்சி உண்டாகும்போதெல்லாம் தேக எழுச்சியும் உண்டாகவே செய்கிறது. இது வியப்புதான். ஐயாயிரம் அடி உயரத்தில் இருந்துகொண்டு பார்க்கையில், வாழ்க்கை எப்பொழுதும் புது மாதிரியாகவே தோன்றுகிறது. ஒருவர் குதிரைமேல் ஏறி உட்கார்ந்த உடனே, உலகம் புத்தம் புதிய கோணத்தில் அவர் கண்ணில் தென்படுகிறது என்று குதிரைச் சவாரி போவதில் ஆர்வமுள்ளவர்கள் ஒருவர்போல் மற்றவர் ஒரே மாதிரி கூறக் கேட்டிருக்கிறேன். இது உண்மையாக இருக்கு மென்றே நானும் நினைக்கிறேன். எனவே, மலைகளிடம் சரண் அடைவதென்பது தார்மிக உயர்வைத் தேடிப்போவதும் ஆகும். பயணம் செய்வதற்குள்ள முக்கியமான, தீராப்பட்சக் காரணம் இதுதான். ஆகவே, தெய்வீக நிலைபோன்ற தன்னுடைய உயர்ந்த இடத்தில் இருந்துகொண்டு, அமைதியாக விரைந்து பரவுகிற ஆன்ம உணர்வோடு கலைஞனானவன் உலகத்தின் மீது நோட்டம் செலுத்துகிறான். இந்த ஆன்மிக உணர்வு அவனுடைய சித்திரத்தில் பாய்ந்து படிகிறது. அப்புறம், அவனுடைய ஆன்மா மாசற்றுத் துல்லியமாகிவிடுகிறது. அந்த நிலையை அடைந்த வுடன், மீண்டும் அவன் நகர வாழ்க்கையினுள் புகுந்து, அவனைப் போல் அதிர்ஷ்டசாலிகளாயிராத ஏனையவர்க்குத் தன்னுடைய உணர்வு நலன்களை எடுத்துச்சொல்ல முயலுகிறான். அவன் தீட்டும் படங்களின் விசயம் பலவாறாக மாறலாம். ஆனால், மலைப் பகுதியின் அமைவு உணர்வு அவனை விட்டுப் போவதில்லை. இந்த ஆன்ம உணர்வு அவனை விட்டுப்போய் விட்டதென்றோ, அதன் செறிவு நலிந்துவிட்டதென்றோ அவன் உணர்ந்தால், மீண்டும் பயணம் போய், மலைக்காற்றில் அவன் மறுபடியும் ஞானஸ்னானம் பெறுகிறான்.

சீனக் கலையின் உருவகங்கள் அனைத்திலும் தென்படும் சிறப்பியல்புகள் யாவை? அமைதியும் இணைவும்கொண்ட இந்த உணர்வு, மலைக் காற்றின் (ஷான்லின்ச்சி) இந்த வாசனை ஆகியவைதாம். தனிமையிலும், ஓய்விலும் துறவி ஒருவனுக்குள்ள அடங்காத பற்றின் சாயை இதில் எப்போதுமே படிந்திருக்கும்.

இதன் பயனாக, சீனக் கலையின் சிறப்பியல்பு இயற்கையை அடக்கி ஆள்வதன்று. இயற்கையோடு இணைந்து உறவாடுவதுதான்.

2. சீன வரிவடிவக்கலை (காலிகிராஃபி)

கலை தொடர்பான எல்லாப் பிரச்சினைகளும் தாளகதி தொடர்பான பிரச்சினைகள்தாம். எனவே, சீனக் கலையைப்பற்றிப் புரிந்துகொள்ள முயலும்போது, சீனத் தாளத்தைப் பற்றியும், கலை எழுச்சிக்கு உந்துதல் தருகிற ஊற்றுக் கண்ணைப் பற்றியும் நாம் முதலில் கவனிக்க வேண்டும். தாளம் என்பது உலகம் முழுவதுமே இருக்கிறதென்று வைத்துக்கொள்வோம். இயற்கையின் தாளக்கட்டு நிறைந்த இயக்க நிலைகள் சீனர்களுக்கு மட்டும் ஏகபோக உரிமையன்று என்றும் வைத்துக்கொள்வோம். அப்போதுங்கூட, தாளத்தைப்பற்றிச் சீனர்கள் வற்புறுத்துகிற விதம் வேறு; மற்றவர்கள் வற்புறுத்துகிற விதம் வேறு. சீனாவில் பெண்மையின் இலட்சியம் பற்றி விவாதித்தபோது, முழுமையான தாள இணைவின் அதி உன்னதமான இலட்சியத்தைப் பெறுவதற்காக மேலைநாட்டுக் கலைஞன் எந்தச் சூழ்நிலையிலும் பெண்ணின் உருவ அமைப்பையே நோக்குகிறான்; சீனக் கலைஞனும் சீனக் கலாரசிகனும் அப்படியல்ல; சாதாரணமாக, இவர்கள் ஒரு தட்டாரப் பூச்சியையோ, ஒரு தவளையையோ, ஒரு வெட்டுக்கிளியையோ, கரடுமுரடான ஒரு பாறைத் துண்டையோ நோக்கிய வண்ணம் பரம சந்தோஷமாக அமர்ந்துவிடுவார்கள்; இவற்றில் எது ஒன்றுமே இவர்களுக்கு மட்டற்ற மகிழ்ச்சி தரப் போதுமானது என்று ஏற்கெனவே எடுத்துக்காட்டியாயிற்று.

எனவே, நான் கவனித்தவரையில், மேலை நாட்டுக் கலை உணர்வானது மிகுதியான உடலின்பம் பற்றியது, மிகுதியான உணர்ச்சிவேகம் உள்ளது, கலைஞனுடைய தனிப் பெருமை அதில் அதிகமாக நிரம்பி இருக்கும். சீனக் கலையின் ஆன்ம உணர்வோ அப்படியல்ல. இது, அதைவிடத் தூய்மை வாய்ந்தது, அதிகமான தன்னடக்கம் உள்ளது, இயற்கையோடு அதிகமாக இணைந்து உறவு பூணுவது. ஜெர்மன் தத்துவஞானி நீட்சேயின் மொழியில் சொல்வதானால், இந்த வித்தியாசத்தை நாம் இப்படி எடுத்துச் சொல்லலாம்; சீனக் கலையை அப்பொல்லோக் (கிரேக்க இளமைத் தெய்வம்) கலையென்றும், மேலைநாட்டுக்

கலையை டியோனிஸியக் (கிரேக்கக் களியாட்டத் தெய்வம்) கலையென்றும் சொல்லலாம். தாளம் என்பதை, மற்றவற்றோடு தொடர்புபடுத்தாமல், தனி நிலையில் உள்ளபடி புரிந்துகொண்டு அதை ரசிப்பதில் உள்ள வித்தியாசம் ஒன்றின் மூலம் மட்டுமே இவ்வளவு பெரிய வேற்றுமை இருக்க முடியும். எந்தத் தேசத்திலும் சரி, கலைப் பிரச்சினைகள் தாளப் பிரச்சினைகள்தாம் என்பது உண்மை. மேலைநாட்டிலும், அண்மைக் காலம்வரை, சீனத்துச் சித்திரங்களில் தாளத்துக்கு எப்போதுமே இருந்துவந்துள்ள அதி முக்கிய இடம் இருந்துவரவில்லை என்பதும் உண்மையே. சீன வரிவடிவத்தை ஒரு கலை முயற்சியாகக் கொண்டதால், அது வளர்ச்சியுற்றது. அதிலிருந்து, தாளம் என்பதைக் கருப்பொருளாகக் கொண்டு அதை வழிபடுகிற பழக்கம் எழுந்தது. இது வியப்பு தான். ஒருசில கோடுகளை வரைந்து, புல் பூண்டு இல்லாமல் மொட்டையாய் நிற்கும் பாறைகளின் படம் ஒன்றை எழுப்பி, அதைச் சுவரில் மாட்டிவிடுகிறோம். ஒரு நாளில் எத்தனையோ தடவை அதைப் பார்த்துப் பார்த்து வினோதமான ஓர் இன்பத்தைப் பெறுகிறோம். இது எப்படி முடியும்? சீன வரிவடிவத்தின் கலைக்கோட்பாடுகளை மேலை நாட்டார் எப்போது புரிந்து கொள்கிறார்களோ, அப்போதுதான் இப்படி விந்தையான முறையிலும் இன்பங் காண முடியுமோ என்ற விசயம் மேலை நாட்டாருக்குப் புரியும்.

சீனக் கலையில், வரிவடிவத்திற்கு ஓர் அடிப்படையான இடம் உண்டு. தாளத்தையும் உருவத்தையும் கலப்பற்ற கருப்பொருள் களாக வைத்தே இது ஆராய முயலுகிறது. அடிப்படை முக்கியத்துவம் வாய்ந்தபடியால், கலை நுகர்ச்சித் துறையில் சீன மக்களுக்கு இது அடிப்படையான தளவரிசைக் கோட்பாடுகளை வழங்கியுள்ளது. இந்த வரிவடிவ முயற்சியின் மூலமே கோடுகள், உருவங்கள் பற்றிய அடிப்படைக் கருத்துகளைச் சீனர்கள் கற்றுக்கொண்டார்கள். ஆகவே, சீன வரிவடிவத்தைப் பற்றியும், அதன் கலை சுரக்கும் தன்மையைப் பற்றியும் தெரிந்துகொள்ளாத வரைக்கும் சீனக் கலையைப்பற்றிப் பேசுவது சாத்தியமல்ல. எடுத்துக்காட்டாக, சீனக் கட்டடக்கலை வகையில், எந்த ஒரு வகையும்—அது பயிலோ மாதிரி இருந்தாலும் சரி, விதான அமைப்புள்ளதாய் இருந்தாலும் சரி, கோயில் போன்று இருந்தாலும்

சரி,—சீன வரிவடிவத்தின் வகைகளுள் ஏதாவது ஒன்றைப் பின்பற்றியே உருவத்திலும் இணைவு முறையிலும் அமைந்திருக்கும்.

இவ்வாறாக, உலகத்தின் கலை வரலாற்றில், சீன வரிவடிவத் திற்குள்ள இடம் மெய்யாகவே தனிச் சிறப்பு வாய்ந்தது. எழுதும்போது, தூரிகைகொண்டு எழுதுவார்கள். பேனாவைவிட தூரிகை நுண்மை வாய்ந்தது; மிக்க இயக்கமானது. அதனால், சீன எழுத்து, சீனச் சித்திரத்துக்கு உண்மையில் நிகரான ஒரு கலையின் இடத்திற்கு உயர்ந்துவிட்டிருக்கிறது. சீனர்கள் இதை நன்கு அறிவார்கள். அதனால்தான் சித்திரம் வரைவதையும் எழுத்து எழுதுவதையும் கிளைக் கலைகளாக அவர்கள் மதிக்கிறார்கள். சீனத்தில் ஷு-குவா (வரிவடிவமும் சித்திரமும்) என்பது ஏறத்தாழ ஒரே கருத்தையே குறிக்கும். பேச்சில், இரண்டையும் சேர்த்துத்தான் குறிப்பிடுவார்கள். இவற்றில் அதிகமான புகழ் எதற்கு உண்டு என்ற கேள்வி எழுந்தால், வரி வடிவத்திற்குத்தான் அதிகப் புகழ் உண்டு என்று பதில் வரும் என்பதில் சந்தேகம் இல்லை. இப்படியாக, சித்திரத்திற்கு எவ்வளவு உயர்ந்த மதிப்பு இருக் கிறதோ, எவ்வளவு பெரிய பரம்பரைக் கண்ணியம் இருந்து வருகிறதோ, அதனிடத்து எவ்வளவு ஈடுபாடும் தாபமும் இருந்து வந்திருக் கிறதோ, அதே தாபத்தோடும் ஈடுபாட்டோடும் வரி வடிவத்தையும் ஒரு கலையாகப் பண்படுத்தி வந்திருக்கிறார்கள்.

சித்திரத்திற்கு உள்ள கடுமையான உயர்ந்த சட்டதிட்டங்கள் இதற்கும் உண்டு. பிற துறைகளில் உயர்நிலை எய்திவிட்ட திறமைசாலிகள் சாதாரண மக்களைவிட எவ்வளவு பெரிய செயல்களைச் சாதித்திருக்கிறார்களோ, அதேபோல், வரிவடிவம் (காலிகிராஃபி) எழுதுவதில் தேர்ந்தவர்களும் சாதாரணமானவர் அடைய முடியாத உன்னதமான நயங்களைச் சாதித்திருக்கிறார்கள். ட்டுங் சிச்சாங், ச்சாஓ மெங்ஃபூ போன்ற பெரிய சீனச் சித்திரக் காரர்கள் சாதாரணமாகப் பெரிய வரிவடிவ வல்லுநர்களும் ஆவார்கள். மிகப் பிரபலமான சீனச் சித்திரக்காரர்களுள் ஒருவரான ச்சாஓ மெங்ஃபூ (1254-1322) என்பவர் தம்முடைய சொந்தச் சித்திரங்களைப் பற்றியே பின்வருமாறு கூறியுள்ளார்: 'பாறைகள் ஃபெயிப்போ முறையில் அமைந்த எழுத்தைப் போன்றவை. (கோடுகளில் உட்குழைவு இருக்கும்). மரங்கள் ச்சுவான் முறையில் அமைந்த எழுத்தைப் போன்றவை (சுமாராய் ஒரே

ஹசியாவ் சின்னின் ஓவியம்: சீனக் கலைக் கொள்கையாக அனிமிசம் என்னும் ஆன்மவாதம்.

அளவில் சமமாய் அமைந்து சுழித்துச்செல்லும் கோடுகளால் ஆனவை). சித்திரம் வரைகிற முறை இன்றும் எழுத்து எழுதுவதில் கையாளுகிற 'எட்டு விதமான அடிப்படைக் கோடுகளிலேயே' அடங்கி இருக்கிறது. இதைப் புரிந்துகொள்ளக்கூடியவர்கள் யாரேனும் இருந்தால், அழகாக எழுதுவதில் உள்ள இரகசியமும் அழகாகச் சித்திரம் தீட்டுவதில் உள்ள இரகசியமும் ஒன்றே என்பதை அவர்கள் கண்டுகொள்வார்கள்.'

தாள இணைவு, அமைப்புச் சேர்க்கை இரண்டையும் பற்றிய மிகத் தூய்மையான கோட்பாடுகளை வரிவடிவம் பிரதிபலிக்கிறது. இந்த முறையில், கட்டிடக் கலையுடனும் வானவியலுடனும் தூய கணிதக் கலை எந்த மாதிரித் தொடர்புகொண் டிருக்கிறதோ, அதே மாதிரித் தொடர்பைச் சித்திரக் கலையுடன் வரிவடிவக்கலை (காலிகிராஃபி) கொண்டிருப்பதாகவே எனக்குத் தோன்றுகிறது. சீன வரிவடிவத்தை ரசிக்கும்போது, எழுத்தின் பொருளை நாம் அறவே மறந்துவிடுகிறோம். கோடுகளையும் உருவங்களையும், கோடுகளாகவும் உருவங்களாகவுமே நாம் பார்த்துப் பாராட்டு கிறோம். எனவே. கோடுகளின் மோகன சக்தியையும், பொருள் அமைப்புச் சேர்க்கையின் எழிலையும் மட்டும் கண்டு களிக்கும் போது, உருவகத்தின் உள்ளடங்கிய பொருளைத் தனியே ஒதுக்கிவிட்டு, உருவகத்தை அதன் கலப்பற்றதன்மையில் கண்டு ரசிக்கச் சீனர்களுக்கு முழுச் சுயேச்சையும் முழு ஈடுபாடும் இருக்கிறது. சித்திரமானது ஒரு பொருளை உருவப்படுத்திக் காட்டவேண்டும். ஆனால், நன்றாய் எழுதிய ஓர் எழுத்து அப்படியல்ல. அதன் அமைப்பிலும், கோட்டிலும் உள்ள தனி அழகை மட்டும் அது உணர்த்தினால் போதும். தங்குதடையே இல்லாத ஒரு துறை இது. இதில், எல்லாவிதமான தாள கதி வகைகளும் சோதித்துப் பார்க்கப்பெற்றுவிட்டன. ஒவ்வொரு வகையான நிர்மாண அமைப்பும் சரிபார்க்கப் பெற்றுவிட்டது. தாள கதியின் ஒவ்வொரு வகை நொடிப்பையும் சீனத் தூரிகையால் உணர்த்த முடியும். சித்தாந்தப்படி பார்த்தால், சீன எழுத்துக்கள் சதுரம் சதுரமாய் இருக்க வேண்டும். ஆனால், வெகு வினோதமான சங்கதிகளைக்கொண்டு அவை அமைகின்றன. ஏகப்பட்ட எழுத்தமைப்புப் பிரச்சினைகள் கிளம்பிவிடும். ஒவ்வோர் எழுத்தாளனும் தானாக முயன்று பிரச்சினைகளைச் சிக்கறுக்க

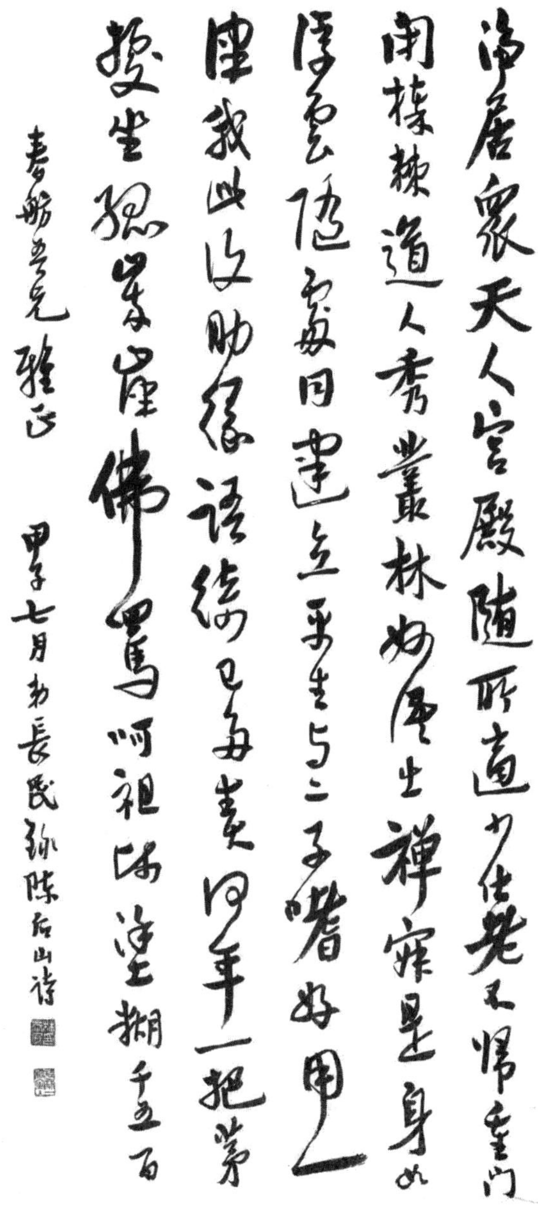

净居众天人宫殿随所道力住尧不归云门
闲栋梀道人秀业丛林妙庆生禅窟是身外
浮云随意每日逢立千生与二字嗜好用
律我此仗助缘语绿已每贵日平一把茅
披坐独崇崖佛骂呵祖咏堡棚千立百

甲子七月书长民孙陈右山诗

சில பத்தாண்டுக்கு முன்பு மறைந்த ஒரு புகழ்பெற்ற அறிஞர் லின் சாங்மின்னின் படைப்பு, 'சுட்டி' பாணிக்கு நெருக்கமாக உள்ளது: மென்மையான தசையுடைய உடலையும் தாளத்தையும் வெளிப்படுத்துகிறது.

வேண்டும். இவ்வாறாக, கோடுகளைப் பொறுத்த மட்டில், சீனப் படிப்பாளி பலவற்றை ரசிக்கப் பயிற்சி பெறுகிறான். கோடு களிலுள்ள இயம்பவொண்ணாத பரிவு, மிடுக்கு, துப்புரவு, ஆகிருதி, திண்மை, அடக்கம், வேகம், மென்மை, அடக்கத்தோடு கூடிய வலிமை, அல்லது சுயேச்சை போன்ற தன்மைகளை ஒவ்வொன்றாகக் கோடுகளில் அவன் கண்டு ரசிக்கப் பயின்றிருக் கிறான். உருவத்தைப் பொறுத்தவரை, இணைவு, அளபெடை, எதிர்மாற்றம், சமநிலை, நீளம், கச்சிதம் ஆகிய தன்மைகளையும், சிலவேளை, கூனல் தோற்றத்திலும், தாறுமாறான தோற்றத்திலும் கூடப் பேரழகைக் கண்டு, இவற்றை ரசிக்கவும் அவன் பயிற்றப் பட்டிருக்கிறான். இவ்வாறாக, கலாரசனைக்கு உரிய ஒரு பெரிய பண்புப் பெயர் வரிசைகளை வரிவடிவக் கலையானது தந்துள்ளது. அழகைப் பற்றிச் சீனர்கள் கொண்டுள்ள கருத்துகளுக்குத் தளங்களாக அமைந்தவை இவையே என்று நாம் கொள்ளலாம்.

இந்தக் கலையின் வரலாறு இரண்டாயிரம் ஆண்டுகளாக இருந்து வந்துள்ளது. ஒவ்வோர் எழுத்தாளனும், தாள கதியிலும் கட்டுக்கோப்பிலும் புது வகை ஏதாவது ஒன்றை உண்டாக்கித் தனக்குப் பெருமை தேடிக்கொள்ள முயன்று வந்திருக்கிறான். எனவே, சீனர்களின் கலை உள்ளத்தில் ஆகக் கடைசியாக ஏற்பட்டுள்ள நயச் செறிவை எதிலாவது காணலாம் எனில், அதை வரிவடிவக்கலையில்தான் நாம் எதிர்பார்க்க முடியும். ஒழுங்கின்மையில் அழகைக் கண்டு அதை வழிபடுவது அல்லது எப்போதும் தலை குப்புற விழுந்துவிடப் போவதாகவே தோன்றினாலும், தடுமாறாமல், தராசு நிலையில் சரிந்துபோகாமல், நிலைத்தபடியே இருந்துவருகிற கட்டுக்கோப்பைக் கண்டு வழிபடுவது போன்ற சில தனி வகைகள் உண்டு. இவற்றின் நுண்ணிய நயத்தைக்கண்டு மேலை நாட்டார் வியப்படைந்து போவார்கள். இந்த மாதிரி கலை வகைகளைச் சீனக் கலையின் இதர துறைகளில் சாதாரணமாய்க் காண முடியாதாகையால், அவர்களுடைய வியப்பு இன்னும் அதிகரிக்கவே செய்யும்.

இவற்றில் மேலைநாட்டார் குறிப்பாய்க் கவனிக்கத்தக்க விசயம் என்ன? இதுதான்: சீனக் கலைக்கு இந்த நுண்மை நயம் ரசனை உணர்ச்சிக்கு ஓர் அடிப்படைத் தளத்தை வழங்கியுள்ளது. அதுமட்டுமா? உயிர்த் துடிப்புக் கோட்பாடு ஒன்றையும் இது

தந்துள்ளது. சரியாகப் புரிந்துகொண்டு கையாண்டால், இது மிக்க பயன் அளிக்க முடியும். மேலே சொன்னபடி, தாளத்திலும் உருவத்திலும் உள்ள ஒவ்வொரு தனிப் போக்கையும் சீன வரியெழுத்து அலசிப்பார்த்துவிட்டது. அதை எப்படிச் செய்தது? தனக்கு வேண்டிய கலை உணர்வை அது இயற்கையிடமிருந்து பெற்றுக்கொண்டது. முக்கியமாக, விலங்குகளிடமிருந்தும், தாவரங்களிடமிருந்துமே இதை அது பெற்றது. 'ப்ளம்' என்ற பூமரத்தின் கிளைகள், ஒட்டிக்கொண்டிருக்கும் ஒருசில இணைகளைக் கொண்ட உலர்ந்துபோன திராட்சைக்கொடி, சிறுத்தைப் புலியின் துள்ளும் தேகம், புலியின் உறுதியான முன்னங்கால் பாதங்கள், மானின் துடுக்குக் கால்கள், குதிரையின் கட்டுமஸ்தான பலம், கரடியின் புதர்போன்ற மயிர் அடர்த்தி, நாரையின் ஒற்றைநாடி உடல், அல்லது 'பைன்' மரத்தின் கிளைகளுக்குள்ள தாக்குப்பிடிக்கும் வலிமை—இவை அனைத்தும் ஒவ்வொரு வகையில் இயற்கையின் பல திறப்பட்ட கூறுகளைச் சீன வரிவடிவக் கலைஞனுக்கு உணர்த்தும். எனவே, எழுதும் போது, இயற்கையிடமுள்ள எல்லாக் கூறுகளையும் சீனர்கள் நகல் செய்து எழுதியுள்ளார்கள்.

எழுத்தில் கையாளும் நடைகள் தனிப்பட்ட புது ரீதியில் அமைவதற்காக, இயற்கைக் கூறுகள் அனைத்தையும் தனித் தனியே கையாண்டு, புதுப் புது எழுத்தமைப்புகளை உண்டாக்கி இருக்கிறார்கள். சீன எழுத்தாளர்கள், நேரடியாகவோ மறைமுக மாகவோ, நகல் பண்ணாத கூறு இயற்கையில் ஒன்றுகூட இல்லை. இயற்கையிலுள்ள எல்லாச் செய்திகளையும் அவர்கள் பின்பற்றிக் கையாண்டு பார்த்துவிட்டார்கள். உலர்ந்துபோன ஒரு திராட்சைக் கொடியில் அசட்டையான ஒரு பொலிவு இலங்குகிறது. நெகிழ்ந்து கொடுக்கக்கூடிய ஒருவகையான வலிமை அதில் உறைந்திருக்கிறது. ஒரு கோடியின் நுனியானது, மேல் நோக்கிச் சுருண்டு நிற்கிறது. ஒருசில இலைகள் இன்னும் உதிர்ந்துவிடாமல் ஒட்டிக்கொண்டு தொங்குகின்றன; இதோ உதிர்ந்துவிடும் போல அவை காண்கின்றன. ஆனால், கொடியில் இந்த இலைகள் இருப்பது மிகப் பொருத்தமாயிருக்கிறது; இப்படிப்பட்ட திராட்சைக் கொடி ஒன்றில் ஒருவிதமான எழிலைச் சீனப் படிப்பாளி ஒருவன் பார்த்தான் எனில், உடனே அவன் அதைத் தன்னுடைய எழுத்து

முயற்சியில் கொணர முயன்றுவிடுகிறான். இன்னொரு படிப்பாளி ஒரு 'பைன்' மரத்தைப் பார்க்கிறான். அடிமரம் கணுக் கணுவாய் இருக்கிறது. கிளைகள் மேலே உயர்ந்து போகாமல், நிலத்தை நோக்கிய வண்ணம் கவிந்துகொண்டிருக்கின்றன. இதில், அற்புதமான ஆற்றலும் விடாப்பிடியும் துலங்குகின்றன. தான் கண்டதைத் தன்னுடைய எழுத்தில் இவனும் கொணர முயலு கிறான். ஆகவே, எழுத்து நடையில் எங்களிடையே 'உலர்ந்த திராட்சை' நடையும், 'பைன் மரக் கிளை' நடையும் இருந்து வருகின்றன.

பிரபலமான துறவி ஒருவர். வரிவடிவ நுட்பத்திலும் புகழ் பெற்றவர். பல ஆண்டுகள் எழுதி எழுதிப் பார்த்தார். பலனில்லை. ஒரு நாள், மலைப்பாதை ஒன்றில் வழி நடந்து போய்க்கொண் டிருந்தார். அங்கே, இரண்டு பாம்புகள் சண்டையிட்டுக்கொண் டிருந்ததைக் கண்டார். ஒவ்வொன்றும் மற்றதைத் தாக்குவதற்காகக் கழுத்தை எவ்வி எவ்வி நீட்டிக் கொண்டிருந்தது. பார்வைக்கு மென்மையாயுள்ள இந்தப் பாம்புகளிடம் எவ்வளவு வலிமை இருக்கிறது? இதைக் கண்ட மேற்படி துறவி, தனக்கென்று ஒரு புது எழுத்து நடையை அமைத்துக்கொண்டார். 'போரிடும் பாம்புகள்' நடை என்று இதற்குப் பெயரிட்டார். இந்த நடையில் பாம்புகளுடைய கழுத்து அசைவில் காணும் சுழிசுழியான நெளியும், குச்சிபோல் நிற்கும் விறைப்பும் உணர்த்தப் பெற்றிருக்கும். இவ்வாறாக, சீனாவின் 'வரிவடிவக் கலைஞர் மன்ன'னாகிய லாங் ஷிச்சி *(321-379)* என்பவர், இயற்கையைப் படம் பிடித்து எழுதுகிற வரிவடிவத் துறைபற்றிப் பின்வருமாறு கூறியுள்ளார்:

> *படுக்கை வசமாகச் செல்லும் ஒவ்வொரு கோடும் அணிவகுத்து நிற்கும் மேகக்கூட்டங்களைப் போல இருக்கும். ஒவ்வொரு கொக்கியும் வளைத்துப் பிடித்த வில்லைப்போன்று அபாரமான வலிமை கொண்டிருக்கும். ஒவ்வொரு புள்ளியும் மலை முகட்டினின்று விழும் ஒரு பாறை போலிருக்கும். கோட்டின் திருப்பம் ஒவ்வொன்றும் பித்தளைக் கொக்கிபோல் இருக்கும். நீட்டி வரைந்த ஒவ்வொரு வரியும் வயது முதிர்ச்சியை அடைந்த உலர்ந்த திராட்சைக் கொடிபோலிருக்கும். கடின முயற்சியின்றி விரைவாய்த் தீட்டும் ஒவ்வொரு வரியும்*

பந்தயத்தில் ஓடத் தயாராய் நிற்கிற ஒருவனைப்போல் அவ்வளவு லாகவமாய் நிற்கும்.

ஒவ்வொரு விலங்கின் உடம்பிலும் அதன் உறுப்புகளிலும் உள்ளார்ந்து கிடக்கும் தாள நிலையையும் உருவப்பாட்டையும் காண எப்பொழுது ஒருவன் கண்ணைத் திறந்து கண்டு கொள்கிறானோ, அப்போதுதான் சீன வரிவடிவக்கலையை அவனால் புரிந்துகொள்ள முடியும். ஒவ்வொரு மிருகத்தின் உடலிலும் அதற்கென ஒரு தனி இசை இணைவும், வனப்பும் உண்டு. இந்த இசை இணைவு அந்த மிருகத்தின் இன்றியமையாத உயிரியக்கத்தால் நேரடியாக உண்டாவது. சிறப்பாக, அதன் உடல் இயக்கத் தொழிலால் உண்டாவது. உழைப்புக் குதிரையைப் பாருங்கள்: மயிரடர்ந்த கால்கள். உயரமான உருவம். பந்தயக் குதிரையைப் பாருங்கள்: வழித்தெடுத்த கரைவு சரிவான உடலமைப்பு. பந்தயக் குதிரையின் உருவத்தில் தென்படும் அழகு, உழைப்புக் குதிரையின் உருவத்திலும் தென்படவே செய்கிறது. இதே மாதிரியான இசை இணைவு, விரைந்து குதித்தோடும் வேட்டை நாயின் உடல் வடிவ விளிம்பிலும் அமைந்துள்ளது. ஐரிஷ் டெரியர் (மயிர் அடர்ந்த) நாயின் முடி நிறைந்த உடம்பிலும் இந்த இணைவு இருக்கிறது. டெரியர் நாயின் தலையும் உறுப்புகளும் கிட்டத்தட்டச் சதுரம் சதுரமாகவே அமைந்திருக்கும். சீன வரிவடிவக் கலையில் லி-ஷூ என்ற மொட்டை நடையில், இதை மிகவும் நன்றாக எடுத்தாண்டிருக்கிறார்கள். ஹான் வமிசத்தில் இது நடைமுறையில் இருந்து வந்தது. ச்சிங் வமிசத்தில் ட்டிங் ஷிஜூ என்பவரால் ஒரு கலைத் தகுதிக்கு இது உயர்ந்துவிட்டது.

முக்கியமாய்க் கவனிக்கவேண்டியது ஒன்று உண்டு. இந்தத் தாவரங்கள், விலங்குகள் ஆகியவற்றின் வடிவங்கள் அழகாய் இருப்பதற்குக் காரணம், இவை உணர்த்தும் இயக்க நிலைதான். 'ப்ளம்' பூங்கொத்து ஒன்றை எடுத்துக்கொள்ளுங்கள்; எவ்வளவு கவலையற்ற அழகு! எவ்வளவு கலைத்திறன் வாய்ந்த ஒழுங்கின்மை! அந்தப் பூங்கொத்தின் எழிலைக் கலை நோக்கில் முழுமையாகப் புரிந்துகொண்டால் உயிர்ப்புநிலை, சீனக்கலை ஆகியவற்றின் தளமான கோட்பாடுகளைப் புரிந்துகொண்டவர்கள் ஆவோம். பூங்கொத்தில் உள்ள பூக்களை எல்லாம் அகற்றி

விட்டபோதும்கூட அந்தக் கொத்துக் குச்சி அழகாகவே தோன்றும். ஏனென்றால், அதில் இன்னும் உயிர்த்துடிப்பு ஒளிர்கின்றது. வளர வேண்டும் என்ற இயற்கை உணர்வை அது உணர்த்துகிறது. ஒவ்வொரு மரத்தின் புற வடிவமும் தாளத்தை உணர்த்துகிறது. சில உறுப்பியக்க உணர்வுகளின் பயனாக இது உண்டாகிறது. அதாவது, சூரியனை நோக்கி வளர்ந்துகொண்டே போக வேண்டும் என்ற ஓர் உணர்வு தாவர வர்க்கத்துக்கு உண்டு. சூரியனை எட்டிப்பிடிக்க வேண்டுமென்ற இடையறாத உணர்வு மரங்களின் உறுப்பியக்கத்தில் உள்ளார்ந்து இருக்கிறது. சரிந்து விழாமல் நேராய் நிற்கவேண்டுமென்ற ஓர் உள்ளுணர்வு இருக்கிறது. காற்றின் இயக்கத்தை எதிர்த்து நிற்க வேண்டிய தேவை ஏற்படுகிறது. இந்த மாதிரி, பல உள்ளுணர்வுகள் வேலை செய்கின்றன. ஒரு மரம் பார்வைக்கு அழகாய் இருக்கிறது. ஏன்? இந்த உணர்வுகளை அது உணர்த்துகிறது. முக்கியமாக, எதையோ நோக்கி, எதையோ அடைந்துவிடுவதற்காக இயங்கி முயல்வது போன்ற ஒரு நிலையை மரம் எடுத்துக்காட்டுகிறது. அழகாய் இருக்க வேண்டுமென்று மரம் முயன்றதில்லை; தான் வாழ வேண்டுமென்றே அது விரும்புகிறது. இருந்தாலும், எய்தும் பயனானது முழுமையான இணைவுபெற்றிலங்குகிறது; மகத்தான நிறையளிக்கிறது.

இன்னொன்றையும் கவனிக்க வேண்டும். தன்னுடைய தொழிலைத் தவிர்த்துத் தனிப்பட்ட கருப்பொருளாய் நிற்பதற்காகவா செயற்கை முறையால் வேட்டை நாயிடத்து இயற்கையானது அழகை இலங்கச் செய்திருக்கிறது? அதற்காக அல்ல. வேட்டை நாயுடைய உடலில் அமைந்திருக்கும் உயரமான வளைவுக் கோடும், அதன் உடம்பையும் அதன் பின்னங் கால்களையும் பிணைக்கும் கோடும் வேட்டை நாய் விரைந்து ஓடுவதற்காக வேண்டிக் கட்டியமைக்கப் பெற்றவை. விரைந்தோடும் செயலை உணர்த்துகிற காரணத்தாலேயே அவை அழகாய்த் தோன்றுகின்றன. என்றாலும், தொழிற்படுத்துகிற இந்த இணைவிலிருந்து உருவப்பாட்டு இணைவு வெளிப்பட்டது. பூனையானது மென்மைத் தன்மையோடு நடமாடுவதற்குக் காரணம் அதன் உருவத்தில் தென்படும் மென்மைத்தன்மை வாய்ந்த உப்பல்கள்தான். அடம்பிடிக்கிற மாதிரி உட்கார்ந்திருக்கும்

'புல்டாக்' நாய்கூட அழகுடையதுதான். அதற்குள்ள ஆற்றல் காரணமாக அதற்கென்று ஒரு தனி அழகு ஏற்பட்டுவிடுகிறது. இயற்கையிடம் எண்ணற்ற வடிவ அமைப்புகள் செறிந்து மண்டிக் கிடப்பதற்கு இதுதான் விளக்க உரை. இயற்கையின் வடிவ அமைப்புகள் எப்போதும் ஒன்றோடொன்று இசைந்து இணைவு பெற்றிருக்கும். ஒன்றோடு ஒன்று ஒத்த தாளகதியில் இயங்கும் புதுப் புது உருவகங்களை முடிவில்லாமல் வாரி வழங்கும். உருவகம் கிடைக்காமல் இயற்கை திண்டாடுவதே இல்லை. அதாவது, வேறு மாதிரி சொல்வதானால், இயற்கையின் வனப்பு மின்னாற்றல்போல இயங்கியவண்ணமிருக்கும். இயற்கையின் எழில் இயக்கமற்றுத் தேங்கி நின்றுவிட்ட எழில் அல்ல. சீன வரிவடிவக்கலையின் திறவுகோல், இயங்குதலில் காணும் இந்த எழிலே தவிர வேறொன்றுமல்ல. அதன் அழகு மின்னாற்றல் படைத்தது. தேங்கி நிற்பதல்ல; மின் வேகமான எழிலை— வேகமான இயக்க எழிலை—அது உணர்த்துவதால், அது வாழ்கிறது. இயற்கையைப்போலவே அதுவும் எண்ணற்ற, நவநவமான கலவைகளை முட்டின்றி வழங்குகிறது. விரைவாக, திட்டமாக இழுக்கும் ஒரு கோடு ரசனைக்குரியதாக ஆவது எதனால்? வேகமாய்த் திண்மையோடு இழுக்கும் ஒரே கோட்டின்மூலம் வேண்டிய உருவகம் நொடிப்போதில் கொணரப் பெற்றுவிடுவதால்தான். இந்த மாதிரி செய்வதால் இயக்கப் போக்கில் ஓர் ஒற்றுமை இருக்கிறது. யாரும் இதைத் திருத்த முடியாது; நகல் செய்ய முடியாது. ஏன்? ஏதாவது திருத்தம் செய்யப்பெற்றால், அது இதர கோடுகளோடும், மொத்த வடிவ அமைப்போடும் இசைவு பெற்று நிற்பதில்லையென்பதைச் சடக்கென்று கண்டுபிடித்துவிடலாம். இந்த இடத்தில் ஒரு விசயம்: வரிவடிவ முயற்சியை ஒரு கலையாகக் கையாளும் போது கிரமம் ஏற்படுவதற்கு இதுதான் காரணம்.

சீன வரிவடிவக் கலையில் அழகு கற்பிப்பதற்குக் காரணம் அந்தக் கலை கொண்டிருக்கும் உயிர்ப்புக் கோட்பாடுதான் என்பது என்னுடைய சொந்தக் கற்பனை அல்ல. இதை நிரூபிக்க வேண்டுமா? பாருங்கள். 'இறைச்சி,' 'எலும்பு' 'சந்து' என்று கோடுகளைச் சீனர்கள் இனம் பிரித்திருப்பதிலிருந்தே இதைத் தெரிந்துகொள்ளலாம். இவற்றின் தத்துவார்த்தப் பொருள்கள்

என்னவென்று இதுவரையில் ஒருவரும் அலசிப்பார்த்து விளக்க வில்லை. அது வேறு விசயம். மேலைநாட்டாருக்கு வரி வடிவத்தைப் பற்றிப் புரிகிற முறையில் விளக்கிச் சொல்ல என்ன செய்வது என்று யோசித்து, அதற்காக வழி துறைகளைப் பற்றிச் சிந்தித்தபோதுதான் தத்துவார்த்தப் பொருள் இடர் விளைத்தது. வாங்ஷிச்சியின் திறமைவாய்ந்த அத்தையாகிய வெயி அம்மையார் என்ன சொல்லுகிறார்:

> பலமான கோடுகள் வரைவதில் திறமை வாய்ந்தவர்களுடைய எழுத்தில் வரிவடிவங்கள் 'எலும்பு' மாதிரியிருக்கும். பலம் படைத்த கோடுகள் தீட்டத் திறமை அற்றவர்களுடைய எழுத்தில் வரிவடிவங்கள் 'சதை'ப் பிடிப்புக்கொண்டிருக்கும். ஒருவருடைய எழுத்தில் எலும்பு அதிகமாகவும் இறைச்சி மிகக் குறைவாகவும் இருந்தால், அதை 'வலிமைபெற்ற எழுத்து' என்கிறோம். எழுத்தில் சதை நிரம்பியும் எலும்புகள் வலுக் குன்றியும் இருந்தால் அதைப் 'பன்றி எழுத்து' என்கிறோம். எழுத்தில் திடமும் பலமும் இருந்தால், அது தெய்வீகம் பொருந்தியது. பலமோ திடமோ இல்லாத எழுத்து நோயாளி யைப் போன்றது.

இயக்கத்தின் மின்வேகக் கோட்பாட்டிலிருந்து அமைப்புக் கோட்பாடு ஒன்று பிறக்கிறது. சீன வரிவடிவத்துறையைப் பற்றிப் புரிந்துகொள்வதற்கு இது மிக அவசியம். ஒரு குறிப்பிட்ட பொருளில் உள்ள அதன் பல கூறுகள் சமநிலை கொண்டு உப்பல், குழிவு, திண்மைத் தன்மையில் பொருந்தி இருப்பதால் உண்டாகும் வெறும் அழகை இந்த உன்னதமான உருவப்பாடாக ஒருபோதும் கொள்வதில்லை. சீன எழுத்தை எழுதுவதில் உள்ள கோட்பாடு களில் ஒன்று என்னவென்றால் ஒரு சதுர வடிவமானது, ஒருபோதும் முழுமையான சதுர வடிவமாக இருக்கக் கூடாது. ஆனால், ஒரு பக்கத்தைவிட மற்றப் பக்கத்தில் அது அதிகமாய் உயர்ந்திருக்க வேண்டும். உப்பலான கோணப் பகுதிகள், அளவிலும் அமைப்பு நிலையிலும், ஒருபோதும் ஒரே மாதிரி, கச்சிதமாய் இருக்கக் கூடாது. இந்தக் கோட்பாட்டை ஷி, அதாவது 'இருக்கை நிலை' என்கிறோம். இதில், வேக கதியின் அளவு எடுத்துக்காட்டப் பெறுகிறது. இதன் பயன் என்ன? இந்தக் கலையின் அதி உன்னதமான முயற்சிகளில் புது மாதிரியான நிர்மாண

உருவப்பாடுகள் உண்டாகின்றன. பார்ப்பதற்கு இவை சமன் பெறாமல் இருப்பனபோல் தோன்றும். இருந்தாலும், எப்படியோ ஒரு மாதிரியாக இவை சமநிலையை வகித்து வரவே செய்கின்றன. வேக கதியின்பாற்பட்ட அழகிற்கும் அசையாப் பொருள்களின் விகிதாசார அமைப்பின்பாற்பட்ட அழகிற்கும் உள்ள வேறுபாடு என்ன? இதுதான்: ஒருவன் ஓய்ந்து உட்கார்ந்திருக்கிறான். இன்னொருவன் அசையாமல் நிற்கிறான். அசையா நிலையில் உள்ள இவர்களைப் படம் எழுதுகிறோம். இன்னொரு மனிதன் 'கால்ஃப்' பந்து விளையாடும் கழியில் பந்தை அடிப்பதற்காகக் கழியைச் சுழற்றிக்கொண்டிருக்கிறான். அல்லது, உதைபந்து ஆடுகிற ஒருவன், பந்தை ஓங்கி உதைத்து மேலே கிளப்பிவிட்ட உடனடி நிலையில் காலை உயரத் தூக்கிக்கொண்டு நிற்கிறான். இந்த இரண்டு ஆட்டக்காரர்களையும் விரைவாகப் புகைப்படம் எடுக்கிறோம். முந்திய படத்திற்கும் பிந்திய படத்திற்கும் என்ன மாதிரி வேறுபாடு இருக்கிறதோ, அதேமாதிரி வேறுபாடுதான் அசையும் பொருள்களையும் அசையாப் பொருள்களையும் சித்திரம் தீட்டுவதில் இருக்கிறது. தலையைச் சொடுக்கி நிமிர்த்துகிற ஒரு பெண்மணியின் படத்தில் அதிகமான இயக்க வேகத்தைக் காண்கிறோம். தலையை நேராக வைத்துக் கொண்டிருக்கிற ஒருத்தியின் படத்தில் அந்த வேக உணர்ச்சி தென்படுவதில்லை.

ஆகவே, கலாரசனையைப் பொறுத்த மட்டில், சீன எழுத்துக் களை எழுதும்போது, சம ஆகிருதி உள்ள தலையைக்கொண்ட எழுத்துக்களைவிட ஒரு பக்கத்தில் சரிந்து நிற்கும் முகடுகளைக் கொண்ட எழுத்துக்களையே தேர்ந்தெடுக்கிறார்கள். இந்த ரீதியில் அமைந்த எழுத்து நிர்மாணத்திற்கு நல்ல எடுத்துக்காட்டுகள் வேண்டுமானால், அவற்றை 'ச்சாங் மெங்ளங்' சமாதிக் கல்லில் பொறித்துள்ள வாசகங்களில் பார்க்கலாம். இந்த வாசகங்களில் தென்படும் எழுத்துக்கள், இதோ அடுத்த கணத்தில் தடுமாறி விழுந்துவிடுபவைபோல தோன்றினாலும், சமநிலையை இழக்காமல் நிலைத்து நிற்கிற ஓர் எண்ணத்தை நம் மனத்தில் உண்டாக்கிவிடும். நவீன காலத்தில் இந்த ரீதியில் அமைந்த நல்ல முயற்சிகளை 'யூயூஜன்' உடைய எழுத்துக்களில் காணலாம். இவர் 'யுவாங்' கட்டுப்பாட்டு நிறுவனத்தின் தலைவர். உயர்தரமான

கலை வாழ்க்கை ✦ 481

வரிவடிவக் கலைஞர் என்று இவர் பெயர் எடுத்ததால்தான், இவர் இன்று இத்தகைய பதவியை வகிக்க முடிந்தது.

நவீன காலத்துக் கலை, தாளகதிகளைத் தேடித் திரிகிறது. புதுப்புது நிர்மாண உருவங்களையும், ஆசு அமைப்பு உருவங் களையும் அது செய்து பார்த்துக்கொண்டு வருகிறது. அவற்றை அது இன்னும் கண்டுபிடிக்க முடியவில்லை. உண்மை நிலையைக் கண்டு அது தப்பியோட முயலுகிறது என்ற எண்ணத்தை அது நம்மிடம் உண்டாக்கிவிடுகிற அளவுக்குத்தான் அது வெற்றிபெற் றிருக்கிறது. அதில் துலக்கமாய்த் தென்படும் சிறப்பியல்பு என்ன? நம்முடைய புலன்களின் வேதனையைத் தனிக்கிற முயற்சி அல்ல. புலன் அறிவுகளை முரட்டுத்தனமாய் முட்டி மோதுகிற முயற்சி தான். பயன்? அமைதி குலைக்கும் முட்டுப்பாட்டு உணர்ச்சிதான். இந்தக் காரணத்தால் சீன வரிவடிவத்தையும், அதன் உயிர்ப்புக் கோட்பாட்டையும் பயில்கிறார்கள், இறுதியாக இந்த உயிர்ப்புக் கோட்பாடு அல்லது தாளக்கட்டுள்ள உயிர்ச்செறிவு ஆகிய வற்றோடு உறவுகொண்ட நிலையில், இயற்கைப் பொருள் உலகத்தின் தாளகதிகளை மறுபடியும் பயின்றுவருவதால், பல சாதனைகளை நிகழ்த்த முடியும் என்பது தெரிய வருகிறது. ஏராளமான நேர்க்கோடுகள், சமவடிவங்கள், முக்கோண வடிவங்கள் எல்லாம் ஒன்றோடு ஒன்று வெவ்வேறு கோணங் களில் முட்டி நிற்பதைப் பார்த்தால் நம் உள்ளத்தில் கிளர்ச்சி எழலாம். ஆனால், இவை ஒருபோதும் அழகுபெற்ற ஜீவ நிலையில் இருக்க முடியாது. மேற்படி சமவடிவங்கள், முக்கோண வடிவங்கள், நேர்க்கோடுகள், அலைக்கோடுகள் அனைத்தும் நவீன காலத்துக் கலைஞனின் சாதுரியத்தில் எல்லை கண்டு, இனிமேல் புதிதாய் ஒன்றும் செய்வதற்கில்லையென்ற நிலையை உண்டுபண்ணிவிட்டன. மீண்டும் ஏன் இயற்கையிடமே போகக்கூடாது? ஆங்கில வரிவடிவத்தைத் தூரிகைகொண்டு மேலைநாட்டுக் கலைஞன் எவனாவது பத்து ஆண்டு காலத்துக்குப் பயின்று, புதுப்பாதை ஒன்றைத் தனக்கென அமைத்துக் கொண்டு முன்னேறுவானா? இது வரை யாரும் அப்படிச் செய்யவில்லை. யாராவது ஒருவன் இனிமேல்தான் அப்படிச் செய்ய வேண்டும். அப்படி ஒருவன் செய்யும்போது, அவனுக்குத் திறமை இருந்து, உயிர்ப்புக் கோட்பாட்டை அவன் தெரிந்து

கொள்வான் எனில், டைம்ஸ் சதுக்கத்தில், மெய்யான கலைப் பெருமைதரக்கூடிய கோடுகளையும் உருவங்களையும் கொண்டு பலகை விளம்பரங்களை அவன் எழுதி முடிக்கக்கூடும்.

சீனக் கலாரசனைக்குச் சீன வரிவடிவக்கலை அடிப்படையாக அமைந்திருப்பதன் பொருட்குறிப்பை முழுமையாகக் காண்பதற்குச் சித்திரத்தையும் கட்டடக்கலையையும் ஆராய வேண்டும். அங்கே விசயம் தெளிவாகும். சீனச் சித்திரத்தின் கோடுகளிலும் அமைப்புச் சேர்க்கையிலும், சீனக் கட்டடக்கலையின் நிர்மாணங் களிலும் உருவப்பாடுகளிலும், சீன வரிவடிவக்கலையிலிருந்து பிறந்து வளர்ந்த கோட்பாடுகளை நாம் கண்டு கொள்ளலாம். தாளம், உருவம், சூழல் இவை குறித்த அடிப்படையான எண்ணங்கள் கவிதை, ஓவியம், கட்டடக்கலை, வீட்டு அலங்காரம், பீங்கான் பண்டங்களின் வர்ண அலங்காரம் போன்ற வெவ்வேறு துறை பற்றிய சீனக் கலைக்கு முக்கியமான ஓர் ஐக்கிய உணர்வைக் கொடுக்கின்றன.

3. சித்திரம்

சீனப் பண்பாட்டின் ஒப்பற்ற மலராகிய சீனச் சித்திரம் அதற்கென்று உள்ள போக்காலும் சூழலாலும் பெருமை பெற்றுள்ளது. மேலைநாட்டுச் சித்திரத்திலிருந்து இது முற்றும் வேறுபட்டது. மேலைநாட்டுக் கவிதையிலிருந்து சீனக் கவிதை எப்படி வேறுபடுகிறதோ, அதேபோல, இது மேலைநாட்டுச் சித்திரத் திலிருந்து வேறுபடுகிறது. இந்த வேறுபாட்டை உள்வாங்கிச் சொல்வது கடினம். மேலைநாட்டுச் சித்திரத்தில் தென்படும் ஒரு தினுசான சூழலும் நிரவல் குறிப்பும் இதற்கு உண்டு. ஆனால், அடிப்படையில் இது முற்றும் வேறானது. இதை அடைவதற்குக் கையாளும் வழிதுறைகளும் வெவ்வேறானவை. கையாளும் விசயத்தில் இங்கே ஒருவிதச் சிக்கனம் உண்டு. காலியாய் விட்டிருக்கும் பல இடங்கள் இதைக் குறிக்கும். இணை இசைவைப் பற்றி அதற்கென உரிய கருத்துப்படி அமைந்த முறையில் விசயச் சேர்க்கை இருக்கும். ஒருவிதமான கட்டமைந்த 'தாள உயிர்' இதில் குறிப்பாய் நிற்கும். இதில் வண்ணம் தீட்டும் தூரிகையிடம் காணும் துணிகரமும் சுயேச்சையும் சித்திரத்தைப் பார்க்கிறவரின் உள்ளத்தில் மறக்க முடியாதபடி பதிந்துவிடும்.

நமக்கு முன்னே இருக்கும் படம் சித்திரக்காரரின் மனத்தில் ஏதோ ஒருவகையான உருமாற்ற நிலையை அடைந்திருக்கிறது. பொருத்தமற்ற கிளை வெடிப்புக்களையெல்லாம் செதுக்கித் தள்ளியாயிற்று. இசைகேடு செய்யும் கூறுகளையெல்லாம் விலக்கியாயிற்று. முழு நிறைவு தரக்கூடிய ஒரு முழு நிலையில் அந்தப் படம் நம்முன் நிற்கிறது. மெய்யான வாழ்க்கையை அது எடுத்துக்காட்டுகிறது. ஆனாலும், மெய்யான வாழ்க்கையிலிருந்து அது எவ்வளவோ மாறுபட்டிருக்கிறது. அமைப்பின் ஆசுநிலை தெளிவாய்த் தெரிகிறது. புறப்பொருள் அகற்றும் முயற்சி வெகு கடுமையாய் கையாளப்பட்டிருக்கிறது.

எதிர்நிலைக் குறிப்புகளும் தீவிர மன ஓர்மையும் எப்படி எப்படி உண்டாயின என்பதை எளிதில் கண்டுபிடித்துவிடலாம். சித்திரப் பொருளின் உண்மைநிலையை மாற்றித் திருத்திக் கலைஞன் இவற்றுள் ஊடாடி இருக்கிறான் என்பதை நாம் தீர்மானமாய் உணருகிறோம். அவன் கண்ணுக்கு அது எப்படித் தோன்றுகிறதோ அதேமாதிரி அதை அவன் நமக்குத் தந்திருக்கிறான் என்பது தெளிவு. இருந்தாலும் உண்மைப் பொருளுக்கும் சித்திரப் பொருளுக்கும் அடிப்படையில் ஒற்றுமை இருக்கிறது. இது என்ன பொருள்தான் என்று பிறருக்குப் புரியவும் செய்கிறது. இங்கே உருத்திரிபு இல்லாமலே கலைஞன் நமக்கும் உண்மைப் பொருளுக்கும் இடையே குறுக்கிட்டிருக்கிறான். இதை நாம் நன்றாய் உணருகிறோம். அகத்தோற்றப் போக்கு இதில் இருக்கிறது. ஆனாலும், மேலைநாட்டு நவீனச் சித்திரக்காரன் முரட்டுத்தனமாய்த் தன் கொள்கையை வலியுறுத்தும் தன்மை இங்கே இல்லை. நம்மைப் போன்ற சாமானிய மனிதர்களுக்குப் புரியாதபடி அவர்கள் படம் வரைவார்கள். அந்தச் சங்கடம் இங்கே இல்லை. விசயங்களைத்தான் பார்க்கிற முறையில் வெற்றி கரமாக அமைத்துக்காட்டிவிடுகிறான். ஆனால், அதற்காக அவலட்சணமாய்த் திரித்துக் கூறுகிற சங்கடம் கிடையாது. கண்ணில் படுவதையெல்லாம் சித்திரத்தில் கொண்டுவரச் சீனச் சித்திரம் முயலவில்லை. எவ்வளவோ விசயங்களை நாமே கற்பனை செய்துகொள்ளும்படி விட்டுவிடுகிறது. ஆனால், அதற்காக வடிவியல் (ஜியோமெட்ரிக்) கணிதப் புதிர்போடுகிற அளவுக்கு அது மட்டமாய்ப் போய்விடுவதில்லை. சிலவேளை,

கண்ணுக்கு எதிரே உள்ள பொருளில் அபாரமான தீவிரத்தோடு கவனம் செலுத்திவிடுவார்கள். அப்போது, படத்திலே 'ப்ளம்' மரக் கிளையின் ஒரு நுனியை மட்டும் காட்டிவிட்டுச் சும்மா இருந்து விடுவார்கள். இதுவே முழுமைத்துவம் வாய்ந்த ஒரு சித்திரமாகக் கூடும் என்பது அவர்கள் எண்ணம். சித்திரம் அரைகுறையாய் நிற்கிறதே என்ற எண்ணம் அவர்களுக்கு உண்டாவதில்லை. உண்மைப் பொருளை உள்ளது உள்ளபடி காட்டாமல், தான் அதைப் பார்த்த ரீதியில் மாற்றி அமைத்துக் காட்டுகிற போக்கு இருந்தாலும், சீனச் சித்திரக்காரரின் படத்தைப் பார்க்கும் போது, சித்திரக் காரனானவன் தற்பெருமையுடன் ஏதோ ஒன்றை நம்மீது சுமத்து கிறான் என்ற முட்டுப்பாடு உணர்ச்சி நமக்கு எழுவதில்லை. அதற்கு மாறாக, அவன் வரைந்திருக்கும் படம் முற்ற முழுக்க இயற்கையோடு இணைந்து பொருந்தி இருக்கிறது என்ற உணர்ச்சி தான் நம்முடைய உள்ளத்தில் உண்டாகும். இதை எப்படிச் செய்தார்கள்? இந்த விந்தையான பரம்பரை வழக்கம் எப்படி வளர்ந்தது?

இந்தக் கலைப் பாரம்பரியம் குருட்டாம்போக்கில் வரவில்லை. தற்செயலாய் ஒரு புது விசயத்தைக் கண்டுபிடித்ததால் வந்ததல்ல. இதன் சிறப்பியல்புகளை மிகவும் எளிதாய்ச் சுருக்கிக் கூறுவ தென்றால், 'வண்ணப் பா' என்ற சொல்லில் இந்தப் பரம்பரை வழக்கம் அடங்கும் என்று நான் நினைக்கிறேன். இந்த 'வண்ணப் பா' எப்படி வந்தது? மனித உணர்வு, பண்பாடு இவற்றின் ஒருசில வகையிலிருந்து இது உண்டாகியது. ஏனென்றால், தன்மையிலும், தொழில் நுணுக்கத்திலும் சீனச் சித்திரமானது, சீன வரிவடிவக் கலையுடனும் சீனக் கவிதையுடனும் நெருங்கிய தொடர்பு கொண்டது என்பதை நாம் நினைவில்கொள்ள வேண்டும். வரிவடிவக் கலையிலிருந்து இது தொழில்நுணுக்க முறையைப் பெற்றது. இதன் எதிர்கால வளர்ச்சியை நிர்ணயித்த அந்த முதலாவது வளைவு வரிவடிவ முயற்சியிலிருந்து வந்தது. சீனக் கவிதையானது அதன் ஆன்மப் போக்கை இதற்குத் தந்து உதவியது. ஏன் இப்படி? சீனாவில் வரிவடிவமும் சித்திரமும் நெருங்கிய தொடர்புகொண்ட கலைகளாகும். சீனச் சித்திரங் களைப் புரிந்துகொள்ளுவதற்குச் சிறந்த வழி, மேற்படி மாற்றும் சக்திகளை ஆராய்வதுதான். மேலே சொன்ன விந்தையான பரம்பரை வழக்கத்தை ஆக்கி வளர்த்த சக்திகள் இவைதாம்.

சுருக்கமாய்ச் சொல்வதானால், சித்திரத்தின் 'வண்ணப் பா' என்று நாம் சொன்ன இந்த விந்தையான பரம்பரை வழக்கம் நவீன மேலைநாட்டுச் சித்திரம் கண்டுவரும் இரண்டு விதமான புரட்சிகளின் பயனாய் உண்டானது. ஆனால், சீனச் சித்திரத் தொழிலின் வரலாற்றில் இது எட்டாவது நூற்றாண்டிலேயே வந்துவிட்டது. இந்தப் புரட்சிகள் யாவை? கலைஞன் எந்தப் பொருளை ஓவியமாய்த் தீட்டுகிறானோ, அதைப்பற்றிய அளவுக்குள்ளேயே அவனுடைய கோடுகள் அடங்கியிருக்க வேண்டும் என்பதை எதிர்ப்பது ஒன்று. மற்றது, மெய்ப் பொருளைப் போட்டோப் படம் பிடித்தமாதிரி, அப்படியே மீண்டும் வரைந்து காட்டுவதை எதிர்த்துப் புரட்சி செய்வது. முதலாவது பிரச்சினையைப் போக்குவதற்குச் சீன வரிவடிவத் துறை உதவியது. இரண்டாவது பிரச்சினையைத் தீர்ப்பதற்குச் சீனக் கவிதை உதவியது. இந்தப் புரட்சிகளையும், கலைப் பரம்பரையின் வமிசாவளியையும் ஆராய்ந்து பார்த்தால், சீன ஓவியக் கலை எப்படி இன்று இருக்கும் நிலையை அது அடைந் திருக்கிறது என்பதை நாம் கண்டுகொள்ள முடியும். சீனச் சித்திரத்திலும் இதர எல்லாச் சித்திரங்களிலும் எழுகிற முதலாவது பிரச்சினை என்ன? துணிமீது வண்ணங்களையும் பட்டின் மீது மையையும் அப்புகிறபோது, கோடுகளாலோ, கீறல்களாலோ என்ன செய்யலாம்? இதுதான் கேள்வி. இது முற்றும் தொழில் பற்றிய பிரச்சினைதான். துணியைத் 'தொட்டு' வேலை செய்கிற பிரச்சினைதான்.

ஆனால், எந்தக் கலைஞனும் இதற்குத் தப்ப முடியாது. அவன் தொடுகிற தினுசைப் பொறுத்துத்தான் அவனுடைய முயற்சியின் நடைப்போக்கு முழுமையும் அமையும். வண்ணத்தால் தீட்டுகிற பொருளை அப்படியே கண்ணால் பார்த்தபடி, ஒரு யந்திரம்போல், கோடு இழுத்துக்கொண்டே போனால், கோட்டுக்கென்று தனியான சுயேச்சை ஒன்றும் இருக்க முடியாது. இப்போதோ, பின்னாலோ, இதைப் பார்த்து நாம் அலுத்துப் போய்விடுவோம். நவீனக் கலையில் நாம் காணுகிற அதே எதிர்ப்புத்தான் இதுவும். சீனாவில் வூ ட்டாஒட்ஸு (700-760) காலத்தில் இந்த மாதிரி ஓர் எதிர்ப்புக் கலகம் கிளம்பியது. தூரிகையைக் கையாளுவதில் தனக்கிருந்த அபாரத் திறமையால் வூ ட்டாஒட்ஸு பரிகாரம்

சமகால ஓவியர் பியூன் ஜுவின் 'குதிரை.' ஓசைநயமிக்க குளம்படியையும், தூரிகையின் தேர்ச்சியையும், வரிவடிவக்கலையின் வளர்ச்சியையும் காட்டுகிறது.

கண்டுவிட்டார். அவருடைய தூரிகை தீட்டும் சித்திரக் கோடுகளில் துணிகரமும் சுயேச்சையும் துணைநின்று, அவருக்குப் பெருமை தேடித் தந்தன. வரிகளை மறைக்காமல், அவற்றைக் கலைஞன் புகழ்ந்து போற்றினான் (இதே கோட்பாட்டைச் சீனக் கட்டடக் கலையிலும் நாம் காணலாம்). கு கைச்சியின் (*346-407*) அடிமைத் தனமான, இறந்துபட்ட கோடுகள், எஃகுப் பேனாவால் வரைந்த மாதிரி, கிட்டத்தட்டச் சமமாகவே அமைந்திருக்கும். இவற்றுக்குப் பதிலாகப் 'பூ இதழ்க் கோடு' என்று சொல்லப்படுகிற கோடுகளை வரையத் தொடங்கினார். இந்தக் கோடுகள் சுருண்டு சுருண்டு செல்லும். கோட்டின் அகலம் அடிக்கடி மாறுபடும். மிகவும் மென்மையான உணர்வுகொண்ட தூரிகையைத் துணியில் வைத்து இழுக்கும்போது இயல்பாக உண்டாகும் தாளக்கட்டால், கோட்டின் பருமன் மாறுபடும். வூ ட்டா ஒட்ஸு இழுக்கும் கோடுகளைக் கொண்டு அவருடைய மாணவனான சாங் ஷு ஒரு புதிய வரிவடிவத்துறையை உண்டாக்கினார். இது மிக வேக நடையில் அமைந்தது. கயிறு பிணைவதைப் போன்றது. வாங் வெயி முச்சியெ (*699-759*) ஓவியத் தொழிலில் இதை மேலும் வளர்த்து எளிதாக்கி சிலவேளை 'புறக்கோடு இழுக்கும்' பழங்கால முறையை விட்டொழித்தார். அதன் பயனாக, 'தென்பாங்குத் துறை' என்ற ஒரு புதுத் துறையையே உண்டாக்கிவிட்ட பெருமை இவருக்குக் கொடுக்கப்படுகிறது. இதன் அபாரமான விளை பயன்கள் என்ன என்பதை நாம் விரைவில் காணலாம்.

இரண்டாவது பிரச்சினை என்ன? கலை முயற்சியில் கலைஞனுடைய தனித் தோற்றத்தை ஒளிரச் செய்து, கலையென்று சொல்லக்கூடிய நிலையை அது அடையுமாறு எப்படிச் செய்வது? கண்ணால் கண்டதை அப்படியே திருப்பி எழுதுவது மட்டும் போதாது. உண்மையோடும் ஒத்திருக்க வேண்டும். இயற்கை நிலையோ, இணைவோ கெடக் கூடாது. எப்படி இதைச் சாதிப்பது? பொருள்களின் புறவடிவங்களை மட்டும் கச்சிதமாய் எடுத்துக்காட்டுவதை எதிர்க்கிற போக்கு, நவீனக் கலையில், ஆழத்தில் அமைந்து கிடக்கிறது. பருப்பொருளின் இயற்கை நிலையைவிட்டு ஓடவேண்டும் என்ற ஓர் ஆசை, தான் செய்யும் செயலில் கலைஞனின் தன் பயத்தை உணர்த்துவதற்கு வழிகாண ஒரு துடிப்பு, இவைதாம் நவீனக் கலைப் போக்கு. எட்டாவது

நூற்றாண்டில் உண்டான புதுத் துறையினரோடு சீனக் கலையின் வரலாற்றில் இதே மாதிரி புரட்சி உண்டாகியது. விசயத்தை அது தோன்றுகிறபடியே, படம் பிடிக்கிறமாதிரி, எடுத்துக்காட்டுகிற முயற்சிகளைக் கண்டு மக்கள் அதிருப்தி அடைந்தார்கள்; அவர்களுக்கு அலுப்புத்தட்டிவிட்டது.

பழைய பிரச்சினைதான் இங்கேயும் எழுந்துள்ளது. கோரமான கேலிச் சித்திரங்களை உண்டாக்காமல், சித்திரத்தின் பொருளில் கலைஞனானவன் தன்னுடைய சொந்த எழுச்சி களையும் எதிர் உணர்வுகளையும் எப்படி இலங்கச் செய்வது? சீனக் கவிதையில் இந்தச் சிக்கலுக்கு ஏற்கெனவே வழி கண்டாயிற்று. புரட்சியென்றால், என்ன மாதிரிப் புரட்சி? நுணுக்கமான தொழில் திறமை வேண்டாம், வெறும் கச்சிதத்தை மட்டும் கவனிக்க வேண்டாம் என்றுதான் புரட்சி கிளம்பியது. டாங் மிங்வாங் ஆட்சிபுரிந்த காலத்தில் வி ஷுஷுன் (651-716) என்பவரும், வூ ட்டாஒட்ஸு என்பவரும் இரண்டு படங்கள் வரைந்திருந்தார்கள். ஸேச்சுவான் வெளிநிலங்களைப் பற்றிய படங்கள் அவை. அரண்மனைச் சுவரில் மாட்டப் பெற்றிருந்தன. மேற்படி படங்களில் காணும் கதை, பழைய கலைப்போக்கினருக்கும், புதிய கலைப் போக்கினருக்கும் உள்ள வேறுபாட்டை நயமாக எடுத்துக்காட்டு கிறது. 'வட பாங்குத் துறை'யில் தேர்ந்த லி என்பவர் தம்முடைய வெளிக் காட்சிப் படத்தைச் சுமார் ஒரு மாதத்தில் வரைந்து முடித்தாராம். தங்க மயமான வண்ணங்கள். சுழித்துச் சுழித்துச் செல்லும் பூ வேலைகள். வூ உடைய மகத்தான வெளிக் காட்சியில், ச்சிங்லிங் ஆறு முழுவதும் ஒரே நாளில் மையைச் சிதறி அடித்து எழுதி முடிக்கப்பெற்றது. இவற்றைப் பார்த்த சக்கரவர்த்தி என்ன சொன்னார்? 'லிஷுஷுன் ஒரு மாதத்தில் வேலையை முடித்தார். வூ ட்டாஒட்ஸு அதை ஒரே நாளில் முடித்தார். ஒவ்வொன்றும் அதனதன் போக்கில் முழுமைத்துவம் வாய்ந்ததே' என்றார்.

நுணுக்கம் நுணுக்கமாய்க் கவனித்து வேலைப்பாடு செய்வதைக் கண்டு எதிர்த்து எழுந்த இந்தப் புரட்சி வந்தபோது, வாங்வெயி என்ற ஒருவர் இருந்தார். அவரே வெளிக்காட்சிச் சித்திரம் தீட்டுவதில் முதல்தரமான சித்திரக்காரர். அவர் சீனக் கவிதையின் தொழில்நுணுக்கத்தையும், வேகப் போக்கையும் தன்னுடைய

சித்திரங்களில் புகுத்தினார். சீனக் கவிதையின் வண்ண இசை, உணர்ச்சிப்பதிவு, சூழல் முக்கியத்துவம், தெய்வமயப்போக்கு ஆகிய சீனக் கவிதையின் பண்புகளையெல்லாம் அவர் தம்முடைய சித்திரத்தில் கொணர்ந்தார். இவ்வாறாக, சீனச் சித்திரத்துக்கு அதற்குரிய பெருமையைத் தேடிக் கொடுக்கும் இந்தத் 'தென் பாங்குத் துறையின் தந்தை' ஆனவர், சீனக் கவிதை உணர்வில் ஊறி வளர்ந்தவர். தேதிவாரியாகப் பார்த்தால், பின்கண்டபடி வளர்ச்சியேற்பட்டது. நாலாவது, ஐந்தாவது, ஆறாவது நூற்றாண்டுகளில்தான் சீனக் கலா மேதை முதல்முதலாகத் தன்னைப்பற்றி உணரத் தொடங்கியது என்று தோன்றுகிறது. இந்தக் காலத்தில்தான் கலை விமர்சனமும், இலக்கிய விமர்சனமும் வளர்க்கப் பெற்றன. வாங்ஷிச்சி (321-379) என்பவர் இந்தக் காலத்தில் அதி உன்னத பிரபுத்துவம் வாய்ந்த ஒரு குடும்பத்தைச் சேர்ந்தவர். இவரை 'வரிவடிவக் கலைஞரின் இளவரசர்' என்று அழைக்கத் தொடங்கினார்கள். அதற்குப் பிற்பட்ட நூற்றாண்டுகளில் புத்த சமயத்தின் செல்வாக்குப் பெருகி வேலை செய்தது. இதன்மூலம் ட்டாட்டுங், லுங்மென் என்ற புகழ் வாய்ந்த இரண்டு சிற்பங்களும் நமக்குக் கிடைத்தன. வடக்கு வெயி பகுதியில் உண்டாக்கப்பட்ட எழுத்து நடை சீன வரிவடிவ முயற்சியில் ஓர் உன்னத நிலையை உண்டாக்கிற்று. 'லெயி உராய்வுகள்' என்ற சொல்லும் இந்த எழுத்து நடை இந்தக் காலத்திய கல்வெட்டுக்களில் போற்றிக் காக்கப் பெற்றிருப்பதைக் காணலாம்.

இந்த மாதிரி எழுத்து நடையின் வரலாற்றில், இன்றும் இதுதான் சிறந்தது என்று நான் கருதுகிறேன். வெயி நடை சிறந்த நடை. அதில் வெறும் அழகு மட்டும் இல்லை. அழகும், ஆக்கமும், நயமும் கலந்து கூடியிருந்தன. ஷியெஹோ இந்தக் காலத்தைச் சேர்ந்தவர். இவர் முதல் முதலாகத் 'தாளக் கட்டுள்ள ஜீவசக்தி' என்றால் என்ன என்பதை விவரித்தார். கடந்த பதினான்கு நூற்றாண்டுகளாகச் சீனச் சித்திரக் கலையின் நடுக் கோட்பாடாக இது இருந்துவந்துள்ளது.

அப்புறம், அந்த மகத்தான எட்டாம் நூற்றாண்டு வந்து சேர்ந்தது. என்னால் சரியாய் விளக்கிக்கூற முடியாத ஏதோ ஒரு காரணத்தால், சீன வரலாறு, சித்திரம், கவிதை, வசனம் அனைத்திலும் மிகுதி யான படைப்பு முயற்சிகள் உண்டானதும் இந்தக் காலத்தில்தான்.

ஓரளவுக்கு இதன் காரணத்தை அறியலாம். இதற்கு முந்திய நூற்றாண்டின் போது ஏற்பட்ட குழப்பத்துக்குப் பிறகு, புதிது புதிதாகப் படைப்பாளர்கள் இந்தத் துறைகளில் ஈடுபட்டார்கள். அது ஒரு காரணம். லி போவும், வாங் வெயியும் வடமேற்குப் பகுதியில் பிறந்தவர்கள். இங்கே தீவிரமாக இனக் கலப்பு நடந்துகொண்டிருந்தது. இவை தவிர, சரியான கால வரலாற்று விவரம் கிடைக்கவில்லை. எப்படியிருந்தாலும், மனிதனுடைய ஆன்மப் போக்கு சுயேச்சை பெற்றது; படைப்பு முயற்சியில் ஈடு பெற்றது. இந்த நூற்றாண்டு, லி போ, டு ஃபு போன்றவர்களையும், இன்னும் பல முதல்தரமான கவிஞர்களையும் தந்துள்ளது; சித்திரக் கலையில் லி ஷுஹுன், வாங் வெயி வூட் ஓட்ஸு ஆகியோர்; வரிவடிவக்கலையில் 'ஓட்ட நடை'யைக் கொண்டுவந்த சாங்ஷு, கௌரவ நடையைக் கொண்டுவந்த யென் செங்ச்சிங்; வசனத்தில் ஹான் யூ—ஆகியவர்களை நமக்களித்தது இந்த நூற்றாண்டுதான். 699இல் வாங் வெயி பிறந்தார். 700இல் ஓ டாஒட்ஸு; 701இல் லிபோ; 708இல் யென் செங்ச்சிங்; 712இல் டு ஃபு; 768இல் ஹான் யூ; 772இல் போ ச்சுயி; 773இல் லியு சுங்கிவான்—இவர்கள் அனைவரும் சீன வரலாற்றில் முதல் தரமான பெயர் பெற்றவர்கள். இந்த நூற்றாண்டில்தான் சக்கர வர்த்திக்குத் தோழமை தருவதற் காகவும், கவிஞன் லிபோலன் இருந்து அரண்மனையை அலங்கரிப்பதற்கும் ஆகவேண்டி, அழகிகளின் அழகியாகிய யாங் க்வெஃபெயெபி பிறந்தாள். இந்தக் காலம் சமாதானத்தை நிலவச் செய்து, அதனால் பெருமை பெற்றதுமல்ல.

அது எப்படியாவது போகட்டும். 'தென்பாங்குத் துறை' தோன்றி நிலைத்தது. தென்பாங்குத் துறையைத்தான் நாம் சிரத்தை கொண்டு கவனிக்க வேண்டும். இதுதான் சீனத் தனிஇயல்பைச் சிறப்பாகக்கொண்டிலங்குவது. இந்த ரீதியில் சித்திரம் எழுதுவதைப் 'படிப்பாளியின் சித்திரம்' என்று அழைக்கத் தொடங்கினார்கள். பின்னால் பதினோராவது நூற்றாண்டில், ஸுடங்போ (1035-1101), மிபெயி (1050-1107), அவர் மகன் மியுஜென்ம (1025-1165) ஆகிய சுங் படிப்பாளிகள் செல்வாக்குச் செலுத்தியதால், இதில் இன்னும் அதிகமான எளிமையும், சுயநோக்கு நிலையும் ஏற்பட்டன. 'இலக்கிய மனிதர்களின் சித்திரம்' என்றும் இதை அழைத்தார்கள். ஸுடங்போ, கணுக்கள் இல்லாத மூங்கில் மரத்தைக்கூடச்

சித்திரமாக எழுதிவிட்டார். யாரோ ஒருவர் இப்படிச் செய்யலாமா என்று மறுத்துக் கேட்டபோது, 'ஒரு கணுவுக்கு இன்னொரு கணுவைச் சேர்த்துச் சேர்த்துத்தானா மூங்கில் மரம் வளர்ந்தது?' என்று அவர் எதிர்த்துக் கேட்டுவிட்டார். பெரிய எழுத்தாளரும் புலவருமான ஸு, மூங்கில் மரங்களைப் படம் வரைவதில் தனிக் கவனம் செலுத்தினார். அவருக்கு மூங்கில்களின் மேல் இருந்த அபாரப் பிரியத்தால், 'என் சாப்பாட்டில் இறைச்சி இல்லா விட்டாலும்கூடப் பாதகமில்லை. என் வீட்டில் மூங்கில் மரங்கள் இல்லாவிட்டால் எனக்குச் சரிப்பட்டு வராது' என்று ஒரு சமயம் சொன்னார்.

அவருடைய மூங்கிலும், அவருடைய 'போதை நடையில்' அமைந்த 'ஓடும் எழுத்தை'ப் போலவே, வர்ண பேதமில்லாமல், மசியைக் கொட்டிப் பரப்பிய மாதிரியில் அமைந்திருக்கும். அவர் ஓவியம் தீட்டுகிற விதம் எப்படித் தெரியுமா? நன்றாய்க் குடித்துவிடுவார். சாப்பாட்டுக்குப் பிறகு, சாராயத்தின் கிளர்ச்சியால் மனத்தில் உற்சாகம் பொங்க, மசியில் தூரிகையைத் துவைத்துக் கொண்டு எழுத்து வடிவங்களை வரைவதிலோ, மூங்கில் படம் போடுவதிலோ, கவிதை இயற்றுவதிலோ, அந்த நேரம் மனம் போகிற போக்குப்படி, ஏதாவது ஒன்றைச் செய்யத் தொடங்குவார். எதைச் செய்வது என்பதைப்பற்றிக் கவலையில்லை. இந்த மாதிரி நிலையில் இருந்த ஒரு சமயத்தில், இவர் விருந்துண்ணப் போயிருந்த ஒருவர் வீட்டுச் சுவரில் பின்வரும் கவிதையைக் கிறுக்கி வைத்தார்; இது எளிதில் மொழிபெயர்ப்புக்கு வரக் கூடியதல்ல; 'உலர்ந்த என் குடல்களிலிருந்து தளிர்கள் முளை விடுகின்றன. ஒயின் அவற்றுக்கு நீர்ப்பசை அளிக்கிறது. என் ஈரலிலிருந்தும் சுவாசப்பைகளிலிருந்தும் மூங்கில்களும் பாறைகளும் வளருகின்றன. அவை, கொழுகொழுவென்று உயிர்த் துடிப்புடன் வளருகின்றன. அவற்றின் வளர்ச்சியைத் தடுக்க முடியாது. அதனால், பனித்தூள்போல் வெளுப்பாயுள்ள உங்கள் சுவரின் மேல் அவற்றை எழுதி வைக்கிறேன்.' சித்திரத்தை இப்போதெல்லாம் தீட்டுவதில்லை; எழுதத்தான் செய்வார்கள். அதனால், 'எழுதுகிறேன்' என்கிறார். வூ ட்ஒட்ஸுவும் ஒயின் போதையிலோ தன் நண்பருடைய வாள் நடனத்தைக் கண்ட களிவெறியிலோதான் தன்னுடைய சித்திரங்களை அமைத்தார்.

நடனத்தின் தாள கதியைத் தன் சித்திரத்தில் அவர் கொணர்ந்து விடுவார். இந்த மாதிரி, க்ஷணநேரக் கிளர்ச்சியால் உந்தப்பட்டுச் செய்கிற முயற்சியை இரண்டொரு கோடுகளில் தீட்டி முடித்தாக வேண்டும்; தப்பினால், ஒருசில நிமிஷங்களில் வேலை முடிந்தாக வேண்டும்; இல்லாவிட்டால், சாராய வெறி சீக்கிரம் மறைந்து போய்விடும்; நீடித்து நிற்காது.

இந்த மாதிரி, வெளிப்படையான குடிவெறியாட்டத்தில் உள்ளுக்குள்ளே வெகு நயமான சித்திரத் தத்துவம் ஒன்று இருந்து வரவே செய்தது. சீனச் சித்திரப்—படிப்பாளிகள் மிக ஆழமான கலைவிமர்சனச் செல்வங்களைப் பேரளவில் தமக்குப் பின் விட்டுச் சென்றுள்ளார்கள். அவர்கள், ஷிங், அதாவது, சித்திரப் புலத்தின் புற வடிவமைப்பு; லி அல்லது, உட்படையான சட்டம் அல்லது போக்குநிலை; அல்லது சித்திரப் பொருளைப்பற்றிக் கலைஞன் கொண்டுள்ள சொந்தக் கருத்து—ஆகிய இந்த மூன்றுக்கும் சிறப்பு வேற்றுமை கண்டார். அடிமைத்தனமாய், கண்டதைக் கண்ட படியே வரைந்து தள்ளுகிற முயற்சியை இந்தப் 'படிப்பாளிகளின் சித்திரங்கள்' கண்டிக்க எழுந்தன. இதற்கு, மிகத் தொடக்கக் காலத்திலிருந்து, நவீன காலம் வரைக்கும் எளிதாக மேற்கோள்கள் காட்ட முடியும். சுங் படிப்பாளிகள் சிறப்பாக லி விசயங்களின் உட்படைப் போக்கையே அழுத்திக் கூறிவந்தார்கள். சில்லறை விவரங்களைத் திட்டமாகக் கூறிவிடுகிற வேலை, வர்த்தகச் சித்திரக்காரர் செய்யவேண்டிய வேலை. கலை என்று சொல்லக் கூடிய சித்திரத்தில் விசயங்களின் உள்ளார்ந்த போக்கை எடுத்துச் சொல்வதுதான் முக்கியம். இது, வெறும் குடிவெறியில் அமிழ்ந்துபோன தடுமாற்றம் மட்டுமல்ல.

இப்படிப்பட்ட சித்திரங்களை எழுதியவர்கள் யார்? சித்திரம் எழுதுவதையே ஜீவனமாகக் கொண்ட கலைத்தொழிலாளரா? அல்ல. படிப்பாளிகள் பொழுதுபோக்காக எழுதியவையே இவை. இது நிரம்ப முக்கியமான விசயம். ரசனை ஒன்றையே நோக்கமாகக் கொண்டு அவர்கள் கலைப் பணி புரிந்ததாலேயே, சித்திரம் வரைவதை அவர்கள் மகிழ்ச்சியுடன், மேலோட்டமான போக்கில் செய்ய முடிந்தது. பதினோராவது நூற்றாண்டில், சொற்ப காலத்துக்குப் 'படிப்பாளிகளின் சித்திர முறை'ப் போக்கு, குதித்துக் கிளம்பி நின்றபோது, இந்த மாதிரிச் சித்திரம் வரைவதை, மோஸி

கலை வாழ்க்கை ✦ 493

அதாவது மசியுடன் விளையாடுவது என்று குறிப்பிட்டார்கள். விளையாட்டு நினைப்பில் இருக்கும்போது, வரிவடிவக்கலை (காலிகிராஃபி), கவிதை ஆகியவற்றில் மனம் செலுத்துகிற மாதிரி இதிலும் படிப்பாளிகள் ஊடாடிப் பொழுதுபோக்குவார்கள். இதில் கதைத் தன்மை இராது. வரிவடிவக்கலையில் தூரிகையைப் பயன்படுத்துவதில் முழுத் திறமை பெற்றுவிட்ட படிப்பாளி, தன்னிடம் அபரிமிதமாய்ப் பொங்கி எழுந்த சக்தியை, மன மகிழ்ச்சிக்காகவும் புது விசயத்தில் மனத்தை மாற்றி ஈடுபடுத்தவும் வேண்டிக் கலை முயற்சியில் திருப்பிவிட்டான் என்று தோன்றுகிறது.

தொழில் தொடர்பான தளவாட சாமான்கள் அதே பழைய சாமான்கள்தான்; அதே கடிதச் சுருள்கள், அதே தூரிகைகள், அதே மசியும் நீரும்—எல்லாம் முன்போலவே மேஜை மேல் இருந்தன. வண்ணத் தட்டம் தேவையில்லை. படிப்பாளிச் சித்திரக் காரர்களுள் மிகச் சிறந்தவர்களில் ஒருவரான மி ஃபெயி, சிலவேளை தூரிகைக்குப் பதிலாக, ஒரு சிறு கடிதச் சுருளையோ, கரும்புக் கழி மஞ்சியையோ, தாமரைத் தண்டையோ பயன்படுத்திக் கொள்வார். எழுச்சி சுரப்பெடுத்து, படிப்பாளியின் 'மணிக் கட்டில்' மந்திர சக்தி பாய்ந்தவுடன், இந்தக் கலைஞர்களால் சாதிக்க முடியாதது ஒன்றுமேயில்லை என்கிற நிலைக்கு இவர்களின் திறமை ஜொலிக்கும். அடிப்படையான தாள கதிகளைக் கலையில் உணர்த்தக்கூடிய அருந்திறனை இவர்கள் கைவரப்பெற்று விட்டபடியால், மற்ற விசயங்களெல்லாம் பிரமாதமேயல்ல என்று ஆகிவிட்டது. இன்று, வெறும் கைவிரலைக் கொண்டே சித்திரம் தீட்டக்கூடிய ஓவியர்கள் இருக்கிறார்கள். ஒருவர் வளைந்து கொடுக்கும் தம்முடைய நாக்காலேயே படம் எழுதி விடுவார். மசியில் நாக்கைத் துவைத்துக்கொண்டு, காகிதத்தை நக்கி நக்கிப் படத்தை எழுதி முடிப்பார். அன்றும் இன்றும் ஓவியக் கலையானது படிப்பாளியின் பொழுதுபோக்கு வேலை யாகவே இருந்து வந்துள்ளது.

சீன ஓவியத்தில் யி என்ற ஒரு விதத் தன்மை இருப்பதற்குக் காரணம் இந்த விளையாட்டுக் குணந்தான். இதை மொழி பெயர்த்துச் சொல்வதானால், 'நழுவி ஓடுதல்' என்ற சொல்தான் கிட்டத்தட்டச் சரியான சொல். ஆனால், இந்தப் பொருள் மட்டும் போதாது. ஒரே சமயத்தில் 'தீரப் போக்கு', 'துறவியின் மனப்போக்கு'

ஆகிய இரண்டையும் சேர்த்துக் குறிப்பதாகவே இந்தச் சொல்லைக் கொள்ள வேண்டும். லிபோ என்பவருடைய கவிதைக்குச் சிறப்புத் தருவது, கவலையற்று, துள்ளும் உள்ளத்தோடு இருக்கும் இந்தத் தன்மைதான். இந்த யி அல்லது 'நழுவி ஓடுகிற' அல்லது 'துறவுத் தன்மை'யைப் படிப்பாளியின் ஓவியங்களில் ஒளிரவேண்டிய மிக உயர்ந்த தன்மையாக மதித்து வருகிறார்கள். விளையாட்டு மனப் போக்கால்தான் இது உண்டாகிறது. தாவோக் கொள்கையைப் போலவே கூச்சலும் கூக்குரலும் நிரம்பிய அன்றாட உலக வாழ் விலிருந்து விலகி ஓடி, உள்ளத்தைத் துள்ளச் செய்யும் சுயேச்சை கைவரப்பெறுவதற்காக மனித ஆன்மா செய்கிற முயற்சி இது.

இந்த ஆசையை நாம் புரிந்துகொள்ள முடியும், எப்படி? ஒழுக்க, அரசியல் துறைகளில் படிப்பாளியின் மனப்போக்கு எவ்வளவு தூரம் கட்டுப்படுத்தப்பட்டு வந்திருக்கிறது, இவை இல்லாவிட்டாலும், ஓவியத் துறையிலாவது படிப்பாளியின் மனப்போக்கு எவ்வளவு தூரம் அடக்கப்பட்டு வந்திருக்கிறது என்பதை நாம் கருதும்போது, இந்த ஆசை ஏன் இருக்க வேண்டுமென்பது நமக்குப் புரியும். மேற்படி துறையில் படிப்பாளி இழந்த சுயேச்சையை மீட்பதற்கு இந்த ஆசை வெகுவாக உதவியது. நி யன்லின் (1301-1374) என்பவர் பெரிய யுவான் கால ஓவியர். இத்தகைய பண்பைப் பெற்றிருந்ததற்காகச் சிறப்பிக்கப் பெற்றவர். அவர் சொல்வதாவது: 'என் நெஞ்சில் கணத்துக்குக் கணம் தோன்றி மறையும் ஆன்ம வேகத்தைச் சித்திரிப்பதற்காக மட்டுமா நான் என்னுடைய மூங்கில் சித்திரங்களை எழுதினேன்? அல்ல, அல்ல. அவை கச்சிதமாய் இருந்தாலென்ன, இல்லா விட்டாலென்ன? இலைகள் கனத்தோ மெலிந்தோ இருந்தா லென்ன? கிளைகள் நேராகவோ வளைந்தோ இருந்தாலென்ன? இவற்றைப்பற்றி எனக்கு என்ன கவலை?' மீண்டும், 'நான் எதை ஓவியமாகக் கொள்கிறேன்? புதுமைப் போக்கு உள்ள தூரிகையால் விறுவிறு என்று ஒரு சில பிச்சுக்களில் சித்திரம் தீட்டி முடித்துவிட வேண்டும். அசல் பொருளை அப்படியே நகல் செய்கிற உத்தேசம் இருக்கக்கூடாது. என்னுடைய சுய முயற்சி உறுதுணையாகவே இது நடக்க வேண்டும். இதையே நான் ஓவியம் என்கிறேன்' என்று அவர் சொன்னார்.

ஆகவே, தெற்கத்தியச் சித்திரப் போக்குப்படி மனித உருவங் களையும் நிலக் காட்சிகளையும், மசியினால் வரையப்பட்டுள்ள சீன மசிப் படங்களில் வரிவடிவக்கலையின் செல்வாக்கு ஓரளவு இருப்பதை நாம் அங்கீகரித்தாக வேண்டும். முதலாவது நாம் காண்பது என்ன? வேகமாய் ஆற்றலுடன் தீட்டிய வண்ண வரைகளை நாம் காண்கிறோம். இந்த வரைகள் எப்பொழுதும் உயர்ந்த தாளக் கட்டுடனேயே அமைந்திருக்கும். பைன் மரத்தை எடுத்தெழுதும் மடக்கு மடக்கான கோடுகளில் சீன எழுத்துக்களில் கையாளும் அதே மடக்குக் கொள்கையை நாம் காண்கிறோம். மரங்களைப் படமெழுதுவதைப்பற்றி ட்டுங் சிச்சாங் என்ன சொன்னார்? ஒவ்வொரு கோடும் நெடுகிலும் சுழன்று செல்ல வேண்டும் என்றார். வரிவடிவக்கலையைப்பற்றி வாங் ஷிச்சி என்ன சொன்னார்? ஒவ்வொரு சாய்வுக் கோட்டிற்கும் மூன்று மடக்குகள் இருக்க வேண்டும் என்றார். ட்டுங் சிச்சாங் அதோடு நிற்கவில்லை. 'படிப்பாளிகள் ஓவியம் தீட்டும்போது ஓடுகிற எழுத்து, அதாவது, லிஷூ சட்டங்களையும், வழக்கிழந்த எழுத்துச் சட்டங்களையும் அவர்கள் கையாள வேண்டும்' என்றும் சொன்னார்.

பாறைகளின் உட்குழிந்த அலைக்கோடுகளில், ஃபெயிக்போ என்ற எழுத்து வகையையும் நாம் காண்கிறோம். இதைச் சுமாராக உலர்ந்து போயுள்ள தூரிகையைக்கொண்டு எழுதுகிறோம். தூரிகைப் பூச்சின் மையத்தில் உட்குழிவுள்ள பல கோடுகள் ஆங்காங்கு தென்படும். பிணைந்து சேரும் மரக் கிளைகளில் நீர்யானையின் தன்மைக்குரிய சுழிப்புக் கோடுகள் புலப்படும். இது ஒரு ரகஸிய முறை. சாவோமெங்ஃபூ என்பவரே இதை நமக்கு விட்டுச் சென்றுள்ளார். மேலும், நடுநடுவில் காலியிடம் விடுவதைக் கலைத்திறனோடு பயன்படுத்திக்கொள்ள வேண்டுவது வரிவடிவக்கலையின் முக்கியமான கொள்கையாகும். ஏனென்றால், பாவோ ஷென்போ கூறியவாறு, சரியாக இடம்விட்டு எழுதுவதே வரிவடிவக்கலையின் ஆதி முதல் சட்டம். இடம்விடுவது சரியாக நிகழ்ந்தால், வெறும் வடிவ அளவுக் கோவையைக்கூடத் தள்ளிவிடலாம். இன்று யூஅயூஅஜென் உடைய எழுத்தில் இதைக் காணலாம். எழுத்தின் உப்பல்கள் கோவையான அளவில் இராவிட்டாலும், சீன எழுத்தில் அது ஒரு குறைபாடாகக்

கொள்ளப்பெறுவதில்லை. ஆனால், தப்புத் தப்பாக இடம்விட்டு எழுதுவது மன்னிக்க முடியாத குற்றமாகும். முதிர்ச்சி பெறாத தொழில் திறமையை எடுத்துக்காட்டுவதற்கு இது மிகச் சரியான அறிகுறியாகும்.

இவை மட்டுமா? சீன ஓவியங்களின் எளிய இணைந்த ஆசு அமைப்பில் தூரிகைக்குள்ள பியி என்ற தாளகதிக் கட்டுப் பாட்டையும் நாம் கண்டுகொள்கிறோம். சீனப் படம் ஒன்றை வரைவது என்பது, 'ஒரு கருத்தை எழுதிக்காட்டுவது' என்பதைத் தவிர வேறல்ல. இதை ஷியேஹி என்பார்கள். தூரிகையைக் காகிதத்தில் வைக்குமுன்னரே கலைஞன் தன் மனத்தில் திட்டமான ஒரு கருத்தைக் கொண்டுவிடுகிறான். அப்புறம் அவன் வரைந்து கொண்டே போகும்போது, அவன் செய்வதெல்லாம் அந்தக் கருத்தைச் சில வீச்சுக்களில் எழுதி முடிப்பதுதான். தொடர்பற்ற புறநடைகள் குறுக்கிட அவன் சம்மதிக்க மாட்டான். மொத்த உறுப்பின் தாளகதியை நிலைபெறச் செய்வதற்காக இங்கே ஒரு சுள்ளி, அங்கே ஒரு தளிர் இப்படி அவன் சேர்த்துக்கொள்வான். தன் மனத்திலுள்ள கருத்தின் சாரத்தை உணர்த்தி முடிந்ததும், சித்திரத்தை அதோடு விட்டுவிடுவான். அந்தக் காரணத்தால், படம் அழியாமல் இருக்கிறது. ஏனென்றால் படத்தின் உட்கருத்தும் அழியாமல் ஜீவித்திருக்கிறது. இது, நறுக்கான குறள் வாக்கியத்தைப் படிப்பது போன்றது. சொற்கள் முடிந்துபோனாலும், சொற்களின் சுவை மறையாமல் தேங்கி நின்றபடி இருக்கிறது. சீனக் கலைஞர்கள் இந்தத் தொழில்நுணுக்கத்தை எப்படித் தெரிவிக் கிறார்கள் தெரியுமா? 'தூரிகைக்கு முன்னோடியாகக் கருத்துச் செல்கிறது. தூரிகை தன் வேலையைச் செய்தான பிறகு, கருத்து மறைந்துவிடாமல் நிலைத்து நிற்கிறது' என்று அவர்கள் சொல்வார்கள். ஏனென்றால், கூறாமல் கூறி உணர்த்துவதில் சீனர்கள் பேர்போனவர்கள். 'சரியான சமயத்தில் விலகிக் கொள்வதில்' அவர்கள் சூரர்கள். 'க்கொயிவெயி, பிற்பட்ட சுவை' தருகிற நல்ல தேநீரையும், ஆலிவ் இலைகளையும் அவர்கள் விரும்புகிறார்கள். நல்ல தேநீரைக் குடித்த பிறகும், ஆலிவ் இலையைத் தின்ற பிறகும், சில நிமிஷம் வரைக்கும் இந்தச் சுவை தென்படாது—அதன் பிறகே அது தென்படும். சித்திரத் தொழிலில் இந்தத் தொழில்நுணுக்கத்தைக் கையாளுவதால், மொத்தப் பயன்

குங்லிங் என்ற வெறுமையும் உயிர்ப்பும் உள்ள ஒரு தன்மையாகும். அதாவது, அசாத்தியமான உயிர்ச்சத்துடன் மிகச் சிக்கனமான அர்த்த விரிவு (ஆசு, விஸ்தாரம்) சேர்ந்திருப்பதாகும்.

சீனக் கவிதை, சீன ஓவியத்துக்கு அதன் ஆன்ம வேகத்தை அளிக்கிறது. கவிதையைப்பற்றிச் சர்ச்சை செய்தபோது, ஏற்கனவே சொல்லியுள்ளவாறு, மேலைநாட்டைவிடச் சீனாவிலேயே கவிஞன் பல சமயம் ஓவியனாக இருக்கிறான்; ஓவியன் கவிஞனாயிருக்கிறான். கவிதையும் ஓவியமும் ஒரே மனித உத்வேகத்திலிருந்து வருகின்றன. இருவருடைய உத்வேகமும் உட்படையான தொழில்நுணுக்கமும் ஒன்றாகவே இருப்பது இயல்பு. காட்டுச் செடியைப் பொறுத்தமட்டில் ஓவியமானது கவிதையை எப்படிச் சாடி இட்டுச் சென்றது என்பதைக் கண்டோம். ஏனென்றால், கலைஞனுடைய கண், ஓவியனுடைய கண்ணே ஆகும். ஆனால், ஓவியனுடைய உத்வேகம் கவிஞனுடைய உத்வேகமாக எப்படி ஆகிறது என்பதையும், ஓவியனானவன் சீனக் கவிதையின் சிறப்பியல்புகளான அதே எண்ணப் பதிவு நிலையையும், குறிப்பால் உணர்த்தும் அதே முறையையும் வாய்விட்டு உரைக்கவொண்ணாத சூழலையும் இயற்கையோடு கூடிக் கலக்கும் அதே ஏக தெய்வ தத்துவத்தையும் எப்படிக் காட்டுகிறான் என்பதையும் நாம் காண்போம். ஏனெனில், கவிதைக்கு உகந்த மனநிலையும் காட்சி அழகு புலனாகும் நொடி நேரமும் பெரும்பாலும் ஒரே மாதிரியானவைதாம். ஒன்றைக் கைப்பற்றி, அதற்குக் கவிதை உருவமும் கொடுக்கக்கூடிய கலைப்பண்பு வாய்ந்த மனம் சற்றுப் பயிற்றுவித்து வளர்க்கப்பெற்றால், மற்றதை ஓவியத்தில் உணர்த்த முடியவே முடியும்.

முதலாவது, வெளித்தோற்றம் என்ற விசயத்தை ஒதுக்கி விடுவோம். மேலைநாட்டாருக்கு இது குழப்பம் தருகிறது. சீனப் படங்கள் மிகவும் உயரமான மலைமீதிருந்துகொண்டு தீட்டப்பட்டனவாக ஐதீகம் இருந்து வருகிறது என்ற விசயத்தை நாம் மீண்டும் விளக்குவோம்; உயர்ந்த இடத்திலிருந்து கொண்டு, அதாவது பூமியிலிருந்து ஆறாயிரம் அடிக்கு மேலே வான ஊர்தி ஒன்றிலிருந்துகொண்டு என்று வைத்துக்கொள்ளுங்களேன்— உலகத்துப் பொருள்களைப் பார்க்கும் போது பெறுகிற தெளி நோக்கு, சாதாரணத் தரைமட்டத்திலிருந்து பார்க்கிற தெளி

நோக்கிலிருந்து கட்டாயம் வேறுபடவே செய்யும். காண்பவரின் இருக்கைநிலை வசதி உயர உயர, கோடுகள் நெருங்கி நெருங்கி வந்து, ஒரே புள்ளியில் போய் முடிவடைவது குறைந்துகொண்டே போகத்தான் செய்யும். சீனத்துக் கடிதச் சுருள்களின் நெட்டுப் போக்கான சதுரவடிவ அமைப்பாலும் இது பிரத்தியட்சமாக அமைப்பு மாற்றம் தருகிறது. சுருளின் அடிப்பாகத்தில் உள்ள முற்பகுதிப் பரப்பிலிருந்து சுருளின் உச்சிப் பாகமாகிய பூமி மட்டக் கோட்டை அடைவதற்கு நீண்ட தூரம் போகவேண்டி இருக்கிறது.

நவீனகால மேலைநாட்டு ஓவியர்களைப்போலவே, சீனக் கலைஞர்கள் எடுத்து எழுத விரும்புவது எதை? உண்மை நிலையையா? அல்ல. உண்மை நிலையைப்பற்றி அவர்கள் கொண்டுள்ள எண்ணப் பதிவுகளையே அவர்கள் படமாய்த் தீட்ட விரும்புகிறார்கள். ஆகவேதான், உருப் பதிவு முறையை அவர்கள் கையாண்டுள்ளார்கள். மேலைநாட்டு உருப் பதிவாளர்களில் காணும் சங்கடம் என்னவென்றால், அவர்கள் சற்று அதிகப் படியாய்க் கெட்டித்தனம் காட்டிவிடுகிறார்கள்; சற்று அதிகப் படியாய்த் தர்க்கரீதியில் போய்விடுகிறார்கள். தங்களுக்கு இத்தனை சாமர்த்தியம் இருந்தும், சாதாரண மனிதனைத் திகைத்தடித்துவிடுகிற அளவுக்கு அலங்கோல வடிவம் எடுக்கிற கலைக்கு வடிவங்களைச் சீனக் கலைஞர்களால் உண்டாக்க முடியவில்லை. அவர்களுடைய உருப்பதிவுக் கொள்கையின் அடிப்படை என்ன? ஏற்கனவே விளக்கியுள்ளபடி, 'தூரிகையைப் பயன்படுத்தும்முன் கருத்து முந்திக்கொள்ள வேண்டும்.'

எனவே, ஓவியத்தின் நோக்கம் பொருளின் ஜடத்தன்மையான உண்மை நிலையல்ல. உண்மை நிலையைப்பற்றிக் கலைஞன் கொண்டுள்ள கருத்துதான் முக்கியம். தங்களுடைய இன மனிதர்களுக்காகவே அவர்கள் சித்திரம் எழுதுகிறார்கள் என்பதை அவர்கள் ஞாபகத்தில் வைத்துக்கொள்கிறார்கள். ஆகவே, அவர்கள் கொண்டுள்ள எண்ணங்கள் மற்றவர்களுக்கு மனிதரீதியில் புரிந்தாக வேண்டும். நடுவழிக் கோட்பாடு அவர்களை நிதானமாய் அடக்கிக்கொண்டு போகிறது. எனவே, அவர்களுடைய உருப் பதிவுக் கொள்கை மனித ரீதியில் அமைந்த உருப் பதிவுக் கொள்கையாகிறது. ஒரு படத்தைத் தீட்டும் போது,

ஒருமித்துச் சேர்ந்த ஓர் எண்ணத்தை எடுத்துக்காட்டுவதே அவர்களுடைய குறிக்கோள். எதைக் கொள்ளலாம் எதைத் தள்ளலாம் என்பதை இது நிர்ணயிக்கிறது. இதன் விளைபயனே குங்லிங் பண்பு. எண்ணந்தான் அதி முக்கியம். ஆகவே, கவிதா எண்ணத்தைக் காப்பாற்றுவதற்கு அபாரமான சிரமம் எடுத்துக் கொள்ள வேண்டும். சிங் வமிச காலத்தில் சாம்ராஜ்ய சித்திரக் கூடத்தின் சார்பில் சித்திரத் துறையில், படிப்பாளிகளுக்குத் தேர்வுப் போட்டிகள் இருந்துவந்தன. அப்போது, இதர எந்தத் தர அளவையையும்விடக் கவிதா எண்ணம்தான் மிக முக்கியமாகக் கவனிக்கப்பெற்று வந்ததாக நாம் காண்கிறோம். மிகச் சிறந்த கருத்தை உணர்த்திய சித்திரமே எப்பொழுதும் தேர்வில் வெற்றி கண்டது. மிகச் சிறந்த கருத்துகள் என்றால், அவை யாவை? குறிப்பால் உணர்த்துகிற முறையைப் பொறுத்தே அவற்றின் சிறப்பியல்பு நிர்ணயிக்கப் பெறுகிறது. விசயத்தின் இலட்சியப் போக்குகள் அவற்றின் அளவில் கவித்துவம் வாய்ந்தே இருந்தன. ஏனென்றால், படத்துக்கு வேண்டிய விசயத்தை எப்போதும் ஒரு கவிதை அடியிலிருந்தே எடுத்துக்கொள்வார்கள். ஆனால், இதில் உள்ள சாமர்த்தியம் எப்படி வெளிக்கொணரப்பெறுகிறது என்றால், அந்தக் கவிதை அடியை மிக அதிகமான குறிப் புரையின்மூலம் விளக்குவதில்தான் இருக்கிறது. இதற்கு ஒருசில எடுத்துக்காட்டுகள் போதும், உயிச்சுங் ஆட்சியில் ஒரு சமயம் பின்வரும் அடியைத் தேர்வுகளுக்குரிய விசயமாக வைத்திருந்தார்கள்.

பாலத் தருகே ஒயின்கடை யொன்றை
மூடி மறைக்கும் மூங்கில் தாமே.

போட்டியில் கலந்துகொண்டவர்களில் பலர் ஒயின் கடையையே படத்தின் மையப் பொருளாகக் கருதி, அதன்மீதே முழுக் கவனத்தையும் செலுத்த முயன்றார்கள். இத்தனை பேரிலும் அலாதியாய் இருந்தான் ஒரு தனிமனிதன். அவன் என்ன செய்தான்? பாலத்தை மட்டும் எழுதினான்—அதன் பக்கத்தில் ஒரு மூங்கில் தோப்பு, அந்தத் தோப்பில் மூடிமறைந்த ஒரு கடையின் விளம்பரப் பலகை மட்டும் தெரிகிறது. 'ஒயின்' என்று எழுதியிருக்கிறது பலகையில்—அவ்வளவுதான். ஒயின் கடையே இல்லை. இந்தப் படத்துக்குப் பரிசு கிடைத்தது. ஒயின் கடை, கற்பனையில் ஒளிந்து கிடந்தது.

இன்னொரு தேர்வுக் கேள்வி, வெயி இங்வு உடைய கவிதையிலிருந்து எடுத்த ஓர் அடி. அது பின்வருமாறு:

ஆளிலை அங்கே, ஆளிலை இங்கே;
ஆற்று மருங்கினில் ஆளே இல்லை.
ஆளிலா ஓடம் அதுவே யாக,
ஆங்கும் ஈங்கும் அலைந்தது பாரே!

மீகாமன் இல்லாமல் தனியாய் விடப்பட்ட ஓடமானது, நீரோட்டத்தின் சக்தியால் நதியின் ஊடே குறிப்பின்றி அலைந்து திரிந்தது என்று காட்டி, அமைதியும் வெறுமையும் நிறைந்த சூழலைக் கொண்டுகூட்டித் தந்து, குறிப்பால் உணர்த்துகிற முறையைக் கவிஞன் ஏற்கெனவே கையாண்டுவிட்டான். ஆனால், குறிப்பால் உணர்த்தும் இந்த முறையைக் கலைஞன் இன்னும் மேலே கொண்டுபோய்விட்டான். பரிசு பெற்ற படத்தில், நிசப்தமும் வெறிச்சியும் உள்ள இந்த உணர்ச்சி எப்படிக் கொண்டுகூட்டப் பெற்றிருக்கிறது தெரியுமா? படகின் மேலே ஒரு பறவை அமர்ந்திருப்பதாகப் படம் போட்டான். இன்னொரு பறவை இதோ ஓடத்தின்மேல் அமரப்போகிறது. பறவைகள் ஓடத்தின் அருகே இருப்பது எதனால்? ஓடத்தில் யாரும் இல்லை. சுற்றுப்புறத்திலும் ஜனசந்தடி இல்லை; இதுதான் படக் குறிப்பு.

இன்னொரு சித்திரம். செல்வந்தன் ஒருவனுடைய மாளிகையில் உள்ள போகவாழ்க்கையின் சூழலை எடுத்துக்காட்டுவது அதன் உத்தேசம். உண்மை நிலைகளையே சித்திரம் தீட்டித் தீட்டி அலுத்துப்போன நவீன ஓவியனும் குறிப்பால் உணர்த்தும் முறையைக் கையாள முயலுபவன்தான். ஆனால், அதற்கு அவன் என்ன செய்வான் தெரியுமா? பெரும்பாலும் 'சேக்ஸ்போன்' என்ற இரைச்சல் வாத்தியக் கருவியின் கதம்ப சுரஜித்துக்களை அள்ளிப் போட்டு எழுதித் தீர்ப்பான். இந்த சுரஜித் என்ன செய்யும்? 'ஷாம்பென்' மதுபானம் நிறைந்த கண்ணாடிக் குவளையை மந்திர சக்தியுடன் அது ஊடுருவிப் பாய்ந்து செல்லும். அந்தக் குவளை எங்கே இருக்கிறது தெரியுமா? ஒரு பெண்ணுடைய மார்பின் மீது அமர்ந்திருக்கிறது. அந்த மார்பு, மோட்டார்க்கார் சக்கரத்தின் முக்கால் பகுதிக்குக் கீழே ஒளிந்துகொள்கிறது. அந்தச் சக்கரம் என்ன செய்கிறது? பெரிய 'குனார்ட்' கப்பலின் புகைப் போக்கிகளை உராய்ந்துகொண்டிருக்கிறது; இப்படியே

முடிவில்லாமல் போய்க்கொண்டிருக்கும். சீன உருப்பதிவாளன் இவற்றையெல்லாம் வரையவில்லை. படத்தின் பின்புறத்தில், செல்வம் நிறைந்த ஒரு மாளிகையை மட்டும் வரைந்தான். வாயிற்கதவு பாதி திறந்தபடி இருக்கிறது. பணிப்பெண் ஒருத்தி எட்டிப்பார்த்த வண்ணம் ஒரு கூடை நிறையப் பணக்காரர்கள் உண்ணும் நவநவமான உண்டி வகைகளைக் கொட்டிக்கொண் டிருக்கிறாள்—வாத்துக் கால்கள், லிச்சி பருப்பு வகைகள் முதலியன விழுந்த வண்ணம் இருக்கின்றன. இவற்றைச் சில்லறை விவரம் ஒன்றுவிடாமல் மிகக் கவனமாய், உள்ளது உள்ளபடி, நுட்பமாய் வரைந்திருந்தான் ஓவியன். மாளிகையின் உள்ளே நடக்கும் ஆடம்பரமான விருந்தை நாம் பார்க்கவில்லை. குப்பை மேட்டில் வீசி எறியும் இந்த மிச்சம் மீதிகளைக்கொண்டே அது குறிப்பால் உணர்த்தப் பெறுகிறது. எனவே, எண்ணந்தான் அதி முக்கியம். ஓவிய முயற்சியின் கவிதைப் பண்பு மிகப் பெரிய அளவில் அதைச் சார்ந்தே நிற்கிறது. நேரடியாய்ப் படம் பிடித்துக்காட்டுவதில் அதற்கு ஒருவிதமான சங்கோஜம். குறிப்பால் உணர்த்தவே அது எப்போதும் முயல்கிறது. சீனக் கலைஞர்களின் இடையறாத கவலை இதுதான்; கற்பனைக்குக் கொஞ்சம் இடம்விட்டு வை!

'எண்ணம்' என்பதை வற்புறுத்துவதோடு மட்டும் சீன ஓவியக்கலை நிறைவுகொண்டு நின்றிருக்குமானால்!—இது இதயத்தை விடச் சிரசையே குறித்த ஒரு காரியமாகையால்— நடுத்தெருவில் வழி தெரியாமல் அது திகைத்துக்கிடக்கும்படியே நேர்ந்துவிடும். ஏன்? முதலாவதாக, நம்முடைய உணர்ச்சி களையும் புலன் அறிவுகளையும் கவர வேண்டிய கலையானது அப்போது ஒரு கணிதப் புதிராகவோ, தர்க்கப் பிரச்சினையாகவோ மாறித் தாழ்ந்துபோய்விடும். எவ்வளவுதான் கலைநுணுக்கத் திறமை பெற்றிருக்கட்டும், எவ்வளவு சாமர்த்தியமான அறிவுத் திட்பம் பொருந்திய எண்ணத்தைக் கொண்டிருக்கட்டும்— இவையெல்லாம் நமக்குச் சிறந்த கலையைக் கொடுக்க முடியா. சரியான சூழலைக் கைவரப் பெற்றாலொழிய பரிபவமான உணர்ச்சி எழுச்சி நிலையை நம்மிடத்தில் கிளர்ந்தெழும்படிச் செய்தாலொழிய. இவற்றால் நமக்குச் சிறந்த கலை கிடைக்க முடியாது. சீனச் சித்திரமாகட்டும், ஐரோப்பியச் சித்திரமாகட்டும்—

சிறந்த சித்திரம் எல்லாவற்றிலும் இதை நாம் காண்கிறோம். ஆகவே, மனச்சார்வுதான் அதி முக்கியமான விசயம். ஓடத்தின் மேல் இரண்டு பறவைகள் உட்காரப்போகிற மாதிரி படம் தீட்டியதால் நாம் என்ன அறிகிறோம்? அருகில் ஓடக்காரன் எவனும் இல்லை என்ற குறிப்பு மட்டும் தெரிகிறது. ஓடக்காரன் இல்லாவிட்டால், அதன் பொருள் என்ன? அதே சமயத்தில் தனிமை மனநிலையும் வெறிச்சிட்ட சூன்ய மன நிலையும் நமக்கு உண்டாகும்படி அது செய்தாலொழிய இதிலிருந்து நமக்கு ஒன்றும் புரியப்போவதில்லை.

விரும்பினால், நீரோட்டத்தின் சக்தியாலேயே, படகு தானாக நதியில் சுற்றித் திரியக்கூடாதா, என்ன? ஓடத்தைத் தனியாக விட்டுவிட்டார்கள். அதனாலேயே அது சுற்றித் திரிகிறது என்று நாம் உணருகிற போதுதான் படத்துக்கு உயிர் உண்டாகிறது; அதன் முழுப்பொருளும் நமக்குப் பிடிபடுகிறது. அப்போது அந்தக் காட்சியின் படு சூன்யத் தன்மையைப் பற்றி நாம் சிந்திக்கத் தொடங்குகிறோம். இது நம்முடைய உணர்ச்சிகளைத் தட்டி எழுப்புகிறது. பாலத்தருகே மூங்கில் தோப்பில் மறைந்துள்ள ஒயின் கடையின் விளம்பரப் பலகையை மட்டும் எழுதுவதால் என்ன பயன்? அந்த ஒயின் கடையில் எத்தனை பேர் கூடி இருப்பார்கள்—பொழுது போகாமல் அரட்டை அடிப்பவர் எத்தனை பேர். என்ன நிம்மதியான வாழ்க்கை! பகல் முழுக்க செம்படவனின் முடக்குவாதத்தைப் பற்றியும், ராணியின் கன்னிப் பருவக் காதல் லீலைகளைப் பற்றியும் வம்பளந்துகொண்டே எத்தனை மனிதர்கள் கும்பல் கூடிக்கிடக்கிறார்கள்—இந்த மாதிரிச் சங்கதிகளையெல்லாம் நாம் கற்பனை பண்ணும்படி அந்தப் படம் நம்மைத் தூண்ட வேண்டும். இல்லையா? ஆகையால், கவிதையில் இருப்பதுபோலவே, ஓவியத்திலும் தக்க மன நிலையை உண்டாக்கிவிடுவதுதான் அதி முக்கியமான விசயம். இனி, இதிலிருந்தும் இன்னொரு விசயத்தை நாம் கவனிக்க வேண்டியதாகிறது—அதாவது. 'சூழல்' என்ற விசயம். இதைத் 'தாளக் கட்டுள்ள ஜீவதாது' என்றும் சொல்வதுண்டு. இதை முதன் முதலில் வரம்புகட்டி விளக்கியவர் ஷியேஹோ என்பவர். இதர ஓவியர்கள் இதை விரித்துப் பெருக்கினார்கள்; இதைப் பற்றி விவாதித்தார்கள்; இதற்காகச் சண்டை போட்டுக்

கொண்டார்கள். இந்த ஷியேஹோ காலம் தொடங்கிக் கடந்த பதினான்கு நூற்றாண்டுகளாகச் சீன ஓவியத்தின் மிக உயர்ந்த இலட்சியமாக இது இருந்து வந்திருக்கிறது.

சீன ஓவியர்கள் விரும்பியது வெறும் சில்லறை விவகாரங் களைக் குறித்த கச்சிதம் மட்டும் அல்ல என்பதை நாம் ஞாபகத்தில் வைத்துக்கொள்ள வேண்டும். சூடுங்யே என்ன சொன்னார்? 'உள்ளது உள்ளபடியே எடுத்துக்காட்டுகிறது என்ற முறையில் ஓவியத்தை ஒருவன் விமர்சித்தான் எனில், அவனுடைய அறிவுத்தெளிவு ஒரு குழந்தையின் அறிவுத் தெளிவைப் போன்றதே' என்றார். ஆனால் வெறும் உண்மைப் பிரதிமையை நாம் அப்புறப்படுத்திவிட்டால், இதைத் தவிர ஓவியன் நமக்கு அளிக்கப்போவது என்ன? பார்க்கப் போனால், சித்திரம் வரைவதன் நோக்கம்தான் என்ன? காட்சியின் ஆன்மப் போக்கைக் கலைஞன் நமக்கு எடுத்துரைக்க வேண்டும்; அதை உணர்ந்ததால், நம் உள்ளத்தில் பரிவான எதிரொலி கிளம்ப வேண்டும். கேள்விக்கு விடை இதுதான். சீனக்கலையின் அதி உன்னதமான குறிக்கோளும் நோக்கமும் இதுதான். தனது உள்ளத்துக்குப் புத்துணர்வு ஊட்ட வேண்டும்; நகர வாழ்க்கையால், நகர்ப்புற ஆசாபாசங்கள் என்ற தூசு படிந்தால் இதயத்தைத் துப்புரவு செய்யவும் வேண்டும். ஆகவே கலைஞனானவன் அடிக்கடி உயர்ந்த மலைகளினூடே போய் வந்து, மலைக்காற்றில் தூய்மைபெற்று வருகிறான் என்பதை நாம் ஞாபகத்தில் வைத்திருக்கிறோம்.

மிக உயர்ந்த மலை முகடுகளுக்கு அவன் ஏறிப்போகிறான்; ஒழுக்க, ஆன்மிக உன்னதம் பெறுவதற்காக இப்படிச் செய்கிறான். சுழற்றி அடிக்கும் காற்றை அவன் எதிர்த்து நிற்கிறான். கடல் அலைகளில் இடி முழக்க ஓசையைச் செவி மடுப்பதற்காக மழையில் தானாக நனைந்து பொதும்புகிறான். அடுக்கடுக்கான வனாந்தரப் பாறைகள் மீதும் கொத்துக் கொத்தான புதர்களின் மீதும் அமர்கிறான். மூங்கில் தோப்புகளில் பதுங்கிக்கொள்கிறான். பல நாள் இப்படியே கடத்துகிறான். எதற்காக? வாழ்க்கைச் சாரத்தையும், இயற்கைச் சாரத்தையும் தன்னுள்ளே ஊறிப் போகும்படிச் செய்வதற்கே அவன் இப்படிச் செய்கிறான். இயற்கையோடு கூடிக் கலந்த அவனுடைய அனுபவத்தின்

பயனை அவன் நமக்குக் கொண்டுகூட்டித் தரவேண்டும். விசயங்களிடமிருந்து அவன் உள்வாங்கிக்கொண்ட—அவனுடைய ஆன்மாவில் ஊறப் பண்ணிய—உத்வேகத்தில் கொஞ்சத்தை அவன் நமக்கு எடுத்துச் சொல்லி, நமக்குப் புதிதாக ஒரு படத்தை மீண்டும் படைத்துத் தரவேண்டும். அந்தப் படம் 'இயற்கையைப் போலவே, எப்போதும் மாறி மாறி வரவேண்டும்; அற்புதமாய் இருக்க வேண்டும். விதம் விதமான மனநிலைகளும், உணர்ச்சி களும் பொங்கிக் குமுற வேண்டும்.' மியுஜன் செய்ததுபோல, அவனும் செய்கிறான்: கொஞ்சித் தவழும் மேகக் கூட்டங்கள், அடர்ந்து சூழும் பனித்திரைகள்—இவை பாறைகளைக் கட்டித் தழுவுகின்றன. மரங்களைச் சூழ்ந்து கௌவுகின்றன—இப்படிப்பட்ட ஒரு நிலப்பரப்புக் காட்சியை ஓவியன் நமக்குத் தரவேண்டும். இந்தப் படத்தில் சில்லறை விவரங்களெல்லாம் சூழலின் பொதுப்படையான ஈரத்தன்மையில் முங்கி மூழ்கி விட்டன. அல்லது நியன்லின் செய்த மாதிரி, அவன் வேறொரு படம் தரலாம்: இலையுதிர் காலத்துச் சர்வ சூன்யத் தன்மையை அவன் நமக்குப் படமாகத் தீட்டித் தரலாம். நாடு முழுவதும் ஒரே வெறிப்பான வெற்று வெளிப்பரப்பு. மரங்களில் தனித்தனியாய், இங்கும் அங்கும் இலை, தளிர், ஏதோ, ஒருசில இலைகள் காற்றில் ஆடி அசைகின்றன. இவற்றைப் பார்க்கும்போது, இவற்றின் தனிமையும், குளிரால் இவை வெலவெலக்கும் பரிதாப நிலையும் நம் உள்ளத்தில் என்னவோ சங்கடம் பண்ணுகின்றன. இந்தச் சூழலின் சக்தியிலும், இந்தப் பொதுவான தாளக்கட்டிலும் சில்லறை விவரங்களெல்லாம் மறந்துபோய்விடும். இவை அனைத்துக்கும் மையமாய் அமைந்த மனநிலை மட்டும் எஞ்சி நிற்கும். அதுதான் 'தாளக்கட்டான ஜீவதாது'—சியுன்ஷிங்டுங்—சீனக் கலையின் அதி உன்னதமான இலட்சியம். இவ்வாறாக, கவிதையும் சித்திரமும் மீண்டும் சந்திக்கின்றன.

சீனக் கலை விடுக்கும் செய்தி இதுதான்: இயற்கையின்மீது ஆழ்ந்த காதல் கொள்ளும்படி அது நமக்குக் கற்பிக்கிறது. ஏனென்றால், தனது ஒப்பற்ற சாதனைகளால் மெய்யாகவே எல்லையற்ற உன்னதம் பெற்றுவிடுகிற சீன ஓவியமானது, நிலக் காட்சியையும் இயற்கையையும் ஓவியம் தீட்டுவதேயாகும். கொராட் என்பவர் எழுதியவற்றைப் போன்ற மேலைநாட்டுச்

சிறந்த நிலக் காட்சிகள் இதே சூழலையும் இயற்கையின்மீது இதே உணர்ச்சியையும் நமக்கு அளிக்கின்றன.

ஆனால், மனித வடிவங்களைப் படம் காட்டும்போது, சீனர்கள், படுமோசமாய்ப் பிற்போக்கில் இருந்து வருகிறார்கள். ஏனென்றால் மனித வடிவம் இயற்கை வடிவங்களுக்குக் கீழ்ப்பட்டதாகவே ஆக்கப் பெற்றுள்ளது. தன்னளவில் பெண்பாலாரின் மனித வடிவத்துக்கு ஏதேனும் பெருமை தரப்பெறுகிறதா என்றால், சித்திரத் தொழிலில் அத்தகைய பாராட்டுதல் ஏதேனும் இருப்பதற்கான அறிகுறிகள் நமக்குத் தென்படவில்லை. கு கைச்சி, சியூஷ்ச்சவ் இருவரும் பெண் வடிவங்கள் எழுதி இருக்கிறார்கள். ஆனால், இவர்களுடைய பெண் வடிவங்கள் குறிப்பதென்ன? பெண்களின் உடல் அழகா? அல்ல. காற்று, அலை இவற்றின் கோடுகளையே இவை குறிக்கின்றன. ஏனெனில், மனித உடலை வழிபடுவது என்பது—முக்கியமாக பெண் உடலை வழிபடுவது என்பது, மேலைநாட்டுக் கலையின் மகா அலாதியான சிறப்பு இயல்பாக எனக்குப் படுகிறது. சீனக் கலைக்கும் மேலைநாட்டுக் கலைக்கும் உள்ள அலாதியான சிறப்பு வேற்றுமை என்ன? படப்பொருளுக்கு எடுத்தாளும் மூலத் தூண்டுகோலில் உள்ள வேறுபாடுதான். கீழை நாட்டாருக்கு இயற்கைதான் மூலவித்து; மேலைநாட்டாருக்குப் பெண்ணின் வடிவம்தான் மூலவித்து. பெண் உருவம் ஒன்றுக்கு 'தியானம்' என்று பெயர் சூட்டுவதையோ, நிர்வாணமாய் நீராடும் பெண் ஒருத்தியைச் 'செப்டம்பர் மாதக் காலை வேளை'யை எடுத்துக் காட்டுவதற்காக முயலுவதையோ போன்ற அவலட்சணமான சங்கதி வேறொன்றும் இருக்க முடியாதென்றே சீன மனத்துக்குப் படுகிறது. மேலை நாட்டு நாகரிகத்துக்கு, அப்பட்டமாய் உயிருள்ள 'மாதிரி உருவங்கள்' தேவைப்படுகின்றன. ஆடைகளை நீக்கிவிட்டு, ஒருவன் கண்ணெதிரே அவற்றை நிறுத்திவைக்க வேண்டும். ஒவ்வொரு தடவையும், தினசரி இரண்டு மணி நேரம் இவற்றை வெறித்துப் பார்த்துக்கொண்டு வரவேண்டும். இப்படிச் செய்தாலொழிய சித்திரத் தொழிலின் தொடக்க நிலையிலுள்ள முக்கிய விசயங்களைக்கூடத் தெரிந்துகொள்ள முடியாது—இவையெல்லாம் எப்படித்தான் நடக்கமுடியும் என்று இன்றைக்கும், இன்னும் பல சீனர்களால் புரிந்துகொள்ள முடியவில்லை.

இப்படியும் உண்டா, இது நடக்குமா என்று அவர்கள் பலமாய் ஐயுறுகிறார்கள். ஆனால் ஒன்று, இதுவும் நிஜம்தான். மேலைநாட்டிலும் பலர் உண்டு: இவர்கள் விஸ்லர் என்பவருடைய 'என் தாய்' என்ற படத்தைத்தான் தங்கள் கணப்பு அறைச்சுவரின்மேல் மாட்டிவைக்கச் சம்மதிப்பார்கள். 'தியானம்' என்று சொல்லும் பெண்பாலின் உருவத்தைப்பற்றிக் கணநேரம் கருத்தில் கொள்ளவும் இவர்கள் துணியமாட்டார்கள்.

ஆங்கில, அமெரிக்கச் சமூகத்தில் இன்னும் ஒரு மாதிரி மக்கள் ஏராளமாய் இருக்கிறார்கள்; இவர்களுடைய மாடிகளில் தொங்கும் பிரெஞ்சுப் படங்களை நாம் பார்த்தால், உடனே இவர்கள் அவற்றுக்காக வருத்தம் தெரிவித்துச் சாக்குச் சொல்லக் கிளம்பி விடுவார்கள். படம் கண்ணாடி உள்படவே அறையை வாடகைக்குப் பிடித்ததனால், இந்தப் படங்கள் இப்படிக் காட்சி தரும்படி நேர்ந்தது என்று மழுப்புவார்கள். வியன்னா பீங்கான் பொம்மை ஒன்று எப்படியோ வந்து சேர்ந்துவிட்டது; யாரோ நண்பர்கள் கிறிஸ்துமஸ் பரிசாக அளித்துள்ளார்கள், இதை என்ன செய்வது என்று தோன்றவில்லை—என்றெல்லாம் சமாதானம் சொல்லக் கிளம்பிவிடுவார்கள். இந்த விசயம் உரையாடலில் குறுக்கிடாமல் செய்து, இதை ஒழித்துக் கட்டுவதற்காக அவர்கள் பொதுவாக ஒரு காரியம் செய்வதுண்டு: இவையெல்லாம் 'கலை விசயங்கள்,' இவற்றைச் செய்தவர்கள். 'கலைப் பித்தர்கள்'—என்று சொல்லித் தீர்த்துக் கட்டிவிடுவார்கள். என்னதான் இருந்தாலும் ஒன்று நிச்சயம். பழமை மாறாத மேலைநாட்டுச் சித்திரம், அதன் வழிமூலத்தைப் பொறுத்தவரையிலும், உந்துநிலையைப் பொறுத்த வரையிலும் டியோனிஸியப் பண்பு கொண்டதாகவே இருக்கிறது. இந்த உண்மை இன்னும் இருந்தே வருகிறது. நிர்வாணமாகவோ, கிட்டத்தட்ட நிர்வாண மாகவோ உ ள்ள மனித உடல் இருந்தாலொழிய மேலைநாட்டு ஓவியனால் எந்த விசயத்தையும் பார்க்க முடியாதுபோல் தோன்றுகிறது. இந்த உண்மையும் இருந்தே வருகிறது. மாரி காலத்தைக் குறியீட்டின் மூலம் படம் வரைய விரும்பும் சீனத்தான் நன்றாய் உருவம் பெற்ற ஒரு பறவையை வரைந்து தன் காரியத்தை முடித்துக் கொள்கிறான். மேலைநாட்டு ஓவியனோ, நடனமாடும் நீர்மங்கை ஒருத்தியைக் குறியீட்டுப் பொருளாக வரைந்து, வனதேவதை

ஒன்று அவளைத் துரத்திக்கொண்டு வருவதாகச் சித்திரம் போட்டுவிடுகிறான். தட்டாரப் பூச்சியின் இறக்கைகளில் தென்படும் நளினமான கோடுகளிலும், வெட்டுக்கிளியின் பூரித்த உறுப்புக்களிலும், வண்ணத்துப் பூச்சி, தவளை இவற்றின் அங்க அமைப்பிலும் சீன ஓவியன்களிபேருவகை கொள்ள முடியும். சீனப் படிப்பாளியானவன் தன் வீட்டுச் சுவரில் மாட்டியுள்ள இவற்றின் படத்தை அன்றாடம் பார்த்துப் பார்த்துத் தொடர்ந்து இன்பம் சுவைக்க முடியும். மேலைநாட்டு ஓவியனுக்கு இப்படியல்ல. ஹென்னர் வரைந்துள்ள லிஸோஸ் அல்லது மதலீன் போன்ற படங்களுக்குக் குறைவான எதுவும் நிறைவுதர முடியாது.

இப்படி, மனித உடலைச் சித்திரக் கலைக்குப் பயன்படுத்த வழி கண்டது, மேலைநாட்டு நாகரிகம் சீனாவில் செல்வாக்குப் பெறுவதற்கு இன்று மிகச் சக்திவாய்ந்த உத்வேகங்களில் ஒன்றாக இருக்கிறது. ஏனென்றால், கலைக்கு உந்துதல் தரும் மூலச் சுரப்பிடத்தை மாற்றுவதன் மூலம் வாழ்க்கைப் போக்கு முழுவதையுமே அது மாற்றிவிடுகிறது. அலசி அலசிப் பார்த்து, பாகுபாட்டு ஆராய்ச்சியைக் கடைசிக் கட்டத்துக்குக் கொண்டு போகும்போது, இதைக் கிரேக்க 'எழுச்சியாக்கம்' என்றே சொல்ல வேண்டும். மனித உடலின் வழிபாட்டை மறுமலர்ச்சி பெற்ற நிலையில் சேர்த்தே பயில வேண்டும் என்ற புத்துணர்வும் மறுமலர்ச்சியும் வந்தது. இதனோடுகூட, வாழ்க்கையென்பது, அழகு வாய்ந்த ஒன்று என்ற மனமார்ந்த உறுதிமொழியும் வந்தது. கிரேக்கச் செல்வாக்கு இல்லாமலேயே, சீனத்துப் பரம்பரை வழக்கத்தில் பெரும் பகுதி போதிய அளவு மனிதநேயம் கொண்டதாகவே இருக்கிறது. ஆனால், மனித உடல் அழகு வாய்ந்தது என்ற பிரகடனம் சீனாவில் என்னவோ பற்றுக்கொள்ள வில்லை—அது இங்கே இல்லை. ஆனால், ஒருமுறை மனித உடலின் அழகு இன்ன தன்மையது என்று நாம் கண்ணால் கண்டுகொண்டு விட்டோமானால், அதை நாம் மறுப்பதற் கில்லை. இப்படி, மனித உடலைக் கண்டுகொண்டதும், பெண்ணுருவத்தை வழிபடுவதும், மகா சக்திவாய்ந்த ஆட்சி செலுத்தியே தீரும். ஏன்? மனித உணர்வுகளுள் மிக வலிமை வாய்ந்த உணர்வாகிய இணை விழைவுடன் அது பிணைக்கப் பட்டிருக்கிறது. அதனால்தான் இந்தக் கருத்தில் சீனாவில்,

அப்பொலோனியக் கலைக்குப் பதிலாக, டியோனிஸியக் கலையே நிலைபெற்று வருகிறதென்று நாம் சொல்லலாம்.

ஏனென்றால், சீனப் பள்ளிக்கூடங்கள் பெரும்பாலானவற்றில் சீனக் கலை சொல்லித் தரப்படுவதில்லை. கலைப் பள்ளிகள் பலவற்றில்கூட இதைச் சொல்லிக்கொடுக்கவில்லை. கலைஞர்கள் எல்லாம், மனிதமாதிரி உருவங்களிலிருந்தோ, அல்லது (கிரேக்க, ரோமன்) பழமைப் பெருமை வாய்ந்த சிலைகளின் சாந்துப் பிரதிமைகளிலிருந்தோதான் பெண்ணின் உடலுறுப்புக்களை நகல் செய்துகொண்டு வருகிறார்கள். அம்மணமான அழகியை வெறும் சகோதர சகோதரி பாவமான பிளேட்டோனியக் கலைக் கண்கொண்டே வழிபடுகிறோம், தப்பெண்ணமே கிடையாது, என்று வாதாடுவது பயன்தராது. ஏனென்றால், கிழடு தட்டிய கலைஞர்களால்தான் மோகதாபம் அற்ற மகிழ்ச்சியோடு மனித உடலைக் கண்ணுற முடியும். ஆண்மையற்ற கலைஞர் கள்தான் இப்படிப்பட்ட ஒரு சமாதானத்தைச் சொல்லிச் சப்பைக் கட்டுக் கட்டுகிற அளவுக்குத் தாழ்ந்துபோய்விடுவார்கள். மனித உடலை வழிபடுவது, காம உணர்ச்சியுள்ள செய்கை—அப்படி இருப்பது அவசியமும்கூட, மெய்யான ஐரோப்பியக் கலைஞர்கள் இந்த உண்மையை மறுக்கவில்லை; ஆனால், அவர்கள் அதைப் பறைசாற்றுகிறார்கள். சீனக் கலையின்மீது இத்தகைய குற்றச் சாட்டைச் சுமத்த முடியாது. ஆனால், நாம் விரும்பினாலும் சரி விரும்பாவிட்டாலும் சரி, இந்தப் போக்கு நடைமுறையில் வரத் தொடங்கிவிட்டது. அதை நிறுத்திவைப்பது சாத்தியமாகக் கூடியதல்ல.

4. கட்டடக்கலை

இயற்கை என்றும் அழகாகவே இருக்கிறது. ஆனால், மனிதனுடைய கட்டடக்கலை சாதாரணமாக அப்படியிருப்பதில்லை. ஏனென்றால், ஓவியக் கலையைப்போல அல்லாமல், கட்டடக்கலை இயற்கையைப் பிரதிமை செய்யக்கூடிய ஒரு முயற்சியாகக்கூட இல்லை. தொடக்கக் காலத்தில் கட்டடக்கலை என்றால் என்ன? கற்களையும் செங்கற்களையும் சாந்தையும் கொண்டு சேர்த்து அடுக்கி, மழையிலிருந்தும் காற்றிலிருந்தும் மனிதனுக்குக் காப்பிடம் தருவதுதான் இதன் வேலை. பயனுள்ளதாய்

இருப்பதுதான் இதன் முதல் கோட்பாடு. இன்றுங்கூட அனேக சமயம் இதற்கு மட்டுமே அது உதவுகிறது. இதனால்தான் நவீனகாலத் தொழிற் சாலை கட்டடங்கள், விடுதிகள், கூத்துக் கொட்டகைகள், அஞ்சல் அலுவலகங்கள், இரயில் நிலையங்கள், சதுரமாய்ப் பத்திரித்த தெருக்கள் இவையெல்லாம் ஒரே அவலட்சணமாய் விளங்குகின்றன. இவற்றைப் பார்க்கப் பார்க்க, நமக்கு மனசுக்கு உற்சாகமே இல்லாமல் போய்விடுகிறது.

அந்தக் காரணத்தாலேயே நாட்டுப் புறங்களுக்குத் தப்பி ஓடிவிட வேண்டுமென்று நாம் அடிக்கடி உணருகிறோம். இயற்கைக்கும், மனித மனத்தால் உண்டாகிய இந்த உற்பத்திப் பொருள்களுக்கும் இடையே உள்ள மிகப் பெரிய வேற்றுமை என்ன? இயற்கை யிடம் உள்ள வரம்பு கடந்த செல்வக் கொழிப்பும் நம்முடைய சாமர்த்தியத்திற்குள்ள மிகப் பெரிய குறைபாடுகளும்தான். மிகச் சிறந்த மனித உள்ளத்தால்கூடப் புத்தம் புதிதாக என்னத்தைச் செய்துவிட முடியும்? கட்டுத்திட்டமாய்த் தனித் தனியே நிற்கும் வீடுகள், பழம்போக்கில் அமைந்த சில சார்ப்பமைப்புகள், இங்கே ஒரு வளைவு அங்கே ஒரு முக்கோணல் உத்திரம்—ஆகிய இவற்றைத் தவிர வேறொன்றும் செய்துவிட முடியாது. மிகக் கவர்ச்சிகரமான சமாதியோ, நினைவுச் சின்னமோ ஒரு மரத்திடம் அமைந்துள்ள நவநவமான புதுமைத் திறனை வெல்ல முடியுமா? நம்முடைய தெருக்களில், சாலை ஓரங்களில் மரம் வைத்திருக் கிறோமே, பார்த்தீர்களா? பூச்சிக்கொல்லி மருந்தை அவற்றின் மேல் பூசிப்பூசி அவற்றைச் சேதப்படுத்தி இருந்துகூட, அவை எவ்வளவு தூரம் புதிது புதிதான படைப்புக்களைத் தோற்று விக்கின்றன? சாலைகளில் நாம் மரம் நடுவது அரிது. மறந்து விடாமல், அப்படி நட்டு வைத்துள்ள இடங்களில், அவற்றை நாம் படுத்திவைக்கிற பாடுகளையெல்லாம் சமாளித்துக் கொண்டும் அவை என்னென்ன வேலை எல்லாம் செய்கின்றன! இயற்கைக்குத் தான் என்ன துணிச்சல்! மரத்தின் வெளிப்புறம் ஒரே கரடு முரடு, கோணல்மாணலான வடிவங்கள், இவற்றை மனிதச் சிற்பி ஒருவன் படைத்திருந்தால், அவனை மனநலக் காப்பகத் தில்தான் நாம் கொண்டுபோய் வைத்துவிடுவோம். மரங்களுக்குப் பச்சைநிற வண்ணம் பூசுகிற அளவுக்குக்கூட இயற்கை துணிந்துவிட்டது. நமக்கோ, ஒழுங்கின்மையைக் கண்டால் பயம். வண்ணத்தைக்

கண்டாலே நமக்குப் பயம். ஆகவே, நம்முடைய சொந்த வாழ்வைக் குறிப்பதற்காகவே 'மந்தம்' என்ற சொல்லை நாம் உண்டாக்கியிருக்கிறோம்.

மனித மனம் வளம் பொருந்தியது. அப்படி இருந்தும், மொட்டை மாடி வீடுகளையும், நவீன ஐந்தடிப் பாதைகளையும், நேர்ச் சதுரத் தெருக்களையும்போல் மனசை இப்படிச் சங்கடப் படுத்தாத வேறு எதையும் நம்மால் உண்டாக்க முடிய வில்லை. இவற்றிலிருந்து தப்பி ஓடி, வேனிற்காலத்தில் தங்கும் இடங்களுக்கே நாம் எப்போதும் ஓடிப்போக முயலுகிறோம். இது ஏன்? பயன் கருதியே இப்படிச் செய்கிறோம். கேள்விக்கு அதுதான் விடை. ஆனால், பயன் என்பது ஒரு கலை அல்ல. நவீன காலத்துக் கைத்தொழில் சகாப்தம் நிலைமையை இன்னும் மோசமாக்கிவிட்டது. சிறப்பாக, சிமிட்டிக் கட்டட அமைப்பு முறை கண்டுபிடிக்கப்பட்டவுடன், இப்படி ஆகிவிட்டது. கைத்தொழில் சகாப்தத்தின் சின்னம் இது. நவீன காலத்துத் தொழில் நாகரிகம் நிலைக்கும்வரை, இதுவும் இருந்தே தீரும்; சிமிட்டிக் கட்டடங்களில் பெரும்பாலானவை தமக்கு ஒரு கூரை போட்டுக்கொள்ளக்கூட மறந்துவிட்டன. ஏன் இப்படி என்று கேட்டால், கூரை பயனுள்ளதல்ல என்கிறார்கள். நியூயார்க் விண்முகடு தொடும் உப்பரிகைகளைப் பார்க்கும்போது, தம் உள்ளத்தில் அழகுணர்ச்சி பொங்கி எழுவதாகக்கூடச் சிலர் சொல்கிறார்கள். அப்படியும் ஒரு வனப்பு இவற்றிடம் இருக்குமானால், அதை நான் பார்த்ததில்லை. இவற்றின் அழகு தங்கத்தின் அழகைப் போன்றது. இலட்ச இலட்சமான செல்வங் களின் சக்தியை இவை குறிப்பதாலேயே இவை அழகாயிருக் கின்றன. கைத்தொழில் சகாப்தத்தின் போக்கையே இவை உணர்த்துகின்றன. இருந்தாலும், நம்முடைய வீடுகளை அழகாய் வைத்திருக்க வேண்டியதற்கு மிக நேர்மையான மனித நியாயம் ஒன்றிருக்கிறது. நாம் கட்டிக்கொண்டிருக்கும் வீடுகளிலேயே பெரும்பாலான நாள்களை நாம் கழிக்க வேண்டியிருக்கிறது. இவை எப்போதும் நம் கண்ணில் படுகின்றன. கட்டடக்கலை மோசமாய் அமைந்திருந்தால், நம்முடைய பெரிய பெரிய ஊர்களையும் நகரங்களையும் நம்முடைய வீடுகள் வெகு நுட்பமாய் மாற்றியமைத்துவிடுகின்றன. வெயிலும் மழையும்

நம்மைத் தாக்காமல் நமக்குப் புகலிடம் அளிப்பதற்கு மட்டுமா வீட்டின் கூரை உதவுகிறது? கூரை என்பது அது மட்டுமல்ல. வீடு என்பதைப் பற்றிய நம்முடைய கருத்தை வீட்டின் கூரை வெகுவாக மாற்றிவிட முடியும். கதவு என்றால் என்ன? உள்ளே போக அமைந்த வெறும் திறந்த வெளிதானா? அல்ல; 'அனைத்தும் துலங்கட்டும்' என்ற முறையில்தான் கதவு இருக்க வேண்டும். மக்களின் குடும்ப வாழ்க்கையில் உள்ள இரகசியங் களை நாம் தெரிந்துகொள்ளும்படி வழி திறந்துவிடுகிற கதவு இது. பார்க்கப்போனால், கதவுக்குக் கதவு வித்தியாசம் இல்லையா? மந்த நிறமான கதவைத் தட்டுவது எப்படி? சிந்தூர வண்ணம் பூசி, தங்க நிறக் குமிழ்வைத்துள்ள வாயில் கதவைத் தட்டுவது எப்படி? இரண்டிற்கும் வித்தியாசம் உண்டு அல்லவா?

தீர்க்க வேண்டிய பிரச்சினை என்ன? கல்லும் சுண்ணாம்பும் உயிர் பெறும்படிச் செய்ய வேண்டும். அழகின் மொழியை அவை பேசும்படிச் செய்ய வேண்டும். அதுதான் பிரச்சினை. அதற்கு ஆன்மாவை ஊட்டி, அது நம்மிடம் ஏதாவது பேசும்படிச் செய்வது எப்படி? ஐரோப்பிய மாதா கோவில்களுக்கு ஒருவிதமான ஆன்மா ஊட்டப்பெற்றுள்ளது. மௌன மொழியில், அவை நம்மிடம் பேசுகின்றன. அந்த மொழியில் அபாரமான அழகும் மாண்பும் ஒளிர்கின்றன. சிறந்த சீன மனைச் சிற்பி இந்தப் பிரச்சினையை எப்படிச் சிக்கறுக்க முயலுகிறான் என்பதைப் பார்ப்போம். மேலைநாட்டுக் கட்டடக்கலை போன வழியில் போகாமல், சீனக் கட்டடக்கலை வேறு வழியைப் பின்பற்றி வளர்ந்து இருப்பதாகவே காண்கிறது. இயற்கையோடு இசைவு இணைவு பெற முயல்வதே அதன் முக்கியப் போக்கு. அப்படிச் செய்வதில், பல சந்தர்ப்பங்களில் அது வெற்றிகண்டுமிருக்கிறது. அது வெற்றி பெற்றது எதனால்? அதற்கு அருட்சுரப்புத் தந்தது 'ப்ளம்' பூமரத்து வாதுத் துணுக்குத்தான். இந்த வடிவத்தை முதலில் அது உயிர்த்துடிப்புடன் எங்கணும் வரிவடிவக்கலைகளாகவே மொழி பெயர்த்தது. அதற்கு அடுத்தபடியாக, கட்டடக்கலையின் கோடுகளாகவும் வடிவங்களாகவும் வடிவத்தை மாற்றி அமைத்தது. குறியீட்டு நோக்கங்களை அடிக்கடி பயன்படுத்தி, அதைத் தன் முயற்சிக்குத் துணைப் பொருளாகக்கொண்டது. நாட்டில் பரவியிருந்த மந்திர சக்கரக் கோடுகளில் உள்ள குருட்டு

நம்பிக்கையின் மூலம், ஏக தெய்வத் தத்துவச் சங்கதியையும் இதில் கொண்டுவந்து புகுத்தியது. சுற்றிலுமுள்ள நிலக் காட்சியைக் கவனித்தாக வேண்டுமென்பது இதனால் கட்டாயமாக்கப் படுகிறது. இதன் சாரமான தன்மை என்ன? அமைதியும் நிறைவும் கொண்ட போக்குத்தான். அதன் சிறப்பு உற்பத்தி முயற்சியைத் தனிமனிதர்களின் வீடுகளிலும் தோட்டங்களிலும் காணலாம். 'கொதிக்' முறையில் அமைந்த நீள நெடுவட்டக் கோபுரங்களைப் போல், அதன் ஆன்மா வானத்தை எட்டிவிட முயல்வதில்லை. நிலத்திலேயே கிடந்து, சோக சிந்தனையில் ஆழ்கிறது. தனக்குக் கிடைத்ததை வைத்துக்கொண்டு நிறைவு அடைகிறது. 'கொதிக்' முறையில் அமைந்த தேவாலயங்கள் மாட்சிமைப் பண்பைக் குறிக்கின்றன. சீனத்துக் கோயில்களும் அரண்மனைகளும் அமைதித் தெளிவுப் பண்பைக் குறிக்கின்றன.

நம்ப முடியாததுபோல் தோன்றும் இது. ஆனாலும், வரிவடிவக் கலையின் செல்வாக்கு, சீனக் கட்டடக்கலை வரைக்கும் ஆட்சி செலுத்தவே செய்கிறது. இந்தச் செல்வாக்கை நாம் எங்கெங்கே காண்கிறோம்? தூண், கூரை போன்றவற்றை நிர்மாணிப்பதில் எலும்புருவ அமைப்பு முறைகளைத் துணிச்சலாகக் கையாளும் போதும், நேராய் ஓடிப்போய்ச் சடாரென்று முடிந்துவிடும் செத்த கோடுகளை வெறுக்கும்போதும்—குறிப்பாக, தொங்காமல் கூரை முறை அமைக்கிற போக்கு உண்டான போதும்—கோயில்கள், அரண்மனைகள் ஆகியவற்றின் மொத்தமான வடிவம், பரிமாணம், லாகவம், சுழிப்பில்லாத கண்டிப்புத்தன்மை இவற்றைக் காணும்போதும், இவை அனைத்திலும் மேலே சொன்ன செல்வாக்கின் ஆட்சி நிலவுவது புலனாகிறது.

எலும்புருவ நிர்மாணங்களைப் புலப்படுத்துவது அல்லது மறைப்பது என்கிற பிரச்சினை, சித்திரம் தீட்டும்போது 'பிடி' என்று சொல்கிறோமே, அதே பிரச்சினையைப் போன்றதுதான். சீன ஓவியத்தில் விளிம்புக் கோடுகளின் அழுத்தம் விசயங்களின் உப்பிசங்களைக் காட்டுவதற்குப் பயன்படுவதுடன் நின்று விடுவதில்லை. தமக்கென்று உரிய ஒரு வகையான துணிந்த சுயேச்சையை அவை பெற்றுவிடுகின்றன. அதேபோல, சீனக் கட்டடக்கலையில் சுவர்களில் உள்ள தூண்கள் அல்லது கூரை களிலுள்ள உத்திரங்கள், கைகள் ஆகியவற்றை வெட்கப்பட்டு

ஒளித்து மறைத்து வைப்பதில்லை. அப்பட்டமாய்த் தென்படும் படியே விட்டுவைப்போம். இந்த முறையைப் புகழ்ந்து போற்றுகிறோம். கட்டடங்களுக்கு அமைப்புருவம் தருவதில் இவை முக்கியமான தளப்பொருள்கள் ஆகிவிடுகின்றன. சீனக் கட்டடங்களில், நிர்மாண அமைப்பின் உருவக்கூடு முழுமையும், வேண்டுமென்றே நம் கண்முன்னர் பரப்பி வைத்தனபோல் காண்கின்றன. இந்த நிர்மாணக் கோடுகளைப் பார்ப்பதில் எங்களுக்குக் அதிக ஆர்வம். ஏன்? கட்டடத்தின் அடிப்படையான ஆசு அமைப்பு இன்னதென்பதை அவை காட்டுகின்றன. ஓவியத்திலும் இப்படித்தான்: ஓவியத்தின் கருப்பொருள் இன்னது என்பதைக் காட்டுகின்ற தாளகதியினுடன்கூடிய விளிம்புக் கோட்டு நகல் குறிப்பைப் பார்க்க நாம் ஆசைப்படுகிறோம் அல்லவா? அதே மாதிரி, அந்தக் காரணத்தால், வீட்டுச் சுவர்களிலுள்ள மரத் தூண், கை முதலியவற்றின் சேர்மானங்களை மூடி மறைக்காமல் சாதாரணமாகத் திறந்தபடி விட்டுவிடுவார்கள். வீட்டுக்கு உள்ளேயும், வீட்டுக்கு வெளியேயும், தூண்களும் கைவாரங் களும் கண்ணுக்குத் தெரியும்படியே விட்டுவைக்கப் பெற்றிருக்கும்.

இது எப்படி வந்தது, தெரியுமா? வரிவடிவக்கலையில் புகழ் பெற்ற ஒரு கோட்பாடு உண்டு: 'உருவக் கூடு'க் கோட்பாடு அல்லது ச்யெஞ்சியா என்று இதற்குப் பெயர். ஓர் எழுத்தை எழுதுவதில் கையாளும் பல கீறல்களில், பக்கவசக் கீறலையோ, நட்டங்குத்தல் கீறலையோதான் சாதாரணமாக நாங்கள் தேர்ந்தெடுக் கிறோம். இவை அல்லாவிட்டாலும், சில வேளை, சூழ்ந்து மூடும் சதுரக் கீறலைத் தேர்ந்தெடுத்துக்கொள்கிறோம். இதுதான் மற்றவற்றுக்கு ஆதாரமாய் நிற்பதாகக் கருதப்படுகிறது. இந்தக் கீறலை, ஆக்கத்துடன் தீட்ட வேண்டும். அதிகமாய் நீண்டிருக்கும் படி தீட்ட வேண்டும். மற்றக் கீறல்களைவிட இது தெளிவாய்த் துலங்கும்படிச் செய்ய வேண்டும். இந்த முக்கியமான கோட்டை இழுப்பதற்கு ஆதார இடம் பெற்றுக்கொண்டவுடன், மற்றக் கீறல்கள் இதைச் சுற்றிலும் செறிந்து கூடிச் சேரும். அல்லது, சுற்றிச் சேரவேண்டிய தேவை இல்லாவிட்டால், முதலில் அங்கே போய்ச் சேர்ந்துகொண்டு, அங்கிருந்து இடம்பெயர்ந்து, தத்தமக்குரிய திசையில் வெளிச் செல்லும். பல கட்டடங்களை ஒன்றாய்ச் சேர்த்துக் கட்டவேண்டி நேரும்போதும், அவற்றுக்கு ஆசுப்படம்

போடும் போதும் அச்சு மையம் என்ற ஒரு கோட்பாடு இருந்தே வருகிறது. பெரும்பாலான சீன எழுத்துக்களுக்கு அச்சு என்று ஒன்று இருக்கிறது. பழைய பீக்கிங் நகரம் உலகத்தில் மிகவும் அழகிய நகரங்களில் ஒன்று. அந்த நகரத்தையும் பைப்பிங் நகரத்தையும் அழகுற அமைப்பதற்குப் போட்ட அமைப்புத் திட்டம் முழுவதும், ஒரு குறிப்பிட்ட அச்சை மையமாகக்கொண்டே பெரும்பாலும் செய்யப்பட்டது. கண்ணுக்குத் தெரியாத ஓர் அச்சு. பல மைல் தூரம் உள்ளது. சக்கரவர்த்தியின் அரியணையைத் தாண்டி, ஆக வெளியே உள்ள தலைவாயிலிலிருந்து தெற்கு வடக்காக இந்த அச்சு விரிந்துகொண்டு போகிறது. கரிக் குன்றில் உள்ள நடுவிதானம் வரைக்கும், அதற்குப் பின்னால் உள்ள பேரிகைக் கோபுரம் வரைக்கும் இந்த அச்சுவிரிகிறது. 'நடு' அல்லது ச்சுங் என்ற எழுத்தில் இது தெளிவாகத் தெரிகிறது. இவை போன்ற இதர எழுத்துக்களிடம் இந்த மாதிரி அச்சு இருப்பது தெளிவாகத் தெரிகிறது.

நீள அச்சுக் கோட்பாட்டைவிட, நீளக் கோடுகளுக்கு எதிராக மாறுபாடு காண்பிப்பதன் பொருட்டு, நெளிவுகளையோ, அலைக் கோடுகளையோ, ஒழுங்காய் அமையாத தாளக்கட்டுக் கோடுகளையோ கையாளுவதுதான் அதி முக்கியமானதாகக் காணலாம். சீனத்துக் கூரைகளைப் பார்த்தால், இது மிகத் தெளிவாகப் புலப்படும். ஒவ்வொரு சீனக் கோயில், அரண்மனை, அல்லது மாளிகை இவற்றின் கட்டடமானது முக்கிய அம்சத்தில் எந்த அடிப்படையில் அமைக்கப்பெற்றுள்ளது. தூண்களில் நட்டங்குத்தலான நேர்க்கோடுகள் தென்படுகின்றன. கூரைகளில் வளைவுக் கோடுகள் தென்படுகின்றன. இவற்றைக் கூட்டிச் சேர்ப்பதாலோ, மாறுபாடு செய்து எதிர்க்கவிடுவதாலோ நிர்மாண அமைப்பு இலட்சியம் சாதித்துக்கொள்ளப்படுகிறது. கூரையில் கூட எதிர்ப்பாட்டுப் பண்பு பொதிந்திருக்கிறது. முகட்டில் நேர்க் கோடு; அதற்குக் கீழே தொங்கல் கோடு; இது ஏன்? காரணம், எங்கள் வரி வடிவக் கலைப்பயிற்சி, எங்களுக்கு என்ன சொல்லித் தந்திருக்கிறார்கள்? நிலைக் கோடு நேர்க்கோடாக இருந்தால்— அது பக்கவாட்டில் இருக்கலாம். நட்டங்குத்தலாக இருக்கலாம். சரிந்தும் இருக்கலாம்—அதற்கு எதிர்மறையாக, அதைச் சுற்றிலும் வளைவுக் கோடுகளையோ, மென்மையான உடைந்த கோடுகளையோ

சேர்த்தாக வேண்டும். அதோடு, ஒருசில அலங்கார நோக்கங் களுக்காக மட்டுமே கூரை முகட்டின் தொடர்ச்சி நட்ட நடுவில் துண்டிக்கப்படுகிறது. இந்தக் கோடுகளால் உண்டான எதிர்ப்பாடு இருப்பதாலேயே தூண், சுவர் இவற்றின் நேர்க்கோட்டுத் தன்மையை நாம் சகித்துக்கொள்ள முடிகிறது. சிறந்த முறையில் அமைந்த சீனத்துக் கோயில்களையும் இல்லங்களையும் பார்த்தால், ஒன்று நம் கவனத்தைக் கவரும். தூண்களையோ சுவர்களையோவிடக் கூரைதான் அலங்காரத் தன்மையை எடுத்துக்காட்டும் நிலைக்களனாக நமக்குப்படும் (தூண், சுவர் ஆகியவை கட்டடத்தின் முன்பக்கத்தில் இருப்பதில்லை). கூரையோடு ஒப்பிடும்போது, தூண்களும் சுவர்களும் உருவப் பரப்பளவில் சிறியவைதாம்.

'ஏ'   'பீ'   'சீ'

ச்யெங் ஷியாவூஷு எழுதிய மூன்று எழுத்துக்கள். இவர் 'மஞ்சுக்குவோ' முதலமைச்சர், நன்கறியப்பட்ட வரிவடிவக் கலைஞர். புகழ்பெற்ற கூரைக் கோடு, வரிவடிவக்கலையிலிருந்துதான் உண்டானது என்பதற்கு ஆதார விளக்கம்.

ஏ, பீ என்ற இரண்டு எழுத்துக்களின் முகடும் சீன எழுத்துமுறை பின் இணைப் பகுதி. 'கூரை' என்பதை இது குறிக்கிறது. நடுவில் உள்ள தொய்வைக் கவனிக்கவும். சீனக் கூரைகளில் தென்படும் அள்ளி வீசும் பயன் நிலையைக் கவனிக்கவும். 'சீ' என்ற எழுத்தின் முகடு 'மனிதன்' என்று பொருள்தரும். ஆனால், கூரையின் மேற்புறக் கோடுகளையே இது உருவத்தில் ஒத்திருக்கும். கீழ்க் கோடுகளில், மேல்புறமாகச் சுருண்டு பரந்து வீசிக்கொண்டு நிற்கும் நிலை யையும் நோக்குக.

என்ன மாதிரி அமைப்புமுறைக் கோட்பாடு இங்கே கையாளப்பட்டிருக்கிறது? அதைச் சீனக் கட்டடக்கலைக்கு எப்படி எடுத்தாண்டிருக்கிறார்கள் என்பதையும் கவனியுங்கள். 'ஏ'யில் உள்ள விறைப்பான நட்டங்குத்தல் (தூண்) கோட்டைக்

'கூரை'யிலுள்ள வளைவுடனும், அதோடு இணைத்துள்ள இதர பக்கவசக் கீறல்களோடு எப்படி எதிர்ப்படுத்தி இருக்கிறது என்பதைக் கவனியுங்கள். 'பீ' எழுத்தைப் பாருங்கள். அதில் உள்ள மையமான நட்டங்குத்தல் வளைவும், அதன் உச்சியில் ஒரு நிலையில் அதைச் சுற்றிலும் சூழ்ந்துகொண்டுள்ள இதர கீறல்களோடு சேர்ந்து, வினோதமான முறையில், ஒன்றுக்கு மற்றது ஆதரவு கொடுத்துத் தத்தம் சமநிலையை நிலைநாட்டி வைத்திருப்பதைக் கவனியுங்கள்.

சரிந்து தொங்கும் கூரை எப்படி முதன்முதலில் உண்டாகியது என்பதை ஒருவரும் இதுவரை சரியாகப் புரிந்துகொள்ளவில்லை. சீனக் கட்டடக்கலையின் ஒப்பற்ற, பளிச்சென்று தெரிகிற, சிறப்பியல்பு பெரும்பாலும் இதாகவே இருக்க வேண்டும். பண்டைக் காலங்களில் நாங்கள் ஊர் ஊராய்ச் சுற்றித் திரிந்தபோது, கூடாரங்கள் அடித்து வாழ்ந்து வந்தோம். அந்தத் தொன்மைக் கூடாரங்களுக்கும் இதற்கும் தொடர்பு இருக்க வேண்டுமென்று சிலர் ஊகிக்கிறார்கள். ஆனாலும், இதன் காரணம் இன்னதுதான் என்பது வரிவடிக் கலையில் தெளிவாகத் தெரிந்துவிடுகிறது. சீன வரிவடிவக்கலையின் கூறுகளை அறிந்த எவனும் லாகவமாய் அள்ளிக்கொண்டு செல்லும் கோடுகளின் கோட்பாடுகளைக் காணத் தவற மாட்டான். சீன வரிவடிவக் கலையில் உள்ள பெரிய கஷ்டம் என்ன? கோடு வரைவதில் வலிமையைப் புகுத்துவது தான். ஏனென்றால், சுத்தமாய் நேரே இழுக்கப்பெற்ற கோட்டு இழுப்பில் பலத்தைப் புகுத்துவதென்பது எப்பொழுதுமே கஷ்டம்தான். அப்படிச் செய்யாமல், இரண்டு மருங்கிலும் லேசாக வளைத்துவிட்டால், கோடு விறைப்புப் பெற்றுவிட்டது போன்ற ஓர் உணர்ச்சி உடனே உண்டாகிவிடுகிறது. சீன எழுத்துக்களில் 'அதீதம்' என்று ஒரு வகை எழுத்துக்கள் உண்டு. கூரை என்று இதற்குப் பொருள். இதிலே தென்படும் லாகவமான சரிவைச் சுட்டிக்காட்டினால், இது ஆசிரியரின் வெறும் கற்பனையல்ல என்பது விளங்கிவிடும்.

இசைவிணைவு பெற்ற, அல்லது அலை அலையாய் அமைந்த கோடுகளையோ, உடைந்த கோடுகளையோதான் நாங்கள் விரும்புகிறோம். நேராய்ப் போய் நின்றுவிடுகிற கோடுகளை நாங்கள் வெறுக்கிறோம். இது மிகத் தெளிவான விசயம்.

ஏனென்றால், கிளியோபட்ராவின் ஊசியைப்போல, இத்தனை அவலட்சணமான சங்கதிகளை நாங்கள் ஒருபோதும் செய்த தில்லை. இதை ஞாபகத்தில் வைத்துக்கொண்டால் போதும். நவீன காலத்துச் சீன மனைச் சிற்பி யாரோ ஒருவன் மேலை நாட்டு ரீதியில், கலங்கரை விளக்கு உருவத்தில், ஒரு காரியம் பண்ணி யிருக்கிறான். மேற்கு ஏரிக் காட்சிச் சின்னம் என்று இதற்குப் பெயர். அழகி ஒருத்தியின் முகத்தில் உள்ள புண்ணைப்போல, மேற்கு ஏரியின் அழகிய காட்சிகளிடையே இதுவும் நின்று தொலைக் கிறது. இதைச் சற்று அதிக நேரத்துக்குப் பார்த்துக்கொண்டிருந்தால், எல்லாவிதமான கண் தொல்லைகளும் உண்டாகிவிடும்.

நேராய் ஓடி, அறுந்து விழுகிற கோடுகளைத் துண்டு படுத்துவதற்கு நாங்கள் என்ன உபாயங்களைக் கையாளுகிறோம் என்பதற்கு எளிதில் எடுத்துக்காட்டுகள் கொடுக்கலாம். பழம் பெருமைவாய்ந்த சிறந்த சான்றாகக் கைபிடிக் கிராதி அமைந்த வட்டப் பாலத்தைச் சொல்லலாம். வட்டப் பாலமானது இயற்கையோடு இணைந்து இசைவு பெறுகிறது. ஏன்? அது வளைவாய் இருக்கிறது; அதற்குக் கைக்கிராதி இருக்கிறது. புரூக்லின் பாலத்துக்குக் கால் கொடுத்துத் தாங்கி நிற்கிற இரும்புக் குத்துக் கால்களைப்போல், இந்த வளைவுப் பாலத்தின் விரிவு எட்டு அவ்வளவு நீளமானதல்ல; இதன் கிராதிகளும் அவ்வளவு தூரம் பயனுள்ளவையல்ல. ஆனால், ஒன்று. மனித சாமர்த்தியம் இதில் குறைவு; அழகு அதிகம். இந்தக் குறிப்பு இதில் தென்படுவதை யாரும் மறுக்க முடியாது. கோபுரத்தையும் கவனித்துப் பாருங்கள். அதனுடைய அழகு முழுவதும் அதற்கு எப்படிக் கிடைத்தது? அதன் உருவ விளிம்பைத் தொடுப்புத் தொடுப்பான கூரைகள் நீட்டி நீட்டிக்கொண்டு, பிதுங்கி நிற்பதனாலேயே, அது அழகு பெற்றது. முக்கியமாக அந்தக் கோடிக் கோடுகளைப் பாருங்கள். சீன எழுத்தின் சரிந்த கீறல்களைப் போல, அவை எப்படி மேல்நோக்கிச் சுருண்டு செல்கின்றன. இவை முக்கியமாய்க் கவனிக்கப்பெற வேண்டியவை. பைப்பிங் காலத்தில் உள்ள தியனன்மென் கோபுரத்து வெளிப் பக்கத்தில் அமைந்துள்ள தனிப்போக்கான கல்தூண்கள் இரண்டை யும் கவனியுங்கள். அவற்றில் நம்முடைய கவனத்தைச் சடக்கென்று கவரும் தன்மை யாது? மேகங்களைக் குறிக்கும் அலைக்

கோடிட்ட சின்னம்தானே? ஒவ்வொரு தூணின் உச்சியிலும் குறுக்காகப் படுக்கை வசத்தில் இவை அமைந்துள்ளன. ஆனால், சீனக் கலையில்கூட இதற்கு வேறு ஒப்புமை காட்ட முடியாதபடி, அத்தனை துணிச்சல் இதில் உண்டாகி விடுகிறது. தூண்களின் புறப் பரப்புக்கூட அலை அலையாய் குழிந்து விம்முகின்றது. இதற்குக் கூறும் காரணம் எதுவாகவேனும் இருக்கலாம். ஒன்று மட்டும் தெளிவாகத் தெரிகிறது. இங்கே காணும் அலைகள் மேகங்களைக் குறிக்கின்றன. ஆனால், மேல்மட்டத்தில், தாளக் கட்டைப் புகுத்துவதற்காகக் கையாண்ட ஒரு கலாரீதியான சாக்குப் போக்குத்தான் இது. கன்பூசியக் கோயிலின் கல்தூண்களைப் பாருங்கள். சுருண்டு பிணைப்புண்ட ராட்சசப் பாம்புகளின் அலைக்கோடுகள் இவற்றிலும் காணக்கிடக்கின்றன. ஏன்? நெடுங்கோடுகளைத் துணிப்பதற்கு ராட்சசப் பாம்பின் உடலில் உள்ள அலைக்கோடுகள் உதவுவதால், அலங்காரப் போக்கைக் காட்டுவதற்குப் பயனுள்ள சாதனமாக, ராட்சசப் பாம்பை அடிக்கடி கையாளுவதை நாம் காண்கிறோம். ஒரு குறிப்பிட்ட கருத்தின் சின்னமாகக் கையாளுவதைத் தவிர, இந்த மாதிரிக் காரியத்திற்கும் ராட்சசப் பாம்பின் வடிவம் பயன்படுகிறது.

எங்கிருந்தாலும் சரி, இயற்கையின் இயல்பான தாளக்கட்டைக் கண்டுபிடித்து, அதைக் கைவரப்பெற்று, அதற்கு உருவம் தந்து, அதன் ஒழுங்கின்மையைப் பின்பற்றவே நாங்கள் முயலுகிறோம். இதன் கீழெல்லாம் அடிபட்டுக் கிடக்கும் ஆன்ம வேகம் யாது? வரிவடிவக்கலையிலுள்ள உயிர்ப்புப் போக்குத்தான் இன்னும் இதில் இருப்பது. மூங்கில் வடிவத் திட்டத்தின்பாற்பட்ட பச்சை நிறம் ஊட்டிய ஓடுகளைப் பயன்படுத்தி, ஜன்னல் கம்பிகளின் கோடுகளை நாங்கள் துணிக்கிறோம். நேரான சுவர்களின் மாறுபாடற்ற மந்தப்போக்கைத் தடுப்பதற்கு உருண்டையான, நெடுஞ் சதுரமான, பூஜாடி வடிவமான கதவுகளை நாங்கள் துணிகரமாய்ப் பயன்படுத்துகிறோம். எங்கள் ஜன்னல்களின் வடிவ வகைதான் எத்தனை? மேலைநாட்டு மிட்டாய்களில் சிறு சிறு பணியார வகைகள் உண்டு. ஒன்று, வாழைப்பழத் தோல் போலவோ, 'பீச்' பழத்தைப்போலவோ, இரட்டை வளைவுடைய தர்பூசணிப் பழத்தைப்போலவோ, விசிறியைப் போலவோ பல ரகங்களில் எங்கள் ஜன்னல்கள் வடிவம் பெற்றிருக்கும்.

லி லிவெங் ஒரு கவிஞர், நாடக ஆசிரியர், சுகபோகி. கிளை வைத்திழைத்த ஜன்னல்களையும், தடுப்புக்களையும் செய்து காட்டிய பொறுப்பு இவரைச் சாரும். ஜன்னலின் உருவ விளிம்பு சாதாரணமாக நேராகவே இருக்கும். ஆனால், இந்த விளிம்பை ஒட்டியபடி, கிளை வடிவமான கீறல்கள் ஜன்னல் விளிம்பு நெடுகிலும் செதுக்கி எடுக்கப்பெற்றிருக்கும். இது ஏன் தெரியுமா? ஜன்னலுக்குக் குறுக்கே உயிருள்ள மரக்கிளை ஒன்று நீட்டிக் கொண்டு நிற்பதைப் போன்ற தோற்றம் உண்டாக வேண்டும். அதற்காகத்தான் இப்படிச் செய்வது. மறைவுத் தட்டிகள், படுக்கைக் கம்பளங்கள் ஆகியவற்றிலும், இதர வகைப்பட்ட கிராதி வேலைப்பாடுகளுக்கும் இந்த வழிமுறை கையாளப் பெறுகிறது. கடைசியாக, பாறை வடிவங்களையும் கையாளு கிறோம். மனித கட்டடக்கலையில், இயற்கையின் இயல்பான ஒழுங்கின்மையைக் கொண்டுவர நாங்கள் செய்யும் முயற்சிக்கு, இதுதான் மிகத் தெளிவான எடுத்துக்காட்டாக இருக்கக்கூடும்.

இதை வேறு மாதிரியாகச் சொல்வோம்: சீனக் கட்டடக்கலை எங்கணும், மிருக வடிவங்களையும் தாவர வடிவங்களையும் குறிப்பாக உணர்த்தும் ஒழுங்கின்மை பெற்ற ஏதாவது ஓர் உருவம் அமைக்கப்பட்டிருக்கும். இதன்மூலம் நேர்க்கோடுகளின் மந்தப் போக்கு, கண்ணை உறுத்தாமல் இருக்கும் முயற்சியாக காண்கிறோம். இனி, இதற்கு அடுத்தபடியாக நாம் கவனிக்க வேண்டியது, குறியீட்டுக் கொள்கையை எப்படிப் பயன்படுத்து கிறார்கள் என்பதே. சான்றாக, வெளவாலைப் பாருங்கள். அலங்காரத்துக்கு இதை அதிகமாய்ப் பயன்படுத்துகிறார்கள். ஏனென்றால், வளைவான இதன் இறக்கைகளைக்கொண்டு எத்தனையோ தினுசு தினுசான ஆசுப் படங்களை அமைக்க முடியும். அது மட்டுமா? 'நல்ல அதிர்ஷ்டம்' என்று பொருள் தரும் அதே சொல்லைப்போன்ற இன ஓசையை இதுவும் கொண்டிருக்கிறது. குறியீடு என்பது ஆதி மனிதனுடைய மொழி; குழந்தை மனத்தின் மொழியும் அதுதான். ஒவ்வொரு சீன மாதும், சீனக் குழந்தையும் புரிந்து கொள்ளக்கூடிய ஒரு விசயம் இது.

அதோடு, குறியீட்டுக் கொள்கையில் இன்னொரு சிறப்பும் உண்டு. ஒருசில சம்பிரதாயமான கோடுகளுக்குள்ளே, பன்னெடுங் காலத்துப் பரம்பரைகளின் சிந்தனையும், தேசிய இனத்தின்

கனவுகளும் அடங்கிவிடும்படிச் செய்கிற பண்பு நலன்களும் இதற்கு உண்டு. நம்முடைய கற்பனையைக் கிளறி, சொல்லிழந்த சிந்தனை உலகத்துள் இது நம்மை இட்டுச் செல்கிறது. கிறிஸ்தவச் சிலுவையோ, சோவியத் நாட்டின் அரிவாளும் சம்மட்டியுமோ இப்படித்தானே செய்கின்றன?

ஏனென்றால், தேசிய இனம் தொடர்பான இத்தகைய எண்ணங்கள் எவ்வளவோ பெரியவை, எவ்வளவோ பிரம்மாண்ட மானவை. அதனால், இவற்றை நாம் சொற்களில் கொண்டுவர முடியாது. முழுமையான எளிமையோடு பொருந்தி ஒரு சீனத் தூண் மேலே செல்கிறது. முகட்டை அடைந்தவுடன், ஒரே கும்மாளத் துடன் பிறை வடிவமான அடைப்புகள், மூலைக் கோஞ்சல்கள் (மேற்புறச் சிற்பம், கார்னிக்ஸ்), கிராதிகள் இவற்றிடையே போய் அது மறைந்தொழிந்து விடுகிறது. அப்போது, மேலே பார்வையைச் செலுத்துகிற நாம், அங்கே எதைக் காண விரும்புகிறோம்? படிப்பாளி வர்க்கம் என்றழைக்கிற வர்க்கத்தைச் சேர்ந்த ஒரு ஜோடி வாத்துக்கள், ஒரு வெட்டுக்கிளி அல்லது ஒரு மசிக்கல்லும் தூரிகையும்—ஆகிய இவற்றுள் எது ஒன்றையாவது பார்க்க விரும்புகிறோம். படிப்பாளி வாத்துக்கள் எப்பொழுதும் ஜோடி ஜோடியாகவே இல்லற இன்பத்தில் மூழ்கியிருக்கும். இவற்றை நிமிர்ந்து பார்க்கும்போது, பெண்ணின் காதலைப் பற்றிய சிந்தனை நமக்கு உண்டாகிறது. மசிக் கல்லையும் தூரிகையும் பார்க்கும் போது, தன் படிப்பறையில் இருக்கும் அமைதியான படிப்பாளி யைப் பற்றி நாம் நினைக் கிறோம். அங்கே பச்சை, நீலம், பொன் ஆகிய நிறங்களில் வெட்டுக்கிளிகளும், சில் வண்டுகளும், படிப்பாளி வாத்துக்களும் சித்திரிக்கப் பெற்றிருக்கின்றன.

இந்த உலக வாழ்வில் இதைவிட அதிகமான இன்பத்தைப் பெற நாம் கனவு காண முடியுமா என்ன? சிலவேளை, நாங்கள் நிலக் காட்சிகளைச் சித்திரிக்கிறோம். சில வேளை, மனை வாழ்க்கையின் இனிமைகளைப் பற்றிச் சித்திரிக்கிறோம். ஏனென்றால், சீன ஓவியத்தின் முடிவில்லாத விசயப் பொருள்கள் இவை இரண்டும்தான்.

சீனாவில் மிகவும் கௌரவிக்கப்பெற்ற உயிரி ராட்சசப் பாம்புதான். சக்கரவர்த்தியைக் குறிக்கும் சின்னம் இது. எதுவாக

இருந்தாலும் சரி, மிக உயர்ந்தது எதையும் அவர்தான் எப்போதும் பெற்றுக்கொள்வார். கலையில், அலங்காரக் கருத்தில், இதை மிக அதிகமாகப் பயன்படுத்துகிறார்கள். இதற்கு ஓரளவு காரணமும் உண்டு. ராட்சசப் பாம்பின் சுருண்ட உடலில்தான் இத்தனை முழுமைத்துவம் பெற்ற தாளக்கட்டு இருக்கிறது; அந்தத் தாளக் கட்டில், லாகவமும் சக்தியும் சேர்ந்து கூடி நிற்கின்றன. பாம்பையும் நாங்கள் பயன்படுத்தி இருப்போம் என்று சொல்லவே எனக்குத் தோன்றுகிறது. ஆனால், அப்படி நாங்கள் செய்ய வில்லை. காரணம் என்ன? அலங்காரக் கருத்துத் தவிர, சாதாரணப் பாம்பில் இருப்பதைவிட மிக ஆழமான பொருள் ராட்சசப் பாம்பில் அமைந்திருக்கிறது. ராட்சசப் பாம்பின் கால் நகங்கள், கொம்புகள், தாடிகள் ஆகியவை எவ்வளவு அழகாய் இருக்கின்றன! மாறுபாடற்ற மந்த கதியை அறவடிப்பதற்கு இவை எப்போதும் பயனானவை. இவற்றோடு இந்த ஆழ்ந்த பொருளும் சேர்ந்து கொண்டால், கேட்கவா வேண்டும்! ராட்சசப் பாம்பு மறு உலக மனநிலையைக் குறிக்கிறது. அதாவது, 'நழுவி ஓடுதல்' அல்லது யி கோட்பாடு என்று ஏற்கெனவே குறிப்பிட்டோமே, அது. அதோடு, சிறந்த தாவோக் கொள்கை ஞானத்தையும் அது குறிக்கிறது.

ஏனென்றால், மேகங்களூடே அடிக்கடி அது தன்னை ஒளித்துக்கொள்கிறது. எப்போதோ ஒரு சமயந்தான் தன் சுயவடிவம் முழுவதையும் அது வெளிக்காட்டுகிறது. சிறந்த சீனாக்காரனும் அப்படித்தான். முழு ஞானம் உண்டு, முழு ஆற்றலுண்டு. இருந்தும், தன்னை மறைத்துக்கொள்ளவே அவன் விரும்புகிறான். மேகங்களை முட்டி எழக்கூடிய அவனால், மலைக் குளங்களின் ஆழ் மட்டத்துக்கும் இறங்க முடியும். ஆழமான குட்டையின் இருண்ட நீர்ப்பரப்பின் கீழே அவன் வாழ்கிறான் என்பதைக் குறிக்கிற எந்த மாதிரி அடையாளங் களையும் நாம் காண முடியாது. ஆனால், அவன் எழுகிறபோது எப்படி? அப்போது, ச்சுகோ லியாங் செய்தமாதிரி, உலகம் அனைத்தையும் அவன் ஒரு குலுக்குக் குலுக்கிவிடுகிறான். சீனாவில் வெள்ளங்கள் எப்படி உண்டாகின்றன? ராட்சசப் பாம்பு இங்கும் அங்கும் சென்று சஞ்சரிப்பதால்தான் இவை எப்போதும் உண்டாகின்றன. இடி மின்னலின் மத்தியில் வீட்டுக் கூரைகளைப் பிய்த்தெறிந்துகொண்டும், வயதான ஆலமரங்களை

வேரோடு பிடுங்கி வீசிக்கொண்டும் பிரம்மாண்டமான மேகக் கூட்டங்களில் அமர்ந்தவண்ணம் வானத்தை நோக்கி, அவன் பாய்ந்தடித்துக் கொண்டு மேலே கிளம்புவதை நாம் சிலவேளை பார்க்க முடியும். ஞானம், சக்தி இவற்றின் அவதாரமான ராட்சசப் பாம்பைப் பின் ஏன் நாம் வழிபடக் கூடாது?

ஆனால் ஒன்று. ராட்சசப் பாம்பு என்பது வெறும் புராண விசயமல்ல. காலங் கடந்த பழங்கதை அல்ல. சீனர்களுக்கு, மலைகளும் ஆறுகளும் உயிர் பெற்றுள்ளவை. மலைகளின் நெளிந்து செல்லும் முகடுகள் பலவற்றில் ராட்ஷப் பாம்பின் முதுகை நாங்கள் காண்கிறோம். மலைகள் படிப்படியாய்த் தணிந்துவந்து, சம நிலத்துடனோ, கடலுடனோ கூடிக்கலக்கும் இடங்களில் ராட்சசப் பாம்பின் வாலை நாங்கள் காண்கிறோம். இதுதான் சீன ஏகதெய்வ தத்துவம். இதுதான் சீனச் சக்கர சாஸ்திரத்தின் அடிப்படை. இவ்வாறாக, மந்திரக் கணிதம் ஒரு மூட நம்பிக்கை என்பது மறுக்க முடியாததாயினும், இதற்கு ஒரு மகத்தான ஆன்மிகப் பெறுமதிப்பும் கட்டடக்கலைப் பெறுமதிப்பும் இருக்கவே செய்கின்றன. இதன் மூடநம்பிக்கை எதில் அடங்கியுள்ளது? எங்களுடைய மூதாதையின் சமாதியைச் செடி கொடி நிறைந்த அழகான இடத்தில் அமைக்க வேண்டும். அங்கிருந்து பார்த்தால், மேலே சொன்ன ராட்சச மலைகளும், சிங்கக் குன்றுகளும் கண்ணில் தென்பட வேண்டும். அப்போது, இறந்து போனவருடைய சந்ததிகளுக்கு நல்லதிர்ஷ்டமும் செல்வமும் பெருகும்—என்று நம்புவதுதான் மேற்படி குருட்டு நம்பிக்கை. சமாதி அமைந்த இடமும், காட்சிப் பரப்பும் மெய்யாகவே ஒப்பற்ற தன்மையில் இருந்துவிட்டால், அதாவது, ஐந்து ராட்சசப் பாம்புகளும், ஐந்து புலிகளும் சேர்ந்துகொண்டு சமாதிக்கு வணக்கம் செலுத்துகிற மாதிரியில் இருந்துவிட்டால்—இந்தச் சந்ததியின் பரம்பரையில் உதிக்கும் எவனாவது ஒருவன் கட்டாயம் ஒரு புது அரச வமிசத்தை நிறுவாமல் இருக்க முடியாது. அப்படி இல்லாவிட்டாலும், முதல் அமைச்சர் பதவியையாவது பெற்றே தீரவேண்டும்.

இந்தக் குருட்டு நம்பிக்கையின் அடிப்படை என்ன? நிலக் காட்சியை ஏகதெய்வ ரீதியில் கண்டு அனுபவிப்பதே. அழகைக் கண்டு நயம்பட ரசிக்கும்படி சக்கர சாஸ்திரமானது எங்களுடைய கண்களைக் கூர்மை ஆக்கிவிடுகின்றது. அப்போது, மலைகளில்

தென்படும் கோடுகளிலும், மிருகங்களின் உருவங்களில் பார்க்கும் அதே தாளகதியை நாம் பார்க்க முயலுகிறோம். எந்தத் திசையில் திரும்பினாலும், இயற்கையானது ஜீவசக்தி பெற்று இலங்குகிறது. அதன் தாளக்கட்டான கோடுகள், கிழக்கிலிருந்து மேற்குவரை, ஒரே பெரும் பரப்பாய்ப் பரவிச் செல்கின்றன; பரந்து விரிந்து சென்று, குறிப்பிட்ட ஒரு புள்ளியில் போய்ச் சேர்ந்து கூடுகின்றன. மறுபடியும் பாருங்கள்; மலைகள், ஆறுகள், பொதுவான நில அமைப்பு இவற்றில் இலங்கும் அழகு எப்படிப்பட்டது? அசைவற்ற வடிவப் பரிணாமத்தின் அழகையா நாம் காண்கிறோம்? அல்ல. இயக்க நிலையிலுள்ள அழகையே நாம் காண்கிறோம். ஒரு வளைவை அதன் வளைவுக்காகவா நாம் பாராட்டுகிறோம்? அல்ல. வேக கதியின் இருப்பு நிலையை அது காட்டுகிறது. நிறைவுபெற்ற வட்ட வடிவத்தைவிட, அமிதமாய் ஊதி வீங்கிப் போன வட்டக் கோணலேயே நாம் அதிகமாகப் பாராட்டுகிறோம்.

ஆகவே, சக்கர சாஸ்திரத்தின் கலைநயங்கள் சீனக் கட்டடக் கலையோடு நெருங்கிய தொடர்புகொண்டிருக்கின்றன—அதாவது, மனைச் சிற்பம் அல்லது கட்டடக்கலை என்ற சொல்லை அதன் பரந்த பொருளில் கொள்ளும்போது, நிலக்காட்சி, காட்சிப் பொருள்களின் செயற்கை ஆகியவற்றில் கொள்வன தள்வன அறிந்து, செயல் நடத்தும்படி இது கட்டாயப்படுத்துகிறது. என் நண்பர் ஒருவருடைய மூதாதையின் புதைகுழிக்குப் பக்கத்தில் சிறிய நீர்நிலை ஒன்றிருந்தது. நீர்நிலை இருந்தது நல்ல சகுனமாம். ஏனென்றால், ராட்சசப் பாம்பின் ஒரு கண் அது என்று விளக்கம் அளித்தார்கள். நீர் வறண்டுபோனதும், குடும்பச் சொத்து போய் விட்டது. சொல்லப்போனால், புதைகுழிக்குக் கீழே, சற்றுத் தூரத்தில், ஒரு நீர்நிலையை அமைப்பது புதைகுழியின் பொதுப் படையான காட்சிச் சூழலுக்குக் கலைநயம் தரக்கூடிய ஒரு முக்கியமான அம்சமாகக் கருதப்பட்டது. மறுபுறத்திலுள்ள ஒரு கோட்டுக்கு நுண்ணியமுறையில் சம நிலையில் இந்த நீர்நிலை அழகூட்டியது. ராட்சசப் பாம்புப் படத்தில் கடைசியாக ஒரு குத்து வைக்கிறோம். இது பாம்பின் கண். படம் முழுவதையும் இது உயிர் பெறச் செய்துவிடுகிறது. அதே மாதிரிதான் இந்த நீர்நிலை விசயமும். இதனால் மூடநம்பிக்கை பெருகுகிறது. அடிக்கடி கொடுமையான குடும்பச் சச்சரவுகள் நேர்கின்றன. கோத்திரச்

சண்டைகள் மூளுகின்றன. புதைகுழியிலிருந்தோ, மூதாதையின் வீட்டுக் கூடத்திலிருந்தோ புறப்பட்டு, அப்பழுக்கின்றிப் பரந்து விரிந்து செல்லும் வரைக்கோட்டின் முழுமையான வேகத்தைத் தடை படுத்துவதற்காக யாராவது நடுவில் ஒரு கட்டடத்தை எழுப்பு கிறான், அல்லது எங்கேயாவது ஒரு பள்ளத்தைத் தோண்டுகிறான். அப்போது என்ன ஆகிறது? ராட்சசப் பாம்பின் கழுத்து முறிபடுகிறது. இதனால் செல்வாக்குப் பெறலாம் என்று அந்தக் குடும்பத்தின் நம்பிக்கையில் மண் விழுகிறது. இந்த மாதிரிச் சச்சரவுகளெல்லாம் நிகழ்ந்தாலும், சக்கர சாஸ்திரத்தால் ஏற்பட்ட தீமையைவிட நன்மையே அதிகமாய் இருக்க முடியாதா என்ற சந்தேகம் எனக்கு எழுகிறது. நிலக்கூறு பற்றி நாங்கள் சரியாய்த் தெரிந்துகொள்ளாதபடி சக்கர சாஸ்திரம் பெரும் தடையாய் இருந்ததைவிட, எங்களது கலாரசனை வாழ்க்கை செழித்துச் செறிவுறுவதற்கு இது அதிகமாக உதவி இருக்கலாம்.

கடைசியானதும் மிக முக்கியமானதும் ஆன ஓர் அம்சம் சீனக் கட்டடக்கலையில் உண்டு. அதுதான் இயற்கையோடு அடிப்படை யான நன்மையில் அது கொண்டுள்ள இசை இணைவு. இது என்றும் நிலைத்திருந்து வருகிறது. ஒரு வகையில் பார்த்தால், ஓர் ஆபரணத்தைவிட அந்த ஆபரணத்தின் அமைப்பே முக்கியமாகிறது. கட்டடக்கலை தன்னளவில் முழுமைத்துவம் பெற்றிருக்கலாம். ஆனால், அது அமைந்துள்ள நிலக் காட்சியுடன் அது பொருந்தா விட்டால் என்ன பயன்? தன் இடத்தை அது முரட்டுத்தனமாய் வலியுறுத்திக் கொண்டு, இசைகேடு விளைத்து, நம் கண்ணை உறுத்தும் அல்லவா? இதை நாங்கள் ரசனைக் குறைவு என்கிறோம். சிறந்த கட்டடக்கலை என்பது எது? இயற்கையான நிலக் காட்சியோடு அது கலந்து மறைந்துவிடவேண்டும்; அதோடு சேர்ந்து ஒன்றாக ஆகிவிட வேண்டும்; அதற்குச் சொந்தமான ஒரு பகுதியாக மாறிவிட வேண்டும். சீனக் கட்டடக்கலையின் உருவப் பாடுகள் எல்லாவற்றிற்குமே இந்தக் கோட்பாடுதான் வழிகாட்டி வந்துள்ளது. ஒட்டக முதுகுள்ள பாலத்திலிருந்து அடுக்கடுக்கான தொங்கல் படைத்த கோபுரம்வரை இப்படித்தான்; கோயிலி லிருந்து நீர்க்குட்டை விளிம்பில் அமைந்த சிறு விதானம் வரைக்கும் இப்படித்தான். அதன் கோடுகள், துன்பம் தணித்து, அமைவு தரவேண்டும்; துருத்திக்கொண்டு நிற்கக் கூடாது. மரங்களின்

இனிய நிழலின் கீழே அதன் கூரைகள் அமைவாக அணைந்து தழுவ வேண்டும். மென்மையான தழை சுமந்த வாதுகள் (கிளைகள்) அதன் புருவத்தை மெல்ல உராய வேண்டும். சீனக் கூரையானது இரைந்து கூச்சலிடுவதில்லை. வானத்தை நோக்கித் தன் விரல்களை அது சுட்டிக் காட்டுவதில்லை. அமைதியை மட்டுமே அது காட்டுகிறது. வானவீதியின் முன்னிலையில் பணிவோடு அது தலைவணங்கி நிற்கிறது. அது குறிப்பது என்ன? மனித ஜாதியாகிய நாம் வசிக்கும் இடம் இன்னதென்பதை அது காட்டுகிறது. நம்முடைய மனித வாழ்விடங்களைப் போர்த்து மூடி, ஓரளவு நாஸூக்குத் தன்மையை அது குறிப்பால் உணர்த்துகிறது. ஏனென்றால், எங்களுடைய வீடுகள் எல்லாவற்றிற்குமே ஒரு கூரை அமைக்க வேண்டும் என்பதை நாங்கள் எப்போதும் நினைவில் வைத்திருக் கிறோம். நவீன காலத்துக் கெட்டிக் கட்டடங்கள் போல, மானங்கெட்ட அம்மண நிலையில், வானத்தை வெறித்துப் பார்க்கும்படி அவற்றை நாங்கள் விட்டுவைப்பதில்லை.

சிறந்த மலைச் சிற்பம் என்பது எது? இயற்கை எங்கே முடிவடைகிறது, கலை எங்கே தொடங்குகிறது என்ற வேறுபாட்டை நாம் உணராமல் இருக்கும்படிச் செய்வதுதான் சிறந்த கட்டடக்கலை. இதற்கு வண்ணத்தைப் பயன்படுத்துவது, மகத்தான முக்கியத்துவம் வாய்ந்தது. சீனக் கோயில்களின் மண்ணிறமான சுவர்கள் மலைப் பகுதிகளின் ஊதா வண்ணத்தோடு இசைந்து இணைவு பெற்று ஒன்றிவிடுகின்றன. பளபளப்பான ஓடுகள் போட்ட அதன் கூரைகள் பச்சை, பிரஷ்ய நீலம், ஊதா, அல்லது பொன் மஞ்சள் ஆகிய வண்ணங்கள் ஏதாவது ஒன்றில் அமைந் திருக்கும். இலையுதிர் காலத்தில் இலை, தளிர்கள் கொண்டுள்ள சிவப்பு வண்ணத்துடனும் நீல வானத்துடனும் இவை கூடிக்கலக் கின்றன. இந்த வர்ணக் கலவையும் ஒன்றிப்பும், இசை இணைவு பெற்ற ஒரு முழு வடிவத்தை நமக்கு அளிக்கின்றன. தூரத்தில் நின்றுகொண்டு இந்த கட்டடக்கலையை நாம் பார்க்கிறோம்; ஆஹா, என்ன அழகு என்று வியக்கிறோம்.

9

வாழ்க்கைக் கலை

1. வாழ்க்கை இன்பங்கள்

ஒரு மனிதன் தனது ஓய்வு நேரத்தை எப்படிச் செலவிடுகிறான் என்று தெரிந்துகொள்ளாதவரைக்கும் அவனை நாம் அறிந்து கொள்வதில்லை. அதேபோல, ஒரு நாட்டு மக்களுடைய வாழ்க்கை இன்பங்கள் எப்படிப்பட்டவை என்று தெரிந்து கொள்ளாதவரைக்கும், அவர்களை நாம் அறிந்துகொள்வதில்லை. தான் கட்டாயமாய்ச் செய்து முடிக்க வேண்டிய வேலைகளையே செய்வதிலிருந்து அவன் விடுதலை பெற்று, தனக்கு விருப்ப மான காரியங்களைச் செய்கிறபோதுதான் அவனுடைய நடத்தைச் சீலம் வெளிப்படுகிறது. சமூகத் தடைகளும் வியாபாரத் தடைகளும் போய்விட வேண்டும். பணம், புகழ், உயர்வு, ஆசை ஆகியவற்றின் தார்க்குச்சித் தூண்டுதல் விலகிவிட வேண்டும். மனிதனின் ஆன்மா தன் விருப்பப்படித் திரிய வேண்டும். அப்போது தான் உள்ளுக்குள்ளே இருக்கும் மனிதனை நாம் காண்கிறோம். அவனுடைய சுயவடிவத்தை நாம் பார்க்கிறோம். வாழ்க்கை கரடு முரடானது; அரசியல் அழுக்குப் படிந்தது. வணிகம் உலுத்தத் தனமானது.

ஆகவே, ஒரு மனிதனை அவனுடைய பொது வாழ்வைக் கொண்டே மதிப்பிடுவது பல சமயம் அவனுக்கு அநீதி இழைப்பதாகவே முடியும். இந்தக் காரணத்தால், அரசியலில் சண்டாளர்களாய் உள்ள எங்கள் மனிதர்களில் எத்தனையோ பேர், மனித ஜீவன்கள் என்ற முறையில், இவ்வளவு தூரம் அன்பு கொள்ளத்தக்கவர்களாக இருக்கிறார்கள். பயனற்ற வாய்வீச்சுக்காரர் களாகிய எங்கள் கல்லூரித் தலைவர்களில் எத்தனையோ பேரை,

அவர்கள் வீட்டில் போய்ப் பார்த்தால் அவர்கள் மிகமிக நல்ல பேர்வழிகளாக இருப்பார்கள். இதே முறையில், தொழிலில் ஈடுபட்டுள்ள சீனர்களைவிட, விளையாட்டில் ஈடுபட்டுள்ள சீனர்களே நம்முடைய அன்பைப் பெரிதும் கவரத்தக்கவர்கள் என்று நான் நினைக்கிறேன். அரசியலில் ஈடுபட்டுள்ள சீனர்கள் கேலிக்கு உரியவர்கள், சமுதாய வாழ்வில் சிறுபிள்ளைத்தன மானவர்கள்; ஓய்வாய் இருக்கும்போதுதான் அவர்களுடைய சிறப்பு வெளிப்படுகிறது. அவர்களுக்கு ஏராளமான ஓய்வு உண்டு; ஏராளமான ஓய்வுக் களியாட்டங்கள் உண்டு. அவர்களுடைய வாழ்க்கையைப் பற்றிய இந்த இயலை, அவர்கள் அருகே நெருங்கிவந்து, கூடஇருந்துகொண்டு படித்துப்பார்க்க வேண்டும் என்ற சிரத்தைகொண்ட எவருக்கும் இது ஒரு திறந்த புத்தக மாகவே கிடக்கிறது. இங்கே, தங்கள் உண்மை நிலையில், உயர்ந்த நிலையில் சீனர்கள் இலங்குகிறார்கள். ஏனென்றால், இங்கேதான் தங்களுடைய சிறந்த சிறப்பியல்பாகிய உல்லாசப் போக்கை அவர்கள் பலப்படுத்துகிறார்கள்.

விரிவான ஓய்வு கொடுத்துப் பார்த்தால், சீனர்கள் என்னதான் செய்யமாட்டார்கள்? நண்டு தின்கிறார்கள், தேநீர் குடிக்கிறார்கள், ஊற்று நீரைச் சுவைக்கிறார்கள், தெருக்கூத்து மெட்டுகளைப் பாடுகிறார்கள், காற்றாடி விடுகிறார்கள். கோழி இறகுப் பந்தாடுகிறார்கள், புல்லின் கருக்குகளை ஜோடி சேர்த்து விளையாடுகிறார்கள், காகிதப் பெட்டி செய்கிறார்கள். சிக்கலான கம்பிப் புதிர்களைச் சிக்கறுக்கிறார்கள், மாஜொங் ஆடுகிறார்கள், சூதாடித் துணிமணிகளை அடகு வைக்கிறார்கள், ஜின்செங் மது இறக்குகிறார்கள். மேலும் சேவல்சண்டை பார்க்கிறார்கள். குழந்தைகளோடு ஆடிப்பாடுகிறார்கள், பூச்செடிகளுக்கு நீர் வார்க்கிறார்கள், காய்கறி பயிரிடுகிறார்கள். பழங்களை ஒட்டுப் பயிர் செய்கிறார்கள், சதுரங்கம் ஆடுகிறார்கள், குளிக்கிறார்கள். பேச்சுவார்த்தை நடத்துகிறார்கள், கூண்டுப் பறவைகள் வைத்திருக் கிறார்கள். பிற்பகலில் சொற்ப நேரம் தூங்குகிறார்கள், ஒரே வேளையில் மூன்று வேளைச் சாப்பாட்டை உண்கிறார்கள். விரல் கண்ணா மூச்சாட்டம் ஆடுகிறார்கள், ரேகை சாஸ்திரத்தில் விளையாடுகிறார்கள், நரி ஆன்மாக்களைப் பற்றி வம்பளக் கிறார்கள், தெருக்கூத்துகளுக்குப் போகிறார்கள், மேளதாளம்

கொட்டுகிறார்கள், புல்லாங்குழல் வாசிக்கிறார்கள். வரிவடிவக் கலை பயில்கிறார்கள், வாத்துப் பொரியல்களை மெல்லுகிறார்கள். 'காரட்' கிழங்குகளை உப்பிட்டு வைக்கிறார்கள், 'வால்நட்' கொட்டைகளுடன் சல்லாபிக்கிறார்கள். கழுகுகளைப் பறக்க விடுகிறார்கள், அஞ்சல் புறாக்களுக்கு இரை ஊட்டுகிறார்கள், தங்கள் தையல்காரர்களுடன் சண்டை பிடிக்கிறார்கள், யாத்திரை மேற்கொள்கிறார்கள், கோயிலுக்குப் போகிறார்கள், மலையேறு கிறார்கள், படகுப் பந்தயம் பார்க்கிறார்கள், எருதுகளைச் சண்டைக்கு விடுகிறார்கள், காமத்தைக் கிளப்பும் மருந்துகளை உட்கொள்கிறார்கள், 'பங்கி' அடிக்கிறார்கள், தெருக்கோடிகளில் கும்பு கூடுகிறார்கள், விமானங்களைப் பார்த்துக் கத்துகிறார்கள், ஜப்பானியர்களைக் கண்டித்து ஆரவாரம் செய்கிறார்கள். வெள்ளைக் காரர்களைக் கண்டு அதிசயிக்கிறார்கள். தங்கள் அரசியல்வாதி களைப்பற்றி நிறைகுறைகளைக் கூறிப் பிய்த்துவாங்குகிறார்கள். புத்தசமயப் பழம்நூல்களைப் படிக்கிறார்கள், பிராணாயாமம் செய்யப் பயில்கிறார்கள், புத்த சமய ஆன்மிகக் காட்சிகள் நடத்துகிறார்கள், சோதிடம் பார்க்கிறார்கள், வெட்டுக்கிளி பிடிக்கிறார்கள், தர்பூசணி விதை தின்கிறார்கள், சந்திரப் பணியாரங்களுக்காக வேண்டிச் சூதாடுகிறார்கள், விளக்குப் போட்டி நடத்துகிறார்கள். அபூர்வமான சாம்பிராணிப் புகை போடுகிறார்கள். கோதுமை மாவில் செய்த முட்டைத் தோசை தின்கிறார்கள், இலக்கிய விடுகதைகளைக் கண்டுபிடிக்கிறார்கள், தொட்டிப் பூக்களை வேண்டியபடி வளர்க்கிறார்கள், ஒருவருக் கொருவர் பிறந்தநாள் பரிசு அனுப்பிக்கொள்கிறார்கள், ஒருவருக்கொருவர் தாழ வணங்கிக் கொள்கிறார்கள், குழந்தை களை உற்பத்தி செய்கிறார்கள்; தூங்குகிறார்கள்.

ஏனென்றால், சீனர்களுக்கு எப்போதுமே உல்லாசம் உண்டு, களி ஆட்டம் உண்டு, ரசனை உண்டு, நுண்ணாற்றல் உண்டு. மிகப் பெரும்பாலோர் இன்றும் தங்கள் உல்லாசத்தன்மையையும் களியாட்டத்தன்மையையும் பெற்றிருக்கவே செய்கிறார்கள். நவீன சீனாவிலுள்ள படித்தவர்கள் மட்டும் என்னவோ சாதாரணமாகக் கோபக்காரர்களாகவும், சாகுருவிப் போக்குள்ளவர் களாகவுமே இருக்கிறார்கள். காரணம், விசயங்களின் சரியான தன்மையை மதிப்பிடும் ஆற்றலை இவர்கள் இழந்துவிட்டார்கள்.

இவர்களில் கொஞ்சப் பேருக்குத்தான் இன்று ஏதாவது ரசனையோ நுண்ணாற்றலோ இருந்து வருகிறது. இது இயல்புதான். ஏனென்றால், ரசனைச் சுவை என்பது பரம்பரையாக வரவேண்டிய ஒன்று. அழகிய பொருள்களைக் கண்டு வியக்கும் படி மனிதன் எப்படிப் பயிற்றுவிக்கப்படுகிறான். புத்தகங்களால் அல்ல. சமூகத்தில் முன்மாதிரியாகச் செய்து காட்டுவதால்தான், நல்ல ரசனைகொண்ட சமூகத்தில் வாழ்ந்து வருவதால்தான். கைத்தொழில் சகாப்தத்தில் வாழும் மனிதனுடைய ஆன்மா என்னவோ அவலட்சணமாகத்தான் இருக்கிறது. சீனாவிலுள்ள மனிதனின் ஆன்மா எப்படி? தங்கள் சமுதாய மரபிலுள்ள சிறந்தவை, நயமானவை அனைத்தையும் தூர எறிந்துவிட்டு, மேலைநாட்டு மரபில்லாத மேலைநாட்டு விசயங்களுக்காக வெறிபிடித்து ஓடுகிறார்கள். இதைப் பார்க்கும்போது, ஏற்கெனவே அவலட்சணமாய் இருந்த நிலைமை இன்னும் படுமோசமாகி விடுகிறது. ஷாங்ஹாயில் எத்தனையோ மாடமாளிகைகள். அவற்றில் இலட்ச இலட்சாதிபதிகள் வாழ்கிறார்கள்.

இந்த மாளிகை மண்டலம் முழுவதிலும் உள்ள நாஸூக்கான பசுந்தோட்டம் ஒன்றே ஒன்றுதான். அதன் சொந்தக்காரரோ ஒரு யூதர். சீனர்கள் இதில் எங்கே கவனம் செலுத்தினார்கள் தெரியுமா? டென்னிஸ் பந்தாட்டத் திடல், க்ஷேத்திர கணித வடிவத்தில் அமைந்த பூச்செடிப் பரப்புகள், வெட்டிவிட்ட வேலிப் புதர்கள், கச்சிதமாய்க் கவாத்துப் பண்ணுங் கத்திரி வேலை செய்து, சரியான வட்டம் போலவோ, சரியான மொக்குகள் போலவோ தோன்றும்படி செய்த மரங்கள், ஆங்கில எழுத்துக்களைக் குறிப்பதற்கு நட்டுவைக்கப் பெற்ற மலர்கள்—இப்படி இவற்றில் கவனம் செலுத்தினார்கள். ஷாங்ஹாய் சீனம் அல்ல. நவீன காலத்துச் சீனா எந்தக் கதிக்கு வந்து சேரும் என்பதைக் குறிக்கும் அபசகுன அறிவிப்பே ஷாங்ஹாய். மேலைநாட்டு வெண்ணெய்ப் பணியாரங் களைப் போல, சீனாவில் பன்றிக் கொழுப்பில் பணியாரங்கள் செய்வதுண்டு. இவற்றைத் தின்றவுடன் சுவையை எங்கள் வாயில் தங்கச் செய்கிறது. எங்கள் புலன் உணர்வுகளையும் அதன் அபசுரம் சாடித் தாக்குகிறது. மயானத்துக்குப் போகும்போது 'கிறிஸ்துவ வீரர்களே, முன்னேறுங்கள்!' என்ற பாட்டைப் பித்தளை டமாரங்களை வைத்துக்கொண்டு வாத்தியம் வாசிக்கிறார்களே,

அந்த மாதிரி. சம்பிரதாயமும் ரசனைச் சுவையும் வளர்வதற்குக் காலம் பிடிக்கும்.

புராதனச் சீனாவில் ரசனை நயம் இருந்தது. அதில் மீந்திருப்பதை அழகிய பழைய புத்தகக் கட்டுக் கோப்புகளிலும், கடிதம் எழுதும் வனப்பு மிக்க தாள்களிலும், பழைய பீங்கான் சாமான்களிலும், சிறந்த ஓவியங்களிலும், நவீன காலப்போக்குக்கு இரையாகி விடாத எல்லா விதமான பழைய 'சில்லுண்டி'ச் சாமான்களிலும் நாம் காண்கிறோம். அழகு வாய்ந்த பழம் புத்தகங்களைக் கொஞ்சும்போதோ, படிப்பாளியின் கடிதத் தாள்களைப் பார்க்கும்போதோ நமக்கு என்ன தோன்றுகிறது? பழைய சீனாவில் வாழ்ந்த அந்த மனிதனின் ஆன்மாவானது திட்பம், இசை விணைவு, கனிவுபெற்ற வண்ணங்கள் இவற்றை நன்றாகப் புரிந்துகொண்டிருந்ததென்பது நமக்குத் தெளிவாகிறதல்லவா? அதிக காலம் அல்ல; ஒரு இருபது முப்பது ஆண்டுக்கு முந்தித்தான் பாருங்களேன். நிலைமை எப்படி இருந்தது? வாத்து முட்டைப் பச்சை நிறத்திலுள்ள அங்கிகளை ஆண்கள் அணிந்து வந்தார்கள். பெண்கள் கருமை பாய்ந்த ஊதா அங்கிகள் அணிந்தார்கள். அப்போது, சீனத்துப் பட்டு சீனத்துப் பட்டாகவே இருந்தது. நன்றாய்ச் சிவந்த மசித்திண்டை முத்திரையிடும் செயல்களுக்காக மக்கள் இன்னும் வாங்கி வரவே செய்தார்கள். இப்போதோ, அண்மைக் காலத்தில் பட்டு உற்பத்தித் தொழில் முழுவதுமே படுத்துவிட்டது; ஏனென்றால், செயற்கைப்பட்டு எவ்வளவோ மலிவாகிவிட்டது; துவைத்தால், நன்றாய் அழுக்குப் போகிறது. அவுன்ஸ் முப்பத்திரண்டு டாலர் விலையுள்ள நல்ல சிவப்பு மசித் திண்டுக்குக் கிராக்கி இல்லை. ஏனென்றால், ரப்பர் முத்திரைகளுக்காக வேண்டி ஊதா மை எங்கும் அடிபடுகிறது.

சீனர்களின் தொன்மையான உல்லாசப் போக்கு ஷியாவோப் பின்வென் என்ற பழக்கப்பட்ட சீனக் கடடுரையில் சிறப்பாய் எதிரொலிக்கிறது. விளையாட்டுப் போக்கில் இருக்கும் சீன ஆன்மா உண்டுபண்ணித் தந்தது இது. ஓய்வான வாழ்க்கையின் இன்பங்களைப் பற்றித்தான் அது முடிவே இல்லாமல் தன்னுடைய வரலாற்றுக் கோளாகக்கொண்டிருக்கிறது. அதன் விசய விளக்கம் யாது? தேநீர் பருகும் கலை, முத்திரை தீட்டுவது எப்படி, கற்களின் நயத்தையும் அவற்றின் பட்டை வெட்டுகளையும்

எப்படி ரசிப்பது, தொட்டிப் பூக்களை எப்படிப் பக்குவமாய் வளர்ப்பது, 'ஆர்க்கிட்' பூக்களை எப்படிப் பேணுவது என்ற விசயங்களைப் பற்றியும், ஏரியில் படகுவிடுவது, வரலாற்றுப் புகழ் பெற்ற மலைகளில் ஏறுவது, புராதன அழகிகளின் சமாதி களுக்குப் போவது, சந்திர வெளிச்சத்தில் கவிதை கட்டுவது, உயர்ந்த மலைமீது இருந்துகொண்டு சூறாவளியைப் பார்த்துக் கொண்டிருப்பது ஆகியவற்றைப் பற்றியும் அது கூறிச் செல்லும். இவை அத்தனையும் ஒய்வுபெற்ற பேச்சுநடையில், கனி காய்க் கவரும் போக்கில் எழுதப் பெற்றிருக்கும். கனப்புத் தீ அருகே அமர்ந்திருக்கும் நண்பனுடைய பேச்சு மாதிரி, இதுவும் நமக்குக் கோபமூட்டாமல் ஆதரவு தரும். துறவியின் உடையைப்போல, கவிதாரீதியான ஒழுங்குக் கேடுற்றிருக்கும். இந்த நடை உக்கிரமானது; ஆனாலும், கனிவு பெற்றது. நாள்பட்ட நல்ல ஒயினும் இப்படித்தானே.

இவை அனைத்துள்ளும் ஒரு விசயம் ஊறி நிற்கிறது. தனக்குத் தானாகவும் பிரபஞ்சத்தோடும் மகிழ்ச்சிகொண்ட மனிதனின் ஆன்மப் போக்குத்தான் அந்த விசயம். சொத்துடைமையில் ஏழைதான். எண்ணத்தில் பெரும் செல்வன். சுவையில் தரம் தெரிந்தவன். அனுபவசாலி; நிறைந்த உலக ஞானி; ஆனால், எளிய உள்ளம் படைத்தவன். உணர்ச்சிகள் போட்டு அடைத்த ஒரு குப்பி; ஆனாலும், வெளி உலகம் முழுவதையும்பற்றி அக்கறையே இல்லாதவன்போல் காண்கிறான். வெறுத்துப் போய் சரி நடக்கட்டும் என்று கொண்டவன். புத்திசாலியான சோம்பேறி. எளிமையையும் நல்ல சுகபோகத்தையும் விரும்புகிறான்.— இப்படிப்பட்ட ஆன்மப் போக்கு நெடுகிலும் ஊடுருவி நிற்கிறது. *எல்லா மனிதரும் சகோதரர்களே* என்ற புத்தகத்தின் முன்னுரையில் இந்த உல்லாசப் போக்கு நன்கு தென்படுகிறது. இதை ஆசிரியரே எழுதியதாய்ச் சொல்கிறார்கள். உண்மையில் இதை எழுதி, ஆசிரியரே இதை எழுதியதாக மோசடி செய்தவர் ச்சின் ஷெங் ட்டாங் என்ற பதினேழாம் நூற்றாண்டின் சிறந்த விமர்சகர்தான். விசயத்தைப் பொறுத்தவரையிலும், முறையைப் பொறுத்த வரையிலும் சாதாரணமாகப் பழக்கத்தில் வந்துவிட்ட சீனக் கட்டுரைக்குத் தன் அளவிலேயே ஓர் அற்புதமான எடுத்துக் காட்டாக விளங்குகிறது. இதைப் படிக்கும்போது இது ஓய்வு பற்றி எழுதிய கட்டுரைதானோ என்று தோன்றும். இதிலுள்ள

மிக வியப்பான செய்தி, இதன் ஆசிரியர் நாவல் புத்தகம் ஒன்றுக்கு முன்னுரையாக அமைக்க உத்தேசித்ததுதான்.

சீனாவில், கலைகளுக்கெல்லாம் கலையாகிய வாழ்க்கைக் கலையைப் பற்றி நிரம்ப விசயங்கள் மனிதனுக்குத் தெரியும். வாலிப தசையிலுள்ள நாகரிகமானது முற்போக்கு அடைவதில் மிகவும் ஈடுபட்டிருக்கலாம். ஆனால், பழைமை வாய்ந்த நாகரிகமோ அப்படியல்ல. இயல்பாகவே வாழ்க்கையைப்பற்றி அது ஏராளமாகக் கண்டிருக்கிறது. அதனால், வாழ்வதில்தான் அதற்குச் சிரத்தை. சீனாவைப் பொறுத்த மட்டில், எப்படி? அதற்குள்ள மனிதாபிமானப் போக்கால், மனிதனையே எல்லாச் சங்கதிகளுக்கும் அது நடுநாயகமாக்கிவிடுகிறது. எல்லாவிதமான அறிவின் முடிவும் மனித இன்பமே என்று கொள்கிறது. ஆகவே, வாழ்க்கைக் கலையைப்பற்றி இப்படி அழுத்திச் சொல்வதானது மிக இயல்பான ஒரு செயலே. மனிதாபிமானம் இல்லாவிட்டாலும் போகட்டும். அப்போதும்கூட, பழைய நாகரிகத்துக்கு வேறு மாதிரியான அளவை மதிப்பு இருந்தே ஆகவேண்டும். ஏன்? 'வாழ்க்கையில் தங்கி நிற்கக்கூடிய இன்பங்களை அது மட்டுமே அறியும். இவை யாவை? சாதாரணப் புலனறிவு பற்றிய சங்கதிகள் தான்—உணவு, நீர், உறையுள், தோட்டம், பெண்கள், நட்பு—இந்த மாதிரி, அடிநாதமான சாரத்தை மட்டும் எடுத்துக் கொண்டு பார்க்கும்பொழுது, வாழ்க்கை என்பது இந்த நிலைக்குத் தான் வந்துவிடுகிறது. அதனால்தான் பாரிஸ், வியன்னா போன்ற பழைய நகரங்களில் நல்ல சமையல் காரர்களை வைத்திருக் கிறோம். நல்ல ஒயின் உண்டு. அழகிய பெண்கள் இருக்கிறார்கள். அழகான சங்கீதம் இருக்கிறது. ஓர் அளவைக் கடந்ததும், மனித புத்தியானது அதற்கு மேலே மேலே போக முடியாமல் சுவரில் போய் முட்டிக்கொண்டுவிட்டது. கேள்வி போட்டுக் கேள்வி போட்டுப் பார்த்து அலுப்படைந்தது. பிறகு, மறுபடியும், உமர்கையாம் போக்கில், திராட்சைக் கொடியையே தனது இல்லக்கிழத்தியாக வைத்துக்கொண்டது. எனவே, எந்தத் தேச மக்களை வேண்டுமானாலும் எடுத்துக் கொள்ளுங்கள். சீனர்களைப் போல எப்படி உண்பது, எப்படி வாழ்க்கையை அனுபவிப்பது என்று அவர்கள் அறிந்திராவிட்டால், எங்கள் கண்ணுக்கு அவர்கள் அநாகரிகர்களாகவும் காட்டு மனிதர்களாகவுமே தோன்றுவார்கள்.

லி லிவெங் (17ஆம் நூற்றாண்டு) எழுதிய நூல்களில் வாழ்க்கை இன்பங்களைப்பற்றி விவரிப்பதற்கென்றே முக்கியமான ஒரு தனிப் பகுதி இருக்கிறது. சீன வாழ்க்கைக் கலைக்கு அது ஒரு பொருளகராதி. வீடு, தோட்டம் முதல், வீட்டின் உட்புற அலங்காரங்கள், தடுப்புகள், பெண்களின் உடல் துப்புரவுக் கடமைகள் வரைக்கும் அனைத்தும் சொல்லியிருக்கும். கொண்டை அலங்காரம், முகத்துக்குப் பொடிபூசுவது, உதட்டுக்குச் சாயம் ஏற்றுவது பற்றியெல்லாம் சொல்லியிருக்கும். நளபாகக் கலையைப் பற்றிக் கூறியிருக்கும். பெருந்தீனிக்காரனுக்கு வழி வகைகள் எடுத்துக்காட்டப்பெற்றிருக்கும். கடைசியாக, பணக்காரனும் ஏழையும் இன்பம் பெற என்ன வழிகள் உண்டு? ஆண்டின் நாலு விதமான காலங்களிலும் இன்பம் பெறுவது எப்படி? கவலையை ஒழிக்கும் முறைகள், கலவி வாழ்க்கையை ஒழுங்குபடுத்துவது எப்படி? நோய்த் தடுப்பு, நோய்நீக்கு முறைகள்—எல்லாம் அங்கு விளக்கப் பெறும். முடிவில், அலாதியான முறையில் மிக புத்திசாலித்தனமான மூன்று பகுதிகளாக மருந்தை வகைப்படுத்தி இருக்கும்: 'மனசுக்குப் பிடித்த மருந்து', 'இந்த நேரத்துக்கு வேண்டிய மருந்து', 'ஆசைப்பட்டு ஏங்கி விரும்பும் மருந்து'—இப்படி மூன்று தினுசு மருந்து. இந்த ஓர் இயலைப் படித்தாலே, கல்லூரியில் ஆண்டுக் கணக்காய் இருந்து படித்துப் பெறக் கூடியதைவிட, அதிகமான விசயங்களை மருத்துவம் தொடர்பாகத் தெரிந்து கொண்டுவிடலாம். இதிலே அவ்வளவு விசயமிருக்கிறது. சுகபோகியான இந்த நாடகாசிரியர்—அவர் சிறந்த நகைச்சுவைக் கவிஞருங்கூட—தனக்குத் தெரிந்ததைப் பற்றியே சொன்னார். வாழ்க்கைக் கலையைப்பற்றி அவர் உள்ளும் புறமும் எவ்வளவு நன்றாகப் புரிந்துகொண்டிருக்கிறார் என்பதற்கு இங்கே சில எடுத்துக்காட்டுகள் தருவோம். சீன ஆன்மப்போக்கின் சாரத்தை இவை எடுத்துக்காட்டுகின்றன.

இளந் தண்டுடைய 'வில்லோ' மரங்களைப்பற்றி லி லிவெங் இப்படி எழுதியிருக்கிறார். பற்பல மலர்கள், மரங்கள் ஆகியவற்றைப் பற்றியும், அவற்றை அனுபவிக்கும் கலையைப் பற்றியும் அவர் மிகத் தீவிரமாய், மனித நோக்கில் ஆராய்ந்திருக்கிறார்:

வில்லோ மரங்களைப் பற்றிய முக்கியமான சங்கதி என்ன?

அவற்றின் கிளைகள் கீழே நோக்கியபடி தொங்குகின்றன. ஏன்? தொங்காவிட்டால், எப்படி அவை வில்லோ மரங்களாக முடியும்? வாதுகள் நீண்டிருப்பது முக்கியம். இல்லாவிட்டால், காற்றில் அவை லாகவமாய் அசைந்தாட முடியாது. அப்படி யானால், அவை தொங்கிக்கொண்டிருப்பதால் என்ன பயன்? இந்த மரத்தைத்தான் சில் வண்டுகள், தாம் ஓய்வு பெறுவதற்கு ஏற்ற நல்ல இடமாக விரும்பிக்கொள்கின்றன. பறவைகளும் இப்படித்தான். காற்றில் மிதந்து வரும் இசையை நாம் பருகி, வேனில் காலங்களில் தனிமையை உணராமல் இருப்பதற்கு இந்த மரந்தான் காரணம். உயரமான வில்லோ மரங்கள் இந்த வகையில் தனிச் சிறப்புப் பெற்றவை. சுருக்கமாய்ச் சொன்னால், மரங்களை நடுவது வெறுங் காட்சி இன்பத்திற்காக மட்டுமா? காதுக்கும் இன்பம் இருக்க வேண்டும் அல்லவா? சில வேளை, காட்சி இன்பமானது சில வரம்புகளுக்குக் கட்டுப்பட்டதாக ஆகிவிடுகிறது. படுக்கையில் தாழப்படுத்திருக்கும்போது இப்படித்தான். செவிப் புலனுக்கு இப்படிப்பட்ட வரம்பு இல்லை. எந்த நேரத்திலும் அது இன்பமுற முடியும். பறவைகளின் இனிமைமிக்க கீதங்களை அமர்ந்திருந்தபடியே நாம் கேட்பதில்லை. படுத்துக் கொண்டிருக்கும் போதுதான் அவற்றை நாம் செவிமடுக்கிறோம். பறவைகளின் பாடல்களைப் பொழுது புலரும் நேரத்தில்தான் கேட்க வேண்டும் என்பது எல்லோருக்கும் தெரியும்.

ஆனால், அவற்றை வைகறைப் பொழுதில் மட்டும் ஏன் கேட்கவேண்டும் என்பதற்குக் காரணம் சொல்லத் தெரியாது. காரணம், மக்கள் இதைப்பற்றிச் சிந்திப்பதில்லை. சுட்டுக் கொல்லும் துப்பாக்கியைப் பற்றிப் பறவைகளுக்கு எப்போதும் பயம். காலை ஏழு மணிக்குப் பிறகு எல்லா மக்களும் எழுந்து விடுவார்கள். அதற்குப் பிறகு பறவைகளுக்குச் சல்லிசுப் படுவது இல்லை. ஒரு தரம் உஷார்ப்பட்டுவிட்டால், அப்புறம் முழு மனத்தோடு ஒருபோதும் அவற்றுக்குப் பாட வராது. பாடினாலும் கூடப் பாட்டு அழகாய் இராது. அதனால்தான், பறவைகளின் பாட்டைக் கேட்பதற்குப் பகற்காலம் சரியான நேரமல்ல. வைகறையில் மக்கள் எழுந்திருக்கமாட்டார்கள். அதிகாலையில் எழுந்திருக்கும் பழக்கமுள்ள சிலர் மட்டும்

நடமாடுவார்கள். அந்த நேரத்தில் பறவைகள் கவலையற்று இருப்பதால், தங்கள் பாட்டுக்களை அவை சாவகாசமாய்ப் பாடி முடிக்க முடியும். அதோடு, இரவு முழுவதும் அவற்றின் நாக்கு வாளாவிருந்திருக்கிறது. தங்கள் சாமர்த்தியத்தைக் காட்ட, இப்போது நாக்குத் துருதுருக்கிறது. அதன் பயனாக, பாடும் போது, அவை மகிழ்ச்சி நிரம்பிய உள்ளத்தோடு பாடு கின்றன. ச்சுவாங்ஸி ஒரு மீன் அல்ல. இருந்தும் மீனின் இன்பத்தை அவனால் புரிந்துகொள்ள முடிந்தது. லிவெங் ஒரு பறவை அல்ல. ஆனால், பறவைகளின் இன்பத்தை அவனால் புரிந்துகொள்ள முடியும். பாடும் பறவைகள் எல்லாம் என்னைத் தங்கள் உயிர்த் தோழனாக மதிக்க வேண்டும்... மரம் நடுகிறபோது கவனிக்க வேண்டிய விசயங்கள் பல உண்டு. ஆனால், பண்பட்டவர்களுக்கு எரிச்சல் தரக்கூடிய ஒரு விசயம் அதில் இருக்கிறது. மரத்தின் இலைகள் அதிகக் கனமாய் இருந்துவிட்டால், சந்திர வெளிச்சத்தை அவை மறைக்கின்றன. நம்முடைய பார்வையிலிருந்து அழகிய தோற்றத்தை மறைத்துவிடுகிற மாதிரிதானே இது? இது மரங்களின் குற்றமல்ல. மனிதர்கள்தாம் வழி தவறிவிட்டார்கள். மரம் நடுகிற சமயத்தில் இந்த விசயத்தைப் பற்றி நாம் சற்றுச் சிந்திக்க முடிந்து, மரங்களுக்குப் பின்னால் வானத்தின் ஒருகோடி மூலை தெரியும்படி விட்டுவைத்து, அந்த இடை வெளியில் சந்திரனின் உதயத்தையும் மறைவையும் காண வழிசெய்துவைக்க முடிந்தால், இரவிலும் பகலிலும் வானத்தால் நாம் துய்க்கும் பயனைப் பெறவே முடியும்.

பெண்களுடைய உடையைப் பற்றி அவர் கூறும் புத்திமதியிலும் நிரம்ப நல்ல விசயம் இருப்பதைப் பார்க்கிறோம்:

பெண்கள் உடையில் முக்கியமான விசயம் என்ன? துணி நயமா? அல்ல; துப்புரவுதான். மலைக்க வைக்கும் அழகா? அல்ல; கம்பீரம்தான். பெண்ணின் குடும்ப நிலையுடன் அவளுடைய உடை ஒத்திருக்க வேண்டியது முக்கியமல்ல. அவள் முகத்தோடு அது ஒப்புரவுகொண்டிருக்க வேண்டும்... ஓர் உடுப்பை ஒருவர் பின் ஒருவராகப் பல பெண்களை அணியச்சொல்லிப் பாருங்கள். சிலருக்கு அது பொருந்தும்; மற்றவருக்கு அது பொருந்தாது. ஏனென்றால், முகத்தின்

வண்ணம் உடையுடன் இசைந்து இணைந்திருக்க வேண்டும். செல்வச் சீமாட்டி ஒருத்தியின் முகம் விலைபெற்ற துணி மணிகளோடு ஒத்துவராமல் போகலாம். சாதாரண வண்ணங ்களோடு பொருந்தி நிற்கலாம். அதிக விலையான உடைதான் தனக்கு வேண்டுமென்று அவள் பிடிவாதம் செய்யலாம். அப்போது, அவளுடைய உடை அவளுடைய முகத்தின் எதிரியாகிவிடவில்லையா? பொதுவாக ஒரு விசயம் கவனிக்கத்தக்கது. வெண்மை நிறம் படைத்த, மென்மையான முகம். உருண்டு திரண்ட லேசான உடம்பு—இப்படிப்பட்ட முகம் எந்தமாதிரி உடையிலும் நன்றாகவே இருக்கும். லேசான வண்ணங்கள் அவளுடைய வெண்ணிறத்தைப் புலப்படுத்தும். ஆழமான வண்ணங்களோ அவளுடைய வெண்ணிறத்தை இன்னும் அதிகமாகச் சிறப்பித்துக் காட்டும். நயமான துணியில் செய்த உடைகள் அவளுடைய மென்மையைப் புலப்படுத்தும். முரட்டுத் துணியோ, அவளுடைய மென்மைத் தன்மையை இன்னும் அதிகமாகச் சிறப்பித்துக் காட்டும். ஆனால், இந்த மாதிரி எத்தனை பெண்கள் இருக்கிறார்கள்? சராசரிப் பெண்பிள்ளையானவள் தனக்குப் பொருத்தமான உடை எது என்று தெரிந்து அதையே தேர்ந்தெடுத்துக்கொள்ள வேண்டும். கண்ட துணியை எல்லாம் பயன்படுத்தக்கூடாது...

நான் சின்னவனாய் இருந்தபோது, எனக்கு நன்றாய் ஞாபகம் இருக்கிறது. இளஞ் சிறுமிகள் ஊதா பாய்ந்த, பலபடியான சிவப்புச் சாயம் ஏற்றிய உடைகளையே அணிந்து வந்தார்கள். வயதான பெண்கள் பிரகாசமான ஊதா உடைகள் அணிந்து வந்தார்கள். பின்னால், ஊதாச் சிவப்பு நிறத்துக்குப் பதிலாக, கனத்த சிவப்பு நிறத்தைக் கைக்கொண்டார்கள். பிரகாசமான ஊதாவுக்குப் பதிலாக நீல நிறம் கைக்கொள்ளப் பெற்றது. இன்னுஞ் சற்றுப் பிற்பட்ட காலத்தில், கனத்த சிவப்புக்குப் பதிலாக மந்த ஊதாநிறம் நடைமுறையில் வந்தது. நீலத்துக்குப் பதில் பச்சை நிறம் வந்தது. அரச வமிசம் மாறியதும் (மஞ்சு ஆட்சியின் தொடக்கம்) பச்சை, மந்த ஊதா ஆகிய இரண்டு நிறங்களும் மறைந்துவிட்டன. இளம் பெண்களும் சரி, வயதான பெண்களும் சரி, கறுப்பு நிற உடைகளையே அணியத் தொடங்கிவிட்டார்கள்.

இதற்குப் பிறகு, தனக்கு விருப்பமான வண்ணமாகிய கறுப்பு நிறத்தின் உயர்ந்த குணங்களைப்பற்றி அவர் சர்ச்சை செய்யத் தொடங்குகிறார்: எல்லா வயதிலும், எல்லாவித முகத்துக்கும் இது எப்படிப் பொருந்துகிறது; ஏழை மக்கள் ஓர் உடையை அழுக்குப் படாமல் நீண்ட காலத்துக்கு அணிந்துவர இது எப்படி உதவுகிறது; கறுப்பு உடைக்கு அடியில் அழகழகான நிறமுள்ள உடைகளைச் செல்வர்கள் எப்படி அணிந்துகொள்ள முடிகிறது; அதனால், காற்றடிக்கும்போது, மேலுடையின் அடியில் அழகிய வண்ணங்கள் தென்பட்டு, மறைந்து கிடக்கும் உடையின் மற்றப் பெரும் பகுதியை நாம் கற்பனை செய்து பார்த்துக் கொள்ளும்படி எப்படிச் செய்வது என்ற விசயங்களை எல்லாம் அவர் விவரித்துச் சொல்கிறார்.

மறுபடியும் பாருங்கள்: 'உறக்கம்' என்ற கட்டுரையில் பிற்பகலில் சிற்றுறக்கம் கொள்வதைப்பற்றி அழகான ஒரு பகுதி இருக்கிறது:

பிற்பகலில் கொள்ளும் உறக்கத்தின் சுகம், இரவுத் தூக்கத்தைப் போல இரு மடங்கு அதிகமானது. வெயில் காலங்களுக்கு இதை முக்கியமாய் பரிந்துரைக்கலாம். மற்ற மூன்று காலங்களுக்கும் இது உதவாது. வேனிற் காலத்தை நான் விருப்பத்துடன் ஆதரிக்கிறேன் என்பதற்காக இப்படிச் சொல்ல வில்லை. வேனிற் காலத்தின் ஒரு பகற்பொழுது மாரிக் காலத்தின் பகற்பொழுதைப் போல் இரண்டு மடங்கு அதிகமாய் நீடித்திருப்பது. வெயில் கால இரவு மழைக்கால இரவில் பாதிகூடத் தேறாது. வேனிற் கால இரவில் மட்டும் ஒருவன் ஓய்வெடுத்துக்கொண்டு வந்தால், தன் நேரத்தில் கால் பகுதியை உடம்பைத் தேற்றிக்கொள்ளச் செலவு செய்து, முக்கால் பகுதியை வேலைவெட்டியிலேயே அவன் ஈடுபடுத்து கிறான். இப்படியே செய்து வந்தால், மனிதனுடைய சக்தி எப்படி நீடித்து நின்றுவரும்? அதோடு, கோடை வெப்பம் மிகக் கோரமானது. இயல்பாகவே களைப்பு உண்டாக்கிவிடுகிறது. பசிக்கும்போது சாப்பிடுவது எவ்வளவு இயல்போ, அல்லது தாகம் எடுக்கும்போது தண்ணீர் குடிப்பது எவ்வளவு இயல்போ, அதே போல், களைப்படைந்தபோது தூங்கப் போவதும் இயல்பே. சுகாதாரம் அனைத்துள்ளும் இதுதான் மிகவும்

சரியானது. பகல் உணவுக்குப் பிறகு, உணவு செரிக்கும் வரை சற்றுப் பொறுத்திருந்து, பிறகு படுக்கையின் அருகே படிப் படியாய் மெல்ல மெல்ல நடந்துகொடுக்க வேண்டும். எப்படியோ தூங்கி ஆகவேண்டும் என்ற எண்ணம் கூடாது. ஏனென்றால், அந்த மாதிரி எண்ணத்தோடு தூங்கினால், அது இனிமையான தூக்கம் ஆகாது. முதலில், ஏதாவது ஒரு விசயத்தில் கவனம் செலுத்த வேண்டும். அந்தக் காரியம் முடியும் முந்தியே தூக்க மயக்கம் கவிந்துகொள்ளும். கனவு உலகத்து மாந்தர்கள் வா வா என்று வரவேற்கிறார்கள். சுய உணர்வோ, முயற்சியோ ஏதுமில்லாமல் அந்த மனோஹர மான இடத்துக்கு அவன் போய்ச் சேருகிறான். பழைய பாடல் ஒன்றின் அடி எனக்குப் பிடிக்கிறது; 'களைப்படைந்ததும் என் கைகள் புத்தகத்தைத் தூர எறிந்துவிடுகின்றன. பிற்பகல் சிற்றுறக்கம் நீண்டதாயிருக்கிறது.' கையில் ஒரு புத்தகத்தைப் பிடித்திருக்கும் போது, தூங்கப் போவதாக உங்களுக்கு எண்ணமில்லை. அதை வீசி எறிந்ததும் எதையும் படிக்கப் போவதாக உங்களுக்கு எண்ணமில்லை. அதனால்தான் எந்த விதமான உணர்வுமின்றி உறக்கம் கொள்கிறீர்கள். தூக்கக் கலையின் அகரமும் அஃகாரமும் இதுதான்.

லி லிவெங் விவரித்துள்ளபடி, தூங்கும் கலையை மனித இனம் எப்போது தெரிந்துகொள்கிறதோ, அப்போதுதான் மெய்யாகவே நாகரிகம் அடைந்துவிட்டதாக, மனித இனம் கூறிக்கொள்ள முடியும்.

2. வீடும் தோட்டமும்

கட்டடக்கலை பற்றிச் சர்ச்சை செய்தபோது, அதன் கோட்பாடு களில் சிலவற்றை ஏற்கெனவே விளக்கி ஆயிற்று. இருந்த போதிலும் சீன வீடும் தோட்டமும், கொஞ்சம் சிக்கலான தோற்றத்தையே கொடுக்கின்றன. அதைத் தனியாகக் கவனித்துப் பார்ப்பது சாலும். இயற்கையுடன் இசை விணைவுகொள்ளும் கோட்பாடு இன்னும் சற்று அதிக தூரத்துக்குக் கொண்டுசெல்லப் பெறுகிறது. ஏனென்றால், வீடு, தோட்டம் ஆகிய இரண்டையும் பற்றிச் சீனர்கள் கொள்ளும் கருத்துத் தனித் தனியானதல்ல. ஒரே முழு உறுப்பின் கூறுகள்தாம் இந்த வீடும் தோட்டமும். யுவான்ச்சே

என்ற சொற்றொடரில் இது நிதர்சனமாகிறது. ‘தோட்டவீடு’ என்று இதற்குப் பொருள். டென்னிஸ் பந்தாட்ட மைதானம் சூழ்ந்த சதுரக் கட்டடங்களை நாம் அமைத்துக் கொண்டுவரும் வரையில், வீடும் தோட்டமும் ஒரே உறுப்பாக ஒருபோதும் முழுமை பெற்றுவிட முடியா. இங்கே, ‘தோட்டம்’ என்கிற சொல் ஆட்ட மைதானத்தையோ, க்ஷேத்திர வடிவப் பூ அணைகளையோ குறிக்கவில்லை. ஒரு திட்டு நிலம். காய்கறி, பழங்களை இங்கே பயிரிடலாம். மர நிழலின் கீழ் அமர்ந்திருக்கலாம். அது குறிப்பது இதைத்தான். வீடு என்றதும் சீனர்கள் என்ன கருத்துக்கொள் கிறார்கள்? அந்தக் கருத்துகளின் தேவைகள் யாவை? வீடு என்றால், அதற்கு ஒரு கிணறு; கோழி, குஞ்சு வளர்க்க ஓர் இடம்; ஒருசில ஈச்ச மரங்கள்—எல்லாம் விஸ்தாரமாக இடம் இருக்கிறது என்று வைத்துக்கொள்வோம். அப்போது, புராதனச் சீனாவிலும் சரி, நாட்டுப்புற நாகரிகங்கள் அனைத்திலுஞ் சரி, வீட்டுத் தோட்டத்தின் பொது அமைப்புத் திட்டத்தோடு ஒப்பிடும்போது, வீட்டின் இடம் சுருங்கிக் குறுகி அவ்வளவு முக்கியமில்லாததாக ஆகிவிடுகிறது.

மனித நாகரிகம் எவ்வளவோ மாறிவிட்டது. அதனால், சராசரி மனிதன் சொந்தத்தில் பெற்று வைத்துக்கொள்ள முடியாத ஒன்றாகவே இடப்பரப்பு ஆகிவிடுகிறது. நாம் எவ்வளவு தூரத்துக்குப் போய்விட்டோம் தெரியுமா? நாகரிகம் அடைந்த ஒரு துண்டு நிலம் சொந்தமாய்க் கிடைத்துவிட்டால், மனிதன் முழுமையான நிம்மதி பெற்றுவிடுகிறான். இதன் மத்தியில் ஐந்தடி அகலமுள்ள ஒரு குட்டையை எப்படியோ தோண்டி முடிக்கிறான். அதில் தன்னுடைய பொன் மீன்களைப் போட்டு வைக்கிறான். பாத்தி கட்டுகிறான். ஓர் எறும்புகூட ஐந்து நிமிஷத்தில் அந்தப் பாத்தியின் உச்சத்தை அடைந்துவிடும்—அவ்வளவு சிறியது. வீட்டைப்பற்றிய கருத்தை முழுவதுமே இது மாற்றிவிட்டது. இப்போதெல்லாம், கோழி அடைக்க இடமில்லை. கிணறே இல்லை. குழந்தைகள் சுகமாய்ப் புழுதியளைந்து, வெட்டுக்கிளி பிடித்து விளையாட இடமில்லை. அதற்குப் பதில், எங்கள் வீடுகளெல்லாம் அப்பட்டம் புறாக்கூடுகளாகவே ஆகிவிடு கின்றன. இந்த மாதிரி வீட்டுக்கு ‘அறை இடம்’ என்று பெயர். என்னென்னவோ பொத்தான்கள், விசைகள், பெட்டிகள், ரப்பர்ப்

பால்கள், பூட்டுத் துவாரங்கள், கம்பிகள், திருடன் எச்சரிக்கைச் சாதனங்கள்—இத்தனையும் சேர்ந்தவையே வீடு என்கிறோம். பரணி கிடையாது. அழுக்கில்லை. சிலந்திப் பூச்சிகள் இல்லை. வீடு என்பதைப்பற்றிய நமது கருத்து வெகு தூரம் தடம் புரண்டுபோய்விட்டது. அதனால், பகல் நேரத்தில் சாய்ந்து கொள்ளப் பயன்படுத்தும் நீண்ட நாற்காலியை இரவில் படுக்கையாகப் பயன்படுத்திக்கொண்டு அதிலே தூங்குவதில் சில மேலைநாட்டு ஜனங்கள் பெருமை அடையக்கூடச் செய்கிறார்கள். நண்பர்களுக்கு அதைக் காட்டுகிறார்கள். நவீனத் தொழில்நுட்ப நாகரிகத்தைக் கண்டு வியக்கிறார்கள். நவீன காலத்து ஆன்மிக இல்லம் உடைந்துவிட்டது. ஏனென்றால், உடல் இல்லம் மறைந்து விட்டது. எட்வர்ட் சாப்பிர் என்பவர்கூடச் சொல்ல வில்லையா? மூன்று அறை உள்ள மாடிகளில் மக்கள் குடியேறு கிறார்கள். அப்புறம், தங்கள் குழந்தைகள் ஏன் வீடு தங்கவில்லை என்று அதிசயிக்கிறார்கள்.

நியூயார்க் பேராசிரியருக்கு உள்ளதைவிட அதிகமான சொந்த இடம் நாட்டுப்புறத்தில் உள்ள சராசரி ஏழைச் சீனனுக்கு உண்டு. ஆனால், நகரங்களில் வாழும் சீனர்களும் இருக்கிறார்கள். அவர்கள் எல்லோருக்கும் பெரிய பெரிய சொந்தத் தோட்டங்கள் இல்லை. கலை என்பது எதில் அடங்கி இருக்கிறது? கையில் இருப்பதைக் கொண்டு காரியத்தை நடத்த வேண்டும். அப்போதும் மனிதர்களுடைய கற்பனைகளுக்கு இடம் போட்டு வைக்க வேண்டும். மொட்டைச் சுவர்கள், முட்டிக்கொண்டு நிற்கும் குறுகிய புழக்கடைகள் ஆகியவற்றின் ஏகமான மந்த கதியைத் தடுப்பதற்கு அவர்கள் கற்பனை செய்து பார்த்துக் கொள்ள வழி இருந்தாலொழிய பயன்ப்படாது. இதில்தான் கலை இருக்கிறது. (ஷென்ஃபூ 18ஆம் நூற்றாண்டு மத்தி) என்பவர் பௌள எஷிங் லியூச்சி என்ற நூலின் ஆசிரியர். நொய்மை வாய்ந்த இந்தச் சின்னஞ்சிறு புத்தகம் பரம ஏழையான படிப்பாளிகூட அழகான ஒரு வீட்டை எப்படி அடைய முடியும் என்பதைப்பற்றிப் புறப்போக்கான விவரங்களைத் தருகிறது. சீனப் பண்பாட்டின் மிகச் சிறந்த ஆன்மப் போக்கை இது எடுத்துக்காட்டுகிறது. சீனக் கட்டடக்கலையில் உள்ள ஒழுங்கின்மைக் கோட்பாட்டிலிருந்து, சிக்கலான மனிதக் கற்பனைகளோடு ஒளித்துவைத்து வியப்

பூட்டும் கோட்பாட்டை நாங்கள் வளர்த்துள்ளோம். பரம ஏழையின் தங்கும் இடத்திலும் சரி, பணக்காரரின் நாட்டுப்புற மாடி வீட்டிலும் சரி, ஆசுபோடுவதில் இந்தக் கோட்பாட்டை எல்லையில்லாமல் வளர்த்துக்கொள்ள முடியும். பௌஷெங் லியூச்சியில் (மிதக்கும் வாழ்க்கையின் ஆறு அத்தியாங்கள்) இந்தக் கோட்பாட்டைப்பற்றி முக்கியமான ஒரு செய்தி சொல்லப் பெற்றிருப்பதை நாம் காண்கிறோம். இதைச் சூத்திரமாகக் கொண்டால் ஆசிரியர் கூற்றுப்படி, ஏழைப் படிப்பாளியின் வீட்டைக்கூடக் கலையைப் பொறுத்தமட்டில் நிறைவு அளிக்கக் கூடியதாகச் செய்துவிட முடியும். பின்வரும் சூத்திரத்தில் இந்தக் கோட்பாடு கூறப்பெற்றுள்ளது. சிறியதில் பெரியதையும், பெரியதில் சிறியதையும் காட்ட வேண்டும்; உள்ளதை இல்லாததிலும், இல்லாததை உள்ளதிலும் தோன்றும் படி வசதிசெய்துவைக்க வேண்டும். ஷென்ஃபூ சொல்வதாவது:

> தோட்ட விதானங்கள், கோபுரங்கள், சுற்றிச் செல்லும் தாழ்வார வழிகள், வெளி வீடுகள் இவற்றைப்பற்றி அமைப்புத் திட்டம் போடும்போதும், பாறைகளை உரு அமைக்கும்போதும், பூ மரங்களை வேண்டியபடி வளர்க்கும்போதும், சிறியதைப் பெரியதிலும், பெரியதைச் சிறியதிலும் காட்ட முயன்று, இல்லாததில் இருப்பதையும், இருப்பதில் இல்லாததையும் கருதிப்பார்த்துக் கொள்ளும்படி இடம்விட்டு வைக்க வேண்டும். மறைப்பதும் மூடுவதும் மாறி மாறி நடக்கும். சில வேளை தெளிவாய்த் தெரியும், சில வேளை மறைந்து தோன்றும். இது, வெறும் 'தாளகதி ஒழுங்கின்மை' அல்ல. அகலமான இடம் இருந்தால் ஏராளமான சரக்கும் உழைப்பும் செலவிட்ட நிலத்திலிருந்து தோண்டி எடுத்த மண்ணைக் குவித்து வையுங்கள். பாறைகளைக் கொண்டு அதை அலங்கரியுங்கள். பூக்களைக் கலந்து சேருங்கள். வேலிக்குச் சாய்ந்து போயிராத 'ப்ளம்' மரக்கிளைகளைப் பயன்படுத்துங்கள். சுவரின்மேல் படர்கொடிகளை நட்டுவையுங்கள். அப்போது, குன்றுகளே இல்லாத இடத்தில் ஒரு குன்று அமைந்துவிடும். பெரிய திறவை இடத்தில் மூங்கில்களை நடுங்கள். அவை சீக்கிரம் வளர்ந்து விடும். கனத்த வாதுள்ள 'ப்ளம்' மரங்களை வேண்டிய மாதிரியில் வளர்த்து, மேற்படி மூங்கில்களை மூடி நிற்கும்படிச்

செய்யுங்கள். வீட்டு முன்முற்றம் சிறியதாயிருந்து விட்டால், சுவரில் உட்குழைவும், வெளிக்குழைவும் கலந்திருக்க வேண்டும். பச்சை நிறத்தில் அலங்கரிக்க வேண்டும். வாசகங்கள் பொறிக்கப்பட்ட பெரிய பெரிய கற்சலாகைகளைப் பதியுங்கள். ஒட்டுப் படர்கொடி அந்தக் கற்சலாகைகளை மூடியும் மூடாமலும் இருக்கட்டும். இவ்வாறாக, ஜன்னலைத் திறந்து பார்க்கும்போது, ஆகிருதியான அழகுத் துடிப்புள்ள பாறைக் குன்றுப் பகுதிகள் உங்கள் கண்முன்னே தோன்றுவது போலிருக்கும். பெரியதைச் சிறியதில் காட்டுவதற்கு இதுதான் வழி. நல்ல மாதிரியான உபாயத்தைக் கையாண்டால் எங்கோ போய்ச் சடக்கென்று நின்று முறிந்துவிடுகிற சந்துவழி திடுதிப்பென்று திறந்த இடத்தில் நம்மைக்கொண்டு போய்விடும்.

சமையல் அறையிலிருந்து பின்பக்கம் கதவு வழியாகச் சென்றால், எதிர்பாராத புறக்கடை ஒன்றில் அது நம்மைக் கொண்டுவிடும். இல்லாததில் இருப்பதைக் காட்டுவதற் காகச் செய்யும் வழியே இது. மொட்டையான புறக்கடைக்குப் போக ஒரு கதவு இருக்கட்டும். ஒருசில பாறைகளும், ஒருசில மூங்கில் மரங்களும் காட்சியை மறைத்துக்கொண்டிருக்க வேண்டும். அப்போது, அங்கே இல்லாத ஏதாவது ஒன்றை நீங்கள் குறிப்பால் உணர்த்திவிடுகிறீர்கள். சுவர் முகட்டின் நடுவிலும் தாழ்ந்த கிராதியை அமையுங்கள். அப்போது, அங்கு இல்லாத மாடித் தோட்டம் ஒன்று அங்கே இருப்பதாகக் குறிப்பால் உணர்த்தப்பெறும். இருப்பதில் இல்லாததைக் காட்டுவதற்கே இப்படிச் செய்வது. மக்கள்நெருக்கமான வீடுகளில் வசிக்கும் ஏழைப் படிப்பாளிகள், எங்கள் நாட்டுப்புற மாவட்டங்களில் வசிக்கும் எங்கள் ஓடக்காரர் கையாளும் வழியைப் பின்பற்றலாம். படகின் முன்புறத்தில் அதிக இடவசதி இல்லை. இருந்தாலும் சிற்சில மாறுதல்களைச் செய்து சாமர்த்தியமான ஏற்பாடுகளை அவர்கள் செய்துவிடுகிறார்கள்...

நானும் என் மனைவியும் யாங்ச்சௌ என்ற இடத்தில் இரண்டே அறைகளைக்கொண்ட வீட்டில் தங்கியிருந்தோம். ஆனால், இந்த மாதிரி ஏற்பாடுகள்மூலம் இரண்டு படுக்கை அறைகள், குசினி, கூடம் இவை எல்லாம் அற்புதமாய்

இலங்கும்படி அமைத்துக்கொண்டுவிட்டோம். இடமுடைய நாங்கள் உணரவில்லை. யஆன் சிரித்துக் கொண்டே ஒரு முறை என்னிடம் பின்வருமாறு சொன்னாள்: 'ஏற்பாடுகள் எல்லாம் நிரம்ப ஜோர்தான். ஆனால், என்ன இருந்தாலும், பணக்காரருடைய வீட்டின் சூழல் இங்கே இல்லையே?' அது நிஜம்தான்.

கள்ளங் கபடற்ற பிராணிகளாகிய இந்தச் சீனப் படிப்பாளியையும், அவனது கலைஞரான மனைவியையும் சற்றுப் பின்தொடர்ந்து போய்ப் பார்ப்போம். ஏழ்மையுற்றுத் துயரம் படிந்துபோன தங்கள் வாழ்க்கையில் உள்ள இன்பத்தின் கடைசித் துளியைப் பிழிந்தெடுக்க அவர்கள் எப்படி முயலுகிறார்கள்? கடவுளர்களின் பொறாமை என்ன பண்ணிவிடுமோ என்று ஓயாத பயம். தங்கள் இன்பம் நீடிக்காதோ என்ற பேரச்சம்.

குன்றின் மீதுள்ள என் மூதாதையர் சமாதிக்கு ஒரு முறை போயிருந்தேன். மிக அழகான கூழாங்கற்கள் சில தென்பட்டன. அவற்றில் மெல்லிய ரேகை பாய்ந்திருந்தது. திரும்பி வந்ததும் யஆன் உடன் இதைப்பற்றிப் பேசினேன். வெள்ளைச் சிமிட்டியை ஷுஆன் ச்செள கற்களோடு வெள்ளைநிறக் கல்லால் ஆனதொட்டியுடன் கலந்து பயன்படுத்துகிறார்கள். ஏனென்றால், இவை இரண்டின் வண்ணக் கூறுகளும் கலந்து கூடுகின்றன. ஆனால், இந்தக் குன்றில் உள்ள மஞ்சள் நிறமான கூழாங்கற்கள் வெகு கம்பீரமாய்த் தோன்றினாலும்கூட வித்தியாசம் காட்டுகின்றன. சாந்து நிறத்தோடு அவை பொருந்திக் கலக்கவில்லை. 'நாம் என்ன செய்யலாம்?' என்று என் மனைவியிடம் கேட்டேன். 'மட்டத்தரமான கற்களில் கொஞ்சம் எடுத்துக்கொள்ளுங்கள். சிறு சிறு கற்களாக உடைத்துத்தூள் பண்ணுங்கள். சாந்து உலருமுன், அதோடு சேர்த்துக் குழப்புங்கள். காய்ந்துபோனால், ஒரு வேளை இரண்டும் ஒரே நிறத்தில் இருக்கலாம்' என்று அவள் சொன்னாள். அவள் யோசனைப்படியே செய்தோம். நீள் சதுரமான யிஷிங் மட்பாண்டத்தைப் பயன்படுத்திக் கொண்டோம். அதன் மேல் இடப் பக்கத்தில் மலை உச்சி போல் ஒரு குவியல் குவித்தோம். வலப் புறத்தில் நெளிவு நெளிவாக அது இறங்கி வந்தது. அதற்குப் பின்னால் கரடுமுரடான சதுரக் கோடுகள் இட்டோம்; நியன்லின் உடைய வண்ணச்

சித்திரங்களில் உள்ள கோடுகள் மாதிரி. அப்போது மொத்தமாய்ப் பார்க்கையில், ஆற்றின்மீது தொங்கிக்கொண்டிருக்கும் பாறையின் செங்குத்தான பள்ளம் போன்ற ஒரு காட்சி மொத்தத் தோற்றத்தில் உண்டாகியது. ஒரு பக்கத்தில் குழிவாக ஓர் இடத்தை அமைத்தோம். அதில் களிமண்ணைப் போட்டு நிரப்பினோம். பல இலைவிடும் வெள்ளைவாத்து நாணல் களை நட்டுவைத்தோம். பாறைகளின்மீது இலைவிடாத புல்லுருவிகளை நட்டுவைத்தோம். இதெல்லாம் முடிக்கக் கொஞ்ச நாள் பிடித்தது.

இலையுதிர் காலத்தின் பிற்பகுதியில் புல்லுருவிக் குன்று முழுவதும் வளர்ந்துவிட்டது. பாறை மீதிருந்து, அழகழகாகத் தளிர்க் கொடிகள் தொங்குமல்லவா, அவற்றைப்போல. சிவந்த நிறமான புல்லுருவிப் பூக்கள் வெண்மையான நாணலோடு வெகு அழகாக எதிர் வண்ணம் காட்டி இலங்கின. கீழே உள்ள குட்டையிலிருந்து நாணல் மண்டிச் செறிந்துவிட்டது. இந்தக் காட்சியைப் பார்க்கும்போது, எங்கேயோ தேவலோகத்துக்கு வந்துவிட்டோமோ என்ற எண்ணம் உண்டாகிறது. இதைக் கூரைக் கையின் கீழ்ப் பக்கத்தில் வைத்தோம். விதானத்தை எங்கே அமைப்பதென்று இரண்டு பேரும் விவாதித்தோம். பண்ணையாளுக்குக் குடிசை அமைக்க வேண்டும். கல்வாசகம் பொறித்த கல் நட வேண்டும். 'அதிலே இதழ்கள் விழுந்து நீர் ஓடுகிற இடம்'—இதுதான் வாசகம். யஆன் மேலும் என்னோடு கலந்துபேசினாள். எங்களுக்கு வீடு கட்டிக் கொள்வது எங்கே? மீன்பிடிப்பது எங்கே? எங்கெங்கே அக்கரையைத் தாண்டிப் போகவேண்டி வரும்?: இப்படிப்பட்ட சங்கதிகளில் ஆழமாக மூழ்கிவிட்டபடியால், ஏதோ கற்பனை யான பிரபஞ்சத்தினுள் நாங்கள் வாழப்போவதாகத் தோன்றியது. ஒரு நாள், உணவுக்காக இரண்டு பூனைகள் சண்டையிட்டன. மண் பாண்டத்தால் செய்த பாறைக் குன்றுக் காட்சி கைவாரத்திலிருந்து தொப்பென்று கீழே விழுந்து, தொட்டி முதலிய சகலமும் துண்டுதுண்டாய் உடைந்து போயின, நாமாகச் செய்த இந்த அற்ப முயற்சியைக்கூட, கடவுளர்கள் காணப் பொறுக்கவில்லை போலிருக்கிறது என்று சொன்னேன். இருவரும் கண்ணீர் சொரிந்தோம்.

பொது நிறுவனத்தின் கட்டடம் வேறு, தனி மனிதர்கள் இல்லம் வேறு என்று ஒன்றை மற்றதிலிருந்து சிறப்பாகப் பிரித்துக் காட்டும் தன்மை யாது? வீட்டிற்கு நாம் அளிக்கும் நபர்த் தோற்றம்தான்; அதற்காக நாம் செலவழிக்கும் காலமும் சிந்தனையும்தான். வீட்டின் ஆசு அமைப்பும், உட்புற ஒப்பனை களும் சடக்கென்று மனைச் சிற்பி ஒருவனிடமிருந்தோ, முதல் தரமான வியாபார நிறுவனம் ஒன்றிடமிருந்தோ விலை கொடுத்துப் பெற்றுக்கொள்ளக்கூடியதல்ல. அமைதிப் போக்கு, கொஞ்சுதலான பிரியத்தோடு கவனம் எடுத்துக்கொள்ளுதல்—ஆகிய இவை இரண்டும் இருந்தால்தான் மனை வாழ்வானது ஒரு கலையாகவும் இன்பமாகவும் ஆகக்கூடும். ஷென்ஃபூ, லி லிவெங் இவர்கள் இருவரும் வாழ்க்கையின் சிறு சிறு விசயங்கள்மீது இத்தகைய மென்மையான காதல்கொண்டிருப்பதை நமக்குப் புலப்படுத்து கிறார்கள். மலர்களைப் பேணி வளர்த்தல், தொட்டிகளில் பூக்களை அடுக்கிவைத்தல், வெளி முற்றங்களின் உபயோகம், நறுமணம் அணியும் கலை, சித்திரமாய்த் தீட்டுவதற்குப் பொருத்தமாய் அமைந்த பிரமாதமான காட்சிகள் எதிர்ப்படும் வகையில் ஜன்னல்களை அமைக்கும் கலை, கடிதச் சுருள்களை மாட்டித் தொங்கவிடுதல், நாற்காலியைச் சரியாய்ப் போட்டுவைத்தல் இவற்றையெல்லாம் பற்றி ஆழமான யோசனைகள் சொல்லி இருக்கிறார்கள்.

வெப்பமூட்டிய சாய்வுமேசை ஒன்றை லி லிவெங் கண்டு பிடித்துள்ளார். அதைப் பற்றியும் இதில் வேண்டிய யோசனை தரப்பெற்றிருக்கிறது. மேசை அடியில் நிலக்கரி போட்டு நெருப்பு மூட்ட வசதி செய்யப்பட்டிருக்கிறது. மாரிக் காலத்தில் காலுக்கு வெது வெதுப்புத் தர இது உதவும். உட்புற ஒப்பனைகளில் உள்ள இந்த மாதிரிச் சில்லறை விவரங்களை எல்லாம் ஒவ்வொன்றாய் கவனிப்பதென்பது சுத்தமாய் முடியாத சங்கதி. சுருக்கமாய் மட்டும் சொல்வோம்: படிப்பாளியின் படிப்பறை, முற்றம் இவற்றின் அமைப்பிலும் பூத்தொட்டிகளின் அமைப்பிலும் இருக்கும் சாரமான கருத்து எளியதன்மையில் அமைந்த அழகுதான். படிப்பாளியின் அறைகளுள் பல சுத்தமான சின்னஞ்சிறு முற்றத்தை நோக்கியபடி இருக்கும்படியே அமைக்கப்பெறுகின்றன. அமைதி என்பது உருவம் பெற்று வந்தால், அது இப்படித்தான் இருக்கும். அந்த

முற்றத்தின் மையத்தில், தாளக் கட்டுள்ள, தமர் பாய்ந்த பாறைகளில் இரண்டு மூன்று இருக்கும். கடல் அலைகள் சாடி மோதியதால் உண்டான தேய்வுக் குறிகள் இவற்றின் மீது தென்படும். அல்லது காலத்தால் பதனிட்டுக் காக்கப்பெற்ற மரப் பட்டைகளில் சில அபூர்வ வகைகள் அங்கு வைக்கப் பெற்றிருக்கும். சிறு மூங்கில் புதர் ஒன்றும் இருக்கும். மூங்கில்களின் கோடுகள் வெகு நயமாய் இருப்பனவால், இவற்றின் மேல் சீனர்களுக்கு நிரம்பப் பிரியம். ஒரு வேளை சுவரில் விசிறி வடிவமான ஜன்னல் ஒன்று இருக்கலாம். கண்ணாடி ஓடுகளைக் கொண்டு அதன் கதவு அமைந்திருக்கலாம். மூங்கில் மரத்தின் அமைப்பில் ஜன்னலுக்குக் கம்பியிட்டிருக்கும். வெளியில், பயிரிடுவோரின் வீடுகள் உள்ளன. கோதுமை வயல்கள் உள்ளன. இப்படிப்பட்ட உலகம் ஒன்று வீட்டுக்கு வெளியே உள்ளது என்பதைப் பற்றிச் சொல்லாமல் சொல்லும் ஒரு சிறு குறிப்பு மட்டுமே இந்த ஜன்னலின் தோற்றத்திலிருந்து பெறப்படும்.

ஏழைப் படிப்பாளியின் சிறிய உறையுளுக்காக வேண்டி ஷெஃபூ ஆனவர் மொத்தமாய்ச் சொன்ன ஆச்சரியக் கோட்பாடு பணக்காரனுடைய வீட்டுத் தோட்டத்துக்கும் பொருந்தவே செய்கிறது. ஆங்கிலத்தில் 'தோட்டம்' என்பதைக் குறிக்கும் ஆங்கிலச் சொல் சீன மொழியில் யுஆன் என்ற சொல் குறிக்கும் கருத்தைத் தரவில்லை. அது முற்றும் பிழைபட்ட ஒரு கருத்தைத் தருகிறது. ஏனென்றால், 'தோட்டம்' என்பது பசிய சிறு நிலத்தைக் குறிக்கிறது. அதில் எண்ணற்ற வகையான மலர்கள் உள்ளன. இதுவோ நிரம்பச் சுத்தமானது. விறைப்பானது. சீனச் சுவைக்குச் சற்றும் பொருந்தாது. சீன யுஆன் குறிப்பதென்ன? கட்டின்றி மண்டிச் செழித்த நிலக்காட்சியையே அது முதலாவதாகக் குறிக்கிறது. ஒரு வேளை, இயற்கையைவிட அதிகமான கலைப்பண்போடும், மேலான நிரவலோடும் திட்டப்படுத்தப்பெற்றிருக்கும். இருந்தாலும், இது இயற்கையைச் சேர்ந்த ஒரு துண்டாகவே இருந்துவரும். இயற்கையை விட்டு விலகி நிற்காது. மரங்கள், மேடுகள், ஓடைகள், பாலங்கள், துடுப்பு வலிக்கும் படகு, காய்கறிப் பாத்தித் துண்டு நிலம், பழ மரங்கள், சில மலர்கள்—இவை அனைத்தும் அங்கே இருக்கும். இந்த

இயற்கையான நிலக்காட்சியில் பொட்டுப் பொட்டாக மனிதக் கட்டடங்கள், பாலங்கள், விதானங்கள், நீண்டு சுற்றிச் சுற்றிவரும் தாழ்வாரப் பாதைகள், கோணல்மாணலான பாறைத் துண்டுகள், பரப்பலான கூரைகள் எல்லாம் இருக்கும். இவை, மொத்தக் காட்சியுடன் முழுமையாய்ச் சேர்ந்து பொருந்துவதால், அதன் மொத்த அமைப்பின் தனித் தனிக் கூறுகளாகவே தோன்றும். ஒரேமாதிரி சமமாய் வெட்டிவிட்ட புதர்கள் இல்லை. முழுமையான குவிந்த வடிவமோ, வட்ட மரங்களோ இல்லை. சாலை களில் அளவைப் பொருத்தம் வாய்ந்த மரங்கள் போருக்குத் தயாராய் நிற்பதுபோல் வரிசை வரிசையாய் இல்லை. நேர் நேரான ஐந்தடிப் பாதைகள் இல்லை. ‘வெர்சே’லைச் சீனர் கண்ணுக்கு இவ்வளவு அவலட்சணமாகத் தோன்றும்படிச் செய்கிற அம்சங் களில் ஒன்றுகூட இங்கே இல்லை. எங்கே பார்த்தாலும் ஒரே வளைவுகள், ஒழுங்கின்மை, மறைப்பு, குறிப்பு இவையே தென்படும்.

நீண்ட தெருப் பாதையில் இருந்தபடி, இரும்பு வாயில் கதவின் இடுக்கு வழியாக, வெளியாட்கள் யாரும் சீன மாளிகைகளைப் பார்க்கவிடுவதில்லை. ஏனெனில், அது மறைவுக் கோட்பாட்டுக்கு எதிரானது. வாயிலுக்கு எதிர்ப் பக்கத்தில், ஒரு சிறு முற்றமோ, மண் மேடோ இருந்தாலும் இருக்கலாம். உள்பக்கத்தில் இருக்கும் பரந்து விரிந்த இடம் இன்ன மாதிரிதான் இருக்கும் என்று நாம் கருதிப் பார்க்க முடியாதபடி இவை வழிமறைத்து நிற்கும். போகப் போகப் படிப்படியாக, புதிது புதிதான, பெரிய பெரிய காட்சிகளை நாம் கண்டுகொண்டே போவோம். தொடர்பாக, ஒன்றன்பின் ஒன்றாகப் பல வியப்பூட்டும் காட்சிகளும், திகைக்கடிக்கும் காட்சிகளும் தோன்றிக் கொண்டே வரும். ஏனென்றால். சிறிய வடிவத்தில் பெரிய வடிவத்தையும் பெரிய வடிவத்தில் சிறிய வடிவத்தையும் நாங்கள் காட்ட விரும்புகிறோம். ஒரே நொடி நோக்கில் சகலத்தையும் பற்றிப் பொதுவான பறவைப் பார்வை பெறுவது சாத்தியமேயல்ல. அப்படி முழுக் காட்சியையும் ஒரே நொடி நோக்கில் உள்வாங்கிக் கொள்ள முடிந்தால் கற்பனை செய்து பார்த்துக்கொள்ள என்ன மீந்து நிற்கிறது? வேண்டுமென்று ஒழுங்கின்மையைச் செய்து வைப்பதில்தான் சீனத் தோட்டத்தின் சிறப்பியல்பு துலங்குகிறது. இது ஒன்று மட்டுமே வரம்பிகந்த

தன்மையை நாம் உணரச் செய்ய முடியும். தோட்டமானது, அது இருப்பதைவிட இன்னும் பெரியதாயிருக்குமோ என்று நாம் கற்பனை பண்ணிப் பார்க்கும்படி இது ஒன்றே செய்ய முடியும்.

பண்பாடு பெற்ற, பணக்காரச் சீனப் படிப்பாளிக் கனவான் ஒருவன் தனது தோட்ட அமைப்பைப்பற்றித் திட்டம் போடும் போது அவனது முயற்சியில் உள்ள ஆர்வமும் ஈடுபாடும் மத பக்தியைப் போலவும், புனிதப் பணி மீதான பற்றுதலைப் போலவும் ஆகிவிடுகிறது. இந்த மாதிரிப் போக்கை எடுத்துக் காட்டுவதற்கு ச்சி பியாவ் ச்சியா (1602-1645) கூறும் விவரம் சுவையானது:

முதலில், நாலைந்து அறைகள் மட்டுமே கட்ட நான் விரும்பினேன். சில நண்பர்கள், விதானத்தை எங்கே கட்டலாம், கோடை வீட்டை எங்கே கட்டலாம் என்று யோசனை சொன்னார்கள். இவர்களுடைய யோசனைகளைப்பற்றி நான் பெரியதாய் நினைக்கவில்லை. ஆனால், கொஞ்ச நாளில் இந்த எண்ணங்கள் என்னைக் கெட்டியாய்ப் பற்றிக்கொண்டு விட்டன. இங்கே ஒரு விதானமும், அங்கே ஒரு கோடை வீடும் இருந்துதான் ஆக வேண்டும் போலத் தோன்றிவிட்டது. முதல் கட்டம் கட்டி முடியு முன்பே, புதிய கருத்துகள் கிளம்பிக் கொண்டே இருந்தன. தொடர்பில்லாத இடங்களிலெல்லாம் இவை என்னைத் துரத்திக்கொண்டுவரத் தலைப்பட்டன. சில வேளை என் கனவில் தோன்றும். அப்போது, புதிய காட்சிப் படிப்பொன்று என் கற்பனைக் கண்முன் தோன்றி நின்றது. அதனால், நாளுக்குநாள் என்னுடைய ஆர்வம் தீவிரமாகியது. காலையில் தோட்டத்துக்குப் போனவன் இரவு நெடு நேரங்கழித்துத்தான் வீடு திரும்புவேன். வீட்டுக் காரியங்களை விளக்கு வெளிச்சத்தில்தான் பார்க்க வேண்டும். அதிகாலையில், தலையணையின்மீது சாய்ந்தமர்ந்திருக்கும் போது, விடியற் பொழுதின் முதல் கதிர்களைக் கண்டேன். எழுந்தேன். படகில் என்னோடு கிளம்பி வரும்படி வேலையாளுக்கு உத்தரவிட்டேன். ஒரு மைல் தூரந்தான். இருந்தும், சீக்கிரம் அந்த இடத்தை அடைந்துவிட வேண்டுமென்று நான் பதறிக்கொண்டிருந்தேன். மாரிக் காலம், கோடைக் காலம் முழுவதும் இப்படியேதான் மழையையோ, வெயிலையோ பொருட்படுத்தவில்லை.

கொடிய குளிரும் எரிக்கும் வெயிலும் என்னைத் தடுத்து நிறுத்த முடியவில்லை. நாள் தவறாமல், அங்கே போய் வந்துகொண்டே யிருந்தேன். பிறகு, தலையணையின் கீழ்த் தடவிப்பார்த்தேன். பணம் எல்லாம் தீர்ந்து போயிற்று என்று அறிந்தேன். மனதுக்குச் சங்கடமாய் இருந்தது. ஆனால், தோட்ட இடத்துக்கு வந்ததும், மேலும் மேலும் கற்களும் சாமான்களும் வேண்டு மென்றே எனக்கு எப்போதும் ஆசை வந்தது. ஆகவே, சென்ற இரண்டு ஆண்டுகளாய் என்னுடைய பணப்பை எப்போதும் காலியாகவே இருந்து வருகிறது. நோய்வாய்ப்பட்டும், நோய் நீங்கியும் வந்திருக்கிறேன். மறுபடி நோயில் விழுந்தும் இருக்கிறேன்...

மூன்று கூடங்கள், மூன்று விதானங்கள், நாலு தாழ்வாரப் பாதைகள், இரண்டு கோபுரங்கள், மூன்று கொத்தளங்கள்— எல்லாம் இருக்கின்றன... பொதுவாக, மிகுதியாக இடமிருக்கிற இடத்திலெல்லாம் ஏதாவது கொண்டுபோய் வைக்கிறேன். நிரம்பக் கும்பலாய் இருக்குமிடத்திலெல்லாம் இருந்து ஏதாவது ஒன்றை எடுத்துவிடுகிறேன். விசயங்கள் நெருக்க மாய்க் கும்புகூடிக் கிடந்தால், அவற்றைப் பரப்பி வைக்கிறேன். பொருள்களின் இட அமைப்பு பரப்பலாயிருந்தால், அமைப்பு முறையை மாற்றிப் பொருள்களைச் சற்றுக் கிட்டச் சேர்த்து வைக்கிறேன். நடப்பதற்குச் சிரமமாயிருக்கும் இடத்தில் நிலத்தைச் சமப்படுத்துகிறேன். சமமாயிருக்கும் இடத்தில் சற்று மேடு பள்ளமாக்கி வைக்கிறேன். இது, நல்ல வைத்தியன் ஒருவன் நோயாளியைக் குணப்படுத்துகிற மாதிரி ஊட்ட மருந்தும், கிளர்ச்சி மருந்தும் கொடுக்க வேண்டும். அப்படிச் சொல்லாமல் வேறு மாதிரி சொல்வதானால், போர்க்களத்தில் நல்ல தளபதி செய்கிற மாதிரி. சாதாரண தந்திரமும், திடீர்த் தந்திரமும் இரண்டும் இருக்க வேண்டும். இன்னொரு மாதிரியும் சொல்லலாம். சிறந்த சித்திரக்காரன் தன் தொழிலைத் திறம்பட ஆற்றுகிற மாதிரி: தனியாய் ஒரு செத்த கோடுகூடப் படத்தில் இடம்பெற விடக்கூடாது. அல்லது, கட்டுரைகள் எழுதும் பெரிய எழுத்தாளனைப்போல், தனியாய் ஓர் இசைகேடான வாக்கியம்கூடப் புகுந்துவிடும்படி இடங் கொடுக்கக் கூடாது.

இசை விணைவு, ஒழுங்கின்மை, வியப்பு, ஒளிவு, குறிப்புரை— இவைதாம் சீனத்துத் தோட்டப் பயிர் வேலையின் கோட்பாடு களுள் சில; சீனக் கலையின் இதர உருவப்பாடுகளுக்குள்ள கோட்பாடுகளுள் சிலவும் இவையேதான்.

3. உண்பதும் குடிப்பதும்

நாங்கள் என்ன சாப்பிடுகிறோம் என்ற கேள்வியை அடிக்கடி கேட்டுப் பார்த்திருக்கிறார்கள். பூமியில் கைகூடியதை எல்லாம் நாங்கள் தின்கிறோம். இதுதான் பதில். கிடைத்தால், நண்டு களையே ஆர்வமாகத் தின்போம். அவசியத்தால், மரப் பட்டை களையே அடிக்கடி தின்றுவிடுகிறோம். எங்கள் ஜனங்கள் மிதமிஞ்சிப் பெருகிவிட்டார்கள். பஞ்சம் வருவது சர்வ சாதாரணம். அதனால், கையில் அகப்பட்டதையெல்லாம் தின்று தீர்க்க வேண்டியதுதான். வேறு வழியில்லை. கைக்கு எட்டியதை யெல்லாம் தின்று தீர்க்கிற பரிசோதனையில் இறங்கிவிட்டால், தட்டுத் தடுமாறி, போகிற போக்கில் புதிதாக ஏதாவது ஒன்றை நாங்கள் கண்டுபிடித்திருப்போம் என்பது அறிவுக்கு ஒத்த செய்திதான். அறிவியலிலும், மருத்துவத்திலும் இப்படித் தானே எதையோ தேடிப் போகும்போது புதிதாக ஏதோ ஒன்று தென்பட்டுவிடுகிறது? ஒன்று சொல்ல முடியும்: ஜின்ஸெங் மதுவிற்குள்ள தெம்பு தரும் மந்திர சக்தியையும், உடலை வளர்த்து உறுதியாக ஆக்கும் அதன் குணத்தைப் பற்றியும் நாங்கள் கண்டுகொண்டுவிட்டோம். இதற்கு நானே சான்று. மனிதனுக்குத் தெரிந்தவற்றில் எல்லாம் உடம்புக்குத் தெம்பளிப்பதில் இதுதான் மிக்க நிலைபேறானது; மிகவும் சக்தி தரக்கூடியது. மெல்ல மெல்ல, அமைதியாய் வேலை செய்வது இதன் தனிச் சிறப்பு. ஆனால், தற்செயலாகக் கண்டுபிடிக்கப்பட்ட, மருத்துவ அல்லது நளபாக முக்கியத்துவம்கொண்ட, இந்தச் சங்கதிகள் தவிர, பூமியில் கண்டதையெல்லாம் உண்ணும் நிஜமான சாகபட்சணி, மாமிச பட்சணி மிருகங்கள் நாங்கள்தாம் என்பதில் சந்தேகமே யில்லை. எங்களுடைய பற்கள் விழுந்துவிடாமல் இருக்கும் வரைக்கும் இந்த இடத்தை நாங்கள் வகித்து வரவே செய்வோம். தேச மக்கள் என்ற முறையில், எங்களுக்குத்தான் மற்றவர்களைவிட மிகச் சிறந்த பற்கள் உண்டு என்று ஒரு நாள் பல்வைத்தியன்

கண்டுபிடிக்கப் போகிறான். இந்தப் பற்களைப் பேறாகக் கொண்டு, பஞ்சத்தால் விரட்டப்படும்போது, எங்கள் தேசிய வாழ்வின் ஒரு குறிப்பிட்ட காலத்தில், பொறித்த வண்டுகளும், வறுத்த தேனீ கூடுகளும் சிறந்த சிற்றுண்டிகள் என்று திடீரென்று கண்டுபிடிக்க நேர்ந்தால் அதுவும் அறிவுக்கு ஒத்துவரக் கூடிய செய்திதான். நாங்கள் கண்டுபிடிக்காததும், தின்ன மாட்டாததும் ஆன ஒரே சாமான் பாலேடுதான். இதைத் தின்ன வைப்பதில் எங்களை வழிக்குக் கொண்டுவர மங்கோலியர்களாலேயே முடியவில்லை. அப்படிச் செய்வதற்கு அவர்களுக்கு இருந்ததைவிட அதிகமான வசதி ஒன்றும் ஐரோப்பியர்களுக்கு இல்லை.

சாப்பாட்டு விசயத்தில் தர்க்கரீதியாக நியாயம் பேசுவது பயனளிக்காது. இது விருப்பு வெறுப்பால் உண்டாவ தாகும். அட்லாண்டிக் மகாசமுத்திரத்தின் இரு மருங்கிலும் இரண்டு தினுசான கிளிஞ்சல் மீன்கள் இரண்டுக்கும் பொதுவாக இருந்து வருகின்றன. மென்மையான கிளிஞ்சல் ஓடுள்ள பாசி வகை (*மையா அரினோரியா*) ஒன்று; தின்னக் கூடிய சதைக் கிளிஞ்சல் (*மைட்டிலியஸ் எடூலிஸ்*) மற்றது. சமுத்திரத்தின் இரு கரையிலும் உள்ள இந்த இரண்டு வித ஜீவராசிகளும் ஒரே மாதிரிதான் இருக்கின்றன. ஐரோப்பாவில் சதைக் கிளிஞ்சலைத் தாராளமாய்த் தின்கிறார்கள். ஓட்டுக் கிளிஞ்சலைத் தின்பதில்லை. அமெரிக்காவில் நேர்மாறாக நடக்கிறது. டாக்டர் சார்லஸ் டபிள்யூ. டௌன் செண்டு (*சயின்டிஃபிக் மன்த்லி, ஜூலை, 1928*) அப்படித்தான் சொல்கிறார். டாக்டர் டௌன் செண்டு இன்னொன்றும் சொல்கிறார்; இங்கிலாந்திலும் பாஸ்டனிலும் தட்டை மீன்களுக்குக் கிராக்கி அதிகமாம். நிறைய விலைகொடுத்து வாங்குகிறார்களாம். நியூபவுண்ட்லந்துக் கிராமங்களில் இவற்றை 'உண்ணத் தகுதியற்றன'வாக நினைக்கிறார்களாம். சதைக் கிளிஞ்சல்களை ஐரோப்பியரோடு சேர்ந்து நாங்களும் உண்கிறோம். அமெரிக்கர் களோடு சேர்ந்து, ஓட்டுக் கிளிஞ்சல் தின்கிறோம். ஆனால், அமெரிக்கரைப் போல் பச்சை நண்டு தின்பதில்லை. உதாரணமாக, பாம்புக் கறி கோழிக் கறி மாதிரி இருக்கிறதென்று என்னை யாரும் நம்பவைக்க முடியாது. நாற்பது ஆண்டு சீனாவில் பாம்பு தின்னாமலே இருந்து வந்திருக்கிறேன். என் உறவினரில் யாரும் தின்றதையும் நான் கண்டதில்லை. கோழி தின்பதைப் பற்றிய

கதையை விடப் பாம்பு தின்பதைப் பற்றிய கதைகளே வேகமாய்ப் பரவுகின்றன. நிஜமாய்ப் பார்க்கப்போனால், வெள்ளைக் காரர்களைவிட நாங்கள் இன்னும் நயமான கோழி தின்கிறோம்; பாம்பு தின்பது வெளிநாட்டாருக்கு எப்படி விநோதமாய்த் தோன்றுகிறதோ, அதுபோலவே எங்களுக்கும் விநோதமாகவே தோன்றுகிறது.

சொல்லக்கூடியதெல்லாம் இதுதான்: சுவையில் நாங்கள் சர்வ சம்மதக்காரர்கள். பகுத்தறிவுள்ள எந்த மனிதனும் மனசாட்சிக்குக் குந்தகம் விளைக்கிறோமே என்ற அச்சமின்றிச் சீனத்தான் சாப்பாட்டிலிருந்து எந்தப் பொருளை வேண்டுமானாலும் எடுத்துப் புசிக்கலாம். பஞ்சம் உண்ணும்படி சட்டம் போடும்போது, கேவலம் மனிதர்களாகிய நாம், இதைத்தான் உண்பேன், அதைத்தான் உண்பேன் என்று பிகுப் பண்ண முடியுமா? பசி மீறிப்போனால், மனிதன் எதைத் தின்பான், எதைத் தின்ன மாட்டான் என்று சொல்ல முடியாது. அவன் தின்னாதது ஒன்றுமே இராது. பஞ்சம் என்றால் என்ன என்று தெரிந்துகொள்ளாத எவனுக்கும் கண்டிக்க உரிமை இல்லை. பஞ்சக் காலத்தில் எங்களில் சிலர் சிசுக்களைத் தின்னவேண்டிய கட்டாயம் ஏற்பட்டுவிட்டது—இதுவும் மனித ரீதியில் பார்க்கும்போது, எப்போதோ ஒரு சமயம் அரிதாய் நிகழக் கூடியதே தவிர, அடிக்கடி நிகழக்கூடியதன்று. ஆனால், கடவுள் புண்ணியத்தால், வெள்ளைக்காரர்கள் மாட்டிறைச்சியைப் பச்சையாய்த் தின்கிற மாதிரி, நாங்கள் சிசுக்களைப் பச்சையாய்த் தின்கிறது இல்லை!

எதிலாவது நாங்கள் ஆழ்ந்த கவனம் செலுத்துகிறோமா என்று கேட்டால், அது சமயத்திலுமல்ல, பிறப்பிலுமல்ல—உணவில் தான். இந்த மானிட வாழ்வில் உள்ள சொற்ப மகிழ்ச்சிகளில் சாப்பிடுவதும் ஒன்று என்று நாங்கள் வெளிப்படையாகவே பாராட்டிப் பேசுகிறோம். சார்பு நிலை என்கிற இந்த விசயம் மிக முக்கியமானது. ஏனென்றால், இதில் நாம் நேர்மையாக இருந்தா லொழிய, சமைப்பதையும் உண்பதையும் நாம் ஒருபோதும் கலைத் தகுதிக்கு உயர்த்திக் கொண்டுவர முடியாது. சாப்பாட்டுப் பிரச்சினையைப் பற்றி வேறு வேறான சார்புநிலை கொண்டிருப் பதற்கு ஐரோப்பாவில் இரண்டு எடுத்துக்காட்டுகளைக் காட்டலாம்; பிரஞ்சுக்காரரும் ஆங்கிலேயரும். பிரஞ்சுக்காரர்கள் ஊக்கமாய்ச்

வாழ்க்கைக் கலை ✤ 553

சாப்பிடுவார்கள். ஆங்கிலேயர்கள், மன்னிப்பு கேட்கிறவர் களைப்போல் உற்சாகமில்லாமல் சாப்பிடுவார்கள். உண்டு வளரும் விசயத்தில், சீனத் தேசியதன்மை நிச்சயமாய்ப் பிரஞ்சுப் போக்கையே ஒட்டி நிற்கிறது.

உணவைப் பெரிதாய் நினைக்காமல், அதை ஒரு 'காமா சோமா'க் காரியமாய்த் தாழ்ந்து போகும்படி விட்டுவிடுவதால் நேரும் ஆபத்தை ஆங்கிலேயரின் தேசிய வாழ்க்கையில் ஆராய்ந்து பார்க்கலாம். உணவில் அவர்கள் ஏதாவது சுவை கண்டிருப்பார்களானால், அவர்களுடைய மொழி அதை வெளிப் படுத்திவிடும். ('நளபாகம்' என்று பொருள் தரும்) கிரவஸீன் (தமிழில் வந்துள்ள 'குசினி!' என்ற பிரஞ்சுச் சொல்லுக்கு— மொ-ர்.) ஆங்கில மொழியில் சொல் இல்லை: சும்மா 'சமையல்' என்றுதான் அவர்கள் சொல்கிறார்கள். 'தவிசுப்பிள்ளை' என்று பொருள் தரும் ஹெஃப் என்ற பிரஞ்சுச் சொல்லுக்கு அவர்களிடம் சரியான சொல் இல்லை: அவனை வெறும் சமையற்காரன் என்றே அழைக்கிறார்கள். 'கறிவகை' (தமிழில் அறுசுவையும், வறுவல், பொரியல், அவியல், கூட்டு, பாயசம், ரசம், சாம்பார் முதலிய திட்டமான பாகவகைகளும் உண்டு -மொ-ர்.) என்ற பிரஞ்சு மொழியில் பொருள்தரும் தங்களுடைய மென்அவைப் பற்றி அவர்கள் பேசுவதில்லை. 'தட்டுகள்' என்று புழங்கி வரும் சாப்பாட்டு வகைகளை மட்டுமே அவர்கள் அறிவார்கள். 'போஜனப் பிரியன்' என்று பொருள் தரும் கூர்மே என்ற பிரஞ்சுச் சொல்லுக்கு அவர்களிடம் சொல் இல்லை: தங்கள் பாப்யிப் பாட்டுக்களில் இவனை ஒரு 'பெருந்தீனிக்காரன்' என்றே அழைக்கிறார்கள். உண்மை என்ன? தங்களுக்கு வயிறு உண்டென்பதை அவர்கள் ஒப்புக்கொள்வதில்லை. 'நோய்' உற்றோ, 'வலி' எடுத்தோ இருந்தாலொழிய உரையாடலில் குறிப்பிட்டுச் சொல்வதற்குத் தகுந்த லாயக்கு எந்த வயிற்றுக்கும் இல்லை. இதன் பயன் என்ன? பிரஞ்சுக்காரன் தன்னுடைய 'தவிசுப்பிள்ளை' யின் 'நளபாகத்'தைப்பற்றி மானங்கெட்ட மாதிரி—இங்கிலீஷ்காரருக்கு அப்படித்தான் படும்—கையை ஆட்டி ஆட்டிப் பேசிக்கொண்டிருப்பான். ஆங்கிலேயனோ, தனது மொழியின் அழகை ஊறுபடுத்தாமல் தன்னுடைய சமையல் காரனின் 'சாப்பாட்டை'ப் பற்றிப் பேச முயல்வதே துர்லபம்.

அவனுக்கு விருந்து வைக்கும் பிரஞ்சுக்காரர் விடமாட்டார் போல் தோன்றினால் வாயைத் திறந்ததும் திறக்காததுமாய், 'அந்தச் சர்க்கரைப் பொங்கல் நிரம்ப ஜோர்' என்று சொல்கிற அளவுக்கு மட்டும் போய்விடுவார். அதோடு நிறுத்திக்கொள்வார். மேற்கொண்டு பேசமாட்டார். இங்கே ஒரு விசயம்: பொங்கல் நன்றாயிருந்தால், அது நன்றாயிருப்பதற்கு ஏதாவது திட்டமான காரணம் இருக்கும். இந்தப் பிரச்சினைகளைப்பற்றி ஆங்கிலேயன் கவலைப்படுவதில்லை. எல்லா ஆங்கிலேயருக்கும் உள்ள சிரத்தை என்ன தெரியுமா? தடுமன் காய்ச்சல் வராமல் தங்களைப் பலப்படுத்திக்கொள்வது எப்படி? பாவ்ரில் (மாட்டுச் 'சூப்') இதற்கு நல்லது. வைத்தியச் செலவு வராமல் காப்பது எப்படி? இதுதான் அவர்கள் கவலை.

இனி, நளபாகக் கவலையைப் பற்றிக் கலந்து பேச இசைந்து, அதைப் பற்றி ஒருவருக்கொருவர் கருத்துப் பறிமாறிக்கொண்டால் ஒழிய அதை நீங்கள் வளர்க்க முடியாது. எப்படிச் சாப்பிடுவது என்று கற்றுக்கொள்ளுவதற்குள்ள முதலாவது நிபந்தனை அதைப்பற்றிப் பேசுவதுதான். பண்பட்டு, மெருகேறிய மக்கள் வெப்ப நிலைகளைப் பற்றிப் பேசாமல், தங்கள் சமையல்காரர்களின் உடல்நலத்தைப் பற்றி விசாரிக்கிற நிலையில் உள்ள சமுதாயத்தில்தான் 'குசினி'க் கலையை வளர்க்க முடியும். ஆவலோடு எதிர்பார்த்து, சர்ச்சையிட்டு, உண்ட பிறகு குணங் கூறாத எந்த உணவும் சுவைக்காது. அதை ரசித்து, அனுபவிக்க முடியாது. மோசமாய்ச் சமைத்த மாட்டிறைச்சித் துண்டைப் பற்றித் தேவாலயப் போதனைப் பீடத்திலிருந்துகொண்டு பேசுவதற்கு மத குருக்கள் அஞ்சக் கூடாது. படிப்பாளிகள் சமையல் பாகக் கலையைப் பற்றிக் கட்டுரைகள் எழுத வேண்டும். சீனப் படிப்பாளிகள் அப்படித்தான் செய்கிறார்கள். நமக்கென்று பிரத்தியேகமாய்ச் சமையல் பண்ணிய பதார்த்தம் வட்டிக்கப் படுவதற்கு நெடுநேரம் முன்னதாகவே அதைப்பற்றி நாம் நினைக்கிறோம். மனத்தில் புரட்டிப் புரட்டி எண்ணிப் பார்க்கிறோம். நம்முடைய மிகவும் நெருங்கிய நண்பர்களுடன் பகிர்ந்தனுபவிக்க வேண்டிய இரகசிய இன்பமாக அதை எதிர்பார்த்த வண்ணமிருக்கிறோம். அழைப்புக் கடிதங்களிலும் பின்வருமாறு மாதிரி அதைப் பற்றிக் குறிப்பு எழுதுகிறோம்:

வாழ்க்கைக் கலை

‘ச்சிங்கியாங்கி லிருந்து இப்போதுதான் என் மருமகன் உயர்ந்த ரகக் காப்பி கொஞ்சம் கொண்டு வந்திருக்கிறான். லாஓயிச்சா யிலிருந்து நான்சிங் வாத்து உப்புக் கண்டம் கொண்டு வந்திருக்கிறான்’—இப்படி ஒரு குறிப்பு. அல்லது, ‘இது ஜூன் கடைசி. நீ வராவிட்டால், அடுத்த மே வரைக்கும் இன்னொரு கருவாடு உன் வாய்க்கு அகப்படாது’ என்றிருக்கும். இலையுதிர் காலச் சந்திரன் உதயமாவதற்கு நெடு நேரம் முன்னதாகவே, தானே மெய்யான படிப்பாளி என்று ஒப்புக்கொண்டுள்ள லி லி வெங் போன்ற—மெய்யான படிப்பாளி தானே முன்கூட்டித் திட்டம் போட்டுக்கொண்டு வாங்குவதற்காகப் பணத்தை மீத்து வைத்துக் கொள்வான். வரலாற்றுப் புகழ்பெற்ற ஓர் இடத்துக்குப் போய்வர தீர்மானித்துக் கொள்வான். அங்கே தன் நண்பர்களுடன், நடு—இலையுதிர் காலச் சந்திரிகையின் கீழோ, ‘கிரி சாந்தம’ப் பூங்காட்டிலோ நண்டு விருந்தை உண்பான். கவர்னர் ட்டூஆன் ஃபாங் உடைய நிலவறையிலிருந்து கொஞ்சம் ஒயின் கொண்டு வருவதற்குத் தன் நண்பர் சிலருடன் ஏற்பாடுகள் செய்திருப்பான். அதில் வேண்டிய ஆட்களைப் பிடித்து சமரசங்கள் செய்து காரியத்தைச் சாதித்துக்கொள்வான். குதிரைப் பந்தயங்களில், பிரபலக் குதிரை எண்களுக்காக, இங்கிலீஷ்காரர்கள் தரகு வைத்து வேலை செய்கிறார்கள் அல்லவா?—அந்த மாதிரி. இந்த மாதிரி நோக்கத்தில் செய்தால்தான் நம்முடைய உண்ணும் விவகாரம் கலை என்ற இடத்துக்கு உயர்த்திக்கொண்டு வர முடியும்.

எங்கள் சாப்பாட்டு விசயத்தைப் பற்றி எங்களுக்கு வெட்க மில்லை. எங்களிடம் ‘ஸுட்டங்போ பன்றிக்கறி’யும் ‘கியாங் பயற்றந் தயிரும்’ உண்டு. இங்கிலாந்தில், வோர்ட்ஸ்வொர்த் வறுத்த இறைச்சியோ, கால்ஸ்வொர்தி பொரியலோ, கற்பனைக் கெட்டாத விசயங்களாய் விடும். ‘எளிய வாழ்வையும் உயர்ந்த சிந்தனையையும்’ பற்றி வோர்ட்ஸ்வொர்த் பாடினார். நல்ல சாப்பாடு—அதுவும், புதிதாய் வெட்டிய மூங்கில் கன்றுகளும் காளான்களும்—எளிய கிராமிய வாழ்க்கையின் மெய்யான களிப்புக்களில் சேர்ந்தவை என்பதை அவர் கவனிக்கத் தவறி விட்டார். சீனக் கவிஞர் எப்படி? அவர்களுடைய தத்துவ விசாரணை இன்னும் அதிக பயந்தரத்தக்கது. அவர்கள் பாடியது என்ன? ‘அயிரை மீன் துவட்டலும் ஹுன் மரக்கறி சூப்பும்’ என்று பாடினார்கள்.

இவை அவர்களுடைய பிறந்த வீட்டில் தயாரிக்கப் பெறும். இந்த எண்ணம் கவிதைப் பண்பு வாய்ந்ததென்று அவர்கள் கருது கிறார்கள். அதனால், தங்கள் வேலையை ராஜினாமாச் செய்யும் அதிகாரிகள் தங்கள் மனுவில் 'ஹுன் மரக்கறியைப் பற்றி நினைத்துக்கொண்டிருப்ப'தாகச் சொல்லிவிடுவார்கள். வாணலி (பொரிக்குஞ் சட்டி) நியாயத்தை இந்தச் சொற்றொடர் அவ்வளவு நன்றாய் எடுத்துக்காட்டுகிறதாம். எங்கள் தகப்பன் நாட்டுக் காதல் என்பது மெய்யாக என்ன என்று நினைக்கிறீர்கள்? இதில் பெரும் பாதி பழைய ஞாபகத்தை நினைவுகூர்தல்தான்: பிள்ளைப் பருவத்தில் பெற்ற கூரிய புலனறிவுச் சுகந்தான். சாம் மாமாவுக்கு விசுவாசம் காட்டுவது என்றால் என்ன? அமெரிக்கர் டொனெட்டுக்கு விசுவாசம் பூண்டொழுகுவதுதான். தகப்பன் நாட்டுக்கு (வாத்தெர் லாண்ட்) விசுவாசம் காட்டுவது என்பது ப்ஃபன்குச்சென், ஸ்டெட்டொல்லென் ஆகிய உணவுப் பொருள் களிடத்துக் காட்டும் விசுவாசம்தான். ஆனால், அமெரிக்கர்களும் ஜெர்மானியர்களும் இதை ஒத்துக்கொள்ள மாட்டார்கள். வெளிநாடு போயுள்ள பல அமெரிக்கர்கள் தங்கள் வீடுகளில் செய்யும் பன்றி உப்புக் கண்டத்துக்கும் இனிப்பு உருளைக் கிழங்குக்கும் ஏங்கிப் பெருமூச்செறிகிறார்கள். இது தங்களுக்கு வீட்டு ஞாபகத்தை உண்டாக்குகிறதென்று அவர்கள் ஒததுக்கொள்ள மாட்டார்கள். தங்களுடைய கவிதையிலும் இதைச் சொல்லமாட்டார்கள்.*

உண்பதை நாங்கள் எவ்வளவு பெரிதாய் மதிக்கிறோம் என்பதைப் பல வழிகளில் காண்பிக்கலாம்: சிவப்பு அறைக் கனவு என்ற புத்தகத்தின் பக்கங்களைப் புரட்டிப் பாருங்கள். அது இல்லாவிட்டால், வேறே எந்தச் சீன நாவலையாவது புரட்டிப் பாருங்கள். காலையில் ட்டையூ என்னென்ன சாப்பிட்டான்? நள்ளிரவில் பஒயூ என்னென்ன சாப்பிட்டான்? இவர்கள் சாப்பிட்ட பண்டங்கள் அனைத்தும், சில்லறை விவரம் ஒன்று விடாமல், கூறப்பெற்றிருக்கும். இந்த மாதிரி விவரங்கள் அடிக்கடி முழு விவரத்தோடு தரப்பெற்றிருப்பதைப் பார்த்து நீங்கள் வியந்து

* ஒன்று தெளிவாகத் தெரிகிறது. சீனக் கவிதையில் 'குடல்கள்' 'வயிறு' என்ற சொற்கள் அடிக்கடி தென்படும். எ.கா: 'மூங்கில் கன்றுகள் பசுமையாயுள்ளன. என் சோற்று வாயில் நிரம்பச் சிறிதாயிருக்கிறது; மீன் அபார சுவையாய் இருக்கிறது. எனது ஒயின் குடல்கள் விரிகின்றன.'

போவீர்கள். தன் சகோதரனுக்கு எழுதிய கடிதத்தில், ச்செங் பஞ்ச்சியாஓ அரிசிக் கஞ்சியை அப்படியே தெய்வத்தன்மை பெற்றதாக ஆக்கிவிட்டான்:

> குளிர்நாள்களில், ஏழை உறவினர்களோ, நண்பர்களோ வந்து சேர்ந்தால், ‘கொதிக்கும் நீரில் வறுத்த அரிசி போட்ட ஒரு தட்டு சோற்றை அவர்களுக்கு முதலில் வழங்கு. கொஞ்சம் இஞ்சி அல்லது ஊறுகாயை அவர்களுக்குத் தொட்டுக்கொள்ளக் கொடு. வயதான மனிதர்களுக்கும் ஏழைகளுக்கும் வயிறு குளிரப் பண்ணுவதற்கு இதுதான் சிறந்த வழி. உனது ஓய்வு நாள்களில், நொய் அரிசிப் பலகாரங்களை விழுங்கு, அல்லது ‘கெட்டிக் கஞ்சி’ சமைத்துக்கொள். வட்டிலை இரண்டு கையாலும் பற்றியபடி தோள்களை எவ்விய வண்ணம் வைத்துக்கொண்டு அதைச் சாப்பிடு. வறட்சிப்பணி நிறைந்த கூடுதலான காலை நேரத்தில், உன் உடல் முழுவதையும் இது கதகதப்பாக்கிவிடும். ஐயோ! ஐயோ! என்னுடைய எஞ்சிய நாள்களில் நான் ஒரு பண்ணைக்காரனாக ஆகிவிடுவேன் என்றே எண்ணுகிறேன்.

இணைவிழைவு, பெண்கள், பொதுவாகவே வாழ்க்கை ஆகிய வற்றை ஏற்றுக்கொள்வதைப் போலவே, உணவையும் சீனர்கள் ஏற்றுக்கொள்கிறார்கள். சிறந்த ஆங்கிலக் கவியோ, எழுத்தாளனோ சமையல் புத்தகம் ஒன்றை எழுதுகிற அளவுக்குக் கீழே இறங்கிவர மாட்டான். இது இலக்கிய உலகத்துக்குப் புறம்பானதென்றும், சுசான் பாட்டி கவனிக்க வேண்டிய காரியம் என்றும் அவர்கள் மதிக்கிறார்கள். ஆனால், சிறந்த கவிஞரும், நாடக ஆசிரியருமான லி லிவெங் காளான் சமைப்பது, இதர மரக்கறி மாமிச வகைகளை எல்லாம் தயாரிப்பது ஆகியவை பற்றி எழுதுவதைக் கௌரவக் குறைவாகக் கருதவில்லை.

இன்னொரு பெரிய புலவரும் படிப்பாளியுமான யுஆன் மெயி தனது சமையல்காரனைப் பற்றி அதி அற்புதமான ஒரு கட்டுரை எழுதியதோடு நில்லாமல், சமையலைப் பற்றி ஒரு முழுப் புத்தகமும் எழுதிவிட்டார். ஆங்கிலப் பரிசாரகனைப் பற்றி ஹென்றி ஜேம்ஸ் விவரித்தபடி, இவர் தனது சமையல்காரனைப் பற்றி விவரித்திருக்கிறார்: இந்தச் சமையல்காரன் மிக கௌரவத் தோடு, தன் தொழிலைப் பற்றி நன்றாய்ப் புரிந்துகொண்டு

செயலாற்றி வந்திருப்பதாக அவர் விவரிக்கிறார். ஆனால், ஆங்கில உள்ளங்கள் அனைத்துள்ளும் ஆங்கில உணவைப்பற்றி யாராவது எழுதக்கூடியவர்கள் இருந்தால், அவர் எச். ஜி. வெல்ஸ் ஆகத்தான் இருக்க வேண்டும். அவரால் எழுத முடியாது என்பது வெளிப்படை. அவரைவிடக் குறைந்த சகல கலா வல்லமை பெற்ற மனத்திடமிருந்து எதையும் எதிர்பார்த்து நம்புவதற்கு இல்லை. அனட்டோல் பிரான்ஸ் இருந்தார்; அவர் எப்படிப் பட்டவர்? காளைக் கன்றின் ஈரலைப் பொரிக்கும் முறையைப் பற்றியோ, காளான் சமையல் பாகத்தைப் பற்றியோ, அவர் அற்புதமான விவரங்களை நமக்கு விட்டுச் சென்றிருக்கலாம். அவரது அந்தரங்கக் கடிதங்களில் மேற்படித் தகவல் இருந்தாலும் இருக்கலாம். ஆனால், அவர் விட்டுச்சென்றுள்ள இலக்கியச் சொத்தின் ஒரு பகுதியாக அவர் இதை விட்டுச்சென்றுள்ளாரா என்பதில் எனக்குப் பலத்த சந்தேகம்.

ஐரோப்பியச் சமையலிலிருந்து, சீனச் சமையலைச் சிறப்பாகப் பிரித்துக் காட்டுவன இரண்டு கோட்பாடுகளாம். அவற்றில் ஒன்று, உணவை நாங்கள் உண்பது, அதிலுள்ள அழுத்தத் திற்காகத்தான். மெல்லும்போது தென்படும் மொருமொருப்பு அல்லது ஜவ்வுத்தன்மைக்காகவே. அதிலுள்ள மணம், ருசி, நிறம் ஆகியவற்றுக்காகவும் உணவை உண்கிறோம். நண்டுகளுக்குத் தான் அடிமைப்பட்டிருந்ததாக லி லிவெங் சொன்னார். ஏன்? அவற்றினிடத்தே மணம், ருசி, வண்ணம் மூன்றும் கலந்திருக் கின்றன. அழுத்தம் என்ற கருத்தை எப்போதும் அபூர்வமாகத்தான் புரிந்துகொள்கிறார்கள். ஆனால், மூங்கில் கன்றுகள் பிரபலம் அடைந்திருப்பதற்கு முக்கிய காரணம் என்ன? மெல்லும்போது பற்களுடன் இவை வெகு நயமாய் எதிர்த்து நிற்கின்றன. அதுதான் காரணம். மூங்கில் கன்றுகளின் தன்மையைச் சுவைத்து ரசிப்பதுதான் எங்களது ருசிப் போக்கை மிகச் சரியாய் எடுத்துக்காட்டுவதற்கான சான்றாக இருக்கலாம். அதில் எண்ணெய்ப் பசை இல்லை. மோகினித்தன்மை வாய்ந்த ஒருவித 'நழுவும் தன்மை' அதனிடம் அமைந்திருக்கிறது. ஆனால், அதிமுக்கியமான கோட்பாடு என்ன? சேர்த்துச் சமைக்கும்போது இறைச்சிக்கு முக்கியமாகப் பன்றி இறைச்சிக்கு அது சுவை ஊட்டுகிறது. சுவைக் கலவைதான் இரண்டாவது கோட்பாடு, சீன நளபாகக் கலை முழுவதற்கும்

ஊன்றுகோல், கலவைக் கலை தான். புதுமீன் போன்ற பல பண்டங்களைப் பிறவற்றோடு கலவாமல், அவையவற்றின் சாற்றிலேயே சமைக்க வேண்டும் என்பதைச் சீனர்கள் ஒப்புகிறார்கள். ஆனாலும், மேலைநாட்டுச் சமையல்காரர்கள் செய்வதைவிட அதிகமாகவே பொதுவாக, அவர்கள் பல சுவைகளைக் கலக்கிறார்கள். சான்றாக, காபேஜ் கீரையின் ருசி என்ன? கோழிக் குஞ்சோடு அதைச் சரியாய்ச் சேர்த்து ருசி பார்த்தாலொழிய யாருக்கும் அது எப்படி ருசிக்கும் என்று தெரியாது. கீரையின் ருசி கோழியில் சேருகிறது; கோழியின் ருசி கீரையில் சேருகிறது. இந்தக் கலவைக் கோட்பாட்டிலிருந்து எத்தனையோ விதவிதமான, நயஞ்செறிந்த, நுண்ணிய கலவை முறைகளை விரித்து வளர்த்துக்கொண்டே போகலாம். எடுத்துக்காட்டாக, பசிய நாணல் கீரையைத் தனியாகவும் பச்சையாகவும் தின்னலாம். ஆனால், அந்நிய நாட்டார் சமையலில் ஸ்பீனாஜ் என்ற நீர் கொள்ளி இலை, அல்லது காரட் கிழங்கு போன்ற காய்கறிகளைச் சமைத்துப் பிற்பாடு ஒரே தட்டில் பன்றி இறைச்சி அல்லது வறுத்த வாத்து இறைச்சி இவற்றோடு சேர்த்துப் பரிமாறுவதைச் சீனர்கள் காணும் போது, இப்படியும் காட்டு மிராண்டிகள் உண்டா என்று புன்முறுவல் கொள்கிறார்கள்.

ஓவியத்திலும் கட்டடக்கலையிலும் இவ்வளவு அற்புதமான விசயத் தராதர அறிவு நுணுக்கம் பெற்ற சீனர்கள் சாப்பாட்டு விசயத்தில் அதை அறவே இழந்துவிட்டிருப்பது போல் தெரிகிறது. சாப்பிடும் இடத்தில் அமர்ந்துகொண்டவுடன் முழு மனத்தோடு அவர்கள் சாப்பிடப் புகுந்துவிடுகிறார்கள். உண்டியில் பெரிய அம்சம் ஏதாவது வந்துவிட்டது என்று வைத்துக்கொள்ளுங்கள். கொழுத்த வாத்து வட்டிக்கப் பெறுகிறது. இதற்கு முன்னால் பன்னிரண்டு அல்லது பதின்மூன்று வகையான வர்க்கங்கள் பரிமாறி ஆயின. எந்த மனிதப் பிராணிக்கும் வயிற்றை நிரப்பிவிட இந்த ஒரு வாத்துப் பாகமே போதுமானதாய் இருக்க வேண்டும். இப்படி ஏன் செய்கிறார்கள்? மரியாதை விசயத்தில் பொய்யான அளவைகளை வைத்திருப்பதுதான் காரணம்; இன்னொரு காரணமும் உண்டு. விருந்தில் ஒன்றன்பின் ஒன்றாகப் பண்டங்களை வட்டிக்கிறார்கள். சாப்பிடுகிறவர்கள், வெவ்வேறு வகையான ஒயின் குடிக்கும் ஆட்டங்களிலோ, கவிதைப் போட்டியிலோ

ஈடுபட்டு, உண்ணாமல் இருக்கும் இடைக் காலத்தில் மனத்தைச் செலுத்தி இருப்பதாக ஐதீகம் இது. இயல்பாகவே, சாப்பிடும் நேரத்தை நெடியதாக்குகிறது. உண்ட உணவைச் செரித்துக் கொள்வதற்கு வயிற்றுக்கு அதிகமான கால வசதியைக் கொடுக்கிறது. சீனச் சர்க்கார் அதிகாரிகள் ஏனைய சர்க்கார் அதிகாரிகளைவிடத் திறமைக் குன்றியவர்களாக இருப்பதற்கு ஒரு காரணம் சொல்லலாம். நேரடியான காரணம் யாது? இரவுச் சாப்பாட்டில், அமானுஷ்யமான மூன்று நான்கு உண்டி வகை களை அவர்கள் உண்ண வேண்டிய கட்டாயம் வந்துவிடுகிறது. பெரும்பாலும் இதுதான் அவர்களுடைய திறமைக் குறைவுக்குக் காரணமாய் இருக்க வேண்டும். அவர்களின் சாப்பாட்டில் கால் பங்கு அவர்களுக்கு ஊட்டமளிக்கிறது; முக்கால் பங்கு அவர்களைக் கொன்று தீர்க்கிறது. பணக்காரர்களிடம் பரவி இருக்கும் உபாதை களுக்கு இதுதான் காரணம். சிறுநீரக நோய், ஈரல் நோய் எல்லாம் அவர்களுக்கு வரும்.

தங்கள் சொந்த வசதியை முன்னிட்டு அரசியல் அரங் கிலிருந்து ஒதுங்கிவிடுவது நல்லதென்று அதிகாரிகள் கருதும் போது, ஆண்டில் பல குறிப்பிட்ட காலங்களில் இந்த மாதிரி நோய்கள் பத்திரிகைகளில் அறிவிக்கப் பெறும். விருந்துக்கு ஏற்பாடு செய்யும்போது, விசயப் பரிமாணப் புத்தி பெறுகிற சங்கதியில் மேலை நாட்டாரிடமிருந்து சீனர்கள் ஏராளமான விசயம் கற்றுக்கொள்ள முடியும். அப்படி இருந்தும், மருத்துவத் துறையில் இருப்பதைப்போல், இந்தத் துறையிலும் மேலை நாட்டாருக்குக் கற்றுக்கொடுக்கக்கூடிய பல அற்புதமான, புகழ்பெற்ற கொண்டு கூட்டு முறைகள் அவர்களிடம் உள்ளன. மரக்கறி, கோழிக் குஞ்சு போன்ற சாதாரணச் சமையலில் சீனர்களிடம் அபாரமான விசயங்கள் உண்டு. மேலைநாட்டார் பணிவோடு இவற்றை ஏற்றுக்கொள்ளத் தயாராகும்போது, சீனர்கள் இவற்றை அவர்களுக்கு வழங்க முடியும். நல்ல பீரங்கிப் படகுகள் சிலவற்றைச் சீனா கட்டியமைத்துக்கொண்டு, மேலைநாட்டின் தவடையில் சரியான ஒரு குத்துவிட முடிகிறவரைக்கும் இது நடக்கக்கூடிய காரியமாய்த் தோன்றவில்லை. தவடையடி கொடுக்க முடிகிறபோது, சீன தேசத்தார் அனைவரும் ஐயமின்றி மேலைநாட்டுச் சமையல் காரர்களைவிட உயர்ந்தவர்களே என்று

ஒப்புக்கொள்ள முடியும். ஆனால், அந்தக் காலம் வரும்வரை அதைப்பற்றிப் பேசிப் பயனில்லை. ஷாங்ஹாய் குடியிருப்பில் ஆயிரக்கணக்கான ஆங்கிலேயர்கள் வசிக்கின்றார்கள். சீனச் சிற்றுண்டிச் சாலையின் உள்ளே இவர்கள் ஒருபோதும் அடி எடுத்து வைத்ததில்லை. மற்றவர்களைத் தம் கட்சிக்கு மாற்றி இழுத்துக்கொள்வதில் சீனர்கள் கெட்டிக்காரர்கள் அல்லர். தானே விரும்பி வந்து கேட்டால் ஒழிய, இரட்சிப்பை எவர்மீதும் நாங்கள் பலவந்தமாய்த் திணிப்பதில்லை. எங்களிடமோ பீரங்கிப் படகுகள் இல்லை. அப்படி இருந்தாலும், தேம்ஸ் நதி அல்லது மிஸிஸிப்பி நதிகளில் நாங்கள் கப்பல் விட்டு ஆங்கிலேயரையும், அமெரிக்கர்களையும் அவர்களது விருப்பத்துக்கு மாறாக, மோட்சத்துக்குப் போகும்படி ஒருபோதும் சுட்டுத்தள்ள மாட்டோம்.

குடி வகைகளைப் பொறுத்தவரை, தேநீரைத் தவிர பிற குடி வகைகளில் நாங்கள் இயல்பாகவே மிதமாயிருப்போம். சாராய குடிவகைகள் எங்கள் நாட்டில் குறைவு. அதனால் தெருக்களில் குடிவெறியர்களைப் பார்ப்பது வெகு அரிது. தேநீர் குடிப்பதோ வேறு விசயம்; அதுவே ஒரு தனிக் கலை. சில மனிதர்கள் அதை ஒரு மதவழிபாடாகவே கொண்டுவிடுகிறார்கள். தேநீர் குடிப்பதைப் பற்றித் தனிப் புத்தகங்கள் இருக்கின்றன. வீட்டு ஒப்பனைக்காகப் பாறைகள் ஒயின் சாம்பிராணி ஆகியவற்றைப் பற்றித் தனிப் புத்தகங்கள் இருக்கின்றன அல்லவா? அவைபோல இந்தமாதிரி விசயத்தில் மனிதன் கண்டுபிடித்துள்ள வேறு எதையும் விடத் தேநீர் குடிக்கிற காரியமானது, தேச மக்கள் என்ற முறையில், எங்களது அன்றாட வாழ்க்கையின் போக்கை வெகுவாகக் காட்டியுள்ளது. தேநீர் பருகுகிற எங்களது தேசியப் போக்கால் உண்டானவையே தேநீர் விடுதிகள். சாதாரண மக்களுக்கென்றுள்ள மேலைநாட்டுக் காப்பி விடுதிகளுக்கு இவை ஏறத்தாழச் சமமானவை; மக்கள், வீடுகளிலும் தேநீர் விடுதிகளிலும், தனித்தும், சேர்ந்தும், கழகக் கூட்டங்களிலும், தகராறுகளைத் தீர்த்துக்கொள்ளும் போதும் தேநீர் குடிப்பார்கள்.

காலை பலகாரத்துக்கு முந்தியும், நடு இரவிலும் அவர்கள் தேநீர் குடிப்பார்கள். கையில் ஒரு தேநீர் பாண்டம் இருந்துவிட்டால், தான் எங்கே இருந்தாலும் சரி, சீனத்தான் மகிழ்ச்சியாகவே இருப்பான். நாடெங்கும் பரவி உள்ள ஒரு பழக்கம் இது.

இதனால் எந்தவிதமான கேடும் விளைவதில்லை. எங்கோ அரிதாய் சிலருக்குத் தீமை தரலாம். என்னுடைய சொந்த மாவட்டத்தில்—பரம்பரைக் கதைகளின் கூற்றுப்படி—சில மக்கள் தேநீர் குடித்துக் குடித்து ஓட்டாண்டி ஆகிவிட்டார்கள். அசாத்திய விலையுள்ள தேயிலையை வாங்கினால்தான் நிலைமை இப்படியாகும். சராசரித் தேயிலை மலிவானது. சீனாவில் கிடைக்கும் சராசரித் தேயிலை ஒரு ராஜாகூட உட்கொள்ளக்கூடிய தகுதி வாய்ந்தது. உயர்ந்த தேயிலை மிதமான காட்டமுள்ளதாய் இருக்கும். குடித்த பிறகு அதில் ஒரு 'தங்கு சுவை' இருக்கும். இரண்டொரு நிமிஷம் பொறுத்து அது உண்டாகும். உமிழ் நீர் நாளங்களில் அதன் மருந்துப் பொருள் படிந்து வேலை செய்யத் தொடங்கியதும் இந்தச் சுவை தென்படும். இந்த மாதிரியான நல்ல தேநீர் எல்லாரையும் கலகலப்பாய் இருக்கச் செய்கிறது. இது சீனர்களின் வாழ்நாளை நீடிக்கச் செய்கிறது என்பதில் எனக்குச் சந்தேகம் இல்லை; சீனர்களின் செரிமான சக்திக்குத் துணை புரிந்து, அவர்களின் மனநிலையில் நிதானத்தை அளிக்கிறது.

தேயிலையையும் ஊற்று நீரையும் தேர்ந்தெடுத்துக்கொள்வது, தனிப்பட்ட ஒரு கலை. 17ஆம் நூற்றாண்டின் தொடக்கத்தில் இருந்த ச்சாங்ட்டை என்ற படிப்பாளியின் எழுத்திலிருந்து இங்கே ஓர் எடுத்துக்காட்டு: தேநீரையும் ஊற்று நீரையும் சுவைப் பார்ப்பதில் அவர் கொண்டுள்ள கலை முறையைப் பற்றி எழுதி இருக்கிறார். இதில் அவர் ஒரு பெரிய கலா விற்பன்னர். அவர் காலத்தில் இந்தத் துறையில் அவருடன் போட்டிக்கு நிற்கக் கூடியவர் வெகு சிலரே.

> மென் வென்ஷுயி உடைய தேயிலையைப்பற்றிச் சொமொலும் மிகவும் உற்சாகமான மொழியில் என்னிடம் அடிக்கடி பேசியுள்ளார். குறிப்பிட்ட ஓர் ஆண்டில், செப்டம்பர் மாதத்தில் அவருடைய ஊருக்கு நான் வந்திருந்தேன். வந்து சேர்ந்ததும் பீச்மர இலைகள் நதி என்ற இடத்தில் அவரைப் போய்ப் பார்த்தேன். நடுப்பகல் வேளை வந்துவிட்டது. வென் ஷுயியோ வீட்டில் இல்லை. அவர் நேரஞ் சென்று திரும்பி வந்தார். வயதானவராய்த் தோன்றியது. பேச ஆரம்பித்திருப்போம்—உடனே திடீரென்று கிளம்பினார். கைத்தடியை எங்கேயோ வைத்துவிட்டதாகச் சொல்லி மீண்டும் வெளியே போய்

விட்டார். அவருடன் பேசுவதற்குக் கிடைத்த இந்தச் சூழ் நிலையை நழுவவிடக்கூடாது என்று தீர்மானித்தேன். அதனால் காத்திருந்தேன். நெடு நேரஞ் சென்று, வென்ஷுயி திரும்பி வந்தார். இரவாகிவிட்டது. 'இன்னும் இங்கேதான் இருக் கிறீர்களா? என்னை நீங்கள் எதற்காகப் பார்க்க வேண்டும்?' என்று சொல்லிக்கொண்டே என்னை விறைத்துப் பார்த்தார். 'இத்தனை காலமாக உங்கள் பெயரைக் கேள்விப்பட்டிருக் கிறேன். நான் போகுமுன் இன்று உங்களுடன் தேநீர் பருகுவதென்று தீர்மானித்துவிட்டேன்' என்றேன். வென்ஷுயி மகிழ்ந்துவிட்டார்.

பிறகு தானே தேநீர் தயாரிப்பதற்காக எழுந்தார். வியக்கும் படியான சொற்ப நேரத்திலேயே அது தயாராயிற்று. அப்புறம், என்னை ஓர் அறையினுள் இட்டுச் சென்றார். அங்கே எல்லாம் சுத்தமாகவும் நாசுக்காகவும் இருந்தன. பத்துக்கு மேற்பட்ட வகை வகையான ச்சிங்ச்சி பாண்டங்களும் ஷுவான்யாஓ, ச்செங்யாஓ தேநீர்க் கோப்பைகளும் இருக்கக் கண்டேன். எல்லாம் வெகு அபூர்வமானவை; அரிதில் பெறத்தக்கவை. விளக்கொளியின் கீழ்ப் பார்த்தபோது, கோப்பையின் நிறத்துக்கும் தேநீரின் நிறத்துக்கும் வேறுபாடு இல்லை என்பதைக் கண்டேன்.

ஆனால், அற்புதமான ஒரு மணம் என் மூக்கைத் துளைத்தது. சொல்ல முடியாத மகிழ்ச்சி எனக்கு ஏற்பட்டது. 'இது என்ன தேயிலை?' என்று கேட்டேன். 'லங்வான்' என்று வென்ஷுயி பதிலளித்தார். மீண்டும் அதைச் சுவைத்துப் பார்த்தேன். 'என்னை ஏமாற்றாதீர்கள்; லங்வான் தயாரிக்கும் முறைதான்; ஆனால், தேயிலைப் பொடி லங்வான் ரகமல்லவே' என்றேன். 'பின் அது என்ன ரகமானது?' என்று புன்முறுவலித்த வண்ணம் வென்ஷுயி கேட்டார். மீண்டும் சுவைத்துப் பார்த்தேன். 'ஏன் இப்படி லொச்சியே தேயிலை மாதிரி இருக்கிறது?' என்று கேட்டேன், நான் சொன்ன விடையைக் கேட்டு வென்ஷுயி திகைத்துப் போய்விட்டார். 'அபாரம்! அபாரம்!' என்றார். 'என்ன தண்ணீர்?' என்று கேட்டேன். 'ஹுயுச்வான்' என்றார். 'என்னை நையாண்டி பண்ணப் பார்க்காதீர்கள்' என்று மறுபடியும் சொன்னேன். 'இவ்வளவு தொலைவிலிருந்து

ஹுயுச்வான் தண்ணீரை எப்படிக் கொண்டுவர முடியும்? வழியில் அலம்பியும் அதன் விறுவிறுப்பு இன்னும் கெடாமல் இருக்கிறதே. அது எப்படி முடியும்?' என்று வினவினேன். அப்போது, 'இனி உன்னை ஏமாற்ற முயலமாட்டேன். ஹுயுச்வான் தண்ணீரை எடுக்கும் போது நான் என்ன செய்வேன் தெரியுமா? ஒரு கிணறு தோண்டுவேன். இரவில் புது வெள்ளம் வருமட்டும் பொறுத்திருப்பேன். அது வந்ததும், அந்த நீரை மொண்டு வைத்துக்கொள்வேன். ஜாடியின் அடிப்புறத்தில் ஏராளமான மலைக்கல் போட்டு வைப்பேன்.

யாத்திரையின்போது காற்றின் போக்கின் வழியே படகை செலுத்தி வருவேன். தண்டு வலிக்கவிட மாட்டேன். அதனால், தண்ணீரின் கருக்குமாறாமல் இருந்து வருகிறது. ஆகவே சாதாரண ஹுயுச்வான் தண்ணீரைவிட இந்தத் தண்ணீர் மேலானது. இதர ஊற்றுக்களிலிருந்து எடுக்கும் தண்ணீரைப் பற்றிப் பேச வேண்டியதில்லை' என்று வென்ஷுயி சொன்னார். மறுபடியும், 'அபாரம்! அபாரம்!' என்றார். வாக்கியத்தை முடிக்குமுன், மீண்டும் வெளியே போய்விட்டார். சீக்கிரம் இன்னொரு பாண்டத்துடன் திரும்பி வந்தார். அதைச் சுவைத்துபார்க்கும்படி கேட்டுக்கொண்டார். 'இதன் மணம் கடுமையாய் இருக்கிறது. ருசி மிக்க மிதமாய் இருக்கிறது. இது மாரிக்காலத் தேயிலையாய் இருக்க வேண்டும். நாம் சற்றுமுன் அருந்தியது இலையுதிர்காலத் தேயிலையாய் இருக்க வேண்டும்' என்றேன். அப்போது வென்ஷுயி கடகடவென்று சிரித்து விட்டார். 'எனக்கு எழுபது வயதாகிவிட்டது. இருந்தாலும், உன்னைப் போன்ற தேயிலைக் கலா விற்பன்னனை நான் கண்டதே இல்லை' என்று சொன்னார். அதற்குப் பிறகு நாங்கள் இருவரும் நெருங்கிய நண்பர்களாக இருந்து வந்தோம்.

அந்தக் கலை இப்போது பெரும்பாலும் ஒழிந்துவிட்டது. ஏதோ ஒருசில முதிய கலாரசிகர்களிடையேயும், கலாவிற்பன்னர் களிடையேயும் மட்டும் அது இருந்து வருகிறது. சீனத் தேசிய ரெயில் பாதைகளில் நல்ல தேநீர் கிடைப்பது நிரம்பக் கஷ்டமா யிருந்து வந்தது. முதல் வகுப்பு வண்டிகளில்கூட இப்படித்தான். இந்த வகுப்புக்களில் லிப்டன் தேயிலைதான் கிடைக்கும். என் ருசிக்கு இது சுவையற்றதாகவே படுகிறது. இந்தத் தேநீரைப்

பாலும் சர்க்கரையும் சேர்த்துப் பரிமாறுவார்கள். லிப்டன் பிரபு ஷாங்ஹாய்க்கு வந்திருந்தபோது, பணக்காரரான சீனப் பெரிய மனிதர் வீடொன்றில் அவர் உபசரிக்கப் பெற்றார். ஒரு கோப்பை சீனத் தேநீர் வேண்டுமென்று அவர் கேட்டார். அவர் அதைப் பெற முடியவில்லை. பாலும் சர்க்கரையும் கலந்த லிப்டன் தேநீரையே அவருக்கு அளித்தார்கள்.

இவ்வளவு சொன்னது போதும். தங்களுடைய புத்தி தெளிவு பெற்றிருக்கும் வேளைகளில், வாழும் வகையாது என்பதன் சாரத்தைச் சீனர்கள் அறிந்துள்ளார்கள் என்பதைக் காட்ட இவை போதும். வாழ்க்கைக் கலை என்பது அவர்கள் பழக்கத்தால் அவர்கள் பெற்றுள்ள இரண்டாவது உள்ளுணர்வு. அவர்களுடைய மதம் இது. சீன நாகரிகமானது ஆன்மிக நாகரிகம் என்று சொன்னவன் யாராயிருந்தாலும் சரி அவன் ஒரு பொய்யன்.

4. வாழ்க்கை முடிவு

சீனக் கலையையும் சீன வாழ்க்கையையும் பற்றிப் பொதுப்படை யாகக் கொள்ளும் பரப்பு நோக்கில் வாழ்க்கைக் கலையில் சீனர்கள் படு சூரப் பேர்வழிகள் என்ற திடநம்பிக்கை வலுக்கட்டாயமாய் உண்டாகி இருக்க வேண்டும். இங்கே ஒரு மாதிரி மனப்பூர்வமான ஆழ்ந்த கவனம் உலகாயத வாழ்க்கையின்பால் செலுத்தப் பெறுகிறது. வாழ்வதில் ஒரு தினுசான ரஞ்சகம் தென்படுகிறது. இது அதிகமான கனிவு பெற்றது. ஒரு வேளை, அதிகமான ஆழமுடையதாய் இருக்கலாம். கனிவையும் ஆழத்தையும் கருதாவிடினும், மேலைநாட்டில் இருப்பது போலவே தீவிரத் தன்மை பெற்றிருக்கிறது. சீனாவில் ஆன்மிகப் பெறுமதிப்புக் களையும் லௌகீக பெறுமதிப்புக்களையும் துண்டுபடுத்தி வைக்கவில்லை. நமக்குக் கிடைத்த வாழ்க்கையைக் கூரிய ரஞ்சிப்போடு அனுபவிக்க இவை இரண்டும் துணைபுரிகின்றன. திருத்த முடியாத எங்களது நகைச்சுவை படர்ந்த மனநிலையும் உல்லாசப் பண்பும் உண்டானதற்கு இவைதான் காரணம். சிறு தெய்வங்களை வணங்குகிறவன் இன்றைய வாழ்க்கையில் சிறு தெய்வ வழிபாட்டு மனநிலையுடன் பின்பற்றி ஒழுகலாம். ஒரே மனப்போக்கில் ஆன்மிக, லௌகீக பெறுமதிப்புக்கள் இரண்டையும் கவியப் பண்ணலாம். கிறிஸ்தவன் ஒருவன்

இதைக் கற்பனை பண்ணிப்பார்ப்பது கஷ்டம். ஒரே சமயத்தில் புலனறிவு வாழ்க்கையையும், ஆன்மிக வாழ்க்கையையும் நாங்கள் வாழ்கிறோம். இவை இரண்டிற்கும் இடையே போராட்டம் இருப்பது அவசியமென்று எங்களுக்குப் படவில்லை.

ஏனென்றால், வாழ்க்கையை அழகுபடுத்தவும், வாழ்க்கையின் சாரத்தை வடித்தெடுத்துக்கொள்ளவும், புலனறிவுகளால் வரம்பிடப்பட்ட உலகம் இது. இந்த உலகத்தில் தடுக்க முடியாதனவாயுள்ள வேதனையையும் அவலட்சணத்தையும் சமாளிப்பதற்கும் துணைபுரியவும், மனித ஆன்மா பழகிப் போயிருக்கிறது. ஆனால், வாழ்க்கையிலிருந்து தப்பி ஓடிவிடவும், இந்த வாழ்க்கைக்குப் பிறகு வரப்போகும் புதிய வாழ்க்கையின் அர்த்தத்தைக் கண்டுபிடிக்கவும் மனித ஆன்மா ஒருபோதும் பழக்கப்பட்டிருக்கவில்லை. சாவைப்பற்றிக் கேள்வி கேட்ட ஒரு சீடனுக்குப் பதிலளித்த போது, 'வாழ்க்கை தெரியலே— சாவு என்ன தெரியும்?' என்று கன்பூசியஸ் பதிலளித்தார். அவருடைய இந்த விடையில் அவர் குறித்த செய்தியில் கொஞ்சம் மத்தியதர வகுப்பாரின் வாழ்க்கை நோக்குத் தென்படுகிறது. பருப்பொருள் நிலை கடவாத தத்துவப் போக்கிருக்கிறது. காரியவாத மனநிலை தென்படுகிறது—அறிவைப் பற்றியும் வாழ்க்கைப் பிரச்சினைகளைப்பற்றியும் இப்படிப்பட்ட கருத்து களையே அவர் தமது பதிலில் உணர்த்தியுள்ளார். எங்களுடைய தேசிய வாழ்க்கையையும் சிந்தனையையும் கன்பூசியஸின் இந்தச் சொற்றொடர்தான் வழி நடத்தி உருவாக்கியுள்ளது.

இந்த விசயங்களின் தராதரங்களைப் பற்றிச் சில குறிப்பிட்ட அளவை முறைகளை இந்த நிலைநோக்கு நமக்கு நிலைபெறச் செய்கிறது. அறிவின் ஒவ்வொரு தோற்றத்திலும், வாழ்க்கையின் ஒவ்வொரு தோற்றத்திலும் வாழ்க்கைச் சோதனையானது அடிபெயராமல் நிலைத்து நிற்கவே செய்கிறது. எங்களின் சுகானுபவங்களுக்கும், வெறுப்புத் துவேஷங்களுக்கும் இது காரணம் காட்டுகிறது. வாழ்க்கைச் சோதனை என்பது எங்களுக்குத் தேசிய இனம் என்ற முறையில் உள்ள ஓர் எண்ணமாகும்— வார்த்தையற்றது; இதற்கு விளக்கம் கொடுக்கவோ, காரணம் சொல்லவோ தேவையில்லை. அந்த மாதிரியான வாழ்க்கைச் சோதனைதான் நகர்ப்புற நாகரிகத்தின் மீது அவநம்பிக்கை

வாழ்க்கைக் கலை ✦ 567

கொள்ளும்படியும், கலை, வாழ்க்கை, எழுத்தறிவு ஆகியவற்றில் நகர்ப்புற லட்சியத்தையே மேலானதாகக் கொள்ளும்படியும், பகுத்தறியும் நிலையில் மதத்தை விரும்பாமலிருக்கும் படியும், புத்த சமயத்தோடு உறவாடுவதோடு நின்றுகொண்டு, அதன் தர்க்கரீதியான முடிவுகளை ஒருபோதும் அப்படியே ஏற்றுக் கொள்ளாமல் இருக்கும்படியும், யந்திர சாதன தந்திரங்களை வெறுக்கும்படியும் எங்களுக்கு வழிகாட்டிக்கொண்டு வந்தது. இவையெல்லாம் உள்ளுணர்வின்பாற்பட்ட செய்திகள் என்றே நான் கருதுகிறேன். வாழ்க்கையின்மீது தன்னையும் அறியாது உள்ளுணர்வால் கொண்ட நம்பிக்கை இது.

இதுதான் திட்பமான பொது அறிவை எங்களுக்கு அளித்துள்ளது. இதைக்கொண்டே வாழ்க்கையின் வர்ண ஜால மாறுதல்களை நாங்கள் கண்ணுறுகிறோம். நாங்கள் முரட்டுத்தனமாய் ஒதுக்கித் தள்ளிய அறிவின் பாற்பட்ட, தொல்லை விளைக்கும் பற்பல பிரச்சினைகளையும் இந்தத் திட்டமான பொது அறிவைக் கொண்டே கண்ணுற்று வருகிறோம்.

வாழ்க்கையை நேராய், தயங்காமல் நிமிர்ந்து பார்க்கவும், பெறுமதிப்புக்களைப் பெரிய அளவில் உருக்குலைந்து போகாதபடி முழுமையாகப் பார்க்கவும் இது எங்களுக்கு உதவியது. கொஞ்சம் எளிய ஞானத்தை எங்களுக்கு அது கற்பித்தது—முதுமைப் பருவத்துக்கு மரியாதை, குடும்ப வாழ்க்கையின் மகிழ்ச்சிகள், வாழ்க்கையை உள்ளபடி ஏற்றுக்கொள்ளுதல், இணைவிழைவு, துயரம், இந்த மாதிரி. பொதுவான சில நற்பண்புகளைப்பற்றி நாங்கள் அழுத்திச் சொல்லும்படி அது செய்தது: சகித்து நிற்றல், உழைப்பு முயற்சி, சிக்கனம், நிதானம், அமைதிக் கொள்கை என்ற மாதிரி. நியதி மீறிய கடும்போக்கான சித்தாந்தங்கள் வளர்ந்து பெருகாமல் அது தடுத்தது. மனிதனை அவனுடைய சொந்தப் புத்தி உற்பத்தி செய்த பொருள்களே அவனை அடிமைப்படுத்தி விடாமல் அது தடுத்தது. விசயங்களின் தராதரங்களை உணரும் ஆற்றலை எங்களுக்கு அளித்தது. வாழ்க்கையின் லௌகிக. ஆன்மிக நலன்களை ஏற்றுக்கொள்ளக் கற்பித்தது. எல்லாம் சொல்லி எல்லாம் செய்து முடிந்த பிறகு எஞ்சி நிற்பது என்ன? எல்லா விதமான அறிவின் முடிவும் மனித இன்பந்தானே. இதை எங்களுக்கு அது கற்பித்தது. அதிர்ஷ்டச் சக்கரம் எப்படி

வேண்டுமானாலும் சுழலட்டும். எந்த விதமான நிலைமையிலும் இந்த மண்டலத்தில் எங்களின் வாழ்வை மகிழ்ச்சியுடையதாக ஆக்கும் பொருட்டு நாங்கள் தக்கபடி ஏற்பாடு செய்து கொள்கிறோம்.

நாங்கள் பழைமையான தேசிய இனம். பழைமை வாய்ந்த மக்களின் கண்கள் அந்த மக்களுடைய கடந்தகால ஏட்டில் என்ன காண்கின்றன? மாறிக்கொண்டுவரும் இந்த நவீன வாழ்க்கையில் என்ன காண்கின்றன? மேலோட்டமான சங்கதிகள் பல இருப்பதையும், எங்கள் வாழ்வுக்கு மெய்யான பொருள் தரக்கூடிய சங்கதிகள் பல இருப்பதையும் பழைமை வாய்ந்த மக்களின் கண்கள் பார்க்கின்றன. முன்னேற்றம் பற்றி நாங்கள் சற்று அலட்சிய அவநம்பிக்கை கொண்டிருக்கிறோம். நாங்கள் சற்றுச் சோம்பேறிகள்தான். பழைமைவாய்ந்த மக்களெல்லாம் இப்படித்தானே. ஒரு பந்துக்காக வேண்டி மைதான வெளியில் பந்தயம் போட்டுக்கொண்டு ஓட எங்களுக்கு விருப்பமில்லை. பறவைகளின் பாடலையும் குழந்தைகளின் சிரிப்பையும் கேட்பதற்காகக் கொடிமரம் வளர்ந்துள்ள நதிக் கரைகளில் சாவகாசமாய் நடந்து திரிவதில்தான் எங்களுக்கு விருப்பம். வாழ்க்கையானது எவ்வளவு நிச்சயமற்றதாய் இருக்கிறது? ஏதாவது ஒன்று நமக்கு மெய்யாகவே நிறைவு அளிக்கும் என்று நாம் கண்டால், நாம் அதைக் கெட்டியாய்ப் பற்றிக்கொள்கிறோம். சூறாவளி வீசும் இருண்ட இரவில் தனது மதலையைத் தாய் ஒருத்தி எப்படி மார்புறச் சேர்த்துக் கட்டிக்கொள்வாளோ, அந்த மாதிரி தென்துருவத்தை ஆராய்ந்து பார்க்கவோ, இமாலய மலைகளில் ஏறிப்பார்க்கவோ எங்களுக்கு நிஜமாக விருப்ப மில்லை. மேலைநாட்டார் இப்படிச் செய்யும்போது 'எதற்காக இப்படிச் செய்கிறீர்கள்? நீங்கள் தென் துருவத்துக்குப் போய்த்தான் மகிழ்வு பெற்றாக வேண்டுமா?' என்று நாங்கள் கேட்போம். நாங்கள் படம் பார்க்கப்போகிறோம். நாடகம் பார்க்கப் போகிறோம். ஆனால், எங்கள் இதயத்தின் அந்தரங்கத்தில் மட்டும் ஒரு விசயத்தை நாங்கள் உணருகிறோம்: திரையில் தோன்றும் கற்பனையான ஒரு குழந்தையின் சிரிப்பைப் போலவே நிஜக் குழந்தையின் சிரிப்பானது மெய்யான மகிழ்ச்சியையும் இன்பத்தையும் எங்களுக்கு அளிக்கிறது. இரண்டையும் ஒப்பிட்டுப்

வாழ்க்கைக் கலை ✦ 569

பார்க்கிறோம்; அதனால் வீட்டிலேயே தங்கிவிடுகிறோம். தன் சொந்த மனைவியை முத்தமிடுவது சாரமற்றதாய் இருந்துதான் தீர வேண்டும் என்று நாங்கள் நம்பவில்லை. மற்றவர்களுடைய மனைவிகள், மற்றவர்களுடைய மனைவிகளாக இருக்கிற காரணத்தாலேயே நம் மனைவிகளைவிட மிக அழகு வாய்ந்தவர்களாய் இருக்கத்தான் வேண்டுமென்பதை நாங்கள் நம்பவில்லை. ஏரியின் மையத்திலிருக்கும்போது மலையின் அடிவாரத்தை அடைந்துவிட நாங்கள் துடிதுடிப்பதில்லை. குன்றின் அடிவாரத்தில் இருக்கும்போது அதன் உச்சியை எட்டிவிட நாங்கள் வேதனைப்படுவதில்லை. சட்டியில் என்ன ஒயின் இருக்கிறதோ அதைக் குடிக்கிறோம். கண்முன்னால் என்ன காட்சி இருக்கிறதோ அதை அனுபவிக்கிறோம்.

வாழ்க்கையில் உள்ள எத்தனையோ சங்கதிகள் வெறும் கேலி நாடகங்கள் அல்லாமல் வேறல்ல. சில வேளைகளில் வாழ்க்கையில் கலந்துகொள்ளாமல் ஒதுங்கி நின்று அதைப் பார்த்துப் புன்னகை புரிவதே நல்லதாய்ப் படும். ஒரு வேளை அதில் பங்கு கொள்வதைவிட இப்படி ஒதுங்கி நிற்பதே நலமாயிருக்கும். களவு காண்பவனைத் தட்டி எழுப்பினால், அவன் என்ன செய்வானோ, அதேபோல நாம் வாழ்க்கையைப் பார்க்கிறோம். நேற்றிரவு கண்ட கனவின் உற்சாகமான வர்ணம் நம்முடைய பார்வையில் படிந்திருக்கவில்லை. இன்னும் அதிகமாய் நிதானம் அடைந்துவிட்ட பார்வையுடன்தான் அதை நாம் நோக்குகிறோம். கைப்பற்ற முடியாத, கண்ணைப் பறிக்கும் சொகுசு வாய்ந்த, சந்தேகத்திற்குரிய சங்கதிகளை விட்டுவிட நாம் தயாராய் முந்திக்கொண்டிருக்கிறோம். ஆனால், அதே சமயத்தில் நமக்கு இன்பம் தருமென்று நாம் அறியும் சில சங்கதிகளைப் பற்றி இழுத்து வைத்துக்கொள்ளவும் தயாராயிருக்கிறோம். எப்போதும் நாம் இயற்கையிடம்தான் திரும்பிச் செல்கிறோம். அங்கேதான் அழகின் நிலையான ஊற்றுக்கண் இருக்கிறது. மெய்யான, ஆழமான, நிலைபெற்ற இன்பத்தின் ஊற்றுக் கண் இயற்கைதான். முற்போக்கையும் தேசிய சக்தியையும் இழந்துவிட்ட நாங்கள் இன்னும் ஜன்னல்களைப் பரக்கத் திறந்து வைத்துக்கொண்டு, சில்வண்டுகளின் ரீங்காரத்தைச் செவிமடுக்கிறோம். அல்லது, இலையுதிர் காலத்தில் உதிர்ந்து கொட்டும் இலைகளின்

ஓசையைச் செவிமடுக்கிறோம். பொன்னிறமான 'கிரிசாந்தமம்' என்ற மலர்களின் நறுமணத்தை மூச்சுப் பிடித்து இழுத்து ஆழ நுகர்கிறோம். மேலே, உயரத்தில் இலையுதிர் காலச் சந்திரன் ஒளி வீசுகிறது. நாங்கள் நிறைவாய் இருக்கிறோம்.

ஏனென்றால், எங்களுடைய தேசிய வாழ்க்கையின் இலையுதிர் காலத்தில் இப்போது நாங்கள் இருக்கிறோம். நம்முடைய வாழ்க்கையில், தேசிய இனங்கள் என்ற முறையிலும், தனி மனிதர் என்ற முறையிலும் ஒரு காலம் வந்து சேர்கிறது. அப்போது, முற்பட்ட இலையுதிர் காலத்தின் போக்கு நம்மில் ஊடுருவிப் பாய்ந்து பரவுகிறது. இதில், பொன் வண்ணத்துடன் பச்சை நிறம் கலந்திருக்கிறது. பழைய நினைவுகளுடன் நம்பிக்கை கலந்திருக்கிறது. மகிழ்ச்சியுடன் துயரம் கலந்திருக்கிறது. பழைய நினைவுகளுடன் நம்பிக்கை கலந்திருக்கிறது. நம்முடைய வாழ்க்கையில் ஒரு காலம் வந்து சேருகிறது. அப்போது, மாரிக் காலத்தின் வெகுளியானது வெறும் நினைவாகவே இருக்கிறது, கோடை காலத்தின் பொங்கும் களிப்பு வெறும் பாடலாகவே இருக்கிறது. இந்தப் பாடலின் எதிரொலிகள் வானத்தில் மங்கிய நிலையில் தங்கி இருக்கின்றன. அப்போது, வாழ்க்கையை நிமிர்ந்து பார்க்கும்போது, நமக்கு எதிர்ப்படும் பிரச்சினை யாது? எப்படி வளர்வதென்பதல்ல அந்தப் பிரச்சினை. மெய்யாக வாழ்வது எப்படி என்பதுதான் அது. எப்படிக் கடுமையாக முயன்று உழைப்பது என்பதல்ல; நமக்குக் கிடைத்துள்ள மதிப்பற்ற நொடி நேரங்களை எப்படி அனுபவிப்பது என்பதுதான். நம்முடைய சக்தியை எப்படிச் சிதறடிப்பதென்பதல்ல; வரவிருக்கும் குளிர் காலத்துக்குத் தயாராயிருக்கும் பொருட்டு நம்முடைய சக்தியை எப்படிச் சேர்த்து வைப்பது என்பதுதான். கண்டபடி அலையாமல், ஏதோ இடத்துக்கு வந்து சேர்ந்துவிட்டோம் என்ற உணர்வு ஏற்பட வேண்டும். நாம் எதை விரும்பி நிற்கிறோமோ அதைக் கண்டுபிடித்துவிட்டோம். இனி நிலையாய் அமர்ந்து கொண்டாயிற்று என்ற உணர்வு ஏற்படுகிறது. ஏதோ ஒன்றைச் சாதித்துவிட்டோம் என்ற உணர்வு உண்டாகிறது. கடந்த காலத்துப் பொங்கும் களிப்புடன் ஒத்துப் பார்க்கும்போது இது மிக அற்பந்தான். ஆனாலும், ஏதோ கையில் கிடைத்திருக்கவே செய்கிறது. இலையுதிர் காலத்தில் காடு எப்படி இருக்கிறது.

வாழ்க்கைக் கலை ✤ 571

கோடை காலத்தில் அதனிடம் தென்பட்ட மகத்தான பொலிவு அனைத்தும் கழன்று போய்விட்டது. ஆனாலும், காலத்தோடு எதிர்த்து நிற்கக்கூடிய மகத்துவம் அதனிடம் இப்போதும் இருக்கவே செய்கிறது—அந்த மாதிரி.

மாரிக்காலம் எனக்குப் பிடித்ததுதான். ஆனால், அது மிக இளமை வாய்ந்தது. கோடைகாலமும் எனக்குப் பிடிக்கிறது. ஆனால், அது மிகவும் கர்வம் கொண்டது. ஆகையால் எல்லாவற்றையும்விட இலையுதிர் காலமே எனக்குப் பிடிக்கிறது. ஏனென்றால், அதன் இலைகள் சற்றுப் பழுப்பேறியுள்ளன. அதன் நிழல்அழுத்தம் அதிகக் கனிவானது. அதன் வண்ணங்கள் அதிகச் செழிப்பானவை. அதில் கொஞ்சம் துயரமும் சாவின் எச்சரிக்கையும் கறையோடி உள்ளன. அதன் பொன் வண்ணமான கொடுமை, மாரிக்காலத்தின் வெகுளித்தனத்தைப் பற்றிப் பேசவில்லை; கோடைகாலத்தின் ஆற்றலைப் பற்றியும் பேசவில்லை; நெருங்கிக்கொண்டிருக்கும் முதுமையின் அரவணைக்கும் ஞானத்தைப் பற்றியும், கனிவைப் பற்றியுமே பேசுகிறது. குறைபாடுகளை அது அறியும். அதன் செழுமிய அனுபவத்திலிருந்து வண்ண இசைப்பாடல் ஒன்று வெளிப்படுகிறது. மற்றெல்லாவற்றையும்விட இது செழிப்பானது. அதன் பச்சை வண்ணம் வாழ்க்கையைப் பற்றியும் வலிமையைப் பற்றியும் பேசுகிறது. அதன் செம்மஞ்சள் வண்ணம் பொன்மயமான அகநிறைவைப் பற்றி உரையாடுகிறது. அதன் ஊதா வண்ணமோ போராட்டத்தை நிறுத்தி, இணங்கி அமர்ந்துவிட்ட நிலையையும் சாவையும் பற்றிச் சொல்கிறது. அதன் மேலே சந்திரன் ஒளி வீசுகிறது. சிந்தனைகளால் பழுப்படைந்தது போல அதன் புருவம் தோன்றுகிறது.

ஆனால், மறையும் சூரியன், அந்திவேளையின் தளதளப்பு ஒளியுடன் அதைத் தொடும்போது, இன்னும் அதனால் குதூகலித்துச் சிரிக்க வைக்கும். காலத்துக்கு முந்தியே வந்துள்ள மலைத் தென்றல், காய்ந்த மரங்களை உராய்ந்து செல்கிறது. நடுநடுங்கும் அதன் இலைகள், இனிமையாக ஆடிக்கொண்டே நிலத்தை அடையும்படி இந்தத் தென்றல் செய்துவிடுகிறது. உதிரும் இலைகள் எழுப்பும் இசை, களிப்பால் வந்த இசையா, பிரிவு ஆற்றாமையால் வழிந்த கண்ணீரின் இசையா என்று உங்களுக்குத் தெரியாது. ஏனென்றால், முற்பட்ட இலையுதிர் காலத்தின் ஆன்மப்

போக்கிலிருந்து எழுந்த பாடல் அது: அமைவு, ஞானம், முதிர்ச்சி ஆகியவற்றின் ஆன்மா அது. துயரம் தன்னுடன் நேருக்கு நேராய் எதிர்ப்பட்டு வந்தபோதிலும், அதைக் கண்டு புன்முறுவல் கொள்கிற நிலை அது. கிளர்ச்சி விம்மச் செய்யும், கருக்கான, குளிர்ச்சி பொருந்தியக் காற்றை அது புகழ்கிறது: ஷின் ச்சிச்சி இவ்வளவு நன்றாய்க் கூறியுள்ள இலையுதிர் காலத்தின் ஆன்மிக நிலைதான் அது:

பிள்ளைப் பிராயத்திலே - பாரில்
பெற்றவை பேர்மகிழ்வே
பள்ளத்தில் நிற்கவில்லை - என்மன
உள்ளிற்றுமேலுறவே
வெள்ளிப் பனிமலையின் - முகட்டை
கொள்ளத் துடித்ததுவே
விள்ளற் கரிதாய - துயரம்
உள்ளத்தே உற்றதுபோல்,
தெள்ளத் தெளிந்தது வாய்ப்- பாட
விள்ள விழைந்தது காண்.

வேறு

இன்றிருக்கும் ஏழை எனக்கு
ஒன்றுமிச்ச மில்லையே!
கண்டுவிட்டேன்; சோகம் முற்றும்
கடு புளிப்பு—கைக்குதே!
ஒன்றும் விள்ளக் கூடவில்லை
ஒன்றும் விள்ள வேண்டிலேன்
ஒன்று மட்டும் உரைப்பன்: 'என்னே
உகுபொற் கால வேளையே!'

౧௨